ग्रेट साईन्टिस्ट इन द वर्ल्ड
मराठी २

INSPIRATIONAL & MOTIVATIONAL STORIES

मनोज डोळे

विज्ञानाचा अभ्यास करण्याची योजना आहे परंतु त्याबद्दल अनिश्चित वाटत आहे? आमच्याकडे तुमच्यासाठी फक्त छान पुस्तक आहे! जर तुम्हाला नवोदित बनायचे असेल, तर तुम्ही जगभरातील महान शास्त्रज्ञांबद्दल वाचले पाहिजे आणि त्यांच्या कार्यातून प्रेरणा घेतली पाहिजे!

शास्त्रज्ञ हे एक मुख्य कारण आहे की समाज त्याच्या सद्यस्थितीत विकसित झाला आहे. काही महान शास्त्रज्ञांच्या प्रयत्नाने जगाच्या आधुनिकीकरणाला हातभार लावला आहे. आयझॅक न्यूटन आणि गॅलिलिओ गॅलीली सारख्या प्रसिद्ध शास्त्रज्ञांनी आधुनिक शास्त्रज्ञांसमोर एक आदर्श ठेवला आहे. परंतु असे बरेच काही आहेत ज्याबद्दल आपल्याला माहित नाही आणि आपण त्याबद्दल सर्व जाणून घेणार आहोत.

त्यामुळे तुम्ही देखील विज्ञानप्रेमी असाल आणि तुमच्या नवकल्पनांनी जग बदलण्याची स्वप्ने पाहत असाल तर वाचा आणि तयार करणे सुरू करा!

जगभरातील शास्त्रज्ञांनी समाजाच्या इतर महत्त्वाच्या पैलूंबरोबरच वैद्यकशास्त्र, भौतिकशास्त्र, रसायनशास्त्र आणि तंत्रज्ञानाच्या विकासामध्ये योगदान दिले आहे.

एक नवोदित शास्त्रज्ञ म्हणून, तुम्ही एकतर सैद्धांतिक दृष्टीकोन किंवा व्यावहारिक दृष्टिकोन घेऊ शकता. या दोन्ही पद्धती या क्षेत्रात तितक्याच महत्त्वाच्या आहेत. याव्यतिरिक्त, वैज्ञानिक अभ्यासाच्या सर्व क्षेत्रांमध्ये संशोधन आणि विकास आवश्यक आहे, अगदी औद्योगिक हेतूंसाठी.

म्हणून आपल्याला शास्त्रज्ञांचे महत्त्व समजले आहे, चला तर मग काही अत्यंत तेजस्वी मने आणि त्यांचे योगदान पाहू या! सरतेशेवटी, तुम्ही त्यापैकी किती जणांबद्दल तुम्हाला आधीच माहिती आहे हे सांगणारी टिप्पणी देखील टाकू शकता!

समाजाच्या प्रगतीसाठी सर्व क्षेत्रांतील शास्त्रज्ञ खूप महत्त्वाचे आहेत. काहींनी वैज्ञानिक समुदायाचा विज्ञानाकडे पाहण्याचा मार्ग पूर्णपणे बदलला आहे.

चला तर मग जगाला ज्ञात असलेल्या महान शास्त्रज्ञांकडे पाहूया.

अनुक्रमणिका

1

अल्बर्ट आईन्स्टाईन

अल्बर्ट आईन्स्टाईन

Top Scientists

Scan for Story Videos - www.itibook.com

अल्बर्ट आइनस्टाईन 14 मार्च 1879 - 18 एप्रिल 1955) एक होता जर्मन-जन्मलेले सैद्धांतिक भौतिकशास्त्रज्ञ, सर्व काळातील महान आणि प्रभावशाली भौतिकशास्त्रज्ञांपैकी एक असल्याचे सर्वत्र मान्य केले जाते. आइन्स्टाईन हे सापेक्षतेचा सिद्धांत विकसित करण्यासाठी प्रसिद्ध आहेत, परंतु क्वांटम मेकॅनिक्सच्या सिद्धांताच्या विकासासाठी त्यांनी महत्त्वपूर्ण योगदान दिले. सापेक्षता आणि क्वांटम मेकॅनिक्स हे आधुनिक भौतिकशास्त्राचे दोन आधारस्तंभ आहेत. त्याचे वस्तुमान-ऊर्जा समतुल्य सूत्र E = mc2, जे सापेक्षता सिद्धांतातून उद्भवते,

त्याला "जगातील सर्वात प्रसिद्ध समीकरण" असे नाव देण्यात आले आहे. त्यांचे कार्य विज्ञानाच्या तत्त्वज्ञानावरील प्रभावासाठी देखील ओळखले जाते. त्यांना 1921 चा भौतिकशास्त्रातील नोबेल पारितोषिक "सैद्धांतिक भौतिकशास्त्रातील त्यांच्या सेवेबद्दल आणि विशेषत: फोटोइलेक्ट्रिक प्रभावाच्या कायद्याच्या शोधासाठी" मिळाले. त्याच्या बौद्धिक कर्तृत्व आणि मौलिकतेमुळे "आईन्स्टाईन" "प्रतिभा" चा समानार्थी बनला.

1905 मध्ये, एक वर्ष ज्याचे वर्णन कधी कधी त्याचे ॲनस मिराबिलिस ('चमत्कार वर्ष') म्हणून केले जाते, आइन्स्टाईनने चार महत्वपूर्ण शोधनिबंध प्रकाशित केले. याने फोटोइलेक्ट्रिक प्रभावाचा सिद्धांत मांडला, ब्राउनियन गती स्पष्ट केली, विशेष सापेक्षता सादर केली आणि वस्तुमान-ऊर्जा समतुल्यता दाखवली. आईनस्टाईनला वाटले की शास्त्रीय यांत्रिकींचे नियम यापुढे इलेक्ट्रोमॅग्नेटिक फील्डशी जुळवून घेतले जाऊ शकत नाहीत, ज्यामुळे त्याला सापेक्षतेचा विशेष सिद्धांत विकसित करता आला. त्यानंतर त्यांनी सिद्धांताचा विस्तार गुरुत्वीय क्षेत्रापर्यंत केला; त्यांनी 1916 मध्ये सामान्य सापेक्षतेवर एक शोधनिबंध प्रकाशित केला, ज्यामध्ये त्यांच्या गुरुत्वाकर्षणाचा सिद्धांत मांडला गेला. 1917 मध्ये, त्यांनी विश्वाची रचना तयार करण्यासाठी सापेक्षतेचा सामान्य सिद्धांत लागू केला. त्यांनी सांख्यिकीय यांत्रिकी आणि क्वांटम सिद्धांताच्या समस्यांना तोंड देणे चालू ठेवले, ज्यामुळे त्यांचे कण सिद्धांत आणि रेणूंच्या गतीचे स्पष्टीकरण झाले. त्यांनी प्रकाशाचे थर्मल गुणधर्म आणि किरणोत्सर्गाच्या क्वांटम सिद्धांताचाही अभ्यास केला, ज्याने प्रकाशाच्या फोटॉन सिद्धांताचा पाया घातला.

तथापि, त्याच्या कारकिर्दीच्या नंतरच्या भागासाठी, त्याने दोन शेवटी अयशस्वी प्रयत्नांवर काम केले. प्रथम, क्वांटम मेकॅनिक्समध्ये त्यांचे मोठे योगदान असूनही, निसर्ग "फासे खेळत नाही" असा आक्षेप घेत ते जे विकसित झाले त्याचा विरोध केला. 17 दुसरे, त्याने इलेक्ट्रोमॅग्नेटिझम समाविष्ट करण्यासाठी त्याच्या गुरुत्वाकर्षणाच्या भूमितीय सिद्धांताचे सामान्यीकरण करून एक एकीकृत क्षेत्र सिद्धांत तयार करण्याचा प्रयत्न केला. परिणामी, तो आधुनिक भौतिकशास्त्राच्या मुख्य प्रवाहापासून अधिकाधिक अलिप्त होत गेला.

आइनस्टाईनचा जन्म जर्मन साम्राज्यात झाला होता, पण पुढच्या वर्षी त्याचे जर्मन नागरिकत्व (वुर्टेमबर्ग राज्याचा विषय म्हणून) टीप 1 सोडून 1895 मध्ये स्वित्झर्लंडला गेले. 1897 मध्ये, वयाच्या 17 व्या वर्षी, त्यांनी झुरिच येथील स्विस फेडरल पॉलिटेक्निक स्कूलमध्ये गणित आणि भौतिकशास्त्र शिकवण्याच्या डिप्लोमा प्रोग्राममध्ये प्रवेश घेतला, 1900 मध्ये पदवी प्राप्त केली. 1901 मध्ये, त्यांनी स्विस नागरिकत्व प्राप्त केले, जे त्यांनी आयुष्यभर ठेवले, आणि 1903 मध्ये त्यांनी बर्न येथील स्विस पेटंट ऑफिसमध्ये कायमस्वरूपी पद मिळवले. 1905 मध्ये त्यांना झुरिच विद्यापीठाने पीएचडी दिली. 1914 मध्ये, आइन्स्टाईन बर्लिनला प्रुशियन अकादमी ऑफ सायन्सेस आणि बर्लिनच्या हम्बोल्ट विद्यापीठात सामील होण्यासाठी गेले. 1917 मध्ये, आइन्स्टाईन भौतिकशास्त्रासाठी कैसर विल्हेल्म इन्स्टिट्यूटचे संचालक बनले; तो पुन्हा जर्मन नागरिक बनला, यावेळी प्रशियाचा.

1933 मध्ये, आइन्स्टाईन अमेरिकेच्या दौऱ्यावर असताना, ॲडॉल्फ हिटलर जर्मनीमध्ये सत्तेवर आला. ज्यू वंशाच्या आईन्स्टाईनने नवनिर्वाचित नाझी सरकारच्या धोरणांवर आक्षेप घेतला; तो युनायटेड स्टेट्समध्ये स्थायिक झाला आणि 1940 मध्ये अमेरिकन नागरिक झाला. दुसऱ्या महायुद्धाच्या पूर्वसंध्येला, त्यांनी राष्ट्राध्यक्ष फ्रँकलिन डी. रुझवेल्ट यांना संभाव्य जर्मन अण्वस्त्र कार्यक्रमाबाबत इशारा देणारे पत्र पाठवले आणि अमेरिकेनेही असेच संशोधन सुरू करण्याची शिफारस केली. आइनस्टाइनने मित्र राष्ट्रांना पाठिंबा दिला परंतु सामान्यतः अण्वस्त्रांच्या कल्पनेचा निषेध केला.

अल्बर्ट आइनस्टाईनचा जन्म उल्म, जर्मन साम्राज्यातील वुर्टेमबर्ग राज्यात, १४ मार्च १८७९ रोजी धर्मनिरपेक्ष अश्केनाझी ज्यूंच्या कुटुंबात झाला. त्याचे पालक हर्मन आइनस्टाईन, एक सेल्समन आणि अभियंता आणि पॉलीन कोच होते. 1880 मध्ये, कुटुंब म्यूनिचला गेले, जेथे आईन्स्टाईनचे वडील आणि त्यांचे काका जेकोब यांनी इलेक्ट्रोटेक्निश फॅब्रिक जे. आइन्स्टाईन अँड सी ही कंपनी स्थापन केली, जी थेट करंटवर आधारित विद्युत उपकरणे तयार करते.

अल्बर्टने वयाच्या पाचव्या वर्षापासून म्युनिकमधील कॅथोलिक प्राथमिक शाळेत तीन वर्षे शिक्षण घेतले. वयाच्या आठव्या वर्षी, त्यांची बदली लुइटपोल्ड-जिम्नॅशियम (आता अल्बर्ट-आइन्स्टाईन-जिमनेशियम म्हणून ओळखली जाते) येथे करण्यात आली, जिथे त्यांनी सात वर्षांनंतर जर्मन साम्राज्य सोडेपर्यंत प्रगत प्राथमिक आणि माध्यमिक शालेय शिक्षण घेतले.

1894 मध्ये, हरमन आणि जेकोब यांच्या कंपनीने म्युनिक शहराला विद्युत प्रकाश पुरवण्याची बोली गमावली कारण त्यांच्या उपकरणांचे डायरेक्ट करंट (DC) मानक वरून अधिक कार्यक्षम अल्टरनेटिंग करंट (AC) मानकामध्ये रूपांतर करण्यासाठी त्यांच्याकडे भांडवल नव्हते. तोट्यामुळे म्युनिक कारखाना विकला गेला. व्यवसायाच्या शोधात, आईन्स्टाईन कुटुंब इटलीला, प्रथम मिलान आणि काही महिन्यांनंतर पाविया येथे गेले. जेव्हा कुटुंब पाविया येथे गेले तेव्हा 15 वर्षांचे आइन्स्टाईन लुईटपोल्ड जिम्नॅशियममध्ये शिक्षण पूर्ण करण्यासाठी म्युनिकमध्ये राहिले. त्याच्या वडिलांनी त्याला इलेक्ट्रिकल अभियांत्रिकी करायचे ठरवले, परंतु आईनस्टाईनने अधिकाऱ्यांशी संघर्ष केला आणि शाळेची पद्धत आणि शिकवण्याच्या पद्धतीवर नाराजी व्यक्त केली. त्यांनी नंतर असे लिहिले की कठोर रॉट लर्निंगमध्ये शिकण्याचा आत्मा आणि सर्जनशील विचार नष्ट झाला. डिसेंबर 1894 च्या अखेरीस, तो पविया येथे आपल्या कुटुंबात सामील होण्यासाठी इटलीला गेला आणि शाळेला डॉक्टरांच्या चिठ्ठीचा वापर करून त्याला जाऊ देण्यास पटवून दिले. इटलीमध्ये असताना त्यांनी "ऑन द

इन्व्हेस्टिगेशन ऑफ द स्टेट ऑफ द ईथर इन अ मॅग्नेटिक फील्ड" या शीर्षकासह एक छोटा निबंध लिहिला.

आईन्स्टाईनने लहानपणापासूनच गणित आणि भौतिकशास्त्रात प्रावीण्य मिळवले आणि त्याच्या समवयस्कांपेक्षा अनेक वर्षे पुढे गणिताच्या पातळीवर पोहोचले. 12 वर्षांच्या आईन्स्टाईनने एकाच उन्हाळ्यात स्वतःला बीजगणित आणि युक्लिडियन भूमिती शिकवली. आईन्स्टाईन यांनी 12 वर्षांच्या वयाच्या पायथागोरियन प्रमेयाचा स्वतःचा मूळ पुरावा देखील स्वतंत्रपणे शोधून काढला. 28 एक कौटुंबिक शिक्षक मॅक्स टॅल्मुड म्हणतात की त्यांनी १२ वर्षांच्या आईन्स्टाईनला भूमितीचे पाठ्यपुस्तक दिल्यानंतर, थोड्याच वेळात " आईनस्टाईन संपूर्ण पुस्तकात काम करत होते. त्यानंतर त्यांनी स्वतःला उच्च गणितासाठी समर्पित केले... लवकरच उड्डाण त्यांची गणितीय प्रतिभा इतकी उच्च होती की मी अनुसरण करू शकलो नाही." भूमिती आणि बीजगणित बद्दलच्या त्याच्या आवडीमुळे 12 वर्षांच्या मुलाची खात्री पटली की निसर्गाला "गणितीय रचना" म्हणून समजले जाऊ शकते. आईन्स्टाईनने 12 व्या वर्षी स्वतःला कॅल्क्युलस शिकवायला सुरुवात केली आणि 14 वर्षांच्या वयात ते म्हणतात की त्यांनी "अविभाज्य आणि विभेदक कॅल्क्युलसमध्ये प्रभुत्व मिळवले".

वयाच्या १३ व्या वर्षी, जेव्हा त्याला तत्वज्ञान (आणि संगीत) मध्ये अधिक गंभीरपणे रस होता, आइन्स्टाईनची ओळख कांटच्या क्रिटिक ऑफ प्युअर रिझनशी झाली. कांट हा त्याचा आवडता तत्ववेत्ता बनला, त्याचे शिक्षक असे म्हणतात: "त्यावेळी तो अजूनही लहान होता, फक्त तेरा वर्षांचा होता, तरीही कांटची कामे, सामान्य माणसांना न समजणारी, त्याला स्पष्ट दिसत होती."

1895 मध्ये, वयाच्या 16 व्या वर्षी, आइन्स्टाईनने झुरिचमधील स्विस फेडरल पॉलिटेक्निक स्कूलसाठी (नंतर Eidgenössische Technische Hochschule, ETH) प्रवेश परीक्षा दिली. परीक्षेच्या सामान्य भागामध्ये तो आवश्यक दर्जा गाठण्यात अयशस्वी ठरला, 32 परंतु भौतिकशास्त्र आणि गणितात त्याला अपवादात्मक गुण मिळाले. पॉलिटेक्निक शाळेच्या मुख्याध्यापकांच्या सल्ल्यानुसार, त्यांनी माध्यमिक शिक्षण पूर्ण करण्यासाठी 1895 आणि 1896 मध्ये स्वित्झर्लंडमधील आराऊ येथील अर्गोव्हियन कॅन्टोनल स्कूल (व्यायामशाळा) मध्ये प्रवेश घेतला. जोस्ट विंटेलरच्या कुटुंबासोबत राहत असताना, तो विंटेलरची मुलगी मेरीच्या प्रेमात पडला. अल्बर्टची बहीण माजा हिने नंतर विंटेलरच्या मुलाशी लग्न केले. जानेवारी 1896 मध्ये, वडिलांच्या संमतीने, आइनस्टाइनने लष्करी सेवा टाळण्यासाठी वुर्टेमबर्गच्या जर्मन साम्राज्यातील नागरिकत्वाचा त्याग केला. 35 सप्टेंबर 1896 मध्ये त्यांनी स्विस मातुरा 1-6 च्या स्केलवर भौतिकशास्त्र आणि गणित विषयात 6 च्या उच्च श्रेणीसह बहुतेक चांगल्या ग्रेडसह उत्तीर्ण केले. 17 व्या वर्षी, त्यांनी फेडरल पॉलिटेक्निक स्कूलमध्ये चार वर्षांच्या गणित आणि भौतिकशास्त्र शिकवण्याच्या डिप्लोमा प्रोग्राममध्ये प्रवेश घेतला. मेरी विंटेलर, जी एका वर्षाने मोठी होती, ती ओल्सबर्ग, स्वित्झर्लंड येथे अध्यापन पदासाठी गेली.

आईन्स्टाईनची भावी पत्नी, 20 वर्षांची सर्बियन मिलिव्हा मॅरीक हिनेही त्या वर्षी पॉलिटेक्निक शाळेत प्रवेश घेतला. अध्यापन पदविका अभ्यासक्रमाच्या गणित आणि भौतिकशास्त्र विभागातील सहा विद्यार्थ्यांमध्ये ती एकमेव महिला होती. पुढील काही वर्षांमध्ये, आइन्स्टाईन आणि मॅरिकची मैत्री प्रणयामध्ये विकसित झाली आणि त्यांनी अभ्यासेतर भौतिकशास्त्रावर अगणित तास वाद घालण्यात आणि पुस्तके वाचण्यात घालवले ज्यामध्ये त्यांना दोघांनाही रस होता. आईन्स्टाईनने मॅरिकला लिहिलेल्या पत्रात तिच्यासोबत अभ्यास करणे पसंत केले होते. 1900 मध्ये, आइन्स्टाईनने गणित आणि भौतिकशास्त्राच्या परीक्षा उत्तीर्ण केल्या आणि त्यांना फेडरल शिक्षण डिप्लोमा देण्यात आला. अनेक वर्षांतील प्रत्यक्षदर्शी पुरावे आणि अनेक पत्रे आहेत जे दर्शवितात की मॅरिकने त्याच्या ऐतिहासिक 1905 पेपर्सपूर्वी आईन्स्टाईनशी सहयोग केला असावा,ज्यांना अनस मिराबिलिस पेपर्स म्हणून ओळखले जाते आणि त्यांनी काही संकल्पना एकत्र विकसित केल्या होत्या. त्यांच्या अभ्यासादरम्यान, जरी भौतिकशास्त्राचे काही इतिहासकार ज्यांनी या मुद्द्याचा अभ्यास केला आहे ते असहमत आहेत की तिने कोणतेही महत्त्वपूर्ण योगदान दिले आहे.

विवाह आणि मुले

आइन्स्टाईन आणि मॅरिक यांच्यातील प्रारंभिक पत्रव्यवहार 1987 मध्ये शोधला गेला आणि प्रकाशित झाला ज्यावरून असे दिसून आले की या जोडप्याला "लिझर्ल" नावाची मुलगी आहे, तिचा जन्म 1902 च्या सुरुवातीस नोव्ही सॅड येथे झाला जेथे मॅरिक तिच्या पालकांसोबत राहत होता. मॅरिक मुलाशिवाय स्वित्झर्लंडला परतला, ज्याचे खरे नाव आणि भविष्य अज्ञात आहे. आईनस्टाईनच्या सप्टेंबर 1903 मधील पत्रातील मजकूर असे सूचित करते की मुलगी एकतर दत्तक घेण्यासाठी सोडून देण्यात आली होती किंवा बालपणातच लाल रंगाच्या तापाने तिचा मृत्यू झाला होता.

आईन्स्टाईन आणि मॅरिकने जानेवारी 1903 मध्ये लग्न केले. मे 1904 मध्ये, त्यांचा मुलगा हंस अल्बर्ट आइनस्टाईनचा जन्म बर्न, स्वित्झर्लंड येथे झाला. त्यांचा मुलगा एडुआर्डचा जन्म जुलै 1910 मध्ये झुरिच येथे झाला. हे जोडपे एप्रिल 1914 मध्ये बर्लिनला गेले, परंतु मॅरिक त्यांच्या मुलांसह झुरिचला परतले हे कळल्यानंतर, त्यांचे पूर्वीचे जवळचे नाते असूनही, आइन्स्टाईनचे मुख्य रोमँटिक आकर्षण आता त्यांची चुलत बहीण एल्सा होती. लोवेन्थल; मातृत्वाने ती त्याची पहिली चुलत बहीण होती आणि पितृत्वाची दुसरी चुलत बहीण होती. 14 फेब्रुवारी 1919 रोजी आईन्स्टाईन आणि मॅरिक यांचा घटस्फोट झाला, त्यांनी पाच वर्षे वेगळे राहिलो. घटस्फोटाच्या समझोत्याचा एक भाग म्हणून, आईन्स्टाईनने मॅरिकला भविष्यात (इव्हेंटमध्ये, 1921) नोबेल पारितोषिकाची रक्कम देण्याचे मान्य केले.

2015 मध्ये उघड झालेल्या पत्रांमध्ये, आइनस्टाइनने त्याच्या सुरुवातीच्या प्रेम मेरी विंटेलरला त्याच्या लग्नाबद्दल आणि तिच्याबद्दलच्या तीव्र भावनांबद्दल लिहिले. त्यांनी 1910 मध्ये लिहिले, जेव्हा त्यांची पत्नी त्यांच्या दुस-या मुलासह गरोदर होती: "मी प्रत्येक मोकळ्या मिनिटाला तुझ्याबद्दल मनापासून प्रेम करतो आणि मी इतका दुःखी आहे की फक्त एक माणूसच असू शकतो." त्याने मेरीवरील त्याच्या प्रेमाविषयी "चुकवलेले प्रेम" आणि "चुकलेले जीवन" याबद्दल बोलले.

आईन्स्टाईनने 1919 मध्ये लोवेन्थलशी लग्न केले, 1912 पासून तिच्याशी संबंध होते. ते 1933 मध्ये युनायटेड स्टेट्समध्ये स्थलांतरित झाले. एल्साला 1935 मध्ये हृदय आणि मूत्रपिंडाच्या समस्या असल्याचे निदान झाले आणि डिसेंबर 1936 मध्ये त्यांचा मृत्यू झाला.

1923 मध्ये, आइन्स्टाईन बेटी न्यूमन नावाच्या सेक्रेटरीच्या प्रेमात पडले, जी त्याच्या जवळच्या मित्राची भाची, हंस मुहसम होती. 2006 मध्ये जेरुसलेमच्या हिब्रू युनिव्हर्सिटीने जारी केलेल्या पत्रांच्या खंडात, आइनस्टाइनने मार्गारेट लेबॅच (एक सोनेरी ऑस्ट्रियन), एस्टेला कॅटझेनेलेनबोजेन (फ्लोरिस्ट व्यवसायाचे श्रीमंत मालक), टोनी मेंडेल (एक श्रीमंत ज्यू) यांच्यासह सुमारे सहा महिलांचे वर्णन केले. विधवा) आणि एथेल मिचानोव्स्की (एक बर्लिन सोशलाइट), ज्यांच्यासोबत त्याने वेळ घालवला आणि एल्साशी लग्न करताना ज्यांच्याकडून त्याला भेटवस्तू मिळाल्या. नंतर, त्यांची दुसरी पत्नी एल्साच्या मृत्यूनंतर, आइन्स्टाईन मार्गारिटा कोनेन्कोवासोबत काही काळ संबंधात होते. कोनेन्कोवा हा एक रशियन गुप्तहेर होता ज्याने प्रख्यात रशियन शिल्पकार सर्गेई कोनेन्कोव्ह (ज्याने प्रिन्सटन येथील इन्स्टिट्यूट फॉर ॲडव्हान्स्ड स्टडी येथे आइन्स्टाईनचा कांस्य प्रतिमा तयार केला होता) यांच्याशी विवाह केला होता.

आईन्स्टाईनचा मुलगा एडवर्डला वयाच्या 20 व्या वर्षी ब्रेकडाउन झाला आणि त्याला स्किझोफ्रेनियाचे निदान झाले. 67 त्याच्या आईने त्याची काळजी घेतली आणि तो देखील अनेक कालावधीसाठी आश्रय घेण्यास वचनबद्ध होता, शेवटी, तिच्या मृत्यूनंतर, झुरिचमधील मानसोपचार विद्यापीठ हॉस्पिटल, बुरघोल्झलीमध्ये कायमचे वचनबद्ध होते.

पेटंट कार्यालय

1900 मध्ये ग्रॅज्युएट झाल्यानंतर, आईन्स्टाईनने शिकवण्याच्या पदाच्या शोधात जवळजवळ दोन वर्षे घालवली. त्यांनी फेब्रुवारी 1901 मध्ये स्विस नागरिकत्व संपादन केले, परंतु वैद्यकीय कारणास्तव त्यांना भरती करण्यात आले नाही. मार्सेल ग्रॉसमनच्या वडिलांच्या मदतीने, त्यांनी बर्नमध्ये स्विस पेटंट ऑफिस मध्ये सहाय्यक परीक्षक - स्तर III म्हणून नोकरी मिळवली.

आइन्स्टाईनने रेव सॉर्टर आणि इलेक्ट्रोमेकॅनिकल टाइपरायटरसह विविध उपकरणांसाठी पेटंट अर्जांचे मूल्यांकन केले. 1903 मध्ये, स्विस पेटंट कार्यालयातील त्यांचे स्थान कायमस्वरूपी बनले, जरी त्यांना "मशीन तंत्रज्ञानावर पूर्ण प्रभुत्व मिळेपर्यंत" पदोन्नतीसाठी देण्यात आले.

पेटंट ऑफिसमधील त्यांचे बरेचसे काम इलेक्ट्रिक सिग्नल्सचे प्रसारण आणि वेळेचे इलेक्ट्रिकल-मेकॅनिकल सिंक्रोनाइझेशन या प्रश्नांशी संबंधित होते, दोन तांत्रिक समस्या ज्या विचार प्रयोगांमध्ये स्पष्टपणे दिसून येतात ज्यामुळे आइन्स्टाईनला प्रकाशाच्या स्वरूपाविषयी मूलगामी निष्कर्षापर्यंत नेले. स्थान आणि काळ यांच्यातील मूलभूत संबंध.

बर्नमध्ये भेटलेल्या काही मित्रांसोबत, आइन्स्टाईनने 1902 मध्ये "द ऑलिंपिया अकादमी" नावाचा एक छोटासा चर्चा गट सुरू केला, जो विज्ञान आणि तत्त्वज्ञानावर चर्चा करण्यासाठी नियमितपणे भेटत असे. काहीवेळा त्यांच्यासोबत मिलेवा देखील सामील झाले होते ज्यांनी लक्षपूर्वक ऐकले परंतु भाग घेतला नाही. 75 त्यांच्या वाचनात हेन्री पॉइनकारे, अर्न्स्ट मॅक आणि डेव्हिड ह्यूम यांच्या कामांचा समावेश होता, ज्याने त्यांच्या वैज्ञानिक आणि तात्विक दृष्टिकोनावर प्रभाव पाडला.

प्रथम वैज्ञानिक पेपर

1900 मध्ये, आइन्स्टाईनचा पेपर "फोल्गेरुन्जेन ऑस डेन कॅपिलारिटर्सचेन्युनजेन" ("कॅपिलरिटी फेनोमेनाचे निष्कर्ष") अण्णालेन डेर फिजिक जर्नलमध्ये प्रकाशित झाले. 30 एप्रिल 1905 रोजी आइन्स्टाईनने प्रो-फॉर्मा सल्लागार म्हणून काम करत आल्फ्रेड क्लेनर यांच्यासोबत अ न्यू डिटरमिनेशन ऑफ मॉलिक्युलर डायमेंशन्स हा प्रबंध पूर्ण केला. जुलै 1905 मध्ये त्यांचा प्रबंध स्वीकारण्यात आला आणि 15 जानेवारी 1906 रोजी आईन्स्टाईन यांना पीएचडी प्रदान करण्यात आली.

तसेच 1905 मध्ये, ज्याला आइनस्टाइनचे ॲनस मिराबिलिस (आश्चर्यकारक वर्ष) म्हटले जाते, त्यांनी फोटोइलेक्ट्रिक प्रभाव, ब्राउनियन गती, विशेष सापेक्षता आणि वस्तुमान आणि उर्जेची समतुल्यता यावर चार महत्त्वपूर्ण शोधनिबंध प्रकाशित केले, जे त्यांच्या लक्षात आणून देणारे होते. शैक्षणिक जग, वयाच्या २६ व्या वर्षी.

शैक्षणिक कारकीर्द

1908 पर्यंत, ते एक प्रमुख शास्त्रज्ञ म्हणून ओळखले गेले आणि बर्न विद्यापीठात व्याख्याता म्हणून नियुक्त झाले. पुढच्या वर्षी, त्यांनी झुरिच विद्यापीठात इलेक्ट्रोडायनामिक्स आणि सापेक्षता तत्त्वावर व्याख्यान दिल्यानंतर, आल्फ्रेड क्लीनर यांनी सैद्धांतिक भौतिकशास्त्रात नव्याने तयार केलेल्या प्राध्यापकपदासाठी त्यांची शिफारस केली. आईन्स्टाईन यांची 1909 मध्ये सहयोगी प्राध्यापक म्हणून नियुक्ती झाली.

आईन्स्टाईन एप्रिल 1911 मध्ये प्रागमधील जर्मन चार्ल्स-फर्डिनांड विद्यापीठात पूर्ण प्राध्यापक बनले, त्यांनी ऑस्ट्रो-हंगेरियन साम्राज्यात ऑस्ट्रियाचे नागरिकत्व स्वीकारले. प्रागच्या वास्तव्यादरम्यान, त्यांनी 11 वैज्ञानिक कार्ये लिहिली, त्यापैकी पाच रेडिएशन गणित आणि घन पदार्थांच्या क्वांटम सिद्धांतावर.

जुलै 1912 मध्ये, तो झुरिचमधील त्याच्या अल्मा माटरकडे परतला. 1912 ते 1914 पर्यंत, ते ETH झुरिच येथे सैद्धांतिक भौतिकशास्त्राचे प्राध्यापक होते, जिथे त्यांनी विश्लेषणात्मक यांत्रिकी आणि थर्मोडायनामिक्स शिकवले. त्यांनी सातत्य यांत्रिकी, उष्णतेचा आण्विक सिद्धांत आणि गुरुत्वाकर्षणाच्या समस्येचा अभ्यास केला, ज्यावर त्यांनी गणितज्ञ आणि मित्र मार्सेल ग्रॉसमन यांच्यासोबत काम केले.

ऑक्टोबर 1914 मध्ये जेव्हा "जाहिरनामा ऑफ द नाईन्टि-थ्री" प्रकाशित झाला - पहिल्या महायुद्धादरम्यान जर्मनीच्या सैन्यवादाचे आणि स्थानाचे समर्थन करणारा प्रख्यात जर्मन विचारवंतांनी स्वाक्षरी केलेला एक दस्तऐवज - त्याच्या सामग्रीचे खंडन करणाऱ्या काही जर्मन विचारवंतांपैकी एक आइन्स्टाईन होता. आणि शांततावादी "युरोपीयांसाठी जाहीरनामा" वर स्वाक्षरी करा.

न्यूयॉर्क टाइम्सने प्रिन्सिप (आफ्रिका) आणि सोब्राल (ब्राझील) मधील 29 मे 1919 च्या ग्रहण निरीक्षणांवर आधारित "आईनस्टाईन सिद्धांत" (विशेषतः, गुरुत्वाकर्षणाद्वारे प्रकाशाचे झुकणे) पुष्टी केल्याचा अहवाल दिला, निष्कर्ष 6 नोव्हेंबर 1919 रोजी सादर केल्यानंतर रॉयल सोसायटी आणि रॉयल अॅस्ट्रॉनॉमिकल सोसायटीची लंडनमधील संयुक्त बैठक.(संपूर्ण मजकूर)

1913 च्या वसंत ऋतूमध्ये, आइन्स्टाईन यांना बर्लिनला जाण्याचा मोह झाला ज्यामध्ये प्रशिया अकादमी ऑफ सायन्सेसचे सदस्यत्व आणि बर्लिन विद्यापीठातील प्रोफेसरशिपचा समावेश होता, ज्यामुळे त्यांना केवळ संशोधनावर लक्ष केंद्रित करता आले. 3 जुलै 1913 रोजी ते बर्लिनमधील प्रशिया अकादमी ऑफ सायन्सेसचे सदस्य झाले. मॅक्स प्लँक आणि वॉल्थर नेर्न्स्ट यांनी त्यांना अकादमीमध्ये सामील होण्यासाठी पुढील आठवड्यात झुरिच येथे भेट दिली, तसेच त्यांना कैसर विल्हेल्म इन्स्टिट्यूट फॉर फिजिक्समध्ये संचालक पदाची ऑफर दिली, जी लवकरच स्थापन होणार होती. अकादमीच्या सदस्यत्वामध्ये बर्लिनच्या हम्बोल्ट विद्यापीठात अध्यापन कर्तव्याशिवाय सशुल्क पगार आणि प्राध्यापकपदाचा समावेश होता. 24 जुलै रोजी त्यांची अधिकृतपणे अकादमीसाठी निवड झाली आणि पुढील वर्षी ते बर्लिनला गेले. बर्लिनला जाण्याच्या त्याच्या निर्णयावर त्याची चुलत बहीण एल्साच्या जवळ राहण्याच्या शक्यतेवरही प्रभाव पडला होता, जिच्याशी त्याने प्रेमसंबंध सुरू केले होते. 1 एप्रिल 1914 रोजी आईन्स्टाईनने अकादमी आणि बर्लिन युनिव्हर्सिटी 90 सोबत आपले स्थान स्वीकारले. त्या वर्षी पहिले महायुद्ध सुरू झाल्यामुळे, कैसर विल्हेल्म इन्स्टिट्यूट फॉर फिजिक्सची योजना लांबणीवर पडली. या संस्थेची स्थापना 1 ऑक्टोबर 1917 रोजी आईन्स्टाईन संचालक म्हणून करण्यात आली. 1916 मध्ये, आइनस्टाईन जर्मन फिजिकल सोसायटीचे अध्यक्ष म्हणून निवडून आले (1916-1918).

1911 मध्ये, आइन्स्टाईनने सूर्याच्या गुरुत्वाकर्षणाने दुसऱ्या ताऱ्यापासून प्रकाशाचे विक्षेपण मोजण्यासाठी त्याचे 1907 समतुल्य तत्त्व वापरले. 1913 मध्ये, आइनस्टाइनने गुरुत्वाकर्षण क्षेत्राचे प्रतिनिधित्व करण्यासाठी रिमेनियन स्पेस-टाइम वापरून त्या गणनांमध्ये सुधारणा केली. 1915 च्या उत्तरार्धात, आईन्स्टाईनने त्यांचा सामान्य सापेक्षतेचा सिद्धांत यशस्वीरित्या पूर्ण केला होता, ज्याचा वापर त्यांनी त्या विक्षेपणाची आणि बुध ग्रहाची परिधीय प्रीसेशन मोजण्यासाठी केला होता. 55 94 1919 मध्ये, सर आर्थर एडिंग्टन यांनी 29 मे 1919 च्या सूर्यग्रहणाच्या वेळी त्या विक्षेपणाच्या अंदाजाची पुष्टी केली. ती निरीक्षणे आंतरराष्ट्रीय माध्यमांमध्ये प्रसिद्ध झाली, ज्यामुळे आइन्स्टाईन जगप्रसिद्ध झाले. 7 नोव्हेंबर 1919 रोजी, अग्रगण्य ब्रिटीश वृत्तपत्र द टाईम्सने एक बॅनर मथळा छापला ज्यामध्ये असे लिहिले होते: "विज्ञानातील क्रांती - विश्वाचा नवीन सिद्धांत - न्यूटोनियन कल्पनांचा पाडाव".

1920 मध्ये, ते रॉयल नेदरलँड कला आणि विज्ञान अकादमीचे परदेशी सदस्य बनले. 96 1922 मध्ये, "सैद्धांतिक भौतिकशास्त्रातील त्यांच्या सेवेबद्दल आणि विशेषतः फोटोइलेक्ट्रिक प्रभावाच्या कायद्याच्या शोधासाठी" त्यांना भौतिकशास्त्रातील 1921 चे नोबेल पारितोषिक देण्यात आले. सापेक्षतेचा सामान्य सिद्धांत अजूनही काहीसा विवादास्पद मानला जात असताना, उद्धरण देखील उद्धृत फोटोइलेक्ट्रिक कार्यास स्पष्टीकरण म्हणून मानत नाही तर केवळ कायद्याचा शोध म्हणून मानले जात नाही, कारण फोटॉनची कल्पना विदेशी मानली जात होती आणि त्याला सार्वत्रिक मान्यता प्राप्त झाली नाही. एसएन बोस यांनी प्लँक स्पेक्ट्रमची 1924 व्युत्पत्ती. आईन्स्टाईन 1921 मध्ये रॉयल सोसायटीचे (ForMemRS) परदेशी सदस्य म्हणून निवडून आले. 1925 मध्ये त्यांना रॉयल सोसायटीकडून कोपली पदकही मिळाले.

आइन्स्टाईनने मार्च 1933 मध्ये प्रुशियन अकादमीचा राजीनामा दिला. बर्लिनमध्ये असताना आइन्स्टाईनच्या वैज्ञानिक कामगिरीमध्ये सापेक्षतेचा सामान्य सिद्धांत पूर्ण करणे, जायरोमॅग्नेटिक प्रभाव सिद्ध करणे, किरणोत्सर्गाच्या क्वांटम सिद्धांताला हातभार लावणे आणि बोस-आईन्स्टाईन सांख्यिकी यांचा समावेश होतो.

1921-1922: परदेशात प्रवास

2 एप्रिल 1921 रोजी आइन्स्टाईनने न्यूयॉर्क शहराला पहिल्यांदा भेट दिली, जिथे त्यांचे महापौर जॉन फ्रान्सिस हायलन यांनी अधिकृत स्वागत केले, त्यानंतर तीन आठवड्यांची व्याख्याने आणि स्वागत समारंभ झाले. त्यांनी कोलंबिया विद्यापीठ आणि प्रिन्स्टन विद्यापीठात

अनेक व्याख्याने दिली आणि वॉशिंग्टनमध्ये त्यांनी नॅशनल अॅकॅडमी ऑफ सायन्सेसच्या प्रतिनिधींसोबत व्हाईट हाऊसला भेट दिली. युरोपला परतल्यावर ते लंडनमध्ये ब्रिटीश राजकारणी आणि तत्त्वज्ञ व्हिस्काउंट हॅल्डेन यांचे पाहुणे होते, जिथे त्यांनी अनेक नामवंत वैज्ञानिक, बौद्धिक आणि राजकीय व्यक्तींना भेटले आणि किंग्स कॉलेज लंडन येथे व्याख्यान दिले.

त्यांनी जुलै 1921 मध्ये "माय फर्स्ट इम्प्रेशन ऑफ द यूएसए" हा निबंध देखील प्रकाशित केला, ज्यामध्ये त्यांनी अमेरिकन लोकांच्या काही वैशिष्ट्यांचे थोडक्यात वर्णन करण्याचा प्रयत्न केला, जसे की अॅलेक्सिस डी टॉकविले, ज्याने अमेरिकेतील लोकशाही (1835) मध्ये स्वतःचे छाप प्रकाशित केले होते. त्याच्या काही निरिक्षणांबद्दल, आईन्स्टाईनला स्पष्टपणे आश्चर्य वाटले: "अभ्यागताला ज्या गोष्टीचा धक्का बसतो तो म्हणजे आनंदी, जीवनाकडे पाहण्याचा सकारात्मक दृष्टीकोन... अमेरिकन मैत्रीपूर्ण, आत्मविश्वासपूर्ण, आशावादी आणि मत्सर नसलेला आहे."

1922 मध्ये, त्याच्या प्रवासाने त्याला आशिया आणि नंतर पॅलेस्टाईनला नेले, सहा महिन्यांच्या सहलीचा आणि भाषणाच्या दौऱ्याचा भाग म्हणून, त्याने सिंगापूर, सिलोन आणि जपानला भेट दिली, जिथे त्याने हजारो जपानी लोकांना व्याख्याने दिली. त्याच्या पहिल्या सार्वजनिक व्याख्यानानंतर, तो इम्पीरियल पॅलेसमध्ये सम्राट आणि सम्राज्ञींना भेटला, जिथे हजारो लोक पाहण्यासाठी आले होते. आपल्या मुलांना लिहिलेल्या पत्रात त्यांनी जपानी लोकांबद्दलची त्यांची विनम्र, हुशार, विचारशील आणि कलेची खरी भावना असल्याचे वर्णन केले आहे. त्याच्या 1922-23 च्या आशिया भेटीतील त्याच्या स्वतः च्या प्रवासाच्या डायरीमध्ये, त्यांनी चिनी, जपानी आणि भारतीय लोकांबद्दल काही मते व्यक्त केली आहेत, ज्यांचे वर्णन 2018 मध्ये पुन्हा शोधले गेले तेव्हा झेनोफोबिक आणि वर्णद्वेषी निर्णय म्हणून केले गेले आहे.

आइनस्टाईनच्या सुदूर पूर्वेतील प्रवासामुळे, ते डिसेंबर 1922 मध्ये स्टॉकहोम पुरस्कार समारंभात भौतिकशास्त्रातील नोबेल पारितोषिक स्वीकारू शकले नाहीत. त्यांच्या जागी, एका जर्मन मुत्सद्द्याने मेजवानीचे भाषण केले, ज्याने आइनस्टाईनची केवळ प्रशंसा केली. शास्त्रज्ञ पण आंतरराष्ट्रीय शांतता निर्माता आणि कार्यकर्ता म्हणून देखील.

परतीच्या प्रवासात, त्याने पॅलेस्टाईनला 12 दिवस भेट दिली, ती त्या प्रदेशाची एकमेव भेट. ब्रिटीश उच्चायुक्त सर हर्बर्ट सॅम्युअल यांच्या घरी पोहोचल्यावर तोफांची सलामी देणारे भौतिकशास्त्रज्ञ न राहता ते राज्याचे प्रमुख असल्यासारखे त्यांचे स्वागत करण्यात आले. एका रिसेप्शनच्या वेळी, त्याला पाहू आणि ऐकू इच्छिणाऱ्या लोकांनी इमारतीत गोंधळ घातला. आईनस्टाईनने श्रोत्यांशी बोलताना आनंद व्यक्त केला की ज्यू लोक जगात एक शक्ती म्हणून ओळखले जाऊ लागले आहेत.

1923 मध्ये आइन्स्टाईनने दोन आठवड्यांसाठी स्पेनला भेट दिली, जिथे त्यांनी सँटियागो रॅमोन वाई काजल यांची थोडक्यात भेट घेतली आणि किंग अल्फोन्सो XIII कडून त्यांना स्पॅनिश अकादमी ऑफ सायन्सेसचे सदस्य म्हणून डिप्लोमा देखील प्राप्त केला.

बौद्धिक सहकार्यावरील आंतरराष्ट्रीय समितीच्या (लीग ऑफ नेशन्स) अधिवेशनात अल्बर्ट आइन्स्टाईन ज्याचे ते १९२२ ते १९३२ पर्यंत सदस्य होते.

1922 ते 1932 पर्यंत, आइन्स्टाईन हे जिनिव्हा येथील लीग ऑफ नेशन्सच्या बौद्धिक सहकार्यावरील आंतरराष्ट्रीय समितीचे सदस्य होते (1923-1924 मध्ये काही महिन्यांच्या व्यत्ययासह), शास्त्रज्ञ, संशोधक यांच्यातील आंतरराष्ट्रीय देवाणघेवाणीला प्रोत्साहन देण्यासाठी तयार करण्यात आलेली संस्था , शिक्षक, कलाकार आणि विचारवंत. मूलतः स्विस प्रतिनिधी म्हणून काम करण्यासाठी नियुक्त केलेले, सरचिटणीस एरिक ड्रमंड यांना कॅथोलिक कार्यकर्ते ऑस्कर हॅलेकी आणि ज्युसेप्पे मोटा यांनी त्याऐवजी त्यांना जर्मन प्रतिनिधी बनवण्यास प्रवृत्त केले, अशा प्रकारे गोन्झाग डी रेनॉल्ड यांना स्विस स्थान घेण्यास परवानगी दिली, ज्यावरून त्यांनी परंपरावादी कॅथलिकांचा प्रचार केला. मूल्ये. आइन्स्टाईनचे भौतिकशास्त्राचे माजी प्राध्यापक हेंड्रिक लॉरेंट्झ आणि पोलिश रसायनशास्त्रज्ञ मेरी क्युरी हे देखील समितीचे सदस्य होते.

1925: दक्षिण अमेरिकेला भेट

मार्च आणि एप्रिल 1925 मध्ये, आइनस्टाइनने दक्षिण अमेरिकेला भेट दिली, जिथे त्यांनी अर्जेंटिनामध्ये सुमारे एक महिना, उरुग्वेमध्ये एक आठवडा आणि ब्राझीलमधील रिओ डी जानेरो येथे एक आठवडा घालवला. ज्युलिओ रे पास्टर, जेकोब लॉब आणि लिओपोल्डो लुगोनेस यांच्यासह अनेक अर्जेंटिनाच्या विद्वानांच्या पाठिंब्याने जॉर्ग डुक्लौट (1856-1927) आणि मॉरिसियो निरेनस्टीन (1877-1935) यांनी आइन्स्टाईनच्या भेटीची सुरुवात केली. आइन्स्टाईन आणि त्यांच्या पत्नीच्या भेटीला प्रामुख्याने ब्युनोस आयर्स विद्यापीठाच्या कौन्सिलने आणि अर्जेंटाइन-जर्मनिक सांस्कृतिक संस्थेच्या अल्प योगदानासह असोसिएशन हेब्राईका अर्जेंटिना (अर्जेंटाईन हेब्राईक असोसिएशन) यांनी वित्तपुरवठा केला होता.

1930-1931: यूएस प्रवास

डिसेंबर 1930 मध्ये, आइन्स्टाईन दुसऱ्यांदा अमेरिकेला भेट दिली, मूळतः कॅलिफोर्निया इन्स्टिट्यूट ऑफ टेक्नॉलॉजीमध्ये संशोधन सहकारी म्हणून दोन महिन्यांच्या कामकाजाच्या भेटीचा हेतू होता. यूएसच्या पहिल्या प्रवासादरम्यान त्याला राष्ट्रीय लक्ष मिळाल्यानंतर, त्याने आणि त्याच्या व्यवस्थाकांनी त्याच्या गोपनीयतेचे रक्षण करण्याचे उद्दिष्ट ठेवले. पुरस्कार प्राप्त करण्यासाठी किंवा जाहीरपणे बोलण्यासाठी तार आणि आमंत्रणांनी भरडले गेले असले तरी, त्यांनी ते सर्व नाकारले.

न्यू यॉर्क शहरात आल्यानंतर आइन्स्टाईनला चायनाटाउन, द न्यूयॉर्क टाइम्सच्या संपादकांसोबतचे जेवण आणि मेट्रोपॉलिटन ऑपेरा येथे कारमेनचा परफॉर्मन्स यांसह विविध ठिकाणी आणि कार्यक्रमांमध्ये नेण्यात आले, जिथे त्याच्या आगमनानंतर प्रेक्षकांनी त्याचा जल्लोष केला. . त्यानंतरच्या दिवसांत, त्याला महापौर जिमी वॉकर यांनी शहराच्या चाव्या दिल्या आणि कोलंबिया विद्यापीठाच्या अध्यक्षांची भेट घेतली, ज्यांनी आइनस्टाईनचे वर्णन "मनाचा सत्ताधारी सम्राट" असे केले. न्यू यॉर्कच्या रिव्हरसाइड चर्चमधील पाद्री हॅरी इमर्सन फॉस्डिक यांनी आइन्स्टाईनला चर्चला भेट दिली आणि त्यांना चर्चने प्रवेशद्वारावर उभा असलेला आइन्स्टाईनचा बनवलेला पूर्णाकृती पुतळा दाखवला. न्यूयॉर्कमधील त्यांच्या वास्तव्यादरम्यान, मॅडिसन स्क्वेअर गार्डन येथे हनुक्का उत्सवादरम्यान 15,000 लोकांच्या गर्दीत ते सामील झाले.

आइन्स्टाईन नंतर कॅलिफोर्नियाला गेले, जिथे त्यांनी कॅलटेकचे अध्यक्ष आणि नोबेल पारितोषिक विजेते रॉबर्ट ए मिलिकन यांची भेट घेतली. मिलिकन सोबतची त्याची मैत्री "अस्ताव्यस्त" होती, कारण मिलिकन "देशभक्तीवादी सैन्यवादाचा ध्यास घेत होता", जिथे आईन्स्टाईन एक स्पष्ट शांततावादी होता. कॅल्टेकच्या विद्यार्थ्यांना संबोधित करताना, आइन्स्टाईनने नमूद केले की विज्ञान अनेकदा चांगल्यापेक्षा अधिक नुकसान करण्याकडे कलते.

युद्धाच्या या तिरस्कारामुळे आइनस्टाईन यांनी लेखक अप्टन सिंक्लेअर आणि चित्रपट स्टार चार्ली चॅप्लिन यांच्याशी मैत्री केली, दोघेही त्यांच्या शांततावादासाठी प्रसिद्ध होते. युनिव्हर्सल स्टुडिओचे प्रमुख कार्ल लेमले यांनी आइन्स्टाईनला त्यांच्या स्टुडिओचा दौरा करून चॅप्लिनशी ओळख करून दिली. चॅप्लिनने आईन्स्टाईन आणि त्यांची पत्नी एल्सा यांना त्यांच्या घरी जेवायला आमंत्रित केल्याने त्यांच्यात त्वरित संबंध निर्माण झाला. चॅप्लिन म्हणाले की आईन्स्टाईनचे बाह्य व्यक्तिमत्व, शांत आणि सौम्य, एक "अत्यंत भावनिक स्वभाव" लपवत असल्याचे दिसते, ज्यातून त्यांची "असामान्य बौद्धिक ऊर्जा" आली.

चॅप्लिनचा चित्रपट सिटी लाइट्स काही दिवसांनी हॉलिवूडमध्ये प्रीमियर होणार होता आणि चॅप्लिनने आईनस्टाईन आणि एल्सा यांना त्यांचे खास पाहुणे म्हणून आमंत्रित केले. आइन्स्टाईनचे चरित्रकार वॉल्टर आयझॅकसन यांनी "प्रसिद्ध व्यक्तीच्या नवीन युगातील सर्वात संस्मरणीय दृश्यांपैकी एक" असे वर्णन केले आहे. बर्लिनच्या नंतरच्या प्रवासात चॅप्लिनने आईन्स्टाईनला त्यांच्या घरी भेट दिली आणि त्यांचा "माफक छोटा फ्लॅट" आणि पियानो आठवला ज्यावरून त्यांनी सिद्धांत लिहायला सुरुवात केली होती. चॅप्लिनचा असा अंदाज होता की ते "शक्यतो नाझींनी लाकूड जळण्यासाठी वापरले होते".

1933: यूएस मध्ये स्थलांतर

"जागतिक शांतता" असे लेबल असलेल्या स्तंभाशेजारी उभे राहून आपले "शांततावाद" पंख फाडणाऱ्या आईन्स्टाईनचे व्यंगचित्र. तो त्याच्या बाही गुंडाळत आहे आणि "तयारी" असे लेबल असलेली तलवार धरत आहे.

आईन्स्टाईनचे "शांततावाद" पंख ढकलल्यानंतरचे व्यंगचित्र (चार्ल्स आर. मॅकॉली, सी.? 1933)

फेब्रुवारी 1933 मध्ये, युनायटेड स्टेट्सच्या दौऱ्यावर असताना, आइनस्टाइनला माहित होते की जर्मनीचे नवे कुलपती, ॲडॉल्फ हिटलर यांच्या नेतृत्वाखाली नाझींच्या सत्तेत वाढ झाल्याने ते जर्मनीला परत येऊ शकत नाहीत.

1933 च्या सुरुवातीला अमेरिकन विद्यापीठांमध्ये असताना, त्यांनी पासाडेना येथील कॅलिफोर्निया इन्स्टिट्यूट ऑफ टेक्नॉलॉजीमध्ये तिसरे दोन महिने भेट देणारे प्राध्यापक म्हणून काम केले. फेब्रुवारी आणि मार्च 1933 मध्ये, गेस्टापोने बर्लिनमधील त्याच्या कुटुंबाच्या अपार्टमेंटवर वारंवार छापे टाकले. तो आणि त्याची पत्नी एल्सा मार्चमध्ये युरोपला परतले आणि प्रवासादरम्यान, त्यांना कळले की जर्मन रिकस्टॅगने 23 मार्च रोजी सक्षम कायदा पारित केला आहे, ज्यामुळे हिटलरच्या सरकारचे वास्तविक कायदेशीर हुकूमशाहीत रूपांतर झाले आहे आणि ते पुढे जाऊ शकणार नाहीत. बर्लिन ला. नंतर, त्यांनी ऐकले की त्यांच्या झोपडीवर नाझींनी छापा टाकला होता आणि आईनस्टाईनची वैयक्तिक नौका जप्त केली होती. 28 मार्च रोजी अँटवर्प, बेल्जियम येथे उतरल्यावर, आइन्स्टाईन ताबडतोब जर्मन वाणिज्य दूतावासात गेले आणि त्यांनी आपला पासपोर्ट आत्मसमर्पण केला आणि त्याचे जर्मन नागरिकत्व औपचारिकपणे सोडले. नाझींनी नंतर आपली बोट विकली आणि त्याच्या झोपडीचे हिटलर युवा छावणीत रूपांतर केले.

निर्वासित स्थिती

एप्रिल 1933 मध्ये, आइनस्टाइनला असे आढळून आले की नवीन जर्मन सरकारने ज्यूंना विद्यापीठांमध्ये शिकवण्यासह कोणत्याही अधिकृत पदांवर बंदी घालणारे कायदे केले आहेत. इतिहासकार गेराल्ड होल्टन यांनी वर्णन केले आहे की, "त्यांच्या सहकाऱ्यांकडून अक्षरशः ऐकण्याजोगे निषेध कसा व्यक्त केला जात नाही", हजारो ज्यू शास्त्रज्ञांना अचानक त्यांची विद्यापीठातील पदे सोडण्यास भाग पाडले गेले आणि त्यांची नावे ज्या संस्थांमध्ये कार्यरत होती त्या संस्थांमधून काढून टाकण्यात आली.

एका महिन्यानंतर, नाझी पुस्तक जाळण्यात जर्मन विद्यार्थी संघटनेने लक्ष्य केलेल्या आइन्स्टाईनच्या कार्यांपैकी एक होते, नाझी प्रचार मंत्री जोसेफ गोबेल्स यांनी घोषणा केली, "ज्यू बौद्धिकता संपली आहे." एका जर्मन मासिकाने त्यांचा शत्रूंच्या यादीत समावेश केला. "अद्याप फाशी नाही" या वाक्यांशासह जर्मन राजवट त्याच्या डोक्यावर $5,000 बक्षीस देऊ करते. त्यानंतरच्या पत्रात भौतिकशास्त्रज्ञ आणि मित्र मॅक्स बॉर्न, जो आधीच जर्मनीतून इंग्लंडमध्ये स्थलांतरित झाला होता, आइनस्टाइनने लिहिले, "... मला कबूल केले पाहिजे की

त्यांच्या क्रूरतेची आणि भ्याडपणाची डिग्री आश्चर्यकारक आहे." नंतर यूएसला जाऊन, त्यांनी पुस्तक जाळण्याला "लोकप्रिय ज्ञानापासून दूर राहणाऱ्या" आणि "जगातील इतर कोणत्याही गोष्टींपेक्षा बौद्धिक स्वातंत्र्याच्या माणसांच्या प्रभावाची भीती वाटते" असा "उत्स्फूर्त भावनिक उद्रेक" असे वर्णन केले.

आईन्स्टाईनला आता कायमस्वरूपी घर नव्हते, तो कोठे राहायचा आणि काम करेल याची खात्री नव्हती आणि जर्मनीत असलेल्या इतर असंख्य शास्त्रज्ञांच्या भवितव्याची तितकीच काळजी होती. ब्रिटिश उदारमतवादी राजकारणी विल्यम बेव्हरीज यांनी एप्रिल 1933 मध्ये शैक्षणिक सहाय्यता परिषदेच्या सहाय्याने शैक्षणिक सहाय्यकांना नाझींच्या छळापासून वाचण्यास मदत करण्यासाठी, आइन्स्टाईन जर्मनी सोडण्यास सक्षम होते. त्याने बेल्जियममधील डी हान येथे एक घर भाड्याने घेतले, जिथे तो काही महिने राहत होता. जुलै 1933 च्या उत्तरार्धात, ते ब्रिटिश नौदल अधिकारी कमांडर ऑलिव्हर लॉकर-लॅम्पसन यांच्या वैयक्तिक निमंत्रणावरून सुमारे सहा आठवड्यांसाठी इंग्लंडला गेले होते, ज्यांची आधीच्या वर्षांत आईन्स्टाईनशी मैत्री झाली होती. लॉकर-लॅम्पसनने त्याला त्याच्या क्रोमरच्या घराजवळ रफटन, नॉरफोकच्या पॅरिशमध्ये रफटन हेथवरील लाकडी केबिनमध्ये राहण्यासाठी आमंत्रित केले. आईन्स्टाईनचे संरक्षण करण्यासाठी, लॉकर-लॅम्पसनने त्याच्या निर्जन केबिनमध्ये त्याच्यावर दोन अंगरक्षक ठेवले होते; 24 जुलै 1933 रोजी डेली हेराल्डमध्ये शॉटगन घेऊन आईनस्टाईनचे रक्षण करतानाचा फोटो प्रकाशित झाला होता.

लॉकर-लॅम्पसन आईन्स्टाईन यांना विन्स्टन चर्चिल यांना त्यांच्या घरी आणि नंतर ऑस्टेन चेंबरलेन आणि माजी पंतप्रधान लॉयड जॉर्ज यांना भेटायला घेऊन गेले. आइन्स्टाईनने त्यांना जर्मनीतून ज्यू शास्त्रज्ञांना बाहेर काढण्यास मदत करण्यास सांगितले. ब्रिटीश इतिहासकार मार्टिन गिल्बर्ट यांनी नमूद केले आहे की चर्चिलने लगेच प्रतिसाद दिला, आणि ज्यू शास्त्रज्ञांचा शोध घेण्यासाठी आणि त्यांना ब्रिटीश विद्यापीठांमध्ये ठेवण्यासाठी त्यांचे मित्र, भौतिकशास्त्रज्ञ फ्रेडरिक लिंडेमन यांना जर्मनीला पाठवले. चर्चिलने नंतर निरीक्षण केले की जर्मनीने ज्यूंना हाकलून दिल्याने त्यांनी त्यांचे "तांत्रिक मानक" कमी केले आणि मित्र राष्ट्रांचे तंत्रज्ञान त्यांच्यापेक्षा पुढे ठेवले.

आइनस्टाइनने नंतर तुर्कीचे पंतप्रधान इस्मेत इनोनु यांच्यासह इतर राष्ट्रांच्या नेत्यांशी संपर्क साधला, ज्यांना त्यांनी सप्टेंबर 1933 मध्ये बेरोजगार जर्मन-ज्यू शास्त्रज्ञांच्या नियुक्तीची विनंती केली. आइन्स्टाईनच्या पत्राचा परिणाम म्हणून, तुर्कस्तानमध्ये ज्यू निमंत्रितांनी "1,000 पेक्षा जास्त लोकांना वाचवले".

लॉकर-लॅम्पसनने आइन्स्टाईनला ब्रिटिश नागरिकत्व वाढवण्यासाठी संसदेत एक विधेयकही सादर केले, या काळात आइनस्टाईनने युरोपमध्ये निर्माण झालेल्या संकटाचे वर्णन करणारे अनेक सार्वजनिक प्रदर्शन केले. त्यांच्या एका भाषणात त्यांनी ज्यूंना जर्मनीच्या वागणुकीचा निषेध केला, त्याचवेळी त्यांनी पॅलेस्टाईनमध्ये ज्यूंच्या नागरिकत्वाला प्रोत्साहन देणारे विधेयक मांडले, कारण त्यांना इतरत्र नागरिकत्व नाकारले जात होते. आपल्या भाषणात त्यांनी आईन्स्टाईनचे वर्णन "जगाचे नागरिक" म्हणून केले ज्यांना यूकेमध्ये तात्पुरता निवारा दिला पाहिजे. टीप दोन्ही विधेयके अयशस्वी झाली, तथापि, आइन्स्टाईनने इन्स्टिट्यूट फॉर अॅडव्हान्स्डची पूर्वीची ऑफर स्वीकारली. निवासी विद्वान होण्यासाठी प्रिन्स्टन, न्यू जर्सी, यूएस येथे अभ्यास करा.

प्रगत अभ्यास संस्थेतील निवासी विद्वान

3 ऑक्टोबर 1933 रोजी, लंडनमधील रॉयल अल्बर्ट हॉलमध्ये खचाखच भरलेल्या श्रोत्यांसमोर आइनस्टाइनने शैक्षणिक स्वातंत्र्याच्या महत्त्वावर भाषण केले, द टाइम्सने दिलेल्या वृत्तानुसार, त्यांचा संपूर्ण आनंद झाला. चार दिवसांनंतर तो यूएसला परतला आणि इन्स्टिट्यूट फॉर अॅडव्हान्स्ड स्टडीमध्ये एक स्थान स्वीकारले, त्यांनी नाझी जर्मनीतून पळून जाणाऱ्या शास्त्रज्ञांसाठी आश्रयस्थान बनल्याचे नमूद केले. त्या वेळी, हार्वर्ड, प्रिन्स्टन आणि येलसह बहुतेक अमेरिकन विद्यापीठांमध्ये त्यांच्या ज्यू कोट्याचा परिणाम म्हणून ज्यू प्राध्यापक किंवा विद्यार्थी कमी किंवा कमी नव्हते, जे 1940 च्या दशकाच्या उत्तरार्धापर्यंत टिकले होते.

आईन्स्टाईन अजूनही त्याच्या भविष्याबद्दल अनिर्णित होते. त्याला क्राइस्ट चर्च, ऑक्सफर्डसह अनेक युरोपियन युनिव्हर्सिटीकडून ऑफर मिळाल्या होत्या, जिथे तो मे 1931 ते जून 1933 दरम्यान तीन अल्प कालावधीसाठी राहिला आणि त्याला पाच वर्षांची विद्यार्थीत्वाची ऑफर देण्यात आली, परंतु 1935 मध्ये तो येथे आला. कायमस्वरूपी युनायटेड स्टेट्समध्ये राहण्याचा आणि नागरिकत्वासाठी अर्ज करण्याचा निर्णय.

इन्स्टिट्यूट फॉर अॅडव्हान्स्ड स्टडीशी आईन्स्टाईनची संलग्नता 1955 मध्ये त्याच्या मृत्यूपर्यंत टिकून राहिली. नवीन इन्स्टिट्यूटमध्ये (जॉन वॉन न्यूमन, कर्ट गॉडेल आणि हर्मन वेयल) पहिल्या चार निवडलेल्यांपैकी तो एक होता, जिथे त्याने लवकरच गॉडेलशी घनिष्ठ मैत्री निर्माण केली. दोघे एकत्र लांब फिरून त्यांच्या कामावर चर्चा करत असत. त्यांची सहाय्यक ब्रुरिया कॉफमन नंतर भौतिकशास्त्रज्ञ बनली. या काळात, आइन्स्टाईनने एक एकीकृत क्षेत्र सिद्धांत विकसित करण्याचा आणि क्वांटम भौतिकशास्त्राच्या स्वीकारलेल्या व्याख्याचे खंडन करण्याचा प्रयत्न केला, दोन्ही अयशस्वी झाले.

दुसरे महायुद्ध आणि मॅनहॅटन प्रकल्प

1939 मध्ये, हंगेरियन शास्त्रज्ञांच्या एका गटाने ज्यात स्थलांतरित भौतिकशास्त्रज्ञ लिओ झिलार्ड यांचा समावेश होता, त्यांनी वॉशिंग्टनला चालू असलेल्या नाझी अणुबॉम्ब संशोधनाबद्दल सतर्क करण्याचा प्रयत्न केला. गटाच्या इशाऱ्यांना सूट देण्यात आली. एडवर्ड

टेलर आणि यूजीन विग्नर यांसारख्या इतर निर्वासितांसह आइन्स्टाईन आणि स्झिलार्ड यांनी "अमेरिकनांना अणुबॉम्ब बनवण्याच्या शर्यतीत जर्मन शास्त्रज्ञ जिंकू शकतील या शक्यतेबद्दल सावध करणे ही त्यांची जबाबदारी मानली आणि हिटलरला याहून अधिक यश मिळेल असा इशारा दिला. अशा शस्त्राचा अवलंब करण्यास इच्छुक." अमेरिकेला धोक्याची जाणीव होती हे निश्चित करण्यासाठी, जुलै 1939 मध्ये, युरोपमध्ये दुसरे महायुद्ध सुरू होण्याच्या काही महिने आधी, झिलार्ड आणि विग्नर यांनी आईनस्टाईनला स्पष्टीकरण देण्यासाठी भेट दिली. अणुबॉम्बची शक्यता, ज्याचा आइन्स्टाईन, एक शांततावादी, त्याने कधीही विचार केला नव्हता असे सांगितले. अमेरिकेने लक्ष द्यावे आणि स्वतःच्या अण्वस्त्रांच्या संशोधनात गुंतावे अशी शिफारस करून राष्ट्राध्यक्ष रुझवेल्ट यांना स्झिलार्डसह पत्र लिहून त्यांना पाठिंबा देण्यास सांगितले होते.

हे पत्र "द्वितीय महायुद्धात अमेरिकेच्या प्रवेशाच्या पूर्वसंध्येला अण्वस्त्रांच्या गंभीर तपासणीसाठी अमेरिकेने अवलंबिलेले महत्वाचे प्रेरणास्थान" असल्याचे मानले जाते. 148 पत्राव्यतिरिक्त, आइन्स्टाईनने बेल्जियन रॉयल फॅमिली आणि बेल्जियमच्या राणी आईशी असलेले त्यांचे कनेक्शन व्हाईट हाऊसच्या ओव्हल ऑफिसमध्ये वैयक्तिक दूतासह प्रवेश मिळवण्यासाठी वापरले. काहींचे म्हणणे आहे की आइनस्टाइनचे पत्र आणि रुझवेल्ट यांच्या भेटींच्या परिणामी, यूएसने बॉम्ब विकसित करण्याच्या "शर्यतीत" प्रवेश केला आणि मॅनहॅटन प्रकल्प सुरू करण्यासाठी "विपुल साहित्य, आर्थिक आणि वैज्ञानिक संसाधने" वर काढली.

आईन्स्टाईनसाठी, "युद्ध हा एक आजार होता... आणि त्याने युद्धाला प्रतिकार करण्याचे आवाहन केले." रुझवेल्टला पत्रावर स्वाक्षरी करून, काही लोक असा तर्क करतात की तो त्याच्या शांततावादी तत्त्वांच्या विरोधात गेला. 1954 मध्ये, त्याच्या मृत्यूच्या एक वर्ष आधी, आईन्स्टाईनने त्याचा जुना मित्र लिनस पॉलिंग यांना सांगितले, "माझ्या आयुष्यात मी एक मोठी चूक केली - जेव्हा मी राष्ट्राध्यक्ष रुझवेल्ट यांना अणुबॉम्ब बनवण्याची शिफारस केलेल्या पत्रावर स्वाक्षरी केली; परंतु काही औचित्य होते- जर्मन लोक त्यांना निर्माण करतील असा धोका..." 1955 मध्ये, ब्रिटीश तत्त्वज्ञ बर्ट्रांड रसेल यांच्यासह आइन्स्टाईन आणि इतर दहा विचारवंत आणि शास्त्रज्ञांनी अण्वस्त्रांच्या धोक्यावर प्रकाश टाकणाऱ्या जाहीरनाम्यावर स्वाक्षरी केली.

यूएस नागरिकत्व

आइन्स्टाईन 1940 मध्ये अमेरिकन नागरिक बनले. प्रिन्स्टन, न्यू जर्सी येथील इन्स्टिट्यूट फॉर अॅडव्हान्स्ड स्टडीमध्ये त्यांच्या कारकीर्दीत स्थायिक झाल्यानंतर, त्यांनी युरोपच्या तुलनेत अमेरिकन संस्कृतीतील गुणवत्तेची प्रशंसा केली. त्यांनी सामाजिक अडथळ्यांशिवाय "व्यक्तींना जे आवडेल ते सांगण्याचा आणि विचार करण्याचा अधिकार" ओळखला. परिणामी, व्यक्तींना अधिक सृजनशील होण्यासाठी प्रोत्साहित केले गेले, हे गुण त्यांच्या सुरुवातीच्या शिक्षणापासूनच त्यांना महत्त्व होते.

आइन्स्टाईन प्रिन्स्टनमधील नॅशनल असोसिएशन फॉर द अॅडव्हान्समेंट ऑफ कलर्ड पीपल (NAACP) मध्ये सामील झाले, जिथे त्यांनी आफ्रिकन अमेरिकन लोकांच्या नागरी हक्कांसाठी मोहीम चालवली. त्यांनी वर्णद्वेषाला अमेरिकेचा "सर्वात वाईट रोग" मानले, ते "एका पिढीकडून दुसऱ्या पिढीकडे हस्तांतरित" म्हणून पाहिले. त्याच्या सहभागाचा एक भाग म्हणून, त्याने नागरी हक्क कार्यकर्ते WEB डू बोईस यांच्याशी पत्रव्यवहार केला आणि 1951 मध्ये त्याच्या खटल्यादरम्यान त्याच्या वतीने साक्ष देण्यास तयार झाला. आईन्स्टाईनने डु बोईससाठी चारित्र्य साक्षीदार होण्याची ऑफर दिली तेव्हा न्यायाधीशांनी खटला वगळण्याचा निर्णय घेतला.

1946 मध्ये, आइन्स्टाईनने पेनसिल्व्हेनियातील लिंकन विद्यापीठाला भेट दिली, हे ऐतिहासिकदृष्ट्या कृष्णवर्णीय महाविद्यालय आहे, जिथे त्यांना मानद पदवी प्रदान करण्यात आली. आफ्रिकन अमेरिकन लोकांना महाविद्यालयीन पदवी देणारे लिंकन हे युनायटेड स्टेट्समधील पहिले विद्यापीठ होते; माजी विद्यार्थ्यांमध्ये लँगस्टन ह्यूजेस आणि थर्गूड मार्शल यांचा समावेश आहे. आईनस्टाईनने अमेरिकेतील वर्णद्वेषाबद्दल भाषण दिले, "त्याबद्दल शांत राहण्याचा माझा हेतू नाही." प्रिन्स्टन येथील रहिवासी आठवते की आईनस्टाईनने एकदा एका कृष्णवर्णीय विद्यार्थ्यासाठी महाविद्यालयीन शिकवणी दिली होती. आईन्स्टाईनने म्हटले आहे की, "स्वतः एक यहूदी असल्याने, कदाचित मी समजू शकतो आणि कृष्णवर्णीय लोकांना भेदभावाचे बळी कसे वाटते याबद्दल सहानुभूती बाळगू शकतो".

वैयक्तिक जीवन

11 एप्रिल 1943 रोजी युनायटेड ज्यू अपीलसाठी अल्बर्ट आइनस्टाईनने केलेल्या भाषणाची सुरुवात (रेडिओ युनिव्हर्सिडॅड नॅसिओनल डी ला प्लाटा, अर्जेंटिना द्वारे रेकॉर्डिंग)

"स्त्रिया (खोकल्या) आणि सज्जनांनो, माणसाच्या बौद्धिक विकासात केलेल्या प्रगतीचा आपल्या वयाला अभिमान आहे. सत्य आणि ज्ञानाचा शोध आणि प्रयत्न हा माणसाच्या सर्वोच्च गुणांपैकी एक आहे..."

झिओनिस्ट कारणांना मदत करणे

आईन्स्टाईन 1947 मध्ये

आइन्स्टाईन हे जेरुसलेमच्या हिब्रू विद्यापीठाची स्थापना करण्यात मदत करणारे प्रमुख नेते होते, जे 1925 मध्ये उघडले गेले आणि त्यांच्या पहिल्या गव्हर्नर मंडळांपैकी एक होते. तत्पूर्वी, 1921 मध्ये, त्यांना बायोकेमिस्ट आणि जागतिक झिओनिस्ट संघटनेचे अध्यक्ष, चेम वेझमन यांनी नियोजित विद्यापीठासाठी निधी उभारण्यास मदत करण्यास सांगितले होते.सुरुवातीच्या कार्यक्रमांबाबत त्यांनी विविध

सूचनाही मांडल्या.

त्यापैकी, अविकसित जमिनीचा निपटारा करण्यासाठी त्यांनी प्रथम कृषी संस्था निर्माण करण्याचा सल्ला दिला. मलेरिया सारख्या चालू असलेल्या विविध साथीच्या रोगांशी लढण्यासाठी केमिकल इन्स्टिट्यूट आणि मायक्रोबायोलॉजी इन्स्टिट्यूटने त्याचे पालन केले पाहिजे, ज्याला त्यांनी "वाईट" म्हटले जे देशाच्या विकासाचा एक तृतीयांश भाग कमी करत आहे. देशाच्या आणि ऐतिहासिक वास्तूंच्या वैज्ञानिक शोधासाठी हिब्रू आणि अरबी भाषेतील अभ्यासक्रमांचा समावेश करण्यासाठी ओरिएंटल स्टडीज इन्स्टिट्यूटची स्थापना करणे देखील महत्त्वाचे होते.

आईन्स्टाईन हे राष्ट्रवादी नव्हते; ते स्वतंत्र ज्यू राज्याच्या निर्मितीच्या विरोधात होते, जे त्यांच्या मदतीशिवाय 1948 मध्ये इस्रायलच्या रूपात स्थापन केले जाईल. आइनस्टाइनला वाटले की आलियाच्या येणा-या ज्यूंच्या लाटा पॅलेस्टाईनमध्ये विद्यमान अरबांसोबत राहू शकतात. नवीन देश बनवू पाहणाऱ्या बहुसंख्य ज्यूंनी त्याचे मत सामायिक केले नाही; परिणामी, आइन्स्टाईन झिओनिस्ट चळवळीतील किरकोळ भूमिकेपुरते मर्यादित होते.

चेम वेझमन नंतर इस्रायलचे पहिले अध्यक्ष बनले. नोव्हेंबर 1952 मध्ये पदावर असताना त्यांच्या मृत्यूनंतर आणि एझरिएल कार्लेबॅचच्या आग्रहास्तव, पंतप्रधान डेव्हिड बेन-गुरियन यांनी आइन्स्टाईन यांना इस्रायलचे अध्यक्षपद देऊ केले, हे मुख्यतः औपचारिक पद आहे. वॉशिंग्टनमधील इस्रायलचे राजदूत अब्बा एबान यांनी ही ऑफर सादर केली होती, ज्यांनी स्पष्ट केले की ही ऑफर "ज्यू लोक त्यांच्या कोणत्याही मुलासाठी मनापासून आदर देऊ शकतात". आईन्स्टाईनने नकार दिला, आणि त्याच्या प्रतिसादात लिहिले की तो "खूप मनाने प्रभावित" झाला होता आणि "लगेच दुःखी आणि लाजला" की तो ते स्वीकारू शकत नाही.

संगीताची आवड

लेखक, संगीतकार आणि नोबेल पारितोषिक विजेते रवींद्रनाथ टागोर यांच्यासह अल्बर्ट आइन्स्टाईन (उजवीकडे), 1930

आईन्स्टाईनला लहान वयातच संगीताची आवड निर्माण झाली. त्याच्या उशीरा जर्नल्समध्ये त्यांनी लिहिले:

"मी जर भौतिकशास्त्रज्ञ नसतो, तर मी कदाचित संगीतकार असतो. मी अनेकदा संगीताचा विचार करतो. मी माझे दिवास्वप्न संगीतात जगतो. मी माझे जीवन संगीताच्या दृष्टीने पाहतो... मला जीवनातील सर्वाधिक आनंद संगीतातून मिळतो."

त्याच्या आईने पियानो चांगला वाजवला आणि तिच्या मुलाने व्हायोलिन शिकावे, केवळ त्याच्यामध्ये संगीताची आवड निर्माण व्हावी असे नाही तर त्याला जर्मन संस्कृतीत आत्मसात करण्यास मदत करण्याची इच्छा होती. कंडक्टर लिओन बॉटस्टीन यांच्या मते, आईन्स्टाईन 5 वर्षांचा असताना खेळू लागला. तथापि, त्या वयात त्याला त्याचा आनंद झाला नाही.

जेव्हा तो 13 वर्षांचा झाला, तेव्हा त्याला मोझार्टचे व्हायोलिन सोनाटस सापडले, त्यानंतर तो मोझार्टच्या रचनांवर मोहित झाला आणि त्याने संगीताचा अधिक स्वेच्छेने अभ्यास केला. आईन्स्टाईनने "कधीही पद्धतशीरपणे सराव न करता" खेळायला शिकवले. ते म्हणाले की "कर्तव्याच्या भावनेपेक्षा प्रेम हा एक चांगला शिक्षक आहे." वयाच्या १७ व्या वर्षी, बीथोव्हेनचे व्हायोलिन सोनाटस वाजवताना अराऊ येथील एका शाळेच्या परीक्षकाने त्याला ऐकले. परीक्षकाने नंतर सांगितले की त्याचे खेळणे "उल्लेखनीय आणि 'महान अंतर्दृष्टी' प्रकट करणारे" होते. बॉटस्टीन लिहितात, परीक्षकाला काय धक्का बसला, ते म्हणजे आईनस्टाईनने "संगीताचे गाढ प्रेम प्रदर्शित केले, अशी गुणवत्ता जी कमी पुरवठा होती आणि राहिली. या विद्यार्थ्यासाठी संगीताचा एक असामान्य अर्थ होता."

त्या काळापासून आईनस्टाईनच्या आयुष्यात संगीताने निर्णायक आणि कायमची भूमिका घेतली. जरी स्वतः एक व्यावसायिक संगीतकार बनण्याची कल्पना त्याच्या मनात कधीच नव्हती, तरीही ज्यांच्यासोबत आईनस्टाईन चेंबर म्युझिक वाजवले त्यांच्यामध्ये कर्ट ॲपेलबॉमसह काही व्यावसायिक होते आणि त्यांनी खाजगी प्रेक्षक आणि मित्रांसाठी सादरीकरण केले. बर्न, झुरिच आणि बर्लिन येथे राहत असताना चेंबर म्युझिक देखील त्यांच्या सामाजिक जीवनाचा एक नियमित भाग बनला होता, जिथे तो मॅक्स प्लँक आणि त्याच्या मुलासह इतरांसह खेळला. मोझार्टच्या कामाच्या कोचेल कॅटलॉगच्या 1937 च्या आवृत्तीचे संपादक म्हणून त्यांना कधीकधी चुकून श्रेय दिले जाते; ती आवृत्ती आल्फ्रेड आईन्स्टाईन यांनी तयार केली होती, जो कदाचित दूरचा संबंध होता.

1931 मध्ये, कॅलिफोर्निया इन्स्टिट्यूट ऑफ टेक्नॉलॉजीमध्ये संशोधनात गुंतलेले असताना, त्यांनी लॉस एंजेलिसमधील झोएलनर फॅमिली कंझर्व्हेटरीला भेट दिली, जिथे त्यांनी बीथोव्हेन आणि मोझार्टची काही कामे झोएलनर चौकडीच्या सदस्यांसोबत खेळली. त्याच्या आयुष्याच्या अखेरीस, जेव्हा तरुण जुइलिअर्ड चौकडी त्याला प्रिन्सटनमध्ये भेटायला गेला, तेव्हा त्याने त्यांच्यासोबत त्याचे व्हायोलिन वाजवले आणि चौकडी "आईन्स्टाईनच्या समन्वय आणि स्वराच्या पातळीने प्रभावित झाली".

राजकीय

1918 मध्ये, आइनस्टाईन हे जर्मन डेमोक्रॅटिक पार्टी, एक उदारमतवादी पक्षाचे संस्थापक सदस्य होते. त्यांच्या आयुष्याच्या उत्तरार्धात, आईन्स्टाईनचा राजकीय दृष्टिकोन समाजवादाच्या बाजूने होता आणि भांडवलशाहीवर टीका करणारा होता, ज्याचा त्यांनी "समाजवाद का?"त्यांच्या निबंधांमध्ये तपशीलवारपणे सांगितले होते. 1925 मध्ये, त्यांनी 'शासनाची व्यवस्थित व्यवस्था' नसल्याबद्दल त्यांच्यावर टीका केली आणि त्यांच्या शासनाला 'दहशतवादी शासन आणि मानवी इतिहासातील शोकांतिका' म्हटले. नंतर त्यांनी त्यांच्या पद्धतींवर

टीका करून त्यांची प्रशंसा करत अधिक संयमित दृष्टिकोन स्वीकारला, जो व्लादिमीर लेनिन यांच्यावरील 1929 च्या टिप्पणीवरून दिसून येतो: "लेनिनमध्ये मी अशा माणसाचा सन्मान करतो, ज्याने स्वतःच्या व्यक्तीच्या संपूर्ण बलिदानाने आपली संपूर्ण शक्ती सामाजिक साकार करण्यासाठी समर्पित केली आहे. न्याय. मला त्याच्या पद्धती उचित वाटत नाहीत. तथापि, एक गोष्ट निश्चित आहे: त्याच्यासारखे पुरुष हे मानवजातीच्या विवेकाचे संरक्षक आणि पुनरुत्थान करणारे आहेत." भौतिकशास्त्र किंवा गणित. जागतिक महासंघाच्या चौकटीत राष्ट्र-राज्यांची शक्ती तपासणाऱ्या लोकशाही जागतिक सरकारच्या कल्पनेचा त्यांनी जोरदार समर्थन केला. त्यांनी लिहिले "मी जागतिक सरकारची वकिली करतो कारण मला खात्री आहे की मनुष्याने स्वतःला शोधून काढलेला सर्वात भयंकर धोका दूर करण्याचा दुसरा कोणताही मार्ग नाही." एफबीआयने 1932 मध्ये आइन्स्टाईनवर एक गुप्त दस्तावेज तयार केला आणि त्याच्या मृत्यूच्या वेळी त्याची एफबीआय फाइल 1,427 पृष्ठांची होती.

आईन्स्टाईन महात्मा गांधींमुळे खूप प्रभावित झाले होते, ज्यांच्याशी त्यांनी लिखित पत्रांची देवाणघेवाण केली. त्यांनी गांधींचे वर्णन "येत्या पिढ्यांसाठी एक आदर्श" असे केले. 27 सप्टेंबर 1931 रोजी सुरुवातीचा संबंध प्रस्थापित झाला, जेव्हा विल्फ्रीड इस्रायलने त्याचा भारतीय पाहुणा VA सुंदरमला त्याचा मित्र आइनस्टाईनला त्याच्या कॅपुथ शहरातील उन्हाळी घरी भेटायला नेले. सुंदरम हे गांधींचे शिष्य आणि विशेष दूत होते, ज्यांना विल्फ्रिड इस्रायल 1925 मध्ये भारत भेटीवर आणि भारतीय नेत्याच्या घरी भेट देत असताना भेटले होते. भेटीदरम्यान, आइनस्टाइनने गांधींना एक छोटेसे पत्र लिहिले जे त्यांच्या दूताद्वारे त्यांना दिले गेले आणि गांधींनी लगेच उत्तर दिले. स्वतःचे पत्र. जरी शेवटी आईन्स्टाईन आणि गांधींना त्यांच्या अपेक्षेप्रमाणे भेटता आली नाही, तरी विल्फ्रिड इस्रायलच्या माध्यमातून त्यांच्यातील थेट संबंध प्रस्थापित झाला.

धार्मिक आणि तात्विक

आईन्स्टाईनने मूळ लेखन आणि मुलाखतींच्या विस्तृत श्रेणीमध्ये त्यांच्या आध्यात्मिक दृष्टिकोनाबद्दल सांगितले. त्याने सांगितले की बारूच स्पिनोझाच्या तत्त्वज्ञानातील व्यक्तिनिष्ठ सर्वधर्मीय देवाबद्दल त्याला सहानुभूती आहे. तो एका वैयक्तिक देवावर विश्वास ठेवत नाही जो स्वतःला नशीब आणि मानवांच्या कृतींबद्दल चिंतित करतो, या मताचे त्याने भोळे असे वर्णन केले आहे. तथापि, त्यांनी स्पष्ट केले की "मी नास्तिक नाही", स्वतःला अज्ञेयवादी, किंवा "सखोल धार्मिक अविश्वासी" म्हणवून घेणे पसंत करतो. जेव्हा त्यांना विचारण्यात आले की त्यांचा मृत्यूनंतरच्या जीवनावर विश्वास आहे का, तेव्हा आईन्स्टाईनने उत्तर दिले, "नाही. आणि माझ्यासाठी एक जीवन पुरेसे आहे."

आईन्स्टाईन प्रामुख्याने यूके आणि यूएस या दोन्ही देशांमधील गैर-धार्मिक मानवतावादी आणि नैतिक संस्कृती गटांशी संलग्न होते. त्यांनी न्यूयॉर्कच्या फर्स्ट ह्युमॅनिस्ट सोसायटीच्या सल्लागार मंडळावर काम केले, आणि ब्रिटनमध्ये न्यू ह्युमॅनिस्ट प्रकाशित करणाऱ्या रॅशनलिस्ट असोसिएशनचे ते मानद सहकारी होते. न्यूयॉर्क सोसायटी फॉर एथिकल कल्चरच्या 75 व्या वर्धापन दिनानिमित्त, त्यांनी सांगितले की नैतिक संस्कृतीच्या कल्पनेने धार्मिक आदर्शवादामध्ये सर्वात मौल्यवान आणि टिकाऊ काय आहे याच्या वैयक्तिक संकल्पनेला मूर्त रूप दिले. त्यांनी निरीक्षण केले, "'नैतिक संस्कृती' शिवाय मानवतेचा उद्धार नाही."

देव हा शब्द माझ्यासाठी मानवी कमकुवतपणाची अभिव्यक्ती आणि उपज यापेक्षा अधिक काही नाही, बायबल हे आदरणीय, परंतु तरीही आदिम दंतकथांचा संग्रह आहे जे तरीही बालिश आहे. (माझ्यासाठी) हे कितीही सूक्ष्म असले तरीही कोणतेही स्पष्टीकरण नाही. ... माझ्यासाठी इतर सर्व धर्मांप्रमाणे ज्यू धर्म हा अत्यंत बालिश अंधश्रद्धेचा अवतार आहे. आणि ज्या ज्यू लोकांचा मी आनंदाने संबंध ठेवतो आणि ज्यांच्या मानसिकतेशी माझे खोल आत्मीयतेचे नाते आहे ते इतर सर्व लोकांपेक्षा माझ्यासाठी वेगळे गुण नाहीत. ... मला त्यांच्याबद्दल 'निवडलेले' काहीही दिसत नाही.

आईन्स्टाईनला दीर्घकाळ शाकाहाराबद्दल सहानुभूती होती. 1930 मध्ये जर्मन व्हेजिटेरियन फेडरेशनचे उपाध्यक्ष हर्मन हूथ (Deutsche Vegetarier-Bund) यांना लिहिलेल्या पत्रात त्यांनी लिहिले-

जरी मला बाह्य परिस्थितीमुळे काटेकोरपणे शाकाहारी आहार पाळण्यापासून प्रतिबंधित केले गेले असले तरी, मी तत्वतः कारणाचा फार पूर्वीपासून पालन करत आहे. सौंदर्यात्मक आणि नैतिक कारणांसाठी शाकाहाराच्या उद्दिष्टांशी सहमत असण्याव्यतिरिक्त, माझे मत आहे की शाकाहाराची जीवनशैली मानवी स्वभावावर पूर्णपणे शारीरिक प्रभाव टाकून मानवजातीवर सर्वात फायदेशीरपणे प्रभाव टाकेल.

आयुष्याच्या शेवटच्या काळातच तो स्वतः शाकाहारी झाला. मार्च 1954 मध्ये त्यांनी एका पत्रात लिहिले: "म्हणून मी चरबीशिवाय, मांसाशिवाय, माशाशिवाय जगत आहे, परंतु मला अशा प्रकारे बरे वाटते. मला असे दिसते की मनुष्य मांसाहारी होण्यासाठी जन्माला आला नाही."

मृत्यू

17 एप्रिल 1955 रोजी, आईन्स्टाईन यांना पोटातील महाधमनी धमनीविस्फारित झाल्यामुळे अंतर्गत रक्तस्त्राव झाला, ज्याला पूर्वी 1948 मध्ये रुडॉल्फ निसेन यांनी शस्त्रक्रियेद्वारे मजबूत केले होते. 195 इस्रायल राज्याच्या सातव्या वर्धापनदिनानिमित्त दूरचित्रवाणीवर सादर होण्याच्या तयारीत असलेल्या भाषणाचा मसुदा त्यांनी रुग्णालयात नेला, परंतु ते पूर्ण करण्यासाठी ते जगले नाहीत.

आईन्स्टाईनने शस्त्रक्रियेस नकार दिला, "मला पाहिजे तेव्हा जायचे आहे. कृत्रिमरित्या आयुष्य वाढवणे हे बेस्वाद आहे. मी माझा वाटा उचलला आहे; आता जाण्याची वेळ आली आहे. मी ते शोभिवंतपणे करीन." ते विद्यापीठात मरण पावले. वयाच्या ७६ व्या वर्षी दुसऱ्या दिवशी सकाळी प्लेन्सबोरो येथील प्रिन्स्टनचे मेडिकल सेंटर, शेवटपर्यंत काम करत राहिले.

शवविच्छेदनादरम्यान, पॅथॉलॉजिस्ट थॉमस स्टोल्ट्झ हार्वे यांनी आईन्स्टाईनचा मेंदू त्याच्या कुटुंबाच्या परवानगीशिवाय जतन करण्यासाठी काढून टाकला, या आशेने की भविष्यातील न्यूरोसायन्स आइन्स्टाईन कशामुळे बुद्धिमान बनले हे शोधण्यात सक्षम होईल. आईन्स्टाईनच्या अवशेषांवर ट्रेंटन, न्यू जर्सी येथे अंत्यसंस्कार करण्यात आले आणि त्यांची राख अज्ञात ठिकाणी विखुरली गेली.

13 डिसेंबर 1965 रोजी युनेस्कोच्या मुख्यालयात दिलेल्या स्मृती व्याख्यानात, अणुभौतिकशास्त्रज्ञ जे. रॉबर्ट ओपेनहाइमर यांनी एक व्यक्ती म्हणून आईन्स्टाईनबद्दलची त्यांची छाप सारांशित केली: "तो जवळजवळ पूर्णपणे परिष्कृत आणि संपूर्णपणे संसारविरहित होता... त्याच्याबरोबर नेहमीच एक अद्भुत शुद्धता होती. एकाच वेळी लहान मुलांसारखा आणि अत्यंत हट्टी."

आइन्स्टाईनने त्यांचे वैयक्तिक संग्रह, ग्रंथालय आणि बौद्धिक संपत्ती इस्रायलमधील जेरुसलेमच्या हिब्रू विद्यापीठाला दिली.

वैज्ञानिक कारकीर्द

आईन्स्टाईनने आयुष्यभर शेकडो पुस्तके आणि लेख प्रकाशित केले. त्यांनी 300 हून अधिक वैज्ञानिक शोधनिबंध आणि 150 अशास्त्रीय शोधनिबंध प्रकाशित केले. 5 डिसेंबर 2014 रोजी, विद्यापीठे आणि अभिलेखागारांनी 30,000 हून अधिक अद्वितीय दस्तऐवजांसह आइन्स्टाईनचे पेपर्स जारी करण्याची घोषणा केली. आईन्स्टाईनची बौद्धिक कामगिरी आणि मौलिकता यामुळे "आइन्स्टाईन" हा शब्द "प्रतिभा" असा समानार्थी बनला आहे. त्यांनी स्वतः केलेल्या कामाव्यतिरिक्त त्यांनी बोस-आइन्स्टाईन स्टॅटिस्टिक्स, आइन्स्टाईन रेफ्रिजरेटर आणि इतर प्रकल्पांसह इतर शास्त्रज्ञांसोबतही सहकार्य केले.

1905 - ॲनस मिराबिलिस पेपर्स

ॲनस मिराबिलिस पेपर्स हे फोटोइलेक्ट्रिक इफेक्ट (ज्याने क्वांटम सिद्धांताला जन्म दिला), ब्राउनियन गती, सापेक्षतेचा विशेष सिद्धांत आणि E = mc2 यासंबंधीचे चार लेख आहेत जे आइन्स्टाईनने 1905 मध्ये ॲनालेन डर फिजिक या वैज्ञानिक जर्नलमध्ये प्रकाशित केले होते. हे चार लेख आहेत. आधुनिक भौतिकशास्त्राच्या पायाभरणीत भरीव योगदान दिले आणि जागा, काळ आणि पदार्थ यावरील दृष्टिकोन बदलला.

सांख्यिकीय यांत्रिकी

थर्मोडायनामिक चढउतार आणि सांख्यिकीय भौतिकशास्त्र

आइन्स्टाईनचा पहिला पेपर1900 मध्ये ॲनालेन डेर फिजिक यांना सादर करण्यात आला होता तो केशिका आकर्षणावर होता. हे 1901 मध्ये "Folgerungen aus den Capillaritätserscheinungen" या शीर्षकासह प्रकाशित झाले होते, ज्याचे भाषांतर "कॅपिलरिटी घटनेचे निष्कर्ष" असे होते. त्यांनी 1902-1903 (थर्मोडायनामिक्स) मध्ये प्रकाशित केलेल्या दोन पेपरमध्ये अणू घटनांचा सांख्यिकीय दृष्टिकोनातून अर्थ लावण्याचा प्रयत्न केला. ही कागदपत्रे 1905 च्या ब्राउनियन मोशनवरील पेपरचा पाया होता, ज्याने दाखवले की ब्राउनियन चळवळ रेणू अस्तित्वात असल्याचा ठोस पुरावा म्हणून अर्थ लावला जाऊ शकतो. 1903 आणि 1904 मधील त्यांचे संशोधन प्रामुख्याने प्रसार घटनेवर मर्यादित अणू आकाराच्या प्रभावाशी संबंधित होते.

गंभीर अपारदर्शकतेचा सिद्धांत

आइन्स्टाईन थर्मोडायनामिक चढउतारांच्या समस्येकडे परत आले आणि द्रवपदार्थातील घनतेच्या फरकांना त्याच्या गंभीर टप्प्यावर उपचार दिले. सामान्यतः घनतेच्या संदर्भात मुक्त ऊर्जेच्या दुसऱ्या व्युत्पन्नाद्वारे घनतेतील चढउतार नियंत्रित केले जातात. गंभीर बिंदूवर, हे व्युत्पन्न शून्य आहे, ज्यामुळे मोठ्या चढ-उतार होतात. घनतेच्या चढउतारांचा परिणाम असा आहे की सर्व तरंगलांबीचा प्रकाश विखुरला जातो, ज्यामुळे द्रव दुधासारखा पांढरा दिसतो. आइन्स्टाईनने याचा संबंध रेले स्कॅटरिंगशी केला आहे, जेव्हा चढ-उताराचा आकार तरंगलांबीपेक्षा खूपच लहान असतो तेव्हा असे घडते आणि आकाश निळे का आहे हे स्पष्ट करते. 219 आइन्स्टाईनने घनतेच्या चढउतारांच्या उपचारातून परिमाणात्मकदृष्ट्या गंभीर अपारदर्शकता प्राप्त केली आणि हे दाखवून दिले की प्रभाव आणि रेले स्कॅटरिंग दोन्ही पदार्थांच्या अणुवादी घटनेपासून कसे उद्भवतात.

विशेष सापेक्षता

आइन्स्टाईनचे "झुर इलेक्ट्रोडायनामिक बीवेगेटर कोर्पर" ("ऑन द इलेक्ट्रोडायनामिक्स ऑफ मूव्हिंग बॉडीज") 30 जून 1905 रोजी प्राप्त झाले आणि त्याच वर्षी 26 सप्टेंबर रोजी प्रकाशित झाले. याने मॅक्सवेलचे समीकरण (विद्युत आणि चुंबकत्वाचे नियम) आणि न्यूटोनियन मेकॅनिक्सचे नियम यांच्यातील संघर्षांचे मेकॅनिक्सच्या नियमांमध्ये बदल घडवून आणले. निरीक्षणानुसार, या बदलांचे परिणाम उच्च वेगाने (जेथे वस्तू प्रकाशाच्या वेगाच्या जवळच्या वेगाने फिरत आहेत) सर्वात स्पष्ट आहेत. या पेपरमध्ये विकसित केलेला सिद्धांत नंतर आइनस्टाईनचा विशेष सापेक्षता सिद्धांत म्हणून ओळखला जाऊ लागला. आईनस्टाईनच्या लिखाणातून असे पुरावे आहेत की त्यांनी या कामासाठी त्यांची पहिली पत्नी, मिलेवा मॅरिक यांच्याशी सहकार्य केले. केवळ त्यांच्या नावाखाली प्रकाशित करण्याचा निर्णय परस्पर

होता असे दिसते, परंतु नेमके कारण अज्ञात आहे.

या पेपरने असे भाकीत केले आहे की, जेव्हा तुलनेने हलणाऱ्या निरीक्षकाच्या चौकटीत मोजले जाते, तेव्हा हलत्या शरीराद्वारे वाहून नेलेले घड्याळ मंद होत असल्याचे दिसून येईल आणि शरीर स्वतःच त्याच्या गतीच्या दिशेने संकुचित होईल. या पेपरने असाही युक्तिवाद केला की ल्युमिनिफेरस ईथरची कल्पना - त्यावेळच्या भौतिकशास्त्रातील एक अग्रगण्य सैद्धांतिक घटकांपैकी एक - अनावश्यक होती.

वस्तुमान-ऊर्जा समतुल्यतेवरील त्यांच्या पेपरमध्ये, आइन्स्टाईनने त्यांच्या विशेष सापेक्षता समीकरणांचा परिणाम म्हणून E = mc2 ची निर्मिती केली. आईन्स्टाईनचे 1905 मधील सापेक्षतेवरील कार्य अनेक वर्षे वादग्रस्त राहिले, परंतु मॅक्स प्लँकपासून सुरुवात करून आघाडीच्या भौतिकशास्त्रज्ञांनी ते स्वीकारले.

आईन्स्टाईनने मूलतः गतीशास्त्राच्या दृष्टीने विशेष सापेक्षता तयार केली (हलत्या शरीराचा अभ्यास). 1908 मध्ये, हरमन मिन्कोव्स्कीने स्पेसटाइमचा सिद्धांत म्हणून भूमितीय भाषेत विशेष सापेक्षतेचा पुनर्व्याख्या केला. आईन्स्टाईनने 1915 च्या त्यांच्या सापेक्षता सिद्धांतामध्ये मिन्कोव्स्कीचा औपचारिकता स्वीकारली.

सामान्य सापेक्षता

सामान्य सापेक्षता (GR) हा गुरुत्वाकर्षणाचा सिद्धांत आहे जो आईन्स्टाईनने 1907 ते 1915 दरम्यान विकसित केला होता. सामान्य सापेक्षतेनुसार, वस्तुमानांमधील निरीक्षण केलेल्या गुरुत्वाकर्षणाचा परिणाम त्या वस्तुमानांद्वारे अवकाश आणि काळाच्या विसंगतीमुळे होतो. आधुनिक खगोल भौतिकशास्त्रात सामान्य सापेक्षता एक आवश्यक साधन म्हणून विकसित झाली आहे. हे कृष्णविवर, अंतराळातील क्षेत्रे, जेथे गुरुत्वाकर्षण इतके मजबूत आहे की प्रकाश देखील बाहेर पडू शकत नाही अशा सध्याच्या समजासाठी पाया प्रदान करते.

आईन्स्टाईनने नंतर म्हटल्याप्रमाणे, सामान्य सापेक्षतेच्या विकासाचे कारण असे होते की विशेष सापेक्षतेतील जडत्वाच्या गतींना प्राधान्य असमाधानकारक होते, तर एक सिद्धांत जो प्रारंभापासून गतीची कोणतीही स्थिती (अगदी प्रवेगक देखील) पसंत करत नाही तो अधिक समाधानकारक वाटला पाहिजे. परिणामी, 1907 मध्ये त्यांनी विशेष सापेक्षता अंतर्गत त्वरणावर एक लेख प्रकाशित केला. "ऑन द रिलेटिव्हिटी प्रिन्सिपल आणि त्यातून काढलेले निष्कर्ष" या शीर्षकाच्या त्या लेखात त्यांनी असा युक्तिवाद केला की फ्री फॉल ही खरोखरच जडगती आहे आणि फ्री-फॉलिंग निरीक्षकासाठी विशेष सापेक्षतेचे नियम लागू करणे आवश्यक आहे. या युक्तिवादाला समतुल्य तत्त्व म्हणतात. याच लेखात, आईनस्टाईनने गुरुत्वाकर्षणाच्या वेळेचा प्रसार, गुरुत्वाकर्षण रेडशिफ्ट आणि प्रकाशाचे विक्षेपण या घटनांचाही अंदाज लावला होता.

1911 मध्ये, आइन्स्टाईनने "प्रकाशाच्या प्रसारावर गुरुत्वाकर्षणाच्या प्रभावावर" आणखी एक लेख प्रकाशित केला, जो 1907 च्या लेखाचा विस्तार करत होता, ज्यामध्ये त्यांनी मोठ्या शरीराद्वारे प्रकाशाच्या विक्षेपणाच्या प्रमाणाचा अंदाज लावला होता. अशा प्रकारे, सामान्य सापेक्षतेचा सैद्धांतिक अंदाज प्रथमच प्रायोगिकरित्या तपासला जाऊ शकतो.

गुरुत्वाकर्षण लहरी

1916 मध्ये, आइन्स्टाईनने गुरुत्वीय लहरी, स्पेसटाइमच्या वक्रतेतील लहरींचे भाकीत केले जे लाटा म्हणून प्रसारित होते, स्त्रोतापासून बाहेरच्या दिशेने प्रवास करतात, गुरुत्वीय किरणोत्सर्ग म्हणून ऊर्जा वाहतूक करतात. गुरुत्वाकर्षण लहरींचे अस्तित्व सामान्य सापेक्षतेच्या अंतर्गत त्याच्या लॉरेन्ट्झ इनव्हेरिअन्समुळे शक्य आहे ज्यामुळे गुरुत्वाकर्षणाच्या भौतिक परस्परसंवादाच्या प्रसाराच्या मर्यादित गतीची संकल्पना येते. याउलट, गुरुत्वाकर्षणाच्या न्यूटोनियन सिद्धांतामध्ये गुरुत्वाकर्षण लहरी अस्तित्वात असू शकत नाहीत, जे असे मानतात की गुरुत्वाकर्षणाच्या भौतिक परस्परक्रिया अमर्याद वेगाने पसरतात.

गुरुत्वाकर्षण लहरींचा पहिला, अप्रत्यक्ष शोध 1970 मध्ये पीएसआर B1913+16 या जवळून परिभ्रमण करणाऱ्या न्यूट्रॉन तार्‍यांच्या जोडीच्या निरीक्षणाद्वारे आला. 230 त्यांच्या परिभ्रमण कालावधीतील क्षयचे स्पष्टीकरण असे होते की ते गुरुत्वीय लहरी उत्सर्जित करत होते. 11 फेब्रुवारी 2016 रोजी आईन्स्टाईनच्या भविष्यवाणीची पुष्टी झाली, जेव्हा LIGO येथील संशोधकांनी गुरुत्वीय लहरींचे पहिले निरीक्षण प्रकाशित केले, 14 सप्टेंबर 2015 रोजी पृथ्वीवर आढळून आले, अंदाजानंतर सुमारे शंभर वर्षांनी.

होल आर्ग्युमेंट आणि एन्टवर्फ सिद्धांत

सामान्य सापेक्षता विकसित करताना, आइन्स्टाईन सिद्धांतातील गेज इन्व्हेरिअन्सबद्दल गोंधळून गेले. त्याने एक युक्तिवाद तयार केला ज्यामुळे तो असा निष्कर्ष काढला की सामान्य सापेक्षतावादी फील्ड सिद्धांत अशक्य आहे. त्याने पूर्णपणे सामान्यतः सहवेरियंट टेन्सर समीकरणे शोधणे सोडून दिले आणि केवळ सामान्य रेखीय परिवर्तनांनुसार अपरिवर्तनीय असणारी समीकरणे शोधली.

जून 1913 मध्ये, Entwurf ('मसुदा') सिद्धांत या तपासणीचा परिणाम होता. त्याच्या नावाप्रमाणे, हे एका सिद्धांताचे रेखाटन होते, जे सामान्य सापेक्षतेपेक्षा कमी मोहक आणि अधिक कठीण होते, ज्यामध्ये गतीची समीकरणे अतिरिक्त गेज फिक्सिंग परिस्थितींद्वारे पूरक होती. दोन वर्षांहून अधिक सखोल काम केल्यानंतर, आइन्स्टाईनला हे समजले की छिद्राचा युक्तिवाद चुकीचा आहे आणि नोव्हेंबर 1915 मध्ये सिद्धांत सोडून दिला.

भौतिक विश्वविज्ञान

1917 मध्ये, आइन्स्टाईनने संपूर्ण विश्वाच्या संरचनेवर सापेक्षतेचा सामान्य सिद्धांत लागू केला. 238 त्याने शोधून काढले की सामान्य क्षेत्रीय समीकरणे डायनॅमिक असलेल्या विश्वाचा अंदाज लावतात, एकतर आकुंचन पावत आहेत किंवा विस्तारत आहेत. डायनॅमिक ब्रह्मांडाचा निरीक्षणात्मक पुरावा त्या वेळी ज्ञात नसल्यामुळे, आइन्स्टाईनने स्थिर विश्वाचा अंदाज लावण्यासाठी सिद्धांताला परवानगी देण्यासाठी फील्ड समीकरणांना कॉस्मॉलॉजिकल कॉन्स्टंट ही नवीन संज्ञा सादर केली. सुधारित फील्ड समीकरणांनी बंद वक्रतेच्या स्थिर विश्वाचा अंदाज लावला होता, आईनस्टाईनने या वर्षांमध्ये मॅकच्या तत्त्वाला समजून घेतल्यानुसार. हे मॉडेल आइन्स्टाईन वर्ल्ड किंवा आइन्स्टाईनचे स्थिर विश्व म्हणून ओळखले जाऊ लागले.

1929 मध्ये एडविन हबलने तेजोमेघाच्या मंदीचा शोध लावल्यानंतर, आइनस्टाइनने विश्वाचे त्यांचे स्थिर मॉडेल सोडून दिले आणि कॉसमॉसचे दोन डायनॅमिक मॉडेल प्रस्तावित केले, 1931 चे फ्रिडमन-आईनस्टाईन विश्वाचे आणि ई. डी सिटर युनिव्हर्स ऑफ 1932.यापैकी प्रत्येक मॉडेलमध्ये, आइन्स्टाईनने "कोणत्याही परिस्थितीत सैद्धांतिकदृष्ट्या असमाधानकारक" असल्याचा दावा करून कॉस्मॉलॉजिकल कॉन्स्टंट टाकून दिला.

आइन्स्टाईनच्या अनेक चरित्रांमध्ये, असा दावा केला जातो की आइन्स्टाईनने नंतरच्या काळात कॉस्मॉलॉजिकल कॉन्स्टंटला त्याची "सर्वात मोठी चूक" म्हणून संबोधले. खगोलभौतिकशास्त्रज्ञ मारिओ लिव्हियो यांनी अलीकडेच या दाव्यावर शंका व्यक्त केली आहे, असे सुचवले आहे की ते अतिशयोक्तीपूर्ण असू शकते.

2013 च्या उत्तरार्धात, आयरिश भौतिकशास्त्रज्ञ कॉर्मॅक ओ'रायफेर्टायग यांच्या नेतृत्वाखालील संघाने पुरावे शोधून काढले की, तेजोमेघांच्या मंदीबद्दल हबलचे निरीक्षण जाणून घेतल्यानंतर, आइन्स्टाईनने विश्वाचे स्थिर-स्थितीचे मॉडेल मानले. आतापर्यंत दुर्लक्षित केलेल्या हस्तलिखितामध्ये, वरवर पाहता 1931 च्या सुरुवातीला लिहिलेल्या, आइन्स्टाईनने विस्तारणाऱ्या विश्वाचे एक मॉडेल शोधून काढले ज्यामध्ये पदार्थाच्या निरंतर निर्मितीमुळे पदार्थाची घनता स्थिर राहते, ही प्रक्रिया त्याने विश्वशास्त्रीय स्थिरांकाशी संबंधित केली. त्याने पेपरमध्ये म्हटल्याप्रमाणे, "पुढील काय, मी समीकरण (1) च्या समाधानाकडे लक्ष वेधून घेऊ इच्छितो जे हबेलच्या sic तथ्यांसाठी खाते असू शकते आणि ज्यामध्ये घनता कालांतराने स्थिर असते" ... " जर एखाद्याने भौतिकदृष्ट्या बंधनकारक आकारमानाचा विचार केला तर, पदार्थाचे कण सतत ते सोडत असतील. घनता स्थिर राहण्यासाठी, पदार्थाचे नवीन कण अवकाशातून खंडात सतत तयार केले पाहिजेत."

अशाप्रकारे असे दिसून येते की आइन्स्टाईनने हॉयल, बॉंडी आणि गोल्डच्या अनेक वर्षांपूर्वी विस्तारणाऱ्या विश्वाचे स्थिर-स्थितीचे मॉडेल मानले होते. 251 252 तथापि, आइन्स्टाईनच्या स्थिर-स्थिती मॉडेलमध्ये एक मूलभूत दोष होता आणि त्याने ही कल्पना त्वरीत सोडून दिली. 249 250 253

ऊर्जा गती स्यूडोटेन्सर

सामान्य सापेक्षतेमध्ये डायनॅमिकल स्पेसटाइम समाविष्ट आहे, म्हणून संरक्षित ऊर्जा आणि गती कशी ओळखायची हे पाहणे कठीण आहे. नोथेरचे प्रमेय हे प्रमाण लॅग्रॅन्गियन वरून भाषांतर इन्व्हेरिअन्ससह निर्धारित करण्यास अनुमती देते, परंतु सामान्य सहप्रसरणामुळे अनुवादाची भिन्नता गेज सममितीमध्ये बदलते. नोथेरच्या प्रिस्क्रिप्शनद्वारे सामान्य सापेक्षतेमध्ये प्राप्त केलेली ऊर्जा आणि गती या कारणास्तव वास्तविक टेन्सर बनवत नाही.

आईन्स्टाईनने असा युक्तिवाद केला की हे एका मूलभूत कारणास्तव खरे आहे: गुरुत्वीय क्षेत्र निर्देशांकांच्या निवडीद्वारे नाहीसे केले जाऊ शकते. नॉन-कोव्हेरिअंट एनर्जी मोमेंटम स्यूडोटेन्सर हे खरे तर गुरुत्वाकर्षण क्षेत्रातील उर्जेच्या संवेग वितरणाचे सर्वोत्तम वर्णन असल्याचे त्यांनी सांगितले. हा दृष्टिकोन Lev Landau आणि Evgeny Lifshitz आणि इतरांनी प्रतिध्वनी केला आहे आणि तो मानक बनला आहे.

वर्महोल्स

1935 मध्ये, आइन्स्टाईनने वर्महोलचे मॉडेल तयार करण्यासाठी नॅथन रोसेन यांच्याशी सहकार्य केले, ज्याला बऱ्याचदा आइन्स्टाईन-रोसेन ब्रिज म्हणतात. "गुरुत्वीय क्षेत्र प्राथमिक कणांच्या घटनेत महत्त्वाची भूमिका बजावतात का?" या पेपरमध्ये दिलेल्या कार्यक्रमाच्या अनुषंगाने गुरुत्वाकर्षण क्षेत्र समीकरणांचे निराकरण म्हणून चार्जसह प्राथमिक कणांचे मॉडेल बनवणे ही त्यांची प्रेरणा होती. या सोल्युशन्सने दोन पॅचेसमधील पूल बनवण्यासाठी श्वार्झचाइल्ड ब्लॅक होल कापून पेस्ट केले.

जर वर्महोलचे एक टोक सकारात्मक चार्ज केले असेल तर दुसरे टोक नकारात्मक चार्ज होईल. या गुणधर्मांमुळे आइन्स्टाईनला असा विश्वास वाटला की कण आणि प्रतिकणांच्या जोडीचे वर्णन अशा प्रकारे केले जाऊ शकते.

आइन्स्टाईन-कार्टन सिद्धांत

सामान्य सापेक्षतेमध्ये स्पिनिंग पॉईंट कणांचा समावेश करण्यासाठी, टॉर्शन नावाचा अँटीसिमेट्रिक भाग समाविष्ट करण्यासाठी ॲफिन कनेक्शनचे सामान्यीकरण करणे आवश्यक आहे. हा बदल आइन्स्टाईन आणि कार्टन यांनी 1920 मध्ये केला होता.

गतीची समीकरणे

सामान्य सापेक्षतेच्या सिद्धांतामध्ये एक मूलभूत नियम आहे - आइन्स्टाईन फील्ड समीकरण, जे स्पेस वक्र कसे वर्णन करतात. जिओडेसिक समीकरण, जे कण कसे हलतात याचे वर्णन करते, हे आइन्स्टाईन फील्ड समीकरणांमधून घेतले जाऊ शकते.

सामान्य सापेक्षतेची समीकरणे नॉन-रेखीय असल्याने, कृष्णविवराप्रमाणे शुद्ध गुरुत्वाकर्षण क्षेत्रापासून बनवलेल्या ऊर्जेचा एक ढेकूळ एखाद्या मार्गावर फिरेल जो नवीन कायद्याने नव्हे तर स्वतः आइन्स्टाईन क्षेत्रीय समीकरणांद्वारे निर्धारित केला जातो. म्हणून आइन्स्टाईनने असा प्रस्ताव मांडला की कृष्णविवराप्रमाणे एकवचन द्रावणाचा मार्ग सामान्य सापेक्षतेतूनच भूगर्भीय असेल. हे आइन्स्टाईन, इन्फेल्ड आणि हॉफमन यांनी टोकदार संवेग नसलेल्या बिंदूसारख्या वस्तूंसाठी आणि रॉय केर यांनी फिरत्या वस्तूंसाठी स्थापित केले होते.

जुना क्वांटम सिद्धांत

1905 च्या एका पेपरमध्ये, 210 आइन्स्टाईनने असे मांडले की प्रकाशातच स्थानिकीकृत कण (क्वांटा) असतात. मॅक्स प्लँक आणि नील्स बोहर यांच्यासह सर्व भौतिकशास्त्रज्ञांनी आइन्स्टाईनचा प्रकाश क्वांटा जवळजवळ सर्वत्र नाकारला होता. रॉबर्ट मिलिकनच्या फोटोइलेक्ट्रिक प्रभावावरील तपशीलवार प्रयोगांसह आणि कॉम्प्टन स्कॅटरिंगच्या मोजमापाने ही कल्पना केवळ 1919 मध्ये सर्वत्र स्वीकारली गेली.

आइन्स्टाईनने निष्कर्ष काढला की फ्रिक्वेंसी f ची प्रत्येक लहर प्रत्येकी hf ऊर्जा असलेल्या फोटॉनच्या संग्रहाशी संबंधित आहे, जेथे h प्लँकचा स्थिरांक आहे. तो जास्त काही सांगत नाही, कारण कणांचा लहरीशी कसा संबंध आहे याची त्याला खात्री नाही. परंतु तो असे सुचवतो की ही कल्पना काही प्रयोगात्मक परिणाम स्पष्ट करेल, विशेषतः फोटोइलेक्ट्रिक प्रभाव.

परिमाणित अणु कंपन

1907 मध्ये, आइन्स्टाईनने पदार्थाचे एक मॉडेल मांडले जेथे जाळीच्या संरचनेतील प्रत्येक अणू स्वतंत्र हार्मोनिक ऑसिलेटर आहे. आइन्स्टाईन मॉडेलमध्ये, प्रत्येक अणू स्वतंत्रपणे दोलन करतो—प्रत्येक ऑसिलेटरसाठी समान अंतर असलेल्या क्वांटाइज्ड अवस्थांची मालिका. आईन्स्टाईनला हे माहित होते की वास्तविक दोलनांची वारंवारता मिळवणे कठीण आहे, परंतु तरीही त्यांनी हा सिद्धांत मांडला कारण हे विशेषतः स्पष्ट प्रात्यक्षिक होते की क्वांटम मेकॅनिक्स शास्त्रीय यांत्रिकीमधील विशिष्ट उष्णता समस्या सोडवू शकतात. पीटर डेबीने हे मॉडेल परिष्कृत केले.

ॲडियाबॅटिक तत्त्व आणि क्रिया-कोन चल

1910 च्या दशकात, क्वांटम मेकॅनिक्सने अनेक वेगवेगळ्या प्रणालींचा व्याप्ती वाढवली. अर्नेस्ट रदरफोर्डने न्यूक्लियसचा शोध लावल्यानंतर आणि इलेक्ट्रॉन ग्रहांप्रमाणेच फिरतात असे प्रस्तावित केल्यानंतर, नील्स बोहर हे दाखवू शकले की प्लँकने सादर केलेले आणि आइन्स्टाईनने विकसित केलेले समान क्वांटम मेकॅनिकल पोस्ट्युलेट्स अणूंमधील इलेक्ट्रॉनच्या वेगळ्या गतीचे स्पष्टीकरण देतील आणि घटकांचे नियतकालिक सारणी.

आइन्स्टाईनने या घडामोडींना विल्हेल्म विएन यांनी 1898 च्या युक्तिवादांशी जोडून योगदान दिले. विएनने हे दाखवून दिले होते की थर्मल समतोल अवस्थेच्या ॲडिबॅटिक इनव्हेरिअन्सच्या गृहीतकामुळे वेगवेगळ्या तापमानावरील सर्व ब्लॅकबॉडी वक्र एका साध्या स्थलांतर प्रक्रियेद्वारे एकमेकांपासून मिळू शकतात. आईन्स्टाईनने 1911 मध्ये नमूद केले की समान ॲडिबॅटिक तत्त्व हे दर्शविते की कोणत्याही यांत्रिक गतीमध्ये परिमाणित केलेले प्रमाण हे ॲडियाबॅटिक अपरिवर्तनीय असणे आवश्यक आहे. अर्नॉल्ड सॉमरफेल्ड यांनी हे ॲडियॅबॅटिक अपरिवर्तनीय अभिजात यांत्रिकी क्रिया व्हेरिएबल म्हणून ओळखले.

बोस-आईन्स्टाईन आकडेवारी

1924 मध्ये, आइन्स्टाईन यांना भारतीय भौतिकशास्त्रज्ञ सत्येंद्र नाथ बोस यांच्याकडून सांख्यिकीय मॉडेलचे वर्णन प्राप्त झाले, जे मोजणी पद्धतीवर आधारित होते ज्याने असे मानले होते की प्रकाश हा अभेद्य कणांचा वायू म्हणून समजला जाऊ शकतो. आइन्स्टाईनने नमूद केले की बोसची आकडेवारी काही अणूंवर तसेच प्रस्तावित प्रकाश कणांवर लागू होते आणि बोसच्या पेपरचे त्यांचे भाषांतर Zeitschrift für Physik ला सादर केले. आईनस्टाईनने मॉडेल आणि त्याचे परिणाम यांचे वर्णन करणारे स्वतःचे लेख देखील प्रकाशित केले, त्यापैकी बोस-आइन्स्टाईन कंडेन्सेट घटना ज्यामध्ये काही कण अत्यंत कमी तापमानात दिसले पाहिजेत. बोल्डर येथील कोलोरॅडो विद्यापीठातील NIST-JILA प्रयोगशाळेत तयार केलेल्या अल्ट्रा-कूलिंग उपकरणांचा वापर करून एरिक ॲलिन कॉर्नेल आणि कार्ल वाईमन यांनी प्रायोगिकरित्या अशा प्रकारचा कंडेन्सेट 1995 पर्यंत तयार केला होता. बोस-आइन्स्टाईन आकडेवारीचा वापर आता बोसॉनच्या कोणत्याही असेंबलीच्या वर्तनाचे वर्णन करण्यासाठी केला जातो. या प्रकल्पासाठी आईन्स्टाईनची रेखाचित्रे लीडेन युनिव्हर्सिटीच्या लायब्ररीतील आइन्स्टाईन आर्काइव्हमध्ये दिसू शकतात.

तरंग-कण द्वैत

जरी पेटंट कार्यालयाने 1906 मध्ये आईन्स्टाईनला तांत्रिक परीक्षक द्वितीय श्रेणीत पदोन्नती दिली, तरीही त्यांनी शिक्षण सोडले नाही. 1908 मध्ये, ते बर्न विद्यापीठात प्रायव्हेटडोझंट झाले. "Über die Entwicklung unserer Anschauungen über das Wesen und die Konstitution der Strahlung" ("किरणोत्सर्गाच्या रचना आणि सारावरील आमच्या दृश्यांचा विकास") मध्ये, प्रकाशाच्या परिमाणीकरणावर आणि 1909 च्या आधीच्या पेपरमध्ये, आइन्स्टाईनने दाखवले की मॅक्स प्लँकच्या उर्जा क्वांटामध्ये सु-परिभाषित मोमेंटा असणे आवश्यक आहे आणि काही बाबतीत ते स्वतंत्र, बिंदूसारखे कण म्हणून कार्य करतात. या पेपरने फोटॉन संकल्पना मांडली (जरी

फोटॉन हे नाव नंतर गिल्बर्ट एन. लुईस यांनी 1926 मध्ये मांडले होते) आणि क्वांटम मेकॅनिक्समध्ये वेव्ह-पार्टिकल द्वैत या कल्पनेला प्रेरणा दिली. आइन्स्टाईनने किरणोत्सर्गातील ही तरंग-कण द्वैतता भौतिकशास्त्राला नवीन, एकसंध पायाची गरज असल्याच्या त्याच्या खात्रीचा ठोस पुरावा म्हणून पाहिला.

शून्य-बिंदू ऊर्जा

1911 ते 1913 पर्यंत पूर्ण झालेल्या कामांच्या मालिकेत, प्लँकने त्याच्या 1900 क्वांटम सिद्धांतात सुधारणा केली आणि त्याच्या "सेकंड क्वांटम सिद्धांत" मध्ये शून्य-बिंदू उर्जेची कल्पना मांडली. लवकरच, या कल्पनेने आइनस्टाईन आणि त्याचा सहाय्यक ओटो स्टर्न यांचे लक्ष वेधून घेतले. डायटॉमिक रेणूंच्या फिरत्या उर्जेमध्ये शून्य-बिंदू ऊर्जा असते असे गृहीत धरून, त्यांनी नंतर प्रायोगिक डेटासह हायड्रोजन वायूच्या सैद्धांतिक विशिष्ट उष्णतेची तुलना केली. अंक छान जुळले. तथापि, निष्कर्ष प्रकाशित केल्यानंतर, त्यांनी ताबडतोब त्यांचा पाठिंबा काढून घेतला, कारण त्यांना शून्य-बिंदू उर्जेच्या कल्पनेच्या अचूकतेवर विश्वास राहिलेला नाही.

उत्तेजित उत्सर्जन

1917 मध्ये, सापेक्षतेवरील त्यांच्या कामाच्या उंचीवर, आइन्स्टाईनने फिजिकलिश झेटस्क्रिफ्टमध्ये एक लेख प्रकाशित केला ज्यामध्ये उत्तेजित उत्सर्जनाची शक्यता, भौतिक प्रक्रिया ज्यामुळे मेसर आणि लेसर शक्य होते. या लेखात असे दिसून आले आहे की प्रकाशाचे शोषण आणि उत्सर्जनाची आकडेवारी केवळ प्लँकच्या वितरण कायद्याशी सुसंगत असेल जर n फोटॉन असलेल्या मोडमध्ये प्रकाशाचे उत्सर्जन रिक्त मोडमध्ये प्रकाशाच्या उत्सर्जनाच्या तुलनेत सांख्यिकीयदृष्ट्या वाढविले जाईल. हा पेपर क्वांटम मेकॅनिक्सच्या नंतरच्या विकासामध्ये प्रचंड प्रभावशाली होता, कारण अणु संक्रमणाच्या आकडेवारीत साधे कायदे आहेत हे दाखवणारा हा पहिला पेपर होता.

पदार्थ लहरी

आईनस्टाईनने लुई डी ब्रॉग्लीचे कार्य शोधून काढले आणि त्यांच्या कल्पनांना समर्थन दिले, जे सुरुवातीला संशयास्पदरित्या प्राप्त झाले. या काळातील दुसऱ्या मोठ्या पेपरमध्ये, आइन्स्टाईनने डी ब्रॉग्ली लहरींसाठी एक वेव्ह समीकरण दिले, जे आइनस्टाईनने सुचवले होते मॅकॅनिक्सचे हॅमिल्टन-जेकोबी समीकरण. हा पेपर श्रोडिंगरच्या 1926 च्या कार्याला प्रेरणा देईल.

क्वांटम मेकॅनिक्स

आईन्स्टाईनने क्वांटम सिद्धांत विकसित करण्यात मोठी भूमिका बजावली, ज्याची सुरुवात त्यांच्या फोटोइलेक्ट्रिक प्रभावावरील 1905 च्या पेपरपासून झाली. तथापि, ते आधुनिक क्वांटम मेकॅनिक्सवर नाराज झाले कारण ते 1925 नंतर विकसित झाले होते, इतर भौतिकशास्त्रज्ञांनी ते मान्य केले तरीही. त्याला शंका होती की क्वांटम मेकॅनिक्सची यादृच्छिकता निर्धारवादाच्या परिणामापेक्षा मूलभूत आहे, देव "पाशी खेळत नाही" असे सांगत होता. त्यांच्या आयुष्याच्या शेवटपर्यंत, त्यांनी क्वांटम मेकॅनिक्स अपूर्ण असल्याचे कायम ठेवले.

बोहर विरुद्ध आइनस्टाईन

बोहर-आईनस्टाईन वादविवाद हे आईन्स्टाईन आणि नील्स बोहर यांच्यातील क्वांटम मेकॅनिक्सबद्दल सार्वजनिक विवादांची मालिका होती, जे त्याचे दोन संस्थापक होते. त्यांच्या वादविवादांना विज्ञानाच्या तत्वज्ञानाच्या महत्त्वामुळे लक्षात ठेवले जाते. त्यांचे वादविवाद क्वांटम मेकॅनिक्सच्या नंतरच्या व्याख्यांवर परिणाम करतील.

आइन्स्टाईन-पोडॉल्स्की-रोसेन विरोधाभास

1935 मध्ये, आइन्स्टाईन क्वांटम मेकॅनिक्सकडे परत आले, विशेषतः त्याच्या पूर्णतेच्या प्रश्नावर, बोरिस पोडॉल्स्की आणि नॅथन रोसेन यांच्या सहकार्याने जे ईपीआर विरोधाभास म्हणून ओळखले जाईल ते मांडले. एका विचार प्रयोगात, त्यांनी दोन कणांचा विचार केला, ज्यांनी अशा प्रकारे परस्परसंवाद केला की त्यांचे गुणधर्म दृढपणे परस्परसंबंधित होते. दोन कण कितीही अंतरावर विभक्त झाले असले तरी, एका कणावरील अचूक स्थान मोजल्यामुळे दुसऱ्या कणाच्या स्थितीचे तितकेच अचूक ज्ञान मिळेल; त्याचप्रमाणे, एका कणाच्या अचूक संवेग मापनामुळे दुसऱ्या कणाच्या संवेगाचे तितकेच अचूक ज्ञान मिळेल, इतर कणाला कोणत्याही प्रकारे त्रास न देता.

आइन्स्टाईनची स्थानिक वास्तववादाची संकल्पना लक्षात घेता, दोन शक्यता होत्या: (१) एकतर इतर कणाचे हे गुणधर्म आधीच ठरलेले होते किंवा (२) पहिल्या कणाचे मोजमाप करण्याच्या प्रक्रियेने दुसऱ्या कणाच्या स्थिती आणि गतीच्या वास्तवावर तात्काळ परिणाम केला. आइन्स्टाईनने ही दुसरी शक्यता नाकारली (लोकप्रियपणे "स्पूकी ॲक्शन ॲट अ अंतर" असे म्हणतात).

आइन्स्टाईनच्या स्थानिक वास्तववादावरील विश्वासामुळे त्याला असे प्रतिपादन केले की, क्वांटम मेकॅनिक्सची शुद्धता प्रश्नात नसली तरी ती अपूर्ण असली पाहिजे. परंतु भौतिक तत्व म्हणून, 1982 च्या आस्पेक्ट प्रयोगाने बेलच्या प्रमेयाची पुष्टी केली तेव्हा स्थानिक वास्तववाद चुकीचा असल्याचे दर्शविले गेले, जे जेएस बेल यांनी 1964 मध्ये वर्णन केले होते. या आणि त्यानंतरच्या प्रयोगांचे परिणाम हे दर्शवतात की क्वांटम भौतिकशास्त्र कोणत्याही आवृत्तीद्वारे प्रस्तुत केले जाऊ शकत नाही. भौतिकशास्त्राचे चित्र ज्यामध्ये "कणांना जोडलेले स्वतंत्र शास्त्रीय-सदृश अस्तित्व मानले जाते, प्रत्येक ते विभक्त झाल्यानंतर एकमेकांशी संवाद साधू शकत नाहीत."

जरी आइन्स्टाईन स्थानिक वास्तववादाबद्दल चुकीचे होते, तरीही त्याच्या विरुद्ध, अडकलेल्या क्वांटम अवस्थेतील असामान्य गुणधर्मांबद्दलचे त्यांचे स्पष्ट भाकीत, EPR पेपर हे फिजिकल रिव्ह्यूमध्ये प्रकाशित झालेल्या सर्वात प्रभावशाली पेपरमध्ये बनले आहे. हा

क्वांटम माहिती सिद्धांताच्या विकासाचा केंद्रबिंदू मानला जातो.

युनिफाइड फील्ड सिद्धांत

सामान्य सापेक्षतेवरील त्यांच्या संशोधनानंतर, आइन्स्टाईनने त्यांच्या गुरुत्वाकर्षणाच्या सिद्धांताचे सामान्यीकरण करण्याचा प्रयत्न केला आणि इलेक्ट्रोमॅग्नेटिझमला एकाच घटकाचे पैलू म्हणून समाविष्ट केले. 1950 मध्ये, त्यांनी "ऑन द जनरलाइज्ड थिअरी ऑफ ग्रॅव्हिटेशन" नावाच्या एका वैज्ञानिक अमेरिकन लेखात त्यांच्या "युनिफाइड फील्ड थिअरी" चे वर्णन केले. या कामाबद्दल त्यांचे कौतुक होत असले तरी शेवटी त्यांचे प्रयत्न अयशस्वी ठरले. विशेष म्हणजे, आइन्स्टाईनच्या एकीकरण प्रकल्पात मजबूत आणि कमकुवत आण्विक शक्तींना सामावून घेतले गेले नाही, त्यांच्या मृत्यूनंतर अनेक वर्षांपर्यंत यापैकी एकही समजला नव्हता. मुख्य प्रवाहातील भौतिकशास्त्राने आईन्स्टाईनच्या एकीकरणाच्या दृष्टिकोनाकडे दुर्लक्ष केले असले तरी, आइन्स्टाईनच्या कार्याने प्रत्येक गोष्टीच्या सिद्धांतासाठी आधुनिक शोधांना प्रेरित केले आहे, विशेषतः स्ट्रिंग सिद्धांत, जेथे भौमितिक क्षेत्रे एका एकीकृत क्वांटम-मेकॅनिकल सेटिंगमध्ये उदयास येतात.

आइन्स्टाईन-डी हास प्रयोग

आइन्स्टाईन आणि डी हास यांनी दाखवून दिले की चुंबकीकरण इलेक्ट्रॉनच्या गतीमुळे होते, आजकाल स्पिन म्हणून ओळखले जाते. हे दर्शविण्यासाठी, त्यांनी टॉर्शन पेंडुलमवर निलंबित केलेल्या लोखंडी पट्टीमध्ये चुंबकीकरण उलट केले. त्यांनी पुष्टी केली की यामुळे बार फिरतो, कारण चुंबकीकरण बदलत असताना इलेक्ट्रॉनचा कोनीय संवेग बदलतो. हा प्रयोग संवेदनशील असणे आवश्यक आहे कारण इलेक्ट्रॉनशी संबंधित कोनीय संवेग लहान आहे, परंतु हे निश्चितपणे स्थापित केले आहे की चुंबकीकरणासाठी काही प्रकारचे इलेक्ट्रॉन गती जबाबदार आहे.

श्रोडिंगर गॅस मॉडेल

आइनस्टाईनने एर्विन श्रोडिंगरला सुचवले की तो बॉक्सचा विचार करून बोस-आइन्स्टाईन वायूची आकडेवारी पुनरुत्पादित करू शकेल. नंतर बॉक्समधील कणाच्या प्रत्येक संभाव्य क्वांटम गतीशी स्वतंत्र हार्मोनिक ऑसिलेटर संलग्न करा. या oscillators परिमाणे, प्रत्येक स्तर एक पूर्णांक व्यवसाय संख्या असेल, जे त्यातील कणांची संख्या असेल. उद्धरण आवश्यक

हे फॉर्म्युलेशन दुसऱ्या क्वांटायझेशनचा एक प्रकार आहे, परंतु ते आधुनिक क्वांटम मेकॅनिक्सच्या आधीचे आहे. अर्विन श्रोडिंगरने अर्धशास्त्रीय आदर्श वायूचे थर्मोडायनामिक गुणधर्म मिळविण्यासाठी याचा वापर केला. श्रोडिंगरने आईन्स्टाईन यांना त्यांचे नाव सह-लेखक म्हणून जोडण्याची विनंती केली, तरीही आइनस्टाईनने आमंत्रण नाकारले.

आइन्स्टाईन रेफ्रिजरेटर

1926 मध्ये, आइन्स्टाईन आणि त्यांचे माजी विद्यार्थी लिओ झिलार्ड यांनी आइन्स्टाईन रेफ्रिजरेटरचा सह-शोध लावला (आणि 1930 मध्ये, पेटंट केले). हे शोषक रेफ्रिजरेटर कोणतेही हलणारे भाग नसल्यामुळे आणि फक्त उष्णता इनपुट म्हणून वापरण्यासाठी क्रांतिकारक होते. 11 नोव्हेंबर 1930 रोजी, रेफ्रिजरेटरसाठी यूएस पेटंट 1,781,541 आइन्स्टाईन आणि लिओ झिलार्ड यांना देण्यात आले. त्यांचा शोध ताबडतोब व्यावसायिक उत्पादनात लावला गेला नाही आणि त्यांच्या पेटंटपैकी सर्वात आशाजनक स्वीडिश कंपनी इलेक्ट्रोलक्सने विकत घेतले.

अशास्त्रीय वारसा

प्रवास करत असताना, आईन्स्टाईनने आपली पत्नी एल्सा यांना दररोज पत्र लिहिले आणि मार्गोट आणि इल्से या सावत्र मुलींना दत्तक घेतले. जेरुसलेमच्या हिब्रू विद्यापीठाला दिलेल्या कागदपत्रांमध्ये ही पत्रे समाविष्ट होती. मार्गोट आइन्स्टाईन यांनी वैयक्तिक पत्रे लोकांसाठी उपलब्ध करून देण्याची परवानगी दिली, परंतु तिच्या मृत्यूनंतर वीस वर्षांपर्यंत (ती 1986 मध्ये मरण पावली) अशी विनंती केली. हिब्रू विद्यापीठाच्या अल्बर्ट आइनस्टाईन आर्काइव्हजच्या बार्बरा वोल्फ यांनी बीबीसीला सांगितले की 1912 ते 1955 दरम्यान सुमारे 3,500 पानांचा खाजगी पत्रव्यवहार लिहिलेला आहे.

कॅलिफोर्नियातील फेडरल डिस्ट्रिक्ट कोर्टात 2015 मध्ये आइन्स्टाईनच्या प्रसिद्धीच्या अधिकारावर खटला भरला गेला. जरी न्यायालयाने सुरुवातीला हा अधिकार संपुष्टात आणला होता, त्या निर्णयावर ताबडतोब अपील करण्यात आले आणि नंतर हा निर्णय संपूर्णपणे रद्द करण्यात आला. त्या खटल्यातील पक्षांमधील अंतर्निहित दावे शेवटी निकाली काढण्यात आले. अधिकार लागू करण्यायोग्य आहे, आणि जेरुसलेमचे हिब्रू विद्यापीठ हे त्या अधिकाराचे विशेष प्रतिनिधी आहे. कॉर्बिस, द रॉजर रिचमन एजन्सीचे उत्तराधिकारी, विद्यापीठासाठी एजंट म्हणून त्यांचे नाव आणि संबंधित प्रतिमा वापरण्यास परवाना देतात.

न्यूझीलंडच्या पापारोआ पर्वतरांगातील माउंट आइन्स्टाईनचे नाव 1970 मध्ये वैज्ञानिक आणि औद्योगिक संशोधन विभागाने ठेवले होते.

लोकप्रिय संस्कृतीत

1919 मध्ये त्यांच्या सामान्य सापेक्षतेच्या सिद्धांताच्या पुष्टीपासून सुरुवात करून, २८१ २८२ आइन्स्टाईन सर्वात प्रसिद्ध वैज्ञानिक सेलिब्रिटींपैकी एक बनले. सामान्य लोकांना त्यांच्या कार्याची फारशी माहिती नसतानाही, त्यांची व्यापक ओळख झाली आणि त्यांना प्रशंसा

आणि प्रसिद्धी मिळाली. दुसऱ्या महायुद्धाच्या आधीच्या काळात, द न्यूयॉर्करने त्यांच्या "द टॉक ऑफ द टाऊन" वैशिष्ट्यात एक शब्दचित्र प्रकाशित केले होते की, आइन्स्टाईन अमेरिकेत इतके प्रसिद्ध होते की त्यांनी "त्या सिद्धांताचे स्पष्टीकरण द्यावे असे लोक त्यांना रस्त्यावर थांबवतील. " सततच्या चौकशीला हाताळण्याचा एक मार्ग त्याने शेवटी शोधून काढला. त्याने आपल्या चौकशीकर्त्यांना सांगितले, "मला माफ करा, माफ करा! नेहमी मी प्रोफेसर आइन्स्टाईन समजतो."

आइन्स्टाईन अनेक कादंबऱ्या, चित्रपट, नाटके आणि संगीताच्या कामांचा विषय किंवा प्रेरणा आहेत. 285 अनुपस्थित मनाच्या प्राध्यापकांच्या चित्रणासाठी तो एक आवडता मॉडेल आहे; त्याचा अर्थपूर्ण चेहरा आणि विशिष्ट केशरचना मोठ्या प्रमाणात कॉपी आणि अतिशयोक्तीपूर्ण केली गेली आहे. टाइम मॅगझिनच्या फ्रेडरिक गोल्डनने लिहिले की आइन्स्टाईन "व्यंगचित्रकाराचे स्वप्न पूर्ण झाले" होते.

पुरस्कार आणि सन्मान

आइन्स्टाईन यांना अनेक पुरस्कार आणि सन्मान मिळाले आणि 1922 मध्ये त्यांना "सैद्धांतिक भौतिकशास्त्रातील त्यांच्या सेवांसाठी आणि विशेषतः फोटोइलेक्ट्रिक प्रभावाच्या कायद्याच्या शोधासाठी" भौतिकशास्त्रातील 1921 चे नोबेल पारितोषिक देण्यात आले. 1921 मधील कोणत्याही नामांकनाने अल्फ्रेड नोबेलने निर्धारित केलेल्या निकषांची पूर्तता केली नाही, म्हणून 1921 चे पारितोषिक पुढे नेण्यात आले आणि 1922 मध्ये आइन्स्टाईन यांना देण्यात आले.

2

मायकेल फॅरेडे

मायकेल फॅरेडे

Top Scientists

Scan for Story Videos - www.itibook.com

मायकेल फॅराडे एफआरएससप्टेंबर 1791 - 25 ऑगस्ट 1867) हे एक इंग्लिश शास्त्रज्ञ होते ज्यांनी इलेक्ट्रोमॅग्नेटिझम आणि इलेक्ट्रोकेमिस्ट्रीच्या अभ्यासात योगदान दिले. त्याच्या मुख्य शोधांमध्ये इलेक्ट्रोमॅग्नेटिक इंडक्शन, डायमॅग्नेटिझम आणि इलेक्ट्रोलिसिस या तत्वांचा समावेश होतो.

फॅरेडे यांना थोडे औपचारिक शिक्षण मिळाले असले तरी ते इतिहासातील सर्वात प्रभावशाली शास्त्रज्ञांपैकी एक होते. थेट प्रवाह वाहून नेणाऱ्या कंडक्टरच्या आजूबाजूच्या चुंबकीय क्षेत्रावरील संशोधनामुळेच फॅराडेने भौतिकशास्त्रातील विद्युत चुंबकीय क्षेत्राच्या संकल्पनेचा

आधार तयार केला. फॅराडे यांनी हे देखील स्थापित केले की चुंबकत्व प्रकाशाच्या किरणांवर परिणाम करू शकते आणि दोन घटनांमध्ये अंतर्निहित संबंध आहे. त्याचप्रमाणे त्यांनी इलेक्ट्रोमॅग्नेटिक इंडक्शन, डायमॅग्नेटिझम आणि इलेक्ट्रोलिसिसचे नियम शोधले. त्याच्या इलेक्ट्रोमॅग्नेटिक रोटरी उपकरणांच्या शोधामुळे इलेक्ट्रिक मोटर तंत्रज्ञानाचा पाया तयार झाला आणि त्याच्या प्रयत्नांमुळेच वीज तंत्रज्ञानाच्या वापरासाठी व्यावहारिक बनली.

रसायनशास्त्रज्ञ म्हणून, फॅराडेने बेंझिनचा शोध लावला, क्लोरीनच्या क्लॅथ्रेट हायड्रेटचा शोध लावला, बनसेन बर्नरचे प्रारंभिक स्वरूप आणि ऑक्सिडेशन क्रमांकांची प्रणाली शोधून काढली आणि "एनोड", "कॅथोड", "इलेक्ट्रोड" आणि "आयन" सारख्या संज्ञा लोकप्रिय केल्या. . फॅरेडे अखेरीस रॉयल इन्स्टिट्यूटमध्ये रसायनशास्त्राचे पहिले आणि प्रमुख फुलेरियन प्राध्यापक बनले, एक आजीवन पद.

फॅराडे हे एक उत्कृष्ट प्रयोगवादी होते ज्याने आपल्या कल्पना स्पष्ट आणि सोप्या भाषेत व्यक्त केल्या; तथापि, त्याची गणितीय क्षमता त्रिकोणमितीपर्यंत वाढली नाही आणि ती सर्वात सोप्या बीजगणितापर्यंत मर्यादित होती. जेम्स क्लर्क मॅक्सवेलने फॅराडे आणि इतरांचे कार्य घेतले आणि समीकरणांच्या संचामध्ये त्याचा सारांश दिला जो विद्युत चुंबकीय घटनेच्या सर्व आधुनिक सिद्धांतांचा आधार म्हणून स्वीकारला जातो. फॅरेडेच्या शक्तीच्या रेषांच्या वापरावर, मॅक्सवेलने लिहिले की ते फॅराडे दाखवतात "वास्तविक एक अतिशय उच्च क्रमाचा गणितज्ञ होता - ज्यांच्याकडून भविष्यातील गणितज्ञ बहुमोल आणि सुपीक पद्धती मिळवू शकतात." एसआय युनिट त्याच्या सन्मानार्थ कॅपेसिटन्सचे नाव देण्यात आले आहे: फॅराड.

अल्बर्ट आइनस्टाइनने त्यांच्या अभ्यासाच्या भिंतीवर आर्थर शोपेनहॉअर आणि जेम्स क्लर्क मॅक्सवेल यांच्या चित्रांसह फॅराडेचे चित्र ठेवले होते. भौतिकशास्त्रज्ञ अर्नेस्ट रदरफोर्ड म्हणाले, "जेव्हा आपण त्याच्या शोधांची विशालता आणि व्याप्ती आणि विज्ञान आणि उद्योगाच्या प्रगतीवर त्यांचा प्रभाव विचारात घेतो, तेव्हा फॅराडे यांच्या स्मृतीस द्यायला इतका मोठा सन्मान नाही, जो सर्वांत महान वैज्ञानिक शोधकांपैकी एक आहे. वेळ."

मायकेल फॅरेडे यांचा जन्म 22 सप्टेंबर 1791 रोजी न्यूइंग्टन बट्स, सरे येथे झाला (जो आता लंडन बरो ऑफ साउथवार्कचा भाग आहे). 8 त्यांच्या कुटुंबाची अवस्था ठीक नव्हती. त्याचे वडील, जेम्स, ख्रिश्चन धर्माच्या ग्लासाइट पंथाचे सदस्य होते. जेम्स फॅराडे यांनी 1790 च्या हिवाळ्यात वेस्टमोरलॅंडमधील आउटगिल येथून आपली पत्नी आणि दोन मुले लंडनला हलवली, जिथे तो गावातील लोहाराचा शिकाऊ होता. मायकेलचा जन्म त्या वर्षीच्या शरद ऋतूत झाला होता. तरुण मायकेल फॅरेडे, जो चार मुलांपैकी तिसरा होता, फक्त सर्वात प्राथमिक शालेय शिक्षण घेतलेला होता, त्याला स्वतःला शिक्षित करावे लागले.

वयाच्या 14 व्या वर्षी तो जॉर्ज रीबाऊ, स्थानिक बुकबाइंडर आणि ब्लॅंडफोर्ड स्ट्रीटमधील पुस्तक विक्रेत्याचा शिकाऊ झाला. आपल्या सात वर्षांच्या शिकाऊपणाच्या काळात फॅराडेने आयझॅक वॅट्सच्या द इम्प्रूव्हमेंट ऑफ द माइंडसह अनेक पुस्तके वाचली आणि त्यामध्ये असलेली तत्त्वे आणि सूचना त्यांनी उत्साहाने अंमलात आणल्या. त्याला विज्ञानात, विशेषतः विजेमध्ये रस निर्माण झाला. फॅरेडे विशेषतः जेन मार्सेटच्या कॉन्व्हर्सेशन ऑन केमिस्ट्री या पुस्तकातून प्रेरित होते.

प्रौढ जीवन

1812 मध्ये, वयाच्या 20 व्या वर्षी आणि शिक्षणाच्या शेवटी, फॅराडे रॉयल इन्स्टिट्यूशन आणि रॉयल सोसायटीचे प्रख्यात इंग्रजी रसायनशास्त्रज्ञ हम्फ्री डेव्ही आणि सिटी फिलॉसॉफिकल सोसायटीचे संस्थापक जॉन टॅटम यांच्या व्याख्यानांना उपस्थित होते. रॉयल फिलहारमोनिक सोसायटीच्या संस्थापकांपैकी एक असलेल्या विल्यम डान्सने या व्याख्यानांची अनेक तिकिटे फॅराडे यांना दिली होती. त्यानंतर फॅराडेने डेव्हीला या व्याख्यानांच्या दरम्यान घेतलेल्या नोट्सवर आधारित 300 पानांचे पुस्तक पाठवले. डेव्हीचे उत्तर त्वरित, दयाळू आणि अनुकूल होते. 1813 मध्ये, जेव्हा डेव्हीने नायट्रोजन ट्रायक्लोराईडच्या अपघातात त्याची दृष्टी खराब केली तेव्हा त्याने फॅराडेला सहाय्यक म्हणून नियुक्त करण्याचा निर्णय घेतला. योगायोगाने रॉयल इन्स्टिट्यूटच्या सहाय्यकांपैकी एक, जॉन पेने यांना काढून टाकण्यात आले आणि सर हम्फ्री डेव्ही यांना त्यांच्या जागी शोधण्यास सांगितले गेले; अशा प्रकारे त्यांनी 1 मार्च 1813 रोजी फॅरेडे यांची रॉयल इन्स्टिट्यूटमध्ये रासायनिक सहाय्यक म्हणून नियुक्ती केली. लवकरच डेव्हीने फॅराडेकडे नायट्रोजन ट्रायक्लोराईडचे नमुने तयार करण्याचे काम सोपवले आणि ते दोघेही या अतिसंवेदनशील पदार्थाच्या स्फोटात जखमी झाले.

फॅराडेने 12 जून 1821 रोजी सारा बर्नार्ड (1800-1879)शी विवाह केला. ते त्यांच्या कुटुंबियांमार्फत सॅंडेमॅनियन चर्चमध्ये भेटले, आणि त्यांनी लग्न झाल्यानंतर एका महिन्यात सॅन्डेमॅनियन मंडळीसमोर आपला विश्वास कबूल केला. त्यांना मूलबाळ नव्हते.

फॅराडे हा धर्मनिष्ठ ख्रिश्चन होता; त्याचा सॅंडेमॅनियन संप्रदाय हा चर्च ऑफ स्कॉटलंडचा एक भाग होता. बरं, त्याच्या लग्नानंतर, त्यांनी डीकन म्हणून आणि दोन टर्म त्यांच्या तरुणपणाच्या सभा गृहात वडील म्हणून काम केले. त्याचे चर्च बार्बिकनमधील पॉलच्या गल्लीत होते. हे सभागृह 1862 मध्ये बर्न्सबरी ग्रोव्ह, इसलिंग्टन येथे स्थलांतरित झाले; उत्तर लंडनचे हे स्थान होते जेथे फॅरेडे यांनी त्या पदाचा राजीनामा देण्यापूर्वी त्यांच्या दुसऱ्या कार्यकाळातील शेवटची दोन वर्षे वडील म्हणून काम केले होते. चरित्रकारांनी असे नमूद केले आहे की "देव आणि निसर्गाच्या एकतेची तीव्र भावना फॅराडेच्या जीवनात आणि कार्यात व्यापून टाकते."

नंतरचे आयुष्य

जून 1832 मध्ये, ऑक्सफर्ड विद्यापीठाने फॅराडे यांना नागरी कायद्याची मानद डॉक्टर पदवी प्रदान केली. त्याच्या हयातीत, त्याला त्याच्या विज्ञानाच्या सेवेबद्दल ओळख म्हणून नाइटहूडची ऑफर देण्यात आली होती, जी त्याने धार्मिक कारणास्तव नाकारली, असे मानले की संपत्ती जमा करणे आणि सांसारिक बक्षीस मिळवणे हे बायबलच्या शब्दाच्या विरुद्ध आहे, आणि असे सांगून की त्याने राहणे पसंत केले. "साधा मिस्टर फॅरेडे टू द एंड". 1824 मध्ये रॉयल सोसायटीचे फेलो म्हणून निवडून आले, त्यांनी दोनदा अध्यक्ष होण्यास नकार दिला. ते 1833 मध्ये रॉयल इन्स्टिट्यूटमध्ये रसायनशास्त्राचे पहिले फुलेरियन प्राध्यापक बनले.

1832 मध्ये, फॅरेडे अमेरिकन अकादमी ऑफ आर्ट्स अँड सायन्सेसचे परदेशी मानद सदस्य म्हणून निवडले गेले. 1838 मध्ये त्यांची रॉयल स्वीडिश अकादमी ऑफ सायन्सेसचे परदेशी सदस्य म्हणून निवड झाली. 1840 मध्ये त्यांची अमेरिकन फिलॉसॉफिकल सोसायटीमध्ये निवड झाली. 1844 मध्ये फ्रेंच अकादमी ऑफ सायन्सेसमध्ये निवडून आलेल्या आठ परदेशी सदस्यांपैकी ते एक होते. 1849 मध्ये ते नेदरलँड्सच्या रॉयल इन्स्टिट्यूटचे संबंधित सदस्य म्हणून निवडले गेले, जे दोन वर्षांनंतर रॉयल नेदरलँड्स अकादमी ऑफ आर्ट्स अँड सायन्सेस बनले आणि त्यानंतर त्यांना परदेशी सदस्य बनवण्यात आले.

1839 मध्ये फॅराडेला चिंताग्रस्त ब्रेकडाउनचा सामना करावा लागला परंतु अखेरीस ते इलेक्ट्रोमॅग्नेटिझमच्या तपासणीकडे परतले. 1848 मध्ये, प्रिन्स कन्सोर्टच्या प्रतिनिधित्वाच्या परिणामी, फॅरेडे यांना मिडलसेक्समधील हॅम्प्टन कोर्टमध्ये सर्व खर्च आणि देखभाल रहित, कृपा आणि अनुकूल घर देण्यात आले. हे मास्टर मेसनचे घर होते, ज्याला नंतर फॅरेडे हाऊस म्हटले जाते आणि आता क्रमांक 37 हॅम्प्टन कोर्ट रोड. 1858 मध्ये फॅरेडे तेथे राहण्यासाठी निवृत्त झाले.

ब्रिटीश सरकारसाठी अनेक सेवा प्रकल्प प्रदान केल्यामुळे, सरकारने क्रिमियन युद्ध (1853-1856) मध्ये वापरण्यासाठी रासायनिक शस्त्रे तयार करण्याबाबत सल्ला देण्यास सांगितले तेव्हा, फॅराडेने नैतिक कारणे सांगून भाग घेण्यास नकार दिला.

फॅरेडे यांचे वयाच्या 75 व्या वर्षी 25 ऑगस्ट 1867 रोजी हॅम्प्टन कोर्ट येथे त्यांच्या घरी निधन झाले. काही वर्षांपूर्वी त्याने आपल्या मृत्यूनंतर वेस्टमिन्स्टर अॅबे येथे दफन करण्याची ऑफर नाकारली होती, परंतु आयझॅक न्यूटनच्या थडग्याजवळ त्याचा स्मारक फलक आहे. फॅराडे यांना हायगेट स्मशानभूमीच्या असहमत (गैर-अँग्लिकन) विभागात दफन करण्यात आले.

वैज्ञानिक कामगिरी

रसायनशास्त्र

फॅरेडेचे सर्वात पहिले रासायनिक काम हम्फ्री डेव्हीचे सहाय्यक म्हणून होते. फॅरेडे विशेषतः क्लोरीनच्या अभ्यासात गुंतले होते; त्याने क्लोरीन आणि कार्बनची दोन नवीन संयुगे शोधली. त्यांनी वायूंच्या प्रसारावर पहिले ढोबळ प्रयोग देखील केले, ही घटना जॉन डाल्टनने प्रथम निदर्शनास आणून दिली होती. थॉमस ग्रॅहम आणि जोसेफ लॉश्मिट यांनी या घटनेचे भौतिक महत्त्व अधिक पूर्णपणे प्रकट केले. फॅराडेने अनेक वायूंचे द्रवीकरण करण्यात यश मिळवले, स्टीलच्या मिश्रधातूंची तपासणी केली आणि ऑप्टिकल हेतूंसाठी अनेक नवीन प्रकारचे काचेचे उत्पादन केले. या जड चष्म्यांपैकी एकाचा नमुना नंतर ऐतिहासिकदृष्ट्या महत्त्वपूर्ण बनला; जेव्हा काच चुंबकीय क्षेत्रात ठेवली गेली तेव्हा फॅराडेने प्रकाशाच्या ध्रुवीकरणाच्या विमानाचे फिरणे निश्चित केले. हा नमुना देखील चुंबकाच्या ध्रुवांद्वारे मागे टाकण्यात आलेला पहिला पदार्थ होता. उद्धरण आवश्यक

फॅराडेने बुन्सेन बर्नर बनवण्याचे प्रारंभिक स्वरूप शोधून काढले, जे उष्णतेचा सोयीस्कर स्त्रोत म्हणून जगभरातील विज्ञान प्रयोगशाळांमध्ये व्यावहारिक वापरात आहे. फॅराडेने रसायनशास्त्राच्या क्षेत्रात मोठ्या प्रमाणावर काम केले, बेंझिन (ज्याला ते हायड्रोजनचे बायकार्ब्युरेट म्हणत) आणि क्लोरीनसारखे द्रवीकरण करणारे वायू शोधून काढले. वायूंच्या द्रवीकरणामुळे हे स्थापित करण्यात मदत झाली की वायू हे द्रवपदार्थांचे वाष्प आहेत ज्यांचा उकळत्या बिंदू खूप कमी आहे आणि आण्विक एकत्रीकरणाच्या संकल्पनेला अधिक ठोस आधार दिला. 1820 मध्ये फॅराडे यांनी कार्बन आणि क्लोरीन, C2Cl6 आणि C2Cl4 यापासून बनवलेल्या संयुगांचे पहिले संश्लेषण नोंदवले आणि पुढील वर्षी त्याचे परिणाम प्रकाशित केले. फॅरेडेने क्लोरीन क्लॅथ्रेट हायड्रेटची रचना देखील निश्चित केली, ज्याचा शोध 1810 मध्ये हम्फ्री डेव्हीने लावला होता. इलेक्ट्रोलिसिसचे नियम शोधण्यासाठी आणि अॅनोड, कॅथोड, इलेक्ट्रोड आणि आयन यांसारख्या संज्ञांना लोकप्रिय करण्यासाठी देखील फॅराडे जबाबदार आहेत, विल्यम व्हेवेलने मोठ्या प्रमाणात प्रस्तावित केलेल्या संज्ञा.

फॅरेडे यांनी सर्वप्रथम अहवाल दिला ज्याला नंतर मेटलिक नॅनोपार्टिकल्स म्हटले गेले. 1847 मध्ये त्याने शोधून काढले की सोन्याच्या कोलोइडचे ऑप्टिकल गुणधर्म संबंधित बल्क मेटलपेक्षा वेगळे आहेत. क्वांटम आकाराच्या परिणामांचे हे कदाचित पहिले नोंदवलेले निरीक्षण होते, आणि नॅनोसायन्सचा जन्म मानला जाऊ शकतो.

वीज आणि चुंबकत्व

फॅराडे हे वीज आणि चुंबकत्व यासंबंधीच्या कामासाठी प्रसिद्ध आहेत. सात ब्रिटिश हाफपेनी नाण्यांसह व्होल्टेइक ढीग बांधणे, शीट झिंकच्या सात चकती आणि कागदाचे सहा तुकडे मिठाच्या पाण्याने ओले करणे हा त्यांचा पहिला रेकॉर्ड केलेला प्रयोग होता. या ढिगाऱ्याने त्याने मॅग्नेशियाचे सल्फेट विघटित केले (अॅबॉटला पहिले पत्र, 12 जुलै 1812).

1821 मध्ये, डॅनिश भौतिकशास्त्रज्ञ आणि रसायनशास्त्रज्ञ हॅन्स ख्रिश्चन ऑर्स्टेड यांनी इलेक्ट्रोमॅग्नेटिझमची घटना शोधल्यानंतर, डेव्ही आणि विल्यम हाइड वोलास्टन यांनी इलेक्ट्रिक मोटर डिझाइन करण्याचा प्रयत्न केला, परंतु ते अयशस्वी झाले. फॅराडेने दोन माणसांशी या समस्येवर चर्चा करून, "विद्युतचुंबकीय परिभ्रमण" असे नाव देण्यासाठी दोन उपकरणे तयार केली. यांपैकी एक, ज्याला आता होमोपोलर मोटर म्हणून ओळखले जाते, एक सतत वर्तुळाकार गती निर्माण करते जी एका ताराभोवती वर्तुळाकार चुंबकीय बलाने निर्माण होते जी पाराच्या तलावामध्ये विस्तारित होते ज्यामध्ये चुंबक ठेवलेला होता; रासायनिक बॅटरीमधून विद्युत प्रवाह पुरवठा केल्यास वायर चुंबकाभोवती फिरते. 3 सप्टेंबर 1821 रोजी प्रथम रॉयल इन्स्टिट्यूटच्या तळघरात करण्यात आलेल्या या प्रयोगांनी आणि शोधांनी आधुनिक इलेक्ट्रोमॅग्नेटिक तंत्रज्ञानाचा पाया तयार केला. फॅराडेने त्याच्या शोधाचे निकाल त्रैमासिक जर्नल ऑफ सायन्समध्ये प्रकाशित केले आणि त्याच्या उपकरणाच्या खिशाच्या आकाराच्या मॉडेल्ससह त्याच्या पेपरच्या प्रती जगभरातील सहकाऱ्यांना पाठवल्या जेणेकरून ते इलेक्ट्रोमॅग्नेटिक रोटेशनच्या घटनेचे साक्षीदार होऊ शकतील. त्याच्या उत्साहात, फॅराडेने घाईघाईने पेपर जारी केला ज्याने वोलास्टन किंवा डेव्ही यांच्यासोबत केलेल्या कामाची कबुली दिली नव्हती. रॉयल सोसायटीमधील परिणामी वादामुळे डेव्हीसोबतचे त्यांचे गुरूचे संबंध ताणले गेले आणि फॅरेडेला इतर कामांमध्ये नेमण्यात चांगले योगदान दिले असावे, ज्यामुळे अनेक वर्षे इलेक्ट्रोमॅग्नेटिक संशोधनात त्याचा सहभाग रोखला गेला.

फॅराडेच्या 1831 च्या प्रयोगांपैकी एक इंडक्शनचे प्रात्यक्षिक. लिक्विड बॅटरी (उजवीकडे) लहान कॉइल (A) द्वारे विद्युत प्रवाह पाठवते. जेव्हा ते मोठ्या कॉइल (B) मध्ये किंवा बाहेर हलवले जाते तेव्हा त्याचे चुंबकीय क्षेत्र कॉइलमध्ये क्षणिक व्होल्टेज आणते, जे गॅल्व्हनोमीटर (G) द्वारे शोधले जाते.

1821 मध्ये त्याच्या सुरुवातीच्या शोधापासून, फॅराडेने त्याचे प्रयोगशाळेचे कार्य चालू ठेवले, सामग्रीच्या इलेक्ट्रोमॅग्नेटिक गुणधर्मांचा शोध लावला आणि आवश्यक अनुभव विकसित केला. 1824 मध्ये, फॅराडेने जवळच्या तारेमध्ये चुंबकीय क्षेत्र विद्युत प्रवाहाचे नियमन करू शकते का याचा अभ्यास करण्यासाठी थोडक्यात एक सर्किट तयार केले, परंतु त्याला असा कोणताही संबंध आढळला नाही. या प्रयोगाने तीन वर्षांपूर्वी प्रकाश आणि चुंबकांसोबत केलेल्या तत्सम कार्याचे अनुसरण केले ज्याने समान परिणाम दिले. पुढील सात वर्षांमध्ये, फॅराडेने आपला बराचसा वेळ ऑप्टिकल गुणवत्ता (जड) ग्लास, शिशाचे बोरोसिलिकेट, तयार करण्यात खर्च केला, ज्याचा उपयोग त्याने चुंबकत्वाशी प्रकाश जोडणाऱ्या भविष्यातील अभ्यासात केला. आपल्या फावल्या वेळेत, फॅराडेने आपले ऑप्टिक्स आणि इलेक्ट्रोमॅग्नेटिझमवरील प्रायोगिक कार्य प्रकाशित करणे सुरू ठेवले; त्याने डेव्हीसोबत युरोपभर प्रवास करताना भेटलेल्या शास्त्रज्ञांशी पत्रव्यवहार केला आणि जे इलेक्ट्रोमॅग्नेटिझमवरही काम करत होते. डेव्हीच्या मृत्यूनंतर दोन वर्षांनी, 1831 मध्ये, त्याने त्याच्या प्रयोगांची मोठी मालिका सुरू केली ज्यामध्ये त्याने इलेक्ट्रोमॅग्नेटिक इंडक्शन शोधले, 28 ऑक्टोबर 1831 रोजी त्याच्या प्रयोगशाळेच्या डायरीमध्ये रेकॉर्डिंग केले; "रॉयल सोसायटीच्या महान चुंबकाने अनेक प्रयोग करणे".

1831 मध्ये बांधलेली, फॅराडे डिस्क ही पहिली इलेक्ट्रिक जनरेटर होती. घोड्याच्या नालच्या आकाराच्या चुंबकाने (A) डिस्क (D) द्वारे चुंबकीय क्षेत्र तयार केले. जेव्हा चकती वळवली जाते, तेव्हा हे विद्युत प्रवाह केंद्रापासून रिमच्या दिशेने त्रिज्यपणे बाहेर जाते. प्रवाह स्लाईडिंग स्प्रिंग कॉन्टॅक्ट एम मधून, बाह्य सर्किटद्वारे आणि एक्सलद्वारे डिस्कच्या मध्यभागी परत वाहतो.

फॅराडेला यश आले जेव्हा त्याने एका लोखंडी रिंगभोवती वायरच्या दोन इन्सुलेटेड कॉइल्स गुंडाळल्या, आणि असे आढळले की, एका कॉइलमधून विद्युतप्रवाह गेल्यावर, दुसर्‍या कॉइलमध्ये क्षणिक विद्युत् प्रवाह येतो. ही घटना आता म्युच्युअल इंडक्शन म्हणून ओळखली जाते. लोखंडी रिंग-कॉइल उपकरणे अजूनही रॉयल इन्स्टिट्यूटमध्ये प्रदर्शनात आहेत. त्यानंतरच्या प्रयोगांमध्ये, त्याला असे आढळले की जर त्याने वायरच्या लूपमधून चुंबक हलवला तर त्या वायरमध्ये विद्युत प्रवाह वाहू लागला. जर लूप स्थिर चुंबकावर हलविला गेला तर प्रवाह देखील वाहतो. त्याच्या प्रात्यक्षिकांनी हे सिद्ध केले की बदलणारे चुंबकीय क्षेत्र विद्युत क्षेत्र तयार करते; जेम्स लिपिक मॅक्सवेल यांनी फॅरेडेच्या नियमानुसार हे संबंध गणितीय पद्धतीने तयार केले होते, जे कालांतराने चार मॅक्सवेल समीकरणांपैकी एक बनले आणि जे आज फील्ड सिद्धांत म्हणून ओळखले जाणारे सामान्यीकरण बनले. फॅराडे नंतर त्यांनी शोधलेल्या तत्वांचा उपयोग इलेक्ट्रिक डायनॅमो, आधुनिक पॉवर जनरेटरचा पूर्वज आणि इलेक्ट्रिक मोटर तयार करण्यासाठी करेल.

1832 मध्ये, त्याने विजेच्या मूलभूत स्वरूपाची तपासणी करण्याच्या उद्देशाने प्रयोगांची मालिका पूर्ण केली; फॅराडेने इलेक्ट्रोस्टॅटिक आकर्षण, इलेक्ट्रोलिसिस, चुंबकत्व इत्यादी घटना निर्माण करण्यासाठी "स्थिर", बॅटरी आणि "प्राण्यांची वीज" वापरली. त्यांनी असा निष्कर्ष काढला की, त्यावेळच्या वैज्ञानिक मताच्या विरुद्ध, विविध प्रकारच्या "विद्युत" मधील विभागणी भ्रामक होते. फॅरेडेने त्याऐवजी केवळ एकच "विद्युत" अस्तित्वात आहे आणि परिमाण आणि तीव्रता (करंट आणि व्होल्टेज) च्या बदलत्या मूल्यांमुळे घटनांचे वेगवेगळे गट निर्माण होतील असे प्रस्तावित केले.

त्याच्या कारकिर्दीच्या शेवटी, फॅराडेने प्रस्तावित केले की विद्युत चुंबकीय शक्ती कंडक्टरच्या सभोवतालच्या रिकाम्या जागेत वाढतात. ही कल्पना त्याच्या सहकारी शास्त्रज्ञांनी नाकारली, आणि फॅराडे वैज्ञानिक समुदायाने त्याच्या प्रस्तावाला अंतिमतः स्वीकारले हे पाहण्यासाठी जगला नाही. चार्ज केलेल्या शरीरे आणि चुंबकांमधून निघणाऱ्या प्रवाहाच्या रेषांच्या फॅराडेच्या संकल्पनेने विद्युत आणि

चुंबकीय क्षेत्रांची कल्पना करण्याचा मार्ग प्रदान केला; ते वैचारिक मॉडेल इलेक्ट्रोमेकॅनिकल उपकरणांच्या यशस्वी विकासासाठी महत्त्वपूर्ण होते ज्यांनी 19व्या शतकाच्या उर्वरित काळात अभियांत्रिकी आणि उद्योगावर वर्चस्व गाजवले. उद्धरण आवश्यक

डायमॅग्नेटिझम

फॅरेडेने 1845 मध्ये चुंबकत्व दाखवण्यासाठी वापरलेल्या काचेच्या पट्टीचा एक प्रकार धारण करून डायलेक्ट्रिक मटेरियलमधील प्रकाशावर परिणाम होतो.

1845 मध्ये, फॅराडेने शोधून काढले की अनेक पदार्थ चुंबकीय क्षेत्रापासून कमकुवत प्रतिकर्षण प्रदर्शित करतात: एक घटना ज्याला त्यांनी डायमॅग्नेटिझम म्हटले.

फॅराडेने हे देखील शोधून काढले की रेखीय ध्रुवीकरण केलेल्या प्रकाशाच्या ध्रुवीकरणाचे विमान प्रकाशाच्या दिशेने फिरत असलेल्या बाह्य चुंबकीय क्षेत्राच्या वापराद्वारे फिरवले जाऊ शकते. याला आता फॅराडे प्रभाव असे म्हणतात. सप्टेंबर 1845 मध्ये त्यांनी आपल्या नोटबुकमध्ये लिहिले की, "मी शेवटी चुंबकीय वक्र किंवा बल रेषा प्रकाशित करण्यात आणि प्रकाशाच्या किरणांचे चुंबकीकरण करण्यात यशस्वी झालो आहे".

नंतरच्या काळात, 1862 मध्ये, फॅराडेने प्रकाशाच्या भिन्न बदलाचा शोध घेण्यासाठी स्पेक्ट्रोस्कोपचा वापर केला, लागू चुंबकीय क्षेत्राद्वारे वर्णक्रमीय रेषांमध्ये बदल. त्याच्याकडे उपलब्ध असलेली उपकरणे मात्र वर्णक्रमीय बदलाच्या निश्चित निर्धारासाठी अपुरी होती. पीटर झीमनने नंतर याच घटनेचा अभ्यास करण्यासाठी सुधारित उपकरणाचा वापर केला, 1897 मध्ये त्याचे परिणाम प्रकाशित केले आणि त्याच्या यशासाठी 1902 चा भौतिकशास्त्रातील नोबेल पारितोषिक मिळाले. त्याच्या 1897 च्या पेपर आणि नोबेल स्वीकृती भाषणात, झीमनने फॅराडेच्या कार्याचा संदर्भ दिला.

फॅरेडे पिंजरा

स्थिर विजेवरील त्यांच्या कामात, फॅराडेच्या बर्फाच्या कवचाच्या प्रयोगाने हे दाखवून दिले की चार्ज फक्त चार्ज केलेल्या कंडक्टरच्या बाहेरील भागावर राहतो आणि बाह्य चार्जचा कंडक्टरमध्ये बंद असलेल्या कोणत्याही गोष्टीवर प्रभाव पडत नाही. याचे कारण असे की बाह्य शुल्क अशा प्रकारे पुनर्वितरण केले जाते की त्यातून बाहेर पडणारी अंतर्गत फील्ड एकमेकांना रद्द करतात. या संरक्षणात्मक प्रभावाचा वापर आता फॅराडे पिंजरा म्हणून ओळखल्या जाणाऱ्यामध्ये केला जातो. 55 जानेवारी 1836 मध्ये, फॅराडेने चार काचेच्या सपोर्टवर एक लाकडी चौकट, 12 फूट स्क्वेअर ठेवली होती आणि कागदाच्या भिंती आणि वायरची जाळी जोडली होती. त्यानंतर त्याने आत जाऊन विद्युतीकरण केले. जेव्हा तो त्याच्या विद्युतीकरणाच्या पिंजऱ्यातून बाहेर पडला तेव्हा फॅराडेने दाखवून दिले होते की वीज ही एक शक्ती आहे, त्यावेळच्या मानल्याप्रमाणे अभेद्य द्रवपदार्थ नाही. 4

रॉयल संस्था आणि सार्वजनिक सेवा

फॅराडेचा ग्रेट ब्रिटनच्या रॉयल इन्स्टिट्यूटशी दीर्घकाळ संबंध होता. 1821 मध्ये त्यांची हाऊस ऑफ द रॉयल इन्स्टिट्यूटचे सहाय्यक अधीक्षक म्हणून नियुक्ती करण्यात आली. 1824 मध्ये त्यांची रॉयल सोसायटीचे फेलो म्हणून निवड झाली. 1825 मध्ये ते रॉयल इन्स्टिट्यूटच्या प्रयोगशाळेचे संचालक बनले. सहा वर्षांनंतर, 1833 मध्ये, फॅराडे रॉयल इंस्टिट्यूशन ऑफ ग्रेट ब्रिटनमध्ये रसायनशास्त्राचे पहिले फुलेरियन प्राध्यापक बनले, ज्या पदावर त्यांची व्याख्याने देण्याच्या बंधनाशिवाय आजीवन नियुक्ती करण्यात आली होती. त्यांचे प्रायोजक आणि मार्गदर्शक जॉन 'मॅड जॅक' फुलर होते, ज्यांनी फॅराडेसाठी रॉयल इन्स्टिट्यूटमध्ये स्थान निर्माण केले.

रॉयल इन्स्टिट्यूटमध्ये रसायनशास्त्र, वीज आणि चुंबकत्व यांसारख्या क्षेत्रांतील वैज्ञानिक संशोधनाच्या पलीकडे, फॅराडेने खाजगी उद्योग आणि ब्रिटिश सरकारसाठी अनेक आणि वेळखाऊ सेवा प्रकल्प हाती घेतले. या कामात कोळशाच्या खाणींमधील स्फोटांचा तपास, न्यायालयात तज्ञ साक्षीदार असणे आणि चान्स ब्रदर्स 1853 मधील दोन अभियंत्यांसह, उच्च-गुणवत्तेची ऑप्टिकल ग्लास तयार करणे, जे चान्सला त्याच्या दीपगृहांसाठी आवश्यक होते. 1846 मध्ये, चार्ल्स लायल यांच्यासमवेत, त्यांनी हॅसवेल, काउंटी डरहॅम येथे कोलियरीमध्ये झालेल्या गंभीर स्फोटाचा एक लांब आणि तपशीलवार अहवाल तयार केला, ज्यात 95 खाण कामगारांचा मृत्यू झाला. त्यांचा अहवाल एक सूक्ष्म न्यायवैद्यक तपासणी होता आणि स्फोटाच्या तीव्रतेत कोळशाच्या धुळीने योगदान दिल्याचे सूचित केले होते. प्रथमच स्फोट धुळीशी जोडले गेले होते, फॅरेडे यांनी एका व्याख्यानादरम्यान वायुवीजन कसे रोखू शकते याविषयी प्रात्यक्षिक दिले. अहवालाने कोळसा मालकांना कोळशाच्या धुळीच्या स्फोटांच्या धोक्याबद्दल चेतावणी दिली पाहिजे होती, परंतु 1913 सेंघेनिड कोलियरी आपत्तीपर्यंत 60 वर्षांहून अधिक काळ या जोखमीकडे दुर्लक्ष केले गेले.

1800 च्या मध्यापासून दीपगृह कंदील खोली

मजबूत सागरी हितसंबंध असलेल्या राष्ट्रातील एक प्रतिष्ठित शास्त्रज्ञ म्हणून, फॅराडे यांनी दीपगृहांचे बांधकाम आणि ऑपरेशन आणि जहाजांच्या तळाशी गंजण्यापासून संरक्षण करणे यासारख्या प्रकल्पांवर बराच वेळ घालवला. लंडनच्या एकमेव दीपगृहाशेजारी, चेन अँड बॉय स्टोअरच्या वर ट्रिनिटी बॉय वार्फ येथे त्यांची कार्यशाळा अजूनही आहे जिथे त्यांनी दीपगृहांसाठी इलेक्ट्रिक लाइटिंगचा पहिला प्रयोग केला.

ज्याला आता पर्यावरण विज्ञान किंवा अभियांत्रिकी म्हटले जाईल त्यात फॅराडे देखील सक्रिय होते. त्यांनी स्वानसी येथील औद्योगिक प्रदूषणाची तपासणी केली आणि रॉयल मिंट येथे वायू प्रदूषणावर त्यांचा सल्ला घेण्यात आला. जुलै 1855 मध्ये, फॅराडेने थेम्स नदीच्या खराब स्थितीच्या विषयावर द टाइम्सला एक पत्र लिहिले, ज्यामुळे पंचमध्ये वारंवार-पुनर्मुद्रित व्यंगचित्र होते. (द ग्रेट स्टिंक देखील पहा).

लंडनमधील 1851 च्या ग्रेट एक्झिबिशनसाठी फराडे यांनी प्रदर्शनाचे नियोजन आणि निर्णय घेण्यात मदत केली. त्यांनी नॅशनल गॅलरीला त्याच्या कला संग्रहाच्या स्वच्छतेबद्दल आणि संरक्षणासाठी सल्ला दिला आणि 1857 मध्ये नॅशनल गॅलरी साइट कमिशनवर काम केले. शिक्षण हे फॅराडेच्या सेवेचे आणखी एक क्षेत्र होते; 1854 मध्ये त्यांनी रॉयल इन्स्टिट्यूटमध्ये या विषयावर व्याख्यान दिले, 70 आणि 1862 मध्ये ग्रेट ब्रिटनमधील शिक्षणाविषयी त्यांचे मत मांडण्यासाठी ते पब्लिक स्कूल कमिशनसमोर हजर झाले. फॅराडे यांनी टेबल-टर्निंग, मंत्रमुग्धता, आणि सीन्सेसबद्दल लोकांच्या आकर्षणावर नकारात्मकतेने वजन केले आणि असे करताना सार्वजनिक आणि देशाच्या शैक्षणिक व्यवस्थेला शिक्षा दिली.

त्यांच्या प्रसिद्ध ख्रिसमस व्याख्यानांच्या आधी, फॅराडे यांनी सिटी फिलॉसॉफिकल सोसायटीसाठी 1816 ते 1818 या काळात त्यांच्या व्याख्यानांचा दर्जा सुधारण्यासाठी रसायनशास्त्राची व्याख्याने दिली. लंडनमधील रॉयल इन्स्टिट्यूशनमध्ये 1827 ते 1860 दरम्यान, फॅराडे यांनी तरुणांसाठी एकोणीस ख्रिसमस व्याख्यानांची मालिका दिली, ही मालिका आजही सुरू आहे. व्याख्यानांचा उद्देश सामान्य लोकांसमोर विज्ञान सादर करणे आणि त्यांना प्रेरणा मिळावी आणि रॉयल इन्स्टिट्यूटला कमाई मिळावी, हा होता. ते लंडनच्या सभ्य लोकांमधील सामाजिक दिनदर्शिकेवरील उल्लेखनीय घटना होत्या. आपले जवळचे मित्र बेंजामिन ॲबॉट यांना लिहिलेल्या अनेक पत्रांदरम्यान, फॅरेडेने व्याख्यान कलेबद्दलच्या आपल्या शिफारशींची रूपरेषा सांगितली, "सुरुवातीला ज्योत पेटवली पाहिजे आणि शेवटपर्यंत अखंड वैभवाने जिवंत ठेवली पाहिजे". त्यांची व्याख्याने आनंददायक आणि किशोरवयीन होती, साबणाचे बुडबुडे विविध वायूंनी भरून (ते चुंबकीय आहेत की नाही हे ठरवण्यासाठी) त्यांना आनंद वाटला, परंतु व्याख्याने देखील सखोल तात्विक होती. आपल्या व्याख्यानांमध्ये त्यांनी आपल्या श्रोत्यांना त्यांच्या प्रयोगांच्या यांत्रिकी विचारात घेण्यास उद्युक्त केले: "तुम्हाला चांगले माहित आहे की बर्फ पाण्यावर तरंगतो... बर्फ का तरंगतो? याचा विचार करा आणि तत्त्वज्ञान करा". त्यांच्या व्याख्यानातील विषयांमध्ये रसायनशास्त्र आणि वीज यांचा समावेश होता, आणि त्यात समाविष्ट होते: 1841: रसायनशास्त्राचे मूलतत्त्व, 1843: विजेची पहिली तत्त्वे, 1848: मेणबत्तीचा रासायनिक इतिहास, 1851: आकर्षक शक्ती, 1853: व्होल्टेइक इलेक्ट्रिसिटी, 184. केमिस्ट्री ऑफ दहन, 1855: सामान्य धातूंचे विशिष्ट गुणधर्म, 1857: स्थिर विद्युत, 1858: धातू गुणधर्म, 1859: पदार्थांची विविध शक्ती आणि त्यांचे एकमेकांशी संबंध.

स्मरणार्थ

इंस्टिट्यूट ऑफ इंजिनीअरिंग अँड टेक्नॉलॉजीच्या बाहेर लंडनच्या सॅवॉय प्लेसमध्ये फॅराडेचा पुतळा उभा आहे. मायकेल फॅराडे मेमोरियल, क्रूरवादी वास्तुविशारद रॉडनी गॉर्डन यांनी डिझाइन केलेले आणि 1961 मध्ये पूर्ण झाले, हे लंडनच्या न्यूइंग्टन बट्स येथे फॅराडेच्या जन्मस्थानाजवळ, एलिफंट अँड कॅसल गायरेटरी सिस्टममध्ये आहे. फॅराडे स्कूल ट्रिनिटी बॉय व्हार्फवर स्थित आहे जिथे त्यांची कार्यशाळा अजूनही लंडनच्या एकमेव दीपगृहाच्या शेजारी, चेन आणि बॉय स्टोअरच्या वर उभी आहे. फॅराडे गार्डन्स हे वॉल्वर्थ, लंडनमधील एक छोटेसे उद्यान आहे, जे न्यूइंग्टन बट्स येथील त्याच्या जन्मस्थानापासून फार दूर नाही. हे लंडन बरो ऑफ साउथवार्कमधील फॅराडेच्या स्थानिक कौन्सिल वॉर्डमध्ये आहे. मायकेल फॅराडे प्राथमिक शाळा वॉलवर्थ येथील आयलेसबरी इस्टेटवर आहे.

लंडन साउथ बँक युनिव्हर्सिटीच्या एका इमारतीत, ज्यामध्ये संस्थेचे इलेक्ट्रिकल अभियांत्रिकी विभाग आहेत, फॅराडे विंग असे नाव देण्यात आले आहे, कारण ते न्यूइंग्टन बट्समध्ये फॅराडेच्या जन्मस्थानापासून जवळ आहे. लॉफबरो युनिव्हर्सिटीच्या एका हॉलला 1960 मध्ये फॅराडेचे नाव देण्यात आले. त्याच्या डायनिंग हॉलच्या प्रवेशद्वाराजवळ एक कांस्य कास्टिंग आहे, जे इलेक्ट्रिकल ट्रान्सफॉर्मरचे चिन्ह दर्शवते आणि आत फॅरेडेच्या सन्मानार्थ एक पोर्ट्रेट लटकवलेले आहे. एडिनबर्ग विद्यापीठाच्या विज्ञान आणि अभियांत्रिकी कॅम्पसमधील आठ मजली इमारतीचे नाव फॅराडेसाठी ठेवण्यात आले आहे, जसे की ब्रुनेल विद्यापीठात नुकतेच बांधलेले निवासस्थान, स्वानसी विद्यापीठातील मुख्य अभियांत्रिकी इमारत आणि नॉर्दर्न इलिनॉय विद्यापीठातील शैक्षणिक आणि प्रायोगिक भौतिकशास्त्र इमारत आहे. . अंटार्क्टिकामधील माजी यूके फॅराडे स्टेशनचे नाव त्यांच्या नावावर ठेवण्यात आले.

फॅराडे नावाचे रस्ते अनेक ब्रिटीश शहरांमध्ये (उदा., लंडन, फिफ, स्विंडन, बेसिंगस्टोक, नॉटिंगहॅम, व्हिटबी, किर्कबी, क्रॉली, न्यूबरी, स्वानसी, आयलेसबरी आणि स्टीव्हनेज) तसेच फ्रान्स (पॅरिस), जर्मनी (बर्लिन) मध्ये आढळू शकतात. -डॅलेम, हर्म्सडॉर्फ), कॅनडा (क्यूबेक सिटी, क्यूबेक; डीप रिव्हर, ऑंटारियो; ओटावा, ऑंटारियो), युनायटेड स्टेट्स (रेस्टन, व्हर्जिनिया), आणि न्यूझीलंड (हॉक्स बे).

लंडनच्या मेरीलेबोन जिल्ह्यातील ब्लँडफोर्ड स्ट्रीट येथे फॅराडेच्या स्मरणार्थ 1876 मध्ये अनावरण केलेल्या रॉयल सोसायटी ऑफ आर्ट्सच्या निळ्या रंगाचा फलक. 1991 पासून 2001 पर्यंत, फॅरेडेचे चित्र बँक ऑफ इंग्लंडने जारी केलेल्या सीरीज E £20 च्या नोटांच्या उलट चित्रित केले होते. त्याला मॅग्नेटो-इलेक्ट्रिक स्पार्क उपकरणासह रॉयल इन्स्टिट्यूशनमध्ये व्याख्यान देताना दाखवण्यात आले होते. 2002 मध्ये, यूके-व्यापी मतदानानंतर फॅराडे बीबीसीच्या 100 ग्रेटेस्ट ब्रिटनच्या यादीत 22 व्या क्रमांकावर होते.

फॅराडे इन्स्टिट्यूट फॉर सायन्स अँड रिलिजन हे नाव त्या शास्त्रज्ञाच्या नावावरून पडले आहे, ज्याने त्याच्या वैज्ञानिक संशोधनासाठी त्याचा विश्वास अविभाज्य मानला. संस्थेचा लोगो देखील फॅराडेच्या शोधांवर आधारित आहे. 2006 मध्ये जॉन टेम्पलटन फाउंडेशनच्या $2,000,000 अनुदानातून शैक्षणिक संशोधन, विज्ञान आणि धर्म यांच्यातील परस्परसंवादाची समज वाढवण्यासाठी आणि या दोन्ही विषयांमध्ये सार्वजनिक समज गुंतवून ठेवण्यासाठी तयार करण्यात आली होती.

फॅरेडे इन्स्टिट्यूट, 2017 मध्ये स्थापन करण्यात आलेली स्वतंत्र ऊर्जा साठवण संशोधन संस्था, त्याचे नाव देखील मायकेल फॅराडे यांच्यावरून घेतले जाते. 88 ही संस्था बॅटरी विज्ञान आणि तंत्रज्ञान, शिक्षण, सार्वजनिक सहभाग आणि बाजार संशोधन प्रगत करण्यासाठी यूकेचा प्राथमिक संशोधन कार्यक्रम म्हणून काम करते.

फॉक्स आणि नॅशनल जिओग्राफिक चॅनलवर प्रसारित झालेल्या कॉसमॉस: ए स्पेसटाइम ओडिसी या 2014 च्या अमेरिकन सायन्स डॉक्युमेंटरी मालिकेतील "द इलेक्ट्रिक बॉय" शीर्षकाच्या दहाव्या भागाचा, फॅराडेचे जीवन आणि इलेक्ट्रोमॅग्नेटिक्समधील योगदान हा मुख्य विषय होता.

एल्डॉस हक्सले, साहित्यिक दिग्गज जो टीएच हक्सलीचा नातू, मॅथ्यू अरनॉल्डचा नातू, ज्युलियन हक्सलीचा भाऊ आणि अँड्र्यू हक्सलीचा सावत्र भाऊ होता, तो विज्ञानात पारंगत होता. ए नाईट इन पीटरमाला या निबंधात त्यांनी फॅराडेबद्दल लिहिले: “तो नेहमीच नैसर्गिक तत्वज्ञ असतो. सत्य शोधणे हेच त्याचे एकमेव उद्दिष्ट आणि स्वारस्य आहे... जरी मी शेक्सपियर होऊ शकलो असलो तरी, मला वाटते की मी तरीही फॅराडे होण्याचे निवडले पाहिजे.” 90 फॅराडेला तिचा "नायक" म्हणत, रॉयल सोसायटीला दिलेल्या भाषणात मार्गारेट थॅचरने घोषित केले: “त्याच्या कामाचे मूल्य स्टॉक एक्स्चेंजमधील सर्व शेअर्सच्या भांडवलीकरणापेक्षा जास्त असावे!”. तिने रॉयल इन्स्टिट्यूटकडून त्याचा दिवाळे उधार घेतला आणि तो डाऊनिंग स्ट्रीटच्या हॉलमध्ये ठेवला.

फॅरेडेच्या सन्मानार्थ पुरस्कार

त्यांच्या महान वैज्ञानिक योगदानाच्या सन्मानार्थ आणि स्मरणार्थ, अनेक संस्थांनी त्यांच्या नावाने पुरस्कार आणि पुरस्कार तयार केले आहेत. यामध्ये हे समाविष्ट आहे

आयईटी फॅरेडे मेडल

द रॉयल सोसायटी ऑफ लंडन मायकेल फॅरेडे पुरस्कार

द इन्स्टिट्यूट ऑफ फिजिक्स मायकेल फॅरेडे मेडल आणि प्राइज

रॉयल सोसायटी ऑफ केमिस्ट्री फॅराडे लेक्चरशिप पुरस्कार

3

निल्स बोहर

निल्स बोहर

Top Scientists

Scan for Story Videos - www.itibook.com

नील्स हेन्रिक डेव्हिड बोहर (डॅनिश: 'ne?ls' po??? ; 7 ऑक्टोबर 1885 - 18 नोव्हेंबर 1962) एक डॅनिश भौतिकशास्त्रज्ञ होता ज्याने अणु संरचना आणि क्वांटम सिद्धांत समजून घेण्यासाठी मूलभूत योगदान दिले, ज्यासाठी त्यांना नोबेल पारितोषिक मिळाले. १९२२ मध्ये भौतिकशास्त्रात. बोहर हे तत्त्वज्ञ आणि वैज्ञानिक संशोधनाचे प्रवर्तकही होते.

बोहरने अणूचे बोहर मॉडेल विकसित केले, ज्यामध्ये त्यांनी प्रस्तावित केले की इलेक्ट्रॉनची उर्जा पातळी वेगळी आहे आणि इलेक्ट्रॉन अणू केंद्रकाभोवती स्थिर कक्षामध्ये फिरतात परंतु एका ऊर्जा पातळीपासून (किंवा कक्षा) दुसऱ्या स्तरावर जाऊ शकतात. जरी बोहर मॉडेल इतर मॉडेल्सद्वारे बदलले गेले असले तरी, त्याची मूलभूत तत्त्वे वैध आहेत. त्याने पूरकतेचे तत्त्व मांडले: की वस्तूंचे परस्परविरोधी गुणधर्मांच्या दृष्टीने स्वतंत्रपणे विश्लेषण केले जाऊ शकते, जसे की लहरी किंवा कणांच्या प्रवाहासारखे वागणे. पूरकतेच्या कल्पनेने विज्ञान आणि तत्वज्ञान या दोन्हीमध्ये बोहरच्या विचारसरणीवर वर्चस्व गाजवले.

बोहर यांनी कोपनहेगन विद्यापीठात सैद्धांतिक भौतिकशास्त्र संस्थेची स्थापना केली, जी आता नील्स बोहर संस्था म्हणून ओळखली जाते, जी 1920 मध्ये उघडली गेली. बोहरने हॅन्स क्रॅमर्स, ऑस्कर क्लेन, जॉर्ज डी हेवेसी आणि वर्नर हायझेनबर्ग यांच्यासह भौतिकशास्त्रज्ञांना मार्गदर्शन केले आणि सहकार्य केले. कोपनहेगनच्या लॅटिन नावावरून, जिथे तो शोधला गेला होता, त्याला हॅफनियम असे नाव देण्यात आलेले एक नवीन झिरकोनियम-सदृश घटक अस्तित्वात असल्याचा अंदाज त्यांनी वर्तवला. नंतर, बोहरियम या घटकाचे नाव त्याच्या नावावर ठेवले गेले.

1930 च्या दरम्यान, बोहरने नाझीवादातील निर्वासितांना मदत केली. डेन्मार्क जर्मनांच्या ताब्यात गेल्यानंतर, जर्मन अण्वस्त्र प्रकल्पाचे प्रमुख बनलेल्या हायझेनबर्गशी त्यांची एक प्रसिद्ध बैठक झाली. सप्टेंबर 1943 मध्ये बोहरला कळले की त्याला जर्मन लोक अटक करणार आहेत आणि तो स्वीडनला पळून गेला. तेथून, त्याला ब्रिटनला नेण्यात आले, जिथे तो ब्रिटिश ट्यूब अलॉयज अण्वस्त्र प्रकल्पात सामील झाला आणि मॅनहॅटन प्रकल्पातील ब्रिटिश मिशनचा भाग होता. युद्धानंतर, बोहरने अणुऊर्जेवर आंतरराष्ट्रीय सहकार्याची मागणी केली. ते CERN आणि डॅनिश अणुऊर्जा आयोगाच्या रिसर्च एस्टॅब्लिशमेंट रिसोच्या स्थापनेत सहभागी होते आणि 1957 मध्ये नॉर्डिक इन्स्टिट्यूट फॉर थ्योरेटिकल फिजिक्सचे पहिले अध्यक्ष बनले.

बोहरचा जन्म डेन्मार्कमधील कोपनहेगन येथे 7 ऑक्टोबर 1885 रोजी झाला, ख्रिश्चन बोहर यांच्या तीन मुलांपैकी दुसरा, कोपनहेगन विद्यापीठातील फिजियोलॉजीचा प्राध्यापक आणि एलेन बोहर (née Adler) ही मुलगी होती. धनाढ्य डॅनिश ज्यू एडलर बँकिंग कुटुंबातील डेव्हिड बी ॲडलरचे. 3 त्याला एक मोठी बहीण, जेनी आणि एक धाकटा भाऊ हॅराल्ड होता. जेनी एक शिक्षिका बनली, 2 तर हॅराल्ड गणितज्ञ आणि फुटबॉलपटू बनली जी लंडनमधील 1908 उन्हाळी ऑलिंपिकमध्ये डॅनिश राष्ट्रीय संघाकडून खेळली. नील्स हा एक उत्कट फुटबॉलपटू देखील होता आणि दोन भावांनी कोपनहेगन-आधारित अकाडेमिस्क बोल्डक्लब (शैक्षणिक फुटबॉल क्लब) साठी नील्स गोलकीपर म्हणून अनेक सामने खेळले.

बोहरचे शिक्षण गॅमेलहोम लॅटिन स्कूलमध्ये झाले, जेव्हा ते सात वर्षांचे होते. 1903 मध्ये, बोहरने कोपनहेगन विद्यापीठात पदवीधर म्हणून प्रवेश घेतला. त्यांचे मुख्य विषय भौतिकशास्त्र होते, ज्याचा अभ्यास त्यांनी प्राध्यापक ख्रिश्चन क्रिस्टियनसेन यांच्याकडे केला, जो त्यावेळेस विद्यापीठातील भौतिकशास्त्राचा एकमेव प्राध्यापक होता. त्यांनी प्रोफेसर थोरवाल्ड थिएल यांच्या हाताखाली खगोलशास्त्र आणि गणिताचा आणि त्यांच्या वडिलांचे मित्र प्रोफेसर हॅराल्ड हॉफडिंग यांच्या हाताखाली तत्वज्ञानाचा अभ्यास केला.

1905 मध्ये रॉयल डॅनिश ॲकॅडमी ऑफ सायन्सेस अँड लेटर्सने 1879 मध्ये लॉर्ड रेले यांनी प्रस्तावित केलेल्या द्रव्यांच्या पृष्ठभागावरील ताण मोजण्याच्या पद्धतीची तपासणी करण्यासाठी सुवर्णपदक स्पर्धा प्रायोजित करण्यात आली होती. यामध्ये त्रिज्याच्या दोलनाची वारंवारता मोजणे समाविष्ट होते. जल झोत. बोहरने विद्यापीठातील वडिलांच्या प्रयोगशाळेचा वापर करून अनेक प्रयोग केले; विद्यापीठात भौतिकशास्त्राची प्रयोगशाळा नव्हती. त्याचे प्रयोग पूर्ण करण्यासाठी, त्याला स्वतःचे काचेचे भांडे बनवावे लागले, आवश्यक लंबवर्तुळाकार क्रॉस-सेक्शनसह टेस्ट ट्यूब तयार करा. त्याने मूळ कार्याच्या पलीकडे जाऊन, रेलेचा सिद्धांत आणि त्याची पद्धत या दोन्हीमध्ये सुधारणांचा समावेश करून, पाण्याची चिकटपणा लक्षात घेऊन आणि केवळ अनंताच्या ऐवजी मर्यादित मोठेपणासह कार्य करून. शेवटच्या क्षणी सादर केलेल्या त्यांच्या निबंधाला पारितोषिक मिळाले. नंतर त्यांनी रॉयल सोसायटीच्या फिलॉसॉफिकल ट्रान्झॅक्शन्समध्ये प्रकाशनासाठी पेपरची सुधारित आवृत्ती लंडनमधील रॉयल सोसायटीला सादर केली.

हॅराल्ड दोन बोहर बंधूंपैकी प्रथम पदव्युत्तर पदवी मिळवली, जी त्याने एप्रिल 1909 मध्ये गणितासाठी मिळवली. नील्सला त्याच्या पर्यवेक्षक क्रिस्टियनसेनने नियुक्त केलेल्या धातूच्या इलेक्ट्रॉन सिद्धांतावर पदवी मिळविण्यासाठी आणखी नऊ महिने लागले. बोहरने नंतर आपल्या मास्टरच्या प्रबंधाचा त्याच्या अधिक मोठ्या डॉक्टर ऑफ फिलॉसॉफी (डॉ. फिल.) प्रबंधात विस्तार केला. त्यांनी या विषयावरील साहित्याचे सर्वेक्षण केले, पॉल ड्रुडने मांडलेल्या आणि हेन्ड्रिक लोरेन्ट्झने स्पष्ट केलेल्या मॉडेलवर स्थिरावले, ज्यामध्ये धातूमधील इलेक्ट्रॉन वायूसारखे वागतात असे मानले जाते. बोहरने लॉरेन्ट्झचे मॉडेल विस्तारित केले, परंतु हॉल इफेक्ट सारख्या घटनांचा हिशेब देता आला नाही आणि इलेक्ट्रॉन सिद्धांत धातूंचे चुंबकीय गुणधर्म पूर्णपणे स्पष्ट करू शकत नाही असा निष्कर्ष काढला. प्रबंध एप्रिल 1911 मध्ये स्वीकारण्यात आला, आणि बोहरने 13 मे रोजी औपचारिक बचाव केला. हॅराल्ड यांना मागील वर्षी डॉक्टरेट मिळाली होती. बोहरचा प्रबंध

ग्राउंडब्रेकिंग होता, परंतु स्कॅन्डिनेव्हियाच्या बाहेर त्याला फारसा रस नव्हता कारण तो डॅनिश भाषेत लिहिला गेला होता, त्या वेळी कोपनहेगन विद्यापीठाची आवश्यकता होती. 1921 मध्ये, डच भौतिकशास्त्रज्ञ हेंड्रिका जोहाना व्हॅन लीउवेन यांनी स्वतंत्रपणे बोहरच्या प्रबंधात एक प्रमेय काढला होता जो आज बोहर-व्हॅन लीउवेन प्रमेय म्हणून ओळखला जातो.

1910 मध्ये, बोहर गणितज्ञ नील्स एरिक नॉरलंडची बहीण मार्ग्रेट नॉरलंड यांना भेटले. 16 एप्रिल 1912 रोजी बोहरने चर्च ऑफ डेन्मार्कमधील सदस्यत्वाचा राजीनामा दिला आणि 1 ऑगस्ट रोजी स्लागेल्स येथील टाऊन हॉलमध्ये एका नागरी समारंभात त्यांचा आणि मार्ग्रेटचा विवाह झाला. वर्षांनंतर, त्याचा भाऊ हॅराल्ड याने लग्न करण्यापूर्वी चर्च सोडले. बोहर आणि मार्ग्रेट यांना सहा मुलगे होते. सर्वात वयस्कर, ख्रिश्चन, 1934 मध्ये बोटिंग अपघातात मरण पावले, आणि दुसरा, हॅराल्ड, गंभीरपणे मानसिकदृष्ट्या अक्षम झाला. वयाच्या चारव्या वर्षी त्याला त्याच्या कुटुंबाच्या घरापासून दूर एका संस्थेत ठेवण्यात आले आणि सहा वर्षांनंतर बालपणातील मेंदुज्वरामुळे त्याचा मृत्यू झाला. Aage Bohr एक यशस्वी भौतिकशास्त्रज्ञ बनले आणि 1975 मध्ये त्यांना त्यांच्या वडिलांप्रमाणे भौतिकशास्त्रातील नोबेल पारितोषिक मिळाले. हंस दा एक वैद्य झाला; एरिक डा , एक रासायनिक अभियंता; आणि अर्नेस्ट, एक वकील. त्याचे काका हॅराल्ड प्रमाणेच, अर्नेस्ट बोहर ऑलिंपिक खेळाडू बनले, लंडन येथे 1948 उन्हाळी ऑलिंपिकमध्ये डेन्मार्कसाठी फील्ड हॉकी खेळत होते.

भौतिकशास्त्र

सप्टेंबर 1911 मध्ये, बोहर, कार्ल्सबर्ग फाउंडेशनच्या फेलोशिपद्वारे समर्थित, इंग्लंडला गेले, जेथे अणू आणि रेणूंच्या संरचनेवर बहुतेक सैद्धांतिक कार्य केले जात होते. त्यांनी कॅव्हेंडिश लॅबोरेटरी आणि ट्रिनिटी कॉलेज, केंब्रिजचे जेजे थॉमसन यांची भेट घेतली. जेम्स जीन्स आणि जोसेफ लार्मोर यांनी दिलेल्या इलेक्ट्रोमॅग्नेटिझमवरील व्याख्यानांना ते उपस्थित राहिले आणि कॅथोड किरणांवर काही संशोधन केले, परंतु थॉमसनला प्रभावित करण्यात ते अयशस्वी झाले. ऑस्ट्रेलियन विल्यम लॉरेन्स ब्रॅग, आणि न्यूझीलंडचे अर्नेस्ट रदरफोर्ड, ज्यांच्या 1911 च्या अणूच्या लहान मध्यवर्ती केंद्रक रदरफोर्ड मॉडेलने थॉमसनच्या 1904 प्लम पुडिंग मॉडेलला आव्हान दिले होते, यांसारख्या तरुण भौतिकशास्त्रज्ञांसोबत त्याला अधिक यश मिळाले. बोहरला मँचेस्टरच्या व्हिक्टोरिया विद्यापीठात पोस्ट-डॉक्टरेट काम करण्यासाठी रदरफोर्डकडून आमंत्रण मिळाले, जिथे बोहर जॉर्ज डी हेवेसी आणि चार्ल्स गॅल्टन डार्विन (ज्यांना बोहर "खऱ्या डार्विनचा नातू" म्हणून संबोधतात) भेटले.

बोहर जुलै 1912 मध्ये त्याच्या लग्नासाठी डेन्मार्कला परतले आणि हनीमूनसाठी इंग्लंड आणि स्कॉटलंडमध्ये फिरले. परत आल्यावर, तो कोपनहेगन विद्यापीठात उष्मागतिकी विषयावर व्याख्याने देत खाजगीत झाला. मार्टिन नूडसेन यांनी बोहरचे नाव डॉसेंटसाठी पुढे ठेवले, जे जुलै 1913 मध्ये मंजूर झाले आणि बोहर नंतर वैद्यकीय विद्यार्थ्यांना शिकवू लागले. त्यांचे तीन शोधनिबंध, जे नंतर "द ट्रायलॉजी" म्हणून प्रसिद्ध झाले, त्याच वर्षी जुलै, सप्टेंबर आणि नोव्हेंबरमध्ये फिलॉसॉफिकल मॅगझिनमध्ये प्रकाशित झाले. त्याने मॅक्स प्लँकच्या क्वांटम सिद्धांताशी रदरफोर्डच्या आण्विक संरचनेचे रुपांतर केले आणि त्यामुळे त्याचे अणूचे बोहर मॉडेल तयार केले.

अणूंचे ग्रहांचे मॉडेल नवीन नव्हते, परंतु बोहरचे उपचार होते. डार्विनचा 1912 चा पेपर अल्फा कणांच्या मध्यवर्ती बिंदूसह परस्परसंवादात इलेक्ट्रॉनच्या भूमिकेवर घेऊन, त्याने अणूच्या केंद्रकाभोवती परिमाणित "स्थिर अवस्था" च्या कक्षेत प्रवास करणाऱ्या इलेक्ट्रॉनचा सिद्धांत प्रगत केला. अणू स्थिर करण्यासाठी, परंतु 1921 च्या पेपरमध्ये त्यांनी हे दाखवले होते की प्रत्येक घटकाचे रासायनिक गुणधर्म मुख्यत्वे त्याच्या अणूंच्या बाह्य कक्षेतील इलेक्ट्रॉन्सच्या संख्येद्वारे निर्धारित केले जातात. त्याने ही कल्पना मांडली की इलेक्ट्रॉन उच्च-ऊर्जेच्या कक्षेतून खालच्या कक्षेत जाऊ शकतो, प्रक्रियेत वेगळ्या ऊर्जाचे प्रमाण उत्सर्जित करते. हे आता जुन्या क्वांटम सिद्धांत म्हणून ओळखले जाणारे एक आधार बनले आहे.

n=1, 2 आणि 3 असे लेबल असलेले न्यूक्लियसभोवती वर्तुळाकार परिभ्रमण असलेले इलेक्ट्रॉन दर्शविणारे आकृती. एक इलेक्ट्रॉन 3 ते 2 पर्यंत खाली येतो, रेडिएशन डेल्टा E = hv निर्माण करतो हायड्रोजन अणूचे बोहर मॉडेल. एक नकारात्मक चार्ज केलेला इलेक्ट्रॉन, अणु कक्षेपर्यंत मर्यादित, एका लहान, सकारात्मक चार्ज केलेल्या केंद्रकाभोवती फिरतो; परिभ्रमण दरम्यान क्वांटम जंप उत्सर्जित किंवा शोषलेल्या इलेक्ट्रोमॅग्नेटिक रेडिएशनसह असते.

कुठे? शोषलेल्या किंवा उत्सर्जित प्रकाशाची तरंगलांबी आहे आणि RH हा रायडबर्ग स्थिरांक आहे. बाल्मरचे सूत्र अतिरिक्त वर्णक्रमीय रेषांच्या शोधाद्वारे पुष्टी केले गेले, परंतु तीस वर्षांपासून ते का कार्य करते हे कोणीही स्पष्ट करू शकले नाही. त्याच्या ट्रोलॉजीच्या पहिल्या पेपरमध्ये, बोहर त्याच्या मॉडेलमधून ते मिळवू शकला.

मॉडेलचा पहिला अडथळा होता पिकरिंग मालिका, ज्या रेषा बाल्मरच्या सूत्रात बसत नाहीत. आल्फ्रेड फॉलरने यावर आव्हान दिले असता, बोहरने उत्तर दिले की ते आयनीकृत हेलियम, हेलियम अणू केवळ एका इलेक्ट्रॉनमुळे होते. बोहर मॉडेल अशा आयनांसाठी काम करत असल्याचे आढळून आले. थॉमसन, रेले आणि हेंड्रिक लॉरेन्ट्झ सारख्या अनेक जुन्या भौतिकशास्त्रज्ञांना ही त्रयी आवडली नाही, परंतु रदरफोर्ड, डेव्हिड हिल्बर्ट, अल्बर्ट आइनस्टाईन, एनरिको फर्मी, मॅक्स बॉर्न आणि अरनॉल्ड सॉमरफेल्ड यांच्यासह तरुण पिढीने याला एक प्रगती म्हणून पाहिले. या ट्रायॉलॉजीची स्वीकृती पूर्णपणे इतर मॉडेल्सला अडथळा आणणाऱ्या घटनांचे स्पष्टीकरण देण्याच्या क्षमतेमुळे आणि नंतर प्रयोगांद्वारे सत्यापित केलेल्या परिणामांचा अंदाज लावण्याच्या क्षमतेमुळे होती. आज, अणूचे बोहर मॉडेल मागे टाकण्यात

आले आहे, परंतु तरीही ते अणूचे सर्वोत्कृष्ट मॉडेल आहे, कारण ते हायस्कूल भौतिकशास्त्र आणि रसायनशास्त्राच्या ग्रंथांमध्ये दिसते.

बोहरला वैद्यकीय विद्यार्थ्यांना शिकवण्यात आनंद वाटत नव्हता. त्याने मँचेस्टरला परत जाण्याचा निर्णय घेतला, जिथे रदरफोर्डने त्याला डार्विनच्या जागी वाचक म्हणून नोकरी देऊ केली होती, ज्याचा कार्यकाळ संपला होता. बोहर यांनी स्वीकारले. त्याने कोपनहेगन विद्यापीठातून अनुपस्थितीची रजा घेतली, ज्याची सुरुवात त्याने त्याचा भाऊ हॅराल्ड आणि काकू हॅना ॲडलरसोबत टायरॉलमध्ये सुट्टी घेऊन केली. तेथे, त्यांनी गॉटिंगेन विद्यापीठ आणि म्युनिकच्या लुडविग मॅक्सिमिलियन विद्यापीठाला भेट दिली, जिथे ते सॉमरफेल्ड यांना भेटले आणि त्रयीवरील चर्चासत्रे आयोजित केली. ते टायरॉलमध्ये असतानाच पहिले महायुद्ध सुरू झाले, त्यामुळे डेन्मार्कचा परतीचा प्रवास आणि बोहरचा मार्ग्रेटसोबतचा त्यानंतरचा प्रवास इंग्लंडला, जिथे तो ऑक्टोबर 1914 मध्ये पोहोचला, त्यात खूप गुंतागुंत निर्माण झाले. ते जुलै 1916 पर्यंत राहिले, तेव्हापर्यंत त्यांची नेमणूक झाली होती. कोपनहेगन विद्यापीठातील सैद्धांतिक भौतिकशास्त्राचे अध्यक्ष, विशेषतः त्यांच्यासाठी तयार केलेले पद. त्याच वेळी त्याची डॉसेंटशिप रद्द केली गेली, म्हणून त्याला वैद्यकीय विद्यार्थ्यांना भौतिकशास्त्र शिकवावे लागले. नवीन प्राध्यापकांची औपचारिक ओळख राजा ख्रिश्चन X यांच्याशी झाली, ज्यांनी अशा प्रसिद्ध फुटबॉल खेळाडूला भेटून आनंद व्यक्त केला.

भौतिकशास्त्र संस्था

एप्रिल 1917 मध्ये बोहरने सैद्धांतिक भौतिकशास्त्र संस्था स्थापन करण्याची मोहीम सुरू केली. त्याला डॅनिश सरकार आणि कार्ल्सबर्ग फाऊंडेशनचा पाठिंबा मिळाला आणि उद्योग आणि खाजगी देणगीदारांनी देखील मोठे योगदान दिले, त्यापैकी बरेच ज्यू होते. संस्थेची स्थापना करणारा कायदा नोव्हेंबर 1918 मध्ये मंजूर करण्यात आला. आता नील्स बोहर इन्स्टिट्यूट म्हणून ओळखले जाणारे, ते 3 मार्च 1921 रोजी उघडले गेले आणि त्याचे संचालक बोहर होते. त्याचे कुटुंब पहिल्या मजल्यावर एका अपार्टमेंटमध्ये गेले. 49 50 बोहरच्या संस्थेने 1920 आणि 1930 च्या दशकात क्वांटम मेकॅनिक्स आणि संबंधित विषयांमध्ये संशोधकांसाठी एक केंद्रबिंदू म्हणून काम केले, जेव्हा जगातील बहुतेक नामांकित सैद्धांतिक भौतिकशास्त्रज्ञांनी त्यांच्या कंपनीत काही काळ घालवला. सुरुवातीच्या आगमनामध्ये नेदरलँडचे हॅन्स क्रॅमर्स, स्वीडनचे ऑस्कर क्लेन, हंगेरीचे जॉर्ज डी हेवेसी, पोलंडचे वोज्शिच रुबिनोविझ आणि नॉर्वेचे स्वेन रोसेलँड यांचा समावेश होता. त्यांचे अनुकूल यजमान आणि प्रख्यात सहकारी म्हणून बोहरचे सर्वत्र कौतुक झाले. क्लेन आणि रोसेलँड यांनी संस्थेचे पहिले प्रकाशन उघडण्यापूर्वीच तयार केले.

बोहर मॉडेलने हायड्रोजन आणि आयनीकृत सिंगल इलेक्ट्रॉन हेलियमसाठी चांगले काम केले ज्याने आइनस्टाईनला प्रभावित केले, परंतु अधिक जटिल घटकांचे स्पष्टीकरण देऊ शकले नाही. 1919 पर्यंत, बोहर या कल्पनेपासून दूर जात होते की इलेक्ट्रॉन न्यूक्लियसभोवती फिरतात आणि त्यांचे वर्णन करण्यासाठी ह्युरिस्टिक विकसित केले. दुर्मिळ-पृथ्वी घटकांनी रसायनशास्त्रज्ञांसाठी एक विशिष्ट वर्गीकरण समस्या निर्माण केली, कारण ते रासायनिकदृष्ट्या समान होते. 1924 मध्ये वुल्फगँग पॉली यांनी पॉली बहिष्कार तत्त्वाचा शोध लावल्यानंतर एक महत्त्वाचा विकास झाला, ज्याने बोहरच्या मॉडेल्सला दृढ सैद्धांतिक पायावर ठेवले. त्यानंतर बोहर हे घोषित करू शकले की अद्याप न सापडलेला घटक हा दुर्मिळ-पृथ्वीचा घटक नाही, तर झिर्कोनियम सारखा रासायनिक गुणधर्म असलेला घटक आहे. (रासायनिक गुणधर्मांद्वारे 1871 पासून मूलद्रव्यांचा अंदाज लावला गेला आणि शोधला गेला) आणि बोहरला फ्रेंच रसायनशास्त्रज्ञ जॉर्जेस अर्बेन यांनी ताबडतोब आव्हान दिले, ज्याने दुर्मिळ-पृथ्वी घटक शोधल्याचा दावा केला, ज्याला त्यांनी "सेल्टियम" म्हटले. कोपनहेगनमधील संस्थेत, डर्क कोस्टर आणि जॉर्ज डी हेवेसी यांनी बोहरला बरोबर आणि अर्बेन चुकीचे सिद्ध करण्याचे आव्हान स्वीकारले. अज्ञात घटकाच्या रासायनिक गुणधर्मांची स्पष्ट कल्पना देऊन शोध प्रक्रिया मोठ्या प्रमाणात सुलभ केली. त्यांनी कोपनहेगनच्या मिनरॉलॉजीच्या संग्रहालयातील नमुन्यांमधून झिरकोनियम सारखा घटक शोधला आणि लवकरच त्यांना ते सापडले. ज्या घटकाला त्यांनी हॅफनियम (हॅफनिया हे कोपनहेगनचे लॅटिन नाव आहे) असे नाव दिले ते सोन्यापेक्षा अधिक सामान्य असल्याचे दिसून आले.

१९२२ मध्ये बोहर यांना भौतिकशास्त्रातील नोबेल पारितोषिक "अणूंच्या संरचनेच्या आणि त्यांच्यापासून उत्सर्जित होणाऱ्या किरणोत्सर्गाच्या तपासणीसाठी" देण्यात आले. 58 अशा प्रकारे या पुरस्काराने त्रयी आणि क्वांटम मेकॅनिक्सच्या उदयोन्मुख क्षेत्रातील त्यांच्या सुरुवातीच्या अग्रगण्य कार्यास मान्यता दिली. त्यांच्या नोबेल व्याख्यानासाठी, बोहर यांनी त्यांच्या श्रोत्यांना अणूच्या संरचनेबद्दल काय माहीत होते, त्यामध्ये त्यांनी तयार केलेल्या पत्रव्यवहाराच्या तत्त्वासह सर्वसमावेशक सर्वेक्षण केले. हे असे सांगते की क्वांटम सिद्धांताद्वारे वर्णन केलेल्या प्रणालींचे वर्तन शास्त्रीय भौतिकशास्त्र मोठ्या क्वांटम संख्यांच्या मर्यादेत पुनरुत्पादित करते.

1923 मध्ये आर्थर हॉली कॉम्प्टनच्या कॉम्प्टन स्कॅटरिंगच्या शोधामुळे बहुतेक भौतिकशास्त्रज्ञांना खात्री पटली की प्रकाश फोटॉनचा बनलेला आहे आणि ऊर्जा आणि गती इलेक्ट्रॉन आणि फोटॉन यांच्यातील टक्करांमध्ये संरक्षित आहे. 1924 मध्ये, बोहर, क्रेमर्स आणि जॉन सी. स्लेटर, कोपनहेगन येथील संस्थेत काम करणारे अमेरिकन भौतिकशास्त्रज्ञ यांनी बोहर-क्रेमर्स-स्लेटर सिद्धांत (BKS) मांडला. पूर्ण भौतिक सिद्धांतापेक्षा हा एक कार्यक्रम होता, कारण त्यातून विकसित झालेल्या कल्पना परिमाणवाचकपणे तयार केल्या गेल्या नाहीत. बीकेएस सिद्धांत हा जुन्या क्वांटम सिद्धांताच्या आधारे पदार्थ आणि इलेक्ट्रोमॅग्नेटिक रेडिएशनचा परस्परसंवाद समजून घेण्याचा अंतिम प्रयत्न बनला, ज्यामध्ये इलेक्ट्रोमॅग्नेटिक फील्डच्या शास्त्रीय लहरी वर्णनावर क्वांटम निर्बंध लादून क्वांटम घटनांवर उपचार केले गेले.

शोषण आणि उत्सर्जन फ्रिक्वेन्सीवर "व्हर्च्युअल ऑसिलेटर" वापरून घटना इलेक्ट्रोमॅग्नेटिक रेडिएशन अंतर्गत आण्विक वर्तनाचे मॉडेलिंग, बोहर कक्षाच्या (वेगळ्या) स्पष्ट फ्रिक्वेन्सीऐवजी, मॅक्स बॉर्न, वर्नर हायझेनबर्ग आणि क्रॅमर्स यांना भिन्न गणितीय मॉडेल्सचा शोध घेण्यास प्रवृत्त केले. त्यांनी मॅट्रिक्स मेकॅनिक्सचा विकास केला, आधुनिक क्वांटम मेकॅनिक्सचा पहिला प्रकार. बीकेएस सिद्धांताने जुन्या क्वांटम सिद्धांताच्या पायाभरणीतील अडचणींवर चर्चा केली आणि त्याकडे लक्ष वेधले. BKS चे सर्वात प्रक्षोभक घटक - प्रत्येक परस्परसंवादात गती आणि उर्जा संरक्षित केली जाईल असे नाही, परंतु केवळ सांख्यिकीयदृष्ट्या - लवकरच वॉल्थर बोथे आणि हॅन्स गीगर यांनी केलेल्या प्रयोगांशी संघर्ष असल्याचे दर्शविले गेले. या निकालांच्या प्रकाशात बोहरने डार्विनला सांगितले की "आमच्या क्रांतिकारी प्रयत्नांना शक्य तितक्या सन्माननीय अंत्यसंस्कार करण्याशिवाय दुसरे काही करायचे नाही".

क्वांटम मेकॅनिक्स

नोव्हेंबर 1925 मध्ये जॉर्ज उहलेनबेक आणि सॅम्युअल गौडस्मित यांनी फिरकीची ओळख करून देणे हा एक मैलाचा दगड होता. पुढच्या महिन्यात, बोहरने हेंड्रिक लॉरेंट्झच्या डॉक्टरेट प्राप्त केलेल्या 50 व्या वर्धापन दिनाच्या समारंभात सहभागी होण्यासाठी लीडेनला गेला. जेव्हा त्याची ट्रेन हॅम्बुर्गमध्ये थांबली, तेव्हा त्याला वुल्फगँग पॉली आणि ओटो स्टर्न भेटले, त्यांनी फिरकी सिद्धांताबद्दल त्याचे मत विचारले. बोहर यांनी निदर्शनास आणून दिले की त्यांना इलेक्ट्रॉन आणि चुंबकीय क्षेत्रांमधील परस्परसंवादाबद्दल चिंता होती. जेव्हा तो लेडेनमध्ये आला तेव्हा पॉल एहरनफेस्ट आणि अल्बर्ट आइनस्टाइन यांनी बोहरला कळवले की आइनस्टाइनने सापेक्षतेचा वापर करून ही समस्या सोडवली आहे. त्यानंतर बोहरने उहलेनबेक आणि गौडस्मित हे त्यांच्या पेपरमध्ये समाविष्ट केले. अशा प्रकारे, परतीच्या वाटेवर जेव्हा तो गॉटिंगेनमध्ये वेर्नर हायझेनबर्ग आणि पास्कुअल जॉर्डनला भेटला तेव्हा तो त्याच्या स्वतःच्या शब्दात, "इलेक्ट्रॉन मॅग्नेट गॉस्पेलचा संदेष्टा" बनला होता.

हायझेनबर्ग प्रथम 1924 मध्ये कोपनहेगनला आला, त्यानंतर जून 1925 मध्ये गॉटिंगेनला परतला, त्यानंतर लवकरच क्वांटम मेकॅनिक्सचा गणिती पाया विकसित केला. जेव्हा त्याने गॉटिंगेनमधील मॅक्स बॉर्नला त्याचे परिणाम दाखवले, तेव्हा बॉर्नला लक्षात आले की ते मॅट्रिक्स वापरून व्यक्त केले जाऊ शकतात. या कामाने ब्रिटिश भौतिकशास्त्रज्ञ पॉल डिराक यांचे लक्ष वेधून घेतले, जे सप्टेंबर १९२६ मध्ये सहा महिन्यांसाठी कोपनहेगनला आले. ऑस्ट्रियन भौतिकशास्त्रज्ञ एर्विन श्रोडिंगर यांनीही १९२६ मध्ये भेट दिली. वेव्ह मेकॅनिक्सचा वापर करून क्वांटम भौतिकशास्त्र शास्त्रीय भाषेत समजावून सांगण्याच्या त्यांच्या प्रयत्नाने बोहरला प्रभावित केले, ज्यांचा असा विश्वास होता की "गणितीय स्पष्टता आणि साधेपणामध्ये ते इतके योगदान देते की ते क्वांटम मेकॅनिक्सच्या मागील सर्व प्रकारांपेक्षा एक प्रचंड प्रगती दर्शवते".

1926 मध्ये जेव्हा क्रॅमर्स यांनी उट्रेच विद्यापीठात सैद्धांतिक भौतिकशास्त्राचे प्राध्यापक म्हणून खुर्ची स्वीकारण्यासाठी संस्था सोडली, तेव्हा बोहरने हायझेनबर्गला परत येण्याची आणि क्रेमर्सची जागा कोपनहेगन विद्यापीठात लेक्टर म्हणून घेण्याची व्यवस्था केली. हायझेनबर्ग यांनी कोपनहेगनमध्ये 1926 ते 1927 या काळात विद्यापीठाचे व्याख्याते आणि बोहरचे सहाय्यक म्हणून काम केले.

बोहरला खात्री पटली की प्रकाश हा तरंग आणि कण या दोन्हींप्रमाणे वागतो आणि १९२७ मध्ये प्रयोगांनी डी ब्रोग्लीच्या गृहीतकेची पुष्टी केली की पदार्थ (इलेक्ट्रॉनसारखे) देखील लहरीसारखे वागतात. त्यांनी पूरकतेचे तात्विक तत्त्व मांडले: प्रायोगिक फ्रेमवर्कवर अवलंबून असलेल्या वस्तूंमध्ये वरवर पाहता परस्पर अनन्य गुणधर्म असू शकतात, जसे की लहरी किंवा कणांचा प्रवाह असणे. त्याला असे वाटले की व्यावसायिक तत्त्वज्ञांना ते पूर्णपणे समजले नाही.

फेब्रुवारी 1927 मध्ये, हायझेनबर्गने अनिश्चिततेच्या तत्त्वाची पहिली आवृत्ती विकसित केली, ज्यामध्ये गॅमा-किरण सूक्ष्मदर्शकाद्वारे इलेक्ट्रॉनचे निरीक्षण केले गेले. हायझेनबर्गच्या युक्तिवादावर बोहर असमाधानी होते, कारण इलेक्ट्रॉनचे गुणधर्म ज्या संदर्भामध्ये मोजले गेले होते त्या व्यतिरिक्त चर्चा केली जाऊ शकत नाही या अधिक मूलगामी कल्पनेपेक्षा, आधीपासून अस्तित्वात असलेल्या गुणधर्मांना अडथळा आणणारे मोजमाप आवश्यक आहे. येथे सादर केलेल्या एका पेपरमध्ये सप्टेंबर 1927 मध्ये कोमो येथील व्होल्टा कॉन्फरन्समध्ये बोहरने हायझेनबर्गचे अनिश्चितता संबंध ऑप्टिकल उपकरणांच्या निराकरण शक्तीच्या शास्त्रीय विचारांवरून घेतले जाऊ शकतात यावर जोर दिला. पूरकतेचा खरा अर्थ समजून घेण्यासाठी, बोहरच्या मते, "जवळून तपासणी" आवश्यक आहे. आइन्स्टाईनने शास्त्रीय भौतिकशास्त्राच्या निर्धारवादाला संभाव्य नवीन क्वांटम भौतिकशास्त्रापेक्षा प्राधान्य दिले ज्यामध्ये त्यांनी स्वतः योगदान दिले होते. क्वांटम मेकॅनिक्सच्या नवनवीन पैलूंमधून उद्भवणारे तात्विक मुद्दे चर्चेचे व्यापकपणे प्रसिद्ध विषय बनले. आईन्स्टाईन आणि बोहर यांच्यात आयुष्यभर अशा मुद्द्यांवर चांगल्या स्वभावाचे वाद होते.

1914 मध्ये कार्ल्सबर्ग ब्रुअरीजचे वारसदार कार्ल जेकबसेन यांनी मानद निवासस्थान (डॅनिश: Æresbolig) म्हणून विज्ञान, साहित्य किंवा कलांमध्ये सर्वात प्रमुख योगदान देणाऱ्या डेनच्या जीवनासाठी त्याचा वाडा वापरण्यासाठी मृत्यूपत्र दिले. हॅराल्ड हॉफडिंग हे पहिले रहिवासी होते आणि जुलै 1931 मध्ये त्यांच्या मृत्यूनंतर, रॉयल डॅनिश ॲकॅडमी ऑफ सायन्सेस अँड लेटर्सने बोहरचा ताबा दिला. ते आणि त्यांचे कुटुंब 1932 मध्ये तेथे गेले. 17 मार्च 1939 रोजी त्यांची अकादमीच्या अध्यक्षपदी निवड झाली.

1929 पर्यंत बीटा क्षय होण्याच्या घटनेने बोहरला उर्जेच्या संवर्धनाचा कायदा सोडून द्यावा असे सुचवण्यास प्रवृत्त केले, परंतु एनरिको फर्मीच्या काल्पनिक न्यूट्रिनो आणि त्यानंतरच्या 1932 च्या न्यूट्रॉनच्या शोधाने आणखी एक स्पष्टीकरण दिले. यामुळे बोहरला 1936 मध्ये कंपाऊंड न्यूक्लियसचा नवीन सिद्धांत तयार करण्यास प्रवृत्त केले, ज्याने न्यूक्लियसद्वारे न्यूट्रॉन कसे पकडले जाऊ शकतात हे स्पष्ट केले. या मॉडेलमध्ये, न्यूक्लियस द्रवाच्या थेंबाप्रमाणे विकृत केले जाऊ शकते. डॅनिश भौतिकशास्त्रज्ञ फ्रिट्झ काल्कर या नवीन सहकार्यासोबत त्यांनी यावर काम केले, ज्यांचे 1938 मध्ये अचानक निधन झाले.

डिसेंबर 1938 मध्ये ओटो हॅनने आण्विक विखंडनाचा शोध लावला (आणि त्याचे सैद्धांतिक स्पष्टीकरण लिसे मेटनर यांनी) भौतिकशास्त्रज्ञांमध्ये तीव्र उत्सुकता निर्माण केली. बोहर यांनी ही बातमी युनायटेड स्टेट्समध्ये आणली जिथे त्यांनी जानेवारी 1939 रोजी फर्मीसोबत सैद्धांतिक भौतिकशास्त्रावरील पाचवी वॉशिंग्टन परिषद सुरू केली. 80 जेव्हा बोहरने जॉर्ज प्लाझेकला सांगितले की यामुळे ट्रान्सयुरेनिक घटकांची सर्व रहस्ये सोडवली गेली, तेव्हा प्लाझेकने त्याला सांगितले की एक शिल्लक आहे: युरेनियमची न्यूट्रॉन कॅप्चर ऊर्जा त्याच्या क्षयशी जुळत नाही. बोहरने काही मिनिटे यावर विचार केला आणि नंतर प्लाझेक, लिओन रोझेनफेल्ड आणि जॉन व्हीलर यांना घोषित केले की "मला सर्वकाही समजले आहे." त्याच्या न्यूक्लियसच्या द्रव ड्रॉप मॉडेलच्या आधारे, बोहरने निष्कर्ष काढला की ते युरेनियम -235 समस्थानिक आहे. आणि अधिक मुबलक युरेनियम-238 नाही जे प्रामुख्याने थर्मल न्यूट्रॉनसह विखंडनासाठी जबाबदार होते. एप्रिल 1940 मध्ये, जॉन आर. डनिंग यांनी दाखवून दिले की बोहर बरोबर आहे. यादरम्यान, बोहर आणि व्हीलर यांनी एक सैद्धांतिक उपचार विकसित केले जे त्यांनी सप्टेंबर 1939 मध्ये "द मेकॅनिझम ऑफ न्यूक्लियर फिशन" या विषयावर प्रकाशित केले.

तत्वज्ञान

हायझेनबर्गने बोहरबद्दल सांगितले की ते "प्रामुख्याने तत्त्वज्ञ होते, भौतिकशास्त्रज्ञ नव्हते". बोहरने 19व्या शतकातील डॅनिश ख्रिश्चन अस्तित्ववादी तत्त्वज्ञ, सोरेन किर्केगार्ड वाचले. रिचर्ड ऱ्होड्सने द मेकिंग ऑफ द ॲटॉमिक बॉम्बमध्ये असा युक्तिवाद केला की बोहर हाफडिंगच्या माध्यमातून किर्केगार्डवर प्रभाव पाडत होता. 1909 मध्ये, बोहरने वाढदिवसाची भेट म्हणून त्याचा भाऊ किरकेगार्डचे स्टेजेस ऑन लाईफ्स वे पाठवले. संलग्न पत्रात बोहरने लिहिले, "मला घरी पाठवायचे आहे ही एकमेव गोष्ट आहे; परंतु मला विश्वास नाही की काहीही चांगले शोधणे खूप सोपे आहे ... मला असे वाटते की ही सर्वात आनंददायक गोष्टींपैकी एक आहे. कधी वाचले आहे." बोहर यांना किर्केगार्डची भाषा आणि साहित्यिक शैली आवडली, परंतु किर्केगार्डच्या तत्वज्ञानाशी त्यांचे काही मतभेद असल्याचे नमूद केले. 85 बोहरच्या काही चरित्रकारांनी असे सुचवले की हा मतभेद किर्केगार्डच्या ख्रिश्चन धर्माच्या वकिलीतून उद्भवला होता, तर बोहर नास्तिक होता.

बोहरच्या तत्त्वज्ञानावर आणि विज्ञानावर किरकेगार्डचा प्रभाव किती प्रमाणात होता यावर काही वाद आहेत. डेव्हिड फॅव्हरहोल्ड यांनी असा युक्तिवाद केला की बोहरच्या कामावर किर्केगार्डचा कमीत कमी प्रभाव होता, बोहरचे किर्केगार्डशी असहमत असल्याबद्दलचे विधान लक्षात घेऊन, 89 तर जॅन फेय यांनी असा युक्तिवाद केला की एखाद्या सिद्धांताच्या सामान्य परिसर आणि रचना स्वीकारताना त्याच्या सामग्रीशी असहमत असू शकते.

क्वांटम भौतिकशास्त्र

बोहरच्या मतांबद्दल आणि क्वांटम मेकॅनिक्सच्या तत्त्वज्ञानाबद्दल नंतर बरेच वादविवाद आणि चर्चा झाली आहे. क्वांटम जगाच्या त्याच्या ऑन्टोलॉजिकल व्याख्येबद्दल, बोहरला वास्तववादी विरोधी, वाद्यवादक, एक अपूर्व वास्तववादी किंवा इतर काही प्रकारचे वास्तववादी म्हणून पाहिले जाते. शिवाय, जरी काहींनी बोहरला विषयवादी किंवा सकारात्मकतावादी म्हणून पाहिले असले तरी, बहुतेक तत्त्वज्ञ सहमत आहेत की हा बोहरचा गैरसमज आहे कारण त्याने कधीही पडताळणीसाठी किंवा या विषयाचा मोजमापाच्या परिणामावर थेट परिणाम होतो या कल्पनेसाठी युक्तिवाद केला नाही.

"कोणतेही क्वांटम जग नाही" परंतु केवळ "अमूर्त क्वांटम भौतिक वर्णन" आहे असे बोहरने अनेकदा उद्धृत केले आहे. हे बोहरने सांगितले नव्हते, तर एज पीटरसनने बोहरच्या मृत्यूनंतरच्या आठवणीत बोहरच्या तत्वज्ञानाचा सारांश देण्याचा प्रयत्न केला होता. एन. डेव्हिड मर्मिन यांनी व्हिक्टर वेसस्कोप यांना आठवण करून दिली की बोहरने असे काहीही बोलले नसते आणि उद्गार काढले की, "बोहरच्या तोंडात ते हास्यास्पद शब्द टाकल्याबद्दल अगे पीटरसनला लाज वाटते!"

असंख्य विद्वानांनी असा युक्तिवाद केला आहे की इमॅन्युएल कांटच्या तत्वज्ञानाचा बोहरवर जोरदार प्रभाव होता. कांट प्रमाणेच, बोहरने विचार केला की विषयाचा अनुभव आणि वस्तू यांच्यात फरक करणे ही ज्ञान प्राप्तीसाठी एक महत्त्वाची अट आहे. हे केवळ विषयाच्या अनुभवाचे वर्णन करण्यासाठी कार्यकारण आणि अवकाशीय-लौकिक संकल्पनांच्या वापराद्वारे केले जाऊ शकते. अशा प्रकारे, जॅन फेयच्या मते, बोहरने विचार केला की "अंतराळ", "स्थिती", "काळ," "कार्यकारण" आणि "वेग" यासारख्या "शास्त्रीय" संकल्पनांमुळेच वस्तू आणि त्यांच्या वस्तुनिष्ठ अस्तित्वाबद्दल बोलता येते. बोहर यांनी असे मानले की "वेळ" सारख्या मूलभूत संकल्पना आपल्या सामान्य भाषेत अंतर्भूत आहेत आणि शास्त्रीय भौतिकशास्त्राच्या संकल्पना केवळ त्यांचे परिष्करण आहेत. म्हणून, बोहरसाठी, क्वांटम जगाशी संबंधित प्रयोगांचे वर्णन करण्यासाठी आपल्याला शास्त्रीय संकल्पना वापरण्याची आवश्यकता आहे. बोहर लिहितात

हे ओळखणे निर्णायक आहे की, घटना शास्त्रीय भौतिक स्पष्टीकरणाच्या व्याप्तीपेक्षा कितीही दूर असली तरी, सर्व पुराव्यांचा लेखाजोखा शास्त्रीय शब्दांत व्यक्त केला पाहिजे. युक्तिवाद फक्त असा आहे की 'प्रयोग' या शब्दाद्वारे आपण अशा परिस्थितीचा संदर्भ देतो जिथे आपण काय केले आणि आपण काय शिकलो हे आपण इतरांना सांगू शकतो आणि म्हणूनच, प्रायोगिक मांडणी आणि निरीक्षणांच्या परिणामांचा लेखाजोखा असणे आवश्यक आहे. शास्त्रीय भौतिकशास्त्राच्या शब्दावलीच्या योग्य वापरासह अस्पष्ट भाषेत व्यक्त केले जावे (APHK, p. 39).

फेयच्या मते, क्वांटम घटनांचे वर्णन करण्यासाठी शास्त्रीय संकल्पना आवश्यक आहेत असा बोहरचा विश्वास का होता याचे विविध स्पष्टीकरण आहेत. फेय स्पष्टीकरणांना पाच चौकटीत गटबद्ध करतो: अनुभववाद (म्हणजे तार्किक सकारात्मकतावाद); कांतीनिझम (किंवा ज्ञानशास्त्राचे निओ-कांटियन मॉडेल ज्यामध्ये शास्त्रीय कल्पना ही एक प्राथमिक संकल्पना आहे जी मन इंद्रियांवर लादते); व्यावहारिकता (जे मानव त्यांच्या गरजा आणि आवडीनुसार अणुप्रणालींशी अनुभवाने कसे संवाद साधतात यावर लक्ष केंद्रित करतात); डार्विनिझम (म्हणजे आम्ही शास्त्रीय प्रकारच्या संकल्पना वापरण्यास अनुकूल आहोत, ज्याचा वापर करण्यासाठी आम्ही उत्क्रांत झालो असे लिओन रोसेनफेल्ड यांनी सांगितले); आणि प्रयोगवाद (जे प्रयोगांच्या कार्यावर आणि परिणामांवर काटेकोरपणे लक्ष केंद्रित करते ज्याचे वर्णन शास्त्रीय पद्धतीने केले पाहिजे). हे स्पष्टीकरण परस्पर अनन्य नाहीत, आणि काही वेळा बोहर यापैकी काही पैलूंवर जोर देतात असे दिसते तर इतर वेळी ते इतर घटकांवर लक्ष केंद्रित करतात. फेयच्या म्हणण्यानुसार "बोहरने अणूला वास्तविक मानले. अणू हे हिरीस्टिक किंवा तार्किक बांधकाम नाहीत." तथापि, फेयच्या म्हणण्यानुसार, "क्वांटम मेकॅनिकल औपचारिकता या अर्थाने खरी आहे की त्याने आपल्याला क्वांटम जगाचे प्रतीकात्मक प्रतिनिधित्व न करता शाब्दिक ('चित्रात्मक') दिले यावर त्याचा विश्वास नव्हता." म्हणून, बोहरचा सिद्धांत पूरकतेचे "प्रथम आणि सर्वात महत्त्वाचे म्हणजे क्वांटम मेकॅनिक्सचे शब्दार्थ आणि ज्ञानशास्त्रीय वाचन ज्यामध्ये काही विशिष्ट ऑन्टोलॉजिकल परिणाम आहेत."

अणू वस्तूला विशिष्ट किनेमॅटिक किंवा डायनॅमिक व्हॅल्यू दर्शविणाऱ्या वाक्यांच्या सत्य परिस्थिती समाविष्ट असलेल्या उपकरणावर अवलंबून असतात, अशा प्रकारे या सत्य परिस्थितींमध्ये प्रायोगिक सेटअप तसेच प्रयोगाच्या वास्तविक परिणामाचा संदर्भ समाविष्ट असावा.

फेयने नमूद केले आहे की बोहरच्या व्याख्याने "मापन दरम्यान वेव्ह फंक्शनचे पतन" (आणि खरंच, त्याने या कल्पनेचा कधीही उल्लेख केला नाही) असा कोणताही संदर्भ देत नाही. त्याऐवजी, बोहरने "बॉर्न सांख्यिकीय व्याख्या स्वीकारली कारण त्यांचा असा विश्वास होता की ?-फंक्शनचा केवळ प्रतीकात्मक अर्थ आहे आणि तो वास्तविक काहीही दर्शवत नाही." बोहरसाठी, ?-फंक्शन हे वास्तवाचे शाब्दिक सचित्र प्रतिनिधित्व नसल्यामुळे, वेव्हफंक्शनचे कोणतेही वास्तविक पतन होऊ शकत नाही.

अलीकडच्या साहित्यात बोहरचा अणू आणि त्यांच्या वास्तवाबद्दल काय विश्वास होता आणि ते दिसते त्यापेक्षा ते दुसरे काहीतरी आहेत की नाही हा एक अतिशय चर्चेचा मुद्दा आहे. हेन्री फोल्स सारख्या काहींनी असा युक्तिवाद केला की बोहरने निरीक्षण केलेल्या घटना आणि अतींद्रिय वास्तव यांच्यातील फरक पाहिला. जॅन फेय या भूमिकेशी असहमत आहेत आणि मानतात की बोहरसाठी, क्वांटम फॉर्मॅलिझम आणि पूरकता ही एकमेव गोष्ट होती जी आपण क्वांटम जगाबद्दल सांगू शकतो आणि "बोहरच्या लिखाणात असे कोणतेही पुरावे नाहीत की बोहर आंतरिक आणि मापन-स्वतंत्र स्थितीचे श्रेय देईल. शास्त्रीय वस्तूंव्यतिरिक्त अणु वस्तूंचे गुणधर्म (जरी आपल्यासाठी अत्यंत दुर्गम आणि अगम्य) मोजमापात प्रकट होतात."

नाझीवाद आणि दुसरे महायुद्ध

जर्मनीतील नाझीवादाच्या उदयाने अनेक विद्वानांना त्यांच्या देशातून पळून जाण्यास प्रवृत्त केले, कारण ते ज्यू होते किंवा ते नाझी राजवटीचे राजकीय विरोधक होते. 1933 मध्ये, रॉकफेलर फाउंडेशनने निर्वासित शिक्षणतज्ज्ञांना मदत करण्यासाठी एक निधी तयार केला आणि मे 1933 मध्ये अमेरिकेच्या भेटीदरम्यान बोहर यांनी रॉकफेलर फाउंडेशनचे अध्यक्ष मॅक्स मेसन यांच्याशी या कार्यक्रमावर चर्चा केली. बोहरने निर्वासितांना संस्थेत तात्पुरत्या नोकऱ्या दिल्या, त्यांना आर्थिक सहाय्य दिले, त्यांना रॉकफेलर फाउंडेशनकडून फेलोशिप देण्याची व्यवस्था केली आणि शेवटी त्यांना जगभरातील संस्थांमध्ये स्थान मिळाले. त्याने ज्यांना मदत केली त्यात गुइडो बेक, फेलिक्स ब्लॉच, जेम्स फ्रँक, जॉर्ज डी हेवेसी, ओटो फ्रिश, हिल्ड लेव्ही, लिसे मेइटनर, जॉर्ज प्लाझेक, यूजीन रॅबिनोविच, स्टीफन रोझेंटल, एरिक अर्न्स्ट श्नाइडर, एडवर्ड टेलर, आर्थर वॉन हिपेल आणि व्हिक्टर वेसको यांचा समावेश होता.

एप्रिल 1940 मध्ये, दुसऱ्या महायुद्धाच्या सुरुवातीला, नाझी जर्मनीने डेन्मार्कवर आक्रमण केले आणि त्यावर कब्जा केला. जर्मन लोकांना मॅक्स वॉन लाऊ आणि जेम्स फ्रँक यांची सुवर्ण नोबेल पदके शोधण्यापासून रोखण्यासाठी, बोहरने डी हेवेसी यांना एक्वा रेजिआमध्ये विसर्जित केले. या फॉर्ममध्ये, ते इन्स्टिट्यूटमध्ये एका शेल्फवर युद्धानंतर, जेव्हा सोन्याचा वर्षाव झाला आणि नोबेल फाउंडेशनने पुन्हा पदके मिळवली तेव्हापर्यंत संग्रहित केले. बोहरचे स्वतःचे पदक फिनिश रिलीफ फंडासाठी लिलावात दान करण्यात आले होते आणि ऑगस्ट क्रोघच्या पदकासह मार्च 1940 मध्ये लिलाव करण्यात आले. नंतर खरेदीदाराने ही दोन पदके फ्रेडरिकसबोर्ग किल्ल्यातील डॅनिश ऐतिहासिक संग्रहालयाला दान केली, जिथे ती अजूनही ठेवली आहेत.

हायझेनबर्ग यांची भेट घेतली

युरेनियम-२३५ अणुबॉम्ब बनवण्यासाठी वापरण्याची शक्यता बोहरला माहीत होती, युद्ध सुरू होण्याच्या काही काळापूर्वी आणि नंतर ब्रिटन आणि डेन्मार्कमधील व्याख्यानांमध्ये त्याचा उल्लेख केला होता, परंतु त्याचा पुरेसा प्रमाण काढणे तांत्रिकदृष्ट्या व्यवहार्य आहे यावर त्याचा विश्वास नव्हता. युरेनियम-२३५. सप्टेंबर 1941 मध्ये, जर्मन अणुऊर्जा प्रकल्पाचे प्रमुख बनलेल्या हायझेनबर्गने कोपनहेगनमधील बोहरला भेट दिली. या भेटीदरम्यान दोघांनी बाहेर एक खाजगी क्षण घेतला, ज्याच्या सामग्रीमुळे दोघांनी वेगवेगळी खाती दिल्याने बरीच अटकळ होती. हायझेनबर्गच्या म्हणण्यानुसार, त्याने अणुऊर्जा, नैतिकता आणि युद्धाला संबोधित करण्यास सुरुवात केली, ज्यावर बोहरने हायझेनबर्गला स्वतःच्या मतांबद्दल सूचना न देता संभाषण अचानक संपवून प्रतिक्रिया दिल्याचे दिसते. हायझेनबर्गचे विद्यार्थी आणि मित्र इव्हान सुपेक यांनी दावा केला की या बैठकीचा मुख्य विषय कार्ल फ्रेडरिक फॉन वेझ्झकर होता, ज्याने ब्रिटन आणि जर्मनी यांच्यात शांतता प्रस्थापित करण्यासाठी बोहरचे मन वळवण्याचा प्रयत्न केला होता.

1957 मध्ये, हायझेनबर्ग यांनी रॉबर्ट जंगक यांना लिहिले, जे त्यावेळी ब्राइटर दॅन अ थाउजंड सनः अ पर्सनल हिस्ट्री ऑफ द अ‍ॅटॉमिक सायंटिस्ट या पुस्तकावर काम करत होते. हायझेनबर्ग यांनी स्पष्ट केले की त्यांनी बोहरला अनेक जर्मन शास्त्रज्ञांचे मत कळवण्यासाठी कोपनहेगनला भेट दिली होती, मोठ्या प्रयत्नांनी अण्वस्त्र तयार करणे शक्य होते आणि यामुळे दोन्ही बाजूंच्या जगातील शास्त्रज्ञांवर मोठी जबाबदारी आली. जेव्हा बोहरने पुस्तकाच्या डॅनिश भाषांतरात जंगकचे चित्रण पाहिले तेव्हा त्याने हायझेनबर्गला पत्र तयार केले (परंतु कधीही पाठवले नाही) ज्यामध्ये असे म्हटले आहे की हायझेनबर्गच्या भेटीचा हेतू त्याला कधीच समजला नाही, जर्मनी युद्ध जिंकेल या हायझेनबर्गच्या मताने धक्का बसला, आणि ते अण्वस्त्रे निर्णायक असू शकतात.

मायकेल फ्रेनच्या 1998 च्या कोपनहेगन नाटकात हेझेनबर्ग आणि बोहर यांच्यात 1941 च्या बैठकीत काय घडले असावे याचा शोध घेण्यात आला आहे. नाटकाची बीबीसी टेलिव्हिजन फिल्म आवृत्ती 26 सप्टेंबर 2002 रोजी प्रथम प्रदर्शित करण्यात आली, ज्यात बोहरच्या भूमिकेत स्टीफन रिया, हायझेनबर्गच्या भूमिकेत डॅनियल क्रेग आणि मार्ग्रेट बोहरच्या भूमिकेत फ्रान्सेस्का ॲनिस होते. हीच बैठक यापूर्वी 1992 मध्ये बीबीसीच्या होरायझन सायन्स डॉक्युमेंटरी मालिकेने नाट्यमय केली होती, त्यात बोहरच्या भूमिकेत अँथनी बेट आणि हायझेनबर्गच्या भूमिकेत फिलिप अँथनी होते. द हेवी वॉटर वॉर या नॉर्वेजियन/डॅनिश/ब्रिटिश मिनिसिरीजमध्येही या बैठकीला नाट्यमय रूप देण्यात आले आहे.

मॅनहॅटन प्रकल्प

सप्टेंबर 1943 मध्ये, बोहर आणि त्याचा भाऊ हॅराल्ड यांना कळले की नाझी त्यांच्या कुटुंबाला ज्यू मानतात, कारण त्यांची आई ज्यू होती आणि त्यामुळे त्यांना अटक होण्याचा धोका होता. डॅनिश प्रतिकारामुळे 29 सप्टेंबर रोजी बोहर आणि त्याच्या पत्नीला समुद्रमार्गे स्वीडनला पळून जाण्यास मदत झाली. दुसऱ्या दिवशी, बोहरने स्वीडनचा राजा गुस्ताफ पाचवा याला स्वीडनने ज्यू निर्वासितांना आश्रय देण्याची इच्छा जाहीर करण्यास राजी केले. 2 ऑक्टोबर 1943 रोजी, स्वीडन रेडिओने प्रसारित केले की स्वीडन आश्रय देण्यास तयार आहे आणि त्यानंतर त्यांच्या देशवासियांनी डॅनिश ज्यूंची मोठ्या प्रमाणावर सुटका केली. काही इतिहासकारांचा असा दावा आहे की बोहरच्या कृतींमुळे थेट मोठ्या प्रमाणावर बचाव झाला, तर काहींचे म्हणणे आहे की, बोहरने आपल्या देशवासियांसाठी शक्य ते सर्व केले तरी त्याच्या कृतींचा व्यापक घटनांवर निर्णायक प्रभाव नव्हता. अखेरीस, 7,000 पेक्षा जास्त डॅनिश यहूदी स्वीडनला पळून गेले.

बोहरच्या पलायनाची बातमी ब्रिटनमध्ये पोहोचल्यावर लॉर्ड चेरवेलने बोहरला ब्रिटनला येण्यास सांगणारा तार पाठवला. ब्रिटिश ओव्हरसीज एअरवेज कॉर्पोरेशन (बीओएसी) द्वारे संचालित डी हॅव्हिलँड मच्छरात बोहर 6 ऑक्टोबर रोजी स्कॉटलंडमध्ये आला. Mosquitos हे निःशस्त्र हाय-स्पीड बॉम्बर विमान होते जे लहान, मौल्यवान कार्गो किंवा महत्वाचे प्रवासी वाहून नेण्यासाठी रूपांतरित केले गेले होते. उच्च वेगाने आणि उच्च उंचीवर उड्डाण करून, ते जर्मन-व्याप्त नॉर्वे ओलांडू शकत होते आणि तरीही जर्मन सैनिकांना टाळू शकतात. पॅराशूट, फ्लाइंग सूट आणि ऑक्सिजन मास्कने सुसज्ज असलेल्या बोहरने विमानाच्या बॉम्ब खाडीतील गादीवर पडून तीन तास उड्डाण केले. उड्डाण दरम्यान, बोहरने त्याचे उडणारे हेल्मेट परिधान केले नाही कारण ते खूपच लहान होते आणि परिणामी नॉर्वेला उड्डाण करण्यासाठी विमानाने उच्च उंचीवर चढल्यावर त्याचा ऑक्सिजन पुरवठा चालू करण्यासाठी पायलटची इंटरकॉम सूचना ऐकली नाही. तो ऑक्सिजन उपासमारातून बाहेर पडला आणि जेव्हा विमान उत्तर समुद्रात कमी उंचीवर उतरले तेव्हाच तो पुनरुज्जीवित झाला. बोहरचा मुलगा आगे त्याच्या वडिलांच्या मागे एका आठवड्यानंतर दुसऱ्या फ्लाइटने ब्रिटनला गेला आणि त्याचा वैयक्तिक सहाय्यक बनला.

जेम्स चॅडविक आणि सर जॉन अँडरसन यांनी बोहरचे स्वागत केले, परंतु सुरक्षेच्या कारणास्तव बोहरला नजरेपासून दूर ठेवण्यात आले. त्याला सेंट जेम्स पॅलेसमध्ये एक अपार्टमेंट आणि ब्रिटीश ट्यूब अलॉयज आण्विक शस्त्रे विकास संघाचे कार्यालय देण्यात आले. बोहरला किती प्रगती झाली होती ते पाहून आश्चर्य वाटले. चॅडविकने बोहरला ट्यूब अलॉयस सल्लागार म्हणून युनायटेड स्टेट्सला भेट देण्याची व्यवस्था केली आणि एगे त्याचा सहाय्यक होता. 8 डिसेंबर 1943 रोजी, बोहर वॉशिंग्टन, डीसी येथे पोहोचले, जेथे त्यांनी मॅनहॅटन प्रकल्पाचे संचालक, ब्रिगेडियर जनरल लेस्ली आर. ग्रोव्हस ज्युनियर यांची भेट घेतली. त्यांनी प्रिन्स्टन, न्यू जर्सी येथील इन्स्टिट्यूट फॉर ॲडव्हान्स्ड स्टडी येथे आइन्स्टाईन आणि पॉली यांना भेट दिली. न्यू मेक्सिकोमधील लॉस अलामोस येथे, जेथे अण्वस्त्रांची रचना केली जात होती.

सुरक्षेच्या कारणास्तव, तो युनायटेड स्टेट्समध्ये "निकोलस बेकर" या नावाने गेला, तर आगे "जेम्स बेकर" झाला. मे 1944 मध्ये डेन्मार्क प्रतिरोधक वृत्तपत्र डे फ्रि डॅन्स्केने वृत्त दिले की त्यांना कळले की 'डेन्मार्कचे प्रसिद्ध पुत्र प्रोफेसर नील्स बोहर' मागील वर्षी ऑक्टोबरमध्ये स्वीडनमार्गे लंडनला आपल्या देशातून पळून गेले होते आणि तेथून तो मॉस्कोला गेला होता. युद्धाच्या प्रयत्नांना पाठिंबा देण्याचे गृहीत धरले.

बोहर लॉस अलामोस येथे राहिला नाही, परंतु पुढील दोन वर्षांच्या कालावधीत विस्तारित भेटींची मालिका दिली. रॉबर्ट ओपेनहाइमर यांनी बोहर यांना "तरुण पुरुषांसाठी वैज्ञानिक पिता म्हणून" अभिनय करण्याचे श्रेय दिले, विशेष म्हणजे रिचर्ड फेनमन. बोहरचे असे म्हणणे उद्धृत केले जाते, "त्यांना अणुबॉम्ब बनवण्यासाठी माझ्या मदतीची गरज नव्हती." ओपेनहाइमरने बोहरला मोड्युलेटेड न्यूट्रॉन इनिशिएटर्सच्या कामात महत्त्वपूर्ण योगदान दिल्याचे श्रेय दिले. "हे उपकरण एक जिद्दीचे कोडे राहिले," ओपेनहाइमरने नमूद केले, "परंतु फेब्रुवारी 1945 च्या सुरुवातीला नील्स बोहरने स्पष्ट केले की काय करावे लागेल."

बोहरने लवकर ओळखले की अण्वस्त्रे आंतरराष्ट्रीय संबंध बदलतील. एप्रिल 1944 मध्ये, त्यांना पीटर कपित्झाकडून एक पत्र प्राप्त झाले, जे बोहर स्वीडनमध्ये असताना काही महिन्यांपूर्वी लिहिलेले होते आणि त्यांना सोव्हिएत युनियनमध्ये येण्याचे आमंत्रण दिले होते. पत्राने बोहरला खात्री दिली की सोव्हिएतना अँग्लो-अमेरिकन प्रकल्पाची माहिती होती आणि ते पकडण्याचा प्रयत्न करतील. त्याने कपित्झाला एक नॉन-कमिटेड प्रतिसाद पाठवला, जो त्याने पोस्ट करण्यापूर्वी ब्रिटनमधील अधिकाऱ्यांना दाखवला. बोहर 16 मे 1944 रोजी चर्चिलला भेटले, परंतु "आम्ही समान भाषा बोलत नाही" असे आढळले. चर्चिल रशियन लोकांप्रती मोकळेपणाच्या कल्पनेशी असहमत होते की त्यांनी एका पत्रात लिहिले: "मला असे वाटते की बोहरला बंदिस्त केले पाहिजे किंवा कोणत्याही परिस्थितीत तो नश्वर गुन्ह्यांच्या अगदी जवळ आहे हे पाहिले पाहिजे."

ओपेनहाइमरने सुचवले की बोहरने अध्यक्ष फ्रँकलिन डी. रुझवेल्ट यांची भेट घेऊन मॅनहॅटन प्रकल्प सोव्हिएतशी शेअर केला जावा या अपेक्षेने त्याचे परिणाम जलद व्हावेत. बोहरचे मित्र, सर्वोच्च न्यायालयाचे न्यायमूर्ती फेलिक्स फ्रँकफर्टर यांनी अध्यक्ष रुझवेल्ट यांना बोहरच्या मतांची माहिती दिली आणि त्यांच्यात 26 ऑगस्ट 1944 रोजी एक बैठक झाली. रूझवेल्ट यांनी ब्रिटिशांची मान्यता मिळविण्याचा प्रयत्न करण्यासाठी बोहरला युनायटेड किंगडममध्ये परत येण्याची सूचना केली. जेव्हा चर्चिल आणि रुझवेल्ट 19 सप्टेंबर 1944 रोजी हाइड पार्क येथे भेटले तेव्हा त्यांनी या प्रकल्पाविषयी जगाला माहिती देण्याची कल्पना नाकारली आणि त्यांच्या संभाषणाच्या सहाय्यक-मेमोअरमध्ये एक रायडर होता की "प्रोफेसर बोहरच्या क्रियाकलाप आणि पावले यांच्याबद्दल चौकशी केली पाहिजे. माहितीच्या गळतीसाठी तो जबाबदार नाही याची खात्री करण्यासाठी, विशेषतः रशियन लोकांसाठी".

जून 1950 मध्ये, बोहर यांनी संयुक्त राष्ट्रांना "खुले पत्र" संबोधित करून आण्विक उर्जेवर आंतरराष्ट्रीय सहकार्याची मागणी केली. 1950 च्या दशकात, सोव्हिएत युनियनच्या पहिल्या अण्वस्त्र चाचणीनंतर, बोहरच्या सूचनेनुसार आंतरराष्ट्रीय अणुऊर्जा एजन्सी तयार करण्यात आली. 1957 मध्ये त्यांना पहिला एटम्स फॉर पीस पुरस्कार मिळाला.

नंतरचे वर्ष

युद्ध आता संपल्यामुळे, बोहर 25 ऑगस्ट 1945 रोजी कोपनहेगनला परतला आणि 21 सप्टेंबर रोजी रॉयल डॅनिश अकादमी ऑफ आर्ट्स अँड सायन्सेसच्या अध्यक्षपदी पुन्हा निवडून आला. 17 ऑक्टोबर 1947 रोजी अकादमीच्या 17 ऑक्टोबर 1947 रोजी झालेल्या किंग ख्रिश्चन एक्स, जो एप्रिलमध्ये मरण पावला होता, स्मृती सभेत, नवीन राजा, फ्रेडरिक IX ने घोषणा केली की तो बोहरला ऑर्डर ऑफ द एलिफंट प्रदान करत आहे. हा पुरस्कार सामान्यतः फक्त राजेशाही आणि राज्यप्रमुखांनाच दिला जात असे, परंतु राजाने सांगितले की याने केवळ बोहर वैयक्तिकरित्या नव्हे तर डॅनिश विज्ञानाचा सन्मान केला आहे. बोहरने स्वतःचा कोट ऑफ आर्म्स डिझाईन केला ज्यामध्ये तैजितु (यिन आणि यांगचे प्रतीक) आणि लॅटिनमध्ये एक ब्रीदवाक्य होते: contraria sunt complementa, "opposites are complementary".

दुसऱ्या महायुद्धाने हे दाखवून दिले की विज्ञान आणि विशेषतः भौतिकशास्त्राला आता मोठ्या प्रमाणात आर्थिक आणि भौतिक संसाधनांची आवश्यकता आहे. युनायटेड स्टेट्सला ब्रेन ड्रेन टाळण्यासाठी, बारा युरोपियन देशांनी एकत्र येऊन CERN, युनायटेड स्टेट्समधील राष्ट्रीय प्रयोगशाळांच्या धर्तीवर एक संशोधन संस्था तयार केली, जी त्यांच्यापैकी कोणत्याही एकाच्या संसाधनांच्या पलीकडे मोठे विज्ञान प्रकल्प हाती घेण्यासाठी डिझाइन केलेली आहे. सुविधांसाठी सर्वोत्तम स्थानाबाबत लवकरच प्रश्न निर्माण झाले. बोहर आणि क्रेमर्स यांना वाटले की कोपनहेगनमधील संस्था ही एक आदर्श जागा असेल. पियरे औगर, ज्याने प्राथमिक चर्चा आयोजित केली होती, ते असहमत होते; त्याला असे वाटले की बोहर आणि त्याची संस्था दोघेही आपल्या अग्रेसरच्या काळाच्या पुढे आहेत आणि बोहरची उपस्थिती इतरांवर सावली करेल. दीर्घ वादविवादानंतर, बोहरने फेब्रुवारी 1952 मध्ये CERN ला आपला पाठिंबा देण्याचे वचन दिले आणि ऑक्टोबरमध्ये जिनिव्हाला साइट म्हणून निवडण्यात आले. 1957 मध्ये जिनिव्हामध्ये त्यांचे नवीन निवासस्थान तयार होईपर्यंत CERN सिद्धांत गट कोपनहेगनमध्येच आधारित होता. व्हिक्टर वेसस्कोप, जे नंतर CERN चे महासंचालक झाले, त्यांनी बोहरच्या भूमिकेचा सारांश देताना म्हटले की, "अन्यही व्यक्तिमत्त्वे आहेत ज्यांनी CERN ची कल्पना सुरू केली आणि त्याची कल्पना केली. इतर लोकांचा

उत्साह आणि कल्पना पुरेशी नसती, तथापि, जर त्याच्या उंचीच्या माणसाने त्याचे समर्थन केले नाही."

दरम्यान, स्कॅन्डिनेव्हियन देशांनी 1957 मध्ये नॉर्डिक इन्स्टिट्यूट फॉर थिओरेटिकल फिजिक्सची स्थापना केली, ज्याचे अध्यक्ष बोहर होते. डॅनिश अणुऊर्जा आयोगाच्या रिसर्च एस्टॅब्लिशमेंट रिसोच्या स्थापनेतही त्यांचा सहभाग होता आणि फेब्रुवारी 1956 पासून त्यांनी पहिले अध्यक्ष म्हणून काम केले.

बोहर यांचे १८ नोव्हेंबर १९६२ रोजी कार्ल्सबर्ग येथील त्यांच्या घरी हृदयविकाराने निधन झाले. त्याच्यावर अंत्यसंस्कार करण्यात आले आणि त्याची राख कोपनहेगनच्या नॉरेब्रो विभागातील असिस्टन्स स्मशानभूमीत, त्याचे पालक, त्याचा भाऊ हॅराल्ड आणि त्याचा मुलगा ख्रिश्चन यांच्यासमवेत कौटुंबिक प्लॉटमध्ये पुरण्यात आली. वर्षांनंतर, त्याच्या पत्नीच्या अस्थी देखील तेथेच दफन करण्यात आल्या. 7 ऑक्टोबर 1965 रोजी, त्यांचा 80 वा वाढदिवस, कोपनहेगन विद्यापीठातील सैद्धांतिक भौतिकशास्त्र संस्थेचे अधिकृतपणे नामकरण करण्यात आले ज्याला अनेक वर्षांपासून अनधिकृतपणे म्हटले जात होते: नील्स बोहर संस्था.

प्रशंसा

बोहरला अनेक सन्मान आणि सन्मान मिळाले. नोबेल पुरस्काराव्यतिरिक्त, त्यांना 1921 मध्ये ह्यूजेस पदक, 1923 मध्ये मॅट्युची पदक, 1926 मध्ये फ्रँकलिन पदक, 1938 मध्ये कोपली पदक, 1947 मध्ये ऑर्डर ऑफ द एलिफंट, 1947 मध्ये ॲटम्स फॉर पीस अवॉर्ड मिळाले. 1957 आणि 1961 मध्ये सोनिंग पारितोषिक. ते 1923 मध्ये रॉयल नेदरलँड्स अकादमी ऑफ आर्ट्स अँड सायन्सेसचे परदेशी सदस्य बनले, आणि 1926 मध्ये रॉयल सोसायटीचे. बोहर मॉडेलचे अर्धशताब्दी डेन्मार्कमध्ये 21 नोव्हेंबर 1963 रोजी बोहर, हायड्रोजन अणू आणि कोणत्याही दोन हायड्रोजन उर्जेच्या पातळीतील फरकाचे सूत्र दर्शविणाऱ्या टपाल तिकिटासह साजरे करण्यात आले होते. इतर अनेक देशांनी बोहर दर्शविणारी टपाल तिकिटे जारी केली आहेत. 153 1997 मध्ये, डॅनिश नॅशनल बँकेने 500-क्रोन नोटा प्रसारित करण्यास सुरुवात केली होती, ज्यामध्ये बोहर पाइप ओढत असल्याचे चित्र होते.7 ऑक्टोबर 2012 रोजी, नील्स बोहरच्या 127 व्या वाढदिवसानिमित्त, हायड्रोजन अणूच्या बोहर मॉडेलचे चित्रण करणारे Google डूडल Google च्या मुख्यपृष्ठावर दिसले. एक लघुग्रह, 3948 बोहर, त्याचे नाव देण्यात आले, बोहर चंद्र विवर आणि बोहरियम, अणुक्रमांक असलेले रासायनिक घटक.

4

रोझलिंड फ्रँकलिन

रोझलिंड फ्रँकलिन

Top Scientists

Scan for Story Videos - www.itibook.com

रोझालिंड एल्सी फ्रँकलिन (२५ जुलै १९२० - १६ एप्रिल १९५८) एक ब्रिटिश रसायनशास्त्रज्ञ आणि क्ष-किरण क्रिस्टलोग्राफर होते ज्यांचे कार्य डीएनए (डीऑक्सीरिबोन्यूक्लिक ॲसिड), आरएनए (रिबोन्यूक्लिक ॲसिड), विषाणू, ची आण्विक संरचना समजून घेण्यासाठी केंद्रस्थानी होते. कोळसा, आणि ग्रेफाइट. कोळसा आणि विषाणूंवरील तिच्या कार्याचे तिच्या हयातीत कौतुक झाले असले तरी, डीएनएच्या संरचनेच्या शोधातील तिचे योगदान तिच्या आयुष्यात मोठ्या प्रमाणात अपरिचित होते, ज्यासाठी तिला "चुकीची नायिका" म्हणून संबोधले जाते, 3 " डीएनएची गडद महिला", "विसरलेली नायिका", "स्त्रीवादी चिन्ह", आणि "आण्विक जीवशास्त्राची सिल्व्हिया प्लॅथ".

तिने 1941 मध्ये केंब्रिजच्या न्यूनहॅम कॉलेजमधून नैसर्गिक विज्ञानात पदवी प्राप्त केली आणि नंतर केंब्रिज विद्यापीठातील भौतिक रसायनशास्त्राचे 1920 चेअर रोनाल्ड जॉर्ज रेफोर्ड नॉरिश यांच्या अंतर्गत भौतिक रसायनशास्त्रात पीएचडीसाठी प्रवेश घेतला. नॉरिशच्या उत्साहाच्या अभावामुळे निराश होऊन, तिने 1942 मध्ये ब्रिटिश कोल युटिलायझेशन रिसर्च असोसिएशन (BCURA) अंतर्गत संशोधन पद स्वीकारले. कोळशावरील संशोधनामुळे तिला 1945 मध्ये केंब्रिजमधून पीएचडी मिळवण्यात मदत झाली. 1947 मध्ये लॅबोरेटोअर सेंट्रल डेस सर्व्हिसेस चिमिकेस दे ल'एटात जॅक मेरिंगच्या अंतर्गत चेरच्युअर (पोस्टडॉक्टरल संशोधक) म्हणून पॅरिसला गेल्यानंतर ती एक कुशल एक्स-रे क्रिस्टलोग्राफर बनली. 1951 मध्ये किंग्स कॉलेज लंडनमध्ये संशोधन सहयोगी म्हणून रुजू झाल्यानंतर, तिने डीएनएचे प्रमुख गुणधर्म शोधून काढले, ज्यामुळे अखेरीस डीएनएच्या दुहेरी हेलिक्स संरचनेचे अचूक वर्णन सुलभ झाले. तिचे दिग्दर्शक जॉन रँडल आणि तिचे सहकारी मॉरिस विल्किन्स यांच्याशी मतभेद झाल्यामुळे, तिला 1953 मध्ये बर्कबेक कॉलेजमध्ये जावे लागले.

किंग्ज कॉलेज लंडनमध्ये असताना डीएनएच्या एक्स-रे डिफ्रॅक्शन इमेजेसवरील कामासाठी फ्रँकलिन प्रसिद्ध आहे, विशेषतः फोटो , तिचा विद्यार्थी रेमंड गॉस्लिंगने काढलेला, ज्यामुळे डीएनए डबल हेलिक्सचा शोध लागला ज्यासाठी फ्रान्सिस क्रिक, जेम्स वॉटसन , आणि मॉरिस विल्किन्स यांना 1962 मध्ये फिजियोलॉजी किंवा मेडिसिनमधील नोबेल पारितोषिक मिळाले. वॉटसनने सुचवले की फ्रँकलिनला आदर्शपणे विल्किन्ससह रसायनशास्त्रातील नोबेल पारितोषिक मिळाले असते परंतु, मरणोत्तर पुरस्कारांविरुद्ध अद्याप नियम नसतानाही, नोबेल समितीने सामान्यतः मरणोत्तर नामांकन केले नाही.

जॉन डेसमंड बर्नाल यांच्या हाताखाली काम करताना, फ्रँकलिनने बर्कबेक येथे विषाणूंच्या आण्विक संरचनांवर अग्रगण्य कार्य केले. ब्रुसेल्समधील एका आंतरराष्ट्रीय मेळ्यात ती तंबाखूच्या मोझॅक विषाणूच्या संरचनेचे अनावरण करण्याच्या आदल्या दिवशी, 1958 मध्ये वयाच्या 37 व्या वर्षी अंडाशयाच्या कर्करोगाने तिचा मृत्यू झाला. तिच्या टीमचे सदस्य ॲरॉन क्लगने तिचे संशोधन चालू ठेवले आणि त्याला रसायनशास्त्रातील नोबेल पारितोषिक मिळाले. 1982.

फ्रँकलिनचा जन्म 25 जुलै 1920 रोजी चेपस्टो व्हिला, नॉटिंग हिल, लंडन येथे एका संपन्न आणि प्रभावशाली ब्रिटिश ज्यू कुटुंबात झाला.

कुटुंब

फ्रँकलिनचे वडील एलिस आर्थर फ्रँकलिन (1894-1964), राजकीयदृष्ट्या उदारमतवादी लंडन मर्चंट बँकर होते जे शहराच्या वर्किंग मेन्स कॉलेजमध्ये शिकवत होते आणि तिची आई म्युरिएल फ्रान्सिस वेली (1894-1976) होती. पाच मुलांच्या कुटुंबातील रोझलिंड ही मोठी मुलगी आणि दुसरी मुलगी होती. डेव्हिड (1919-1986) हा सर्वात मोठा भाऊ होता; कॉलिन (1923-2020), रोलँड (जन्म 1926), आणि जेनिफर (जन्म 1929) ही तिची धाकटी भावंडं होती.

फ्रँकलिनचे मामा हर्बर्ट सॅम्युअल (नंतर व्हिस्काउंट सॅम्युअल) होते, जे 1916 मध्ये गृह सचिव होते आणि ब्रिटिश मंत्रिमंडळात सेवा करणारे पहिले ज्यू होते. तिची मावशी, हेलन कॅरोलिन फ्रँकलिन, ज्यांना कुटुंबात मामी म्हणून ओळखले जाते, त्यांचे लग्न नॉर्मन डी मॅटोस बेंटविच यांच्याशी झाले होते, जे पॅलेस्टाईनच्या ब्रिटिश आदेशात अटर्नी जनरल होते. हेलन ट्रेड युनियन संघटना आणि महिला मताधिकार चळवळीत सक्रिय होती आणि नंतर लंडन काउंटी कौन्सिलची सदस्य होती. फ्रँकलिनचे काका, ह्यू फ्रँकलिन, मताधिकार चळवळीतील आणखी एक प्रमुख व्यक्ती होते, जरी त्यांच्या कृतीमुळे फ्रँकलिन कुटुंबाला लाज वाटली. रोझलिंडचे मधले नाव, "एल्सी" हे ह्यूच्या पहिल्या पत्नीच्या स्मरणार्थ होते, ज्याचा मृत्यू 1918 च्या फ्लू महामारीत झाला होता. तिचे कुटुंब वर्किंग मेन्स कॉलेजमध्ये सक्रियपणे गुंतले होते, जिथे तिचे वडील संध्याकाळी वीज, चुंबकत्व आणि महायुद्धाचा इतिहास हे विषय शिकवत होते, नंतर ते उप प्राचार्य बनले.

फ्रँकलिनच्या पालकांनी युरोपमधील ज्यू शरणार्थींना स्थायिक करण्यास मदत केली जे नाझींपासून बचावले होते, विशेषतः किंडरट्रान्सपोर्टमधून. त्यांनी दोन ज्यू मुलांना त्यांच्या घरी नेले आणि त्यांच्यापैकी एक, नऊ वर्षांचा ऑस्ट्रियन, एव्ही आयझेनस्टॅडर, जेनिफरची खोली सामायिक केली. (एव्हीचे वडील हंस मॅथियास आयझेनस्टॅडर यांना बुकेनवाल्डमध्ये कैद करण्यात आले होते आणि मुक्तीनंतर, कुटुंबाने "एलिस" हे आडनाव धारण केले.)

शिक्षण

लहानपणापासूनच फ्रँकलिनने अपवादात्मक शैक्षणिक क्षमता दाखवल्या. वयाच्या सहाव्या वर्षी, तिने वेस्ट लंडनमधील एका खाजगी दिवसाच्या शाळेतील नॉर्लंड प्लेस स्कूलमध्ये तिचा भाऊ रोलँडसोबत प्रवेश केला. त्या वेळी, तिची मावशी मॅमी (हेलन बेंटविच) यांनी तिचे तिच्या पतीला वर्णन केले: "रोझलिंड भयंकर हुशार आहे - ती आनंदासाठी अंकगणित करण्यात तिचा सर्व वेळ घालवते, आणि तिला नेहमीच

योग्य रक्कम मिळते." तिने लवकर विकास केला. क्रिकेट आणि हॉकीमध्ये रस. वयाच्या नवव्या वर्षी, तिने ससेक्समधील लिंडोरेस स्कूल फॉर यंग लेडीज या बोर्डिंग स्कूलमध्ये प्रवेश केला. शाळा समुद्रकिनारी होती आणि कुटुंबाला तिच्या नाजूक आरोग्यासाठी चांगले वातावरण हवे होते.

ती 11 वर्षांची होती जेव्हा ती हॅमरस्मिथ, पश्चिम लंडन येथील सेंट पॉल गर्ल्स स्कूलमध्ये गेली, लंडनमधील मुलींच्या काही शाळांपैकी एक ज्यामध्ये भौतिकशास्त्र आणि रसायनशास्त्र शिकवले जाते. सेंट पॉल येथे तिने विज्ञान, लॅटिन, 35 आणि खेळात प्रावीण्य मिळवले. तिने जर्मन देखील शिकले, आणि फ्रेंचमध्ये अस्खलित झाली, जी तिला नंतर उपयुक्त वाटेल. तिने तिच्या वर्गात अव्वल स्थान मिळवले आणि वार्षिक पुरस्कार जिंकले. तिची एकमेव शैक्षणिक कमकुवतता संगीतात होती, ज्यासाठी शाळेचे संगीत दिग्दर्शक, संगीतकार गुस्ताव होल्स्ट यांनी एकदा तिच्या आईला श्रवणविषयक समस्या किंवा टॉन्सिलिटिसचा त्रास झाला आहे का याची चौकशी करण्यासाठी बोलावले. सहा फरकांसह, तिने 1938 मध्ये तिचे मॅट्रिक उत्तीर्ण केले, विद्यापीठासाठी शिष्यवृत्ती, तीन वर्षांसाठी वार्षिक £30 चे शाळा सोडण्याचे प्रदर्शन आणि तिच्या आजोबांकडून £5 जिंकले. तिच्या वडिलांनी तिला शिष्यवृत्ती एका पात्र निर्वासित विद्यार्थ्याला देण्यास सांगितले.

केंब्रिज आणि दुसरे महायुद्ध

फ्रँकलिनने 1938 मध्ये केंब्रिजच्या न्यूनहॅम कॉलेजमध्ये जाऊन नॅचरल सायन्सेस ट्रायपोसमध्ये रसायनशास्त्राचा अभ्यास केला. तिथे तिची भेट स्पेक्ट्रोस्कोपिस्ट बिल प्राइसशी झाली, ज्यांनी तिच्यासोबत प्रयोगशाळा प्रात्यक्षिक म्हणून काम केले आणि जो नंतर किंग्ज कॉलेज लंडनमधील तिच्या वरिष्ठ सहकाऱ्यांपैकी एक बनला. 1941 मध्ये, तिला तिच्या अंतिम परीक्षेतून द्वितीय श्रेणीचा सन्मान देण्यात आला. रोजगारासाठी पात्रतेमध्ये पदवी म्हणून हा फरक स्वीकारण्यात आला. केंब्रिजने 1947 पासून महिलांना बीए आणि एमए पदवी देण्यास सुरुवात केली आणि पूर्वीच्या महिला पदवीधरांनी पूर्वलक्षीपणे या पदवी प्राप्त केल्या. केंब्रिजमध्ये तिच्या शेवटच्या वर्षात, ती मेरी क्युरीची माजी विद्यार्थिनी ॲड्रिएन वेल या फ्रेंच निर्वासिताला भेटली, जिचा तिच्या जीवनावर आणि कारकिर्दीवर मोठा प्रभाव पडला आणि तिने तिची फ्रेंच संभाषण सुधारण्यास मदत केली.

फ्रँकलिनला न्यूनहॅम कॉलेजमध्ये रिसर्च फेलोशिप देण्यात आली होती, ज्यासह ती केंब्रिज विद्यापीठाच्या भौतिक रसायनशास्त्र प्रयोगशाळेत रोनाल्ड जॉर्ज रीफोर्ड नॉरिश यांच्या हाताखाली काम करण्यासाठी सामील झाली, ज्यांना नंतर रसायनशास्त्रातील नोबेल पारितोषिक मिळाले. तिच्या एका वर्षाच्या कामात तिला फारसे यश मिळाले नाही. त्याच्या चरित्रकाराने वर्णन केल्याप्रमाणे, नॉरिश "विवादात जिद्दी आणि जवळजवळ विकृत, दबंग आणि टीकेसाठी संवेदनशील" होते. तिच्यासाठी कामाची जबाबदारी तो ठरवू शकत नव्हता. त्यावेळी तो जास्त मद्यप्राशन करत होता. फ्रँकलिनने लिहिले की त्याने तिला पूर्णपणे तुच्छ लेखले. नॉरिशच्या लॅबमधून राजीनामा देऊन, तिने 1942 मध्ये ब्रिटिश कोल युटिलायझेशन रिसर्च असोसिएशन (BCURA) येथे सहाय्यक संशोधन अधिकारी म्हणून काम करून राष्ट्रीय सेवा कायद्याच्या आवश्यकता पूर्ण केल्या. 15 बीसीयूआरए लंडनच्या नैऋत्य सीमेजवळ किंग्स्टन अपन थेम्सजवळ कूम्बे स्प्रिंग्स इस्टेटवर स्थित होते. नॉरिश यांनी बीसीयूआरए येथे लष्कराचे सल्लागार म्हणून काम केले. जॉन जी बेनेट दिग्दर्शक होते. मार्सेलो पिरानी आणि व्हिक्टर गोल्डश्मिट, दोन्ही नाझींचे निर्वासित, सल्लागार होते आणि बीसीयूआरए येथे व्याख्यान देत होते, तर फ्रँकलिन तेथे काम करत होते. तिच्या BCURA संशोधनादरम्यान, ती सुरुवातीला केंब्रिजमधील ॲड्रिन वेलच्या बोर्डिंग हाऊसमध्ये राहिली, जोपर्यंत तिची चुलत बहीण, इरेन फ्रँकलिन, तिने पुटनी येथील एका रिकाम्या घरात राहण्याची जागा वाटून घेण्याचा प्रस्ताव दिला होता जो तिच्या काकांच्या मालकीचा होता. आयरीनसोबत, तिने एअर राइड वॉर्डन म्हणून स्वेच्छेने काम केले आणि हवाई हल्ल्यांच्या वेळी लोकांचे कल्याण पाहण्यासाठी नियमितपणे गस्त घातली.

तिने हीलियम वापरून कोळशाच्या सच्छिद्रतेचा अभ्यास केला आणि त्याची घनता निश्चित केली. 47 याद्वारे तिने कोळशाच्या छिद्रांमधील सूक्ष्म संकुचितता आणि छिद्रयुक्त जागेची पारगम्यता यांच्यातील संबंध शोधला. तापमान वाढल्यामुळे पदार्थ आण्विक आकाराच्या क्रमाने बाहेर काढले गेले असा निष्कर्ष काढून तिने निखाऱ्यांचे वर्गीकरण करण्यात आणि इंधनाच्या उद्देशाने आणि गॅस मास्क सारख्या युद्धकाळातील उपकरणांच्या उत्पादनासाठी त्यांच्या कामगिरीचा अचूक अंदाज लावण्यास मदत केली. 48 हे काम तिच्या पीएचडी प्रबंधाचा आधार होता घन सेंद्रिय कोलोइड्सचे भौतिक रसायनशास्त्र कोळशाच्या विशेष संदर्भात ज्यासाठी केंब्रिज विद्यापीठाने तिला 1945 मध्ये पीएचडी दिली. 9 तसेच अनेक कागदपत्रांचा आधार होता. 2

करिअर आणि संशोधन पॅरिस

1945 मध्ये दुसरे महायुद्ध संपल्यानंतर, फ्रँकलिनने ॲड्रिएन वेल यांना मदत मागितली आणि तिला "भौतिक रसायनशास्त्रज्ञ ज्याला भौतिक रसायनशास्त्र फारच कमी माहिती आहे, परंतु कोळशातील छिद्रांबद्दल बरेच काही माहित आहे" म्हणून नोकरीच्या संधीबद्दल सांगण्यास सांगितले. 1946 च्या शरद ऋतूतील एका परिषदेत, वेलने तिची ओळख फ्रेंच सरकारद्वारे समर्थित असलेल्या वैज्ञानिक संशोधन प्रयोगशाळांचा मोठा भाग असलेल्या संस्थांचे नेटवर्क, सेंटर नॅशनल डे ला रिचेर्चे सायंटिफिक (CNRS) चे संचालक मार्सेल मॅथ्यू यांच्याशी करून दिली. यामुळे पॅरिसमधील Laboratoire Central des Services Chimiques de l'État येथे जॅक मेरिंगसोबत तिची नियुक्ती झाली. ती 14 फेब्रुवारी 1947 रोजी मेरिंगच्या प्रयोगशाळेत (कर्मचाऱ्यांद्वारे संदर्भित) पंधरा chercheurs (संशोधक) पैकी एक म्हणून सामील

झाली.

मेरिंग हे क्ष-किरण क्रिस्टलोग्राफर होते ज्यांनी रेयॉन आणि इतर अनाकार पदार्थांच्या अभ्यासासाठी क्ष-किरण विवर्तन लागू केले, या पद्धतीद्वारे अनेक वर्षांपासून अभ्यास केलेल्या हजारो नियमित क्रिस्टल्सच्या तुलनेत. त्याने तिला अनाकार पदार्थांवर एक्स-रे क्रिस्टलोग्राफी लागू करण्याच्या व्यावहारिक बाबी शिकवल्या. यामुळे प्रयोगांचे संचालन आणि परिणामांचे स्पष्टीकरण यातील नवीन आव्हाने समोर आली. फ्रँकलिनने त्यांना कोळसा आणि इतर कार्बनी पदार्थांशी संबंधित समस्यांवर लागू केले, विशेषतः जेव्हा अणूंचे ग्रेफाइटमध्ये रूपांतर होते तेव्हा त्यांच्या व्यवस्थेतील बदल. कोळसा आणि कार्बनच्या भौतिकशास्त्र आणि रसायनशास्त्राच्या मुख्य प्रवाहाचा भाग बनलेल्या या कामावर तिने आणखी अनेक पेपर प्रकाशित केले. तिने ग्राफायटीझिंग आणि नॉन-ग्रॅफाइटिंग कार्बन या संज्ञा तयार केल्या. कोळशाचे काम 1993 च्या मोनोग्राफमध्ये, आणि नियमितपणे प्रकाशित होणाऱ्या केमिस्ट्री अँड फिजिक्स ऑफ कार्बनमध्ये पाठविण्यात आले होते. मेरिंगने क्ष-किरण विवर्तन आणि इतर पद्धतींचा वापर करून कार्बनचा विविध प्रकारांमध्ये अभ्यास सुरू ठेवला.

1950 मध्ये, फ्रँकलिनला किंग्ज कॉलेज लंडनमध्ये काम करण्यासाठी तीन वर्षांची टर्नर आणि नेव्हॉल फेलोशिप देण्यात आली. जानेवारी 1951 मध्ये, तिने जॉन रँडल दिग्दर्शित मेडिकल रिसर्च कौन्सिलच्या (MRC) बायोफिजिक्स युनिटमध्ये संशोधन सहयोगी म्हणून काम करण्यास सुरुवात केली. सोल्युशनमधील प्रथिने आणि लिपिड्सच्या एक्स-रे डिफ्रॅक्शनवर काम करण्यासाठी तिची मूळ नियुक्ती करण्यात आली होती, परंतु रँडलने तिचे काम डीएनए तंतूंकडे पुनर्निर्देशित केले या क्षेत्रातील नवीन घडामोडींमुळे आणि ती किंग्जमधील एकमेव अनुभवी प्रायोगिक विवर्तन संशोधक होती. त्यावेळी. डीएनए संशोधक मॉरिस विल्किन्सच्या पायनियरिंग कामामुळे फ्रँकलिनने किंग्जमध्ये काम सुरू करण्यापूर्वीच रँडलने ही पुनर्नियुक्ती केली आणि विल्किन्ससोबत काम करत असलेल्या पदवीधर विद्यार्थी रेमंड गॉसलिंगला तिचा सहाय्यक म्हणून पुन्हा नियुक्त केले.

1950 मध्ये, बर्नमधील स्विस केमिस्ट रुडॉल्फ सिग्नर यांनी वासराच्या थायमसपासून अत्यंत शुद्ध केलेला डीएनए नमुना तयार केला. मे 1950 च्या सुरुवातीला लंडनमधील फॅराडे सोसायटीच्या बैठकीत त्यांनी डीएनए नमुना मुक्तपणे वितरित केला, ज्याला नंतर स्वाक्षरी डीएनए म्हणून संबोधले गेले आणि विल्किन्स हे प्राप्तकर्त्यांपैकी एक होते. क्रूड उपकरणे वापरूनही, विल्किन्स आणि गॉस्लिंग यांनी डीएनए नमुन्याचे चांगल्या-गुणवत्तेचे विवर्तन चित्र प्राप्त केले होते ज्यामुळे या रेणूमध्ये आणखी रस निर्माण झाला होता. 60 परंतु रँडलने त्यांना असे सूचित केले नाही की त्याने फ्रँकलिनला डीएनए विवर्तन कार्य आणि गॉस्लिंगच्या प्रबंधाचे मार्गदर्शन दोन्ही हाती घेण्यास सांगितले होते. विल्किन्स सुट्टीवर असतानाच रँडलने डिसेंबर 1950 मध्ये एका पत्रात फ्रँकलिनला आश्वासन दिले की "प्रयोगात्मक क्ष-किरण प्रयत्न या क्षणी फक्त स्वतःसाठी आणि गॉस्लिंगसाठी असतील." रँडलचा संवादाचा अभाव. या पुनर्नियुक्तीबद्दल विल्किन्स आणि फ्रँकलिन यांच्यात निर्माण झालेल्या चांगल्या दस्तऐवजीकरणातील घर्षणात लक्षणीय योगदान होते. विल्किन्स परत आल्यावर त्याने सिग्नर डीएनए आणि गॉस्लिंग फ्रँकलिनला सुपूर्द केले.

फ्रँकलिन, आता गॉसलिंगसोबत काम करत आहे, तिने एक्स-रे डिफ्रॅक्शन तंत्रातील तिचे कौशल्य डीएनएच्या संरचनेवर लागू करण्यास सुरुवात केली. तिने विल्किन्सने ऑर्डर केलेली नवीन बारीक-फोकस एक्स-रे ट्यूब आणि मायक्रोकॅमेरा वापरला, परंतु तिने परिष्कृत, समायोजित आणि काळजीपूर्वक लक्ष केंद्रित केले. तिच्या भौतिक रसायनशास्त्राच्या पार्श्वभूमीवर, तिने लागू केलेला एक गंभीर नवोपक्रम म्हणजे कॅमेरा चेंबर बनवणे जे वेगवेगळ्या सॅच्युरेटेड सॉल्ट सोल्यूशन्सचा वापर करून आर्द्रतेसाठी नियंत्रित केले जाऊ शकते. जेव्हा विल्किन्सने या सुधारित तंत्राविषयी चौकशी केली तेव्हा तिने उत्तर दिले ज्याने त्याला नाराज केले कारण तिच्याकडे "शांत श्रेष्ठतेची हवा" होती.

संक्षिप्त, अधीर आणि थेट असताना लोकांकडे तीव्रतेने पाहण्याची फ्रँकलिनची सवय तिच्या अनेक सहकाऱ्यांना घाबरवते. याउलट, विल्किन्स अतिशय लाजाळू होता, आणि बोलण्यात हळू हळू मोजत होता आणि तो कोणाच्याही डोळ्यात थेट पाहणे टाळत होता. कल्पक आर्द्रता-नियंत्रक कॅमेऱ्यासह, फ्रँकलिन लवकरच विल्किन्सपेक्षा चांगल्या गुणवत्तेच्या एक्स-रे प्रतिमा तयार करू शकला. तिने लगेच शोधून काढले की डीएनए नमुना दोन स्वरूपात अस्तित्वात असू शकतो: 75% पेक्षा जास्त सापेक्ष आर्द्रतेवर, डीएनए फायबर लांब आणि पातळ झाला; जेव्हा ते कोरडे होते तेव्हा ते लहान आणि लठ्ठ झाले. तिने मूळतः पूर्वीचा "ओला" आणि नंतरचा "स्फटिक" असा उल्लेख केला

क्रिस्टलीय डीएनएच्या संरचनेवर, फ्रँकलिनने प्रथम तिच्या नोटबुकमध्ये विश्लेषण रेकॉर्ड केले, ज्यामध्ये असे लिहिले आहे: "सर्पिल म्हणजे हेलिकल संरचनेचा पुरावा. सरळ साखळी न वळणे अत्यंत अशक्य आहे. मेरिडियनवर टॅलाइन क्रिस्टलाइन स्वरूपात प्रतिबिंब नसणे सूचित करते. सर्पिल संरचना." मात्र दोन किंवा तीन साखळ्या असू शकतात की नाही हे तिला समजू शकले नाही. किंग्ज कॉलेज लंडनमध्ये नोव्हेंबर 1951 मध्ये एका व्याख्यानात तिने त्यांचा डेटा सादर केला. तिच्या व्याख्यानाच्या नोट्समध्ये तिने खालील गोष्टी लिहिल्या

परिणाम हेलिकल स्ट्रक्चर (ज्यामध्ये अगदी बारकाईने पॅक केलेले असावे) प्रति हेलिकल युनिटमध्ये 2, 3 किंवा 4 सह-अक्षीय न्यूक्लिक ॲसिड चेन आणि बाहेरील बाजूस फॉस्फेट गट असल्याचे सूचित करतात.

त्यानंतर फ्रँकलिनने "ओले" आणि "क्रिस्टलाइन" फॉर्मसाठी अनुक्रमे "A" आणि "B" नाव दिले. (A-DNA ची जैविक कार्ये फक्त 60 वर्षांनंतर सापडली. 69) फ्रँकलिन आणि विल्किन्स यांच्यात तीव्र व्यक्तिमत्व संघर्ष निर्माण झाल्यामुळे, रँडलने डीएनएवरील कामाचे

विभाजन केले. फ्रँकलिनने डेटा समृद्ध "A" फॉर्म निवडला तर विल्किन्सने "B" फॉर्म निवडला.

फ्रँकलिन आणि गॉसलिंग यांच्या A-DNA हेलिक्सची व्यंग्यात्मक मृत्यूची नोंद.

1951 च्या अखेरीस किंग्जमध्ये हे सर्वसाधारणपणे स्वीकारले गेले की बी-डीएनए हेलिक्स आहे, परंतु मे 1952 मध्ये तिने असममित प्रतिमा नोंदवल्यानंतर, फ्रँकलिनला ए-डीएनए हेलिक्स असल्याची खात्री पटली नाही. जुलै 1952 मध्ये, विल्किन्सवर एक व्यावहारिक विनोद म्हणून (ज्याने डीएनएचे दोन्ही प्रकार हेलिकल असल्याचे आपले मत वारंवार व्यक्त केले होते), फ्रँकलिन आणि गॉसलिंग यांनी हेलिकल ए-डीएनएच्या 'मृत्यू'बद्दल खेद व्यक्त करणारी अंत्यसंस्कार सूचना जारी केली, जी चालते

18 जुलै 1952 शुक्रवार रोजी DNA हेलिक्स (स्फटिक) यांचे निधन झाल्याचे अत्यंत खेदाने जाहीर करावे लागत आहे. प्रदीर्घ आजारानंतर मृत्यू झाला ज्याला बेसेलाइज्ड बेसेल फंक्शनचा संदर्भ देत जे एक्स-रे डिफ्रॅक्शन पॅटर्नचे विश्लेषण करण्यासाठी वापरण्यात आले होते इंजेक्शन्सचा एक गहन कोर्स आराम करण्यात अयशस्वी झाला. पुढील सोमवार किंवा मंगळवारी स्मारक सेवा आयोजित केली जाईल . उशीरा हेलिक्सच्या स्मरणार्थ डॉ एमएचएफ विल्किन्स बोलतील अशी आशा आहे. रोझलिंड फ्रँकलिन आणि रेमंड गोस्लिंगवर स्वाक्षरी केली.

1952 दरम्यान, त्यांनी तयार केलेल्या डीएनएच्या एक्स-रे चित्रांवर पॅटरसन फंक्शन लागू करण्याचे काम केले. हा एक लांब आणि श्रम-केंद्रित दृष्टीकोन होता परंतु रेणूच्या संरचनेत महत्त्वपूर्ण अंतर्दृष्टी देईल. फ्रँकलिन प्रायोगिक डेटासाठी पूर्णपणे वचनबद्ध होती आणि ती सैद्धांतिक किंवा मॉडेल इमारतींच्या विरोधात होती, कारण ती म्हणाली, "आम्ही अंदाज लावणार नाही, आम्ही प्रतीक्षा करणार आहोत, आम्ही या छायाचित्रावरील डाग आम्हाला सांगू देणार आहोत डीएनए रचना आहे." यावेळी गॉस्लिंगने घेतलेल्या लँडमार्क फोटो 51 सह क्ष-किरण विवर्तन चित्रे, जॉन डेसमंड बर्नाल यांनी "कोणत्याही पदार्थाच्या सर्वात सुंदर क्ष-किरण छायाचित्रांपैकी एक असे म्हटले आहे. कधी घेतले".

जानेवारी 1953 पर्यंत, फ्रँकलिनने तिच्या विरोधाभासी डेटामध्ये समेट केला होता, असा निष्कर्ष काढला होता की दोन्ही डीएनए फॉर्ममध्ये दोन हेलिकेस होते आणि तीन मसुदा हस्तलिखितांची मालिका लिहिण्यास सुरुवात केली होती, त्यापैकी दोन दुहेरी हेलिकल डीएनए बॅकबोन (खाली पहा). तिची दोन A-DNA हस्तलिखिते 6 मार्च 1953 रोजी कोपनहेगनमधील Acta Crystallographica ला पोहोचली, क्रिक आणि वॉटसन यांनी B-DNA वर त्यांचे मॉडेल पूर्ण करण्याच्या एक दिवस आधी. केंब्रिज संघ त्यांचे मॉडेल तयार करत असताना तिने त्यांना मेल केले असावे आणि त्यांना त्यांच्या कामाची माहिती होण्याआधीच त्यांनी निश्चितपणे ते लिहिले असावे. 8 जुलै 1953 रोजी तिने किंग्स आणि केंब्रिज संशोधन संघांद्वारे "अलीकडील कामाच्या प्रकाशात" यापैकी एक "प्रुफ" ऍक्टा लेख सुधारित केला.

तिसरा मसुदा पेपर बी-डीएनए वर होता, दिनांक 17 मार्च 1953, जो फ्रँकलिनचा बिर्कबेक सहकारी, आरोन क्लग याने तिच्या कागदपत्रांमध्ये अनेक वर्षांनी शोधला होता. त्यानंतर त्यांनी 1974 मध्ये 25 एप्रिल 1953 नेचर डीएनए लेखांच्या मूळ त्रिकूटातील तिसऱ्या भागाशी मसुद्याच्या घनिष्ठ संबंधाचे मूल्यांकन प्रकाशित केले. क्लगने हा पेपर डिएनएच्या संरचनेत फ्रँकलिनच्या महत्त्वपूर्ण योगदानाचा बचाव करण्यासाठी 1968 मध्ये लिहिलेल्या पहिल्या लेखाला पूरक म्हणून तयार केला. जेम्स वॉटसनच्या 1968 च्या संस्मरण, द डबल हेलिक्समध्ये चित्रित केलेल्या फ्रँकलिनच्या कामाच्या अपूर्ण चित्राला प्रतिसाद म्हणून त्यांनी हा पहिला लेख लिहिला होता.

वॉटसनने स्पष्टपणे वर्णन केल्याप्रमाणे, त्याने 30 जानेवारी 1953 रोजी डीएनए रचनेसाठी लिनस पॉलिंगच्या चुकीच्या प्रस्तावाची प्रीप्रिंट घेऊन किंग्जला प्रवास केला. विल्किन्स त्याच्या कार्यालयात नसल्यामुळे, वॉटसन फ्रँकलिनच्या प्रयोगशाळेत त्याचा तातडीचा संदेश घेऊन गेला की पॉलिंगला त्याची चूक कळण्यापूर्वी त्यांनी सर्वांनी सहकार्य करावे. वॉटसनने सुचवले की तिला तिच्या स्वतःच्या डेटाचा अर्थ कसा लावायचा हे माहित नाही तेव्हा प्रभावित न झालेल्या फ्रँकलिनला राग आला. वॉटसन घाईघाईने मागे हटला आणि गोंधळाने आकर्षित झालेल्या विल्किन्सला पाठिंबा दिला. विल्किन्सने त्याच्या चिडलेल्या मित्रासोबत दयाळूपणा दाखवला आणि नंतर वॉटसन फ्रँकलिनची डीएनए एक्स-रे प्रतिमा दाखवली. 80 वॉटसनने, याउलट, विल्किन्स यांना पॉलिंग आणि रॉबर्ट कोरी यांनी तयार केलेली प्रीपब्लिकेशन पांडुलिपि दाखवली, ज्यात त्यांच्या पहिल्या चुकीच्या मॉडेलप्रमाणे डीएनए रचना उल्लेखनीय होती.

डीएनए संरचनेचा शोध

फेब्रुवारी 1953 मध्ये, केंब्रिज विद्यापीठातील कॅव्हेंडिश प्रयोगशाळेचे जेम्स वॉटसन आणि फ्रान्सिस क्रिक यांनी किंग्जमधील दोन्ही संघांसाठी उपलब्ध असलेल्या डेटाचा वापर करून बी-डीएनएचे आण्विक मॉडेल तयार करण्यास सुरुवात केली होती. नोव्हेंबर 1952 मध्ये फ्रँकलिनच्या व्याख्यानाच्या आधारावर डीएनए दोन किंवा तीन स्टँडसह हेलिकल आहे, त्यांनी तिहेरी हेलिक्स मॉडेल तयार केले, जे लगेचच सदोष असल्याचे सिद्ध झाले. फ्रँकलिनचे संशोधन फेब्रुवारी 1953 पर्यंत पूर्ण झाले, तिच्या बर्कबेकमध्ये जाण्यापूर्वी, आणि तिचा डेटा गंभीर होता. 1951 मध्ये लिनस पॉलिंगने अल्फा हेलिक्सच्या संरचनेच्या स्पष्टीकरणात मॉडेल बिल्डिंगचा यशस्वीपणे वापर केला होता, परंतु मॉडेल बिल्डिंगला योग्य मार्गदर्शन करण्यासाठी पुरेसा डेटा मिळेपर्यंत फ्रँकलिनने अकाली सैद्धांतिक मॉडेल तयार करण्यास विरोध केला होता. पुरेशी रचना माहीत झाल्यावरच मॉडेल बांधण्याचे काम हाती घेतले पाहिजे असे तिने मत मांडले. पॉलिंग आणि कोरी 1952 च्या उत्तरार्धात (फेब्रुवारी 1953 मध्ये प्रकाशित) चुकीचे ट्रिपल हेलिक्स मॉडेल घेऊन आले या वस्तुस्थितीमुळे तिचा विश्वास योग्य ठरला.

नेहमी सावध राहून तिला भ्रामक शक्यता दूर करायच्या होत्या. तिच्या बर्कबेक वर्क टेबलची छायाचित्रे दाखवतात की ती नियमितपणे लहान आण्विक मॉडेल्स वापरत असे, जरी DNA साठी केंब्रिजमध्ये यशस्वीरित्या वापरलेले मोठे आकारमानावर नक्कीच नाही. फेब्रुवारी 1953 च्या मध्यभागी, क्रिकचे प्रबंध सल्लागार, मॅक्स पेरुत्झ यांनी क्रिक यांना डिसेंबर 1952 मध्ये किंग्जच्या वैद्यकीय संशोधन परिषदेच्या बायोफिजिक्स समितीच्या भेटीसाठी लिहिलेल्या अहवालाची एक प्रत दिली, ज्यामध्ये फ्रँकलिनच्या अनेक क्रिस्टलोग्राफिक गणना होत्या.

फ्रँकलिनने बर्कबेक कॉलेजमध्ये बदली करण्याचा निर्णय घेतला होता आणि रँडलने सर्व डीएनए कार्य किंग्जमध्येच राहिले पाहिजे असा आग्रह धरला होता, विल्किन्सला गॉसलिंगने फ्रँकलिनच्या विवर्तन छायाचित्रांच्या प्रती दिल्या होत्या. 28 फेब्रुवारी 1953 पर्यंत, वॉटसन आणि क्रिक यांना वाटले की त्यांनी "जीवनाचे रहस्य शोधले आहे" असे क्रिकने (स्थानिक पबमध्ये) घोषित करण्यासाठी पुरेशी समस्या सोडवली आहे. तथापि, त्यांना माहित होते की त्यांनी निश्चित होण्यापूर्वी त्यांचे मॉडेल पूर्ण केले पाहिजे.

वॉटसन आणि क्रिक यांनी 7 मार्च 1953 रोजी त्यांचे मॉडेल बांधण्याचे काम पूर्ण केले, एक दिवस आधी त्यांना विल्किन्सचे पत्र मिळाले की फ्रँकलिन शेवटी निघून जात आहे आणि ते "सर्व हात पंपावर ठेवू शकतात" असे लिहिले होते. फ्रँकलिनचे दोन A-DNA पेपर Acta Crystallographica वर पोहोचल्यानंतर हे देखील एक दिवस होते. फ्रँकलिनच्या चरित्रकार ब्रेंडा मॅडॉक्सच्या म्हणण्यानुसार, 12 मार्च रोजी विल्किन्स पुढील आठवड्यात मॉडेल पाहण्यासाठी आला आणि किंग्जमध्ये परत आल्यावर गोस्लिंगला कथितपणे माहिती दिली.

डीएनए संशोधनातील सर्वात गंभीर आणि दुर्लक्षित क्षणांपैकी एक म्हणजे बी-डीएनए हा दुहेरी हेलिकल रेणू आहे हे फ्रँकलिनने कसे आणि केव्हा ओळखले आणि कबूल केले. जेव्हा क्लगने फ्रँकलिनच्या मृत्यूनंतर तिच्या कागदपत्रांची प्रथम तपासणी केली तेव्हा त्याला सुरुवातीला असे समजले की फ्रँकलिनला केंब्रिज मॉडेलचे ज्ञान होईपर्यंत दुहेरी हेलिकल स्वभावाबद्दल खात्री नव्हती. पण नंतर त्याला हस्तलिखिताचा मूळ मसुदा सापडला (दिनांक 17 मार्च 1953) ज्यावरून हे स्पष्ट झाले की फ्रँकलिनने आधीच योग्य रचना सोडवली आहे. वॉटसन-क्रिक मॉडेलची बातमी दुसऱ्या दिवशी, 18 मार्च, किंग्सपर्यंत पोहोचली, जे फ्रँकलिनला बर्कबेकमध्ये गेल्यापासून ते खूप नंतर कळले असते. तिच्या नोटबुकच्या पुढील छाननीतून असे दिसून आले की फ्रँकलिनने फेब्रुवारी 1953 मध्ये आधीच बी-डीएनएच्या हेलिकल रचनेचा विचार केला होता परंतु स्ट्रँडच्या संख्येबद्दल तिला खात्री नव्हती, कारण तिने लिहिले: "2-साखळी (किंवा 1-चेन हेलिक्स) साठी पुरावा. " पेचदार स्वरूपावरील तिचा निष्कर्ष स्पष्ट होता, जरी ती डीएनए स्ट्रँडची संपूर्ण संघटना समजून घेण्यात अयशस्वी ठरली कारण दोन स्ट्रँड विरुद्ध दिशेने धावण्याची शक्यता तिला आली नाही.

फेब्रुवारीच्या अखेरीस तिने दुहेरी स्ट्रँडचे संकेत तयार करण्यास सुरुवात केली, जसे की तिने नमूद केले: "स्ट्रक्चर B एकल हेलिकल सिद्धांतात बसत नाही, अगदी कमी थर-रेषांसाठी देखील." तिला लवकरच कळले की B-DNA आणि A-DNA संरचनात्मकदृष्ट्या सारखेच आहेत, आणि A-DNA ला B-DNA ची "अनवाउंड आवृत्ती" म्हणून समजले. तिने आणि गॉसलिंगने १७ मार्च रोजी "सोडियम थायमोन्यूक्लिएटच्या आण्विक कॉन्फिगरेशनवर एक टीप" नावाचे पाच पृष्ठांचे हस्तलिखित लिहिले. मजकूराच्या शेवटी टाइपसेट ज्यामध्ये असे नमूद केले आहे की त्यांचा डेटा मॉडेलशी सुसंगत होता, आणि 25 एप्रिल 1953 च्या निसर्ग लेखांच्या त्रिकूटात असे दिसून आले; इतर सुधारणा म्हणजे शीर्षकातून "ए नोट ऑन" हटवणे.

आठवड्यांनंतर, 10 एप्रिल रोजी, फ्रँकलिनने क्रिक यांना त्यांचे मॉडेल पाहण्याची परवानगी मागितली. वॉटसन-क्रिक मॉडेल पाहिल्यानंतरही फ्रँकलिनने अकाली मॉडेल बनवण्याबद्दलचा तिचा संशय कायम ठेवला आणि तो प्रभावित झाला नाही. तिने टिप्पणी केली आहे की, "हे खूप सुंदर आहे, पण ते ते कसे सिद्ध करणार आहेत?" प्रायोगिक शास्त्रज्ञ या नात्याने, फ्रँकलिनला प्रस्तावित मॉडेल प्रकाशित करण्याआधी जास्त पुरावे तयार करण्यात रस होता असे दिसते. त्यानुसार, वॉटसन-क्रिक मॉडेलला दिलेला तिचा प्रतिसाद तिच्या विज्ञानाकडे असलेल्या सावध दृष्टिकोनाला अनुसरून होता.

त्यानंतर क्रिक आणि वॉटसन यांनी त्यांचे मॉडेल 25 एप्रिल 1953 रोजी नेचरमध्ये प्रकाशित केले, ज्यात केवळ तळटीप असलेल्या डीएनएच्या दुहेरी-हेलिकल संरचनेचे वर्णन करणाऱ्या एका लेखात "फ्रँकलिन आणि विल्किन्सच्या 'अप्रकाशित' योगदानाच्या सामान्य ज्ञानाने उत्तेजित केले गेले आहे." वास्तविक, जरी ते अगदी कमी असले तरी, त्यांच्याकडे फ्रँकलिन आणि गॉस्लिंगच्या डेटाचे पुरेसे विशिष्ट ज्ञान होते ज्यावर त्यांचे मॉडेल आधारित होते. दोन प्रयोगशाळा संचालकांनी केलेल्या कराराचा परिणाम म्हणून, विल्किन्स आणि फ्रँकलिन यांचे लेख, ज्यात समाविष्ट होते त्यांचा क्ष-किरण विवर्तन डेटा सुधारित करण्यात आला आणि नंतर नेचरच्या त्याच अंकात दुसरा आणि तिसरा प्रकाशित केला, असे दिसते की केवळ क्रिक आणि वॉटसन सैद्धांतिक पेपरच्या समर्थनार्थ आहे ज्याने बी-डीएनएसाठी मॉडेल प्रस्तावित केले होते. बहुतेक दुहेरी हेलिक्स प्रस्ताव स्वीकारण्याआधी अनेक वर्षे वैज्ञानिक समुदायाने संकोच केला. सुरुवातीला मुख्यतः अनुवांशिकशास्त्रज्ञांनी मॉडेल स्वीकारले कारण त्याच्या स्पष्ट अनुवांशिक परिणामांमुळे.

तंबाखू मोज़ेक व्हायरसचा इलेक्ट्रॉन मायक्रोग्राफ

फ्रँकलिनने मार्च 1953 च्या मध्यात किंग्ज कॉलेज लंडनमधून बर्कबेक कॉलेजसाठी सोडले, जे काही काळ नियोजित होते आणि तिने (पॅरिसमधील ॲड्रिएन वेल यांना लिहिलेल्या पत्रात) "राजवाड्यातून झोपडपट्टीकडे जाणे ..." असे वर्णन केले. पण आनंददायी सर्व समान".

तिला भौतिकशास्त्र विभागाचे अध्यक्ष जॉन डेसमंड बर्नाल, यांनी नियुक्त केले होते, जे एक क्रिस्टलोग्राफर होते, जे कम्युनिस्ट होते, जे महिला क्रिस्टलोग्राफरला प्रोत्साहन देण्यासाठी ओळखले जाते. तिच्या नवीन प्रयोगशाळा टोरिंग्टन स्क्वेअरमध्ये ठेवण्यात आल्या होत्या, जीर्ण आणि अरुंद जॉर्जियन घरांपैकी एक, ज्यामध्ये अनेक विभाग आहेत; फ्रँकलिनने बर्नालला इतर प्रयोगशाळेतील काही कर्मचाऱ्यांच्या निष्काळजी वृत्तीबद्दल वारंवार वेठीस धरले, विशेष म्हणजे फार्मसी विभागातील कामगारांनी तिच्या पहिल्या मजल्यावरील प्रयोगशाळेत एका प्रसंगी पाणी भरल्यानंतर.

न्यूक्लिक ॲसिडमधील तिची स्वारस्य थांबवण्यासाठी बर्नालचे वेगळे शब्द असूनही, तिने गोस्लिंगला त्याचा प्रबंध पूर्ण करण्यास मदत केली, जरी ती आता त्याची अधिकृत पर्यवेक्षक नव्हती. त्यांनी एकत्रितपणे 25 जुलैच्या नेचरच्या अंकात डीएनएच्या ए फॉर्ममध्ये दुहेरी हेलिक्सचा पहिला पुरावा प्रकाशित केला. 1954 च्या शेवटी, बर्नालने फ्रँकलिनसाठी कृषी संशोधन परिषद (ARC) कडून निधी मिळवला, ज्यामुळे तिला तिच्या स्वतःच्या संशोधन गटावर देखरेख करणारी वरिष्ठ शास्त्रज्ञ म्हणून काम करता आले. जॉन फिंच, किंग्स कॉलेज लंडनमधील भौतिकशास्त्राचा विद्यार्थी, त्यानंतर जुलै 1955 मध्ये फ्रँकलिनच्या गटात सामील झाला, त्यानंतर केंब्रिज पदवीधर केनेथ होम्सने जुलै 1955 मध्ये प्रवेश केला. एआरसी निधी असूनही, फ्रँकलिनने बर्नलला लिहिले की सध्याच्या सुविधा संशोधनासाठी अत्यंत अनुपयुक्त आहेत ". ..माझे डेस्क आणि प्रयोगशाळा चौथ्या मजल्यावर आहेत, तळघरात माझी एक्स-रे ट्यूब आहे आणि मी तळघर, पहिल्या आणि दुसऱ्या मजल्यावर दोन वेगवेगळ्या पायऱ्यांवर वितरीत केलेल्या चार लोकांच्या कामासाठी जबाबदार आहे."

आरएनए संशोधन

फ्रँकलिनने आणखी एक प्रमुख न्यूक्लिक ॲसिड, आरएनए, डीएनए प्रमाणेच जीवनासाठी केंद्रस्थानी असलेला रेणू शोधणे सुरू ठेवले. तंबाखू मोझॅक व्हायरस (TMV) या आरएनए विषाणूच्या संरचनेचा अभ्यास करण्यासाठी तिने पुन्हा एक्स-रे क्रिस्टलोग्राफीचा वापर केला. 1954 च्या सुरुवातीस ॲरॉन क्लगसोबतची तिची भेट दीर्घकालीन आणि यशस्वी सहकार्याला कारणीभूत ठरली. क्लगने तेव्हाच ट्रिनिटी कॉलेज, केंब्रिजमधून पीएचडी मिळवली आणि 1953च्या उत्तरार्धात बर्कबेकमध्ये सामील झाले. 1955 मध्ये फ्रँकलिनने TMV इन नेचरवर तिचे पहिले मोठे काम प्रकाशित केले, ज्यामध्ये तिने वर्णन केले की सर्व TMV विषाणूचे कण समान लांबीचे होते. हे प्रख्यात विषाणूशास्त्रज्ञ नॉर्मन पिरी यांच्या कल्पनांच्या थेट विरोधाभासात होते, जरी तिचे निरीक्षण शेवटी बरोबर सिद्ध झाले.

फ्रँकलिनने तिच्या पीएचडी विद्यार्थिनी होम्सला TMV च्या संपूर्ण संरचनेचा अभ्यास सोपवला. त्यांनी लवकरच शोधून काढले (1956 मध्ये प्रकाशित) टीएमव्हीचे आवरण हेलिकेसमध्ये व्यवस्थित केलेले प्रोटीन रेणू होते. तिचा सहकारी क्लगने त्याचा विद्यार्थी फिंचसोबत गोलाकार विषाणूंवर काम केले, फ्रँकलिन या कामाचे समन्वय आणि देखरेख करत होते. एक संघ म्हणून, 1956 पासून त्यांनी TMV, काकडी व्हायरस आणि सलगम पिवळा मोज़ेक विषाणू या विषयांवर मुख्य कार्य प्रकाशित करण्यास सुरुवात केली.

फ्रँकलिनचा एक संशोधन सहाय्यक, जेम्स वॅट देखील होता, जो राष्ट्रीय कोळसा मंडळाने अनुदानित होता आणि आता बर्कबेक येथील एआरसी समूहाचा नेता होता. बर्कबेक टीम सदस्यांनी बटाटा, सलगम, टोमॅटो आणि वाटाणा यासह अनेक वनस्पतींवर परिणाम करणाऱ्या आरएनए विषाणूंवर काम करणे सुरू ठेवले. 1955 मध्ये या संघात एक अमेरिकन पोस्ट-डॉक्टरेट विद्यार्थी डोनाल्ड कॅस्पर सामील झाला. त्यांनी टीएमव्हीमधील आरएनए रेणूंच्या अचूक स्थानावर काम केले. 1956 मध्ये त्यांनी आणि फ्रँकलिनने नेचरच्या 10 मार्चच्या अंकात वैयक्तिक परंतु पूरक पेपर प्रकाशित केले, ज्यामध्ये त्यांनी दाखवले की TMV मधील RNA पोकळ विषाणूच्या आतील पृष्ठभागावर जखमा आहे. कॅस्पर हा उत्साही लेखक नव्हता आणि फ्रँकलिनला त्याच्यासाठी संपूर्ण हस्तलिखित लिहावे लागले.

1957 च्या अखेरीस एआरसीकडून तिचे संशोधन अनुदान कालबाह्य झाले आणि बिर्कबेकने प्रस्तावित केलेला पूर्ण पगार तिला कधीही दिला गेला नाही. बर्नल यांनी ARC चेअरमन लॉर्ड रॉथस्चाइल्डची विनंती केल्यानंतर, तिला मार्च 1958 मध्ये एक वर्षाची मुदतवाढ देण्यात आली.

एक्स्पो , द्वितीय विश्वयुद्धानंतरचा पहिला मोठा आंतरराष्ट्रीय मेळा, 1958 मध्ये ब्रुसेल्स येथे आयोजित करण्यात आला होता. फ्रँकलिनला टीएमव्हीचे पाच फूट उंचीचे मॉडेल बनवण्यासाठी आमंत्रित करण्यात आले होते, जे तिने 1957 मध्ये सुरू केले होते. तिच्या साहित्यात टेबल टेनिस बॉल आणि प्लास्टिकच्या सायकल हँडलबार ग्रिपचा समावेश होता. ब्रुसेल्स जागतिक मेळा, आंतरराष्ट्रीय विज्ञान पॅव्हेलियन येथे तिच्या विषाणू मॉडेलच्या प्रदर्शनासह, 17 एप्रिल रोजी, तिच्या मृत्यूनंतर एक दिवस उघडला.

पोलिओ विषाणू

1956 मध्ये, फ्रँकलिनने कॅलिफोर्निया विद्यापीठ, बर्कले येथे भेट दिली, जिथे सहकाऱ्यांनी तिच्या गटाला पोलिओ विषाणूचे संशोधन सुचवले. 1957 मध्ये तिने युनायटेड स्टेट्स पब्लिक हेल्थ सर्व्हिस ऑफ नॅशनल इन्स्टिट्यूट ऑफ हेल्थ कडून अनुदानासाठी अर्ज केला, ज्याने तीन वर्षांसाठी £10,000 (2021 मध्ये £256,495 च्या समतुल्य) मंजूर केले , बर्कबेक येथे मिळालेला आतापर्यंतचा सर्वात मोठा निधी. तिच्या अनुदान अर्जात, फ्रँकलिनने प्राणी विषाणू संशोधनात तिच्या नवीन स्वारस्याचा उल्लेख केला. तिने बर्नालची संमती जुलै 1957 मध्ये मिळवली, जरी तिने बर्कबेक येथे पोलिओ विषाणूचा जीव घेण्याऐवजी थेट संशोधन करण्याचा तिचा हेतू उघड केल्यानंतर गंभीर चिंता व्यक्त केल्या गेल्या. अखेरीस, बर्नाल यांनी गटाच्या संशोधनादरम्यान लंडन स्कूल ऑफ हायजीन अँड ट्रॉपिकल मेडिसिनमध्ये व्हायरस

सुरक्षितपणे साठवण्याची व्यवस्था केली. तिच्या गटासह, फ्रँकलिनने नंतर पोलिओ विषाणू स्फटिकासारखे अवस्थेत असताना त्याची रचना समजून घेण्यास सुरुवात केली. तिने क्ष-किरण अभ्यासासाठी केशिका नलिकांमध्ये विषाणूचे क्रिस्टल्स बसवण्याचा प्रयत्न केला, परंतु तिची तब्येत झपाट्याने बिघडल्यामुळे तिला काम बंद करावे लागले.

फ्रँकलिनच्या मृत्यूनंतर, क्लग तिच्यानंतर ग्रुप लीडर म्हणून आला आणि तो, फिंच आणि होम्स यांनी पोलिओ विषाणूच्या संरचनेवर संशोधन चालू ठेवले. अखेरीस त्यांना विषाणूच्या अत्यंत तपशीलवार एक्स-रे प्रतिमा मिळविण्यात यश आले. जून 1959 मध्ये, क्लग आणि फिंच यांनी समूहाचे निष्कर्ष प्रकाशित केले, पोलिओ विषाणूमध्ये आयकोसेहेड्रल सममिती असल्याचे उघड केले आणि त्याच पेपरमध्ये सर्व गोलाकार विषाणूंना समान सममिती धारण करण्याची शक्यता सुचवली, कारण ती सर्वात मोठी संभाव्य संख्या (60) अनुमत होती. समान संरचनात्मक एकके. संघ 1962 मध्ये, केंब्रिजच्या आण्विक जीवशास्त्र प्रयोगशाळेत गेला, आणि जुन्या टोरिंग्टन स्क्वेअर प्रयोगशाळा चार वर्षांनंतर, मे 1966 मध्ये पाडण्यात आल्या.

वैयक्तिक जीवन

फ्रँकलिनचे वर्णन अज्ञेयवादी म्हणून केले गेले. तिची धार्मिक श्रद्धेची कमतरता वरवर पाहता कोणाच्याही प्रभावातून उद्भवली नाही, तर तिच्या स्वतः च्या विचारसरणीमुळे उद्भवली. लहानपणीच तिने संशय निर्माण केला. तिच्या आईने आठवण करून दिली की तिने देवाच्या अस्तित्वावर विश्वास ठेवण्यास नकार दिला होता, आणि टिप्पणी केली, "ठीक आहे, तरीही, तो ती नाही हे तुला कसे कळते?" तिने नंतर तिची भूमिका स्पष्ट केली, आता तिच्या वैज्ञानिक अनुभवावर आधारित, आणि 1940 मध्ये तिच्या वडिलांना लिहिले

विज्ञान आणि दैनंदिन जीवन वेगळे केले जाऊ शकत नाही आणि नसावे. विज्ञान, माझ्यासाठी, जीवनाचे आंशिक स्पष्टीकरण देते ... मला तुमची विश्वासाची व्याख्या म्हणजे मृत्यूनंतरच्या जीवनावरील विश्वास मान्य नाही ... तुमचा विश्वास व्यक्ती म्हणून स्वतःच्या आणि इतरांच्या भविष्यावर अवलंबून आहे, भविष्यात माझे आणि नशीब. आमच्या उत्तराधिकारी. मला असे वाटते की तुझा जास्त स्वार्थी आहे. म्हणून निर्मात्याचा प्रश्न. कशाचा निर्माता? ... प्रोटोप्लाझम किंवा आदिम पदार्थाचा निर्माता, जर असे असेल तर, विश्वाच्या एका लहान कोपऱ्यातील आपल्या क्षुल्लक वंशामध्ये स्वारस्य असण्याचे कोणतेही कारण मला दिसत नाही.

तथापि, तिने ज्यू परंपरा सोडल्या नाहीत. लिंडोरेस शाळेतील एकमेव ज्यू विद्यार्थिनी म्हणून, तिचे मित्र चर्चमध्ये जात असताना तिने स्वतः हिब्रू धडे घेतले होते. तिच्या आजोबांच्या विनंतीला मान देऊन ती केंब्रिज येथे पहिल्या टर्ममध्ये असताना ज्यू सोसायटीत सामील झाली. फ्रँकलिनने तिच्या बहिणीला सांगितले की ती "नेहमी जाणीवपूर्वक ज्यू" आहे.

फ्रँकलिनला परदेशात प्रवास करणे, विशेषतः ट्रेकिंगची आवड होती. 1929 च्या ख्रिसमसमध्ये तिने प्रथम "पात्र" ठरविले, मेंटॉन, फ्रान्स येथे सुट्टी घालवण्यासाठी, जिथे तिचे आजोबा इंग्रजी हिवाळ्यापासून वाचण्यासाठी गेले होते. तिचे कुटुंब वारंवार वेल्स किंवा कॉर्नवॉलमध्ये सुट्ट्या घालवायचे. 1938 मध्ये फ्रान्सच्या सहलीने तिला फ्रान्स आणि तिथल्या भाषेबद्दल कायम प्रेम दिले. तिने त्यावेळची फ्रेंच जीवनशैली "इंग्रजीपेक्षा अत्यंत श्रेष्ठ" मानली. याउलट, तिने इंग्लिश लोकांचे वर्णन "रिक्त मूर्ख चेहरे आणि मुलांसारखी आत्मसंतुष्टता" असे केले आहे. तिचे कुटुंब 1939 मध्ये नॉर्वेमध्ये जवळजवळ अडकले होते, कारण त्यांच्या घरी जाताना दुसरे महायुद्ध घोषित करण्यात आले. दुसऱ्या एका प्रसंगात, तिने 1946 मध्ये जीन केरस्लेकसोबत फ्रेंच आल्प्स ट्रेक केला, ज्यामुळे तिचा जीव जवळजवळ गेला. ती एका उतारावरून घसरली आणि ती केवळ बचावली. पण तिने तिच्या आईला लिहिले, "मला खात्री आहे की मी फ्रान्समध्ये कायम आनंदाने भटकू शकेन. मला लोक, देश आणि अन्न आवडते."

तिने युनायटेड स्टेट्समध्ये अनेक व्यावसायिक सहली केल्या, आणि तिच्या अमेरिकन मित्रांमध्ये ती विशेषतः आनंदी होती आणि तिच्या विनोदाची भावना सतत प्रदर्शित केली. कॅलिफोर्निया विद्यापीठ, लॉस एंजेलिसच्या विल्यम गिनोझा यांनी नंतर आठवले की ती वॉटसनच्या तिच्या वर्णनाच्या विरुद्ध होती आणि मॅडॉक्सने टिप्पणी केल्याप्रमाणे, अमेरिकन लोकांनी तिच्या "सनी बाजू" चा आनंद घेतला.

त्याच्या द डबल हेलिक्स या पुस्तकात, वॉटसनने डीएनएचा शोध आणि शोध याबद्दलचे प्रथम व्यक्तीचे खाते दिले आहे. तो फ्रँकलिनचे सहानुभूतीपूर्ण परंतु कधीकधी गंभीर पोर्ट्रेट रंगवतो. तो तिच्या बुद्धिमत्तेची आणि वैज्ञानिक कौशल्याची प्रशंसा करतो, परंतु तिच्याबरोबर काम करणे कठीण आणि तिच्या देखाव्याबद्दल निष्काळजी असल्याचे चित्रित करतो. "रोसालिंड" या पुस्तकात तिची ओळख करून दिल्यानंतर, तो लिहितो की तो आणि त्याचे पुरुष सहकारी तिला सहसा "रोझी" म्हणून संबोधतात, किंग्ज कॉलेज लंडनमधील लोक तिच्या पाठीमागे वापरलेले नाव. तिला त्या नावाने हाक मारायची नव्हती कारण तिची मावशी रोझी होती. कुटुंबात तिला "रोस" म्हटले जायचे. इतरांसाठी, ती फक्त "रोसालिंड" होती. केंब्रिजमधील द ईगल पबमध्ये क्रिकच्या टेबलावर तिच्यासोबत बसलेल्या डोरोथिया राके या अमेरिकन मित्राला तिने हे स्पष्ट केले: रॅकेने तिला विचारले की तिला कसे बोलावले जाईल आणि तिने उत्तर दिले "मला भीती वाटते की ती रोझलिंड असावी. "बहुतेक निश्चितपणे गुलाबी नाही." जोडत आहे.

तिने अनेकदा आपले राजकीय विचार मांडले. तिने सुरुवातीला विन्स्टन चर्चिलला युद्ध भडकवल्याबद्दल दोष दिला, परंतु नंतर त्यांच्या भाषणांसाठी त्यांचे कौतुक केले. तिने 1940 च्या केंब्रिज विद्यापीठाच्या पोटनिवडणुकीत प्रोफेसर जॉन रायल यांना संसदेसाठी स्वतंत्र उमेदवार म्हणून सक्रियपणे पाठिंबा दिला, परंतु ते अयशस्वी ठरले.

तिचे कोणाशीही जिव्हाळ्याचे नाते आहे असे वाटले नाही आणि तिने नेहमीच तिच्या खोलवर वैयक्तिक भावना ठेवल्या. तिच्या तरुण दिवसांनंतर, तिने विपरीत लिंगाशी घनिष्ठ मैत्री टाळली. तिच्या नंतरच्या वर्षांमध्ये, एव्ही एलिस, जिने बाल शरणार्थी असताना तिची बेडरूम शेअर केली होती आणि तिचे लग्न अर्न्स्ट वोहलगेमथ सोबत झाले होते आणि ती शिकागोहून नॉटिंग हिलला गेली होती, तिने राल्फ मिलिबँडशी जुळवून घेण्याचा प्रयत्न केला परंतु अयशस्वी झाला. फ्रँकलिनने एकदा एव्हीला सांगितले की तिच्या फ्लॅटमेटने तिला ड्रिंक मागितली, परंतु तिचा हेतू समजला नाही. ती तिच्या फ्रेंच गुरू मेरिंगने खूप मोहित झाली होती, ज्यांना एक पत्नी आणि एक शिक्षिका होती. मेरिंगने देखील कबूल केले की तो तिच्या "बुद्धिमत्ता आणि सौंदर्याने" मोहित झाला होता. ॲन सायरेच्या म्हणण्यानुसार, फ्रँकलिनने मेरिंगबद्दल तिच्या भावनांची कबुली दिली जेव्हा तिच्यावर दुसरी शस्त्रक्रिया होत होती, परंतु मॅडॉक्सने नोंदवले की कुटुंबाने हे नाकारले. मेरिंग जेव्हा तिला नंतर भेटायला गेला तेव्हा रडला, आणि तिच्या मृत्यूनंतर तिची सर्व पत्रे नष्ट केली.

तिचे सर्वात जवळचे वैयक्तिक प्रकरण बहुधा तिचे एकेकाळचे पोस्ट-डॉक्टरेट विद्यार्थी डोनाल्ड कॅस्परशी होते. 1956 मध्ये, कॅलिफोर्निया विद्यापीठ, बर्कले येथे भेट दिल्यानंतर तिने कोलोरॅडो येथील त्याच्या घरी भेट दिली आणि कॅस्पर "तिने कदाचित प्रेम केले असेल, लग्न केले असेल" अशी ती नंतर टिप्पणी करणारी होती. सायरेला लिहिलेल्या पत्रात तिने त्याचे वर्णन "एक आदर्श सामना" असे केले.

आजारपण, मृत्यू आणि दफन

1956 च्या मध्यात, कामाशी संबंधित युनायटेड स्टेट्सच्या सहलीवर असताना, फ्रँकलिनला प्रथम आरोग्य समस्या असल्याचा संशय येऊ लागला. न्यूयॉर्कमध्ये असताना तिला तिचा स्कर्ट झिप करण्यात अडचण आली; तिचे पोट फुगले होते. लंडनमध्ये तिने मायर लिव्हिंगस्टोनचा सल्ला घेतला, ज्याने तिला विचारले, "तू गरोदर नाहीस?" ज्यावर तिने प्रत्युत्तर दिले, "माझी इच्छा आहे." तिच्या केसला "अर्जंट" म्हणून चिन्हांकित केले होते. त्याच वर्षी 4 सप्टेंबर रोजी केलेल्या ऑपरेशनमध्ये तिच्या ओटीपोटात दोन ट्यूमर आढळून आले. या कालावधीनंतर आणि हॉस्पिटलायझेशनच्या इतर कालावधीनंतर, फ्रँकलिनने विविध मित्र आणि कुटुंबातील सदस्यांसह उपचार करण्यात वेळ घालवला. यामध्ये ॲन सायरे, फ्रान्सिस क्रिक, त्याची पत्नी ओडिले यांचा समावेश होता, ज्यांच्याशी फ्रँकलिनने घट्ट मैत्री केली होती, आणि शेवटी रोलँड आणि नीना फ्रँकलिन कुटुंबासोबत जिथे रोझलिंडच्या भाची आणि पुतण्यांनी तिचे मनोबल वाढवले होते.

फ्रँकलिनने तिच्या पालकांसोबत न राहणे पसंत केले कारण तिच्या आईचे अनियंत्रित दुःख आणि रडणे तिला खूप अस्वस्थ करते. कर्करोगावर उपचार सुरू असतानाही, फ्रँकलिनने काम करणे सुरूच ठेवले आणि तिच्या गटाने निकाल देणे सुरूच ठेवले - 1956 मध्ये सात पेपर आणि 1957 मध्ये आणखी सहा. 1957 च्या शेवटी, फ्रँकलिन पुन्हा आजारी पडली आणि तिला रॉयल मार्सडेन हॉस्पिटलमध्ये दाखल करण्यात आले. 2 डिसेंबर रोजी तिने तिचे मृत्युपत्र केले. तिने तिच्या तीन भावांना एक्झिक्युटर म्हणून नाव दिले आणि तिचा सहकारी आरोन क्लगला मुख्य लाभार्थी बनवले, ज्याला £3,000 आणि तिची ऑस्टिन कार मिळेल. तिच्या इतर मैत्रिणींपैकी, मायर लिव्हिंगस्टोनला £2,000, ॲनी पायपरला £1,000 आणि तिची परिचारिका मिस ग्रिफिथला £250 मिळतील. इस्टेटचा उर्वरित भाग धर्मादाय संस्थांसाठी वापरला जाणार होता.

ती जानेवारी 1958 मध्ये कामावर परतली आणि 25 फेब्रुवारी रोजी तिला बायोफिजिक्समध्ये रिसर्च असोसिएट म्हणून पदोन्नती देण्यात आली. ती 30 मार्च रोजी पुन्हा आजारी पडली आणि 16 एप्रिल 1958 रोजी चेल्सी, लंडन येथे ब्रॉन्कोप्न्यूमोनिया, दुय्यम कार्सिनोमेटोसिस आणि गर्भाशयाच्या कर्करोगाने तिचा मृत्यू झाला. क्ष-किरण किरणोत्सर्गाचा संपर्क कधीकधी तिच्या आजारपणाचा संभाव्य घटक मानला जातो. तिच्या कुटुंबातील इतर सदस्यांचा कर्करोगाने मृत्यू झाला आहे, आणि स्त्रीरोगविषयक कर्करोगाचे प्रमाण अश्केनाझी ज्यूंमध्ये असमानतेने जास्त असल्याचे ज्ञात आहे. तिच्या मृत्यू प्रमाणपत्रात असे म्हटले आहे: एक संशोधन वैज्ञानिक, स्पिनस्टर, एलिस आर्थर फ्रँकलिनची मुलगी, बँकर. 17 एप्रिल 1958 रोजी लंडन बरो ऑफ ब्रेंटमधील बीकन्सफील्ड रोड येथील विल्स्डेन युनायटेड सिनेगॉग स्मशानभूमीत तिच्यावर अंत्यसंस्कार करण्यात आले.

फ्रँकलिनच्या दिशेने कथित लैंगिकता

ॲन सायरे, फ्रँकलिनची मैत्रीण आणि तिची एक चरित्रकार, तिच्या 1975 च्या पुस्तकात, रोझलिंड फ्रँकलिन आणि डीएनए म्हणते: "1951 मध्ये ... किंग्ज कॉलेज लंडन एक संस्था म्हणून, स्त्रियांना देऊ केलेल्या स्वागतासाठी वेगळे नव्हते ... रोझलिंड ... पर्दा स्त्री एकांतवासाची एक धार्मिक आणि सामाजिक संस्था वापरण्यात आली नाही ... प्रयोगशाळेच्या कर्मचाऱ्यांमध्ये आणखी एक महिला होती". आण्विक जीवशास्त्रज्ञ Andrzej Stasiak नोंदवतात: "सायरेच्या पुस्तकाचा स्त्रीवादी वर्तुळात विज्ञानातील सर्रास लैंगिकतेचा पर्दाफाश करण्यासाठी मोठ्या प्रमाणावर उद्धृत केले गेले." फारुख हुसेन म्हणतात: "जैवभौतिकशास्त्र विभागात सात महिला होत्या... जीन हॅन्सन एफआरएस, डेम बनले. ऑनर बी. फेल, स्ट्रेंजवेज प्रयोगशाळेचे संचालक, यांनी जीवशास्त्रज्ञांचे पर्यवेक्षण केले". मॅडॉक्स म्हणतो: "रँडल... त्याच्या कर्मचाऱ्यांमध्ये अनेक स्त्रिया होत्या... त्यांना तो सापडला... सहानुभूतीपूर्ण आणि मदतनीस."

सायरे यांनी असे प्रतिपादन केले की "किंग्जमधील पुरुष कर्मचारी मोठ्या, आरामदायी, ऐवजी क्लबच्या जेवणाच्या खोलीत जेवण करत असताना" सर्व श्रेणीतील महिला कर्मचाऱ्यांनी "विद्यार्थ्यांच्या हॉलमध्ये किंवा परिसरापासून दूर जेवण केले". तथापि, एल्किनचा दावा आहे की बहुतेक MRC गट (फ्रँकलिनसह) सामान्यतः खाली चर्चा केलेल्या मिश्र जेवणाच्या खोलीत एकत्र जेवण करतात. आणि मॅडॉक्स म्हणतो,

रँडलबद्दल: "त्याला त्याचे कळप, स्त्री-पुरुष, सकाळच्या कॉफीसाठी एकत्र यायला आणि संयुक्त जेवणाच्या खोलीत दुपारचे जेवण बघायला आवडायचे, जिथे तो जवळजवळ दररोज त्यांच्यासोबत जेवतो." फ्रान्सिस क्रिक देखील. टिप्पणी केली की "तिच्या सहकाऱ्यांनी स्त्री आणि पुरुष शास्त्रज्ञांना सारखे वागवले".

सायरे यांनी विज्ञानाचा पाठपुरावा करण्यासाठी फ्रँकलिनच्या संघर्षाची, विशेषत: शैक्षणिक व्यवसायातील स्त्रियांबद्दल तिच्या वडिलांची काळजी याबद्दल विस्तृत चर्चा केली आहे. या खात्यामुळे एलिस फ्रँकलिनच्या त्याच्या मुलीबद्दलच्या वृत्तीबद्दल लैंगिकतेचे आरोप झाले. बर्याच माहितीचा स्पष्टपणे दावा आहे की त्याने तिला न्यूनहॅम कॉलेजमध्ये प्रवेश करण्यास तीव्र विरोध केला. फ्रँकलिनचे पब्लिक ब्रॉडकास्टिंग सर्व्हिस (पीबीएस) चरित्र पुढे जाते, त्यात असे म्हटले आहे की त्याने तिची फी भरण्यास नकार दिला आणि एका मावशीने तिच्यासाठी असे करायला सुरुवात केली. तिची बहीण, जेनिफर ग्लिन हिने सांगितले आहे की त्या कथा मिथक आहेत आणि तिच्या पालकांनी फ्रँकलिनच्या संपूर्ण कारकिर्दीला पूर्ण पाठिंबा दिला आहे.

फ्रँकलिनच्या मृत्यूनंतर आणि वॉटसन केंब्रिजहून हार्वर्डला परतल्यानंतर 10 वर्षांनी प्रकाशित झालेल्या त्यांच्या द डबल हेलिक्स या पुस्तकात जेम्स वॉटसन या एका समवयस्काच्या आठवणींमध्ये लैंगिकता पसरली असल्याचे म्हटले जाते. त्यांचे केंब्रिज सहकारी पीटर पॉलिंग यांनी एका पत्रात लिहिले, "मॉरिस sic विल्किन्स हे काम करत असावेत; मिस फ्रँकलिन स्पष्टपणे मूर्ख आहे." दतक घ्या - चला म्हणूया, तिच्याबद्दल संरक्षक वृत्ती."

ग्लिनने सायरेवर चुकीने तिच्या बहिणीला स्त्रीवादी नायिका बनवल्याचा आरोप केला, आणि वॉटसनच्या द डबल हेलिक्सला तिला "रोसालिंड इंडस्ट्री" असे म्हणतात. कथित लैंगिकतावादाच्या कथांनी "तिला रोझलिंड फ्रँकलिन ला वॉटसनच्या खात्याइतकीच लाज वाटली असेल, असे तिने अनुमान काढले आहे", 5 आणि घोषित केले की "ती रोझलिंड कधीही स्त्रीवादी नव्हती." क्लग. आणि क्रिकने देखील सहमती दर्शवली की फ्रँकलिन निश्चितपणे स्त्रीवादी नव्हती.

जानेवारी 1939 मध्ये फ्रँकलिनने तिच्या पालकांना लिहिलेले पत्र अनेकदा तिच्या स्वत: च्या पूर्वग्रहदूषित वृत्तीचे प्रतिबिंबित केले जाते आणि दावा केला जातो की ती "या मंडळांमध्ये सर्रासपणे पसरलेल्या लैंगिकतेपासून मुक्त नाही". पत्रात, तिने टिप्पणी केली की एक व्याख्याता "महिला असली तरी खूप चांगली" होती. मॅडॉक्स म्हणतात की ती लिंगभेदाच्या उदाहरणाऐवजी परिस्थितीजन्य टिप्पणी होती आणि ती कौतुकाची अभिव्यक्ती होती कारण, त्या वेळी, विज्ञानाच्या महिला शिक्षक दुर्मिळ होत्या. खरं तर, मॅडॉक्स म्हणतात, फ्रँकलिन पहिल्या महिला प्राध्यापक डोरोथी गॅरोडच्या नियुक्तीमुळे लाजिरवाण्या पुरुषांवर हसले.

डीएनएच्या मॉडेल/स्ट्रक्चरमध्ये योगदान

क्रिक आणि वॉटसन यांनी लोकप्रिय केलेल्या मॉडेलमध्ये रोझलिंड फ्रँकलिनचे पहिले महत्त्वाचे योगदान म्हणजे नोव्हेंबर 1951 मध्ये चर्चासत्रातील तिचे व्याख्यान, जिथे तिने उपस्थितांना सादर केले, त्यापैकी वॉटसन, रेणूचे दोन प्रकार, टाइप ए आणि टाइप बी, तिचे स्थान होते. फॉस्फेट युनिट रेणूच्या बाह्य भागात स्थित आहेत. तिने रेणूच्या इतर भागांच्या अनुषंगाने रेणूमध्ये किती पाण्याचे प्रमाण शोधले आहे, रेणूच्या स्थिरतेसाठी महत्त्वपूर्ण महत्त्व असलेला डेटा देखील निर्दिष्ट केला. फ्रँकलिनने ही तथ्ये शोधून काढली आणि तयार केली, ज्याने रेणूचे मॉडेल तयार करण्याच्या नंतरच्या सर्व प्रयत्नांना आधार दिला. तथापि, वॉटसन, त्यावेळेस रसायनशास्त्राविषयी अनभिज्ञ, महत्त्वपूर्ण माहिती समजून घेण्यात अयशस्वी ठरला आणि यामुळे चुकीचे तीन-हेलिकल मॉडेल तयार झाले.

इतर योगदानामध्ये फ्रँकलिनचा विद्यार्थी गॉसलिंग याने घेतलेला बी-डीएनए (फोटो 51) चे एक्स-रे छायाचित्र समाविष्ट होते जे जानेवारी 1953 मध्ये विल्किन्सने वॉटसनला थोडक्यात दाखवले होते,आणि त्यासाठी लिहिलेला अहवाल डिसेंबर 1952 मध्ये एमआरसी बायोफिजिक्स समितीने किंग्सला भेट दिली जी क्रिक आणि वॉटसन दोघांनाही कॅव्हेंडिश प्रयोगशाळेत पेरुट्झने दाखवली होती. या एमआरसी अहवालात किंग्स ग्रुपचा डेटा होता, ज्यामध्ये फ्रँकलिन आणि गॉसलिंगच्या काही कामांचा समावेश होता आणि क्रिक यांना - जो हिमोग्लोबिन स्ट्रक्चरवर त्यांच्या प्रबंधावर काम करत होता - भेट देणाऱ्या समितीचे सदस्य असलेल्या त्यांच्या प्रबंध पर्यवेक्षक पेरुट्झ यांनी ते दिले होते.

सायरेच्या फ्रँकलिनच्या चरित्रात एक कथा आहे ज्यात आरोप आहे की 51 क्रमांकाचे छायाचित्र विल्किन्सने फ्रँकलिनच्या परवानगीशिवाय वॉटसनला दाखवले होते, आणि हे वाईट विज्ञान नैतिकतेचे प्रकरण आहे. इतरांनी या कथेवर वाद घातला, असे प्रतिपादन केले की विल्किन्सला फ्रँकलिनच्या पीएचडी विद्यार्थिनी गॉस्लिंगने 51 क्रमांकाचा फोटो दिला होता कारण ती किंग्जला बिर्कबेक येथे काम करण्यासाठी निघाली होती आणि विल्किन्सला डेटा हस्तांतरित करण्यात काहीही गैर नाही असे कथितपणे सांगितले जात नाही कारण दिग्दर्शक रँडल सर्व डीएनए कार्य केवळ किंग्सचे आहे असा आग्रह धरला होता आणि फ्रँकलिनला एका पत्राद्वारे त्यावर काम करणे थांबवण्याची आणि तिचा डेटा सबमिट करण्याची सूचना दिली होती. तसेच, होरेस फ्रीलँड जडसन यांनी असे सूचित केले होते की, मॉरिस विल्किन्सने फ्रँकलिनच्या ड्रॉवरमधून छायाचित्र काढले होते, परंतु हे चुकीचे असल्याचेही म्हटले जाते.

त्याचप्रमाणे, पेरुत्झने क्रिकला फ्रँकलिन आणि गॉस्लिंगच्या एक्स-रे डेटा विश्लेषणाचे निष्कर्ष असलेला एमआरसी अहवाल दाखवण्यात "कोणतीही हानी नाही" पाहिली, कारण तो गोपनीय म्हणून चिन्हांकित केला गेला नव्हता, जरी "हा अहवाल बाहेरील डोळ्यांपर्यंत पोहोचणे

अपेक्षित नव्हते". खरंच, वॉटसनच्या द डबल हेलिक्सच्या प्रकाशनाने पेरुट्झच्या कृत्याचा पर्दाफाश केल्यानंतर, त्याला त्याच्या निर्णयावर प्रश्नचिन्ह उपस्थित करणारी इतकी पत्रे मिळाली की त्यांना त्या सर्वांची उत्तरे देण्याची गरज भासली आणि विज्ञानात एक सामान्य विधान पोस्ट करणे या आधारावर स्वतःला माफ केले. "प्रशासकीय बाबींमध्ये अननुभवी आणि प्रासंगिक".

पेरुत्झने असा दावाही केला की, नोव्हेंबर १९५१ मध्ये वॉटसन फ्रँकलिनच्या सेमिनारला उपस्थित असताना केंब्रिज टीमला एमआरसीची माहिती आधीच उपलब्ध करून देण्यात आली होती. १९५२च्या डिसेंबरच्या एमआरसी अहवालातील महत्त्वाच्या सामग्रीची प्राथमिक आवृत्ती फ्रँकलिनने एका भाषणात सादर केली होती. नोव्हेंबर 1951 मध्ये दिले होते, ज्यात वॉटसन उपस्थित होते पण समजले नाही.

विल्किन्स आणि वॉटसन यांच्या पत्रांसह प्रकाशित झालेल्या तीन पत्रांपैकी पेरुट्झ पत्र हे त्यांच्या विविध योगदानांची चर्चा करणारे होते. वॉटसनने MRC अहवालातून मिळालेल्या डेटाचे महत्त्व स्पष्ट केले कारण 1951 मध्ये फ्रँकलिनच्या व्याख्यानाला उपस्थित असताना त्याने या डेटाची नोंद केली नव्हती. या सगळ्याचा परिणाम असा झाला की जेव्हा क्रिक आणि वॉटसन यांनी फेब्रुवारी 1953 मध्ये त्यांचे मॉडेल तयार करण्यास सुरुवात केली तेव्हा ते गंभीरपणे काम करत होते. मापदंड जे फ्रँकलिनने 1951 मध्ये निर्धारित केले होते आणि जे तिने आणि गॉसलिंगने 1952 मध्ये लक्षणीयरीत्या परिष्कृत केले होते, तसेच प्रकाशित डेटा आणि किंग्जमध्ये उपलब्ध असलेल्या इतर समान डेटासह. सामान्यतः असे मानले जात होते की फ्रँकलिनला हे माहित नव्हते की तिचे काम मॉडेलच्या बांधकामादरम्यान वापरले गेले होते, परंतु गोस्लिंगने त्याच्या 2013 च्या मुलाखतीत ठामपणे सांगितले की, "हो. अरे, तिला याबद्दल माहिती होती."

डीएनएच्या मॉडेलमध्ये तिच्या योगदानाची ओळख

त्यांचे मॉडेल पूर्ण झाल्यावर, क्रिक आणि वॉटसन यांनी विल्किन्स यांना त्यांच्या संरचनेचे वर्णन करणाऱ्या पेपरचे सह-लेखक म्हणून आमंत्रित केले होते. विल्किन्सने ही ऑफर नाकारली, कारण त्यांनी मॉडेल तयार करण्यात कोणताही भाग घेतला नव्हता. त्यांनी नंतर खेद व्यक्त केला की सह-लेखकत्वाची अधिक चर्चा झाली नाही कारण यामुळे किंग्जच्या कार्याने शोधात दिलेले योगदान स्पष्ट करण्यात मदत झाली असावी. फ्रँकलिनच्या प्रायोगिक डेटाचा वापर क्रिक आणि वॉटसन यांनी 1953 मध्ये त्यांच्या डीएनएचे मॉडेल तयार करण्यासाठी केला होता यात शंका नाही. मॅडॉक्ससह काहींनी हा संदर्भ वगळल्याचे सुचवून स्पष्ट केले आहे की हा परिस्थितीचा प्रश्न असू शकतो, कारण ते खूप झाले असते. त्यांनी पाहिलेल्या MRC अहवालातील अप्रकाशित कामाचा उल्लेख करणे कठीण आहे.

खरंच, किंग्जकडून केंब्रिजमध्ये डेटा ज्या अपारंपरिक पद्धतीने हस्तांतरित करण्यात आला होता, त्या लक्षात घेता, वेळेवर स्पष्टपणे पोचपावती मिळणे विचित्र ठरले असते. तथापि, पद्धती उपलब्ध होत्या. वॉटसन आणि क्रिक यांनी MRC अहवालाचा वैयक्तिक संप्रेषण म्हणून उल्लेख केला असता किंवा अन्यथा प्रेसमधील ऍक्टा लेख उद्धृत केले असते, किंवा अगदी सहजपणे, त्यांना माहित असलेला तिसरा नेचर पेपर प्रेसमध्ये होता. मॅडॉक्सच्या व्यापकपणे प्रशंसित चरित्रातील सर्वात महत्त्वाची कामगिरी म्हणजे मॅडॉक्सने अपर्याप्त पोचपावतीबद्दल एक चांगला प्रतिसाद दिला. "त्यांनी तिला दिलेली अशी पोचपावती खूपच निःशब्द होती आणि नेहमी विल्किन्सच्या नावाशी जोडलेली होती".

वस्तुस्थितीच्या पंधरा वर्षांनंतर, फ्रँकलिनच्या योगदानाचे पहिले स्पष्ट पठण वॉटसनचे खाते, द डबल हेलिक्समध्ये पसरले होते, जरी ते डीएनएवरील त्यांच्या कामाच्या काळात फ्रँकलिनबद्दल वॉटसनच्या (बहुतेकदा नकारात्मक) संबंधांच्या वर्णनाखाली दडलेले होते. पॉलिंगच्या चुकीच्या डीएनए हस्तलिखिताच्या प्रीप्रिंटवरून वॉटसन आणि फ्रँकलिन यांच्यातील संघर्षात ही वृत्ती दिसून येते. वॉटसनच्या शब्दांनी सायरेला तिचे खंडन लिहिण्यास प्रवृत्त केले, ज्यामध्ये संपूर्ण प्रकरण नऊ, "विनर टेक ऑल" मध्ये पोचपावती विषयाचे कायदेशीर संक्षिप्त विच्छेदन आणि विश्लेषण करण्याची रचना आहे.

सायरेच्या सुरुवातीच्या विश्लेषणाकडे तिच्या पुस्तकातील स्त्रीवादी ओव्हरटोन्स समजल्यामुळे अनेकदा दुर्लक्ष केले गेले. वॉटसन आणि क्रिक यांनी त्यांच्या मूळ पेपरमध्ये विल्किन्स आणि फ्रँकलिन यांच्या क्ष-किरण विवर्तन कार्याचा उल्लेख केला नाही, तरीही ते कबूल करतात की "डॉ. एमएचएफ विल्किन्स, डॉ. एमएचएफ विल्किन्स, डॉ. आरई फ्रँकलिन आणि किंग्स कॉलेज लंडनमधील त्यांचे सहकारी". खरं तर, वॉटसन आणि क्रिक यांनी त्यांच्या मॉडेलच्या समर्थनार्थ कोणत्याही प्रायोगिक डेटाचा उल्लेख केला नाही. फ्रँकलिन आणि गॉसलिंग यांनी डीएनए एक्स-रे प्रतिमेचे प्रकाशन, निसर्गाच्या समान अंकात, मुख्य पुरावा म्हणून काम केले: अशा प्रकारे आमची सामान्य कल्पना वॉटसन आणि क्रिक यांनी आधीच्या संप्रेषणात मांडलेल्या मॉडेलशी विसंगत नाही.

नोबेल पारितोषिक

फ्रँकलिनला कधीही नोबेल पुरस्कारासाठी नामांकन मिळाले नाही. डीएनएच्या संरचनेचा शोध लावण्यात तिचे कार्य महत्त्वपूर्ण होते, जे त्यानंतरच्या संबंधित कार्यासह फ्रान्सिस क्रिक, जेम्स वॉटसन आणि मॉरिस विल्किन्स यांना 1962 मध्ये नोबेल पारितोषिक देण्यात आले. ती 1958 मध्ये मरण पावली होती आणि तिच्या हयातीत डीएनएची रचना पूर्णपणे सिद्ध झाली नाही. विल्किन्स आणि त्यांच्या सहकाऱ्यांना प्रस्तावित डीएनए संरचना सिद्ध करण्यासाठी आणि परिष्कृत करण्यासाठी पुरेसा डेटा गोळा करण्यासाठी सुमारे सात वर्षे लागली. शिवाय, वॉटसन आणि क्रिक यांनी सुचविल्याप्रमाणे त्याचे जैविक महत्त्व स्थापित केले गेले नाही. डीएनए दुहेरी हेलिक्ससाठी सामान्य स्वीकृती आणि त्याचे कार्य 1950 च्या दशकाच्या उत्तरार्धापर्यंत सुरू झाले नाही, ज्यामुळे 1960, 1961 आणि 1962 मध्ये

शरीरशास्त्र किंवा वैद्यकशास्त्रातील नोबेल पुरस्कारासाठी आणि 1962 मध्ये रसायनशास्त्रातील नोबेल पारितोषिकासाठी नामांकन मिळाले. पहिले यश 1958 मध्ये मॅथ्यू मेसेल्सन आणि फ्रँकलिन स्टॅहल यांच्याकडून मिळाले, ज्यांनी प्रायोगिकरित्या एस्चेरिचिया कोली या जीवाणूची डीएनए प्रतिकृती दाखवली. आता मेसेल्सन-स्टॅहल प्रयोग म्हणून ओळखल्या जाणाऱ्या, डीएनएची प्रतिकृती दोन दुहेरी-स्ट्रँडेड हेलिकेसमध्ये आढळून आली, प्रत्येक हेलिक्समध्ये मूळ डीएनए स्ट्रँडपैकी एक आहे. ही डीएनए प्रतिकृती 1961 पर्यंत इतर प्रजातींमध्ये, आणि चरणबद्ध रासायनिक अभिक्रियेच्या पुढील प्रात्यक्षिकानंतर स्थापित केली गेली. 1961 च्या क्रिक-मोनोड पत्रानुसार, विल्किन्सने डीएनए विवर्तन कार्य सुरू केल्यामुळे हा प्रायोगिक पुरावा, विल्किन्सचा डीएनए नोबेल पारितोषिकात समावेश करावा असे क्रिकला वाटण्याचे कारण होते.

1962 मध्ये नोबेल पारितोषिक नंतर क्रिक, वॉटसन आणि विल्किन्स यांना देण्यात आले. नोबेल नियमांनुसार आता मरणोत्तर नामांकन (जरी हा कायदा 1974 पर्यंत औपचारिकपणे अंमलात आला नव्हता) किंवा पारितोषिकांचे तीनपेक्षा जास्त प्रकारे विभाजन करण्यास मनाई आहे. हा पुरस्कार त्यांच्या न्यूक्लिक ॲसिडवरील कार्यासाठी होता आणि केवळ डीएनएच्या संरचनेच्या शोधासाठी नव्हता. पुरस्कार मिळेपर्यंत विल्किन्स 10 वर्षांहून अधिक काळ डीएनएच्या संरचनेवर काम करत होते आणि वॉटसन-क्रिक मॉडेलची पुष्टी करण्यासाठी त्यांनी बरेच काही केले होते. क्रिक केंब्रिज येथे अनुवांशिक संहितेवर काम करत होते आणि वॉटसनने आरएनएवर काही वर्षे काम केले होते. वॉटसनने असे सुचवले आहे की आदर्शपणे विल्किन्स आणि फ्रँकलिन यांना रसायनशास्त्रातील नोबेल पारितोषिक मिळाले असते. 13 त्या वर्षी शांततेचा नोबेल पारितोषिक मिळालेल्या पॉलिंग यांनी 1960 मध्ये नोबेल समितीला असा विश्वास ठेवला आणि त्याआधी चेतावणी दिली की "न्यूक्लिक ॲसिडच्या तपशीलवार संरचनेबद्दल विद्यमान अनिश्चिततेमुळे वॉटसन आणि क्रिक यांना पारितोषिक प्रदान करणे अकाली ठरेल. मला स्वतःला वाटते की वॉटसन-क्रिक रचनेचे सामान्य स्वरूप योग्य असण्याची शक्यता आहे, परंतु तपशीलांबद्दल शंका आहे." बेस पेअरिंग जे तिहेरी डीएनए स्ट्रँड बनवू शकते, 1963 मध्ये कार्स्टं हूग्स्टीनने शोधले होते.

ॲरॉन क्लग, फ्रँकलिनचा सहकारी आणि तिच्या मृत्यूपत्रातील मुख्य लाभार्थी, "क्रिस्टलोग्राफिक इलेक्ट्रॉन मायक्रोस्कोपीच्या विकासासाठी आणि जैविक दृष्ट्या महत्त्वपूर्ण न्यूक्लिक ॲसिड-प्रोटीन कॉम्प्लेक्सच्या संरचनात्मक स्पष्टीकरणासाठी" 1982 च्या रसायनशास्त्रातील नोबेल पारितोषिकाचा एकमेव विजेता होता. फ्रँकलिनने नेमके हेच काम सुरू केले होते आणि ज्याची तिने क्लुगशी ओळख करून दिली होती आणि ती हयात असती तर तिला नोबेल पारितोषिक मिळाले असते हे अत्यंत प्रशंसनीय आहे.

पुरस्कार आणि सन्मान

1982, Iota Sigma Pi ने फ्रँकलिनला राष्ट्रीय मानद सदस्य म्हणून नियुक्त केले.

1984, सेंट पॉल गर्ल्स स्कूलने रोझलिंड फ्रँकलिन टेक्नॉलॉजी सेंटरची स्थापना केली.

5

मॉरिस ह्यू फ्रेडरिक विल्किन्स

मॉरिस ह्यू फ्रेडरिक विल्किन्स

Top Scientists

Scan for Story Videos - www.itibook.com

मॉरिस ह्यू फ्रेडरिक विल्किन्स (15 डिसेंबर 1916 - 5 ऑक्टोबर 2004) 3 हे न्यूझीलंडमध्ये जन्मलेले ब्रिटीश जैवभौतिकशास्त्रज्ञ आणि नोबेल पारितोषिक विजेते होते ज्यांचे संशोधन भौतिकशास्त्र आणि जैवभौतिकशास्त्राच्या अनेक क्षेत्रांमध्ये पसरले होते, ज्याने फॉस्फोरेसेन्स, पृथक्करण, इजाच्या वैज्ञानिक समजामध्ये योगदान दिले. ऑप्टिकल मायक्रोस्कोपी आणि एक्स-रे डिफ्रॅक्शन आणि रडारच्या विकासासाठी. किंग्ज कॉलेज लंडनमध्ये डीएनएच्या संरचनेवर केलेल्या कामासाठी तो प्रसिद्ध आहे.

विल्किन्सचे डीएनएवरील कार्य दोन वेगळ्या टप्प्यात मोडते. पहिली 1948-1950 मध्ये होती, जेव्हा त्याच्या सुरुवातीच्या अभ्यासाने डीएनएच्या पहिल्या स्पष्ट एक्स-रे प्रतिमा तयार केल्या, ज्या त्यांनी 1951 मध्ये नेपल्स येथे जेम्स वॉटसन यांच्या उपस्थितीत झालेल्या परिषदेत सादर केल्या. दुसऱ्या टप्प्यात, 1951-52 दरम्यान, विल्किन्सने स्क्विड शुक्राणूंपासून स्पष्ट "B फॉर्म" "X" आकाराच्या प्रतिमा तयार केल्या, ज्या प्रतिमा त्याने जेम्स वॉटसन आणि फ्रान्सिस क्रिक यांना पाठवल्या, ज्यामुळे वॉटसनने "विल्किन्स... अत्यंत उत्कृष्ट X-प्राप्त केले. किरणांचे विवर्तन छायाचित्रे" डीएनएचे .

1953 मध्ये, विल्किन्सचे समूह समन्वयक सर जॉन रँडल यांनी रेमंड गॉस्लिंग यांना "बी" फॉर्म डीएनए (फोटो 51) ची उच्च-गुणवत्तेची प्रतिमा विल्किन्सला सुपूर्द करण्यास सांगितले, जी रेमंड गोस्लिंगने 1952 मध्ये बनवली होती, त्यानंतर किंग्ज कॉलेज लंडनमधून बाहेर पडत असताना त्याचे पर्यवेक्षक रोझलिंड फ्रँकलिन यांनी "ते बाजूला ठेवले" . विल्किन्सने ते वॉटसनला दाखवले. ही प्रतिमा, लिनस पॉलिंगने डीएनएची चुकीची रचना प्रस्तावित केल्याच्या माहितीसह, मॉडेल बिल्डिंग पुन्हा सुरू करण्यासाठी वॉटसन आणि क्रिक यांना "मोबाईलाइज्ड" केले. विल्किन्स आणि फ्रँकलिन यांच्या संशोधन अहवालातील अतिरिक्त माहितीसह , मॅक्स पेरुट्झ, वॉटसन आणि क्रिक यांनी 1953 मध्ये डीएनएच्या दुहेरी-हेलिक्स संरचनेचे अचूक वर्णन केले.

विल्किन्सने वॉटसन-क्रिक डीएनए मॉडेलची चाचणी, पडताळणी आणि महत्त्वपूर्ण सुधारणा करणे आणि आरएनएच्या संरचनेचा अभ्यास करणे सुरू ठेवले. विल्किन्स, क्रिक आणि वॉटसन यांना 1962 चा फिजियोलॉजी किंवा मेडिसिनसाठी नोबेल पारितोषिक प्रदान करण्यात आले, "न्यूक्लिक ॲसिडच्या आण्विक संरचना आणि सजीव सामग्रीमधील माहिती हस्तांतरणासाठी त्यांचे महत्त्व यासंबंधीच्या शोधांसाठी"

विल्किन्सचा जन्म न्यूझीलंडमधील पोंगारोआ येथे झाला, जेथे त्याचे वडील एडगर हेन्री विल्किन्स हे वैद्यकीय डॉक्टर होते. त्याची मोठी बहीण अनुवादक आणि कवी एथने विल्किन्स होती. त्याचे कुटुंब डब्लिन येथून आले होते, जेथे त्याचे आजोबा आणि आजोबा अनुक्रमे डब्लिन हायस्कूलचे मुख्याध्यापक आणि पोलिस प्रमुख होते. मॉरिस 6 वर्षांचा असताना विल्किन्सेस बर्मिंगहॅम, इंग्लंड येथे स्थलांतरित झाले. नंतर, त्यांनी वायल्ड ग्रीन कॉलेजमध्ये शिक्षण घेतले आणि नंतर 1929 ते 1934 या काळात बर्मिंगहॅमच्या किंग एडवर्ड स्कूलमध्ये प्रवेश घेतला.

विल्किन्स 1935 मध्ये सेंट जॉन्स कॉलेज, केंब्रिजमध्ये गेले; त्यांनी भौतिकशास्त्रात प्राविण्य मिळवून नैसर्गिक विज्ञान ट्रिपोसचा अभ्यास केला आणि 1938 मध्ये कला शाखेची पदवी प्राप्त केली. मार्क ऑलिफंट, जो सेंट जॉन्स येथील विल्किन्सच्या प्रशिक्षकांपैकी एक होता, त्याची बर्मिंगहॅम विद्यापीठात भौतिकशास्त्राच्या अध्यक्षपदी नियुक्ती करण्यात आली होती आणि त्यांनी जॉन रँडल यांना त्यांच्या कर्मचाऱ्यांमध्ये नियुक्त केले होते. विल्किन्स बर्मिंगहॅम विद्यापीठात रँडलचा पीएचडी विद्यार्थी झाला. 1945 मध्ये, त्यांनी फॉस्फोरेसेन्स आणि इलेक्ट्रॉन ट्रॅप्सवर प्रोसिडिंग ऑफ द रॉयल सोसायटीमध्ये चार शोधनिबंध प्रकाशित केले. विल्किन्स यांना 1940 मध्ये या कामासाठी पीएचडी मिळाली.

करिअर आणि संशोधन

युद्धानंतरची वर्षे: 1945-1950

द्वितीय विश्वयुद्धादरम्यान विल्किन्सने बर्मिंगहॅम येथे सुधारित रडार स्क्रीन विकसित केल्या, त्यानंतर कॅलिफोर्निया विद्यापीठ, बर्कले येथे 1944-45 या वर्षांमध्ये मॅनहॅटन प्रकल्पात समस्थानिक पृथक्करणावर काम केले.

दरम्यान, रँडल यांची सेंट अँड्रयूज विद्यापीठात भौतिकशास्त्राच्या अध्यक्षपदी नियुक्ती करण्यात आली होती. 1945 मध्ये त्यांनी विल्किन्स यांची सेंट अँड्रयूज विद्यापीठात त्यांच्या विभागामध्ये सहाय्यक व्याख्याता म्हणून नियुक्ती केली. रँडल हे जीवशास्त्राच्या समस्यांवर भौतिकशास्त्राच्या प्रायोगिक पद्धती लागू करण्यासाठी प्रयोगशाळा स्थापन करण्यासाठी वैद्यकीय संशोधन परिषदेशी (MRC) वाटाघाटी करत होते. बायोफिजिक्स म्हणून या शाखांचे संयोजन ही एक नवीन कल्पना होती. एमआरसीने रँडलला सांगितले की हे दुसऱ्या विद्यापीठात करावे लागेल. 1946 मध्ये रँडल यांची भौतिकशास्त्राचे व्हीटस्टोन प्राध्यापक म्हणून नियुक्ती करण्यात आली, किंग्ज कॉलेज, लंडन येथे संपूर्ण भौतिकशास्त्र विभागाचे प्रभारी, बायोफिजिक्स युनिट स्थापन करण्यासाठी निधीसह. युनिटचे सहाय्यक संचालक म्हणून त्यांनी विल्किन्सला सोबत आणले. त्यांनी भौतिक आणि जैविक दोन्ही विज्ञानांमध्ये प्रशिक्षित शास्त्रज्ञांची एक टीम नियुक्त केली. "व्यवस्थापन तत्वज्ञान" हे समांतरपणे अनेक तंत्रांचा वापर शोधणे, कोणते आशादायक वाटले ते शोधणे आणि नंतर त्यावर लक्ष केंद्रित करणे हे होते. विल्किन्स, भौतिकशास्त्राचा सर्वात वैविध्यपूर्ण अनुभव असलेले शास्त्रज्ञ आणि युनिटचे सहाय्यक संचालक म्हणून, त्यांच्या वैयक्तिक संशोधन प्रकल्पांमध्ये थेट सहभागाव्यतिरिक्त विविध प्रकल्पांचे सामान्य निरीक्षण होते ज्यात ऑप्टिकल मायक्रोस्कोपीचे नवीन प्रकार समाविष्ट होते. किंग्स कॉलेजला पूर्णपणे नवीन भौतिकशास्त्र आणि अभियांत्रिकी विभाग बांधण्यासाठी निधी प्राप्त झाला

जेथे युद्धादरम्यान स्ट्रँड लेव्हल कॉलेज फोरकोर्टच्या खाली असलेल्या व्हॉल्ट्स बॉम्बने नष्ट झाल्या होत्या. बायोफिजिक्स युनिट, अनेक प्रायोगिक भौतिकशास्त्र गट आणि सैद्धांतिक गट 1952 च्या सुरुवातीच्या महिन्यांत पुढे जाऊ लागले. लॉर्ड चेरवेल यांनी 27 जून रोजी प्रयोगशाळा औपचारिकपणे उघडल्या. निसर्गासाठी विल्किन्सच्या लेखात दोन्ही विभागांचे वर्णन केले आहे, त्यांच्या नेतृत्वाच्या भूमिकेशी सुसंगत आणि मोठ्या प्रमाणावर महाविद्यालयातील प्रतिष्ठा.

डीएनए - पहिला टप्पा

किंग्स कॉलेजमध्ये, विल्किन्सने इतर गोष्टींबरोबरच, स्विस शास्त्रज्ञ रुडॉल्फ सिग्नर यांनी वासराच्या थायमसपासून प्राप्त केलेल्या राम शुक्राणू आणि डीएनएवर एक्स-रे विवर्तन कार्याचा पाठपुरावा केला. सिग्नरच्या प्रयोगशाळेतील डीएनए पूर्वी वेगळ्या केलेल्या डीएनएपेक्षा खूपच अखंड होता. विल्किन्सने शोधून काढले की या एकाग्र केलेल्या डीएनए द्रावणातून पातळ धागे तयार करणे शक्य होते ज्यात क्ष-किरण विवर्तन पॅटर्नच्या निर्मितीसाठी योग्य डीएनएचे अत्यंत क्रमबद्ध ॲरे असतात. या डीएनए धाग्यांचा काळजीपूर्वक एकत्रित केलेला गट वापरून आणि त्यांना हायड्रेट ठेवत, विल्किन्स आणि पदवीधर विद्यार्थी रेमंड गोस्लिंग यांनी डीएनएची एक्स-रे छायाचित्रे मिळवली ज्याने सिग्नरच्या नमुन्यातील लांब, पातळ डीएनए रेणू नियमित, स्फटिकासारखी रचना असल्याचे दाखवले. या धाग्यांमध्ये. गोस्लिंग नंतर म्हणाले "जेव्हा... मी पहिल्यांदा ते सर्व वेगळे विवर्तन स्पॉट्स पाहिले...विकसनशील डिशमध्ये फिल्मवर उगवणं हा खरोखरच एक युरेका क्षण होता....आम्हाला समजलं की जर डीएनए ही जनुक सामग्री असेल तर आम्ही नुकतीच दाखवली होती. की जीन्स क्रिस्टलाइज करू शकतात! " किंग्ज कॉलेजमध्ये हे प्रारंभिक क्ष-किरण विवर्तन कार्य मे किंवा जून 1950 मध्ये करण्यात आले होते. हे 1950 मध्ये घेतलेल्या क्ष-किरण विवर्तन छायाचित्रांपैकी एक होते, एका वर्षानंतर नेपल्समधील एका बैठकीत दाखवले गेले. , ज्यामुळे जेम्स वॉटसनच्या DNA मध्ये स्वारस्य निर्माण झाले ज्यामुळे त्याला "अचानक मी रसायनशास्त्राबद्दल उत्साहित झालो.....DNA वर काम करताना विल्किन्समध्ये सामील होणे माझ्यासाठी शक्य होईल का" असे मला वाटू लागले. त्या वेळी विल्किन्सने फ्रान्सिस क्रिक यांनाही डीएनएच्या महत्त्वाची ओळख करून दिली. क्रिकने त्याला प्रथिनांवर काम करण्याचा सल्ला दिला आणि विल्किन्स यांना "तुम्ही स्वतःला एक चांगले प्रथिने शोधून काढले पाहिजे" असे सांगितले. विल्किन्सला माहित होते की शुद्ध केलेल्या डीएनएच्या थ्रेड्सवर योग्य प्रयोग करण्यासाठी चांगल्या एक्स-रे उपकरणांची आवश्यकता असेल. विल्किन्सने नवीन एक्स-रे ट्यूब आणि नवीन मायक्रोकॅमेरा ऑर्डर केला. त्यांनी रँडलला असेही सुचवले की लवकरच नियुक्त होणाऱ्या रोझलिंड फ्रँकलिनला डीएनए प्रयत्नात सामील होण्यासाठी प्रथिने सोल्यूशनवरील कामातून पुन्हा नियुक्त केले जावे.

1950 च्या उन्हाळ्यात रँडलने तीन वर्षांच्या संशोधन फेलोशिपची व्यवस्था केली होती जी रोझलिंड फ्रँकलिनला त्यांच्या प्रयोगशाळेत निधी देईल. फ्रँकलिनला पॅरिसमधील तिचे काम पूर्ण करण्यास उशीर झाला. 1950 च्या उत्तरार्धात, रँडलने फ्रँकलिनला पत्र लिहून कळवले की प्रथिनांवर काम करण्याऐवजी तिने विल्किन्सच्या प्राथमिक कामाचा फायदा घ्यावा आणि तिने सिग्नरच्या डीएनएच्या नमुन्यांपासून बनवलेल्या डीएनए तंतूंचा एक्स-रे अभ्यास करावा.

डीएनए टप्पा दोन 1951-52

1951 च्या सुरुवातीला फ्रँकलिन शेवटी आले. विल्किन्स सुट्टीवर गेले होते आणि सुरुवातीची बैठक चुकवली ज्यात रेमंड गॉसलिंग त्याच्यासाठी ॲलेक्स स्टोक्ससह उभे होते, जे क्रिकप्रमाणेच मूलभूत गणिते सोडवतील ज्यामुळे हेलिकल स्ट्रक्चर्स क्ष-किरणांना कसे वेगळे करतात याचा एक सामान्य सिद्धांत शक्य करतात. अनेक महिन्यांपासून प्रयोगशाळेत डीएनएवर कोणतेही काम झाले नव्हते; नवीन एक्स-रे ट्यूब फ्रँकलिनची वाट पाहत न वापरलेली बसली. फ्रँकलिनने सिग्नरकडून डीएनए संपवला, गॉस्लिंग तिची पीएचडी विद्यार्थी बनली आणि डीएनए एक्स-रे डिफ्रॅक्शन वर्क ही तिचा प्रोजेक्ट आहे अशी तिला अपेक्षा होती. दुसरीकडे, विल्किन्स प्रयोगशाळेत परत आले, की फ्रँकलिन त्याचा सहयोगी असेल आणि त्यांनी सुरू केलेल्या डीएनए प्रकल्पावर ते एकत्र काम करतील. डीएनए प्रयत्नांच्या संबंधात फ्रँकलिन आणि विल्किन्स यांच्या भूमिकांबद्दलचा गोंधळ (जे नंतर त्यांच्यामध्ये लक्षणीय तणावात विकसित झाले) स्पष्टपणे रँडलला कारणीभूत आहे. त्यांच्या नियुक्तीच्या पत्रात त्यांनी फ्रँकलिनला सांगितले की " DNA वर प्रायोगिक क्ष-किरण प्रयत्नांचा संबंध आहे, या क्षणी फक्त तुम्ही आणि गॉसलिंग असतील". 32 तथापि, रँडलने विल्किन्सला फ्रँकलिनला डीएनए प्रयत्नांची एकमात्र जबाबदारी देण्याच्या निर्णयाबद्दल कधीही कळवले नाही आणि विल्किन्सला फ्रँकलिनच्या मृत्यूनंतर काही वर्षांनीच हे पत्र कळले. त्याने नंतर लिहिले "माझे मत अगदी स्पष्ट आहे: रँडलने रोझलिंडला लिहिले की स्टोक्स आणि मी आमचा सल्ला न घेता, डीएनएवरील आमचे काम थांबवू इच्छितो हे सांगणे खूप चुकीचे आहे. रेमंड गॉसलिंग आणि मला स्पष्ट स्फटिकासारखे एक्स मिळाले. -रे पॅटर्न ते काम सुरू ठेवण्यासाठी मी खूप उत्सुक होतो... जेव्हा एक अतिशय प्रशंसनीय शास्त्रज्ञ रँडल नेपोलियनवर स्वतःचे मॉडेल बनवतो तेव्हा 'खरोखर काय घडले' हे समजून घेण्याचा प्रयत्न करणे सोपे नाही ... पण पत्र तिच्यासाठी खूप नुकसानकारक होते. आणि मला".

नोव्हेंबर 1951 पर्यंत, विल्किन्स यांच्याकडे पुरावे होते की पेशींमधील डीएनए तसेच शुद्ध केलेल्या डीएनएची पेचदार रचना होती. ॲलेक्स स्टोक्सने हेलिकल डिफ्रॅक्शन सिद्धांताचे मूलभूत गणित सोडवले होते आणि विल्किन्सच्या एक्स-रे डिफ्रॅक्शन डेटाने डीएनएमधील हेलिकल स्ट्रक्चर सूचित केले होते. विल्किन्स वॉटसन आणि क्रिक यांना भेटले आणि त्यांना त्यांच्या निकालांबद्दल सांगितले.

विल्किन्सकडून मिळालेली ही माहिती, किंग्स कॉलेजच्या संशोधन बैठकीत फ्रॅंकलिनने तिच्या संशोधनाविषयी बोलताना ऐकले तेव्हा वॉटसनला मिळालेल्या अतिरिक्त माहितीसह, वॉटसन आणि क्रिक यांना त्यांच्या DNA चे पहिले आण्विक मॉडेल तयार करण्यासाठी उत्तेजित केले, केंद्रस्थानी फॉस्फेट पाठीचा कणा असलेले मॉडेल. प्रस्तावित संरचनेचे मॉडेल पाहिल्यानंतर, फ्रॅंकलिनने वॉटसन आणि क्रिक यांना सांगितले की ते चुकीचे आहे. फ्रॅंकलिनने हे दोन निरीक्षणांवर आधारित आहे. प्रथम, जेएम गुलँडच्या प्रयोगांनी असे दर्शविले की तळांचे CO- आणि NH2 गट टायट्रेट केले जाऊ शकत नाहीत आणि त्यामुळे ते कदाचित दुर्गम होते. दुसरे म्हणजे, क्रिस्टलोग्राफिक पुराव्यांवरून असे दिसून आले की डीएनएची संरचनात्मक एकके हळूहळू पाण्याच्या जोडणीमुळे विभक्त झाली, ज्यामुळे जेल आणि नंतर द्रावण तयार झाले. फ्रॅंकलिनचा असा विश्वास होता की याचे सर्वात सोपे स्पष्टीकरण रेणूचा हायड्रोफिलिक भाग बाहेरील बाजूस आहे. क्रिकने विल्किन्सला अतिरिक्त आण्विक मॉडेलिंगचे प्रयत्न सुरू ठेवण्याचा प्रयत्न केला, परंतु विल्किन्सने हा दृष्टिकोन स्वीकारला नाही. उद्धरण आवश्यक

1952 च्या सुरुवातीस, विल्किन्सने सेपिया शुक्राणूंवर प्रयोगांची मालिका सुरू केली जी खूप उत्साहवर्धक होती. "मला...मागील वर्षाच्या तुलनेत खूप स्पष्ट नमुने मिळाले.....जेव्हा मी सर विल्यम लॉरेन्स ब्रॅगला योगायोगाने भेटलो तेव्हा मी त्याला तो नमुना दाखवला ज्याने डीएनएच्या हेलिकल स्ट्रक्चरचा भक्कम पुरावा दिला.. .. तीक्ष्ण शुक्राणूंचे नमुने खूप प्रेरणादायी होते आणि त्यांना विशेष रस होता की शुक्राणू हे वास्तविक जिवंत वस्तू आहेत आणि केवळ रसायनशास्त्रज्ञांनी जिवंत पदार्थातून काढलेले शुद्ध डीएनए नाहीत." जिवंत नमुने अर्थपूर्ण एक्स-रे डिफ्रॅक्शन पॅटर्न देईल की नाही याबद्दल विल्किन्सला विशेष रस होता - त्याच्या परिणामांनी दाखवले की ते करू शकतात.

1952 दरम्यान, फ्रॅंकलिनने आण्विक मॉडेलिंगच्या प्रयत्नांमध्ये भाग घेण्यासही नकार दिला आणि तिच्या एक्स-रे डिफ्रॅक्शन डेटाच्या (पॅटरसन संश्लेषण) चरण-दर-चरण तपशीलवार विश्लेषणावर काम करणे सुरू ठेवले. 1952 च्या वसंत ऋतूपर्यंत, फ्रॅंकलिनला रँडलकडून तिची फेलोशिप हस्तांतरित करण्यास सांगण्याची परवानगी मिळाली होती जेणेकरून ती किंग्ज कॉलेज सोडू शकेल आणि लंडनमधील बर्कबेक कॉलेजमध्ये जॉन बर्नालच्या प्रयोगशाळेत काम करू शकेल. फ्रॅंकलिन मार्च 1953 च्या मध्यापर्यंत किंग्स कॉलेजमध्ये राहिले.

लिनस पॉलिंगने डीएनएची प्रस्तावित परंतु चुकीची रचना प्रकाशित केली होती, वॉटसन आणि क्रिक यांनी एक वर्षापूर्वी केली होती तीच मूलभूत त्रुटी. युनायटेड किंगडममधील डीएनएवर काम करणाऱ्यांपैकी काहींना भीती वाटली की पॉलिंगने आपली चूक ओळखल्यानंतर आणि डीएनएच्या मॉडेलच्या बाहेरील बाजूस न्यूक्लियोटाइड साखळ्यांचा पाठीचा कणा ठेवल्यानंतर डीएनएची रचना त्वरीत सोडवेल. मार्च 1952 नंतर फ्रॅंकलिनने कमी हायड्रेटेड डीएनएच्या ए-फॉर्मसाठी एक्स-रे डेटावर लक्ष केंद्रित केले तर विल्किन्सने हायड्रेटेड बी-फॉर्मवर काम करण्याचा प्रयत्न केला. विल्किन्स अपंग होते कारण फ्रॅंकलिनकडे सर्व चांगले डीएनए होते. विल्किन्सला नवीन डीएनए नमुने मिळाले, परंतु ते 1950 मध्ये मिळालेल्या मूळ नमुन्याइतके चांगले नव्हते आणि जे फ्रॅंकलिन वापरत राहिले. त्याचे बहुतेक नवीन परिणाम शुक्राणूंच्या पेशींसारख्या जैविक नमुन्यांसाठी होते, ज्याने डीएनएसाठी पेचदार रचना देखील सुचवली होती. जुलै 1952 मध्ये फ्रॅंकलिनने त्याला आणि स्टोक्सला कळवले की तिच्या नवीन परिणामांमुळे तिला ए-फॉर्मच्या पेचदार स्वरूपाबद्दल शंका आली.

1953 च्या सुरुवातीस वॉटसनने किंग्ज कॉलेजला भेट दिली आणि विल्किन्सने त्याला बी-फॉर्म एक्स-रे डिफ्रॅक्शन पॅटर्नची उच्च दर्जाची प्रतिमा दाखवली, जी आता छायाचित्र 51 म्हणून ओळखली जाते, जी फ्रॅंकलिनने मार्च 1952 मध्ये तयार केली होती. विल्किन्सने फ्रॅंकलिनने सूचित न करता तयार केलेली ही प्रतिमा दाखवली होती. किंवा प्रतिमा तयार करणाऱ्या मुख्य अन्वेषकाकडून अधिकृतता प्राप्त करणे. पॉलिंग DNA वर काम करत होते आणि DNA चे मॉडेल प्रकाशनासाठी सादर केले होते हे माहीत असल्याने वॉटसन आणि क्रिक यांनी DNA ची रचना काढण्यासाठी आणखी एक केंद्रित प्रयत्न केला. मॅक्स पेरुत्झ, त्याच्या थीसिस पर्यवेक्षकाद्वारे, क्रिकने किंग्स कॉलेजच्या प्रगती अहवालात प्रवेश मिळवला ज्यामध्ये फ्रॅंकलिनकडून तिच्या एक्स-रे डिफ्रॅक्शन डेटामधून डीएनएच्या वैशिष्ट्यांविषयी उपयुक्त माहिती समाविष्ट होती. वॉटसन आणि क्रिक यांनी एप्रिल 1953 मध्ये नेचर या जर्नलमधील एका पेपरमध्ये त्यांची प्रस्तावित डीएनए दुहेरी हेलिकल रचना प्रकाशित केली. या पेपरमध्ये वॉटसन आणि क्रिक यांनी कबूल केले की ते विल्किन्स आणि फ्रॅंकलिन यांच्या "... अप्रकाशित परिणाम आणि कल्पना" द्वारे उत्तेजित झाले होते.

पहिला वॉटसन-क्रिक पेपर 25 एप्रिल 1953 रोजी नेचरमध्ये दिसला. केंब्रिज आणि किंग्ज कॉलेज प्रयोगशाळांच्या सदस्यांनी त्यांच्या इंटरलॉकिंग कामाचा अहवाल नेचरमध्ये सतत पृष्ठांकनासह तीन पेपरमध्ये देण्यास सहमती दर्शविली.

वॉटसन आणि क्रिक जेथे काम करत होते त्या कॅव्हेंडिश प्रयोगशाळेचे संचालक सर लॉरेन्स ब्रॅग यांनी गुरुवारी 14 मे 1953 रोजी लंडनमधील गाईज हॉस्पिटल मेडिकल स्कूलमध्ये भाषण दिले ज्याचा परिणाम शुक्रवारी 15 रोजी लंडनच्या न्यूज क्रॉनिकलमध्ये रिची कॅल्डरचा लेख प्रकाशित झाला. मे 1953, "व्हाय यू आर यू. नियरर सिक्रेट ऑफ लाईफ." ही बातमी दुसऱ्या दिवशी न्यूयॉर्क टाइम्सच्या वाचकांपर्यंत पोहोचली; व्हिक्टर के. मॅकेल्हेनी यांनी वॉटसन, वॉटसन आणि डीएनए: मेकिंग अ सायंटिफिक रिव्होल्यूशन या त्यांच्या चरित्रावर संशोधन करताना, लंडनमधून लिहिलेल्या आणि 16 मे 1953 रोजी "जीवन युनिटचे स्वरूप" या शीर्षकासह सहा परिच्छेदाच्या न्यूयॉर्क टाइम्स लेखाची क्लिपिंग सापडली. ' सेलमध्ये स्कॅन केले आहे. लेख सुरुवातीच्या आवृत्तीत चालला आणि नंतर अधिक महत्त्वाच्या समजल्या जाणाऱ्या बातम्यांसाठी जागा बनवण्यासाठी तो खेचला गेला. (त्यानंतर न्यूयॉर्क टाइम्सने १२ जून १९५३ रोजी एक मोठा लेख छापला). केंब्रिज युनिव्हर्सिटी अंडरग्रेजुएट वृत्तपत्र वर्सिटीने देखील शनिवारी 30 मे 1953 रोजी शोधावर स्वतःचा एक छोटा लेख लिहिला. 8

एप्रिल 1953 रोजी बेल्जियममधील प्रथिनेंवरील सॉल्वे परिषदेत ब्रॅगची मूळ घोषणा प्रेसने नोंदवली नाही. उद्धरण आवश्यक

१९५३ नंतर

डीएनएच्या दुहेरी हेलिक्स संरचनेवरील प्रकाशनांच्या 1953 च्या सुरुवातीच्या मालिकेनंतर, विल्किन्स यांनी एका संघाचे प्रमुख म्हणून संशोधन चालू ठेवले ज्याने हेलिकल मॉडेल विविध जैविक प्रजातींमध्ये तसेच जिवंत प्रणालींमध्ये वैध म्हणून स्थापित करण्यासाठी अनेक सूक्ष्म प्रयोग केले. दुहेरी हेलिक्स संरचनेची सार्वत्रिकता स्थापित करा. 24 1955 मध्ये ते किंग्ज येथील एमआरसी बायोफिजिक्स युनिटचे उपसंचालक झाले आणि रँडल यांच्यानंतर 1970 ते 1972 या कालावधीत युनिटचे संचालक झाले.

पुरस्कार आणि सन्मान

मॉरिस विल्किन्स आणि त्याच्या शोधाचे स्मरण करणारा फलक, स्मारकाच्या खाली, पोंगारोआ, न्यूझीलंड

विल्किन्स 1959 मध्ये रॉयल सोसायटी (FRS) चे फेलो आणि 1964 मध्ये EMBO सदस्य म्हणून निवडून आले.

1960 मध्ये त्यांना अमेरिकन पब्लिक हेल्थ असोसिएशनचा अल्बर्ट लास्कर पुरस्कार प्रदान करण्यात आला, आणि 1962 मध्ये त्यांना कमांडर ऑफ द ऑर्डर ऑफ द ब्रिटिश एम्पायर बनवण्यात आले. तसेच 1962 मध्ये डीएनएच्या संरचनेच्या शोधासाठी त्यांनी वॉटसन आणि क्रिक यांच्यासोबत फिजियोलॉजी किंवा मेडिसिनमधील नोबेल पारितोषिक सामायिक केले.

वैयक्तिक जीवन

विल्किन्सचे दोनदा लग्न झाले होते. त्याची पहिली पत्नी, रुथ ही एक कला विद्यार्थिनी होती जिच्याशी तो बर्कले येथे असताना भेटला होता. त्यांचा विवाह घटस्फोटात संपुष्टात आला आणि घटस्फोटानंतर रूथला विल्किन्सकडून मुलगा झाला. विल्किन्सने 1959 मध्ये त्याची दुसरी पत्नी पॅट्रिशिया ॲन चिडगीशी लग्न केले. त्यांना सारा, जॉर्ज, एमिली आणि विल्यम अशी चार मुले झाली. त्याची विधवा पॅट्रिशिया आणि त्यांच्या लग्नातील मुले त्याच्यापासून वाचली.

दुसऱ्या महायुद्धाच्या आधीच्या वर्षांत, तो केंब्रिज सायंटिस्ट्स अँटी वॉर ग्रुपमध्ये सामील होऊन युद्धविरोधी कार्यकर्ता होता. सप्टेंबर 1939 मध्ये सोव्हिएत सैन्याने पोलंडवर आक्रमण करेपर्यंत ते कम्युनिस्ट पक्षात सामील झाले. पूर्वी वर्गीकृत यूके सुरक्षा सेवा कागदपत्रे उघड करतात की विल्किन्स अणू रहस्ये लीक केल्याच्या संशयाखाली होते. ऑगस्ट 2010 मध्ये प्रसिद्ध झालेल्या फाईल्स, 1953 पर्यंत विल्किन्सची पाळत ठेवण्याचे संकेत देतात. "युद्धानंतर मला आश्चर्य वाटले की मी काय करू, कारण जपानमधील नागरी केंद्रांवर दोन बॉम्ब टाकल्यामुळे मला खूप तिरस्कार वाटला," त्याने 1999 मध्ये ब्रिटनच्या एन्काउंटर रेडिओ कार्यक्रमात सांगितले.

विल्किन्स यांनी 2003 मध्ये त्यांचे आत्मचरित्र, द थर्ड मॅन ऑफ द डबल हेलिक्स प्रकाशित केले.

6

रेचेल लुईस कार्सन

रेचेल लुईस कार्सन

Top Scientists

Scan for Story Videos - www.itibook.com

रेचेल लुईस कार्सन (२७ मे १९०७ - १४ एप्रिल १९६४) ही एक अमेरिकन सागरी जीवशास्त्रज्ञ, लेखिका आणि संवर्धनवादी होती ज्यांचे प्रभावशाली पुस्तक सायलेंट स्प्रिंग (१९६२) आणि इतर लेखनांना जागतिक पर्यावरण चळवळीला पुढे नेण्याचे श्रेय दिले जाते.

कार्सनने यूएस ब्युरो ऑफ फिशरीजमध्ये जलीय जीवशास्त्रज्ञ म्हणून तिच्या कारकिर्दीची सुरुवात केली आणि 1950 च्या दशकात ती पूर्णवेळ निसर्ग लेखिका बनली. तिची 1951 च्या बेस्टसेलर द सी अराउंड असने तिला यूएस नॅशनल बुक अवॉर्ड, प्रतिभावान लेखिका आणि आर्थिक सुरक्षा म्हणून मान्यता मिळवून दिली. तिचे पुढचे पुस्तक, द एज ऑफ द सी आणि तिचे पहिले पुस्तक, अंडर द सी विंडची पुन्हा जारी केलेली आवृत्ती देखील बेस्टसेलर ठरली. ही सागरी त्रयी किनाऱ्यापासून खोलीपर्यंत संपूर्ण सागरी जीवनाचा शोध घेते. 1950 च्या उत्तरार्धात, कार्सनने तिचे लक्ष संवर्धनाकडे वळवले, विशेषतः काही समस्या ज्या सिंथेटिक कीटकनाशकांमुळे उद्‌भवल्या असा तिचा विश्वास होता. याचा परिणाम म्हणजे सायलेंट स्प्रिंग (1962) हे पुस्तक होते, ज्याने पर्यावरणविषयक चिंता अमेरिकन लोकांच्या अभूतपूर्व वाट्याला आणली. सायलेंट स्प्रिंगला रासायनिक कंपन्यांकडून तीव्र विरोध झाला असला तरी, यामुळे राष्ट्रीय कीटकनाशक धोरणात उलथापालथ झाली, ज्यामुळे डीडीटी आणि इतर कीटकनाशकांवर देशव्यापी बंदी घालण्यात आली. यामुळे तळागाळातील पर्यावरण चळवळीला प्रेरणा मिळाली ज्यामुळे यूएस पर्यावरण संरक्षण एजन्सीची निर्मिती झाली. कार्सन यांना अध्यक्ष जिमी कार्टर यांच्या हस्ते मरणोत्तर स्वातंत्र्य पदक प्रदान करण्यात आले. तिने 24 पुस्तके लिहिली आणि तिचे सर्वात लोकप्रिय पुस्तक "सायलेंट स्प्रिंग" होते. स्तनाच्या कर्करोगाविरुद्ध दीर्घ लढाईनंतर वयाच्या ५६ व्या वर्षी कार्सन यांचे निधन झाले.

रॅचेल कार्सनचा जन्म 27 मे 1907 रोजी, स्प्रिंगडेल, पेनसिल्व्हेनियाजवळील एका कौटुंबिक शेतात, पिट्सबर्गपासून ॲलेगेनी नदीच्या वर झाला. ती मारिया फ्रेझियर (मॅकलीन) आणि रॉबर्ट वॉर्डेन कार्सन यांची मुलगी होती, एक विमा सेल्समन. तिने तिच्या कुटुंबाच्या 65-एकर (26 हेक्टर) शेतात शोधण्यात बराच वेळ घालवला. एक उत्सुक वाचक, तिने वयाच्या आठव्या वर्षी कथा लिहायला सुरुवात केली (बहुतेकदा प्राण्यांचा समावेश). वयाच्या दहाव्या वर्षी तिची पहिली कथा प्रकाशित झाली. तिने विशेषतः सेंट निकोलस मॅगझिन (ज्यामध्ये तिच्या पहिल्या प्रकाशित कथा होत्या), बीट्रिक्स पॉटरच्या कामांचा आणि जीन स्ट्रॅटन-पोर्टरच्या कादंबऱ्यांचा आणि तिच्या किशोरवयीन वर्षांमध्ये, हर्मन मेलविले, जोसेफ कॉनराड आणि रॉबर्ट लुई स्टीव्हनसन यांचा आनंद घेतला. नैसर्गिक जग, विशेषतः महासागर हा तिच्या आवडत्या साहित्याचा समान धागा होता. कार्सनने स्प्रिंगडेलच्या छोट्या शाळेत दहावीपर्यंत शिक्षण घेतले, त्यानंतर पेनसिल्व्हेनियाच्या जवळच्या पारनासस येथे हायस्कूल पूर्ण केले, 1925 मध्ये तिच्या चौचाळीस विद्‌यार्थ्यांच्या वर्गात शीर्षस्थानी पदवी घेतली.

पेनसिल्व्हेनिया कॉलेज फॉर वुमनमध्ये (आता चथम युनिव्हर्सिटी), हायस्कूलमध्ये, कार्सन काहीसे एकटे होते. तिने मूलतः इंग्रजीचा अभ्यास केला होता परंतु जानेवारी 1928 मध्ये तिने जीवशास्त्रात प्रवेश केला. तथापि, तिने शाळेच्या विद्‌यार्थी वृत्तपत्र आणि साहित्यिक पुरवणीत योगदान देणे सुरू ठेवले. 1928 मध्ये जॉन्स हॉपकिन्स युनिव्हर्सिटीमध्ये पदवीधर होण्यासाठी प्रवेश घेतला असला तरी आर्थिक अडचणींमुळे तिला पेनसिल्व्हेनिया कॉलेज फॉर वुमनमध्ये तिच्या ज्येष्ठ वर्षासाठी राहावे लागले; तिने 1929 मध्ये मॅग्ना कम लॉड पदवी प्राप्त केली. मरीन बायोलॉजिकल प्रयोगशाळेतील उन्हाळी अभ्यासक्रमानंतर, 1929 च्या शरद ऋतूत तिने जॉन्स हॉपकिन्स येथे प्राणीशास्त्र आणि अनुवांशिकतेचा अभ्यास सुरू ठेवला.

तिच्या ग्रॅज्युएट स्कूलच्या पहिल्या वर्षानंतर, कार्सन अर्धवेळ विद्‌यार्थी बनली, तिने रेमंड पर्लच्या प्रयोगशाळेत सहाय्यकपद स्वीकारले, जिथे तिने उंदीर आणि ड्रोसोफिलासोबत काम केले, शिकवणीसाठी पैसे कमावले. पिट वाइपर आणि गिलहरींसह खोटी सुरुवात केल्यानंतर, तिने माशांमधील प्रोनेफ्रॉसच्या भ्रूण विकासावर प्रबंध पूर्ण केला. तिने जून 1932 मध्ये प्राणीशास्त्रात पदव्युत्तर पदवी मिळवली. डॉक्टरेट सुरू ठेवण्याचा तिचा हेतू होता, तथापि 1934 मध्ये कार्सनला महामंदीच्या काळात तिच्या कुटुंबाला मदत करण्यासाठी पूर्णवेळ अध्यापनाची जागा शोधण्यासाठी जॉन्स हॉपकिन्स सोडण्यास भाग पाडले गेले. 1935 मध्ये, तिच्या वडिलांचे अचानक निधन झाले, त्यांची आधीच गंभीर आर्थिक परिस्थिती बिघडली आणि कार्सनला तिच्या वृद्‌ध आईची काळजी घेण्यासाठी सोडले. तिच्या अंडरग्रेजुएट बायोलॉजी गुरू मेरी स्कॉट स्किंकर यांच्या आग्रहावरून, तिने यूएस ब्युरो ऑफ फिशरीजमध्ये तात्पुरत्या पदासाठी स्थायिक झाली, रोमान्स अंडर द वॉटर्स या साप्ताहिक शैक्षणिक प्रसारणाच्या मालिकेसाठी रेडिओ कॉपी लिहिली. सात-मिनिटांच्या कार्यक्रमांची मालिका जलीय जीवनावर केंद्रित होती आणि फिश बायोलॉजी आणि ब्युरोच्या कार्यामध्ये लोकांची आवड निर्माण करण्याचा हेतू होता, हे कार्य कार्सनच्या आधी अनेक लेखकांनी व्यवस्थापित केले नव्हते. कार्सनने चेसापीक खाडीतील सागरी जीवनावरील लेखही या मालिकेतील तिच्या संशोधनावर आधारित स्थानिक वृत्तपत्रे आणि मासिके यांना सादर करण्यास सुरुवात केली.

रेडिओ मालिकेच्या यशाने खूश झालेल्या कार्सनच्या पर्यवेक्षकाने तिला मत्स्यव्यवसाय ब्युरोबद्‌दल सार्वजनिक माहितीपुस्तिकेची प्रस्तावना लिहिण्यास सांगितले; त्याने तिला उपलब्ध झालेले पहिले पूर्णवेळ पद मिळवून देण्याचे काम केले. नागरी सेवा परीक्षेत बसून, तिने इतर सर्व अर्जदारांना मागे टाकले आणि 1936 मध्ये, कनिष्ठ जलीय जीवशास्त्रज्ञ म्हणून, पूर्णवेळ व्यावसायिक पदासाठी मत्स्यव्यवसाय ब्युरोने नियुक्त केलेली दुसरी महिला बनली.

सुरुवातीची कारकीर्द आणि प्रकाशने

यूएस ब्युरो ऑफ फिशरीजमध्ये, कार्सनच्या प्राथमिक जबाबदाऱ्या होत्या माशांच्या लोकसंख्येवरील फील्ड डेटाचे विश्लेषण आणि अहवाल देणे आणि लोकांसाठी माहितीपत्रके आणि इतर साहित्य लिहिणे. तिचे संशोधन आणि सागरी जीवशास्त्रज्ञांशी सल्लामसलत यांचा प्रारंभ बिंदू म्हणून वापर करून, तिने बाल्टिमोर सन आणि इतर वृत्तपत्रांसाठी सतत लेख लिहिले. तथापि, जानेवारी 1937 मध्ये तिच्या कौटुंबिक जबाबदाऱ्या आणखी वाढल्या, जेव्हा तिची मोठी बहीण मरण पावली, तेव्हा कार्सनला तिची आई आणि दोन भाच्यांसाठी एकमेव कमावणारा म्हणून सोडले.

जुलै 1937 मध्ये, अटलांटिक मंथलीने द वर्ल्ड ऑफ वॉटर्स या निबंधाची सुधारित आवृत्ती स्वीकारली, जी तिने मूळतः तिच्या पहिल्या मत्स्यव्यवसाय ब्युरो ब्रोशरसाठी लिहिली होती. तिच्या पर्यवेक्षकाने त्या हेतूने ते खूप चांगले मानले होते. अंडरसी म्हणून प्रकाशित झालेला निबंध, समुद्राच्या तळाशी प्रवासाचे एक ज्वलंत वर्णन होते. कार्सनच्या लेखन कारकिर्दीत हा एक महत्त्वाचा टर्निंग पॉइंट ठरला. पब्लिशिंग हाऊस सायमन अँड शुस्टर, अंडरसीमुळे प्रभावित झाले, त्यांनी कार्सनशी संपर्क साधला आणि तिला पुस्तकात विस्तारित करण्याची सूचना केली. बऱ्याच वर्षांच्या लेखनाचा परिणाम अंडर द सी विंड (1941) मध्ये झाला, ज्याला उत्कृष्ट पुनरावलोकने मिळाली परंतु खराब विक्री झाली. यादरम्यान, कार्सनचे लेख-लेखन यश चालूच राहिले—तिची वैशिष्ट्ये सन मॅगझिन, नेचर आणि कॉलियर्समध्ये दिसून आली. कार्सनने 1945 मध्ये ब्यूरो सोडण्याचा प्रयत्न केला (त्यानंतर युनायटेड स्टेट्स फिश अँड वाइल्डलाइफ सर्व्हिसमध्ये रूपांतरित झाले). तथापि, मॅनहॅटन प्रकल्पाच्या पार्श्वभूमीवर विज्ञानासाठी बहुतेक पैसे तांत्रिक क्षेत्रांवर केंद्रित असल्याने निसर्गवाद्यांसाठी काही नोकऱ्या उपलब्ध होत्या. 1945 च्या मध्यात, कार्सनला प्रथम डीडीटी विषयाचा सामना करावा लागला, एक क्रांतिकारी नवीन कीटकनाशक- हिरोशिमा आणि नागासाकीच्या अणुबॉम्ब हल्ल्यांनंतर "कीटक बॉम्ब" म्हणून गौरवले गेले - जे फक्त सुरक्षा आणि पर्यावरणीय प्रभावांच्या चाचण्यांना सामोरे जात होते. डीडीटी हा त्या वेळी कार्सनच्या लेखनाच्या अनेक आवडींपैकी एक होता आणि संपादकांना हा विषय अप्रिय वाटला; तिने 1962 पर्यंत DDT वर काहीही प्रकाशित केले नाही.

कार्सन फिश अँड वाइल्डलाइफ सर्व्हिसमध्ये 1945 पर्यंत लहान लेखन कर्मचाऱ्यांचे पर्यवेक्षण करून आणि 1949 मध्ये प्रकाशनांचे मुख्य संपादक बनले. तिच्या स्थानामुळे फील्डवर्कसाठी वाढत्या संधी आणि तिच्या लेखन प्रकल्पांची निवड करण्यात स्वातंत्र्य प्रदान केले; तथापि, त्यात वाढत्या कंटाळवाण्या प्रशासकीय जबाबदाऱ्या देखील समाविष्ट आहेत. 1948 पर्यंत, कार्सन दुसऱ्या पुस्तकासाठी साहित्यावर काम करत होते आणि पूर्णवेळ लेखनात संक्रमण सुरू करण्याचा जाणीवपूर्वक निर्णय घेतला होता. त्या वर्षी, तिने एक साहित्यिक एजंट, मेरी रॉडेल सोबत घेतली; त्यांच्यात एक घनिष्ठ व्यावसायिक संबंध निर्माण झाले जे कार्सनची उर्वरित कारकीर्द टिकेल.

ऑक्सफर्ड युनिव्हर्सिटी प्रेसने कार्सनच्या महासागराच्या जीवन इतिहासाच्या पुस्तकाच्या प्रस्तावात स्वारस्य व्यक्त केले आणि 1950 च्या सुरुवातीस द सी अराउंड अस काय होईल याचे हस्तलिखित पूर्ण करण्यास तिला प्रोत्साहन दिले. सायन्स डायजेस्ट आणि येल रिव्ह्यूमध्ये अध्याय प्रकाशित झाले - नंतरचे प्रकरण, "द बर्थ ऑफ ॲन आयलंड", अमेरिकन असोसिएशन फॉर द ॲडव्हान्समेंट ऑफ सायन्सचे जॉर्ज वेस्टिंगहाऊस सायन्स रायटिंग पारितोषिक जिंकले. द न्यू यॉर्करमध्ये जून 1951 पासून नऊ प्रकरणे अनुक्रमित करण्यात आली. हे पुस्तक ऑक्सफर्ड युनिव्हर्सिटी प्रेसने 2 जुलै 1951 रोजी प्रकाशित केले. द सी अराउंड अस हे 86 आठवडे न्यूयॉर्क टाइम्सच्या बेस्ट सेलर यादीत राहिले, रीडर्स डायजेस्टने संक्षिप्त केले, नॉनफिक्शनसाठी 1952 चा राष्ट्रीय पुस्तक पुरस्कार 2 आणि जॉन बुरोज मेडल जिंकले आणि परिणामी कार्सनला दोन मानद डॉक्टरेट बहाल करण्यात आली. त्यावर आधारित डॉक्युमेंटरी फिल्महीी तिने परवाना दिली. समुद्राच्या यशामुळे अंडर द सी विंडचे प्रजासत्ताक झाले, जे स्वतः बेस्टसेलर बनले. यशाबरोबर आर्थिक सुरक्षा आली आणि 1952 मध्ये पूर्णवेळ लेखनावर लक्ष केंद्रित करण्यासाठी कार्सनला तिची नोकरी सोडता आली.

कार्सनला स्पीकिंग एंगेजमेंट, फॅन मेल आणि द सी अराउंड अस बद्दलच्या इतर पत्रव्यवहाराच्या विनंत्या, स्क्रिप्टवर काम करण्याबरोबरच तिला पुनरावलोकन करण्याचा अधिकार मिळाला होता. लेखक, दिग्दर्शक आणि निर्माता इर्विन ॲलन यांच्या स्क्रिप्टच्या अंतिम आवृत्तीवर ती खूप नाखूष होती; तिला ते पुस्तकाच्या वातावरणाशी असत्य आणि वैज्ञानिकदृष्ट्या लाजिरवाणे वाटले, "विश्वास-किंवा-ना-न आणि एक आनंददायी प्रवासवर्णन यांच्यातील क्रॉस" असे वर्णन केले. त्याच्या सामग्रीवर कोणत्याही नियंत्रणापर्यंत विस्तारित नाही. यामुळे चित्रपटात अनेक वैज्ञानिक विसंगती निर्माण झाल्या. या समस्यांचे निराकरण करण्यासाठी कार्सनच्या विनंत्या असूनही, ॲलन स्क्रिप्टसह पुढे गेला. अतिशय यशस्वी माहितीपट तयार करण्यात तो यशस्वी झाला. सर्वोत्कृष्ट माहितीपट वैशिष्ट्यासाठी 1953 चा अकादमी पुरस्कार जिंकला. तथापि, या अनुभवाने कार्सन इतकी हतबल झाली होती की तिने पुन्हा कधीही तिच्या कामाचे चित्रपट हक्क विकले नाहीत.

समुद्राचा किनारा आणि संवर्धन कार्यात संक्रमण

1953 च्या सुरुवातीला, कार्सनने अटलांटिक किनाऱ्यावरील पर्यावरण आणि जीवांवर ग्रंथालय आणि क्षेत्रीय संशोधन सुरू केले. 1955 मध्ये, तिने तिच्या सागरी त्रयीचा तिसरा खंड, द एज ऑफ द सी पूर्ण केला, जो किनारपट्टीच्या परिसंस्थेतील जीवनावर लक्ष केंद्रित करतो, विशेषतः पूर्व समुद्र किनारी. 26 ऑक्टोबर रोजी हॉटन मिफ्लिन (पुन्हा एक नवीन प्रकाशक) यांच्या पुस्तकाच्या प्रकाशनाच्या काही काळापूर्वी हे द न्यू यॉर्करमध्ये दोन कंडेन्स्ड हप्त्यांमध्ये दिसले. या वेळेपर्यंत, स्पष्ट आणि काव्यात्मक गद्यासाठी कार्सनची प्रतिष्ठा

चांगलीच प्रस्थापित झाली होती; द एज ऑफ द सी ला अत्यंत अनुकूल पुनरावलोकने मिळाली, जर ती आमच्या आसपासच्या समुद्रासारखी उत्साही नसेल.

1955 आणि 1956 दरम्यान, कार्सनने अनेक प्रकल्पांवर काम केले—ज्यामध्ये ओम्निबस एपिसोड, "समथिंग अबाऊट द स्काय" साठी स्क्रिप्टचा समावेश होता—आणि लोकप्रिय मासिकांसाठी लेख लिहिले. पुढील पुस्तकासाठी तिची योजना उत्क्रांतीशी संबंधित होती. तथापि, ज्युलियन हक्सलीच्या इव्होल्यूशन इन ॲक्शनचे प्रकाशन-आणि या विषयाकडे स्पष्ट आणि आकर्षक दृष्टीकोन शोधण्यात तिची स्वतःची अडचण-तिला प्रकल्प सोडण्यास प्रवृत्त केले. त्याऐवजी तिची आवड संवर्धनाकडे वळत होती. तिने रिमेम्बरन्स ऑफ अर्थ नावाच्या पर्यावरण-थीम आधारित पुस्तक प्रकल्पाचा विचार केला आणि निसर्ग संवर्धन आणि इतर संवर्धन गटांमध्ये ती सहभागी झाली. तिने मेन आणि फ्रीमन मधील "लॉस्ट वुड्स" नावाचा एक भाग विकत घेण्याचा आणि विकासापासून संरक्षित करण्याची योजना देखील आखली.

1957 च्या सुरुवातीस, तिसऱ्यांदा कौटुंबिक शोकांतिका घडली जेव्हा तिची 1940 पासून काळजी घेत असलेल्या एका भाचीचे वयाच्या 31 व्या वर्षी निधन झाले आणि तिचा 5 वर्षांचा मुलगा रॉजर क्रिस्टी अनाथ झाला. कार्सनने रॉजरला दत्तक घेतल्यानंतर तिच्या वृद्ध आईची काळजी घेण्यासोबतच तिच्यासाठी जबाबदारी घेतली. रॉजरची काळजी घेण्यासाठी कार्सन सिल्व्हर स्प्रिंग, मेरीलँड येथे गेले आणि 1957 चा बराच काळ नवीन जीवन परिस्थिती एकत्र ठेवण्यासाठी आणि विशिष्ट पर्यावरणीय धोक्यांचा अभ्यास करण्यात घालवला.

1957 च्या अखेरीस, कार्सन व्यापक कीटकनाशक फवारणीसाठी फेडरल प्रस्तावांचे बारकाईने पालन करत होते; युनायटेड स्टेट्स डिपार्टमेंट ऑफ ॲग्रीकल्चर (USDA) ने आग मुंग्या नष्ट करण्याची योजना आखली. क्लोरीनयुक्त हायड्रोकार्बन्स आणि ऑर्गनोफॉस्फेट्सचा समावेश असलेले इतर फवारणी कार्यक्रम वाढत आहेत. तिच्या उर्वरित आयुष्यासाठी, कार्सनचे मुख्य व्यावसायिक लक्ष कीटकनाशकांच्या अतिवापराचे धोके असेल.

सायलेंट स्प्रिंग, कार्सनचे सर्वात प्रभावशाली पुस्तक, 27 सप्टेंबर 1962 रोजी हॉटन मिफ्लिनने प्रकाशित केले. या पुस्तकात पर्यावरणावरील कीटकनाशकांच्या हानिकारक प्रभावांचे वर्णन केले आहे आणि पर्यावरण चळवळ सुरू करण्यात मदत करण्याचे श्रेय मोठ्या प्रमाणावर दिले जाते. डीडीटी बद्दल चिंता व्यक्त करणारी कार्सन ही पहिली किंवा एकमेव व्यक्ती नव्हती, परंतु तिचे "वैज्ञानिक ज्ञान आणि काव्यात्मक लेखन" या संयोजनाने व्यापक श्रोत्यांपर्यंत पोहोचले आणि डीडीटीच्या वापराला विरोध करण्यास मदत केली. 1994 मध्ये, उपराष्ट्रपती अल गोर यांनी लिहिलेल्या प्रस्तावनेसह सायलेंट स्प्रिंगची आवृत्ती प्रकाशित झाली. 2012 मध्ये सायलेंट स्प्रिंगला अमेरिकन केमिकल सोसायटीने आधुनिक पर्यावरणीय चळवळीच्या विकासातील भूमिकेसाठी राष्ट्रीय ऐतिहासिक केमिकल लँडमार्क म्हणून नियुक्त केले होते.

संशोधन आणि लेखन

1940 च्या दशकाच्या मध्यापासून, कार्सनला कृत्रिम कीटकनाशकांच्या वापराबद्दल काळजी वाटू लागली होती, ज्यापैकी बरेच काही द्वितीय विश्वयुद्धानंतर विज्ञानाच्या लष्करी निधीद्वारे विकसित केले गेले होते. तथापि, युनायटेड स्टेट्स फेडरल सरकारच्या 1957 च्या जिप्सी मॉथ (आता स्पॉन्जी मॉथ म्हणतात) निर्मूलन कार्यक्रमाने कार्सनला तिचे संशोधन आणि तिचे पुढील पुस्तक कीटकनाशके आणि पर्यावरणीय विषासाठी समर्पित करण्यास प्रवृत्त केले. जिप्सी मॉथ प्रोग्राममध्ये डीडीटी आणि इतर कीटकनाशकांची (इंधन तेल मिसळून) हवाई फवारणी, खाजगी जमिनीवर फवारणीचा समावेश होता. लाँग आयलंडवरील जमीनमालकांनी फवारणी थांबवण्यासाठी खटला दाखल केला आणि प्रभावित प्रदेशातील अनेकांनी या प्रकरणाचे बारकाईने पालन केले. खटला हरवला असला तरी, सर्वोच्च न्यायालयाने याचिकाकर्त्यांना भविष्यात पर्यावरणाच्या संभाव्य हानीविरुद्ध मनाई आदेश मिळविण्याचा अधिकार दिला; याने नंतरच्या यशस्वी पर्यावरणीय कृतींचा पाया घातला.

ऑडुबोन नॅचरलिस्ट सोसायटीने देखील अशा फवारणी कार्यक्रमांना सक्रिय विरोध केला आणि सरकारच्या अचूक फवारणी पद्धती आणि संबंधित संशोधन सार्वजनिक करण्यात मदत करण्यासाठी कार्सनची नियुक्ती केली. कार्सनने डीडीटीमुळे पर्यावरणाच्या नुकसानीची उदाहरणे एकत्र करून सायलेंट स्प्रिंग काय होईल याचा चार वर्षांचा प्रकल्प सुरू केला. तिने निबंधकार ईबी व्हाईट आणि अनेक पत्रकार आणि शास्त्रज्ञ यांसारख्या कारणांमध्ये सामील होण्यासाठी इतरांना देखील सामील करण्याचा प्रयत्न केला. 1958 पर्यंत, कार्सनने न्यूजवीकचे विज्ञान पत्रकार एडविन डायमंड यांच्यासोबत सह-लेखन करण्याच्या योजनांसह पुस्तक कराराची व्यवस्था केली होती. तथापि, जेव्हा द न्यू यॉर्करने कार्सनकडून या विषयावर एक लांबलचक आणि चांगला सशुल्क लेख तयार केला , तेव्हा तिने नियोजित प्रमाणे प्रस्तावना आणि निष्कर्षापेक्षा अधिक लिहिण्याचा विचार सुरू केला; लवकरच, तो एकल प्रकल्प होता. (डायमंड नंतर सायलेंट स्प्रिंगच्या सर्वात कठोर टीकांपैकी एक लिहील).

तिच्या संशोधनात प्रगती होत असताना, कार्सनला वैज्ञानिकांचा एक मोठा समुदाय सापडला जो कीटकनाशकांच्या शारीरिक आणि पर्यावरणीय परिणामांचे दस्तऐवजीकरण करत होता. 3 तिने अनेक सरकारी शास्त्रज्ञांशी तिच्या संबंधांचा फायदा घेतला, ज्यांनी तिला गोपनीय माहिती पुरवली. वैज्ञानिक साहित्य वाचून आणि शास्त्रज्ञांच्या मुलाखती घेतल्यापासून, कार्सनला कीटकनाशकांच्या बाबतीत दोन वैज्ञानिक शिबिरे सापडली: ज्यांनी निर्णायक पुराव्याशिवाय कीटकनाशक फवारणीचा संभाव्य धोका नाकारला आणि ज्यांना हानी होण्याची

शक्यता होती आणि पर्यायी पद्धतींचा विचार करण्यास इच्छुक असलेले. जैविक कीटक नियंत्रण म्हणून.

तिला बायोडायनामिक अॅग्रीकल्चर ऑर्गेनिक मार्केट गार्डनर्सच्या गटाकडून, त्यांचे सल्लागार, डॉ. एरेनफ्रीड फीफर, इतर संपर्क आणि यूएस सरकारच्या विरोधात कायदेशीर कारवाई (1957-1960) यांच्याकडून महत्त्वपूर्ण समर्थन आणि विस्तृत पुरावे देखील सापडले. पॉल (2013) च्या अलीकडील संशोधनानुसार, कार्सनच्या पुस्तकासाठी हा प्राथमिक आणि (सामरिक कारणांसाठी) अप्रमाणित स्त्रोत असू शकतो. लॉग आयलँड, न्यूयॉर्क येथील मार्जोरी स्पॉक आणि मेरी टी. रिचर्ड्स यांनी डायक्लोरोडिफेनिलट्रिक्लोरोइथेन (डीडीटी) च्या हवाई फवारणीसाठी स्पर्धा केली. त्यांनी त्यांचे पुरावे संकलित केले आणि ते कार्सनसह सामायिक केले, ज्यांनी ते वापरले, त्यांचे विस्तृत संपर्क आणि चाचणी प्रतिलेख सायलेंट स्प्रिंगसाठी प्राथमिक इनपुट म्हणून. कार्सनने सामग्रीबद्दल "माहितीची सोन्याची खाण" म्हणून लिहिले आणि म्हणतो, "माझ्याकडे असलेल्या तुमच्या सामग्रीच्या वस्तुमानाबद्दल मला दोषी वाटते" आणि फायफर आणि त्याच्या पत्रव्यवहाराचे अनेक संदर्भ देतात.

1959 पर्यंत, यूएसडीएच्या कृषी संशोधन सेवेने कार्सन आणि इतरांनी केलेल्या टीकेला फायर अँट ऑन ट्रायल या सार्वजनिक सेवा चित्रपटाद्वारे प्रतिसाद दिला; कीटकनाशके फवारण्याने (विशेषत: डायलड्रिन आणि हेप्टाक्लोर) मानवांना आणि वन्यजीवांना उद्भवणाऱ्या धोक्यांकडे दुर्लक्ष करणारा "उघड प्रचार" असे कार्सनने वर्णन केले. त्या वसंत ऋतूमध्ये, कार्सनने वॉशिंग्टन पोस्टमध्ये प्रकाशित एक पत्र लिहिले, ज्यामध्ये पक्ष्यांच्या लोकसंख्येतील अलीकडील घट-तिच्या शब्दांत, कीटकनाशकांच्या अतिवापरामुळे "पक्ष्यांचे शांत होणे" - याचे कारण होते. ते "ग्रेट क्रॅनबेरी स्कँडल" चे वर्ष देखील होते: 1957, 1958 आणि 1959 च्या यूएस क्रॅनबेरीच्या पिकांमध्ये हर्बिसाइड अमिनोट्रियाझोल (ज्यामुळे प्रयोगशाळेतील उंदरांमध्ये कर्करोग होतो) जास्त प्रमाणात आढळून आले आणि सर्व क्रॅनबेरी उत्पादनांची विक्री थांबवले होते. कार्सनने कीटकनाशक नियम सुधारण्यावरील त्यानंतरच्या एफडीएच्या सुनावणींना हजेरी लावली; रासायनिक उद्योगाच्या प्रतिनिधींच्या आक्रमक डावपेचांमुळे ती निराश झाली, ज्यात तज्ञांच्या साक्षीचा समावेश होता ज्याचा ती अभ्यास करत असलेल्या मोठ्या प्रमाणात वैज्ञानिक साहित्याचा ठामपणे विरोध करत होती. तिने "विशिष्ट कीटकनाशक कार्यक्रमांमागील आर्थिक प्रलोभने" बद्दल देखील आश्चर्य व्यक्त केले.

नॅशनल इन्स्टिट्यूट ऑफ हेल्थच्या लायब्ररी ऑफ मेडिसिनमधील संशोधनाने कार्सनला कर्करोग निर्माण करणाऱ्या रसायनांचा शोध घेणाऱ्या वैद्यकीय संशोधकांच्या संपर्कात आणले. नॅशनल कॅन्सर इन्स्टिट्यूटचे संशोधक आणि पर्यावरणीय कर्करोग विभागाचे संस्थापक संचालक विल्हेल्म ह्यूपर यांचे कार्य विशेष महत्त्वाचे होते, ज्यांनी अनेक कीटकनाशकांना कार्सिनोजेन्स म्हणून वर्गीकृत केले. कार्सन आणि तिचे संशोधन सहाय्यक जीन डेव्हिस, NIH ग्रंथपाल डोरोथी अल्गियर यांच्या मदतीने, कीटकनाशक-कर्करोगाच्या संबंधाला समर्थन देणारे पुरावे सापडले; कार्सनला, सिंथेटिक कीटकनाशकांच्या विस्तृत श्रेणीच्या विषाक्ततेचा पुरावा स्पष्ट होता, जरी कीटकनाशक कार्सिनोजेनेसिसचा अभ्यास करणाऱ्या शास्त्रज्ञांच्या लहान समुदायाच्या पलीकडे असे निष्कर्ष अतिशय विवादास्पद होते.

1960 पर्यंत, कार्सनकडे पुरेसे संशोधन साहित्य होते आणि लेखन वेगाने प्रगती करत होते. संपूर्ण साहित्य शोधाव्यतिरिक्त, तिने कीटकनाशकांच्या प्रदर्शनाच्या शेकडो वैयक्तिक घटना आणि परिणामी मानवी आजार आणि पर्यावरणीय हानीची तपासणी केली होती. तथापि, जानेवारीमध्ये, पक्वाशया विषयी व्रण आणि त्यानंतर अनेक संक्रमणांनी तिला अनेक आठवडे अंथरुणाला खिळून ठेवले, ज्यामुळे सायलेंट स्प्रिंग पूर्ण होण्यास बराच विलंब झाला. मार्चमध्ये ती पूर्ण बरी होण्याच्या जवळ आली होती (जसे ती तिच्या पुस्तकातील दोन कॅन्सर प्रकरणांचे मसुदे पूर्ण करत होती), तिला तिच्या डाव्या स्तनामध्ये सिस्ट्स आढळल्या, ज्यापैकी एक मॅस्टेक्टॉमी आवश्यक होती. जरी तिच्या डॉक्टरांनी या प्रक्रियेचे सावधगिरीचे वर्णन केले आणि पुढील उपचारांची शिफारस केली नसली तरी, डिसेंबरपर्यंत, कार्सनने शोधून काढले की ट्यूमर घातक आहे आणि कर्करोग मेटास्टेसाइज झाला आहे. द सी अराउंड असच्या नवीन आवृत्तीसाठी आणि एरिक हार्टमन यांच्या सहयोगी फोटो निबंधामुळे तिच्या संशोधनाला विलंब झाला. जैविक कीटक नियंत्रणावरील अलीकडच्या संशोधनाची चर्चा आणि मूठभर नवीन कीटकनाशकांची तपासणी वगळता बहुतेक संशोधन आणि लेखन 1960 च्या उत्तरार्धात झाले. तथापि, पुढील आरोग्य समस्यांमुळे 1961 आणि 1962 च्या सुरुवातीस अंतिम आवर्तने मंदावली. पुस्तक लिहिताना, कार्सनने तिचा आजार लपवण्याचा निर्णय घेतला जेणेकरुन कीटकनाशक कंपन्या तिच्या विरोधात वापरू शकत नाहीत (कंपन्यांना माहित असल्यास, ते तिचे पुस्तक अविश्वासू आणि पक्षपाती दिसण्यासाठी ते दारूगोळा म्हणून वापरतील अशी तिला काळजी होती).

पुस्तकाचे शीर्षक शोधणे कठीण होते; "सायलेंट स्प्रिंग" हे पक्ष्यांवरच्या अध्यायाचे शीर्षक म्हणून सुरुवातीला सुचवले होते. ऑगस्ट 1961 पर्यंत, कार्सनने शेवटी तिच्या साहित्यिक एजंट मेरी रॉडेलच्या सूचनेला सहमती दर्शविली: सायलेंट स्प्रिंग हे संपूर्ण पुस्तकासाठी एक रूपकात्मक शीर्षक असेल, जे संपूर्ण नैसर्गिक जगासाठी एक अंधकारमय भविष्य सूचित करेल, त्याच्या शाब्दिक अनुपस्थितीबद्दल एका अध्यायाच्या शीर्षकापेक्षा पक्ष्यांचे गाणे. कार्सनच्या मान्यतेने, हॉटन मिफ्लिन येथील संपादक पॉल ब्रूक्स यांनी लुई आणि लोइस डार्लिंग यांच्या चित्रांची व्यवस्था केली, ज्यांनी मुखपृष्ठाची रचनाही केली. अंतिम लेखन हा पहिला धडा होता, अ फेबल फॉर टुमारो, ज्याला कार्सनने अन्यथा निषिद्ध गंभीर विषय काय असू शकतो याची सौम्य ओळख करून दिली होती. 1962 च्या मध्यापर्यंत, ब्रूक्स आणि कार्सन यांनी मूलत: संपादन पूर्ण केले होते आणि अंतिम सूचनांसाठी निवडक व्यक्तींना हस्तलिखित पाठवून पुस्तकाच्या प्रचारासाठी पाया घालत होते.

सामग्री

चरित्रकार मार्क हॅमिल्टन लिटल यांनी लिहिल्याप्रमाणे, कार्सनने "युद्धोत्तर अमेरिकन संस्कृतीची व्याख्या करणाऱ्या वैज्ञानिक प्रगतीच्या प्रतिमानावर प्रश्नचिन्ह निर्माण करणारे पुस्तक लिहिण्याचे अत्यंत आत्म-जाणीवपूर्वक ठरवले." सायलेंट स्प्रिंगची ओव्हरराइडिंग थीम म्हणजे मानवाचा नैसर्गिक जगावर होणारा शक्तिशाली-आणि अनेकदा प्रतिकूल-परिणाम आहे.

कार्सनचा मुख्य युक्तिवाद असा आहे की कीटकनाशकांचा पर्यावरणावर हानिकारक परिणाम होतो; त्यांना अधिक योग्यरित्या बायोसाइड म्हटले जाते, तिचे म्हणणे आहे, कारण त्यांचे परिणाम क्वचितच लक्ष्यित कीटकांपुरते मर्यादित असतात. डीडीटी हे एक प्रमुख उदाहरण आहे, परंतु इतर कृत्रिम कीटकनाशके तपासणीच्या कक्षेत येतात, त्यापैकी अनेक जैवसंचयनाच्या अधीन असतात. कार्सनने रासायनिक उद्योगावर हेतुपुरस्सर चुकीची माहिती पसरवल्याचा आणि सार्वजनिक अधिकारी उद्योगाचे दावे निर्विवादपणे स्वीकारल्याचा आरोपही केला. बहुतेक पुस्तक नैसर्गिक परिसंस्थेवर कीटकनाशकांच्या प्रभावांना समर्पित आहे. तथापि, चार प्रकरणांमध्ये मानवी कीटकनाशक विषबाधा, कर्करोग आणि कीटकनाशकांना कारणीभूत असलेल्या इतर आजारांची प्रकरणे देखील तपशीलवार आहेत. डीडीटी आणि कॅन्सरबद्दल, त्यानंतरच्या बर्याच चर्चेचा विषय, कार्सन फक्त थोडेसे म्हणतो:

प्राण्यांच्या विषयावरील प्रयोगशाळेतील चाचण्यांमध्ये, डीडीटीने संशयास्पद यकृत गाठी तयार केल्या आहेत. अन्न आणि औषध प्रशासनाचे शास्त्रज्ञ ज्यांनी या ट्यूमरच्या शोधाची माहिती दिली ते त्यांचे वर्गीकरण कसे करावे हे अनिश्चित होते परंतु त्यांना असे वाटले की "त्यांना कमी दर्जाच्या यकृताच्या पेशी कार्सिनोमाचा विचार करण्याचे काही औचित्य आहे." डॉ. ह्युपर व्यावसायिक ट्यूमर आणि संबंधित रोगांचे लेखक आता डीडीटीला "रासायनिक कार्सिनोजेन" चे निश्चित रेटिंग देतात.

कार्सनने भविष्यात वाढलेल्या परिणामांचा अंदाज वर्तवला, विशेषतः लक्ष्यित कीटकांमुळे कीटकनाशक प्रतिरोधक क्षमता विकसित होते. त्याच वेळी, कमकुवत परिसंस्था अनपेक्षित आक्रमक प्रजातींना बळी पडतात. रासायनिक कीटकनाशकांना पर्याय म्हणून कीटक नियंत्रणासाठी जैविक दृष्टीकोनाच्या आवाहनासह पुस्तक बंद होते.

कीटकनाशक डीडीटीच्या संदर्भात, कार्सनने प्रत्यक्षात कधीही पूर्णपणे बंदीची मागणी केली नाही. सायलेंट स्प्रिंगमध्ये तिने केलेल्या युक्तिवादाचा एक भाग असा होता की डीडीटी आणि इतर कीटकनाशकांचे पर्यावरणावर कोणतेही दुष्परिणाम नसले तरीही, त्यांचा अंदाधुंद अतिवापर प्रतिकूल परिणामकारक आहे कारण यामुळे कीटकनाशकांना कीटकांचा प्रतिकार निर्माण होईल, कीटकनाशके नष्ट करण्यासाठी कीटकनाशके निरुपयोगी होतील. लक्ष्यित कीटक लोकसंख्या

कीटक-जनित रोग दुर्लक्षित केले पाहिजेत असे कोणतेही जबाबदार व्यक्ती म्हणू शकत नाही. हा प्रश्न आता तात्काळ उपस्थित झाला आहे की समस्या वेगाने बिघडवणाऱ्या पद्धतींनी त्यावर हल्ला करणे शहाणपणाचे आहे की जबाबदार आहे. संसर्गाच्या कीटक वाहकांना नियंत्रित करून रोगाविरूद्ध विजयी युद्ध जगाने ऐकले आहे. तथापि, कथेची दुसरी बाजू फारच कमी ऐकली आहे—पराजय, अल्पायुषी विजय जे आता आपल्या प्रयत्नांमुळे कीटक शत्रू खरोखर मजबूत बनले आहे या चिंताजनक दृश्याचे जोरदार समर्थन करतात. त्याहूनही वाईट म्हणजे आम्ही आमचे लढण्याचे साधन नष्ट केले असावे.

कार्सनने पुढे नमूद केले की "मलेरिया कार्यक्रमांना डासांच्या प्रतिकारामुळे धोका आहे" आणि हॉलंडच्या वनस्पती संरक्षण सेवेच्या संचालकांनी दिलेल्या सल्ल्यावर जोर दिला: "व्यावहारिक सल्ला हा 'फवारणी करण्याऐवजी शक्य तितक्या कमी प्रमाणात फवारणी करा' असा असावा. तुमच्या क्षमतेची मर्यादा'... कीटकांच्या लोकसंख्येवरील दबाव नेहमी शक्य तितका थोडासा असावा."

प्रचार आणि स्वागत

कार्सन आणि सायलेंट स्प्रिंगच्या प्रकाशनात सहभागी असलेल्या इतरांना तीव्र टीका अपेक्षित होती. त्यांना मानहानीचा खटला चालवण्याच्या शक्यतेबद्दल विशेषतः काळजी होती. कार्सन तिच्या पसरणाऱ्या कर्करोगाचा सामना करण्यासाठी रेडिएशन थेरपी देखील घेत होती आणि तिच्या कामाचा बचाव करण्यासाठी आणि समीक्षकांना प्रतिसाद देण्यासाठी कमी ऊर्जा देण्याची अपेक्षा होती. अपेक्षित हल्ल्यांच्या तयारीत, कार्सन आणि तिच्या एजंटने पुस्तकाच्या प्रकाशनाच्या आधी शक्य तितक्या प्रमुख समर्थकांना एकत्र करण्याचा प्रयत्न केला.

पुस्तकातील बहुतेक वैज्ञानिक प्रकरणांचे संबंधित तज्ञ असलेल्या शास्त्रज्ञांनी पुनरावलोकन केले होते, ज्यामध्ये कार्सनला भक्कम पाठिंबा मिळाला. कार्सन मे 1962 मध्ये व्हाईट हाऊसच्या संरक्षणावरील परिषदेत सहभागी झाले होते; हॉटन मिफ्लिनने अनेक प्रतिनिधींना सायलेंट स्प्रिंगच्या पुराव्या प्रती वितरीत केल्या आणि आगामी न्यू यॉर्कर सीरियलायझेशनला प्रोत्साहन दिले. इतर अनेकांसह, कार्सनने सर्वोच्च न्यायालयाचे सहयोगी न्यायमूर्ती विल्यम ओ. डग्लस यांना एक पुरावा प्रत देखील पाठवली, जो दीर्घकाळ पर्यावरणाचा वकील आहे ज्यांनी लॉग आयलंड कीटकनाशक फवारणी प्रकरणाच्या कोर्टाच्या नकाराच्या विरोधात युक्तिवाद केला होता (आणि ज्याने कार्सनला काही सामग्री दिली होती. तिच्या तणनाशकांवरील अध्यायात).

सायलेंट स्प्रिंगने प्री-प्रकाशन जाहिरातींच्या आधारे तुलनेने उच्च स्तरावर स्वारस्य निर्माण केले असले तरी, 16 जून 1962 रोजी सुरू झालेल्या द न्यू यॉर्करमधील सिरियलायझेशनमुळे हे अधिक तीव्र झाले. यामुळे हे पुस्तक रसायन उद्योग आणि त्याच्या लॉबीस्ट आणि

अमेरिकन लोकसंख्येच्या मोठ्या संख्येने लक्ष वेधून घेते. त्याच सुमारास कार्सनला हे देखील कळले की सायलेंट स्प्रिंगची ऑक्टोबरसाठी महिन्याचे पुस्तक म्हणून निवड झाली आहे; तिने सांगितल्याप्रमाणे, हे "पुस्तकांचे दुकान कसे दिसते हे माहित नसलेल्या संपूर्ण देशातील शेतात आणि वाड्यांमध्ये घेऊन जाईल - द न्यू यॉर्करपेक्षा कमी." इतर प्रसिद्धीमध्ये न्यूयॉर्क टाइम्समधील सकारात्मक संपादकीय समाविष्ट होते. आणि रासायनिक कंपन्यांनी प्रतिसाद दिल्याने जुलै आणि ऑगस्टमध्ये प्रसिद्धीच्या दुसऱ्या फेरीसह ऑडुबॉन मासिकातील क्रमिक आवृत्तीचे उतारे. जन्मदोष निर्माण करणाऱ्या औषध थॅलिडोमाइडची कथा देखील पुस्तकाच्या प्रकाशनाच्या आधी खंडित झाली, तसेच कार्सन आणि फ्रान्सिस ओल्डहॅम केल्सी, अन्न आणि औषध प्रशासनाचे समीक्षक, ज्यांनी युनायटेड स्टेट्समध्ये औषधाची विक्री रोखली होती, यांच्यात तुलना केली.

27 सप्टेंबर 1962 च्या प्रकाशनापर्यंतच्या आठवड्यात, सायलेंट स्प्रिंगला रासायनिक उद्योगातून तीव्र विरोध झाला. ड्यूपॉन्ट (डीडीटी आणि 2,4-डीचे मुख्य उत्पादक) आणि वेल्सिकॉल केमिकल कॉर्पोरेशन (क्लोर्डेन आणि हेप्टाक्लोरचे अनन्य निर्माता) यांनी प्रतिसाद दिला. ड्यूपॉन्टने पुस्तकाच्या प्रेस कव्हरेजवर आणि लोकांच्या मतावरील अंदाजे प्रभावावर एक विस्तृत अहवाल संकलित केला. वेल्सिकॉलने नियोजित सायलेंट स्प्रिंग वैशिष्ट्ये रद्द न केल्यास हॉटन मिफ्लिन आणि द न्यू यॉर्कर आणि ऑडुबॉन यांच्याविरुद्ध कायदेशीर कारवाईची धमकी दिली. केमिकल उद्योगाचे प्रतिनिधी आणि लॉबीस्ट यांनीही अनेक गैर-विशिष्ट तक्रारी दाखल केल्या, काही अज्ञातपणे. रासायनिक कंपन्या आणि संबंधित संस्थांनी कीटकनाशकांच्या वापराचा प्रचार आणि बचाव करणारी त्यांची स्वतःची माहितीपत्रके आणि लेख तयार केले. तथापि, कार्सन आणि प्रकाशकांच्या वकिलांना सायलेंट स्प्रिंगच्या तपासणी प्रक्रियेवर विश्वास होता. नियतकालिक आणि पुस्तक प्रकाशन नियोजित प्रमाणेच पुढे गेले, जसे की मोठ्या बुक-ऑफ-द-मंथ प्रिंटिंग (ज्यात विल्यम ओ. डग्लस यांच्या पुस्तकाला अनुमोदन देणारे पॅम्प्लेट समाविष्ट होते).

अमेरिकन सायनामिड बायोकेमिस्ट रॉबर्ट व्हाईट-स्टीव्हन्स आणि माजी सायनामिड केमिस्ट थॉमस ज्यूक्स हे विशेषतः कार्सनच्या डीडीटीच्या विश्लेषणाचे सर्वात आक्रमक टीकाकार होते. व्हाईट-स्टीव्हन्सच्या म्हणण्यानुसार, "जर मानवाने मिस कार्सनच्या शिकवणीचे पालन केले तर आपण अंधकारमय युगाकडे परत जाऊ आणि कीटक आणि रोग आणि कीटक पुन्हा एकदा पृथ्वीवर वारसा मिळवतील." इतरांनी कार्सनवर हल्ला केला. वैज्ञानिक ओळखपत्रे (कारण तिचे प्रशिक्षण बायोकेमिस्ट्री ऐवजी सागरी जीवशास्त्रात होते) आणि तिचे पात्र. व्हाईट-स्टीव्हन्सने तिला "...निसर्ग संतुलनाच्या पंथाची कट्टर रक्षक" असे लेबल लावले, तर अमेरिकेचे माजी कृषी सचिव एझरा टाफ्ट बेन्सन यांनी माजी राष्ट्राध्यक्ष ड्वाइट डी. आयझेनहॉवर यांना लिहिलेल्या पत्रात असे निष्कर्ष काढले की कारण शारीरिकदृष्ट्या आकर्षक असूनही ती अविवाहित होती, ती "कदाचित कम्युनिस्ट" होती.

अनेक समीक्षकांनी वारंवार असे प्रतिपादन केले की ती सर्व कीटकनाशके नष्ट करण्याचे आवाहन करत आहे. तथापि, कार्सनने हे स्पष्ट केले होते की ती उपयुक्त कीटकनाशकांवर बंदी घालण्याची किंवा पूर्णपणे मागे घेण्याचे समर्थन करत नव्हती परंतु त्याऐवजी ती संपूर्ण पर्यावरणातील रसायनांच्या प्रभावाची जाणीव ठेवून जबाबदार आणि काळजीपूर्वक व्यवस्थापित वापरास प्रोत्साहन देत होती. किंबहुना, तिने सायलेंट स्प्रिंगमध्ये डीडीटीवरील तिच्या विभागाचा शेवट पूर्ण बंदीचा आग्रह धरून केला नाही तर प्रतिकारशक्तीचा विकास मर्यादित करण्यासाठी शक्य तितक्या कमी फवारणीचा सल्ला देऊन केला.

एचजे मुलर, लॉरेन आयसेली, क्लेरेन्स कॉटम आणि फ्रँक एग्लर यांसारख्या प्रमुख बचावकर्त्यांसह शैक्षणिक समुदायाने पुस्तकाच्या वैज्ञानिक दाव्यांचे समर्थन केले; सार्वजनिक मताने लवकरच कार्सनच्या मार्गावर वळले. रासायनिक उद्योगाच्या मोहिमेचा उलटसुलट परिणाम झाला, कारण वादामुळे संभाव्य कीटकनाशक धोक्यांची तसेच सायलेंट स्प्रिंग पुस्तकाच्या विक्रीबद्दल सार्वजनिक जागरूकता मोठ्या प्रमाणात वाढली. कीटकनाशकांचा वापर ही एक मोठी सार्वजनिक समस्या बनली, विशेषतः सीबीएस रिपोर्ट्स टीव्ही स्पेशल द सायलेंट स्प्रिंग ऑफ रॅचेल कार्सन 3 एप्रिल 1963 रोजी प्रसारित झाल्यानंतर. कार्यक्रमात सायलेंट स्प्रिंगमधून कार्सनचे वाचन आणि इतर अनेक तज्ज्ञांच्या मुलाखतींचा समावेश होता, बहुतेक समीक्षकांच्या (व्हाइटसह) -स्टीव्हन्स); चरित्रकार लिंडा लिअर यांच्या म्हणण्यानुसार, "पांढऱ्या लॅब कोटमध्ये रानटी डोळा, मोठ्या आवाजातील डॉ. रॉबर्ट व्हाइट-स्टीव्हन्स यांच्या बरोबरीने, कार्सनला तिच्या समीक्षकांनी सांगितलेल्या उन्मादक अलार्मशिवाय काहीही दिसले." अंदाजे प्रेक्षकांच्या प्रतिक्रिया दहा ते पंधरा दशलक्ष प्रचंड सकारात्मक होते, आणि कार्यक्रमाने कीटकनाशकांच्या धोक्यांचा कॉंग्रेसच्या पुनरावलोकनास आणि राष्ट्रपतींच्या विज्ञान सल्लागार समितीने कीटकनाशक अहवाल सार्वजनिक प्रकाशनास उत्तेजन दिले. प्रकाशनाच्या एक वर्षाच्या आत, पुस्तक आणि कार्सनवरील हल्ल्यांनी मोठ्या प्रमाणात गती गमावली होती.

तिच्या शेवटच्या सार्वजनिक उपस्थितीत, कार्सनने अध्यक्ष जॉन एफ. केनेडी यांच्या विज्ञान सल्लागार समितीसमोर साक्ष दिली. समितीने 15 मे 1963 रोजी कार्सनच्या वैज्ञानिक दाव्यांचे समर्थन करत आपला अहवाल जारी केला. 80 अहवालाच्या प्रकाशनानंतर, तिने युनायटेड स्टेट्स सिनेट उपसमितीसमोर धोरण शिफारशी करण्यासाठी साक्ष देखील दिली. जरी कार्सनला इतर शेकडो भाषिक आमंत्रणे मिळाली, परंतु ती त्यापैकी बहुतेक स्वीकारू शकली नाही. तिची तब्येत सतत खालावत चालली होती कारण तिचा कॅन्सर रेडिएशन थेरपीला मागे टाकत होता, फक्त माफीच्या थोड्या कालावधीसह. ती शारीरिकदृष्ट्या सक्षम होती तितकीच बोलली, तथापि, द टुडे शो मधील

उल्लेखनीय देखावा आणि तिच्या सन्मानार्थ आयोजित केलेल्या अनेक डिनरमधील भाषणांसह. 1963 च्या उत्तरार्धात, तिला अनेक पुरस्कार आणि सन्मान मिळाले: ऑडुबोन मेडल (नॅशनल ऑड्युबॉन सोसायटीकडून), कुलम जिओग्राफिकल मेडल (अमेरिकन जिओग्राफिकल सोसायटीकडून), आणि अमेरिकन अकादमी ऑफ आर्ट्स अँड लेटर्समध्ये प्रवेश.

मृत्यू

स्तनाचा कर्करोग आणि तिच्या उपचार पद्धतीमुळे कमकुवत झालेली कार्सन जानेवारी 1964 मध्ये श्वासोच्छवासाच्या विषाणूने आजारी पडली. तिची प्रकृती आणखीनच बिघडली आणि फेब्रुवारीमध्ये डॉक्टरांना आढळून आले की तिच्या रेडिएशन उपचारांमुळे तिला गंभीर अशक्तपणा झाला आहे आणि मार्चमध्ये त्यांना कळले की कर्करोग तिच्यापर्यंत पोहोचला आहे. यकृत 14 एप्रिल 1964 रोजी तिचे सिल्व्हर स्प्रिंग, मेरीलँड येथील घरात हृदयविकाराच्या झटक्याने निधन झाले.

तिच्या मृतदेहावर अंत्यसंस्कार करण्यात आले आणि कार्सनची राख पार्कलॉन मेमोरियल गार्डन्स, रॉकव्हिल, मेरीलँड येथे तिच्या आईच्या बाजूला दफन करण्यासाठी विभागली गेली, आणि बाकीचे साउथपोर्ट आयलंडच्या किनाऱ्यावर, शीपस्कॉट बे, मेनजवळ विखुरले गेले.

वारसा

Beinecke Rare Book & Manuscript Library च्या नवीन अत्याधुनिक जतन सुविधांचा लाभ घेण्यासाठी कार्सनने तिची हस्तलिखिते आणि कागदपत्रे येल विद्यापीठाला दिली. तिची दीर्घकालीन एजंट आणि साहित्यिक एक्झिक्युटर मेरी रॉडेल यांनी कार्सनचे कागदपत्रे आणि पत्रव्यवहार आयोजित करण्यात आणि कॅटलॉग करण्यात, त्यांच्या प्रेषकांना सर्व पत्रे वितरित करण्यात सुमारे दोन वर्षे घालवली जेणेकरून प्रत्येक वार्ताहराने जे मंजूर केले तेच संग्रहात सादर केले जाईल.

1965 मध्ये, रॉडेलने कार्सनच्या एका निबंधाच्या प्रकाशनाची व्यवस्था केली: द सेन्स ऑफ वंडर या पुस्तकात विस्तारित करण्याचा हेतू होता. चार्ल्स प्रॅट आणि इतरांच्या छायाचित्रांसह एकत्रित केलेला हा निबंध, पालकांना त्यांच्या मुलांना "...नैसर्गिक जगाशी संपर्कातील चिरस्थायी आनंद अनुभवण्यास मदत करण्यासाठी उद्युक्त करतो... पृथ्वीच्या प्रभावाखाली स्वतःला ठेवणाऱ्या प्रत्येकासाठी उपलब्ध आहे, समुद्र, आकाश आणि त्यांचे आश्चर्यकारक जीवन."

ऑल्वेज रॅचेलमधील पत्रांव्यतिरिक्त, 1998 मध्ये, कार्सनच्या पूर्वीच्या अप्रकाशित कामाचा एक खंड लॉस्ट वुड्स: द डिस्कव्हर्ड रायटिंग ऑफ रेचेल कार्सन, लिंडा लिअर यांनी संपादित केला होता. कार्सनची सर्व पुस्तके मुद्रित अवस्थेत आहेत.

तळागाळातील पर्यावरणवाद आणि EPA

कार्सनच्या कार्याचा पर्यावरणीय चळवळीवर मोठा प्रभाव पडला. सायलेंट स्प्रिंग, विशेषतः, 1960 च्या दशकात नवीन सामाजिक चळवळीसाठी एक रॅलींग पॉइंट होता. पर्यावरण अभियंता आणि कार्सन विद्वान एच. पॅट्रिशिया हायनेस यांच्या मते, "सायलेंट स्प्रिंगने जगातील शक्तीचा समतोल बदलला. तेव्हापासून कोणीही प्रदूषणाला प्रगतीच्या आवश्यक अधोरेखित म्हणून सहजतेने किंवा निर्विकारपणे विकू शकणार नाही." कार्सनचे कार्य , आणि त्यातून प्रेरित झालेली सक्रियता, 1960 च्या दशकापासून सखोल पर्यावरणीय चळवळीसाठी आणि तळागाळातील पर्यावरण चळवळीच्या एकूण ताकदीसाठी किमान अंशतः जबाबदार आहे. इकोफेमिनिझमच्या उदयावर आणि अनेक स्त्रीवादी शास्त्रज्ञांवरही त्याचा प्रभाव होता.

कार्सन उघडपणे महिला हक्क कार्यकर्त्या होत्या याचा कोणताही पुरावा नसतानाही, तिचे कार्य आणि त्यानंतरच्या टीकेने इकोफेमिनिस्ट चळवळीसाठी एक प्रतिष्ठित वारसा सोडला आहे. कार्सनच्या विश्वासार्हतेवरील हल्ल्यांमध्ये तिच्या क्रेडेन्शियल्सची टीका समाविष्ट होती ज्यात तिला "हौशी" असे लेबल केले गेले होते. असे म्हटले गेले की तिचे लिखाण खूप "भावनिक" होते. इतर, जसे की याकोव्ह गार्ब, सुचवतात की महिला हक्क कार्यकर्त्या नसण्याव्यतिरिक्त, कार्सनचा कोणताही भांडवलशाही विरोधी अजेंडा नव्हता आणि असे हल्ले अनुचित होते. याव्यतिरिक्त, कार्सनच्या फोटोंचा वापर तिच्या चित्रणासाठी केला गेला होता, कारण तिच्या शास्त्रज्ञाच्या वैशिष्ट्यपूर्ण कामात गुंतलेल्या काही प्रतिनिधित्वांमुळे, परंतु तिच्या विश्रांतीच्या क्रियाकलापांऐवजी अनेकदा प्रश्नचिन्ह उपस्थित केले जाते.

कार्सनचा पर्यावरणीय चळवळीतील सर्वात थेट वारसा म्हणजे युनायटेड स्टेट्समध्ये डीडीटीवर बंदी घालण्याची मोहीम (आणि जगभरात त्याचा वापर प्रतिबंधित किंवा मर्यादित करण्यासाठी संबंधित प्रयत्न). जरी अध्यक्षांच्या विज्ञान सल्लागार समितीसमोर कार्सनची साक्ष दिल्यानंतर डीडीटीबद्दलच्या पर्यावरणीय चिंतांचा सरकारी संस्थांनी विचार केला असला तरी, 1967 मध्ये पर्यावरण संरक्षण निधीची स्थापना हा डीडीटी विरुद्धच्या मोहिमेतील पहिला महत्त्वपूर्ण टप्पा होता. संस्थेने "स्वच्छ वातावरणाचा नागरिकांचा हक्क प्रस्थापित करण्यासाठी" सरकारच्या विरोधात खटले दाखल केले आणि DDT विरुद्ध वापरलेले युक्तिवाद मोठ्या प्रमाणात कार्सनचे प्रतिबिंबित झाले. 1972 पर्यंत, पर्यावरण संरक्षण निधी आणि इतर कार्यकर्ता गटांनी युनायटेड स्टेट्समध्ये (आपत्कालीन परिस्थिती वगळता) डीडीटीचा वापर बंद करण्यात यश मिळविले होते.

1970 मध्ये निक्सन प्रशासनाने पर्यावरण संरक्षण एजन्सी (EPA) ची निर्मिती केल्याने कार्सनने प्रकाशात आणलेली आणखी एक चिंता दूर केली. तोपर्यंत, हीच एजन्सी (USDA) कीटकनाशकांचे नियमन करण्यासाठी आणि कृषी उद्योगाच्या चिंतांना प्रोत्साहन

देण्यासाठी जबाबदार होती; कार्सनने याला हितसंबंधांचा संघर्ष म्हणून पाहिले कारण एजन्सी वन्यजीवांवर होणाऱ्या परिणामांसाठी किंवा शेती धोरणाच्या पलीकडे इतर पर्यावरणीय समस्यांसाठी जबाबदार नाही. त्याच्या निर्मितीनंतर पंधरा वर्षांनी, एका पत्रकाराने ईपीएचे वर्णन "सायलेंट स्प्रिंगची विस्तारित सावली" असे केले. 1972 च्या फेडरल कीटकनाशक, बुरशीनाशक आणि रॉडेंटिसाईड कायद्याची अंमलबजावणी करण्यासारखे एजन्सीचे सुरुवातीचे बहुतेक काम कार्सनच्या कामाशी थेट संबंधित होते.

1980 च्या दशकात, रीगन प्रशासनाच्या धोरणांनी आर्थिक वाढीवर भर दिला, कार्सन आणि तिच्या कार्याला प्रतिसाद म्हणून स्वीकारलेली अनेक पर्यावरणीय धोरणे मागे घेतली.

मरणोत्तर सन्मान

सरकारी संस्थांपासून ते पर्यावरण आणि संवर्धन संस्थांपासून ते विद्वान संस्थांपर्यंत विविध गटांनी कार्सनच्या मृत्यूनंतर तिचे जीवन आणि कार्य साजरे केले आहेत. कदाचित सर्वात लक्षणीय म्हणजे, 9 जून, 1980 रोजी, कार्सन यांना अमेरिकेतील सर्वोच्च नागरी सन्मान, प्रेसिडेंशियल मेडल ऑफ फ्रीडमने सन्मानित करण्यात आले. पुढील वर्षी तिच्या सन्मानार्थ ग्रेट अमेरिकन मालिका टपाल तिकीट जारी करण्यात आले; त्यानंतर इतर अनेक देशांनी कार्सन टपालही जारी केले आहे. 1973 मध्ये, कार्सनचा राष्ट्रीय महिला हॉल ऑफ फेममध्ये समावेश करण्यात आला.

कॅलिफोर्निया युनिव्हर्सिटी, सांताक्रूझने 2016 मध्ये आपल्या एका कॉलेजचे (पूर्वी कॉलेज आठ म्हणून ओळखले जाणारे) रॅचेल कार्सन कॉलेज असे नाव दिले. रॅचेल कार्सन कॉलेज हे युनिव्हर्सिटीमधील स्त्रीचे नाव असलेले पहिले कॉलेज आहे.

म्युनिकच्या रॅचेल कार्सन सेंटर फॉर एन्व्हायर्नमेंट अँड सोसायटीची स्थापना 2009 मध्ये झाली. पर्यावरणीय मानवता आणि सामाजिक विज्ञानातील संशोधन आणि शिक्षणासाठी आंतरराष्ट्रीय, आंतरविद्याशाखीय केंद्र, म्युनिकच्या लुडविग-मॅक्सिमिलियन्स-युनिव्हर्सिटेट आणि डॉयचेस म्युझियम यांच्या संयुक्त पुढाकाराने स्थापन करण्यात आले. जर्मन फेडरल शिक्षण आणि संशोधन मंत्रालयाचे समर्थन.

स्प्रिंगडेल, पेनसिल्व्हेनिया येथील कार्सनचे जन्मस्थान आणि बालपणीचे घर, ज्याला आता रॅचेल कार्सन होमस्टेड म्हणून ओळखले जाते, हे ऐतिहासिक ठिकाणांचे नॅशनल रजिस्टर बनले आणि त्याचे व्यवस्थापन करण्यासाठी 1975 मध्ये नानफा रॅचेल कार्सन होमस्टेड असोसिएशनची स्थापना करण्यात आली. 95 कोल्सविले, मेरीलँड येथील तिचे घर जिथे तिने सायलेंट स्प्रिंग लिहिले होते, तिला 1991 मध्ये राष्ट्रीय ऐतिहासिक लँडमार्क म्हणून नाव देण्यात आले. 96 पिट्सबर्ग जवळ, 35.7 मैल (57 किमी) हायकिंग ट्रेल, ज्याला रॅचेल कार्सन ट्रेल म्हणतात आणि रॅचेल कार्सन ट्रेल्स कॉन्झर्व्हन्सीने त्याची देखभाल केली होती, 1975 मध्ये कार्सनला समर्पित करण्यात आली होती. पिट्सबर्ग ब्रिजचे नाव देखील कार्सनच्या सन्मानार्थ रेचेल कार्सन ब्रिज असे ठेवण्यात आले. 98 हॅरिसबर्ग येथील पेनसिल्व्हेनिया डिपार्टमेंट ऑफ एन्व्हायर्नमेंटल प्रोटेक्शन स्टेट ऑफिस बिल्डिंगचे नाव तिच्या सन्मानार्थ ठेवण्यात आले आहे. गेथर्सबर्ग, मॉंटगोमेरी काउंटी, मेरीलँड, समामिश, वॉशिंग्टन आणि सॅन जोस, कॅलिफोर्निया येथील प्राथमिक शाळांना तिच्या सन्मानार्थ नाव देण्यात आले, जसे की बीव्हर्टन, ओरेगॉन, क्वीन्स, न्यूयॉर्क (राहेल कार्सन इंटरमीडिएट स्कूल) आणि हरंडन, व्हर्जिनिया (राचेल कार्सन मिडल स्कूल), आणि ब्रुकलिन, न्यू यॉर्क मधील एक हायस्कूल.

वूड्स होलमधील रेचेल कार्सनचा पुतळा, मे 2016

दोन संशोधन जहाजे युनायटेड स्टेट्समध्ये आर/व्ही रॅचेल कार्सन नावाने निघाली आहेत. एक पश्चिम किनाऱ्यावर आहे, मॉन्टेरी बे एक्वैरियम रिसर्च इन्स्टिट्यूट (MBARI) च्या मालकीचे आहे, आणि दुसरे पूर्व किनाऱ्यावर आहे, जे युनिव्हर्सिटी ऑफ मेरीलँड सेंटर फॉर एन्व्हायर्नमेंटल सायन्सद्वारे चालवले जाते. नावाचे दुसरे जहाज, आता स्क्रॅप केलेले, युनायटेड स्टेट्स EPA ने मिळवलेले आणि रूपांतरित केलेले पूर्वीचे नौदल जहाज होते. ते ग्रेट लेक्सवर कार्यरत होते. फ्लोरिडा कीज राष्ट्रीय सागरी अभयारण्य रेचेल कार्सन नावाचे मूरिंग बॉय देखभाल जहाज देखील चालवते.

विल्यम जेफरसन क्लिंटन फेडरल बिल्डिंग, EPA मुख्यालयाच्या तिसऱ्या मजल्यावरील औपचारिक सभागृहाला कार्सनचे नाव देण्यात आले आहे. राहेल कार्सन कक्ष EPA प्रशासकाच्या कार्यालयाजवळ आहे. क्लीन एअर इंटरस्टेट नियमासह अनेक महत्त्वाच्या घोषणांचे हे ठिकाण आहे.

कार्सनसाठीही अनेक संवर्धन क्षेत्रांची नावे देण्यात आली आहेत. 1964 ते 1990 दरम्यान, मॉन्टगोमेरी काउंटी, मेरीलँडमधील ब्रुकविलेजवळ 650 एकर (263 हेक्टर) जागा ताब्यात घेण्यात आली आणि मेरीलँड-नॅशनल कॅपिटल पार्क आणि नियोजन आयोगाद्वारे प्रशासित राहेल कार्सन संवर्धन उद्यान म्हणून बाजूला ठेवण्यात आली. 1969 मध्ये, कोस्टल मेन नॅशनल वाइल्डलाइफ रिफ्युज हे रेचेल कार्सन नॅशनल वाइल्डलाइफ रिफ्युज बनले; विस्तारामुळे आश्रयस्थानाचा आकार सुमारे ९,१२५ एकर (३,६९३ हेक्टर) होईल. 1985 मध्ये, नॉर्थ कॅरोलिनाने कार्सनच्या सन्मानार्थ ब्युफोर्टमधील त्याच्या एका मुहाना साठ्याचे नाव बदलले.

परोपकारी, शैक्षणिक आणि विद्वान संस्थांद्वारे पुरस्कृत केलेल्या बक्षिसांसाठी कार्सन देखील वारंवार नावाजलेले आहे. 1991 मध्ये स्टॅव्हॅन्गर, नॉर्वे येथे स्थापन झालेला रॅचेल कार्सन पुरस्कार, पर्यावरण संरक्षणाच्या क्षेत्रात योगदान देणाऱ्या महिलांना दिला जातो. अमेरिकन सोसायटी फॉर एन्व्हायर्नमेंटल हिस्ट्री ने 1993 पासून सर्वोत्कृष्ट प्रबंधासाठी रॅचेल कार्सन पुरस्कार प्रदान केला आहे. 1998

पासून, सोसायटी फॉर सोशल स्टडीज ऑफ सायन्सने "विज्ञान आणि तंत्रज्ञानाच्या अभ्यासाच्या क्षेत्रातील सामाजिक किंवा राजकीय प्रासंगिकतेच्या पुस्तकाच्या लांबीच्या कामासाठी" वार्षिक रॅचेल कार्सन बुक पारितोषिक दिले आहे. सोसायटी ऑफ एन्व्हायर्नमेंटल जर्नलिस्ट वार्षिक कार्सनच्या नावावर पर्यावरणविषयक समस्यांवरील पुस्तकांसाठी पुरस्कार आणि दोन सन्माननीय उल्लेख, जसे की 2012 मध्ये जो रोमन्स लिस्टेड: डिस्पॅचेस फ्रॉम अमेरिकाज एन्डेंजर्ड स्पीसीज ऍक्ट ला देण्यात आला. सिएरा क्लब आणि त्याचे फाउंडेशन त्यांच्या इस्टेट योजनांमध्ये क्लबसाठी प्रदान केलेल्या देणगीदारांना रेचेल कार्सन सोसायटी म्हणून ओळखतात. लुडविग-मॅक्सिमिलियन्स-युनिव्हर्सिटी म्युंचेन (जर्मनी) येथील रॅचेल कार्सन सेंटर फॉर एन्व्हायर्नमेंट अँड सोसायटी पर्यावरण आणि समाजाच्या क्षेत्रात पोस्ट-डॉक्टरेट फेलोशिप प्रदान करते.

7

रिचर्ड फेनमन

रिचर्ड फेनमन

Top Scientists

Scan for Story Videos - www.itibook.com

रिचर्ड फिलिप्स फेनमन मे 11, 1918 - 15 फेब्रुवारी, 1988) हे अमेरिकन सैद्धांतिक भौतिकशास्त्रज्ञ होते, जे क्वांटम मेकॅनिक्स, क्वांटम इलेक्ट्रोडायनामिक्सचा सिद्धांत, भौतिकशास्त्राच्या अविभाज्य सूत्रीकरणाच्या मार्गासाठी ओळखले जाते. सुपर कूल्ड लिक्विड हेलियमच्या अतिप्रलयतेबद्दल, तसेच कण भौतिकशास्त्रातील त्यांचे कार्य ज्यासाठी त्यांनी पार्टन मॉडेलचा प्रस्ताव दिला. क्वांटम

इलेक्ट्रोडायनामिक्सच्या विकासात योगदान दिल्याबद्दल, फेनमन यांना ज्युलियन श्विंगर आणि शिनिचिरो टोमोनागा यांच्यासमवेत 1965 मध्ये भौतिकशास्त्रातील नोबेल पारितोषिक मिळाले.

फेनमॅनने सबटॉमिक कणांच्या वर्तनाचे वर्णन करणाऱ्या गणितीय अभिव्यक्तीसाठी मोठ्या प्रमाणात वापरल्या जाणाऱ्या चित्रात्मक प्रतिनिधित्व योजना विकसित केली, जी नंतर फेनमॅन आकृती म्हणून ओळखली जाऊ लागली. आपल्या हयातीत, फेनमन हे जगातील सर्वोत्कृष्ट शास्त्रज्ञ बनले. ब्रिटीश जर्नल फिजिक्स वर्ल्ड द्वारे जगभरातील 130 आघाडीच्या भौतिकशास्त्रज्ञांच्या 1999 च्या सर्वेक्षणात, त्याला सर्व काळातील सातव्या-श्रेष्ठ भौतिकशास्त्रज्ञ म्हणून स्थान देण्यात आले.

त्यांनी दुसऱ्या महायुद्धात अणुबॉम्बच्या विकासात मदत केली आणि 1980 च्या दशकात स्पेस शटल चॅलेंजर आपत्तीची चौकशी करणाऱ्या रॉजर्स कमिशनचे सदस्य म्हणून मोठ्या प्रमाणावर लोकांना ओळखले गेले. सैद्धांतिक भौतिकशास्त्रातील त्यांच्या कार्याबरोबरच, क्वांटम संगणनाच्या क्षेत्रात पायनियरिंग करण्याचे आणि नॅनोटेक्नॉलॉजीच्या संकल्पनेची ओळख करून देण्याचे श्रेय फेनमन यांना देण्यात आले आहे. त्यांनी कॅलिफोर्निया इन्स्टिट्यूट ऑफ टेक्नॉलॉजी येथे सैद्धांतिक भौतिकशास्त्रात रिचर्ड सी. टोलमन प्राध्यापकपद भूषवले.

फेनमन हे पुस्तक आणि व्याख्याने या दोन्हींद्वारे भौतिकशास्त्राचे उत्कंठावर्धक लोकप्रियता मिळवणारे होते, ज्यात 1959 मध्ये टॉप-डाउन नॅनोटेक्नॉलॉजीवर देअर इज प्लेंटी ऑफ रूम ॲट द बॉटम नावाचे भाषण आणि त्यांच्या पदवीपूर्व व्याख्यानांचे तीन खंडांचे प्रकाशन, द फेनमन लेक्चर्स ऑन फिजिक्स यांचा समावेश होता. फेनमॅन हे त्यांच्या आत्मचरित्रात्मक पुस्तकांद्वारेही ओळखले गेले. आणि इतर लोक काय विचार करतात? आणि त्याच्याबद्दल तुवा किंवा बस्ट सारखी पुस्तके लिहिली आहेत! जेम्स ग्लीक द्वारे राल्फ लीटन आणि चरित्र जीनियस: रिचर्ड फेनमनचे जीवन आणि विज्ञान.

फेनमनचा जन्म 11 मे 1918 रोजी क्वीन्स, न्यू यॉर्क सिटी येथे झाला, ल्युसिल नी फिलिप्स, एक गृहिणी आणि मेलव्हिल आर्थर फेनमन, एक विक्री व्यवस्थापक मूळचे बेलारूसमधील मिन्स्क येथील (त्यानंतरचा भाग रशियन साम्राज्य). त्याचे कुटुंब ज्यू होते. फेनमन हा उशीरा बोलणारा होता, आणि त्याच्या तिसऱ्या वाढदिवसापर्यंत तो बोलला नाही. प्रौढ म्हणून तो न्यू यॉर्कच्या उच्चार सह बोलला इतका मजबूत असा की त्याला भाव किंवा अतिशयोक्ती वाटली, इतके की त्याचे मित्र वुल्फगँग पाउली आणि हॅन्स बेथे यांनी एकदा टिप्पणी केली की फेनमन असे बोलले. एक "बुम".

तरुण फेनमनवर त्याच्या वडिलांचा खूप प्रभाव होता, ज्यांनी त्याला ऑर्थोडॉक्स विचारांना आव्हान देण्यासाठी प्रश्न विचारण्यास प्रोत्साहित केले आणि जे फेनमनला काहीतरी नवीन शिकवण्यासाठी नेहमी तयार होते. त्याच्या आईकडून, त्याला आयुष्यभर विनोदबुद्धी प्राप्त झाली. लहानपणी, त्याच्याकडे अभियांत्रिकीची प्रतिभा होती, त्याच्या घरी प्रायोगिक प्रयोगशाळा ठेवली, आणि रेडिओ दुरुस्त करण्यात आनंद झाला. हे रेडिओ रिपेअरिंग हे बहुधा फेनमॅनचे पहिले काम होते आणि या काळात त्याने सैद्धांतिक भौतिकशास्त्रातील त्याच्या नंतरच्या कारकिर्दीसाठी योग्यतेची लक्षणे दर्शविली, जेव्हा तो समस्यांचे सैद्धांतिकदृष्ट्या विश्लेषण करेल आणि त्यावर उपाय शोधेल. जेव्हा तो इयत्ता शाळेत होता, तेव्हा त्याचे पालक दिवसभराच्या कामासाठी बाहेर असताना त्याने घरफोडीची अलार्म सिस्टम तयार केली.

जेव्हा रिचर्ड पाच वर्षांचा होता तेव्हा त्याच्या आईने एका लहान भावाला, हेन्री फिलिप्सला जन्म दिला, ज्याचा वयाच्या चार आठवड्यांत मृत्यू झाला. चार वर्षांनंतर, रिचर्डची बहीण जोनचा जन्म झाला आणि कुटुंब क्वीन्सच्या फार रॉकवे येथे गेले. नऊ वर्षांनी वेगळे झाले असले तरी, जोन आणि रिचर्ड जवळ होते आणि दोघांनी जगाविषयी कुतूहल व्यक्त केले होते. जरी त्यांच्या आईला असे वाटले की स्त्रियांमध्ये अशा गोष्टी समजून घेण्याची क्षमता कमी आहे, रिचर्डने जोनला खगोलशास्त्रात रस दाखविला आणि जोआन अखेरीस खगोलभौतिकशास्त्रज्ञ बनला.

धर्म

फेनमनचे आई-वडील दोघेही ज्यू कुटूंबातील होते परंतु ते धार्मिक नव्हते आणि तरुणपणात फेनमनने स्वतःला "प्रतिष्ठित नास्तिक" म्हणून वर्णन केले. बऱ्याच वर्षांनंतर, टीना लेविटनला लिहिलेल्या पत्रात, ज्यू नोबेल पारितोषिक विजेत्यांवर तिच्या पुस्तकासाठी माहितीची विनंती नाकारून, त्याने म्हटले, "काही कथित ज्यू आनुवंशिकतेतून आलेल्या विचित्र घटकांची निवड करणे म्हणजे दार उघडणे होय. वांशिक सिद्धांतावरील सर्व प्रकारचे मूर्खपणा", ते जोडून, "तेराव्या वर्षी मी केवळ इतर धार्मिक विचारांमध्येच धर्मांतरित झालो नाही, तर ज्यू लोक कोणत्याही प्रकारे 'निवडलेले लोक' आहेत यावर मी विश्वास ठेवणे देखील बंद केले". त्याच्या आयुष्यात नंतर, ज्यू थिऑलॉजिकल सेमिनरीला भेट देताना, तो पहिल्यांदाच तालमूडला भेटला. त्याने पाहिले की पानावरील एका छोट्या चौकोनात मूळ मजकूर आहे आणि त्याभोवती वेगवेगळ्या लोकांनी कालांतराने लिहिलेले भाष्य होते. अशाप्रकारे तालमूद विकसित झाला होता आणि ज्या गोष्टींवर चर्चा झाली त्या सर्व गोष्टी काळजीपूर्वक रेकॉर्ड केल्या गेल्या. प्रभावित होऊनही, रब्बींनी व्यक्त केलेल्या निसर्गाबद्दल आणि बाहेरील जगाबद्दल आस्था नसल्यामुळे फेनमन निराश झाला होता, ज्यांना फक्त टॅल्मुडमधून उद्भवणाऱ्या प्रश्नांची काळजी होती.

शिक्षण

फेनमॅनने फार रॉकवे हायस्कूलमध्ये शिक्षण घेतले, ज्यात सहकारी नोबेल पारितोषिक विजेते बर्टन रिक्टर आणि बारुच सॅम्युअल ब्लमबर्ग यांनीही हजेरी लावली होती. हायस्कूल सुरू केल्यावर, फेनमनला त्वरीत उच्च गणिताच्या वर्गात बढती मिळाली. हायस्कूलमध्ये

आयोजित केलेल्या IQ चाचणीने त्याचा IQ असा अंदाज लावला—उच्च परंतु "केवळ आदरणीय", चरित्रकार जेम्स ग्लीक यांच्या मते. त्याची बहीण जोन, जिने एक गुण जास्त मिळवला, नंतर विनोदाने एका मुलाखतकाराला दावा केला की ती हुशार आहे. वर्षांनंतर त्याने मेन्सा इंटरनॅशनलमध्ये सामील होण्यास नकार दिला, कारण त्याचा बुद्ध्यांक खूपच कमी आहे.

जेव्हा फेनमन १५ वर्षांचा होता, तेव्हा त्याने स्वतःला त्रिकोणमिती, प्रगत बीजगणित, अनंत मालिका, विश्लेषणात्मक भूमिती आणि भिन्न आणि अविभाज्य कॅल्क्युलस शिकवले. कॉलेजमध्ये प्रवेश करण्यापूर्वी, तो स्वतःच्या नोटेशनचा वापर करून हाफ-डेरिव्हेटिव्ह सारख्या गणिती विषयांवर प्रयोग करत होता. लॉगरिदम, साइन, कोसाइन आणि स्पर्शिका फंक्शन्ससाठी त्यांनी विशेष चिन्हे तयार केली जेणेकरून ते तीन व्हेरिएबल्स एकत्र गुणाकारल्यासारखे दिसत नाहीत आणि व्युत्पन्नासाठी, अरिस्ता ऑनर सोसायटीचे सदस्य, हायस्कूलच्या शेवटच्या वर्षात त्यांनी न्यूयॉर्क युनिव्हर्सिटी मॅथ चॅम्पियनशिप जिंकली. त्याच्या थेट व्यक्तिचित्रणाच्या सवयीमुळे काही वेळा अधिक परंपरागत विचारवंतांना धक्का बसला; उदाहरणार्थ, मांजरीचे शरीरशास्त्र शिकताना त्याचा एक प्रश्न होता, "तुमच्याकडे मांजरीचा नकाशा आहे का?" (शरीरशास्त्रीय तक्त्याचा संदर्भ देत).

फेनमनने कोलंबिया युनिव्हर्सिटीमध्ये अर्ज केला पण ज्यूंच्या प्रवेशासाठी त्यांच्या कोट्यामुळे ते स्वीकारले गेले नाही. त्याऐवजी, त्यांनी मॅसॅच्युसेट्स इन्स्टिट्यूट ऑफ टेक्नॉलॉजीमध्ये शिक्षण घेतले, जेथे ते पाई लॅम्बडा फी बंधुत्वात सामील झाले. 30 जरी त्याने मुळात गणितात शिक्षण घेतले असले तरी नंतर त्याने इलेक्ट्रिकल अभियांत्रिकीकडे वळले कारण त्याला गणित खूप अमूर्त वाटत होते. तो "खूप पुढे गेला होता" हे लक्षात घेऊन, त्याने भौतिकशास्त्राकडे वळले, जे "मध्यभागी कुठेतरी" असल्याचा दावा त्यांनी केला. अंडरग्रेजुएट म्हणून त्यांनी फिजिकल रिव्ह्यूमध्ये दोन पेपर प्रकाशित केले. यापैकी एक, जे मॅन्युएल व्हॅलार्टासह सह-लिहिले गेले होते, "द स्कॅटरिंग ऑफ कॉस्मिक रेज बाय द स्टार्स ऑफ गॅलेक्सी" असे शीर्षक होते.

व्हॅलार्टाने आपल्या विद्यार्थ्याला मार्गदर्शक-संरक्षक प्रकाशनाचे रहस्य सांगू दिले: ज्येष्ठ शास्त्रज्ञाचे नाव प्रथम येते. काही वर्षांनंतर फेनमॅनने त्याचा बदला घेतला, जेव्हा हायझेनबर्गने वैश्विक किरणांवरील एका संपूर्ण पुस्तकाचा निष्कर्ष या वाक्यांशासह काढला: "वल्लार्टा आणि फेनमन यांच्या मते असा परिणाम अपेक्षित नाही". जेव्हा ते पुन्हा भेटले तेव्हा फेनमनने आनंदाने विचारले की वॅलार्टाने हायझेनबर्गचे पुस्तक पाहिले आहे का. फेनमन का हसत होता हे वॅलार्टाला माहीत होते. "हो," त्याने उत्तर दिले. "तुम्ही वैश्विक किरणांमधील शेवटचा शब्द आहात."

दुसरा त्यांचा वरिष्ठ प्रबंध होता, जो जॉन सी. स्लेटर यांनी नियुक्त केलेल्या विषयावर आधारित "फोर्सेस इन मॉलिक्युल्स" वर आधारित होता, जो पेपरने प्रकाशित करण्यासाठी पुरेसा प्रभावित झाला होता. आज, त्याचा मुख्य परिणाम हेलमन-फेनमन प्रमेय म्हणून ओळखला जातो.

1939 मध्ये, फेनमन यांनी पदवी प्राप्त केली आणि त्यांना पुतनाम फेलो असे नाव देण्यात आले. प्रिन्स्टन युनिव्हर्सिटीच्या भौतिकशास्त्रातील पदवीधर शालेय प्रवेश परीक्षेत त्याने परिपूर्ण गुण मिळवले—एक अभूतपूर्व पराक्रम—आणि गणितात उत्कृष्ट गुण, परंतु इतिहास आणि इंग्रजी भागांमध्ये त्याने खराब कामगिरी केली. तिथल्या भौतिकशास्त्र विभागाचे प्रमुख हेन्री डी. स्मिथ यांना आणखी एक चिंता होती, त्यांनी फिलिप एम. मोर्स यांना पत्र लिहून विचारले: "फेनमन ज्यू आहे का? आमच्याकडे ज्यूंच्या विरोधात कोणतेही निश्चित नियम नाहीत परंतु आमच्या विभागात त्यांचे प्रमाण वाजवी प्रमाणात कमी ठेवावे लागेल. त्यांना ठेवण्याची अडचण." मोर्सने कबूल केले की फेनमन खरोखर ज्यू होते, परंतु स्मिथला खात्री दिली की फेनमनची "शरीरशास्त्र आणि पद्धत, तथापि, या वैशिष्ट्याचा कोणताही मागमूस दिसत नाही".

व्हीलर-फेनमन शोषक सिद्धांताच्या शास्त्रीय आवृत्तीवर असलेल्या फेनमनच्या पहिल्या परिसंवादातील उपस्थितांमध्ये अल्बर्ट आइनस्टाईन, वुल्फगँग पॉली आणि जॉन फॉन न्यूमन यांचा समावेश होता. पॉली यांनी पूर्वसूचना दिली की सिद्धांताचे परिमाण काढणे अत्यंत कठीण आहे आणि आइनस्टाईन म्हणाले की सामान्य सापेक्षतेमध्ये गुरुत्वाकर्षणासाठी ही पद्धत लागू करण्याचा प्रयत्न केला जाऊ शकतो, ३९ जे सर फ्रेड हॉयल आणि जयंत नारळीकर यांनी नंतर केले गुरुत्वाकर्षणाचा सिद्धांत. फेनमन यांना पीएच.डी. 1942 मध्ये प्रिन्स्टन येथून; जॉन आर्किबाल्ड व्हीलर हे त्यांचे प्रबंध सल्लागार होते. "द प्रिन्सिपल ऑफ लीस्ट ॲक्शन इन क्वांटम मेकॅनिक्स" या शीर्षकाच्या त्यांच्या डॉक्टरेट प्रबंधात, फेनमॅनने क्वांटम मेकॅनिक्सच्या समस्यांवर स्थिर क्रियेचे तत्त्व लागू केले, व्हीलर-फेनमन इलेक्ट्रोडायनामिक्सच्या शोषक सिद्धांताचे परिमाण करण्याच्या इच्छेने प्रेरित होऊन, पाथ इंटिग्रल फॉर्म्युलेशन आणि फेनमन आकृत्यांसाठी आधारभूत काम. एक मुख्य अंतर्दृष्टी होती की पॉझिट्रॉन्स वेळेत मागे सरकणाऱ्या इलेक्ट्रॉन्सप्रमाणे वागतात. जेम्स ग्लीक यांनी लिहिले.

हा रिचर्ड फेनमन त्याच्या शक्तीच्या शिखरावर होता. तेवीसाव्या वर्षी... सैद्धांतिक विज्ञानाच्या मूळ सामग्रीवर त्याच्या विपुल आज्ञेची बरोबरी करणारा कदाचित पृथ्वीवर कोणीही भौतिकशास्त्रज्ञ नसावा. ही केवळ गणिताची सोय नव्हती (जरी हे स्पष्ट झाले होते ... की व्हीलर-फेनमन सहकार्यामध्ये उदयास येणारी गणिती यंत्रणा व्हीलरच्या स्वतःच्या क्षमतेच्या पलीकडे होती). सोव्हिएत भौतिकशास्त्रज्ञ लेव्ह लँडाऊ प्रमाणेच त्याच वयात आइन्स्टाईन प्रमाणे समीकरणांमागील वस्तुस्थितीमुळे फेनमॅनला एक भयावह सहजता आहे असे वाटले-पण इतर

काही जण.

प्रिन्स्टनला फेनमनच्या शिष्यवृत्तीच्या अटींपैकी एक अशी होती की त्याचे लग्न होऊ शकत नाही; तरीसुद्धा, तो त्याच्या हायस्कूलच्या प्रेयसीला, आर्लिन ग्रीनबॉमला पाहत राहिला आणि एकदा त्याला पीएच.डी.ची पदवी मिळाल्यावर तिच्याशी लग्न करण्याचा निर्धार केला. ती क्षयरोगाने गंभीर आजारी आहे हे माहीत असूनही. त्यावेळी हा एक असाध्य रोग होता आणि ती दोन वर्षांपेक्षा जास्त जगेल अशी अपेक्षा नव्हती. 29 जून 1942 रोजी त्यांनी स्टेटन आयलंडला फेरी मारली, जिथे त्यांचे शहर कार्यालयात लग्न झाले. या समारंभाला कुटुंब किंवा मित्र दोघेही उपस्थित नव्हते आणि अनोळखी लोकांच्या जोडीने साक्षीदार होता. फेनमन फक्त गालावर आर्लिनचे चुंबन घेऊ शकत होता. समारंभानंतर तो तिला डेबोराह हॉस्पिटलमध्ये घेऊन गेला, जिथे तो आठवड्याच्या शेवटी तिला भेटायला गेला.

मॅनहॅटन प्रकल्प

1941 मध्ये, युरोपमध्ये दुसरे महायुद्ध सुरू असताना, परंतु युनायटेड स्टेट्स अद्याप युद्धात नव्हते, फेनमनने पेनसिल्व्हेनियामधील फ्रँकफोर्ड आर्सेनलमध्ये बॅलिस्टिक समस्यांवर काम केले.पर्ल हार्बरवरील हल्ल्याने युनायटेड स्टेट्सला युद्धात आणल्यानंतर, फेनमॅनला रॉबर्ट आर. विल्सनने भरती केले, जो मॅनहॅटन प्रकल्प बनणार याचा एक भाग म्हणून अणुबॉम्बमध्ये वापरण्यासाठी समृद्ध युरेनियम तयार करण्याच्या साधनांवर काम करत होता. त्यावेळी, फेनमनने पदवी प्राप्त केली नव्हती. 51 प्रिन्स्टन येथील विल्सनची टीम आयसोट्रॉन नावाच्या यंत्रावर काम करत होती, ज्याचा उद्देश युरेनियम-२३५ ला युरेनियम-२३८ पासून इलेक्ट्रोमॅग्नेटिकली वेगळे करायचे होते. हे कॅलिफोर्निया विद्यापीठाच्या रेडिएशन प्रयोगशाळेत विल्सनचे माजी मार्गदर्शक अर्नेस्ट ओ. लॉरेन्स यांच्या नेतृत्वाखालील टीमने विकसित केलेल्या कॅल्युट्रॉनच्या वापरापेक्षा अगदी वेगळ्या पद्धतीने केले गेले. कागदावर, आयसोट्रॉन कॅल्युट्रॉनपेक्षा अनेक पटींनी अधिक कार्यक्षम होते, परंतु ते व्यावहारिक आहे की नाही हे ठरवण्यासाठी फेनमन आणि पॉल ओलम यांनी संघर्ष केला. शेवटी, लॉरेन्सच्या शिफारशीनुसार, आयसोट्रॉन प्रकल्प सोडण्यात आला.

या टप्प्यावर, 1943 च्या सुरुवातीस, रॉबर्ट ओपेनहायमरने न्यू मेक्सिकोमधील मेसावर एक गुप्त प्रयोगशाळा, लॉस अलामोस प्रयोगशाळा स्थापन केली जिथे अणुबॉम्बची रचना आणि निर्मिती केली जाईल. प्रिन्स्टन संघाला तेथे पुन्हा तैनात करण्याची ऑफर देण्यात आली. "व्यावसायिक सैनिकांच्या समूहाप्रमाणे," विल्सनने नंतर आठवण करून दिली, "आम्ही लॉस अलामोसला जाण्यासाठी सामूहिकपणे साइन अप केले." इतर अनेक तरुण भौतिकशास्त्रज्ञांप्रमाणे, फेनमन लवकरच करिष्माई ओपेनहाइमरच्या प्रभावाखाली आला, ज्याने फोन केला. फेनमॅनने शिकागोपासून लांब अंतरावर सांगितले की त्याला अल्बुकर्क, न्यू मेक्सिको येथे आर्लाइनसाठी प्रेस्बिटेरियन सेनेटोरियम सापडले आहे. 28 मार्च 1943 रोजी ट्रेनने निघून न्यू मेक्सिकोला जाणाऱ्या पहिल्या लोकांपैकी ते होते. रेल्वेमार्गाने आर्लाइनला व्हीलचेअर पुरवली आणि फेनमनने तिच्यासाठी एका खाजगी खोलीसाठी अतिरिक्त पैसे दिले. तेथे त्यांनी लग्नाचा वाढदिवस घालवला.

लॉस अलामोस येथे, फेनमॅनला हॅन्स बेथेच्या सैद्धांतिक (टी) विभागात नियुक्त करण्यात आले, आणि बेथेला गटनेता बनवण्याइतपत प्रभावित केले. 56 त्याने आणि बेथेने फिशन बॉम्बच्या उत्पन्नाची गणना करण्यासाठी बेथे-फेनमन सूत्र विकसित केले , जे रॉबर्ट सर्बरच्या मागील कार्यावर आधारित होते. 57 कनिष्ठ भौतिकशास्त्रज्ञ या नात्याने ते प्रकल्पाचे केंद्रस्थानी नव्हते. त्यांनी सैद्धांतिक विभागातील मानवी संगणकांच्या गणना गटाचे व्यवस्थापन केले. स्टॅनले फ्रँकेल आणि निकोलस मेट्रोपोलिस यांच्यासोबत, त्यांनी गणनेसाठी IBM पंचड कार्ड वापरण्यासाठी एक प्रणाली स्थापन करण्यात मदत केली. 58 त्याने लॉगरिदमची गणना करण्याची नवीन पद्धत शोधून काढली जी त्याने नंतर कनेक्शन मशीनवर वापरली. एक उत्साही ढोलकी वाजवणारा, फेनमॅनने मशिनला संगीताच्या तालांमध्ये क्लिक कसे करावे हे शोधून काढले.

लॉस अलामोसमधील इतर कामांमध्ये लॉस अलामोस "वॉटर बॉयलर" साठी न्यूट्रॉन समीकरणे मोजणे समाविष्ट होते, एक लहान आण्विक अणुभट्टी, विखंडन सामग्रीचे एकत्रीकरण गंभीरतेच्या किती जवळ आहे हे मोजण्यासाठी.

हे काम पूर्ण केल्यावर, फेनमनला ओक रिज, टेनेसी येथील क्लिंटन इंजिनियर वर्क्स येथे पाठवण्यात आले, जिथे मॅनहॅटन प्रकल्पात युरेनियम संवर्धन सुविधा होती. त्यांनी तेथील अभियंत्यांना सामग्री साठवणुकीसाठी सुरक्षा प्रक्रिया तयार करण्यात मदत केली जेणेकरून गंभीर अपघात टाळता येतील, विशेषतः जेव्हा समृद्ध युरेनियम पाण्याच्या संपर्कात आले, जे न्यूट्रॉन नियंत्रक म्हणून काम करते. त्यांनी रँक देण्याचा आग्रह धरला आणि आण्विक भौतिकशास्त्रावर व्याख्यान दाखल केले जेणेकरून त्यांना धोके लक्षात येतील. त्यांनी स्पष्ट केले की कितीही समृद्ध न केलेले युरेनियम सुरक्षितपणे साठवले जाऊ शकते, परंतु समृद्ध युरेनियम काळजीपूर्वक हाताळले पाहिजे. त्यांनी विविध श्रेणींच्या संवर्धनासाठी सुरक्षा शिफारशींची मालिका विकसित केली. त्याला सांगण्यात आले की जर ओक रिज येथील लोकांनी त्याच्या प्रस्तावात काही अडचण आणली तर त्याने त्यांना कळवायचे होते की लॉस अलामोस "अन्यथा त्यांच्या सुरक्षेसाठी जबाबदार असू शकत नाही".

लॉस अलामोसला परत आल्यावर, फेनमनला प्रस्तावित युरेनियम हायड्राइड बॉम्बवर सैद्धांतिक कार्य आणि गणनासाठी जबाबदार असलेल्या गटाची जबाबदारी देण्यात आली, जे शेवटी अव्यवहार्य असल्याचे सिद्ध झाले. त्याला भौतिकशास्त्रज्ञ नील्स बोहर यांनी एकमेकींच्या चर्चेसाठी शोधले होते. त्याला नंतर कारण सापडलेः इतर बहुतेक भौतिकशास्त्रज्ञ त्याच्याशी वाद घालण्यासाठी बोहरला

घाबरले होते. फेनमॅनला असे कोणतेही प्रतिबंध नव्हते, ते बोहरच्या विचारसरणीत दोष असल्याचे समजत असलेल्या कोणत्याही गोष्टीकडे जोरदारपणे लक्ष वेधत होते. तो म्हणाला की त्याला बोहरबद्दल इतरांइतकाच आदर वाटतो, परंतु एकदा का कोणी त्याला भौतिकशास्त्राबद्दल बोलायला लावले की तो इतका केंद्रित होईल की तो सामाजिक गोष्टी विसरून जाईल. कदाचित यामुळे, बोहरने फेनमनला कधीही उबदार केले नाही.

लॉस अलामोस येथे, जे सुरक्षिततेसाठी वेगळे होते, फेनमनने भौतिकशास्त्रज्ञांच्या कॅबिनेट आणि डेस्कवरील एकत्रित कुलूपांची तपासणी करून स्वत: ला आनंदित केले. त्याला अनेकदा आढळले की त्यांनी फॅक्टरी सेटिंग्जवर लॉक कॉम्बिनेशन सोडले, कॉम्बिनेशन लिहून ठेवले किंवा तारखांसारख्या सहज अंदाज लावता येण्याजोग्या कॉम्बिनेशनचा वापर केला. त्याला एका भौतिकशास्त्रज्ञाने वापरता येईल असे त्याला वाटलेले संख्या वापरून एका कॅबिनेटचे संयोजन सापडले (नैसर्गिक लॉगरिदमच्या बेस नंतर ते 27–18-28 असल्याचे सिद्ध झाले, $e = 2.71828 \ldots$), आणि असे आढळले की तीन फाइलिंग कॅबिनेट जिथे एका सहकाऱ्याने ठेवल्या होत्या. संशोधन नोट्समध्ये सर्व समान संयोजन होते. त्याने कॅबिनेटमध्ये खोड्या म्हणून नोट्स सोडल्या, त्याचा सहकारी फ्रेडरिक डी हॉफमनला असे वाटले की एखाद्या गुप्तहेरने त्यांच्यापर्यंत प्रवेश मिळवला आहे.

फेनमनचा $380 (2021 मध्ये $6,000 च्या समतुल्य) मासिक पगार त्याच्या माफक राहणीमान खर्चासाठी आणि आर्लाइनच्या वैद्यकीय बिलांसाठी आवश्यक असलेल्या रकमेपेक्षा निम्मा होता आणि त्यांना तिच्या $3,300 (2021 मध्ये $52,000 च्या समतुल्य) बचतीमध्ये बुडवावे लागले. आठवड्याच्या शेवटी त्याने आर्लाइनला भेटण्यासाठी अल्बुकर्कला जाण्यासाठी त्याच्या मित्र क्लॉस फुच्सकडून कार उधार घेतली. लॉस अलामोस येथे कोण गुप्तहेर असण्याची शक्यता आहे असे विचारले असता, फुच्सने फेनमनच्या सुरक्षित क्रॅकिंगचा आणि अल्बुकर्कला वारंवार जाण्याचा उल्लेख केला; फुचने नंतर सोव्हिएत युनियनसाठी हेरगिरी केल्याची कबुली दिली. एफबीआय फेनमॅनवर एक मोठी फाइल संकलित करेल, विशेषत: फेनमॅनच्या क्यू क्लिअरन्सच्या दृष्टीने.

आर्लिन मरत असल्याची माहिती मिळाल्यावर फेनमन अल्बुकर्कला गेला आणि 16 जून 1945 रोजी तिचा मृत्यू होईपर्यंत तासन्तास तिच्यासोबत बसून राहिला. त्यानंतर तो प्रकल्पाच्या कामात मग्न झाला आणि ट्रिनिटी अणुचाचणीला उपस्थित होता. अत्यंत गडद चष्मा किंवा वेल्डरच्या लेन्सशिवाय स्फोट पाहणारी एकमेव व्यक्ती असल्याचा दावा फेनमॅनने केला, कारण ट्रकच्या विंडशील्डमधून पाहणे सुरक्षित आहे, कारण ते हानिकारक अल्ट्राव्हायोलेट किरणोत्सर्गाचे परीक्षण करेल. स्फोटाच्या प्रचंड तेजामुळे तो ट्रकच्या फरशीवर पडला, जिथे त्याला तात्पुरती "जांभळ्या रंगाची छटा" नंतरची प्रतिमा दिसली.

कॉर्नेल

फेनमन यांनी नाममात्र विस्कॉन्सिन-मॅडिसन विद्यापीठात भौतिकशास्त्राचे सहाय्यक प्राध्यापक म्हणून नियुक्ती केली होती, परंतु मॅनहॅटन प्रकल्पात त्यांच्या सहभागादरम्यान ते विनावेतन रजेवर होते. 1945 मध्ये, त्यांना कॉलेज ऑफ लेटर्स अँड सायन्सचे डीन मार्क इंग्राहम यांचे एक पत्र मिळाले ज्यामध्ये त्यांनी येत्या शैक्षणिक वर्षात शिकवण्यासाठी विद्यापीठात परत जाण्याची विनंती केली. त्यांनी परत येण्याचे वचन न दिल्याने त्यांची नियुक्ती वाढविण्यात आली नाही. अनेक वर्षांनंतर तेथे दिलेल्या एका भाषणात, फेनमनने उपहासात्मकपणे सांगितले की, "मला काढून टाकण्याची सद्बुद्धी असलेल्या एकमेव विद्यापीठात परत येणे खूप छान आहे."

30 ऑक्टोबर 1943 रोजी बेथेने आपल्या विद्यापीठातील भौतिकशास्त्र विभागाचे अध्यक्ष कॉर्नेल यांना पत्र लिहून फेनमनला कामावर घेण्याची शिफारस केली होती. 28 फेब्रुवारी 1944 रोजी, रॉबर्ट बॅकर, 81 कॉर्नेल, 82 आणि लॉस अलामोस येथील सर्वात ज्येष्ठ शास्त्रज्ञांपैकी एक यांनी याचे समर्थन केले. 83 यामुळे ऑगस्ट 1944 मध्ये एक ऑफर आली, जी फेनमनने स्वीकारली. कॅलिफोर्निया विद्यापीठात फेनमॅनची नियुक्ती करण्याची ओपेनहायमरनेही अपेक्षा केली होती, परंतु भौतिकशास्त्र विभागाचे प्रमुख रेमंड टी. बिर्ज नाखूष होते. मे 1945 मध्ये त्यांनी फेनमनला ऑफर दिली, पण फेनमॅनने ती नाकारली. कॉर्नेलने वार्षिक $3,900 पगाराच्या ऑफरशी जुळवून घेतले. 81 ऑक्टोबर 1945 मध्ये इथाका, न्यू यॉर्क येथे रवाना होणाऱ्या लॉस अलामोस प्रयोगशाळेच्या गटप्रमुखांपैकी फेनमन हे पहिले होते.

फाइनमन यापुढे लॉस अलामोस प्रयोगशाळेत काम करत नसल्यामुळे, त्याला यापुढे मसुद्यातून सूट देण्यात आली नाही. त्याच्या शारीरिक प्रवेशावेळी, लष्कराच्या मानसोपचारतज्ज्ञांनी फेनमनला मानसिक आजाराने ग्रस्त असल्याचे निदान केले आणि लष्कराने त्याला मानसिक कारणास्तव 4-F सूट दिली. 85 86 8 ऑक्टोबर 1946 रोजी त्याच्या वडिलांचे अचानक निधन झाले आणि फेनमन यांना नैराश्याने ग्रासले. 17 ऑक्टोबर 1946 रोजी त्यांनी आर्लाइनला एक पत्र लिहून त्यांचे मनापासून प्रेम आणि हृदयविकार व्यक्त केला. पत्रावर शिक्कामोर्तब करण्यात आले होते आणि ते त्यांच्या मृत्यूनंतरच उघडले होते. "कृपया मला हे मेल न केल्याबद्दल माफ करा," पत्राने निष्कर्ष काढला, "परंतु मला तुमचा नवीन पत्ता माहित नाही." संशोधनाच्या समस्यांवर लक्ष केंद्रित करण्यात अक्षम, फेनमनने भौतिकशास्त्राच्या समस्या हाताळण्यास सुरुवात केली, उपयुक्ततेसाठी नव्हे तर आत्म-समाधानासाठी. यापैकी एक म्हणजे हवेतून फिरत असताना वळणावळणाच्या, न्युटिंग डिस्कच्या भौतिकशास्त्राचे विश्लेषण करणे, कॉर्नेल येथील कॅफेटेरियामध्ये जेव्हा कोणीतरी जेवणाचे ताट हवेत फेकले तेव्हाच्या घटनेने प्रेरित होते. त्यांनी सर विल्यम रोवन हॅमिल्टन यांचे क्वाटर्निअन्सवरील काम वाचले आणि इलेक्ट्रॉन्सचा सापेक्षतावादी सिद्धांत तयार करण्यासाठी त्यांचा वापर करण्याचा अयशस्वी प्रयत्न केला. या कालावधीतील त्यांचे कार्य, ज्याने फिरण्याच्या

समीकरणांचा वापर करून विविध फिरकी गती व्यक्त केली, शेवटी त्यांच्या नोबेल पारितोषिक-विजेत्या कार्यासाठी महत्त्वपूर्ण ठरले, तरीही त्यांना भाजले गेल्यासारखे वाटले आणि त्यांनी तात्काळ कमी व्यावहारिक समस्यांकडे लक्ष वळवले, त्यामुळे तो आश्चर्यचकित झाला. प्रगत अभ्यास संस्था, कॅलिफोर्निया विद्यापीठ, लॉस एंजेलिस आणि कॅलिफोर्निया विद्यापीठ, बर्कले यासह इतर नामांकित विद्यापीठांकडून प्राध्यापकांच्या ऑफर.

युद्धानंतरच्या सुरुवातीच्या काळात फाइनमन हा एकमेव निराश सैद्धांतिक भौतिकशास्त्रज्ञ नव्हता. क्वांटम इलेक्ट्रोडायनामिक्स विक्षिप्त सिद्धांतामध्ये अनंत अविभाज्यांपासून ग्रस्त होते. या सिद्धांतातील स्पष्ट गणिती त्रुटी होत्या, ज्यावर फेनमॅन आणि व्हीलर यांनी काम करण्याचा अयशस्वी प्रयत्न केला होता. "सिद्धांतवादी", मरे गेल-मान यांनी नमूद केले की, "अपमानित होते." 91 जून 1947 मध्ये, अग्रगण्य अमेरिकन भौतिकशास्त्रज्ञ शेल्टर आयलंड परिषदेत भेटले. फेनमनसाठी, ही त्यांची "मोठ्या माणसांसोबतची पहिली मोठी परिषद होती... शांततेच्या काळात मी यासारख्या संमेलनात कधीही गेलो नव्हतो." क्वांटम इलेक्ट्रोडायनामिक्सच्या समस्यांवर चर्चा केली गेली, परंतु सिद्धांतकारांच्या यशामुळे पूर्णपणे झाकोळले गेले. प्रयोगवाद्यांनी, ज्यांनी लॅम्ब शिफ्टचा शोध, इलेक्ट्रॉनच्या चुंबकीय क्षणाचे मोजमाप आणि रॉबर्ट मार्शकच्या दोन-मेसन गृहीतकांचा अहवाल दिला.

बेथेने हॅन्स क्रॅमर्सच्या कार्यातून पुढाकार घेतला आणि लॅम्ब शिफ्टसाठी पुनर्सापेक्ष नसलेले क्वांटम समीकरण तयार केले. पुढची पायरी म्हणजे सापेक्षतावादी आवृत्ती तयार करणे. फेनमॅनला वाटले की तो हे करू शकतो, परंतु जेव्हा तो त्याच्या उपायासह बेथेला परत गेला तेव्हा ते एकत्र आले नाही. फेनमॅनने आपल्या प्रबंधात वापरलेले पथ अविभाज्य फॉर्म्युलेशन लागू करून पुन्हा समस्येवर काळजीपूर्वक काम केले. बेथेप्रमाणेच, त्याने कट ऑफ टर्म लागू करून अविभाज्य परिमित केले. निकाल बेथेच्या आवृत्तीशी संबंधित होता. फेनमॅनने 1948 मध्ये पोकोनो कॉन्फरन्समध्ये आपल्या समवयस्कांना आपले काम सादर केले. ते चांगले झाले नाही. ज्युलियन श्विंगर यांनी क्वांटम इलेक्ट्रोडायनामिक्समधील त्यांच्या कार्याचे दीर्घ सादरीकरण केले आणि फेनमन यांनी "अल्टरनेटिव्ह फॉर्म्युलेशन ऑफ क्वांटम इलेक्ट्रोडायनामिक्स" या शीर्षकाची त्यांची आवृत्ती सादर केली. प्रथमच वापरल्या गेलेल्या अपरिचित फेनमन आकृत्यांनी प्रेक्षकांना गोंधळात टाकले. फेनमन आपला मुद्दा मांडण्यात अयशस्वी ठरले आणि पॉल डिराक, एडवर्ड टेलर आणि नील्स बोहर यांनी आक्षेप घेतला.

फ्रीमन डायसनसाठी, किमान एक गोष्ट स्पष्ट होती: शिनिचिरो टोमोनागा, श्विंगर आणि फेनमन यांना समजले की ते कशाबद्दल बोलत आहेत जरी इतर कोणीही केले नाही, परंतु काहीही प्रकाशित केले नाही. त्याला खात्री होती की फेनमनचे सूत्र समजून घेणे सोपे होते आणि शेवटी हे प्रकरण ओपेनहाइमरला पटवून देण्यात यशस्वी झाले. डायसनने 1949 मध्ये एक शोधनिबंध प्रकाशित केला, ज्यात फेनमॅनच्या नवीन नियमांची भर घातली गेली ज्यामध्ये पुनर्सामान्यीकरण कसे लागू करायचे ते सांगितले. फेनमन यांना त्यांच्या कल्पना फिजिकल रिव्ह्यूमध्ये तीन वर्षांतील पेपर्सच्या मालिकेत प्रकाशित करण्यास सांगितले होते. त्याच्या 1948 च्या "अ रिलेटिव्हिस्टिक कट-ऑफ फॉर क्लासिकल इलेक्ट्रोडायनामिक्स" या विषयावरील पेपर्सने पोकोनो येथे काय मिळवता आले नाही हे स्पष्ट करण्याचा प्रयत्न केला. "द थिअरी ऑफ पॉझिट्रॉन्स" या विषयावरील त्यांच्या 1949 च्या पेपरमध्ये श्रोडिंगर समीकरण आणि डिराक समीकरणाला संबोधित केले आणि आता फेनमॅन प्रचारक म्हणून ओळखले जाणारे सादरीकरण केले. शेवटी, 1950 मध्ये "मॅथेमॅटिकल फॉर्म्युलेशन ऑफ द क्वांटम थिअरी ऑफ इलेक्ट्रोमॅग्नेटिक इंटरॅक्शन" आणि 1951 मध्ये "ॲन ऑपरेटर कॅल्क्युलस हॅविंग ॲप्लिकेशन्स इन क्वांटम इलेक्ट्रोडायनामिक्स" या विषयावरील पेपरमध्ये, त्याने आपल्या कल्पनांचा गणिती आधार विकसित केला, परिचित नवीन सूत्रे आणि आगाऊ व्युत्पन्न केले.

इतरांच्या कागदपत्रांमध्ये सुरुवातीला श्विंगरचा हवाला देण्यात आला होता, तर फेनमॅनचा हवाला देणारे आणि फेनमॅन आकृत्यांचा वापर करणारे पेपर 1950 मध्ये दिसू लागले आणि लवकरच ते प्रचलित झाले. फेनमॅनने तयार केलेले शक्तिशाली नवीन साधन विद्यार्थ्यांनी शिकले आणि वापरले. कॉम्प्युटर प्रोग्राम नंतर फेनमॅन आकृत्यांचे मूल्यमापन करण्यासाठी लिहिले गेले, ज्यामुळे भौतिकशास्त्रज्ञांना उच्च-सुस्पष्टता अंदाज करण्यासाठी क्वांटम फील्ड सिद्धांत वापरण्यास सक्षम केले गेले. मार्क कॅकने पॅराबॉलिक आंशिक विभेदक समीकरणांच्या अभ्यासासाठी कणाच्या संभाव्य इतिहासाची बेरीज करण्याचे फेनमनचे तंत्र स्वीकारले, जे आता फेनमन-कॅक सूत्र म्हणून ओळखले जाते, ज्याचा वापर भौतिकशास्त्राच्या पलीकडे स्टोकास्टिक प्रक्रियेच्या अनेक अनुप्रयोगांपर्यंत विस्तारित आहे. 107 श्विंगरसाठी, तथापि, फेनमन आकृती "अध्यापनशास्त्र, भौतिकशास्त्र नाही" होती.

1949 पर्यंत कॉर्नेल येथे फेनमन अस्वस्थ होत होता. तो कधीही एखाद्या विशिष्ट घरात किंवा अपार्टमेंटमध्ये स्थायिक झाला नाही, अतिथी गृहात किंवा विद्यार्थ्यांच्या निवासस्थानात किंवा विवाहित मित्रांसोबत "या व्यवस्था लैंगिकदृष्ट्या अस्थिर होईपर्यंत" राहत नाही. त्याला अंडरग्रॅज्युएट्सना डेट करायला, वेश्यांसोबत काम करायला आणि मित्रांच्या बायकांसोबत झोपायला आवडायचं. त्याला इथाकाचे थंड हिवाळ्यातील हवामान आवडत नव्हते आणि ते अधिक उबदार हवामानासाठी तयार होते. सर्वात महत्त्वाचे म्हणजे, कॉर्नेल येथे तो नेहमी हॅन्स बेथेच्या सावलीत होता. या सर्व गोष्टी असूनही, फेनमॅनने टेल्युराइड हाऊसकडे अनुकूलपणे पाहिले, जिथे तो त्याच्या कॉर्नेल कारकीर्दीचा मोठा काळ राहिला. एका मुलाखतीत त्यांनी सभागृहाचे वर्णन केले आहे की "मुलांचा एक गट ज्यांना त्यांच्या शिष्यवृत्तीमुळे, त्यांच्या हुशारीमुळे किंवा काहीही असो, त्यांच्या बुद्धीमुळे त्यांना मोफत बोर्ड आणि निवास आणि इतर गोष्टींमुळे निवडण्यात आले आहे". त्यांनी घराच्या सोयीचा आनंद घेतला आणि सांगितले की "मी मूलभूत काम केले आहे" ज्यासाठी त्यांना नोबेल पारितोषिक मिळाले.

वैयक्तिक आणि राजकीय जीवन

फेनमनने जुलै 1949 मध्ये रिओ दि जानेरो येथे अनेक आठवडे घालवले. त्या वर्षी, सोव्हिएत युनियनने पहिला अणुबॉम्ब फोडला, ज्यामुळे हेरगिरीबद्दल चिंता निर्माण झाली. 1950 मध्ये फुच्सला सोव्हिएत गुप्तहेर म्हणून अटक करण्यात आली आणि एफबीआयने बेथला फेनमनच्या निष्ठेबद्दल चौकशी केली. भौतिकशास्त्रज्ञ डेव्हिड बोहम यांना 4 डिसेंबर 1950 रोजी अटक करण्यात आली आणि ऑक्टोबर 1951 मध्ये ते ब्राझीलमध्ये स्थलांतरित झाले. आण्विक युद्धाच्या भीतीमुळे, एका मैत्रिणीने फेनमॅनला सांगितले की त्याने दक्षिण अमेरिकेत जाण्याचाही विचार करावा. 1951-52 साठी त्याला सब्बॅटिकल आले, आणि ते ब्राझीलमध्ये घालवायचे निवडले, जिथे त्याने Centro Brasileiro de Pesquisas Físicas येथे अभ्यासक्रम दिले. ब्राझीलमध्ये, फेनमन सांबा संगीताने प्रभावित झाला आणि फ्रिगिडेरा, 120 फ्राईंग पॅन ("फ्रीगिडेरा pt ") वर आधारित मेटल पर्क्यूशन वाद्य वाजवायला शिकला. तो बोंगो आणि कॉंगा ड्रम्सचा उत्साही हौशी वादक होता आणि अनेकदा संगीतातील पिट ऑर्केस्ट्रामध्ये ते वाजवत असे. त्याने आपल्या मित्र बोहमसोबत रिओमध्ये वेळ घालवला, परंतु बोहमला भौतिकशास्त्रावरील बोहमच्या कल्पना तपासण्यासाठी फेनमनला पटवता आले नाही.

फेनमन कॉर्नेलकडे परतला नाही. फेनमॅनला कॉर्नेलमध्ये आणण्यात मोलाचा वाटा असलेल्या बाकरने त्याला कॅलिफोर्निया इन्स्टिट्यूट ऑफ टेक्नॉलॉजी (कॅलटेक) मध्ये आणले होते. कराराचा एक भाग असा होता की तो त्याचे पहिले वर्ष ब्राझीलमध्ये सब्बॅटिकलसाठी घालवू शकतो. कॅन्ससच्या निओदेशा येथील मेरी लुईस बेलने त्याला मारले होते. त्यांची भेट कॉर्नेलमधील एका कॅफेटेरियामध्ये झाली होती, जिथे तिने मेक्सिकन कला आणि कापडाच्या इतिहासाचा अभ्यास केला होता. ती नंतर त्याच्या मागे कॅलटेकला गेली, जिथे त्याने व्याख्यान दिले. तो ब्राझीलमध्ये असताना, तिने मिशिगन स्टेट युनिव्हर्सिटीमध्ये फर्निचर आणि इंटीरियरच्या इतिहासावर वर्ग शिकवले. त्याने तिला रिओ डी जनेरियो येथून मेलद्वारे प्रपोज केले आणि ते परतल्यानंतर लगेचच 28 जून 1952 रोजी बोईस, आयडाहो येथे लग्न केले. त्यांच्यात वारंवार भांडणे होत होती आणि ती त्याच्या हिंसक स्वभावामुळे घाबरली होती. त्यांचे राजकारण वेगळे होते; जरी त्याने रिपब्लिकन म्हणून नोंदणी केली आणि मतदान केले, तरीही ती अधिक पुराणमतवादी होती आणि 1954 च्या ओपेनहाइमर सुरक्षा सुनावणी ("जेथे धूर तेथे आग आहे") वरील तिच्या मताने त्याला नाराज केले. 20 मे 1956 रोजी ते वेगळे झाले. 19 जून 1956 रोजी "अत्यंत क्रूरता" च्या कारणास्तव घटस्फोटाचा इंटरलोक्यूट्री डिक्री दाखल करण्यात आला. 5 मे 1958 रोजी घटस्फोट अंतिम झाला.

मेरी लुईस बेल, घटस्फोटाची तक्रार

1957 च्या स्पुतनिक संकटाच्या पार्श्वभूमीवर, यूएस सरकारची विज्ञानाबद्दलची आवड काही काळासाठी वाढली. फेनमन यांना अध्यक्षांच्या विज्ञान सल्लागार समितीच्या जागेसाठी विचारात घेण्यात आले, परंतु त्यांची नियुक्ती झाली नाही. यावेळी, एफबीआयने फेनमनच्या जवळच्या महिलेची, शक्यतो त्याची माजी पत्नी बेलची मुलाखत घेतली, जिने 8 ऑगस्ट 1958 रोजी जे. एडगर हूवर यांना लेखी निवेदन पाठवले:

मला माहित नाही - पण माझा विश्वास आहे की रिचर्ड फेनमन एकतर कम्युनिस्ट किंवा जोरदारपणे कम्युनिस्ट समर्थक आहेत - आणि त्यामुळे सुरक्षिततेचा एक निश्चित धोका आहे. हा माणूस, माझ्या मते, एक अत्यंत गुंतागुंतीचा आणि धोकादायक व्यक्ती आहे, सार्वजनिक विश्वास ठेवण्यासाठी एक अतिशय धोकादायक व्यक्ती आहे... कारस्थानाच्या बाबतीत, रिचर्ड फेनमन हा अत्यंत हुशार आहे-खरेच एक हुशार-आणि तो आहे. , मी पुढे विश्वास ठेवतो, पूर्णपणे निर्दयी, नैतिकता, नैतिकता किंवा धर्म यांना बाधित न करता-आणि त्याचा हेतू साध्य करण्यासाठी पूर्णपणे काहीही थांबणार नाही.

तरीही अमेरिकन सरकारने फेनमॅनला सप्टेंबर 1958 ॲटम्स फॉर पीस कॉन्फरन्ससाठी जिनिव्हाला पाठवले. लेक जिनिव्हा येथील समुद्रकिनाऱ्यावर, तो ग्वेनेथ हॉवर्थला भेटला, जो यॉर्कशायरच्या रिप्पोंडेन येथील होता आणि स्वित्झर्लंडमध्ये एक जोडी म्हणून काम करत होता. घटस्फोट झाल्यापासून फेनमनचे प्रेम जीवन अशांत होते; त्याच्या आधीच्या मैत्रिणीने त्याचे अल्बर्ट आइनस्टाइन पुरस्कार पदक घेऊन बाहेर पडली होती आणि आधीच्या मैत्रिणीच्या सल्ल्यानुसार, गर्भधारणेचे खोटे सांगून गर्भपातासाठी पैसे उकळले होते, त्यानंतर पैसे फर्निचर खरेदीसाठी वापरले होते. हॉवर्थला महिन्याला फक्त $25 दिले जात असल्याचे जेव्हा फेनमनला समजले, तेव्हा त्याने तिला त्याची लिव्ह-इन मोलकरीण होण्यासाठी आठवड्यातून $20 देऊ केले. फेनमॅनला माहित होते की या प्रकारचे वर्तन मान कायद्यानुसार बेकायदेशीर आहे, म्हणून त्याचा एक मित्र मॅथ्यू सँड्स तिच्या प्रायोजक म्हणून काम करतो. हॉवर्थने निदर्शनास आणून दिले की तिला आधीच दोन बॉयफ्रेंड आहेत, परंतु फेनमॅनला त्याच्या ऑफरवर घेऊन जाण्याचा निर्णय घेतला आणि जून 1959 मध्ये अल्ताडेना, कॅलिफोर्निया येथे पोहोचली. तिने इतर पुरुषांशी डेटिंग करण्याचा मुद्दा मांडला, परंतु फेनमनने 1960 च्या सुरुवातीस प्रपोज केले. त्यांचे लग्न झाले. 24 सप्टेंबर 1960 रोजी पासाडेना येथील हंटिंग्टन हॉटेलमध्ये. त्यांना 1962 मध्ये कार्ल नावाचा मुलगा झाला आणि 1968 मध्ये त्यांनी मिशेल नावाची मुलगी दत्तक घेतली. अल्ताडेना येथील त्यांच्या घराव्यतिरिक्त, त्यांचे बाजा कॅलिफोर्निया येथे बीच हाऊस होते, जे फेनमनच्या नोबेल पारितोषिकाच्या पैशाने विकत घेतले होते.

फेनमॅनने चेतनेचा अभ्यास करण्याचा एक मार्ग म्हणून जॉन लिलीच्या संवेदी वंचित टाक्यांवर मारिजुआना आणि केटामाइनचा प्रयत्न केला. जेव्हा त्याला मद्यपानाची अस्पष्ट, प्रारंभिक चिन्हे दिसण्यास सुरुवात झाली तेव्हा त्याने दारू सोडली, कारण त्याला त्याच्या मेंदूला

हानी पोहोचेल असे काहीही करायचे नव्हते. भ्रमाबद्दल कुतूहल असूनही, तो एलएसडीचा प्रयोग करण्यास नाखूष होता.

1968 मध्ये आणि पुन्हा 1972 मध्ये त्याच्या कथित लैंगिकतेबद्दल निषेध करण्यात आला होता, परंतु त्याने महिलांशी भेदभाव केल्याचा कोणताही पुरावा नाही. फेनमॅनने आंदोलकांना सभागृहात प्रवेश करून सॅन फ्रान्सिस्कोमध्ये व्याख्यान देणार होते आणि त्याला "लैंगिक डुक्कर" म्हणून संबोधले. आंदोलकांना पाहून, फेनमॅनने नंतर घटना आठवल्याप्रमाणे, त्यांनी संस्थात्मक लिंगवादाला संबोधित करून असे म्हटले की "महिलांना भौतिकशास्त्रात खरोखर पूर्वग्रह आणि भेदभाव सहन करावा लागतो".

भौतिकशास्त्र

कॅल्टेक येथे, फेनमॅनने सुपरकूल्ड लिक्विड हेलियमच्या अतिप्रलयतेचे भौतिकशास्त्र तपासले, जेथे हेलियम वाहताना स्निग्धतेचा पूर्ण अभाव दर्शविते. फेनमॅनने सोव्हिएत भौतिकशास्त्रज्ञ लेव्ह लँडाऊ यांच्या अतिप्रवाहाच्या सिद्धांताचे क्वांटम-मेकॅनिकल स्पष्टीकरण दिले. प्रश्नाला श्रोडिंगर समीकरण लागू केल्याने असे दिसून आले की सुपरफ्लुइड मॅक्रोस्कोपिक स्केलवर निरीक्षण करण्यायोग्य क्वांटम यांत्रिक वर्तन प्रदर्शित करत आहे. यामुळे सुपरकंडक्टिव्हिटीच्या समस्येला मदत झाली, परंतु फेनमनच्या समस्येचे निराकरण झाले नाही. 1957 मध्ये जॉन बार्डीन, लिओन नील कूपर आणि जॉन रॉबर्ट श्रिफर यांनी प्रस्तावित केलेल्या सुपरकंडक्टिव्हिटीच्या BCS सिद्धांताने याचे निराकरण करण्यात आले.

फेनमॅन, इलेक्ट्रोडायनामिक्सच्या व्हीलर-फेनमन शोषक सिद्धांताचे परिमाण करण्याच्या इच्छेने प्रेरित होऊन, पाथ इंटिग्रल फॉर्म्युलेशन आणि फेनमन आकृत्यांसाठी पाया घातला.

मरे गेल-मॅनसह, फेनमॅनने कमकुवत क्षयचे एक मॉडेल विकसित केले, ज्यामध्ये असे दिसून आले की प्रक्रियेतील वर्तमान युग्मन हे सदिश आणि अक्षीय प्रवाहांचे संयोजन आहे (कमकुवत क्षयचे उदाहरण म्हणजे न्यूट्रॉनचा इलेक्ट्रॉन, प्रोटॉनमध्ये होणारा क्षय, आणि अँटीन्यूट्रिनो). जरी EC जॉर्ज सुदर्शन आणि रॉबर्ट मार्शक यांनी हा सिद्धांत जवळजवळ एकाच वेळी विकसित केला असला तरी, फेनमनचे मरे जेल-मन यांच्यासोबतचे सहकार्य महत्त्वपूर्ण मानले गेले कारण वेक्टर आणि अक्षीय प्रवाहांद्वारे कमकुवत परस्परसंवादाचे स्पष्टपणे वर्णन केले गेले. अशा प्रकारे त्याने एनरिको फर्मीच्या 1933 च्या बीटा क्षय सिद्धांताला समानता उल्लंघनाच्या स्पष्टीकरणासह एकत्र केले.

फेनमॅनने न्यूक्लिओन स्कॅटरिंग नियंत्रित करणाऱ्या मजबूत परस्परसंवादांचे पार्टन मॉडेल नावाचे स्पष्टीकरण देण्याचा प्रयत्न केला. पार्टॉन मॉडेल जेल-मानने विकसित केलेल्या क्वार्क मॉडेलचे पूरक म्हणून उदयास आले. दोन मॉडेल्समधील संबंध अस्पष्ट होते; गेल-मनने फेनमनच्या पार्टन्सचा उपहासात्मकपणे "पुट-ऑन" म्हणून उल्लेख केला. 1960 च्या दशकाच्या मध्यात, भौतिकशास्त्रज्ञांचा असा विश्वास होता की क्वार्क हे सममिती संख्यांसाठी फक्त एक बुककीपिंग यंत्र आहेत, वास्तविक कण नाहीत; ओमेगा-मायनस कणाची आकडेवारी, जर ते तीन एकसारखे विचित्र क्वार्क एकत्र बांधले गेले असेल तर, जर क्वार्क वास्तविक असतील तर ते अशक्य वाटेल.

SLAC नॅशनल एक्सीलरेटर प्रयोगशाळेच्या 1960 च्या उत्तरार्धात खोल स्थिर विखुरण्याच्या प्रयोगातून असे दिसून आले की न्यूक्लिओन्स (प्रोटॉन आणि न्यूट्रॉन) मध्ये बिंदूसारखे कण असतात जे इलेक्ट्रॉन विखुरतात. हे क्वार्कसह ओळखणे स्वाभाविक होते, परंतु फेनमनच्या पार्टन मॉडेलने प्रायोगिक डेटाचा अशा प्रकारे अर्थ लावण्याचा प्रयत्न केला की अतिरिक्त गृहीतके सादर केली नाहीत. उदाहरणार्थ, डेटावरून असे दिसून आले की सुमारे 45% ऊर्जा गती न्यूक्लिओनमधील विद्युत तटस्थ कणांद्वारे वाहून नेली जाते. हे इलेक्ट्रिकली न्यूट्रल कण आता ग्लूऑन आहेत जे क्वार्क्समधील बल वाहून नेतात आणि त्यांचा तीन-महत्त्वाचा कलर क्वांटम नंबर ओमेगा-वजा समस्या सोडवतो. फेनमनने क्वार्क मॉडेलवर विवाद केला नाही; उदाहरणार्थ, जेव्हा 1977 मध्ये पाचव्या क्वार्कचा शोध लागला तेव्हा फेनमॅनने लगेचच आपल्या विद्यार्थ्यांच्या निदर्शनास आणून दिले की या शोधामुळे सहाव्या क्वार्कचे अस्तित्व सूचित होते, जो त्याच्या मृत्यूनंतरच्या दशकात सापडला होता.

क्वांटम इलेक्ट्रोडायनामिक्सच्या यशानंतर, फेनमन क्वांटम गुरुत्वाकर्षणाकडे वळला. स्पिन 1 असलेल्या फोटॉनशी साधर्म्य साधून, त्याने मुक्त वस्तुमानहीन स्पिन 2 फील्डच्या परिणामांची तपासणी केली आणि सामान्य सापेक्षतेचे आइन्स्टाईन फील्ड समीकरण काढले, परंतु थोडे अधिक. फेनमनने नंतर गुरुत्वाकर्षणासाठी शोधलेले संगणकीय उपकरण, "भूत", जे त्याच्या आकृत्यांच्या आतील भागात "कण" आहेत ज्यांचा स्पिन आणि सांख्यिकी यांच्यातील "चुकीचा" संबंध आहे, यांगच्या क्वांटम कणांच्या वर्तनाचे स्पष्टीकरण देण्यात अमूल्य सिद्ध झाले आहे. मिल्स सिद्धांत, उदाहरणार्थ, क्वांटम क्रोमोडायनामिक्स आणि इलेक्ट्रो-कमकुवत सिद्धांत. त्याने निसर्गाच्या चारही शक्तींवर काम केले: इलेक्ट्रोमॅग्नेटिक, कमकुवत बल, मजबूत बल आणि गुरुत्वाकर्षण. जॉन आणि मेरी ग्रिबिन यांनी फेनमॅनवरील त्यांच्या पुस्तकात म्हटले आहे की "चारही परस्परसंवादांच्या तपासणीत इतके प्रभावशाली योगदान इतर कोणीही दिलेले नाही".

भौतिकशास्त्रातील प्रगतीला प्रसिद्धी मिळवून देण्याचा एक मार्ग म्हणून, फेनमनने नॅनोटेक्नॉलॉजीमधील त्याच्या दोन आव्हानांसाठी $1,000 बक्षिसे देऊ केली; एकाचा दावा विल्यम मॅक्लेलन आणि दुसरा टॉम न्यूमन यांनी केला होता.

फेनमनला भौतिकशास्त्र आणि गणना यांच्यातील संबंधांमध्येही रस होता. क्वांटम कॉम्प्युटरची शक्यता वर्तवणाऱ्या पहिल्या शास्त्रज्ञांपैकी ते एक होते. 147 148 149 1980 च्या दशकात त्याने आपले उन्हाळे थिंकिंग मशीन कॉर्पोरेशनमध्ये काम करण्यास सुरुवात केली, काही पहिले समांतर सुपर कॉम्प्युटर तयार करण्यात मदत केली आणि क्वांटम कॉम्प्युटरच्या बांधकामाचा विचार केला. 150

151 1984-1986 मध्ये, त्यांनी पथ इंटिग्रल्सच्या अंदाजे गणनासाठी एक परिवर्तनीय पद्धत विकसित केली, ज्यामुळे भिन्न विक्षिप्त विस्तारांना अभिसरण मजबूत-कप्लिंग विस्तारामध्ये रूपांतरित करण्याची एक शक्तिशाली पद्धत झाली आणि परिणामी, सर्वात जास्त उपग्रह प्रयोगांमध्ये मोजलेल्या गंभीर घातांकांचे अचूक निर्धारण . कॅलटेकमध्ये, त्याने एकदा त्याच्या ब्लॅकबोर्डवर "मी जे तयार करू शकत नाही ते मला समजत नाही" असा खडा लिहिला होता.

अध्यापनशास्त्र

1960 च्या दशकाच्या सुरुवातीस, फेनमॅनने कॅलटेक येथे पदवीधरांच्या शिकवणीला "स्प्रूस अप" करण्याची विनंती मान्य केली. या कार्याला तीन वर्षे समर्पित केल्यानंतर, त्यांनी व्याख्यानांची मालिका तयार केली जी नंतर भौतिकशास्त्रावरील फेनमन व्याख्याने बनली. मूळ व्याख्याने कितपत यशस्वी झाली याबद्दल लेखाजोखा बदलतात. फेनमनची स्वतःची प्रस्तावना, ज्या परीक्षेत विद्यार्थ्यांनी खराब कामगिरी केली त्या परीक्षेनंतर लिहिलेली प्रस्तावना काहीशी निराशावादी होती. त्यांचे सहकारी डेव्हिड एल. गुडस्टीन आणि गेरी न्यूगेबाऊर यांनी नंतर सांगितले की प्रथम वर्षाच्या विद्यार्थ्यांच्या अभिप्रेत श्रोत्यांना हे साहित्य भयावह वाटले तर जुने विद्यार्थी आणि प्राध्यापकांना ते प्रेरणादायी वाटले, त्यामुळे प्रथम वर्षाचे विद्यार्थी बाहेर पडले तरीही लेक्चर हॉल खचाखच भरलेला राहिला. याउलट, भौतिकशास्त्रज्ञ मॅथ्यू सँड्स यांनी मोठ्या व्याख्यान अभ्यासक्रमासाठी विद्यार्थ्यांची उपस्थिती वैशिष्ट्यपूर्ण असल्याचे स्मरण केले. व्याख्यानांचे पुस्तकांमध्ये रूपांतर करून सॅन्ड्स आणि रॉबर्ट बी. लीटन यांनी अनेक वर्षे अर्धवेळ सह-लेखक म्हणून काम केले. फेनमॅनने सुचवले की जग समजून घेण्यासाठी गणिताचा उपयोग स्पष्ट करण्यासाठी मुखपृष्ठावर गणितीय आकृती असलेल्या ड्रमचे चित्र त्यावर काढलेले आहे. त्याऐवजी, प्रकाशकांनी पुस्तकांना साधे लाल मुखपृष्ठ दिले, जरी त्यांनी अग्रलेखात ढोल वाजवतानाचे चित्र समाविष्ट केले. जरी पुस्तके विद्यापीठांनी पाठ्यपुस्तके म्हणून स्वीकारली नसली तरीही त्यांची विक्री सुरूच आहे कारण ते भौतिकशास्त्राचे सखोल ज्ञान प्रदान करतात. त्यांची अनेक व्याख्याने आणि विविध भाषणे इतर पुस्तकांमध्ये रूपांतरित झाली, ज्यात द कॅरेक्टर ऑफ फिजिकल लॉ, क्यूईडी: द स्ट्रेंज थिअरी ऑफ लाइट अँड मॅटर, स्टॅटिस्टिकल मेकॅनिक्स, लेक्चर्स ऑन ग्रॅव्हिटेशन, आणि द फेनमन लेक्चर्स ऑन कॉम्प्युटेशन यांचा समावेश आहे.

फेनमॅनने ब्राझीलमध्ये भौतिकशास्त्र शिकवताना त्यांच्या अनुभवांबद्दल लिहिले. विद्यार्थ्यांच्या अभ्यासाच्या सवयी आणि पोर्तुगीज भाषेची पाठ्यपुस्तके त्यांच्या माहितीसाठी कोणताही संदर्भ किंवा अनुप्रयोग नसलेली होती की, फेनमनच्या मते, विद्यार्थी भौतिकशास्त्र अजिबात शिकत नव्हते. वर्षाच्या अखेरीस, फेनमनला त्याच्या शिकवण्याच्या अनुभवांवर व्याख्यान देण्यासाठी आमंत्रित करण्यात आले आणि त्यांनी तसे करण्यास सहमती दर्शविली, बशर्ते ते स्पष्टपणे बोलू शकतील, जे त्यांनी केले.

फेनमॅनने रॉट लर्निंग किंवा अविचारी स्मरणशक्ती आणि इतर शिक्षण पद्धतींना विरोध केला ज्याने कार्यापेक्षा फॉर्मवर जोर दिला. स्पष्ट विचार आणि स्पष्ट सादरीकरण हे त्याच्या लक्ष वेधण्यासाठी मूलभूत आवश्यकता होत्या. अप्रस्तुतपणे त्याच्याकडे जाणेही धोक्याचे असू शकते आणि तो मूर्ख आणि ढोंगी लोकांना विसरला नाही. 1964 मध्ये, त्यांनी कॅलिफोर्निया राज्य अभ्यासक्रम आयोगावर काम केले, जे कॅलिफोर्नियामधील शाळांद्वारे वापरल्या जाणाऱ्या पाठ्यपुस्तकांना मान्यता देण्यास जबाबदार होते. त्याला जे सापडले त्यामुळे तो प्रभावित झाला नाही. गणिताच्या अनेक ग्रंथांमध्ये "नवीन गणित" चा भाग म्हणून केवळ शुद्ध गणितज्ञांसाठी वापरल्या जाणाऱ्या विषयांचा समावेश आहे. प्राथमिक विद्यार्थ्यांना सेटबद्दल शिकवले गेले, परंतु:

ज्यांनी या पाठ्यपुस्तकांचा अभ्यास केला आहे अशा बहुतेक लोकांना हे चिन्ह शोधून आश्चर्य वाटेल? किंवा n संचाचे संघटन आणि छेदनबिंदू आणि कंसाचा विशेष वापर दर्शवणारे { } आणि पुढे, या पुस्तकांमध्ये दिलेल्या संचांसाठी सर्व विस्तृत नोटेशन, सैद्धांतिक भौतिकशास्त्र, अभियांत्रिकी, व्यावसायिक अंकगणित अशा कोणत्याही लेखनात जवळजवळ कधीही दिसत नाहीत. , संगणक डिझाइन किंवा इतर ठिकाणी जेथे गणित वापरले जात आहे. मला हे सर्व समजावून सांगण्याची किंवा शाळेत शिकवण्याची गरज किंवा कारण दिसत नाही. स्वतःला व्यक्त करण्याचा हा एक उपयुक्त मार्ग नाही. हा एक साधा आणि सोपा मार्ग नाही. ते तंतोतंत असल्याचा दावा केला जातो, परंतु नेमका कोणत्या उद्देशाने आहे?

एप्रिल 1966 मध्ये, फेनमनने नॅशनल सायन्स टीचर्स असोसिएशनला एक संबोधित केले, ज्यामध्ये त्यांनी सुचवले की विद्यार्थ्यांना वैज्ञानिकांसारखे कसे विचार करता येईल, मुक्त मनाचे, जिज्ञासू आणि विशेषतः शंका नाही. व्याख्यानाच्या वेळी त्यांनी विज्ञानाची व्याख्या सांगितली, जी अनेक टप्प्यांतून येते. पृथ्वी ग्रहावरील बुद्धिमान जीवनाची उत्क्रांती - मांजरीसारखे प्राणी जे खेळतात आणि अनुभवातून शिकतात. मानवाची उत्क्रांती, ज्यांनी भाषेचा वापर करून एका व्यक्तीकडून दुसऱ्या व्यक्तीकडे ज्ञान हस्तांतरित केले, जेणेकरून एखाद्या व्यक्तीचा मृत्यू झाल्यावर ज्ञान नष्ट होऊ नये. दुर्दैवाने, चुकीचे ज्ञान तसेच योग्य ज्ञान दिले जाऊ शकते, म्हणून आणखी एक पाऊल आवश्यक होते. गॅलिलिओ आणि इतरांनी जे दिले होते त्या सत्यावर शंका घेण्यास सुरुवात केली आणि अनुभवातून, खरी परिस्थिती काय होती - हे विज्ञान होते.

1974 मध्ये, फेनमॅनने कार्गो कल्ट सायन्स या विषयावर कॅल्टेकच्या प्रारंभाचे भाषण दिले, ज्यात विज्ञानाचे स्वरूप आहे, परंतु "एक प्रकारची वैज्ञानिक अखंडता, वैज्ञानिक विचारांचे एक तत्व जे एका प्रकाराशी सुसंगत आहे" च्या अभावामुळे ते केवळ छद्मविज्ञान आहे. पूर्णपणे प्रामाणिकपणा" शास्त्रज्ञाच्या बाजूने. त्यांनी पदवीधर वर्गाला सूचना केली की "पहिले तत्व म्हणजे तुम्ही स्वतःला मूर्ख बनवू

नका - आणि तुम्ही मूर्ख बनवण्यास सर्वात सोपा माणूस आहात. त्यामुळे तुम्हाला त्याबद्दल खूप काळजी घ्यावी लागेल. तुम्ही स्वतःला फसवल्यानंतर, फसवणूक न करणे सोपे आहे. इतर शास्त्रज्ञ. त्यानंतर तुम्हाला फक्त पारंपारिक पद्धतीने प्रामाणिक राहावे लागेल."

फेनमन यांनी 30 विद्यार्थ्यांना डॉक्टरेट सल्लागार म्हणून काम केले.

1977 मध्ये, फेनमनने त्यांचे सहकारी जेनिजॉय ला बेले यांना पाठिंबा दिला, ज्यांना 1969 मध्ये कॅलटेकच्या पहिल्या महिला प्राध्यापक म्हणून नियुक्त करण्यात आले होते आणि 1974 मध्ये कार्यकाळ नाकारल्यानंतर त्यांनी समान रोजगार संधी आयोगाकडे दावा दाखल केला. EEOC ने 1977 मध्ये कॅलटेकच्या विरोधात निर्णय दिला, ला बेलेला पुरुष सहकाऱ्यांपेक्षा कमी पगार मिळाला होता. अखेरीस १९७९ मध्ये ला बेले यांना कार्यकाळ मिळाला. फेनमनच्या अनेक सहकाऱ्यांना आश्चर्य वाटले की त्यांनी तिची बाजू घेतली, परंतु त्यांनी ला बेलेला ओळखले आणि तिला आवडले आणि त्यांचे कौतुक केले.

1960 च्या दशकात, फेनमनने आत्मचरित्र लिहिण्याचा विचार सुरू केला आणि त्याने इतिहासकारांना मुलाखती देण्यास सुरुवात केली. 1980 च्या दशकात, राल्फ लीटन (रॉबर्ट लेइटनचा मुलगा) सोबत काम करताना, त्याने ऑडिओ टेपवर अध्याय रेकॉर्ड केले जे राल्फने लिप्यंतरण केले. हे पुस्तक 1985 मध्ये शुअरली यू आर जोकिंग, मिस्टर फेनमन! आणि ते बेस्ट-सेलर बनले.

फेनमॅनच्या कमकुवत परस्परसंवादाच्या कामाच्या पुस्तकातील लेखामुळे गेल-मन नाराज झाला आणि त्याने खटला भरण्याची धमकी दिली, परिणामी नंतरच्या आवृत्त्यांमध्ये सुधारणा घातली गेली. ही घटना दोन शास्त्रज्ञांमधील अनेक दशकांच्या वाईट भावनांमधली ताजी चिथावणी होती. गेल-मानने फेनमॅनकडे लक्ष वेधण्यासाठी अनेकदा निराशा व्यक्त केली; त्यांनी टिप्पणी केली: " फेनमन एक महान शास्त्रज्ञ होता, परंतु त्याने स्वतः बद्दल उपाख्यान तयार करण्यासाठी बराच प्रयत्न केला."

फेनमनवर "यू जस्ट आस्क देम" नावाच्या पुस्तकातील एका प्रकरणासाठी टीका करण्यात आली आहे, जिथे त्याने 1946 च्या उन्हाळ्यात तो ज्या बारमध्ये गेला होता तिथे महिलांना फसवायला कसे शिकले याचे वर्णन करतो. तिला काहीही विकत घेण्यापूर्वी त्याच्याबरोबर झोप. बारमध्ये महिलांना "कुत्री" म्हणून पाहणे हे त्याच्या विचारांचे वर्णन करतो आणि ॲन नावाच्या महिलेला आपण खाऊ शकतो असे सांगून तिचे सँडविच विकत घेण्यास प्रवृत्त केल्यानंतर ती "वेश्यापेक्षा वाईट" असल्याचे त्याने ॲन नावाच्या महिलेला कसे सांगितले याची एक कथा सांगते. त्यांना तिच्या जागेवर, पण नंतर, त्याने त्यांना विकत घेतल्यानंतर, म्हणाले की ते एकत्र जेवू शकत नाहीत कारण दुसरा माणूस येत आहे. नंतर त्याच संध्याकाळी, ॲन फेनमनला तिच्या जागी नेण्यासाठी बारमध्ये परतली. फेनमॅनने प्रकरणाच्या शेवटी असे म्हटले आहे की हे वागणे त्याच्यासाठी वैशिष्ट्यपूर्ण नव्हते: "त्यामुळे हे सामान्य मुलीसह देखील कार्य करते! परंतु धडा कितीही प्रभावी असला तरीही, त्यानंतर मी त्याचा वापर केला नाही. मला हे करण्यात आनंद झाला नाही. पण हे जाणून घेणे मनोरंजक होते की मी कसे मोठे झालो यापेक्षा गोष्टी खूप वेगळ्या पद्धतीने कार्य करतात."

1986 ची स्पेस शटल चॅलेंजर आपत्ती

फेनमॅन यांनी 1986 च्या चॅलेंजर आपत्तीची चौकशी करणाऱ्या प्रेसिडेंशियल रॉजर्स कमिशनमध्ये महत्त्वाची भूमिका बजावली. तो भाग घेण्यास नाखूष होता, परंतु त्याच्या पत्नीच्या सल्ल्याने त्याचे मन वळवण्यात आले. कमिशनचे अध्यक्ष विल्यम पी. रॉजर्स यांच्याशी फेनमनची अनेकदा भांडणे झाली. एका सुनावणीच्या विश्रांतीदरम्यान, रॉजर्सने आयोगाचे सदस्य नील आर्मस्ट्राँग यांना सांगितले, "फेनमन हे गाढवाचे दुखणे बनत आहे."

टेलिव्हिजनवरील सुनावणीदरम्यान, फेनमनने हे दाखवून दिले की शटलच्या ओ-रिंग्समध्ये वापरलेली सामग्री थंड हवामानात कमी लवचिक बनते आणि सामग्रीचा नमुना क्लॅम्पमध्ये संकुचित करून आणि बर्फाच्या थंड पाण्यात बुडवून ठेवला. 180 केप कॅनवेरल येथे असामान्यपणे थंड हवामानात प्राथमिक ओ-रिंग योग्यरित्या सील न केल्यामुळे ही आपत्ती उद्भवल्याचे आयोगाने शेवटी ठरवले.

फेनमन यांनी त्यांच्या 1988 च्या व्हॉट डू यू केअर व्हॉट अदर पीपल थिंक या पुस्तकाचा उत्तरार्ध समर्पित केला. रॉजर्स कमिशनवरील त्याच्या अनुभवानुसार, एक विस्तारित आणि शांत कथा वितरीत करण्यासाठी संक्षिप्त, हलक्या-फुलक्या उपाख्यानांच्या नेहमीच्या अधिवेशनापासून भटकत आहे. फेनमनच्या खात्यातून NASA चे अभियंते आणि अधिकारी यांच्यातील एक डिस्कनेक्ट दिसून येतो जो त्याच्या अपेक्षेपेक्षा खूपच धक्कादायक होता. NASA च्या उच्च पदस्थ व्यवस्थापकांच्या त्यांच्या मुलाखतींनी प्राथमिक संकल्पनांचे आश्चर्यकारक गैरसमज उघड केले. उदाहरणार्थ, नासाच्या व्यवस्थापकांनी असा दावा केला की शटलवर 100,000 पैकी 1 आपत्तीजनक अपयशाची संभाव्यता होती, परंतु फेनमनने शोधून काढले की NASA च्या स्वतःच्या अभियंत्यांनी 200 मध्ये 1 च्या जवळ आपत्ती होण्याची शक्यता अंदाज लावला होता. त्यांनी असा निष्कर्ष काढला की NASA व्यवस्थापनाच्या अंदाजानुसार स्पेस शटलची विश्वासार्हता अवास्तव होती आणि नासाने क्रिस्टा मॅकऑलिफला टीचर-इन-स्पेस प्रोग्राममध्ये भरती करण्यासाठी त्याचा वापर केल्यामुळे त्याला विशेष राग आला. त्यांनी आयोगाच्या अहवालाच्या परिशिष्टात (ज्याचा अहवालावर स्वाक्षरी न करण्याची धमकी दिल्यावरच समाविष्ट करण्यात आली होती) चेतावणी दिली, "यशस्वी तंत्रज्ञानासाठी, वास्तवाला जनसंपर्कापेक्षा प्राधान्य दिले पाहिजे, कारण निसर्गाला फसवता येत नाही."

ओळख आणि पुरस्कार

फेनमनच्या कार्याची पहिली सार्वजनिक मान्यता 1954 मध्ये आली, जेव्हा अणुऊर्जा आयोगाचे (AEC) अध्यक्ष लुईस स्ट्रॉस यांनी त्यांना सूचित केले की त्यांनी अल्बर्ट आइनस्टाइन पुरस्कार जिंकला आहे, ज्याचा किमतीचा होता $15,000 आणि सुवर्णपदक मिळाले. स्ट्रॉसने ओपेनहाइमरला त्याची सुरक्षा मंजूरी काढून घेण्याच्या कृतीमुळे, फेनमन हा पुरस्कार स्वीकारण्यास नाखूष होता, परंतु इसिडॉर आयझॅक रबीने त्याला सावध केले: "तुम्ही कधीही माणसाच्या औदार्याला त्याच्या विरुद्ध तलवार म्हणून फिरवू नका. माणसाकडे असलेले कोणतेही गुण, भलेही त्याच्याकडे अनेक दुर्गुण आहेत, त्याचा वापर त्याच्याविरुद्ध साधन म्हणून करू नये." त्यानंतर 1962 मध्ये AEC च्या अर्नेस्ट ऑर्लॅंडो लॉरेन्स पुरस्काराने सन्मानित करण्यात आले. श्विंगर, टोमोनागा आणि फेनमन यांनी "प्राथमिक कणांच्या भौतिकशास्त्रासाठी खोल नांगरणी परिणामांसह क्वांटम इलेक्ट्रोडायनामिक्समधील मूलभूत कामासाठी" भौतिकशास्त्रातील 1965 चा नोबेल पुरस्कार सामायिक केला. 1965 मध्ये ते रॉयल सोसायटीचे परदेशी सदस्य म्हणून निवडून आले, त्यांना 1972 मध्ये ओरस्टेड मेडल, आणि 1979 मध्ये नॅशनल मेडल ऑफ सायन्स मिळाले. ते राष्ट्रीय विज्ञान अकादमीचे सदस्य म्हणून निवडले गेले, परंतु शेवटी त्यांनी राजीनामा दिला आणि यापुढे त्यांची यादी नाही.

मृत्यू

1978 मध्ये, फेनमनने पोटदुखीसाठी वैद्यकीय उपचार घेतले आणि त्यांना लिपोसार्कोमा, कर्करोगाचा एक दुर्मिळ प्रकार असल्याचे निदान झाले. शल्यचिकित्सकांनी एक "खूप मोठी" गाठ काढून टाकली ज्याने एक मूत्रपिंड आणि त्याची प्लीहा चिरडली होती. पुढील ऑपरेशन्स ऑक्टोबर 1986 आणि ऑक्टोबर 1987 मध्ये करण्यात आल्या. 3 फेब्रुवारी 1988 रोजी त्याला पुन्हा UCLA मेडिकल सेंटरमध्ये हॉस्पिटलमध्ये दाखल करण्यात आले. फुटलेल्या पक्वाशया विषयी व्रणामुळे किडनी निकामी झाली आणि त्याने डायलिसिस करण्यास नकार दिला ज्यामुळे त्याचे आयुष्य काही महिन्यांपर्यंत वाढू शकते. त्यांची पत्नी ग्वेनेथ, बहीण जोन आणि चुलत भाऊ फ्रान्सिस लेविन यांच्या देखरेखीखाली, 15 फेब्रुवारी 1988 रोजी वयाच्या 69 व्या वर्षी त्यांचे निधन झाले.

जेव्हा फेनमॅन मृत्यूच्या जवळ होता, तेव्हा त्याने त्याचा मित्र आणि सहकारी डॅनी हिलिसला विचारले की हिलिस इतके दुःखी का दिसले. हिलिसने उत्तर दिले की त्याला वाटत होते की फेनमन लवकरच मरणार आहे. फेनमॅनने सांगितले की, या गोष्टीचा त्याला कधीकधी त्रास होत असे, ते जोडले की, जेव्हा तुम्ही त्याच्याइतके म्हातारे व्हाल, आणि इतक्या लोकांना अनेक कथा सांगितल्या असतील, तो मेल्यावरही तो पूर्णपणे निघून जाणार नाही.

आपल्या आयुष्याच्या शेवटी, फेनमनने सोव्हिएत युनियनमधील तुवान स्वायत्त सोव्हिएत सोशलिस्ट रिपब्लिक (एएसएसआर) ला भेट देण्याचा प्रयत्न केला, हे स्वप्न शीतयुद्धाच्या नोकरशाहीच्या समस्यांमुळे उधळले गेले. सोव्हिएत सरकारकडून सहलीला अधिकृत करणारे पत्र त्याच्या मृत्यूनंतरच्या दिवसापर्यंत प्राप्त झाले नाही. त्यांची मुलगी मिशेलने नंतर हा प्रवास केला.

त्यांचे दफन माउंटन व्ह्यू स्मशानभूमी आणि अल्ताडेना, कॅलिफोर्निया येथील समाधी येथे करण्यात आले. त्याचे शेवटचे शब्द होते: "मला दोनदा मरणे आवडत नाही. हे खूप कंटाळवाणे आहे."

लोकप्रिय वारसा

फेनमनच्या जीवनातील पैलू विविध माध्यमांतून चित्रित करण्यात आले आहेत. 1996 च्या बायोपिक इन्फिनिटीमध्ये मॅथ्यू ब्रॉडरिकने फेनमनची भूमिका साकारली होती. अभिनेता ॲलन अल्डा याने नाटककार पीटर पारनेल यांना फेनमॅनच्या मृत्यूच्या दोन वर्षांपूर्वी फेनमनच्या आयुष्यातील एका काल्पनिक दिवसाबद्दल दोन वर्णांचे नाटक लिहिण्यास दिले. क्यूईडी या नाटकाचा प्रीमियर 2001 मध्ये लॉस एंजेलिसमधील मार्क टेपर फोरममध्ये झाला आणि नंतर ब्रॉडवेवरील व्हिव्हियन ब्यूमॉट थिएटरमध्ये सादर करण्यात आला, दोन्ही सादरीकरणांमध्ये अल्डा यांनी रिचर्ड फेनमनच्या भूमिकेत अभिनय केला. रिअल टाइम ऑपेरा ने जून 2005 मध्ये नॉरफोक (CT) चेंबर म्युझिक फेस्टिव्हलमध्ये आपला ऑपेरा फेनमॅन प्रीमियर केला. 2011 मध्ये, फाइनमॅन ही फक्त फेनमन नावाच्या चरित्रात्मक ग्राफिक कादंबरीचा विषय होता, जी जिम ओटाव्हियानी यांनी लिहिलेली आणि लेलँड मायरिक यांनी चित्रित केली. 2013 मध्ये, रॉजर्स कमिशनवर फेनमनची भूमिका बीबीसीने द चॅलेंजर (यूएस शीर्षक: द चॅलेंजर डिझास्टर) मध्ये नाटकीय केली होती, ज्यामध्ये विल्यम हर्ट फेनमनच्या भूमिकेत होता. 2016 मध्ये, ऑस्कर आयझॅकने फेनमॅनच्या 1946 च्या दिवंगत आर्लाइनला लिहिलेल्या प्रेमपत्राचे सार्वजनिक वाचन केले.

फेनमनचे स्मरण विविध प्रकारे केले जाते. 4 मे 2005 रोजी, युनायटेड स्टेट्स पोस्टल सर्व्हिसने "अमेरिकन सायंटिस्ट्स" स्मरणार्थ अनेक कॉन्फिगरेशनमध्ये चार 37-सेंट सेल्फ-ॲडेसिव्ह स्टॅम्प जारी केले. रिचर्ड फेनमन, जॉन फॉन न्यूमन, बार्बरा मॅकक्लिंटॉक आणि जोशिया विलार्ड गिब्स हे शास्त्रज्ञ चित्रित करण्यात आले होते. फेनमॅनच्या स्टॅम्प, सेपिया-टोन्ड, फेनमॅनचे 30-काहीतरी छायाचित्र आणि आठ लहान फेनमॅन आकृत्या दर्शवितात. कार्ल टी. हेरमन यांच्या कलात्मक दिग्दर्शनाखाली व्हिक्टर स्टॅबिनने स्टॅम्पची रचना केली होती. फर्मिलॅब येथील संगणकीय विभागाच्या मुख्य इमारतीला त्यांच्या सन्मानार्थ "फेनमन कम्प्युटिंग सेंटर" असे नाव देण्यात आले आहे. 1997 मध्ये सुरू झालेल्या ॲपल इंक.च्या "थिंक डिफरंट" जाहिरात मोहिमेत फेनमनची दोन छायाचित्रे वापरली गेली होती. शेल्डन कूपर, द बिग बँग थिअरी या दूरचित्रवाणी मालिकेतील एक काल्पनिक सैद्धांतिक भौतिकशास्त्रज्ञ, फेनमॅनचा चाहता आहे ज्याने बोंगो ड्रम वाजवून विविध प्रसंगी त्याचे अनुकरण केले आहे. 27 जानेवारी 2016 रोजी, बिल गेट्स यांनी एक लेख लिहिला "मी कधीही नव्हतो सर्वोत्तम शिक्षक" एक

शिक्षक म्हणून फेनमॅनच्या प्रतिभेचे वर्णन करणारा एक लेख लिहिला ज्याने गेट्सला फेनमॅनच्या मेसेंजर व्याख्यानांचे व्हिडिओ, शारीरिक कायद्याचे चरित्र, वेबसाइटवर ठेवण्यासाठी प्रोजेक्ट टुवा तयार करण्यास प्रेरित केले. सार्वजनिक पाहण्यासाठी. 2015 मध्ये गेट्सने त्यांना फेनमॅन खास का वाटले यावर एक व्हिडिओ बनवला. हा व्हिडिओ फेनमॅनच्या 1965 नोबेल पुरस्काराच्या 50 व्या वर्धापन दिनानिमित्त बनवण्यात आला होता, कॅल्टेकच्या फेनमॅनवर विचार करण्याच्या विनंतीला प्रतिसाद म्हणून. CERN येथे, लार्ज हॅड्रॉन कोलायडरचे घर, मेरिन साइटवरील एका रस्त्याला भौतिकशास्त्रज्ञाच्या नावावरून "रूट फेनमन" असे नाव देण्यात आले आहे.

8

कार्ल सागन

कार्ल सागन

Top Scientists

Scan for Story Videos - www.itibook.com

कार्ल एडवर्ड सगन नोव्हेंबर 9, 1934 - डिसेंबर 20, 1996) एक अमेरिकन खगोलशास्त्रज्ञ, ग्रह वैज्ञानिक, विश्वशास्त्रज्ञ, खगोलभौतिकशास्त्रज्ञ, खगोलजीवशास्त्रज्ञ, लेखक आणि विज्ञान संवादक होते. किरणोत्सर्गाद्वारे मूलभूत रसायनांपासून अमीनो ॲसिडच्या निर्मितीचे प्रायोगिक प्रात्यक्षिकांसह, बाह्य जीवनावरील संशोधन हे त्यांचे सर्वोत्कृष्ट वैज्ञानिक योगदान आहे. सॅगनने अंतराळात पाठवलेले पहिले भौतिक संदेश, पायोनियर प्लेक आणि व्हॉयेजर गोल्डन रेकॉर्ड, सार्वत्रिक संदेश एकत्रित केले जे त्यांना शोधू शकणाऱ्या कोणत्याही अलौकिक बुद्धिमत्तेद्वारे समजू शकतात. सागन यांनी गृहीत धरले, तेव्हापासून स्वीकारले गेले, की शुक्राच्या पृष्ठभागाच्या उच्च तापमानाचे श्रेय हरितगृह परिणामास दिले जाऊ शकते आणि त्याची गणना केली जाऊ शकते.

सुरुवातीला हार्वर्डमध्ये सहाय्यक प्राध्यापक असलेले, सागन नंतर कॉर्नेल येथे गेले जेथे ते खगोलशास्त्र आणि अंतराळ विज्ञानाचे डेव्हिड डंकन प्राध्यापक म्हणून त्यांच्या कारकिर्दीतील बहुतेक वेळ घालवतील. सागनने 600 हून अधिक वैज्ञानिक शोधनिबंध आणि लेख प्रकाशित केले आणि 20 हून अधिक पुस्तकांचे लेखक, सह-लेखक किंवा संपादक होते. त्यांनी द ड्रॅगन्स ऑफ इडन, ब्रोकाज ब्रेन, पेल ब्लू डॉट यासारखी अनेक लोकप्रिय विज्ञान पुस्तके लिहिली आणि 1980 च्या पुरस्कार विजेत्या कॉसमॉसः अ पर्सनल व्हॉयेज या टेलिव्हिजन मालिकेचे वर्णन आणि सह-लेखन केले. अमेरिकन सार्वजनिक टेलिव्हिजनच्या इतिहासातील सर्वात मोठ्या प्रमाणावर पाहिली जाणारी मालिका, कॉसमॉस 60 देशांतील किमान 500 दशलक्ष लोकांनी पाहिली आहे. या मालिकेसोबत कॉसमॉस हे पुस्तक प्रकाशित करण्यात आले. त्यांनी 1985 ची विज्ञान कथा कादंबरी कॉन्टॅक्ट देखील लिहिली, जी त्याच नावाच्या 1997 च्या चित्रपटाचा आधार आहे. 595,000 वस्तू असलेले त्यांचे पेपर द लायब्ररी ऑफ काँग्रेसमध्ये संग्रहित आहेत.

सागन यांनी वैज्ञानिक संशयवादी चौकशी आणि वैज्ञानिक पद्धतीचा पुरस्कार केला, एक्सोबायोलॉजीचा पुढाकार घेतला आणि एक्स्ट्रा-टेरेस्ट्रियल इंटेलिजन्स (SETI) साठी शोधला प्रोत्साहन दिले. कॉर्नेल विद्यापीठात खगोलशास्त्राचे प्राध्यापक म्हणून त्यांनी आपली बहुतेक कारकीर्द व्यतीत केली, जिथे त्यांनी प्लॅनेटरी स्टडीजसाठी प्रयोगशाळा निर्देशित केली. सागन आणि त्यांच्या कामांना अनेक पुरस्कार आणि सन्मान मिळाले, ज्यात NASA विशिष्ट सार्वजनिक सेवा पदक, नॅशनल अकादमी ऑफ सायन्सेस पब्लिक वेल्फेअर मेडल, त्यांच्या द ड्रॅगन्स ऑफ ईडन या पुस्तकासाठी जनरल नॉन-फिक्शनसाठी पुलित्झर पुरस्कार आणि कॉसमॉसः अ पर्सनल संदर्भात. व्हॉयेज, दोन एमी पुरस्कार, पीबॉडी पुरस्कार आणि ह्यूगो पुरस्कार. त्याने तीन वेळा लग्न केले आणि त्याला पाच मुले झाली. मायलोडिस्प्लासिया विकसित केल्यानंतर, 20 डिसेंबर 1996 रोजी वयाच्या 62 व्या वर्षी निमोनियामुळे सागनचा मृत्यू झाला.

सागनचा जन्म 9 नोव्हेंबर 1934 रोजी ब्रुकलिन, न्यूयॉर्कच्या बेन्सनहर्स्ट परिसरात झाला. 8 9 त्याचे वडील, सॅम्युअल सागन, आजच्या युक्रेनमधील, तत्कालीन रशियन साम्राज्यातील, कामियानेट्स-पोडिल्स्की येथील स्थलांतरित कपडे कामगार होते १० . त्याची आई, रॅचेल मॉली ग्रुबर, न्यूयॉर्कमधील गृहिणी होती. कार्लचे नाव रेचेलची जैविक आई, छैया क्लारा यांच्या सन्मानार्थ ठेवले गेले, सागनच्या शब्दात, "ज्या आईला ती कधीच ओळखत नव्हती", ११ कारण तिच्या दुसऱ्या मुलाला जन्म देताना तिचा मृत्यू झाला. रेचेलच्या वडिलांनी रोज नावाच्या महिलेशी पुनर्विवाह केला. कॅरोल (कार्लची बहीण) च्या मते, राहेल "रोजला तिची आई म्हणून कधीच स्वीकारले नाही. तिला माहित होते की ती तिची जन्मदात्री नाही... ती एक बंडखोर मूल आणि तरुण प्रौढ होती... 'मुक्ती मिळालेली स्त्री', आम्ही कॉल करू ती आता."

हे कुटुंब ब्रुकलिन शेजारच्या बेन्सनहर्स्टमध्ये अटलांटिक महासागराजवळ एका माफक अपार्टमेंटमध्ये राहत होते. सागनच्या मते, ते रिफॉर्म ज्यू होते, जे उत्तर अमेरिकन यहुदी धर्माच्या चार मुख्य गटांपैकी सर्वात उदारमतवादी होते. कार्ल आणि त्याच्या बहिणीने मान्य केले की त्यांचे वडील विशेषतः धार्मिक नव्हते, परंतु त्यांच्या आईचा "नक्कीच देवावर विश्वास होता, आणि मंदिरात सक्रिय होता; ... आणि फक्त कोषेर मांस दिले". नैराश्याच्या खोलवर असताना, त्याच्या वडिलांनी थिएटर अशर म्हणून काम केले.

चरित्रकार के डेव्हिडसन यांच्या मते, सेगनचे "आतील युद्ध" हे त्याच्या दोन्ही पालकांसोबतच्या घनिष्ठ नातेसंबंधाचा परिणाम होते, जे अनेक प्रकारे "विरुद्ध" होते. सागनने त्याच्या आईला त्याच्या नंतरच्या विश्लेषणात्मक आग्रहांचा शोध लावला, एक स्त्री जी पहिल्या महायुद्धात आणि 1920 च्या दशकात न्यूयॉर्क शहरात लहानपणी अत्यंत गरीब होती. एक तरुण स्त्री म्हणून , तिने स्वतःच्या बौद्धिक महत्त्वाकांक्षा बाळगल्या होत्या, परंतु सामाजिक निर्बंधांमुळे ते निराश झाले होतेः तिची गरिबी, एक स्त्री आणि पत्नी म्हणून तिची स्थिती आणि तिची ज्यू वांशिकता. डेव्हिडसन नमूद करतो की म्हणून तिने "तिच्या एकुलत्या एक मुलाची, कार्लची पूजा केली. तो तिची अपूर्ण स्वप्ने पूर्ण करेल."

तथापि, त्याने असा दावा केला की आश्चर्याची भावना त्याच्या वडिलांकडून आली आहे, ज्यांनी आपल्या मोकळ्या वेळेत गरीबांना सफरचंद दिले किंवा न्यूयॉर्कच्या वस्त्र उद्योगातील कामगार-व्यवस्थापनातील तणाव कमी करण्यास मदत केली. जरी तो कार्लच्या बौद्धिक क्षमतेने आश्चर्यचकित झाला असला तरी, त्याने आपल्या मुलाच्या जिज्ञासूपणाला प्रगतीपथावर नेले आणि त्याला त्याच्या वाढीचा एक भाग म्हणून पाहिले. लेखक आणि शास्त्रज्ञ म्हणून त्याच्या नंतरच्या काळात, सॅगनने त्याच्या शॅडोज ऑफ फॉरगॉटन एन्सेस्टर्स या पुस्तकात केल्याप्रमाणे, वैज्ञानिक मुद्दे स्पष्ट करण्यासाठी त्याच्या बालपणीच्या आठवणी अनेकदा रेखाटत असत. सागन त्याच्या नंतरच्या विचारांवर त्याच्या पालकांच्या प्रभावाचे वर्णन करतो:

माझे आई-वडील शास्त्रज्ञ नव्हते. त्यांना विज्ञानाबद्दल जवळजवळ काहीही माहिती नव्हते. पण एकाच वेळी मला संशय आणि आश्चर्याची ओळख करून देताना, त्यांनी मला वैज्ञानिक पद्धतीच्या केंद्रस्थानी असलेल्या विचारांच्या दोन असहजपणे सहवास करण्याच्या पद्धती शिकवल्या.

सागन आठवते की त्याच्या सर्वात निर्णायक क्षणांपैकी एक होता जेव्हा त्याचे पालक त्याला चार वर्षांचे असताना 1939 च्या न्यूयॉर्क वर्ल्ड फेअरमध्ये घेऊन गेले होते. हे प्रदर्शन त्यांच्या आयुष्याला कलाटणी देणारे ठरले. त्याने नंतर अमेरिकेच्या उद्याच्या प्रदर्शनाचा फिरता नकाशा आठवला: "त्यात सुंदर महामार्ग आणि क्लोव्हरलिव्हज आणि छोट्या जनरल मोटर्सच्या गाड्या दाखवल्या होत्या ज्या सर्व लोकांना गगनचुंबी इमारतींपर्यंत नेत होत्या, सुंदर स्पायर्स असलेल्या इमारती, उडणारे बुटरे-आणि ते छान दिसत होते!"इतर प्रदर्शनांमध्ये, फोटोइलेक्ट्रिक सेलवर चमकणाऱ्या फ्लॅशलाइटने कर्कश आवाज कसा निर्माण केला आणि ट्यूनिंग फोर्कमधून येणारा आवाज ऑसिलोस्कोपवर कसा लहरी बनला हे त्याला आठवले. रेडिओ: टेलिव्हिजनची जागा घेणार्‍या भविष्यातील माध्यम तंत्रज्ञानाचेही त्यांनी साक्षीदार केले. सागनने लिहिले.

स्पष्टपणे, जगामध्ये अशा प्रकारची आश्चर्ये आहेत ज्याचा मी कधीही अंदाज लावला नव्हता. स्वर हे चित्र आणि प्रकाशाचा आवाज कसा बनू शकतो?

त्यांनी फेअरच्या सर्वात प्रसिद्ध कार्यक्रमांपैकी एक, फ्लशिंग मीडोज येथे टाइम कॅप्सूलचे दफन पाहिले, ज्यामध्ये भविष्यातील सहस्राब्दीमध्ये पृथ्वीच्या वंशजांकडून 1930 च्या दशकातील स्मृती चिन्हे आहेत. "टाइम कॅप्सूलने कार्लला रोमांचित केले", डेव्हिडसन लिहितात. प्रौढ म्हणून, सागन आणि त्यांचे सहकारी समान वेळ कॅप्सूल तयार करतील-कॅप्सूल जे आकाशगंगेत पाठवले जातील; हे पायोनियर फलक आणि व्हॉएजर गोल्डन रेकॉर्ड प्रिसिस होते, हे सर्व सागनच्या जागतिक मेळ्याच्या आठवणींचे स्पिनऑफ होते.

दुसऱ्या महायुद्धादरम्यान सागनचे कुटुंब त्यांच्या युरोपियन नातेवाईकांच्या भवितव्याबद्दल चिंतित होते. सागनला मात्र चालू असलेल्या युद्धाच्या तपशिलांची माहिती नव्हती. त्याने लिहिले, "नक्कीच, आमचे नातेवाईक होते जे होलोकॉस्टमध्ये अडकले होते. हिटलर आमच्या घरातील लोकप्रिय सहकारी नव्हता... पण दुसरीकडे, मी युद्धाच्या भीषणतेपासून पूर्णपणे असुरक्षित होतो." त्याची बहीण, कॅरोल, म्हणाली की त्यांच्या आईला "सर्वात महत्त्वाचे म्हणजे कार्लचे संरक्षण करायचे होते... तिला दुसरे महायुद्ध आणि होलोकॉस्टचा सामना करताना विलक्षण कठीण काळ होता." सागनच्या द डेमन-हॉन्टेड वर्ल्ड (1996) या पुस्तकात या संघर्षमय काळातील त्याच्या आठवणींचा समावेश आहे, जेव्हा त्याच्या कुटुंबाने युरोपमधील युद्धाच्या वास्तविकतेचा सामना केला परंतु त्याच्या आशावादी भावनेला कमी करण्यापासून रोखण्याचा प्रयत्न केला.

निसर्गाबद्दल जिज्ञासा

प्राथमिक शाळेत प्रवेश घेतल्यानंतर लवकरच त्याने निसर्गाबद्दल तीव्र जिज्ञासा व्यक्त करण्यास सुरुवात केली. सागानने वयाच्या पाचव्या वर्षी एकट्याने सार्वजनिक वाचनालयात पहिल्यांदा प्रवास केल्याचे आठवते, जेव्हा त्याच्या आईने त्याला लायब्ररीचे कार्ड दिले होते. त्याला तारे काय आहेत हे जाणून घ्यायचे होते, कारण त्याचे मित्र किंवा त्यांचे पालक कोणीही त्याला स्पष्ट उत्तर देऊ शकले नाहीत.

मी ग्रंथपालाकडे जाऊन ताऱ्यांबद्दलचे पुस्तक मागितले; ... आणि उत्तर थक्क करणारे होते. हे असे होते की सूर्य एक तारा होता परंतु खरोखर जवळ होता. तारे सूर्य होते, पण आतापर्यंत ते फक्त प्रकाशाचे थोडे बिंदू होते ... विश्वाचे प्रमाण अचानक माझ्यासाठी उघडले. हा एक प्रकारचा धार्मिक अनुभव होता. त्यात एक भव्यता, एक भव्यता, एक स्केल होता ज्याने मला कधीही सोडले नाही. मला कधीही सोडले नाही.

वयाच्या सहा किंवा सातच्या सुमारास, तो आणि त्याच्या जवळच्या मित्राने मॅनहॅटनमधील पूर्व नदीच्या पलीकडे असलेल्या अमेरिकन म्युझियम ऑफ नॅचरल हिस्ट्रीमध्ये फेरफटका मारला. तेथे असताना, ते हेडन तारांगणात गेले आणि संग्रहालयातील उल्कापिंड यांसारख्या अवकाशातील वस्तूंचे प्रदर्शन आणि नैसर्गिक वातावरणातील डायनासोर आणि प्राण्यांचे प्रदर्शन पहायला मिळाले. सागन त्या भेटींबद्दल लिहितात:

मला डायओरामांनी बदलले होते - जगभरातील प्राण्यांचे आणि त्यांच्या निवासस्थानांचे सजीव प्रतिनिधित्व. अंधुक प्रकाश असलेल्या अंटार्क्टिक बर्फावर पेंग्विन; ... गोरिलांचे एक कुटुंब, नर छाती मारतो, ... एक अमेरिकन ग्रिझली अस्वल त्याच्या मागच्या पायावर उभे होते, दहा किंवा बारा फूट उंच, आणि मला डोळ्यात पाहत होते.

त्याच्या पालकांनी त्याला रसायनशास्त्राचे सेट आणि वाचन साहित्य विकत घेऊन विज्ञानात त्याची वाढती आवड जोपासण्यास मदत केली. तथापि, अंतराळातील त्याची आवड, विशेषत: एचजी वेल्स आणि एडगर राईस बुरोज सारख्या लेखकांच्या विज्ञान कथा वाचल्यानंतर, ज्याने मंगळ सारख्या इतर ग्रहांवरील जीवनाबद्दल त्याच्या कल्पनाशक्तीला चालना दिली. चरित्रकार रे स्पॅन्जेनबर्ग यांच्या मते, सागानने ग्रहांची रहस्ये समजून घेण्याचा प्रयत्न करत असताना ही सुरुवातीची वर्षे "त्याच्या जीवनातील प्रेरक शक्ती, त्याच्या बुद्धीला सतत एक स्पार्क आणि कधीही न विसरता येणारा शोध" बनली.

1947 मध्ये त्यांनी अस्टाऊंडिंग सायन्स फिक्शन मासिक शोधून काढले, ज्याने त्यांना बुरोजच्या कादंबऱ्यांपेक्षा अधिक कठोर विज्ञान कल्पनारम्य कल्पनांची ओळख करून दिली. त्याच वर्षी "फ्लाइंग सॉसर" मास उन्मादाचे उद्घाटन केले आणि तरुण कार्लला शंका आली की

"डिस्क" कदाचित एलियन स्पेसशिप असू शकतात.

हायस्कूल वर्षे

सागन बेन्सनहर्स्ट येथे राहत होता, जिथे तो डेव्हिड ए. बूडी ज्युनियर हायस्कूलमध्ये गेला. जेव्हा तो 13 वर्षांचा झाला तेव्हा त्याने बेन्सनहर्स्टमध्ये बार मिट्झवाह केला होता. पुढच्या वर्षी, 1948, त्याचे कुटुंब त्याच्या वडिलांच्या कामासाठी, न्यू जर्सीच्या राहवे शहरात गेले, जिथे सागनने राहवे हायस्कूलमध्ये प्रवेश केला. त्यांनी 1951 मध्ये पदवी प्राप्त केली. राहवे हे एक जुने अर्ध-औद्योगिक शहर होते..

सागन हा सरळ-सरळ विद्यार्थी होता पण बिनधास्त वर्ग आणि बिनधास्त शिक्षकांमुळे कंटाळा आला होता. त्याच्या शिक्षकांनी हे लक्षात घेतले आणि त्याच्या पालकांना त्याला खाजगी शाळेत पाठवण्याचा प्रयत्न केला, प्रशासक त्यांना म्हणाला, "या मुलाने हुशार मुलांसाठी शाळेत जावे, त्याच्याकडे खरोखर उल्लेखनीय काहीतरी आहे." मात्र, त्याच्या पालकांना ते परवडणारे नव्हते.

सगनला शाळेच्या केमिस्ट्री क्लबचे अध्यक्ष बनवले गेले आणि घरीच त्यांनी स्वतःची प्रयोगशाळा स्थापन केली. रेणू कसे तयार होतात याची कल्पना करण्यासाठी त्याने पुठ्ठ्याचे कटआउट्स बनवून रेणूंबद्दल स्वतःला शिकवले: "मला ते रासायनिक प्रयोग करण्याइतकेच मनोरंजक वाटले," तो म्हणाला. सेगनला खगोलशास्त्रामध्ये एक छंद म्हणून जास्त रस होता आणि खगोलशास्त्रज्ञांना त्याला नेहमी जे आवडते ते करण्यासाठी पैसे दिले जातात हे त्याला कळल्यानंतर त्याच्या कनिष्ठ वर्षात त्याला करिअरचे ध्येय बनवले: "तो एक उत्कृष्ट दिवस होता-जेव्हा मला शंका वाटू लागली की मी खूप प्रयत्न केले तर मी खगोलशास्त्र पूर्णवेळ करू शकतो, फक्त अर्धवेळ नाही."

हायस्कूल संपण्यापूर्वी, त्याने एका निबंध स्पर्धेत प्रवेश केला ज्यामध्ये त्याने असा प्रश्न उपस्थित केला होता की दुसऱ्या ग्रहावरील प्रगत जीवसृष्टीशी मानवी संपर्क पृथ्वीवरील लोकांसाठी तितकाच विनाशकारी असू शकतो जितका मूळ अमेरिकन लोकांचा युरोपीय लोकांशी संपर्क होता तेव्हा होता. हा विषय विवादास्पद मानला जात होता, परंतु त्याच्या वक्तृत्व कौशल्याने न्यायाधीशांवर विजय मिळवला आणि त्यांनी त्याला प्रथम पारितोषिक दिले. ग्रॅज्युएशनपर्यंत, त्याच्या वर्गमित्रांनी त्याला "बहुधा यशस्वी होण्याची शक्यता" असे मत दिले होते आणि त्याला व्हॅलेडिक्टोरियन होण्यासाठी रांगेत उभे केले होते.

विद्यापीठ शिक्षण

सॅगनने शिकागो विद्यापीठात शिक्षण घेतले, जे त्याने अर्ज केलेल्या काही महाविद्यालयांपैकी एक होते, ज्यात त्याच्या उत्कृष्ट उच्च-शालेय ग्रेड असूनही, 16 वर्षांच्या मुलास प्रवेश देण्याचा विचार केला जाईल. त्याचे कुलपती, रॉबर्ट मेनार्ड हचिन्स यांनी अलीकडेच शिकागो विद्यापीठाच्या अंडरग्रेजुएट कॉलेजला ग्रेट बुक्स, सॉक्रॅटिक संवाद, सर्वसमावेशक परीक्षा आणि वयाची अट नसलेल्या कॉलेजमध्ये लवकर प्रवेशासाठी तयार केलेल्या "आदर्श गुणवत्तेमध्ये" पुनर्संचयित केले होते. शाळेने प्रसिद्ध येर्केस वेधशाळा चालवण्यासोबत एनरिको फर्मी आणि एडवर्ड टेलर यांच्यासह देशातील अनेक आघाडीच्या शास्त्रज्ञांनाही कामावर ठेवले.

ऑनर्स प्रोग्राम अंडरग्रेजुएट असताना, सॅगनने आनुवंशिकशास्त्रज्ञ एचजे मुलर यांच्या प्रयोगशाळेत काम केले आणि भौतिक रसायनशास्त्रज्ञ हॅरोल्ड उरे यांच्यासोबत जीवनाच्या उत्पत्तीवर एक प्रबंध लिहिला. सागन रायरसन ॲस्ट्रॉनॉमिकल सोसायटीमध्ये सामील झाले, १९५४ मध्ये सामान्य आणि विशेष सन्मानांसह हसतमुखाने स्वयंघोषित "काहीही नाही" मध्ये बीए पदवी प्राप्त केली आणि १९५५ मध्ये भौतिकशास्त्रात बीएस पदवी प्राप्त केली. पुढे त्यांनी एमएस पदवी मिळविली. 1956 मध्ये भौतिकशास्त्रात, 1960 मध्ये पीएचडी पदवी मिळवण्यापूर्वी खगोलशास्त्र आणि खगोलभौतिकी विभागाकडे सादर केलेल्या फिजिकल स्टडीज ऑफ द प्लॅनेट्स या प्रबंधासह.

त्याने आपल्या पदवीच्या अभ्यासाच्या उन्हाळ्याच्या महिन्यांचा उपयोग त्याच्या प्रबंध संचालक, ग्रहशास्त्रज्ञ जेरार्ड कुइपर, तसेच भौतिकशास्त्रज्ञ जॉर्ज गॅमो आणि रसायनशास्त्रज्ञ मेल्विन कॅल्विन यांच्यासोबत काम करण्यासाठी केला. सागनच्या प्रबंधाचे शीर्षक त्याच्या कुइपरसोबतच्या हितसंबंधांना प्रतिबिंबित करते, जे 1950 च्या दशकात आंतरराष्ट्रीय खगोलशास्त्रीय संघाच्या "ग्रह आणि उपग्रहांचा भौतिक अभ्यास" या आयोगाचे अध्यक्ष होते. 1958 मध्ये, दोघांनी वर्गीकृत लष्करी प्रकल्प A119 वर काम केले, चंद्रावर आण्विक वॉरहेडचा स्फोट करण्याची गुप्त हवाई दलाची योजना.

सागनला यूएस एअर फोर्समध्ये टॉप सीक्रेट क्लिअरन्स आणि नासा सोबत गुप्त क्लिअरन्स मिळाला होता. आपल्या डॉक्टरेट प्रबंधावर काम करत असताना, सॅगनने 1959 मध्ये कॅलिफोर्निया विद्यापीठ, बर्कले शिष्यवृत्तीसाठी अर्ज केला तेव्हा यूएस सरकारने दोन प्रोजेक्ट A119 पेपर्सची वर्गीकृत शीर्षके उघड केली. गळती 1999 पर्यंत सार्वजनिकपणे उघड झाली नाही, जेव्हा ते नेचर जर्नलमध्ये प्रकाशित झाले. प्रोजेक्ट लीडर लिओनार्ड रीफेल यांनी जर्नलला पाठवलेल्या पत्राने सागनच्या सुरक्षा गळतीची पुष्टी केली.

करिअर आणि संशोधन

हू इज आउट देअर मधील इतर ग्रहांवर जीवनाच्या संभाव्यतेवर चर्चा करणाऱ्यांपैकी सागन एक आहे? (1973), रॉबर्ट ड्रूचा पुरस्कार-विजेता NASA माहितीपट.

1960 ते 1962 पर्यंत सागन हे कॅलिफोर्निया विद्यापीठ, बर्कले येथे मिलर फेलो होते. दरम्यान, त्यांनी 1961 मध्ये व्हीनसच्या वातावरणावरील विज्ञान जर्नलमध्ये एक लेख प्रकाशित केला, तसेच नासाच्या मरिनर 2 टीमसोबत काम केले आणि RAND कॉर्पोरेशनमध्ये "प्लॅनेटरी सायन्सेस सल्लागार" म्हणून काम केले.

सेगनच्या विज्ञान लेखाच्या प्रकाशनानंतर, 1961 मध्ये हार्वर्ड विद्यापीठाचे खगोलशास्त्रज्ञ फ्रेड व्हिपल आणि डोनाल्ड मेंझेल यांनी सॅगनला हार्वर्डमध्ये संभाषण करण्याची संधी दिली आणि त्यानंतर त्यांना संस्थेत व्याख्याता पदाची ऑफर दिली. त्याऐवजी सागनला सहाय्यक प्राध्यापक बनवण्यास सांगितले, आणि शेवटी व्हिपल आणि मेंझेल हार्वर्डला सागनला त्याने विनंती केलेले सहायक प्राध्यापक पद देण्यास पटवून देऊ शकले. सॅगन यांनी 1963 ते 1968 पर्यंत संस्थेतील पदवीधर विद्यार्थ्यांना व्याख्यान दिले, संशोधन केले आणि सल्ला दिला, तसेच केंब्रिज, मॅसॅच्युसेट्स येथे असलेल्या स्मिथसोनियन ॲस्ट्रोफिजिकल वेधशाळेत काम केले.

1968 मध्ये, सागनला हार्वर्डमध्ये कार्यकाळ नाकारण्यात आला. त्यांनी नंतर सूचित केले की हा निर्णय खूपच अनपेक्षित होता. 30 कार्यकाळ नाकारणे अनेक घटकांवर दोषारोप केले गेले आहे, ज्यामध्ये त्याने अनेक क्षेत्रांमध्ये त्याच्या आवडींवर खूप व्यापकपणे लक्ष केंद्रित केले आहे (जेव्हा शैक्षणिक क्षेत्रातील सर्वसामान्य प्रमाण अरुंद विशिष्टतेमध्ये एक नामांकित तज्ञ बनणे आहे) आणि कदाचित त्याच्या चांगल्या प्रकारे प्रसिद्ध झालेल्या वैज्ञानिकांमुळे वकिली, ज्याला काही शास्त्रज्ञांनी स्वत: ची जाहिरात करण्यापेक्षा इतरांच्या कल्पना उधार घेतल्यासारखे समजले. २६ एक अंडरग्रेजुएट विद्यार्थी, हेरॉल्ड उरे, त्याच्या वर्षापासूनच्या सल्लागाराने, कार्यकाल समितीला पत्र लिहून सगनच्या कार्यकाळाच्या विरोधात जोरदार शिफारस केली होती.

विज्ञान हे ज्ञानाच्या शरीरापेक्षा अधिक आहे; तो विचार करण्याचा एक मार्ग आहे. माझ्या मुलांच्या किंवा नातवंडांच्या काळात मला अमेरिकेची पूर्वसूचना आहे – जेव्हा युनायटेड स्टेट्स ही सेवा आणि माहितीची अर्थव्यवस्था आहे; जेव्हा जवळजवळ सर्व प्रमुख उत्पादन उद्योग इतर देशांत निघून गेले आहेत; जेव्हा अद्भूत तांत्रिक शक्ती फार कमी लोकांच्या हातात असते आणि सार्वजनिक हिताचे प्रतिनिधित्व करणारा कोणीही समस्या समजून घेऊ शकत नाही; जेव्हा लोक स्वतःचा अजेंडा ठरवण्याची किंवा अधिकाऱ्यांवर जाणकारपणे प्रश्न विचारण्याची क्षमता गमावतात; जेव्हा, आमच्या स्फटिकांना घट्ट पकडत आणि चिंताग्रस्तपणे आमच्या जन्मकुंडलींचा सल्ला घेतो, आमच्या गंभीर विद्याशाखा घसरत चालल्या आहेत, काय चांगले आणि खरे काय यात फरक करता येत नाही, आम्ही जवळजवळ लक्षात न घेता, अंधश्रद्धा आणि अंधारात सरकतो...अमेरिकेची धूळफेक सर्वात जास्त आहे. मोठ्या प्रमाणावर प्रभावशाली माध्यमांमध्ये वस्तुनिष्ठ सामग्रीच्या संथ क्षयातून स्पष्ट होते, 30 सेकंदांचे ध्वनी चावणे (आता 10 सेकंद किंवा त्याहून कमी), सर्वात कमी सामान्य भाजक प्रोग्रामिंग, छद्मविज्ञान आणि अंधश्रद्धा यावर विश्वासार्ह सादरीकरणे, परंतु विशेषतः अज्ञानाचा एक प्रकारचा उत्सव.

दुर्दैवी कार्यकाळ प्रक्रियेच्या खूप आधी, कॉर्नेल युनिव्हर्सिटीचे खगोलशास्त्रज्ञ थॉमस गोल्ड यांनी सागनला इथाका, न्यूयॉर्क येथे जाण्यासाठी आणि कॉर्नेल येथील विद्याशाखेत सामील होण्यासाठी प्रवृत्त केले होते. हार्वर्डकडून कार्यकाळ नाकारल्यानंतर, सेगनने गोल्डची ऑफर स्वीकारली आणि 1996 मध्ये त्याच्या मृत्यूपर्यंत जवळजवळ 30 वर्षे कॉर्नेलमध्ये फॅकल्टी सदस्य राहिले. हार्वर्डच्या विपरीत, कॉर्नेलमधील लहान आणि अधिक आरामशीर खगोलशास्त्र विभागाने सागनच्या वाढत्या सेलिब्रिटी दर्जाचे स्वागत केले. ३२ सहयोगी प्राध्यापक म्हणून दोन वर्षे राहिल्यानंतर, सागन 1970 मध्ये कॉर्नेल येथे पूर्ण प्राध्यापक झाले आणि त्यांनी तेथील प्लॅनेटरी स्टडीजसाठी प्रयोगशाळेचे दिग्दर्शन केले. 1972 ते 1981 पर्यंत ते कॉर्नेल येथील सेंटर फॉर रेडिओफिजिक्स अँड स्पेस रिसर्च (CRSR) चे सहयोगी संचालक होते. 1976 मध्ये, ते खगोलशास्त्र आणि अंतराळ विज्ञानाचे डेव्हिड डंकन प्रोफेसर बनले, हे पद त्यांनी आयुष्यभर सांभाळले.

सागन हे अमेरिकेच्या अंतराळ कार्यक्रमाशी सुरुवातीपासूनच संबंधित होते. उद्धरण आवश्यक 1950 पासून त्यांनी नासाचे सल्लागार म्हणून काम केले, जेथे त्यांच्या कर्तव्यांपैकी एक म्हणजे अपोलो अंतराळवीरांना त्यांच्या चंद्रावर उड्डाण करण्यापूर्वी माहिती देणे समाविष्ट होते. सॅगनने अनेक रोबोटिक स्पेसक्राफ्ट मोहिमांमध्ये योगदान दिले ज्यांनी सूर्यमालेचा शोध घेतला, अनेक मोहिमांवर प्रयोगांची व्यवस्था केली. सॅगनने अंतराळात पाठवलेला पहिला भौतिक संदेश एकत्र केला: 1972 मध्ये लॉन्च केलेल्या स्पेस प्रोब पायोनियर 10 शी संलग्न सोन्याचा मुलामा असलेला फलक. पायोनियर , या फलकाची आणखी एक प्रत देखील पुढील वर्षी लॉन्च करण्यात आली. तो त्याच्या रचना सुधारत राहिला; व्हॉयेजर गोल्डन रेकॉर्ड विकसित करण्यात आणि एकत्र करण्यात त्यांनी मदत केलेला सर्वात विस्तृत संदेश होता, जो 1977 मध्ये व्हॉयेजर स्पेस प्रोबसह पाठवण्यात आला होता. सॅगनने स्पेस शटल आणि इंटरनॅशनल स्पेस स्टेशनला पुढील रोबोटिक मोहिमांच्या खर्चावर निधी देण्याच्या निर्णयांना अनेकदा आव्हान दिले.

वैज्ञानिक कामगिरी

माजी विद्यार्थी डेव्हिड मॉरिसनने सागनचे वर्णन "एक 'कल्पना व्यक्ती' आणि अंतर्ज्ञानी शारीरिक युक्तिवाद आणि 'लिफाफ्याच्या मागील' गणनेत मास्टर" असे केले, २६ आणि गेरार्ड कुइपर म्हणाले की "काही व्यक्ती एखाद्या प्रमुख कार्यक्रमात विशेषीकरण करण्यासाठी सर्वोत्तम कार्य करतात. प्रयोगशाळा; इतर विज्ञानांमधील संपर्कात सर्वोत्कृष्ट आहेत. डॉ. सगन नंतरच्या गटातील आहेत."

शुक्र ग्रहाच्या पृष्ठभागाच्या उच्च तापमानाचा शोध लावण्यात सागनचे योगदान केंद्रस्थानी होते.1960 च्या दशकाच्या सुरुवातीस व्हीनसच्या पृष्ठभागाच्या काही मूलभूत परिस्थितींबद्दल कोणालाही माहिती नव्हती आणि सॅगनने नंतर टाइम लाइफ पुस्तक प्लॅनेटमध्ये लोकप्रियतेसाठी चित्रित केलेल्या अहवालात शक्यता सूचीबद्ध केल्या. त्याचे स्वतःचे मत असे होते की शुक्र कोरडा आणि अतिशय उष्ण होता, इतरांच्या कल्पनेच्या विरुद्ध. त्यांनी शुक्र ग्रहावरील रेडिओ लहरींचा अभ्यास केला आणि असा निष्कर्ष काढला की पृष्ठभागाचे तापमान 500 °C (900 °F) होते. नासाच्या जेट प्रोपल्शन लॅबोरेटरीला भेट देणारे शास्त्रज्ञ म्हणून, त्यांनी व्हीनसवरील पहिल्या मरिनर

मोहिमांमध्ये योगदान दिले, प्रकल्पाच्या डिझाइन आणि व्यवस्थापनावर काम केले. मरिनर 2 ने 1962 मध्ये शुक्र ग्रहाच्या पृष्ठभागावरील त्याच्या निष्कर्षांची पुष्टी केली.

शनीच्या चंद्र टायटनच्या पृष्ठभागावर द्रव संयुगांचे महासागर असू शकतात आणि गुरूचा चंद्र युरोपा वर पाण्याच्या पृष्ठभागावर महासागर असू शकतो असे गृहित धरणारे पहिले स्पष्टीकरण आवश्यक सागन होते. यामुळे युरोपा संभाव्यत: राहण्यायोग्य होईल. युरोपाच्या पृष्ठभागावरील पाण्याच्या महासागराची नंतर अप्रत्यक्षपणे गॅलिलिओ या अंतराळयानाने पुष्टी केली. टायटनच्या लालसर धुक्याचे गूढही सागनच्या मदतीने उकलले. टायटनच्या पृष्ठभागावर सतत पडणाऱ्या जटिल सेंद्रिय रेणूंमुळे लालसर धुके दिसून आले.

सेगनने शुक्र आणि गुरूच्या वातावरणाविषयी तसेच मंगळावरील हंगामी बदलांबद्दल अंतर्दृष्टी योगदान दिले. त्यांनी ग्लोबल वॉर्मिंग हा वाढता, मानवनिर्मित धोका म्हणून ओळखला आणि त्याची तुलना एका प्रकारच्या हरितगृह परिणामाद्वारे एका उष्ण, जीवन-विरोधी ग्रहामध्ये शुक्राच्या नैसर्गिक विकासाशी केली. त्यांनी 1985 मध्ये यूएस काँग्रेसला ग्वाही दिली की हरितगृह परिणामामुळे पृथ्वीची हवामान प्रणाली बदलेल. सेगन आणि त्याचे कॉर्नेल सहकारी एडविन अर्नेस्ट सॅल्पेटर यांनी ग्रहाच्या घनदाट वातावरणातील सेंद्रिय रेणूंनी समृद्ध असलेल्या ग्रहाच्या ढगांमध्ये जीवनाचा अंदाज लावला. त्यांनी मंगळाच्या पृष्ठभागावरील रंगातील फरकांचा अभ्यास केला आणि निष्कर्ष काढला की ते मोसमी किंवा वनस्पतीजन्य बदल नाहीत, जसे की बहुतेक मानले जाते, स्पष्टीकरण आवश्यक आहे परंतु वादळामुळे होणाऱ्या पृष्ठभागावरील धूलिकणांमध्ये बदल होतात.

सागान हे बाह्य जीवनाच्या शक्यतांवरील संशोधनासाठी देखील ओळखले जातात, ज्यात प्रायोगिक प्रात्यक्षिकांसह किरणोत्सर्गाद्वारे मूलभूत रसायनांपासून अमीनो ऍसिड तयार करणे समाविष्ट आहे.

ते 1994 चे सार्वजनिक कल्याण पदक देखील प्राप्तकर्ते आहेत, "सार्वजनिक कल्याणासाठी विज्ञानाच्या वापरामध्ये विशिष्ट योगदानासाठी" राष्ट्रीय विज्ञान अकादमीचा सर्वोच्च पुरस्कार आहे. त्याला अकादमीचे सदस्यत्व नाकारण्यात आले, कारण त्याच्या मीडिया क्रियाकलापांमुळे तो इतर अनेक शास्त्रज्ञांमध्ये लोकप्रिय झाला नाही..

सागन इन कॉसमॉस (1980)

1980 मध्ये सागनने पुरस्कार विजेत्या 13 भागांची PBS टेलिव्हिजन मालिका कॉसमॉसः अ पर्सनल व्हॉयेज ही सह-लेखन आणि वर्णन केले, जी 1990 पर्यंत अमेरिकन सार्वजनिक टेलिव्हिजनच्या इतिहासात सर्वाधिक पाहिली जाणारी मालिका बनली. हा कार्यक्रम किमान 500 लोकांनी पाहिला आहे. 60 देशांमध्ये दशलक्ष लोक. सागन यांनी लिहिलेले कॉसमॉस हे पुस्तक या मालिकेसोबत प्रकाशित करण्यात आले.

1977 मध्ये त्यांना पुलित्झर पारितोषिक मिळवून देणाऱ्या द ड्रॅगन्स ऑफ ईडनसह, त्यांच्या सर्वाधिक विक्री झालेल्या पुस्तकांमधून विज्ञान लेखक म्हणून त्यांच्या पूर्वीच्या लोकप्रियतेमुळे, त्यांना कार्यक्रम लिहिण्यास आणि वर्णन करण्यास सांगितले गेले. हे दर्शकांच्या सामान्य प्रेक्षकांना लक्ष्य केले गेले होते, ज्यांना सेगनने विज्ञानात रस गमावला आहे असे वाटले, अंशतः अडखळलेल्या शैक्षणिक व्यवस्थेमुळे.

13 भागांपैकी प्रत्येक भाग एका विशिष्ट विषयावर किंवा व्यक्तीवर लक्ष केंद्रित करण्यासाठी तयार करण्यात आला होता, ज्यामुळे विश्वाची समन्वय दर्शविली जाते. त्यांनी जीवनाची उत्पत्ती आणि पृथ्वीवरील मानवाच्या स्थानाचा दृष्टीकोन यासह विविध वैज्ञानिक विषयांचा समावेश केला.

शोने पीबॉडी अवॉर्डसह एमी, जिंकले आणि सागनला एका अस्पष्ट खगोलशास्त्रज्ञापासून पॉप-कल्चर आयकॉनमध्ये रूपांतरित केले. टाईम मॅगझिनने शोच्या प्रसारणानंतर लगेचच सागनबद्दल एक कव्हर स्टोरी चालवली, ज्यात त्याचा उल्लेख "शोचा निर्माता, मुख्य लेखक आणि होस्ट-नॅरेटर" असा केला होता. 52 2000 मध्ये, "कॉसमॉस" डीव्हीडीच्या रीमास्टर केलेल्या सेटवर रिलीज झाला.

"कोट्यवधी आणि अब्जावधी"

जॉनी कार्सन अभिनीत द टुनाइट शोमध्ये सागनला वारंवार उपस्थित राहण्यासाठी आमंत्रित करण्यात आले होते. 53 कॉसमॉस प्रसारित झाल्यानंतर, तो "अब्ज आणि अब्जावधी" या कॅचफ्रेजशी संबंधित झाला, जरी त्याने कॉसमॉस मालिकेत हा वाक्यांश प्रत्यक्षात वापरला नाही. त्याऐवजी त्याने "अब्जांवर अब्जावधी" हा शब्द वापरला. कार्सन, तथापि, काहीवेळा त्याच्या सागनच्या विडंबनादरम्यान हा वाक्यांश वापरत असे.

सगन युनिट

सॅगनला विनोदी श्रद्धांजली म्हणून आणि "अब्ज आणि अब्जावधी" या कॅचफ्रेजशी त्याचा संबंध म्हणून, सॅगनची व्याख्या फार मोठ्या संख्येच्या समतुल्य मोजमापाचे एकक म्हणून केली गेली आहे – तांत्रिकदृष्ट्या किमान चार अब्ज (दोन अब्ज अधिक दोन अब्ज) – कोणत्याही गोष्टीचे

आपल्या कल्पना व्यक्त करण्याच्या सेगनच्या क्षमतेमुळे अनेक लोकांना ब्रह्मांड अधिक चांगल्या प्रकारे समजू शकले - एकाच वेळी मानव जातीचे मूल्य आणि पात्रता आणि विश्वाच्या तुलनेत पृथ्वीची सापेक्ष क्षुल्लकता यावर जोर दिला. त्यांनी लंडनमध्ये रॉयल इन्स्टिट्यूट ख्रिसमस लेक्चर्सची 1977 मालिका दिली.

सागन हा बाह्य जीवनाच्या शोधाचा समर्थक होता. त्यांनी वैज्ञानिक समुदायाला रेडिओ दुर्बिणीद्वारे संभाव्य बुद्धिमान अलौकिक जीवसृष्टीचे सिग्नल ऐकण्याचे आवाहन केले. सागन इतके मन वळवणारे होते की 1982 पर्यंत त्यांनी सायन्स जर्नलमध्ये प्रकाशित केलेल्या SETI चे समर्थन करणारी याचिका मिळवण्यात यश आले, ज्यावर सात नोबेल पारितोषिक विजेत्यांसह 70 शास्त्रज्ञांनी स्वाक्षरी केली. हे तत्कालीन-विवादग्रस्त क्षेत्राच्या आदरात प्रचंड वाढ झाल्याचे संकेत देते. सॅगनने फ्रँक ड्रेकला अरेसिबो संदेश लिहिण्यास मदत केली, हा रेडिओ संदेश 16 नोव्हेंबर 1974 रोजी अरेसिबो रेडिओ दुर्बिणीतून अंतराळात पसरला होता, ज्याचा उद्देश पृथ्वीबद्दल संभाव्य अलौकिक लोकांना माहिती देण्याच्या उद्देशाने होता.

सागन हे 12 वर्षे व्यावसायिक ग्रह संशोधन जर्नल इकारसचे मुख्य तंत्रज्ञान अधिकारी होते. त्यांनी प्लॅनेटरी सोसायटीची सह-स्थापना केली आणि SETI संस्थेच्या विश्वस्त मंडळाचे सदस्य होते. सॅगन यांनी अमेरिकन ॲस्ट्रॉनॉमिकल सोसायटीच्या प्लॅनेटरी सायन्स विभागाचे अध्यक्ष, अमेरिकन जिओफिजिकल युनियनच्या ग्रहविज्ञान विभागाचे अध्यक्ष आणि अमेरिकन असोसिएशन फॉर द ॲडव्हान्समेंट ऑफ सायन्स (AAAS) च्या खगोलशास्त्र विभागाचे अध्यक्ष म्हणून काम केले.

शीतयुद्धाच्या शिखरावर, पॉल क्रुत्झेनच्या "ट्वायलाइट ॲट नून" संकल्पनेने सुचविले की एक महत्त्वपूर्ण आण्विक देवाणघेवाण आण्विक संधिप्रकाशाला चालना देऊ शकते आणि नाजूक संतुलन बिघडू शकते, तेव्हा सागन आण्विक युद्धाच्या परिणामांवरील गृहितकांना प्रोत्साहन देऊन आण्विक निःशस्त्रीकरणाच्या प्रयत्नांमध्ये सामील झाले. पृष्ठभाग थंड करून पृथ्वीवरील जीवन. 1983 मध्ये ते पाच लेखकांपैकी एक होते - "एस" - फॉलो-अप "टीटीएपीएस" मॉडेलमधील (संशोधन लेख म्हणून ओळखले गेले), ज्यात त्याच्या सहकाऱ्याने "न्यूक्लियर हिवाळा" या शब्दाचा पहिला वापर केला होता. रिचर्ड पी. टर्को यांनी नाणी तयार केली होती. 1984 मध्ये त्यांनी द कोल्ड अँड द डार्क: द वर्ल्ड आफ्टर न्यूक्लियर वॉर आणि 1990 मध्ये अ पाथ व्हेअर नो मॅन थॉट: न्यूक्लियर विंटर अँड द एंड ऑफ द आर्म्स रेस हे पुस्तक सह-लेखन केले, जे अणु-हिवाळ्यातील गृहितकांचे स्पष्टीकरण देते आणि समर्थन करते. आण्विक निःशस्त्रीकरण. अत्यंत अनिश्चित गृहीतकांचा प्रसार करण्यासाठी माध्यमांच्या वापराबद्दल सागनला मोठ्या प्रमाणात संशय आणि तिरस्कार मिळाला. 1983 च्या सुमारास अणुभौतिकशास्त्रज्ञ एडवर्ड टेलर यांच्याशी वैयक्तिक पत्रव्यवहार सुरू झाला, टेलरने हिवाळ्यातील गृहीतकेची विश्वासार्हता तपासण्यासाठी सतत संशोधनासाठी पाठिंबा व्यक्त केला. तथापि, सेगन आणि टेलर यांच्या पत्रव्यवहाराचा परिणाम शेवटी टेलरच्या लिखाणात होईल: "प्रचारक तो आहे जो अपूर्ण माहितीचा वापर जास्तीत जास्त पटवून देण्यासाठी करतो. मी खरोखरच एक उत्कृष्ट प्रचारक असल्याबद्दल तुमची प्रशंसा करू शकतो, हे लक्षात ठेवा की एक प्रचारक जितका कमी असेल तितका चांगला. एक असल्याचे दिसते". सागनचे चरित्रकार असेही म्हणतील की, वैज्ञानिक दृष्टिकोनातून, अणु हिवाळा हा सगनसाठी कमी बिंदू होता, जरी राजकीयदृष्ट्या, त्याने त्याची प्रतिमा लोकांमध्ये लोकप्रिय केली.

प्रौढ सागन हा विज्ञानकथेचा चाहता राहिला, जरी वास्तववादी नसलेल्या (जसे की व्युत्क्रम-चौरस कायद्याकडे दुर्लक्ष करणे) किंवा "पर्यायी भविष्याचा विचारपूर्वक शोध" समाविष्ट नसलेल्या कथांना नापसंत केले तरीही. त्यांनी विज्ञान लोकप्रिय करण्यासाठी पुस्तके लिहिली, जसे की कॉसमॉस, ज्याने अ पर्सनल व्हॉयेजच्या काही थीमवर प्रतिबिंबित केले आणि त्याचा विस्तार केला आणि इंग्रजीमध्ये प्रकाशित केलेले सर्वाधिक विकले जाणारे विज्ञान पुस्तक बनले; मानवी बुद्धिमत्ता, ज्याने पुलित्झर पारितोषिक जिंकले; आणि ब्रोकाज ब्रेन: रिफ्लेक्शन्स ऑन द रोमान्स ऑफ सायन्स. सेगनने 1985 मध्ये कॉन्टॅक्ट ही सर्वाधिक विकली जाणारी विज्ञान कथा कादंबरी देखील लिहिली, जी त्याने 1979 मध्ये पत्नी ॲन ड्रुयान यांच्यासोबत लिहिलेल्या चित्रपटाच्या उपचारांवर आधारित होती, परंतु 1997 च्या मोशन-पिक्चरचे रुपांतर पाहण्यासाठी तो जगला नाही, ज्यामध्ये जोडी फॉस्टरची भूमिका होती. आणि सर्वोत्कृष्ट नाटकीय सादरीकरणासाठी 1998 चा ह्यूगो पुरस्कार जिंकला.

फिकट निळा डॉट (1994)

त्यावर, आपण कधीही ऐकलेले प्रत्येकजण... आपल्या सर्व सुख-दुःखाचा समुच्चय, हजारो आत्मविश्वासपूर्ण धर्म, विचारधारा आणि आर्थिक सिद्धांत, प्रत्येक शिकारी आणि धाडसी, प्रत्येक वीर आणि भ्याड, प्रत्येक संस्कृतीचा निर्माता आणि संहारक, प्रत्येक राजा आणि शेतकरी, प्रेमात पडलेले प्रत्येक तरुण जोडपे, प्रत्येक आशावादी मूल, प्रत्येक आई आणि वडील, प्रत्येक शोधक आणि संशोधक, प्रत्येक नैतिकतेचा शिक्षक, प्रत्येक भ्रष्ट राजकारणी, प्रत्येक सुपरस्टार, प्रत्येक सर्वोच्च नेता, प्रत्येक संत आणि पापी आपल्या प्रजातीच्या इतिहासात जगले. तेथे धूळ एक कण वर, एक सूर्यकिरण मध्ये निलंबित. ...

त्या सर्व सेनापती आणि सम्राटांनी सांडलेल्या रक्ताच्या नद्यांबद्दल विचार करा जेणेकरून ते गौरव आणि विजयात एका बिंदूच्या अंशाचे क्षणिक स्वामी बनू शकतील.

कार्ल सागन, कॉर्नेलचे 1994 मध्ये व्याख्यान

सागनने कॉसमॉसचा सिक्वेल, पेल ब्लू डॉट: ए व्हिजन ऑफ द ह्यूमन फ्युचर इन स्पेस लिहिला, ज्याची न्यूयॉर्क टाइम्सने 1995 मधील उल्लेखनीय पुस्तक म्हणून निवड केली. जानेवारी 1995 मध्ये पीबीएसच्या चार्ली रोझ कार्यक्रमात तो दिसला. सेगनने स्टीफन हॉकिंगच्या बेस्टसेलर अ ब्रीफ हिस्ट्री ऑफ टाइमची प्रस्तावनाही लिहिली. विज्ञानाच्या लोकप्रियतेसाठी, सामान्य लोकांमध्ये वैज्ञानिक

समज वाढवण्याचे त्यांचे प्रयत्न आणि वैज्ञानिक संशयाच्या बाजूने आणि छद्मविज्ञानाच्या विरोधात त्यांची भूमिका, जसे की बेटी आणि बार्नी हिल अपहरणाचा निषेध म्हणून सॅगनला ओळखले जाते. सागनच्या मृत्यूच्या दहाव्या वर्धापन दिनानिमित्त, डेव्हिड मॉरिसन, सॅगनचे माजी विद्यार्थी, यांनी स्केप्टिकल इन्क्वायररमध्ये "ग्रह संशोधन, विज्ञानाची सार्वजनिक समज आणि संशयवादी चळवळीतील सागनच्या अतुलनीय योगदानाचे" स्मरण केले.

इराकी तेल मालमत्तेवर नियंत्रण ठेवण्याच्या कोणत्याही भौतिक आव्हानाला प्रतिसाद म्हणून कुवेतच्या तेल विहिरी पेटवण्याच्या सद्दाम हुसेनच्या धमक्यांनंतर, सॅगनने त्याचे "टीटीएपीएस" सहकारी आणि पॉल क्रुटझेन यांच्यासमवेत जानेवारी 1991 मध्ये बाल्टिमोर सन आणि विल्मिंग्टन मॉर्निंग स्टार वृत्तपत्रांमध्ये इशारा दिला होता. की आग अनेक महिन्यांच्या कालावधीत जळण्यासाठी राहिली तर, 600 किंवा 1991 च्या कुवेती तेलाच्या आगीचा पुरेसा धूर "बहुतांश दक्षिण आशियातील शेती विस्कळीत होण्याइतका वाढू शकतो..." आणि ही शक्यता " युद्ध योजनांवर परिणाम करतात"; हे दावे 22 जानेवारी रोजी एबीसी न्यूज कार्यक्रम नाईटलाइनवर प्रसारित झालेल्या सॅगन आणि भौतिकशास्त्रज्ञ फ्रेड सिंगर यांच्यातील टेलिव्हिजन चर्चेचा विषय होते.

सागनने कबूल केले की 1991 च्या कुवेत तेल आगीमुळे उद्भवलेल्या धोक्याचा त्याने जास्त अंदाज घेतला होता.

दूरचित्रवाणीवरील चर्चेत, सॅगनने असा युक्तिवाद केला की धुराचे परिणाम विभक्त हिवाळ्यातील परिणामांसारखेच असतील, सिंगरने याच्या विरुद्ध युक्तिवाद केला. वादविवादानंतर, आग विझवण्याचे प्रयत्न पूर्ण होण्यापूर्वी अनेक महिने जळत होते. धुराच्या परिणामांमुळे महाद्वीपीय आकाराचे शीतकरण निर्माण झाले नाही. सॅगनने नंतर द डेमन-हॉन्टेड वर्ल्डमध्ये कबूल केले की हे भाकीत खरे ठरले नाही: "दुपारच्या वेळी ते काळे होते आणि पर्शियन गल्फवर तापमान 4-6 डिग्री सेल्सिअसने घसरले होते, परंतु जास्त धूर स्ट्रॅटोस्फेरिक उंचीवर पोहोचला नाही आणि आशिया खंडित झाला. वाचवले".

त्याच्या नंतरच्या काळात सागनने पृथ्वीवर प्रभाव टाकणाऱ्या लघुग्रह/पृथ्वीजवळील वस्तू (NEOs) साठी संघटित शोध तयार करण्याची वकिली केली परंतु त्यांच्यापासून बचाव करण्यासाठी आवश्यक असलेल्या तांत्रिक पद्धतींचा विकास रोखण्यासाठी किंवा पुढे ढकलण्यासाठी. त्यांनी असा युक्तिवाद केला की अणुस्फोटांच्या रोजगारासह लघुग्रहाच्या कक्षा बदलण्यासाठी प्रस्तावित केलेल्या सर्व असंख्य पद्धतींनी विक्षेपण संदिग्धता निर्माण केली: जर पृथ्वीपासून दूर असलेल्या लघुग्रहाला विचलित करण्याची क्षमता अस्तित्वात असेल, तर एखाद्या व्यक्तीकडे ही क्षमता देखील असेल. धोकादायक नसलेली वस्तू पृथ्वीच्या दिशेने वळवा, एक प्रचंड विनाशकारी शस्त्र तयार करा. 1994 च्या एका पेपरमध्ये त्यांनी सह-लेखन केले होते, त्यांनी 1993 मध्ये लॉस अलामोस नॅशनल लॅबोरेटरी (LANL) द्वारे आयोजित केलेल्या 3 दिवसांच्या "निअर-अर्थ ऑब्जेक्ट इंटरसेप्शन वर्कशॉप" ची खिल्ली उडवली होती जी "पास असताना देखील" असे म्हणू शकली नाही की अशा प्रकारचा अडथळा आणि विक्षेपण तंत्रज्ञानामध्ये हे "अनुषंगिक धोके" असू शकतात.

नैसर्गिक NEO प्रभाव धोका आणि या धोक्यांना रोखण्यासाठीच्या पद्धतींचे मूळ दुहेरी सार हे "आंतरराष्ट्रीय संबंध परिपक्व होण्यासाठी नवीन आणि शक्तिशाली प्रेरणा" म्हणून काम करेल अशी आशा सागनला होती. नंतर हे कबूल केले की, पुरेशा आंतरराष्ट्रीय निरीक्षणासह, भविष्यात अणु स्फोटक विक्षेपण पद्धती लागू करण्यासाठी "वर्क अवर वे अप" दृष्टीकोन तयार केला जाऊ शकतो, आणि पुरेसे ज्ञान मिळाल्यावर, लघुग्रहांच्या खाणकामात मदत करण्यासाठी त्यांचा वापर केला जाऊ शकतो. 1958 मध्ये चंद्राच्या पृष्ठभागावर आण्विक यंत्राचा स्फोट करण्याच्या शक्यतेशी संबंधित, आर्मर रिसर्च फाउंडेशनच्या A119 प्रकल्पासाठी अंतराळात आण्विक स्फोटांच्या वापरात त्यांची आवड निर्माण झाली.

सागन हा प्लेटोचा टीकाकार होता, त्याने प्राचीन ग्रीक तत्त्ववेत्त्याबद्दल असे म्हटले होते: "व्यापारी आणि कारागिरांच्या हातातून विज्ञान आणि गणित काढून टाकले जाणार होते. प्लेटो नावाच्या पायथागोरसच्या अनुयायांमध्ये या प्रवृत्तीचा सर्वात प्रभावी समर्थक आढळला" आणि

त्याचा (प्लेटो) विश्वास होता की कल्पना नैसर्गिक जगापेक्षा कितीतरी जास्त वास्तविक आहेत. त्यांनी खगोलशास्त्रज्ञांना तारे आणि ग्रहांचे निरीक्षण करण्यात आपला वेळ वाया घालवू नये असा सल्ला दिला. त्यांचा विश्वास होता, फक्त त्यांच्याबद्दल विचार करणे चांगले होते. प्लेटोने निरीक्षण आणि प्रयोगासाठी शत्रुत्व व्यक्त केले. त्यांनी वास्तविक जगाबद्दल तिरस्कार आणि वैज्ञानिक ज्ञानाच्या व्यावहारिक वापराबद्दल तिरस्कार शिकवला. प्लेटोच्या अनुयायांनी डेमोक्रिटस आणि इतर आयोनियन्सने पेटवलेला विज्ञान आणि प्रयोगाचा प्रकाश विझवण्यात यश मिळविले.

1995 मध्ये (त्याच्या द डेमन-हॉन्टेड वर्ल्ड या पुस्तकाचा भाग म्हणून) सेगनने संशयवादी विचारांसाठी साधनांचा एक संच लोकप्रिय केला, ज्याला "बालोनी डिटेक्शन किट" म्हणतात, हा वाक्यांश प्रथम त्याची पत्नी ॲन ड्रुयनचा मित्र आर्थर फेल्बरबॉम यांनी तयार केला होता.

विज्ञान लोकप्रिय करणे

विज्ञान लोकप्रिय करण्याच्या त्यांच्या कार्यांबद्दल बोलताना, सागन म्हणाले की शास्त्रज्ञांना विज्ञान आणि त्याची समकालीन स्थिती सांगण्याची किमान दोन कारणे आहेत. साधा स्वार्थ एक होता: विज्ञानासाठीचा बराचसा निधी हा जनतेकडून आला होता आणि त्यामुळे पैसा कसा खर्च होत आहे हे जाणून घेण्याचा अधिकार जनतेला होता. जर शास्त्रज्ञांनी विज्ञानाबद्दल सार्वजनिक प्रशंसा वाढवली, तर

अधिक सार्वजनिक समर्थक असण्याची चांगली संधी होती. दुसरे कारण म्हणजे विज्ञानाबद्दलची स्वतःची उत्कंठा इतरांपर्यंत पोहोचवण्याचा उत्साह.

कॉसमॉसच्या यशानंतर, सेगनने सामान्य लोकांसाठी विज्ञान पुस्तके प्रकाशित करण्यासाठी कॉसमॉस स्टोअर ही स्वतःची प्रकाशन संस्था स्थापन केली. ते यशस्वी झाले नाही.

टीका

सागानला सर्वसामान्य लोक मोठ्या प्रमाणावर आवडत असत, वैज्ञानिक समुदायात त्यांची प्रतिष्ठा अधिक ध्रुवीकृत होती. समीक्षकांनी काहीवेळा त्यांचे कार्य काल्पनिक, कठोर आणि स्वत: ला वाढवणारे असे वर्णन केले, आणि इतरांनी त्यांच्या नंतरच्या वर्षांमध्ये तक्रार केली की त्यांनी त्यांचा ख्यातनाम दर्जा वाढवण्यासाठी फॅकल्टी सदस्य म्हणून त्यांच्या भूमिकेकडे दुर्लक्ष केले.

सॅगनच्या कठोर समीक्षकांपैकी एक, हॅरोल्ड उरे यांना असे वाटले की सेगनला एका शास्त्रज्ञासाठी खूप प्रसिद्धी मिळत आहे आणि तो काही वैज्ञानिक सिद्धांतांना अगदी आकस्मिकपणे हाताळत आहे. 89 डेव्हिडसनच्या म्हणण्यानुसार उरे आणि सेगन यांच्याकडे विज्ञानाचे भिन्न तत्त्वज्ञान असल्याचे म्हटले जाते. युरे हा "जुन्या काळातील अनुभववादी" होता ज्याने अज्ञात गोष्टींबद्दल सिद्धांत मांडणे टाळले होते, तर सागन अशा प्रकरणांबद्दल उघडपणे अनुमान काढण्यास तयार होते. फ्रेड व्हिपलला हार्वर्डने सागनला तिथे ठेवायचे होते, परंतु युरे नोबेल पारितोषिक विजेते असल्यामुळे, हार्वर्डने सागनचा कार्यकाळ नाकारण्यात त्यांचे मत महत्त्वाचे होते.

सागनचा हार्वर्ड मित्र लेस्टर ग्रिनस्पूनने देखील म्हटले: "मी हार्वर्डला पुरेसा ओळखतो की तेथे असे लोक आहेत ज्यांना स्पष्टपणे बोलणारे लोक आवडत नाहीत." ग्रिन्सपून पुढे म्हणाले:

तुम्ही जिकडे वळलात तिकडे प्रत्येक गोष्टीवर एक खगोलशास्त्रज्ञ उद्धृत केला जात होता, एक खगोलशास्त्रज्ञ ज्याचा चेहरा तुम्ही टीव्हीवर पाहत होता आणि एक खगोलशास्त्रज्ञ ज्यांच्या पुस्तकांना स्थानिक पुस्तकांच्या दुकानात पसंतीचा डिस्प्ले स्लॉट होता.

उरे सारख्या काहींना नंतर असे लक्षात आले की सागनचा वैज्ञानिक वकिलीचा लोकप्रिय ब्रँड संपूर्ण विज्ञानासाठी फायदेशीर आहे. उरे यांना सागनचे 1977 मधील द ड्रॅगन्स ऑफ ईडन हे पुस्तक विशेष आवडले आणि सागन यांनी त्यांच्या मतासह लिहिले: "मला ते खूप आवडते आणि आश्चर्यचकित झालो की तुमच्यासारख्या एखाद्याला समस्येच्या विविध वैशिष्ट्यांचे इतके जवळचे ज्ञान आहे... मी तुमचे अभिनंदन करतो.. तू अनेक प्रतिभांचा माणूस आहेस."

सागनवर त्याच्या स्वतःच्या फायद्यासाठी इतरांच्या काही कल्पना उधार घेतल्याचा आरोप करण्यात आला आणि त्यांनी या दाव्यांचा प्रतिकार केला की हा गैरवापर हा त्याच्या विज्ञान संप्रेषक आणि स्पष्टीकरणकर्ता या भूमिकेचा एक दुर्दैवी दुष्परिणाम होता आणि जेव्हा शक्य असेल तेव्हा त्याने योग्य श्रेय देण्याचा प्रयत्न केला.

सामाजिक चिंता

सागानचा असा विश्वास होता की ड्रेक समीकरणाने, वाजवी अंदाजांच्या बदली, असे सुचवले आहे की मोठ्या संख्येने बाह्य संस्कृती तयार होतील, परंतु फर्मी विरोधाभासाने ठळक केलेल्या अशा सभ्यतेच्या पुराव्यांचा अभाव हे सूचित करते की तांत्रिक सभ्यता आत्म-नाश करतात. यामुळे मानवता स्वतःचा नाश करू शकेल असे मार्ग ओळखण्यात आणि प्रसिद्ध करण्यात त्याची आवड निर्माण झाली, अशा आपत्ती टाळण्याच्या आणि शेवटी स्पेसफेअरिंग प्रजाती बनण्याच्या आशेने. आण्विक होलोकॉस्टमध्ये मानवी सभ्यतेच्या संभाव्य विनाशाबाबत सागनची खोल चिंता कॉसमॉसच्या शेवटच्या भागामध्ये "पृथ्वीसाठी कोण बोलतो?" या संस्मरणीय सिनेमॅटिक अनुक्रमात व्यक्त केली गेली. सागनने आधीच वायुसेना वैज्ञानिक सल्लागार मंडळाच्या UFO तपास कंडोन समितीचा राजीनामा तारीख गहाळ दिला होता आणि व्हिएतनाम युद्धाच्या निषेधार्थ स्वेच्छेने त्याची सर्वोच्च गुप्त मंजुरी आत्मसमर्पण केली होती. जून 1981 मध्ये त्यांच्या तिसऱ्या पत्नीशी (कादंबरीकार ॲन द्रुयन) विवाह झाल्यानंतर, सेगन अधिक राजकीयदृष्ट्या सक्रिय झाला-विशेषतः अध्यक्ष रोनाल्ड रेगन यांच्या नेतृत्वाखाली आण्विक शस्त्रांच्या शर्यतीला विरोध करण्यासाठी.

मार्च 1983 मध्ये, रीगनने स्ट्रॅटेजिक डिफेन्स इनिशिएटिव्हची घोषणा केली - आण्विक क्षेपणास्त्रांच्या हल्ल्याविरूद्ध सर्वसमावेशक संरक्षण विकसित करण्यासाठी अब्जावधी-डॉलरचा प्रकल्प, ज्याला त्वरीत "स्टार वॉर्स" कार्यक्रम असे नाव देण्यात आले. सेगन प्रकल्पाच्या विरोधात बोलले आणि असा युक्तिवाद केला की आवश्यक असलेल्या परिपूर्णतेच्या पातळीसह प्रणाली विकसित करणे तांत्रिकदृष्ट्या अशक्य आहे आणि अशी प्रणाली तयार करणे शत्रूला डेकोय आणि इतर माध्यमांद्वारे पराभूत करणे जास्त महाग आहे - आणि त्याच्या बांधकामामुळे युनायटेड स्टेट्स आणि सोव्हिएत युनियनमधील "अण्वस्त्र संतुलन" गंभीरपणे अस्थिर होईल, ज्यामुळे आण्विक निःशस्त्रीकरणाच्या दिशेने आणखी प्रगती अशक्य होईल.

जेव्हा सोव्हिएत नेते मिखाईल गोर्बाचेव्ह यांनी अण्वस्त्रांच्या चाचणीवर एकतर्फी स्थगिती घोषित केली, जे 6 ऑगस्ट 1985 रोजी सुरू होणार होते- हिरोशिमाच्या अणुबॉम्ब हल्ल्याच्या 40 व्या वर्धापन दिनानिमित्त- रीगन प्रशासनाने या नाट्यमय हालचालीला प्रचाराशिवाय काही नाही म्हणून फेटाळून लावले आणि त्याला नकार दिला. अनुसरण करा. प्रत्युत्तर म्हणून, यूएस अण्वस्त्रविरोधी आणि शांतता कार्यकर्त्यांनी नेवाडा चाचणी साइटवर 1986 मध्ये इस्टर संडेपासून सुरू झालेल्या आणि 1987 पर्यंत सतत निषेधात्मक कारवाई केली.

"नेवाडा डेझर्ट एक्सपीरियन्स" गटातील शेकडो लोकांना अटक करण्यात आली, ज्यात सागन, भूमिगत ऑपरेशन कॅरिओटीअर आणि युनायटेड स्टेट्सच्या मस्केटियर अणुचाचणी मालिकेदरम्यान चाचणीच्या ठिकाणी साखळी-लिंक कुंपणावर चढताना त्याला दोन वेगवेगळ्या प्रसंगी अटक करण्यात आली होती.

टेस्टोस्टेरॉन विषबाधाच्या वादग्रस्त कल्पनेचा सागान एक मुखर वकिलही होता, 1992 मध्ये असा युक्तिवाद केला की मानवी पुरुषांना "टेस्टोस्टेरॉन विषबाधाचे असामान्य केस केस" द्वारे पकडले जाऊ शकते आणि यामुळे त्यांना नरसंहार करण्यास भाग पाडले जाऊ शकते. Moondance मासिकाच्या लेखिका डॅनिएला जिओसेफी यांच्या 1990 च्या वुमन ऑन वॉर या पुस्तकाच्या त्यांच्या पुनरावलोकनात, त्यांनी असा युक्तिवाद केला की स्त्रिया "वृषणात तयार होणारे लैंगिक वैशिष्ट्यांचे वाढ करणारे संप्रेरक विषबाधा द्वारे अस्पष्ट" मानवतेच्या केवळ अर्ध्या भाग आहेत. त्याच्या 1993 च्या शॅडोज ऑफ फॉरगॉटन एन्सेस्टर्स या पुस्तकाचा एक अध्याय टेस्टोस्टेरॉन आणि त्याच्या कथित विषारी प्रभावांना समर्पित आहे.

1989 मध्ये, कार्ल सगन यांची टेड टर्नरने मुलाखत घेतली होती की त्यांचा समाजवादावर विश्वास आहे की नाही आणि त्यांनी असे उत्तर दिले: "मला समाजवादी म्हणजे काय हे माहित नाही. परंतु मला विश्वास आहे की लोकांची काळजी घेणे सरकारची जबाबदारी आहे... मी बोलत आहे. लोकांना स्वावलंबी बनवण्याबद्दल."

वैयक्तिक जीवन आणि विश्वास

सगनचे तीन लग्न झाले होते. 1957 मध्ये, त्यांनी जीवशास्त्रज्ञ लिन मार्गुलिसशी लग्न केले. या जोडप्याला जेरेमी आणि डोरियन सेगन ही दोन मुले होती; त्यांचे लग्न 1964 मध्ये संपुष्टात आले. सेगनने 1968 मध्ये कलाकार लिंडा साल्झमनशी लग्न केले आणि त्यांना निक सेगन नावाचे एक मूल झाले आणि 1981 मध्ये घटस्फोट झाला. या विवाहांदरम्यान, कार्ल सेगनने आपल्या कारकिर्दीवर जास्त लक्ष केंद्रित केले, जो सागनच्या पहिल्या घटस्फोटास कारणीभूत ठरू शकतो. 1981 मध्ये, सेगनने लेखिका ॲन ड्रुयनशी लग्न केले आणि नंतर त्यांना अलेक्झांड्रा (साशा म्हणून ओळखले जाते) आणि सॅम्युअल सगन ही दोन मुले झाली. कार्ल सगन आणि ड्रुयन 1996 मध्ये त्याच्या मृत्यूपर्यंत विवाहित राहिले.

कॉर्नेल येथे शिकवत असताना, ते इथाका येथील एका इजिप्शियन पुनरुज्जीवन गृहात राहत होते, जे पूर्वी कॉर्नेल गुप्त समाजाचे मुख्यालय होते. 99 तिथे असताना त्याने PHOBOS लायसन्स प्लेट असलेली जांभळ्या रंगाची 1970 पोर्श 911 गाडी चालवली. त्याच्याकडे नारंगी रंगाची पोर्श 914 देखील होती.

1994 मध्ये, ॲपल कॉम्प्युटरमधील अभियंत्यांनी पॉवर मॅकिन्टोश 7100 "कार्ल सागन" असे कोड-नाव दिले, या आशेने की ॲपल पॉवरमॅक 7100 च्या विक्रीने "कोट्यवधी आणि अब्जावधी" कमवेल. हे नाव फक्त अंतर्गत वापरण्यात आले होते, परंतु सागनला काळजी होती की ते उत्पादनाचे समर्थन होईल आणि Apple ला एक बंद-आणि-निरोध पत्र पाठवले. ॲपलने त्याचे पालन केले, परंतु अभियंत्यांनी "बट-हेड ॲस्ट्रोनॉमर" चे अंतर्गत सांकेतिक नाव "BHA" असे बदलून बदला घेतला. 101 102 त्यानंतर सॅगनने ॲपलवर फेडरल कोर्टात मानहानीचा दावा केला. कोर्टाने सॅगनचे दावे फेटाळून लावण्यासाठी ॲपलचा प्रस्ताव मंजूर केला आणि डिक्टामध्ये असे मत मांडले की संदर्भाची जाणीव असलेल्या वाचकाला ॲपल "विनोदी आणि उपहासात्मक पद्धतीने बदला घेण्याचा स्पष्टपणे प्रयत्न करीत आहे" हे समजेल आणि "प्रतिवादी प्रयत्न करत होता असा निष्कर्ष काढण्याचे कारण ताणले जाते. खगोलशास्त्रज्ञ म्हणून फिर्यादीच्या प्रतिष्ठेवर किंवा योग्यतेवर टीका करा. 'बट-हेड' हा अपरिभाषित वाक्यांश वापरून कोणीही एखाद्या शास्त्रज्ञाच्या कौशल्यावर गंभीरपणे हल्ला करत नाही."त्यानंतर सॅगनने ॲपलच्या त्याच्या नावाचा आणि प्रतिमेचा मूळ वापर केल्याबद्दल दावा दाखल केला, परंतु पुन्हा हरले. सागन यांनी या निर्णयाला अपील केले. 104 नोव्हेंबर 1995 मध्ये, न्यायालयाबाहेर तोडगा निघाला आणि ॲपलच्या ट्रेडमार्क आणि पेटंट कार्यालयाने एक सलोख्याचे विधान जारी केले की "ॲपलला नेहमीच डॉ. सगनबद्दल खूप आदर आहे. डॉ. सगन किंवा त्यांच्या कुटुंबाला कारणीभूत करण्याचा ॲपलचा हेतू कधीच नव्हता. कोणतीही पेच किंवा चिंता." ॲपलचे प्रकल्पाचे तिसरे आणि अंतिम कोड नाव "LAW" होते, "लॉयर्स आर विम्प्स" असे लहान होते.

2019 मध्ये, कार्ल सेगनची मुलगी साशा सागन हिने लहान प्राण्यांसाठी प्रसिद्ध केले जसे की आम्ही: रिच्युल्स फॉर फाईंडिंग मीनिंग इन अवर अनलिक्ली वर्ल्ड, ज्यामध्ये ती चौदा वर्षांची असताना तिच्या आईवडिलांसोबतचे जीवन आणि तिच्या वडिलांच्या मृत्यूचे चित्रण करते. 106 तिच्या वडिलांच्या कार्यातील एका थीमवर आधारित, साशा सगनने लहान प्राण्यांसाठी अशा आम्ही मध्ये युक्तिवाद केला आहे की संशयवाद म्हणजे निराशावाद सूचित करत नाही.

मी नुकतेच कॉस्मिक कनेक्शन पूर्ण केले आहे आणि त्यातील प्रत्येक शब्द मला आवडला आहे. तुमची एक चांगली लेखकाची कल्पना आहे कारण तुमची शैली नसलेली शैली आहे आणि तुम्ही जे लिहिता ते मी वाचतो तेव्हा मला तुमचे बोलणे ऐकू येते. पुस्तकाबद्दलची एक गोष्ट मला अस्वस्थ करून गेली. तू माझ्यापेक्षा हुशार आहेस हे पूर्णपणे स्पष्ट होते. मला ते आवडत नाही.

आयझॅक असिमोव्ह, सागन यांना लिहिलेल्या पत्रात, 1973

आयझॅक असिमोव्हसोबतच्या मैत्रीमुळे सागनला विज्ञानकथा फॅन्डमची ओळख झाली आणि 1969 मध्ये नेबुला पुरस्कार सोहळ्यात तो बोलला. असिमोव्हने सागनचे वर्णन केवळ दोन व्यक्तींपैकी एक म्हणून केले ज्यांची बुद्धी त्याच्या स्वत: च्या पेक्षा जास्त आहे. दुसरा, त्याने दावा केला, तो संगणक शास्त्रज्ञ आणि कृत्रिम बुद्धिमत्ता तज्ज्ञ मार्विन मिन्स्की होता.

निसर्गवाद

सेगनने धर्म आणि धर्म आणि विज्ञान यांच्यातील संबंधांबद्दल वारंवार लिहिले आणि देवाच्या पारंपारिक संकल्पनेबद्दल संशय व्यक्त केला. उदाहरणार्थ:

काही लोकांना असे वाटते की देव एक लांब पांढरी दाढी असलेला, हलक्या त्वचेचा नर आहे, आकाशात कोठेतरी सिंहासनावर बसलेला आहे आणि प्रत्येक चिमणीच्या पडझडीची व्यस्तता मोजतो. इतर-उदाहरणार्थ बारूच स्पिनोझा आणि अल्बर्ट आइन्स्टाईन-देवाला मूलत: विश्वाचे वर्णन करणाऱ्या भौतिक नियमांची बेरीज मानतात . काही लपलेल्या खगोलीय वांटेज पॉईंटपासून मानवी नशिबावर नियंत्रण ठेवणाऱ्या मानववंशीय पितृसत्ताकांचा कोणताही आकर्षक पुरावा मला माहीत नाही, परंतु भौतिक नियमांचे अस्तित्व नाकारणे हे वेडेपणाचे ठरेल.

देवाच्या संकल्पनेवरील त्याच्या दृष्टिकोनाच्या आणखी एका वर्णनात, सेगनने लिहिले:

देव हा वाहत्या दाढीचा मोठा पांढरा नर आहे जो आकाशात बसतो आणि प्रत्येक चिमणीची पडझड उंच करतो ही कल्पना हास्यास्पद आहे. परंतु जर देवाचा अर्थ विश्वाला नियंत्रित करणारे भौतिक नियमांचा संच असेल तर स्पष्टपणे असा देव आहे. हा देव भावनिकदृष्ट्या अतृप्त आहे... गुरुत्वाकर्षणाच्या नियमाला प्रार्थना करण्यात फारसा अर्थ नाही.

नास्तिकतेवर, सागन यांनी 1981 मध्ये टिप्पणी केली:

नास्तिक असा आहे ज्याला देव अस्तित्वात नाही याची खात्री आहे, ज्याच्याकडे देवाच्या अस्तित्वाविरुद्ध सक्तीचे पुरावे आहेत. मला असा कोणताही जबरदस्त पुरावा माहित नाही. कारण देवाला दुर्गम काळ आणि ठिकाणे आणि अंतिम कारणांसाठी सोडले जाऊ शकते, अशा प्रकारचा देव अस्तित्वात नाही याची खात्री करण्यासाठी आपल्याला विश्वाविषयी अधिक माहिती असणे आवश्यक आहे. देवाच्या अस्तित्वाविषयी खात्री बाळगणे आणि देवाच्या अस्तित्वाबद्दल खात्री असणे हे मला शंका आणि अनिश्चिततेने भरलेल्या विषयातील आत्मविश्वासपूर्ण टोकाचे वाटते जे खरोखरच कमी आत्मविश्वासाला प्रेरित करते.

सेगनने ख्रिश्चन धर्म आणि जेफरसन बायबलवर देखील भाष्य केले आणि असे म्हटले की "ख्रिश्चन धर्माबद्दल माझे दीर्घकाळचे मत असे आहे की ते येशूचा धर्म आणि पॉलचा धर्म अशा दोन अविचल वाटणाऱ्या भागांचे मिश्रण दर्शविते. थॉमस जेफरसनने पॉलीनचे भाग काढून टाकण्याचा प्रयत्न केला. नवीन करार. तो पूर्ण झाला तेव्हा फारसे काही शिल्लक नव्हते, पण तो एक प्रेरणादायी दस्तऐवज होता."

अध्यात्म आणि त्याचा विज्ञानाशी संबंध याविषयी, सागन म्हणाले:

'आत्मा' हा लॅटिन शब्द 'टू ब्रीद' पासून आला आहे. आपण ज्याचा श्वास घेतो ती हवा आहे, जी कितीही पातळ असली तरी नक्कीच महत्त्वाची आहे. याउलट वापर करूनही, 'आध्यात्मिक' या शब्दामध्ये आपण पदार्थाव्यतिरिक्त (मेंदू बनवलेल्या बाबीसह) किंवा विज्ञानाच्या क्षेत्राबाहेरील कोणत्याही गोष्टीबद्दल बोलत आहोत असा कोणताही आवश्यक अर्थ नाही. प्रसंगी हा शब्द वापरायला मला मोकळे वाटेल. विज्ञान केवळ अध्यात्माशी सुसंगत नाही; तो अध्यात्माचा गहन स्रोत आहे. प्रकाशवर्षांच्या विशालतेत आणि युगानुयुगे जेव्हा आपण आपले स्थान ओळखतो, जेव्हा आपण जीवनातील गुंतागुंत, सौंदर्य आणि सूक्ष्मता समजून घेतो, तेव्हा ती उंचावणारी भावना, ती आनंद आणि नम्रता एकत्रितपणे निश्चितपणे आध्यात्मिक असते.

पर्यावरणविषयक आवाहन, "पृथ्वीचे रक्षण आणि पालनपोषण", प्रामुख्याने सागान यांनी जानेवारी 1990 मध्ये इतर प्रख्यात शास्त्रज्ञ आणि धार्मिक नेत्यांसह लिहिले आणि स्वाक्षरी केली, असे म्हटले आहे की "ऐतिहासिक नोंदी हे स्पष्ट करते की धार्मिक शिकवण, उदाहरण आणि नेतृत्व सक्षमपणे सक्षम आहे. वैयक्तिक आचरण आणि वचनबद्धतेवर प्रभाव पाडतात... अशा प्रकारे, धर्म आणि विज्ञान यांची महत्त्वाची भूमिका आहे."

1996 मध्ये त्याच्या धार्मिक विश्वासांबद्दल विचारलेल्या प्रश्नाला उत्तर देताना, सागनने उत्तर दिले, "मी अज्ञेयवादी आहे." सागनने सांगितले की विश्वाचा निर्माता देव ही कल्पना सिद्ध करणे किंवा नाकारणे कठीण आहे आणि हा एकमेव वैज्ञानिक शोध आहे. जे आव्हान देऊ शकते ते अनंत जुने विश्व असेल. धर्मावरील सागानच्या मतांचा स्पिनोझाच्या देवावरील आईन्स्टाईनच्या विश्वासाशी तुलना करता सर्वधर्मसमभावाचा एक प्रकार म्हणून व्याख्या करण्यात आली आहे. त्यांचा मुलगा, डोरियन सागन म्हणाला, "माझ्या वडिलांचा स्पिनोझा आणि आईन्स्टाईनच्या देवावर विश्वास होता, देव निसर्गाच्या मागे नाही तर निसर्गाच्या समतुल्य आहे."

जेव्हा माझा नवरा मरण पावला, कारण तो खूप प्रसिद्ध होता आणि विश्वास ठेवणारा नाही म्हणून ओळखला जातो, तेव्हा बरेच लोक माझ्याकडे यायचे-असे अजूनही कधी कधी घडते-आणि मला विचारले की कार्ल शेवटी बदलला आणि नंतरच्या जीवनावर विश्वास ठेवला का. ते मला वारंवार विचारतात की मला वाटतं की मी त्याला पुन्हा भेटेन. कार्लने आपल्या मृत्यूला अतुलनीय धैर्याने तोंड दिले आणि कधीही भ्रमाचा आश्रय घेतला नाही. शोकांतिका अशी होती की आम्हाला माहित होते की आम्ही पुन्हा कधीही एकमेकांना भेटणार नाही. मला कार्लसोबत पुन्हा एकत्र येण्याची अपेक्षा नाही.

2006 मध्ये, ॲन ड्रुयन यांनी सॅगनचे 1985 ग्लासगो गिफर्ड लेक्चर्स इन नॅचरल थिओलॉजी, द वैरिएटीज ऑफ सायंटिफिक एक्सपिरिअन्स: ए पर्सनल व्ह्यू ऑफ द सर्च फॉर गॉड या पुस्तकात संपादित केले, ज्यामध्ये त्यांनी नैसर्गिक जगामध्ये देवत्वाविषयीच्या त्यांच्या मतांचे स्पष्टीकरण दिले.

सागनला फ्रीथिंकर किंवा संशयवादी म्हणूनही ओळखले जाते; कॉसमॉसमधील त्यांच्या सर्वात प्रसिद्ध अवतरणांपैकी एक होते, "असाधारण दाव्यांना असाधारण पुरावे आवश्यक असतात" (काही लोकांकडून "सागन मानक" असे म्हणतात). हे पॅरानॉर्मल दाव्यांच्या वैज्ञानिक तपासणीसाठी समितीचे सहकारी संस्थापक मार्सेलो ट्रुझी यांच्या जवळजवळ समान विधानावर आधारित होते, "असाधारण दाव्यासाठी असाधारण पुरावा आवश्यक आहे." ही कल्पना पूर्वी थिओडोरमध्ये मांडण्यात आली होती. फ्लॉर्नॉयचे काम फ्रॉम इंडिया टू द प्लॅनेट मार्स (१८९९) पियरे-सायमन लाप्लेस (१७४९-१८२७) या फ्रेंच गणितज्ञ आणि खगोलशास्त्रज्ञाने लाप्लेसचे तत्व म्हणून लिहिले आहे: "पुराव्याचे वजन विचित्रतेच्या प्रमाणात असावे. तथ्यांचे."

त्याच्या आयुष्याच्या उत्तरार्धात, सागनच्या पुस्तकांनी जगाबद्दलच्या त्याच्या निसर्गवादी दृष्टिकोनाचे वर्णन केले. द डेमन-हॉन्टेड वर्ल्डमध्ये, त्याने युक्तिवाद तपासण्यासाठी आणि खोटेपणा किंवा फसव्या गोष्टी शोधण्यासाठी साधने सादर केली, मूलतः गंभीर विचारसरणी आणि वैज्ञानिक पद्धतींचा व्यापक वापर करण्याचे समर्थन केले. सेगनच्या मृत्यूनंतर 1997 मध्ये प्रकाशित झालेल्या बिलियन्स अँड बिलियन्स: थॉट्स ऑन लाइफ अँड डेथ ॲट द ब्रिंक ऑफ द मिलेनियम या संकलनात सगनने लिहिलेले निबंध आहेत, जसे की गर्भपाताबद्दलचे त्याचे मत, तसेच त्याची विधवा, ॲन द्रुयन यांनी लिहिलेले लेख. अज्ञेयवादी आणि मुक्त विचारसरणीच्या संबंधात त्याच्या मृत्यूबद्दल.

सॅगनने मानववंशवादाकडे असलेल्या मानवांच्या प्रवृत्तीविरुद्ध चेतावणी दिली. ते प्राण्यांच्या नैतिक उपचारांसाठी कॉर्नेल विद्यार्थ्यांचे प्राध्यापक सल्लागार होते. कॉसमॉस अध्याय "ब्लूज फॉर अ रेड प्लॅनेट" मध्ये, सेगनने लिहिले, "जर मंगळावर जीवसृष्टी असेल, तर मला विश्वास आहे की आपण मंगळावर काहीही करू नये. मंगळ मंगळवासियांचा आहे, जरी मंगळ हे केवळ सूक्ष्मजंतू असले तरीही." 128

मारिजुआना वकिली

सागन हा गांजाचा वापरकर्ता आणि वकील होता. "मिस्टर एक्स" या टोपणनावाने, त्यांनी 1971 च्या मारिहुआना रीकॉन्साइडेड या पुस्तकात गांजा ओढण्याबद्दलच्या निबंधाचे योगदान दिले. निबंधाने स्पष्ट केले की गांजाच्या वापरामुळे सागनच्या काही कामांना प्रेरणा मिळाली आणि कामुक आणि बौद्धिक अनुभव वाढले. सेगनच्या मृत्यूनंतर, त्याचा मित्र लेस्टर ग्रिन्स्पून याने ही माहिती सागनचे चरित्रकार के डेव्हिडसन यांना दिली. 1999 मध्ये कार्ल सगन: ए लाइफ या चरित्राच्या प्रकाशनाने सागनच्या जीवनातील या पैलूकडे मीडियाचे लक्ष वेधले. याच्या मृत्यूनंतर काही काळ लोटला नाही, त्याची विधवा ॲन द्रुयान नॅशनल ऑर्गनायझेशन फॉर द रिफॉर्म ऑफ मारिजुआना लॉज (NORML) च्या संचालक मंडळाच्या अध्यक्षपदी विराजमान झाली, जी भांग कायद्यांमध्ये सुधारणा करण्यासाठी समर्पित ना-नफा संस्था आहे.

UFOs

1947 मध्ये, ज्या वर्षी "फ्लाइंग सॉसर" क्रेझचे उद्घाटन झाले, त्या वर्षी, तरुण सेगनला शंका होती की "डिस्क" कदाचित एलियन स्पेसशिप असू शकतात.

यूएफओ रिपोर्ट्समध्ये सेगनच्या स्वारस्यामुळे त्याला 3 ऑगस्ट 1952 रोजी अमेरिकेचे परराष्ट्र सचिव डीन अचेसन यांना पत्र लिहिण्यास प्रवृत्त केले आणि विचारले की जर फ्लाइंग सॉसर्स अलौकिक असतील तर युनायटेड स्टेट्स कसा प्रतिसाद देईल. नंतर 1964 मध्ये त्यांनी जॅक व्हॅली यांच्याशी या विषयावर अनेक संभाषण केले. UFO प्रश्नाच्या कोणत्याही विलक्षण उत्तराबद्दल साशंक असले तरी, सेगनला वाटले की शास्त्रज्ञांनी या घटनेचा अभ्यास केला पाहिजे, कमीत कमी कारण UFO अहवालांमध्ये व्यापक जनहित आहे.

स्टुअर्ट ॲपेल यांनी नमूद केले आहे की सागनने "यूएफओ आणि अपहरणाच्या अनुभवाबाबत तार्किक आणि अनुभवजन्य चुकीच्या गोष्टी समजून घेतल्यावर वारंवार लिहिले. सागनने या घटनेचे अलौकिक स्पष्टीकरण नाकारले परंतु यूएफओ अहवालांचे परीक्षण करण्यासाठी अनुभवजन्य आणि अध्यापनशास्त्रीय दोन्ही फायदे आहेत असे वाटले. त्यामुळे अभ्यासाचा एक वैध विषय होता."

1966 मध्ये सागन हे यूएस एअर फोर्सच्या UFO तपास प्रकल्प ब्लू बुकचे पुनरावलोकन करण्यासाठी तदर्थ समितीचे सदस्य होते. समितीने निष्कर्ष काढला की ब्लू बुकमध्ये वैज्ञानिक अभ्यासाची कमतरता होती आणि यूएफओ घटनेची वैज्ञानिक तपासणी करण्यासाठी विद्यापीठ-आधारित प्रकल्पाची शिफारस केली. त्याचा परिणाम म्हणजे कॉन्डोन कमिटी (1966-68), ज्याचे नेतृत्व भौतिकशास्त्रज्ञ एडवर्ड कॉन्डोन करत होते आणि त्यांच्या अंतिम अहवालात त्यांनी औपचारिकपणे असा निष्कर्ष काढला की UFOs, त्यांच्यापैकी कोणतेही असले तरीही, राष्ट्रीय धोक्याशी सुसंगतपणे वागले नाहीत. सुरक्षा

समाजशास्त्रज्ञ रॉन वेस्ट्रम लिहितात की "सॅगनच्या UFO प्रश्नावर उपचार करण्याचा मुख्य मुद्दा म्हणजे 1969 मधील AAAS ची परिसंवाद. या विषयावर शिक्षित मतांची विस्तृत श्रेणी सहभागींनी ऑफर केली, ज्यामध्ये केवळ जेम्स मॅकडोनाल्ड आणि जे. ॲलन सारख्या समर्थकांचा समावेश नाही. हायनेक पण खगोलशास्त्रज्ञ विल्यम हार्टमन आणि डोनाल्ड मेंझेल सारखे संशयवादी. स्पीकर्सची यादी संतुलित

होती, आणि एडवर्ड कॉन्डॉनच्या दबावाला न जुमानता हा कार्यक्रम सादर केला गेला याचे श्रेय सॅगनलाच आहे. परिसंवादात दिलेली व्याख्याने आणि चर्चा; हे 1972 मध्ये UFO's: A Scientific Debate म्हणून प्रकाशित झाले. सागनच्या अनेक पुस्तकांपैकी काही यूएफओचे परीक्षण करतात (जसे कॉसमॉसच्या एका भागाने केले होते) आणि त्याने या घटनेला धार्मिक अंतर्भूत असल्याचा दावा केला आहे.

सागनने त्याच्या 1980 च्या कॉसमॉस मालिकेत इंटरस्टेलर प्रवासाबद्दलची आपली मते पुन्हा प्रकट केली. त्याच्या शेवटच्या लिखित कृतींपैकी एकामध्ये, सागनने असा युक्तिवाद केला की पृथ्वीला भेट देण्याच्या बाहेरील अवकाशयानाची शक्यता कमी आहे. तथापि, शीतयुद्धाच्या चिंतेमुळे यूएफओबद्दल त्यांच्या नागरिकांची दिशाभूल करण्यात सरकारला हातभार लागला हे सागानला प्रशंसनीय वाटले आणि त्यांनी लिहिले की "काही UFO अहवाल आणि विश्लेषणे, आणि कदाचित मोठ्या फायली, बिले भरणाऱ्या लोकांसाठी अगम्य करण्यात आल्या आहेत ... हे आहे. फाइल्सचे वर्गीकरण आणि सर्वसाधारणपणे उपलब्ध करून देण्याची वेळ." त्यांनी दडपलेल्या UFO डेटाबद्दल निष्कर्षापर्यंत जाण्यापासून सावधगिरी बाळगली आणि जोर दिला की भूतकाळात किंवा वर्तमानकाळात एलियन्स पृथ्वीला भेट देत असल्याचा कोणताही भक्कम पुरावा नाही.

सॅगनने स्टॅनली कुब्रिकच्या 2001: ए स्पेस ओडिसी या चित्रपटासाठी थोडक्यात सल्लागार म्हणून काम केले. सागनने असा प्रस्ताव मांडला की चित्रपटात बाह्य सुपरइंटिलिजन्सचे चित्रण करण्याऐवजी सूचित केले जाते.

"सागनचा विरोधाभास"

1969 च्या एएएएस सिम्पोजियममध्ये सागनचे योगदान हे यूएफओ बाहेरील प्राण्यांद्वारे चालवले जाते या विश्वासावर हल्ला होता. अनेक तार्किक गृहीतके लागू करून (ड्रेक समीकरण पहा), सेगनने आंतरतारकीय प्रवास करण्यास सक्षम असलेल्या प्रगत संस्कृतींची संभाव्य संख्या सुमारे दहा लाख इतकी मोजली. त्यांनी असा अंदाज व्यक्त केला की कोणत्याही सभ्यतेला नियमितपणे इतर सर्वांवर तपासण्याची इच्छा आहे, म्हणा, वर्षातून एकदा 10,000 अंतराळयान दरवर्षी प्रक्षेपित करावे लागतील. हे केवळ प्रक्षेपणांची अवास्तव संख्या असल्यासारखे वाटत नाही, परंतु सर्व संस्कृतींना एकमेकांचा शोध घेण्यासाठी आवश्यक असलेल्या सर्व स्पेसशिप तयार करण्यासाठी विश्वाच्या एक टक्का ताऱ्यांमधील सर्व सामग्री लागेल.

नियमित भेटीसाठी पृथ्वीची निवड केली जात असल्याचा युक्तिवाद करण्यासाठी, सागन म्हणाले, एखाद्याला असे गृहीत धरावे लागेल की हा ग्रह कसा तरी अद्वितीय आहे आणि हे गृहितक "आजूबाजूला बऱ्याच सभ्यता आहेत या कल्पनेच्या अगदी विरुद्ध आहे. कारण जर तेथे असेल तर आपल्या एक प्रकारची सभ्यता खूपच सामान्य असली पाहिजे. आणि जर आपण सामान्य नसलो तर अभ्यागतांना पाठवण्याइतपत अनेक सभ्यता विकसित होणार नाहीत."

या युक्तिवादाने, ज्याला काहींनी सागनचा विरोधाभास म्हटले आहे, एक नवीन विचारधारा स्थापित करण्यात मदत केली, म्हणजे अलौकिक जीवन अस्तित्वात असल्याचा विश्वास, परंतु त्याचा यूएफओशी काहीही संबंध नाही. नवीन समजुतीचा UFO अभ्यासावर चांगला परिणाम झाला. ज्यांना त्यांच्या वैमानिकांना ओळखायचे होते त्यांच्यापासून UFO वेगळे करू इच्छिणाऱ्या संशोधकांना याने वेगळे करण्यास मदत केली आणि त्यामुळे शास्त्रज्ञांना UFOs शी संबंधित कलंकाने भार न पडता बुद्धिमान जीवनासाठी विश्वाचा शोध घेण्याची संधी मिळाली.

मृत्यू

दोन वर्षांपर्यंत मायलोडिस्प्लासिया झाल्यानंतर आणि त्याच्या बहिणीकडून तीन अस्थिमज्जा प्रत्यारोपण झाल्यानंतर, 20 डिसेंबर 1996 रोजी सिएटल, वॉशिंग्टन येथील फ्रेड हचिन्सन कॅन्सर रिसर्च सेंटरमध्ये वयाच्या 62 व्या वर्षी न्यूमोनियामुळे सागनचा मृत्यू झाला. 9 न्यूयॉर्कमधील इथाका येथील लेक व्ह्यू स्मशानभूमीत त्यांचे दफन करण्यात आले.

पुरस्कार आणि सन्मान

नासा प्रतिष्ठित सार्वजनिक सेवा पदक

टेलिव्हिजन उत्कृष्टतेसाठी वार्षिक पुरस्कार-1981—ओहायो स्टेट युनिव्हर्सिटी-पीबीएस मालिका कॉसमॉस: अ पर्सनल व्हॉयेज

अपोलो अचिव्हमेंट अवॉर्ड - नॅशनल एरोनॉटिक्स अँड स्पेस ॲडमिनिस्ट्रेशन

नासा प्रतिष्ठित सार्वजनिक सेवा पदक-राष्ट्रीय एरोनॉटिक्स आणि स्पेस ॲडमिनिस्ट्रेशन (1977)

एमी—उत्कृष्ट वैयक्तिक उपलब्धी—1981—पीबीएस मालिका कॉसमॉस: अ पर्सनल व्हॉयेज 50

एमी—उत्कृष्ट माहितीपूर्ण मालिका—1981—पीबीएस मालिका कॉसमॉस: अ पर्सनल व्हॉयेज 50

अमेरिकन फिजिकल सोसायटीचे फेलो-1989 142

अपवादात्मक वैज्ञानिक उपलब्धी पदक - राष्ट्रीय वैमानिक आणि अंतराळ प्रशासन

हेलन कॅल्डिकॉट लीडरशिप अवॉर्ड - अण्वस्त्र निःशस्त्रीकरणासाठी महिला कृतीद्वारे प्रदान

ह्यूगो पुरस्कार-1981-सर्वोत्कृष्ट नाट्यमय सादरीकरण-कॉसमॉस: अ पर्सनल व्हॉयेज

ह्यूगो पुरस्कार-1981—सर्वोत्तम संबंधित नॉन-फिक्शन बुक-कॉसमॉस

ह्यूगो पुरस्कार-1998—सर्वोत्कृष्ट नाटकीय सादरीकरण-संपर्क
वर्षातील मानवतावादी—1981—अमेरिकन ह्युमॅनिस्ट असोसिएशनने पुरस्कृत 143
अमेरिकन फिलॉसॉफिकल सोसायटी-1995—सदस्यपदासाठी निवडून आले. 144
इन प्रेझ ऑफ रीझन अवॉर्ड-1987-संशयात्मक चौकशीसाठी समिती 145
आयझॅक असिमोव्ह पुरस्कार-1994-संशयात्मक चौकशीसाठी समिती 146
जॉन एफ. केनेडी ॲस्ट्रोनॉटिक्स अवॉर्ड-1982-अमेरिकन ॲस्ट्रोनॉटिकल सोसायटी 147
स्पेशल नॉन-फिक्शन कॅम्पबेल मेमोरियल अवॉर्ड-1974-द कॉस्मिक कनेक्शन: ॲन एक्स्ट्राटेरेस्ट्रियल पर्स्पेक्टिव्ह 148
जोसेफ प्रिस्टली पुरस्कार-"मानवजातीच्या कल्याणासाठी विशिष्ट योगदानासाठी" 149
ॲस्ट्रॉनॉमिकल सोसायटी ऑफ द पॅसिफिक-1974 चा क्लुम्पके-रॉबर्ट्स पुरस्कार
अमेरिकन ॲकॅडमी ऑफ अचिव्हमेंटचा गोल्डन प्लेट पुरस्कार-1975 150
कॉन्स्टँटिन सिओलकोव्स्की मेडल—सोव्हिएत कॉस्मोनॉट्स फेडरेशनने दिलेले

9

ईओ विल्सन

ईओ विल्सन

Top Scientists

Scan for Story Videos - www.itibook.com

एडवर्ड ऑस्बोर्न विल्सन (जून १०, १९२९ - डिसेंबर २६, २०२१) हे अमेरिकन जीवशास्त्रज्ञ, निसर्गशास्त्रज्ञ आणि लेखक होते. मार्मेकोलॉजी, मुंग्यांचा अभ्यास ही त्यांची खासियत होती. डेव्हिड ॲटनबरोच्या मते ते जगातील आघाडीचे तज्ञ होते. त्याला "अँटी मॅन" असे टोपणनाव

देण्यात आले.

विल्सन यांना "समाजजीवशास्त्राचे जनक" आणि "जैवविविधतेचे जनक" असे संबोधण्यात आले आहे त्यांच्या पर्यावरणाच्या वकिलीसाठी, आणि धार्मिक आणि नैतिक बाबींशी संबंधित त्यांच्या धर्मनिरपेक्ष-मानवतावादी आणि देववादी कल्पना. पर्यावरणीय सिद्धांतातील त्यांच्या योगदानांपैकी बेट जैव भूगोल सिद्धांत (गणितीय पर्यावरणशास्त्रज्ञ रॉबर्ट मॅकआर्थर यांच्या सहकार्याने विकसित केलेला), ज्याने संवर्धन क्षेत्र डिझाइनच्या क्षेत्राचा पाया म्हणून काम केले, तसेच स्टीफन पी. यांच्या जैवविविधतेचा एकसंध तटस्थ सिद्धांत म्हणून काम केले. हबेल.

विल्सन हे हार्वर्ड विद्यापीठातील ऑर्गेनिझम आणि इव्होल्युशनरी बायोलॉजी विभागासाठी कीटकशास्त्रातील पेलेग्रिनो विद्यापीठाचे संशोधन प्राध्यापक, ड्यूक विद्यापीठाचे व्याख्याते, आणि संशयित चौकशी समितीचे सहकारी होते. रॉयल स्वीडिश अकादमीने विल्सन यांना क्रॅफुर्ड पारितोषिक दिले. ते आंतरराष्ट्रीय मानवतावाद अकादमीचे मानवतावादी विजेते होते. तो जनरल नॉनफिक्शनसाठी (1979 मध्ये ऑन ह्यूमन नेचरसाठी आणि 1991 मध्ये द अँट्स) साठी पुलित्झर पारितोषिक दोन वेळा विजेता होता आणि द सोशल कन्क्वेस्ट ऑफ अर्थसाठी न्यूयॉर्क टाइम्सचे बेस्ट सेलिंग लेखक होते, लेटर टू अ यंग सायंटिस्ट , आणि मानवी अस्तित्वाचा अर्थ.

एडवर्ड ऑस्बोर्न विल्सन यांचा जन्म 10 जून 1929 रोजी बर्मिंगहॅम, अलाबामा येथे झाला होता, जो इनेज लिनेट फ्रीमन आणि एडवर्ड ऑस्बोर्न विल्सन यांना एकुलता एक मुलगा होता. त्यांच्या नॅचरलिस्टच्या आत्मचरित्रानुसार, तो मोबाईल, अलाबामा आणि पेन्साकोला, फ्लोरिडा यासह दक्षिण युनायटेड स्टेट्समधील विविध शहरांमध्ये मोठा झाला. लहानपणापासूनच त्यांना नैसर्गिक इतिहासात रस होता. त्याचे वडील मद्यपी होते ज्यांनी शेवटी आत्महत्या केली. त्याच्या पालकांनी त्याला काळी विधवा कोळी घरी आणून पोर्चमध्ये ठेवण्याची परवानगी दिली. तो सात वर्षांचा असताना त्यांचा घटस्फोट झाला.

ज्या वर्षी त्याच्या पालकांचा घटस्फोट झाला त्याच वर्षी, विल्सनने मासेमारीच्या अपघातात एका डोळ्याने स्वतःला आंधळे केले. त्याला तासन्तास त्रास सहन करावा लागला, पण त्याने मासेमारी सुरूच ठेवली. त्याने तक्रार केली नाही कारण त्याला घराबाहेर राहण्याची चिंता होती. त्याने वैद्यकीय उपचार घेतले नाहीत. काही महिन्यांनंतर, त्याच्या उजव्या बाहुलीवर मोतीबिंदू झाला. लेन्स काढण्यासाठी त्याला पेन्साकोला रुग्णालयात दाखल करण्यात आले. विल्सन आपल्या आत्मचरित्रात लिहितात की, "शस्त्रक्रिया ही 19व्या शतकातील एक भयानक परीक्षा होती". विल्सनने 20/10 च्या दृष्टीसह डाव्या डोळ्यात पूर्ण दृष्टी राखली. 20/10 व्हिजनने त्याला "छोट्या गोष्टींवर" लक्ष केंद्रित करण्यास प्रवृत्त केले: "मला इतर मुलांपेक्षा फुलपाखरे आणि मुंग्या जास्त दिसल्या, आणि आपोआप त्यांच्यात रस घेतला."

जरी त्याने त्याची स्टिरियोस्कोपिक दृष्टी गमावली होती, तरीही तो लहान कीटकांच्या शरीरावर बारीक छाप आणि केस पाहू शकत होता. सस्तन प्राणी आणि पक्ष्यांचे निरीक्षण करण्याची त्याची क्षमता कमी झाल्यामुळे तो कीटकांवर लक्ष केंद्रित करू लागला.

वयाच्या नऊव्या वर्षी, विल्सनने वॉशिंग्टन, डीसी येथील रॉक क्रीक पार्कमध्ये पहिली मोहीम हाती घेतली. त्याने किडे गोळा करायला सुरुवात केली आणि त्याला फुलपाखरांची आवड निर्माण झाली. झाडू, कोट हँगर्स आणि चीझक्लॉथच्या पिशव्या वापरून तो त्यांना पकडायचा. या मोहिमांवर जाण्याने विल्सनला मुंग्यांबद्दल आकर्षण वाटू लागले. त्याने त्याच्या आत्मचरित्रात वर्णन केले आहे की एके दिवशी त्याने सडलेल्या झाडाची साल कशी काढली आणि खाली सिट्रोनेला मुंग्या शोधल्या. त्याला सापडलेल्या कामगार मुंग्या "लहान, लठ्ठ, चमकदार पिवळ्या आणि तीव्र लिंबाचा गंध उत्सर्जित करणाऱ्या" होत्या. विल्सन म्हणाले की या कार्यक्रमाने " त्याच्यावर ज्वलंत आणि चिरस्थायी छाप सोडली". त्याने ईगल स्काउट पुरस्कार देखील मिळवला आणि त्याच्या बॉय स्काउट उन्हाळी शिबिराचे निसर्ग संचालक म्हणून काम केले. वयाच्या 18 व्या वर्षी, कीटकशास्त्रज्ञ बनण्याच्या हेतूने, त्याने माश्या गोळा करण्यास सुरुवात केली, परंतु दुसऱ्या महायुद्धामुळे झालेल्या कीटकांच्या पिनच्या कमतरतेमुळे तो मुंग्यांकडे वळला, ज्या कुपींमध्ये साठवल्या जाऊ शकतात. वॉशिंग्टनमधील नॅशनल म्युझियम ऑफ नॅचरल हिस्ट्रीमधील मायर्मकोलॉजिस्ट मॅरियन आर. स्मिथ यांच्या प्रोत्साहनाने विल्सनने अलाबामाच्या सर्व मुंग्यांचे सर्वेक्षण सुरू केले. या अभ्यासामुळे त्याला मोबाइल बंदराजवळ, यूएस मधील फायर मुंग्यांची पहिली वसाहत कळवली. विल्सन म्हणाले की शालेय शिक्षणाच्या 11 वर्षांच्या आत तो 15 किंवा 16 शाळांमध्ये गेला.

शिक्षण

विल्सनला काळजी होती की त्याला विद्यापीठात जाणे परवडणार नाही, आणि त्याने युनायटेड स्टेट्स सैन्यात भरती होण्याचा प्रयत्न केला, त्याच्या शिक्षणासाठी यूएस सरकारचे आर्थिक सहाय्य मिळविण्याच्या हेतूने. तो त्याच्या दृष्टीदोषामुळे लष्कराच्या वैद्यकीय परीक्षेत नापास झाला, परंतु अखेर अलाबामा विद्यापीठात प्रवेश घेऊ शकला, आणि १९५० मध्ये जीवशास्त्रात बीएस आणि एमएस पदव्या मिळवल्या. १९५१ मध्ये विल्सनची हार्वर्ड विद्यापीठात बदली झाली.

हार्वर्ड सोसायटी ऑफ फेलोमध्ये नियुक्त केलेले, तो परदेशातील मोहिमांवर प्रवास करू शकतो, क्युबा आणि मेक्सिकोच्या मुंग्यांच्या प्रजाती गोळा करू शकतो आणि ऑस्ट्रेलिया, न्यू गिनी, फिजी, न्यू कॅलेडोनिया आणि श्रीलंका यासह दक्षिण पॅसिफिकमध्ये प्रवास करू शकतो. 1955 मध्ये त्यांनी पीएच.डी. आणि आयरीन केलीशी लग्न केले.

करिअर

1956 ते 1996 पर्यंत, विल्सन हार्वर्डच्या विद्याशाखेचा भाग होता. त्यांनी मुंगी वर्गीकरणशास्त्रज्ञ म्हणून सुरुवात केली आणि त्यांची सूक्ष्म उत्क्रांती समजून घेण्यावर काम केले, पर्यावरणीय गैरसोयीतून बाहेर पडून आणि नवीन अधिवासात जाऊन नवीन प्रजातींमध्ये त्यांचा विकास कसा झाला. त्यांनी "टॅक्सन सायकल" चा सिद्धांत विकसित केला.

गणितज्ञ विल्यम एच. बॉसर्ट यांच्या सहकार्याने, विल्सनने कीटकांच्या संप्रेषण पद्धतींवर आधारित फेरोमोन्सचे वर्गीकरण विकसित केले. 1960 च्या दशकात, त्यांनी प्रजाती समतोल सिद्धांत विकसित करण्यासाठी गणितज्ञ आणि पर्यावरणशास्त्रज्ञ रॉबर्ट मॅकआर्थर यांच्याशी सहकार्य केले. 1970 च्या दशकात त्यांनी आणि डॅनियल एस. सिम्बरलॉफ यांनी फ्लोरिडा कीजमधील लहान मॅन्ग्रोव्ह बेटांवर या सिद्धांताची चाचणी केली. त्यांनी सर्व कीटक प्रजाती नष्ट केल्या आणि नवीन प्रजातींद्वारे पुन्हा लोकसंख्या पाहिली. विल्सन आणि मॅकआर्थर यांचे पुस्तक द थिअरी ऑफ आयलँड बायोजियोग्राफी हा एक मानक पर्यावरणीय मजकूर बनला.

1971 मध्ये, त्यांनी द इन्सेक्ट सोसायटीज प्रकाशित केले, ज्यात असा तर्क आहे की कीटकांचे वर्तन आणि इतर प्राण्यांचे वर्तन समान उत्क्रांतीवादी दबावांमुळे प्रभावित होते. 1973 मध्ये, विल्सन यांची हार्वर्ड म्युझियम ऑफ कॉम्पेरेटिव्ह झूलॉजी येथे कीटकशास्त्राचे क्युरेटर म्हणून नियुक्ती करण्यात आली. 1975 मध्ये, त्यांनी समाजबायोलॉजीः द न्यू सिंथेसिस हे पुस्तक प्रकाशित केले जे कीटकांच्या वर्तनाचे सिद्धांत कशेरुकांवर आणि शेवटच्या प्रकरणात मानवांना लागू करतात. मानवांमधील श्रेणीबद्ध सामाजिक संघटनेसाठी उत्क्रांत आणि वारशाने मिळालेल्या प्रवृत्ती जबाबदार आहेत असा त्यांचा अंदाज होता. 1978 मध्ये त्यांनी ऑन ह्युमन नेचर प्रकाशित केले, जे मानवी संस्कृतीच्या उत्क्रांतीत जीवशास्त्राच्या भूमिकेशी संबंधित होते आणि जनरल नॉनफिक्शनसाठी पुलित्झर पारितोषिक जिंकले होते.

विल्सन यांना 1976 मध्ये फ्रँक बी. बेयर्ड, ज्युनियर, सायन्सचे प्राध्यापक म्हणून नाव देण्यात आले आणि 1996 मध्ये हार्वर्डमधून निवृत्त झाल्यानंतर, पेलेग्रिनो विद्यापीठाचे प्राध्यापक एमेरिटस झाले.

1981 मध्ये चार्ल्स लुम्सडेन यांच्याशी सहयोग केल्यानंतर, त्यांनी जीन्स, माइंड अँड कल्चर, जनुक-संस्कृती सह-उत्क्रांतीचा सिद्धांत प्रकाशित केला. 1990 मध्ये त्यांनी द अँट्स प्रकाशित केले, बर्ट होल्डोब्लर यांच्याबरोबर लिहिलेले, जनरल नॉनफिक्शनसाठी त्यांचे दुसरे पुलित्झर पारितोषिक.

1990 च्या दशकात, त्यांनी द डायव्हर्सिटी ऑफ लाइफ (1992), एक आत्मचरित्रः निसर्गवादी (1994), आणि नैसर्गिक आणि सामाजिक विज्ञानांच्या एकतेबद्दल कॉन्सिलिएन्सः द युनिटी ऑफ नॉलेज (1998) प्रकाशित केले.

निवृत्ती आणि मृत्यू

1996 मध्ये, विल्सन हार्वर्ड विद्यापीठातून अधिकृतपणे सेवानिवृत्त झाले, जिथे त्यांनी प्रोफेसर एमेरिटस आणि कीटकशास्त्रातील मानद क्युरेटर या पदांवर काम सुरू ठेवले. 2002 मध्ये वयाच्या 73 व्या वर्षी ते हार्वर्डमधून पूर्णपणे निवृत्त झाले. पद सोडल्यानंतर, त्यांनी iPad साठी डिजिटल जीवशास्त्र पाठ्यपुस्तकासह डझनभर पुस्तके प्रकाशित केली.

त्यांनी EO विल्सन बायोडायव्हर्सिटी फाउंडेशनची स्थापना केली, जी PEN/EO विल्सन लिटररी सायन्स रायटिंग अवॉर्डला वित्तपुरवठा करते आणि निकोलस स्कूल ऑफ द एन्व्हायर्नमेंट, ड्यूक युनिव्हर्सिटी येथे "स्वतंत्र फाउंडेशन" आहे. कराराचा एक भाग म्हणून विल्सन ड्यूक विद्यापीठात विशेष व्याख्याता बनले.

विल्सन आणि त्याची पत्नी, आयरीन, लेक्सिंग्टन, मॅसॅच्युसेट्स येथे राहत होते. त्याला कॅथरीन नावाची मुलगी होती. त्याच्या आधी त्याच्या पत्नीने (7 ऑगस्ट 2021 रोजी) निधन केले आणि 26 डिसेंबर 2021 रोजी जवळच्या बर्लिंग्टन येथे वयाच्या 92 व्या वर्षी त्यांचे निधन झाले.

काम

सामाजिक जीवशास्त्रः नवीन संश्लेषण

विल्सन यांनी सामाजिक कीटकांच्या वर्तनाचे स्पष्टीकरण देण्यासाठी आणि नंतर मानवांसह इतर प्राण्यांचे सामाजिक वर्तन समजून घेण्यासाठी समाजबायोलॉजी आणि उत्क्रांतीवादी तत्त्वांचा वापर केला, अशा प्रकारे एक नवीन वैज्ञानिक क्षेत्र म्हणून समाजबायोलॉजीची स्थापना केली. त्यांनी असा युक्तिवाद केला की मानवांसह सर्व प्राण्यांचे वर्तन हे आनुवंशिकता, पर्यावरणीय उत्तेजन आणि भूतकाळातील अनुभवांचे उत्पादन आहे आणि ती इच्छाशक्ती एक भ्रम आहे. त्यांनी वर्तनाच्या जैविक आधाराला "अनुवांशिक पट्टा" म्हणून संबोधले. सामाजिक जीवशास्त्रीय दृष्टिकोन असा आहे की सर्व प्राण्यांचे सामाजिक वर्तन उत्क्रांतीच्या नियमांद्वारे तयार केलेल्या एपिजेनेटिक नियमांद्वारे नियंत्रित केले जाते. हा सिद्धांत आणि संशोधन मौलिक, वादग्रस्त आणि प्रभावशाली असल्याचे सिद्ध झाले आहे.

विल्सनने असा युक्तिवाद केला की निवडीचे एकक एक जनुक आहे, आनुवंशिकतेचा मूलभूत घटक आहे. निवडीचे लक्ष्य सामान्यतः विशिष्ट प्रकारच्या जनुकांचे एकत्रिकरण असलेली व्यक्ती असते. eusocial कीटकांच्या वर्तनाचे स्पष्टीकरण देण्यासाठी नातेवाईकांच्या निवडीच्या वापरासंदर्भात, "मी प्रस्तावित केलेला नवीन दृष्टिकोन असा आहे की ती सर्वच गटांची निवड होती, ही कल्पना प्रथम ढोबळपणे डार्विनने तयार केली होती."

समाजबायोलॉजिकल रिसर्च त्या वेळी विशेषत: मानवांना लागू करण्याच्या संदर्भात वादग्रस्त होते. या सिद्धांताने टॅब्युला रसाचा सामान्य सिद्धांत नाकारण्यासाठी एक वैज्ञानिक युक्तिवाद स्थापित केला, ज्यामध्ये असे मानले जाते की मानव जन्मजात मानसिक सामग्रीशिवाय जन्माला येतो आणि संस्कृती मानवी ज्ञान वाढवते आणि जगण्यासाठी आणि यश मिळवण्यासाठी मदत करते.

रिसेप्शन

समाजबायोलॉजीवर सुरुवातीला जोरदार टीका झाली. त्याच्या प्रकाशनानंतर, विल्सनवर वर्णद्वेष, दुराचार आणि युजेनिक्सबद्दल सहानुभूतीचा आरोप करण्यात आला. हार्वर्डमधील विल्सनचे अनेक सहकारी, जसे की रिचर्ड लेवोंटिन आणि स्टीफन जे गोल्ड, त्यांच्या सामाजिक जीवशास्त्रावरील कार्याला तीव्र विरोध करत होते. सायन्स फॉर द पीपल या संस्थेशी संबंधित असलेल्या बोस्टन भागातील सोशियोबायोलॉजी स्टडी ग्रुपमधील गोल्ड, लेवोंटिन आणि इतरांनी विल्सनच्या "मानवी समाज आणि मानवी कृतींबद्दलच्या निर्धारवादी दृष्टिकोनावर" टीका करणारे "अगेन्स्ट 'सोशियोबायोलॉजी'" लिहिले. ३६ विल्सनच्या कार्यावर टीका करणारी इतर सार्वजनिक व्याख्याने, वाचन गट आणि प्रेस रीलिझचे आयोजन करण्यात आले होते; प्रत्युत्तर म्हणून, मार्च 1976 मध्ये विल्सनने बायोसायन्समध्ये "शैक्षणिक सतर्कता आणि सामाजिक जीवशास्त्राचे राजकीय महत्त्व" नावाचा चर्चा लेख तयार केला. तीस वर्षांनंतर, 2011 च्या एका मुलाखतीत, विल्सन म्हणाले, "माझा विश्वास आहे की गोल्ड हा एक चार्लटन होता. माझा विश्वास आहे की तो ... एक शास्त्रज्ञ आणि लेखक म्हणून प्रतिष्ठा आणि विश्वासार्हता शोधत होता आणि इतर शास्त्रज्ञ काय होते याचा विपर्यास करून त्याने हे सातत्याने केले. म्हणणे आणि त्या विकृतीवर आधारित युक्तिवाद तयार करणे."

बीस्ट अँड मॅन (1979) लिहिण्याच्या प्रक्रियेत फिलॉसॉफर मेरी मिडग्ली यांना सोशियोबायोलॉजीचा सामना करावा लागला आणि विल्सनच्या विचारांवर टीका करण्यासाठी पुस्तकाचे लक्षणीय पुनर्लेखन केले. मिडग्ले यांनी प्राण्यांचे वर्तन, स्पष्टता, विद्वत्ता आणि ज्ञानकोशीय व्याप्तीच्या अभ्यासासाठी पुस्तकाची प्रशंसा केली, परंतु वैचारिक गोंधळ, वैज्ञानिकता आणि आनुवंशिकतेच्या मानववंशवादासाठी विल्सनची विस्तृत टीका केली.

मानवी निसर्गावर, 1978

विल्सनने त्याच्या 1978 च्या मानवी निसर्गावरील पुस्तकात लिहिले, "उत्क्रांतीवादी महाकाव्य कदाचित आपल्याकडील सर्वात उत्तम मिथक आहे." विल्सनच्या प्रसिद्धीमुळे उत्क्रांतीच्या मॉर्फेड वाक्यांशाचा वापर करण्यात आला. या पुस्तकाला 1979 मध्ये पुलित्झर पारितोषिक मिळाले.

मुंग्या, 1990

विल्सन, बर्ट हॉल्डॉब्लर यांच्यासमवेत, मुंग्या आणि मुंग्यांच्या वर्तनाचा पद्धतशीर अभ्यास केला , ज्याचा शेवट 1990 च्या द अँट्स या विश्वकोशीय कार्यात झाला. कारण वैयक्तिक मुंग्यांचे बरेचसे स्वार्थत्यागी वर्तन हे बहिणींच्या जगण्याच्या त्यांच्या अनुवांशिक स्वारस्याच्या आधारावर स्पष्ट केले जाऊ शकते, ज्यांच्याशी त्यांची 75% जनुकं सामायिक आहेत (जरी वास्तविक प्रकरण काही प्रजातींच्या राण्यांच्या सोबती आहे. एकापेक्षा जास्त पुरुष आणि म्हणून वसाहतीतील काही कामगार केवळ 25% संबंधित असतील), विल्सनने सामाजिक कीटकांच्या वर्तनाच्या मॉडेलवर सर्व सामाजिक वर्तनासाठी सामाजिक-जैविक स्पष्टीकरणासाठी युक्तिवाद केला.

विल्सनने मुंग्यांच्या संदर्भात सांगितले की "कार्ल मार्क्स बरोबर होता, समाजवाद कार्य करतो, फक्त त्याच्याकडे चुकीची प्रजाती होती". त्यांनी असे प्रतिपादन केले की वैयक्तिक मुंग्या आणि इतर सामाजिक प्रजाती उच्च डार्विनियन तंदुरुस्तीपर्यंत पोहोचण्यास सक्षम आहेत आणि वसाहतीतील गरजा त्यांच्या वैयक्तिक गरजांपेक्षा जास्त आहेत कारण त्यांच्याकडे पुनरुत्पादक स्वातंत्र्याचा अभाव आहे: वैयक्तिक मुंग्या राणीशिवाय पुनरुत्पादित करू शकत नाहीत, म्हणून त्या फक्त त्यांची फिटनेस वाढवू शकतात. संपूर्ण कॉलनीची तंदुरुस्ती वाढवण्यासाठी काम करत आहे. तथापि, मानवांमध्ये पुनरुत्पादक स्वातंत्र्य आहे, आणि म्हणून वैयक्तिक मानव त्यांच्या स्वत: च्या अस्तित्वाची काळजी घेऊन आणि स्वतःची संतती घेऊन त्यांच्या डार्विनच्या तंदुरुस्तीचा जास्तीत जास्त आनंद घेतात.

सुसंगतता, 1998

1998 च्या त्यांच्या कन्सिलिएन्सः द युनिटी ऑफ नॉलेज या पुस्तकात, विल्सन यांनी विज्ञानांना एकत्र करण्यासाठी वापरल्या जाणाऱ्या पद्धतींवर चर्चा केली आणि विज्ञानांना मानवतेशी जोडण्यास सक्षम होऊ शकतात. त्यांनी असा युक्तिवाद केला की ज्ञान ही एकच, एकत्रित गोष्ट आहे, विज्ञान आणि मानवतावादी चौकशी यांच्यात विभागलेली नाही. विल्सन यांनी मानवी प्रयत्नांच्या विविध विशिष्ट क्षेत्रांतील ज्ञानाच्या संश्लेषणाचे वर्णन करण्यासाठी "सुसंगतता" हा शब्द वापरला. त्यांनी मानवी स्वभावाची व्याख्या एपिजेनेटिक नियमांचा संग्रह, मानसिक विकासाचे अनुवांशिक नमुने म्हणून केली. त्यांनी असा युक्तिवाद केला की संस्कृती आणि संस्कार हे मानवी स्वभावाचे भाग नसून उत्पादने आहेत. कला हा मानवी स्वभावाचा भाग नसून कलेचे आपले कौतुक आहे, असे ते म्हणाले. त्यांनी सुचवले की कलेचे कौतुक, सापांची भीती किंवा अनाचार निषिद्ध (वेस्टरमार्क इफेक्ट) यासारख्या संकल्पनांचा नैसर्गिक विज्ञानाच्या वैज्ञानिक पद्धतींनी अभ्यास केला जाऊ शकतो आणि आंतरविद्याशाखीय संशोधनाचा भाग असू शकतो.

जे. फिलिप रश्टन यांचे समर्थन

विल्सनच्या मृत्यूपूर्वी, त्यांचे वैयक्तिक पत्रव्यवहार ग्रंथालयाच्या विनंतीनुसार काँग्रेसच्या ग्रंथालयाला दान करण्यात आले होते. 48 त्याच्या मृत्यूनंतर, विल्सनच्या जैव-भूगोल आणि संवर्धन जीवशास्त्राचा चॅम्पियन म्हणून वारसा आणि वैज्ञानिक वर्णद्वेष आणि छद्म वैज्ञानिकांच्या समर्थनामधील तफावतीवर चर्चा करणारे अनेक लेख प्रकाशित झाले. विशेषतः, लायब्ररी ऑफ काँग्रेस आर्काइव्हमध्ये जे. फिलिप रश्टन यांच्या अनेक वर्षांच्या कार्याचा बचाव करणारी पत्रे समाविष्ट होती. रुश्टन हे वेस्टर्न ओंटारियो विद्यापीठातील एक वादग्रस्त मानसशास्त्रज्ञ होते, त्यांनी नंतर पायोनियर फंडाचे प्रमुख केले.

1980 च्या दशकाच्या उत्तरार्धापासून ते 1990 च्या दशकाच्या सुरुवातीपर्यंत, विल्सनने रश्टनच्या सहकाऱ्यांना अनेक ईमेल्स लिहून रश्टनच्या कार्याचा बचाव करण्यासाठी "विद्वानात्मक गैरवर्तन", "डेटा चुकीच्या पद्धतीने सादर करणे" आणि पुष्टीकरण पूर्वाग्रह यांच्यावर मोठ्या प्रमाणात टीका केली होती, हे सर्व डावपेच होते ज्यांचा कथितपणे वापर करण्यात आला होता. रश्टन वंशावरील त्याच्या वैयक्तिक कल्पनांना पाठिंबा देण्यासाठी. विल्सनने PNAS मध्ये रश्टन यांनी लिहिलेल्या लेखाचे प्रायोजित देखील केले, आणि पुनरावलोकन प्रक्रियेदरम्यान, विल्सनने जाणूनबुजून लेखासाठी समीक्षकांची मागणी केली ज्यांना विश्वास होता की तो कदाचित त्याच्या आधाराशी सहमत असेल. विल्सनने पडद्यामागील रश्टनच्या वर्णद्वेषी विचारसरणींना पाठिंबा दिला जेणेकरून स्वतःकडे जास्त लक्ष वेधून घेऊ नये किंवा स्वतःची प्रतिष्ठा खराब होऊ नये. विल्सनने रश्टनच्या दुसऱ्या PNAS लेखाला पुढीलप्रमाणे प्रायोजित करण्याच्या विनंतीला प्रतिसाद दिला: "तुम्हाला अनेक मार्गांनी माझा पाठिंबा आहे, परंतु मी PNAS मधील वांशिक भेदांवर लेख प्रायोजित करणे आम्हा दोघांसाठी प्रतिकूल ठरेल." विल्सनने असेही टिपणी केली की रश्टनच्या विचारसरणींना अधिक व्यापकपणे समर्थन न देण्याचे कारण म्हणजे "... वर्णद्वेषी म्हटल्या जाण्याची भीती, जी गंभीरपणे घेतल्यास अमेरिकन अकादमीमध्ये अक्षरशः मृत्युदंडाची शिक्षा आहे. रश्टनच्या कामाचा विषय, भीतीपोटी."

2022 मध्ये, ईओ विल्सन बायोडायव्हर्सिटी फाउंडेशनने एक निवेदन जारी केले, संचालक मंडळ आणि कर्मचाऱ्यांच्या वतीने विल्सनचा रश्टन आणि वर्णद्वेषाचा पाठिंबा नाकारला.

वैज्ञानिक मानवतावाद

विल्सन यांनी वैज्ञानिक मानवतावाद हा वाक्यांश "विज्ञानाच्या वास्तविक जगाच्या वाढत्या ज्ञानाशी आणि निसर्गाच्या नियमांशी सुसंगत एकमेव जागतिक दृष्टिकोन" म्हणून तयार केला. विल्सन यांनी असा युक्तिवाद केला की मानवी स्थिती सुधारण्यासाठी ते सर्वात योग्य आहे. 2003 मध्ये, ते मानवतावादी घोषणापत्रावर स्वाक्षरी करणाऱ्यांपैकी एक होते. 55

देव आणि धर्म

देवाच्या प्रश्नावर, विल्सनने तात्पुरते देववाद म्हणून त्याच्या स्थानाचे वर्णन केले आणि स्पष्टपणे "नास्तिक" असे लेबल नाकारले, "अज्ञेयवादी" ला प्राधान्य दिले. पारंपारिक समजुतींपासून दूर जाणारा मार्ग म्हणून त्याने आपला विश्वास स्पष्ट केला: "मी चर्चपासून दूर गेलो, निश्चितपणे अज्ञेयवादी किंवा नास्तिक नाही, फक्त बाप्टिस्ट आणि ख्रिश्चन नाही." विल्सनने असा युक्तिवाद केला की देवावरील विश्वास आणि धर्माचे विधी ही उत्पादने आहेत. उत्क्रांतीची. त्यांनी असा युक्तिवाद केला की त्यांना नाकारले जाऊ नये किंवा डिसमिस केले जाऊ नये, परंतु मानवी स्वभावासाठी त्यांचे महत्त्व अधिक चांगल्या प्रकारे समजून घेण्यासाठी विज्ञानाने अधिक तपासले पाहिजे. विल्सनने त्याच्या द क्रिएशन या पुस्तकात असे लिहिले आहे की शास्त्रज्ञांनी धार्मिक नेत्यांना "मैत्रीचा हात" देऊ केला पाहिजे आणि त्यांच्याशी युती केली पाहिजे, असे म्हटले आहे की "विज्ञान आणि धर्म या पृथ्वीवरील दोन सर्वात शक्तिशाली शक्ती आहेत आणि त्यांनी एकत्र यावे. निर्मिती वाचवा."

विल्सन यांनी मिडलँड कॉलेज, टेक्सास येथील लेक्चर सर्किटवर धार्मिक समुदायाला आवाहन केले, उदाहरणार्थ, आणि "अपीलला 'मोठा प्रतिसाद' मिळाला", की एक करार लिहिला गेला आहे आणि "भागीदारी एक महत्वपूर्ण कार्य करेल. जसजसा वेळ जातो तसतसे पदवी".

21 जानेवारी 2015 रोजी प्रकाशित झालेल्या न्यू सायंटिस्टच्या मुलाखतीत, तथापि, विल्सन म्हणाले की "धर्म 'आपल्याला खाली खेचत आहे' आणि 'मानवी प्रगतीच्या फायद्यासाठी' काढून टाकला पाहिजे", आणि "म्हणून मी म्हणेन की मानवी प्रगती, आपण सर्वात चांगली गोष्ट करू शकतो ती म्हणजे कमी करणे, धार्मिक श्रद्धा नष्ट करणे."

इकोलॉजी

1960 च्या दशकापासून त्याच्या मूळ अभ्यासाच्या क्षेत्राच्या पुनरुज्जीवनावर चर्चा करताना विल्सन म्हणाले की, जर तो त्याच्या आयुष्याची सुरुवात करू शकला तर तो सूक्ष्मजीव पर्यावरणशास्त्रात काम करेल. त्यांनी 20 व्या शतकातील मोठ्या प्रमाणात विलुप्तता आणि आधुनिक समाजाशी त्यांचा संबंध यांचा अभ्यास केला आणि 1998 मध्ये कॅपिटलमध्ये पर्यावरणीय दृष्टिकोनासाठी युक्तिवाद केला.

आता जेव्हा तुम्ही एखादे जंगल, विशेषतः एक प्राचीन जंगल कापता, तेव्हा तुम्ही नुसती मोठी झाडे आणि छतभोवती फडफडणारे काही पक्षी काढून टाकत नाही. आपण आपल्या काही चौरस मैलांच्या आत असलेल्या प्रजातींच्या विशाल श्रेणीला तीव्रपणे धोका देत आहात. या प्रजातींची संख्या हजारोंच्या घरात जाऊ शकते. ... त्यांपैकी बरेच जण अजूनही विज्ञानाला अज्ञात आहेत, आणि विज्ञानाने अद्याप त्या परिसंस्थेच्या देखभालीमध्ये मुख्य भूमिका निःसंशयपणे शोधली नाही, जसे की बुरशी, सूक्ष्मजीव आणि अनेक कीटकांच्या बाबतीत.

1970 च्या दशकाच्या उत्तरार्धापासून विल्सन हे जैवविविधतेच्या जागतिक संवर्धनात, संशोधनाला योगदान आणि प्रोत्साहन देण्यासाठी सक्रियपणे सहभागी झाले होते. 1984 मध्ये त्यांनी बायोफिलिया प्रकाशित केले, ज्याने नैसर्गिक वातावरणाकडे मानवतेच्या आकर्षणाचा उत्क्रांतीवादी आणि मानसिक आधार शोधला. या कार्याने बायोफिलिया हा शब्द ओळखला ज्याने आधुनिक संवर्धन नैतिकतेच्या आकारावर प्रभाव टाकला. 1988 मध्ये विल्सनने जैवविविधता खंड संपादित केला, या विषयावरील पहिल्या यूएस राष्ट्रीय परिषदेच्या कार्यवाहीवर आधारित, ज्याने भाषेमध्ये जैवविविधता हा शब्द देखील आणला. जैवविविधता अभ्यासाचे आधुनिक क्षेत्र निर्माण करण्यात हे कार्य अतिशय प्रभावी होते. 2011 मध्ये, विल्सनने मोझांबिकमधील गोरोंगोसा नॅशनल पार्क आणि नैऋत्य पॅसिफिकमधील वानुआतु आणि न्यू कॅलेडोनियाच्या द्वीपसमूहांमध्ये वैज्ञानिक मोहिमांचे नेतृत्व केले. विल्सन हे कोलंबिया विद्यापीठाच्या अर्थ संस्थेचे सल्लागार म्हणून, अमेरिकन म्युझियम ऑफ नॅचरल हिस्ट्री, कॉन्झर्व्हेशन इंटरनॅशनल, द नेचर कॉन्झर्व्हन्सी आणि वर्ल्ड वाइल्डलाइफ फंडचे संचालक म्हणून, आंतरराष्ट्रीय संवर्धन चळवळीचा एक भाग होते.

विलुप्त होण्याच्या संकटाचे प्रमाण समजून घेतल्याने त्यांनी वन संरक्षणासाठी वकिली करण्यास प्रवृत्त केले, ज्यात "ॲक्ट टू सेव्ह अमेरिकाज फॉरेस्ट्स" समाविष्ट आहे, जो पहिल्यांदा 1998 मध्ये, 2008 पर्यंत सादर करण्यात आला, परंतु तो कधीच पास झाला नाही. फॉरेस्ट नाऊ डिक्लेरेशनमध्ये उष्णकटिबंधीय जंगलांचे संरक्षण करण्यासाठी नवीन बाजार-आधारित यंत्रणांची मागणी करण्यात आली आहे. विल्सनने एकदा म्हटले होते की आर्थिक फायद्यासाठी वर्षावन नष्ट करणे म्हणजे जेवण बनवण्यासाठी रेनेसां काळातील पेंटिंग जाळण्यासारखे आहे. 2014 मध्ये, विल्सनने नामशेष होण्याच्या संकटाचे निराकरण करण्यासाठी एकमेव संभाव्य धोरण म्हणून इतर प्रजातींच्या भरभराटीसाठी पृथ्वीच्या पृष्ठभागाचा 50% बाजूला ठेवण्याचे आवाहन केले. त्यांच्या हाफ-अर्थ (2016) या पुस्तकासाठी आणि ईओ विल्सन जैवविविधता फाउंडेशनच्या अर्ध-पृथ्वी प्रकल्पासाठी ही कल्पना आधार बनली. ॲलन जी. ग्रॉस यांनी द सायंटिफिक सबलाइम (2018) मध्ये लोकप्रिय विज्ञानाद्वारे पर्यावरणशास्त्राबाबत विल्सनचा प्रभाव समाविष्ट केला होता.

विज्ञानाने मान्यता दिलेल्या 1.9 दशलक्ष प्रजातींची माहिती समाविष्ट करण्यासाठी जागतिक डेटाबेस तयार करण्याच्या उद्दिष्टासह Encyclopedia of Life (EOL) 70 उपक्रम सुरू करण्यात विल्सनची महत्त्वपूर्ण भूमिका होती. सध्या, त्यात व्यावहारिकदृष्ट्या सर्व ज्ञात प्रजातींबद्दल माहिती समाविष्ट आहे. जीववैशिष्ट्ये, मोजमाप, परस्परसंवाद आणि इतर डेटासाठी या खुल्या आणि शोधण्यायोग्य डिजिटल भांडारात 300 हून अधिक आंतरराष्ट्रीय भागीदार आणि असंख्य शास्त्रज्ञ आहेत जे जागतिक वापरकर्त्यांना पृथ्वीवरील जीवनाच्या ज्ञानासाठी प्रवेश प्रदान करतात. त्याच्या भागासाठी, विल्सनने मुंग्यांच्या 400 हून अधिक प्रजाती शोधल्या आणि त्यांचे वर्णन केले.

पुरस्कार आणि सन्मान

विल्सन "फायरसाइड चॅट" मध्ये ज्या दरम्यान त्याला 2007 मध्ये एडिसन एमरी व्हेरिल पदक मिळाले

अमेरिकन अकादमी ऑफ आर्ट्स अँड सायन्सेसचे सदस्य, 1959 मध्ये निवडून आले

राष्ट्रीय विज्ञान अकादमीचे सदस्य, १९६९ मध्ये निवडून आले

अमेरिकन फिलॉसॉफिकल सोसायटीचे सदस्य, 1976 मध्ये निवडून आले.

यूएस नॅशनल मेडल ऑफ सायन्स, 1977

लेडी अवॉर्ड, १९७९, फिलाडेल्फियाच्या नैसर्गिक विज्ञान अकादमीकडून

मानवी निसर्गावरील पुलित्झर पुरस्कार, 1979

पर्यावरणीय कामगिरीसाठी टायलर पुरस्कार, 1984

ECI पुरस्कार, आंतरराष्ट्रीय पर्यावरण संस्था, स्थलीय पर्यावरणशास्त्र, 1987

स्वीडन, 1987, स्वीडन येथील उप्पसाला विद्यापीठातील गणित आणि विज्ञान विद्याशाखेकडून मानद डॉक्टरेट

अकादमी ऑफ अचिव्हमेंट गोल्डन प्लेट अवॉर्ड, 1988 80

द इन्सेक्ट सोसायटीज अँड सोशियोबायोलॉजी: द न्यू सिंथेसिस या त्यांच्या पुस्तकांना वैज्ञानिक माहिती संस्थेने सायन्स सायटेशन क्लासिक पुरस्काराने सन्मानित केले.

क्रॅफुर्ड पुरस्कार, 1990, रॉयल स्वीडिश अकादमी ऑफ सायन्सेस द्वारे प्रदान करण्यात आलेला पुरस्कार

मुंग्यांसाठी पुलित्झर पारितोषिक (बर्ट होल्डोब्लरसह), 1991

जीवशास्त्रासाठी आंतरराष्ट्रीय पुरस्कार, 1993

कार्ल सागन अवॉर्ड फॉर पब्लिक अंडरस्टँडिंग ऑफ सायन्स, 1994

द नॅशनल ऑडुबॉन सोसायटीचे ऑडुबॉन मेडल, 1995

टाईम मॅगझिनचे 25 अमेरिकेतील सर्वात प्रभावशाली लोक, 1995

सर्टिफिकेट ऑफ डिस्टिंक्शन, इंटरनॅशनल काँग्रेस ऑफ एंटोमोलॉजी, फ्लॉरेन्स, इटली 1996

अमेरिकन फिलॉसॉफिकल सोसायटी, 1998 मध्ये विज्ञानातील विशिष्ट कामगिरीसाठी बेंजामिन फ्रँकलिन पदक.

अमेरिकन ह्युमनिस्ट असोसिएशनचा 1999 सालचा मानवतावादी

विज्ञानाबद्दल लेखनासाठी लुईस थॉमस पुरस्कार, 2000

नीरेनबर्ग पुरस्कार, 2001

प्रतिष्ठित ईगल स्काउट पुरस्कार 2004

डॉफिन आयलंड सी लॅबने आर/व्ही ईओ विल्सन या संशोधन जहाजाचे नाव दिले.

लिनेन टेरसेंटेनरी सिल्व्हर मेडल, 2006

पीबॉडी म्युझियम ऑफ नॅचरल हिस्ट्री कडून एडिसन एमरी व्हेरिल पदक, 2007

TED पारितोषिक 2007 91 दरवर्षी "जास्तीत जास्त तीन व्यक्तींना सन्मानित करण्यासाठी दिले जाते ज्यांनी हे दाखवून दिले आहे की ते या ग्रहावरील जीवनावर सकारात्मक प्रभाव टाकू शकतात."

XIX प्रेमी इंटरनॅशनल कॅटालुनिया 2007

जागतिक ज्ञान संवाद 93 चे सदस्य मानद मंडळ, आणि 2008 च्या Crans-Montana (स्वित्झर्लंड) येथे आयोजित परिसंवादासाठी निवासी शास्त्रज्ञ.

ईओ विल्सन बायोफिलिया सेंटर ९४ वॉल्टन काउंटी, फ्लोरिडा मधील नोकुस प्लांटेशनवर २००९ व्हिडिओ

एक्सप्लोरर्स क्लब मेडल, 2009 96

2010 BBVA Frontiers of Knowledge Award in the Ecology and Conservation Biology श्रेणी

थॉमस जेफरसन मेडल इन आर्किटेक्चर, 2010 98

2010 हार्टलँड पुरस्कार त्याच्या पहिल्या कादंबरीसाठी कल्पित कथा अँथिल: एक कादंबरी

अर्थस्काय सायन्स कम्युनिकेटर ऑफ द इयर, 2010

आंतरराष्ट्रीय कॉसमॉस पुरस्कार, 2012

केव आंतरराष्ट्रीय पदक (2014)

अमेरिकन म्युझियम ऑफ नॅचरल हिस्ट्री (2014) कडून डॉक्टर ऑफ सायन्स, ऑनरिस कॉसा

2016 हार्पर ली पुरस्कार.

10

नील डीग्रास टायसन

नील डीग्रास टायसन

Top Scientists

Scan for Story Videos - www.itibook.com

नील डीग्रास टायसन (यूएस जन्म ऑक्टोबर 5, 1958) एक अमेरिकन खगोलभौतिकशास्त्रज्ञ, लेखक आणि विज्ञान संप्रेषक आहेत. टायसनने हार्वर्ड विद्यापीठ, ऑस्टिन येथील टेक्सास विद्यापीठ आणि कोलंबिया विद्यापीठात शिक्षण घेतले. 1991 ते 1994 पर्यंत, ते प्रिन्स्टन विद्यापीठात पोस्टडॉक्टरल संशोधन सहकारी होते. 1994 मध्ये, ते हेडन प्लॅनेटेरियममध्ये कर्मचारी वैज्ञानिक म्हणून आणि प्रिन्स्टन फॅकल्टीमध्ये भेट देणारे संशोधन शास्त्रज्ञ आणि व्याख्याता म्हणून सामील झाले. 1996 मध्ये, ते तारांगणाचे संचालक झाले आणि 2000 मध्ये पूर्ण झालेल्या त्याच्या $210 दशलक्ष पुनर्रचना प्रकल्पाचे निरीक्षण केले. 1996 पासून, ते न्यूयॉर्क शहरातील रोझ सेंटर फॉर अर्थ अँड स्पेस येथे हेडन तारांगणाचे संचालक आहेत. हे केंद्र अमेरिकन म्युझियम ऑफ नॅचरल हिस्ट्रीचा एक भाग आहे, जिथे टायसनने 1997 मध्ये खगोल भौतिकशास्त्र विभागाची स्थापना केली आणि 2003 पासून ते विभागातील संशोधन सहकारी आहेत.

1995 ते 2005 पर्यंत, टायसनने नॅचरल हिस्ट्री मासिकाच्या "युनिव्हर्स" स्तंभात मासिक निबंध लिहिले, त्यापैकी काही नंतर त्याच्या डेथ बाय ब्लॅक होल (2007) आणि ॲस्ट्रोफिजिक्स फॉर पीपल इन अ हरी (2017) या पुस्तकांमध्ये प्रकाशित झाले. त्याच काळात, त्यांनी स्टारडेट मासिकात मासिक स्तंभ लिहिला, ज्यात "मर्लिन" या टोपण नावाने विश्वाबद्दलच्या प्रश्नांची उत्तरे दिली. स्तंभातील साहित्य त्यांच्या मर्लिन टूर ऑफ द युनिव्हर्स (1998) आणि जस्ट व्हिजिटिंग दिस प्लॅनेट (1998) या पुस्तकांमध्ये दिसून आले. टायसन यांनी 2001 मध्ये यूएस एरोस्पेस उद्योगाच्या भविष्यावर आणि 2004 मून, मार्स आणि बियॉन्ड कमिशनवर सरकारी कमिशनवर काम केले. त्याच वर्षी त्यांना नासाचे विशेष सार्वजनिक सेवा पदक प्रदान करण्यात आले. 2006 ते 2011 पर्यंत, त्याने PBS वर NOVA ScienceNow हा टेलिव्हिजन शो होस्ट केला. 2009 पासून, टायसनने साप्ताहिक पॉडकास्ट StarTalk होस्ट केले आहे. एक स्पिन-ऑफ, ज्याला StarTalk देखील म्हटले जाते, 2015 मध्ये नॅशनल जिओग्राफिकवर प्रसारित करण्यास सुरुवात झाली. 2014 मध्ये, त्याने कॉसमॉस: ए स्पेसटाइम ओडिसी ही टेलिव्हिजन मालिका होस्ट केली, जी कार्ल सगनच्या 1980 मालिकेतील कॉसमॉस: अ पर्सनल व्हॉयेजची उत्तराधिकारी होती. यूएस नॅशनल ॲकॅडमी ऑफ सायन्सेसने टायसनला 2015 मध्ये "विज्ञानाच्या चमत्कारांबद्दल लोकांना उत्तेजित करण्यात असाधारण भूमिकेसाठी" सार्वजनिक कल्याण पदक प्रदान केले.

टायसनचा जन्म मॅनहॅटनमध्ये तीन मुलांपैकी दुसरा, ब्रॉन्क्समध्ये राहणाऱ्या कुटुंबात झाला होता. 3 त्याचे आफ्रिकन-अमेरिकन वडील, सिरिल डीग्रास टायसन (1927-2016), एक समाजशास्त्रज्ञ, न्यूयॉर्क शहराचे महापौर जॉन लिंडसे यांचे मानव संसाधन आयुक्त आणि हार्लेम युथ अपॉर्च्युनिटीज अनलिमिटेडचे पहिले संचालक होते. त्यांची आई, सुनचिता मारिया टायसन (née Feliciano; जन्म 1928), या यूएस डिपार्टमेंट ऑफ हेल्थ, एज्युकेशन आणि वेल्फेअरच्या जेरोन्टोलॉजिस्ट होत्या आणि त्या पोर्तो रिकन वंशाच्या आहेत. टायसनला दोन भावंडे आहेत: स्टीफन जोसेफ टायसन आणि लिन अँटिपास टायसन. टायसनचे मधले नाव, डीग्रास, हे त्याच्या आजीच्या आजीच्या पहिल्या नावावरून आहे, ज्यांचा जन्म ब्रिटिश वेस्ट इंडीज बेट नेव्हिस येथे अल्टिमा डी ग्रासे म्हणून झाला होता.

टायसन ब्रॉन्क्सच्या कॅसल हिल परिसरात आणि नंतर रिव्हरडेलमध्ये वाढला. 8 बालवाडीपासून संपूर्ण हायस्कूलमध्ये, टायसनने ब्रॉन्क्समधील सार्वजनिक शाळांमध्ये शिक्षण घेतले: पीएस 36 युनियनपोर्ट, पीएस 81 रॉबर्ट जे. क्रिस्टन, रिव्हरडेल किंग्सब्रिज अकादमी (एमएस 141), आणि ब्रॉन्क्स हायस्कूल ऑफ सायन्स (1976 चा वर्ग) जिथे तो कर्णधार होता. कुस्ती संघाचे, फिजिकल सायन्स जर्नलचे मुख्य संपादक आणि 1976 मध्ये पदवी प्राप्त केली. वयाच्या नऊव्या वर्षी हेडन प्लॅनेटेरियमच्या स्काय थिएटरला भेट दिल्यानंतर खगोलशास्त्रातील त्यांची आवड निर्माण झाली. त्यांनी आठवण करून दिली की " रात्रीच्या आकाशाचा ठसा इतका मजबूत होता की मला खात्री आहे की या प्रकरणात माझ्याकडे कोणताही पर्याय नव्हता, की खरं तर, विश्वाने मला बोलावले आहे." हायस्कूलच्या काळात, टायसनने

खगोलशास्त्राच्या अभ्यासक्रमात भाग घेतला. हेडन प्लॅनेटेरियमने ऑफर केले, ज्याला त्याने त्याच्या आयुष्यातील "सर्वात रचनात्मक कालावधी" म्हटले. त्यांनी त्यावेळच्या तारांगणाचे संचालक मार्क चारट्रँड तिसरे यांना त्यांचे "पहिले बौद्धिक आदर्श" म्हणून श्रेय दिले आणि विनोदाने मिश्रित त्यांच्या उत्साही शिकवण्याच्या शैलीने टायसनला विश्वाबद्दल इतरांशी संवाद साधण्यासाठी प्रेरणा दिली.

टायसनने आपल्या किशोरवयात खगोलशास्त्राचा वेडाने अभ्यास केला आणि अखेरीस वयाच्या पंधराव्या वर्षी या विषयावर व्याख्याने देऊन खगोलशास्त्र समुदायात प्रसिद्धीही मिळवली. 14 खगोलशास्त्रज्ञ कार्ल सगन, जे कॉर्नेल विद्यापीठात एक संकाय सदस्य होते, त्यांनी टायसनला पदवीपूर्व अभ्यासासाठी कॉर्नेलमध्ये भरती करण्याचा प्रयत्न केला. 5 त्याच्या पुस्तकात, द स्काय इज नॉट द लिमिट, टायसनने लिहिले

माझ्या अर्जाचे पत्र विश्वविषयीच्या आस्थेने टिपत होते. प्रवेश कार्यालयाने, मला माहीत नसताना, माझा अर्ज कार्ल सेगनच्या लक्ष वेधून घेतला होता. काही आठवड्यांतच मला एक वैयक्तिक पत्र मिळाले.

टायसनने त्याच्या कॉसमॉसः ए स्पेसटाइम ओडिसीच्या पहिल्या भागावर या क्षणाची पुनरावृत्ती केली. प्रसिद्ध खगोलशास्त्रज्ञाचे 1975 चे कॅलेंडर काढताना, सागानने 17 वर्षांच्या मुलाला इथाकामध्ये एक दिवस घालवण्यासाठी आमंत्रित केलेला दिवस त्याला सापडला. ब्रॉन्क्सला परतणारी बस आली नाही तर सागनने त्याला रात्रीसाठी ठेवण्याची ऑफर दिली होती. टायसन म्हणाला, "मला शास्त्रज्ञ व्हायचे आहे हे मला आधीच माहित होते. पण त्या दिवशी दुपारी मला कार्लकडून मला कशा प्रकारची व्यक्ती व्हायची आहे हे कळले."

टायसनने हार्वर्डमध्ये जाणे निवडले जेथे त्याने भौतिकशास्त्रात शिक्षण घेतले आणि करियर हाऊसमध्ये राहत होते. तो त्याच्या नवीन वर्षात क्रू टीमचा सदस्य होता, परंतु त्याच्या वरिष्ठ वर्षात तो कुस्तीमध्ये परतला. तो जॅझ, बॅले, आफ्रो-कॅरिबियन आणि लॅटिन बॉलरूमसह नृत्यातही सक्रिय होता.

टायसन वॉशिंग्टन, जुलै 2009 मध्ये नॅशनल एअर अँड स्पेस म्युझियममध्ये अपोलो 11 च्या 40 व्या वर्धापन दिनाच्या उत्सवाचे आयोजन करत आहे

टायसनने 1980 मध्ये हार्वर्ड कॉलेजमध्ये भौतिकशास्त्रात बी.ए.ची पदवी मिळवली आणि त्यानंतर ऑस्टिन येथील टेक्सास विद्यापीठात पदवीचे काम सुरू केले, जिथून त्याने 1983 मध्ये खगोलशास्त्रात एमए पदवी प्राप्त केली. त्याच्या स्वतःच्या खात्यानुसार, त्याने खर्च केला नाही. त्याला जितका वेळ संशोधन प्रयोगशाळेत हवा होता. त्याच्या प्राध्यापकांनी त्याला पर्यायी करिअरचा विचार करण्यास प्रोत्साहित केले आणि त्याच्या डॉक्टरेट प्रबंधासाठीची समिती विसर्जित केली गेली आणि टेक्सास विद्यापीठातून डॉक्टरेट करण्याचा त्याचा पाठपुरावा संपला.

टायसन हे 1986 ते 1987 पर्यंत मेरीलँड विद्यापीठात खगोलशास्त्राचे व्याख्याते होते आणि 1988 मध्ये, कोलंबिया विद्यापीठातील खगोलशास्त्र पदवीधर कार्यक्रमात त्यांना स्वीकारण्यात आले, जिथे त्यांनी 1989 मध्ये खगोल भौतिकशास्त्रात एमफिल पदवी मिळवली आणि पीएचडी पदवी मिळवली. प्रोफेसर आर. मायकल रिच यांच्या देखरेखीखाली 1991 मध्ये खगोल भौतिकशास्त्र. NASA आणि ARCS फाउंडेशन 23 कडून टायसनच्या डॉक्टरेट संशोधनाला पाठिंबा देण्यासाठी रिचने निधी मिळवला ज्यामुळे टायसनला इटली, स्वित्झर्लंड, चिली आणि दक्षिण आफ्रिका मधील आंतरराष्ट्रीय बैठकांना उपस्थित राहता आले आणि डेटा कमी करण्यात मदत करण्यासाठी विद्यार्थ्यांना नियुक्त केले. त्याच्या शोधनिबंधाच्या कार्यादरम्यान, त्याने चिलीमधील सेरो टोलोलो इंटर-अमेरिकन वेधशाळेत 0.91 मीटर दुर्बिणीचा वापर करून निरीक्षण केले, जिथे त्याने कॅलन/टोलोलो सुपरनोव्हा सर्वेक्षणासाठी प्रतिमा मिळवल्या मानक मेणबत्त्या म्हणून टाइप Ia सुपरनोव्हा स्थापित करण्यासाठी कार्य करा.

कोलंबिया विद्यापीठातील त्यांच्या प्रबंध संशोधनादरम्यान, टायसनची प्रिन्सटन विद्यापीठातील प्राध्यापक डेव्हिड स्पर्गेल यांच्याशी ओळख झाली, ज्यांनी गॅलेक्टिक फुगवटा सामान्यतः सर्पिल आकाशगंगांमध्ये आढळणाऱ्या त्यांच्या प्रबंध सल्लागारासोबत सहकार्य करताना कोलंबिया विद्यापीठाला भेट दिली. .

करिअर

टायसनच्या संशोधनाने विश्वविज्ञान, तारकीय उत्क्रांती, आकाशगंगेतील खगोलशास्त्र, फुगवटा आणि तारकीय निर्मिती यातील निरीक्षणांवर लक्ष केंद्रित केले आहे. युनिव्हर्सिटी ऑफ मेरीलँड, प्रिन्स्टन युनिव्हर्सिटी, अमेरिकन म्युझियम ऑफ नॅचरल हिस्ट्री आणि हेडन प्लॅनेटेरियम यांसारख्या संस्थांमध्ये त्यांनी अनेक पदे भूषवली आहेत.

1994 मध्ये, टायसन हेडन प्लॅनेटेरियममध्ये कर्मचारी शास्त्रज्ञ म्हणून सामील झाले, जेव्हा ते प्रिन्स्टन विद्यापीठात संशोधन संलग्न होते. ते जून 1995 मध्ये तारांगणाचे कार्यकारी संचालक बनले आणि 1996 मध्ये त्यांची संचालक म्हणून नियुक्ती झाली. संचालक म्हणून त्यांनी तारांगणाच्या $210 दशलक्ष पुनर्बांधणी प्रकल्पाची देखरेख केली, जो 2000 मध्ये पूर्ण झाला होता. संचालक होण्याबद्दल त्यांचे विचार विचारल्यावर, टायसन म्हणाले "मी लहान होतो तेव्हा... हेडनच्या कर्मचाऱ्यांमध्ये शास्त्रज्ञ आणि शिक्षक होते. तारांगण... ज्यांनी त्यांचा वेळ आणि शक्ती माझ्या ज्ञानात गुंतवली... आणि मी ते कधीच विसरलेलो नाही. आणि त्याचा दिग्दर्शक म्हणून तिथे परत येण्यासाठी, मला कर्तव्याची ही खोल भावना वाटते, की मी त्याच क्षमतेने सेवा करतो. जे लोक आज या सुविधेद्वारे येतात, की इतरांनी माझ्यासाठी सेवा

केली".

टायसनने खगोल भौतिकशास्त्रावर अनेक लोकप्रिय पुस्तके लिहिली आहेत. 1995 मध्ये त्यांनी नॅचरल हिस्ट्री मासिकासाठी "युनिव्हर्स" स्तंभ लिहायला सुरुवात केली. 2002 मध्ये "सिटी ऑफ स्टार्स" नावाच्या मासिकाच्या विशेष आवृत्तीसाठी त्यांनी लिहिलेल्या एका स्तंभात, टायसनने "मॅनहॅटनहेंगे" ही संज्ञा प्रचलित केली ज्यावर संध्याकाळचा सूर्य मॅनहॅटनमधील रस्त्यावरील ग्रीडशी संरेखित होतो अशा दोन दिवसांचे वर्णन करतो. अबाधित बाजूच्या रस्त्यावर सूर्यास्त दिसतो. इंग्लंडमधील स्टोनहेंज स्मारकासह सूर्याच्या संक्रांतीच्या संरेखनाची घटना कशी आठवते यावरून प्रेरणा घेऊन त्यांनी 1996 मध्ये हा शब्द तयार केला होता. टायसनच्या स्तंभाने द ग्रेट कोर्सेसचे प्राध्यापक म्हणून त्यांच्या कामावरही प्रभाव पाडला.

2001 मध्ये, अमेरिकेचे राष्ट्राध्यक्ष जॉर्ज डब्ल्यू. बुश यांनी टायसन यांना युनायटेड स्टेट्स एरोस्पेस इंडस्ट्रीच्या भविष्यावरील आयोगावर काम करण्यासाठी आणि 2004 मध्ये युनायटेड स्टेट्स स्पेस एक्सप्लोरेशन पॉलिसीच्या अंमलबजावणीसाठी अध्यक्षांच्या आयोगावर काम करण्यासाठी नियुक्त केले, नंतरचे "" म्हणून ओळखले जाते. चंद्र, मंगळ आणि पलीकडे" कमिशन. त्यानंतर लगेचच, त्यांना NASA द्वारे प्रदान करण्यात आलेला सर्वोच्च नागरी सन्मान, NASA विशिष्ट सार्वजनिक सेवा पदक प्रदान करण्यात आले.

2004 मध्ये, टायसनने पीबीएस नोव्हा मालिकेच्या चार भागांच्या ओरिजिन्स लघु मालिका आयोजित केल्या, आणि, डोनाल्ड गोल्डस्मिथसह, या मालिकेसाठी सह-लेखक, ओरिजिन्स: फोर्टीन बिलियन इयर्स ऑफ कॉस्मिक इव्होल्यूशन. एप्रिल 2009 मध्ये पीबीएसवर प्रीमियर झालेल्या 400 इयर्स ऑफ द टेलिस्कोप या माहितीपटावर त्यांनी पुन्हा गोल्डस्मिथसोबत कथाकार म्हणून सहयोग केला.

हेडन प्लॅनेटेरियमचे संचालक म्हणून, टायसनने प्लूटोला केंद्रस्थानी प्रदर्शनात नववा ग्रह म्हणून संबोधले जाण्यापासून रोखण्यासाठी पारंपारिक विचारसरणीला बगल दिली. टायसनने स्पष्ट केले आहे की त्याला वस्तूंमधील समानता पहायची होती, पार्थिव ग्रहांचे एकत्र गट करणे, गॅस राक्षस एकत्र करणे आणि प्लूटो सारख्या वस्तूंसह, आणि ग्रहांची मोजणी करण्यापासून दूर जाण्याची इच्छा आहे. त्यांनी द कोल्बर्ट रिपोर्ट, द डेली शो, आणि बीबीसी होरायझनवर असे म्हटले आहे की या निर्णयामुळे मोठ्या प्रमाणात द्वेषयुक्त मेल आले आहेत, बहुतेक ते लहान मुलांकडून. 2006 मध्ये, इंटरनॅशनल ॲस्ट्रॉनॉमिकल युनियन (IAU) ने प्लूटोचे बटू ग्रह वर्गीकरण करून या मूल्यांकनाची पुष्टी केली.

टायसनने कॅंब्रिज कॉन्फरन्स नेटवर्क (CCNet) वर गरमागरम ऑनलाइन वादविवाद सांगितला, जो "व्यापकपणे वाचलेला, यूके-आधारित इंटरनेट चॅट ग्रुप", बेनी पीझरने प्लुटोच्या स्थितीचे पुनर्वर्गीकरण करण्यासाठी नूतनीकरण केलेल्या आवाहनानंतर. Peiser ची नोंद, ज्यात त्याने AP आणि The Boston Globe वरून लेख पोस्ट केले, The New York Times च्या "Pluto's Not a Planet? Only in New York" या लेखातून निर्माण झाले.

टायसन हे प्लॅनेटरी सोसायटीच्या बोर्डाचे उपाध्यक्ष, अध्यक्ष आणि अध्यक्ष राहिले आहेत. ते 2011 पर्यंत नोव्हा सायन्सनाऊ या पीबीएस कार्यक्रमाचे होस्ट देखील होते. नोव्हेंबर 2006 मध्ये बियॉन्ड बिलीफ: सायन्स, रिलिजन, रिझन अँड सर्व्हायव्हल सिम्पोजियममध्ये तो उपस्थित होता आणि एक वक्ता होता. 2007 मध्ये, टायसनची द हिस्ट्री चॅनलच्या लोकप्रिय मालिका द युनिव्हर्समध्ये नियमित म्हणून निवड झाली होती.

मे 2009 मध्ये, टायसनने स्टारटॉक नावाचा एक तासाचा रेडिओ टॉक शो सुरू केला, जो त्याने कॉमेडियन लिन कोप्लिट्झसह सह-होस्ट केला होता. लॉस एंजेलिसमधील KTLK AM आणि वॉशिंग्टन डीसी मधील WHFS वर रविवारी दुपारी हा शो सिंडिकेटेड करण्यात आला. हा शो तेरा आठवडे चालला, परंतु डिसेंबर 2010 मध्ये त्याचे पुनरुत्थान झाले आणि नंतर कॉप्लिट्झच्या ऐवजी चक नाइस आणि लेघन लॉर्ड या कॉमेडियनसह सह-होस्ट केले गेले. पाहुण्यांमध्ये विज्ञानातील सहकाऱ्यांपासून ते GZA, Wil Wheaton, Sarah Silverman आणि Bill Maher यांसारख्या ख्यातनाम व्यक्तींचा समावेश आहे. हा शो इंटरनेटद्वारे थेट प्रवाहाद्वारे किंवा पॉडकास्टच्या स्वरूपात उपलब्ध आहे.

एप्रिल 2011 मध्ये, टायसन दोन-वर्षीय शाळेच्या फि थीटा कप्पा इंटरनॅशनल ऑनर सोसायटीच्या 93 व्या आंतरराष्ट्रीय अधिवेशनात मुख्य वक्ते होते. त्यांनी आणि जेम्स रॅंडी यांनी स्केप्टीसिझम नावाचे व्याख्यान दिले, जे माहितीचे लोकशाहीकरण: शक्ती, संकट आणि वचन या अधिवेशनाच्या थीमशी थेट संबंधित होते.

2012 मध्ये, टायसनने घोषणा केली की तो त्याच्या रेडिओ शो StarTalk वर आधारित YouTube मालिकेत दिसेल. शोसाठी प्रीमियरची तारीख जाहीर केली गेली नाही, परंतु ती Nerdist YouTube चॅनेलवर वितरित केली जाईल. 28 फेब्रुवारी 2014 रोजी टायसन व्हाईट हाऊस स्टुडंट फिल्म फेस्टिव्हलमध्ये ख्यातनाम पाहुणे होते.

2014 मध्ये, टायसनने FOX आणि नॅशनल जिओग्राफिक चॅनेल या दोन्हीवर कॉसमॉस: ए स्पेसटाइम ओडिसी सादर करत कार्ल सगनची कॉसमॉस: अ पर्सनल व्हॉयेज टेलिव्हिजन मालिका पुनरुज्जीवित करण्यात मदत केली. पहिल्या सीझनमध्ये तेरा भाग प्रसारित केले गेले आणि टायसनने म्हटले आहे की जर दुसरा सीझन तयार केला गेला तर तो विज्ञान जगतातील इतर कोणाला तरी होस्टची भूमिका देईल. जानेवारी 2018 च्या सुरुवातीला, कॉसमॉसचा दुसरा सीझन तयार होत असल्याची घोषणा करण्यात आली आणि टायसन पुन्हा एकदा होस्ट

म्हणून काम करेल.

20 एप्रिल 2015 रोजी, टायसनने नॅशनल जिओग्राफिक चॅनलवर StarTalk नावाचा उशीरा-रात्री टॉक शो आयोजित करण्यास सुरुवात केली, जिथे टायसन पॉप कल्चर सेलिब्रेटींच्या मुलाखती घेतात आणि त्यांना त्यांच्या विज्ञानाच्या जीवनातील अनुभवांबद्दल विचारतात.

टायसन व्हॉटनॉट एंटरटेनमेंट उद्धरण आवश्यक , नील डीग्रास टायसन प्रेझेंट्सः स्पेस ओडिसीसह एक सँडबॉक्स व्हिडिओ गेम सह-विकसित करत आहे, ज्याचा उद्देश खेळाडूंना स्पेस-फेअरिंग संस्कृती विकसित करण्याचे वास्तववादी सिम्युलेशन प्रदान करण्यात मदत करणे, जागा आणि तंत्रज्ञानाविषयी शैक्षणिक साहित्य समाविष्ट करणे आहे. . एप्रिल 2020 पासून प्रकल्पाला कोणतेही नवीन विकास अद्यतने मिळालेली नाहीत.

अध्यात्म

अ सर्वात महत्त्वाचे वैशिष्ट्य म्हणजे तुमच्या वाट्याला येणाऱ्या माहितीचे विश्लेषण. आणि तेच मला या जगात पुरेसं दिसत नाही. भोळसटपणाचा एक स्तर आहे ज्यामुळे लोक गैरफायदा घेण्यास संवेदनशील असतात. तुमच्या अज्ञानाचा गैरफायदा घेण्याचा प्रयत्न करणाऱ्या चार्लॅटन्स विरुद्ध एक प्रकारची लस म्हणून मला विज्ञान साक्षरता दिसते.

टायसनने विज्ञान, अध्यात्म आणि विज्ञानाच्या अध्यात्माविषयीच्या त्याच्या मतांबद्दल विस्तृतपणे लिहिले आणि प्रसारित केले आहे, ज्यात "अज्ञानाचा परिघ" आणि "होली वॉर्स", या दोन्ही नॅचरल हिस्ट्री मॅगझिन आणि २००६ मध्ये प्रकाशित झाले आहेत. बियॉन्ड बिलीफ कार्यशाळा. कॉमेडियन पॉल मेक्युरियो यांच्या एका मुलाखतीत, टायसनने अध्यात्माची व्याख्या मांडली: "माझ्यासाठी, जेव्हा मी अध्यात्मिक म्हणतो, तेव्हा मी तुम्हाला अशा भावनेचा संदर्भ देत आहे जी तुम्हाला या विश्वाशी अशा प्रकारे जोडते की ती साध्या शब्दसंग्रहाला विरोध करू शकते. आपण विश्वाबद्दल एक बौद्धिक खेळाचे मैदान म्हणून विचार करतो, जे ते निश्चितच आहे, परंतु ज्या क्षणी आपण काहीतरी बौद्धिक करण्याऐवजी भावनांना स्पर्श करणारे काहीतरी शिकता, तेव्हा मी त्याला विश्वाशी आध्यात्मिक भेट म्हणेन." टायसनने असा युक्तिवाद केला आहे. अनेक महान ऐतिहासिक शास्त्रज्ञांच्या बुद्धिमान रचनेवरील विश्वासाने त्यांच्या वैज्ञानिक चौकशी मर्यादित केल्या, त्यामुळे वैज्ञानिक ज्ञानाच्या प्रगतीला हानी पोहोचली.

बफेलो येथील युनिव्हर्सिटीमध्ये एका प्रश्न सत्रादरम्यान विचारले असता, तो उच्च शक्तीवर विश्वास ठेवतो का, टायसनने उत्तर दिले: "मी पाहिलेल्या सर्व धर्मांचे वर्णन केलेल्या उच्च शक्तीच्या प्रत्येक खात्यात, संदर्भात अनेक विधाने समाविष्ट आहेत. त्या शक्तीच्या परोपकारासाठी. जेव्हा मी ब्रह्मांड आणि सर्व मार्ग पाहतो ज्या विश्वाला आपल्याला मारायचे आहे, तेव्हा मला हितकारक विधानांसह समेट करणे कठीण वाटते. बिग थिंकला दिलेल्या मुलाखतीत टायसन म्हणाले, "म्हणून, लोक खरोखर कशाच्या मागे लागले आहेत ते म्हणजे धर्म किंवा अध्यात्म किंवा देव याविषयी माझी भूमिका काय आहे आणि मी असे म्हणेन की मला एखादा शब्द जवळ आला तर तो 'अज्ञेयवादी' असेल. .. दिवसाच्या शेवटी मी कोणत्याही श्रेणीत नसणे पसंत करेन." याव्यतिरिक्त, बिग थिंकच्या त्याच मुलाखतीत, टायसनने नमूद केले की त्याने विकिपीडियाची नोंद संपादित केली आहे की तो एक आहे हे तथ्य समाविष्ट करण्यासाठी.

माझ्यावर नास्तिकांकडून सतत दावा केला जातो. मला हे वेधक वाटते. खरं तर, माझ्या विकी पृष्ठावर - मी विकी पृष्ठ तयार केलेले नाही. इतरांनी केले, आणि मला आनंद झाला की लोकांना ते एकत्र करण्यासाठी माझ्या जीवनाची पुरेशी काळजी आहे - आणि त्यात म्हटले आहे, "नील डीग्रास टायसन एक नास्तिक आहे." मी म्हणालो, "बरं, हे खरंच खरं नाही." मी म्हणालो, "नील डीग्रास टायसन एक अज्ञेयवादी आहे." मी एका आठवड्यानंतर परत गेलो. त्यात म्हटलं, "नील डीग्रास टायसन नास्तिक आहे" - एका आठवड्यात पुन्हा! - आणि मी म्हणालो, "त्यात काय चालले आहे?" आणि मी म्हणालो, "ठीक आहे, मला ते थोडे वेगळे करायचे आहे." म्हणून मी म्हणालो, "ठीक आहे, नास्तिकांनी मोठ्या प्रमाणावर दावा केलेला नील डीग्रास टायसन, प्रत्यक्षात अज्ञेयवादी आहे."

2009 मध्ये "कॉल्ड बाय द युनिव्हर्सः ए कन्व्हर्सेशन विथ नील डीग्रास टायसन" या मुलाखतीदरम्यान, टायसन म्हणाले: "मी त्या समुदायातील एक आहे या नास्तिकांच्या दाव्याला मी सहमती देऊ शकत नाही. माझ्याकडे वेळ नाही, ऊर्जा, स्वतःला त्या पद्धतीने वागवण्याची आवड... मी लोकांना धर्मांतरित करण्याचा प्रयत्न करत नाही. मला पर्वा नाही."

मार्च 2014 मध्ये, तत्वज्ञानी आणि धर्मनिरपेक्षतेचे समर्थक मासिमो पिग्लियुची यांनी टायसनला विचारले: "तुम्हाला देवाबद्दल काय वाटते?" टायसनने उत्तर दिले: "विश्वात कार्यरत असलेल्या दैवी शक्तीच्या अस्तित्वाबद्दल किंवा सामर्थ्याबद्दल कोणीही केलेल्या कोणत्याही दाव्यांबद्दल मला खात्री नाही." पिग्लियुची नंतर त्याला विचारले की त्याने त्याच्या बिग थिंक व्हिडिओमध्ये "नास्तिक" या लेबलवर अस्वस्थता का व्यक्त केली. टायसनने एका शब्दाच्या लेबलांबद्दल आपल्या नापसंतीचा पुनरुच्चार करून उत्तर दिले: "हेच विशेषण आहेत. तुम्ही कोणत्या प्रकारचे नास्तिक आहात? तुम्ही कट्टर नास्तिक आहात का? तुम्ही निष्क्रीय नास्तिक आहात? एक उदासीन नास्तिक? तुम्ही रॅली करता, किंवा करता? तुम्हाला काळजीही नाही का? त्यामुळे 'नास्तिक' या शब्दासमोर लावण्यासाठी तुम्हाला विशेषण शोधावे लागले तर मी त्या 'मला खरोखर काळजी नाही' या बाजूने असेन." पिग्लियुचीने टायसनची शास्त्रज्ञ रिचर्ड डॉकिन्सशी तुलना केली: " डॉकिन्स खरोखरच, या टप्प्यावर, स्वतःला नास्तिक कार्यकर्ते मानतात. तुम्ही अगदी स्पष्टपणे मुद्दा मांडला की तुम्ही नाही." टायसनने उत्तर दिले: "मी त्या क्रियाकलापाचा पूर्णपणे आदर करतो. तो तेथे खरोखर महत्त्वाची भूमिका पार पाडत आहे."

टायसनने अनेक प्रसंगी तत्वज्ञानाबद्दल सांगितले आहे. मार्च 2014 मध्ये, द नर्डिस्ट पॉडकास्टच्या एका भागादरम्यान, त्यांनी सांगितले की तत्वज्ञान "निरुपयोगी" आहे आणि एक प्रमुख तत्वज्ञान "खरोखर तुम्हाला गोंधळात टाकू शकते", ज्याला नापसंती मिळाली. तत्वज्ञानी मासिमो पिग्लियुची यांनी नंतर "तत्वज्ञानाला एक निरुपयोगी उपक्रम म्हणून डिसमिस केले" अशी टीका केली.

वंश आणि सामाजिक न्याय

हॉवर्ड ह्युजेस मेडिकल इन्स्टिट्यूटमधील एका अनपेक्षित मुलाखतीत, टायसनने कृष्णवर्णीय असण्याबद्दल आणि जगातील सर्वात दृश्यमान आणि सुप्रसिद्ध वैज्ञानिकांपैकी एक असल्याबद्दल बोलले. 1989 मध्ये एका स्थानिक फॉक्सशी संलग्न असलेल्या एका स्थानिक कंपनीवर सूर्यापासून प्लाझ्मा फुटल्याबद्दल मुलाखत घेतल्याबद्दल त्याने एक कथा सांगितली. "मी माझ्या आयुष्यात यापूर्वी कधीही टेलिव्हिजनवर कृष्णवर्णीय व्यक्तीची मुलाखत पाहिली नव्हती ज्याचा काळ्या असण्याशी काहीही संबंध नाही. आणि त्या क्षणी, मला जाणवले की स्टिरियोटाइप धारण करणाऱ्या लोकांमध्ये प्रचलित असलेल्या शेवटच्या स्टिरियोटाइपपैकी एक म्हणजे, काळे लोक कसे तरी मुके असतात. मला आश्चर्य वाटले, कदाचित ... या प्रकाराला कमी करण्याचा हा एक मार्ग आहे. कोण हुशार आहे आणि कोण मुका आहे याबद्दल प्रचलित असलेला स्टिरियोटाइप. मी स्वतःला म्हणालो, 'मला फक्त दृश्यमान व्हायचे आहे, किंवा माझ्यासारख्या इतरांना, त्या परिस्थितीत.' मी कल्पना करू शकत असलेल्या कोणत्याही गोष्टीपेक्षा समाजावर त्याची शक्ती जास्त असेल."

2005 मध्ये, नॅशनल अ‍ॅकॅडमी ऑफ सायन्सेसच्या परिषदेत, टायसनने अनुवांशिक फरक स्त्रियांना वैज्ञानिक म्हणून काम करण्यापासून रोखू शकतात का या प्रश्नाला उत्तर दिले. ते म्हणाले की खगोलभौतिकशास्त्रज्ञ होण्याचे त्यांचे ध्येय "...समाजाच्या... शक्तींद्वारे बहुतेक प्रतिकारांचा मार्ग खाली करणे" हे आहे. तो पुढे म्हणाला: "माझा जीवन अनुभव मला सांगतो, जेव्हा तुम्हाला विज्ञानात कृष्णवर्णीय सापडत नाहीत, जेव्हा तुम्हाला विज्ञानात स्त्रिया सापडत नाहीत, तेव्हा मला माहित आहे की या शक्ती वास्तविक आहेत आणि मी जिथे पोहोचलो तिथे पोहोचण्यासाठी मला त्यांच्यात टिकून राहावे लागले. आज आहे. त्यामुळे आम्ही अनुवांशिक फरकांबद्दल बोलणे सुरू करण्यापूर्वी, तुम्ही एक अशी प्रणाली आणली पाहिजे जिथे समान संधी असेल. मग आम्ही ते संभाषण सुरू करू शकतो."

ग्रँटलँडच्या 2014 च्या मुलाखतीत, टायसन म्हणाले की, सामाजिक अडथळे दूर होईपर्यंत अनुवांशिक फरकांबद्दलच्या वैज्ञानिक प्रश्नाचे उत्तर दिले जाऊ शकत नाही हे सांगण्याच्या प्रयत्नात त्यांनी 2005 च्या पॅनेलवर आपला अनुभव सांगितला. "मी म्हणत आहे की तुम्ही ते संभाषण करण्यापूर्वी, तुम्हाला खरोखर खात्री असणे आवश्यक आहे की संधीचा प्रवेश स्तरावर आहे." त्याच मुलाखतीत टायसनने सांगितले की शर्यत हा त्याच्या कारकिर्दीत किंवा त्याच्या जीवनात बनवण्याचा प्रयत्न करत असलेल्या बिंदूचा भाग नाही. टायसनच्या म्हणण्यानुसार, " टी टोपी नंतर खगोल भौतिकशास्त्राऐवजी माझ्याबद्दल लोकांच्या आकलनाचा मुद्दा बनते. त्यामुळे असे होण्यासाठी ही एक अयशस्वी शैक्षणिक पायरी आहे. जर तुम्ही त्याद्वारे विचलित झालात आणि मिळत नाही तर संदेश." तो हेतुपुरस्सर यापुढे वंशाबद्दल जाहीरपणे बोलत नाही. "मी त्यावर चर्चा करत नाही. मी ब्लॅक हिस्ट्री मंथचे भाषणही देत नाही. मी त्यातील प्रत्येकाला नकार देतो. खरं तर, 1993 पासून, मी प्रत्येक मुलाखत नाकारली आहे ज्यात माझे कृष्णवर्णीय असण्याचा आधार आहे. मुलाखत."

नासा

टायसन नॅशनल एरोनॉटिक्स आणि स्पेस अ‍ॅडमिनिस्ट्रेशनच्या कार्याचा विस्तार करण्यासाठी वकील आहेत. असा युक्तिवाद करणे की "राष्ट्राच्या स्वप्नांवर सर्वात शक्तिशाली एजन्सीकडे सध्या जे करणे आवश्यक आहे ते करण्यासाठी निधी कमी आहे". टायसन यांनी सुचवले आहे की, अवकाश संस्थेला किती महसूल वाटप केला जातो याकडे सर्वसामान्यांचा कल असतो. मार्च 2010 च्या पत्त्यावर, NASA वर खर्च केलेल्या कर महसुलाच्या प्रमाणाचा संदर्भ देत, ते म्हणाले, "तसे, नासाची किंमत किती आहे? डॉलरवर हा दीड पैसा आहे. तुम्हाला ते माहित आहे का? लोक म्हणत आहेत, ' आम्ही तिथे पैसे का खर्च करतोय...' मी त्यांना विचारतो, 'आम्ही किती खर्च करतोय असे तुम्हाला वाटते?' ते म्हणतात 'पाच सेंट, एका डॉलरवर दहा सेंट.' हा दीड पैसा आहे."

सध्या, नासाचे वार्षिक बजेट तुमच्या कर डॉलरवर अर्धा पैसा आहे. त्याच्या दुप्पट - एका डॉलरवर एक पैसा - आम्ही देशाला उदास, निराश, आर्थिक संघर्षाने कंटाळलेल्या राष्ट्रातून, उद्याचे स्वप्न पाहण्याचा त्याचा 20 व्या शतकातील जन्मसिद्ध हक्क परत मिळवून देऊ शकतो.

टायसनच्या वकिलीतून आणि टिपण्णीने प्रेरित होऊन, Penny4NASA, स्पेस अ‍ॅडव्होकेट्स नॉन-प्रॉफिटची मोहीम, 2012 मध्ये जॉन झेलर यांनी स्थापन केली होती आणि NASA चे बजेट फेडरल बजेटच्या एक टक्के करण्यासाठी दुप्पट करण्याचे समर्थन करते.

त्याच्या स्पेस क्रॉनिकल्स: फेसिंग द अल्टीमेट फ्रंटियर टायसन या पुस्तकात असा युक्तिवाद केला आहे की मोठ्या आणि महत्त्वाकांक्षी अंतराळ संशोधन प्रकल्पांना, जसे की मानवाला मंगळावर नेणे, युनायटेड स्टेट्स फेडरल सरकारकडून योग्य निधी मिळविण्यासाठी कदाचित काही प्रकारचे लष्करी किंवा आर्थिक चालक आवश्यक असतील.

सायन्स कम्युनिकेटर म्हणून, टायसन नियमितपणे टेलिव्हिजन, रेडिओ आणि इतर विविध माध्यमांवर दिसतात. द कोल्बर्ट रिपोर्टवर ते नियमित पाहुणे राहिले आहेत आणि होस्ट स्टीफन कोल्बर्ट यांनी त्यांच्या आय अ‍ॅम अमेरिका (अँड सो कॅन यू!) या विनोदी पुस्तकात त्यांचा उल्लेख केला आहे, शास्त्रज्ञांवरील त्यांच्या अध्यायात नमूद केले आहे की बहुतेक शास्त्रज्ञ हे "सभ्य, चांगल्या हेतूचे लोक आहेत. ",

परंतु, बहुधा जीभ-इन-चीक, की "नील डीग्रास sic टायसन एक परिपूर्ण राक्षस आहे." तो जॉन स्टीवर्टसह द डेली शोमध्ये अनेक वेळा दिसला आहे. त्याने लेट नाईट विथ कॉनन ओ'ब्रायन, द टुनाईट शो विथ जे लेनो, लेट नाईट विथ जिमी फॅलन, आणि द रॅचेल मॅडॉ शोमध्ये हजेरी लावली आहे. हिस्ट्री चॅनल सायन्स प्रोग्राम, द युनिव्हर्सच्या विविध भागांवर त्यांनी केंद्रीय मुलाखतीपैकी एक म्हणून काम केले. टायसनने एनपीआर रेडिओ क्विझ कार्यक्रमात भाग घेतला थांबा थांबा... मला सांगू नका! 2007 आणि 2015 मध्ये. तो बिल माहेरसोबत रिअल टाईमवर अनेक वेळा दिसला आहे आणि तो हू वॉन्ट्स टू बी अ मिलियनेअरच्या एका भागावरही दिसला होता. एक्सपर्ट लाइफलाइन म्हणून. 83 तो फिलाडेल्फिया मॉर्निंग शो, प्रेस्टन आणि स्टीव्ह, 93.3 WMMR वर, तसेच SiriusXM च्या रॉन आणि फेझ आणि द ओपी आणि अँथनी शो वर असंख्य वेळा बोलला आहे.

टायसनला द स्केप्टिक्स गाइड टू द युनिव्हर्स, रेडिओलॅब, स्केप्टिकलिटी आणि द जो रोगन एक्स्पिरिअन्स पॉडकास्ट्सवर अतिथी मुलाखतकार म्हणून वैशिष्ट्यीकृत केले गेले आहे आणि ते सिम्फनी ऑफ सायन्सच्या अनेक व्हिडिओंमध्ये आहेत. 84

टायसन वर्ल्ड ट्रेड सेंटरजवळ राहत होता आणि 11 सप्टेंबर 2001 च्या हल्ल्याचा प्रत्यक्षदर्शी साक्षीदार होता. त्याने जे पाहिले त्यावर त्याने एक व्यापक प्रसारित पत्र लिहिले. 86 त्या दिवशी त्याने चित्रित केलेले फुटेज 2008 च्या डॉक्युमेंट्री फिल्म 102 मिनिट्स दॅट चेंज्ड अमेरिकामध्ये समाविष्ट करण्यात आले होते.

2007 मध्ये, टायसन हे डीअरफिल्ड अकादमीच्या नवीन विज्ञान केंद्र, मॅसॅच्युसेट्समधील कोच सेंटरच्या समर्पण समारंभात मुख्य वक्ते होते, ज्याचे नाव डेव्हिड एच. कोच 'होते. विज्ञानाचा एकविसाव्या शतकावर काय परिणाम होईल यावर त्यांनी भर दिला, तसेच विज्ञानात केलेली गुंतवणूक महागात पडू शकते, परंतु ज्ञानाच्या रूपात मिळणारा परतावा आणि आवड निर्माण करणे हे अमूल्य आहे हे स्पष्ट केले. जेम्स रँडी एज्युकेशनल फाउंडेशनने आयोजित केलेल्या द अमेझिंग मीटिंग या विज्ञान आणि संशयवाद परिषदेत टायसन मुख्य वक्ता म्हणूनही उपस्थित होते.

टायसनने स्टारगेट अटलांटिस च्या "ब्रेन स्टॉर्म" या भागामध्ये बिल नाय सोबत आणि बिग बँग थिअरीच्या "द अपोलॉजी इन्सुफिशियन्सी" या भागामध्ये स्वतःची आवृत्ती म्हणून पाहुण्यांची भूमिका साकारली. त्याचे आर्काइव्ह फुटेज युरोपा रिपोर्ट या चित्रपटात वापरले आहे. टायसनने मार्था स्पीक्सच्या एका एपिसोडमध्ये स्वतःच्या रुपात हजेरी लावली.

वैयक्तिक जीवन

टायसन त्याच्या पत्नी अॅलिस यंगसोबत लोअर मॅनहॅटनच्या ट्रिबेका परिसरात राहतो. त्यांना दोन मुले आहेत: मिरांडा आणि ट्रॅव्हिस. ऑस्टिन येथील टेक्सास विद्यापीठात भौतिकशास्त्राच्या वर्गात टायसन त्याच्या पत्नीला भेटला. त्यांनी 1988 मध्ये लग्न केले आणि युरेनसच्या पाच प्रमुख चंद्रांपैकी सर्वात लहान असलेल्या त्यांच्या पहिल्या मुलाचे नाव मिरांडा ठेवले. 113 टायसन हा एक वाइन उत्साही आहे ज्याचा संग्रह मे 2000 च्या वाइन स्पेक्टेटरच्या अंकात आणि द वर्ल्ड ऑफ फाइन वाईनच्या स्प्रिंग 2005 अंकात प्रदर्शित झाला होता.

पुरस्कार

2001 मेडल ऑफ एक्सलन्स, कोलंबिया युनिव्हर्सिटी, न्यू यॉर्क सिटी

2004 नासा प्रतिष्ठित सार्वजनिक सेवा पदक

2005 विज्ञान लेखन पुरस्कार

2007 क्लॉपस्टेग मेमोरियल पुरस्कार विजेता

स्पेस फाउंडेशन कडून २००९ डग्लस एस. मोरो पब्लिक आउटरीच अवॉर्ड स्पेस प्रोग्राम्सच्या जनजागृतीसाठी महत्त्वपूर्ण योगदानासाठी

अमेरिकन ह्युमॅनिस्ट असोसिएशनकडून 2009 आयझॅक असिमोव्ह पुरस्कार

2014 सर्वोत्कृष्ट रिअॅलिटी शो होस्टसाठी समीक्षकांचा चॉईस टेलिव्हिजन पुरस्कार

2014 डनलॅप पुरस्कार

राष्ट्रीय विज्ञान अकादमी कडून 2015 सार्वजनिक कल्याण पदक

2015 कॉसमॉस पुरस्कार, प्लॅनेटरी सोसायटी

2017 हबर्ड मेडल, नॅशनल जिओग्राफिक सोसायटी

2017 स्टीफन हॉकिंग मेडल फॉर सायन्स कम्युनिकेशन, स्टारमस

2017 मधील सर्वोत्कृष्ट स्पोकन वर्ड अल्बम नामांकनासाठी अॅस्ट्रोफिजिक्स फॉर पीपल इन अ हरीसाठी ग्रॅमी अवॉर्ड

2020 YouTube गोल्ड प्ले बटण क्रिएटर अवॉर्ड

11

थॉमस एडिसन

थॉमस एडिसन

Top Scientists

Scan for Story Videos - www.itibook.com

थॉमस अल्वा एडिसन (फेब्रुवारी 11, 1847 - ऑक्टोबर 18, 1931) हे अमेरिकन शोधक आणि व्यापारी होते. त्यांनी इलेक्ट्रिक पॉवर निर्मिती, जनसंवाद, ध्वनी रेकॉर्डिंग आणि मोशन पिक्चर्स यांसारख्या क्षेत्रात अनेक उपकरणे विकसित केली. फोनोग्राफ, मोशन पिक्चर कॅमेरा आणि इलेक्ट्रिक लाइट बल्बच्या सुरुवातीच्या आवृत्त्यांचा समावेश असलेल्या या शोधांचा आधुनिक औद्योगिक जगावर व्यापक प्रभाव पडला आहे. अनेक संशोधक आणि कर्मचाऱ्यांसह काम करून, शोध प्रक्रियेत संघटित विज्ञान आणि टीमवर्कची तत्त्वे लागू करणारे ते पहिले शोधक होते. त्यांनी पहिली औद्योगिक संशोधन प्रयोगशाळा स्थापन केली.

एडिसन अमेरिकन मिडवेस्टमध्ये वाढला होता. त्याच्या कारकिर्दीच्या सुरुवातीच्या काळात त्याने टेलीग्राफ ऑपरेटर म्हणून काम केले, ज्यामुळे त्याच्या सुरुवातीच्या काही शोधांना प्रेरणा मिळाली. 1876 मध्ये, त्यांनी न्यू जर्सीच्या मेनलो पार्कमध्ये त्यांची पहिली प्रयोगशाळा सुविधा स्थापन केली, जिथे त्यांचे अनेक प्रारंभिक शोध विकसित केले गेले. त्यांनी नंतर फोर्ट मायर्स, फ्लोरिडा येथे व्यावसायिक हेन्री फोर्ड आणि हार्वे एस. फायरस्टोन यांच्या सहकार्याने वनस्पति प्रयोगशाळा आणि न्यू जर्सी येथील वेस्ट ऑरेंज येथे एक प्रयोगशाळा स्थापन केली, ज्यामध्ये जगातील पहिला चित्रपट स्टुडिओ, ब्लॅक मारिया आहे. त्याच्या नावावर 1,093 यूएस पेटंट्स, तसेच इतर देशांमधील पेटंटसह, एडिसनला अमेरिकन इतिहासातील सर्वात विपुल शोधक म्हणून ओळखले जाते. एडिसनने दोनदा लग्न केले आणि त्याला सहा मुले झाली. 1931 मध्ये मधुमेहाच्या गुंतागुंतीमुळे त्यांचे निधन झाले.

थॉमस एडिसन यांचा जन्म 1847 मध्ये मिलान, ओहायो येथे झाला, परंतु 1854 मध्ये कुटुंब तेथे गेल्यानंतर पोर्ट ह्युरॉन, मिशिगन येथे वाढले. सॅम्युअल ओग्डेन एडिसन ज्युनियर (1804-1896, मार्शलटाउन, नोव्हा स्कॉशिया येथे जन्मलेले) आणि नॅन्सी मॅथ्यू इलियट (1810-1871, चेनांगो काउंटी, न्यूयॉर्क येथे जन्मलेले) यांचे ते सातवे आणि शेवटचे अपत्य होते. न्यू जर्सीच्या मार्गाने त्याची पितृवंशीय कुटुंब डच होती; आडनाव मूळतः "एडेसन" होते. त्यांचे आजोबा जॉन एडिसन 1784 मध्ये नोव्हा स्कॉशियासाठी न्यू जर्सी पळून गेले, त्यांचे वडील व्हिएन्ना, ऑंटारियो येथे गेले आणि 1837 च्या बंडखोरीमध्ये त्यांचा सहभाग झाल्यानंतर ते पळून गेले.

एडिसनला त्याच्या आईने वाचन, लेखन आणि अंकगणित शिकवले होते, जी शाळेत शिक्षिका असायची. तो फक्त काही महिने शाळेत गेला. तथापि, एका चरित्रकाराने त्याचे वर्णन एक अतिशय जिज्ञासू बालक म्हणून केले ज्याने बहुतेक गोष्टी स्वतः वाचून शिकल्या. लहानपणी, त्याला तंत्रज्ञानाची आवड निर्माण झाली आणि त्याने घरी प्रयोगांवर तासन् तास काम केले.

एडिसनला वयाच्या 12 व्या वर्षी ऐकण्याच्या समस्या निर्माण झाल्या. त्याच्या बहिरेपणाचे कारण बालपणात लाल रंगाचा ताप आणि वारंवार होणारे मध्य-कानाचे संक्रमण हे आहे. त्यानंतर त्याने त्याच्या बहिरेपणाच्या कारणाविषयी विस्तृत काल्पनिक कथा रचल्या. तो एका कानाने पूर्णपणे बहिरे होता आणि दुसऱ्या कानाने क्वचितच ऐकू येत होता, असा आरोप आहे की एडिसन त्याच्या कवटीत ध्वनी लहरी शोषून घेण्यासाठी लाकडात दात घासून संगीत वादक किंवा पियानो ऐकत असे. जसजसे त्याचे वय वाढत गेले, एडिसनला विश्वास होता की त्याच्या श्रवणशक्ती कमी झाल्यामुळे त्याने लक्ष विचलित होऊ दिले नाही आणि त्याच्या कामावर अधिक सहजपणे लक्ष केंद्रित केले. आधुनिक काळातील इतिहासकार आणि वैद्यकीय व्यावसायिकांनी असे सुचवले आहे की त्याला ADHD झाला असावा.

हे ज्ञात आहे की कारकिर्दीच्या सुरुवातीस त्यांनी चार्ल्स बॅचलरसह नवीन टेलीग्राफी प्रणालीवरील कामास समर्थन देण्यासाठी कूपर युनियन फॉर द ॲडव्हान्समेंट ऑफ सायन्स ॲंड आर्ट येथे रसायनशास्त्र अभ्यासक्रमात प्रवेश घेतला. उच्च शिक्षणाच्या संस्थेतील अभ्यासक्रमांसाठी ही त्याची एकमेव नोंदणी असल्याचे दिसून येते.

करिअरची सुरुवात

थॉमस एडिसनने पोर्ट ह्युरॉन ते डेट्रॉईटपर्यंत धावणाऱ्या गाड्यांमध्ये कँडी, वर्तमानपत्रे आणि भाज्या विकून कारकिर्दीची सुरुवात केली. त्याने वयाच्या 13 व्या वर्षी $50-एक-आठवड्याचा नफा कमावला, त्यापैकी बहुतेक विद्युत आणि रासायनिक प्रयोगांसाठी उपकरणे खरेदी करण्यासाठी गेले. 3 वर्षांच्या जिमी मॅकेन्झीला धावत्या ट्रेनने मारल्यापासून वाचवल्यानंतर तो टेलिग्राफ ऑपरेटर बनला. जिमीचे वडील, माउंट क्लेमेन्स, मिशिगनचे स्टेशन एजंट जेयू मॅकेन्झी इतके कृतज्ञ होते की त्यांनी एडिसनला टेलिग्राफ ऑपरेटर म्हणून प्रशिक्षण दिले. एडिसनची पहिली टेलीग्राफीची नोकरी पोर्ट ह्युरॉनपासून दूर ग्रँड ट्रंक रेल्वेवरील स्ट्रॅटफोर्ड जंक्शन, ऑंटारियो येथे होती. जवळच्या टक्करसाठी त्याला जबाबदार धरण्यात आले. त्याने गुणात्मक विश्लेषणाचाही अभ्यास केला आणि नोकरी सोडेपर्यंत ट्रेनमध्ये रासायनिक प्रयोग केले.

एडिसनने रस्त्यावर वर्तमानपत्रे विकण्याचा विशेष अधिकार मिळवला आणि चार सहाय्यकांच्या मदतीने त्याने ग्रँड ट्रंक हेराल्ड छापले, जे त्याने त्याच्या इतर पेपर्ससह विकले. यामुळे एडिसनच्या उद्योजकीय उपक्रमांची प्रदीर्घ सिलसिला सुरू झाली, कारण त्याने एक व्यापारी म्हणून आपली प्रतिभा शोधून काढली. सरतेशेवटी, जनरल इलेक्ट्रिकसह सुमारे 14 कंपन्यांच्या निर्मितीमध्ये त्यांची उद्योजकता केंद्रस्थानी होती, जी अजूनही जगातील सर्वात मोठ्या सार्वजनिक व्यापार कंपन्यांपैकी एक आहे.

1866 मध्ये, वयाच्या 19 व्या वर्षी, एडिसन लुईसविले, केंटकी येथे गेले, जेथे, वेस्टर्न युनियनचे कर्मचारी म्हणून, त्यांनी असोसिएटेड प्रेस ब्युरो न्यूज वायरमध्ये काम केले. एडिसनने नाईट शिफ्टची विनंती केली, ज्यामुळे त्याला त्याच्या दोन आवडत्या मनोरंजनांमध्ये - वाचन आणि प्रयोग करण्यासाठी भरपूर वेळ दिला. अखेरीस, नंतरच्या पूर्व-व्यवसायामुळे त्याला त्याची नोकरी महागात पडली. 1867 मध्ये

एका रात्री, तो लीड-ऍसिड बॅटरीसह काम करत असताना त्याने जमिनीवर सल्फ्यूरिक ऍसिड सांडले. तो फ्लोअरबोर्डच्या मध्ये आणि खाली त्याच्या बॉसच्या डेस्कवर धावला. दुसऱ्या दिवशी सकाळी एडिसनला काढून टाकण्यात आले.

त्याचे पहिले पेटंट इलेक्ट्रिक व्होट रेकॉर्डरसाठी होते, यूएस पेटंट 90,646, जे 1 जून 1869 रोजी मंजूर करण्यात आले होते. यंत्रासाठी फारशी मागणी नसल्यामुळे, एडिसन लवकरच न्यूयॉर्क शहरात गेला. त्या सुरुवातीच्या काळात त्यांचे एक मार्गदर्शक फ्रँकलिन लिओनार्ड पोप नावाचे सहकारी टेलिग्राफर आणि शोधक होते, ज्यांनी गरीब तरुणांना त्याच्या एलिझाबेथ, न्यू जर्सीच्या घराच्या तळघरात राहण्याची आणि काम करण्याची परवानगी दिली, तर एडिसनने गोल्ड इंडिकेटरमध्ये सॅम्युअल लॉजसाठी काम केले. कंपनी. पोप आणि एडिसन यांनी ऑक्टोबर 1869 मध्ये विद्युत अभियंता आणि शोधक म्हणून काम करून स्वतःची कंपनी स्थापन केली. एडिसनने 1874 मध्ये मल्टीप्लेक्स टेलिग्राफिक प्रणाली विकसित करण्यास सुरुवात केली, जी एकाच वेळी दोन संदेश पाठवू शकते.

संशोधन आणि विकास सुविधा

1876 मध्ये औद्योगिक संशोधन प्रयोगशाळेची स्थापना ही एडिसनची प्रमुख नवकल्पना होती. एडिसनच्या विक्रीतून मिळालेल्या निधीतून मिडलसेक्स काउंटी, न्यू जर्सी येथील रॅरिटन टाउनशिप (आता त्याच्या सन्मानार्थ एडिसन टाउनशिप असे नाव दिले गेले आहे) मेनलो पार्कमध्ये ते बांधले गेले. क्वाड्रप्लेक्स तार. टेलीग्राफच्या प्रात्यक्षिकानंतर, एडिसनला खात्री नव्हती की ते $4,000 ते $5,000 मध्ये विकण्याची त्याची मूळ योजना योग्य आहे, म्हणून त्याने वेस्टर्न युनियनला बोली लावण्यास सांगितले. त्यांना $10,000 (आजच्या डॉलर्समध्ये $239,500 30) ऑफर ऐकून त्याला आश्चर्य वाटले, जे त्याने कृतज्ञतेने स्वीकारले. क्वाड्रप्लेक्स टेलीग्राफ हे एडिसनचे पहिले मोठे आर्थिक यश होते आणि मेनलो पार्क ही सतत तांत्रिक नवकल्पना आणि सुधारणा करण्याच्या विशिष्ट उद्देशाने स्थापन केलेली पहिली संस्था बनली. अनेक कर्मचाऱ्यांनी त्याच्या मार्गदर्शनाखाली संशोधन आणि विकास केले असले तरी तेथे निर्माण झालेल्या बहुतेक शोधांचे श्रेय एडिसनला कायदेशीररित्या दिले गेले. त्याच्या कर्मचाऱ्यांना सामान्यतः संशोधन आयोजित करण्यासाठी त्याच्या दिशानिर्देशांचे पालन करण्यास सांगितले गेले होते आणि त्यांनी त्यांना परिणाम देण्यासाठी कठोर परिश्रम केले

विल्यम जोसेफ हॅमर, एक सल्लागार इलेक्ट्रिकल अभियंता, एडिसनसाठी काम करू लागले आणि डिसेंबर 1879 मध्ये प्रयोगशाळा सहाय्यक म्हणून त्यांची कर्तव्ये सुरू केली. त्यांनी टेलिफोन, फोनोग्राफ, इलेक्ट्रिक रेल्वे, लोह खनिज विभाजक, इलेक्ट्रिक लाइटिंग आणि इतर विकसनशील शोधांवर प्रयोगांना मदत केली. तथापि, हॅमरने मुख्यतः इनॅन्डेन्सेंट इलेक्ट्रिक लॅम्पवर काम केले आणि त्या उपकरणावरील चाचण्या आणि रेकॉर्डचे प्रभारी त्याला ठेवण्यात आले (हॅमर हिस्टोरिकल कलेक्शन ऑफ इन्कॅन्डेसेंट इलेक्ट्रिक लॅम्प पहा). 1880 मध्ये त्यांना एडिसन लॅम्प वर्क्सचे मुख्य अभियंता म्हणून नियुक्त करण्यात आले. त्याच्या पहिल्या वर्षात, महाव्यवस्थापक फ्रान्सिस रॉबिन्स अप्टन यांच्या नेतृत्वाखालील प्लांटने 50,000 दिवे लावले. एडिसनच्या मते, हॅमर "इन्कॅन्डेसेंट इलेक्ट्रिक लाइटिंगचा प्रणेता" होता. फ्रँक जे. स्प्रेग, एक सक्षम गणितज्ञ आणि माजी नौदल अधिकारी, एडवर्ड एच. जॉन्सनने भरती केले आणि 1883 मध्ये एडिसन संस्थेत सामील झाले. मेनलो पार्क येथील एडिसन प्रयोगशाळेत स्प्रेगचे योगदान म्हणजे एडिसनच्या गणितीय पद्धतींचा विस्तार करणे. एडिसनने गणिताचा वापर केला नाही असा सामान्य समज असूनही, त्याच्या नोटबुकच्या विश्लेषणावरून असे दिसून येते की तो त्याच्या सहाय्यकांनी जसे की फ्रान्सिस रॉबिन्स अप्टन यांनी केलेल्या गणितीय विश्लेषणाचा एक चपखल वापरकर्ता होता, उदाहरणार्थ, त्याच्या विद्युत प्रकाश प्रणालीचे गंभीर मापदंड निर्धारित करणे ज्यामध्ये दिवा प्रतिरोधाचा समावेश आहे. ओहमचा कायदा, जौलचा कायदा आणि अर्थशास्त्र यांचे विश्लेषण करून.

एडिसनचे जवळपास सर्व पेटंट युटिलिटी पेटंट होते, जे 17 वर्षांसाठी संरक्षित होते आणि त्यात इलेक्ट्रिकल, यांत्रिक किंवा रासायनिक स्वरूपातील शोध किंवा प्रक्रिया समाविष्ट होत्या. सुमारे एक डझन डिझाइन पेटंट होते, जे 14 वर्षांपर्यंत शोभेच्या डिझाइनचे संरक्षण करतात. बऱ्याच पेटंट्सप्रमाणे, त्याने वर्णन केलेले आविष्कार पूर्वीच्या कलेपेक्षा सुधारणा होते. फोनोग्राफ पेटंट, याउलट, ध्वनी रेकॉर्ड आणि पुनरुत्पादित करण्यासाठी पहिल्या उपकरणाचे वर्णन करताना अभूतपूर्व होते.

केवळ एका दशकात, एडिसनच्या मेनलो पार्क प्रयोगशाळेचा विस्तार शहराच्या दोन ब्लॉकमध्ये झाला. एडिसन म्हणाले की प्रयोगशाळेत "जवळजवळ प्रत्येक कल्पना करता येण्याजोग्या सामग्रीचा साठा" असावा अशी त्यांची इच्छा आहे. 1887 मध्ये छापलेल्या एका वृत्तपत्रातील लेखाने त्याच्या दाव्याचे गांभीर्य प्रकट केले आहे, त्यात असे म्हटले आहे की प्रयोगशाळेत "आठ हजार प्रकारची रसायने, तयार केलेले प्रत्येक प्रकारचे स्क्रू, प्रत्येक आकाराची सुई, प्रत्येक प्रकारची दोरी किंवा तार, मनुष्यांचे केस, घोडे, कुकर, गायी, ससे, शेळ्या, मिंक्स, उंट... प्रत्येक पोतमधील रेशीम, कोकून, विविध प्रकारचे खुर, शार्कचे दात, हरणाची शिंगे, कासवाचे कवच... कॉर्क, राळ, वार्निश आणि तेल, शहामृगाची पिसे, मोराची शेपटी, जेट, एम्बर, रबर, सर्व धातू..." आणि यादी पुढे जाते.

त्याच्या डेस्कवर एडिसनने सर जोशुआ रेनॉल्ड्सचे प्रसिद्ध अवतरण असलेले एक फलक प्रदर्शित केले: "असे कोणतेही फायदेशीर नाही ज्याचा एक माणूस विचार करण्याचे वास्तविक श्रम टाळण्यासाठी अवलंबत नाही." 37 ही घोषणा इतर अनेक ठिकाणी प्रतिष्ठितपणे पोस्ट केली गेली. सुविधा

मेनलो पार्कमध्ये, एडिसनने ज्ञान निर्मिती आणि नंतर त्याचा वापर नियंत्रित करण्याशी संबंधित पहिली औद्योगिक प्रयोगशाळा तयार केली होती. 38 एडिसनचे नाव 1,093 पेटंटवर नोंदणीकृत आहे.

फोनोग्राफ

एडिसनने नेवार्क, न्यू जर्सी येथे शोधकर्ता म्हणून ऑटोमॅटिक रिपीटर आणि त्याच्या इतर सुधारित टेलिग्राफिक उपकरणांसह कारकीर्दीची सुरुवात केली, परंतु 1877 मधील फोनोग्राफ या शोधाने त्याला प्रथम व्यापक लक्ष दिले. ही कामगिरी लोकांसाठी इतकी अनपेक्षित होती की जवळजवळ जादुई वाटली. एडिसन "द विझार्ड ऑफ मेनलो पार्क" म्हणून ओळखला जाऊ लागला.

त्याचा पहिला फोनोग्राफ एका खोबणीच्या सिलेंडरभोवती टिनफॉइलवर रेकॉर्ड केला गेला. आवाजाची मर्यादित गुणवत्ता असूनही आणि रेकॉर्डिंग फक्त काही वेळा वाजवल्या जाऊ शकतात, फोनोग्राफने एडिसनला एक सेलिब्रिटी बनवले. जोसेफ हेन्री, नॅशनल अ‍ॅकॅडमी ऑफ सायन्सेसचे अध्यक्ष आणि यूएस मधील सर्वात प्रसिद्ध विद्युत शास्त्रज्ञांपैकी एक, यांनी एडिसनचे वर्णन "या देशातील... किंवा इतर कोणत्याही देशातील सर्वात कल्पक शोधक" म्हणून केले. एप्रिल 1878 मध्ये, एडिसनने वॉशिंग्टनला नॅशनल अकादमी ऑफ सायन्सेस, काँग्रेसचे सदस्य, सिनेटर्स आणि यूएस अध्यक्ष हेस यांच्यासमोर फोनोग्राफचे प्रात्यक्षिक दाखवण्यासाठी प्रवास केला. वॉशिंग्टन पोस्टने एडिसनचे "प्रतिभावान" आणि त्याच्या सादरीकरणाचे वर्णन "एक दृश्य... इतिहासात जिवंत राहील" असे केले. जरी एडिसनने 1878 मध्ये फोनोग्राफचे पेटंट मिळवले, अलेक्झांडर ग्रॅहम बेल, चिचेस्टर बेल आणि चार्ल्स टेंटर यांनी 1880 च्या दशकात फोनोग्राफसारखे उपकरण तयार करेपर्यंत त्याने ते विकसित करण्यासाठी फारसे काही केले नाही ज्यामध्ये मेण-लेपित पुठ्ठा सिलिंडर वापरला जात असे.

कार्बन टेलिफोन ट्रान्समीटर

1876 मध्ये, एडिसनने कार्बन मायक्रोफोन विकसित करून टेलिफोनसाठी मायक्रोफोन सुधारण्याचे काम सुरू केले (त्यावेळी "ट्रांसमीटर" असे म्हटले जाते), ज्यामध्ये कार्बनच्या कणांनी विभक्त केलेल्या दोन धातूच्या प्लेट्स असतात ज्या ध्वनी लहरींच्या दाबाने प्रतिकार बदलतात. ग्रॅन्युलद्वारे प्लेट्समध्ये स्थिर थेट प्रवाह जातो आणि वेगवेगळ्या प्रतिकारांमुळे विद्युत् प्रवाहाचे मोड्युलेशन होते, ज्यामुळे ध्वनी लहरींच्या वेगवेगळ्या दाबांचे पुनरुत्पादन करणारे भिन्न विद्युत प्रवाह तयार होते.

तोपर्यंत, जोहान फिलिप रेस आणि अलेक्झांडर ग्रॅहम बेल यांनी विकसित केलेल्या मायक्रोफोन्सने कमकुवत विद्युतप्रवाह निर्माण करून कार्य केले. कार्बन मायक्रोफोन डायरेक्ट करंट मॉड्युलेट करून आणि त्यानंतर, टेलिफोन लाईनवर व्युत्पन्न केलेले सिग्नल हस्तांतरित करण्यासाठी ट्रान्सफॉर्मर वापरून कार्य करतो. टेलीफोनीसाठी वापरता येण्याजोगा मायक्रोफोन तयार करण्याच्या समस्येवर काम करणाऱ्या अनेक शोधकर्त्यांपैकी एडिसन एक होता, ज्यामध्ये विद्युत प्रवाह मोडून काढला होता. त्यांचे काम एमिल बर्लिनरच्या लूज-कॉन्टॅक्ट कार्बन ट्रान्समीटर (कार्बन ट्रान्समीटरच्या शोधाबद्दल एडिसनविरुद्ध नंतर पेटंट खटला हरले) आणि डेव्हिड एडवर्ड ह्यूजेस यांनी सैल-संपर्क कार्बन ट्रान्समीटरच्या भौतिकशास्त्रावर अभ्यास केला आणि पेपर प्रकाशित केला (कार्बन ट्रान्समीटर) यांच्याशी समांतर होते. ह्यूजेसने पेटंटसाठी त्रास दिला नाही).

एडिसनने 1877 मध्ये वेस्टर्न युनियनसाठी सुधारित टेलिफोन तयार करण्यासाठी कार्बन मायक्रोफोन संकल्पना वापरली. 1886 मध्ये, एडिसनने बेल टेलिफोन मायक्रोफोन सुधारण्याचा एक मार्ग शोधला, जो लूज-कॉन्टॅक्ट ग्राउंड कार्बन वापरला होता, त्याच्या शोधामुळे की कार्बन भाजल्यास ते अधिक चांगले कार्य करते. हा प्रकार 1890 मध्ये वापरण्यात आला आणि 1980 पर्यंत बेल रिसीव्हरसह सर्व टेलिफोनमध्ये वापरला जात होता.

विद्युत प्रकाश

थॉमस एडिसनचे लाइट बल्बचे पहिले यशस्वी मॉडेल, डिसेंबर 1879 मध्ये मेन्लो पार्क येथे सार्वजनिक प्रात्यक्षिकात वापरले गेले.

1878 मध्ये, एडिसनने विद्युत रोषणाईच्या प्रणालीवर काम करण्यास सुरुवात केली, ज्याची त्याला आशा होती की ते गॅस आणि तेल-आधारित प्रकाशयोजनांशी स्पर्धा करू शकेल. घरातील वापरासाठी आवश्यक असणारा दीर्घकाळ टिकणारा दिवा तयार करण्याच्या समस्येवर त्यांनी सुरुवात केली. तथापि, थॉमस एडिसनने लाइट बल्बचा शोध लावला नाही. 1840 मध्ये, ब्रिटीश शास्त्रज्ञ वॉरेन डे ला रु यांनी गुंडाळलेल्या प्लॅटिनम फिलामेंटचा वापर करून एक कार्यक्षम प्रकाश बल्ब विकसित केला परंतु प्लॅटिनमच्या उच्च किमतीने बल्बला व्यावसायिक यश मिळण्यापासून रोखले. 1800 मध्ये अ‍ॅलेसॅन्ड्रो व्होल्टाने चमकणाऱ्या तारेचे प्रात्यक्षिक आणि हेन्री वुडवर्ड आणि मॅथ्यू इव्हान्स यांच्या शोधांसह इतर अनेक शोधकांनीही इनॅन्डेन्सेंट दिवे तयार केले होते. इतर ज्यांनी लवकर आणि व्यावसायिकदृष्ट्या अव्यवहार्य इनॅन्डेन्सेंट इलेक्ट्रिक दिवे विकसित केले त्यात हम्फ्री डेव्ही, जेम्स बोमन लिंडसे, मोझेस जी. फार्मर, ५१ विल्यम ई. सॉयर, जोसेफ स्वान आणि हेनरिक गोबेल यांचा समावेश होता.

या सुरुवातीच्या बल्बमध्ये सर्व त्रुटी होत्या जसे की अत्यंत कमी आयुष्य आणि त्यांना चालवण्यासाठी उच्च विद्युत प्रवाह आवश्यक होता ज्यामुळे त्यांना मोठ्या प्रमाणावर व्यावसायिकरित्या लागू करणे कठीण होते. या समस्यांचे निराकरण करण्याच्या त्याच्या पहिल्या प्रयत्नांमध्ये, एडिसनने पुठ्ठ्यापासून बनविलेले फिलामेंट वापरण्याचा प्रयत्न केला, संकुचित लॅम्पब्लॅकसह कार्बनयुक्त. चिरस्थायी प्रकाश देण्यासाठी हे खूप लवकर जळून जाते. त्यानंतर त्यांनी भांग आणि पाल्मेटो सारख्या विविध गवत आणि छडीवर प्रयोग केला, बांबूवर सर्वोत्तम

फिलामेंट म्हणून सेटल होण्यापूर्वी. एडिसनने या डिझाइनमध्ये सुधारणा करण्याचा प्रयत्न सुरूच ठेवला आणि 4 नोव्हेंबर 1879 रोजी "कार्बन फिलामेंट किंवा स्ट्रिप गुंडाळलेल्या आणि प्लॅटिना कॉन्टॅक्ट वायर्सशी जोडलेल्या" चा वापर करून इलेक्ट्रिक दिव्यासाठी यूएस पेटंट (27 जानेवारी 1880 रोजी मंजूर) दाखल केला.

पेटंटमध्ये "कापूस आणि तागाचे धागे, लाकूड स्प्लिंट, विविध प्रकारे गुंडाळलेले कागद" यासह कार्बन फिलामेंट तयार करण्याच्या अनेक मार्गांचे वर्णन केले आहे. पेटंट मंजूर झाल्यानंतर काही महिने झाले नव्हते की एडिसन आणि त्यांच्या टीमने शोधून काढले की कार्बनयुक्त बांबू फिलामेंट 1,200 तासांपेक्षा जास्त काळ टिकू शकतो.

इलेक्ट्रिक-लॅम्प

1878 मध्ये, एडिसनने जेपी मॉर्गन, स्पेन्सर ट्रस्क, आणि व्हँडरबिल्ट कुटुंबातील सदस्यांसह अनेक वित्तपुरवठादारांसह न्यूयॉर्क शहरातील एडिसन इलेक्ट्रिक लाइट कंपनीची स्थापना केली. एडिसनने 31 डिसेंबर 1879 रोजी मेन्लो पार्कमध्ये आपल्या इनॅन्डेन्सेंट लाइट बल्बचे पहिले सार्वजनिक प्रात्यक्षिक केले. याच काळात ते म्हणाले: "आम्ही वीज इतकी स्वस्त करू की फक्त श्रीमंतच मेणबत्त्या जाळतील."

ओरेगॉन रेलरोड आणि नेव्हिगेशन कंपनीचे नवीन स्टीमशिप, कोलंबिया, 1880 मध्ये एडिसनच्या इनॅन्डेन्सेंट लाइट बल्बसाठी पहिले व्यावसायिक अनुप्रयोग होते.

हेन्री विलार्ड, ओरेगॉन रेलरोड आणि नेव्हिगेशन कंपनीचे अध्यक्ष, एडिसनच्या 1879 च्या प्रात्यक्षिकात सहभागी झाले होते. विलार्ड प्रभावित झाला आणि एडिसनला विलार्डच्या कंपनीच्या नवीन स्टीमर, कोलंबियावर त्याची इलेक्ट्रिक लाइटिंग सिस्टम बसवण्याची विनंती केली. सुरुवातीला संकोच वाटला तरी एडिसनने विलार्डची विनंती मान्य केली. मे 1880 मध्ये बहुतेक काम पूर्ण झाले आणि कोलंबिया न्यूयॉर्क शहरात गेले, जेथे एडिसन आणि त्याच्या कर्मचाऱ्यांनी कोलंबियाची नवीन प्रकाश व्यवस्था स्थापित केली. कोलंबिया हा एडिसनचा त्याच्या इनॅन्डेन्सेंट लाइट बल्बसाठीचा पहिला व्यावसायिक अनुप्रयोग होता. 1895 मध्ये एडिसन उपकरणे कोलंबियातून काढून टाकण्यात आली.

1880 मध्ये, लुईस लॅटिमर, एक ड्राफ्ट्समन आणि पेटंट खटल्यातील तज्ज्ञ साक्षीदार, एडिसनचे प्रतिस्पर्धी हिराम एस. मॅक्सिम द्वारे चालवल्या जाणाऱ्या युनायटेड स्टेट्स इलेक्ट्रिक लाइटिंग कंपनीसाठी काम करू लागले. मॅक्सिमसाठी काम करत असताना, लॅटिमरने लाइट बल्बसाठी कार्बन फिलामेंट्स बनवण्याच्या प्रक्रियेचा शोध लावला आणि न्यूयॉर्क शहर, फिलाडेल्फिया, मॉन्ट्रियल आणि लंडनसाठी ब्रॉड-स्केल लाइटिंग सिस्टम स्थापित करण्यात मदत केली. 1881 मध्ये जारी केलेल्या विद्युत दिव्याचे पेटंट लॅटिमरकडे आहे आणि 1882 मध्ये जारी केलेल्या "कार्बन निर्मितीच्या प्रक्रियेसाठी" (इन्कॅन्डेन्सेंट लाइट बल्बमध्ये वापरले जाणारे फिलामेंट) दुसरे पेटंट आहे.

8 ऑक्टोबर 1883 रोजी, यूएस पेटंट कार्यालयाने निर्णय दिला की एडिसनचे पेटंट विल्यम ई. सॉयर यांच्या कार्यावर आधारित होते आणि त्यामुळे ते अवैध होते. सुमारे सहा वर्षे खटला चालला. 1885 मध्ये, लॅटिमरने शिबिरे बदलली आणि एडिसनसोबत काम करण्यास सुरुवात केली. 6 ऑक्टोबर, 1889 रोजी एका न्यायाधीशाने निर्णय दिला की "उच्च प्रतिरोधक कार्बनचे फिलामेंट" साठी एडिसनचा इलेक्ट्रिक लाईट सुधारण्याचा दावा वैध होता. जोसेफ स्वान, जोसेफ स्वान, ज्याचे ब्रिटीश पेटंट एडिसनच्या एक वर्ष अगोदर मिळाले होते, त्याच्याशी होणारी न्यायालयीन लढाई टाळण्यासाठी त्याने आणि स्वानने ब्रिटनमध्ये आविष्काराचे उत्पादन आणि विक्री करण्यासाठी एडिसवन नावाची संयुक्त कंपनी स्थापन केली.

एडिसनने पेटंट केलेल्या इनॅन्डेन्सेंट लाइट बल्बला युरोपमध्येही व्यापक लोकप्रियता मिळू लागली. ब्रनोमधील माहेन थिएटर (आताचे चेक प्रजासत्ताक) 1882 मध्ये उघडले गेले आणि एडिसनचे इलेक्ट्रिक दिवे वापरणारी जगातील पहिली सार्वजनिक इमारत होती. दिव्याच्या शोधात एडिसनचे सहाय्यक फ्रान्सिस जेहल यांनी स्थापनेची देखरेख केली. सप्टेंबर 2010 मध्ये, ब्रनोमध्ये थिएटरच्या समोर तीन महाकाय लाइट बल्बचे एक शिल्प उभारण्यात आले. नॉर्डिक देशांमधील पहिले एडिसन लाइट बल्ब मार्च 1882 मध्ये फिनलँडमधील टेम्पेरे येथील फिनलेसनच्या कापड कारखान्याच्या विव्हिंग हॉलमध्ये स्थापित करण्यात आले.

इलेक्ट्रिक पॉवर वितरण

21 ऑक्टोबर 1879 रोजी व्यावसायिकदृष्ट्या व्यवहार्य इलेक्ट्रिक लाइट बल्ब तयार केल्यानंतर, एडिसनने विद्यमान गॅस लाइट युटिलिटीजशी स्पर्धा करण्यासाठी इलेक्ट्रिक "उपयुक्तता" विकसित केली. 17 डिसेंबर 1880 रोजी त्यांनी एडिसन इल्युमिनेटिंग कंपनीची स्थापना केली आणि 1880 च्या दशकात त्यांनी वीज वितरण प्रणालीचे पेटंट घेतले. कंपनीने 1882 मध्ये पर्ल स्ट्रीट स्टेशन, न्यूयॉर्क शहरातील पहिली गुंतवणूकदारांच्या मालकीची इलेक्ट्रिक युटिलिटी स्थापन केली. 4 सप्टेंबर, 1882 रोजी, एडिसनने त्याच्या पर्ल स्ट्रीट जनरेटिंग स्टेशनची विद्युत ऊर्जा वितरण प्रणाली चालू केली, ज्याने लोअर मॅनहॅटनमधील ग्राहकांना 110 व्होल्ट डायरेक्ट करंट (DC) प्रदान केला

जानेवारी 1882 मध्ये, एडिसनने लंडनमधील हॉलबॉर्न व्हायाडक्ट येथे पहिले वाफे निर्माण करणारे वीज केंद्र चालू केले. डीसी सप्लाय सिस्टीमने स्टेशनच्या थोड्या अंतरावरील पथदिवे आणि अनेक खाजगी घरांना वीज पुरवठा केला. 19 जानेवारी, 1883 रोजी, ओव्हरहेड वायर्सचा वापर करणारी पहिली प्रमाणित इनॅन्डेन्सेंट इलेक्ट्रिक लाइटिंग सिस्टीम रोझेल, न्यू जर्सी येथे सेवा सुरू झाली.

प्रवाहांचे युद्ध

एडिसनने त्याच्या डायरेक्ट करंट (DC) पॉवर डिलिव्हरी सिस्टीमचा विस्तार केल्यामुळे, त्याला अल्टरनेटिंग करंट (AC) सिस्टीम स्थापित करणाऱ्या कंपन्यांकडून कठोर स्पर्धा मिळाली. 1880 च्या दशकाच्या सुरुवातीपासून, रस्त्यावर आणि मोठ्या जागांसाठी एसी आर्क लाइटिंग सिस्टीम हा यूएस मध्ये विस्तारित व्यवसाय होता. 1885-1886 मध्ये युरोपमधील ट्रान्सफॉर्मर आणि यूएसमधील वेस्टिंगहाऊस इलेक्ट्रिकच्या विकासासह, पातळ आणि स्वस्त तारांवर एसी लांब अंतरावर प्रसारित करणे आणि वापरकर्त्यांना वितरणासाठी गंतव्यस्थानावरील व्होल्टेज "स्टेप डाउन" (कमी) करणे शक्य झाले. . यामुळे रस्त्यावरील प्रकाशात आणि छोट्या व्यवसायासाठी आणि घरगुती ग्राहकांसाठी AC वापरण्याची परवानगी मिळाली, मार्केट एडिसनची पेटंट कमी व्होल्टेज डीसी इन्कॅन्डेसेंट लॅम्प प्रणाली पुरवण्यासाठी तयार करण्यात आली होती. एडिसनच्या डीसी साम्राज्याला त्याच्या मुख्य दोषांपैकी एकाचा सामना करावा लागला: ते केवळ मोठ्या शहरांमध्ये आढळणाऱ्या ग्राहकांच्या उच्च घनतेसाठी योग्य होते. एडिसनचे डीसी प्लांट ग्राहकांना प्लांटपासून एक मैलापेक्षा जास्त अंतरावर वीज पोहोचवू शकले नाहीत आणि पुरवठा न केलेल्या ग्राहकांना प्लांट्समध्ये पॅचवर्क सोडले. लहान शहरे आणि ग्रामीण भागांना एडिसन शैलीची प्रणाली अजिबात परवडत नाही, ज्यामुळे बाजारपेठेचा मोठा भाग विद्युत सेवेशिवाय राहतो. या अंतरात एसी कंपन्यांचा विस्तार झाला.

एडिसनने असे मत व्यक्त केले की एसी काम करू शकत नाही आणि वापरलेले उच्च व्होल्टेज धोकादायक आहेत. 1886 मध्ये जॉर्ज वेस्टिंगहाऊसने आपली पहिली एसी सिस्टीम बसवल्यामुळे, थॉमस एडिसनने वैयक्तिकरित्या त्याच्या मुख्य प्रतिस्पर्ध्यावर हल्ला केला, "मृत्यूइतकाच निश्चित, वेस्टिंगहाऊस ग्राहकाला कोणत्याही आकाराची सिस्टीम लावल्यानंतर सहा महिन्यांच्या आत मारेल. त्याला मिळाले आहे. एक नवीन गोष्ट आहे आणि ती व्यावहारिकरित्या कार्य करण्यासाठी मोठ्या प्रमाणावर प्रयोग करणे आवश्यक आहे." एक कल्पना अशी आहे की शोधक AC च्या मागे असलेले अधिक अमूर्त सिद्धांत समजू शकले नाहीत आणि त्याला समजत नसलेली प्रणाली विकसित करणे टाळण्याचा प्रयत्न करीत आहे. एडिसन चुकीच्या पद्धतीने स्थापित केलेल्या एसी सिस्टीमच्या उच्च व्होल्टेजमुळे ग्राहकांना मारून टाकत आहे आणि सर्वसाधारणपणे इलेक्ट्रिक पॉवर सिस्टीमच्या विक्रीला हानी पोहोचवण्याबद्दल चिंतेत असल्याचे दिसून आले. एडिसन इलेक्ट्रिकने त्यांचे डिझाइन कमी व्होल्टेज डीसीवर आधारित केले आणि 100 पेक्षा जास्त सिस्टीम स्थापित केल्यानंतर मानक बदलणे हे एडिसनच्या मनात प्रश्नच नव्हते. 1887 च्या अखेरीस, एडिसन इलेक्ट्रिकने वेस्टिंगहाऊसचा बाजारातील हिस्सा गमावला होता, ज्याने एडिसनच्या 121 डीसी-आधारित स्टेशनसाठी एसी-आधारित पॉवर स्टेशन बांधले होते. एडिसनसाठी बाबी आणखी वाईट करण्यासाठी, लिन, मॅसॅच्युसेट्सच्या थॉमसन-ह्यूस्टन इलेक्ट्रिक कंपनीने (दुसरा एसी-आधारित स्पर्धक) 22 पॉवर स्टेशन बांधले.

एडिसन आणि एसी कंपन्यांमधील स्पर्धा वाढवण्याच्या समांतर, 1888 च्या वसंत ऋतूमध्ये पोल माउंट केलेल्या उच्च व्होल्टेज पर्यायी करंट लाईन्समुळे झालेल्या मृत्यूच्या मालिकेबद्दल सार्वजनिक रोष वाढत होता. हे उच्च व्होल्टेज पर्यायी प्रवाह आणि त्याचा वापर करणाऱ्या वरवर लोभी आणि कठोर प्रकाश कंपन्यांच्या विरोधात मीडिया उन्मादात बदलले. एडिसनने AC बद्दलच्या लोकांच्या समजुतीचा गैरफायदा घेतला आणि AC च्या विरोधात स्वयं-शैलीतील न्यू यॉर्क विरोधी AC क्रुसेडर हॅरोल्ड पी. ब्राउन सोबत प्रचार मोहिमेत सामील झाला, ब्राउनला AC सह प्राण्यांच्या सार्वजनिक विद्युत शॉकमध्ये मदत केली आणि नियंत्रणासाठी कायद्याचे समर्थन केले. एसी इंस्टॉलेशन्स आणि व्होल्टेजेस (त्याला कुचकामी वीज वितरण प्रणाली बनवण्यापर्यंत) कठोरपणे मर्यादित करा ज्याला आता "प्रवाहांची लढाई" म्हणून संबोधले जात आहे. इलेक्ट्रीक खुर्चीच्या विकासाचा उपयोग AC मध्ये DC पेक्षा अधिक प्राणघातक क्षमता आहे असे चित्रित करण्याच्या प्रयत्नात आणि त्याच वेळी एडिसनने ब्राउन आणि वेस्टिंगहाऊसचे मुख्य एसी प्रतिस्पर्धी, थॉमसन-ह्यूस्टन इलेक्ट्रिक कंपनी यांच्याशी संगनमत करून, याची खात्री करण्यासाठी वेस्टिंगहाऊस स्मियर केले. पहिली इलेक्ट्रिक खुर्ची वेस्टिंगहाऊस एसी जनरेटरद्वारे चालविली गेली.

थॉमस एडिसनचे कट्टर अँटी-एसी डावपेच त्याच्या स्वतःच्या स्टॉकहोल्डर्सला चांगले बसत नव्हते. 1890 च्या दशकाच्या सुरुवातीस, एडिसनची कंपनी त्याच्या AC प्रतिस्पर्ध्यांपेक्षा खूपच कमी नफा कमवत होती आणि 1892 मध्ये करंट्सचे युद्ध संपुष्टात येईल आणि एडिसनला स्वतःच्या कंपनीचे नियंत्रण सोडण्यास भाग पाडले गेले. त्या वर्षी, फायनान्सर जेपी मॉर्गन यांनी एडिसन जनरल इलेक्ट्रिकचे थॉमसन-ह्यूस्टनमध्ये विलीनीकरण केले ज्याने थॉमसन-ह्यूस्टनच्या बोर्डाला जनरल इलेक्ट्रिक नावाच्या नवीन कंपनीचा कारभार दिला. जनरल इलेक्ट्रिकने आता यूएस इलेक्ट्रिकल व्यवसायाचा तीन चतुर्थांश भाग नियंत्रित केला आहे आणि एसी मार्केटसाठी वेस्टिंगहाऊसशी स्पर्धा करेल.

1884 मध्ये त्याची पहिली पत्नी मेरी हिच्या मृत्यूनंतर एडिसन मेनलो पार्कमधून निघून गेला आणि 1886 मध्ये त्याची दुसरी पत्नी मीना हिच्या लग्नासाठी भेट म्हणून "ग्लेनमॉन्ट" म्हणून ओळखले जाणारे घर न्यू जर्सीच्या वेस्ट ऑरेंज येथील लेलेवेलिन पार्कमध्ये विकत घेतले. 1885 मध्ये, थॉमस एडिसनने फोर्ट मायर्स, फ्लोरिडा येथे सुमारे $2,750 (2021 मध्ये $82,938 समतुल्य) 13 एकर मालमत्ता विकत घेतली आणि हिवाळ्यातील माघार म्हणून ज्याला नंतर सेमिनोल लॉज म्हटले गेले ते बांधले. मुख्य घर आणि गेस्ट हाऊस इटालियन आर्किटेक्चर आणि क्वीन ॲन शैलीतील वास्तुकलाचे प्रतिनिधी आहेत. केनेबेक फ्रेमिंग कंपनी आणि फेअरफिल्ड मेनच्या स्टीफन नाय लांबर कंपनीने न्यू इंग्लंडमध्ये बांधकाम साहित्य प्री-कट केले होते. त्यानंतर हे साहित्य बोटीद्वारे खाली पाठवण्यात आले आणि प्रत्येकी $12,000

च्या खर्चाने बांधण्यात आले, ज्यामध्ये अंतर्गत सामानाची किंमत समाविष्ट होती. एडिसन आणि मीना यांनी फोर्ट मायर्स येथील त्यांच्या घरी अनेक हिवाळे घालवले आणि एडिसनने नैसर्गिक रबरचा घरगुती स्त्रोत शोधण्याचा प्रयत्न केला.

पहिल्या महायुद्धाच्या आसपासच्या सुरक्षेच्या चिंतेमुळे, एडिसनने अमेरिकन सैन्याला सल्ला आणि संशोधन देण्यासाठी एक विज्ञान आणि उद्योग समिती स्थापन करण्याचे सुचवले आणि त्यांनी 1915 मध्ये नौदल सल्लागार मंडळाचे प्रमुख केले

एडिसनला अमेरिकेच्या रबरच्या परदेशी पुरवठ्यावर अवलंबून राहण्याची काळजी वाटली आणि रबरचा स्थानिक पुरवठा शोधण्याचा त्यांचा निर्धार होता. एडिसनचे रबरावरील काम मोठ्या प्रमाणावर फोर्ट मायर्स येथील त्यांच्या संशोधन प्रयोगशाळेत झाले, ज्याला राष्ट्रीय ऐतिहासिक केमिकल लँडमार्क म्हणून नियुक्त केले गेले आहे.

थॉमस एडिसन, हेन्री फोर्ड आणि हार्वे फायरस्टोन यांनी एडिसन बोटॅनिकल रिसर्च कॉर्पोरेशनची स्थापना करण्यासाठी $75,000 एकत्र केल्यानंतर प्रयोगशाळा बांधण्यात आली. सुरुवातीला, केवळ फोर्ड आणि फायरस्टोनने या प्रकल्पासाठी निधीचे योगदान दिले होते, तर एडिसनने सर्व संशोधन केले. एडिसनने मात्र $25,000 चे योगदान देण्याची इच्छा व्यक्त केली. एडिसनने बहुतेक संशोधन आणि लागवड केली, परिणाम आणि नमुना रबर अवशेष त्याच्या वेस्ट ऑरेंज लॅबमध्ये पाठवले. एडिसनने दोन भागांच्या ॲसिड-बेस एक्सट्रॅक्शनचा वापर केला, ज्यामुळे वनस्पतीच्या साहित्याचा वाळलेल्या आणि पावडरमध्ये चुरा केल्यावर त्यातून लेटेक्स काढला गेला. 17,000 वनस्पतींचे नमुने तपासल्यानंतर, त्याला अखेरीस गोल्डनरॉड प्लांटमध्ये पुरेसा स्त्रोत सापडला. एडिसनने सॉलिडागो लीव्हनवर्थीचा निर्णय घेतला, ज्याला लीव्हनवर्थचा गोल्डनरॉड असेही म्हणतात. साधारणपणे 3-4 फूट उंच वाढणारी ही वनस्पती 5% लेटेक्स उत्पादनासह, एडिसनने क्रॉस-प्रजननाद्वारे दुप्पट आकाराची आणि 12% लेटेक्स उत्पन्नासह वनस्पती तयार करण्यासाठी अनुकूल केली.

1911 च्या न्यू यॉर्क इलेक्ट्रिकल शो दरम्यान, एडिसनने तांबे उद्योगाच्या प्रतिनिधींना सांगितले की त्याच्याकडे "त्याचा भाग" नसणे लाजिरवाणे आहे. प्रतिनिधींनी 486 पौंड वजनाचा घनफूट घनफूट तांबे देण्याचे ठरवले आणि "तांबे उद्योगातील सतत उत्तेजना" मधील त्यांच्या योगदानाबद्दल कौतुक म्हणून त्यावर कृतज्ञता कोरली.

फ्लोरोस्कोपी

रेडिओग्राफ घेण्यासाठी एक्स-रे वापरणारे पहिले व्यावसायिकरित्या उपलब्ध फ्लोरोस्कोप डिझाइन आणि तयार करण्याचे श्रेय एडिसनला जाते. कॅल्शियम टंगस्टेट फ्लूरोस्कोपी स्क्रीनने मूळतः विल्हेल्म रौंटगेनने वापरलेल्या बेरियम प्लॅटिनोसायनाइड स्क्रीनपेक्षा उजळ प्रतिमा निर्माण केल्याचा एडिसनला शोध लागेपर्यंत, तंत्रज्ञान केवळ अत्यंत क्षीण प्रतिमा तयार करण्यास सक्षम होते.

एडिसनच्या फ्लोरोस्कोपची मूलभूत रचना आजही वापरात आहे, जरी एडिसनने जवळजवळ स्वतःची दृष्टी गमावल्यानंतर आणि त्याचा सहाय्यक क्लेरेन्स डॅली याला गंभीर दुखापत झाल्यानंतर हा प्रकल्प सोडला. फ्लोरोस्कोपी प्रकल्पासाठी डॅलीने स्वतःला एक उत्साही मानवी गिनी डुक्कर बनवले आणि रेडिएशनच्या विषारी डोसच्या संपर्कात आले; नंतर त्याचा मृत्यू झाला (वयाच्या 39 व्या वर्षी) एक्सपोजर, मेडियास्टिनल कॅन्सरशी संबंधित जखमांमुळे.

1903 मध्ये, हादरलेल्या एडिसनने म्हटले: "क्ष-किरणांबद्दल माझ्याशी बोलू नका, मला त्यांची भीती वाटते." तरीही, आजही वापरल्या जाणाऱ्या तंत्रज्ञानाच्या विकासामध्ये त्यांचे कार्य महत्त्वपूर्ण होते.

Tasimeter

एडिसनने एका अतिसंवेदनशील उपकरणाचा शोध लावला, ज्याला त्याने टासिमीटर असे नाव दिले, ज्याने इन्फ्रारेड रेडिएशन मोजले. 29 जुलै, 1878 च्या एकूण सूर्यग्रहणाच्या वेळी सौर कोरोनापासून उष्णता मोजण्याची इच्छा ही त्याच्या निर्मितीची प्रेरणा होती. एडिसनला यासाठी कोणतेही व्यावहारिक मास-मार्केट अनुप्रयोग सापडले नसल्यामुळे या उपकरणाचे पेटंट घेण्यात आले नाही.

टेलीग्राफ सुधारणा

एडिसनच्या सुरुवातीच्या प्रतिष्ठेची आणि यशाची गुरुकिल्ली म्हणजे टेलीग्राफी क्षेत्रातील त्यांचे कार्य. टेलीग्राफ ऑपरेटर म्हणून अनेक वर्षे काम करून मिळालेल्या ज्ञानाने, त्याने विजेच्या मूलभूत गोष्टी शिकल्या. यामुळे, कूपर युनियनमधील रसायनशास्त्रातील त्याच्या अभ्यासासोबत, त्याला स्टॉक टिकर, पहिल्या विजेवर आधारित प्रसारण प्रणालीसह त्याचे प्रारंभिक भविष्य घडविण्याची परवानगी मिळाली. त्याच्या नवकल्पनांमध्ये क्वाड्रप्लेक्सचा विकास देखील समाविष्ट होता, ही पहिली प्रणाली जी एकाच वेळी एकाच वायरद्वारे चार संदेश प्रसारित करू शकते.

मोशन पिक्चर्स

जून १८९४ लिओनार्ड-कुशिंग चढाओढ. किनेटोस्कोपद्वारे रेकॉर्ड केलेल्या सहा एक-मिनिटाच्या फेऱ्यांपैकी प्रत्येक प्रदर्शकांना $22.50 मध्ये उपलब्ध करून देण्यात आला. ज्या ग्राहकांनी अंतिम फेरी पाहिली त्यांनी लिओनार्डला नॉकडाउन स्कोअर करताना पाहिले.

एडिसनला मोशन पिक्चर कॅमेऱ्यासाठी पेटंट देण्यात आले, ज्याला "किनेटोग्राफ" असे लेबल दिले गेले. त्यांनी इलेक्ट्रोमेकॅनिकल डिझाइन केले तर त्यांचे कर्मचारी विल्यम केनेडी डिक्सन, एक छायाचित्रकार, फोटोग्राफिक आणि ऑप्टिकल विकासावर काम करत होते. शोधाचे बरेचसे श्रेय डिक्सनचे आहे. 1891 मध्ये, थॉमस एडिसनने किनेटोस्कोप किंवा पीप-होल व्ह्यूअर तयार केले. हे उपकरण

पेनी आर्केडमध्ये स्थापित केले गेले होते, जेथे लोक लहान, साधे चित्रपट पाहू शकतात. किनेटोग्राफ आणि किनेटोस्कोप हे दोन्ही प्रथम सार्वजनिकरित्या २० मे १८९१ रोजी प्रदर्शित करण्यात आले होते.

एप्रिल 1896 मध्ये, थॉमस अरमाटच्या व्हिटास्कोप, एडिसन कारखान्याने उत्पादित केले आणि एडिसनच्या नावाने विक्री केली, न्यूयॉर्क शहरातील सार्वजनिक स्क्रीनिंगमध्ये मोशन पिक्चर्स प्रोजेक्ट करण्यासाठी वापरली गेली. नंतर, त्याने सिलेंडर रेकॉर्डिंगवर व्हॉईस साउंडट्रॅकसह मोशन पिक्चर्स प्रदर्शित केले, जे चित्रपटाशी यांत्रिकरित्या सिंक्रोनाइझ केले गेले.

श्रीमंत अमेरिकन उद्योगपती इरविंग टी. बुश (1869-1948) यांनी फ्रँक झेड. मॅग्वायर आणि जोसेफ डी. बॉकस यांच्या कॉन्टिनेंटल कॉमर्स कंपनीकडून डझनभर मशीन्स विकत घेतल्यावर अधिकृतपणे किनेटोस्कोपने युरोपमध्ये प्रवेश केला. बुश यांनी 17 ऑक्टोबर 1894 पासून लंडनमधील पहिले किनेटोस्कोप ठेवले. त्याच वेळी, फ्रेंच कंपनी किनटोस्कोप एडिसन मिशेल आणि ॲलेक्सिस वर्नरने ही मशीन्स फ्रान्समधील बाजारपेठेसाठी विकत घेतली. 1894 च्या शेवटच्या तीन महिन्यांत, कॉन्टिनेंटल कॉमर्स कंपनीने युरोपमध्ये (म्हणजे नेदरलँड आणि इटली) शेकडो किनेटोस्कोप विकले. जर्मनीमध्ये आणि ऑस्ट्रिया-हंगेरीमध्ये, किनेटोस्कोपची ओळख ड्यूश-ओस्टेरिचिशे-एडिसन-किनेटोस्कोप गेसेलशाफ्टने केली होती, ज्याची स्थापना कोलोनच्या स्कोकोलाडेन-सुसवेरेनफॅब्रिक स्टॉलवेर्क आणि कंपनीच्या लुडविग स्टॉलवेर्क यांनी केली होती.

1895 च्या सुरुवातीस प्रथम किनेटोस्कोप बेल्जियममध्ये फेअर्समध्ये आले. एडिसन्स किनेटोस्कोप फ्रॅन्साईस, बेल्जियन कंपनीची स्थापना 15 जानेवारी 1895 रोजी ब्रुसेल्समध्ये मोनॅको, फ्रान्स आणि फ्रेंच वसाहतींमध्ये किनेटोस्कोप विकण्याच्या अधिकारांसह झाली. या कंपनीतील मुख्य गुंतवणूकदार बेल्जियन उद्योगपती होते.

14 मे 1895 रोजी ब्रुसेल्समध्ये एडिसनच्या किनेटोस्कोप बेल्गेची स्थापना झाली. लंडनमध्ये राहणारे पण बेल्जियम आणि फ्रान्समध्ये सक्रिय असलेले उद्योगपती लॅडिस्लास-व्हिक्टर लेविट्स्की यांनी हा व्यवसाय सुरू करण्यासाठी पुढाकार घेतला. 1898 मध्ये लिओन गॉमॉन्ट आणि अमेरिकन म्युटोस्कोप आणि बायोग्राफ कंपनीशी त्यांचे संपर्क होते, ते फ्रान्ससाठी बायोग्राफ आणि म्युटोस्कोप कंपनीचे भागधारक देखील बनले.

एडिसनच्या फिल्म स्टुडिओने जवळपास 1,200 चित्रपट बनवले. फ्रेड ओट स्नीझ (1894), द किस (1896), द ग्रेट ट्रेन रॉबरी (1903), ॲलिस ॲडव्हेंचर्स इन वंडरलँड (1910), यांसारख्या शीर्षकांसह ॲक्रोबॅट्स ते परेड ते फायर कॉल्सपर्यंत सर्व काही दाखवणारे लघुपट होते. आणि 1910 मधील पहिला फ्रँकेन्स्टाईन चित्रपट. 1903 मध्ये, जेव्हा लुना पार्क, कोनी आयलंडच्या मालकांनी घोषित केले की ते टॉप्सी हत्तीला गळा दाबून, विषप्रयोग करून आणि विजेचा धक्का देऊन (विद्युत दाबाने हत्तीला मारून टाकून) मारतील), एडिसन मॅन्युफॅक्चरिंगने एक क्रू पाठवला. त्याचे चित्रीकरण करण्यासाठी, त्याच वर्षी ते इलेक्ट्रोक्युटिंग अ एलिफंट या शीर्षकासह रिलीज केले.

जसजसा चित्रपट व्यवसाय विस्तारत गेला तसतसे प्रतिस्पर्धी प्रदर्शक नियमितपणे एकमेकांच्या चित्रपटांची कॉपी आणि प्रदर्शन करत होते. त्याच्या चित्रपटांवरील कॉपीराइटचे अधिक चांगल्या प्रकारे संरक्षण करण्यासाठी, एडिसनने फोटोग्राफिक पेपरच्या लांब पट्ट्यांवर यूएस कॉपीराइट ऑफिसमध्ये त्यांच्या प्रिंट्स जमा केल्या. यातील अनेक पेपर प्रिंट त्या काळातील वास्तविक चित्रपटांपेक्षा जास्त काळ टिकून राहिल्या आणि चांगल्या स्थितीत राहिल्या.

1908 मध्ये, एडिसनने मोशन पिक्चर पेटंट कंपनी सुरू केली, जी नऊ प्रमुख फिल्म स्टुडिओचे समूह होती (सामान्यत: एडिसन ट्रस्ट म्हणून ओळखले जाते). थॉमस एडिसन हे 1929 मध्ये स्थापन झालेल्या अमेरिकेतील ध्वनिक संस्थेचे पहिले मानद सहकारी होते.

द बर्थ ऑफ अ नेशन हा त्याचा आवडता चित्रपट असल्याचे एडिसनने सांगितले. त्याला वाटले की टॉकीजने त्याच्यासाठी "सर्व काही खराब केले आहे". "पडद्यावर कोणताही चांगला अभिनय नाही. ते आता आवाजावर लक्ष केंद्रित करतात आणि अभिनय कसा करायचा ते विसरले आहेत. मला ते तुमच्यापेक्षा जास्त कळते कारण मी बहिरी आहे." त्यांचे आवडते तारे मेरी पिकफोर्ड आणि क्लारा बो होते.

खाणकाम

1870 च्या उत्तरार्धात एडिसनला खाणकामात रस निर्माण झाला. युनायटेड स्टेट्सच्या पूर्व किनाऱ्यावर उच्च-दर्जाचे लोह खनिज दुर्मिळ होते आणि एडिसनने निम्न-दर्जाच्या धातूचे उत्खनन करण्याचा प्रयत्न केला. एडिसनने रोलर्स आणि क्रशर वापरून एक प्रक्रिया विकसित केली जी 10 टनांपर्यंतच्या खडकांना फोडू शकते. त्यानंतर धूळ तीन महाकाय चुंबकांमध्ये पाठवली गेली जी धूळातून लोखंड खेचते. एडिसन ओर मिलिंग कंपनी या त्याच्या खाण कंपनीच्या अपयशानंतरही, एडिसनने सिमेंट तयार करण्यासाठी काही साहित्य आणि उपकरणे वापरली.

1901 मध्ये, एडिसनने ओंटारियो, कॅनडातील सडबरी भागात एका औद्योगिक प्रदर्शनाला भेट दिली आणि तेथे निकेल आणि कोबाल्ट ठेवींचा वापर त्याच्या विद्युत उपकरणांच्या निर्मितीसाठी केला जाऊ शकतो असे वाटले. तो खाण प्रॉस्पेक्टर म्हणून परत आला आणि फाल्कनब्रिज धातूच्या मूळ शोधाचे श्रेय त्याला जाते. खनिज पदार्थाचे खाण करण्याचा त्यांचा प्रयत्न यशस्वी झाला नाही आणि 1903 मध्ये त्यांनी खाणकामाचा दावा सोडून दिला. फाल्कनब्रिजमधील एक रस्ता, तसेच फाल्कनब्रिज खाणीचे मुख्य कार्यालय म्हणून काम करणाऱ्या एडिसन बिल्डिंगला त्यांच्या नावावर ठेवण्यात आले आहे.

रिचार्जेबल बॅटरी

1890 च्या दशकाच्या उत्तरार्धात, एडिसनने हलकी, अधिक कार्यक्षम रिचार्ज करण्यायोग्य बॅटरी विकसित करण्यावर काम केले (त्यावेळी त्याला "संचयकर्ता" म्हटले जाते). ग्राहक त्यांच्या फोनोग्राफला उर्जा देण्यासाठी वापरु शकतील असे काहीतरी म्हणून त्यांनी त्यांच्याकडे पाहिले परंतु इलेक्ट्रिक ऑटोमोबाईलसह सुधारित बॅटरीचे इतर उपयोग पाहिले. तत्कालीन उपलब्ध लीड ॲसिड रिचार्जेबल बॅटरी फार कार्यक्षम नव्हत्या आणि त्या मार्केटला इतर कंपन्यांनी आधीच बांधून ठेवले होते म्हणून एडिसनने ॲसिडऐवजी अल्कधर्मी वापरण्याचा पाठपुरावा केला. त्याचे प्रयोगशाळेचे काम अनेक प्रकारच्या सामग्रीवर होते (काही 10,000 संयोजनांमधून जात होते), शेवटी ते निकेल-लोखंडी मिश्रणावर स्थिर होते. त्याच्या प्रयोगाव्यतिरिक्त एडिसनला स्वीडिश शोधक वाल्डेमार जंगनर यांनी निकेल-लोह बॅटरीसाठी 1899 च्या पेटंटमध्ये प्रवेश मिळू शकतो.

एडिसनने 1901 मध्ये त्याच्या निकेल-लोह बॅटरीसाठी यूएस आणि युरोपियन पेटंट मिळवले आणि एडिसन स्टोरेज बॅटरी कंपनीची स्थापना केली आणि 1904 पर्यंत तेथे 450 लोक काम करत होते. त्यांनी उत्पादित केलेल्या पहिल्या रिचार्जेबल बॅटरी इलेक्ट्रिक कारसाठी होत्या, परंतु त्यात अनेक दोष होते, ग्राहकांनी उत्पादनाबद्दल तक्रार केली होती. जेव्हा कंपनीचे भांडवल संपले तेव्हा एडिसनने आपल्या खाजगी पैशाने कंपनीसाठी पैसे दिले. एडिसनने 1910 पर्यंत परिपक्व उत्पादन प्रदर्शित केले नाही: एक अतिशय कार्यक्षम आणि टिकाऊ निकेल-लोह-बॅटरी ज्यामध्ये इलेक्ट्रोलाइट आहे. निकेल-लोखंडी बॅटरी कधीही फारशी यशस्वी नव्हती; ती तयार होईपर्यंत, इलेक्ट्रिक कार गायब झाल्या होत्या, आणि लीड ॲसिड बॅटरी गॅसवर चालणाऱ्या कार स्टार्टर मोटर्सवर बदलण्यासाठी मानक बनल्या होत्या.

रसायने

पहिल्या महायुद्धाच्या सुरूवातीस, अमेरिकन रासायनिक उद्योग आदिम होता. सर्वाधिक रसायने युरोपमधून आयात केली गेली. ऑगस्ट 1914 मध्ये युद्ध सुरू झाल्यामुळे आयात केलेल्या रसायनांचा तात्काळ तुटवडा निर्माण झाला. एडिसनसाठी एक विशेष महत्त्व म्हणजे फिनॉल, ज्याचा वापर फोनोग्राफ रेकॉर्ड बनवण्यासाठी केला जात असे - बहुधा बेकेलाइट प्रकारातील फिनोलिक रेजिन म्हणून

त्या वेळी, कोक ओव्हन वायूंचे उप-उत्पादन किंवा गॅस लाइटिंगसाठी उत्पादित वायू म्हणून कोळशापासून फिनॉल आले. फिनॉलचे पिरिक ॲसिडमध्ये नायट्रेट केले जाऊ शकते आणि अमोनियम पिक्रेटमध्ये रूपांतरित केले जाऊ शकते, एक धक्का प्रतिरोधक उच्च स्फोटक जो आर्टिलरी शेल्समध्ये वापरण्यासाठी योग्य आहे. एस्पिरिन वॉर्समध्ये फिनॉलच्या कथेचे वर्णन आढळते. 105 बहुतेक फिनॉल ब्रिटनमधून आयात केले गेले होते, परंतु युद्धामुळे संसदेने निर्यात रोखली आणि बहुतेक अमोनियम पिक्रेटच्या उत्पादनाकडे वळवले. ब्रिटननेही जर्मनीकडून होणारा पुरवठा रोखला.

एडिसनने त्याच्या सिल्व्हर लेक सुविधेवर त्याच्या रसायनशास्त्रज्ञांनी विकसित केलेल्या प्रक्रियांचा वापर करून फिनॉलचे उत्पादन हाती घेऊन प्रतिसाद दिला. त्यांनी दररोज सहा टन फिनॉल क्षमतेचे दोन प्लांट तयार केले. युरोपमध्ये युद्ध सुरू झाल्यानंतर एक महिन्यानंतर सप्टेंबरच्या पहिल्या आठवड्यात उत्पादन सुरू झाले. त्यांनी जर्मनीतील पूर्वीच्या पुरवठ्याच्या जागी जॉन्सटाउन, पेनसिल्व्हेनिया आणि बेसेमर, अलाबामा येथे कच्च्या मालाचे बेंझिन तयार करण्यासाठी दोन संयंत्रे बांधली. एडिसनने ॲनिलिन रंग देखील तयार केले, जे पूर्वी जर्मन डाई ट्रस्टने पुरवले होते. युद्धकाळातील इतर उत्पादनांमध्ये xylene, p-phenylenediamine, shellac आणि pyrax यांचा समावेश होतो. युद्धकाळातील टंचाईमुळे हे उपक्रम फायदेशीर झाले. 1915 मध्ये, त्याची उत्पादन क्षमता वर्षाच्या मध्यापर्यंत पूर्णपणे बांधली गेली.

फिनॉल ही एक गंभीर सामग्री होती कारण दोन व्युत्पन्न उच्च वाढीच्या टप्प्यात होते. बेकेलाइट, मूळ थर्मोसेट प्लास्टिकचा शोध 1909 मध्ये लागला होता. ॲस्पिरिन देखील फिनॉलचे व्युत्पन्न होते. 1899 मध्ये शोधलेले, ते ब्लॉक बस्टर औषध बनले होते. बायरने न्यू यॉर्कच्या रेन्ससेलेरमध्ये यूएसमध्ये उत्पादनासाठी एक प्लांट विकत घेतला होता, परंतु युद्धादरम्यान त्यांचा प्लांट चालू ठेवण्यासाठी फिनॉल शोधण्यासाठी त्यांना संघर्ष करावा लागला. एडिसन उपकृत करण्यास सक्षम होते

बायरने फिनॉलचे सॅलिसिलिक ॲसिडमध्ये रूपांतर करण्यासाठी न्यू जर्सी येथील पिस्कॅटवे येथील केमिशे फॅब्रिक वॉन हेडनवर अवलंबून होते, ज्याचे त्यांनी ॲस्पिरिनमध्ये रूपांतर केले. (ग्रेट फिनॉल प्लॉट पहा.) असे म्हटले जाते की जर्मन कंपन्यांनी अमोनियम पिक्रेटचे उत्पादन रोखण्यासाठी फिनॉलचा पुरवठा विकत घेतला. एडिसनने लष्करी वापरासाठी फिनॉल न विकण्यास प्राधान्य दिले. त्याने आपले अधिशेष बायरला विकले, ज्याने हेडनने त्याचे सॅलिसिलिक ॲसिडमध्ये रूपांतर केले होते, ज्यापैकी काही निर्यात केले गेले होते.

स्पिरिट फोन

1920 मध्ये, एडिसनने अमेरिकन नियतकालिकाशी बोलताना सांगितले की मृत व्यक्तींशी संवाद साधणे शक्य आहे की नाही हे पाहण्यासाठी ते काही काळ एका उपकरणावर काम करत होते. एडिसन म्हणाले की हे उपकरण वैज्ञानिक तत्त्वांवर काम करेल, जादूटोणाद्वारे नाही. या घोषणेमुळे एक प्रसिद्धी गाजली, जरी या आविष्काराचे खरे स्वरूप एक गूढच राहिले कारण काही काळ तपशील नव्हता. 2015 पर्यंत, फिलीप बौडौइन या फ्रेंच पत्रकाराला एडिसनच्या डायरीची एक प्रत एका काटकसरीच्या दुकानात सापडली ज्याचा अध्याय पूर्वी प्रकाशित आवृत्त्यांमध्ये आढळला नाही. नवीन अध्यायात एडिसनच्या मृत्यूनंतरच्या जीवनातील सिद्धांत आणि त्यांच्याशी संवाद साधता येईल अशा वैज्ञानिक आधारांचा तपशील आहे.

शेवटची वर्ष

हेन्री फोर्ड, ऑटोमोबाईल मॅग्नेट, नंतर एडिसनपासून काहीशे फूट अंतरावर फोर्ट मायर्स येथे त्याच्या हिवाळ्यातील एकांतात राहत होता. फोर्डने एकदा डेट्रॉईटच्या एडिसन इल्युमिनेटिंग कंपनीसाठी अभियंता म्हणून काम केले आणि 1896 मध्ये ब्रुकलिन, NY येथे संलग्न एडिसन इल्युमिनेटिंग कंपन्यांच्या अधिवेशनात एडिसनला भेटले. एडिसन फोर्डच्या अंतर्गत ज्वलन इंजिन ऑटोमोबाईलने प्रभावित झाला आणि त्याच्या विकासास प्रोत्साहन दिले. एडिसनच्या मृत्यूपर्यंत ते मित्र होते. एडिसन आणि फोर्ड यांनी 1914 ते 1924 या कालावधीत वार्षिक मोटर कॅम्पिंग ट्रिप केली. हार्वे फायरस्टोन आणि निसर्गवादी जॉन बुरोज यांनी देखील सहभाग घेतला.

1928 मध्ये, एडिसन फोर्ट मायर्स सिव्हिटन क्लबमध्ये सामील झाला. त्यांचा संघटनेवर ठाम विश्वास होता, त्यांनी लिहिले की "सिव्हिटन क्लब समुदाय, राज्य आणि राष्ट्रासाठी गोष्टी-मोठ्या गोष्टी करत आहे, आणि मी निश्चितपणे त्याच्या श्रेणींमध्ये क्रमांक मिळवणे हा सन्मान मानतो." तो एक होता. त्याच्या मृत्यूपर्यंत क्लबमध्ये सक्रिय सदस्य, कधीकधी हेन्री फोर्डला क्लबच्या मीटिंगमध्ये आणत.

एडिसन शेवटपर्यंत व्यवसायात सक्रिय होता. त्याच्या मृत्यूच्या काही महिन्यांपूर्वी, लॅकवान्ना रेलरोडने होबोकेन ते मॉन्टक्लेअर, डोव्हर आणि ग्लॅडस्टोन, न्यू जर्सी या उपनगरीय इलेक्ट्रिक ट्रेन सेवेचे उद्घाटन केले. या सेवेसाठी इलेक्ट्रिकल ट्रान्समिशन डायरेक्ट करंट वापरून ओव्हरहेड कॅटेनरी सिस्टमद्वारे होते, ज्याला एडिसनने चॅम्पियन केले होते. त्याची प्रकृती नाजूक असूनही, एडिसन सप्टेंबर 1930 मध्ये होबोकेनमधील लॅकवान्ना टर्मिनलवरून निघालेल्या पहिल्या इलेक्ट्रिक एमयू (मल्टिपल-युनिट) ट्रेनच्या थ्रॉटलवर होता, त्याने दक्षिण ऑरेंजच्या मार्गावर होबोकेन यार्डमधून पहिले मैल चालवले.

कारचा हा ताफा उत्तर न्यू जर्सीमधील प्रवाशांना पुढील 54 वर्षे 1984 मध्ये त्यांच्या सेवानिवृत्तीपर्यंत सेवा देईल. एडिसनच्या उद्घाटनाच्या राइडचे स्मरण करणारा एक फलक आज होबोकेन येथील लॅकवान्ना टर्मिनलच्या वेटिंग रूममध्ये दिसू शकतो, जो सध्या न्यू जर्सी ट्रान्झिटद्वारे चालवला जातो.

एडिसनला त्याच्या गेल्या काही वर्षांत लोकप्रिय फॅड डाएटचा प्रभाव होता असे म्हटले जाते; "त्याने दर तीन तासांनी एक पिंट दुधाचे सेवन केलेले एकमेव द्रव". या आहारामुळे त्याचे आरोग्य पूर्वपदावर येईल असा त्याचा विश्वास असल्याचे नोंदवले जाते. तथापि, ही कथा संशयास्पद आहे. 1930 मध्ये, एडिसनच्या मृत्यूच्या आदल्या वर्षी, मीना त्याच्याबद्दल एका मुलाखतीत म्हणाली, "योग्य खाणे हा त्याच्या सर्वात मोठ्या छंदांपैकी एक आहे. " 7:00 वाजता, 8:00 वाजता न्याहारी करा आणि दुपारच्या किंवा रात्रीच्या जेवणासाठी क्वचितच घरी असू द्या, याचा अर्थ असा की त्याने तिन्ही जेवण चालू ठेवले.

एडिसन 1906 मध्ये त्याच्या मिलान, ओहायो, जन्मस्थानाचा मालक बनला. त्याच्या शेवटच्या भेटीत, 1923 मध्ये, त्याचे जुने घर अजूनही दिवे आणि मेणबत्त्यांनी जळत असल्याचे पाहून त्याला धक्का बसला.

मृत्यू

एडिसनचा 18 ऑक्टोबर 1931 रोजी, न्यू जर्सीच्या वेस्ट ऑरेंजमधील लेलेवेलीन पार्कमधील "ग्लेनमॉन्ट" या त्याच्या घरी, मधुमेहाच्या गुंतागुंतीमुळे मृत्यू झाला, जो त्याने 1886 मध्ये मीनासाठी लग्नाची भेट म्हणून खरेदी केला होता. रेव्ह. स्टीफन जे. हर्बेन यांनी अंत्यसंस्कार केले; एडिसनला घराच्या मागे दफन करण्यात आले.

एडिसनचा शेवटचा श्वास डेट्रॉईटजवळील हेन्री फोर्ड म्युझियममधील टेस्ट ट्यूबमध्ये असल्याचे सांगण्यात येत आहे. फोर्डने चार्ल्स एडिसनला स्मृतिचिन्ह म्हणून त्याच्या मृत्यूनंतर लगेचच शोधकांच्या खोलीत हवेची चाचणी ट्यूब सील करण्यास पटवून दिले. प्लास्टर डेथ मास्क आणि एडिसनच्या हाताचे कास्ट देखील बनवले गेले. मीना 1947 मध्ये मरण पावली.

विवाह आणि मुले

25 डिसेंबर 1871 रोजी, वयाच्या 24 व्या वर्षी, एडिसनने 16 वर्षीय मेरी स्टिलवेल (1855-1884) सोबत लग्न केले, जिला तो दोन महिन्यांपूर्वी भेटला होता; ती त्याच्या एका दुकानात कर्मचारी होती. त्यांना तीन मुले होती:

मेरियन एस्टेल एडिसन (1873-1965), टोपणनाव "डॉट" 118

थॉमस अल्वा एडिसन ज्युनियर (1876-1935), टोपणनाव "डॅश" 119

विल्यम लेस्ली एडिसन (1878-1937) शोधक, येल येथील शेफील्ड सायंटिफिक स्कूलचे पदवीधर, 1900. 120

मेरी एडिसन 9 ऑगस्ट 1884 रोजी वयाच्या 29 व्या वर्षी अज्ञात कारणांमुळे मरण पावली: कदाचित ब्रेन ट्यूमर 121 किंवा मॉर्फिनच्या ओव्हरडोजमुळे. विविध कारणांवर उपचार करण्यासाठी डॉक्टरांनी त्या वर्षांमध्ये स्त्रियांना वारंवार मॉर्फिन लिहून दिले होते आणि संशोधकांचा असा विश्वास आहे की तिची लक्षणे मॉर्फिन विषबाधामुळे असू शकतात. 122

एडिसनने सामान्यतः प्रयोगशाळेत वेळ घालवण्यास आपल्या कुटुंबासोबत राहणे पसंत केले. 39

मिना मिलर एडिसन 1906 मध्ये

24 फेब्रुवारी 1886 रोजी, वयाच्या 39 व्या वर्षी, एडिसनने 20 वर्षीय मीना मिलर (1865-1947) यांच्याशी अक्रोन, ओहायो येथे विवाह केला. 123 ती शोधक लुईस मिलर यांची कन्या, चौटौक्वा संस्थेचे सह-संस्थापक आणि मेथोडिस्ट धर्मादाय संस्थांचे उपकार होते. त्यांना तीन मुले देखील होती.

शोधक बनण्याची इच्छा होती, परंतु त्यासाठी फारशी योग्यता नसल्यामुळे, थॉमस एडिसनचा मुलगा, थॉमस अल्वा एडिसन जूनियर, त्याच्या वडिलांसाठी आणि त्याच्या वडिलांच्या व्यवसायासाठी समस्या बनला. 1890 च्या दशकापासून, थॉमस ज्युनियर सापाच्या तेलाच्या उत्पादनांमध्ये आणि "द लेटेस्ट एडिसन डिस्कव्हरी" म्हणून जनतेला विकल्या जाणाऱ्या उत्पादनांचे उत्पादन करणाऱ्या अंधुक आणि फसव्या उद्योगांमध्ये गुंतले. परिस्थिती इतकी बिकट झाली की थॉमस सीनियरला प्रथा बंद करण्यासाठी आपल्या मुलाला न्यायालयात घेऊन जावे लागले, शेवटी थॉमस ज्युनियरला $35 (२०२१ मध्ये $१,०५६ च्या समतुल्य) ३० दर आठवड्याला भत्ता देण्याचे मान्य केले. एडिसन नाव; मुलाने बर्टन विलार्ड सारखे उपनाव वापरण्यास सुरुवात केली. थॉमस ज्युनियर, मद्यपान, नैराश्य आणि आजारी आरोग्य अनुभवत, अनेक क्षुल्लक नोकऱ्यांवर काम केले, परंतु 1931 पर्यंत (त्याच्या आयुष्याच्या शेवटच्या दिशेने) त्याला एडिसन कंपनीत एक भूमिका मिळाली, त्याचा सावत्र भाऊ चार्ल्सच्या हस्तक्षेपामुळे

धर्म आणि तत्वमीमांसा यावर

या 1910 च्या न्यूयॉर्क टाइम्स मासिकाच्या वैशिष्ट्यात असे म्हटले आहे की "निसर्ग, सर्वोच्च शक्ती, (एडिसन) ओळखतो आणि त्याचा आदर करतो, परंतु त्याची पूजा करत नाही. निसर्ग दयाळू आणि प्रेमळ नाही, परंतु पूर्णपणे निर्दयी, उदासीन आहे." एडिसनचे म्हणणे उद्धृत केले आहे की "मी एक व्यक्ती नाही - मी पेशींचा एक समूह आहे, उदाहरणार्थ, न्यू यॉर्क सिटी व्यक्तींचा एक समूह आहे. न्यूयॉर्क शहर स्वर्गात जाईल का?"

इतिहासकार पॉल इस्रायल यांनी एडिसनला "फ्रीथिंकर" असे वर्णन केले आहे. एडिसनवर थॉमस पेनच्या द एज ऑफ रिझनचा खूप प्रभाव होता. एडिसनने पेनच्या "वैज्ञानिक देववादाचा" बचाव केला, असे म्हटले की, "त्याला नास्तिक म्हटले गेले आहे, परंतु ते नास्तिक नव्हते. पेन एक सर्वोच्च बुद्धिमत्तेवर विश्वास ठेवत होते, जे इतर लोक देवतेच्या नावाने व्यक्त करतात त्या कल्पनेचे प्रतिनिधित्व करतात." 1878 मध्ये, एडिसन न्यू जर्सी येथील थिओसॉफिकल सोसायटीमध्ये सामील झाला, परंतु त्याचे संस्थापक, एचपी ब्लाव्हत्स्की यांच्या मते, ते फारसे सक्रिय सदस्य नव्हते. 2 ऑक्टोबर 1910 रोजी न्यूयॉर्क टाइम्स मॅगझिनमधील मुलाखतीत एडिसनने म्हटले.

निसर्ग म्हणजे आपल्याला माहित आहे. धर्मातील देवता आपल्याला माहीत नाहीत. आणि निसर्ग दयाळू, दयाळू किंवा प्रेमळ नाही. जर देवाने मला बनवले - ज्या तीन गुणांबद्दल मी बोललो: दया, दयाळूपणा, प्रेम - त्याने मी पकडलेला आणि खाणारा मासाही बनवला. आणि त्या माशाबद्दल त्याची दया, दयाळूपणा आणि प्रेम कोठून येते? नाही; निसर्गाने आपल्याला बनवले - निसर्गाने हे सर्व केले - धर्मांच्या देवतांनी नाही.

एडिसनवर त्या टिप्पण्यांसाठी नास्तिक असल्याचा आरोप करण्यात आला होता, आणि जरी त्याने स्वतः ला सार्वजनिकरित्या वादात ओढले जाऊ दिले नाही, तरीही त्याने एका खाजगी पत्रात स्वतःला स्पष्ट केले.

तुमचा संपूर्ण लेखाचा गैरसमज झाला आहे, कारण तुम्ही असा निष्कर्ष काढलात की तो देवाचे अस्तित्व नाकारतो. असा कोणताही नकार नाही, तुम्ही ज्याला देव म्हणतो त्याला मी निसर्ग म्हणतो, सर्वोच्च बुद्धिमत्ता जी नियमांना महत्त्व देते. सर्व लेखात असे म्हटले आहे की आपली बुद्धिमत्ता किंवा आत्मा किंवा ज्याला कोणी म्हणू शकते ते यापुढे एक अस्तित्व म्हणून जगते किंवा जिथून आले होते तेथून पुन्हा विखुरले जाते, ज्या पेशीपासून आपण बनलो आहोत त्यामध्ये विखुरले जाते हे माझ्या मते संशयास्पद आहे.

त्यांनी असेही म्हटले की, "मी धर्मशास्त्रज्ञांच्या देवावर विश्वास ठेवत नाही; परंतु एक सर्वोच्च बुद्धिमत्ता आहे ज्याबद्दल मला शंका नाही." 1920 मध्ये, एडिसनने अमेरिकन मासिकाच्या बीसी फोर्ब्सला सांगितले तेव्हा मीडिया खळबळ उडाली. तो मृतांशी संवाद साधण्यासाठी "स्पिरिट फोन" वर काम करत होता, ही कथा इतर वर्तमानपत्रे आणि मासिकांनी पुनरावृत्ती केली होती. एडिसनने नंतर ही कल्पना नाकारली, 1926 मध्ये न्यूयॉर्क टाईम्सला सांगितले की "माझ्याकडे त्याला सांगण्यासारखे काही नव्हते, परंतु मला त्याला निराश करण्याचा तिरस्कार वाटत होता म्हणून मी ही कथा आत्म्यांशी संवाद साधण्याबद्दल विचार केला, परंतु हे सर्व विनोद होते."

राजकारणावर

एडिसन हे महिलांच्या मताधिकाराचे समर्थक होते. त्यांनी 1915 मध्ये म्हटले होते, "या देशातील प्रत्येक स्त्रीला मत मिळणार आहे." एडिसनने महिलांच्या मताधिकाराचे समर्थन करणाऱ्या विधानावर विशेष स्वाक्षरी केली जी सिनेटर जेम्स एडगर मार्टिन यांनी पसरवलेल्या मताधिकारविरोधी साहित्याचा प्रतिकार करण्यासाठी प्रकाशित केली होती.

एडिसनच्या राजकीय आणि नैतिक विचारांमध्ये अहिंसा महत्त्वाची होती आणि जेव्हा पहिल्या महायुद्धासाठी नौदल सल्लागार म्हणून काम करण्यास सांगितले तेव्हा त्याने निर्दिष्ट केले की तो केवळ बचावात्मक शस्त्रांवर काम करेल आणि नंतर नमूद केले, "मी कधीही शस्त्रांचा शोध लावला नाही याचा मला अभिमान आहे. मारून टाका." एडिसनचे अहिंसेचे तत्वज्ञान प्राण्यांपर्यंत देखील विस्तारित होते, ज्याबद्दल त्यांनी म्हटले: "अहिंसा सर्वोच्च नैतिकतेकडे घेऊन जाते, जे सर्व उत्क्रांतीचे ध्येय आहे. जोपर्यंत आपण इतर सर्व सजीवांना हानी

पोहोचवणे थांबवतो तोपर्यंत आपण जंगलीच आहोत." तो शाकाहारी होता परंतु प्रत्यक्ष व्यवहारात तो शाकाहारी नव्हता, किमान त्याच्या आयुष्याच्या शेवटच्या जवळ होता. 1911 मध्ये युरोपच्या दौऱ्यानंतर, एडिसनने "त्याने भेट दिलेल्या प्रत्येक देशात जो युद्धखोर राष्ट्रवाद जाणवला होता" याबद्दल नकारात्मक बोलले.

एडिसन हे युनायटेड स्टेट्समधील आर्थिक सुधारणांचे वकील होते. गोल्ड स्टँडर्ड आणि कर्जावर आधारित पैशाला त्यांचा तीव्र विरोध होता. न्यू यॉर्क टाईम्समध्ये प्रसिद्ध म्हणून त्यांचा उल्लेख करण्यात आला होता: "सोने हे ज्युलियस सीझरचे अवशेष आहे, आणि व्याज हा सैतानाचा शोध आहे." त्याच लेखात त्यांनी आर्थिक व्यवस्थेच्या मूर्खपणाबद्दल स्पष्टीकरण दिले ज्यामध्ये युनायटेड स्टेट्सच्या करदात्याला, कर्जाची गरज भासल्यास, व्याजामुळे कदाचित दुप्पट मुद्दल, किंवा त्याहूनही अधिक रक्कम देण्यास भाग पाडले जाऊ शकते. एडिसनने असा युक्तिवाद केला की, जर सरकार कर्ज-आधारित पैसे तयार करू शकते, तर ते त्याचप्रमाणे पैसे देखील तयार करू शकते जे करदात्याला क्रेडिट होते.

मे 1922 मध्ये, त्यांनी "फेडरल रिझर्व्ह बँकिंग प्रणालीमध्ये प्रस्तावित सुधारणा" नावाचा प्रस्ताव प्रकाशित केला. त्यामध्ये, त्यांनी कमोडिटी-समर्थित चलनाचे तपशीलवार स्पष्टीकरण दिले, ज्यामध्ये फेडरल रिझर्व्ह शेतकऱ्यांना त्यांनी उत्पादित केलेल्या वस्तूंच्या मूल्यावर आधारित व्याजमुक्त चलन जारी करेल. मित्र आणि सहकारी शोधक, हेन्री फोर्ड यांच्यासोबत घेतलेल्या प्रसिद्धी दौऱ्यादरम्यान, त्यांनी आर्थिक सुधारणांच्या त्यांच्या इच्छेबद्दल सार्वजनिकपणे सांगितले. अंतर्दृष्टीसाठी, त्यांनी प्रमुख शैक्षणिक आणि बँकिंग व्यावसायिकांशी पत्रव्यवहार केला. तथापि, शेवटी, एडिसनच्या प्रस्तावांना समर्थन मिळू शकले नाही आणि ते सोडून दिले गेले.

पुरस्कार

1878 मध्ये, एडिसन यांना युनियन कॉलेजकडून मानद पीएचडी प्रदान करण्यात आली.

तिसऱ्या फ्रेंच प्रजासत्ताकाचे अध्यक्ष ज्युल्स ग्रेव्ही यांनी त्यांचे परराष्ट्र व्यवहार मंत्री ज्युल्स बार्थेलेमी-सेंट-हिलारे यांच्या शिफारशीवरून आणि पोस्ट आणि टेलिग्राफ मंत्री, लुईस कोचेरी यांच्या सादरीकरणाने, एडिसनला एक विशेष सन्मान देऊन नियुक्त केले. 10 नोव्हेंबर 1881 रोजी डिक्रीद्वारे लीजन ऑफ ऑनरचा अधिकारी (Légion d'honneur); एडिसन यांना 1879 मध्ये सैन्यदलातील शेव्हेलियर आणि 1889 मध्ये कमांडर म्हणूनही नाव देण्यात आले.

1887 मध्ये एडिसनने मॅट्युची पदक जिंकले. 1890 मध्ये, ते रॉयल स्वीडिश अकादमी ऑफ सायन्सेसचे सदस्य म्हणून निवडले गेले.

फिलाडेल्फिया सिटी कौन्सिलने 1889 मध्ये एडिसनला जॉन स्कॉट पदक प्राप्तकर्ता म्हणून नाव दिले.

1899 मध्ये, एडिसनला फ्रँकलिन संस्थेचे एडवर्ड लाँगस्ट्रेथ पदक प्रदान करण्यात आले.

1904 मध्ये लुईझियाना पर्चेस एक्सपोजिशन वर्ल्ड्स फेअरमध्ये त्यांना सन्माननीय सल्लागार अभियंता म्हणून नियुक्त करण्यात आले.

1908 मध्ये, एडिसनला अमेरिकन असोसिएशन ऑफ इंजिनियरिंग सोसायटीज जॉन फ्रिट्झ पदक मिळाले.

1915 मध्ये, एडिसनला उद्योगांच्या पायाभरणी आणि मानव जातीच्या कल्याणासाठी योगदान देणाऱ्या शोधांसाठी फ्रँकलिन संस्थेचे फ्रँकलिन पदक देण्यात आले.

1920 मध्ये, युनायटेड स्टेट्स नेव्ही विभागाने त्यांना नेव्ही डिस्टिंग्विश्ड सर्व्हिस मेडल प्रदान केले.

1923 मध्ये, अमेरिकन इन्स्टिट्यूट ऑफ इलेक्ट्रिकल इंजिनियर्सने एडिसन पदक तयार केले आणि ते त्याचे पहिले प्राप्तकर्ता होते.

1927 मध्ये, त्यांना राष्ट्रीय विज्ञान अकादमीचे सदस्यत्व देण्यात आले.

29 मे 1928 रोजी, एडिसन यांना काँग्रेसचे सुवर्ण पदक मिळाले.

1983 मध्ये, युनायटेड स्टेट्स काँग्रेसने, सिनेटच्या संयुक्त ठराव (सार्वजनिक कायदा 97-198) नुसार, 11 फेब्रुवारी, एडिसनचा वाढदिवस, राष्ट्रीय शोधक दिवस म्हणून नियुक्त केला.

लाइफ मॅगझिनने (यूएसए), 1997 मध्ये एका विशेष दुहेरी अंकात, एडिसनला "गेल्या 1000 वर्षांतील 100 सर्वात महत्त्वाच्या व्यक्तींच्या यादीत प्रथम स्थान दिले", हे लक्षात घेतले की त्यांनी "जगावर प्रकाश टाकला" या लाइट बल्बची जाहिरात केली. 2005 च्या द ग्रेटेस्ट अमेरिकन टेलिव्हिजन मालिकेत, त्याला दर्शकांनी पंधरावा महान म्हणून मतदान केले.

2008 मध्ये, एडिसनला न्यू जर्सी हॉल ऑफ फेममध्ये समाविष्ट करण्यात आले.

2010 मध्ये, एडिसनला तांत्रिक ग्रॅमी पुरस्काराने सन्मानित करण्यात आले.

2011 मध्ये, एडिसनला एंटरप्रेन्योर वॉक ऑफ फेममध्ये समाविष्ट करण्यात आले आणि फ्लोरिडाच्या गव्हर्नर आणि कॅबिनेटने ग्रेट फ्लोरिडियन म्हणून नाव दिले.

एडिसनच्या नावावर अनेक ठिकाणांची नावे देण्यात आली आहेत, विशेषत: एडिसन, न्यू जर्सीचे शहर. थॉमस एडिसन स्टेट युनिव्हर्सिटी, राष्ट्रीय स्तरावर प्रौढ विद्यार्थ्यांसाठी ओळखले जाते, ट्रेंटन, न्यू जर्सी येथे आहे. त्याच्यासाठी दोन सामुदायिक महाविद्यालये आहेत: फोर्ट मायर्स, फ्लोरिडा येथील एडिसन स्टेट कॉलेज (आता फ्लोरिडा साउथवेस्टर्न स्टेट कॉलेज), आणि पिक्वा, ओहायो येथील एडिसन कम्युनिटी

कॉलेज. एडिसनच्या नावावर असलेल्या असंख्य हायस्कूल आहेत (एडिसन हायस्कूल पहा) आणि थॉमस ए. एडिसन मिडल स्कूलसह इतर शाळा. फुटबॉलपटू पेलेच्या वडिलांनी लाइट बल्बच्या शोधकर्त्याला श्रद्धांजली म्हणून मूलतः त्याचे नाव एडिसन ठेवले, परंतु हे नाव त्याच्या जन्म प्रमाणपत्रावर "एडसन" म्हणून चुकीचे लिहिले गेले.

वेस्ट ऑरेंज, न्यू जर्सीमध्ये, 13.5 एकर (5.5 हेक्टर) ग्लेनमॉन्ट इस्टेटची देखभाल आणि संचालन नॅशनल पार्क सर्व्हिसद्वारे एडिसन नॅशनल हिस्टोरिक साइट म्हणून केले जाते, तसेच त्याच्या जवळील प्रयोगशाळा आणि कार्यशाळा पुनर्रचित "ब्लॅक मारिया" यासह आहेत—जगातील पहिले चित्रपट स्टुडिओ.

पोर्ट ह्युरॉन म्युझियम, पोर्ट ह्युरॉन, मिशिगन, थॉमस एडिसनने तरुण न्यूज कसाई म्हणून काम केलेले मूळ डेपो पुनर्संचयित केले. या डेपोला थॉमस एडिसन डेपो म्युझियम असे नाव देण्यात आले आहे. या शहरात एडिसनच्या पालकांच्या कबरीसह अनेक एडिसन ऐतिहासिक खुणा आहेत आणि सेंट क्लेअर नदीकाठी एक स्मारक आहे.

डेट्रॉईटमध्ये, ग्रँड सर्कस पार्कमधील एडिसन मेमोरियल फाउंटन त्याच्या कामगिरीचा सन्मान करण्यासाठी तयार केले गेले. चुनखडीचे कारंजे 21 ऑक्टोबर 1929 रोजी, लाइट बल्बच्या निर्मितीच्या पन्नासव्या वर्धापनदिनानिमित्त समर्पित करण्यात आले होते. त्याच रात्री, एडिसन संस्था जवळच्या डिअरबॉर्नमध्ये समर्पित होती.

एडिसन पदक 11 फेब्रुवारी 1904 रोजी एडिसनच्या मित्र आणि सहकारी यांच्या गटाने तयार केले होते. चार वर्षांनंतर अमेरिकन इन्स्टिट्यूट ऑफ इलेक्ट्रिकल इंजिनिअर्स (AIEE), नंतर IEEE, या गटाशी करार करून हा पदक सर्वोच्च पुरस्कार म्हणून सादर केला. पहिले पदक 1909 मध्ये एलिहू थॉमसन यांना देण्यात आले. हा इलेक्ट्रिकल आणि इलेक्ट्रॉनिक्स अभियांत्रिकी क्षेत्रातील सर्वात जुना पुरस्कार आहे आणि दरवर्षी "विद्युत विज्ञान, इलेक्ट्रिकल अभियांत्रिकी किंवा इलेक्ट्रिकल आर्ट्समधील गुणवत्तापूर्ण कामगिरीसाठी" प्रदान केला जातो.

नेदरलँड्समध्ये, प्रमुख संगीत पुरस्कारांना एडिसन पुरस्कार असे नाव देण्यात आले आहे. हा पुरस्कार हा वार्षिक डच संगीत पुरस्कार आहे, जो संगीत उद्योगातील उत्कृष्ट कामगिरीसाठी दिला जातो आणि 1960 पासून सादर केला जाणारा जगातील सर्वात जुन्या संगीत पुरस्कारांपैकी एक आहे.

अमेरिकन सोसायटी ऑफ मेकॅनिकल इंजिनिअर्सने 1997 पासून थॉमस ए. एडिसन पेटंट पुरस्कार मेकॅनिकल अभियांत्रिकीच्या सरावावर महत्त्वपूर्ण परिणाम दर्शविणाऱ्या वैयक्तिक पेटंटला दिला आहे.

12

निकोला टेस्ला

निकोला टेस्ला

Top Scientists

Scan for Story Videos - www.itibook.com

निकोला टेस्ला 10 जुलै OS 28 जून 1856 – 7 जानेवारी 1943) हे सर्बियन-अमेरिकन शोधक, विद्युत अभियंता, यांत्रिक अभियंता आणि भविष्यवादी होते, जे आधुनिक अल्टरनेटिंग करंट (AC) वीज पुरवठा प्रणालीच्या डिझाइनमध्ये केलेल्या योगदानासाठी प्रसिद्ध होते.

ऑस्ट्रियन साम्राज्यात जन्मलेल्या आणि वाढलेल्या, टेस्लाने 1870 च्या दशकात पदवी न घेता अभियांत्रिकी आणि भौतिकशास्त्राचा अभ्यास केला, 1880 च्या दशकाच्या सुरुवातीला टेलिफोनी आणि कॉन्टिनेंटल एडिसन येथे नवीन इलेक्ट्रिक पॉवर उद्योगात काम करण्याचा व्यावहारिक अनुभव मिळवला. 1884 मध्ये ते युनायटेड स्टेट्समध्ये स्थलांतरित झाले, जिथे ते एक नैसर्गिक नागरिक बनले. त्याने स्वतःहून बाहेर येण्यापूर्वी न्यू यॉर्क शहरातील एडिसन मशीन वर्क्समध्ये काही काळ काम केले. त्याच्या कल्पनांना वित्तपुरवठा आणि मार्केटिंग करण्यासाठी भागीदारांच्या मदतीने, टेस्लाने इलेक्ट्रिकल आणि मेकॅनिकल उपकरणांची श्रेणी विकसित करण्यासाठी न्यूयॉर्कमध्ये प्रयोगशाळा आणि कंपन्या स्थापन केल्या. 1888 मध्ये वेस्टिंगहाऊस इलेक्ट्रिकने परवाना दिलेली त्याची अल्टरनेटिंग करंट (AC) इंडक्शन मोटर आणि संबंधित पॉलीफेस एसी पेटंट्समुळे त्याला मोठ्या प्रमाणावर पैसे मिळाले आणि त्या कंपनीने अखेरीस मार्केटिंग केलेल्या पॉलिफेस सिस्टमचा आधारस्तंभ बनला.

पेटंट आणि मार्केटिंग करू शकतील असे आविष्कार विकसित करण्याचा प्रयत्न करत, टेस्लाने मेकॅनिकल ऑसिलेटर/जनरेटर, इलेक्ट्रिकल डिस्चार्ज ट्यूब आणि लवकर एक्स-रे इमेजिंगसह अनेक प्रयोग केले. त्याने एक वायरलेस-नियंत्रित बोट देखील तयार केली, जी पहिल्या प्रदर्शनातील एक होती. टेस्ला हे एक शोधक म्हणून प्रसिद्ध झाले आणि त्यांनी त्यांच्या प्रयोगशाळेत ख्यातनाम व्यक्ती आणि श्रीमंत संरक्षकांना त्यांची उपलब्धी दाखवली आणि सार्वजनिक व्याख्यानांमध्ये त्यांच्या शोमनशिपसाठी प्रसिद्ध झाले. 1890 च्या दशकात, टेस्लाने न्यूयॉर्क आणि कोलोरॅडो स्प्रिंग्समधील त्याच्या उच्च-व्होल्टेज, उच्च-फ्रिक्वेंसी पॉवर प्रयोगांमध्ये वायरलेस प्रकाश आणि जगभरात वायरलेस इलेक्ट्रिक पॉवर वितरणासाठी आपल्या कल्पनांचा पाठपुरावा केला. 1893 मध्ये, त्याने त्याच्या उपकरणांसह वायरलेस संप्रेषणाच्या शक्यतेवर घोषणा केली. टेस्लाने त्याच्या अपूर्ण वॉर्डनक्लिफ टॉवर प्रकल्पात, आंतरखंडीय वायरलेस कम्युनिकेशन आणि पॉवर ट्रान्समीटरमध्ये या कल्पनांचा व्यावहारिक उपयोग करण्याचा प्रयत्न केला, परंतु तो पूर्ण करण्याआधीच निधी संपला.

वॉर्डनक्लीफ नंतर, टेस्लाने 1910 आणि 1920 च्या दशकात विविध प्रकारच्या यशासह अनेक शोधांचा प्रयोग केला. आपला बहुतेक पैसा खर्च केल्यावर, टेस्ला न चुकता बिले सोडून न्यूयॉर्कच्या हॉटेल्सच्या मालिकेत राहत असे. जानेवारी 1943 मध्ये न्यूयॉर्क शहरात त्यांचे निधन झाले. टेस्लाचे कार्य त्याच्या मृत्यूनंतर सापेक्ष अस्पष्टतेत पडले, 1960 पर्यंत, जेव्हा वजन आणि मापांच्या जनरल कॉन्फरन्सने त्यांच्या सन्मानार्थ टेस्ला हे चुंबकीय प्रवाह घनतेचे एसआय युनिट असे नाव दिले. 1990 च्या दशकापासून टेस्लामध्ये लोकांच्या आवडीचे पुनरुत्थान झाले आहे.

निकोला टेस्ला यांचा जन्म 10 जुलै OS 28 जून 1856 रोजी ऑस्ट्रियन साम्राज्यातील (सध्याचा क्रोएशिया) लष्करी सीमांतर्गत असलेल्या स्मिलजान गावात जातीय सर्बमध्ये झाला होता. त्याचे वडील मिलुटिन टेस्ला (1819-1879), पूर्व ऑर्थोडॉक्स चर्चचे पुजारी होते.

टेस्लाची आई, Đuka Mandic (1822-1892), ज्यांचे वडील सुद्धा पूर्व ऑर्थोडॉक्स चर्चचे पुजारी होते, त्यांच्याकडे गृहकलेची साधने आणि यांत्रिक उपकरणे बनवण्याची आणि सर्बियन महाकाव्ये लक्षात ठेवण्याची क्षमता होती. उकाने कधीच औपचारिक शिक्षण घेतले नव्हते. टेस्लाने त्याची स्मरणशक्ती आणि सर्जनशील क्षमतांचे श्रेय त्याच्या आईच्या आनुवंशिकतेला आणि प्रभावाला दिले. टेस्लाचे पूर्वज मॉन्टेनेग्रोजवळील पश्चिम सर्बियातील होते.

टेस्ला पाच मुलांपैकी चौथी होती. त्याला तीन बहिणी, मिल्का, अँजेलिना आणि मारिका आणि डेन नावाचा मोठा भाऊ होता, ज्याचा टेस्ला पाच वर्षांचा असताना घोडेस्वारी अपघातात मृत्यू झाला. 1861 मध्ये, टेस्लाने स्मिलजान येथील प्राथमिक शाळेत शिक्षण घेतले जेथे त्यांनी जर्मन, अंकगणित आणि धर्माचा अभ्यास केला. 1862 मध्ये, टेस्ला कुटुंब जवळच्या गोस्पिकमध्ये गेले, जेथे टेस्लाचे वडील पॅरिश पुजारी म्हणून काम करत होते. निकोलाने प्राथमिक शाळा पूर्ण केली, त्यानंतर माध्यमिक शाळा पूर्ण केली. 1870 मध्ये, टेस्ला हायर रियल जिम्नॅशियम येथे हायस्कूलमध्ये जाण्यासाठी कार्लोव्हाक येथे गेले जेथे वर्ग जर्मन भाषेत आयोजित केले जात होते, कारण ऑस्ट्रो-हंगेरियन मिलिटरी फ्रंटियरमधील सर्व शाळांमध्ये हे नेहमीचे होते.

टेस्लाचे वडील मिलुटिन हे स्मिलजान गावात ऑर्थोडॉक्स पुजारी होते.

टेस्ला यांनी नंतर लिहिले की त्यांना त्यांच्या भौतिकशास्त्राच्या प्राध्यापकाने विजेच्या प्रात्यक्षिकांमध्ये रस दाखवला. टेस्ला यांनी नमूद केले की या "गूढ घटनेच्या" या प्रात्यक्षिकांमुळे "या अद्भुत शक्तीबद्दल अधिक जाणून घेण्याची" इच्छा निर्माण झाली. 30 टेस्ला त्याच्या डोक्यात अविभाज्य कॅल्क्युलस करण्यास सक्षम होते, ज्यामुळे त्याच्या शिक्षकांना विश्वास बसला की तो फसवणूक करत आहे. त्यांनी 1873 मध्ये पदवीधर होऊन तीन वर्षांत चार वर्षांचा कार्यकाळ पूर्ण केला.

ग्रॅज्युएट झाल्यावर टेस्ला स्मिलजानला परतला पण लवकरच कॉलरा झाला, नऊ महिने अंथरुणाला खिळून होता आणि अनेक वेळा मृत्यूच्या जवळ होता. निराशेच्या क्षणी, टेस्लाच्या वडिलांनी (ज्यांना मुळात त्यांनी पौरोहित्यात प्रवेश करावा अशी इच्छा होती), तो आजारातून बरा झाल्यास त्याला सर्वोत्तम अभियांत्रिकी शाळेत पाठविण्याचे वचन दिले.

पुढच्या वर्षी टेस्लाने स्मिलजान ३४ मधील ऑस्ट्रो-हंगेरियन सैन्यात भरती होण्याचे टाळले आणि लिकाच्या आग्नेय दिशेला ग्रॅक्कजवळ टोमिंगजला पळून गेला. तेथे त्याने शिकारीचा वेष परिधान करून पर्वतांचा शोध घेतला. टेस्ला म्हणाले की निसर्गाच्या संपर्कामुळे तो शारीरिक आणि मानसिकदृष्ट्या मजबूत झाला. टॉमिंगजमध्ये असताना त्यांनी अनेक पुस्तके वाचली आणि नंतर सांगितले

की मार्क ट्वेनच्या कामांमुळे त्यांना त्यांच्या पूर्वीच्या आजारातून चमत्कारिकरित्या बरे होण्यास मदत झाली.

त्यांनी 1875 मध्ये ग्राझ येथील इंपीरियल-रॉयल टेक्निकल कॉलेजमध्ये मिलिटरी फ्रंटियर शिष्यवृत्तीवर प्रवेश घेतला. टेस्लाने आपल्या आत्मचरित्रात म्हटले आहे की त्याने कठोर परिश्रम केले आणि शक्य तितके उच्च गुण मिळवले, नऊ परीक्षा उत्तीर्ण केल्या आणि तांत्रिक विद्याशाखेच्या डीनकडून कौतुकाचे पत्र मिळाले. त्याच्या वडिलांना, ज्याने म्हटले होते की, "तुमचा मुलगा प्रथम क्रमांकाचा स्टार आहे." ग्राझ येथे, टेस्ला यांनी प्रोफेसर जेकोब पोश्ल यांनी सादर केलेल्या विजेवरील तपशीलवार व्याख्यानांबद्दल त्यांचे आकर्षण लक्षात घेतले आणि त्यांनी त्याच्या डिझाइनमध्ये सुधारणा करण्याच्या सूचना कशा दिल्या याचे वर्णन केले. प्राध्यापक एका इलेक्ट्रिक मोटरचे प्रात्यक्षिक करत होते. 26 अधिक चांगल्या स्त्रोताची आवश्यकता आहे परंतु तिसऱ्या वर्षी तो शाळेत नापास झाला आणि कधीही पदवीधर झाला नाही, डिसेंबर 1878 मध्ये ग्राझ सोडला. एका चरित्रकाराने असे सुचवले आहे की टेस्ला अभ्यास करत नव्हता आणि कदाचित जुगार आणि स्त्रिया खेळण्याबद्दल निष्कासित करण्यात आले.

टेस्लाच्या कुटुंबाने शाळा सोडल्यानंतर त्याचे ऐकले नाही. त्याच्या वर्गमित्रांमध्ये अशी अफवा पसरली होती की तो जवळच्या मुर नदीत बुडाला होता परंतु जानेवारीमध्ये त्यांच्यापैकी एकाने स्लोव्हेनियामधील सीमेपलीकडे असलेल्या मारिबोर शहरात टेस्लामध्ये धाव घेतली आणि टेस्लाच्या कुटुंबाला या भेटीची माहिती दिली. टेस्ला दर महिन्याला 60 फ्लोरिन्ससाठी ड्राफ्ट्समन म्हणून काम करत असल्याचे निष्पन्न झाले. मार्च 1879 मध्ये, मिलुटिनने शेवटी आपल्या मुलाचा शोध घेतला आणि त्याला घरी परतण्यास आणि प्रागमध्ये शिक्षण घेण्यास पटवून देण्याचा प्रयत्न केला. टेस्ला त्या महिन्याच्या उत्तरार्धात गॉस्पिकमध्ये परतला जेव्हा त्याला निवास परवाना नसल्यामुळे हद्दपार करण्यात आले होते. टेस्लाच्या वडिलांचे पुढील महिन्यात, 17 एप्रिल 1879 रोजी वयाच्या 60 व्या वर्षी एका अनिर्दिष्ट आजाराने निधन झाले. उर्वरित वर्षात टेस्लाने गॉस्पिकमधील त्याच्या जुन्या शाळेत मोठ्या वर्गातील विद्यार्थ्यांना शिकवले.

जानेवारी 1880 मध्ये, टेस्लाच्या दोन काकांनी त्याला गॉस्पिक सोडून प्रागला जाण्यास मदत करण्यासाठी पुरेसे पैसे एकत्र केले, जिथे तो अभ्यास करणार होता. चार्ल्स-फर्डिनांड विद्यापीठात नावनोंदणी होण्यासाठी तो खूप उशीरा पोहोचला; त्याने कधीही ग्रीक भाषेचा अभ्यास केला नव्हता, एक आवश्यक विषय; आणि तो चेक भाषेत निरक्षर होता, दुसरा आवश्यक विषय. तथापि, टेस्ला यांनी विद्यापीठातील तत्वज्ञानाच्या व्याख्यानांना ऑडिटर म्हणून हजेरी लावली परंतु त्यांना अभ्यासक्रमांसाठी ग्रेड मिळाले नाहीत.

बुडापेस्ट टेलिफोन एक्सचेंजमध्ये कार्यरत

टेस्ला 1881 मध्ये बुडापेस्ट, हंगेरी येथे बुडापेस्ट टेलिफोन एक्सचेंज या टेलीग्राफ कंपनीमध्ये तिवदार पुस्कस यांच्या हाताखाली काम करण्यासाठी गेले. आगमनानंतर, टेस्लाच्या लक्षात आले की कंपनी, त्यावेळी बांधकामाधीन, कार्यरत नाही, म्हणून त्याने त्याऐवजी सेंट्रल टेलिग्राफ ऑफिसमध्ये ड्राफ्ट्समन म्हणून काम केले. काही महिन्यांतच, बुडापेस्ट टेलिफोन एक्सचेंज कार्यान्वित झाले आणि टेस्लाला मुख्य इलेक्ट्रिशियन पदाची नियुक्ती करण्यात आली. त्याच्या नोकरीदरम्यान, टेस्लाने सेंट्रल स्टेशन उपकरणांमध्ये अनेक सुधारणा केल्या आणि टेलिफोन रिपीटर किंवा ॲम्प्लीफायर परिपूर्ण केल्याचा दावा केला, ज्याचे कधीही पेटंट किंवा सार्वजनिक वर्णन केले गेले नाही.

1882 मध्ये, तिवदार पुस्कास टेस्लाला पॅरिसमध्ये कॉन्टिनेंटल एडिसन कंपनीत दुसरी नोकरी मिळाली. टेस्लाने मोठ्या प्रमाणावर इलेक्ट्रिक पॉवर युटिलिटीमध्ये शहरभर इनडोअर इन्कॅन्डेसेंट लाइटिंग बसवून, एक नवीन उद्योग म्हणून काम करण्यास सुरुवात केली. कंपनीचे अनेक उपविभाग होते आणि टेस्लाने सोसायटी इलेक्ट्रीक एडिसन येथे काम केले, पॅरिसच्या आयव्री-सूर-सीन उपनगरातील विभाग, प्रकाश व्यवस्था स्थापित करण्याचा प्रभारी होता. तेथे त्यांनी इलेक्ट्रिकल इंजिनीअरिंगचा बराचसा व्यावहारिक अनुभव मिळवला. व्यवस्थापनाने त्याच्या अभियांत्रिकी आणि भौतिकशास्त्रातील प्रगत ज्ञानाची दखल घेतली आणि लवकरच त्याला डायनॅमो आणि मोटर्स तयार करण्याच्या सुधारित आवृत्त्या डिझाइन आणि तयार करण्यास भाग पाडले. त्यांनी त्याला फ्रान्स आणि जर्मनीच्या आसपास बांधल्या जाणाऱ्या इतर एडिसन युटिलिटीजमधील अभियांत्रिकी समस्यांचे निवारण करण्यासाठी पाठवले.

एडिसन मशीन न्यूयॉर्कच्या गोएर्क स्ट्रीटवर काम करते. मॅनहॅटनच्या खालच्या पूर्वेकडील सदनिकांमध्ये असलेल्या या दुकानात कॉस्मोपॉलिटन युरोपमधून काम करण्याचा बदल टेस्लाला "वेदनादायक आश्चर्य" वाटला.

1884 मध्ये, एडिसन मॅनेजर चार्ल्स बॅचेलर, जे पॅरिसच्या स्थापनेची देखरेख करत होते, त्यांना न्यूयॉर्क शहरातील एडिसन मशीन वर्क्स या उत्पादन विभागाचे व्यवस्थापन करण्यासाठी परत युनायटेड स्टेट्समध्ये आणण्यात आले आणि टेस्लाला युनायटेड स्टेट्समध्ये आणण्यास सांगितले. तसेच. जून 1884 मध्ये, टेस्लाने स्थलांतर केले आणि मॅनहॅटनच्या लोअर ईस्ट साइडवरील मशीन वर्क्समध्ये जवळजवळ लगेचच काम करण्यास सुरुवात केली, अनेक शंभर मशीनिस्ट, मजूर, व्यवस्थापकीय कर्मचारी आणि 20 "फील्ड अभियंते" या कामासाठी संघर्ष करत असलेल्या लोकांची गर्दी असलेले दुकान. त्या शहरातील मोठ्या विद्युत युटिलिटीच्या उभारणीसाठी. पॅरिसप्रमाणेच, टेस्ला स्थापना समस्यानिवारण आणि जनरेटर सुधारण्यावर काम करत होती. इतिहासकार डब्ल्यू. बर्नार्ड कार्लसन यांनी नमूद केले आहे की टेस्ला कंपनीचे संस्थापक थॉमस एडिसनला फक्त दोन वेळा भेटले असावे. त्यातील एक वेळ टेस्लाच्या आत्मचरित्रात नोंदवली गेली होती जिथे, एसएस ओरेगॉनच्या महासागरावरील खराब झालेले डायनॅमो दुरुस्त करण्यासाठी रात्रभर जागे राहिल्यानंतर, तो बॅचेलर आणि एडिसन यांच्याकडे धावला, ज्यांनी त्यांचे "पॅरिसियन" रात्रभर बाहेर राहिल्याबद्दल टिंगल केली. टेस्लाने त्यांना सांगितले की तो ओरेगॉनचे

निराकरण करण्यासाठी रात्रभर जागून होता, एडिसनने बॅचेलरला टिप्पणी दिली की "हा एक शापित चांगला माणूस आहे". टेस्लाला दिलेल्या प्रकल्पांपैकी एक आर्क लॅम्प-आधारित स्ट्रीट लाइटिंग सिस्टम विकसित करणे हा होता. आर्क लाइटिंग हा स्ट्रीट लाइटिंगचा सर्वात लोकप्रिय प्रकार होता परंतु त्याला उच्च व्होल्टेजची आवश्यकता होती आणि ते एडिसन लो-व्होल्टेज इन्कॅन्डेसेंट सिस्टमशी विसंगत होते, ज्यामुळे कंपनीला काही शहरांमधील करार गमावले. टेस्लाच्या डिझाईन्सचे उत्पादन कधीच केले गेले नाही, शक्यतो इनॅन्डेन्सेंट स्ट्रीट लाइटिंगमधील तांत्रिक सुधारणांमुळे किंवा एडिसनने आर्क लाइटिंग कंपनीसोबत केलेल्या इन्स्टॉलेशन डीलमुळे.

टेस्लाने काम सोडले तेव्हा ते एकूण सहा महिने मशीन वर्क्समध्ये काम करत होते. 47 कोणत्या घटनेमुळे तो निघून गेला हे अस्पष्ट आहे. जनरेटरची पुनर्रचना करण्यासाठी किंवा बंद केलेल्या आर्क लाइटिंग सिस्टीमसाठी त्याला मिळालेल्या बोनसपेक्षा जास्त असू शकते. टेस्लाने यापूर्वी एडिसन कंपनीसोबत न भरलेल्या बोनससाठी रन-इन केले होते, ज्याचा त्याला विश्वास होता की त्याने कमावले होते. त्याच्या आत्मचरित्रात, टेस्लाने म्हटले आहे की एडिसन मशीन वर्क्सच्या व्यवस्थापकाने "विविध प्रकारच्या चोवीस प्रकारच्या मानक मशीन्स" डिझाइन करण्यासाठी $50,000 बोनस ऑफर केला होता "परंतु ते एक व्यावहारिक विनोद ठरले". या कथेच्या नंतरच्या आवृत्त्यांमध्ये थॉमस एडिसन स्वत: ऑफर करतो आणि नंतर "टेस्ला, तुला आमचा अमेरिकन विनोद समजत नाही" असा टोमणा मारून करार रद्द केला आहे. मशीन वर्क्स मॅनेजर बॅचलर पगाराच्या बाबतीत कंजूष असल्याने दोन्ही कथेतील बोनसचा आकार विचित्र म्हणून नोंदवला गेला आहे आणि कंपनीकडे तेवढी रोख रक्कम (2021 मध्ये $1.4 दशलक्ष 58 च्या समतुल्य) नव्हती. टेस्लाच्या डायरीत त्याच्या नोकरीच्या शेवटी काय घडले यावर फक्त एक टिप्पणी आहे.

टेस्ला इलेक्ट्रिक लाइट आणि मॅन्युफॅक्चरिंग

एडिसन कंपनी सोडल्यानंतर लवकरच, टेस्ला आर्क लाइटिंग सिस्टीमचे पेटंट घेण्यावर काम करत होते, शक्यतो त्याने एडिसन येथे विकसित केली होती. मार्च 1885 मध्ये, तो पेटंट ॲटर्नी लेम्युएल डब्ल्यू. सेरेल यांच्याशी भेटला, तोच वकील एडिसनने वापरला होता, पेटंट सबमिट करण्यासाठी मदत मिळवण्यासाठी. सेरेलने टेस्लाची ओळख रॉबर्ट लेन आणि बेंजामिन वेल या दोन व्यावसायिकांशी करून दिली, ज्यांनी टेस्लाच्या नावाने टेस्ला इलेक्ट्रिक लाइट अँड मॅन्युफॅक्चरिंग या आर्क लाइटिंग मॅन्युफॅक्चरिंग आणि युटिलिटी कंपनीला वित्तपुरवठा करण्यास सहमती दर्शवली.टेस्लाने उर्वरित वर्षभर पेटंट मिळवण्यासाठी काम केले ज्यात सुधारित डीसी जनरेटर, अमेरिकेतील टेस्लाला जारी केलेले पहिले पेटंट आणि राहवे, न्यू जर्सी येथे प्रणाली तयार करणे आणि स्थापित करणे समाविष्ट आहे. टेस्लाच्या नवीन सिस्टमला तांत्रिक प्रेसमध्ये नोटीस मिळाली, ज्याने त्याच्या प्रगत वैशिष्ट्यांवर टिप्पणी दिली.

गुंतवणुकदारांनी नवीन प्रकारच्या पर्यायी करंट मोटर्स आणि इलेक्ट्रिकल ट्रान्समिशन उपकरणांसाठी टेस्लाच्या कल्पनांमध्ये फारसा रस दाखवला नाही. 1886 मध्ये युटिलिटी सुरू झाल्यानंतर, त्यांनी ठरवले की व्यवसायाची निर्मितीची बाजू खूप स्पर्धात्मक आहे आणि त्यांनी फक्त इलेक्ट्रिक युटिलिटी चालवण्याचा निर्णय घेतला. त्यांनी टेस्ला कंपनी सोडून एक नवीन युटिलिटी कंपनी स्थापन केली आणि शोधकर्त्याला पैसेहीन केले. टेस्लाने व्युत्पन्न केलेल्या पेटंटवरील नियंत्रणही गमावले, कारण त्याने ते स्टॉकच्या बदल्यात कंपनीला दिले होते. त्याला विविध इलेक्ट्रिकल दुरुस्तीच्या नोकऱ्यांवर काम करावे लागले आणि खंदक खोदणारा म्हणून दररोज $2 मध्ये काम करावे लागले. आयुष्याच्या उत्तरार्धात टेस्लाने 1886 चा तो भाग कष्टाचा काळ म्हणून सांगितला, "विज्ञान, यांत्रिकी आणि साहित्याच्या विविध शाखांमधील माझे उच्च शिक्षण मला थट्टासारखे वाटले" असे लिहिले.

एसी आणि इंडक्शन मोटर

1886 च्या उत्तरार्धात, टेस्लाने वेस्टर्न युनियनचे अधीक्षक अल्फ्रेड एस. ब्राउन आणि न्यूयॉर्कचे वकील चार्ल्स फ्लेचर पेक यांची भेट घेतली. आर्थिक फायद्यासाठी कंपन्या स्थापन करण्यात आणि शोध आणि पेटंटला प्रोत्साहन देण्यात हे दोघे अनुभवी होते. इलेक्ट्रिकल उपकरणांसाठी टेस्लाच्या नवीन कल्पनांच्या आधारे, थर्मो-मॅग्नेटिक मोटर कल्पनेसह, त्यांनी शोधकर्त्याला आर्थिक पाठबळ देण्यास आणि त्याचे पेटंट हाताळण्यास सहमती दर्शविली. त्यांनी मिळून एप्रिल 1887 मध्ये टेस्ला इलेक्ट्रिक कंपनीची स्थापना केली, व्युत्पन्न केलेल्या पेटंटमधून मिळणारा नफा टेस्लाला 1/3, पेक आणि ब्राउनला 1/3 आणि विकासासाठी निधी 1/3 जाईल अशा करारासह. त्यांनी मॅनहॅटनमधील लिबर्टी स्ट्रीट येथे टेस्लासाठी प्रयोगशाळा स्थापन केली, जिथे त्यांनी नवीन प्रकारच्या इलेक्ट्रिक मोटर्स, जनरेटर आणि इतर उपकरणांमध्ये सुधारणा आणि विकास करण्याचे काम केले.

1887 मध्ये, टेस्लाने एक इंडक्शन मोटर विकसित केली जी अल्टरनेटिंग करंट (AC) वर चालते, एक पॉवर सिस्टम फॉरमॅट जो युरोप आणि युनायटेड स्टेट्समध्ये वेगाने विस्तारत होता कारण लांब-अंतराच्या, उच्च-व्होल्टेज ट्रान्समिशनमध्ये त्याचे फायदे होते. मोटरने पॉलीफेस करंटचा वापर केला, ज्यामुळे मोटर फिरवण्यासाठी एक फिरणारे चुंबकीय क्षेत्र निर्माण झाले (टेस्लाने 1882 मध्ये गर्भधारणा केल्याचा दावा केलेला सिद्धांत). मे 1888 मध्ये पेटंट घेतलेली ही अभिनव इलेक्ट्रिक मोटर ही एक साधी सेल्फ-स्टार्टिंग डिझाईन होती ज्याला कम्युटेटरची आवश्यकता नव्हती, त्यामुळे स्पार्किंग टाळले जाते आणि यांत्रिक ब्रशेस सतत सर्व्हिसिंग आणि बदलण्याची उच्च देखभाल होते.

मोटारचे पेटंट मिळण्याबरोबरच, पेक आणि ब्राउन यांनी मोटारला प्रसिद्धी मिळवून देण्याची व्यवस्था केली, ती एक कार्यात्मक सुधारणा आहे याची पडताळणी करण्यासाठी स्वतंत्र चाचणीने सुरुवात केली, त्यानंतर पेटंटच्या मुद्द्याशी संबंधित लेखांसाठी तांत्रिक प्रकाशनांना प्रेस प्रकाशन पाठवले. भौतिकशास्त्रज्ञ विल्यम अरनॉल्ड अँथनी (ज्याने मोटरची चाचणी केली) आणि इलेक्ट्रिकल वर्ल्ड मॅगझिनचे संपादक थॉमस कॉमरफोर्ड मार्टिन यांनी टेस्लाने 16 मे 1888 रोजी अमेरिकन इन्स्टिट्यूट ऑफ इलेक्ट्रिकल इंजिनियर्स येथे आपल्या एसी मोटरचे प्रात्यक्षिक करण्याची व्यवस्था केली. वेस्टिंगहाऊस इलेक्ट्रिक अँड मॅन्युफॅक्चरिंग कंपनीसाठी काम करणाऱ्या अभियंत्यांनी जॉर्ज वेस्टिंगहाउसला कळवले की टेस्लाकडे एक व्यवहार्य AC मोटर आणि संबंधित पॉवर सिस्टम आहे—वेस्टिंगहाऊस ज्या पर्यायी चालू प्रणालीसाठी ते आधीच मार्केटिंग करत होते, त्यासाठी आवश्यक असलेले काहीतरी. वेस्टिंगहाऊसने 1885 मध्ये विकसित केलेल्या समान कम्युटेटर-लेस, रोटेटिंग मॅग्नेटिक फील्ड-आधारित इंडक्शन मोटरवर पेटंट मिळवण्याचा विचार केला आणि मार्च 1888 मध्ये इटालियन भौतिकशास्त्रज्ञ गॅलिलिओ फेरारिस यांनी एका पेपरमध्ये सादर केला, परंतु टेस्लाचे पेटंट कदाचित बाजारावर नियंत्रण ठेवेल असे ठरवले.

टेस्लाचे एसी डायनॅमो-इलेक्ट्रिक मशीन (एसी इलेक्ट्रिक जनरेटर) 1888

जुलै 1888 मध्ये, ब्राउन आणि पेक यांनी जॉर्ज वेस्टिंगहाऊससोबत टेस्लाच्या पॉलीफेस इंडक्शन मोटर आणि ट्रान्सफॉर्मर डिझाइनसाठी $60,000 रोख आणि स्टॉक आणि प्रत्येक मोटरद्वारे उत्पादित प्रति एसी हॉर्सपॉवर $2.50 ची रॉयल्टी यासाठी परवाना करार केला. वेस्टिंगहाऊसने वेस्टिंगहाऊस इलेक्ट्रिक अँड मॅन्युफॅक्चरिंग कंपनीच्या पिट्सबर्ग लॅबमध्ये सल्लागार म्हणून दरमहा $2,000 ($60,300 आजच्या डॉलर्स) मोठ्या फीवर टेस्लाला एका वर्षासाठी नियुक्त केले.

त्या वर्षाच्या दरम्यान, टेस्लाने पिट्सबर्गमध्ये काम केले, शहराच्या रस्त्यावरील कारला उर्जा देण्यासाठी पर्यायी चालू प्रणाली तयार करण्यात मदत केली. वेस्टिंगहाऊसच्या इतर अभियंत्यांसोबत एसी पॉवर कशी उत्तम प्रकारे राबवायची यावरून संघर्ष झाल्यामुळे त्याला हा निराशाजनक काळ वाटला. त्यांच्या दरम्यान, ते टेस्लाने प्रस्तावित केलेल्या 60-सायकल एसी सिस्टीमवर स्थिरावले (टेस्लाच्या मोटरच्या कामकाजाच्या वारंवारतेशी जुळण्यासाठी), परंतु त्यांना लवकरच असे आढळून आले की ते रस्त्यावरील कारसाठी काम करणार नाही, कारण टेस्लाची इंडक्शन मोटर केवळ स्थिर वेगाने धावू शकते. त्याऐवजी त्यांनी डीसी ट्रॅक्शन मोटरचा वापर केला.

बाजारात गोंधळ

टेस्लाचे त्याच्या इंडक्शन मोटरचे प्रात्यक्षिक आणि वेस्टिंगहाऊसचे पेटंटचे त्यानंतरचे परवाने, दोन्ही 1888 मध्ये, इलेक्ट्रिक कंपन्यांमधील तीव्र स्पर्धेच्या वेळी आले. वेस्टिंगहाऊस, एडिसन आणि थॉमसन-ह्यूस्टन या तीन मोठ्या कंपन्या एकमेकांना आर्थिकदृष्ट्या कमी करून भांडवल-केंद्रित व्यवसायात वाढ करण्याचा प्रयत्न करत होत्या. वेस्टिंगहाऊस अल्टरनेटिंग करंट सिस्टीमपेक्षा त्यांची डायरेक्ट करंट सिस्टीम अधिक चांगली आणि सुरक्षित असल्याचा दावा करण्याचा प्रयत्न एडिसन इलेक्ट्रिकसह "प्रवाहांचे युद्ध" प्रचार मोहीमही सुरू होती. या मार्केटमध्ये स्पर्धा करणे म्हणजे वेस्टिंगहाऊसकडे टेस्लाची मोटर आणि संबंधित पॉलीफेस प्रणाली विकसित करण्यासाठी रोख किंवा अभियांत्रिकी संसाधने लगेचच नसतील.

टेस्ला करारावर स्वाक्षरी केल्यानंतर दोन वर्षांनी वेस्टिंगहाऊस इलेक्ट्रिक अडचणीत आले. लंडनमधील बेरिंग्ज बँकेच्या नजीकच्या पतनाने 1890 मध्ये आर्थिक घबराट निर्माण झाली, ज्यामुळे गुंतवणूकदारांनी वेस्टिंगहाऊस इलेक्ट्रिकला त्यांच्या कर्जाची मागणी केली. 88 अचानक रोख टंचाईमुळे कंपनीला कर्जाचे पुनर्वित्त करणे भाग पडले. नवीन कर्जदारांनी वेस्टिंगहाऊसने टेस्ला करारातील प्रति मोटार रॉयल्टीसह इतर कंपन्यांच्या संपादन, संशोधन आणि पेटंटवरील खर्चात कपात करण्याची मागणी केली. त्या वेळी, टेस्ला इंडक्शन मोटर अयशस्वी ठरली होती आणि विकासात अडकली होती. वेस्टिंगहाऊस $15,000-प्रति-वर्ष गॅरंटीड रॉयल्टी भरत होता जरी मोटारची ऑपरेटिंग उदाहरणे दुर्मिळ होती आणि ती चालविण्यासाठी आवश्यक पॉलीफेस पॉवर सिस्टम आणखी दुर्मिळ होते.1891 च्या सुरुवातीस, जॉर्ज वेस्टिंगहाऊसने टेस्लाला त्याच्या आर्थिक अडचणी स्पष्टपणे स्पष्ट केल्या आणि असे म्हटले की, जर त्याने त्याच्या कर्जदारांच्या मागण्या पूर्ण केल्या नाहीत, तर ते यापुढे वेस्टिंगहाऊस इलेक्ट्रिकवर नियंत्रण ठेवणार नाहीत आणि टेस्लाला "बँकर्सशी सामना करावा लागेल. भविष्यातील रॉयल्टी गोळा करण्याचा प्रयत्न करणे . वेस्टिंगहाऊसने मोटारला चॅम्पियन बनविण्याचे फायदे टेस्लाला कदाचित स्पष्ट वाटले आणि त्याने कंपनीला करारातील रॉयल्टी पेमेंट क्लॉजमधून मुक्त करण्यास सहमती दर्शविली. सहा वर्षांनंतर वेस्टिंगहाऊसने जनरल इलेक्ट्रिक (एडिसन आणि थॉमसन-ह्युस्टन यांच्या 1892 च्या विलीनीकरणातून निर्माण झालेली कंपनी) सह केलेल्या पेटंट-शेअरिंग कराराचा भाग म्हणून $216,000 च्या एकरकमी पेमेंटसाठी टेस्लाचे पेटंट खरेदी केले.

न्यूयॉर्क प्रयोगशाळा

टेस्लाने त्याच्या एसी पेटंटच्या परवान्यातून कमावलेल्या पैशाने तो स्वतंत्रपणे श्रीमंत झाला आणि त्याला स्वतःचे हित जोपासण्यासाठी वेळ आणि निधी दिला. 1889 मध्ये, टेस्ला पेक आणि ब्राउनने भाड्याने घेतलेल्या लिबर्टी स्ट्रीट शॉपमधून बाहेर पडले आणि पुढील डझनभर वर्षे मॅनहॅटनमधील कार्यशाळा/प्रयोगशाळा जागांच्या मालिकेतून काम केले. यामध्ये 175 ग्रँड स्ट्रीट (1889-1892), साउथ फिफ्थ अव्हेन्यू (1892-1895) चा चौथा मजला आणि आणि ईस्ट ह्यूस्टन स्ट्रीट (1895-1902) च्या सहाव्या आणि सातव्या मजल्यांचा समावेश होता. टेस्ला आणि त्याच्या भाड्याने घेतलेल्या कर्मचाऱ्यांनी या कार्यशाळांमध्ये त्यांचे काही महत्त्वपूर्ण कार्य केले.

टेस्ला कॉइल

1889 च्या उन्हाळ्यात, टेस्लाने पॅरिसमधील 1889 एक्स्पोझिशन युनिव्हर्सेलला प्रवास केला आणि हेनरिक हर्ट्झच्या 1886-1888 च्या प्रयोगांबद्दल जाणून घेतले ज्याने रेडिओ लहरींसह इलेक्ट्रोमॅग्नेटिक रेडिएशनचे अस्तित्व सिद्ध केले. टेस्लाला हा नवीन शोध "रीफ्रेशिंग" वाटला आणि त्याने तो अधिक पूर्णपणे एक्सप्लोर करण्याचा निर्णय घेतला. या प्रयोगांची पुनरावृत्ती करताना आणि नंतर विस्तार करताना टेस्लाने सुधारित आर्क लाइटिंग सिस्टमचा एक भाग म्हणून विकसित केलेल्या हाय स्पीड अल्टरनेटरसह रुहमकॉर्फ कॉइलला शक्ती देण्याचा प्रयत्न केला परंतु असे आढळले की उच्च-फ्रिक्वेंसी करंटने लोखंडी कोर जास्त गरम केला आणि प्राथमिक दरम्यानचे इन्सुलेशन वितळले. आणि गुंडाळी मध्ये दुय्यम windings. या समस्येचे निराकरण करण्यासाठी टेस्लाने त्याचा "ओसीलेटिंग ट्रान्सफॉर्मर" आणला, ज्यामध्ये प्राथमिक आणि दुय्यम विंडिंग्समधील इन्सुलेट सामग्री आणि कॉइलमध्ये किंवा बाहेर वेगवेगळ्या स्थानांवर हलवता येणारा लोखंडी कोर यांच्याऐवजी हवेतील अंतर आहे. नंतर टेस्ला कॉइल म्हटले जाते, ते उच्च-व्होल्टेज, कमी-वर्तमान, उच्च वारंवारता पर्यायी-वर्तमान वीज निर्मितीसाठी वापरले जाईल. तो या रेझोनंट ट्रान्सफॉर्मर सर्किटचा वापर त्याच्या नंतरच्या वायरलेस पॉवरच्या कामात करेल.

नागरिकत्व

30 जुलै 1891 रोजी, वयाच्या 35 व्या वर्षी, टेस्ला युनायटेड स्टेट्सचे नैसर्गिक नागरिक बनले. त्याच वर्षी, त्याने त्याच्या टेस्ला कॉइलचे पेटंट घेतले.

वायरलेस लाइटिंग

टेस्ला 1891 मध्ये कोलंबिया कॉलेजमधील लेक्चर दरम्यान "इलेक्ट्रोस्टॅटिक इंडक्शन" द्वारे वायरलेस लाइटिंगचे प्रात्यक्षिक करत आहे.

1890 नंतर, टेस्लाने त्याच्या टेस्ला कॉइलने व्युत्पन्न केलेल्या उच्च एसी व्होल्टेजचा वापर करून प्रेरक आणि कॅपेसिटिव्ह कपलिंगद्वारे शक्ती प्रसारित करण्याचा प्रयोग केला. त्याने जवळच्या-क्षेत्रातील प्रेरक आणि कॅपेसिटिव्ह कपलिंगवर आधारित वायरलेस प्रकाश व्यवस्था विकसित करण्याचा प्रयत्न केला आणि सार्वजनिक प्रात्यक्षिकांची मालिका आयोजित केली जिथे त्याने गीस्लर ट्यूब आणि अगदी एका स्टेजवरून इनॅन्डेन्सेंट लाइट बल्ब पेटवले. विविध गुंतवणूकदारांच्या मदतीने प्रकाशाच्या या नवीन स्वरूपाच्या विविधतेवर काम करण्यात त्यांनी दशकातील बहुतांश काळ घालवला, परंतु त्यांच्या निष्कर्षांमधून कोणतेही व्यावसायिक उत्पादन करण्यात यश आले नाही.

1893 मध्ये सेंट लुईस, मिसूरी येथे, फिलाडेल्फिया, पेनसिल्व्हेनिया येथील फ्रँकलिन इन्स्टिट्यूट आणि नॅशनल इलेक्ट्रिक लाइट असोसिएशन, टेस्ला यांनी प्रेक्षकांना सांगितले की त्यांच्यासारखी यंत्रणा अखेरीस "सुगम सिग्नल किंवा कदाचित वीज वापरल्याशिवाय कोणत्याही अंतरापर्यंत पोहोचू शकते" याची खात्री आहे. तारांचे" पृथ्वीद्वारे संचलन करून.

टेस्ला यांनी 1892 ते 1894 पर्यंत अमेरिकन इन्स्टिट्यूट ऑफ इलेक्ट्रिकल इंजिनिअर्सचे उपाध्यक्ष म्हणून काम केले, आधुनिक काळातील IEEE (इन्स्टिट्यूट ऑफ रेडिओ इंजिनीअर्ससह) चे अग्रदूत

पॉलीफेस सिस्टम आणि कोलंबियन प्रदर्शन

1893 च्या सुरूवातीस, वेस्टिंगहाऊस अभियंता चार्ल्स एफ. स्कॉट आणि नंतर बेंजामिन जी. लॅमे यांनी टेस्लाच्या इंडक्शन मोटरच्या कार्यक्षम आवृत्तीवर प्रगती केली होती. रोटरी कन्व्हर्टर विकसित करून जुन्या सिंगल-फेज एसी आणि डीसी सिस्टीमशी सुसंगत असलेली पॉलिफेस प्रणाली बनवण्याचा मार्ग लॅमे यांनी शोधून काढला. वेस्टिंगहाऊस इलेक्ट्रिककडे आता सर्व संभाव्य ग्राहकांना वीज पुरवण्याचा एक मार्ग होता आणि त्यांनी त्यांच्या पॉलीफेस एसी सिस्टमला "टेस्ला पॉलीफेस सिस्टम" म्हणून ब्रँडिंग करण्यास सुरुवात केली. त्यांचा असा विश्वास होता की टेस्लाच्या पेटंटने त्यांना इतर पॉलीफेस एसी प्रणालींपेक्षा पेटंटला प्राधान्य दिले आहे.

वेस्टिंगहाऊस इलेक्ट्रिकने टेस्लाला शिकागो येथे 1893 च्या जागतिक कोलंबियन प्रदर्शनात भाग घेण्यास सांगितले जेथे कंपनीकडे इलेक्ट्रिकल प्रदर्शनासाठी समर्पित "इलेक्ट्रीसिटी बिल्डिंग" मध्ये मोठी जागा होती. वेस्टिंगहाऊस इलेक्ट्रिकने ऑल्टरनेटिंग करंटसह एक्स्पोझिशन पेटवण्याची बोली जिंकली आणि एसी पॉवरच्या इतिहासातील ही एक महत्त्वाची घटना होती, कारण कंपनीने अमेरिकन लोकांसमोर पॉलीफेस असलेल्या अल्टरनेटिंग करंट सिस्टमची सुरक्षा, विश्वासार्हता आणि कार्यक्षमता दाखवली. मेळ्यात इतर एसी आणि डीसी प्रदर्शनांचा पुरवठा देखील करतात.

टेस्लाच्या इंडक्शन मोटरचे विविध फॉर्म आणि मॉडेल्स प्रदर्शित करण्यासाठी एक विशेष प्रदर्शनाची जागा तयार करण्यात आली होती. फिरणारे चुंबकीय क्षेत्र ज्याने त्यांना चालवले ते प्रात्यक्षिकांच्या मालिकेद्वारे स्पष्ट केले गेले ज्यामध्ये कोलंबसच्या अंडीचा समावेश आहे ज्यामध्ये इंडक्शन मोटरमध्ये सापडलेल्या दोन-फेज कॉइलचा वापर करून तांब्याच्या अंडीला फिरवून ते शेवटी उभे होते

टेस्लाने इंटरनॅशनल इलेक्ट्रिकल काँग्रेसमध्ये सहभागी होण्यासाठी आणि वेस्टिंगहाऊसच्या प्रदर्शनात प्रात्यक्षिकांची मालिका ठेवण्यासाठी सहा महिन्यांच्या धावपळीत एका आठवड्यासाठी मेळ्याला भेट दिली. टेस्लाने आपली वायरलेस लाइटिंग सिस्टीम दाखवली होती तिथे एक खास अंधार असलेली खोली तयार करण्यात आली होती, ज्याचे प्रात्यक्षिक त्याने पूर्वी संपूर्ण अमेरिका आणि युरोपमध्ये केले होते; यामध्ये हाय-व्होल्टेज, हाय-फ्रिक्वेंसी अल्टरनेटिंग करंट ते वायरलेस गॅस-डिस्चार्ज दिवे वापरणे समाविष्ट होते.

खोलीच्या आत टिन फॉइलने झाकलेल्या दोन हार्ड-रबर प्लेट्स निलंबित केल्या होत्या. ते सुमारे पंधरा फूट अंतरावर होते आणि ट्रान्सफॉर्मरमधून जाणाऱ्या तारांचे टर्मिनल म्हणून काम करत होते. जेव्हा विद्युत प्रवाह चालू केला जातो तेव्हा दिवे किंवा नळ्या, ज्यांना तारा नसलेल्या, परंतु निलंबित प्लेट्सच्या दरम्यान टेबलवर ठेवलेल्या किंवा खोलीच्या जवळजवळ कोणत्याही भागात हातात धरल्या जाऊ शकतात, ते चमकदार बनवले गेले. हे तेच प्रयोग आणि टेस्लाने सुमारे दोन वर्षांपूर्वी लंडनमध्ये दाखवलेले तेच उपकरण होते, "जिथे त्यांनी खूप आश्चर्य आणि विस्मय निर्माण केले".

वाफेवर चालणारे दोलन जनरेटर

कोलंबियन एक्सपोझिशन ॲग्रीकल्चर हॉलमधील इंटरनॅशनल इलेक्ट्रिकल काँग्रेसमध्ये सादरीकरणादरम्यान, टेस्लाने त्यांचे वाफेवर चालणारे परस्पर विद्युत जनरेटर सादर केले, ज्याचे त्यांनी त्या वर्षी पेटंट घेतले, त्याला पर्यायी विद्युत् प्रवाह निर्माण करण्याचा एक चांगला मार्ग वाटला. स्टीमला ऑसीलेटरमध्ये जबरदस्तीने आणले गेले आणि बंदरांच्या मालिकेतून बाहेर काढले गेले आणि आर्मेचरला जोडलेल्या पिस्टनला वर आणि खाली ढकलले. चुंबकीय आर्मेचर उच्च वेगाने वर आणि खाली कंपन करते, पर्यायी चुंबकीय क्षेत्र तयार करते. शेजारी असलेल्या वायर कॉइलमध्ये हे प्रेरित पर्यायी विद्युत प्रवाह. याने स्टीम इंजिन/जनरेटरचे क्लिष्ट भाग काढून टाकले, परंतु वीज निर्माण करण्यासाठी व्यवहार्य अभियांत्रिकी उपाय म्हणून कधीही पकडले गेले नाही.

नायगारा वर सल्ला

1893 मध्ये, एडवर्ड डीन ॲडम्स, जे नायगरा फॉल्स मोतीबिंदू कन्स्ट्रक्शन कंपनीचे प्रमुख होते, यांनी टेस्लाचे मत विचारले की फॉल्समध्ये निर्माण होणारी वीज प्रसारित करण्यासाठी कोणती प्रणाली सर्वोत्तम आहे. अनेक वर्षांपासून, ते सर्वोत्तम कसे करावे यासाठी अनेक प्रस्ताव आणि खुल्या स्पर्धा झाल्या. अनेक यूएस आणि युरोपियन कंपन्यांनी प्रस्तावित केलेल्या प्रणालींमध्ये दोन-फेज आणि थ्री-फेज एसी, हाय-व्होल्टेज डीसी आणि कॉम्प्रेस्ड एअर यांचा समावेश होता. ॲडम्सने टेस्लाला सर्व प्रतिस्पर्धी प्रणालींच्या सद्य स्थितीबद्दल माहिती विचारली. टेस्लाने ॲडम्सला सल्ला दिला की दोन-चरण प्रणाली सर्वात विश्वासार्ह असेल आणि दोन-टप्प्यांत पर्यायी प्रवाह वापरून इनॅन्डेन्सेंट बल्ब प्रकाशित करण्यासाठी वेस्टिंगहाऊस प्रणाली आहे. टेस्लाच्या सल्ल्यानुसार आणि कोलंबियन प्रदर्शनात वेस्टिंगहाऊसच्या प्रात्यक्षिकांवर आधारित, कंपनीने नायगारा फॉल्स येथे दोन-फेज एसी जनरेटिंग सिस्टम तयार करण्यासाठी वेस्टिंगहाऊस इलेक्ट्रिकला कंत्राट दिले. त्याच वेळी, एसी वितरण प्रणाली तयार करण्यासाठी जनरल इलेक्ट्रिकला आणखी एक कंत्राट देण्यात आले.

निकोला टेस्ला कंपनी

1895 मध्ये, एडवर्ड डीन ॲडम्स, जेव्हा त्यांनी टेस्लाच्या प्रयोगशाळेला भेट दिली तेव्हा त्यांनी जे पाहिले ते पाहून प्रभावित झाले, निकोला टेस्ला कंपनी शोधण्यात मदत करण्यास सहमत झाले, ज्याची स्थापना विविध टेस्ला पेटंट आणि शोध तसेच नवीन शोधांसाठी निधी, विकास आणि मार्केटिंग करण्यासाठी केली गेली. अल्फ्रेड ब्राउनने पेक आणि ब्राउन अंतर्गत विकसित पेटंट आणून त्यावर स्वाक्षरी केली. विल्यम बर्च रँकिन आणि चार्ल्स एफ. कोनी यांनी बोर्ड भरले होते. 1890 च्या दशकाच्या मध्यभागी आर्थिकदृष्ट्या कठीण काळ असल्याने काही गुंतवणूकदार सापडले, आणि वायरलेस लाइटिंग आणि ऑसिलेटर पेटंट बाजारात आणले गेले ते कधीही पूर्ण झाले नाही. कंपनीने टेस्लाचे पेटंट पुढील अनेक दशके हाताळले.

प्रयोगशाळेत आग

13 मार्च 1895 च्या पहाटे, टेस्लाची प्रयोगशाळा असलेल्या साउथ फिफ्थ अव्हेन्यू इमारतीला आग लागली. ते इमारतीच्या तळघरात सुरू झाले आणि टेस्लाची चौथ्या मजल्यावरील प्रयोगशाळा जळून दुसऱ्या मजल्यावर कोसळली आणि ती इतकी तीव्र होती. या आगीमुळे टेस्लाचे सुरू असलेले प्रकल्पच मागे पडले नाहीत, तर 1893 च्या वर्ल्ड्स कोलंबियन प्रदर्शनात प्रदर्शित झालेल्या अनेकांसह सुरुवातीच्या नोट्स आणि संशोधन साहित्य, मॉडेल्स आणि प्रात्यक्षिकांचा संग्रह देखील नष्ट झाला. टेस्लाने न्यूयॉर्क टाइम्सला सांगितले की "मी बोलण्यासाठी खूप दुःखात आहे. मी काय बोलू?". आग लागल्यानंतर टेस्ला आणि ईस्ट ह्यूस्टन स्ट्रीटवर गेला आणि 6व्या आणि 7व्या मजल्यावर त्याची लॅब पुन्हा बांधली.

एक्स-रे प्रयोग

1894 पासून, टेस्लाने मागील प्रयोगांमध्ये त्याच्या प्रयोगशाळेत खराब झालेले चित्रपट पाहिल्यानंतर त्याने "अदृश्य" प्रकारची तेजस्वी ऊर्जा म्हणून ज्याचा उल्लेख केला होता ते तपासण्यास सुरुवात केली (नंतर "रॉन्टजेन किरण" किंवा "क्ष-किरण" म्हणून ओळखले). त्याचे सुरुवातीचे प्रयोग क्रुकेस ट्यूब्स, शीत कॅथोड इलेक्ट्रिकल डिस्चार्ज ट्यूबसह होते. टेस्लाने अनवधानाने एक्स-रे इमेज कॅप्चर केली असावी—काही आठवड्यांपूर्वी, विल्हेल्म रोंटगेनच्या डिसेंबर १८९५ मध्ये क्ष-किरणांच्या शोधाच्या घोषणेची—जेव्हा त्याने मार्क ट्वेनचा गेस्लर ट्यूबद्वारे प्रकाशित केलेला फोटो काढण्याचा प्रयत्न केला, जो पूर्वीचा गॅस डिस्चार्ज होता. ट्यूब कॅमेऱ्याच्या लेन्सवरील मेटल लॉकिंग स्क्रू ही इमेज मध्ये टिपलेली एकमेव गोष्ट होती.

मार्च १८९६ मध्ये, रोंटगेनच्या एक्स-रे आणि एक्स-रे इमेजिंग (रेडिओग्राफी) चा शोध ऐकल्यानंतर, टेस्लाने एक्स-रे इमेजिंगमध्ये स्वतःचे प्रयोग करण्यास सुरुवात केली, त्याच्या उच्च-ऊर्जेची सिंगल-टर्मिनल व्हॅक्यूम ट्यूब विकसित केली. स्वतःचे डिझाइन ज्यामध्ये

कोणतेही लक्ष्य इलेक्ट्रोड नव्हते आणि ते टेस्ला कॉइलच्या आउटपुटमधून कार्य करते (या उपकरणाद्वारे तयार केलेल्या इंद्रियगोचरसाठी आधुनिक संज्ञा ब्रेम्सस्ट्राहलुंग किंवा ब्रेकिंग रेडिएशन आहे). त्याच्या संशोधनात, टेस्लाने एक्स-रे तयार करण्यासाठी अनेक प्रायोगिक सेटअप तयार केले. टेस्लाने असे मानले की, त्याच्या सर्किट्सच्या सहाय्याने, "वाद्य... एखाद्याला सामान्य यंत्राद्वारे मिळू शकणाऱ्या पेक्षा जास्त शक्तीचे रोएंटजेन किरण निर्माण करण्यास सक्षम करेल".

टेस्लाने त्याच्या सर्किट आणि सिंगल-नोड एक्स-रे-उत्पादक उपकरणांसह काम करण्याच्या धोक्याची नोंद केली. या इंद्रियगोचरच्या सुरुवातीच्या तपासावरील त्याच्या अनेक नोट्समध्ये, त्याने त्वचेच्या नुकसानास विविध कारणांमुळे जबाबदार धरले. त्वचेला होणारे नुकसान हे रोएंटजेन किरणांमुळे होत नसून त्वचेच्या संपर्कात निर्माण होणाऱ्या ओझोनमुळे आणि काही प्रमाणात नायट्रस ॲसिडमुळे होते, यावर त्याचा लवकर विश्वास होता. टेस्लाचा चुकीचा विश्वास होता की क्ष-किरण हे रेखांशाच्या लहरी आहेत, जसे की प्लाझ्मामधील लाटा तयार होतात. या प्लाझ्मा लहरी बलमुक्त चुंबकीय क्षेत्रात येऊ शकतात.

11 जुलै 1934 रोजी, न्यू यॉर्क हेराल्ड ट्रिब्यूनने टेस्लावर एक लेख प्रकाशित केला, ज्यामध्ये त्यांनी त्यांच्या सिंगल-इलेक्ट्रोड व्हॅक्यूम ट्यूबवर प्रयोग करताना अधूनमधून घडलेली घटना आठवली. एक मिनिटाचा कण कॅथोडला तोडून टाकेल, ट्यूबमधून बाहेर पडेल आणि त्याला शारीरिकरित्या मारेल.

टेस्ला म्हणाले की त्याच्या शरीरात तीक्ष्ण वेदना जाणवू शकते आणि पुन्हा जिथे ती निघून गेली त्या ठिकाणी. या कणांची त्याच्या "इलेक्ट्रिक गन" द्वारे प्रक्षेपित केलेल्या धातूच्या तुकड्यांशी तुलना करताना, टेस्ला म्हणाले, "बलाच्या तुळईतील कण ... अशा कणांपेक्षा खूप वेगाने प्रवास करतील ... आणि ते एकाग्रतेमध्ये प्रवास करतील".

रेडिओ रिमोट कंट्रोल

1898 मध्ये, टेस्लाने रेडिओ-नियंत्रित बोट दाखवली, जी त्याला जगभरातील नौदलांना मार्गदर्शित टॉर्पेडो म्हणून विकण्याची आशा होती.

1898 मध्ये, टेस्लाने मॅडिसन स्क्वेअर गार्डन येथे इलेक्ट्रिकल प्रदर्शनादरम्यान एक कोहेरर-आधारित रेडिओ नियंत्रण वापरणारी बोट दाखवली-ज्याला त्यांनी "टेलोटोमॅटन" असे नाव दिले होते. टेस्लाने आपली कल्पना अमेरिकन सैन्याला रेडिओ-नियंत्रित टॉर्पेडोचा प्रकार म्हणून विकण्याचा प्रयत्न केला, परंतु त्यांनी फारसा रस दाखवला नाही. पहिल्या महायुद्धापर्यंत आणि त्यानंतर अनेक देशांनी लष्करी कार्यक्रमांमध्ये त्याचा वापर केला तेव्हा रिमोट रेडिओ नियंत्रण ही एक नवीनता होती. टेस्लाने 13 मे 1899 रोजी कोलोरॅडो स्प्रिंग्स येथे प्रवास करत असताना शिकागो येथील कमर्शियल क्लबच्या सभेला संबोधित करताना "टेलिऑटोमॅटिक्स" चे आणखी प्रात्यक्षिक दाखवण्याची संधी घेतली.

वायरलेस पॉवर

1890 ते 1906 पर्यंत, टेस्लाने तारांशिवाय विद्युत उर्जेचे प्रसारण विकसित करण्याच्या प्रयत्नात अनेक प्रकल्पांवर आपला बराच वेळ आणि संपत्ती खर्च केली. तो वायरलेस लाइटिंगमध्ये दाखवत असलेल्या पॉवर ट्रान्समिट करण्यासाठी कॉइल वापरण्याच्या त्याच्या कल्पनेचा विस्तार होता. त्यांनी हे केवळ जगभरातील मोठ्या प्रमाणात शक्ती प्रसारित करण्याचा एक मार्ग म्हणून पाहिले नाही तर, त्यांनी त्यांच्या पूर्वीच्या व्याख्यानांमध्ये दर्शविल्याप्रमाणे, जगभरातील संप्रेषण प्रसारित करण्याचा एक मार्ग आहे.

ज्या वेळी टेस्ला त्याच्या कल्पना तयार करत होता, तेव्हा मोठ्या प्रमाणात वीज सोडा, दूर अंतरावर वायरलेस पद्धतीने संप्रेषण सिग्नल प्रसारित करण्याचा कोणताही व्यवहार्य मार्ग नव्हता. टेस्लाने रेडिओ लहरींचा लवकर अभ्यास केला होता, आणि हर्ट्झने केलेल्या सध्याच्या अभ्यासाचा भाग चुकीचा असल्याचे निष्कर्षापर्यंत पोहोचले होते. तसेच, किरणोत्सर्गाचे हे नवीन स्वरूप त्या वेळी एक लहान-अंतराची घटना मानली जात होती जी एका मैलापेक्षा कमी वेळेत नष्ट होईल असे वाटत होते. 145 टेस्लाने नमूद केले की, रेडिओ लहरींवरील सिद्धांत जरी खरे असले तरी ते त्याच्या हेतूसाठी पूर्णपणे निरुपयोगी होते कारण "अदृश्य प्रकाश" हा प्रकार इतर किरणोत्सर्गाप्रमाणेच अंतरावर कमी होईल आणि थेट अंतराळात सरळ रेषेत प्रवास करेल, "हताशपणे हरवले" होत आहे.

1890 च्या मध्यापर्यंत, टेस्ला या कल्पनेवर काम करत होता की तो पृथ्वी किंवा वातावरणातून लांब अंतरापर्यंत वीज वाहून नेऊ शकतो आणि त्याच्या पूर्वेला एक मोठा रेझोनान्स ट्रान्सफॉर्मर मॅग्निफायिंग ट्रान्समीटर स्थापित करण्यासह या कल्पनेची चाचणी घेण्यासाठी प्रयोगांवर काम करू लागला. ह्यूस्टन स्ट्रीट लॅब. पृथ्वीचे वातावरण प्रवाहकीय असल्याच्या एका सामान्य कल्पनेतून उधार घेतल्यासारखे वाटले, त्याने 30,000 फूट (9,100 मीटर) उंचीवरील हवेत फुगे निलंबित, प्रसारित आणि प्राप्त करणारे इलेक्ट्रोड बनवलेली प्रणाली प्रस्तावित केली. , जिथे त्याला वाटले की कमी दाब त्याला उच्च व्होल्टेज (लाखो व्होल्ट) लांब अंतरावर पाठवू शकेल.

कोलोरॅडो स्प्रिंग्स

कमी दाबाच्या हवेच्या प्रवाहकीय स्वरूपाचा अधिक अभ्यास करण्यासाठी, टेस्लाने 1899 मध्ये कोलोरॅडो स्प्रिंग्समध्ये उच्च उंचीवर एक प्रायोगिक स्टेशन स्थापित केले. तेथे तो त्याच्या न्यूयॉर्क प्रयोगशाळेच्या अरुंद हद्दीपेक्षा कितीतरी मोठ्या कॉइल सुरक्षितपणे ऑपरेट करू शकला आणि एका सहयोगीने एल पासो पॉवर कंपनीसाठी पर्यायी विद्युत प्रवाह विनामूल्य पुरवण्याची व्यवस्था केली होती. त्याच्या प्रयोगांना निधी देण्यासाठी, त्याने जॉन जेकब एस्टर IV ला निकोला टेस्ला कंपनीत बहुसंख्य भागधारक होण्यासाठी $100,000

($3,257,200 आजच्या डॉलर्समध्ये) गुंतवण्यास राजी केले. एस्टरला वाटले की तो प्रामुख्याने नवीन वायरलेस लाइटिंग सिस्टममध्ये गुंतवणूक करत आहे. त्याऐवजी, टेस्लाने त्याच्या कोलोरॅडो स्प्रिंग्स प्रयोगांना निधी देण्यासाठी पैसे वापरले. त्याच्या आगमनानंतर, त्याने पत्रकारांना सांगितले की त्याने वायरलेस टेलीग्राफी प्रयोग करण्याची योजना आखली आहे, ज्यामध्ये पायक्स पीक ते पॅरिसपर्यंत सिग्नल प्रसारित केले जातील.

लाखो व्होल्ट निर्माण करणाऱ्या त्याच्या "भिंग ट्रान्समीटर" च्या शेजारी बसलेले टेस्लाचे एकाधिक एक्सपोजर चित्र. 7-मीटर (23 फूट) लांब चाप सामान्य ऑपरेशनचा भाग नव्हते, परंतु केवळ पॉवर स्विचला वेगाने सायकल चालवून परिणामासाठी तयार केले जाते.

तेथे, त्याने मेगाव्होल्ट श्रेणीमध्ये कार्यरत असलेल्या एका मोठ्या कॉइलसह प्रयोग केले, ज्यामध्ये लाखो व्होल्ट आणि 135 फूट (41 मीटर) लांबीपर्यंतचे डिस्चार्ज असलेली कृत्रिम वीज (आणि मेघगर्जना) निर्माण केली, आणि एका टप्प्यावर, अनवधानाने एल पासोमधील जनरेटर जळून खाक झाला, ज्यामुळे वीज पुरवठा खंडित झाला. विजेच्या झटक्याच्या इलेक्ट्रॉनिक आवाजाविषयी त्याने केलेल्या निरीक्षणांमुळे तो (चुकीच्या पद्धतीने) असा निष्कर्ष काढला की तो पृथ्वीच्या संपूर्ण जगाचा उपयोग विद्युत ऊर्जा चालवण्यासाठी करू शकतो.

त्याच्या प्रयोगशाळेत असताना, टेस्लाने त्याच्या रिसीव्हरमधून असामान्य सिग्नल पाहिला जे त्याने दुसऱ्या ग्रहावरील संप्रेषण असल्याचा अंदाज लावला. डिसेंबर 1899 मध्ये एका पत्रकाराला आणि डिसेंबर 1900 मध्ये रेड क्रॉस सोसायटीला लिहिलेल्या पत्रात त्यांनी त्यांचा उल्लेख केला. पत्रकारांनी ती एक खळबळजनक कथा मानली आणि टेस्ला मंगळावरील सिग्नल ऐकत असल्याचे निष्कर्षापर्यंत पोहोचले. त्याने 9 फेब्रुवारी 1901 च्या कॉलियर्स वीकली लेखात "टॉकिंग विथ प्लॅनेट्स" नावाच्या लेखात ऐकलेल्या सिग्नल्सचा विस्तार केला, जिथे तो म्हणाला की तो "बुद्धिमानपणे नियंत्रित सिग्नल" ऐकत आहे हे त्याला लगेच स्पष्ट झाले नाही आणि सिग्नल त्यातून आले असावेत. मंगळ, शुक्र किंवा इतर ग्रह. जुलै १८९९ मध्ये त्याने गुग्लिएल्मो मार्कोनीचे युरोपियन प्रयोग रोखले असावेत असे गृहीत धरण्यात आले आहे—मार्कोनी यांनी नौदलाच्या प्रात्यक्षिकात S (डॉट/डॉट/डॉट) हे अक्षर प्रसारित केले असावे, तेच तीन आवेग ज्या टेस्लाने कोलोरॅडो येथे सुनावणीच्या वेळी सूचित केले होते.

टेस्लाने द सेंच्युरी मॅगझिनच्या संपादकाशी त्याच्या निष्कर्षांवर एक लेख तयार करण्यासाठी करार केला होता. मॅगझिनने एका फोटोग्राफरला कोलोरॅडोला पाठवले होते ते तिथे सुरू असलेल्या कामाचे फोटो काढण्यासाठी. "मानवी ऊर्जा वाढवण्याची समस्या" या शीर्षकाचा लेख मासिकाच्या जून 1900 च्या आवृत्तीत प्रकाशित झाला. त्याने कल्पना केलेल्या वायरलेस प्रणालीच्या श्रेष्ठतेचे स्पष्टीकरण दिले परंतु हा लेख त्याच्या कामाच्या समजण्याजोग्या वैज्ञानिक वर्णनापेक्षा एक लांबलचक तात्विक ग्रंथ होता, टेस्ला आणि त्याच्या कोलोरॅडो स्प्रिंग्सच्या प्रयोगांच्या प्रतिष्ठित प्रतिमा कशा बनल्या होत्या हे स्पष्ट केले आहे.

वॉर्डनक्लीफ

टेस्लाने न्यूयॉर्कमध्ये वायरलेस ट्रान्समिशनची एक व्यवहार्य प्रणाली म्हणून गुंतवणूकदार शोधण्याचा प्रयत्न केला, वॉल्डॉर्फ-अस्टोरियाच्या पाम गार्डन (त्यावेळी तो ज्या हॉटेलमध्ये राहत होता), द प्लेअर्स क्लब येथे त्यांना वाइनिंग आणि जेवण दिले. , आणि डेल्मोनिकोचे. मार्च 1901 मध्ये, त्याने जेपी मॉर्गनकडून $150,000 (आजच्या डॉलर्समध्ये $4,885,800 79) मिळवले आणि कोणत्याही व्युत्पन्न केलेल्या वायरलेस पेटंटच्या 51% वाट्याच्या मोबदल्यात त्याने वॉर्डनक्लीफ टॉवर सुविधेची योजना सुरू केली, जो शोरहॅम, न्यूयॉर्क, 100 mi. (161 किमी) लाँग आयलंडच्या उत्तर किनाऱ्यावरील शहराच्या पूर्वेस.

जुलै 1901 पर्यंत, टेस्लाने मार्कोनीच्या रेडिओ-आधारित प्रणालीच्या पुढे झेप घेण्यासाठी अधिक शक्तिशाली ट्रान्समीटर तयार करण्याच्या आपल्या योजनांचा विस्तार केला होता, जी टेस्लाने स्वतःची प्रत असल्याचे मानले होते. त्याने मॉर्गनकडे मोठी यंत्रणा तयार करण्यासाठी अधिक पैसे मागण्यासाठी संपर्क साधला, परंतु मॉर्गनने आणखी निधी देण्यास नकार दिला. डिसेंबर 1901 मध्ये, मार्कोनी यांनी यशस्वीरित्या एस हे अक्षर इंग्लंडहून न्यूफाउंडलँडमध्ये प्रसारित केले आणि अशा प्रकारचे प्रसारण पूर्ण करणारे पहिले होण्याच्या शर्यतीत टेस्लाचा पराभव केला. मार्कोनीच्या यशाच्या एका महिन्यानंतर, टेस्लाने मॉर्गनला "संपूर्ण जगामध्ये कंपन" नियंत्रित करून संदेश आणि शक्ती प्रसारित करण्याच्या आणखी मोठ्या योजनेचे समर्थन करण्याचा प्रयत्न केला. पुढील पाच वर्षांमध्ये, टेस्लाने मॉर्गनला 50 हून अधिक पत्रे लिहिली आणि वॉर्डनक्लीफचे बांधकाम पूर्ण करण्यासाठी अतिरिक्त निधीची मागणी केली. टेस्लाने 1902 मध्ये आणखी नऊ महिने हा प्रकल्प सुरू ठेवला. टॉवर त्याच्या पूर्ण उंचीवर फूट (57 मीटर) उभारण्यात आला. जून 1902 मध्ये, टेस्लाने त्यांचे प्रयोगशाळा ह्यूस्टन स्ट्रीटवरून वॉर्डनक्लीफ येथे हलवले.

वॉल स्ट्रीटवरील गुंतवणूकदार त्यांचे पैसे मार्कोनीच्या सिस्टीममध्ये टाकत होते, आणि प्रेसमधील काही जण टेस्लाच्या प्रकल्पाविरुद्ध वळू लागले आणि ते फसवे असल्याचा दावा करू लागले. हा प्रकल्प 1905 मध्ये थांबला आणि 1906 मध्ये, आर्थिक समस्या आणि इतर घटनांमुळे टेस्लाचे चरित्रकार मार्क जे. सीफर यांना टेस्लाच्या बाजूने चिंताग्रस्त ब्रेकडाउनचा संशय आला असावा. टेस्लाने वॉल्डॉर्फ-अस्टोरिया येथील कर्ज भरण्यासाठी वॉर्डनक्लिफ मालमत्ता गहाण ठेवली, ज्याची रक्कम अखेरीस $20,000 (आजच्या डॉलरमध्ये $541,100 79) झाली. 1915 मध्ये त्यांनी बंदोबस्तात मालमत्ता गमावली आणि जमीन अधिक व्यवहार्य रिअल इस्टेट मालमत्ता

बनवण्यासाठी 1917 मध्ये टॉवर नवीन मालकाने पाडला.

नंतरचे वर्ष

वॉर्डनक्लीफ बंद झाल्यानंतर, टेस्लाने मॉर्गनला लिहिणे सुरूच ठेवले; "महापुरुष" मरण पावल्यानंतर, टेस्लाने मॉर्गनचा मुलगा जॅकला पत्र लिहून प्रकल्पासाठी आणखी निधी मिळवण्याचा प्रयत्न केला. 1906 मध्ये, टेस्लाने मॅनहॅटनमधील 165 ब्रॉडवे येथे कार्यालये उघडली, त्याचे पेटंट विकसित आणि विपणन करून आणखी निधी उभारण्याचा प्रयत्न केला. १९१० ते १९१४ या काळात त्यांनी मेट्रोपॉलिटन लाइफ टॉवर येथे कार्यालये सुरू केली; वूलवर्थ बिल्डिंगमध्ये काही महिन्यांसाठी भाड्याने घेतले, भाडे परवडत नसल्यामुळे ते बाहेर पडले; आणि नंतर 1915 ते 1925 पर्यंत 8 वेस्ट 40 व्या स्ट्रीट येथे ऑफिस स्पेसमध्ये. 8 वेस्ट 40 व्या स्ट्रीटवर गेल्यानंतर ते प्रभावीपणे दिवाळखोर झाले. त्याचे बहुतेक पेटंट संपले होते आणि तो विकसित करण्याचा प्रयत्न करत असलेल्या नवीन शोधांमुळे त्याला त्रास होत होता.

ब्लेडलेस टर्बाइन

1906 मध्ये त्याच्या 50 व्या वाढदिवसाला, टेस्लाने 200 अश्वशक्ती (150 किलोवॅट) 16,000 rpm ब्लेडलेस टर्बाइनचे प्रात्यक्षिक दाखवले. 1910-1911 दरम्यान, न्यूयॉर्कमधील वॉटरसाइड पॉवर स्टेशनवर, त्याच्या अनेक ब्लेडलेस टर्बाइन इंजिनांची 100-5,000 hp वर चाचणी घेण्यात आली. टेस्लाने मिलवॉकीमध्ये 1919 ते 1922 या काळात ॲलिस-चाल्मर्ससाठी अनेक कंपन्यांसोबत काम केले. कंपनीचे मुख्य अभियंता हॅन्स डहलस्ट्रँड यांच्यासोबत टेस्ला टर्बाइन परिपूर्ण करण्यासाठी त्यांनी आपला बहुतेक वेळ घालवला, परंतु अभियांत्रिकी अडचणींमुळे ते कधीही व्यावहारिक उपकरण बनले नाही. टेस्लाने या कल्पनेचा परवाना एका अचूक साधन कंपनीला दिला आणि त्याचा वापर लक्झरी कार स्पीडोमीटर आणि इतर साधनांच्या स्वरूपात आढळला.

वायरलेस खटले

पहिले महायुद्ध सुरू झाले तेव्हा दोन्ही देशांमधील माहितीच्या प्रवाहावर नियंत्रण ठेवण्यासाठी ब्रिटिशांनी अमेरिकेला जर्मनीशी जोडणारी ट्रान्सअटलांटिक टेलिग्राफ केबल कापली. यूएस मार्कोनी कंपनीने जर्मन रेडिओ कंपनी टेलीफंकेनवर पेटंट उल्लंघन केल्याबद्दल खटला भरून अमेरिकेतील जर्मन वायरलेस संप्रेषण बंद करण्याचाही प्रयत्न केला. टेलिफंकेनने त्यांच्या बचावासाठी भौतिकशास्त्रज्ञ जोनाथन झेनेक आणि कार्ल फर्डिनांड ब्रॉन यांना आणले आणि टेस्लाला दोन वर्षांसाठी $1,000 प्रति महिना साक्षीदार म्हणून नियुक्त केले. 1917 मध्ये अमेरिकेने जर्मनीविरुद्ध युद्धात प्रवेश केला तेव्हा खटला रखडला आणि नंतर वाद झाला.

1915 मध्ये, टेस्लाने मार्कोनी कंपनीवर त्याच्या वायरलेस ट्यूनिंग पेटंटचे उल्लंघन केल्याबद्दल खटला भरण्याचा प्रयत्न केला. मार्कोनीचे प्रारंभिक रेडिओ पेटंट 1897 मध्ये यूएसमध्ये देण्यात आले होते, परंतु रेडिओ ट्रान्समिशनमध्ये सुधारणा समाविष्ट करणारे त्यांचे 1900 पेटंट सबमिशन अनेक वेळा नाकारले गेले होते, 1904 मध्ये मंजूर होण्यापूर्वी, दोन 1897 सह इतर विद्यमान पेटंटचे उल्लंघन केल्याच्या कारणास्तव. टेस्ला वायरलेस पॉवर ट्यूनिंग पेटंट. टेस्लाचा 1915 मधील खटला कुठेही गेला नाही, 184 परंतु एका संबंधित प्रकरणात, जिथे मार्कोनी कंपनीने WWI पेटंट उल्लंघनाबद्दल यूएस सरकारवर खटला भरण्याचा प्रयत्न केला, युनायटेड स्टेट्सच्या सर्वोच्च न्यायालयाने 1943 च्या निर्णयाने ऑलिव्हर लॉज, जॉन स्टोनचे पूर्वीचे पेटंट पुनर्संचयित केले. आणि टेस्ला. कोर्टाने असे घोषित केले की त्यांच्या निर्णयाचा मार्कोनीच्या रेडिओ ट्रान्समिशनच्या पहिल्या दाव्यावर काहीही परिणाम होत नाही, फक्त काही पेटंट केलेल्या सुधारणांबाबत मार्कोनीचा दावा संशयास्पद असल्याने, कंपनी त्याच पेटंटवर उल्लंघनाचा दावा करू शकत नाही.

इतर पुरस्कार, पेटंट आणि कल्पना

ग्रँड ऑफिसर ऑफ द ऑर्डर ऑफ सेंट सावा (सर्बिया, 1892)

इलियट क्रेसन मेडल (फ्रँकलिन इन्स्टिट्यूट, यूएसए, 1894) 191

ग्रँड क्रॉस ऑफ द ऑर्डर ऑफ प्रिन्स डॅनिलो I (मॉन्टेनेग्रो, 1895) 192

AIEE एडिसन पदक (इलेक्ट्रिकल अँड इलेक्ट्रॉनिक्स इंजिनियर्स संस्था, यूएसए, 1916) 193

ग्रँड क्रॉस ऑफ द ऑर्डर ऑफ सेंट सावा (युगोस्लाव्हिया, 1926) 194

क्रॉस ऑफ द ऑर्डर ऑफ द युगोस्लाव्ह क्राउन (युगोस्लाव्हिया, 1931)

जॉन स्कॉट मेडल (फ्रँकलिन इन्स्टिट्यूट आणि फिलाडेल्फिया सिटी कौन्सिल, यूएसए, 1934) 191

ऑर्डर ऑफ द व्हाईट ईगल (युगोस्लाव्हिया, 1936)

ग्रँड क्रॉस ऑफ द ऑर्डर ऑफ द व्हाईट लायन (चेकोस्लोव्हाकिया, 1937) 195

पॅरिस विद्यापीठाचे पदक (पॅरिस, फ्रान्स, 1937)

सेंट क्लेमेंट ऑफ ऑक्रिडा विद्यापीठाचे पदक (सोफिया, बल्गेरिया, 1939)

टेस्लाने ओझोनच्या उत्पादनावर आधारित अनेक उपकरणे बाजारात आणण्याचा प्रयत्न केला. यामध्ये त्याच्या 1900 टेस्ला ओझोन कंपनीने त्याच्या टेस्ला कॉइलवर आधारित 1896 चे पेटंट केलेले उपकरण विकले होते, ज्याचा वापर ओझोनला वेगवेगळ्या प्रकारच्या तेलांमधून उपचारात्मक जेल बनवण्यासाठी केला जातो. काही वर्षांनंतर त्यांनी रूग्णालयांसाठी रूम सॅनिटायझर म्हणून यात बदल

करण्याचा प्रयत्न केला.

टेस्ला यांनी सिद्धांत मांडला की मेंदूवर वीज वापरल्याने बुद्धिमत्ता वाढते. 1912 मध्ये, त्यांनी "निस्तेज विद्यार्थ्यांना विजेने नकळत संतृप्त करून उज्ज्वल बनविण्याची योजना," शाळेच्या भिंतींना वायरिंग आणि "उच्च वारंवारतेने कंपन करणाऱ्या असीम विद्युत लहरींनी शाळेची खोली संतृप्त करण्याची योजना तयार केली. त्यामुळे संपूर्ण खोली, मिस्टर टेस्ला दावा करतात, आरोग्य देणारे आणि उत्तेजक इलेक्ट्रोमॅग्नेटिक फील्ड किंवा 'बाथ' मध्ये रूपांतरित केले जावे.

पहिल्या महायुद्धापूर्वी, टेस्लाने परदेशी गुंतवणूकदारांची मागणी केली. युद्ध सुरू झाल्यानंतर, टेस्लाने युरोपियन देशांमधील त्याच्या पेटंटमधून मिळणारा निधी गमावला.

इलेक्ट्रिकल एक्सपेरिमेंटर मासिकाच्या ऑगस्ट 1917 च्या आवृत्तीत, टेस्लाने असे प्रतिपादन केले की "जबरदस्त वारंवारता" च्या "विद्युत किरण" च्या प्रतिबिंबाचा वापर करून पाणबुडी शोधण्यासाठी विजेचा वापर केला जाऊ शकतो, सिग्नल फ्लोरोसेंट स्क्रीनवर पाहिला जातो (एक प्रणाली जी आधुनिक रडारशी वरवरचे साम्य असल्याचे नोंदवले गेले आहे). टेस्ला उच्च-फ्रिक्वेंसी रेडिओ लहरी पाण्यामध्ये प्रवेश करतील ही त्यांची धारणा चुकीची होती. 1930 च्या दशकात फ्रान्सची पहिली रडार प्रणाली विकसित करण्यात मदत करणारे एमिल गिरार्डेउ यांनी 1953 मध्ये नमूद केले की अत्यंत मजबूत उच्च-फ्रिक्वेंसी सिग्नलची आवश्यकता असेल अशी टेस्लाची सर्वसाधारण कल्पना बरोबर होती. Girardeau म्हणाले, "(टेस्ला) भविष्यवाणी करत होता किंवा स्वप्न पाहत होता, कारण ते पूर्ण करण्यासाठी त्याच्याकडे कोणतेही साधन नव्हते, परंतु एकाने हे जोडले पाहिजे की जर तो स्वप्न पाहत असेल तर किमान तो बरोबर स्वप्न पाहत होता".

1928 मध्ये, टेस्लाला त्याचे शेवटचे पेटंट, यूएस पेटंट 1,655,114, उभ्या टेक-ऑफ आणि लँडिंग (VTOL) साठी सक्षम बायप्लेन डिझाइनसाठी प्राप्त झाले, जे पारंपारिक विमानासारखे उडत नाही तोपर्यंत फ्लाइटमध्ये "हळूहळू लिफ्ट उपकरणांच्या हाताळणीद्वारे झुकत" होते. टेस्लाला वाटले की विमान $1,000 पेक्षा कमी किमतीत विकले जाईल. जरी या विमानाचे वर्णन अव्यवहार्य असे केले गेले असले तरी, ते यूएस सैन्याने वापरलेल्या V-22 ऑस्प्रेशी लवकर साम्य आहे. या टप्प्यावर टेस्लाने 350 मॅडिसन एव्हे येथे असलेले त्याचे उर्वरित कार्यालय बंद केले, दोन वर्षांपूर्वी तेथे स्थलांतर केले. उद्धरण आवश्यक

टेस्ला 1900 पासून न्यूयॉर्क शहरातील वॉल्डॉर्फ अस्टोरिया येथे वास्तव्यास होते आणि त्यांनी मोठ्या प्रमाणात बिल भरले. ते 1922 मध्ये सेंट रेगिस हॉटेलमध्ये गेले आणि त्यानंतर दर काही वर्षांनी वेगळ्या हॉटेलमध्ये जाण्याचा आणि न भरलेली बिले मागे ठेवण्याच्या पद्धतीचा अवलंब केला.

टेस्ला कबुतरांना खाऊ घालण्यासाठी दररोज पार्कमध्ये जात असे. त्याने आपल्या हॉटेलच्या खोलीच्या खिडकीत त्यांना खायला द्यायला सुरुवात केली आणि जखमी पक्ष्यांची प्रकृती सुधारली. तो म्हणाला की त्याला रोज एक जखमी पांढरे कबुतर भेटायला येत असे. त्याने पक्ष्याची काळजी घेण्यासाठी $2,000 पेक्षा जास्त खर्च केला, ज्यात तिचे तुटलेले पंख आणि पाय बरे होत असताना तिला आरामात आधार देण्यासाठी त्याने तयार केलेल्या उपकरणाचा समावेश होता. टेस्ला म्हणाले:

मी कबुतरांना खायला घालत आहे, त्यांना हजारो वर्षांपासून. पण एक होता, एक सुंदर पक्षी, त्याच्या पंखांवर हलका राखाडी टिपा असलेला शुद्ध पांढरा; ती वेगळी होती. ती मादी होती. मला फक्त इच्छा करायची होती आणि तिला कॉल करायचे होते आणि ती माझ्याकडे उडत आली होती. एक माणूस एखाद्या स्त्रीवर जसं प्रेम करतो तसं मला त्या कबुतरावर प्रेम होतं आणि तिचं माझ्यावर प्रेम होतं. जोपर्यंत ती माझ्याकडे होती तोपर्यंत माझ्या जीवनाचा एक उद्देश होता.

टेस्लाची न भरलेली बिले, तसेच कबुतरांनी केलेल्या गोंधळाच्या तक्रारींमुळे 1923 मध्ये त्याला सेंट रेगिसमधून बाहेर काढण्यात आले. त्याला 1930 मध्ये हॉटेल पेनसिल्व्हेनिया आणि 1934 मध्ये हॉटेल गव्हर्नर क्लिंटन यांना देखील सोडण्यास भाग पाडले गेले. एका क्षणी त्याने हॉटेल मार्गुरी येथे खोल्या देखील घेतल्या.

टेस्ला 1934 मध्ये हॉटेल न्यू यॉर्करमध्ये गेले. यावेळी वेस्टिंगहाऊस इलेक्ट्रिक अँड मॅन्युफॅक्चरिंग कंपनीने त्याचे भाडे देण्याव्यतिरिक्त त्याला दरमहा $125 देण्यास सुरुवात केली. हे कसे घडले याचे हिशेब वेगवेगळे आहेत. अनेक स्त्रोतांचा असा दावा आहे की वेस्टिंगहाउसला त्यांचे माजी स्टार शोधक ज्या गरीब परिस्थितीत राहत होते त्या संभाव्य वाईट प्रसिद्धीबद्दल चिंतित होते, किंवा शक्यतो चेतावणी दिली होती. धर्मादाय स्वीकारण्यास टेस्लाच्या तिरस्काराला तोंड देण्यासाठी "सल्लागार फी" म्हणून पेमेंटचे वर्णन केले गेले आहे. टेस्ला चरित्रकार मार्क सीफर यांनी वेस्टिंगहाउस पेमेंट्सचे वर्णन "अनिर्दिष्ट सेटलमेंट" चे प्रकार म्हणून केले आहे. कोणत्याही परिस्थितीत, वेस्टिंगहाऊसने टेस्लासाठी आयुष्यभर निधी उपलब्ध करून दिला. उद्धरण आवश्यक

वाढदिवसाच्या पत्रकार परिषदा

1931 मध्ये, एक तरुण पत्रकार ज्याच्याशी टेस्ला मैत्री झाली, केनेथ एम. स्वेझी यांनी शोधकर्त्याच्या 75 व्या वाढदिवसानिमित्त एक उत्सव आयोजित केला होता. टेस्लाला विज्ञान आणि अभियांत्रिकी क्षेत्रातील व्यक्तींकडून अभिनंदन प्राप्त झाले जसे की अल्बर्ट आइनस्टाईन, आणि टाइम मासिकाच्या मुखपृष्ठावर देखील ते प्रसिद्ध झाले. कव्हर कॅप्शन "ऑल द वर्ल्ड्स हिज पॉवर हाऊस" ने विद्युत उर्जा निर्मितीमधील त्यांचे योगदान लक्षात घेतले. पार्टी इतकी चांगली चालली की टेस्लाने हा वार्षिक कार्यक्रम बनवला, हा एक प्रसंग जिथे

तो मोठ्या प्रमाणावर खाण्यापिण्याचा प्रसार करायचा—त्याच्या स्वतःच्या निर्मितीचे डिशेस. त्याने आपले आविष्कार पाहण्यासाठी आणि त्याच्या भूतकाळातील कारनाम्यांबद्दलच्या कथा, वर्तमान घटनांवरील दृश्ये आणि कधीकधी धक्कादायक दावे ऐकण्यासाठी पत्रकारांना आमंत्रित केले.

1932 च्या पार्टीत, टेस्लाने दावा केला की त्याने एका मोटरचा शोध लावला होता जो वैश्विक किरणांवर चालेल. 1933 मध्ये वयाच्या 77 व्या वर्षी, टेस्ला यांनी पत्रकारांना सांगितले की, 35 वर्षांच्या कामानंतर, तो उर्जेच्या नवीन स्वरूपाचा पुरावा तयार करण्याच्या मार्गावर होता. त्यांनी दावा केला की हा ऊर्जेचा सिद्धांत आहे जो आइन्स्टाईनच्या भौतिकशास्त्राला "हिंसकपणे विरोध" करत होता आणि चालवायला स्वस्त आणि 500 वर्षे टिकेल अशा उपकरणासह वापरला जाऊ शकतो. त्यांनी पत्रकारांना असेही सांगितले की ते वैयक्तिक खाजगी रेडिओ तरंगलांबी प्रसारित करण्याच्या मार्गावर काम करत आहेत, धातुशास्त्रातील प्रगतीवर काम करत आहेत आणि विचार रेकॉर्ड करण्यासाठी डोळयातील पडदा छायाचित्रित करण्याचा मार्ग विकसित करत आहेत.

1934 च्या प्रसंगी, टेस्लाने पत्रकारांना सांगितले की त्यांनी एक सुपरवेपन तयार केले आहे ज्याचा दावा आहे की सर्व युद्ध संपेल. त्याने त्याला "टेलिफोर्स" म्हटले, परंतु सामान्यतः त्याचा मृत्यू किरण म्हणून उल्लेख केला जात असे. टेस्लाने हे एक बचावात्मक शस्त्र म्हणून वर्णन केले आहे जे देशाच्या सीमेवर ठेवले जाईल आणि जमिनीवर आधारित पायदळ किंवा विमानांवर हल्ला करण्यासाठी वापरला जाईल. टेस्लाने त्याच्या हयातीत शस्त्र कसे कार्य केले याची तपशीलवार योजना कधीही उघड केली नाही परंतु, 1984 मध्ये, ते बेलग्रेडमधील निकोला टेस्ला संग्रहालय संग्रहणात आढळून आले. The New Art of Projecting Concentrated Non-dispersive Energy through the Natural Media, या ग्रंथात गॅस जेट सील असलेल्या ओपन-एंडेड व्हॅक्यूम ट्यूबचे वर्णन केले आहे जे कणांना बाहेर पडू देते, टंगस्टन किंवा पाराच्या स्लगला लाखो व्होल्ट्सवर चार्ज करण्याची पद्धत, आणि त्यांना प्रवाहात निर्देशित करणे (इलेक्ट्रोस्टॅटिक प्रतिकर्षणाद्वारे). टेस्लाने यूएस वॉर डिपार्टमेंट, युनायटेड किंगडम, सोव्हिएत युनियन आणि युगोस्लाव्हिया यांचे यंत्रामध्ये रस आकर्षित करण्याचा प्रयत्न केला.

1935 मध्ये त्याच्या 79 व्या वाढदिवसाच्या पार्टीत, टेस्लाने अनेक विषय कव्हर केले. 1896 मध्ये त्यांनी वैश्विक किरण शोधल्याचा दावा केला आणि इंडक्शनद्वारे थेट विद्युत प्रवाह निर्माण करण्याचा एक मार्ग शोधून काढला आणि त्याच्या यांत्रिक ऑसीलेटरबद्दल अनेक दावे केले. यंत्राचे वर्णन करताना (ज्यामुळे त्याला दोन वर्षांत $100 दशलक्ष मिळतील अशी अपेक्षा होती) त्याने पत्रकारांना सांगितले की त्याच्या ऑसिलेटरच्या आवृत्तीमुळे त्याच्या 46 ईस्ट ह्यूस्टन स्ट्रीट लॅबमध्ये आणि 1898 मध्ये लोअर मॅनहॅटनमधील शेजारच्या रस्त्यावर भूकंप झाला होता. त्याने पत्रकारांना सांगितले की त्याचा ऑसिलेटर 5 एलबीएस हवेच्या दाबाने एम्पायर स्टेट बिल्डिंग नष्ट करू शकतो. त्याने "टेलिजिओडायनामिक्स" नावाच्या त्याच्या ऑसिलेटर्सचा वापर करून विकसित केलेल्या नवीन तंत्राचे स्पष्टीकरण देखील दिले, ज्याचा वापर जमिनीत कंपन प्रसारित करण्यासाठी केला जातो, ज्याचा वापर दळणवळणासाठी किंवा भूगर्भातील खनिज साठे शोधण्यासाठी कोणत्याही अंतरावर काम करेल असा दावा त्यांनी केला आहे.

त्याच्या 1937 ग्रँड बॉलरूम ऑफ हॉटेल न्यू यॉर्कर इव्हेंटमध्ये, टेस्लाला चेकोस्लोव्हाक राजदूताकडून ऑर्डर ऑफ द व्हाईट लायन आणि युगोस्लाव्ह राजदूताकडून पदक मिळाले. 219 डेथ किरणांसंबंधीच्या प्रश्नांवर टेस्ला म्हणाले, "पण हा प्रयोग नाही... मी तो तयार केला आहे, प्रात्यक्षिक केला आहे आणि वापरला आहे. जगाला ते देण्यापूर्वी थोडा वेळ जाईल."

मृत्यू

1937 च्या शरद ऋतूत वयाच्या 81 व्या वर्षी, एका मध्यरात्रीनंतर, टेस्लाने कबुतरांना खायला देण्यासाठी कॅथेड्रल आणि लायब्ररीमध्ये नियमित प्रवास करण्यासाठी हॉटेल न्यूयॉर्कर सोडले. हॉटेलपासून दोन ब्लॉक्सचा रस्ता ओलांडत असताना, टेस्ला चालत्या टॅक्सीबॅबला चुकवू शकला नाही आणि जमिनीवर फेकला गेला. या अपघातात त्यांच्या पाठीला जबर दुखापत झाली असून त्यांच्या तीन फासळ्या तुटल्या आहेत. त्याच्या दुखापतींचे संपूर्ण प्रमाण कधीच कळले नाही; टेस्लाने डॉक्टरांशी सल्लामसलत करण्यास नकार दिला, ही जवळजवळ आजीवन प्रथा आहे आणि ती कधीही पूर्णपणे बरी झाली नाही.

7 जानेवारी 1943 रोजी, वयाच्या 86 व्या वर्षी, टेस्ला हॉटेल न्यू यॉर्करच्या रूम 3327 मध्ये एकटेच मरण पावले. टेस्लाने दोन दिवसांपूर्वी त्याच्या दारावर लावलेल्या "व्यत्यय आणू नका" या चिन्हाकडे दुर्लक्ष करून टेस्लाच्या खोलीत प्रवेश केल्यानंतर मोलकरीण ॲलिस मोनाघनला त्याचा मृतदेह सापडला. सहाय्यक वैद्यकीय परीक्षक एचडब्ल्यू वेम्बली यांनी शरीराची तपासणी केली आणि मृत्यूचे कारण कोरोनरी थ्रोम्बोसिस (हृदयविकाराचा एक प्रकार) असल्याचा निर्णय दिला.

दोन दिवसांनंतर फेडरल ब्युरो ऑफ इन्व्हेस्टिगेशनने एलियन प्रॉपर्टी कस्टोडियनला टेस्लाचे सामान जप्त करण्याचे आदेश दिले. MIT मधील प्राध्यापक आणि राष्ट्रीय संरक्षण संशोधन समितीचे तांत्रिक सहाय्यक म्हणून काम करणारे सुप्रसिद्ध विद्युत अभियंता जॉन जी ट्रम्प यांना टेस्ला वस्तूंचे विश्लेषण करण्यासाठी बोलावण्यात आले होते, ज्यांना ताब्यात घेण्यात आले होते. तीन दिवसांच्या तपासणीनंतर, ट्रम्पच्या अहवालात असा निष्कर्ष काढण्यात आला की, मित्र नसलेल्या हातात धोका निर्माण करणारी कोणतीही गोष्ट नाही, असे नमूद करून

त्यांचे टेस्लाचे विचार आणि गेल्या १५ वर्षांतील प्रयत्न हे प्रामुख्याने सट्टा, तात्विक आणि काही प्रमाणात प्रचारात्मक स्वरूपाचे होते जे सहसा वीज निर्मिती आणि वायरलेस ट्रांसमिशनशी संबंधित होते; परंतु असे परिणाम प्राप्त करण्यासाठी नवीन, योग्य, कार्यक्षम तत्त्वे किंवा पद्धती समाविष्ट केल्या नाहीत.

10 जानेवारी 1943 रोजी, न्यू यॉर्क शहराचे महापौर फिओरेलो ला गार्डिया यांनी स्लोव्हेन-अमेरिकन लेखक लुई अॅडमिक यांनी WNYC रेडिओवर लाइव्ह लिहिलेले स्तवन वाचले, तर पार्श्वभूमीत "अवे मारिया" आणि "तामो डालेको" व्हायोलिनचे तुकडे वाजवले गेले. 12 जानेवारी रोजी, मॅनहॅटनमधील सेंट जॉन द डिव्हाईनच्या कॅथेड्रलमध्ये टेस्लाच्या शासकीय अंत्यसंस्कारासाठी दोन हजार लोक उपस्थित होते. अंत्यसंस्कारानंतर, टेस्लाचा मृतदेह न्यूयॉर्कमधील अर्डस्ले येथील फर्नक्लिफ स्मशानभूमीत नेण्यात आला, जिथे नंतर अंत्यसंस्कार करण्यात आले. दुसऱ्या दिवशी, न्यूयॉर्क शहरातील ट्रिनिटी चॅपल (आजचे सर्बियन ऑर्थोडॉक्स कॅथेड्रल ऑफ सेंट सावा) मध्ये प्रमुख धर्मगुरूंद्वारे दुसरी सेवा आयोजित केली गेली.

इस्टेट

1952 मध्ये, टेस्लाचा पुतण्या, सावा कोसानोविकच्या दबावामुळे, टेस्लाची संपूर्ण मालमत्ता बेलग्रेडला NT चिन्हांकित 80 ट्रंकमध्ये पाठवण्यात आली 1957 मध्ये, कोसानोविकच्या सचिव शार्लोट मुझार यांनी टेस्लाची राख युनायटेड स्टेट्समधून बेलग्रेडला नेली. निकोला टेस्ला संग्रहालयात संगमरवरी पेडेस्टलवर सोन्याचा मुलामा असलेल्या गोलामध्ये राख प्रदर्शित केली जाते.

पेटंट

टेस्लाने त्याच्या शोधांसाठी जगभरात सुमारे 300 पेटंट मिळवले. टेस्लाच्या काही पेटंटचा हिशेब नाही, आणि विविध स्त्रोतांनी पेटंट आर्काइव्हमध्ये लपलेले काही शोधले आहेत. टेस्लाला 26 देशांमध्ये किमान 278 ज्ञात पेटंट जारी करण्यात आले आहेत. टेस्लाचे अनेक पेटंट युनायटेड स्टेट्स, ब्रिटन आणि कॅनडामध्ये होते, परंतु इतर अनेक पेटंट जगभरातील देशांमध्ये मंजूर करण्यात आले होते. टेस्लाने विकसित केलेले अनेक शोध पेटंट संरक्षणात ठेवले गेले नाहीत.

वैयक्तिक जीवन आणि वर्ण

टेस्ला 6 फूट 2 इंच (1.88 मी) उंच आणि 142 पौंड (64 किलो) वजनाचा होता, 1888 ते 1926 पर्यंत वजनात जवळजवळ कोणताही फरक नव्हता. वृत्तपत्राचे संपादक आर्थर ब्रिस्बेन यांनी त्याच्या देखाव्याचे वर्णन "जवळजवळ सर्वात उंच, जवळजवळ पातळ आणि डेल्मोनिको येथे नियमितपणे जाणारा सर्वात गंभीर माणूस नक्कीच आहे". तो न्यू यॉर्क शहरातील एक शोभिवंत, तरतरीत व्यक्तिमत्त्व होता, त्याच्या ग्रूमिंगमध्ये, कपड्यांमध्ये सावधगिरी बाळगणारा आणि त्याच्या दैनंदिन कामांमध्ये नियमितपणे कार्यरत होता, हा देखावा त्याने आपल्या व्यावसायिक संबंधांना पुढे ठेवण्यासाठी राखला होता. त्याचे डोळे हलके, "खूप मोठे हात" आणि "विलक्षण मोठे" अंगठे असल्याचे देखील वर्णन केले गेले.

Eidetic स्मृती

टेस्लाने अनेक कामे वाचली, संपूर्ण पुस्तके लक्षात ठेवली आणि कथितपणे फोटोग्राफिक मेमरी होती. तो पॉलीग्लॉट होता, आठ भाषा बोलत होताः सर्बो-क्रोएशियन, झेक, इंग्रजी, फ्रेंच, जर्मन, हंगेरियन, इटालियन आणि लॅटिन. टेस्ला यांनी त्यांच्या आत्मचरित्रात सांगितले की त्यांनी प्रेरणादायी क्षणांचा तपशीलवार अनुभव घेतला. त्याच्या सुरुवातीच्या आयुष्यात, टेस्ला वारंवार आजाराने त्रस्त होते. त्याच्या डोळ्यांसमोर प्रकाशाची आंधळी चमक दिसू लागली, अनेकदा दृष्टान्तांसह. बऱ्याचदा, दृष्टान्तांचा संबंध एखाद्या शब्दाशी किंवा कल्पनेशी जोडलेला असतो जो कदाचित त्याला आला असेल; इतर वेळी त्यांनी त्याला आलेल्या एका विशिष्ट समस्येचे निराकरण केले. एखाद्या वस्तूचे नाव ऐकून तो त्याची वास्तववादी तपशीलवार कल्पना करू शकतो. टेस्लाने बांधकामाच्या टप्प्यावर जाण्यापूर्वी, सर्व परिमाणांसह, अत्यंत अचूकतेने त्याच्या मनात एका आविष्काराची कल्पना केली, हे तंत्र कधीकधी चित्र विचार म्हणून ओळखले जाते. तो सामान्यतः हाताने रेखाचित्रे बनवत नाही परंतु स्मृतीतून काम करतो. त्याच्या बालपणापासून, टेस्लाला त्याच्या आयुष्यात पूर्वी घडलेल्या घटनांचा वारंवार फ्लॅशबॅक आला होता.

नातेसंबंध

टेस्ला हा एक आजीवन पदवीधर होता, ज्याने एकदा स्पष्ट केले होते की त्यांची शुद्धता त्यांच्या वैज्ञानिक क्षमतेसाठी खूप उपयुक्त आहे. त्यांनी पूर्वीच्या वर्षांमध्ये एकदा सांगितले होते की त्यांना असे वाटले की तो स्त्रीसाठी कधीही योग्य असू शकत नाही, स्त्रियांना प्रत्येक प्रकारे श्रेष्ठ मानतो. स्त्रिया पुरुषांना मागे टाकून स्वतःला अधिक वर्चस्व गाजवण्याचा प्रयत्न करत आहेत असे त्यांना वाटले तेव्हा त्यांचे मत नंतरच्या काळात बदलू लागले. या "नवीन स्त्री" ला टेस्लाकडून खूप राग आला, ज्यांना असे वाटले की स्त्रिया सत्तेत राहण्याचा प्रयत्न करून त्यांचे स्त्रीत्व गमावत आहेत. 10 ऑगस्ट 1924 रोजी गॅल्व्हेस्टन डेली न्यूजला दिलेल्या मुलाखतीत त्यांनी सांगितले की, "माझ्या आदरणीय उपासनेच्या मृदू आवाजाच्या ऐवजी, एक स्त्री आली आहे जिला असे वाटते की आयुष्यातील तिचे मुख्य यश स्वतःला तितके बनवण्यात आहे. पुरुषाप्रमाणेच शक्य - पेहरावात, आवाजात आणि कृतीत, खेळात आणि सर्व प्रकारच्या कामगिरीत... स्त्रियांची पुरुषाला बाजूला सारण्याची, जीवनातील सर्व घडामोडींमध्ये त्यांच्याशी सहकार्याची जुनी भावना बदलण्याची प्रवृत्ती माझ्यासाठी खूप निराशाजनक

आहे. " जरी त्याने नंतरच्या वर्षांत एका पत्रकाराला सांगितले की त्याला कधीकधी असे वाटत होते की लग्न न केल्याने, त्याने आपल्या कामासाठी खूप मोठा त्याग केला आहे, ३४ टेस्लाने कधीही शोधण्याऐवजी कोणत्याही ज्ञात नातेसंबंधांचा पाठपुरावा करणे किंवा त्यात गुंतणे पसंत केले नाही. त्याला त्याच्या कामात आवश्यक असलेली सर्व उत्तेजना.

टेस्ला सामाजिक होता आणि त्याच्या कामात स्वतःला एकांत ठेवण्यास प्रवृत्त होता. तथापि, जेव्हा तो सामाजिक जीवनात गुंतला तेव्हा बरेच लोक टेस्लाबद्दल खूप सकारात्मक आणि कौतुकाने बोलले. रॉबर्ट अंडरवुड जॉन्सन यांनी त्याचे वर्णन "विशिष्ट गोडवा, प्रामाणिकपणा, नम्रता, परिष्करण, औदार्य आणि शक्ती" असे केले आहे. त्यांचे सचिव, डोरोथी स्केरिट यांनी लिहिले: "त्याचे उदार स्मित आणि सहनशीलता हे नेहमीच त्यांच्या आत्म्यात रुजलेल्या सज्जनपणाची वैशिष्ट्ये दर्शवते". टेस्लाचे मित्र, ज्युलियन हॉथॉर्न यांनी लिहिले, "क्वचितच एखाद्या शास्त्रज्ञ किंवा अभियंत्याला भेटले असेल जो कवी, तत्वज्ञानी, उत्तम संगीताचे कौतुक करणारा, भाषाशास्त्रज्ञ आणि खाण्यापिण्याचे मर्मज्ञ होता".

टेस्ला फ्रान्सिस मेरियन क्रॉफर्ड, रॉबर्ट अंडरवुड जॉन्सन, स्टॅनफोर्ड व्हाइट, फ्रिट्झ लोवेन्स्टाईन, जॉर्ज शेर्फ आणि केनेथ स्वेझी यांचे चांगले मित्र होते. मध्यम वयात, टेस्ला मार्क ट्वेनचा जवळचा मित्र बनला; त्यांनी त्याच्या प्रयोगशाळेत आणि इतरत्र बराच वेळ एकत्र घालवला. ट्वेन यांनी टेस्लाच्या इंडक्शन मोटर शोधाचे "टेलिफोन नंतरचे सर्वात मौल्यवान पेटंट" असे वर्णन केले आहे. 1896 मध्ये अभिनेत्री सारा बर्नहार्टने फेकलेल्या पार्टीत, टेस्ला भारतीय हिंदू भिक्षू स्वामी विवेकानंदांना भेटले. विवेकानंदांनी नंतर लिहिले की टेस्ला म्हणाले की ते पदार्थ आणि उर्जा यांच्यातील संबंध गणितीयपणे प्रदर्शित करू शकतात, विवेकानंदांना आशा होती की वेदांतिक विश्वशास्त्राला वैज्ञानिक पाया मिळेल.1920 च्या उत्तरार्धात, टेस्लाने जॉर्ज सिल्वेस्टर व्हिएरेक, कवी, लेखक, गूढवादी आणि नंतर नाझी प्रचारक यांच्याशी मैत्री केली. टेस्ला अधूनमधून व्हिएरेक आणि त्याच्या पत्नीने आयोजित केलेल्या डिनर पार्टीत सहभागी झाले होते.

टेस्ला काही वेळा कठोर असू शकतो आणि जास्त वजन असलेल्या लोकांबद्दल उघडपणे तिरस्कार व्यक्त करू शकतो, जसे की जेव्हा त्याने तिच्या वजनामुळे सेक्रेटरीला काढून टाकले. तो कपड्यांवर टीका करण्यास तत्पर होता; अनेक प्रसंगी, टेस्लाने एका अधीनस्थ व्यक्तीला घरी जाऊन तिचा ड्रेस बदलण्याचे निर्देश दिले. थॉमस एडिसन मरण पावला तेव्हा, 1931 मध्ये, टेस्लाने एडिसनच्या जीवनाच्या विस्तृत कव्हरेजमध्ये दफन केलेल्या द न्यूयॉर्क टाइम्सला एकमेव नकारात्मक मत दिले.

त्याला कोणताही छंद नव्हता, कोणत्याही प्रकारच्या करमणुकीची त्याला पर्वा नव्हती आणि स्वच्छतेच्या प्राथमिक नियमांकडे तो पूर्णपणे दुर्लक्ष करत जगत होता... त्याची पद्धत अत्यंत अकार्यक्षम होती, कारण काहीही मिळवण्यासाठी प्रचंड मैदान झाकून ठेवावे लागते. जोपर्यंत आंधळ्या संधीने हस्तक्षेप केला नाही आणि सुरुवातीला, मी त्याच्या कृत्यांचा जवळजवळ खेदजनक साक्षीदार होतो, हे माहित आहे की फक्त थोडा सिद्धांत आणि मोजणीने त्याचे 90 टक्के श्रम वाचले असते. परंतु पुस्तकी शिक्षण आणि गणितीय ज्ञानाबद्दल त्यांचा खरा तिरस्कार होता, स्वतःला त्याच्या शोधकर्त्याच्या अंतःप्रेरणेवर आणि व्यावहारिक अमेरिकन अर्थावर पूर्ण विश्वास होता.

झोपेच्या सवयी

टेस्लाने रात्री दोन तासांपेक्षा जास्त झोप न घेण्याचा दावा केला. तथापि, त्याने "त्याच्या बॅटरी रिचार्ज करण्यासाठी" वेळोवेळी "झोप देत" असल्याचे कबूल केले. ग्राझ येथे दुसऱ्या वर्षाच्या अभ्यासादरम्यान, टेस्लाने बिलियर्ड्स, बुद्धिबळ आणि पत्ते खेळण्यात उत्कट प्रवीणता विकसित केली, काहीवेळा गेमिंग टेबलवर 48 तासांपेक्षा जास्त वेळ घालवला. एका प्रसंगी, टेस्लाने त्याच्या प्रयोगशाळेत 84 तास विश्रांतीशिवाय काम केले. केनेथ स्वेझी, पत्रकार ज्यांच्याशी टेस्लाने मैत्री केली होती, त्यांनी पुष्टी केली की टेस्ला क्वचितच झोपत असे. टेस्लाने पहाटे 3 वाजता जेव्हा त्याला फोन केला तेव्हा स्वेझीला आठवले: "मी माझ्या खोलीत मेल्यासारखा झोपलो होतो ... अचानक, टेलिफोनच्या रिंगने मला जागे केले ... टेस्ला विराम देऊन, तो .. .. एक समस्या सोडवणे, एका सिद्धांताची दुसऱ्या सिद्धांताशी तुलना करणे, टिप्पणी करणे; आणि जेव्हा त्याला वाटले की तो समाधानापर्यंत पोहोचला आहे, तेव्हा त्याने अचानक टेलिफोन बंद केला."

काम आणि जेवणाच्या सवयी

टेस्ला दररोज सकाळी 9:00 ते संध्याकाळी 6:00 पर्यंत किंवा नंतर, रात्रीचे जेवण ठीक 8:10 वाजता, डेलमोनिकोच्या रेस्टॉरंटमध्ये आणि नंतर वॉल्डॉर्फ-अस्टोरिया हॉटेलमध्ये काम करत असे. त्यानंतर टेस्लाने त्याच्या रात्रीच्या जेवणाची ऑर्डर हेडवेटरला दिली, जो त्याला सेवा देणारा एकमेव असू शकतो. "जेवण रात्री आठ वाजता तयार होणे आवश्यक होते... त्याने एकट्याने जेवण केले, क्वचित प्रसंगी जेव्हा तो त्याच्या सामाजिक दायित्वांची पूर्तता करण्यासाठी एखाद्या गटाला रात्रीचे जेवण देईल. टेस्ला नंतर त्याचे काम पुन्हा सुरू केले, अनेकदा 3 पर्यंत: सकाळी 00"

व्यायामासाठी, टेस्ला दररोज 8 ते 10 मैल (13 आणि 16 किमी) चालत असे. त्याने आपल्या मेंदूच्या पेशींना उत्तेजित केल्याचे सांगून दररोज रात्री प्रत्येक पायासाठी शंभर वेळा बोटे कुरवाळली.

वृत्तपत्राचे संपादक आर्थर ब्रिस्बेन यांना दिलेल्या मुलाखतीत, टेस्लाने सांगितले की त्यांचा टेलीपॅथीवर विश्वास नाही, असे सांगून, "समजा मी तुमचा खून करायचा विचार केला," तो म्हणाला, "एका सेकंदात तुम्हाला ते कळेल. आता नाही. किती छान? मनाला हे सर्व कोणत्या प्रक्रियेने मिळते?" त्याच मुलाखतीत, टेस्ला म्हणाले की, त्यांचा विश्वास आहे की सर्व मूलभूत कायदे कमी केले जाऊ शकतात.

टेस्ला त्याच्या नंतरच्या काळात शाकाहारी बनले, फक्त दूध, ब्रेड, मध आणि भाज्यांच्या रसांवर जगतात.

प्रायोगिक आणि सैद्धांतिक भौतिकशास्त्रावर

टेस्लाने अणू हे लहान उपअणु कणांनी बनवलेले असण्याच्या सिद्धांताशी असहमत होते, असे नमूद केले की इलेक्ट्रॉन इलेक्ट्रिक चार्ज बनविण्यासारखी कोणतीही गोष्ट नाही. त्यांचा असा विश्वास होता की जर इलेक्ट्रॉन अस्तित्वात असतील तर ते पदार्थाची चौथी अवस्था किंवा "उप-अणू" आहेत जी केवळ प्रायोगिक व्हॅक्यूममध्ये अस्तित्वात असू शकतात आणि त्यांचा विजेशी काहीही संबंध नाही. टेस्लाचा असा विश्वास होता की अणू अपरिवर्तनीय आहेत - ते स्थिती बदलू शकत नाहीत किंवा कोणत्याही प्रकारे विभाजित होऊ शकत नाहीत. विद्युत ऊर्जा प्रसारित करणाऱ्या सर्वव्यापी ईथरच्या 19व्या शतकातील संकल्पनेवर त्यांचा विश्वास होता.

टेस्ला सामान्यतः पदार्थाचे ऊर्जेमध्ये रूपांतर करण्याच्या सिद्धांताच्या विरोधी होते. आईन्स्टाईनच्या सापेक्षता सिद्धांतावरही त्यांनी टीका केली, असे म्हटले:

मी असे मानतो की जागा वक्र केली जाऊ शकत नाही, कारण त्यात कोणतेही गुणधर्म असू शकत नाहीत. देवाकडे गुणधर्म आहेत असेही म्हणता येईल. त्याच्याकडे नाही, परंतु केवळ गुणधर्म आहेत आणि ते आपल्या स्वतःचे आहेत. गुणधर्मांबद्दल आपण केवळ स्पेस भरणाऱ्या पदार्थाशी संबंधित असतानाच बोलू शकतो. मोठ्या शरीराच्या उपस्थितीत जागा वक्र बनते असे म्हणणे हे असे म्हणण्यासारखे आहे की काहीतरी शून्यावर कार्य करू शकते. मी, एक तर, अशा दृश्याची सदस्यता घेण्यास नकार देतो.

1935 मध्ये त्यांनी सापेक्षतेचे वर्णन "जांभळ्या रंगात गुंडाळलेला भिकारी ज्याला अज्ञानी लोक राजा म्हणून घेतात" असे सांगितले आणि त्यांच्या स्वतः च्या प्रयोगांनी आर्कटुरसच्या वैश्विक किरणांचा वेग प्रकाशाच्या वेगाच्या पन्नास पटीने मोजला असल्याचे सांगितले.

टेस्लाने 1892 मध्ये काम करण्यास सुरुवात केलेल्या पदार्थ आणि उर्जेबाबत स्वतःचे भौतिक तत्व विकसित केल्याचा दावा केला, आणि 1937 मध्ये, वयाच्या 81 व्या वर्षी, एका पत्रात दावा केला की "गुरुत्वाकर्षणाचा डायनॅमिक सिद्धांत" पूर्ण केला आहे की " वक्र जागेप्रमाणे निष्क्रिय अनुमान आणि खोट्या संकल्पनांचा अंत करा". त्यांनी सांगितले की हा सिद्धांत "सर्व तपशीलात तयार झाला आहे" आणि तो लवकरच जगाला देईल अशी आशा आहे. त्याच्या सिद्धांताचे अधिक स्पष्टीकरण त्याच्या लेखनात कधीही आढळले नाही.

समाजावर

टेस्लाला त्याच्या चरित्रकारांनी दार्शनिक दृष्टिकोनातून मानवतावादी मानले आहे. यामुळे टेस्लाला, त्याच्या काळातील अनेकांप्रमाणे, युजेनिक्सच्या लादलेल्या निवडक प्रजनन आवृत्तीचे समर्थक बनण्यापासून रोखले नाही.

टेस्ला यांनी असा विश्वास व्यक्त केला की मानवी "दयाळूपणा" नैसर्गिक "निसर्गाच्या निर्दयी कार्य" मध्ये हस्तक्षेप करण्यासाठी आला आहे. जरी त्याचा युक्तिवाद "मास्टर रेस" च्या संकल्पनेवर किंवा एका व्यक्तीच्या दुसऱ्यावरील उपजत श्रेष्ठतेवर अवलंबून नसला तरी, त्याने युजेनिक्सचा पुरस्कार केला. 1937 च्या एका मुलाखतीत त्यांनी सांगितले:

... माणसाची करुणेची नवीन भावना निसर्गाच्या निर्दयी कार्यात हस्तक्षेप करू लागली. आपल्या सभ्यता आणि वंशाच्या कल्पनांशी सुसंगत असलेली एकमेव पद्धत म्हणजे नसबंदीद्वारे अयोग्य व्यक्तीचे प्रजनन रोखणे आणि वीण प्रवृत्तीचे जाणीवपूर्वक मार्गदर्शन... युजेनिस्ट्समधील मताचा कल असा आहे की आपण विवाह करणे अधिक कठीण केले पाहिजे. निश्चितपणे इष्ट पालक नसलेल्या कोणालाही संतती निर्माण करण्याची परवानगी दिली जाऊ नये. आतापासून एक शतकानंतर सामान्य व्यक्तीला एखाद्या सवयीच्या गुन्हेगाराशी लग्न करण्यापेक्षा युजेनिकदृष्ट्या अयोग्य व्यक्तीशी सोबत करणे यापुढे होणार नाही.

1926 मध्ये, टेस्लाने स्त्रियांच्या सामाजिक अधीनतेच्या वाईट गोष्टी आणि लैंगिक समानतेसाठी स्त्रियांच्या संघर्षावर भाष्य केले आणि सूचित केले की मानवतेचे भविष्य "क्वीन बीज" द्वारे चालवले जाईल. भविष्यात स्त्रिया प्रबळ लिंग बनतील असा त्यांचा विश्वास होता.

टेस्लाने पहिल्या महायुद्धानंतरच्या वातावरणातील संबंधित मुद्द्यांबद्दल भाकिते "विज्ञान आणि शोध ही महान शक्ती आहेत जी युद्धाच्या समाप्तीकडे नेतील" (20 डिसेंबर 1914) या शीर्षकाच्या मुद्रित लेखात केली होती. टेस्लाचा असा विश्वास होता की लीग ऑफ नेशन्स हा काळ आणि समस्यांवर उपाय नाही.

धर्मावर

टेस्ला हे ऑर्थोडॉक्स ख्रिश्चन म्हणून वाढले होते. नंतरच्या आयुष्यात त्यांनी स्वतःला "ऑर्थोडॉक्स अर्थाने आस्तिक" मानले नाही, असे सांगितले की त्यांनी धार्मिक कट्टरतेचा विरोध केला आणि म्हटले "बौद्ध आणि ख्रिश्चन हे शिष्यांच्या संख्येने आणि महत्त्वाच्या दृष्टीने सर्वात मोठे धर्म आहेत." ते देखील. "माझ्यासाठी, विश्व हे एक महान यंत्र आहे जे कधीही अस्तित्वात आले नाही आणि कधीही संपणार नाही" आणि "आपण ज्याला 'आत्मा' किंवा 'आत्मा' म्हणतो, ते शरीराच्या कार्याच्या बेरीजपेक्षा अधिक काही नाही. कार्य करणे बंद होते, 'आत्मा' किंवा 'आत्मा' त्याचप्रमाणे थांबतात."

साहित्यिक कामे

टेस्लाने मासिके आणि जर्नल्ससाठी अनेक पुस्तके आणि लेख लिहिले. त्यांच्या पुस्तकांपैकी My Inventions: The Autobiography of Nikola Tesla हे बेन जॉन्स्टन यांनी 1983 मध्ये संकलित आणि संपादित केलेले टेस्लाच्या 1919 मासिकातील लेखांच्या मालिकेतून

1977 मध्ये पुनर्प्रकाशित केले होते; द फॅन्टॅस्टिक इन्व्हेन्शन्स ऑफ निकोला टेस्ला (1993), डेव्हिड हॅचर चाइल्ड्रेस यांनी संकलित आणि संपादित; आणि टेस्ला पेपर्स.

टेस्लाचे बरेच लेखन ऑनलाइन उपलब्ध आहे, ज्यात १९०० मध्ये द सेंच्युरी मॅगझिनमध्ये प्रकाशित झालेल्या "मानवी उर्जेची समस्या", आणि "उच्च संभाव्य आणि उच्च वारंवारतेचे वैकल्पिक प्रवाहांसह प्रयोग" या लेखाचा समावेश आहे. , निकोला टेस्ला यांचे आविष्कार, संशोधन आणि लेखन या पुस्तकात प्रकाशित झाले आहे.

वारसा आणि सन्मान

टेस्लाचा वारसा पुस्तके, चित्रपट, रेडिओ, टीव्ही, संगीत, थेट थिएटर, कॉमिक्स आणि व्हिडिओ गेममध्ये टिकून आहे. टेस्लाने शोधलेल्या किंवा कल्पना केलेल्या तंत्रज्ञानाचा प्रभाव ही अनेक प्रकारच्या विज्ञान कथांमध्ये आवर्ती थीम आहे.

13

टिम बर्नर्स-ली

टिम बर्नर्स-ली

Top Scientists

Scan for Story Videos - www.itibook.com

सर टिमोथी जॉन बर्नर्स-ली (जन्म 8 जून 1955), ज्यांना TimBL म्हणूनही ओळखले जाते, ते एक इंग्रजी संगणक शास्त्रज्ञ आहेत जे वर्ल्ड वाइड वेबचे शोधक म्हणून ओळखले जातात. ते ऑक्सफर्ड विद्यापीठातील संगणक विज्ञानाचे प्राध्यापक आणि मॅसॅच्युसेट्स इन्स्टिट्यूट ऑफ टेक्नॉलॉजी (MIT) येथे प्राध्यापक आहेत. बर्नर्स-ली यांनी 12 मार्च 1989 रोजी माहिती व्यवस्थापन प्रणालीचा प्रस्ताव

ठेवला, त्यानंतर नोव्हेंबरच्या मध्यात इंटरनेटद्वारे हायपरटेक्स्ट ट्रान्सफर प्रोटोकॉल (HTTP) क्लायंट आणि सर्व्हर यांच्यात पहिला यशस्वी संवाद लागू केला.

बर्नर्स-ली हे वर्ल्ड वाइड वेब कन्सोर्टियम (W3C) चे संचालक आहेत, जे वेबच्या सतत विकासावर देखरेख करतात. त्याने वर्ल्ड वाइड वेब फाऊंडेशनची सह-स्थापना केली (त्याची तत्कालीन पत्नी रोझमेरी लीथसह). ते एक वरिष्ठ संशोधक आहेत आणि MIT कॉम्प्युटर सायन्स अँड आर्टिफिशियल इंटेलिजन्स लॅबोरेटरी (CSAIL) येथे 3Com चे संस्थापक अध्यक्ष आहेत. ते वेब सायन्स रिसर्च इनिशिएटिव्ह (WSRI) चे संचालक आहेत आणि MIT सेंटर फॉर कलेक्टिव्ह इंटेलिजन्सच्या सल्लागार मंडळाचे सदस्य आहेत. 2011 मध्ये, त्यांना फोर्ड फाऊंडेशनच्या विश्वस्त मंडळाचे सदस्य म्हणून नाव देण्यात आले. ते ओपन डेटा इन्स्टिट्यूटचे संस्थापक आणि अध्यक्ष आहेत आणि सध्या सोशल नेटवर्क MeWe चे सल्लागार आहेत.

त्याने पहिले वेब ब्राउझर आणि वेब सर्व्हर तयार केले आणि त्याची अंमलबजावणी केली आणि वेबच्या त्यानंतरच्या स्फोटक विकासास प्रोत्साहन दिले. तो सध्या W3 कंसोर्टियमला निर्देशित करतो, वेबची क्षमता वाढवण्यासाठी साधने आणि मानके विकसित करत आहे. एप्रिल 2009 मध्ये, त्यांची राष्ट्रीय विज्ञान अकादमीचे परदेशी सहकारी म्हणून निवड झाली.

2004 मध्ये, बर्नर्स-लीला राणी एलिझाबेथ II ने त्याच्या पायनियरिंग कार्यासाठी नाइट दिला होता. टाइम मासिकाच्या 20 व्या शतकातील 100 सर्वात महत्त्वाच्या व्यक्तींच्या यादीत त्यांचे नाव होते आणि त्यांच्या शोधासाठी त्यांना इतर अनेक पुरस्कार मिळाले आहेत. 2012 उन्हाळी ऑलिंपिक उद्घाटन समारंभात त्याला "वर्ल्ड वाइड वेबचा शोधकर्ता" म्हणून गौरवण्यात आले ज्यामध्ये तो विंटेज नेक्स्ट कॉम्प्युटरसोबत काम करताना दिसला. त्यांनी ट्विट केले "हे सर्वांसाठी आहे" जे प्रेक्षकांच्या खुर्च्यांना लावलेल्या LED दिवे मध्ये दिसले. त्याला 2016 चा ट्युरिंग पुरस्कार "वर्ल्ड वाइड वेब, पहिला वेब ब्राउझर आणि वेबला स्केल करण्यास अनुमती देणारे मूलभूत प्रोटोकॉल आणि अल्गोरिदम शोधल्याबद्दल" मिळाले.

बर्नर्स-ली यांचा जन्म 8 जून 1955 रोजी लंडन, इंग्लंड येथे झाला होता, मेरी ली वूड्स आणि कॉनवे बर्नर्स-ली यांच्या चार मुलांपैकी ती सर्वात मोठी होती; त्याचा भाऊ माईक हा इकोलॉजी आणि क्लायमेट चेंज मॅनेजमेंटचा प्राध्यापक आहे. त्याचे पालक संगणक शास्त्रज्ञ होते ज्यांनी पहिल्या व्यावसायिकरित्या तयार केलेल्या संगणकावर काम केले होते, फेरांटी मार्क . त्यांनी शीन माउंट प्रायमरी स्कूलमध्ये शिक्षण घेतले आणि नंतर दक्षिण-पश्चिम लंडनच्या इमॅन्युएल स्कूलमध्ये 1969 ते 1973 पर्यंत शिक्षण घेतले, त्या वेळी थेट अनुदान व्याकरण शाळा, जी 1975 मध्ये एक स्वतंत्र शाळा बनली. लहानपणी एक उत्सुक ट्रेनस्पॉटर, त्याने मॉडेल रेल्वेशी छेडछाड करून इलेक्ट्रॉनिक्सबद्दल शिकले. त्यांनी 1973 ते 1976 या काळात द क्वीन्स कॉलेज, ऑक्सफर्ड येथे शिक्षण घेतले, जिथे त्यांनी भौतिकशास्त्रात प्रथम श्रेणीतील कला पदवी प्राप्त केली. विद्यापीठात असताना, बर्नर्स-ली यांनी एका जुन्या दूरचित्रवाणी संचापासून संगणक बनवला, जो त्यांनी दुरुस्तीच्या दुकानातून विकत घेतला.

करिअर आणि संशोधन

पदवीनंतर, बर्नर्स-ली यांनी पूल, डोर्सेट येथील दूरसंचार कंपनी प्लेसी येथे अभियंता म्हणून काम केले. 1978 मध्ये, ते फर्नडाऊन, डोरसेट येथे डीजी नॅशमध्ये रुजू झाले, जेथे त्यांनी प्रिंटरसाठी टाइपसेटिंग सॉफ्टवेअर तयार करण्यात मदत केली.

बर्नर्स-ली यांनी सीईआरएनमध्ये जून ते डिसेंबर 1980 या कालावधीत स्वतंत्र कंत्राटदार म्हणून काम केले. जिनिव्हामध्ये असताना त्यांनी संशोधकांमध्ये माहितीची देवाणघेवाण आणि अद्ययावत करणे सुलभ करण्यासाठी हायपरटेक्स्टच्या संकल्पनेवर आधारित प्रकल्प प्रस्तावित केला. ते दाखवण्यासाठी त्यांनी ENQUIRE नावाची प्रोटोटाइप प्रणाली तयार केली.

1980 च्या उत्तरार्धात CERN सोडल्यानंतर, तो बोर्नमाउथ, डोरसेट येथील जॉन पूल्स इमेज कॉम्प्युटर सिस्टम्स, लिमिटेड येथे कामावर गेला. त्यांनी तीन वर्षे कंपनीची तांत्रिक बाजू चालवली. त्यांनी ज्या प्रकल्पावर काम केले तो "रिअल-टाइम रिमोट प्रोसिजर कॉल" होता ज्याने त्यांना संगणक नेटवर्किंगचा अनुभव दिला. 1984 मध्ये, ते फेलो म्हणून CERN मध्ये परतले.

1989 मध्ये, CERN हा युरोपमधील सर्वात मोठा इंटरनेट नोड होता आणि बर्नर्स-ली यांना इंटरनेटसह हायपरटेक्स्टमध्ये सामील होण्याची संधी मिळाली.

मला फक्त हायपरटेक्स्ट आयडिया घ्यायची होती आणि ती टीसीपी आणि डीएनएस कल्पना आणि—टा-डा!—वर्ल्ड वाइड वेबशी जोडायची होती.

वेब तयार करणे हे खरोखरच निराशेचे काम होते, कारण मी नंतर CERN मध्ये काम करत असताना त्याशिवाय परिस्थिती खूप कठीण होती. हायपरटेक्स्ट सारखे, इंटरनेट, मल्टीफॉन्ट टेक्स्ट ऑब्जेक्ट्स सारखे, वेबमध्ये गुंतलेले बहुतेक तंत्रज्ञान आधीच डिझाइन केलेले होते. मला फक्त त्यांना एकत्र ठेवायचे होते. हे सामान्यीकरणाचे एक पाऊल होते, अमूर्ततेच्या उच्च पातळीवर जाणे, शक्यतो मोठ्या काल्पनिक दस्तऐवजीकरण प्रणालीचा भाग म्हणून तेथील सर्व दस्तऐवजीकरण प्रणालींचा विचार करणे.

NeXT संगणक बर्नर्स-ली यांनी CERN येथे वापरला आणि जगातील पहिला वेब सर्व्हर बनला.

बर्नर्स-ली यांनी मार्च 1989 मध्ये त्यांचा प्रस्ताव लिहिला आणि 1990 मध्ये त्याचे पुनर्वितरण केले. त्यानंतर त्याचे व्यवस्थापक माईक सेंडल यांनी ते स्वीकारले, ज्यांनी त्यांच्या प्रस्तावांना "अस्पष्ट, परंतु रोमांचक" म्हटले. रॉबर्ट कैलिअउ यांनी स्वतंत्रपणे CERN येथे हायपरटेक्स्ट प्रणाली विकसित करण्यासाठी एक प्रकल्प प्रस्तावित केला होता आणि वेबला जमिनीपासून दूर करण्याच्या त्यांच्या प्रयत्नांमध्ये भागीदार म्हणून बर्नर्स-लीला सामील केले होते. वर्ल्ड वाइड वेब तयार करण्यासाठी त्यांनी INQUIRE प्रणालीच्या अंतर्गत असलेल्या लोकांसारख्याच कल्पना वापरल्या, ज्यासाठी बर्नर्स-लीने पहिले वेब ब्राउझर डिझाइन केले आणि तयार केले. त्याचे सॉफ्टवेअर संपादक (वर्ल्डवाइडवेब, NeXTSTEP ऑपरेटिंग सिस्टमवर चालणारे) आणि पहिले वेब सर्व्हर, CERN HTTPd (हायपरटेक्स्ट ट्रान्सफर प्रोटोकॉल डिमनसाठी लहान) म्हणून देखील कार्य करते.

बर्नर्स-ली यांनी 20 डिसेंबर 1990 रोजी प्रकल्पाचे वर्णन करणारी पहिली वेबसाईट प्रकाशित केली; ते CERN नेटवर्कवरून इंटरनेटवर उपलब्ध होते. साइटने वर्ल्ड वाइड वेब काय आहे आणि लोक ब्राउझर कसे वापरू शकतात आणि वेब सर्व्हर कसे सेट करू शकतात, तसेच आपल्या स्वतःच्या वेबसाइटसह प्रारंभ कसा करावा याचे स्पष्टीकरण प्रदान केले आहे. 6 ऑगस्ट 1991 रोजी, बर्नर्स-ली यांनी वर्ल्डवाइडवेब प्रकल्पासोबत सहकार्याचे सार्वजनिक आमंत्रण युजनेटवर प्रथम पोस्ट केले.

25 प्रख्यात शास्त्रज्ञ, शिक्षणतज्ञ, लेखक आणि जागतिक नेत्यांच्या पॅनेलने निवडलेल्या 80 सांस्कृतिक क्षणांच्या यादीमध्ये, वर्ल्ड वाइड वेबचा शोध प्रथम क्रमांकावर आहे, ज्याच्या नोंदीनुसार, "सर्वात जलद वाढणारे संप्रेषण सर्व काळातील माध्यम, इंटरनेटने आधुनिक जीवनाचा आकार कायमचा बदलून टाकला आहे. आपण जगभर एकमेकांशी तात्काळ कनेक्ट होऊ शकतो.

1994 मध्ये, बर्नर्स-ली यांनी मॅसॅच्युसेट्स इन्स्टिट्यूट ऑफ टेक्नॉलॉजी येथे W3C ची स्थापना केली. यामध्ये वेबची गुणवत्ता सुधारण्यासाठी मानके आणि शिफारसी तयार करण्यास इच्छुक असलेल्या विविध कंपन्यांचा समावेश होता. बर्नर्स-ली यांनी त्यांची कल्पना मुक्तपणे उपलब्ध करून दिली, कोणतेही पेटंट आणि कोणतीही रॉयल्टी देय नाही. वर्ल्ड वाइड वेब कन्सोर्टियमने ठरवले की त्याची मानके रॉयल्टी-मुक्त तंत्रज्ञानावर आधारित असावीत, जेणेकरून ते कोणालाही सहज स्वीकारता येतील.

बर्नर्स-ली यांनी कर्ल प्रोग्रामिंग भाषेचा विकास आणि प्रचार करण्याच्या कर्ल कॉर्पच्या प्रयत्नात भाग घेतला.

2001 मध्ये, बर्नर्स-ली ईस्ट डोर्सेट हेरिटेज ट्रस्टचे संरक्षक बनले, ते पूर्वी विम्बोर्न, ईस्ट डोरसेटमधील कोलहिल येथे राहत होते. डिसेंबर 2004 मध्ये, सिमेंटिक वेबवर काम करण्यासाठी त्यांनी स्कूल ऑफ इलेक्ट्रॉनिक्स अँड कॉम्प्युटर सायन्स, युनिव्हर्सिटी ऑफ साउथॅम्प्टन, हॅम्पशायर येथे कॉम्प्युटर सायन्सची खुर्ची स्वीकारली.

ऑक्टोबर 2009 मध्ये टाइम्सच्या एका लेखात, बर्नर्स-लीने कबूल केले की वेब पत्त्यावरील स्लॅशची प्रारंभिक जोडी ("//") "अनावश्यक" होती. त्याने वृत्तपत्राला सांगितले की तो स्लॅशशिवाय वेब पत्ते सहजपणे डिझाइन करू शकतो. "तुम्ही जा, त्या वेळी ही एक चांगली कल्पना असल्यासारखे वाटले," तो त्याच्या हलक्या मनाने माफीनामा म्हणाला.

धोरण कार्य

जून 2009 मध्ये, तत्कालीन ब्रिटिश पंतप्रधान गॉर्डन ब्राउन यांनी घोषणा केली की बर्नर्स-ली माहिती टास्क फोर्सच्या पॉवर ऑफ इन्फर्मेशन टास्क फोर्सच्या कामावर आधारित, वेबवर डेटा अधिक खुला आणि प्रवेशयोग्य बनवण्यासाठी यूके सरकारसोबत काम करतील. 48 Berners-Lee आणि Professor Nigel Shadbolt हे data.gov.uk या यूके सरकारच्या प्रकल्पामागील दोन प्रमुख व्यक्तिमत्त्वे आहेत जे अधिकृत हेतूंसाठी मिळवलेला जवळजवळ सर्व डेटा विनामूल्य पुनर्वापरासाठी उघडण्यासाठी उघडतात. एप्रिल 2010 मध्ये ऑर्डनन्स सर्व्हे डेटा उघडण्यावर भाष्य करताना, बर्नर्स-ली म्हणाले: "माहिती सार्वजनिक डोमेनमध्ये असायला हवी या गृहीतावर आधारित बदल हे सरकारमधील व्यापक सांस्कृतिक बदलाचे संकेत देतात. उलटपक्षी. ते पुढे म्हणाले: "सरकारमधील अधिक मोकळेपणा, उत्तरदायित्व आणि पारदर्शकता लोकांना अधिक पसंती देईल आणि व्यक्तींना त्यांच्यासाठी महत्त्वाच्या असलेल्या समस्यांमध्ये अधिक थेट सहभागी होण्यास सोपे करेल."

नोव्हेंबर 2009 मध्ये, बर्नर्स-लीने वर्ल्ड वाइड वेब फाऊंडेशन (WWWF) लाँच केले ज्यामुळे "वेबला सकारात्मक बदलाचे माध्यम म्हणून लाभ घेण्यासाठी स्थानिक क्षमता निर्माण करणारे परिवर्तनात्मक कार्यक्रम सुरू करून मानवतेला सक्षम बनवण्यासाठी वेबला प्रगत करणे".

बर्नर्स-ली हे नेट न्यूट्रॅलिटीच्या बाजूने अग्रगण्य आवाजांपैकी एक आहेत, आणि त्यांनी असे मत व्यक्त केले आहे की ISPs ने "कोणतीही तार जोडलेली नसलेली कनेक्टिव्हिटी" पुरवली पाहिजे, आणि ग्राहकांच्या व्यक्त संमतीशिवाय त्यांच्या ब्राउझिंग क्रियाकलापांवर नियंत्रण किंवा निरीक्षण करू नये. नेट न्यूट्रॅलिटी हा एक प्रकारचा मानवी नेटवर्क हक्क आहे या कल्पनेचा तो पुरस्कार करतो: "इंटरनेटला धोका, जसे की कंपन्या किंवा सरकार जे इंटरनेट ट्रॅफिकमध्ये व्यत्यय आणतात किंवा त्यामध्ये हस्तक्षेप करतात, मूलभूत मानवी नेटवर्क अधिकारांशी तडजोड करतात." बर्नर्स-ली यांनी यात भाग घेतला. यूएस फेडरल कम्युनिकेशन्स कमिशन (FCC) ला खुले पत्र. त्याने आणि इतर 20 इंटरनेट पायनियर्सनी FCC ला नेट तटस्थता टिकवून ठेवण्यासाठी 14 डिसेंबर 2017 रोजी मतदान रद्द करण्याची विनंती केली. हे पत्र सिनेटचा सदस्य रॉजर विकर, सिनेटर ब्रायन शॅट्झ, प्रतिनिधी मार्शा ब्लॅकबर्न आणि प्रतिनिधी मायकेल एफ. डॉयल यांना उद्देशून होते.

बर्नर्स-ली लंडन स्थित स्टार्ट-अप State.com च्या सल्लागार मंडळात सामील झाले. मे 2012 पर्यंत, ते ओपन डेटा इन्स्टिट्यूटचे अध्यक्ष आहेत, ज्याची त्यांनी 2012 मध्ये निगेल शॅडबोल्टसह सह-स्थापना केली होती.

अलायन्स फॉर अफोर्डेबल इंटरनेट (A4AI) ऑक्टोबर 2013 मध्ये लाँच करण्यात आले आणि बर्नर्स-ली सार्वजनिक आणि खाजगी संस्थांच्या युतीचे नेतृत्व करत आहे ज्यात Google, Facebook, Intel आणि Microsoft यांचा समावेश आहे. A4AI इंटरनेटचा प्रवेश अधिक परवडणारा बनवण्याचा प्रयत्न करतो जेणेकरून विकसनशील जगात प्रवेशाचा विस्तार केला जाईल, जेथे केवळ 31% लोक ऑनलाइन आहेत. बर्नर्स-ली इंटरनेट प्रवेशाच्या किमती कमी करण्याच्या उद्देशाने काम करतील जेणेकरुन ते यूएन ब्रॉडबँड कमिशनच्या जगभरातील मासिक उत्पन्नाच्या 5% लक्ष्यापेक्षा कमी होतील.

बर्नर्स-ली यांच्याकडे मॅसॅच्युसेट्स इन्स्टिट्यूट ऑफ टेक्नॉलॉजी येथे कॉम्प्युटर सायन्सचे संस्थापक अध्यक्ष आहेत, जिथे ते विकेंद्रित माहिती गटाचे प्रमुख आहेत आणि सॉलिडचे नेतृत्व करत आहेत, कतार कॉम्प्युटिंग रिसर्च इन्स्टिट्यूटसह एक संयुक्त प्रकल्प आहे ज्याचा उद्देश आज वेब ॲप्लिकेशन्सच्या कार्यपद्धतीमध्ये आमूलाग्र बदल करणे आहे, परिणामी डेटाची खरी मालकी तसेच सुधारित गोपनीयता प्राप्त होते. ऑक्टोबर 2016 मध्ये, ते ऑक्सफर्ड विद्यापीठातील संगणक विज्ञान विभागात प्राध्यापक संशोधन सहकारी म्हणून सामील झाले 60 आणि ऑक्सफर्ड महाविद्यालयांपैकी एक असलेल्या क्राइस्ट चर्चचे फेलो म्हणून

2010 च्या दशकाच्या मध्यापासून बर्नर्स-ली त्याच्या वादग्रस्त डिजिटल राइट्स मॅनेजमेंट (डीआरएम) परिणामांसह उदयोन्मुख एनक्रिप्टेड मीडिया एक्स्टेंशन्स (ईएमई) प्रस्तावावर सुरुवातीला तटस्थ राहिले. मार्च 2017 मध्ये त्याला वाटले की त्याला एक अशी स्थिती घ्यावी लागेल जी EME प्रस्तावाला समर्थन देईल. डीआरएम अपरिहार्य असल्याचे लक्षात घेता त्यांनी ईएमईच्या गुणांचा तर्क केला . W3C संचालक म्हणून, त्यांनी जुलै 2017 मध्ये अंतिम तपशील मंजूर केला. त्याच्या या भूमिकेला इलेक्ट्रॉनिक फ्रंटियर फाऊंडेशन (ईएफएफ), डीआरएम विरोधी मोहीम डिफेक्टिव्ह बाय डिझाईन आणि फ्री सॉफ्टवेअर फाउंडेशन यासह काहींनी विरोध केला. व्यावसायिक हितसंबंधांविरुद्ध इंटरनेटच्या खुल्या तत्त्वज्ञानाचे समर्थन न करणे आणि विशिष्ट डीआरएम सामग्री पाहण्यासाठी वापरकर्त्यांना विशिष्ट वेब ब्राउझर वापरण्यास भाग पाडले जाण्याच्या जोखमीचा समावेश असलेल्या विविध चिंतांचा समावेश आहे. EFF ने औपचारिक अपील केले जे यशस्वी झाले नाही आणि सप्टेंबर 2017 मध्ये EME तपशील औपचारिक W3C शिफारस बनले.

30 सप्टेंबर 2018 रोजी, बर्नर्स-ली यांनी सॉलिड प्रकल्पाभोवती व्यावसायिक इकोसिस्टमला चालना देण्यासाठी त्याच्या नवीन ओपन-सोर्स स्टार्टअप इनरप्टची घोषणा केली, ज्याचा उद्देश वापरकर्त्यांना त्यांच्या वैयक्तिक डेटावर अधिक नियंत्रण देणे आणि डेटा कोठे जातो, कोणाला पाहण्याची परवानगी आहे हे निवडू देते. काही घटक आणि कोणत्या ॲप्सना तो डेटा पाहण्याची परवानगी आहे.

नोव्हेंबर 2019 मध्ये बर्लिन बर्नर्स-ली येथील इंटरनेट गव्हर्नन्स फोरममध्ये आणि WWWF ने वेबसाठी कॉन्ट्रॅक्ट लाँच केले, सरकार, कंपन्या आणि नागरिकांना "गैरवापर थांबवण्यासाठी" नऊ तत्त्वांचे पालन करण्यास प्रवृत्त करण्यासाठी मोहीम उपक्रम, "जर आम्ही आता कृती करू नका - आणि एकत्र कृती करा - ज्यांना शोषण, विभाजन आणि कमजोर करायचे आहे त्यांच्याद्वारे वेबचा गैरवापर होऊ नये म्हणून, आम्हाला त्याची चांगली क्षमता वाया घालवण्याचा धोका आहे."

पुरस्कार आणि सन्मान

"त्याने वर्ल्ड वाइड वेब विणले आणि 21 व्या शतकासाठी एक मास माध्यम तयार केले. वर्ल्ड वाइड वेब हे बर्नर्स-लीचे एकटे आहे. त्यांनी ते डिझाइन केले आहे. त्याने ते जगावर सोडले आहे. आणि ते उघडे ठेवण्यासाठी त्याने इतर कोणापेक्षा जास्त संघर्ष केला आहे. , मालकी नसलेले आणि विनामूल्य."

बर्नर्स-ली यांना अनेक पुरस्कार आणि सन्मान मिळाले आहेत. "इंटरनेटच्या जागतिक विकासासाठीच्या सेवांसाठी" 2004 च्या नवीन वर्षाच्या सन्मानात क्वीन एलिझाबेथ II ने त्यांना नाइट घोषित केले आणि 16 जुलै 2004 रोजी औपचारिकपणे गुंतवणूक करण्यात आली.

13 जून 2007 रोजी त्यांची ऑर्डर ऑफ मेरिट (OM) वर नियुक्ती करण्यात आली, हा आदेश 24 (जिवंत) सदस्यांसाठी मर्यादित होता. ऑर्डर ऑफ मेरिटचे सदस्यत्व बहाल करणे हे राणीच्या वैयक्तिक अधिकारात आहे आणि त्यासाठी मंत्री किंवा पंतप्रधानांच्या शिफारसीची आवश्यकता नाही.

2001 मध्ये त्यांची रॉयल सोसायटी (FRS) फेलो म्हणून निवड झाली. 2004 70 मध्ये अमेरिकन फिलॉसॉफिकल सोसायटी आणि 2007 मध्ये नॅशनल ॲकॅडमी ऑफ इंजिनिअरिंगचे सदस्य म्हणून त्यांची निवड झाली.

मँचेस्टर (त्याच्या पालकांनी 1940 च्या दशकात मँचेस्टर मार्क वर काम केले होते), हार्वर्ड आणि येल यासह जगभरातील अनेक विद्यापीठांकडून त्यांना मानद पदवी प्रदान करण्यात आली आहे.

2012 मध्ये, बर्नर्स-ली हे कलाकार सर पीटर ब्लेक यांनी त्यांच्या सर्वात प्रसिद्ध कलाकृतीच्या नवीन आवृत्तीमध्ये दिसण्यासाठी निवडलेल्या ब्रिटिश सांस्कृतिक प्रतिकांपैकी एक होते - बीटल्स सार्जेंट. Pepper's Lonely Hearts Club Band अल्बम कव्हर - त्याच्या जीवनातील ब्रिटिश सांस्कृतिक व्यक्तिमत्त्वांचा उत्सव साजरा करण्यासाठी ज्यांचा तो त्याच्या 80 व्या वाढदिवसानिमित्त सर्वात जास्त कौतुक करतो.

2013 मध्ये, त्यांना अभियांत्रिकीसाठी उद्घाटन राणी एलिझाबेथ पारितोषिक देण्यात आले. 4 एप्रिल 2017 रोजी, त्याला "वर्ल्ड वाइड वेब, पहिला वेब ब्राउझर, आणि वेबला स्केल करण्यास अनुमती देणारे मूलभूत प्रोटोकॉल आणि अल्गोरिदम शोधल्याबद्दल" 2016 ACM ट्युरिंग पुरस्कार प्राप्त झाला.

वैयक्तिक जीवन

बर्नर्स-ली यांनी 1990 मध्ये नॅन्सी कार्लसन या अमेरिकन कॉम्प्युटर प्रोग्रामरशी विवाह केला. ती जागतिक आरोग्य संघटनेत स्वित्झर्लंडमध्येही कार्यरत होती. त्यांना दोन मुले झाली आणि 2011 मध्ये घटस्फोट झाला. 2014 मध्ये, त्याने लंडनमधील सेंट जेम्स पॅलेस, चॅपल रॉयल येथे रोझमेरी लीथशी लग्न केले. लीथ हे कॅनेडियन इंटरनेट आणि बँकिंग उद्योजक आहेत आणि बर्नर्स-लीच्या वर्ल्ड वाइड वेब फाउंडेशनचे संस्थापक संचालक आहेत. कृत्रिम बुद्धिमत्ता कंपन्यांना समर्थन देण्यासाठी हे जोडपे उद्यम भांडवलावरही सहयोग करतात.

बर्नर्स-ली हे अँग्लिकन म्हणून वाढले होते, परंतु तरुणपणात ते धर्मापासून दूर गेले. तो पालक झाल्यानंतर, तो युनिटेरियन युनिव्हर्सलिस्ट (UU) बनला. त्याचा देवावर विश्वास आहे का असे विचारले असता त्याने म्हटले: "बहुतेक लोकांच्या दृष्टीने मी नास्तिक आणि एकतावादी सार्वभौमवादी आहे."

TimBL द्वारे 23-30 जून 2021 दरम्यान लंडनमधील Sotheby's द्वारे वेबच्या सोर्स कोडचा लिलाव करण्यात आला होता. USD $5,434,500 87 मध्ये विकून मिळालेल्या रकमेचा उपयोग TimBL आणि त्यांची पत्नी रोझमेरी लीथ यांच्या पुढाकारासाठी निधीसाठी केला जाईल असे नोंदवले गेले.

14

निकोलस कोपर्निकस

निकोलस कोपर्निकस

Top Scientists

निकोलस कोपर्निकस 19 फेब्रुवारी 1473 - 24 मे 1543) हा एक पुनर्जागरण बहुविकल्पी होता, जो गणितज्ञ, खगोलशास्त्रज्ञ आणि कॅथोलिक कॅनन म्हणून सक्रिय होता, ज्याने विश्वाचे मॉडेल तयार केले ज्याने पृथ्वीच्या केंद्रस्थानी सूर्याऐवजी सूर्य ठेवला. सर्व संभाव्यतेनुसार, कोपर्निकसने आपले मॉडेल अॅरिस्टार्कस ऑफ सॅमोसपासून स्वतंत्रपणे विकसित केले, एक प्राचीन ग्रीक खगोलशास्त्रज्ञ ज्याने अठरा शतकांपूर्वी असे मॉडेल तयार केले होते.

1543 मध्ये त्याच्या मृत्यूच्या अगदी आधी कोपर्निकसच्या मॉडेलचे त्याच्या डी रेव्होल्यूशन ऑर्बियम कोलेस्टियम (ऑन द रिव्होल्यूशन्स ऑफ द सेलेस्टियल स्फेअर्स) या पुस्तकातील प्रकाशन, ही विज्ञानाच्या इतिहासातील एक मोठी घटना होती, ज्यामुळे कोपर्निकन क्रांतीला चालना मिळाली आणि त्याने कोपर्निकस क्रांतीमध्ये अग्रगण्य योगदान दिले. वैज्ञानिक क्रांती.

कोपर्निकसचा जन्म रॉयल प्रशिया येथे झाला होता, जो 1466 पासून पोलंडच्या राज्याचा भाग होता. एक बहुभाषिक आणि बहुभाषिक, त्याने कॅनन कायद्यात डॉक्टरेट मिळवली आणि तो एक गणितज्ञ, खगोलशास्त्रज्ञ, चिकित्सक, शास्त्रीय अभ्यासक, अनुवादक, राज्यपाल होता. , मुत्सद्दी आणि अर्थशास्त्रज्ञ. 1497 पासून तो वार्मियन कॅथेड्रल अध्याय कॅनन होता. 1517 मध्ये त्याने पैशाचा प्रमाण सिद्धांत काढला - अर्थशास्त्रातील एक महत्त्वाची संकल्पना - आणि 1519 मध्ये त्याने एक आर्थिक तत्त्व तयार केले ज्याला नंतर ग्रेशमचा कायदा म्हटले गेले.

निकोलस कोपर्निकसचा जन्म 19 फेब्रुवारी 1473 रोजी पोलंड राज्याच्या राजवटीत रॉयल प्रशिया प्रांतातील टोरून (काटेरी) शहरात झाला. त्याचे वडील क्राको येथील व्यापारी होते आणि त्याची आई एका श्रीमंत टोरून व्यापाऱ्याची मुलगी होती. निकोलस चार मुलांपैकी सर्वात लहान होता. त्याचा भाऊ अँड्रियास (अँड्र्यू) फ्रॉमबोर्क (फ्रॉएनबर्ग) येथे ऑगस्टिनियन कॅनन बनला. त्याची बहीण बार्बरा, तिचे नाव तिच्या आईच्या नावावर आहे, ती बेनेडिक्टाइन नन बनली आणि तिच्या शेवटच्या वर्षांत, चेल्मनो (कुल्म) येथील कॉन्व्हेंटची अगोदर; 1517 नंतर तिचा मृत्यू झाला. त्याची बहीण कॅथरीना हिने व्यापारी आणि टोरून शहराचे नगरसेवक बार्थेल गर्टनर यांच्याशी लग्न केले आणि पाच मुले सोडली, ज्यांची कोपर्निकसने आयुष्याच्या शेवटपर्यंत काळजी घेतली. कोपर्निकसने कधीही लग्न केले नाही आणि त्याला मुले झाली हे माहीत नाही, परंतु किमान 1531 ते 1539 पर्यंत अॅना शिलिंग या राहत्या घरकाम करणाऱ्या सोबतचे त्याचे संबंध वॉर्मियाच्या दोन बिशपांनी निंदनीय म्हणून पाहिले होते ज्यांनी त्याला संबंध तोडण्याचा आग्रह केला होता. त्याच्या "शिक्षिका" सोबत.

वडिलांचे कुटुंब

कोपर्निकसच्या वडिलांच्या कुटुंबाचा शोध सिलेसियामधील न्यासा (नीस) आणि प्रुडनिक (न्युस्टाड) मधील गावात आढळतो. गावाच्या नावाचे स्पेलिंग कोपर्निक, कोपरनिक आणि आज कोपर्निकी असे केले गेले आहे. 14व्या शतकात, कुटुंबातील सदस्यांनी इतर विविध सिलेशियन शहरांमध्ये, पोलिश राजधानी क्रकोव (1367) आणि टोरून (1400) येथे स्थलांतर करण्यास सुरुवात केली. वडील, मिकोलाज द एल्डर, बहुधा जानचा मुलगा, क्राकोव वंशातून आला होता.

निकोलसचे नाव त्याच्या वडिलांच्या नावावरून ठेवण्यात आले होते, जे प्रथमच तांब्याचा व्यापार करणारे, डॅन्झिग (ग्डान्स्क) येथे विक्री करणारे उत्तम व्यापारी म्हणून नोंदींमध्ये आढळतात. 1458 च्या सुमारास तो क्राको येथून टोरून येथे गेला. विस्तुला नदीवर वसलेले टोरून, त्यावेळी तेरा वर्षांच्या युद्धात गुंतले होते, ज्यामध्ये पोलंडचे राज्य आणि प्रशिया कॉन्फेडरेशन, प्रशियातील शहरे, सज्जन आणि पाद्री यांची युती, या प्रदेशाच्या नियंत्रणासाठी ट्युटोनिक ऑर्डरवर लढले. . या युद्धात, निकोलस कोपर्निकसचे मूळ गाव, डॅनझिग आणि टोरून सारख्या हॅन्सिएटिक शहरांनी पोलिश राजा, कॅसिमिर IV जेगीलॉन यांना पाठिंबा देण्याचे निवडले, ज्याने शहरांच्या पारंपारिक विशाल स्वातंत्र्याचा आदर करण्याचे वचन दिले होते, ज्याला ट्युटोनिक ऑर्डरने आव्हान दिले होते. निकोलसचे वडील तत्कालीन राजकारणात सक्रियपणे गुंतलेले होते आणि त्यांनी पोलंड आणि शहरांना ट्युटोनिक ऑर्डरच्या विरोधात पाठिंबा दिला होता.1454 मध्ये त्यांनी पोलंडच्या कार्डिनल झ्बिग्निव्ह ओलेस्निकी आणि प्रशिया शहरांमध्ये युद्ध कर्जाच्या परतफेडीसाठी वाटाघाटींमध्ये मध्यस्थी केली. सेकंड पीस ऑफ थॉर्न (१४६६) मध्ये, ट्युटोनिक ऑर्डरने औपचारिकपणे त्याच्या पश्चिम प्रांतावरील सर्व दावे सोडले, जे पहिल्या (१७७२) आणि द्वितीय (१७९३) विभाजनापर्यंत रॉयल प्रशिया म्हणून पोलंडच्या राज्याच्या मुकुटाचा प्रदेश राहिला. पोलंड.

कोपर्निकसच्या वडिलांनी 1461 ते 1464 च्या दरम्यान खगोलशास्त्रज्ञाची आई बार्बरा वॅटझेनरोड यांच्याशी विवाह केला. 1483 च्या सुमारास त्यांचा मृत्यू झाला.

आईचे कुटुंब

निकोलसची आई, बार्बरा वॅटझेनरोड, एक श्रीमंत टोरून पॅट्रिशियन आणि सिटी कौन्सिलर, लुकास वॅटझेनरोड द एल्डर (मृत 1462) आणि कटार्झिना (जॅन पेकाऊची विधवा) यांची मुलगी होती, ज्याचा इतर स्त्रोतांमध्ये काटार्झिना रुडिगर जेंट मॉडलिबोग (मृत) म्हणून उल्लेख केला आहे. हे एक प्रमुख पोलिश कुटुंब होते जे पोलंडच्या इतिहासात 1271 पासून प्रसिद्ध होते. कोपर्निक कुटुंबाप्रमाणे वॅटझेनरोड

कुटुंब स्वीडनिका (श्वेडनिट्झ) जवळून सिलेसियाहून आले होते आणि 1360 नंतर टोरून येथे स्थायिक झाले होते. ते लवकरच सर्वात श्रीमंत आणि सर्वात प्रभावशाली कुलीन कुटुंबांपैकी एक बनले. वॅटझेनरोड्सच्या विवाहाच्या व्यापक कौटुंबिक संबंधांद्वारे, कोपर्निकस टोरून (थॉर्न), ग्दान्स्क (डॅनझिग) आणि एल्ब्लाग (एल्बिंग) च्या श्रीमंत कुटुंबांशी आणि प्रशियातील प्रमुख पोलिश कुलीन कुटुंबांशी संबंधित होता: झॅप्स्की, डिझियालिंस्किस, कोनोपॅकिस आणि कोस्सीलेकिस. लुकास आणि कॅथरीन यांना तीन मुले होती: लुकास वॅटझेनरोड द यंगर (१४४७-१५१२), जो वार्मियाचा बिशप आणि कोपर्निकसचा संरक्षक बनणार होता; बार्बरा, खगोलशास्त्रज्ञाची आई (१४९५ नंतर मरण पावली); आणि क्रिस्टीना (1502 पूर्वी मरण पावली), ज्याने 1459 मध्ये टोरून व्यापारी आणि महापौर टायडेमन वॉन ॲलन यांच्याशी लग्न केले.

कोपर्निकसचे मामा, लुकास वॅटझेनरोड द यंगर

लुकास वॅटझेनरोड द एल्डर, एक श्रीमंत व्यापारी आणि 1439-62 मध्ये न्यायिक खंडपीठाचा अध्यक्ष, ट्युटोनिक नाईट्सचा एक निश्चित विरोधक होता. 1453 मध्ये ग्रुडझियाड्झ (ग्रॉडेन्झ) परिषदेत तो टोरूनचा प्रतिनिधी होता ज्याने त्यांच्या विरुद्ध उठावाची योजना आखली होती. त्यानंतरच्या तेरा वर्षांच्या युद्धादरम्यान, त्याने प्रशियातील शहरांच्या युद्धाच्या प्रयत्नांना भरीव आर्थिक सबसिडी (ज्याचाच एक भाग नंतर त्याने पुन्हा दावा केला), टोरून आणि डॅनझिगमधील राजकीय क्रियाकलापांसह सक्रियपणे पाठिंबा दिला आणि लसिन (लसिन) येथील लढायांमध्ये वैयक्तिकरित्या लढा दिला. लेसेन) आणि मालबोर्क (मेरियनबर्ग). 1462 मध्ये त्यांचा मृत्यू झाला.

खगोलशास्त्रज्ञाचे मामा आणि संरक्षक लुकास वॅटझेनरोड द यंगर यांचे शिक्षण क्राको विद्यापीठात (आताचे जेगेलोनियन विद्यापीठ) आणि कोलोन आणि बोलोग्ना विद्यापीठांमध्ये झाले. तो ट्युटोनिक ऑर्डरचा कडवा विरोधक होता, h आणि त्याच्या ग्रँड मास्टरने त्याला एकदा "सैतान अवतार" म्हणून संबोधले. IV, ज्याला त्या सीटवर स्वतःच्या मुलाला बसवण्याची आशा होती. परिणामी, तीन वर्षांनंतर कॅसिमिर चतुर्थाच्या मृत्यूपर्यंत वॅटझेनरोडने राजाशी भांडण केले. वॉटझेनरोड नंतर लागोपाठ तीन पोलिश सम्राटांशी जवळचे संबंध प्रस्थापित करण्यास सक्षम होते: जॉन I अल्बर्ट, अलेक्झांडर जेगीलॉन आणि सिगिसमंड I द ओल्ड. तो प्रत्येक शासकाचा मित्र आणि प्रमुख सल्लागार होता आणि त्याच्या प्रभावामुळे वार्मिया आणि पोलंडमधील संबंध अधिक दृढ झाले. वॅटझेनरोड हा वार्मियामधील सर्वात शक्तिशाली माणूस म्हणून ओळखला जाऊ लागला आणि त्याची संपत्ती, संपर्क आणि प्रभाव यामुळे त्याला फ्रॉमबोर्क कॅथेड्रलमध्ये कॅनन म्हणून कोपर्निकसचे शिक्षण आणि करिअर सुरक्षित करता आले.

शिक्षण:-

त्याच्या वडिलांच्या मृत्यूनंतर, तरुण निकोलसचे मामा, लुकास वॅटझेनरोड द यंगर (1447-1512), यांनी मुलाला आपल्या पंखाखाली घेतले आणि त्याचे शिक्षण आणि करिअर पाहिले. वॅटझेनरोडने पोलंडमधील प्रमुख बौद्धिक व्यक्तींशी संपर्क ठेवला आणि प्रभावशाली इटालियन-जन्मलेल्या मानवतावादी आणि क्राकोव दरबारी फिलिपो बुओनाकोर्सीचा मित्र होता. कोपर्निकसच्या बालपण आणि शिक्षणाच्या सुरुवातीच्या वर्षांचे कोणतेही प्राथमिक दस्तऐवज अस्तित्वात नाहीत. कोपर्निकस चरित्रकार असे मानतात की वॅटझेनरोडने तरुण कोपर्निकसला प्रथम टोरून येथील सेंट जॉन्स स्कूलमध्ये पाठवले होते, जिथे तो स्वतः एक मास्टर होता. नंतर, आर्मिटेजच्या म्हणण्यानुसार, के मुलाने टोरूनच्या विस्तुला नदीच्या वर असलेल्या वॉक्लावेक येथील कॅथेड्रल स्कूलमध्ये शिक्षण घेतले, ज्याने पोलंडच्या राजधानीतील वॅटझेनरोडच्या अल्मा माटर, क्राकोव विद्यापीठात विद्यार्थ्यांना प्रवेशासाठी तयार केले.

1491-92 च्या हिवाळी सत्रात कोपर्निकस, "निकोलॉस निकोलाई डी थुरोनिया" म्हणून, क्राको विद्यापीठात (आताच्या जगिलोनियन युनिव्हर्सिटी) मध्ये त्याचा भाऊ अँड्र्यूसोबत मॅट्रिक झाले. कोपर्निकसने कला विभागात (१४९१ च्या शरद ऋतूपासून, शक्यतो उन्हाळ्यापर्यंत किंवा १४९५ च्या शरद ऋतूपर्यंत) क्राकोव खगोलशास्त्रीय-गणितीय शाळेच्या उत्कर्षाच्या काळात अभ्यास सुरू केला आणि त्यानंतरच्या गणितीय कामगिरीचा पाया संपादन केला. नंतरच्या पण विश्वासार्ह परंपरेनुसार (जॅन ब्रोझेक), कोपर्निकस हा अल्बर्ट ब्रुडझेव्स्कीचा शिष्य होता, जो तोपर्यंत (१४९१ पासून) अरिस्टॉटेलियन तत्त्वज्ञानाचा प्राध्यापक होता परंतु विद्यापीठाबाहेर खाजगीरित्या खगोलशास्त्र शिकवत असे; कोपर्निकस ब्रुडझेव्स्कीच्या जॉर्ज वॉन प्युअरबॅखच्या Theoricæ novæ planetarum वर मोठ्या प्रमाणावर वाचलेल्या समालोचनाशी परिचित झाला आणि जवळजवळ निश्चितपणे बिस्कुपीच्या बर्नार्ड आणि स्झामोट्युलीच्या वोज्शिच क्रिपा यांच्या व्याख्यानांना आणि बहुधा इतर खगोलशास्त्रीय व्याख्यानांना, वोजॅलोबॅचोला, वोजॅलॉज ऑफ वोजॅलॉज (जॅन ऑफ वोजॅलो) यांच्या व्याख्यानांना उपस्थित राहिला. ओल्कुझचे पनीवी आणि मार्सिन बायलिका.

कोपर्निकसच्या क्राकोव अभ्यासामुळे त्याला विद्यापीठात शिकवल्या जाणाऱ्या गणितीय खगोलशास्त्रात (अंकगणित, भूमिती, भूमितीय प्रकाशशास्त्र, कॉस्मोग्राफी, सैद्धांतिक आणि संगणकीय खगोलशास्त्र) आणि तात्विक आणि नैसर्गिक-विज्ञानाचे चांगले ज्ञान मिळाले.) आणि ॲव्हेरोस, त्याला शिकण्यात स्वारस्य वाढवतात आणि त्याला मानवतावादी संस्कृतीशी परिचित बनवतात. कोपर्निकसने त्याच्या क्राकोव वर्षांमध्ये (युक्लिड, हॅली अबेनरागेल, अल्फोन्साइन टेबल्स, जोहान्स रेजीओमॉन्टॅनस' टॅब्युले डिरेक्शनम) मिळवलेल्या पुस्तकांच्या स्वतंत्र वाचनासह विद्यापीठाच्या व्याख्यान सभागृहातून घेतलेले ज्ञान विस्तृत केले; या कालावधीपर्यंत, कदाचित, त्याच्या सर्वात प्राचीन वैज्ञानिक नोट्स देखील आहेत, ज्या आता अंशतः उप्सला विद्यापीठात जतन केल्या आहेत. क्राको येथे कोपर्निकसने खगोलशास्त्रावरील एक मोठी लायब्ररी गोळा करण्यास सुरुवात केली; हे नंतर 1650 च्या महापूरादरम्यान स्वीडिश लोकांकडून युद्ध लूट

म्हणून वाहून नेले जाईल आणि आता ते उप्सला विद्यापीठाच्या ग्रंथालयात आहे.

क्राकोव येथील कोपर्निकसच्या चार वर्षांनी त्याच्या गंभीर विद्याशाखांच्या विकासात महत्त्वाची भूमिका बजावली आणि खगोलशास्त्राच्या दोन "अधिकृत" प्रणालींमधील तार्किक विरोधाभासांचे विश्लेषण सुरू केले - ॲरिस्टॉटलचा समकेंद्री गोलाकारांचा सिद्धांत, आणि टॉलेमीची विक्षिप्त आणि सूर्यप्रकाशाची यंत्रणा- ज्याचा त्याग करणे हे कोपर्निकसच्या विश्वाच्या संरचनेच्या स्वतःच्या सिद्धांताच्या निर्मितीच्या दिशेने पहिले पाऊल असेल.

पदवी न घेता, कदाचित 1495 च्या शरद ऋतूत, कोपर्निकसने क्राको सोडले त्याचे काका वॅटझेनरोड यांच्या दरबारात, ज्यांना 1489 मध्ये वार्मियाचा प्रिन्स-बिशप म्हणून पदोन्नती देण्यात आली होती आणि लवकरच (नोव्हेंबर 1495 पूर्वी) आपल्या पुतण्याला वार्मियामध्ये ठेवण्याचा प्रयत्न केला. कॅननरी 26 ऑगस्ट 1495 रोजी त्याच्या पूर्वीच्या भाडेकरू, Jan Czanow च्या मृत्यूने रिकामी केली. अस्पष्ट कारणांमुळे-कदाचित अध्यायाच्या काही भागाच्या विरोधामुळे, ज्याने रोमला आवाहन केले होते-कोपर्निकसच्या स्थापनेला उशीर झाला, वॅटझेनरोडने आपल्या दोन्ही पुतण्यांना इटलीमध्ये कॅनन कायद्याचा अभ्यास करण्यासाठी पाठवण्यास प्रवृत्त केले, असे दिसते की त्यांच्या चर्चच्या कारकीर्दीला पुढे जाण्यासाठी आणि त्याद्वारे देखील वार्मिया अध्यायात स्वतःचा प्रभाव मजबूत करणे.

20 ऑक्टोबर 1497 रोजी, कोपर्निकस, प्रॉक्सीद्वारे, वॉर्मिया कॅननरीमध्ये औपचारिकपणे यशस्वी झाला जो त्याला दोन वर्षांपूर्वी मंजूर झाला होता. यासाठी, 10 जानेवारी 1503 रोजी पडुआ येथील दस्तऐवजानुसार, तो कॉलेजिएट चर्च ऑफ होली क्रॉस आणि व्रोक्लॉ येथील सेंट बार्थोलोम्यू (त्या वेळी बोहेमियाच्या मुकुटात) एक सिनेक्योर जोडेल. पुढील फायदे मिळविण्यासाठी 29 नोव्हेंबर 1508 रोजी पोपचा स्वीकार करण्यात आला असूनही, कोपर्निकसने आपल्या चर्चच्या कारकिर्दीद्वारे केवळ धड्यात पुढील प्रीबेंड्स आणि उच्च स्थाने (प्रिलॅसी) प्राप्त केली नाहीत तर 1538 मध्ये त्याने व्रोक्लॉ सिनेक्योरचा त्याग केला. त्याला कधी याजक म्हणून नेमण्यात आले होते की नाही हे अस्पष्ट आहे. एडवर्ड रोसेन असे प्रतिपादन करतात की तो नव्हता. कोपर्निकसने किरकोळ ऑर्डर्स घेतल्या, जे एक अध्याय कॅननरी गृहीत धरण्यासाठी पुरेसे होते. कॅथोलिक एनसायक्लोपीडियाने असे सुचवले आहे की त्यांचे संयोजन संभाव्य होते, कारण 1537 मध्ये ते वार्मियाच्या एपिस्कोपल जागेसाठी चार उमेदवारांपैकी एक होते, ज्या पदासाठी समन्वय आवश्यक होता.

इटली मध्ये

दरम्यान, 1496 च्या मध्यात वॉर्मिया सोडून-शक्यतो चॅप्टरचा कुलगुरू, जेर्झी प्रांघे, जो इटलीला जात होता, त्याच्यासोबत- शरद ऋतूमध्ये, शक्यतो ऑक्टोबरमध्ये, कोपर्निकस बोलोग्ना येथे आला आणि काही महिन्यांनंतर (6 जानेवारी 1497 नंतर) बोलोग्ना युनिव्हर्सिटी ऑफ ज्युरिस्ट्सच्या "जर्मन राष्ट्र" च्या रजिस्टरमध्ये स्वतःची स्वाक्षरी केली, ज्यामध्ये सिलेसिया, प्रशिया आणि पोमेरेनिया येथील तरुण पोल तसेच इतर राष्ट्रीयतेचे विद्यार्थी समाविष्ट होते.

1496 च्या शरद ऋतूतील आणि 1501 च्या वसंत ऋतू दरम्यान बोलोग्ना येथे तीन वर्षांच्या वास्तव्यादरम्यान, कोपर्निकसने कॅनन कायद्याचा अभ्यास करण्यासाठी स्वतःला कमी झोकून दिले असे दिसते (त्याने इटलीला दुसऱ्यांदा परतल्यानंतर केवळ सात वर्षांनी कॅनन कायद्यात डॉक्टरेट प्राप्त केली. 1503) मानवतेचा अभ्यास करण्यापेक्षा-कदाचित फिलिपो बेरोआल्डो, अँटोनियो उर्सेओ, कॉड्रो, जियोव्हानी गार्जोनी आणि अलेस्सांद्रो अचिलिनी यांच्या व्याख्यानांना उपस्थित राहणे-आणि खगोलशास्त्राचा अभ्यास करणे. तो प्रसिद्ध खगोलशास्त्रज्ञ डोमेनिको मारिया नोव्हारा दा फेरारा यांना भेटला आणि त्याचा शिष्य व सहाय्यक बनला. कोपर्निकस जॉर्ज फॉन प्युअरबॅच आणि जोहान्स रेगिओमॉन्टॅनस (व्हेनिस, 1496) यांच्या "एपीटोम ऑफ द अल्माजेस्ट" (अल्माजेस्टम टॉलेमीमधील एपिटोम) वाचून नवीन कल्पना विकसित करत होते. 9 मार्च 1497 रोजी बोलोग्ना येथे चंद्राच्या वृषभ नक्षत्रातील सर्वात तेजस्वी तारा, अल्डेबरनच्या गुप्ततेचे संस्मरणीय निरीक्षण आयोजित करून त्यांनी टॉलेमीच्या चंद्राच्या गतीच्या सिद्धांतातील काही वैशिष्ट्यांबद्दलची निरीक्षणे सत्यापित केली. मानवतावादी कोपर्निकसने ग्रीक आणि लॅटिन लेखकांच्या (पायथागोरस, ॲरिस्टार्कोस ऑफ समोस, क्लीओमेडीज, सिसेरो, प्लिनी द एल्डर, प्लुटार्क, फिलोलस, हेराक्लाइड्स, एकफँटोस, प्लेटो) जवळून वाचन करून त्याच्या वाढत्या शंकांना पुष्टी मिळवून दिली, विशेषतः पडुआ येथे असताना, प्राचीन खगोलशास्त्रीय, विश्वशास्त्रीय आणि कॅलेंडर प्रणालींबद्दल खंडित ऐतिहासिक माहिती.

कोपर्निकसने जुबली वर्ष 1500 रोममध्ये घालवले, जेथे तो त्याचा भाऊ अँड्र्यूसोबत त्या वसंत ऋतूत पोपल क्युरिया येथे शिकाऊ प्रशिक्षण घेण्यासाठी आला होता. येथेही, तथापि, त्याने बोलोग्ना येथे सुरू केलेले त्याचे खगोलशास्त्रीय कार्य चालू ठेवले, उदाहरणार्थ, नोव्हेंबर 1500 च्या रात्री चंद्रग्रहणाचे निरीक्षण केले. रेटिकसच्या नंतरच्या अहवालानुसार, कोपर्निकस देखील - बहुधा खाजगीरित्या, ऐवजी रोमन सॅपिएन्झा—एक "प्रोफेसर मॅथेमॅटम" (खगोलशास्त्राचे प्राध्यापक) म्हणून, "असंख्य... विद्यार्थ्यांना आणि... विज्ञानातील अग्रगण्य मास्टर्सना", सार्वजनिक व्याख्याने बहुधा समकालीन खगोलशास्त्राच्या गणितीय उपायांच्या समीक्षेसाठी समर्पित होती.

त्याच्या परतीच्या प्रवासात निःसंशयपणे बोलोग्ना येथे थोडक्यात थांबून, 1501 च्या मध्यात कोपर्निकस वार्मियाला परत आला. 28 जुलै रोजी चॅप्टरमधून औषधाचा अभ्यास करण्यासाठी दोन वर्षांची रजा वाढवल्यानंतर (कारण "ते भविष्यात आमच्या आदरणीय वरिष्ठ बिशप लुकास वॅटझेनरोड आणि धड्यातील सज्जनांसाठी उपयुक्त वैद्यकीय सल्लागार होऊ शकतात"), उन्हाळ्याच्या उत्तरार्धात किंवा शरद ऋतूमध्ये तो पुन्हा इटलीला परतला, बहुधा त्याचा भाऊ अँड्र्यू एम आणि कॅनन बर्नहार्ड स्कुल्टेटी यांच्यासोबत. यावेळी त्यांनी पडुआ

विद्यापीठात शिक्षण घेतले, जे वैद्यकीय शिक्षणाचे केंद्र म्हणून प्रसिद्ध होते, आणि - मे-जून 1503 मध्ये फेरारा येथे झालेल्या एका संक्षिप्त भेटीशिवाय, कॅनन कायद्यातील डॉक्टरेटची परीक्षा उत्तीर्ण करण्यासाठी आणि प्राप्त करण्यासाठी - तो पडुआ येथेच राहिला. 1501 च्या शरद ऋतूपासून उन्हाळा 1503 पर्यंत.

कोपर्निकसने बहुधा आघाडीच्या पडुआ प्राध्यापकांच्या मार्गदर्शनाखाली औषधाचा अभ्यास केला - बार्टोलोमियो दा मॉन्टॅगनाना, गिरोलामो फ्राकास्टोरो, गॅब्रिएल झर्बी, अलेस्सांद्रो बेनेडेटी - आणि यावेळी त्यांनी मिळवलेले वैद्यकीय ग्रंथ वाचले, वॅलेस्कस डी टारांटा, जॅन मेस्यू, ह्यूगो सेनेन्सिस, जॅन केटहॅम, अरनॉल्ड डी व्हिला नोव्हा, आणि मिशेल सवोनारोला, जे त्यांच्या नंतरच्या वैद्यकीय ग्रंथालयाचा भ्रूण तयार करतील.

कोपर्निकसने ज्योतिषशास्त्राचा अभ्यास केलेला असावा, कारण तो वैद्यकीय शिक्षणाचा एक महत्त्वाचा भाग मानला जात असे. तथापि, पुनर्जागरण काळातील इतर प्रमुख खगोलशास्त्रज्ञांप्रमाणे, त्यांनी ज्योतिषशास्त्रात कधीही सराव केला नाही किंवा त्यात रस व्यक्त केला नाही असे दिसते.

बोलोग्नाप्रमाणे, कोपर्निकसने स्वतःला त्याच्या अधिकृत अभ्यासापुरते मर्यादित ठेवले नाही. त्याच्या हेलेनिस्टिक हितसंबंधांची सुरुवात कदाचित पडुआ वर्षांनी झाली. थिओडोरस गाझाचे व्याकरण (1495) आणि जोहान्स बाप्टिस्टा क्रिस्टोनियसच्या शब्दकोश (1499) च्या साहाय्याने त्यांनी ग्रीक भाषा आणि संस्कृतीची ओळख करून दिली, बोलोग्ना येथे सुरू झालेल्या पुरातन वास्तूच्या अभ्यासाचा विस्तार केला, बेसारियन, लोरेन्झो वल्ला आणि इतरांच्या लेखनापर्यंत. पृथ्वीच्या हालचालीवर जगाची एक नवीन व्यवस्था बसवण्याची कल्पना शेवटी त्याच्या पडुआ मुक्कामाच्या काळातच स्फटिक बनल्याचे पुरावे आहेत. 35 जसजशी कोपर्निकसची घरी परतण्याची वेळ जवळ आली, 1503 च्या वसंत ऋतूमध्ये त्याने फेरारा येथे प्रवास केला जिथे, 31 मे 1503 रोजी, अनिवार्य परीक्षा उत्तीर्ण केल्यावर, त्याला डॉक्टर ऑफ कॅनन लॉ (निकोलॉस कोपर्निच डी प्रशिया, ज्युर कॅनोनिको ..) ही पदवी प्रदान करण्यात आली. आणि डॉक्टरेट). यात काही शंका नाही की लगेचच (नवीनतम, 1503 च्या शरद ऋतूत) त्याने वार्मियाला परत येण्यासाठी इटली सोडले.

ग्रहांचे निरीक्षण

कोपर्निकसने बुध ग्रहाची तीन निरीक्षणे केली, ज्यामध्ये -3, -15 आणि -1 मिनिटांच्या कमानीच्या त्रुटी होत्या. त्याने -24 मिनिटांच्या त्रुटीसह व्हीनसपैकी एक केले. 2, 20, 77 आणि 137 मिनिटांच्या त्रुटींसह चार मंगळाचे बनलेले होते. 32, 51, -11 आणि 25 मिनिटांच्या त्रुटींसह गुरु ग्रहाची चार निरीक्षणे केली गेली. त्याने 31, 20, 23 आणि -4 मिनिटांच्या चुकांसह शनीचे चार बनवले.

इतर निरीक्षणे

नोव्हारासोबत, कोपर्निकसने ९ मार्च १४९७ रोजी चंद्राद्वारे एल्डेबरनचे एक वेध पाहिले. कोपर्निकसने ४ मार्च १५०० रोजी शनि आणि चंद्राचा संयोगही पाहिला. ६ नोव्हेंबर १५०० रोजी त्याने चंद्रग्रहण पाहिले.

इटलीमध्ये आपले सर्व शिक्षण पूर्ण केल्यावर, 30 वर्षीय कोपर्निकस वार्मियाला परतला, जिथे तो त्याच्या आयुष्यातील उर्वरित 40 वर्षे क्राकोव आणि जवळच्या प्रशियातील शहरे: टोरून (काटा), ग्दान्स्क (डॅनझिग), एल्ब्लाग (एल्बिंग), ग्रुडझियाड्झ (ग्रॉडेन्झ), मालबोर्क (मेरिअनबर्ग), कोनिग्सबर्ग (क्रोलेविक).

कोपर्निकस हे 1503 ते 1510 पर्यंत (किंवा कदाचित 29 मार्च 1512 रोजी त्याच्या काकांच्या मृत्यूपर्यंत) त्याच्या काकांचे सचिव आणि चिकित्सक होते आणि लिडझबार्क (हेल्सबर्ग) येथे बिशपच्या वाड्यात राहत होते, जिथे त्याने त्याच्या सूर्यकेंद्री सिद्धांतावर काम सुरू केले होते. त्यांच्या अधिकृत क्षमतेमध्ये, त्यांनी त्यांच्या काकांच्या जवळजवळ सर्व राजकीय, धर्मगुरू आणि प्रशासकीय-आर्थिक कर्तव्यांमध्ये भाग घेतला. 1504 च्या सुरुवातीपासून, कोपर्निकस वॅटझेनरोड सोबत मालबोर्क आणि एल्ब्लाग येथे आयोजित रॉयल प्रशिया आहाराच्या सत्रात गेला आणि Dobrzycki आणि Hajdukiewicz लिहा, "महत्त्वाकांक्षी राजकारणी आणि राजकारणी यांनी खेळलेल्या जटिल राजनैतिक खेळातील सर्व महत्त्वाच्या घटनांमध्ये भाग घेतला. प्रशिया आणि वॉर्मियाच्या विशिष्ट हितसंबंधांचे रक्षण करण्यासाठी, ट्युटोनिक ऑर्डरशी शत्रुत्व आणि पोलिश राजसत्तेशी निष्ठा."

1504-12 मध्ये कोपर्निकसने आपल्या काकांच्या सेवानिवृत्तीचा भाग म्हणून असंख्य प्रवास केले - 1504 मध्ये, टोरून आणि ग्दान्स्क, पोलंडचा राजा अलेक्झांडर जेगीलॉन यांच्या उपस्थितीत रॉयल प्रशिया परिषदेच्या अधिवेशनासाठी; मालबोर्क (1506), एलब्लाग (1507) आणि स्झटम (स्टुहम) (1512) येथे प्रशियाच्या आहाराच्या सत्रांसाठी; आणि त्याने पॉझ्नान (पोसेन) सत्र (1510) आणि पोलंडचा राजा सिगिसमंड I द ओल्डच्या क्राकोव (1507) राज्याभिषेकाला भाग घेतला असावा. वॅटझेनरोडच्या प्रवासाचा कार्यक्रम असे सुचवितो की 1509 च्या वसंत ऋतूमध्ये कोपर्निकस कदाचित क्राकोव सेज्ममध्ये उपस्थित असावा.

नंतरच्या प्रसंगी, क्राकोमध्ये, कोपर्निकसने ग्रीकमधून लॅटिन भाषेत, 7व्या शतकातील बायझंटाईन इतिहासकार थिओफिलॅक्ट सिमोकाट्टा याच्या संग्रहाचा, जॅन हॅलरच्या छापखान्यात छपाईसाठी सादर केला होता, ज्यामध्ये Epistles नावाच्या 85 संक्षिप्त कविता होत्या, किंवा अक्षरे, ग्रीक कथेतील विविध पात्रांमध्ये उत्तीर्ण झालेली असावीत. ते तीन प्रकारचे असतात-"नैतिक," लोकांनी कसे जगावे याबद्दल सल्ला देतात; "खेडूत", मेंढपाळ जीवनाची छोटी चित्रे देणे; आणि "प्रेमळ", ज्यात प्रेम कविता आहेत. विषयांच्या नियमित

आवर्तनात ते एकमेकांचे अनुसरण करण्याची व्यवस्था केली जाते. कोपर्निकसने ग्रीक श्लोकांचे लॅटिन गद्यात भाषांतर केले होते, आणि आता त्यांनी Theophilacti scolastici Simocati epistolae morales, rurales et amatoriae interpretatione latina या नावाने त्याची आवृत्ती प्रकाशित केली, जी त्याने आपल्या काकांना त्याच्याकडून मिळालेल्या सर्व लाभांबद्दल कृतज्ञता म्हणून समर्पित केली. या भाषांतरासह, कोपर्निकसने ग्रीक साहित्याचे पुनरुज्जीवन व्हावे की नाही या प्रश्नावरील संघर्षात मानवतावाद्यांच्या बाजूने स्वतःला घोषित केले . कोपर्निकसची पहिली काव्यात्मक रचना एक ग्रीक एपिग्रॅम होती, जी कदाचित क्राकोच्या भेटीदरम्यान, बार्बरा झापोलियाच्या 1512 मध्ये राजा झिग्मंट I द ओल्ड यांच्या लग्नासाठी जोहान्स डँटिस्कसच्या एपिथालेमियमसाठी रचली गेली होती.

1514 च्या काही काळ आधी, कोपर्निकसने त्याच्या सूर्यकेंद्री सिद्धांताची प्रारंभिक रूपरेषा लिहिली, ज्याला फक्त नंतरच्या प्रतिलेखांवरून ओळखले जाते, शीर्षकाने (कदाचित ते कॉपीस्टने दिलेले आहे), निकोलाई कोपर्निकी डी हायपोथेसिबस मोट्युम कोलेस्टियम ए से कॉन्स्टिटिस कॉमेंटरीओलस-सामान्यतः कॉमेंटरीओलस म्हणून ओळखले जाते. . हे गणितीय उपकरणाशिवाय, जगाच्या सूर्यकेंद्री यंत्रणेचे संक्षिप्त सैद्धांतिक वर्णन होते आणि डी रेव्हॅलिबसच्या भौमितिक बांधकामाच्या काही महत्त्वाच्या तपशीलांमध्ये भिन्न होते; परंतु ते पृथ्वीच्या तिहेरी हालचालींसंबंधीच्या समान गृहितकांवर आधारित होते. कॉमेंटरीओलस, ज्याला कोपर्निकसने जाणीवपूर्वक त्याच्या नियोजित पुस्तकासाठी केवळ पहिले रेखाटन म्हणून पाहिले, ते छापील वितरणासाठी नव्हते. त्याने त्याच्या जवळच्या ओळखीच्या अगदी मोजक्या हस्तलिखित प्रती उपलब्ध करून दिल्या, त्यामध्ये असे दिसते की, 1515-30 मध्ये ग्रहणांचे निरीक्षण करण्यात अनेक क्राकोव खगोलशास्त्रज्ञांचा समावेश आहे. टायको ब्राहे यांनी 1602 मध्ये प्राग येथे प्रकाशित केलेल्या Astronomiae instauratae progymnasmata या त्यांच्या स्वतःच्या ग्रंथात कॉमेंटरीओलसचा एक तुकडा समाविष्ट केला आहे, जो त्याला बोहेमियन वैद्य आणि खगोलशास्त्रज्ञ ताडेस हाजेक, रेक्टिकसचा मित्र यांच्याकडून मिळालेल्या हस्तलिखितावर आधारित आहे. कॉमेंटरीओलस प्रथमच 1878 मध्ये संपूर्णपणे छापण्यात आले होते.

1510 किंवा 1512 मध्ये कोपर्निकस बाल्टिक समुद्राच्या किनाऱ्यावरील विस्टुला लगूनच्या वायव्येस असलेल्या फ्रॉमबोर्क शहरात गेला. तेथे, एप्रिल 1512 मध्ये, त्याने वार्मियाचा प्रिन्स-बिशप म्हणून लॉसैनेनच्या फॅबियनच्या निवडणुकीत भाग घेतला. जून 1512 च्या सुरुवातीलाच या अध्यायाने कोपर्निकसला "बाह्य क्युरिया" - कॅथेड्रल माउंटच्या संरक्षणात्मक भिंतींच्या बाहेर एक घर दिले. 1514 मध्ये त्याने फ्रॉमबोर्क किल्ल्याच्या भिंतीमध्ये वायव्य टॉवर खरेदी केला. जानेवारी 1520 मध्ये ट्युटोनिक ऑर्डरद्वारे फ्रेनबर्गवर छापे टाकून धड्याच्या इमारतींची नासधूस होऊनही, ज्या दरम्यान कोपर्निकसची खगोलशास्त्रीय उपकरणे नष्ट झाली होती, तरीही तो या दोन्ही निवासस्थानांची देखभाल करेल. कोपर्निकसने 1513-16 मध्ये त्याच्या बाह्य क्युरियावरून खगोलशास्त्रीय निरीक्षणे केली; आणि 1522-43 मध्ये, एका अज्ञात "स्मॉल टॉवर" (ट्युरीकुला) वरून, प्राचीन वाद्यांवर आधारित - चतुर्भुज, ट्रिक्वेट्रम, आर्मिलरी गोलाकार वापरून. फ्रॉमबॉर्क येथे कोपर्निकसने 60 पेक्षा जास्त नोंदणीकृत खगोलीय निरीक्षणांपैकी अर्ध्याहून अधिक निरीक्षणे केली.

१५१६-१९ आणि १५२०-२१ मध्ये व्यत्ययांसह, फ्रॉमबोर्क येथे कायमस्वरूपी स्थायिक झाल्यानंतर, कोपर्निकसने स्वतःला वार्मिया अध्यायाच्या आर्थिक आणि प्रशासकीय केंद्रात शोधून काढले, जे वार्मियाच्या दोन मुख्य केंद्रांपैकी एक होते. राजकीय जीवन. वॉर्मियाच्या कठीण, राजकीयदृष्ट्या गुंतागुंतीच्या परिस्थितीत, ट्युटोनिक ऑर्डरच्या आक्रमकतेमुळे (ट्युटोनिक बँडचे हल्ले; 1519-21 चे पोलिश-ट्युटोनिक युद्ध; वॉर्मियाला जोडण्याची अल्बर्टची योजना) द्वारे बाहेरून धोक्यात आलेले, अंतर्गतरित्या जोरदार फुटीरतावादी दबावाखाली (निवडणूक) वार्मियाचे राजपुत्र-बिशप; चलन सुधारणा), त्याने, अध्यायाच्या काही भागासह, पोलिश क्राउनसह कठोर सहकार्याच्या कार्यक्रमाचे प्रतिनिधित्व केले आणि त्याच्या सर्व सार्वजनिक क्रियाकलापांमध्ये (ऑर्डरच्या विजयाच्या योजनांविरूद्ध त्याच्या देशाचे संरक्षण; पोलंडच्या राजसत्तेशी तिची आर्थिक व्यवस्था एकत्र करण्याचे प्रस्ताव; वार्मिया अधिराज्याच्या चर्चच्या प्रशासनात पोलंडच्या हितसंबंधांना पाठिंबा) तो जाणीवपूर्वक पोलिश-लिथुआनियन प्रजासत्ताकचा नागरिक होता. काका बिशप वॅटझेनरोड यांच्या मृत्यूनंतर लगेचच, त्यांनी पिओट्रोकोव ट्रायब्युनाल्स्की (७ डिसेंबर १५१२) च्या दुसऱ्या करारावर स्वाक्षरी करण्यात भाग घेतला, वॉर्मियाच्या बिशपच्या नियुक्तीचे नियमन करत, अध्यायाच्या काही भागाच्या विरोधाला न जुमानता, एकनिष्ठ सहकार्यासाठी घोषित केले. पोलिश मुकुट.

त्याच वर्षी (8 नोव्हेंबर 1512 पूर्वी) कोपर्निकसने चॅप्टरच्या आर्थिक उपक्रमांचे व्यवस्थापन करण्यासाठी मॅजिस्टर पिस्टोरिया म्हणून जबाबदारी स्वीकारली (ते 1530 मध्ये हे पद पुन्हा सांभाळतील), 1511 पासून आधीच चॅप्टरच्या इस्टेट्सचे कुलपती आणि अभ्यागत म्हणून कर्तव्ये पार पाडली.

त्याच्या प्रशासकीय आणि आर्थिक कर्तव्यांमुळे कोपर्निकस, 1512-15 मध्ये, गहन निरीक्षणात्मक क्रियाकलापांपासून विचलित झाले नाहीत. या काळातील मंगळ आणि शनि यांच्या निरीक्षणांचे परिणाम आणि विशेषतः 1515 मध्ये केलेल्या सूर्याच्या चार निरीक्षणांच्या मालिकेमुळे पृथ्वीच्या विक्षिप्ततेच्या परिवर्तनशीलतेचा आणि सौर अपोजीच्या हालचालींचा शोध लागला. तारे, ज्याने 1515-19 मध्ये त्याच्या प्रणालीच्या काही गृहितकांची पहिली पुनरावृत्ती करण्यास प्रवृत्त केले. या काळात त्यांनी केलेल्या काही निरीक्षणांचा संबंध मिडेलबर्गचे बिशप पॉल ऑफ फॉसम्ब्रोन यांच्या विनंतीवरून १५१३ च्या पूर्वार्धात करण्यात आलेल्या ज्युलियन कॅलेंडरच्या प्रस्तावित सुधारणेशी असू शकतो. पाचव्या लॅटरन कौन्सिलच्या काळात या प्रकरणातील त्यांचे संपर्क नंतर कोपर्निकसच्या डे रिव्हॅलिबस ऑर्बियम कोलेस्टियममधील

समर्पित पत्रात आणि पॉल ऑफ मिडलबर्ग, सेकंडम कॉम्पेंडिअम करेक्शनिस कॅलेंडरी (1516) यांच्या ग्रंथात प्रशंसापर उल्लेख करण्यात आले, ज्यामध्ये कोपरनिकसचा उल्लेख आहे. ज्या विद्वान पुरुषांनी दिनदर्शिकेच्या दुरुस्तीसाठी परिषदेचे प्रस्ताव पाठवले होते.

1516-21 दरम्यान, कोपर्निकस ओल्स्झटिन (ॲलेनस्टाईन) किल्ल्यामध्ये वार्मियाचे आर्थिक प्रशासक म्हणून वास्तव्यास होते, ज्यात ओल्स्झटिन (ॲलेन्स्टाईन) आणि पिएनिएझ्नो (मेहलसॅक) यांचा समावेश होता. तेथे असताना, त्यांनी लोकेशन्स मॅनसोरम डेझर्टोरम (लोकेशन्स ऑफ डेजर्टेड फिफ्स) ही एक हस्तलिखित लिहीली, ज्यायोगे त्या जाग्यांना कष्टकरी शेतकऱ्यांचा समावेश करावा आणि त्यामुळे वार्मियाच्या अर्थव्यवस्थेला चालना मिळेल. पोलिश-ट्युटोनिक युद्धादरम्यान जेव्हा ओल्झटिनला ट्युटोनिक नाईट्सने वेढा घातला, तेव्हा कोपर्निकसने रॉयल पोलिश सैन्याने ओल्झटिन आणि वार्मियाच्या संरक्षणाचे निर्देश दिले. त्यानंतरच्या शांतता वाटाघाटींमध्ये त्यांनी पोलिश बाजूचे प्रतिनिधित्व केले.

कोपर्निकसने वर्षानुवर्षे रॉयल प्रशिया सेजमिकला आर्थिक सुधारणांबाबत सल्ला दिला, विशेषतः 1520 च्या दशकात जेव्हा प्रादेशिक प्रशियाच्या राजकारणात हा एक प्रमुख प्रश्न होता. 1526 मध्ये त्यांनी पैशाच्या मूल्यावर "Monetae cudendae ratio" हा अभ्यास लिहिला. त्यामध्ये त्यांनी थॉमस ग्रेशमच्या काही दशकांपूर्वीच्या थॉमस ग्रेशमच्या आधीच्या "खराब" (अनिष्ट) नाण्यांमुळे "चांगले" (अन-निष्कृत) नाणे चलनात आणले जातात, या सिद्धांताची सुरुवातीची पुनरावृत्ती तयार केली. 1517 मध्ये त्यांनी पैशाचा प्रमाण सिद्धांत मांडला, जो आजपर्यंतच्या अर्थशास्त्रातील एक प्रमुख संकल्पना आहे. चलन स्थिर करण्याच्या प्रयत्नात प्रशिया आणि पोलंड या दोन्ही देशांच्या नेत्यांनी आर्थिक सुधारणांबाबत कोपर्निकसच्या शिफारशी मोठ्या प्रमाणावर वाचल्या होत्या.

1533 मध्ये, पोप क्लेमेंट VII चे सचिव जोहान विडमॅनस्टेटर यांनी पोप आणि दोन कार्डिनल यांना कोपर्निकसच्या सूर्यकेंद्री प्रणालीचे स्पष्टीकरण दिले. पोप इतका खूश झाला की त्याने विडमॅनस्टेटरला एक मौल्यवान भेट दिली. 1535 मध्ये बर्नार्ड वापोव्स्कीने व्हिएन्ना येथील एका गृहस्थाला एक पत्र लिहून एक संलग्न पंचांग प्रकाशित करण्याचा आग्रह केला, जो कोपर्निकसने लिहिला असल्याचा दावा केला. ऐतिहासिक नोंदींमध्ये कोपर्निकस पंचांगाचा हा एकमेव उल्लेख आहे. "पंचांग" हे बहुधा कोपर्निकसचे ग्रहांच्या स्थानांचे तक्ते होते. वापोव्स्कीच्या पत्रात कोपर्निकसच्या पृथ्वीच्या हालचालींबद्दलच्या सिद्धांताचा उल्लेख आहे. वापोव्स्कीच्या विनंतीनुसार काहीही मिळाले नाही, कारण काही आठवड्यांनंतर त्याचा मृत्यू झाला.

वार्मिया मॉरिशस फेर्बरचा प्रिन्स-बिशप (१ जुलै १५३७) यांच्या मृत्यूनंतर, कोपर्निकसने त्याचा उत्तराधिकारी जोहान्स डँटिस्कस (२० सप्टेंबर १५३७) च्या निवडणुकीत भाग घेतला. कोपर्निकस हे पदासाठी चार उमेदवारांपैकी एक होते, ज्याचे नाव टायडेमन गिसेच्या पुढाकाराने लिहिले होते; परंतु त्याची उमेदवारी प्रत्यक्षात प्रो फॉर्मा होती, कारण डँटिसकस यांना याआधी फेर्बरला कोडज्युटर बिशप म्हणून नियुक्त करण्यात आले होते आणि डँटिस्कसला पोलंडचा राजा सिगिसमंड I यांचा पाठिंबा होता. सुरुवातीला कोपर्निकसने नवीन प्रिन्स-बिशप यांच्याशी मैत्रीपूर्ण संबंध ठेवले, 1538 च्या वसंत ऋतूमध्ये त्याला वैद्यकीय मदत केली आणि त्या उन्हाळ्यात त्याच्यासोबत चॅप्टर होल्डिंग्सच्या तपासणी दौऱ्यावर गेले. पण त्या शरद ऋतूतील, कोपर्निकसच्या घरकाम करणाऱ्या अण्णा शिलिंगच्या संशयामुळे त्यांची मैत्री ताणली गेली होती, ज्याला डँटिस्कसने १५३९ च्या वसंत ऋतूमध्ये फ्रॉमबोर्कमधून हद्दपार केले होते.

त्याच्या तरुण दिवसात, कोपर्निकस या डॉक्टरने त्याचे काका, भाऊ आणि इतर अध्याय सदस्यांवर उपचार केले होते. नंतरच्या वर्षांमध्ये त्याला वृद्ध बिशपांना उपस्थित राहण्यासाठी बोलावण्यात आले ज्यांनी वॉर्मिया - मॉरिशस फेर्बर आणि जोहान्स डँटिस्कस - आणि, 1539 मध्ये, चेल्मनो (कुल्म) चे बिशप, त्याचा जुना मित्र टायडेमन गीझ यांचा समावेश केला. अशा महत्त्वाच्या रूग्णांवर उपचार करताना, तो कधीकधी इतर डॉक्टरांचा सल्ला घेत असे, ज्यात डॉक्टर ड्यूक अल्बर्ट आणि पत्राद्वारे पोलिश रॉयल फिजिशियन यांचा समावेश होता.

1541 च्या वसंत ऋतूमध्ये, ड्यूक अल्बर्ट - ट्युटोनिक ऑर्डरचे माजी ग्रँड मास्टर ज्याने आपल्या काका, पोलंडच्या राजाला श्रद्धांजली अर्पण केल्यावर, ट्युटोनिक नाईट्सच्या मठातील राज्याचे लुथेरन आणि वंशानुगत क्षेत्र, प्रशियाच्या डचीमध्ये रूपांतर केले होते. सिगिसमंड I-ने कोपर्निकसला ड्यूकचे सल्लागार जॉर्ज वॉन कुन्हीम यांच्याकडे उपस्थित राहण्यासाठी कोनिग्सबर्ग येथे बोलावले, जो गंभीर आजारी पडला होता आणि ज्यांच्यासाठी प्रशियाचे डॉक्टर काहीही करू शकत नाहीत. कोपर्निकस स्वेच्छेने गेला; नाणे सुधारण्याच्या वाटाघाटी दरम्यान तो वॉन कुनहेमला भेटला होता. आणि कोपर्निकसला वाटले होते की अल्बर्ट स्वतः इतका वाईट माणूस नाही; दोघांमध्ये अनेक बौद्धिक आवडी समान होत्या. चॅप्टरने कोपर्निकसला जाण्याची परवानगी दिली, कारण त्याचा ल्युथरन विश्वास असूनही ड्यूकशी चांगले संबंध ठेवण्याची त्याची इच्छा होती. साधारण एका महिन्यात रुग्ण बरा झाला आणि कोपर्निकस फ्रॉमबॉर्कला परतला. काही काळासाठी, त्याला वॉन कुनहेमच्या प्रकृतीबद्दलचे अहवाल मिळत राहिले आणि त्याला पत्राद्वारे वैद्यकीय सल्ला पाठवला गेला.

कोपर्निकसचे काही जवळचे मित्र प्रोटेस्टंट झाले, परंतु कोपर्निकसने त्या दिशेने कधीही कल दाखवला नाही. त्याच्यावर पहिले हल्ले प्रोटेस्टंट्सकडून झाले. एल्ब्लाग येथे स्थायिक झालेल्या डच निर्वासित विल्हेल्म ग्नॅफियसने लॅटिन भाषेत एक विनोदी चित्रपट, मोरोसोफस (द फूलिश सेज) लिहिला आणि त्याने तेथे स्थापन केलेल्या लॅटिन शाळेत त्याचे मंचन केले. या नाटकात, कोपर्निकसला मोरोसोफस नावाच्या नावाने व्यंगचित्र रेखाटण्यात आले होते, एक गर्विष्ठ, थंड, अलिप्त माणूस जो ज्योतिषशास्त्रात डोकावतो, स्वतःला देवाने प्रेरित मानत होता आणि त्याच्या छातीत मोल्डिंग करणारे एक मोठे काम लिहिले होते अशी अफवा पसरली होती.

काही लोकांचा असा विश्वास आहे की पृथ्वीची हालचाल करणाऱ्या आणि सूर्याला थांबवणाऱ्या सरमाटियन म्हणजे पोलिश खगोलशास्त्रज्ञाप्रमाणे मूर्खपणाची गोष्ट करणे हे उत्कृष्ट आणि योग्य आहे. खरंच, शहाण्या राज्यकर्त्यांनी अशा हलक्या मनाला आळा घालायला हवा होता.

तरीसुद्धा, कोपर्निकसच्या मृत्यूच्या आठ वर्षांनंतर, 1551 मध्ये, खगोलशास्त्रज्ञ इरास्मस रेनहोल्ड यांनी कोपर्निकसचा माजी लष्करी शत्रू, प्रोटेस्टंट ड्यूक अल्बर्ट, प्रशिया टेबल्स, कोपर्निकसच्या कार्यावर आधारित खगोलशास्त्रीय सारण्यांचा संच यांच्या प्रायोजकत्वाखाली प्रकाशित केला. खगोलशास्त्रज्ञ आणि ज्योतिषींनी त्वरीत त्याच्या पूर्ववर्तींच्या जागी त्याचा अवलंब केला. 55

सूर्यकेंद्री

1514 च्या काही काळ आधी कोपर्निकसने त्याचे "कमेंटरीओलस" ("लिटल कॉमेंटरी") मित्रांना उपलब्ध करून दिले, हे एक हस्तलिखित आहे ज्यात सूर्यकेंद्री गृहितकाविषयी त्याच्या कल्पनांचे वर्णन केले आहे. त्यात सात मूलभूत गृहितके आहेत (खाली तपशीलवार). त्यानंतर त्यांनी अधिक तपशीलवार कामासाठी डेटा गोळा करणे सुरू ठेवले.

1532 च्या सुमारास कोपर्निकसने मुळात डी क्रांतीबस ऑर्बियम कोलेस्टियमच्या हस्तलिखितावर काम पूर्ण केले होते; परंतु त्याच्या जवळच्या मित्रांनी आग्रह करूनही, त्याने उघडपणे आपली मते प्रकाशित करण्यास विरोध केला, इच्छा न ठेवता-त्याने कबूल केल्याप्रमाणे- "त्याच्या शोधनिबंधांच्या नवीनतेमुळे आणि अगम्यतेमुळे तो स्वतः ला उघडकीस आणेल."

1533 मध्ये, जोहान अल्ब्रेक्ट विडमॅनस्टेटर यांनी रोममध्ये कोपर्निकसच्या सिद्धांताची रूपरेषा देणारी व्याख्याने दिली. पोप क्लेमेंट VII आणि अनेक कॅथोलिक कार्डिनल्सनी व्याख्याने ऐकली आणि त्यांना सिद्धांतामध्ये रस होता. 1 नोव्हेंबर 1536 रोजी, कॅपुआचे मुख्य बिशप कार्डिनल निकोलॉस वॉन शॉनबर्ग यांनी रोमहून कोपर्निकसला लिहिले:

काही वर्षांपूर्वी तुमच्या प्रवीणतेबद्दलचा शब्द माझ्यापर्यंत पोहोचला, ज्याबद्दल प्रत्येकजण सतत बोलत असे. त्या वेळी मला तुमच्याबद्दल खूप आदर वाटू लागला... कारण मी शिकलो होतो की तुम्ही केवळ प्राचीन खगोलशास्त्रज्ञांच्या शोधांवर विलक्षणपणे प्रभुत्व मिळवले नाही तर एक नवीन विश्वविज्ञान देखील तयार केले आहे. त्यात तुम्ही राखले की पृथ्वी हलते; की सूर्य विश्वातील सर्वात खालचा आणि मध्यवर्ती स्थान व्यापतो... म्हणून मी अत्यंत कळकळीने तुम्हाला विनंती करतो की, सर्वात विद्वान सर, जोपर्यंत माझी गैरसोय होत नाही, तोपर्यंत तुमचा हा शोध विद्वानांना आणि लवकरात लवकर कळवा. विश्वाच्या क्षेत्रावरील तुमचे लेखन टेबलांसह आणि तुमच्याकडे या विषयाशी संबंधित असलेले इतर जे काही आहे ते पाठवण्याचा संभाव्य क्षण.

तोपर्यंत कोपर्निकसचे कार्य त्याच्या निश्चित स्वरूपाच्या जवळ आले होते आणि त्याच्या सिद्धांताबद्दलच्या अफवा संपूर्ण युरोपमधील सुशिक्षित लोकांपर्यंत पोहोचल्या होत्या. अनेक चतुर्थांशांकडून आग्रह करूनही, कोपर्निकसने त्याच्या पुस्तकाच्या प्रकाशनास विलंब केला, कदाचित टीकेच्या भीतीने - ही भीती पोप पॉल III ला त्याच्या उत्कृष्ट कृतीच्या समर्पणात नाजूकपणे व्यक्त केली गेली. कोपर्निकसची चिंता संभाव्य खगोलशास्त्रीय आणि तात्विक आक्षेपांपुरती मर्यादित होती किंवा त्याला धार्मिक आक्षेपांबद्दलही चिंता होती की नाही यावर विद्वानांमध्ये मतभेद आहेत.

१५३९ मध्ये विटेनबर्ग गणितज्ञ जॉर्ज जोआकिम रेटीकस फ्रॉमबोर्क येथे आले तेव्हा कोपर्निकस अजूनही डी रिव्हॅलिबस ऑर्बियम कोलेस्टियमवर काम करत होते (जरी त्याला ते प्रकाशित करायचे होते हे निश्चित नाही). मार्टिन ल्यूथरचे जवळचे धर्मशास्त्रीय सहयोगी फिलिप मेलँचथॉन यांनी रेटिकसला अनेक खगोलशास्त्रज्ञांना भेट देण्याची आणि त्यांच्यासोबत अभ्यास करण्याची व्यवस्था केली होती. रेक्टिकस हा कोपर्निकसचा शिष्य बनला, दोन वर्षे त्याच्याबरोबर राहिला आणि कोपर्निकसच्या सिद्धांताचे सार सांगणारे नॅरेटिओ प्राइमा (प्रथम खाते) हे पुस्तक लिहिले. 1542 मध्ये रेटिकसने कोपर्निकसचा त्रिकोणमितीवरील ग्रंथ प्रकाशित केला (नंतर डी रेव्हॅलिबसच्या पुस्तक I च्या अध्याय 13 आणि 14 मध्ये समाविष्ट केले). Rheticus च्या जोरदार दबावाखाली, आणि त्याच्या कामाचे अनुकूल प्रथम सामान्य स्वागत पाहून, कोपर्निकसने शेवटी डी रिव्हॅलिबस चेल्मनो (कुल्म) चे बिशप टायडेमन गिसे यांना जर्मन द्वारे छापण्यासाठी रेटिकसला देण्याचे मान्य केले. न्यूरेमबर्ग (न्युर्नबर्ग), जर्मनी येथे प्रिंटर जोहान्स पेट्रीयस. रेक्टिकसने सुरुवातीला छपाईची देखरेख केली असताना, ते पूर्ण होण्याआधीच त्याला न्युरेमबर्ग सोडावे लागले आणि बाकीच्या छपाईचे पर्यवेक्षण करण्याचे काम त्याने लुथेरन धर्मशास्त्रज्ञ अँड्रियास ओसिएंडरकडे सोपवले.

ओसिएंडरने एक अनधिकृत आणि स्वाक्षरी नसलेली प्रस्तावना जोडली, कोपर्निकसच्या कादंबरीच्या गृहितकांमुळे नाराज होऊ शकणाऱ्या लोकांविरुद्ध त्याच्या कार्याचा बचाव केला. त्यांनी असा युक्तिवाद केला की "वेगवेगळ्या गृहितकांना कधीकधी एकाच गतीसाठी ऑफर केले जाते आणि म्हणूनच खगोलशास्त्रज्ञ त्याची पहिली पसंती म्हणून ती गृहितके घेतील जी समजण्यास सर्वात सोपी आहे." ओसिएंडरच्या मते, "ही गृहितके सत्य किंवा संभाव्य असण्याची गरज नाही. मी जर त्यांनी निरीक्षणांशी सुसंगत कॅल्क्युलस दिले तर ते पुरेसे आहे."

मृत्यू

1542 च्या अखेरीस, कोपर्निकसला अपोप्लेक्सी आणि अर्धांगवायूने जप्त केले आणि 24 मे 1543 रोजी वयाच्या 70 व्या वर्षी त्याचा मृत्यू झाला. आख्यायिका अशी आहे की ज्या दिवशी त्याचा मृत्यू झाला त्याच दिवशी त्याला त्याच्या डी रेव्होल्युबस ऑर्बियम कोलेस्टियमची

अंतिम मुद्रित पृष्ठे देण्यात आली. , त्याला त्याच्या आयुष्यातील कार्याचा निरोप घेता आला. q तो स्ट्रोक-प्रेरित कोमातून जागे झाला, त्याचे पुस्तक पाहिले आणि नंतर शांतपणे मरण पावला असे मानले जाते.

कोपर्निकसला फ्रॉम्बोर्क कॅथेड्रलमध्ये पुरण्यात आले होते, जेथे 1580 चे एपिटाफ विकृत होईपर्यंत उभे होते; ते 1735 मध्ये बदलले गेले. दोन शतकांहून अधिक काळ, पुरातत्वशास्त्रज्ञांनी कोपर्निकसच्या अवशेषांसाठी कॅथेड्रलचा शोध लावला. 1802, 1909, 1939 मध्ये त्यांचा शोध घेण्याचे प्रयत्न निष्फळ ठरले. 2004 मध्ये पुलटस्क येथील पुरातत्व आणि मानववंशशास्त्र संस्थेचे प्रमुख जेर्झी गॅसोव्स्की यांच्या नेतृत्वाखालील संघाने इतिहासकार जेर्झी सिकोर्स्की यांच्या संशोधनाद्वारे मार्गदर्शन करून नवीन शोध सुरू केला. ऑगस्ट 2005 मध्ये, कॅथेड्रलच्या मजल्याच्या खाली स्कॅन केल्यावर, त्यांना कोपर्निकसचे अवशेष समजले ते शोधून काढले.

पुढील संशोधनानंतरच 3 नोव्हेंबर 2008 रोजी या शोधाची घोषणा करण्यात आली. गॅसोव्स्की म्हणाले की "तो कोपर्निकस असल्याची जवळजवळ 100 टक्के खात्री आहे". पोलिश पोलिस सेंट्रल फॉरेन्सिक लॅबोरेटरीचे फॉरेन्सिक तज्ज्ञ कॅप्टन डॅरियस झाजडेल यांनी कोपर्निकसच्या स्व-पोर्ट्रेटवर - तुटलेले नाक आणि डाव्या डोळ्याच्या वरच्या डागांसह - वैशिष्ट्यांशी जवळून साम्य असलेला चेहरा पुनर्रचना करण्यासाठी कवटीचा वापर केला. तज्ज्ञाने असेही ठरवले की ही कवटी एका माणसाची होती जो ७० वर्षांच्या आसपास मरण पावला होता—त्याच्या मृत्यूच्या वेळी कोपर्निकसचे वय होते.

कबर खराब स्थितीत होती, आणि सांगाड्याचे सर्व अवशेष सापडले नाहीत; इतर गोष्टींबरोबरच खालचा जबडा गहाळ होता. 65 स्वीडनमधील उप्पसाला विद्यापीठाच्या लायब्ररीत ठेवलेल्या कोपर्निकसच्या मालकीच्या पुस्तकातून कबरमध्ये सापडलेल्या हाडांमधील डीएनए केसांचे नमुने जुळतात.

22 मे 2010 रोजी पोलंडचे माजी पोप नुनसिओ आणि पोलंडचे नवे नाव प्राइमेट, जोझेफ कोवाल्झिक यांच्या नेतृत्वाखाली कोपर्निकसचे दुसरे अंत्यसंस्कार करण्यात आले. कोपर्निकसचे अवशेष फ्रॉमबोर्क कॅथेड्रलमध्ये त्याच ठिकाणी दफन करण्यात आले जेथे त्याच्या कवटीचा काही भाग आणि इतर हाडे सापडली होती. काळ्या ग्रॅनाइटचा थडग्याचा दगड आता त्याला सूर्यकेंद्री सिद्धांताचा संस्थापक आणि चर्च कॅनन म्हणून ओळखतो. समाधीचा दगड कोपर्निकसच्या सौर मंडळाच्या मॉडेलचे प्रतिनिधित्व करतो—एक सोनेरी सूर्य ज्याला सहा ग्रहांनी वेढले आहे.

कोपर्निकन प्रणाली

फिलोलस (सी. 470 - इ.स. 385 बीसीई) यांनी एका खगोलशास्त्रीय प्रणालीचे वर्णन केले ज्यामध्ये मध्यवर्ती अग्नी (सूर्यापेक्षा वेगळा) विश्वाच्या मध्यभागी व्यापलेला होता, आणि पृथ्वी, पृथ्वी, चंद्र, सूर्य स्वतः, ग्रह, आणि सर्व तारे त्याच्याभोवती फिरत होते, त्या क्रमाने केंद्रापासून बाहेरच्या दिशेने होते. हेराक्लाइड्स पॉन्टिकस (387-312 BCE) ने प्रस्तावित केले की पृथ्वी त्याच्या अक्षावर फिरते. सामोसचा अरिस्टार्कस (सी. 310 बीसीई - इ. स. 230 बीसीई) हा पृथ्वी सूर्याभोवती फिरत असल्याचा सिद्धांत मांडणारा पहिला होता. ॲरिस्टार्कसच्या सूर्यकेंद्री प्रणालीचे पुढील गणितीय तपशील सुमारे 150 BCE मध्ये सेल्युसियाच्या हेलेनिस्टिक खगोलशास्त्रज्ञ सेल्यूकस यांनी तयार केले. अरिस्टार्कसचा मूळ मजकूर हरवला असला तरी, आर्किमिडीजच्या पुस्तक द सँड रेकनर (आर्किमिडीज सिराकुसानी अरेनारियस आणि डायमेन्सिओ सर्कुली) मधील संदर्भ अरिस्टार्कसच्या एका कामाचे वर्णन करतो ज्यामध्ये त्याने सूर्यकेंद्री मॉडेल प्रगत केले. थॉमस हीथ यांनी आर्किमिडीजच्या मजकुराचे खालील इंग्रजी भाषांतर दिले आहे.

तुम्हाला आता जाणीव झाली आहे 'तुम्ही' राजा गेलोन आहात की "विश्व" हे बहुतेक खगोलशास्त्रज्ञांनी दिलेले नाव आहे ज्याचे केंद्र पृथ्वीचे केंद्र आहे, तर तिची त्रिज्या मध्यभागी असलेल्या सरळ रेषेइतकी आहे. सूर्य आणि पृथ्वीच्या मध्यभागी. तुम्ही खगोलशास्त्रज्ञांकडून ऐकल्याप्रमाणे हे सामान्य खाते (t? ??af?μe?a) आहे. परंतु ॲरिस्टार्कसने काही गृहितकांचा समावेश असलेले एक पुस्तक बाहेर आणले आहे, ज्यामध्ये असे दिसते की हे विश्व नुकत्याच नमूद केलेल्या "विश्वापेक्षा" कितीतरी पटीने मोठे आहे. स्थिर तारे आणि सूर्य अचल राहतात, पृथ्वी एका वर्तुळाच्या परिघावर सूर्याभोवती फिरते, सूर्य कक्षेच्या मध्यभागी असतो आणि स्थिर ताऱ्यांचा गोलाकार त्याच भोवती वसलेला असतो, अशी त्याची गृहितकं आहेत. सूर्यासारखे केंद्र, इतके मोठे आहे की ज्या वर्तुळात पृथ्वी फिरते असे त्याला वाटते त्या वर्तुळात स्थिर ताऱ्यांच्या अंतराच्या इतके प्रमाण आहे की गोलाचे केंद्र त्याच्या पृष्ठभागावर आहे.

सँड रेकनर

डी रेव्होल्युशनिबसच्या सुरुवातीच्या अप्रकाशित हस्तलिखितात (जे अजूनही टिकून आहे), कोपर्निकसने फिलोलसच्या (नॉन-हेलिओसेंट्रिक) 'मूव्हिंग अर्थ' सिद्धांताचा उल्लेख केला आहे आणि ॲरिस्टार्कसलाही 'हलणारी पृथ्वी' सिद्धांत असण्याची शक्यता आहे (जरी तो असण्याची शक्यता नाही. हे एक सूर्यकेंद्री सिद्धांत आहे याची जाणीव आहे). त्याने त्याच्या अंतिम प्रकाशित हस्तलिखितातून दोन्ही संदर्भ काढून टाकले.

पायथागोरसच्या प्रणालीमध्ये हलत्या पृथ्वीचा समावेश आहे हे कदाचित कोपर्निकसला माहीत होते. पायथागोरियन प्रणालीचा उल्लेख ॲरिस्टॉटलने केला होता.

कोपर्निकसच्या मालकीच्या ज्योर्जिओ वालाच्या डी एक्सपेटेंडिस एट फ्यूगिएन्डिस रीबसची प्रत होती, ज्यामध्ये प्लुटार्कच्या अरिस्टार्कसच्या हेलिओस्टॅटिझमच्या संदर्भाचा अनुवाद समाविष्ट होता.

कोपर्निकसने पोप पॉल तिसरा यांना ऑन द रिव्होल्यूशन्सचे समर्पण केले - ज्याची कोपर्निकसने आशा केली होती की त्याच्या सूर्यकेंद्री सिद्धांतावरील टीका "बडबड करणारे... खगोलशास्त्र पूर्णपणे अनभिज्ञ" - पुस्तकाच्या लेखकाने लिहिले की, सर्व तत्वज्ञानाचे पुनर्वाचन करताना, सिसेरो आणि प्लुटार्कच्या पृष्ठांवर त्याला अशा काही विचारवंतांचे संदर्भ सापडले ज्यांनी पृथ्वी हलविण्याचे धाडस केले "खगोलशास्त्रज्ञांच्या पारंपारिक मतांविरुद्ध आणि जवळजवळ सामान्य ज्ञानाच्या विरुद्ध."

कोपर्निकसच्या हयातीत प्रचलित सिद्धांत हाच होता जो टॉलेमीने त्याच्या अल्मागेस्ट मध्ये प्रकाशित केला होता; पृथ्वी हे विश्वाचे स्थिर केंद्र होते. तारे एका मोठ्या बाह्य गोलामध्ये एम्बेड केलेले होते जे वेगाने, अंदाजे दररोज फिरत होते, तर प्रत्येक ग्रह, सूर्य आणि चंद्र त्यांच्या स्वतःच्या, लहान गोलाकारांमध्ये एम्बेड केलेले होते. या पिंडांचे मार्ग पृथ्वीच्या केंद्रस्थानी असलेल्या साध्या, वर्तुळाकार कक्षेपेक्षा वेगळे असल्याचे निरीक्षण नोंदवण्यासाठी टॉलेमीच्या प्रणालीने एपिसिकल, डिफेरंट आणि इक्वेंट्ससह उपकरणे वापरली.

10 व्या शतकाच्या सुरूवातीस, इस्लामिक खगोलशास्त्रामध्ये टॉलेमीवर टीका करणारी एक परंपरा विकसित झाली, ज्याचा कळस बसराच्या अल-शुक 'अला बा?अलामियस' ("टोलेमीच्या संदर्भात शंका") इब्न अल-हैथम यांनी केला. अनेक इस्लामिक खगोलशास्त्रज्ञांनी पृथ्वीची स्पष्ट गतिमानता, आणि विश्वातील केंद्रस्थानावर प्रश्नचिन्ह उपस्थित केले. काहींनी मान्य केले की पृथ्वी आपल्या अक्षाभोवती फिरते, जसे की अबू सईद अल-सिज्जी. अल-बिरुनी यांच्या मते, अल-सिज्जीने त्याच्या काही समकालीन लोकांच्या विश्वासावर आधारित ज्योतिषशास्त्राचा शोध लावला की "आपण पाहत असलेली गती पृथ्वीच्या हालचालीमुळे आहे आणि आकाशाच्या हालचालीमुळे नाही." ते अल-सिज्जी व्यतिरिक्त इतरांनी या मताची पुष्टी 13व्या शतकातील अरबी ग्रंथातील एका संदर्भाद्वारे केली आहे ज्यामध्ये असे म्हटले आहे.

भूमापक किंवा अभियंते (मुहांडिसिन) नुसार, पृथ्वी सतत वर्तुळाकार गतीमध्ये असते आणि जे आकाशाची गती दिसते ते ताऱ्यांच्या नव्हे तर पृथ्वीच्या गतीमुळे होते.

12व्या शतकात, नूर-अद-दिन अल-बित्रुजी यांनी टॉलेमिक प्रणालीला (जरी सूर्यकेंद्रित नसला तरी) एक संपूर्ण पर्याय प्रस्तावित केला. त्याने टॉलेमिक प्रणालीला काल्पनिक मॉडेल म्हणून घोषित केले, ग्रहांच्या स्थितीचा अंदाज लावण्यात यशस्वी, परंतु वास्तविक किंवा भौतिक नाही. अल-बित्रुजीची पर्यायी व्यवस्था 13व्या शतकात युरोपच्या बहुतांश भागांमध्ये पसरली, त्याच्या कल्पनांचे वादविवाद आणि खंडन 16व्या शतकापर्यंत चालू राहिले.

तुसी दांपत्य

13व्या ते 14व्या शतकात मोअय्युद्दीन अल-उर्दी, नासिर अल-दीन अल-तुसी आणि इब्न अल-शातीर यांनी ग्रहांच्या हालचालींच्या भूकेंद्री मॉडेल्ससाठी विकसित केलेली गणिती तंत्रे कोपर्निकसने त्याच्या सूर्यकेंद्री मॉडेलमध्ये नंतर वापरलेल्या काहींशी अगदी जवळून साम्य आहे. कोपर्निकसने आता उर्दी लेमा आणि तुसी जोडप्याचा वापर अरबी स्त्रोतांमध्ये आढळलेल्या ग्रहांच्या मॉडेलमध्ये केला आहे. शिवाय, कोपर्निकसने कॉमेंटरीओलसमध्ये वापरलेल्या दोन एपिसाइकल्सद्वारे इक्वेंटची अचूक बदली दमास्कसच्या इब्न अल-शातीर (डीसी 1375) यांच्या पूर्वीच्या कामात आढळून आली. इब्न अल-शातीरचे चंद्र आणि बुध मॉडेल देखील कोपर्निकसच्या मॉडेलसारखेच आहेत. यामुळे काही विद्वानांनी असा युक्तिवाद केला आहे की कोपर्निकसला त्या पूर्वीच्या खगोलशास्त्रज्ञांच्या कल्पनांवर अद्याप ओळखल्या जाणाऱ्या काही कामांमध्ये प्रवेश मिळाला असावा. तथापि, या अनुमानित कार्यासाठी कोणताही संभाव्य उमेदवार अद्याप समोर आलेला नाही, आणि इतर विद्वानांनी असा युक्तिवाद केला आहे की कोपर्निकसने या कल्पना उशीरा इस्लामिक परंपरेपासून स्वतंत्रपणे विकसित केल्या असत्या. तरीही, कोपर्निकसने काही इस्लामिक खगोलशास्त्रज्ञांचा उल्लेख केला ज्यांचे सिद्धांत आणि निरीक्षण त्यांनी डी रेव्होल्युशनबसमध्ये वापरले, म्हणजे अल-बट्टानी, थाबिट इब्न कुर्रा, अल-जारकाली, ॲव्हेरोस आणि अल-बित्रुजी.

कोपर्निकसचे त्याच्या सूर्यकेंद्री सिद्धांतावरील प्रमुख काम डी रेव्हॅलिबस ऑर्बियम कोलेस्टियम (ऑन द रिव्होल्यूशन ऑफ द सेलेस्टियल स्फेअर्स) हे होते, जे त्याच्या मृत्यूच्या वर्षी, 1543 मध्ये प्रकाशित झाले होते. त्याने 1510 पर्यंत आपला सिद्धांत तयार केला होता. "त्याने त्याच्या नवीन गोष्टींचे एक संक्षिप्त विहंगावलोकन लिहिले. स्वर्गीय व्यवस्था कमेंटरीओलस, किंवा ब्रीफ स्केच म्हणून ओळखली जाते , कदाचित 1510 मध्ये परंतु मे 1514 नंतर नाही , आणि ती वर्मिया "वॉर्मिया" साठी लॅटिन भाषेच्या पलीकडे असलेल्या किमान एका वार्ताहराला पाठवली. पुढील अभिसरणासाठी दस्तऐवजाची कॉपी केली, आणि बहुधा नवीन प्राप्तकर्त्यांनी देखील केले..."

कोपर्निकसच्या कॉमेंटरीओलसने त्याच्या सूर्यकेंद्री सिद्धांताचा सारांश दिला. त्यामध्ये खालीलप्रमाणे "गृहीतके" सूचीबद्ध आहेत ज्यावर सिद्धांत आधारित होता.

सर्व खगोलीय वर्तुळांचे किंवा गोलाचे कोणतेही केंद्र नाही.

पृथ्वीचे केंद्र विश्वाचे केंद्र नाही, परंतु केवळ ते केंद्र आहे ज्याकडे जड शरीरे फिरतात आणि चंद्र गोलाचे केंद्र आहे.

सर्व गोल सूर्याभोवती असे आहेत की जणू ते सर्वांच्या मध्यभागी आहेत आणि म्हणूनच विश्वाचे केंद्र सूर्याजवळ आहे.

पृथ्वीच्या सूर्यापासूनच्या अंतराचे (तारे असलेले सर्वात बाहेरील खगोलीय गोलाकार) उंचीचे प्रमाण हे पृथ्वीच्या त्रिज्येच्या सूर्यापासूनच्या अंतराच्या गुणोत्तरापेक्षा इतके लहान आहे की पृथ्वीपासून सूर्याचे अंतर आहे. आकाशाच्या उंचीच्या तुलनेत अगोचर.

आकाशात जी काही हालचाल दिसते ती आकाशाच्या कोणत्याही गतीने उद्भवत नाही तर पृथ्वीच्या गतीतून उद्भवते. पृथ्वी आपल्या सभोवतालच्या घटकांसह एकत्रितपणे आपल्या स्थिर ध्रुवांवर दैनंदिन गतीने पूर्ण फिरते, तर आकाश आणि सर्वोच्च स्वर्ग अपरिवर्तित राहतात.

आपल्याला जे सूर्याच्या हालचालींसारखे दिसते ते त्याच्या हालचालीतून उद्भवत नाही तर पृथ्वीच्या आणि आपल्या गोलाच्या हालचालीतून उद्भवते, ज्याद्वारे आपण इतर कोणत्याही ग्रहाप्रमाणे सूर्याभोवती फिरतो. तर पृथ्वीला एकापेक्षा जास्त गती आहेत.

ग्रहांची स्पष्ट प्रतिगामी आणि थेट गती त्यांच्या गतीतून नाही तर पृथ्वीच्या गतीतून उद्भवते. म्हणूनच, केवळ पृथ्वीची गती, स्वर्गातील बर्याच स्पष्ट असमानता स्पष्ट करण्यासाठी पुरेशी आहे.

जॉर्ज जोआकिम रेटिकस हे कोपर्निकसचे उत्तराधिकारी होऊ शकले असते, परंतु ते या प्रसंगी उठले नाहीत. इरास्मस रेनहोल्ड त्याचा उत्तराधिकारी होऊ शकला असता, परंतु त्यांचा अकाली मृत्यू झाला. टायको ब्राहे (जरी पृथ्वी सूर्याभोवती प्रदक्षिणा घालत आहे असे त्याला वाटत नव्हते), त्यानंतर जोहान्स केपलर, ज्यांनी प्रागमध्ये टायकोसोबत सहयोग केला होता आणि टायकोच्या दशकांच्या सविस्तर निरीक्षणाचा फायदा झाला होता. डेटा.

सूर्यकेंद्री कल्पनेला नंतरच्या काळात जवळपास सार्वत्रिक स्वीकृती असूनही (जरी महाकाव्य किंवा वर्तुळाकार कक्षा नसली तरी), कोपर्निकसचा सिद्धांत मुळात धीमा होता. विद्वानांच्या मते द रिव्होल्यूशन्सच्या प्रकाशनानंतर साठ वर्षांनंतर संपूर्ण युरोपमध्ये कोपर्निकॅनिझमचे समर्थन करणारे सुमारे 15 खगोलशास्त्रज्ञ होते: "इंग्लंडमध्ये थॉमस डिगेस आणि थॉमस हॅरियट; इटलीमध्ये जिओर्डानो ब्रुनो आणि गॅलिलिओ गॅलिली; स्पेनमध्ये डिएगो झुनिगा; सायमन स्टीविन कमी देश; आणि जर्मनीमध्ये, सर्वात मोठा गट - जॉर्ज जोआकिम रेटिकस, मायकेल मॅस्टलिन, क्रिस्टोफ रॉथमन (ज्यांनी नंतर मागे घेतले असावे), आणि जोहान्स केप्लर." अतिरिक्त शक्यता आहेत इंग्रज विल्यम गिल्बर्ट, अॅचिलीस गॅसरसह. , जॉर्ज वोगेलिन, व्हॅलेंटीन ओट्टो, आणि टायडेमन गिसे.

आर्थर कोस्टलर यांनी त्यांच्या लोकप्रिय पुस्तक द स्लीपवॉकर्समध्ये असे प्रतिपादन केले की कोपर्निकसचे पुस्तक त्याच्या पहिल्या प्रकाशनाच्या वेळी फारसे वाचले गेले नव्हते. या दाव्यावर एडवर्ड रोसेन यांनी कठोरपणे टीका केली होती आणि ओवेन जिंजरिच यांनी निर्णायकपणे नाकारले आहे, ज्यांनी पहिल्या दोन आवृत्त्यांच्या जवळजवळ प्रत्येक हयात असलेल्या प्रत तपासल्या आणि त्यांच्या मालकांद्वारे त्यांच्यापैकी बऱ्याच आवृत्त्यांमध्ये विपुल किरकोळ नोट्स आढळल्या. जिंजरिच यांनी 2004 मध्ये द बुक नोबडी रीड मध्ये त्यांचे निष्कर्ष प्रकाशित केले.

त्यावेळचे बौद्धिक वातावरण "ॲरिस्टोटेलियन तत्त्वज्ञान आणि संबंधित टॉलेमिक खगोलशास्त्र यांचे वर्चस्व राहिले. त्या वेळी कोपर्निकन सिद्धांत स्वीकारण्याचे कारण नव्हते, त्याच्या गणितीय साधेपणाशिवाय ग्रहांची स्थिती निर्धारित करण्यासाठी समान वापरणे टाळून ." टायको ब्राहेची प्रणाली ("पृथ्वी स्थिर आहे, सूर्य पृथ्वीभोवती फिरतो, आणि इतर ग्रह सूर्याभोवती फिरतात") देखील कोपर्निकसशी थेट स्पर्धा केली. केप्लर आणि गॅलिलिओच्या कार्यानंतर केवळ अर्धशतकानंतर कोपर्निकनिझमचे समर्थन करणारे कोणतेही ठोस पुरावे दिसले, "जेव्हा गॅलिलिओने जडत्वाचे तत्त्व तयार केले त्या काळापासून... ज्याने सर्वकाही का पडणार नाही हे स्पष्ट करण्यास मदत केली. पृथ्वी जर गतिमान असती तर." " तोपर्यंत नाही आयझॅक न्यूटनने गुरुत्वाकर्षणाचा सार्वत्रिक नियम आणि यांत्रिकी नियम त्याच्या 1687 प्रिन्सिपियामध्ये तयार केल्यानंतर, ज्याने पार्थिव आणि खगोलीय यांत्रिकी एकत्र केले, हे सामान्यतः सूर्यकेंद्री दृश्य होते. स्वीकारले."

वाद

कोपर्निकसच्या पुस्तकाच्या 1543 च्या प्रकाशनाचा तात्काळ परिणाम केवळ सौम्य विवाद होता. कौन्सिल ऑफ ट्रेंट (१५४५-६३) मध्ये कोपर्निकसचा सिद्धांत किंवा कॅलेंडर सुधारणा (जे नंतर कोपर्निकसच्या गणनेतून काढलेल्या तक्त्यांचा वापर करतील) यावर चर्चा झाली नाही. डी रिव्हॅलिबसच्या प्रकाशनानंतर सहा दशकांनंतर कॅथलिक चर्चने त्याविरुद्ध कोणतीही अधिकृत कारवाई का केली नाही, टोलोसानीच्या प्रयत्नांकडेही कानाडोळा का झाला नाही, यावर बरीच चर्चा झाली. कॅथोलिक पक्षाचा विरोध फक्त त्रेहत्तर वर्षांनंतर सुरू झाला, जेव्हा तो गॅलिलिओने केला होता.

थॉमस एक्विनासच्या तर्कसंगत शैलीचे अनुकरण करून, टोलोसानी यांनी तात्विक युक्तिवादाद्वारे कोपर्निकनिझमचे खंडन करण्याचा प्रयत्न केला. टोलोसानीच्या मते कोपर्निकनिझम हा मूर्खपणाचा होता, कारण तो वैज्ञानिकदृष्ट्या सिद्ध न झालेला आणि निराधार होता. प्रथम, कोपर्निकसने पृथ्वीची गती गृहीत धरली होती परंतु या गतीचा निष्कर्ष काढण्यासाठी कोणताही भौतिक सिद्धांत मांडला नाही. (कोपर्निकसवादाच्या तपासामुळे भौतिकशास्त्राच्या संपूर्ण क्षेत्राचा पुनर्विचार होईल हे कोणालाच कळले नाही.) दुसरे, कोपर्निकसची विचारप्रक्रिया मागे असल्याचा आरोप टोलोसनी यांनी केला. त्याने असे मानले की कोपर्निकसने त्याची कल्पना मांडली होती आणि नंतर घटनांचे निरीक्षण करण्याऐवजी आणि त्या कशामुळे उद्भवल्या याची कल्पना काढण्याऐवजी त्याला समर्थन देणाऱ्या घटनांचा शोध घेतला. यामध्ये टोलोसानी कोपर्निकसची गणितीय समीकरणे पायथागोरियन्सच्या पद्धतींशी जोडत होते (ज्यांच्या विरोधात ॲरिस्टॉटलने

युक्तिवाद केले होते, जे नंतर थॉमस ऍक्विनासने उचलून धरले होते). असा युक्तिवाद करण्यात आला की गणितीय संख्या ही कोणत्याही भौतिक वास्तवाशिवाय केवळ बुद्धीची उत्पत्ती होती आणि त्यामुळे निसर्गाच्या तपासणीत भौतिक कारणे देऊ शकत नाहीत.

त्या वेळी काही खगोलीय गृहीतके (जसे की एपिसिकल आणि विक्षिप्तता) त्या गतींच्या कारणाचे स्पष्टीकरण देण्याऐवजी, स्वर्गीय पिंड कुठे दिसतील याची गणना समायोजित करण्यासाठी केवळ गणिती उपकरणे म्हणून पाहिले जात होते. (कोपर्निकसने अजूनही गोलाकार कक्षेची कल्पना कायम ठेवल्यामुळे, तो एपिसिकलवर अवलंबून होता.) हे "घटना वाचवणे" हे पुरावे म्हणून पाहिले गेले की खगोलशास्त्र आणि गणित हे भौतिक कारणे निश्चित करण्यासाठी गंभीर माध्यम म्हणून घेतले जाऊ शकत नाही. टोलोसानी यांनी कोपर्निकसच्या अंतिम समीक्षेत हे मत मांडले, की त्यांची सर्वात मोठी चूक म्हणजे त्यांनी विज्ञानाच्या "कनिष्ठ" क्षेत्रांपासून "श्रेष्ठ" क्षेत्रांबद्दल उच्चार करण्यास सुरुवात केली. कोपर्निकसने खगोलशास्त्र आणि गणिताच्या गोष्टी निश्चित करण्यासाठी भौतिकशास्त्र आणि विश्वविज्ञानाच्या मान्य तत्त्वांपासून सुरुवात करण्याऐवजी गणित आणि खगोलशास्त्राचा उपयोग भौतिकशास्त्र आणि विश्वविज्ञान यांविषयी मांडण्यासाठी केला होता. अशाप्रकारे कोपर्निकस त्यावेळच्या विज्ञानाच्या तत्त्वज्ञानाची संपूर्ण व्यवस्था मोडकळीस आणत होता. कोपर्निकसला भौतिकशास्त्र आणि तर्कशास्त्रात पारंगत नसल्यामुळे तो तात्विक त्रुटीत पडला असे टोलोसानीचे मत होते; अशा ज्ञानाशिवाय कोणीही गरीब खगोलशास्त्रज्ञ बनवेल आणि सत्य आणि असत्य वेगळे करू शकत नाही. थॉमस ऍक्विनासने मांडलेल्या वैज्ञानिक सत्याच्या निकषांवर कोपर्निकनिझमने पूर्तता न केल्यामुळे, तोलोसानी यांनी असे मानले की याकडे केवळ जंगली अप्रमाणित सिद्धांत म्हणून पाहिले जाऊ शकते.

टोलोसानी यांनी ओळखले की कोपर्निकसच्या पुस्तकाची ॲड लेक्टोरेम प्रस्तावना प्रत्यक्षात त्यांच्याकडून नव्हती. संपूर्ण खगोलशास्त्र कधीही सत्य दावे करू शकणार नाही हा प्रबंध टोलोसानी यांनी नाकारला होता (जरी भौतिक वास्तवाचे वर्णन करण्याचा कोपर्निकसचा प्रयत्न सदोष होता असे तो अजूनही मानत होता); त्याला हे हास्यास्पद वाटले की ॲड लेक्टोरेम पुस्तकात समाविष्ट केले गेले होते (कोपर्निकसने त्याच्या समावेशास अधिकृत केले नव्हते हे माहीत नाही). टोलोसानी यांनी लिहिले: "या शब्दांद्वारे ॲड लेक्टोरेमच्या , या पुस्तकाच्या लेखकाच्या मूर्खपणाला फटकारले आहे. कारण मूर्खपणाच्या प्रयत्नाने त्याने कोपर्निकस कमकुवत पायथागोरियन मत पुनरुज्जीवित करण्याचा प्रयत्न केला अग्नीचा घटक अग्नीमध्ये होता. ब्रह्मांडाचे केंद्र , फार पूर्वीच योग्यरित्या नष्ट केले गेले आहे, कारण ते मानवी कारणाच्या स्पष्टपणे विरुद्ध आहे आणि पवित्र लिखिताला देखील विरोध करते. या परिस्थितीतून, पवित्र धर्मग्रंथाचे कॅथोलिक प्रचारक आणि ज्यांना त्याचे कठोरपणे पालन करायचे आहे त्यांच्यात सहजपणे मतभेद निर्माण होऊ शकतात. खोटे मत." टोलोसनी घोषित केले: "निकोलॉस कोपर्निकसने ॲरिस्टॉटल तत्त्वज्ञ आणि टॉलेमी खगोलशास्त्रज्ञ यांचे युक्तिवाद वाचले किंवा समजले नाहीत." टोलोसनी यांनी लिहिले की कोपर्निकस "खरंच गणित आणि खगोलशास्त्र या विज्ञानांमध्ये तज्ञ आहे, परंतु तो. भौतिकशास्त्र आणि तर्कशास्त्र या शास्त्रांमध्ये त्याची फार कमतरता आहे. शिवाय, पवित्र शास्त्राच्या व्याख्यात बाबतीत तो अकुशल असल्याचे दिसून येते, कारण तो त्यातील अनेक तत्त्वांचा विरोध करतो. स्वतःला आणि त्याच्या पुस्तकाच्या वाचकांना बेवफाईचा धोका न होता. ...त्याच्या युक्तिवादांना कोणतेही बल नसते आणि ते सहजपणे वेगळे केले जाऊ शकतात. कारण प्रत्यारोपकर्त्याने अधिक शक्तिशाली आणि अघुलनशील प्रात्यक्षिके वापरल्याशिवाय आणि विरोधी कारणे पूर्णपणे विसर्जित केल्याशिवाय, प्रदीर्घ काळासाठी सर्वांनी मान्य केलेल्या मताचा विरोधात करणे मूर्खपणाचे आहे. पण तो असे काही करत नाही."

टोलोसानी यांनी घोषित केले की त्यांनी कोपर्निकसच्या विरोधात "पवित्र चर्चच्या सामान्य फायद्यासाठी सत्य जतन करण्याच्या हेतूने लिहिले आहे." रॉबर्ट वेस्टमन यांनी सोळाव्या शतकाच्या उत्तरार्धात "कॅथोलिक जगामध्ये कोणतेही प्रेक्षक नसलेले" एक "सुप्त" दृष्टिकोन बनल्याचे वर्णन केले आहे, परंतु असे काही पुरावे देखील आहेत की टोमासो कॅसिनी यांना हे ज्ञात झाले होते, जे एका प्रवचनात गॅलिलिओवर टीका करतील. डिसेंबर १६१३ मध्ये.

धर्मशास्त्र

टोलोसनी यांनी कोपर्निकन सिद्धांतावर वैज्ञानिकदृष्ट्या अप्रमाणित आणि निराधार अशी टीका केली असेल, परंतु हा सिद्धांत त्यावेळच्या धर्मशास्त्राशी देखील विरोधाभास होता, जो जॉन कॅल्विनच्या कार्यांच्या नमुन्यात दिसून येतो. जेनेसिसवरील त्याच्या समालोचनात त्यांनी म्हटले आहे की "स्वर्गाचे परिक्रमा मर्यादित आहे, आणि पृथ्वी, एका लहान गोलाप्रमाणे, मध्यभागी ठेवली आहे याबद्दल आपण अनभिज्ञ नाही." स्तोत्र 93 वरील त्याच्या भाष्यात: 1 तो म्हणतो की "आकाश दररोज फिरत असतो, आणि, त्यांच्या फॅब्रिकप्रमाणेच अफाट आणि त्यांच्या क्रांतीची तीव्रता अकल्पनीय आहे, आम्हाला कोणताही धक्का बसत नाही.... देवाच्या हाताने पृथ्वीला हवेत लटकवलेले कसे असू शकते? वरील आकाश सतत वेगवान असताना ते कशा प्रकारे स्वतःला स्थिर ठेवू शकते, त्याच्या दैवी निर्मात्याने त्याचे निराकरण केले नाही आणि स्थापित केले नाही." जोशुआच्या पुस्तकातील गिबिओनचा, जिथे हिब्रू सैन्याने विजय मिळवला होता परंतु रात्र पडली की ज्यांचे विरोधक पळून जाण्याची शक्यता होती. जोशुआच्या प्रार्थनेमुळे सूर्य आणि चंद्र स्थिर उभे राहिल्यामुळे हे टाळले जाते. मार्टिन ल्यूथरने एकदा कोपर्निकसबद्दल एक टिप्पणी केली होती, जरी त्याचे नाव न घेता. अँथनी लॉटरबॅकच्या म्हणण्यानुसार, मार्टिन ल्यूथरबरोबर जेवत असताना 4 जून 1539 रोजी रात्रीच्या जेवणाच्या वेळी कोपर्निकसचा विषय उद्भवला (त्याच वर्षी स्थानिक विद्यापीठाचे प्राध्यापक जॉर्ज जोआकिम रेटिकस यांना त्यांना भेटण्यासाठी सुट्टी देण्यात आली होती). ल्यूथरने असे म्हटले आहे की "म्हणूनच ते आता

चालू आहे. ज्याला हुशार व्हायचे आहे त्याने इतर कोणत्याही गोष्टीशी सहमत असणे आवश्यक नाही. त्याने स्वतःचे काहीतरी केले पाहिजे. संपूर्ण खगोलशास्त्र उलथापालथ करू इच्छिणारा माणूस हे असे करतो. अगदी या गोष्टी ज्या अव्यवस्था मध्ये फेकल्या जातात त्यामध्ये मी पवित्र शास्त्रवचनांवर विश्वास ठेवतो, कारण जोशुआने सूर्याला स्थिर उभे राहण्याची आज्ञा दिली होती आणि पृथ्वीला नाही." Rheticus च्या Narratio Prima च्या एक वर्ष आधी. जॉन ऑरिफेबरच्या संभाषणाच्या वृत्तात ल्यूथरने कोपर्निकसला "तो माणूस" न म्हणता "तो मूर्ख" म्हटले आहे, ही आवृत्ती इतिहासकारांनी कमी विश्वासार्हतेने स्रोत म्हणून पाहिली आहे.

ल्यूथरचे सहकारी फिलिप मेलॅन्थॉन यांनीही कोपर्निकनिझमचा मुद्दा घेतला. स्वतः रेटिकसकडून नॅरेटिओ प्राइमाची पहिली पाने प्राप्त केल्यानंतर, मेलॅन्थॉनने 16 ऑक्टोबर 1541 रोजी मिथोबियस (फेल्डकिर्चचे वैद्य आणि गणितज्ञ बुर्कर्ड मिथोब) यांना या सिद्धांताचा निषेध करण्यासाठी आणि सरकारी शक्तीद्वारे दडपशाही करण्याचे आवाहन करून लिहिले, "काही लोकांचा असा विश्वास आहे. पोलंडच्या खगोलशास्त्रज्ञाप्रमाणे, पृथ्वीची हालचाल आणि सूर्य स्थिर ठेवणाऱ्या एका गोष्टीची प्रशंसा करणे ही एक अद्भूत कामगिरी आहे. खरोखर, शहाण्या सरकारांनी मनाचा दुराग्रह रोखला पाहिजे." सिद्धांत आणि ते खुले असेल. याचे कारण असे की मेलँच्टनने टॉलेमिक खगोलशास्त्र शिकवले होते आणि कोपर्निकसबरोबर अभ्यास करून परतल्यानंतर विटेनबर्ग विद्यापीठातील कला आणि विज्ञान विद्याशाखेच्या डीनशिपवर नियुक्तीसाठी त्याचा मित्र रेटिकसची शिफारसही केली होती.

डी रेव्होल्युशनिबस मेलँचथॉनच्या प्रकाशनानंतर सहा वर्षांनी जेव्हा कोपर्निकसवाद नाकारण्यासाठी तीन कारणे सादर करत त्यांचे Initia Doctrinae Physicae प्रकाशित केले तेव्हा रेटिकसच्या आशा धुळीस मिळाल्या. हे "इंद्रियांचे पुरावे, विज्ञानातील माणसांचे हजार वर्षांचे एकमत आणि बायबलचे अधिकार" होते. नवीन सिद्धांताचा धडाका लावत मेलँचथॉनने लिहिले, "नवीनतेच्या प्रेमापोटी किंवा आपल्या हुशारीचे प्रदर्शन करण्यासाठी, काही लोकांनी असा युक्तिवाद केला आहे की पृथ्वी हलते. आठवा गोल किंवा सूर्य हलत नाही, असे ते मानतात, तर ते गतीला श्रेय देतात. इतर खगोलीय गोलाकार, आणि पृथ्वीला देखील स्वर्गीय पिंडांमध्ये ठेवतात. किंवा या विनोदांचा शोध अलीकडेच लावला गेला नाही. आर्किमिडीजचे द सॅन्ड रेकनरचे पुस्तक अजूनही अस्तित्वात आहे; ज्यामध्ये त्याने नोंदवले आहे की सॅमोसच्या अरिस्टार्कसने सूर्य स्थिर आहे असा विरोधाभास मांडला. पृथ्वी सूर्याभोवती फिरते. जरी सूक्ष्म तज्ञ त्यांच्या कल्पकतेचा वापर करण्यासाठी अनेक तपास करत असले तरी, तरीही निरर्थक मतांची सार्वजनिक घोषणा अशोभनीय आहे आणि एक हानिकारक उदाहरण आहे." "या दैवी पुराव्याने प्रोत्साहित होऊन, आपण सत्याची कदर करूया आणि याला बुद्धी मानणाऱ्यांच्या युक्तीने स्वतःला त्यापासून दूर जाऊ देऊ नये. कलांमध्ये गोंधळ निर्माण करण्याचा सन्मान आहे." इनिशिया डॉक्ट्रिने फिजिकच्या पहिल्या आवृत्तीत, मेलॅन्थॉनने कोपर्निकसच्या व्यक्तिरेखेवरही प्रश्नचिन्ह उपस्थित केले होते आणि दावा केला होता की त्याची प्रेरणा "नवीनतेच्या प्रेमातून किंवा हुशार दिसण्याच्या इच्छेतून" होती, हे अधिक वैयक्तिक हल्ले होते. 1550 मध्ये दुसऱ्या आवृत्तीने मोठ्या प्रमाणावर काढून टाकले.

कदाचित कोपर्निकन सिद्धांताचा सर्वात प्रभावशाली विरोधक फ्रान्सिस्को इंगोली हा कॅथोलिक धर्मगुरू होता. इंगोली यांनी जानेवारी 1616 मध्ये गॅलिलिओला एक निबंध लिहून कोपर्निकन सिद्धांताविरुद्ध वीस पेक्षा जास्त युक्तिवाद मांडले. "हे निश्चित नसले तरी, हे शक्य आहे की त्याला इंगोली इन्क्विझिशनने विवादावर तज्ञांचे मत लिहिण्यासाठी नियुक्त केले होते" (५ मार्च १६१६ रोजी कॉपरनिकनिझमच्या विरोधात कंग्रिगेशन ऑफ द इंडेक्सच्या डिक्रीनंतर, इंगोली अधिकृतपणे त्याचा सल्लागार नियुक्त). स्वतः गॅलिलिओचे असे मत होते की निबंधाने चर्चच्या अधिकाऱ्यांनी सिद्धांत नाकारण्यात महत्त्वाची भूमिका बजावली होती, त्यांनी इंगोलीला लिहिलेल्या नंतरच्या पत्रात असे लिहिले होते की इंगोली बरोबर असल्यामुळे हा सिद्धांत नाकारला गेला आहे असे लोकांना वाटले होते असे त्यांना वाटत होते. इंगोली यांनी सिद्धांताविरुद्ध पाच भौतिक युक्तिवाद, तेरा गणितीय युक्तिवाद (अधिक ताऱ्यांच्या आकारांची स्वतंत्र चर्चा) आणि चार धर्मशास्त्रीय युक्तिवाद सादर केले. भौतिक आणि गणितीय युक्तिवाद असमान गुणवत्तेचे होते, परंतु त्यापैकी बरेच थेट टायको ब्राहे यांच्या लिखाणातून आले आणि इंगोली यांनी त्या काळातील अग्रगण्य खगोलशास्त्रज्ञ ब्राहे यांचा वारंवार उल्लेख केला. यामध्ये प्रक्षेपणाच्या प्रक्षेपणावर चालणाऱ्या पृथ्वीच्या प्रभावाविषयीच्या युक्तिवादांचा समावेश होता आणि कोपर्निकन सिद्धांतानुसार तारे विलक्षण मोठे असावेत असा पॅरालॅक्स आणि ब्राहे यांच्या युक्तिवादाचा समावेश होता.

कोपर्निकन सिद्धांतासोबत इंगोलीचे दोन धर्मशास्त्रीय मुद्दे हे होते "सामान्य कॅथोलिक समजुती ज्या थेट शास्त्रात सापडत नाहीत: नरक पृथ्वीच्या मध्यभागी स्थित आहे आणि स्वर्गापासून सर्वात दूर आहे असा सिद्धांत; आणि गायलेल्या स्तोत्रात पृथ्वी गतिहीन आहे हे स्पष्ट प्रतिपादन. मंगळवारच्या दिवशी दैवी कार्यालयातील प्रार्थनेच्या तासांचा एक भाग म्हणून पुजारी नियमितपणे पाठ करतात." इंगोली यांनी या दोन्ही युक्तिवादांच्या संदर्भात रॉबर्ट बेलारमाइनचा उल्लेख केला आणि कदाचित ते गॅलिलिओला बेलारमाइनच्या मताची जाणीव करून देण्याचा प्रयत्न करत असावेत. इंगोलीने उत्पत्ती 1:14 देखील उद्धृत केला जेथे देव "रात्रीपासून दिवस विभागण्यासाठी आकाशाच्या आकाशात दिवे लावतो." इंगोली यांना कोपर्निकन सिद्धांतातील सूर्याचे मध्यवर्ती स्थान सुसंगत वाटले नाही ज्याचे वर्णन आकाशात ठेवलेल्या प्रकाशांपैकी एक आहे. मागील भाष्यकारांप्रमाणे इंगोलीनेही गिबिओनच्या लढाईबद्दलच्या उताऱ्याकडे लक्ष वेधले. ते रूपकात्मक रीतीने घेतले जावेत या युक्तिवादांना त्यांनी नाकारले, असे म्हटले की "पवित्र आपल्या समजुतीनुसार बोलतो असे प्रतिपादन करणारी उत्तरे समाधानकारक नाहीत: दोन्ही कारण पवित्र लिखाणांचे स्पष्टीकरण करताना शाब्दिक अर्थ जपण्याचा नियम आहे, जेव्हा

शक्य असेल तेव्हा, तसेच या प्रकरणात आहे; आणि कारण सर्व चर्च फादर एकमताने हा उतारा घेतात की जोशुआच्या विनंतीनुसार सूर्य खरोखरच फिरत होता तो थांबला आहे. कौन्सिल ऑफ ट्रेंट, सत्र IV, सेक्रेड बुक्सच्या आवृत्ती आणि वापराबाबतच्या हुकुमामध्ये. शिवाय, जरी परिषद विश्वास आणि नैतिकतेच्या बाबींवर बोलते, तरीसुद्धा हे नाकारता येत नाही की पवित्र वडिलांना पवित्र पुस्तकांच्या व्याख्याने नाराज होईल. शास्त्र जे त्यांच्या सामान्य कराराच्या विरुद्ध आहे." तथापि, इंगोलीने गॅलिलिओला मुख्यत्वे त्याच्या शारीरिक आणि एम. त्याच्या ब्रह्मज्ञानविषयक युक्तिवादांऐवजी गणितीय युक्तिवाद, लिहिते की "याला एकतर पूर्णतः प्रतिसाद देण्याची तुमची निवड असू द्या - स्पष्टपणे किमान गणितीय आणि भौतिक युक्तिवादांना, आणि या सर्वांवरही नाही, परंतु अधिक वजनदारांना. " जेव्हा गॅलिलिओने इंगोलीला उत्तर म्हणून एक पत्र लिहिले, तेव्हा त्याने खरं तर केवळ गणितीय आणि भौतिक युक्तिवादांना संबोधित केले.

मार्च 1616 मध्ये, गॅलिलिओ प्रकरणाच्या संदर्भात, रोमन कॅथोलिक चर्चच्या इंडेक्सच्या मंडळीने डी रिव्हॅलिबसला "दुरुस्त" होईपर्यंत निलंबित करण्याचा हुकूम जारी केला की कोपर्निकनिझम, ज्याचे वर्णन "खोटे पायथागोरियन सिद्धांत" असे केले जाते. , पूर्णपणे पवित्र शास्त्राच्या विरुद्ध," "कॅथोलिक सत्याच्या पूर्वग्रहाकडे आणखी रेंगाळणार नाही." दुरुस्त्यांमध्ये मुख्यत्वे हेलिओसेन्ट्रिझम हे गृहितकाऐवजी वस्तुस्थिती म्हणून बोलणारे शब्द काढून टाकणे किंवा बदलणे समाविष्ट होते. इंगोली यांनी केलेल्या कामाच्या आधारे मोठ्या प्रमाणात सुधारणा केल्या गेल्या.

गॅलिलिओ

पोप पॉल व्ही च्या आदेशानुसार, कार्डिनल रॉबर्ट बेलारमाइन यांनी गॅलिलिओला पूर्वसूचना दिली की डिक्री जारी होणार आहे, आणि त्याला चेतावणी दिली की तो कोपर्निकन सिद्धांत "धरून ठेवू किंवा बचाव" करू शकत नाही. वगळलेली किंवा बदललेली नऊ वाक्ये, चार वर्षांनंतर, 1620 मध्ये जारी करण्यात आली.

1633 मध्ये गॅलिलिओ गॅलीलीला "कोपर्निकसच्या पदाचे पालन केल्याबद्दल, जे पवित्र शास्त्राच्या खऱ्या अर्थाने आणि अधिकाराच्या विरुद्ध आहे", पाखंडी मताच्या गंभीर संशयावरून दोषी ठरले आणि त्यांना आयुष्यभर नजरकैदेत ठेवण्यात आले.

रॉजर बॉस्कोविचच्या उदाहरणावर, कॅथोलिक चर्चच्या 1758 निषिद्ध पुस्तकांच्या निर्देशांकाने हेलिओसेंट्रिझमचे रक्षण करणाऱ्या कामांची सामान्य बंदी वगळली, परंतु डी रेव्हॅलिबस आणि गॅलिलिओच्या टू वर्ल्ड डायलॉग कॉन्सरिंग चीफ डायलॉग सिस्टमच्या मूळ अनसेन्सॉर आवृत्त्यांचे विशिष्ट प्रतिबंध कायम ठेवले. शेवटी 1835 निर्देशांकातून त्या प्रतिबंध वगळण्यात आले.

15

ॲलन ट्युरिंग

ॲलन ट्युरिंग

Top Scientists

ॲलन मॅथिसन ट्युरिंग 23 जून 1912 - 7 जून 1954) एक इंग्रजी गणितज्ञ, संगणक शास्त्रज्ञ, तर्कशास्त्रज्ञ, क्रिप्टविश्लेषक, तत्त्वज्ञ आणि सैद्धांतिक जीवशास्त्रज्ञ होते. सैद्धांतिक संगणक विज्ञानाच्या विकासामध्ये ट्युरिंगचा अत्यंत प्रभावशाली होता, ज्याने ट्यूरिंग मशीनसह अल्गोरिदम आणि गणनेच्या संकल्पनांचे औपचारिकीकरण प्रदान केले, ज्याला सामान्य-उद्देशीय संगणकाचे मॉडेल मानले जाऊ शकते. त्यांना सैद्धांतिक संगणक विज्ञान आणि कृत्रिम बुद्धिमत्तेचे जनक मानले जाते.

लंडनमधील मैदा व्हॅले येथे जन्मलेले ट्युरिंग दक्षिण इंग्लंडमध्ये वाढले. त्यांनी केंब्रिजच्या किंग्ज कॉलेजमध्ये गणित विषयात पदवी संपादन केली. तो केंब्रिजमध्ये सहकारी असताना, त्याने एक पुरावा प्रकाशित केला ज्यामध्ये काही पूर्णपणे गणिती होय-नाही प्रश्नांची उत्तरे गणनाने कधीही दिली जाऊ शकत नाहीत आणि ट्युरिंग मशीनची व्याख्या केली आणि ट्युरिंग मशीनसाठी थांबण्याची समस्या अनिर्णित आहे हे सिद्ध केले. 1938 मध्ये, त्यांनी प्रिन्स्टन विद्यापीठातील गणित विभागातून पीएचडी प्राप्त केली. दुस-या महायुद्धादरम्यान, ट्यूरिंगने अल्ट्रा इंटेलिजन्सची निर्मिती करणारे ब्रिटनचे कोडब्रेकिंग केंद्र, ब्लेचले पार्क येथे सरकारी कोड आणि सायफर स्कूल (GC&CS) साठी काम केले. काही काळासाठी त्यांनी हट चे नेतृत्व केले, जो जर्मन नौदल क्रिप्ट विश्लेषणासाठी जबाबदार होता. येथे, त्याने जर्मन सिफर तोडण्याच्या गतीसाठी अनेक तंत्रे तयार केली, ज्यात युद्धपूर्व पोलिश बॉम्बे पद्धतीमध्ये सुधारणा समाविष्ट आहे, एक इलेक्ट्रोमेकॅनिकल मशीन जे एनिग्मा मशीनसाठी सेटिंग्ज शोधू शकते. ट्युरिंगने इंटरसेप्टेड कोडेड संदेश क्रॅक करण्यात महत्त्वपूर्ण भूमिका बजावली ज्यामुळे अटलांटिकच्या लढाईसह अनेक महत्त्वपूर्ण गुंतवणुकीत अक्ष शक्तींचा पराभव करण्यात मित्र राष्ट्रांना सक्षम केले.

युद्धानंतर, ट्युरिंगने नॅशनल फिजिकल लॅबोरेटरीमध्ये काम केले, जिथे त्यांनी ऑटोमॅटिक कॉम्प्युटिंग इंजिन (ACE) डिझाइन केले, जे संग्रहित-प्रोग्राम संगणकाच्या पहिल्या डिझाइनपैकी एक होते. 1948 मध्ये, ट्युरिंग मँचेस्टरच्या व्हिक्टोरिया विद्यापीठात मॅक्स न्यूमनच्या संगणकीय यंत्र प्रयोगशाळेत सामील झाले, जिथे त्यांनी मँचेस्टर संगणक विकसित करण्यात मदत केली आणि त्यांना गणितीय जीवशास्त्रात रस निर्माण झाला. त्यांनी मॉर्फोजेनेसिस च्या रासायनिक आधारावर एक शोधनिबंध लिहिला आणि १९६० च्या दशकात पहिल्यांदा पाहिल्या गेलेल्या बेलोसोव्ह-झाबोटिन्स्की प्रतिक्रिया सारख्या दोलायमान रासायनिक अभिक्रियांचा अंदाज वर्तवला. या उपलब्धी असूनही, ट्युरिंगला त्याच्या हयातीत ब्रिटनमध्ये कधीही पूर्णपणे मान्यता मिळाली नाही कारण त्याचे बरेचसे कार्य अधिकृत गुप्त कायद्याने व्यापलेले होते.

1952 मध्ये समलैंगिक कृत्यांसाठी ट्युरिंगवर खटला भरण्यात आला होता. तुरुंगाचा पर्याय म्हणून त्याने डीईएस सह संप्रेरक उपचार स्वीकारले, ही प्रक्रिया सामान्यतः रासायनिक कास्ट्रेशन म्हणून ओळखली जाते. 7 जून 1954 रोजी सायनाइडच्या विषबाधेमुळे ट्युरिंगचा मृत्यू त्याच्या 42 व्या वाढदिवसाच्या 16 दिवस आधी झाला. चौकशीत त्याचा मृत्यू आत्महत्या म्हणून निश्चित झाला, परंतु ज्ञात पुरावे अपघाती विषबाधाशी सुसंगत असल्याचे लक्षात आले आहे.

2009 मध्ये एका सार्वजनिक मोहिमेनंतर, ब्रिटिश पंतप्रधान गॉर्डन ब्राउन यांनी " ट्युरिंग यांच्याशी केलेल्या भयंकर वागणुकीबद्दल" ब्रिटिश सरकारच्या वतीने अधिकृत जाहीर माफी मागितली. राणी एलिझाबेथ II ने 2013 मध्ये मरणोत्तर माफी दिली. "ॲलन ट्युरिंग कायदा" हा शब्द आता अनौपचारिकपणे युनायटेड किंगडममधील 2017 कायद्याचा संदर्भ देण्यासाठी वापरला जातो ज्याने समलैंगिक कृत्यांना बेकायदेशीर ठरवलेल्या ऐतिहासिक कायद्यानुसार सावधगिरीने किंवा दोषी ठरलेल्या पुरुषांना पूर्वलक्षीपणे माफ केले जाते.

ट्यूरिंगकडे त्यांचे पुतळे आणि त्यांच्या नावावर असलेल्या अनेक गोष्टींचा व्यापक वारसा आहे, ज्यात संगणक विज्ञान नवकल्पनांसाठी वार्षिक पुरस्कार समाविष्ट आहे. त्याच्या वाढदिवसानिमित्त 23 जून 2021 रोजी प्रसिद्ध झालेल्या वर्तमान बँक ऑफ इंग्लंड £50 च्या नोटेवर तो दिसतो. 2019 च्या BBC मालिकेने, प्रेक्षकांनी मतदान केल्याप्रमाणे, त्याला 20 व्या शतकातील महान व्यक्ती म्हणून नाव दिले.

ट्युरिंगचा जन्म लंडनमधील मैदा वेले येथे झाला, तर त्याचे वडील ज्युलियस मॅथिसन ट्युरिंग (1873-1947) हे चत्रपूर येथील भारतीय नागरी सेवा (ICS) च्या पदावरून रजेवर होते, त्यानंतर मद्रास प्रेसीडेंसीमध्ये आणि सध्या ओडिशा राज्यात, भारतात. ट्युरिंगचे वडील पाळक, रेव्ह. जॉन रॉबर्ट ट्युरिंग यांचा मुलगा होता, जो नेदरलँड्समध्ये राहत असलेल्या आणि बॅरोनेटचा समावेश असलेल्या स्कॉटिश व्यापाऱ्यांच्या कुटुंबातील होता. ट्युरिंगची आई, ज्युलियसची पत्नी, एथेल सारा ट्युरिंग (née Stoney; 1881-1976), एडवर्ड वॉलर स्टोनी, मद्रास रेल्वेचे मुख्य अभियंता यांची मुलगी होती. स्टोनी हे काउंटी टिप्परेरी आणि काउंटी लाँगफोर्ड या दोन्ही भागातील प्रोटेस्टंट अँग्लो-आयरिश सभ्य कुटुंब होते, तर एथेलने स्वतःचे बालपण काउंटी क्लेअरमध्ये घालवले होते. ज्युलियस आणि एथेल यांचा विवाह 1 ऑक्टोबर 1907 रोजी डब्लिनमधील क्लाइड रोडवरील बाथलोम्यू चर्चमध्ये झाला.

ज्युलियसच्या ICS सह कामामुळे कुटुंब ब्रिटिश भारतात आले, जेथे त्याचे आजोबा बंगाल आर्मीमध्ये जनरल होते. तथापि, ज्युलियस आणि एथेल दोघांनाही त्यांच्या मुलांचे संगोपन ब्रिटनमध्ये करायचे होते, म्हणून ते मैदा व्हॅले, लंडन येथे गेले, जेथे ॲलन ट्युरिंगचा जन्म 23 जून 1912 रोजी झाला, घराच्या बाहेरील निळ्या फलकाने नोंदवल्याप्रमाणे त्याचा जन्म, नंतर कोलोनेड हॉटेल. ट्युरिंगचा एक मोठा भाऊ जॉन (सर जॉन डर्मोट ट्युरिंग यांचे वडील, ट्युरिंग बॅरोनेट्सचे 12वे बॅरोनेट) होते.

ट्युरिंगच्या वडिलांचा नागरी सेवा आयोग अजूनही सक्रिय होता आणि ट्युरिंगच्या बालपणाच्या काळात, त्याच्या पालकांनी युनायटेड किंगडम आणि भारतातील हेस्टिंग्ज दरम्यान प्रवास केला आणि त्यांच्या दोन मुलांना एका निवृत्त लष्करी जोडप्यासोबत राहण्यासाठी सोडले. हेस्टिंग्ज येथे, ट्युरिंग बॅस्टन लॉज, अप्पर मेझ हिल, सेंट लिओनाड्‌र्स-ऑन-सी येथे थांबले, ज्यावर आता निळ्या रंगाचा फलक आहे. या फलकाचे अनावरण 23 जून 2012 रोजी ट्युरिंगच्या जन्मशताब्दीनिमित्त करण्यात आले.

आयुष्याच्या अगदी सुरुवातीच्या काळात, ट्युरिंगने अलौकिक बुद्धिमत्तेची चिन्हे दर्शविली जी नंतर ठळकपणे प्रदर्शित करायची होती. त्याच्या पालकांनी 1927 मध्ये गिल्डफोर्डमध्ये एक घर विकत घेतले आणि ट्युरिंग शाळेच्या सुट्ट्यांमध्ये तेथे राहत होते. स्थान निळ्या रंगाच्या फलकाने देखील चिन्हांकित केले आहे.

शाळा

ट्युरिंगच्या पालकांनी त्याला वयाच्या सहा ते नऊ वर्षांपर्यंत सेंट मायकेल, चार्ल्स रोड, सेंट लिओनाड्‌र्स-ऑन-सी येथील प्राथमिक शाळेत दाखल केले. मुख्याध्यापिकेने त्याची प्रतिभा ओळखली, तिच्याकडे "... हुशार आणि मेहनती मुले आहेत, पण ॲलन एक हुशार आहे."

जानेवारी 1922 आणि 1926 दरम्यान, ट्युरिंगचे शिक्षण हेझेलहर्स्ट प्रिपरेटरी स्कूलमध्ये झाले, ससेक्स (आता पूर्व ससेक्स) येथील फ्रँट गावातील एक स्वतंत्र शाळा. 1926 मध्ये, वयाच्या 13 व्या वर्षी, तो शेरबोर्न स्कूल मध्ये गेला, जो डोरसेटमधील शेरबोर्न या मार्केट टाउनमधील बोर्डिंग स्वतंत्र शाळा आहे, जिथे तो वेस्टकॉट हाऊसमध्ये चढला. टर्मचा पहिला दिवस ब्रिटनमध्ये 1926 च्या जनरल स्ट्राइकशी एकरूप झाला, परंतु ट्युरिंगने उपस्थित राहण्याचा इतका दृढनिश्चय केला की त्यांनी साउथॅम्प्टन ते शेरबोर्नपर्यंत 60 मैल (97 किमी) सोबत नसताना एका सरायमध्ये रात्रभर थांबून सायकल चालवली.

ट्युरिंगचा गणित आणि विज्ञानाकडे नैसर्गिक कल असल्यामुळे त्याला शेरबोर्न येथील काही शिक्षकांकडून आदर मिळाला नाही, ज्यांच्या शिक्षणाच्या व्याख्येने क्लासिक्सवर अधिक भर दिला. त्याच्या मुख्याध्यापकाने त्याच्या पालकांना लिहिले: "मला आशा आहे की तो दोन स्टूलमध्ये पडणार नाही. जर त्याला सार्वजनिक शाळेत राहायचे असेल, तर त्याने शिक्षित होण्याचे ध्येय ठेवले पाहिजे. जर त्याला केवळ एक वैज्ञानिक विशेषज्ञ व्हायचे असेल तर तो आपला वेळ वाया घालवत आहे. सार्वजनिक शाळा". असे असूनही, प्राथमिक कॅल्क्युलसचा अभ्यास न करता 1927 मध्ये प्रगत समस्या सोडवून, ट्युरिंगने आपल्या आवडीच्या अभ्यासात उल्लेखनीय क्षमता दाखवली. 1928 मध्ये, वयाच्या 16 व्या वर्षी, ट्युरिंगला अल्बर्ट आइनस्टाईनच्या कामाचा सामना करावा लागला; त्याने केवळ तेच समजले नाही, परंतु हे शक्य आहे की त्याने न्यूटनच्या गतीच्या नियमांबद्दल आइन्स्टाईनच्या प्रश्नाचा अंदाज एका मजकुरातून काढला ज्यामध्ये हे कधीही स्पष्ट केले नाही.

ख्रिस्तोफर मॉर्कॉम

शेरबोर्न येथे, ट्युरिंगने सहकारी विद्यार्थी ख्रिस्तोफर कॉलन मॉर्कॉम (१३ जुलै १९११ - १३ फेब्रुवारी १९३०), सोबत महत्त्वपूर्ण मैत्री केली, ज्याचे वर्णन ट्युरिंगचे "पहिले प्रेम" असे केले जाते. त्यांच्या नातेसंबंधाने ट्युरिंगच्या भविष्यातील प्रयत्नांना प्रेरणा दिली, परंतु फेब्रुवारी 1930 मध्ये मॉर्कॉमच्या मृत्यूमुळे ते कमी झाले, बोवाइन क्षयरोगाच्या गुंतागुंतीमुळे, काही वर्षांपूर्वी संक्रमित गायीचे दूध पिल्यानंतर संकुचित झाले.

या घटनेमुळे ट्युरिंगला खूप दुःख झाले. त्याने मॉर्कॉमशी शेअर केलेल्या विज्ञान आणि गणिताच्या विषयांवर जास्त मेहनत करून त्याच्या दुःखाचा सामना केला. मॉर्कॉमची आई फ्रान्सिस इसोबेल मॉर्कॉम (née स्वान) यांना लिहिलेल्या पत्रात ट्युरिंगने लिहिले.

मला खात्री आहे की मला इतका हुशार आणि तरीही इतका मोहक आणि बेफिकीर साथीदार कुठेही सापडला नसता. मी माझ्या कामात माझी स्वारस्य आणि खगोलशास्त्रासारख्या गोष्टींमध्ये (ज्याशी त्याने माझी ओळख करून दिली) त्याच्याशी सामायिक करण्यासारखे काहीतरी मानले आणि मला वाटते की त्याला माझ्याबद्दल थोडेसे असेच वाटले ... मला माहित आहे की मी तितकी ऊर्जा ठेवली पाहिजे. जर त्याला माझ्या कामात तितकीच स्वारस्य नसेल तर तो जिवंत आहे, कारण मला तेच करायला आवडेल.

मॉर्कॉमच्या आईशी ट्युरिंगचे नाते मॉर्कॉमच्या मृत्यूनंतरही कायम राहिले, तिने ट्युरिंगला भेटवस्तू पाठवल्या आणि विशेषतः मॉर्कॉमच्या वाढदिवसाला पत्रे पाठवली. मॉर्कॉमच्या मृत्यूच्या तिसऱ्या जयंतीपूर्वी (१३ फेब्रुवारी १९३३), त्यांनी मिसेस मॉर्कॉमला लिहिले.

हे तुमच्यापर्यंत पोहोचल्यावर तुम्ही ख्रिसचा विचार कराल अशी मला अपेक्षा आहे. मी पण करेन आणि हे पत्र तुम्हाला सांगण्यासाठी आहे की मी उद्या ख्रिस आणि तुमच्याबद्दल विचार करेन. मला खात्री आहे की तो इथे असताना होता तसा तो आताही आनंदी आहे. तुमचा प्रेमळ ॲलन.

काहींनी असा अंदाज लावला आहे की मॉर्कॉमचा मृत्यू ट्युरिंगच्या नास्तिकता आणि भौतिकवादाचे कारण होता. वरवर पाहता, त्याच्या आयुष्याच्या या टप्प्यावर तो अजूनही आत्मा, शरीरापासून स्वतंत्र आणि मृत्यूपासून वाचलेल्या संकल्पनांवर विश्वास ठेवत होता. मॉर्कॉमच्या आईला लिहिलेल्या नंतरच्या पत्रात, ट्युरिंगने लिहिले.

व्यक्तिशः, माझा असा विश्वास आहे की आत्मा खरोखरच पदार्थाशी चिरंतन जोडलेला आहे परंतु निश्चितपणे त्याच प्रकारच्या शरीराने नाही ... आत्मा आणि शरीर यांच्यातील वास्तविक संबंधाच्या संदर्भात मी मानतो की शरीर 'आत्मा' धरून ठेवू शकते, शरीर असताना जिवंत आणि जागृत आहे दोन घट्टपणे जोडलेले आहेत. जेव्हा शरीर झोपलेले असते तेव्हा काय होते याचा मी अंदाज लावू शकत नाही परंतु जेव्हा

शरीर मरते तेव्हा शरीराची ‘यंत्रणा’, आत्म्याला धरून ठेवते आणि आत्म्याला लवकरच किंवा नंतर, कदाचित ताबडतोब नवीन शरीर सापडते.

विद्यापीठ आणि संगणकीयतेवर काम

शेरबोर्न नंतर, ट्युरिंगने 1931 ते 1934 या कालावधीत किंग्ज कॉलेज, केंब्रिज येथे पदवीपूर्व शिक्षण घेतले, जिथे त्यांना गणितात प्रथम श्रेणीचे सन्मान मिळाले. 1935 मध्ये, वयाच्या 22 व्या वर्षी, एका प्रबंधाच्या बळावर ते किंग्स कॉलेजचे फेलो म्हणून निवडले गेले ज्यामध्ये त्यांनी केंद्रीय मर्यादा प्रमेयची आवृत्ती सिद्ध केली. ट्यूरिंगला अज्ञात, प्रमेयाची ही आवृत्ती 1922 मध्ये, जार्ल वाल्डेमार लिंडेबर्ग यांनी आधीच सिद्ध केली होती. असे असूनही, समितीला ट्युरिंगच्या पद्धती मूळ वाटल्या आणि त्यामुळे ते कार्य फेलोशिपसाठी विचारात घेण्यासारखे आहे. समितीसाठी अब्राम बेसिकोविचचा अहवाल इतका पुढे गेला की ट्युरिंगचे कार्य लिंडेबर्गच्या आधी प्रकाशित झाले असते तर ती "त्या वर्षातील गणितीय साहित्यातील एक महत्त्वाची घटना" ठरली असती.

1936 मध्ये, ट्युरिंगने त्यांचा शोधनिबंध "ऑन कम्प्युटेबल नंबर्स, विथ ॲन ॲप्लिकेशन टू द एन्स्कीडंग्सप्रॉब्लेम" प्रकाशित केला. हे प्रोसिडिंग ऑफ द लंडन मॅथेमॅटिकल सोसायटी जर्नलमध्ये दोन भागात प्रकाशित झाले, पहिला भाग 30 नोव्हेंबर आणि दुसरा 23 डिसेंबर रोजी. या पेपरमध्ये, ट्युरिंगने पुरावा आणि गणनेच्या मर्यादेवर कर्ट गॉडेलच्या 1931 च्या निकालांची पुनर्रचना केली, गॉडेलच्या सार्वत्रिक अंकगणित-आधारित औपचारिक भाषेच्या जागी ट्यूरिंग मशीन म्हणून ओळखल्या जाणाऱ्या औपचारिक आणि साध्या काल्पनिक उपकरणांसह बदल केला. Entscheidungsproblem (निर्णय समस्या) मूळतः जर्मन गणितज्ञ डेव्हिड हिल्बर्ट यांनी 1928 मध्ये मांडली होती. ट्युरिंगने सिद्ध केले की त्यांचे "युनिव्हर्सल कॉम्प्युटिंग मशीन" अल्गोरिदम म्हणून दर्शविण्यायोग्य असल्यास कोणतीही कल्पना करण्यायोग्य गणितीय गणना करण्यास सक्षम असेल. ट्युरिंग मशिनला थांबवण्याची समस्या अनिर्णित आहे हे दाखवून त्यांनी निर्णयाच्या समस्येवर कोणताही उपाय नसल्याचे सिद्ध केले: ट्युरिंग मशीन कधीही थांबेल की नाही हे अल्गोरिदम पद्धतीने ठरवणे शक्य नाही. या पेपरला "इतिहासातील सर्वात प्रभावी गणिताचा पेपर" असे म्हटले जाते.

ट्युरिंगचा पुरावा अलोन्झो चर्चच्या समतुल्य पुराव्यानंतर त्याच्या लॅम्बडा कॅल्क्युलसचा वापर करून लवकरच प्रकाशित झाला असला तरी, ट्युरिंगचा दृष्टीकोन चर्चच्या तुलनेत अधिक सुलभ आणि अंतर्ज्ञानी आहे. त्यात ‘युनिव्हर्सल मशिन’ (आता युनिव्हर्सल ट्युरिंग मशीन म्हणून ओळखले जाते) ची कल्पना देखील समाविष्ट आहे, या कल्पनेने असे मशीन इतर कोणत्याही गणन यंत्राची कार्ये करू शकते (खरोखर चर्चच्या लॅम्बडा कॅल्क्युलसप्रमाणे). चर्च-ट्यूरिंग प्रबंधानुसार, ट्युरिंग मशीन आणि लॅम्बडा कॅल्क्युलस हे गणन करण्यायोग्य कोणत्याही गोष्टीची गणना करण्यास सक्षम आहेत. जॉन फॉन न्यूमन यांनी मान्य केले की आधुनिक संगणकाची मध्यवर्ती संकल्पना ट्युरिंगच्या पेपरमुळे होती. आजपर्यंत, ट्यूरिंग मशीन हे गणनेच्या सिद्धांतामध्ये अभ्यासाचे केंद्रस्थान आहे.

सप्टेंबर 1936 ते जुलै 1938 पर्यंत, ट्युरिंगने आपला बराचसा वेळ प्रिन्सटन युनिव्हर्सिटीच्या चर्च अंतर्गत अभ्यासात घालवला, 4 दुसऱ्या वर्षी जेन एलिझा प्रॉक्टर व्हिजिटिंग फेलो म्हणून. त्याच्या पूर्णपणे गणिती कार्याव्यतिरिक्त, त्याने क्रिप्टोलॉजीचा अभ्यास केला आणि इलेक्ट्रो-मेकॅनिकल बायनरी गुणकांच्या चारपैकी तीन टप्पे देखील तयार केले. जून 1938 मध्ये, त्यांनी प्रिन्स्टन येथील गणित विभागातून पीएचडी प्राप्त केली; त्यांच्या प्रबंध, सिस्टम्स ऑफ लॉजिक बेस्ड ऑन ऑर्डिनल्स, ने ऑर्डिनल लॉजिकची संकल्पना आणि रिलेटिव्ह कॉम्प्युटिंगची संकल्पना मांडली, ज्यामध्ये ट्युरिंग मशीन्स तथाकथित ओरॅकल्सने वाढवल्या जातात, ज्यामुळे ट्युरिंग मशीनद्वारे सोडवता येत नसलेल्या समस्यांचा अभ्यास करता येतो. जॉन फॉन न्यूमन यांना त्यांचा पोस्टडॉक्टरल सहाय्यक म्हणून कामावर ठेवायचे होते, परंतु ते युनायटेड किंगडमला परत गेले.

करिअर आणि संशोधन

जेव्हा ट्युरिंग केंब्रिजला परतले, तेव्हा त्यांनी 1939 मध्ये लुडविग विटगेनस्टाईन यांनी गणिताच्या पायाबद्दल दिलेल्या व्याख्यानात भाग घेतला. व्याख्यानांची पुनर्रचना शब्दशः करण्यात आली आहे, ज्यात ट्युरिंग आणि इतर विद्यार्थ्यांच्या इंटरजेक्शन्सचा समावेश आहे, विद्यार्थ्यांच्या नोट्समधून. ट्युरिंग आणि विटगेनस्टाईन यांनी युक्तिवाद केला आणि असहमत, ट्युरिंगने औपचारिकतेचे समर्थन केले आणि विटगेनस्टाईन यांनी त्यांचे मत मांडले की गणित कोणतेही निरपेक्ष सत्य शोधत नाही, उलट त्यांचा शोध लावतो.

क्रिप्ट विश्लेषण

दुस-या महायुद्धादरम्यान, ब्लेचले पार्क येथे जर्मन सिफर तोडण्यात ट्युरिंगचा प्रमुख सहभाग होता. इतिहासकार आणि युद्धकाळातील कोडब्रेकर आसा ब्रिग्स यांनी म्हटले आहे, "तुम्हाला अपवादात्मक प्रतिभेची गरज होती, तुम्हाला ब्लेचले येथे प्रतिभा आवश्यक होती आणि ट्युरिंग्स ही प्रतिभा होती."

सप्टेंबर 1938 पासून, ट्युरिंगने ब्रिटिश कोडब्रेकिंग संस्था सरकारी कोड आणि सायफर स्कूल (GC&CS) सह अर्धवेळ काम केले. डिली नॉक्स या वरिष्ठ GC&CS कोडब्रेकरसह त्यांनी नाझी जर्मनीने वापरलेल्या एनिग्मा सायफर मशीनच्या क्रिप्ट विश्लेषणावर लक्ष केंद्रित केले. जुलै 1939 मध्ये वॉर्साजवळ झालेल्या बैठकीनंतर, ज्यामध्ये पोलिश सायफर ब्युरोने ब्रिटिश आणि फ्रेंचांना एनिग्मा मशीनच्या रोटर्सच्या वायरिंगचे तपशील आणि एनिग्मा मशीनचे संदेश डिक्रिप्ट करण्याच्या त्यांच्या पद्धतीचा तपशील दिला, तेव्हा ट्युरिंग आणि नॉक्स यांनी एक व्यापक उपाय विकसित केला. पोलिश पद्धत असुरक्षित सूचक प्रक्रियेवर अवलंबून होती की जर्मन बदलण्याची शक्यता होती, जी त्यांनी

प्रत्यक्षात मे 1940 मध्ये केली होती. ट्युरिंगचा दृष्टीकोन अधिक सामान्य होता, क्रिब-आधारित डिक्रिप्शन वापरून ज्यासाठी त्याने बॉम्बेचे कार्यात्मक तपशील तयार केले (एक सुधारणा पोलिश बॉम्बावर).

4 सप्टेंबर 1939 रोजी, यूकेने जर्मनीविरुद्ध युद्ध घोषित केल्याच्या दुसऱ्या दिवशी, ट्युरिंगने GC&CS चे युद्धकालीन स्टेशन ब्लेचले पार्कला कळवले. ब्लेचले येथे आलेल्या इतर सर्वांप्रमाणेच, त्याला अधिकृत गुपित कायद्यावर स्वाक्षरी करणे आवश्यक होते, ज्यामध्ये त्याने ब्लेचले येथील त्याच्या कामाबद्दल काहीही उघड न करण्याचे मान्य केले होते, कायद्याचे उल्लंघन केल्याबद्दल कठोर कायदेशीर दंड होता.

ट्युरिंगने युद्धादरम्यान केलेल्या पाच प्रमुख क्रिप्ट ॲनालिटिकल प्रगतीपैकी बॉम्बे निर्दिष्ट करणे हे पहिले होते. इतर होते: जर्मन नौदलाद्वारे वापरल्या जाणाऱ्या सूचक प्रक्रियेचे अनुमान काढणे; बॉम्बचा अधिक कार्यक्षम वापर करण्यासाठी बॅनबुरिस्मस नावाची सांख्यिकीय प्रक्रिया विकसित करणे. (Tunny) सायफर मशीनच्या चाकांच्या कॅम सेटिंग्जवर काम करण्यासाठी ट्युरिंगरी नावाची प्रक्रिया विकसित करणे आणि युद्धाच्या शेवटी, हॅन्सलोप पार्क येथे पोर्टेबल सुरक्षित व्हॉईस स्क्रॅम्बलर विकसित करणे ज्याला डेलीलाह असे सांकेतिक नाव देण्यात आले.

सांख्यिकीय तंत्रांचा वापर करून कोड ब्रेकिंग प्रक्रियेतील विविध शक्यतांच्या चाचणीला अनुकूल बनवून, ट्युरिंगने या विषयात नाविन्यपूर्ण योगदान दिले. त्यांनी गणितीय दृष्टिकोनांवर चर्चा करणारे दोन पेपर लिहिले, ज्याचे शीर्षक होते क्रिप्टोग्राफीसाठी संभाव्यता आणि पेपर ऑन स्टॅटिस्टिक्स ऑफ रिपीटिशन्स, जे GC&CS आणि त्याच्या उत्तराधिकारी GCHQ साठी इतके मोलाचे होते की ते यूके नॅशनल आर्काइव्हजला जारी केले गेले नाहीत. एप्रिल 2012, त्याच्या जन्मशताब्दीच्या काही काळापूर्वी. GCHQ गणितज्ञ, "ज्याने स्वतःला फक्त रिचर्ड म्हणून ओळखले," त्या वेळी म्हणाले की अधिकृत गुप्त कायद्यांतर्गत काही वर्षांपासून सामग्री प्रतिबंधित होती या वस्तुस्थितीमुळे त्यांचे महत्त्व आणि युद्धोत्तर क्रिप्ट विश्लेषणाशी त्यांची प्रासंगिकता दिसून आली. ते म्हणाले की सामग्री प्रतिबंधित करण्यात आली होती हे वस्तुस्थिती "आमच्या विषयाच्या पायामध्ये किती प्रचंड महत्त्व आहे हे दर्शवते". ... पेपर तपशीलवार "गणितीय विश्लेषण वापरून प्रयत्न करण्यासाठी आणि कोणती अधिक शक्यता सेटिंग्ज आहेत ते निर्धारित करतात जेणेकरुन शक्य तितक्या लवकर प्रयत्न करता येतील." ... रिचर्ड म्हणाले की GCHQ ने आता दोन पेपर्समधून "रस पिळून काढला" आणि "त्यांना सार्वजनिक डोमेनमध्ये सोडल्याबद्दल आनंद झाला".

ब्लेचले पार्कमध्ये विक्षिप्तपणासाठी ट्युरिंगची प्रतिष्ठा होती. ते त्यांच्या सहकाऱ्यांना "प्रा." म्हणून ओळखले जात होते आणि एनिग्मावरील त्यांचा ग्रंथ "प्राध्यापकांचे पुस्तक" म्हणून ओळखला जात होता. इतिहासकार रोनाल्ड लेविन यांच्या मते, जॅक गुड, एक क्रिप्टविश्लेषक ज्याने ट्युरिंगसोबत काम केले होते, त्यांनी त्यांच्या सहकाऱ्याबद्दल सांगितले.

प्रत्येक वर्षी जूनच्या पहिल्या आठवड्यात त्याला गवत तापाचा वाईट झटका यायचा आणि परागकण बंद ठेवण्यासाठी तो सर्व्हिस गॅस मास्क घालून ऑफिसला जायचा. त्याच्या सायकलमध्ये दोष होता: साखळी ठराविक अंतराने बंद पडायची. ते दुरुस्त करण्याऐवजी तो पेडल किती वेळा फिरला याची मोजणी करायचा आणि हाताने साखळी समायोजित करण्यासाठी वेळेत सायकलवरून उतरायचा. त्याचा आणखी एक विक्षिप्तपणा म्हणजे तो चोरीला जाऊ नये म्हणून त्याने त्याचा मग रेडिएटर पाईप्सला जखडून ठेवला. पीटर हिल्टन यांनी ट्युरिंगसोबत हट 8 मध्ये काम करण्याचा त्यांचा अनुभव त्यांच्या "अ सेंच्युरी ऑफ मॅथेमॅटिक्स इन अमेरिकेतील ब्लेचले पार्क" मध्ये सांगितला.

अस्सल प्रतिभावंताला भेटणे हा दुर्मिळ अनुभव आहे. आपल्यापैकी ज्यांना शिष्यवृत्तीच्या जगात राहण्याचा बहुमान मिळाला आहे ते प्रतिभावान सहकाऱ्यांनी दिलेल्या बौद्धिक उत्तेजनाशी परिचित आहेत. त्यांनी आमच्यासोबत शेअर केलेल्या कल्पनांची आम्ही प्रशंसा करू शकतो आणि सहसा त्यांचा स्रोत समजू शकतो; आपण अनेकदा असे मानू शकतो की आपण स्वतः अशा संकल्पना निर्माण करू शकलो असतो आणि अशा विचारांची उत्पत्ती केली असेल. तथापि, प्रतिभावंताचे बौद्धिक जीवन सामायिक करण्याचा अनुभव पूर्णपणे भिन्न आहे; एखाद्याला हे समजते की एखाद्याच्या उपस्थितीत एक बुद्धिमत्ता आहे, इतकी प्रगल्भता आणि मौलिकतेची संवेदनशीलता आहे की आश्चर्य आणि उत्साहाने भरलेला असतो. ॲलन ट्युरिंग हा असाच हुशार होता, आणि माझ्यासारखेच, ज्यांना दुसऱ्या महायुद्धाच्या विचित्र परिस्थितीमुळे आश्चर्यकारक आणि अनपेक्षित संधी मिळाली होती, त्यांनी ट्युरिंगला सहकारी आणि मित्र म्हणून मोजता येण्याची संधी दिली होती, ते तो अनुभव कधीही विसरणार नाहीत, किंवा करू शकत नाहीत. आपण कधीही त्याचा अपार फायदा गमावतो.

ब्लेचले येथे काम करत असताना, ट्युरिंग, जो एक प्रतिभावान लांब पल्ल्याच्या धावपटू होता, अधूनमधून 40 मैल (64 किमी) धावून लंडनला जेव्हा त्याला मीटिंगसाठी आवश्यक होते, 78 आणि तो जागतिक दर्जाच्या मॅरेथॉन मानकांमध्ये सक्षम होता. 1948 च्या ब्रिटीश ऑलिम्पिक संघासाठी ट्युरिंगने प्रयत्न केला, परंतु त्याला दुखापतीमुळे अडथळा आला. मॅरेथॉनसाठी त्याचा प्रयत्न करण्याची वेळ ब्रिटिश रौप्यपदक विजेत्या थॉमस रिचर्ड्सच्या ऑलिम्पिक शर्यतीच्या 2 तास 35 मिनिटांपेक्षा फक्त 11 मिनिटे कमी होती. तो वॉल्टन ॲथलेटिक क्लबचा सर्वोत्कृष्ट धावपटू होता, ही वस्तुस्थिती त्याने एकट्याने धावताना गटातून उत्तीर्ण केल्यावर शोधून काढली. प्रशिक्षणात तो इतका मेहनत का करतो असे विचारले असता त्याने उत्तर दिले.

माझ्याकडे इतके तणावपूर्ण काम आहे की माझ्या मनातून ते बाहेर काढण्याचा एकमेव मार्ग म्हणजे कठोर धावणे; मला काही सुटका मिळण्याचा हा एकमेव मार्ग आहे.

विपरीत इतिहासाच्या समस्यांमुळे, अल्ट्रा इंटेलिजन्सचा युद्धावर नेमका काय परिणाम झाला याचा अंदाज लावणे कठीण आहे. तथापि, अधिकृत युद्ध इतिहासकार हॅरी हिन्स्ले यांनी अंदाज व्यक्त केला की या कार्यामुळे युरोपमधील युद्ध दोन वर्षांहून अधिक कमी झाले आणि 14 दशलक्षाहून अधिक लोकांचे प्राण वाचले.

युद्धाच्या शेवटी, ब्लेचले पार्कमध्ये काम केलेल्या सर्वांना एक मेमो पाठवण्यात आला, ज्याने त्यांना आठवण करून दिली की अधिकृत गुप्तता कायद्याने सांगितलेली शांतता संहिता युद्धाने संपली नाही तर ती अनिश्चित काळासाठी सुरू राहील. 69 अशाप्रकारे, किंग जॉर्ज सहाव्याने 1946 मध्ये ट्यूरिंग यांना त्यांच्या युद्धकाळातील सेवेसाठी ऑफिसर ऑफ द ऑर्डर ऑफ द ब्रिटिश एम्पायर (OBE) म्हणून नियुक्त केले होते, तरीही त्यांचे कार्य अनेक वर्षे गुप्त राहिले.

बॉंबे

ब्लेचले पार्क येथे आल्याच्या काही आठवड्यांच्या आत, ६८ ट्युरिंगने बॉम्बे नावाचे इलेक्ट्रोमेकॅनिकल मशीन निर्दिष्ट केले होते, जे पोलिश बॉम्बा क्रिप्टोलॉजिक्झना पेक्षा अधिक प्रभावीपणे एनिग्मा तोडू शकते, ज्यावरून त्याचे नाव घेतले गेले. बॉम्बे, गणितज्ञ गॉर्डन वेल्चमन यांनी सुचविलेल्या सुधारणांसह, प्राथमिक साधनांपैकी एक बनले, आणि मुख्य स्वयंचलित साधन बनले, जे एनिग्मा-एन्किफर्ड संदेशांवर हल्ला करण्यासाठी वापरले जाते.

बॉम्बेने एनिग्मा संदेशासाठी (म्हणजे, रोटर ऑर्डर, रोटर सेटिंग्ज आणि प्लगबोर्ड सेटिंग्ज) योग्य क्रिब वापरून संभाव्य योग्य सेटिंग्ज शोधल्या: संभाव्य प्लेनटेक्स्टचा एक तुकडा. रोटर्सच्या प्रत्येक संभाव्य सेटिंगसाठी (ज्यामध्ये 1019 राज्ये किंवा चार-रोटर यू-बोट प्रकारासाठी 1022 राज्ये होती), बॉम्बेने क्रिबवर आधारित तार्किक कपातीची साखळी केली, इलेक्ट्रोमेकॅनिकली लागू केली.

जेव्हा एक विरोधाभास निर्माण झाला तेव्हा बॉम्ब शोधला आणि त्या सेटिंगला नकार दिला, पुढच्या दिशेने जा. बहुतेक संभाव्य सेटिंग्जमुळे विरोधाभास निर्माण होतील आणि ते टाकून दिले जातील, फक्त काही तपशीलवार तपासले जातील. एक विरोधाभास उद्भवेल जेव्हा एन्क्रिफर्ड अक्षर त्याच साध्या अक्षरात परत केले जाईल, जे एनिग्मासह अशक्य होते. पहिला बॉम्ब 18 मार्च 1940 रोजी बसवण्यात आला.

1941 च्या उत्तरार्धात, ट्युरिंग आणि त्यांचे सहकारी क्रिप्टविश्लेषक गॉर्डन वेल्चमन, ह्यू अलेक्झांडर आणि स्टुअर्ट मिलनर-बॅरी निराश झाले होते. ध्रुवांच्या कामावर आधारित, त्यांनी एनिग्मा सिग्नल डिक्रिप्ट करण्यासाठी एक चांगली कार्यप्रणाली स्थापित केली होती, परंतु त्यांचे मर्यादित कर्मचारी आणि बॉम्ब म्हणजे ते सर्व सिग्नलचे भाषांतर करू शकत नव्हते. उन्हाळ्यात, त्यांना बऱ्यापैकी यश मिळाले होते आणि शिपिंगचे नुकसान दर महिन्याला 100,000 टनांपेक्षा कमी झाले होते; तथापि, जर्मन समायोजनांबद्दल माहिती ठेवण्यासाठी त्यांना अधिक संसाधनांची अत्यंत गरज होती. त्यांनी योग्य माध्यमांद्वारे अधिक लोक मिळविण्याचा आणि अधिक बॉम्ब तयार करण्याचा प्रयत्न केला होता, परंतु ते अयशस्वी ठरले होते.

28 ऑक्टोबर रोजी त्यांनी थेट विन्स्टन चर्चिल यांना पत्र लिहून त्यांच्या अडचणी समजावून सांगितल्या, ज्यामध्ये पहिले नाव ट्युरिंग होते. त्यांनी जोर दिला की त्यांची गरज किती लहान आहे आणि सैन्याने केलेल्या प्रचंड खर्चाच्या तुलनेत पुरुष आणि पैशांची तुलना केली आणि ते सैन्याला देऊ शकतील त्या सहाय्याच्या पातळीशी तुलना केली. ट्युरिंगचे चरित्रकार अँड्र्यू हॉजेस यांनी नंतर लिहिले, "या पत्राचा विद्युत प्रभाव होता." चर्चिलने जनरल इस्मे यांना एक मेमो लिहिला, ज्यामध्ये असे लिहिले होते: "या दिवशी कारवाई करा. त्यांच्याकडे सर्व काही अत्यंत प्राधान्याने आहे याची खात्री करा आणि मला कळवा की हे पूर्ण झाले आहे." 18 नोव्हेंबर रोजी, गुप्त सेवा प्रमुखांनी नोंदवले की सर्व संभाव्य उपाययोजना केल्या जात आहेत. ब्लेचले पार्क येथील क्रिप्टोग्राफरला पंतप्रधानांच्या प्रतिसादाबद्दल माहिती नव्हती, परंतु मिलनर-बॅरी यांनी आठवल्याप्रमाणे, "आम्ही लक्षात घेतले ते इतकेच की जवळजवळ त्या दिवसापासून खडबडीत मार्ग चमत्कारिकरित्या गुळगुळीत केले जाऊ लागले." दोनपेक्षा जास्त युद्धाच्या शेवटी शंभर बॉम्ब कार्यरत होते.

झोपडी 8 आणि नौदल एनिग्मा

ट्युरिंगने जर्मन नौदल एनिग्माच्या विशेषतः कठीण समस्येचा सामना करण्याचा निर्णय घेतला "कारण इतर कोणीही त्याबद्दल काहीही करत नव्हते आणि मी ते स्वतः करू शकलो". 98 डिसेंबर 1939 मध्ये, ट्युरिंगने नौदल इंडिकेटर सिस्टमचा आवश्यक भाग सोडवला, जो इतर सेवांद्वारे वापरल्या जाणाऱ्या इंडिकेटर सिस्टीमपेक्षा अधिक जटिल होता.

त्याच रात्री, त्याने नौदल एनिग्मा तोडण्यात मदत करण्यासाठी अनुक्रमिक सांख्यिकीय तंत्र (ज्याला अब्राहम वाल्ड यांनी नंतर अनुक्रमिक विश्लेषण म्हटले) बॅनबुरिस्मसची कल्पना देखील मांडली, "मला खात्री नव्हती की ते व्यवहारात कार्य करेल, आणि नाही. , खरं तर, काही दिवस प्रत्यक्षात खंडित होईपर्यंत खात्री आहे." बॅनबुरिस्मस एनिग्मा रोटर्सच्या काही अनुक्रमांना नाकारू शकतो, ज्यामुळे बॉम्बवरील सेटिंग्ज तपासण्यासाठी लागणारा वेळ लक्षणीयरीत्या कमी झाला. नंतर डेसिबन्स (बंदीचा एक दशांश) वापरून पुराव्याचे पुरेसे वजन जमा करण्याची ही अनुक्रमिक प्रक्रिया लॉरेन्झ सायफरच्या क्रिप्ट विश्लेषणामध्ये वापरली गेली. ट्युरिंगने नोव्हेंबर 1942 मध्ये युनायटेड स्टेट्सला प्रवास केला आणि वॉशिंग्टनमध्ये नौदल एनिग्मा आणि बॉम्बे बांधकामावर यूएस नेव्ही क्रिप्टविश्लेषकांसोबत काम केले; त्यांनी डेटन, ओहायो येथील त्यांच्या संगणकीय यंत्र प्रयोगशाळेलाही भेट दिली.

अमेरिकन बॉम्बे प्रोग्राम 336 बॉम्ब तयार करायचा होता, प्रत्येक चाकाच्या ऑर्डरसाठी एक. या कार्यक्रमाद्वारे निहित बॉम्बे झोपडीच्या नित्यक्रमाच्या संकल्पनेवर मला अंतःकरणात हसू यायचे, परंतु आम्ही त्यांचा अशा प्रकारे वापर करणार नाही असे सांगून कोणताही विशिष्ट हेतू साध्य होणार नाही असे मला वाटले. त्यांची चाचणी (कम्युटेटर्सची) क्वचितच निर्णायक मानली जाऊ शकते कारण ते इलेक्ट्रॉनिक स्टॉप फाइंडिंग उपकरणांसह बाऊन्ससाठी चाचणी करत नव्हते. रॉड्स किंवा ऑफिसर्स किंवा बॅनबुरिस्मस बद्दल कोणालाच सांगितलेले दिसत नाही जोपर्यंत ते खरोखरच याबद्दल काही करणार नाहीत.

या प्रवासादरम्यान, त्यांनी बेल लॅबमध्ये सुरक्षित स्पीच उपकरणे विकसित करण्यास मदत केली. मार्च 1943 मध्ये तो ब्लेचले पार्कमध्ये परतला. त्याच्या अनुपस्थितीत, ह्यू अलेक्झांडरने अधिकृतपणे हट चे प्रमुखपद स्वीकारले होते, जरी अलेक्झांडर काही काळ वास्तविक प्रमुख होते (ट्युरिंगला दैनंदिन धावपळ करण्यात फारसा रस नव्हता. विभाग). ट्युरिंग ब्लेचले पार्क येथे क्रिप्ट विश्लेषणासाठी सामान्य सल्लागार बनले.

अलेक्झांडरने ट्युरिंगच्या योगदानाबद्दल लिहिलेः

ट्युरिंगचे कार्य हे हट च्या यशात सर्वात मोठे घटक होते असा कोणाच्याही मनात प्रश्न नसावा. सुरुवातीच्या काळात, तो एकमेव क्रिप्टोग्राफर होता ज्यांना समस्या सोडवण्यासारखी वाटत होती आणि तो केवळ हटमधील मुख्य सैद्धांतिक कार्यासाठीच जबाबदार होता असे नाही तर त्याने बॉम्बेच्या शोधाचे मुख्य श्रेय वेल्चमन आणि कीन यांच्याशी देखील सामायिक केले होते. कोणीही 'एकदम अपरिहार्य' आहे हे सांगणे नेहमीच कठीण असते, परंतु जर कोणी हट 8 साठी अपरिहार्य असेल तर ते ट्युरिंग होते. पायनियरचे कार्य नेहमीच विसरले जाते जेव्हा अनुभव आणि दिनचर्या नंतर सर्वकाही सोपे वाटते आणि आपल्यापैकी अनेकांना असे वाटले की हट 8 मधील ट्युरिंगच्या योगदानाची विशालता बाहेरील जगाने कधीही लक्षात घेतली नाही.

ट्युरिंगरी

जुलै 1942 मध्ये, ट्युरिंगने जर्मन लोकांच्या नवीन गेहेमश्रेबर (गुप्त लेखक) मशीनद्वारे तयार केलेल्या लॉरेन्झ सायफर संदेशांच्या विरोधात वापरण्यासाठी ट्युरिंगरी (किंवा विनोदाने ट्युरिंगिस्मस) नावाचे तंत्र तयार केले. हे ब्लेचले पार्क येथे टनी नावाचे टेलीप्रिंटर रोटर सायफर संलग्नक होते. ट्युरिंगरी ही चाक तोडण्याची पद्धत होती, म्हणजे ट्यूनीच्या चाकांच्या कॅम सेटिंग्जवर काम करण्याची प्रक्रिया होती. त्याने टनी टीमची टॉमी फ्लॉवर्सशी ओळख करून दिली, ज्यांनी, मॅक्स न्यूमनच्या मार्गदर्शनाखाली, कोलोसस कॉम्प्युटर तयार केला, जो जगातील पहिला प्रोग्राम करण्यायोग्य डिजिटल इलेक्ट्रॉनिक संगणक आहे, ज्याने एका सोप्या अगोदर मशीनची (हीथ रॉबिन्सन) जागा घेतली आणि ज्याचा वेग जास्त होता. सांख्यिकीय डिक्रिप्शन तंत्र संदेशांना उपयुक्तपणे लागू करण्यास अनुमती दिली. काहींनी चुकून म्हटले आहे की कोलोसस कॉम्प्युटरच्या रचनेत ट्युरिंग हे प्रमुख व्यक्तिमत्त्व होते. ट्युरिंगरी आणि बॅनबुरिस्मसचा सांख्यिकीय दृष्टीकोन निःसंशयपणे लॉरेन्झ सिफरच्या क्रिप्टविश्लेषणाविषयी विचार करण्यास भाग पाडले, परंतु तो कोलोससच्या विकासात थेट सहभागी नव्हता.

डेलीला

यूएस मधील बेल लॅब्समध्ये काम केल्यानंतर, ट्युरिंगने टेलिफोन सिस्टीममध्ये भाषणाचे इलेक्ट्रॉनिक एन्क्रिप्शन करण्याच्या कल्पनेचा पाठपुरावा केला. युद्धाच्या उत्तरार्धात, तो हॅन्सलोप पार्क येथे गुप्त सेवेच्या रेडिओ सुरक्षा सेवेसाठी (नंतर HMGCC) काम करण्यासाठी गेला. पार्कमध्ये, अभियंता डोनाल्ड बेली यांच्या मदतीने त्यांनी इलेक्ट्रॉनिक्सचे ज्ञान विकसित केले. त्यांनी मिळून डेलीलाह या पोर्टेबल सुरक्षित व्हॉइस कम्युनिकेशन मशीनचे डिझाईन आणि बांधकाम हाती घेतले . मशीन वेगवेगळ्या ॲप्लिकेशन्ससाठी बनवण्यात आले होते, परंतु त्यामध्ये लांब-अंतराच्या रेडिओ ट्रान्समिशनसह वापरण्याची क्षमता नव्हती. कोणत्याही परिस्थितीत, डेलीला युद्धादरम्यान वापरण्यासाठी खूप उशीर झाला. विन्स्टन चर्चिलच्या भाषणाचे रेकॉर्डिंग एन्क्रिप्ट आणि डिक्रिप्ट करून ट्युरिंगने अधिकाऱ्यांना दाखवून दिलेली प्रणाली पूर्णपणे कार्य करत असली तरी, डेलीलाला वापरण्यासाठी दत्तक घेतले गेले नाही. ट्युरिंगने युद्धाच्या उत्तरार्धात वापरल्या जाणाऱ्या सुरक्षित व्हॉईस सिस्टीम सिग्सलीच्या विकासावर बेल लॅबशी सल्लामसलत केली.

प्रारंभिक संगणक आणि ट्युरिंग चाचणी

1945 आणि 1947 दरम्यान, ट्युरिंग हे हॅम्प्टन, लंडन येथे वास्तव्यास होते, त्यांनी नॅशनल फिजिकल लॅबोरेटरी (NPL) येथे ACE (स्वयंचलित संगणकीय इंजिन) च्या डिझाइनवर काम केले. त्यांनी 19 फेब्रुवारी 1946 रोजी एक पेपर सादर केला, जो संग्रहित-प्रोग्राम संगणकाचा पहिला तपशीलवार डिझाइन होता. वॉन न्यूमनच्या EDVAC वरील अहवालाचा अपूर्ण पहिला मसुदा ट्युरिंगच्या पेपरच्या अगोदरचा होता, परंतु तो फारच कमी तपशीलवार होता आणि NPL गणित विभागाचे अधीक्षक जॉन आर. वोमर्सले यांच्या मते, त्यात "अनेक कल्पना आहेत ज्या डॉ. ट्युरिंगच्या आहेत. स्वतःचे".

ACE हे व्यवहार्य डिझाइन असले तरी, ब्लेचले पार्क येथील युद्धकाळातील कामाच्या आसपासच्या अधिकृत गुप्त कायद्याच्या प्रभावामुळे ट्युरिंगला मानवी ऑपरेटर्सचा समावेश असलेले संगणक प्रतिष्ठापन कसे कार्य करेल याच्या त्याच्या विश्लेषणाचा आधार स्पष्ट करणे अशक्य झाले. त्यामुळे प्रकल्प सुरू होण्यास विलंब झाला आणि त्यांचा भ्रमनिरास झाला. 1947 च्या उत्तरार्धात ते केंब्रिजला सब्बॅटिकल वर्षासाठी परतले ज्या दरम्यान त्यांनी इंटेलिजेंट मशिनरीवर एक महत्त्वपूर्ण काम तयार केले जे त्यांच्या आयुष्यात प्रकाशित झाले नव्हते. तो

केंब्रिजमध्ये असताना, त्याच्या अनुपस्थितीत पायलट एसीई बांधले जात होते. 10 मे 1950 रोजी याने आपला पहिला कार्यक्रम कार्यान्वित केला आणि नंतर जगभरातील अनेक संगणकांना त्याचे देणे लागतो, ज्यात इंग्रजी इलेक्ट्रिक DEUCE आणि अमेरिकन बेंडिक्स G-15 यांचा समावेश आहे. ट्युरिंगच्या ACE ची संपूर्ण आवृत्ती त्याच्या मृत्यूनंतर बांधली गेली नव्हती.

जर्मन संगणक प्रवर्तक हेन्झ बिलिंगच्या मॅक्स प्लँक इन्स्टिट्यूट फॉर फिजिक्सच्या संस्मरणानुसार, जेन्सेर, डसेलडॉर्फ यांनी प्रकाशित केले होते, ट्युरिंग आणि कोनराड झुस यांच्यात एक बैठक झाली होती. हे 1947 मध्ये गॉटिंगेन येथे घडले. चौकशीला संभाषणाचे स्वरूप होते. सहभागींमध्ये इंग्लंडचे वुमर्सले, ट्युरिंग, पोर्टर आणि झुसे, वाल्थर आणि बिलिंग सारखे काही जर्मन संशोधक होते (अधिक तपशीलांसाठी हर्बर्ट ब्रुडरर, कोनराड झुसे आणि डाय श्वाईझ पहा).

1948 मध्ये, ट्युरिंग यांची मँचेस्टरच्या व्हिक्टोरिया विद्यापीठात गणित विभागात वाचक म्हणून नियुक्ती झाली. एका वर्षानंतर, ते संगणकीय यंत्र प्रयोगशाळेचे उपसंचालक बनले, जिथे त्यांनी सर्वात आधीच्या संग्रहित-प्रोग्राम संगणकांपैकी एकासाठी सॉफ्टवेअरवर काम केले - मँचेस्टर मार्क . ट्युरिंगने या मशीनसाठी प्रोग्रामर मॅन्युअलची पहिली आवृत्ती लिहिली आणि त्याची भरती झाली. फेरांटी यांनी त्यांच्या व्यावसायिकीकृत मशीन, फेरांटी मार्क 1 च्या विकासासाठी सल्लागार म्हणून. फेरांटी कडून त्याच्या मृत्यूपर्यंत त्याला सल्लागार फी दिली जात होती. या काळात, त्यांनी गणितात अधिक अमूर्त कार्य करणे सुरू ठेवले, १२४ आणि "संगणक यंत्रे आणि बुद्धिमत्ता" (माइंड, ऑक्टोबर १९५०) मध्ये, ट्युरिंगने कृत्रिम बुद्धिमत्तेच्या समस्येकडे लक्ष दिले आणि एक प्रयोग प्रस्तावित केला जो ट्युरिंग म्हणून ओळखला जाऊ लागला. चाचणी, "बुद्धिमान" म्हटल्या जाणार्‍या मशीनसाठी मानक परिभाषित करण्याचा प्रयत्न. कल्पना अशी होती की संगणकाला "विचार" असे म्हटले जाऊ शकते जर मानवी प्रश्नार्थी संभाषणाद्वारे, मनुष्यापासून वेगळे सांगू शकत नसतील. पेपरमध्ये, ट्युरिंगने सुचवले की प्रौढांच्या मनाचे अनुकरण करण्यासाठी एखादा कार्यक्रम तयार करण्याऐवजी, मुलाच्या मनाचे अनुकरण करण्यासाठी एक सोपा कार्यक्रम तयार करणे आणि नंतर ते शिक्षणाच्या अभ्यासक्रमास अधीन करणे चांगले होईल. ट्युरिंग चाचणीचा उलटा प्रकार इंटरनेटवर मोठ्या प्रमाणावर वापरला जातो; कॅप्चा चाचणी वापरकर्ता मानव किंवा संगणक आहे हे निर्धारित करण्यासाठी आहे.

1948 मध्ये, ट्युरिंगने, त्यांचे माजी पदवीधर सहकारी, डीजी चॅम्पर्नोने यांच्यासोबत काम करून, अद्याप अस्तित्वात नसलेल्या संगणकासाठी बुद्धिबळ कार्यक्रम लिहिण्यास सुरुवात केली. 1950 पर्यंत, कार्यक्रम पूर्ण झाला आणि टुरोचॅम्प असे डब केले गेले. 1952 मध्ये, त्यांनी फेरॅन्टी मार्क 1 वर अंमलबजावणी करण्याचा प्रयत्न केला, परंतु पुरेशी शक्ती नसल्यामुळे, संगणक प्रोग्राम कार्यान्वित करू शकला नाही. त्याऐवजी, ट्युरिंगने अल्गोरिदमची पृष्ठे पलटवून आणि बुद्धिबळाच्या पटलावर त्याच्या सूचना पूर्ण करून, प्रत्येक हालचालीसाठी सुमारे अर्धा तास घेऊन प्रोग्राम "रॅन" केला. खेळाची नोंद झाली. गॅरी कास्पारोव्हच्या मते, ट्युरिंगच्या कार्यक्रमाने "बुद्धिबळाचा एक ओळखण्यायोग्य खेळ खेळला." हा कार्यक्रम ट्युरिंगचा सहकारी ॲलिक ग्लेनीकडून हरला, जरी असे म्हटले जाते की त्याने चॅम्पर्नोनेची पत्नी, इसाबेलविरुद्ध गेम जिंकला होता.

त्याची ट्युरिंग चाचणी ही कृत्रिम बुद्धिमत्तेशी संबंधित वादविवादात महत्त्वपूर्ण, वैशिष्ट्यपूर्ण प्रक्षोभक आणि चिरस्थायी योगदान होती, जी अर्ध्या शतकाहून अधिक काळानंतरही सुरू आहे.

नमुना निर्मिती आणि गणितीय जीवशास्त्र

1951 मध्ये जेव्हा ट्युरिंग 39 वर्षांचे होते, तेव्हा ते गणितीय जीवशास्त्राकडे वळले, शेवटी त्यांनी जानेवारी 1952 मध्ये "द केमिकल बेस ऑफ मॉर्फोजेनेसिस" ही उत्कृष्ट कृती प्रकाशित केली. त्यांना मॉर्फोजेनेसिस, जैविक जीवांमधील नमुने आणि आकारांचा विकास यात रस होता. त्यांनी असे सुचवले की रसायनांची एकमेकांशी प्रतिक्रिया देणारी आणि अवकाशात पसरणारी एक प्रणाली, ज्याला प्रतिक्रिया-प्रसरण प्रणाली म्हणतात, "मॉर्फोजेनेसिसची मुख्य घटना" म्हणून कारणीभूत ठरू शकते. उत्प्रेरक रासायनिक अभिक्रियांचे मॉडेल करण्यासाठी त्यांनी आंशिक विभेदक समीकरणांच्या प्रणालींचा वापर केला. उदाहरणार्थ, विशिष्ट रासायनिक अभिक्रिया घडण्यासाठी उत्प्रेरक A आवश्यक असल्यास, आणि प्रतिक्रियेने उत्प्रेरक A ची अधिक निर्मिती केली, तर आम्ही म्हणतो की प्रतिक्रिया स्वयंउत्प्रेरक आहे, आणि सकारात्मक अभिप्राय आहे जो नॉनलाइनर डिफरेंशियलद्वारे मॉडेल केला जाऊ शकतो. समीकरणे ट्युरिंगने शोधून काढले की रासायनिक अभिक्रियेने केवळ उत्प्रेरक A निर्माण केले नाही तर एक अवरोधक B देखील तयार केला जाऊ शकतो ज्यामुळे A चे उत्पादन कमी होते. जर A आणि B नंतर कंटेनरमधून वेगवेगळ्या दराने पसरले तर काही प्रदेशांमध्ये आपणास काही भाग असू शकतात. कुठे 'अ'चे वर्चस्व होते आणि कुठे 'ब'चे. याची व्याप्ती मोजण्यासाठी, ट्युरिंगला एका शक्तिशाली संगणकाची आवश्यकता असेल, परंतु 1951 मध्ये ते इतके मुक्तपणे उपलब्ध नव्हते, म्हणून त्याला हाताने समीकरणे सोडवण्यासाठी रेखीय अंदाजे वापरावे लागले. या गणनेने योग्य गुणात्मक परिणाम दिले आणि तयार केले, उदाहरणार्थ, एकसमान मिश्रण ज्यामध्ये विचित्रपणे पुरेसे लाल ठिपके नियमितपणे अंतर ठेवले होते. रशियन बायोकेमिस्ट बोरिस बेलोसोव्ह यांनी समान परिणामांसह प्रयोग केले होते, परंतु अशा कोणत्याही गोष्टीने थर्मोडायनामिक्सच्या दुसर्‍या नियमाचे उल्लंघन केले या समकालीन पूर्वग्रहामुळे त्यांचे पेपर प्रकाशित होऊ शकले नाहीत. बेलोसोव्हला रॉयल सोसायटीच्या फिलॉसॉफिकल ट्रान्झॅक्शन्समधील ट्युरिंगच्या पेपरची माहिती नव्हती.

जरी DNA ची रचना आणि भूमिका समजण्याआधी प्रकाशित झाले असले तरी, मॉर्फोजेनेसिसवरील ट्युरिंगचे कार्य आजही प्रासंगिक आहे आणि गणितीय जीवशास्त्रातील कामाचा मुख्य भाग मानला जातो. ट्युरिंगच्या पेपरच्या सुरुवातीच्या ॲप्लिकेशन्सपैकी एक म्हणजे जेम्स मरे यांनी मांजरींच्या फरावरील डाग आणि पट्टे, मोठ्या आणि लहान, स्पष्टीकरणाचे काम. या क्षेत्रातील पुढील संशोधन असे सुचविते की ट्युरिंगचे कार्य "पंख, केसांचे कूप, फुफ्फुसांच्या फांद्यांची रचना आणि हृदयाला छातीच्या डाव्या बाजूला ठेवणारी डावी-उजवी असममितता" यांच्या वाढीचे अंशतः स्पष्टीकरण देऊ शकते. 2012 मध्ये शेठ, इ. असे आढळले की उंदरांमध्ये, हॉक्स जीन्स काढून टाकल्याने अंगाच्या एकूण आकारात वाढ न होता अंकांच्या संख्येत वाढ होते, हे सूचित करते की हॉक्स जीन्स ट्युरिंग-प्रकारच्या यंत्रणेची तरंगलांबी ट्यून करून अंक निर्मिती नियंत्रित करतात. 1992 मध्ये एएम ट्युरिंगचे कलेक्टेड वर्क्स प्रकाशित होईपर्यंत नंतरचे पेपर्स उपलब्ध नव्हते.

खजिना

1940 च्या दशकात, ट्युरिंगला जर्मन आक्रमण झाल्यास आपली बचत गमावण्याची काळजी वाटू लागली. त्याचे संरक्षण करण्यासाठी, त्याने 3,200 औंस (90 किलो) वजनाच्या आणि £250 किमतीच्या दोन चांदीच्या पट्ट्या विकत घेतल्या (2022 मध्ये, महागाईसाठी £8,000 समायोजित केले, स्पॉट किमतीनुसार £48,000) आणि ब्लेचले पार्कजवळील लाकडात पुरले. ते खोदण्यासाठी परत आल्यावर, ट्युरिंगला असे आढळून आले की त्याने ते नेमके कुठे लपवले होते याचे वर्णन करणारा स्वतःचा कोड तो मोडू शकला नाही. यासह, या क्षेत्राचे नूतनीकरण करण्यात आले होते, याचा अर्थ असा होतो की त्याला कधीही रौप्यपदक मिळाले नाही.

मृत्यू

8 जून 1954 रोजी, ॲडलिंग्टन रोड, विल्मस्लो येथे त्याच्या घरी, ट्युरिंगच्या घरकाम करणाऱ्या व्यक्तीला तो मृत आढळला. आदल्या दिवशी वयाच्या 41 व्या वर्षी त्यांचा मृत्यू झाला होता. सायनाइड विषबाधा मृत्यूचे कारण म्हणून स्थापित केले गेले. जेव्हा त्याचा मृतदेह सापडला तेव्हा त्याच्या पलंगाच्या शेजारी एक सफरचंद अर्धवट खाल्लेले होते, आणि जरी सफरचंदाची सायनाइड चाचणी केली गेली नाही, असे अनुमान लावले गेले की हेच साधन होते ज्याद्वारे ट्युरिंगने प्राणघातक डोस घेतला होता. चौकशीत असे आढळून आले की त्याने आत्महत्या केली होती. अँड्र्यू हॉजेस आणि दुसरा चरित्रकार, डेव्हिड लेविट, दोघांनी असा अंदाज लावला आहे की ट्युरिंग वॉल्ट डिस्ने चित्रपट स्नो व्हाइट अँड द सेव्हन ड्वार्फ्स (1937) मधील एक दृश्य पुन्हा साकारत आहे, ही त्याची आवडती परीकथा आहे. दोन्ही पुरुषांनी नोंदवले की (लेविटच्या शब्दात) त्याने "विक्ड क्वीन विषारी मद्यामध्ये आपले सफरचंद बुडवलेल्या दृश्यात विशेष आनंद घेतला". ट्युरिंगच्या अवशेषांवर 12 जून 1954 रोजी वोकिंग स्मशानभूमीत अंत्यसंस्कार करण्यात आले, आणि त्याची राख स्मशानभूमीच्या बागेत विखुरली गेली, जशी त्याच्या वडिलांची होती.

तत्वज्ञानी जॅक कोपलँड यांनी कोरोनरच्या ऐतिहासिक निकालाच्या विविध पैलूंवर प्रश्नचिन्ह उपस्थित केले आहे. त्याने ट्युरिंगच्या मृत्यूच्या कारणासाठी पर्यायी स्पष्टीकरण सुचवले: चम्मचांवर सोने इलेक्ट्रोप्लेट करण्यासाठी वापरल्या जाणाऱ्या उपकरणातून सायनाइडच्या धुराचे अपघाती इनहेलेशन. सोन्याचे विरघळण्यासाठी पोटॅशियम सायनाइडचा वापर करण्यात आला. ट्युरिंगने त्याच्या छोट्याशा खोलीत असे उपकरण बसवले होते. कोपलँडने नमूद केले की शवविच्छेदन निष्कर्ष विषाच्या सेवनापेक्षा इनहेलेशनशी अधिक सुसंगत होते. ट्युरिंगने झोपण्यापूर्वी एक सफरचंद खाण्याची सवय लावली होती आणि सफरचंद अर्धवट खाल्ल्या जाणे असामान्य नव्हते. शिवाय, ट्युरिंगने त्याचे कायदेशीर अडथळे आणि संप्रेरक उपचार (जे एक वर्षापूर्वी बंद केले होते) "चांगल्या विनोदाने" सहन केले होते आणि त्याच्या मृत्यूपूर्वी निराशेचे कोणतेही चिन्ह दाखवले नव्हते. सुट्टीच्या शनिवार व रविवार नंतर त्याच्या कार्यालयात परतल्यावर पूर्ण करण्याचा उद्देश असलेल्या कामांची यादीही त्याने ठेवली. ट्युरिंगच्या आईचा असा विश्वास होता की, तिच्या मुलाने प्रयोगशाळेतील रसायनांचा निष्काळजीपणे संचय केल्यामुळे हे सेवन अपघाती होते. जीवनचरित्रकार अँड्र्यू हॉजेस यांनी असा सिद्धांत मांडला की ट्यूरिंगने त्याच्या आईला कोणत्याही आत्महत्येच्या दाव्यांबाबत जाणीवपूर्वक नकार देण्यास परवानगी देण्यासाठी उपकरणे वितरणाची व्यवस्था केली.

असे सुचवण्यात आले आहे की ट्युरिंगच्या भविष्य सांगण्यावरील विश्वासामुळे त्याची उदास मनस्थिती निर्माण झाली असावी. तरुण असताना, ट्युरिंगला भविष्य सांगणाऱ्याने सांगितले होते की तो एक अलौकिक बुद्धिमत्ता असेल. मे 1954 च्या मध्यात, त्याच्या मृत्यूच्या काही काळ आधी, ट्युरिंगने पुन्हा एकदा ग्रीनबॉम कुटुंबासोबत सेंट ॲनेस-ऑन-सी येथे एका दिवसाच्या प्रवासादरम्यान भविष्य सांगणाऱ्याचा सल्ला घेण्याचे ठरवले.

16

गॅलिलिओ गॅलीली

गॅलिलिओ गॅलीली

Top Scientists

गॅलिलिओ डि विन्सेंझो बोनायुती डी' गॅलीली (१५ फेब्रुवारी १५६४ - ८ जानेवारी १६४२) हे इटालियन खगोलशास्त्रज्ञ, भौतिकशास्त्रज्ञ आणि अभियंता होते, ज्याचे वर्णन काहीवेळा पॉलिमॅथ म्हणून केले जाते. सामान्यतः गॅलिलिओ म्हणून ओळखले जाते, त्याचे नाव उच्चारले गेले, इटालियन: gali'l??o gali'l?i). त्याचा जन्म पिसा शहरात झाला, तो फ्लॉरेन्सच्या डचीचा भाग होता. गॅलिलिओला निरीक्षणात्मक खगोलशास्त्र, आधुनिक भौतिकशास्त्र, वैज्ञानिक पद्धती, आणि आधुनिक विज्ञानाचे "जनक" म्हटले जाते.

गॅलिलिओने वेग आणि वेग, गुरुत्वाकर्षण आणि मुक्त पतन, सापेक्षतेचे तत्त्व, जडत्व, प्रक्षेपण गती यांचा अभ्यास केला आणि पेंडुलम आणि "हायड्रोस्टॅटिक बॅलन्स" च्या गुणधर्मांचे वर्णन करून उपयोजित विज्ञान आणि तंत्रज्ञानामध्ये देखील कार्य केले. त्याने थर्मोस्कोप आणि विविध लष्करी होकायंत्रांचा शोध लावला आणि खगोलीय वस्तूंच्या वैज्ञानिक निरीक्षणासाठी दुर्बिणीचा वापर केला. निरीक्षणात्मक खगोलशास्त्रातील त्यांच्या योगदानामध्ये शुक्राच्या टप्प्यांचे दुर्बिणीद्वारे पुष्टीकरण, गुरूच्या चार सर्वात मोठ्या उपग्रहांचे निरीक्षण, शनीच्या वलयांचे निरीक्षण आणि चंद्राच्या विवरांचे आणि सूर्यस्पॉट्सचे विश्लेषण यांचा समावेश आहे.

गॅलिलिओच्या कोपर्निकन हेलिओसेन्ट्रिझम (पृथ्वी दररोज फिरते आणि सूर्याभोवती फिरते) च्या चॅम्पियनिंगला कॅथोलिक चर्चमधून आणि काही खगोलशास्त्रज्ञांकडून विरोध झाला. 1615 मध्ये रोमन इन्क्विझिशनद्वारे या प्रकरणाची चौकशी करण्यात आली, ज्याने निष्कर्ष काढला की हेलिओसेंट्रिझम मूर्खपणाचे, मूर्खपणाचे आणि विधर्मी आहे कारण ते पवित्र शास्त्राचे खंडन करते.

गॅलिलिओने नंतर टू चीफ वर्ल्ड सिस्टीम्स (1632) संबंधी संवादात आपल्या मतांचे रक्षण केले, जे पोप अर्बन VIII वर हल्ला करत असल्याचे दिसून आले आणि अशा प्रकारे पोप आणि जेसुइट्स दोघांनाही वेगळे केले, ज्यांनी या क्षणापर्यंत गॅलिलिओला पाठिंबा दिला होता. इन्क्विझिशनद्वारे त्याच्यावर खटला चालवला गेला, त्याला "पाखंडी मताचा कठोरपणे संशय" आढळला आणि त्याला माघार घेण्यास भाग पाडले. त्यांनी आपले उर्वरित आयुष्य नजरकैदेत व्यतीत केले. या काळात, त्यांनी टू न्यू सायन्सेस (१६३८) लिहिले, प्रामुख्याने किनेमॅटिक्स आणि सामग्रीच्या सामर्थ्याबद्दल, त्यांनी सुमारे चाळीस वर्षांपूर्वी केलेल्या कामाचा सारांश दिला.

गॅलिलिओचा जन्म 15 फेब्रुवारी 1564 रोजी इटलीतील पिसा (त्यावेळच्या डची ऑफ फ्लॉरेन्सचा भाग) येथे झाला, विन्सेंझो गॅलीली, ल्युटेनिस्ट, संगीतकार आणि संगीत सिद्धांतकार आणि जिउलिया अम्मनाटी यांच्या सहा मुलांपैकी पहिले, ज्यांनी लग्न केले होते. 1562 मध्ये. गॅलिलिओ स्वतः एक निपुण ल्युटेनिस्ट बनला होता आणि प्रस्थापित अधिकाराबद्दल संशयवादी विचार त्याच्या वडिलांकडून शिकला असता.

गॅलिलिओच्या पाच भावंडांपैकी तीन भावंड बालपणात जगले. सर्वात धाकटा, मायकेलॅन्जेलो (किंवा मायकेलॅग्नोलो), हा ल्युटेनिस्ट आणि संगीतकार बनला ज्याने गॅलिलिओच्या आर्थिक भारात आयुष्यभर भर घातली. मायकेल एंजेलो त्यांच्या वडिलांनी दिलेल्या हुंड्यातील त्यांचा योग्य वाटा त्यांच्या मेहुण्यांना देऊ शकला नाही, जे नंतर देय पेमेंटसाठी कायदेशीर उपाय शोधण्याचा प्रयत्न करतील. मायकेलअँजेलोला त्याच्या संगीताच्या प्रयत्नांना आणि सहलीला पाठिंबा देण्यासाठी अधूनमधून गॅलिलिओकडून निधी उधार घ्यावा लागतो. या आर्थिक भारांमुळे गॅलिलिओला अतिरिक्त उत्पन्न मिळवून देणारे आविष्कार विकसित करण्याच्या सुरुवातीच्या इच्छेला हातभार लागला असावा.

गॅलिलिओ गॅलीली जेव्हा आठ वर्षांचा होता, तेव्हा त्याचे कुटुंब फ्लॉरेन्सला गेले, परंतु त्याला दोन वर्षे मुझिओ टेडाल्डीच्या देखरेखीखाली ठेवण्यात आले. गॅलिलिओ दहा वर्षांचा असताना, त्याने पिसा सोडला आणि फ्लॉरेन्समध्ये आपल्या कुटुंबात सामील होण्यासाठी तेथे तो जॅकोपो बोर्गिनीच्या अधिपत्याखाली होता. 1575 ते 1578 या कालावधीत फ्लॉरेन्सच्या आग्नेयेस सुमारे 30 किमी अंतरावर असलेल्या वॅलोम्ब्रोसा ॲबे येथे त्यांचे शिक्षण विशेषत: तर्कशास्त्रात झाले.

गॅलिलिओ फक्त त्याच्या नावानेच स्वत:चा उल्लेख करत असे. त्या वेळी, इटलीमध्ये आडनावे पर्यायी होती, आणि त्याच्या दिलेल्या नावाचे मूळ त्याच्या कधीकधी-कौटुंबिक नाव, गॅलीलीसारखेच होते. त्याचे दिलेले आणि कौटुंबिक दोन्ही नाव शेवटी व्या शतकातील फ्लॉरेन्समधील एक महत्त्वाचे वैद्य, प्राध्यापक आणि राजकारणी, गॅलिलिओ बोनायुती या पूर्वजांवरून आलेले आहे. गॅलिलिओ बोनायुती यांना त्याच चर्चमध्ये पुरण्यात आले, फ्लोरेन्समधील सांता क्रोसच्या बॅसिलिका, जिथे सुमारे 200 वर्षांनंतर, गॅलिलिओ गॅलीली यांना देखील पुरण्यात आले.

जेव्हा त्याने स्वतः ला एकापेक्षा जास्त नावाने संबोधले, तेव्हा ते कधीकधी गॅलिलियो गॅलीली लिन्सेओ असे होते, जो इटलीमधील एक उच्चभ्रू-विज्ञान-प्रो-सायन्स संस्थेचा ॲकॅडेमिया देई लिन्सेईचा सदस्य होता. सोळाव्या शतकाच्या मध्यभागी टस्कन कुटुंबांमध्ये आईवडिलांच्या आडनावावरून ज्येष्ठ मुलाचे नाव ठेवणे सामान्य होते. म्हणूनच, गॅलिलिओ गॅलीलीचे नाव त्याच्या पूर्वज गॅलिलिओ बोनायुतीच्या नावावर ठेवले गेले नाही. इटालियन पुरुषाने दिलेले नाव "गॅलिलिओ" (आणि तेथून "गॅलीली") हे आडनाव लॅटिन "गॅलिलियस" वरून आले आहे, ज्याचा अर्थ "गॅलीलीचा" आहे, जो उत्तर इस्रायलमधील बायबलच्या दृष्टीने महत्त्वाचा प्रदेश आहे. त्या प्रदेशामुळे, विशेषण

गॅलिलिओस (ग्रीक गा???ए???, लॅटिन गॅलिलिअस, इटालियन गॅलिलिओ), ज्याचा अर्थ "गॅलीलियन", ख्रिस्त आणि त्याच्या अनुयायांचा संदर्भ देण्यासाठी पुरातन काळात (विशेषतः सम्राट ज्युलियनने) वापरला होता.

गॅलिलिओच्या नावाची आणि आडनावाची बायबलसंबंधी मुळे एका प्रसिद्ध श्लेषाचा विषय बनणार होती.1614 मध्ये, गॅलिलिओ प्रकरणादरम्यान, गॅलिलिओच्या विरोधकांपैकी एक, डोमिनिकन धर्मगुरू टोमासो कॅसिनी, यांनी गॅलिलिओविरुद्ध एक वादग्रस्त आणि प्रभावशाली प्रवचन दिले. त्यात त्याने प्रेषितांची कृत्ये 1:11 उद्धृत करण्याचा मुद्दा मांडला, "अहो गालील लोकांनो, तुम्ही स्वर्गाकडे टक लावून का उभे आहात?" (वल्गेटमध्ये आढळलेल्या लॅटिन आवृत्तीमध्ये: विरी गॅलिलेई, कॅलममध्ये क्विड स्टॅटिस एस्पिशिएंट्स?).

खऱ्या अर्थाने धर्मनिष्ठ रोमन कॅथलिक असूनही, गॅलिलिओने मरीना गाम्बासोबत लग्न करून तीन मुलांना जन्म दिला. त्यांना व्हर्जिनिया (जन्म 1600) आणि लिव्हिया (जन्म 1601) आणि एक मुलगा, विन्सेंझो (जन्म 1606) या दोन मुली होत्या.

त्यांच्या बेकायदेशीर जन्मामुळे, गॅलिलिओने मुलींना अविवाहित मानले, जर प्रतिबंधात्मक महागडे समर्थन किंवा हुंड्याची समस्या उद्भवली नाही, जी गॅलिलिओच्या त्याच्या दोन बहिणींसोबतच्या पूर्वीच्या व्यापक आर्थिक समस्यांसारखीच असती. त्यांचा एकमेव योग्य पर्याय म्हणजे धार्मिक जीवन. दोन्ही मुलींना आर्सेट्रीमधील सॅन मॅटेओच्या कॉन्व्हेंटने स्वीकारले आणि आयुष्यभर त्या तिथेच राहिल्या.

कॉन्व्हेंटमध्ये प्रवेश केल्यावर व्हर्जिनियाने मारिया सेलेस्टे हे नाव घेतले. 2 एप्रिल 1634 रोजी तिचा मृत्यू झाला आणि सॅन्टा क्रोस, फ्लॉरेन्सच्या बॅसिलिका येथे गॅलिलिओसोबत दफन करण्यात आले. लिव्हियाने सिस्टर आर्केंजेला हे नाव घेतले आणि ती आयुष्यभर आजारी होती. विन्सेंझोला नंतर गॅलिलिओचा कायदेशीर वारस म्हणून कायदेशीर मान्यता देण्यात आली आणि त्याने सेस्टिलिया बोचिनेरीशी लग्न केले.

शास्त्रज्ञ म्हणून करिअर

गॅलिलिओने पुरोहितपदाचा एक तरुण म्हणून गांभीर्याने विचार केला असला तरी, त्याच्या वडिलांच्या आग्रहावरून त्याने 1580 मध्ये पिसा विद्यापीठात वैद्यकीय पदवीसाठी प्रवेश घेतला. फ्लोरेन्सच्या गिरोलामो बोरो आणि फ्रान्सिस्को बुओनामिकी यांच्या व्याख्यानांचा त्यांच्यावर प्रभाव होता. 1581 मध्ये, जेव्हा तो वैद्यकशास्त्र शिकत होता, तेव्हा त्याला एक झुलता झुंबर दिसला, जे हवेचे प्रवाह मोठ्या आणि लहान आर्क्समध्ये फिरत होते. त्याला, त्याच्या हृदयाच्या ठोक्यांशी तुलना करता, असे वाटले की झुंबर कितीही दूर फिरत असला तरीही मागे-पुढे डोलायला तेवढाच वेळ लागतो. जेव्हा तो घरी परतला तेव्हा त्याने समान लांबीचे दोन पेंडुलम उभे केले आणि एक मोठ्या स्वीपने आणि दुसरा लहान स्वीपने फिरवला आणि त्यांनी वेळ एकत्र ठेवल्याचे आढळले. जवळजवळ शंभर वर्षांनंतर, क्रिस्टियान ह्युजेन्सच्या कार्यापर्यंत, स्विंगिंग पेंडुलमच्या टॅटोक्रोन स्वरूपाचा अचूक टाइमपीस तयार करण्यासाठी वापरला गेला होता. या क्षणापर्यंत, गॅलिलिओला गणितापासून जाणीवपूर्वक दूर ठेवण्यात आले होते, कारण एका चिकित्सकाने गणितज्ञांपेक्षा जास्त उत्पन्न मिळवले होते. तथापि, चुकून भूमितीवरील व्याख्यानाला उपस्थित राहिल्यानंतर, त्याने आपल्या अनिच्छेने वडिलांना औषधाऐवजी गणित आणि नैसर्गिक तत्त्वज्ञानाचा अभ्यास करण्यास सांगितले. 36 त्याने थर्मोस्कोप तयार केला, जो थर्मोमीटरचा अग्रदूत होता आणि, 1586 मध्ये, त्याने शोधलेल्या हायड्रोस्टॅटिक बॅलन्सच्या डिझाइनवर एक लहान पुस्तक प्रकाशित केले (ज्याने त्याला प्रथम विद्वान जगाच्या ध्यानात आणले). गॅलिलिओने डिसेग्नोचा देखील अभ्यास केला, ज्यामध्ये ललित कला समाविष्ट आहे आणि 1588 मध्ये, फ्लॉरेन्समधील अकाडेमिया डेले आर्टी डेल डिसेग्नो, शिकवण्याच्या दृष्टीकोन आणि चियारोस्क्युरोमध्ये प्रशिक्षकाचे स्थान प्राप्त केले. त्याच वर्षी, फ्लोरेंटाईन अकादमीच्या निमंत्रणावरून, त्यांनी दांतेच्या नरकाचे कठोर वैश्विक मॉडेल मांडण्याच्या प्रयत्नात, ऑन द शेप, लोकेशन आणि साईज ऑफ डॅन्टेस इन्फर्नो ही दोन व्याख्याने सादर केली. 37 शहराच्या कलात्मक परंपरेने आणि पुनर्जागरण काळातील कलाकारांच्या कार्याने प्रेरित होऊन, गॅलिलिओने एक सौंदर्यात्मक मानसिकता प्राप्त केली. अकादमीमध्ये तरुण शिक्षक असताना, त्यांनी फ्लोरेंटाईन चित्रकार सिगोली यांच्याशी आयुष्यभर मैत्री सुरू केली.

1589 मध्ये त्यांची पिसा येथील गणिताच्या अध्यक्षपदी नियुक्ती झाली. 1591 मध्ये, त्याचे वडील मरण पावले, आणि त्याला त्याचा धाकटा भाऊ मायकेलॅग्नोलोची काळजी सोपविण्यात आली. 1592 मध्ये, ते पाडुआ विद्यापीठात गेले जेथे त्यांनी 1610 पर्यंत भूमिती, यांत्रिकी आणि खगोलशास्त्र शिकवले. या कालावधीत, गॅलिलिओने शुद्ध मूलभूत विज्ञान (उदाहरणार्थ, गतीचे गतीशास्त्र आणि खगोलशास्त्र) तसेच व्यावहारिक उपयोजित विज्ञान (उदाहरणार्थ, सामग्रीची ताकद आणि दुर्बिणीचा पायनियरिंग) या दोन्ही क्षेत्रात महत्त्वपूर्ण शोध लावले. त्याच्या अनेक आवडींमध्ये ज्योतिषशास्त्राचा अभ्यास समाविष्ट होता, जो त्यावेळी गणित आणि खगोलशास्त्राच्या अभ्यासाशी संबंधित होता.

खगोलशास्त्र

केप्लरचा सुपरनोव्हा

टायको ब्राहे आणि इतरांनी 1572 चा सुपरनोव्हा पाहिला होता. ओटाव्हियो ब्रेन्झोनीने 15 जानेवारी 1605 च्या गॅलिलिओला लिहिलेल्या पत्राने 1572 चा सुपरनोव्हा आणि 1601 चा कमी चमकदार नोव्हा गॅलिलिओच्या लक्षात आणून दिला. 1604 मध्ये गॅलिलिओने केप्लरच्या सुपरनोव्हाचे निरीक्षण केले आणि त्यावर चर्चा केली. या नवीन ताऱ्यांमध्ये शोधण्यायोग्य दैनंदिन पॅरॅलॅक्स नसल्यामुळे, गॅलिलिओने

निष्कर्ष काढला की ते दूरचे तारे आहेत, आणि म्हणून, आकाशाच्या अपरिवर्तनीयतेवरील ॲरिस्टोटेलियन विश्वास खोटा ठरवला.

अपवर्तित दुर्बिणी

हॅन्स लिपरशे यांनी नेदरलँडमध्ये 1608 मध्ये पेटंट करण्याचा प्रयत्न केलेल्या पहिल्या व्यावहारिक दुर्बिणीच्या केवळ अनिश्चित वर्णनांवर आधारित, पुढील वर्षी गॅलिलिओने सुमारे 3x मोठेपणा असलेली दुर्बीण तयार केली. नंतर त्याने सुमारे 30x वाढीसह सुधारित आवृत्त्या तयार केल्या. गॅलिलीयन दुर्बिणीद्वारे, निरीक्षकाला पृथ्वीवरील भडक, सरळ प्रतिमा दिसू शकत होत्या—त्याला सामान्यतः स्थलीय दुर्बिणी किंवा स्पायग्लास म्हणून ओळखले जाते. त्याचा उपयोग तो आकाशाचे निरीक्षण करण्यासाठीही करू शकत होता; काही काळासाठी ते अशा लोकांपैकी एक होते जे त्या उद्देशासाठी पुरेशी दुर्बिणी बांधू शकतात. 25 ऑगस्ट 1609 रोजी, त्याने व्हेनेशियन कायदेकर्त्यांना सुमारे 8 किंवा 9 च्या वाढीसह त्याच्या सुरुवातीच्या दुर्बिणींपैकी एक दाखवले. गॅलिलिओसाठी त्याच्या दुर्बिणी देखील फायदेशीर होत्या, ज्यांनी त्या व्यापाऱ्यांना विकल्या ज्यांना ते समुद्रात आणि व्यापाराच्या वस्तू म्हणून उपयुक्त वाटले. त्यांनी मार्च 1610 मध्ये त्यांची प्रारंभिक दुर्बिणीसंबंधी खगोलीय निरीक्षणे Sidereus Nuncius (Starry Messenger) नावाच्या एका संक्षिप्त ग्रंथात प्रकाशित केली.

चंद्र

30 नोव्हेंबर 1609 रोजी गॅलिलिओने आपल्या दुर्बिणीचे लक्ष्य चंद्रावर ठेवले. दुर्बिणीद्वारे चंद्राचे निरीक्षण करणारा पहिला माणूस नसताना (इंग्रजी गणितज्ञ थॉमस हॅरियट यांनी चार महिन्यांपूर्वी हे केले होते परंतु केवळ "विचित्र स्पॉटनेस" पाहिले होते), असमान कमी होण्याचे कारण काढणारे गॅलिलिओ हे पहिले होते. चंद्र पर्वत आणि खड्ड्यांमधून प्रकाश अडथळे. त्याच्या अभ्यासात त्याने पर्वतांच्या उंचीचा अंदाज घेऊन स्थलाकृतिक तक्तेही तयार केले. ॲरिस्टॉटलने दावा केल्याप्रमाणे चंद्र हा अर्धपारदर्शक आणि परिपूर्ण गोलाकार आहे असे फार पूर्वीपासून मानले जात नव्हते आणि दांतेने सांगितल्याप्रमाणे हा पहिला "ग्रह", "स्वर्गीय साम्राज्यात भव्यपणे चढणारा शाश्वत मोती" होता. काही वेळा 1632 मध्ये अक्षांशात चंद्राच्या लायब्रेशनचा शोध लावल्याचे श्रेय गॅलिलिओला दिले जाते, जरी थॉमस हॅरियट किंवा विल्यम गिल्बर्ट यांनी ते आधी केले असावे.

गॅलिलिओच्या मित्राने, चित्रकार सिगोली, त्याच्या एका चित्रात चंद्राचे वास्तववादी चित्रण समाविष्ट केले आहे, जरी त्याने निरीक्षण करण्यासाठी स्वतःच्या दुर्बिणीचा वापर केला असावा.

बृहस्पतिचे चंद्र

7 जानेवारी 1610 रोजी, गॅलिलिओने त्याच्या दुर्बिणीद्वारे त्या वेळी "तीन स्थिर तारे, त्यांच्या लहानपणामुळे पूर्णपणे अदृश्य अ " असे वर्णन केलेले, सर्व गुरू ग्रहाच्या जवळ आणि त्यातून एका सरळ रेषेवर पडलेले निरीक्षण केले. त्यानंतरच्या रात्रीच्या निरीक्षणांवरून असे दिसून आले की गुरूच्या सापेक्ष या "तार्यांची" स्थिती अशा प्रकारे बदलत आहे की ते खरोखरच स्थिर तारे असते तर ते अवर्णनीय ठरले असते. 10 जानेवारी रोजी, गॅलिलिओने नोंदवले की त्यापैकी एक गायब झाला होता, एक निरीक्षण ज्याचे श्रेय त्याने गुरूच्या मागे लपलेले आहे. काही दिवसातच, त्यांनी असा निष्कर्ष काढला की ते गुरू ग्रहाभोवती फिरत आहेत: त्याने बृहस्पतिच्या चार सर्वात मोठ्या चंद्रांपैकी तीन शोधले होते. त्याला 13 जानेवारीला चौथा शोध लागला. गॅलिलिओने त्याच्या भावी संरक्षक, कोसिमो II डी' मेडिसी, ग्रँड ड्यूक ऑफ टस्कनी आणि कोसिमोच्या तीन भावांच्या सन्मानार्थ चार मेडिशियन ताऱ्यांच्या गटाला नाव दिले. नंतरच्या खगोलशास्त्रज्ञांनी, तथापि, त्यांच्या शोधकर्त्याच्या सन्मानार्थ त्यांचे नाव गॅलिलीयन उपग्रह ठेवले. हे उपग्रह 8 जानेवारी 1610 रोजी सायमन मारियस यांनी स्वतंत्रपणे शोधले होते आणि आता त्यांना आयओ, युरोपा, गॅनिमेड आणि कॅलिस्टो असे म्हणतात, ही नावे मारियसने 1614 मध्ये प्रकाशित केलेल्या मुंडस आयोविअलिसमध्ये दिली आहेत.

गॅलिलिओच्या गुरूच्या उपग्रहांच्या निरीक्षणामुळे खगोलशास्त्रात एक क्रांती घडून आली: एक ग्रह ज्याच्या भोवती प्रदक्षिणा घालत आहे त्यापेक्षा लहान ग्रह हे ॲरिस्टोटेलियन कॉस्मॉलॉजीच्या तत्त्वांशी जुळत नव्हते, ज्याने सर्व स्वर्गीय पिंडांनी पृथ्वीभोवती प्रदक्षिणा घातल्या पाहिजेत, आणि अनेक खगोलशास्त्रज्ञ आणि तत्त्ववेत्त्यांनी सुरुवातीला असे मानण्यास नकार दिला की गॅलिलिओने अशी गोष्ट शोधली असेल. ख्रिस्तोफर क्लॅवियसच्या वेधशाळेने त्याच्या निरीक्षणांची पुष्टी केली आणि 1611 मध्ये रोमला भेट दिली तेव्हा त्याचे नायकाचे स्वागत झाले. गॅलिलिओने पुढील अठरा महिन्यांत उपग्रहांचे निरीक्षण करणे सुरूच ठेवले आणि 1611 च्या मध्यापर्यंत, त्याने त्यांच्या कालावधीसाठी उल्लेखनीय अचूक अंदाज प्राप्त केला होता-जोहान्स केप्लरने अशक्य मानलेला एक पराक्रम.

शुक्राचे टप्पे

सप्टेंबर 1610 पासून, गॅलिलिओने निरीक्षण केले की शुक्र चंद्राप्रमाणेच टप्प्यांचा संपूर्ण संच प्रदर्शित करतो. निकोलस कोपर्निकसने विकसित केलेल्या सूर्यमालेच्या सूर्यकेंद्री मॉडेलने असे भाकीत केले होते की शुक्राची सूर्याभोवती प्रदक्षिणा असल्याने सर्व टप्पे दृश्यमान होतील कारण त्याचा प्रकाशित गोलार्ध जेव्हा सूर्याच्या विरुद्ध बाजूस असेल तेव्हा पृथ्वीला तोंड देईल आणि त्याच्यापासून दूर जाईल. पृथ्वी जेव्हा सूर्याच्या पृथ्वीच्या बाजूला होती. टॉलेमीच्या भूकेंद्री मॉडेलमध्ये, कोणत्याही ग्रहांच्या कक्षेला सूर्याला वाहून नेणाऱ्या गोलाकार कवचाला छेदणे अशक्य होते. पारंपारिकपणे, शुक्राची कक्षा पूर्णपणे सूर्याच्या जवळच्या बाजूला ठेवली गेली होती, जिथे ती फक्त चंद्रकोर आणि नवीन टप्प्यांचे प्रदर्शन करू शकते. ते पूर्णपणे सूर्याच्या दूरच्या बाजूला ठेवणे देखील शक्य होते, जिथे ते फक्त गिब्बस आणि पूर्ण

टप्प्यांचे प्रदर्शन करू शकते. गॅलिलिओच्या दुर्बिणीसंबंधीच्या निरीक्षणानंतर, चंद्रकोर, गिबस आणि शुक्राच्या पूर्ण टप्प्यांचे, टॉलेमिक मॉडेल अस्थिर झाले. 17व्या शतकाच्या सुरुवातीस, त्याच्या शोधाच्या परिणामी, बहुसंख्य खगोलशास्त्रज्ञांनी विविध भू-हेलिओसेंट्रिक ग्रहांच्या मॉडेलपैकी एकामध्ये रूपांतर केले, जसे की टायकोनिक, कॅपेलन आणि विस्तारित कॅपेलन मॉडेल, प्रत्येक एकतर दररोज फिरणाऱ्या पृथ्वीसह किंवा त्याशिवाय. या सर्वांनी तारकीय पॅरलॅक्सच्या पूर्ण सूर्यकेंद्राच्या अंदाजाचे 'खंडन' न करता शुक्राच्या टप्प्यांचे स्पष्टीकरण दिले. गॅलिलिओने शुक्राच्या टप्प्यांचा शोध लावणे हे त्याचे सर्वात अनुभवजन्य व्यावहारिकदृष्ट्या प्रभावशाली योगदान होते दोन-टप्प्यांतून पूर्ण भूकेंद्री ते भू-हेलिओसेंट्रिझम मार्गे पूर्ण सूर्यकेंद्री संक्रमणामध्ये. उद्धरण आवश्यक

शनि आणि नेपच्यून

1610 मध्ये, गॅलिलिओने शनि ग्रहाचेही निरीक्षण केले, आणि सुरुवातीला ग्रहांसाठी त्याचे वलय समजले, ती तीन शरीराची प्रणाली असल्याचे समजले. जेव्हा त्याने नंतर ग्रहाचे निरीक्षण केले तेव्हा शनीच्या कड्या थेट पृथ्वीवर केंद्रित होत्या, ज्यामुळे त्याला असे वाटले की दोन शरीरे गायब झाली आहेत. 1616 मध्ये जेव्हा त्याने ग्रहाचे निरीक्षण केले तेव्हा रिंग पुन्हा दिसल्या आणि त्याला आणखी गोंधळात टाकले.

गॅलिलिओने 1612 मध्ये नेपच्यून ग्रहाचे निरीक्षण केले. त्याच्या वहीत अनेक अविस्मरणीय मंद ताऱ्यांपैकी एक म्हणून तो दिसून येतो. तो एक ग्रह आहे हे त्याला कळले नाही, परंतु त्याचा माग काढण्यापूर्वी त्याने ताऱ्यांच्या तुलनेत त्याची गती लक्षात घेतली.

सनस्पॉट्स

गॅलिलिओने सूर्याच्या ठिपक्यांचा उघड्या डोळ्यांनी आणि दुर्बिणीसंबंधी अभ्यास केला. त्यांच्या अस्तित्वाने ऑर्थोडॉक्स ॲरिस्टोटेलियन खगोलीय भौतिकशास्त्रात नमूद केल्याप्रमाणे स्वर्गाच्या अपरिवर्तनीय परिपूर्णतेसह आणखी एक अडचण निर्माण केली. 1612-1613 मध्ये फ्रान्सिस्को सिझी आणि इतरांनी पाहिलेल्या त्यांच्या मार्गक्रमणातील स्पष्ट वार्षिक फरक, टॉलेमिक प्रणाली आणि टायको ब्राहेच्या भू-हेलिओसेंट्रिक प्रणाली या दोन्हींविरुद्ध एक शक्तिशाली युक्तिवाद देखील प्रदान केला. मध्ये दावा केलेल्या प्राधान्यावरील विवाद सनस्पॉट्सचा शोध, आणि त्यांच्या स्पष्टीकरणामुळे, गॅलिलिओला जेसुइट क्रिस्टोफ शिनरशी दीर्घ आणि कडू भांडण झाले. मध्यभागी मार्क वेल्सर होता, ज्याला शेनरने त्याच्या शोधाची घोषणा केली होती आणि ज्याने गॅलिलिओला त्याचे मत विचारले होते. या दोघांनाही जोहान्स फॅब्रिशियसचे सूर्यप्रकाशाचे पूर्वीचे निरीक्षण आणि प्रकाशन याबद्दल माहिती नव्हती.

आकाशगंगा आणि तारे

गॅलिलिओने आकाशगंगेचे निरीक्षण केले, ज्याला पूर्वी नीब्युलस मानले जात होते, आणि ते इतके घनतेने भरलेले अनेक तारे असल्याचे आढळले की ते पृथ्वीवरून ढग असल्याचे दिसून आले. उघड्या डोळ्यांनी दिसण्याइतपत इतर अनेक तारे त्याने खूप दूरवर शोधले. त्याने 1617 मध्ये उर्सा मेजरमध्ये दुहेरी तारा मिझारचे निरीक्षण केले.

स्टाररी मेसेंजरमध्ये, गॅलिलिओने नोंदवले की तारे केवळ प्रकाशाच्या झगमगाटाच्या रूपात दिसू लागले, दुर्बिणीद्वारे मूलतः अपरिवर्तित दिसले, आणि ग्रहांशी त्यांची तुलना केली, जी दुर्बिणीने डिस्क असल्याचे उघड केले. पण त्यानंतर लगेचच, सनस्पॉट्सवरच्या त्यांच्या लेटर्समध्ये, त्यांनी सांगितले की दुर्बिणीने तारे आणि ग्रह दोन्हीचे आकार "अगदी गोलाकार" असल्याचे उघड केले. तेथून पुढे, त्याने अहवाल देणे चालू ठेवले की दुर्बिणीने ताऱ्यांची गोलाकारता दर्शविली आणि दुर्बिणीतून दिसणारे तारे काही सेकंदांच्या चाप व्यासाचे मोजमाप करतात. दुर्बिणीशिवाय ताऱ्याचा स्पष्ट आकार मोजण्याची एक पद्धतही त्यांनी शोधून काढली. टू चीफ वर्ल्ड सिस्टीम्स संबंधी त्याच्या संवादात वर्णन केल्याप्रमाणे, त्याची पद्धत ताऱ्याकडे त्याच्या दृष्टीच्या ओळीत एक पातळ दोरी लटकवायची आणि जास्तीत जास्त अंतर मोजायचे ज्यापासून तो ताऱ्याला पूर्णपणे अस्पष्ट करेल. त्याच्या या अंतराच्या आणि दोरीच्या रुंदीच्या मोजमापावरून, तो त्याच्या दृश्य बिंदूवर ताऱ्याने कमी केलेला कोन काढू शकतो.

त्याच्या संवादात, त्याने नोंदवले की त्याला पहिल्या परिमाणाच्या ताऱ्याचा स्पष्ट व्यास 5 आर्कसेकंदांपेक्षा जास्त नाही आणि सहाव्या परिमाणांपैकी एकाचा व्यास सुमारे 5/6 आर्कसेकंद आहे. त्याच्या काळातील बऱ्याच खगोलशास्त्रज्ञांप्रमाणे, गॅलिलिओने हे ओळखले नाही की त्याने मोजलेले ताऱ्यांचे स्पष्ट आकार बनावट होते, विवर्तन आणि वातावरणातील विकृतीमुळे होते आणि ते ताऱ्यांचे खरे आकार दर्शवत नाहीत. तथापि, गॅलिलिओची मूल्ये ब्राहेने बनवलेल्या सर्वात तेजस्वी ताऱ्यांच्या स्पष्ट आकाराच्या पूर्वीच्या अंदाजापेक्षा खूपच लहान होती आणि गॅलिलिओला टायकोने केलेल्या कोपर्निकन-विरोधी युक्तिवादांना तोंड देण्यास सक्षम केले की हे तारे मूर्खपणाने मोठे असावेत. त्यांचे वार्षिक लंबन शोधता न येण्यासारखे आहे. इतर खगोलशास्त्रज्ञ जसे की सायमन मारियस, जियोव्हानी बॅटिस्टा रिकिओली आणि मार्टिनस हॉर्टेन्सियस यांनी ताऱ्यांचे समान मोजमाप केले आणि मारिअस आणि रिकिओली यांनी निष्कर्ष काढला की टायकोच्या युक्तिवादाला उत्तर देण्यासाठी लहान आकार पुरेसे नाहीत.

भरतीचा सिद्धांत

कार्डिनल बेलारमाइनने 1615 मध्ये लिहिले होते की "सूर्य पृथ्वीभोवती प्रदक्षिणा घालत नाही तर पृथ्वी सूर्याभोवती प्रदक्षिणा घालते हे खरे भौतिक प्रात्यक्षिक दाखवल्याशिवाय कोपर्निकन प्रणालीचे रक्षण केले जाऊ शकत नाही". असे पुरावे देण्यासाठी गॅलिलिओने भरतीच्या

त्याच्या सिद्धांताचा विचार केला. हा सिद्धांत त्याच्यासाठी इतका महत्त्वाचा होता की त्याने मूळतः दोन मुख्य जागतिक प्रणालींशी संबंधित त्याच्या संवादाला समुद्राच्या ओहोटी आणि प्रवाहावरील संवाद म्हणायचे होते. इन्क्विझिशनच्या आदेशाने टायड्सचा संदर्भ शीर्षकातून काढून टाकण्यात आला.

गॅलिलिओसाठी, समुद्रात भरती-ओहोटी पृथ्वीच्या पृष्ठभागावरील एका बिंदूचा वेग वाढला आणि सूर्याभोवती पृथ्वीच्या परिभ्रमणामुळे आणि मंद झाल्यामुळे समुद्रातील पाण्याच्या पुढे-मागे स्लोशिंगमुळे उद्भवली. त्याने 1616 मध्ये भरतीचे पहिले खाते प्रसारित केले, कार्डिनल ओरसिनीला उद्देशून. त्याच्या सिद्धांताने समुद्राच्या खोऱ्यांच्या आकारांचे महत्त्व आणि भरती-ओहोटीच्या वेळेत प्रथम अंतर्दृष्टी दिली; त्याने अचूकपणे, उदाहरणार्थ, ॲड्रियाटिक समुद्राच्या अर्ध्या बाजूने असलेल्या नगण्य भरतींचा हिशोब टोकाशी असलेल्या समुद्राच्या तुलनेत केला. भरती-ओहोटीच्या कारणाविषयी सामान्य माहिती म्हणून, तथापि, त्याचा सिद्धांत अयशस्वी ठरला.

जर हा सिद्धांत बरोबर असेल, तर दिवसाला एकच भरती असेल. गॅलिलिओ आणि त्याच्या समकालीनांना या अपुरेपणाची जाणीव होती कारण व्हेनिसमध्ये सुमारे 12 तासांच्या अंतरावर एक ऐवजी दररोज दोन उंच भरती असतात. समुद्राचा आकार, त्याची खोली आणि इतर घटकांसह अनेक दुय्यम कारणांमुळे ही विसंगती गॅलिलिओने नाकारली. 88 89 अल्बर्ट आइनस्टाइनने नंतर असे मत व्यक्त केले की गॅलिलिओने त्याचे "आकर्षक युक्तिवाद" विकसित केले आणि पृथ्वीच्या गतीच्या भौतिक पुराव्याच्या इच्छेने ते निर्विवादपणे स्वीकारले. गॅलिलिओने पुरातन काळापासून आणि त्याच्या समकालीन जोहान्स केप्लरने ओळखली जाणारी कल्पना देखील फेटाळून लावली, की चंद्रामुळे भरती-ओहोटी येते- गॅलिलिओने केप्लरच्या ग्रहांच्या लंबवर्तुळाकार कक्षेतही रस घेतला नाही. गॅलिलिओने पृथ्वीच्या गतीचा अंतिम पुरावा मानून त्याच्या भरतीच्या सिद्धांताच्या बाजूने युक्तिवाद करणे सुरू ठेवले.

धूमकेतू आणि द एसेयर वर वाद

1619 मध्ये, गॅलिलिओ जेसुइट कॉलेजिओ रोमानो येथील गणिताचे प्राध्यापक फादर ओरॅजिओ ग्रासी यांच्याशी वादात सापडले. त्याची सुरुवात धूमकेतूंच्या स्वरूपाविषयी वाद म्हणून झाली, परंतु गॅलिलिओने 1623 मध्ये द एसेयर (इल सग्गियाटोर) प्रकाशित केले, तो वादातील त्याचा शेवटचा सल्व्हो, तो विज्ञानाच्या स्वरूपावरच अधिक व्यापक विवाद बनला होता. पुस्तकाचे शीर्षक पान गॅलिलिओचे तत्वज्ञानी आणि ग्रँड ड्यूक ऑफ टस्कनीचे "मॅटेमॅटिको प्रिमॅरियो" असे वर्णन करते.

विज्ञानाचा अभ्यास कसा करावा याविषयी गॅलिलिओच्या कल्पनांचा इतका खजिना द एसेयरमध्ये असल्यामुळे त्याचा वैज्ञानिक जाहीरनामा म्हणून उल्लेख करण्यात आला आहे. 1619 च्या सुरुवातीस, फादर ग्रासी यांनी अज्ञातपणे 1618 च्या तीन धूमकेतूंवर एक खगोलशास्त्रीय विवाद, एक पत्रिका प्रकाशित केली होती, ज्यामध्ये मागील वर्षाच्या नोव्हेंबरमध्ये उशिरा दिसलेल्या धूमकेतूच्या स्वरूपावर चर्चा केली होती. ग्रासीने असा निष्कर्ष काढला की धूमकेतू हा एक अग्निमय शरीर आहे जो पृथ्वीपासून स्थिर अंतरावर एका मोठ्या वर्तुळाच्या एका भागासह फिरला होता, आणि तो आकाशात चंद्रापेक्षा अधिक हळू फिरत असल्याने तो अधिक दूर असावा. चंद्रापेक्षा दूर.

ग्रासीच्या युक्तिवाद आणि निष्कर्षांवर नंतरच्या लेखात टीका करण्यात आली, डिस्कोर्स ऑन कॉमेट्स, 100 गॅलिलिओच्या शिष्यांपैकी एक, मारियो गुइडुची नावाच्या फ्लोरेंटाईन वकिलाच्या नावाखाली प्रकाशित, जरी ते मुख्यत्वे गॅलिलिओने स्वतः लिहिले होते. गॅलिलिओ आणि गुइडुची यांनी धूमकेतूंच्या स्वरूपावर त्यांचा स्वतःचा कोणताही निश्चित सिद्धांत मांडला नाही, जरी त्यांनी काही तात्पुरते अनुमान मांडले जे आता चुकीचे असल्याचे ज्ञात आहे. (धूमकेतूंच्या अभ्यासासाठी योग्य दृष्टीकोन त्या वेळी टायको ब्राहे यांनी मांडला होता.) त्याच्या सुरुवातीच्या उतारात, गॅलिलिओ आणि गुइडुचीच्या प्रवचनाने जेसुइट क्रिस्टोफ स्कीनर, आणि त्याबद्दल निरनिराळ्या बिनधास्त टिप्पणी केल्या होत्या. कॉलेजिओ रोमानोचे प्राध्यापक संपूर्ण कामात विखुरलेले होते. जेसुइट्स नाराज झाले, आणि ग्रासीने लवकरच स्वत:चा एक वादविवाद पत्र, द ॲस्ट्रॉनॉमिकल अँड फिलॉसॉफिकल बॅलन्स, लोथारियो सरसिओ सिगेनसानो या टोपणनावाने उत्तर दिले, तो त्याच्या स्वत:च्या शिष्यांपैकी एक होता.

ॲस्ट्रोनॉमिकल बॅलन्सला गॅलिलिओचे विध्वंसक उत्तर होते. याला वादविवाद साहित्याचा उत्कृष्ट नमुना म्हणून मोठ्या प्रमाणावर ओळखले जाते, ज्यामध्ये "सरसी"च्या युक्तिवादांना तिरस्काराने तोंड दिले जाते. त्याचे मोठ्या कौतुकाने स्वागत करण्यात आले, आणि विशेषत: नवीन पोप, अर्बन VIII, ज्यांना ते समर्पित करण्यात आले होते, त्यांना आनंद झाला. रोममध्ये, मागील दशकात, बार्बेरिनी, भविष्यातील शहरी आठवा, गॅलिलिओ आणि लिन्सियन अकादमीच्या बाजूने खाली आला होता.

गॅलिलिओच्या ग्रासीसोबतच्या वादामुळे अनेक जेसुइट्स कायमचे दुरावले, आणि गॅलिलिओ आणि त्याच्या मित्रांना खात्री पटली की ते त्याच्या नंतरच्या निषेधास कारणीभूत आहेत, जरी याचे समर्थन करणारे पुरावे निर्णायक नाहीत.

सूर्यकेंद्रावर वाद

गॅलिलिओच्या चर्चशी संघर्षाच्या वेळी, बहुसंख्य सुशिक्षित लोकांनी पृथ्वी हे विश्वाचे केंद्र आणि सर्व स्वर्गीय पिंडांची कक्षा आहे, किंवा टायको ब्राहेच्या नवीन प्रणालीने भूकेंद्रीयतेचे सूर्यकेंद्रीतेचे मिश्रण केले आहे या ॲरिस्टोटेलियन भूकेंद्री मताचे सदस्यत्व घेतले. सूर्यकेंद्रीवादाचा विरोध आणि त्यावर गॅलिलिओच्या लिखाणात धार्मिक आणि वैज्ञानिक आक्षेप एकत्र आले. सूर्यकेंद्रीवादाचा धार्मिक विरोध पृथ्वीच्या निश्चित स्वरूपाचा अर्थ दर्शविणाऱ्या बायबलसंबंधी उताऱ्यांवरून झाला. वैज्ञानिक विरोध ब्राहेकडून आला, ज्यांनी असा युक्तिवाद

केला की जर सूर्यकेंद्री सत्य असेल तर वार्षिक तारकीय लंबन पाळले जावे, जरी त्यावेळी कोणीही नव्हते. अरिस्टार्कस आणि कोपर्निकस यांनी अचूकपणे मांडले होते की तारे खूप दूर असल्यामुळे पॅरलॅक्स नगण्य होते. तथापि, टायकोने प्रतिवाद केला की, तारे मोजता येण्याजोग्या टोकदार आकाराचे दिसत असल्याने, जर तारे इतके दूरचे असतील आणि त्यांचा स्पष्ट आकार त्यांच्या भौतिक आकारामुळे असेल तर ते सूर्यापेक्षा खूप मोठे असतील. किंबहुना, आधुनिक दुर्बिणीशिवाय दूरच्या ताऱ्यांचा भौतिक आकार पाहणे शक्य नाही.

1609 च्या त्याच्या खगोलशास्त्रीय निरीक्षणाच्या आधारे गॅलिलिओने सूर्यकेंद्रीवादाचा बचाव केला. डिसेंबर 1613 मध्ये, फ्लॉरेन्सच्या ग्रँड डचेस क्रिस्टिना यांनी गॅलिलिओच्या मित्र आणि अनुयायांपैकी एक, बेनेडेटो कॅस्टेली, पृथ्वीच्या हालचालीवर बायबलसंबंधी आक्षेप घेऊन सामना केला. g या घटनेमुळे, गॅलिलिओने कॅस्टेलीला एक पत्र लिहिले ज्यामध्ये त्याने असा युक्तिवाद केला की सूर्यकेंद्रीवाद हे बायबलसंबंधी ग्रंथांच्या विरोधात नाही आणि बायबल हे विज्ञान नव्हे तर विश्वास आणि नैतिकतेवर अधिकार आहे. हे पत्र प्रकाशित झाले नाही, परंतु मोठ्या प्रमाणावर प्रसारित केले गेले. दोन वर्षांनंतर, गॅलिलिओने क्रिस्टीनाला एक पत्र लिहिले ज्यात पूर्वी आठ पानांमध्ये केलेल्या युक्तिवादाचा विस्तार चाळीस पानांवर केला.

1615 पर्यंत, गॅलिलिओचे हेलिओसेंट्रिझमवरील लिखाण फादर निकोलो लोरीनी यांनी रोमन इन्क्विझिशनमध्ये सादर केले होते, ज्यांनी दावा केला होता की गॅलिलिओ आणि त्याचे अनुयायी बायबलचा पुनर्व्याख्या करण्याचा प्रयत्न करत होते, डी जे ट्रेंट परिषदेचे उल्लंघन म्हणून पाहिले गेले आणि धोकादायकपणे पाहिले गेले. प्रोटेस्टंट धर्माप्रमाणे. लॉरीनीने गॅलिलिओने कॅस्टेलीला लिहिलेल्या पत्राचा विशेष उल्लेख केला. गॅलिलिओ स्वतःचा आणि त्याच्या कल्पनांचा बचाव करण्यासाठी रोमला गेला. 1616 च्या सुरूवातीस, मॉन्सिग्नोर फ्रान्सिस्को इंगोलीने गॅलिलिओशी वादविवाद सुरू केला आणि त्याला कोपर्निकन प्रणालीवर विवाद करणारा एक निबंध पाठवला. गॅलिलिओने नंतर सांगितले की त्यांचा असा विश्वास होता की हा निबंध त्यानंतरच्या कोपर्निकनिझमच्या विरोधातील कारवाईत महत्त्वाचा ठरला होता. इंगोली यांना इन्क्विझिशनने इन्क्विझिशनच्या कृतींसाठी आधार प्रदान केलेल्या निबंधासह विवादावर तज्ञांचे मत लिहिण्यासाठी नियुक्त केले असावे. निबंध सूर्यकेंद्री विरुद्ध अठरा भौतिक आणि गणितीय युक्तिवादांवर केंद्रित आहे. हे प्रामुख्याने टायको ब्राहे यांच्या युक्तिवादांवरून घेतले आहे, विशेष म्हणजे सूर्यकेंद्रीतेसाठी तारे आवश्यक आहेत कारण ते सूर्यापेक्षा खूप मोठे आहेत. त्याने गॅलिलिओच्या बायबलसंबंधी विचारांचा उल्लेख केला नाही.

फेब्रुवारी 1616 मध्ये, एका चौकशी आयोगाने हेलिओसेन्ट्रिझमला "तत्वज्ञानात मूर्ख आणि मूर्खपणाचे आणि औपचारिकपणे विधर्मी असल्याचे घोषित केले कारण ते अनेक ठिकाणी पवित्र शास्त्राच्या अर्थाचा स्पष्टपणे विरोध करते". इन्क्विझिशनमध्ये असे आढळून आले की पृथ्वीच्या हालचालीची कल्पना "तत्वज्ञानात समान निर्णय प्राप्त करते आणि ... ब्रह्मज्ञानविषयक सत्याच्या संदर्भात ती किमान विश्वासात चुकीची आहे". पोप पॉल व्ही ने कार्डिनल बेलारमाइनला हे निष्कर्ष गॅलिलिओपर्यंत पोहोचवण्याची आणि त्याला सूर्यकेंद्रीवाद सोडून देण्याचे आदेश दिले. 26 फेब्रुवारी रोजी, गॅलिलिओला बेलारमाइनच्या निवासस्थानी बोलावण्यात आले आणि "पूर्णपणे सोडून देण्याचे आदेश दिले ... सूर्य जगाच्या केंद्रस्थानी स्थिर आहे आणि पृथ्वी हलते आहे, आणि यापुढे त्याला धरून ठेवू नये, शिकवू नये किंवा त्याचे संरक्षण करू नये. तोंडी किंवा लिखित स्वरूपात काहीही असो." इंडेक्सच्या मंडळीच्या डिक्रीने कोपर्निकसच्या डी रेव्होल्युशनबस आणि इतर सूर्यकेंद्री कामांवर सुधारणा होईपर्यंत बंदी घातली.

पुढील दशकभर गॅलिलिओ वादापासून दूर राहिले. 1623 मध्ये पोप अर्बन आठवा म्हणून कार्डिनल मॅफेओ बार्बेरिनी यांची निवड झाल्यामुळे त्यांनी या विषयावर पुस्तक लिहिण्याच्या आपल्या प्रकल्पाचे पुनरुज्जीवन केले. बार्बेरिनी हे गॅलिलिओचे मित्र आणि प्रशंसक होते आणि त्यांनी 1616 मध्ये गॅलिलिओच्या सल्ल्याला विरोध केला होता. गॅलिलिओचे परिणामी पुस्तक, दोन मुख्य जागतिक प्रणालींशी संबंधित संवाद, 1632 मध्ये, इन्क्विझिशन आणि पोपच्या परवानगीने अधिकृतपणे प्रकाशित झाले.

याआधी, पोप अर्बन आठव्याने वैयक्तिकरित्या गॅलिलिओला पुस्तकात सूर्यकेंद्रीवादाच्या बाजूने आणि विरुद्ध युक्तिवाद करण्यास सांगितले होते आणि सूर्यकेंद्रीवादाचा पुरस्कार न करण्याची काळजी घेण्यास सांगितले होते. अजाणतेपणे किंवा मुद्दाम असो, सिम्पलिसिओ, दोन मुख्य जागतिक प्रणालींशी संबंधित संवादातील ॲरिस्टोटेलियन भूकेंद्रित दृष्टिकोनाचा रक्षक, अनेकदा त्याच्या स्वतःच्या त्रुटींमध्ये अडकला आणि कधीकधी मूर्ख म्हणून समोर आला. खरंच, जरी गॅलिलिओने त्याच्या पुस्तकाच्या प्रस्तावनेत असे म्हटले आहे की या पात्राचे नाव एका प्रसिद्ध ॲरिस्टोटेलियन तत्ववेत्याच्या नावावर ठेवले आहे (लॅटिनमध्ये सिम्पलिशियस, इटालियनमध्ये "सिंपलिसिओ"), इटालियनमध्ये "सिंपलिसिओ" या नावाचा अर्थ देखील "सिंपलटन" आहे. सिम्प्लिसिओच्या या चित्रणामुळे दोन मुख्य जागतिक प्रणालींशी संबंधित संवाद एक वकिली पुस्तक म्हणून प्रकट झाला: ॲरिस्टोटेलियन भूकेंद्रीवादावर हल्ला आणि कोपर्निकन सिद्धांताचा बचाव.

बहुतेक इतिहासकार हे मान्य करतात की गॅलिलिओने द्वेषाने वागले नाही आणि त्याच्या पुस्तकावरील प्रतिक्रियेमुळे तो आंधळेपणाने वागला नाही. तथापि, पोपने संशयित सार्वजनिक उपहास हलके घेतले नाही किंवा कोपर्निकन वकिलीही केली नाही.

गॅलिलिओने त्याच्या सर्वात मोठ्या आणि सर्वात शक्तिशाली समर्थकांपैकी एक, पोपला दूर केले होते आणि सप्टेंबर 1632 मध्ये त्याच्या लेखनाचा बचाव करण्यासाठी रोमला बोलावण्यात आले होते . शेवटी तो फेब्रुवारी 1633 मध्ये आला आणि त्याच्यावर आरोप लावण्यासाठी

चौकशीकर्त्या विन्सेंझो मॅक्युलानीसमोर आणण्यात आले. त्याच्या संपूर्ण चाचणीदरम्यान, गॅलिलिओने 1616 पासून निष्ठापूर्वक आपले वचन पाळले की कोणत्याही निषेधार्थ मतांचे पालन केले नाही आणि सुरुवातीला त्याने त्यांचे समर्थन करण्यासही नकार दिला. तथापि, अखेरीस त्याला हे कबूल करण्यास प्रवृत्त केले गेले की, त्याच्या खऱ्या हेतूच्या विरुद्ध, त्याच्या संवादाच्या वाचकाला असा समज मिळू शकला असता की तो कोपर्निकनिझमचा बचाव करण्याचा हेतू होता. 1616 नंतर त्याने कोपर्निकन कल्पना धारण केल्या होत्या किंवा संवादात त्यांचा बचाव करण्याचा त्याचा हेतू होता हे गॅलिलिओच्या ऐवजी अकल्पनीय नकाराच्या कारणास्तव, जुलै 1633 मध्ये त्याच्या अंतिम चौकशीत निष्कर्ष काढला गेला की त्याने सत्य सांगितले नाही तर त्याला छळण्याची धमकी दिली गेली होती, परंतु धमकी असूनही त्याने आपला नकार कायम ठेवला.

गॅलिलिओला "पाखंडी मताचा कठोरपणे संशय" आढळला (जरी त्याच्यावर पाखंडी मताचा औपचारिक आरोप कधीच करण्यात आला नव्हता, त्यामुळे त्याला शारीरिक शिक्षेपासून मुक्तता मिळाली होती), १४४ म्हणजे सूर्य विश्वाच्या केंद्रस्थानी गतिहीन आहे असे मत धारण केल्यामुळे, पृथ्वी त्याच्या केंद्रस्थानी नाही आणि चालते, आणि पवित्र शास्त्राच्या विरुद्ध घोषित केल्यावर एखादी व्यक्ती संभाव्य मत धारण करू शकते आणि त्याचे समर्थन करू शकते. त्याला त्या मतांचा "त्याग करणे, शाप देणे आणि तिरस्कार करणे" आवश्यक होते. इन्क्विझिशनच्या आनंदात त्याला औपचारिक कारावासाची शिक्षा सुनावण्यात आली. दुसऱ्या दिवशी, हे नजरकैदेत बदलण्यात आले, ज्यामध्ये तो आयुष्यभर राहिला. त्याच्या आक्षेपार्ह संवादावर बंदी घालण्यात आली होती; आणि चाचणीच्या वेळी जाहीर न केलेल्या कृतीत, भविष्यात तो लिहू शकेल अशा कोणत्याही कामासह त्याच्या कोणत्याही कामाचे प्रकाशन करण्यास मनाई होती.

प्रचलित आख्यायिकेनुसार, पृथ्वी सूर्याभोवती फिरते या सिद्धांताचे पुनरावृत्ती केल्यानंतर, गॅलिलिओने कथितपणे "आणि तरीही ते फिरते" असा विद्रोही वाक्प्रचार केला. असा दावा करण्यात आला होता की स्पॅनिश चित्रकार बार्टोलोमे एस्टेबान मुरिलो किंवा त्याच्या शाळेतील कलाकाराचे 1640 च्या दशकातील चित्र, ज्यामध्ये 1911 मध्ये जीर्णोद्धार कार्य होईपर्यंत हे शब्द लपलेले होते, एक तुरुंगात असलेला गॅलिलिओ वरवर पाहता "E pur si muove" लिहिलेल्या शब्दांकडे टक लावून पाहत असल्याचे चित्र आहे. त्याच्या अंधारकोठडीच्या भिंतीवर. दंतकथेचा सर्वात जुना लिखित अहवाल त्याच्या मृत्यूनंतरच्या शतकापूर्वीचा आहे. पेंटिंगच्या आधारे, स्टिलमन ड्रेकने लिहिले "आता यात काही शंका नाही की प्रसिद्ध शब्द गॅलिलिओला त्याच्या मृत्यूपूर्वीच दिले गेले होते". तथापि, खगोलभौतिकशास्त्रज्ञ मारिओ लिव्हियो यांनी केलेल्या सखोल तपासातून असे दिसून आले आहे की चित्रकला बहुधा फ्लेमिश चित्रकार रोमन-युजीन व्हॅन मालदेघेम यांच्या 1837 च्या चित्राची प्रत आहे.

मैत्रीपूर्ण Ascanio Piccolomini (सिएनाचे मुख्य बिशप) सोबतच्या कालावधीनंतर, गॅलिलिओला 1634 मध्ये फ्लॉरेन्सजवळील आर्सेट्री येथे त्याच्या व्हिलामध्ये परतण्याची परवानगी देण्यात आली, जिथे त्याने आपल्या आयुष्याचा काही भाग नजरकैदेत घालवला. गॅलिलिओला पुढील तीन वर्षांसाठी आठवड्यातून एकदा सात दंडात्मक स्तोत्रे वाचण्याचा आदेश देण्यात आला. तथापि, त्याची मुलगी मारिया सेलेस्टे हिने त्याला स्वतःवर घेण्यास धर्मगुरूंची परवानगी मिळाल्यानंतर त्याच्या ओझ्यापासून मुक्त केले.

गॅलिलिओ नजरकैदेत असतानाच त्यांनी आपला वेळ टू न्यू सायन्सेस या त्यांच्या उत्कृष्ट कार्यासाठी समर्पित केला. येथे त्याने चाळीस वर्षांपूर्वी केलेल्या कामाचा सारांश दिला, ज्याला आता गतीशास्त्र आणि सामग्रीची ताकद म्हणतात, सेन्सॉर टाळण्यासाठी हॉलंडमध्ये प्रकाशित झालेल्या दोन विज्ञानांवर. अल्बर्ट आइनस्टाईन यांनी या पुस्तकाची खूप प्रशंसा केली होती. या कार्याचा परिणाम म्हणून, गॅलिलिओला "आधुनिक भौतिकशास्त्राचे जनक" म्हटले जाते. 1638 मध्ये तो पूर्णपणे आंधळा झाला होता आणि त्याला वेदनादायक हर्निया आणि निद्रानाश होता, त्यामुळे त्याला वैद्यकीय सल्ल्यासाठी फ्लॉरेन्सला जाण्याची परवानगी देण्यात आली होती.

दावा सोबेल यांनी असा युक्तिवाद केला की गॅलिलिओच्या 1633 चा खटला आणि पाखंडी मताचा निकाल येण्यापूर्वी, पोप अर्बन आठवा न्यायालयीन कारस्थान आणि राज्याच्या समस्यांमध्ये व्यस्त झाला होता आणि छळ किंवा स्वतः च्या जीवाला धोक्याची भीती वाटू लागला होता. या संदर्भात, सोबेल असा युक्तिवाद करतात की गॅलिलिओची समस्या पोपसमोर कोर्टाच्या आतल्या आणि गॅलिलिओच्या शत्रूंनी मांडली होती. चर्चचे रक्षण करण्यात कमकुवतपणाचा आरोप केल्यामुळे, अर्बनने राग आणि भीतीने गॅलिलिओविरुद्ध प्रतिक्रिया दिली. मारियो लिव्हियो गॅलिलिओ आणि त्याच्या शोधांना आधुनिक वैज्ञानिक आणि सामाजिक संदर्भांमध्ये ठेवतात. विशेषतः, तो असा युक्तिवाद करतो की गॅलिलिओ प्रकरणाचा विज्ञान नाकारण्यात त्याचा समकक्ष आहे.

मृत्यू

1642 पर्यंत गॅलिलिओला अभ्यागत येत राहिले, जेव्हा ताप आणि हृदयाची धडधड झाल्यानंतर, 8 जानेवारी 1642 रोजी वयाच्या 77 व्या वर्षी त्याचा मृत्यू झाला. टस्कनीचा ग्रँड ड्यूक, फर्डिनांडो II, त्याला त्याच्या वडिलांच्या आणि इतर पूर्वजांच्या थडग्यांच्या शेजारी, सांता क्रोसच्या बॅसिलिकाच्या मुख्य भागामध्ये दफन करण्याची आणि त्याच्या सन्मानार्थ संगमरवरी समाधी उभारण्याची इच्छा होती.

गॅलिलिओच्या उजव्या हाताचे मधले बोट

तथापि, पोप अर्बन आठवा आणि त्याचा पुतण्या, कार्डिनल फ्रान्सिस्को बारबेरिनी यांनी निषेध केल्यानंतर या योजना वगळण्यात आल्या, कारण गॅलिलिओचा कॅथोलिक चर्चने "पाखंडी मताचा तीव्र संशय" म्हणून निषेध केला होता. त्याऐवजी त्याला बॅसिलिकाच्या दक्षिणेकडील

ट्रांसेप्टपासून सॅक्रिस्टीपर्यंतच्या कॉरिडॉरच्या शेवटी नवशिक्यांच्या चॅपलच्या शेजारी एका छोट्या खोलीत पुरण्यात आले. 1737 मध्ये त्याच्या सन्मानार्थ तेथे एक स्मारक उभारल्यानंतर त्याला बॅसिलिकाच्या मुख्य भागामध्ये दफन करण्यात आले; या हालचालीदरम्यान, त्याच्या अवशेषांमधून तीन बोटे आणि एक दात काढण्यात आला. ही बोटे सध्या इटलीतील फ्लोरेन्स येथील संग्रहालय गॅलिलिओ येथे प्रदर्शनात आहेत.

वैज्ञानिक योगदान

गॅलिलिओने प्रयोग आणि गणिताच्या नाविन्यपूर्ण संयोजनाद्वारे गती विज्ञानामध्ये मूळ योगदान दिले. विल्यम गिल्बर्टचा चुंबकत्व आणि वीज यावरील गुणात्मक अभ्यास त्यावेळच्या विज्ञानाचा अधिक वैशिष्ट्यपूर्ण होता. गॅलिलिओचे वडील, विन्सेन्झो गॅलीली, एक ल्युटेनिस्ट आणि संगीत सिद्धांतकार, यांनी प्रयोग केले होते जे कदाचित भौतिकशास्त्रातील सर्वात जुने ज्ञात नॉन-रेखीय संबंध प्रस्थापित करतातः ताणलेल्या स्ट्रिंगसाठी, खेळपट्टी तणावाचे वर्गमूळ म्हणून बदलते. ही निरीक्षणे संगीताच्या पायथागोरियन परंपरेच्या चौकटीत आहेत, जे वाद्य निर्मात्यांना सुप्रसिद्ध आहेत, ज्यामध्ये स्ट्रिंगला पूर्ण संख्येने उपविभाजित केल्याने एक सुसंवादी स्केल तयार होतो. अशाप्रकारे, मर्यादित प्रमाणात गणितामध्ये संगीत आणि भौतिक विज्ञानाचा दीर्घकाळ संबंध होता आणि तरुण गॅलिलिओला त्याच्या स्वतःच्या वडिलांचे निरीक्षण त्या परंपरेचा विस्तार करता आले.

निसर्गाचे नियम गणितीय आहेत हे स्पष्टपणे सांगणारा गॅलिलिओ हा पहिला आधुनिक विचारवंत होता. Assayer मध्ये, त्यांनी लिहिले "तत्वज्ञान या भव्य पुस्तकात लिहिलेले आहे, ब्रह्मांड... हे गणिताच्या भाषेत लिहिलेले आहे, आणि त्यातील वर्ण त्रिकोण, वर्तुळे आणि इतर भौमितिक आकृत्या आहेत;...." त्याचे गणितीय विश्लेषण हे उशीरा विद्वान नैसर्गिक तत्वज्ञांनी चालवलेल्या परंपरेचा आणखी विकास आहे, जे गॅलिलिओने तत्त्वज्ञानाचा अभ्यास करताना शिकले होते. तत्वज्ञान आणि धर्म या दोन्हींपासून विज्ञानाला वेगळे करण्याच्या दिशेने त्याच्या कार्याने आणखी एक पाऊल चिन्हांकित केले; मानवी विचारांमध्ये एक मोठा विकास. तो अनेकदा निरीक्षणानुसार आपली मते बदलण्यास तयार होता. त्याचे प्रयोग करण्यासाठी, गॅलिलिओला लांबी आणि वेळेची मानके सेट करावी लागली, जेणेकरून वेगवेगळ्या दिवशी आणि वेगवेगळ्या प्रयोगशाळांमध्ये केलेल्या मोजमापांची तुलना पुनरुत्पादक पद्धतीने करता येईल. यामुळे प्रेरक तर्क वापरून गणिती कायद्यांची पुष्टी करण्यासाठी एक विश्वासार्ह पाया उपलब्ध झाला.

गॅलिलिओने गणित, सैद्धांतिक भौतिकशास्त्र आणि प्रायोगिक भौतिकशास्त्र यांच्यातील योग्य संबंधासाठी आधुनिक प्रशंसा दर्शविली. त्याला पॅराबोला समजले, दोन्ही शंकूच्या भागांच्या दृष्टीने आणि ऑर्डिनेट (y) च्या संदर्भात abscissa (x) च्या वर्गाप्रमाणे बदलत आहे. गॅलिलिओने पुढे असे प्रतिपादन केले की पॅराबोला हा हवेचा प्रतिकार किंवा इतर अडथळ्यांच्या अनुपस्थितीत एकसमान प्रवेगक प्रक्षेपणाचा सैद्धांतिकदृष्ट्या आदर्श मार्ग आहे. त्याने मान्य केले की या सिद्धांताच्या वैधतेला मर्यादा आहेत, सैद्धांतिक कारणास्तव हे लक्षात घेतले की पृथ्वीच्या तुलनेत आकाराचा प्रक्षेपण प्रक्षेपण पॅराबोला असू शकत नाही, परंतु तरीही तो कायम ठेवला. की त्याच्या काळातील तोफखान्याच्या श्रेणीपर्यंतच्या अंतरासाठी, पॅराबोलापासून प्रक्षेपणास्त्राच्या प्रक्षेपणाचे विचलन फारच कमी असेल.

खगोलशास्त्र

त्याच्या अपवर्तक दुर्बिणीचा वापर करून, गॅलिलिओने 1609 च्या उत्तरार्धात असे निरीक्षण केले की चंद्राची पृष्ठभाग गुळगुळीत नाही. 38 पुढच्या वर्षीच्या सुरुवातीला त्यांनी गुरूचे चार सर्वात मोठे चंद्र पाहिले. नंतर 1610 मध्ये, त्याने शुक्राच्या टप्प्यांचे निरीक्षण केले - सूर्यकेंद्रीपणाचा पुरावा - तसेच शनि, जरी त्याला असे वाटले की ग्रहाचे वलय इतर दोन ग्रह आहेत. 1612 मध्ये, त्याने नेपच्यूनचे निरीक्षण केले आणि त्याची गती लक्षात घेतली, परंतु त्याला ग्रह म्हणून ओळखले नाही.

गॅलिलिओने सूर्याच्या ठिपके, ६७ आकाशगंगेचा अभ्यास केला आणि ताऱ्यांबद्दल विविध निरीक्षणे केली, ज्यात दुर्बिणीशिवाय त्यांचा स्पष्ट आकार कसा मोजता येईल यासह आहे.

अभियांत्रिकी

गॅलिलिओचा भौमितिक आणि लष्करी होकायंत्र, सी. 1604 त्याच्या वैयक्तिक वाद्य-निर्माता मार्क'अँटोनियो मॅझोलेनी यांनी

गॅलिलिओने आता अभियांत्रिकी म्हणून ओळखल्या जाणाऱ्या शुद्ध भौतिकशास्त्रापेक्षा वेगळे असे अनेक योगदान दिले. 1595 आणि 1598 च्या दरम्यान, गॅलिलिओने तोफखाना आणि सर्वेक्षक यांच्या वापरासाठी उपयुक्त भूमितीय आणि लष्करी होकायंत्र तयार केले आणि सुधारले. Niccolò Tartaglia आणि Guidobaldo del Monte यांनी डिझाइन केलेल्या पूर्वीच्या साधनांवर याचा विस्तार झाला. तोफखान्यांसाठी, तोफांना अचूकपणे उंच करण्याचा एक नवीन आणि सुरक्षित मार्ग व्यतिरिक्त, वेगवेगळ्या आकाराच्या आणि सामग्रीच्या तोफगोळ्यांसाठी गनपावडरच्या चार्जची द्रुतपणे गणना करण्याचा एक मार्ग ऑफर केला. एक भौमितिक साधन म्हणून, कोणत्याही नियमित बहुभुजाचे बांधकाम, कोणत्याही बहुभुज किंवा वर्तुळाकार क्षेत्राच्या क्षेत्राची गणना आणि इतर विविध गणना सक्षम करते. गॅलिलिओच्या दिग्दर्शनाखाली, इन्स्ट्रुमेंट निर्माता मार्क'अँटोनियो मॅझोलेनी यांनी यापैकी 100 हून अधिक कंपास तयार केले, जे गॅलिलिओने 50 लीरमध्ये विकले (त्याने लिहिलेल्या सूचना पुस्तिकासह) आणि 120 लीरमध्ये होकायंत्र वापरण्यासाठी निर्देशांचा कोर्स दिला.

1593 मध्ये, गॅलिलिओने जोडलेल्या नळीमध्ये पाणी हलविण्यासाठी बल्बमधील हवेचा विस्तार आणि आकुंचन वापरून एक थर्मामीटर तयार केला.

1609 मध्ये, गॅलिलिओ, इंग्रज थॉमस हॅरियट आणि इतरांसमवेत, तारे, ग्रह किंवा चंद्र यांचे निरीक्षण करण्यासाठी अपवर्तक दुर्बिणीचा वापर करणारे पहिले होते. "टेलीस्कोप" हे नाव ग्रीक गणितज्ञ जिओव्हानी डेमिसियानी, यांनी गॅलिलिओला 1611 मध्ये प्रिन्स फेडेरिको सेसीने आयोजित केलेल्या मेजवानीत गॅलिलिओला त्याच्या अकाडेमिया देई लिन्सेईचे सदस्य बनवण्यासाठी दिले होते. 1610 मध्ये, त्याने कीटकांचे भाग मोठे करण्यासाठी जवळच्या एका दुर्बिणीचा वापर केला. 1624 पर्यंत गॅलिलिओने संयुग सूक्ष्मदर्शकाचा वापर केला होता. त्यांनी यापैकी एक वाद्य कार्डिनल झोलेर्नला त्या वर्षीच्या मे महिन्यात ड्यूक ऑफ बव्हेरियाला सादर करण्यासाठी दिले, आणि सप्टेंबरमध्ये, त्यांनी दुसरे प्रिन्स सेसी यांना पाठवले. एका वर्षानंतर "मायक्रोस्कोप" चे नाव देण्यात पुन्हा एक भूमिका बजावली जेव्हा अकादमीचे सहकारी सदस्य जिओव्हानी फॅबर यांनी ग्रीक शब्दांवरून गॅलिलिओच्या शोधासाठी शब्द तयार केला (मायक्रॉन) म्हणजे "लहान", आणि (skopein) म्हणजे "पाहणे". या शब्दाचा अर्थ "टेलिस्कोप" शी साधर्म्य असा होता. गॅलिलिओच्या सूक्ष्मदर्शकांपैकी एक वापरून बनवलेल्या आणि 1625 मध्ये प्रकाशित झालेल्या कीटकांचे चित्र, संयुग सूक्ष्मदर्शकाच्या वापराचे पहिले स्पष्ट दस्तऐवजीकरण असल्याचे दिसते.

सर्वात जुनी ज्ञात पेंडुलम घड्याळाची रचना. गॅलिलिओ गॅलीलीची संकल्पना

1612 मध्ये, गुरूच्या उपग्रहांचा परिभ्रमण कालावधी निश्चित केल्यावर, गॅलिलिओने प्रस्तावित केले की त्यांच्या कक्षेचे पुरेसे अचूक ज्ञान असल्यास, कोणीही त्यांच्या स्थानांचा सार्वत्रिक घड्याळ म्हणून वापर करू शकतो आणि यामुळे रेखांशाचे निर्धारण करणे शक्य होईल. त्यांनी त्यांच्या उर्वरित आयुष्यात वेळोवेळी या समस्येवर काम केले, परंतु व्यावहारिक समस्या गंभीर होत्या. जिओव्हानी डोमेनिको कॅसिनी यांनी 1681 मध्ये ही पद्धत प्रथम यशस्वीरित्या लागू केली होती आणि नंतर मोठ्या जमिनीच्या सर्वेक्षणासाठी वापरली गेली होती; उदाहरणार्थ, या पद्धतीचा वापर फ्रान्सचे सर्वेक्षण करण्यासाठी आणि नंतर मध्य-पश्चिम युनायटेड स्टेट्सच्या झेबुलॉन पाईकने १८०६ मध्ये केला होता. समुद्रात नेव्हिगेशनसाठी, जेथे नाजूक दुर्बिणीसंबंधी निरीक्षणे अधिक कठीण होती, रेखांशाच्या समस्येमुळे अखेरीस व्यावहारिक पोर्टेबल सागरी कालमापक विकसित करणे आवश्यक होते. , जसे की जॉन हॅरिसन. त्याच्या आयुष्याच्या उत्तरार्धात, पूर्णपणे आंधळा असताना, गॅलिलिओने पेंडुलम घड्याळ (ज्याला गॅलिलिओचे एस्केपमेंट म्हणतात) साठी एस्केपमेंट मेकॅनिझमची रचना केली, जरी 1650 च्या दशकात क्रिस्टियान ह्युजेन्सने पहिले पूर्णतः कार्यरत पेंडुलम घड्याळ बनवल्यापर्यंत हे वापरणारे कोणतेही घड्याळ बांधले गेले नव्हते.

नदीचा पूर कमी करण्यासाठी अभियांत्रिकी योजनांवर सल्ला देण्यासाठी गॅलिलिओला अनेक प्रसंगी आमंत्रित करण्यात आले. 1630 मध्ये फ्लॉरेन्सजवळील बिसेन्झिओ नदीसाठी एक नवीन जलवाहिनी कापण्यासाठी बार्टोलोटीच्या योजनेवर त्यांचा सल्ला घेण्यात आला याची खात्री करण्यात मारियो गुइडुची बहुधा महत्त्वाचा ठरला होता.

भौतिकशास्त्र

केपलर आणि रेने डेकार्टेस यांच्या मोठ्या प्रमाणात स्वतंत्र कार्यासह, शरीराच्या हालचालींवरील गॅलिलिओचे सैद्धांतिक आणि प्रायोगिक कार्य, सर आयझॅक न्यूटन यांनी विकसित केलेल्या शास्त्रीय यांत्रिकीचे अग्रदूत होते. गॅलिलिओने पेंडुलमचे अनेक प्रयोग केले. हे लोकप्रिय मानले जाते (व्हिन्सेंझो विव्हियानीच्या चरित्राबद्दल धन्यवाद) पिसाच्या कॅथेड्रलमधील कांस्य झूमरचे स्विंग पाहून, त्याची नाडी टाइमर म्हणून वापरून याची सुरुवात झाली. नंतरच्या प्रयोगांचे वर्णन त्याच्या टू न्यू सायन्सेसमध्ये केले आहे. गॅलिलिओने असा दावा केला की एक साधा पेंडुलम आयसोक्रोनस असतो, म्हणजे त्याचे स्विंग नेहमीच मोठेपणापासून स्वतंत्रपणे समान वेळ घेतात. खरेतर, हे फक्त अंदाजे सत्य आहे, जसे ख्रिस्तियान ह्युजेन्सने शोधले होते. गॅलिलिओला असेही आढळले की कालखंडाचा वर्ग थेट लोलकाच्या लांबीनुसार बदलतो. गॅलिलिओचा मुलगा विन्सेंझो याने १६४२ मध्ये त्याच्या वडिलांच्या सिद्धांतावर आधारित घड्याळाचे रेखाटन केले. घड्याळ कधीच बांधले गेले नाही आणि त्याच्या कडा सुटण्यामुळे मोठ्या स्विंग्सची आवश्यकता असल्याने तो एक खराब टाइमकीपर होता.

गॅलिलिओला कमी ओळखले जाते, तरीही श्रेय दिले जाते, ते ध्वनी वारंवारता समजून घेणारे पहिले आहे. वेगवेगळ्या वेगाने छिन्नी स्क्रॅप करून, त्याने तयार केलेल्या आवाजाच्या पिचला छिन्नीच्या स्किप्सच्या अंतराशी जोडले, वारंवारता मोजण्याचे एक माप. 1638 मध्ये, गॅलिलिओने प्रकाशाचा वेग मोजण्यासाठी प्रायोगिक पद्धतीचे वर्णन केले की दोन निरीक्षक, प्रत्येकी शटरने सुसज्ज कंदील असलेले, काही अंतरावर एकमेकांच्या कंदीलांचे निरीक्षण करतात. पहिला निरीक्षक त्याच्या दिव्याचे शटर उघडतो, आणि दुसरा, प्रकाश पाहिल्यावर, ताबडतोब त्याच्या स्वतः च्या दिव्याचे शटर उघडतो. पहिल्या निरीक्षकाने त्याचे शटर उघडणे आणि दुसऱ्या निरीक्षकाच्या दिव्यातून प्रकाश पाहणे यामधील वेळ दोन निरीक्षकांमधील प्रकाशाला पुढे-मागे प्रवास करण्यासाठी लागणारा वेळ दर्शवतो. गॅलिलिओने नोंदवले की जेव्हा त्याने एका मैलापेक्षा कमी अंतरावर हा प्रयत्न केला तेव्हा तो प्रकाश झटपट दिसला की नाही हे ठरवू शकला नाही. गॅलिलिओचा मृत्यू आणि 1667 च्या दरम्यान कधीतरी, फ्लोरेंटाईन अकाडेमिया डेल सिमेंटोच्या सदस्यांनी सुमारे एक मैल अंतरावर प्रयोगाची पुनरावृत्ती केली आणि असाच अनिर्णित परिणाम प्राप्त केला. तेव्हापासून प्रकाशाचा वेग अशा पद्धतींनी मोजता येण्याइतपत खूप वेगवान असल्याचे निश्चित

केले गेले आहे.

गॅलिलिओने सापेक्षतेचे मूलभूत तत्त्व मांडले की, भौतिकशास्त्राचे नियम एका सरळ रेषेत स्थिर गतीने फिरणाऱ्या कोणत्याही प्रणालीमध्ये सारखेच असतात, त्याचा वेग किंवा दिशा काहीही असो. म्हणून, कोणतीही पूर्ण गती किंवा पूर्ण विश्रांती नाही. या तत्त्वाने न्यूटनच्या गतीच्या नियमांसाठी मूलभूत फ्रेमवर्क प्रदान केले आणि आइनस्टाईनच्या सापेक्षतेच्या विशेष सिद्धांताला केंद्रस्थानी ठेवले.

पडणारे मृतदेह

गॅलिलिओचे शिष्य विन्सेंझो विव्हियानी यांनी लिहिलेल्या चरित्रात असे म्हटले आहे की गॅलिलिओने पिसाच्या झुकलेल्या टॉवरवरून एकाच सामग्रीचे, परंतु भिन्न वस्तुमानाचे गोळे टाकले होते, हे दाखवून देण्यासाठी की त्यांचा वंशाचा काळ त्यांच्या वस्तुमानापेक्षा स्वतंत्र होता. हे ॲरिस्टॉटलच्या शिकवणीच्या विरुद्ध होते: वजनाच्या थेट प्रमाणात जड वस्तू हलक्या वस्तूंपेक्षा जास्त वेगाने पडतात. ही कथा प्रचलित लेखांमध्ये पुन्हा सांगितली गेली असली तरी, गॅलिलिओने स्वतः अशा प्रयोगाचे कोणतेही वर्णन दिलेले नाही, आणि सामान्यतः इतिहासकारांनी हे मान्य केले आहे की हा एक विचारप्रयोग होता जो प्रत्यक्षात घडला नाही. अपवाद म्हणजे ड्रेक, ज्याने असा युक्तिवाद केला की हा प्रयोग कमी-अधिक प्रमाणात विवियानीने वर्णन केल्याप्रमाणे झाला होता. वर्णन केलेला प्रयोग प्रत्यक्षात सायमन स्टीविन (सामान्यतः स्टीविनस म्हणून ओळखला जातो) आणि जॅन कॉर्नेट्स डी ग्रूट यांनी केला होता, जरी वापरलेली इमारत प्रत्यक्षात डेल्फ्टमधील चर्च टॉवर 1586 मध्ये होती. तथापि, त्याचे बहुतेक प्रयोग पडलेल्या मृतदेहांवर केले गेले. कलते विमाने वापरणे जिथे वेळ आणि हवेचा प्रतिकार या दोन्ही समस्या खूपच कमी झाल्या होत्या. कोणत्याही परिस्थितीत, वेगवेगळ्या वजनाच्या समान आकाराच्या वस्तू एकाच वेगाने पडल्याचे निरीक्षण सहाव्या शतकातील जॉन फिलोपोनसच्या कामात नोंदवले गेले आहे आणि ज्याची गॅलिलिओला जाणीव होती.

1971 मध्ये अपोलो 15 मोहिमेदरम्यान, अंतराळवीर डेव्हिड स्कॉटने दाखवून दिले की गॅलिलिओ योग्य आहे: चंद्रावरील गुरुत्वाकर्षणाच्या अधीन असलेल्या सर्व शरीरांसाठी, अगदी हातोडा आणि पंखांसाठी देखील प्रवेग समान आहे.

त्याच्या 1638 डिस्कोर्सीमध्ये, गॅलिलिओचे पात्र सॅल्विआटी, ज्याला गॅलिलिओचा प्रवक्ता म्हणून व्यापकपणे ओळखले जाते, असे मानले होते की सर्व असमान वजन व्हॅक्यूममध्ये समान मर्यादित वेगाने पडतील. परंतु हे पूर्वी ल्युक्रेटियस आणि सायमन स्टीविन यांनी प्रस्तावित केले होते. क्रिस्टियानो बांटीच्या साल्वियाटी यांनी असेही मानले होते की हे प्रायोगिकपणे हवेतील लोलकाच्या हालचालींची शिसे आणि कॉर्कच्या बॉबशी तुलना करून दाखवले जाऊ शकते ज्यांचे वजन भिन्न होते परंतु अन्यथा समान होते.

गॅलिलिओने असे सुचवले की एक घसरणारे शरीर एकसमान प्रवेगाने पडेल, जोपर्यंत ते घसरत असलेल्या माध्यमाचा प्रतिकार नगण्य राहील, किंवा शून्यातून पडण्याच्या मर्यादित स्थितीत असेल. त्याने विश्रांतीपासून सुरू होणाऱ्या एकसमान प्रवेग दरम्यान प्रवास केलेल्या अंतरासाठी योग्य किनेमॅटिकल नियम देखील काढला-म्हणजेच, तो निघून गेलेल्या वेळेच्या वर्गाच्या प्रमाणात आहे. गॅलिलिओच्या आधी, निकोल ओरेस्मे, 14व्या शतकात, एकसमान प्रवेगक बदलासाठी टाइम-स्क्वेर्ड कायदा तयार केला होता, आणि डोमिंगो डी सोटो यांनी 16व्या शतकात असे सुचवले होते की एकसंध माध्यमातून पडणारे शरीर एकसमान असेल प्रवेगक. तथापि, गॅलिलिओच्या पडत्या शरीराच्या सिद्धांतामध्ये असलेल्या अनेक पात्रता आणि सुधारणांचा सोटोला अंदाज नव्हता. उदाहरणार्थ, गॅलिलिओप्रमाणे त्याने हे ओळखले नाही की शरीर केवळ व्हॅक्यूममध्ये कठोरपणे एकसमान प्रवेग सह पडेल आणि अन्यथा ते शेवटी एकसमान टर्मिनल वेगापर्यंत पोहोचेल. गॅलिलिओने भौमितिक रचना आणि गणितीयदृष्ट्या अचूक शब्द वापरून, त्याकाळच्या मानकांचे पालन करून वेळ-वर्ग नियम व्यक्त केला. (इतरांनी बीजगणितीय भाषेत नियम पुन्हा व्यक्त करणे बाकी आहे.

त्याने असेही निष्कर्ष काढले की वस्तू त्यांच्या गतीमध्ये कोणत्याही अडथळयांच्या अनुपस्थितीत त्यांचा वेग टिकवून ठेवतात, ज्यामुळे शरीर केवळ तथाकथित "हिंसक", "अनैसर्गिक" किंवा "जबरदस्ती" मध्येच राहू शकते या सामान्यतः स्वीकारल्या जाणाऱ्या ॲरिस्टोटेलियन गृहीतकाला विरोध करते. जोपर्यंत बदलाचा एजंट ("मूव्हर") त्यावर कार्य करत राहील तोपर्यंत गती. जडत्वाशी संबंधित तात्विक कल्पना जॉन फिलोपोनस आणि जीन बुरिदान यांनी मांडल्या होत्या. गॅलीलिओने म्हटले: "घर्षणाशिवाय क्षैतिज समतल बाजूने प्रक्षेपित केलेल्या कोणत्याही कणाची कल्पना करा; तर आपल्याला माहित आहे की, मागील पृष्ठांमध्ये अधिक स्पष्टीकरण दिले गेले आहे, की हा कण त्याच समतलावर एकसमान आणि शाश्वत गतीसह फिरेल, प्रदान केले आहे. विमानाला मर्यादा नाही". परंतु पृथ्वीच्या पृष्ठभागाची सर्व असमानता काढून टाकता आली तर अशा विमानाचे उदाहरण असेल. हे न्यूटनच्या गतीच्या नियमांमध्ये (प्रथम नियम) समाविष्ट केले गेले होते, गतीची दिशा वगळता: न्यूटन सरळ आहे, गॅलिलिओ गोलाकार आहे (उदाहरणार्थ, सूर्याभोवती ग्रहांची गती, जी त्याच्या मते आणि न्यूटनच्या विपरीत, घेते. गुरुत्वाकर्षणाच्या अनुपस्थितीत स्थान). डिजक्स्टरहुईस गॅलिलिओच्या मते वर्तुळाकार गतीमध्ये टिकून राहण्याची प्रवृत्ती म्हणून जडत्वाची संकल्पना त्याच्या कोपर्निकन विश्वासाशी जवळून संबंधित आहे.

गणित

गॅलिलिओचा प्रायोगिक भौतिकशास्त्रासाठी गणिताचा वापर नाविन्यपूर्ण होता, त्याच्या गणिताच्या पद्धती त्या दिवसाच्या मानक होत्या, ज्यात फिबोनाची आणि आर्किमिडीज यांच्याकडून उत्तीर्ण केलेल्या व्यस्त प्रमाण वर्गमूळ पद्धतीच्या डझनभर उदाहरणांचा समावेश होता. युक्लिड्स एलिमेंट्सच्या पाचव्या पुस्तकात नमूद केल्याप्रमाणे, विश्लेषण आणि पुरावे प्रमाणाच्या युडोक्सियन सिद्धांतावर खूप

अवलंबून होते. टार्टाग्लिया आणि इतरांनी केलेल्या अचूक अनुवादांमुळे हा सिद्धांत केवळ एक शतकापूर्वी उपलब्ध झाला होता; परंतु गॅलिलिओच्या आयुष्याच्या अखेरीस, डेकार्टेसच्या बीजगणितीय पद्धतींद्वारे ते मागे टाकले जात होते. आता गॅलिलिओच्या विरोधाभास नावाची संकल्पना त्याच्यासाठी मूळ नव्हती. त्याचा प्रस्तावित उपाय, अनंत संख्येची तुलना करता येत नाही, यापुढे उपयुक्त मानले जात नाही.

वारसा

गॅलिलिओच्या मृत्यूनंतर गॅलिलिओ प्रकरण मोठ्या प्रमाणात विसरले गेले आणि हा वाद शमला. 1718 मध्ये गॅलिलिओच्या कामांचे पुनर्मुद्रण करण्यावरील इन्क्विझिशनची बंदी उठवण्यात आली जेव्हा फ्लोरेन्समध्ये त्याच्या कामांची आवृत्ती (निंदित संवाद वगळून) प्रकाशित करण्यास परवानगी मिळाली. 1741 मध्ये, पोप बेनेडिक्ट चौदावा यांनी गॅलिलिओच्या संपूर्ण वैज्ञानिक कार्यांच्या आवृत्तीच्या प्रकाशनास अधिकृत केले ज्यामध्ये संवादाची सौम्यपणे सेन्सॉर केलेली आवृत्ती समाविष्ट होती.1758 मध्ये, निषिद्ध पुस्तकांच्या अनुक्रमणिकेतून हेलिओसेन्ट्रिझमचा पुरस्कार करणाऱ्या कामांवरील सामान्य बंदी काढून टाकण्यात आली, जरी डायलॉग आणि कोपर्निकसच्या डी रिव्होल्युशनबसच्या सेन्सॉर नसलेल्या आवृत्त्यांवर विशिष्ट बंदी कायम राहिली. 1835 मध्ये चर्चच्या सूर्यकेंद्री विरोधाच्या सर्व खुणा नाहीशा झाल्या, जेव्हा ही कामे शेवटी निर्देशांकातून वगळण्यात आली.

19व्या शतकाच्या सुरुवातीस गॅलिलिओ प्रकरणातील स्वारस्य पुनरुज्जीवित झाले, जेव्हा प्रोटेस्टंट वादविवादवाद्यांनी रोमन कॅथलिक धर्मावर हल्ला करण्यासाठी त्याचा वापर केला (आणि इतर घटना जसे की स्पॅनिश इंक्विझिशन आणि सपाट पृथ्वीची मिथक). तेव्हापासून त्यात रस वाढला आणि कमी झाला. 1939 मध्ये, पोप पायस बारावा, पोपपदासाठी निवडून आल्यानंतर काही महिन्यांतच, पॉन्टिफिकल अकादमी ऑफ सायन्सेसच्या पहिल्या भाषणात, गॅलिलिओचे वर्णन "संशोधनातील सर्वात साहसी नायकांपैकी होते... अडखळण्यापासून घाबरत नाही. आणि मार्गातील जोखीम, किंवा अंत्यविधीच्या स्मारकांची भीती नाही". 40 वर्षांचे त्यांचे जवळचे सल्लागार, प्रोफेसर रॉबर्ट लीबर यांनी लिहिले: "पायस बारावा (विज्ञानाचे) कोणतेही दरवाजे वेळेपूर्वी बंद करू नयेत यासाठी अत्यंत सावध होते. या मुद्द्यावर ते उत्साही होते आणि गॅलिलिओच्या बाबतीत खेद व्यक्त केला."

15 फेब्रुवारी 1990 रोजी, रोमच्या सॅपिएन्झा विद्यापीठात दिलेल्या भाषणात, कार्डिनल रॅट्झिंगर (नंतर पोप बेनेडिक्ट सोळावा) यांनी गॅलिलिओ प्रकरणावरील काही वर्तमान मतांचा उल्लेख केला ज्याला त्यांनी "लक्षणात्मक केस" असे म्हटले. आजच्या आधुनिक युगात, विज्ञान आणि तंत्रज्ञानाच्या आत्म-शंका किती खोलवर जातात हे पाहण्यासाठी". त्यांनी उद्धृत केलेली काही मते तत्त्ववेत्ता पॉल फेयेराबेंड यांची होती, ज्यांचे त्यांनी उद्धृत केले: "गॅलिलिओच्या वेळी चर्चने स्वतः गॅलिलिओपेक्षा तर्कसंगततेने जास्त लक्ष ठेवले आणि तिने त्याचे नैतिक आणि सामाजिक परिणाम विचारात घेतले. गॅलिलिओची शिकवणही. गॅलिलिओच्या विरोधात तिचा निकाल तर्कसंगत आणि न्याय्य होता आणि या निकालाची पुनरावृत्ती केवळ राजकीयदृष्ट्या योग्य असलेल्या कारणास्तव न्याय्य ठरवली जाऊ शकते. तथापि, त्यांनी असे म्हटले: "अशा मतांच्या आधारे आवेगपूर्ण माफी मागणे मूर्खपणाचे ठरेल."

31 ऑक्टोबर 1992 रोजी, पोप जॉन पॉल II ने कबूल केले की चर्चने पृथ्वी सूर्याभोवती फिरते असे प्रतिपादन केल्याबद्दल गॅलिलिओचा निषेध करण्यात चूक केली होती. "जॉन पॉल म्हणाले की, ज्या धर्मशास्त्रज्ञांनी गॅलिलिओची निंदा केली त्यांनी बायबल आणि त्याची व्याख्या यांच्यातील औपचारिक फरक ओळखला नाही."

मार्च 2008 मध्ये, पॉन्टिफिकल अकादमी ऑफ सायन्सेसचे प्रमुख, निकोला कॅबिबो यांनी व्हॅटिकनच्या भिंतींच्या आत गॅलिलिओचा पुतळा उभारून त्यांचा सन्मान करण्याची योजना जाहीर केली. त्याच वर्षी डिसेंबरमध्ये, गॅलिलिओच्या सुरुवातीच्या दुर्बिणीसंबंधी निरिक्षणांच्या 400 व्या वर्धापन दिनानिमित्त आयोजित कार्यक्रमांदरम्यान, पोप बेनेडिक्ट XVI यांनी खगोलशास्त्रातील त्यांच्या योगदानाची प्रशंसा केली. एका महिन्यानंतर, तथापि, पॉंटिफिकल कौन्सिल फॉर कल्चरचे प्रमुख, जियानफ्रान्को रावसी यांनी उघड केले की व्हॅटिकनच्या मैदानावर गॅलिलिओचा पुतळा उभारण्याची योजना स्थगित करण्यात आली आहे.

आधुनिक विज्ञानावर परिणाम

स्टीफन हॉकिंगच्या मते, आधुनिक विज्ञानाच्या जन्मासाठी गॅलिलिओची जबाबदारी इतर कोणापेक्षाही अधिक आहे, आणि अल्बर्ट आइनस्टाइनने त्यांना आधुनिक विज्ञानाचे जनक म्हटले.

गॅलिलिओच्या खगोलशास्त्रीय शोध आणि कोपर्निकन सिद्धांतातील तपासांमुळे दीर्घकालीन वारसा मिळाला आहे ज्यामध्ये गॅलिलिओ (आयओ, युरोपा, गॅनिमेड आणि कॅलिस्टो) द्वारे शोधलेल्या गुरूच्या चार मोठ्या चंद्रांचे गॅलिलीयन चंद्र म्हणून वर्गीकरण समाविष्ट आहे. इतर वैज्ञानिक प्रयत्न आणि तत्त्वे गॅलिलिओच्या नावावर आहेत, ज्यात गॅलिलिओ अंतराळयान, २३४ गुरूभोवती कक्षेत प्रवेश करणारे पहिले अंतराळयान, प्रस्तावित गॅलिलिओ ग्लोबल सॅटेलाइट नेव्हिगेशन सिस्टीम, शास्त्रीय मेकॅनिक्समधील जडत्व प्रणालींमधील परिवर्तन गॅलिलीयन ट्रान्सफॉर्मेशन (गॅलिलीयन ट्रान्सफॉर्मेशन) आणि गॅलिलिओचे नाव आहे.), काहीवेळा गॅलिलिओ म्हणून ओळखले जाते, जे प्रवेगाचे एक नॉन-SI एकक आहे.

अंशतः कारण 2009 हे गॅलिलिओच्या दुर्बिणीच्या सहाय्याने पहिल्या रेकॉर्ड केलेल्या खगोलशास्त्रीय निरीक्षणांचे चौथे शतक होते, संयुक्त राष्ट्रांनी ते खगोलशास्त्राचे आंतरराष्ट्रीय वर्ष म्हणून निर्धारित केले होते. इंटरनॅशनल अ‍ॅस्ट्रॉनॉमिकल युनियन (IAU) द्वारे एक जागतिक योजना मांडण्यात आली होती, ज्याला UNESCO-शैक्षणिक, वैज्ञानिक आणि सांस्कृतिक बाबींसाठी जबाबदार असलेल्या UN संस्थेने देखील मान्यता दिली होती. खगोलशास्त्राचे आंतरराष्ट्रीय वर्ष 2009 हा खगोलशास्त्राचा जागतिक उत्सव आणि समाज आणि संस्कृतीतील त्याचे योगदान, केवळ खगोलशास्त्रातच नव्हे तर सर्वसाधारणपणे विज्ञानात, तरुण लोकांकडे विशिष्ट तिरकस असलेल्या जगभरातील स्वारस्य उत्तेजित करण्याचा हेतू होता.

कलात्मक आणि लोकप्रिय माध्यमांमध्ये

"बोहेमियन रॅप्सडी" या राणीच्या गाण्याच्या "ऑपेरा" विभागात गॅलिलिओचा अनेक वेळा उल्लेख आहे. इंडिगो गर्ल्सने सादर केलेल्या "गॅलिलिओ" गाण्यात आणि एमी ग्रँटच्या तिच्या हार्ट इन मोशन अल्बममधील "गॅलिलिओ" या गाण्यात तो ठळकपणे दिसतो.

गॅलिलिओच्या जीवनावर विसाव्या शतकातील नाटके लिहिली गेली आहेत, ज्यात जर्मन नाटककार बर्टोल्ट ब्रेख्त यांचे लाइफ ऑफ गॅलिलिओ (1943), त्याचे चित्रपट रूपांतर (1975) आणि बॅरी स्टॅव्हिस यांचे लॅम्प अ‍ॅट मिडनाईट (1947), तसेच 2008 चे "गॅलिलिओ गॅलीली" नाटक.

किम स्टॅनले रॉबिन्सन यांनी गॅलिलिओचे स्वप्न (2009) नावाची विज्ञान कथा कादंबरी लिहिली, ज्यामध्ये वैज्ञानिक तत्वज्ञानाच्या संकटाचे निराकरण करण्यात मदत करण्यासाठी गॅलिलिओला भविष्यात आणले आहे; कथा गॅलिलिओचा स्वतःचा काळ आणि काल्पनिक दूरच्या भविष्यादरम्यान पुढे सरकते आणि त्यात बरीच चरित्रात्मक माहिती आहे.

गॅलिलिओ गॅलीलीची नुकतीच एका उच्च-मूल्याच्या संग्राहकांच्या नाण्यासाठी मुख्य हेतू म्हणून निवड करण्यात आली: €25 आंतरराष्ट्रीय खगोलशास्त्र वर्षाचे स्मारक नाणे, 2009 मध्ये टाकण्यात आले. हे नाणे गॅलीलिओच्या दुर्बिणीच्या शोधाच्या 400 व्या वर्धापनदिनानिमित्त देखील आहे. समोर त्याच्या पोर्ट्रेटचा आणि त्याच्या दुर्बिणीचा एक भाग दाखवतो. पार्श्वभूमी चंद्राच्या पृष्ठभागावरील त्याच्या पहिल्या रेखाचित्रांपैकी एक दर्शवते. चांदीच्या रिंगमध्ये, इतर दुर्बिणींचे चित्रण केले आहे: आयझॅक न्यूटन टेलिस्कोप, क्रेम्सम्युन्स्टर अ‍ॅबे मधील वेधशाळा, एक आधुनिक दुर्बिणी, एक रेडिओ दुर्बीण आणि एक स्पेस टेलिस्कोप. 2009 मध्ये, गॅलिलिओस्कोप देखील प्रसिद्ध झाला. ही तुलनेने उच्च गुणवत्तेसह मोठ्या प्रमाणावर उत्पादित, कमी किमतीची शैक्षणिक 2-इंच (51 मिमी) दुर्बीण आहे.

लेखन

बेलफास्टच्या क्वीन्स युनिव्हर्सिटीच्या लॅनियोन बिल्डिंगमध्ये पिओ फेडी (1815-1892) द्वारे गॅलिलिओचा पुतळा. सर विल्यम व्हिटला (मटेरिया मेडिका 1890-1919 चे प्राध्यापक) यांनी पुतळा इटलीहून परत आणला आणि विद्यापीठाला दान केला.

वैज्ञानिक साधनांचे वर्णन करणाऱ्या गॅलिलिओच्या सुरुवातीच्या कृतींमध्ये द लिटल बॅलन्स (ला बिलॅन्सेटा) नावाची 1586 पत्रिका समाविष्ट आहे ज्यामध्ये हवेत किंवा पाण्यात वस्तूंचे वजन करण्यासाठी अचूक संतुलनाचे वर्णन केले आहे आणि 1606 चे छापील मॅन्युअल ले ओपेराझिओनी डेल कंपासो जिओमेट्रिको ऑन द मिलिगेट ऑफ़ ऑपरेशन. आणि लष्करी होकायंत्र.

गतीशास्त्र, गती आणि यांत्रिकी विज्ञान या विषयावरील त्यांची सुरुवातीची कामे ही त्यांची 1590 पिसान दे मोटू (ऑन मोशन) आणि 1600 च्या आसपास पडुआन ले मेकॅनिक (यांत्रिकी) होती. पूर्वीचे अ‍ॅरिस्टोटेलियन-आर्किमेडियन द्रव गतिमानतेवर आधारित होते आणि असे मानले जाते की द्रव माध्यमातील गुरुत्वाकर्षण घसरण्याचा वेग हा माध्यमाच्या शरीराच्या विशिष्ट वजनापेक्षा जास्त प्रमाणात असतो, ज्यायोगे व्हॅक्यूममध्ये, शरीरे वेगाने पडतात. त्यांच्या विशिष्ट वजनापर्यंत. याने फिलोपोनन इम्पेटस डायनॅमिक्सचे देखील सदस्यत्व घेतले आहे ज्यामध्ये प्रेरणा स्वयं-विघटनशील असते आणि व्हॅक्यूममध्ये फ्री-फॉल असते प्रवेगाच्या सुरुवातीच्या कालावधीनंतर विशिष्ट वजनानुसार आवश्यक टर्मिनल गती असते.

गॅलिलिओचा 1610 द स्टारी मेसेंजर (साइडरियस नन्सियस) हा दुर्बिणीद्वारे केलेल्या निरीक्षणांवर आधारित प्रकाशित झालेला पहिला वैज्ञानिक ग्रंथ होता. त्याने त्याच्या शोधांची नोंद केली.

गॅलिलिओने सन 1613 मध्ये लेटर्स ऑन सनस्पॉट्स या शीर्षकाचे सनस्पॉट्सचे वर्णन प्रकाशित केले जे सूचित करते की सूर्य आणि आकाश भ्रष्ट आहेत. द लेटर्स ऑन सनस्पॉट्सने 1610 मध्ये शुक्राच्या पूर्ण टप्प्यांची दुर्बिणीसंबंधीची निरीक्षणे आणि शनीच्या गोंधळात टाकणाऱ्या "अपेंडेजेस" बद्दलचा शोध आणि त्यांच्या नंतरचे आणखी गोंधळात टाकणारे गायब झाल्याची नोंद केली. 1615 मध्ये, गॅलिलिओने "ग्रँड डचेस क्रिस्टीना यांना पत्र" म्हणून ओळखले जाणारे एक हस्तलिखित तयार केले जे 1636 पर्यंत छापील स्वरूपात प्रकाशित झाले नव्हते. हे पत्र कॅस्टेलीला लिहिलेल्या पत्राची सुधारित आवृत्ती होती, ज्याला इन्क्विझिशनने आक्रमण म्हणून निषेध केला होता. कोपर्निकनिझमचे समर्थन करून धर्मशास्त्र भौतिकदृष्ट्या सत्य आणि पवित्र शास्त्राशी सुसंगत आहे. 1616 मध्ये, गॅलिलिओच्या इन्क्विझिशनने कोपर्निकन स्थान धारण करू नये किंवा त्याचा बचाव करू नये असा आदेश दिल्यानंतर, गॅलिलिओने कोपर्निकन पृथ्वीवर आधारित "डिस्कॉर्स ऑन द टाइड्स" (डिस्कॉर्सो सुल फ्लुसो ई इल रिफ्लुसो डेल मारे) लिहिले. कार्डिनल ओरसिनीला खाजगी पत्र. 1619 मध्ये, गॅलिलिओचे शिष्य असलेल्या मारियो गुइडुची यांनी धूमकेतूंच्या जेसुइट व्याख्येच्या विरोधात वाद घालत, धूमकेतूंवर चर्चा (डिस्कॉर्सो

डेले कॉमेटे) या शीर्षकाखाली गॅलिलिओने लिहिलेले व्याख्यान प्रकाशित केले.

1623 मध्ये, गॅलिलिओने Assayer-Il Saggiatore प्रकाशित केले, ज्याने ॲरिस्टॉटलच्या अधिकारावर आधारित सिद्धांतांवर हल्ला केला आणि प्रयोगांना प्रोत्साहन दिले आणि वैज्ञानिक कल्पनांचे गणितीय सूत्रीकरण केले. हे पुस्तक अत्यंत यशस्वी ठरले आणि ख्रिश्चन चर्चच्या उच्च पदस्थांमध्येही त्याला पाठिंबा मिळाला. 247 Assayer च्या यशानंतर, गॅलिलिओने 1632 मध्ये दोन प्रमुख जागतिक प्रणालींसंबंधी संवाद प्रकाशित केला (Dialogo sopra i due massimi sistemi del mondo) 1616 च्या इन्क्विझिशनच्या सूचनांचे पालन करण्याची काळजी घेत असतानाही, पुस्तकातील दावे कोपर्निकन सिद्धांताला अनुकूल आहेत आणि सौरमालेच्या नॉन-जिओसेंट्रिक मॉडेलमुळे गॅलिलिओवर खटला चालवला गेला आणि प्रकाशनावर बंदी घातली गेली. प्रकाशन बंदी असूनही, गॅलिलिओने चौकशीच्या अधिकारक्षेत्राबाहेर हॉलंडमध्ये 1638 मध्ये दोन नवीन विज्ञान (Discorsi e Dimostrazioni Matematiche, intorno a due nuove scienze) संबंधित प्रवचने आणि गणितीय प्रात्यक्षिके प्रकाशित केली. उद्धरण आवश्यक

प्रकाशित लेखी कामे

द लिटल बॅलन्स (१५८६; इटालियन भाषेत: ला बिलान्सेटा)

ऑन मोशन (c. 1590; लॅटिनमध्ये: De Motu Antiquiora)

यांत्रिकी (c. 1600; इटालियनमध्ये: Le mecaniche)

द ऑपरेशन्स ऑफ जिओमेट्रिकल अँड मिलिटरी कंपास (1606; इटालियनमध्ये: Le operazioni del compasso geometrico et militare)

तारांकित मेसेंजर (1610; लॅटिनमध्ये: Sidereus Nuncius)

फ्लोटिंग बॉडीजवरील प्रवचन

"ग्रँड डचेस क्रिस्टीना यांना पत्र" (1615; 1636 मध्ये प्रकाशित)

"डिस्कॉर्स ऑन द टाइड्स" (1616; इटालियनमध्ये: डिस्कोर्सो डेल फ्लुसो ई रिफ्लुसो डेल मारे)

धूमकेतूंवर प्रवचन (1619; इटालियनमध्ये: Discorso delle Comete)

द एसेयर (1623; इटालियनमध्ये: Il Saggiatore)

दोन मुख्य जागतिक प्रणालींसंबंधी संवाद (1632; इटालियनमध्ये: Dialogo sopra i due massimi sistemi del mondo)

दोन नवीन विज्ञानांशी संबंधित प्रवचने आणि गणितीय प्रात्यक्षिके (1638; इटालियनमध्ये: Discorsi e Dimostrazioni Matematiche, intorno a due nuove scienze)

वैयक्तिक लायब्ररी

आपल्या आयुष्याच्या शेवटच्या वर्षांत, गॅलिलिओ गॅलीलीने फ्लोरेन्सच्या बाहेरील व्हिला इल गिओइलो येथे किमान 598 खंडांचे (त्यापैकी 560 ओळखले गेले आहेत) ग्रंथालय ठेवले. नजरकैदेच्या निर्बंधाखाली, त्याला त्याच्या कल्पना लिहिण्यास किंवा प्रकाशित करण्यास मनाई होती. तथापि, त्याच्या मृत्यूपर्यंत त्याला अभ्यागत येत राहिले आणि त्यांच्याद्वारेच त्याला उत्तर युरोपमधील नवीनतम वैज्ञानिक ग्रंथांचा पुरवठा होत राहिला.

त्याच्या भूतकाळातील अनुभवामुळे, गॅलिलिओला भीती वाटली असेल की त्याच्या पुस्तकांचा आणि हस्तलिखितांचा संग्रह अधिकाऱ्यांकडून जप्त केला जाईल आणि जाळला जाईल, कारण त्याच्या शेवटच्या मृत्यूपत्रात आणि मृत्युपत्रात अशा वस्तूंचा कोणताही संदर्भ दिलेला नाही. गॅलिलिओच्या मृत्यूनंतरच एक वस्तुबद्ध यादी तयार करण्यात आली, जेव्हा त्याच्या लायब्ररीसह त्याच्या बहुतेक संपत्ती त्याच्या मुलाला, विन्सेंझो गॅलीली, ज्युनियर यांच्याकडे हस्तांतरित करण्यात आल्या. 1649 मध्ये त्याच्या मृत्यूनंतर, संग्रह त्याच्या पत्नी सेस्टिलिया बोचिनेरीला वारसा मिळाला होता. 251

गॅलिलिओची पुस्तके, वैयक्तिक कागदपत्रे आणि असंपादित हस्तलिखिते नंतर त्यांचे माजी सहाय्यक आणि विद्यार्थी व्हिन्सेंझो विवियानी यांनी त्यांच्या जुन्या शिक्षकांच्या कार्य प्रकाशित स्वरूपात जतन करण्याच्या उद्देशाने गोळा केले. दुर्दैवाने, हा एक प्रकल्प होता जो कधीही साकार झाला नाही आणि त्याच्या अंतिम इच्छापत्रात, विव्हियानीने संग्रहाचा एक महत्त्वपूर्ण भाग फ्लॉरेन्समधील सांता मारिया नुवा हॉस्पिटलला दिला, जिथे आधीच एक विस्तृत ग्रंथालय अस्तित्वात आहे. गॅलिलिओच्या मालमत्तेचे मूल्य लक्षात आले नाही आणि डुप्लिकेट प्रती इतर लायब्ररींमध्ये विखुरल्या गेल्या, जसे की बिब्लियोटेका कम्युनाले देगली इंट्रोनाटी, सिएना येथील सार्वजनिक वाचनालय. लायब्ररीच्या होल्डिंग्सचे विशेषीकरण करण्याच्या प्रयत्नात, औषधाशी संबंधित नसलेले खंड बिब्लिओटेका मॅग्लियाबेचियानामध्ये हस्तांतरित केले गेले, जे बिब्लिओटेका नॅझिओनाले सेंट्रल डी फायरेंझ, फ्लोरेन्समधील नॅशनल सेंट्रल लायब्ररी बनण्यासाठी प्रारंभिक पाया आहे. 251

विवियानीच्या संग्रहाचा एक छोटासा भाग, ज्यामध्ये गॅलिलिओची हस्तलिखिते आणि त्याच्या समवयस्क इव्हॅन्जेलिस्टा टोरिसेली आणि बेनेडेटो कॅस्टेली यांच्या हस्तलिखितांचा समावेश होता, त्याचा पुतण्या, ॲबोट जॅकोपो पँझानिनी यांना सोडण्यात आला. हा किरकोळ

संग्रह पॅन्झानिनीच्या मृत्यूपर्यंत जपून ठेवण्यात आला होता, जेव्हा तो त्याच्या पुतण्या कार्लो आणि अँजेलो पँझानिनी यांच्याकडे गेला होता. गॅलिलिओ आणि विव्हियानी यांच्या संग्रहातील पुस्तके विखुरली जाऊ लागली कारण वारस त्यांच्या वारशाचे रक्षण करण्यात अयशस्वी ठरले. त्यांच्या नोकरांनी टाकाऊ कागदासाठी अनेक खंड विकले. 1750 च्या सुमारास फ्लोरेंटाईन सिनेटर जियोव्हानी बॅटिस्टा क्लेमेंटे डी'नेली यांनी हे ऐकले आणि दुकानदारांकडून पुस्तके आणि हस्तलिखिते खरेदी केली आणि विव्हियानीच्या संग्रहाचा उर्वरित भाग पंझानिनी बंधूंकडून विकत घेतला. नेल्लीच्या आठवणींमध्ये सांगितल्याप्रमाणे: "एवढ्या स्वस्तात इतका अद्भूत खजिना मिळवण्याचे माझे मोठे भाग्य ते विकणाऱ्या लोकांच्या अज्ञानामुळे घडले, ज्यांना त्या हस्तलिखितांच्या किंमतीची जाणीव नव्हती..."

1793 मध्ये त्यांचा मृत्यू होईपर्यंत हे वाचनालय नेल्लीच्या देखरेखीखाली होते. त्यांच्या वडिलांनी संकलित केलेल्या हस्तलिखितांची किंमत जाणून नेलीच्या मुलांनी त्यांच्याकडे जे काही शिल्लक होते ते फ्रेंच सरकारला विकण्याचा प्रयत्न केला. टस्कनीच्या ग्रँड ड्यूक फर्डिनांड तिसर्याने विक्रीत हस्तक्षेप केला आणि संपूर्ण संग्रह खरेदी केला. हस्तलिखिते, मुद्रित पुस्तके आणि वैयक्तिक कागदपत्रांचे संग्रहण फ्लोरेन्समधील बिब्लिओटेका पॅलाटिना येथे जमा केले गेले, 1861 मध्ये संग्रह बिब्लिओटेका मॅग्लियाबेचियानामध्ये विलीन झाला.

17

चार्ल्स डार्विन

चार्ल्स डार्विन

Top Scientists

Scan for Story Videos - www.itibook.com

चार्ल्स रॉबर्ट डार्विन 12 फेब्रुवारी 1809 - 19 एप्रिल 1882) एक इंग्लिश निसर्गशास्त्रज्ञ, भूगर्भशास्त्रज्ञ आणि जीवशास्त्रज्ञ होते, सर्वोत्कृष्ट उत्क्रांतीवादी जीवशास्त्रातील त्यांच्या योगदानासाठी ओळखले जाते. अल्फ्रेड रसेल वॉलेस यांच्याबरोबरच्या संयुक्त प्रकाशनात, त्यांनी त्यांचा वैज्ञानिक सिद्धांत मांडला की उत्क्रांतीचा हा शाखात्मक नमुना एका प्रक्रियेमुळे उद्भवला ज्याला ते नैसर्गिक निवड म्हणतात, ज्यामध्ये अस्तित्त्वाचा संघर्ष निवडक प्रजननामध्ये समाविष्ट असलेल्या कृत्रिम निवडीसारखाच प्रभाव पाडतो. मानवी इतिहासातील सर्वात प्रभावशाली व्यक्तींपैकी एक म्हणून डार्विनचे वर्णन केले गेले आहे, आणि त्यांना वेस्टमिन्स्टर ॲबे येथे दफन करून सन्मानित करण्यात आले.

डार्विनने उत्क्रांतीवादाचा सिद्धांत त्याच्या 1859 च्या ऑन द ओरिजिन ऑफ स्पीसीज या पुस्तकात आकर्षक पुराव्यासह प्रकाशित केला.1870 च्या दशकापर्यंत, वैज्ञानिक समुदाय आणि बहुसंख्य शिक्षित जनतेने उत्क्रांती ही वस्तुस्थिती म्हणून स्वीकारली होती. तथापि, अनेकांनी नैसर्गिक निवडीला केवळ किरकोळ भूमिका देणाऱ्या स्पर्धात्मक स्पष्टीकरणांना पसंती दिली आणि 1930 ते 1950 पर्यंत आधुनिक उत्क्रांती संश्लेषणाचा उदय होईपर्यंत एक व्यापक सहमती विकसित झाली ज्यामध्ये नैसर्गिक निवड ही उत्क्रांतीची मूलभूत यंत्रणा होती. डार्विनचा वैज्ञानिक शोध हा जीवन विज्ञानाचा एकत्रित सिद्धांत आहे, जो जीवनातील विविधतेचे स्पष्टीकरण देतो.

डार्विनच्या निसर्गाबद्दलच्या आवडीमुळे त्याने एडिनबर्ग विद्यापीठातील वैद्यकीय शिक्षणाकडे दुर्लक्ष केले; त्याऐवजी, त्याने सागरी अपृष्ठवंशी प्राण्यांचा शोध घेण्यास मदत केली. कैंब्रिज युनिव्हर्सिटी (ख्रिस्त कॉलेज) मधील अभ्यासामुळे त्यांची नैसर्गिक विज्ञानाची आवड निर्माण झाली. एचएमएस बीगलवरील त्यांच्या पाच वर्षांच्या प्रवासाने त्यांना एक प्रख्यात भूगर्भशास्त्रज्ञ म्हणून स्थापित केले ज्यांच्या निरीक्षणे आणि सिद्धांतांनी चार्ल्स लायल यांच्या हळूहळू भूवैज्ञानिक बदलांच्या संकल्पनेला समर्थन दिले आणि त्यांच्या प्रवासाच्या जर्नलच्या प्रकाशनाने त्यांना लोकप्रिय लेखक म्हणून प्रसिद्ध केले.

त्याने समुद्रप्रवासात गोळा केलेले वन्यजीव आणि जीवाश्म यांच्या भौगोलिक वितरणामुळे गोंधळलेल्या डार्विनने तपशीलवार तपास सुरू केला आणि 1838 मध्ये त्याचा नैसर्गिक निवडीचा सिद्धांत मांडला. त्यांनी अनेक निसर्गशास्त्रज्ञांशी त्यांच्या कल्पनांवर चर्चा केली असली तरी, त्यांना व्यापक संशोधनासाठी वेळ हवा होता आणि त्यांच्या भूवैज्ञानिक कार्याला प्राधान्य होते. 1858 मध्ये तो आपला सिद्धांत लिहीत होता जेव्हा आल्फ्रेड रसेल वॉलेसने त्याला एक निबंध पाठवला ज्यामध्ये समान कल्पना वर्णन केली गेली, ज्यामुळे त्यांच्या दोन्ही सिद्धांतांचे त्वरित संयुक्त प्रकाशन करण्यात आले. डार्विनच्या कार्याने निसर्गातील विविधीकरणाचे प्रमुख वैज्ञानिक स्पष्टीकरण म्हणून बदलांसह उत्क्रांतीवादी वंशाची स्थापना केली. 1871 मध्ये त्यांनी द डिसेंट ऑफ मॅनमध्ये मानवी उत्क्रांती आणि लैंगिक निवड, आणि लैंगिक संबंधातील निवड, त्यानंतर द एक्स्प्रेशन ऑफ द इमोशन्स इन मॅन अँड ॲनिमल्स (1872) मध्ये परीक्षण केले. त्यांचे वनस्पतींवरील संशोधन पुस्तकांच्या मालिकेत प्रकाशित झाले आणि त्यांच्या अंतिम पुस्तक, द फॉर्मेशन ऑफ व्हेजिटेबल मोल्ड, थ्रू द ॲक्शन्स ऑफ वर्म्स (1881) मध्ये त्यांनी गांडुळे आणि त्यांचा मातीवर होणारा परिणाम तपासला.

चार्ल्स रॉबर्ट डार्विन यांचा जन्म श्रुसबरी, श्रॉपशायर येथे 12 फेब्रुवारी 1809 रोजी त्यांच्या कुटुंबाच्या घरी, द माउंट येथे झाला. श्रीमंत समाजातील डॉक्टर आणि फायनान्सर रॉबर्ट डार्विन आणि सुसाना डार्विन (née Wedgwood) यांच्या सहा मुलांपैकी तो पाचवा होता. त्याचे आजोबा इरास्मस डार्विन आणि जोशिया वेजवुड हे दोघेही प्रख्यात निर्मूलनवादी होते. इरास्मस डार्विनने त्याच्या झूनोमिया (1794) मध्ये उत्क्रांती आणि सामान्य वंशाच्या सामान्य संकल्पनांची प्रशंसा केली होती, ज्यामध्ये त्याच्या नातवाने विस्तारलेल्या संकल्पनांच्या अपेक्षेने अविकसित कल्पनांचा समावेश करून हळूहळू निर्मितीची काव्यात्मक कल्पना केली होती.

दोन्ही कुटुंबे मोठ्या प्रमाणात एकतावादी होती, जरी वेजवुड्स अँग्लिकनवाद स्वीकारत होते. रॉबर्ट डार्विन, जो स्वत: शांतपणे एक मुक्त विचारवंत होता, त्याने नोव्हेंबर 1809 मध्ये अँग्लिकन सेंट चॅड चर्च, श्रुसबरी येथे चार्ल्सचा बाप्तिस्मा घेतला, परंतु चार्ल्स आणि त्याची भावंडं त्यांच्या आईसोबत युनिटेरियन चॅपलमध्ये उपस्थित राहिली. आठ वर्षांच्या चार्ल्सला 1817 मध्ये जेव्हा त्याच्या धर्मोपदेशकाने चालवल्या जाणाऱ्या डे स्कूलमध्ये प्रवेश केला तेव्हा त्याला नैसर्गिक इतिहासाची आणि संग्रहाची आवड होती. त्याच जुलैमध्ये त्याची आई मरण पावली. सप्टेंबर 1818 पासून, तो त्याचा मोठा भाऊ इरॅस्मस जवळच्या अँग्लिकन श्रुसबरी शाळेत बोर्डर म्हणून सहभागी झाला.

डार्विनने 1825 चा उन्हाळा शिकाऊ डॉक्टर म्हणून घालवला, ऑक्टोबर 1825 मध्ये त्याचा भाऊ इरास्मस सोबत एडिनबर्ग मेडिकल स्कूल (त्यावेळी यूके मधील सर्वोत्कृष्ट वैद्यकीय शाळा) विद्यापीठात जाण्यापूर्वी त्याच्या वडिलांना श्रॉपशायरच्या गरीबांवर उपचार करण्यात मदत केली. डार्विन व्याख्याने निस्तेज आणि शस्त्रक्रिया त्रासदायक वाटली, म्हणून त्याने त्याच्या अभ्यासाकडे दुर्लक्ष केले. दक्षिण अमेरिकन रेनफॉरेस्टमध्ये चार्ल्स वॉटरटन यांच्यासोबत आलेल्या मुक्त झालेल्या कृष्णवर्णीय गुलाम जॉन एडमनस्टोनकडून त्यांनी सुमारे 40 दैनंदिन तासांच्या सत्रांमध्ये टॅक्सीडर्मी शिकली.

विद्यापीठात डार्विनच्या दुसऱ्या वर्षात, ते प्लिनियन सोसायटीमध्ये सामील झाले, एक विद्यार्थी नैसर्गिक-इतिहास गट आहे ज्यामध्ये सजीव वादविवाद आहेत ज्यात भौतिकवादी विचार असलेल्या कट्टर लोकशाहीवादी विद्यार्थ्यांनी विज्ञानाच्या रूढीवादी धार्मिक संकल्पनांना आव्हान दिले. त्यांनी रॉबर्ट एडमंड ग्रँटच्या फर्थ ऑफ द फोर्थमधील सागरी अपृष्ठवंशी प्राण्यांच्या शरीरशास्त्र आणि जीवन

चक्राच्या तपासणीस मदत केली आणि 27 मार्च 1827 रोजी प्लिनियन येथे ऑयस्टर शेल्समध्ये आढळणारे काळे बीजाणू स्केट जळूची अंडी असल्याचा स्वतःचा शोध प्लिनियन येथे सादर केला. एके दिवशी, ग्रँटने लॅमार्कच्या उत्क्रांतीवादी विचारांची प्रशंसा केली. ग्रँटच्या धाडसीपणामुळे डार्विन आश्चर्यचकित झाला होता, परंतु अलीकडेच त्याने त्याचे आजोबा इरास्मसच्या जर्नल्समध्ये अशाच प्रकारच्या कल्पना वाचल्या होत्या. रॉबर्ट जेम्सनच्या नैसर्गिक-इतिहास अभ्यासक्रमाने डार्विनला कंटाळा आला होता, ज्यामध्ये भूविज्ञानाचा समावेश होता- नेपच्युनिझम आणि प्लुटोनिझम यांच्यातील वादविवादासह. त्यांनी वनस्पतींचे वर्गीकरण शिकून घेतले आणि युनिव्हर्सिटी म्युझियमच्या संग्रहावर काम करण्यास मदत केली, जे त्यावेळच्या युरोपमधील सर्वात मोठ्या संग्रहालयांपैकी एक होते.

डार्विनने वैद्यकीय अभ्यासाकडे दुर्लक्ष केल्याने त्याचे वडील नाराज झाले, ज्यांनी त्याला चतुराईने केंब्रिजच्या क्राइस्ट कॉलेजमध्ये बॅचलर ऑफ आर्ट्स पदवीचा अभ्यास करण्यासाठी अँग्लिकन कंट्री पार्सन बनण्याच्या दिशेने पहिले पाऊल म्हणून पाठवले. डार्विन ट्रायपोससाठी अपात्र असल्याने, तो जानेवारी 1828 मध्ये सामान्य पदवी अभ्यासक्रमात सामील झाला. त्याने अभ्यास करण्यापेक्षा सवारी आणि नेमबाजीला प्राधान्य दिले.

क्राइस्ट कॉलेजमध्ये डार्विनच्या प्रवेशाच्या पहिल्या काही महिन्यांत, त्याचा दुसरा चुलत भाऊ विल्यम डार्विन फॉक्स अजूनही तिथे शिकत होता. फॉक्सने त्याच्या फुलपाखरू संग्रहाने त्याला प्रभावित केले, डार्विनला कीटकशास्त्राची ओळख करून दिली आणि त्याला बीटल गोळा करण्यास प्रभावित केले. त्यांनी हे आस्थेने केले आणि जेम्स फ्रान्सिस स्टीफन्सच्या इलस्ट्रेशन्स ऑफ ब्रिटिश एंटोमॉलॉजी (1829-32) मध्ये त्यांचे काही शोध प्रकाशित केले.

फॉक्सच्या माध्यमातून डार्विन वनस्पतिशास्त्राचे प्राध्यापक जॉन स्टीव्हन्स हेन्सलो यांचे जवळचे मित्र आणि अनुयायी बनले. 37 तो इतर अग्रगण्य पार्सन-निसर्गशास्त्रज्ञांना भेटला ज्यांनी वैज्ञानिक कार्याला धार्मिक नैसर्गिक धर्मशास्त्र म्हणून पाहिले आणि या डॉन्सना "हेन्सलोसोबत चालणारा माणूस" म्हणून ओळखले गेले. जेव्हा त्याच्या स्वतःच्या परीक्षा जवळ आल्या, तेव्हा डार्विनने स्वतःला त्याच्या अभ्यासासाठी लागू केले आणि विल्यम पॅलेच्या ख्रिश्चनतेचे पुरावे (१७९५) ची भाषा आणि तर्क पाहून त्याला आनंद झाला. 40 जानेवारी 1831 मध्ये त्याच्या अंतिम परीक्षेत डार्विनने चांगली कामगिरी केली आणि साधारण पदवीसाठी 178 उमेदवारांपैकी दहावा आला.

डार्विनला जून 1831 पर्यंत केंब्रिजमध्ये राहावे लागले. त्याने पॅलेच्या नैसर्गिक धर्मशास्त्र किंवा देवतेच्या अस्तित्वाच्या पुराव्यांचा अभ्यास केला (1802 मध्ये प्रथम प्रकाशित), ज्याने निसर्गातील दैवी रचनेसाठी युक्तिवाद केला, देवाच्या नियमांद्वारे कार्य करत असलेल्या रुपांतराचे स्पष्टीकरण दिले. निसर्ग. त्यांनी जॉन हर्शलचे नवीन पुस्तक, प्राइमरी डिस्कोर्स ऑन द स्टडी ऑफ नॅचरल फिलॉसॉफी (1831) वाचले, ज्यात नैसर्गिक तत्वज्ञानाचे सर्वोच्च उद्दिष्ट हे निरीक्षणावर आधारित प्रेरक तर्कांद्वारे समजून घेणे आणि अलेक्झांडर फॉन हम्बोल्टचे वैज्ञानिक प्रवासाचे वैयक्तिक वर्णन 179– मध्ये वाचले. 1804. योगदान देण्यासाठी "ज्वलंत आवेशाने" प्रेरित होऊन, डार्विनने उष्ण कटिबंधातील नैसर्गिक इतिहासाचा अभ्यास करण्यासाठी पदवीनंतर काही वर्गमित्रांसह टेनेरिफला भेट देण्याची योजना आखली. तयारी म्हणून, तो ॲडम सेडगविकच्या भूगर्भशास्त्र अभ्यासक्रमात सामील झाला, त्यानंतर 4 ऑगस्ट रोजी त्याच्यासोबत वेल्समध्ये मॅपिंगचा पंधरवडा घालवण्यासाठी प्रवास केला.

HMS Beagle वर सर्वेक्षण प्रवास

प्लायमाउथ, इंग्लंड, दक्षिणेकडे केप वर्दे नंतर नैऋत्येला अटलांटिक ओलांडून बाहिया, ब्राझील, दक्षिणेकडे रिओ डी जनेरियो, मॉन्टेव्हिडिओ, फॉकलंड बेटे, दक्षिण अमेरिकेच्या टोकाला गोलाकार नंतर उत्तरेकडे वाल्परिसो आणि कॅलाओपर्यंतचा मार्ग. पॅसिफिक ओलांडून न्यूझीलंड, सिडनी, तस्मानियामधील होबार्ट आणि वेस्टर्न ऑस्ट्रेलियामधील किंग जॉर्ज साऊंडला जाण्यापूर्वी गॅलापागोस बेटांच्या वायव्येकडे. वायव्येस कीलिंग बेटे, नैऋत्येस मॉरिशस आणि केपटाऊन, नंतर वायव्येस बाहिया आणि ईशान्येस परत प्लायमाउथ.

1831-1836 पर्यंत बीगलचा संपूर्ण जगाचा प्रवास

वेल्समधील सेडगविक सोडल्यानंतर, डार्विनने बारमाउथ येथे विद्यार्थी मित्रांसोबत काही दिवस घालवले. 29 ऑगस्ट रोजी ते घरी परतले आणि हेन्स्लोचे एक पत्र सापडले ज्यात त्याला HMS बीगलवर कॅप्टन रॉबर्ट फिट्झरॉय यांच्यासोबत स्वयं-निधीच्या सुपरन्युमररी जागेसाठी योग्य (अपूर्ण असल्यास) निसर्गवादी म्हणून प्रस्तावित केले होते, जे "केवळ कलेक्टर" ऐवजी एका सज्जन व्यक्तीसाठी आहे. हे जहाज दक्षिण अमेरिकेच्या किनारपट्टीवर चार आठवड्यांत निघणार होते. रॉबर्ट डार्विनने आपल्या मुलाच्या नियोजित दोन वर्षांच्या प्रवासाला वेळेचा अपव्यय मानून आक्षेप घेतला, परंतु त्याचा मेहुणा जोशिया वेजवूड II ने त्याला त्याच्या मुलाच्या सहभागास सहमती (आणि निधी) देण्यास राजी केले. डार्विनने त्याच्या संग्रहावर नियंत्रण ठेवण्यासाठी खाजगी क्षमतेत राहण्याची काळजी घेतली, एका मोठ्या वैज्ञानिक संस्थेसाठी त्याचा हेतू होता.

विलंबानंतर, 27 डिसेंबर 1831 रोजी प्रवास सुरू झाला; ते जवळजवळ पाच वर्षे चालले. फिट्झरॉयच्या इच्छेप्रमाणे, डार्विनने तो बहुतांश वेळ भूगर्भशास्त्राचा शोध घेण्यात आणि नैसर्गिक इतिहासाचे संकलन करण्यात घालवला, तर एचएमएस बीगलने किनारपट्टीचे सर्वेक्षण केले आणि चार्ट तयार केले. त्याने आपली निरीक्षणे आणि सैद्धांतिक अनुमानांची काळजीपूर्वक नोंद ठेवली आणि प्रवासादरम्यान काही अंतराने त्याचे नमुने केंब्रिजला पत्रांसह त्याच्या कुटुंबासाठी त्याच्या जर्नलच्या प्रतीसह पाठवले गेले. 50 त्याच्याकडे भूगर्भशास्त्र, बीटल

गोळा करणे आणि सागरी अकशेरूकांचे विच्छेदन करण्यात काही कौशल्य होते, परंतु इतर सर्व क्षेत्रांमध्ये ते नवशिक्या होते आणि तज्ज्ञांच्या मूल्यांकनासाठी योग्यरित्या गोळा केलेले नमुने होते. समुद्राच्या आजाराने त्रस्त असतानाही, जहाजावर असताना डार्विनने विपुल नोट्स लिहिल्या. त्याच्या बहुतेक प्राणीशास्त्राच्या नोंदी समुद्री अपृष्ठवंशी प्राण्यांबद्दल आहेत, ज्याची सुरुवात शांत स्पेल दरम्यान गोळा केलेल्या प्लँक्टनपासून होते.

केप वर्दे येथील सेंट जागो येथे त्यांच्या पहिल्या मुक्कामावर, डार्विनला आढळले की ज्वालामुखीच्या खडकाच्या उंचावरील पांढऱ्या पट्ट्यामध्ये सीशेल्स आहेत. फिट्झरॉयने त्याला चार्ल्स लायलच्या भूगर्भशास्त्राच्या तत्वांचा पहिला खंड दिला होता, ज्यामध्ये जमिनीची हळूहळू वाढ होत किंवा प्रचंड कालखंडात पडण्याची एकसमान संकल्पना मांडली होती, II आणि डार्विनने लायलच्या गोष्टी पाहिल्या, सिद्धांत मांडला आणि भूशास्त्रावर पुस्तक लिहिण्याचा विचार केला. II जेव्हा ते ब्राझीलला पोहोचले, तेव्हा डार्विनला उष्णकटिबंधीय जंगलामुळे आनंद झाला, 54 परंतु गुलामगिरीचा तिरस्कार वाटला आणि या मुद्द्यावर फिट्झरॉयशी वाद घातला.

पॅटागोनियामध्ये दक्षिणेकडे सर्वेक्षण चालू राहिले. ते बाहिया ब्लँका येथे थांबले आणि पुंटा अल्टा डार्विनजवळील चट्टानांवर आधुनिक सीशेलच्या बाजूला प्रचंड नामशेष झालेल्या सस्तन प्राण्यांच्या जीवाश्म हाडांचा एक प्रमुख शोध लावला, जो हवामान किंवा आपत्तीच्या कोणत्याही चिन्हांशिवाय अलीकडील विलुप्त झाल्याचे सूचित करतो. त्याला स्थानिक आर्माडिलोवर चिलखतांच्या एका विशाल आवृत्तीसारख्या हाडांच्या प्लेट्स सापडल्या. जबड्यातून आणि दातावरून त्याने अवाढव्य मेगाथेरियम ओळखले, मग क्युव्हियरच्या वर्णनावरून असे वाटले की चिलखत या प्राण्याचे आहे. हे शोध इंग्लंडला पाठवण्यात आले आणि शास्त्रज्ञांना मोठ्या आवडीचे जीवाश्म सापडले.

भूगर्भशास्त्राचा शोध घेण्यासाठी आणि अधिक जीवाश्म गोळा करण्यासाठी आतील भागात गौचोसह प्रवास करताना, डार्विनने क्रांतीच्या वेळी स्थानिक आणि वसाहतवादी अशा दोन्ही लोकांबद्दल सामाजिक, राजकीय आणि मानववंशशास्त्रीय अंतर्दृष्टी प्राप्त केली आणि हे शिकले की दोन प्रकारच्या रियाचे प्रदेश वेगळे पण आच्छादित आहेत. पुढे दक्षिणेला, त्याने पायऱ्यांचे मैदाने आणि सीशेलचे उंचावरील समुद्रकिनारे पाहिले. त्याने लायलचा दुसरा खंड वाचला आणि प्रजातींच्या "सृष्टीची केंद्रे" बद्दलचे त्याचे मत स्वीकारले, परंतु त्याच्या शोधांनी आणि सिद्धांताने लायलच्या सुरळीत सातत्य आणि प्रजाती नष्ट होण्याच्या कल्पनांना आव्हान दिले.

जहाजावरील तीन फ्यूजियन, ज्यांना पहिल्या बीगल प्रवासादरम्यान पकडण्यात आले होते, त्यानंतर इंग्लंडमध्ये ख्रिश्चन शिक्षण दिले गेले होते, ते एका मिशनरीसोबत परतत होते. डार्विनला ते मैत्रीपूर्ण आणि सभ्य वाटले, तरीही टिएरा डेल फुएगो येथे त्याला "दुःखी, निकृष्ट जंगली" भेटले, जे पाळीव प्राण्यांपेक्षा जंगली आहेत. त्यांची खात्री होती की, ही विविधता असूनही, सर्व मानव सभ्यतेच्या दिशेने सुधारण्याच्या सामायिक मूळ आणि संभाव्यतेने एकमेकांशी संबंधित आहेत. त्याच्या वैज्ञानिक मित्रांच्या विपरीत, त्याला आता वाटले की मानव आणि प्राणी यांच्यात कोणतेही अतूट अंतर नाही. एक वर्षानंतर, मिशन सोडण्यात आले होते. त्यांनी जेमी बटन नाव दिलेले फ्यूजियन इतर मूळ लोकांसारखेच जगत होते, त्यांची पत्नी होती आणि त्यांना इंग्लंडला परतण्याची इच्छा नव्हती.

एचएमएस बीगलने दक्षिण अमेरिकेच्या किनारपट्टीचे सर्वेक्षण केल्यामुळे, डार्विनने भूगर्भशास्त्र आणि महाकाय सस्तन प्राण्यांच्या विलुप्ततेबद्दल सिद्धांत मांडला. टिएरा डेल फ्यूगोमध्ये ऑगस्टस अर्लेची जागा घेणारे जहाजाचे कलाकार कॉनरॅड मार्टेन्सचे जलरंग.

डार्विनने 1835 मध्ये चिलीमध्ये भूकंप अनुभवला आणि उंच भरतीच्या वर अडकलेल्या शिंपल्यांच्या पलंगांसह, जमीन नुकतीच उंचावल्याची चिन्हे पाहिली. अँडीजमध्ये उंचावर त्याने सीशेल आणि वाळूच्या समुद्रकिनाऱ्यावर वाढलेली अनेक जीवाश्म झाडे पाहिली. त्यांनी असा सिद्धांत मांडला की जशी जमीन उगवली, महासागरातील बेटे बुडली आणि त्यांच्याभोवती प्रवाळ खडक वाढून प्रवाळ तयार झाले.

भौगोलिकदृष्ट्या नवीन गॅलापागोस बेटांवर, डार्विनने वन्यजीवांना जुन्या "सृष्टीच्या केंद्रा"शी जोडणारे पुरावे शोधले आणि त्यांना आढळले की चिलीमधील मॉकिंगबर्ड्स त्यांच्याशी संलग्न आहेत परंतु बेटापासून बेटावर भिन्न आहेत. त्याने ऐकले की कासवांच्या कवचाच्या आकारातील किंचित फरक दर्शविते की ते कोणत्या बेटावरून आले आहेत, परंतु कासवांना अन्न म्हणून खाल्ल्यानंतरही ते गोळा करण्यात अयशस्वी ठरले. ऑस्ट्रेलियामध्ये, मार्सुपियल उंदीर-कांगारू आणि प्लॅटिपस इतके असामान्य दिसत होते की डार्विनला असे वाटले की ते जवळजवळ दोन वेगळे निर्माते काम करत आहेत. त्याला आदिवासी "चांगल्या-विनोदी आणि आनंददायी" वाटले, त्यांची संख्या युरोपीयन वस्तीमुळे कमी झाली.

फिट्झरॉय यांनी कोकोस (कीलिंग) बेटांचे प्रवाळ कसे तयार झाले याचा तपास केला आणि सर्वेक्षणाने डार्विनच्या सिद्धांताला समर्थन दिले. फिट्झरॉय यांनी बीगलच्या प्रवासाची अधिकृत कथा लिहायला सुरुवात केली आणि डार्विनची डायरी वाचल्यानंतर त्यांनी ती खात्यात समाविष्ट करण्याचा प्रस्ताव मांडला. डार्विनचे जर्नल कालांतराने भूगर्भशास्त्र आणि नैसर्गिक इतिहासावर वेगळा तिसरा खंड म्हणून पुन्हा लिहिला गेला.

केपटाऊन, दक्षिण आफ्रिकेत, डार्विन आणि फिट्झरॉय जॉन हर्शल यांना भेटले, ज्यांनी अलीकडेच "गूढतेचे रहस्य, इतरांनी नामशेष झालेल्या प्रजातींचे पुनर्स्थापना" या विषयावर ठळक अनुमान उघडत त्याच्या एकरूपतावादाची प्रशंसा करताना "एक नैसर्गिक विरोधाभास"

म्हणून लिएलला लिहिले होते. चमत्कारी प्रक्रिया". जहाज घराकडे निघाले तेव्हा त्याच्या नोट्स आयोजित करताना, डार्विनने लिहिले की, जर मोकिंगबर्ड्स, कासव आणि फॉकलंड आयलंड्स फॉक्स बद्दल त्याच्या वाढत्या शंका बरोबर असतील तर, "अशा तथ्यांमुळे प्रजातींच्या स्थिरतेला क्षीण होत आहे", तर सावधपणे जोडले "आधी" कमी करणे". त्यांनी नंतर लिहिले की अशा तथ्यांमुळे मला "प्रजातींच्या उत्पत्तीवर काही प्रकाश टाकावासा वाटला".

डार्विनला न सांगता, त्याच्या हेन्स्लोला लिहिलेल्या पत्रांतील उतारे वैज्ञानिक संस्थांना वाचून दाखविण्यात आले होते, केंब्रिज फिलॉसॉफिकल सोसायटीच्या सदस्यांमध्ये खाजगी वितरणासाठी पत्रिका म्हणून छापले गेले होते आणि द अथेनिअमसह मासिकांमध्ये नोंदवले गेले होते. डार्विनने हे केपटाऊन येथे पहिल्यांदा ऐकले, आणि एसेन्शन बेटावर सेडगविकचे भाकीत वाचले की डार्विनचे "युरोपच्या निसर्गवाद्यांमध्ये मोठे नाव असेल".

डार्विनच्या उत्क्रांती सिद्धांताची सुरुवात

2 ऑक्टोबर 1836 रोजी बीगलने फॉल्माउथ, कॉर्नवॉल येथे अँकर केले. डार्विनने ताबडतोब त्याच्या घरी जाण्यासाठी आणि नातेवाईकांना भेटण्यासाठी श्रुसबरीचा लांबचा प्रवास केला. त्यानंतर ते हेन्स्लोला भेटण्यासाठी घाईघाईने केंब्रिजला गेले, त्यांनी त्याला डार्विनच्या प्राण्यांच्या संग्रहाची सूची तयार करण्यासाठी आणि वनस्पतिशास्त्रीय नमुने घेण्यासाठी उपलब्ध निसर्गशास्त्रज्ञ शोधण्याचा सल्ला दिला. डार्विनच्या वडिलांनी गुंतवणुकीचे आयोजन केले, ज्यामुळे त्यांचा मुलगा स्व-अर्थसहाय्यित सज्जन शास्त्रज्ञ बनला आणि उत्तेजित डार्विनने लंडनच्या संस्थांना भेट दिली आणि संग्रहांचे वर्णन करण्यासाठी तज्ञ शोधले. त्या वेळी ब्रिटीश प्राणीशास्त्रज्ञांकडे कामाचा मोठा अनुशेष होता, संपूर्ण ब्रिटिश साम्राज्यात नैसर्गिक इतिहासाच्या संकलनाला प्रोत्साहन दिले जात असल्यामुळे आणि नमुने केवळ साठवणीत राहण्याचा धोका होता.

29 ऑक्टोबर रोजी चार्ल्स लायेल पहिल्यांदा डार्विनला भेटले आणि लवकरच त्यांची ओळख अद्ययावत शरीरशास्त्रज्ञ रिचर्ड ओवेन यांच्याशी करून दिली, ज्यांच्याकडे डार्विनने गोळा केलेल्या जीवाश्म हाडांवर काम करण्यासाठी रॉयल कॉलेज ऑफ सर्जनच्या सुविधा होत्या. ओवेनच्या आश्चर्यकारक परिणामांमध्ये इतर अवाढव्य नामशेष ग्राउंड स्लॉथ्स तसेच मेगाथेरियम डार्विनने ओळखले होते, अज्ञात स्केलिडोथेरियमचा जवळजवळ संपूर्ण सांगाडा आणि टोक्सोडॉन नावाची एक हिप्पोपोटॅमसच्या आकाराची उंदीर सारखी कवटी एका विशाल कॅपीबारा सारखी होती. चिलखतीचे तुकडे प्रत्यक्षात ग्लायप्टोडॉनचे होते, एक विशाल आर्माडिलो-सदृश प्राणी, जसे डार्विनने सुरुवातीला विचार केला होता. हे नामशेष प्राणी दक्षिण अमेरिकेतील जिवंत प्रजातींशी संबंधित होते.

डिसेंबरच्या मध्यात, डार्विनने त्याच्या संग्रहांचे तज्ञ वर्गीकरण करण्यासाठी आणि प्रकाशनासाठी स्वतःचे संशोधन तयार करण्यासाठी केंब्रिजमध्ये निवासस्थान घेतले. त्याची डायरी नॅरेटिव्हमध्ये कशी जोडायची याचे प्रश्न महिन्याच्या शेवटी सोडवले गेले जेव्हा फिट्झरॉयने ब्रॉडेरिपचा वेगळा खंड बनवण्याचा सल्ला स्वीकारला आणि डार्विनने त्याच्या जर्नल आणि रिमार्क्सवर काम सुरू केले.

डार्विनच्या पहिल्या पेपरमध्ये असे दिसून आले की दक्षिण अमेरिकन भूभाग हळूहळू वाढत आहे आणि लायलच्या उत्साही पाठिंब्याने त्याने 4 जानेवारी 1837 रोजी लंडनच्या जिऑलॉजिकल सोसायटीला ते वाचून दाखवले. त्याच दिवशी त्याने प्राणीशास्त्रीय संस्थेला त्याचे सस्तन प्राणी आणि पक्षी नमुने सादर केले. पक्षीशास्त्रज्ञ जॉन गोल्ड यांनी लवकरच जाहीर केले की डार्विनने ज्या गॅलापागोस पक्ष्यांना ब्लॅकबर्ड्स, "ग्रोस-बीक्स" आणि फिंच यांचे मिश्रण मानले होते, ते खरे तर फिंचच्या बारा वेगळ्या प्रजाती आहेत. 17 फेब्रुवारी रोजी, डार्विन जिओलॉजिकल सोसायटीच्या कौन्सिलमध्ये निवडून आले आणि लायलच्या अध्यक्षीय भाषणात डार्विनच्या जीवाश्मांवरील ओवेनचे निष्कर्ष सादर केले गेले, ज्याने त्याच्या एकरूपतावादी कल्पनांना समर्थन म्हणून प्रजातींच्या भौगोलिक निरंतरतेवर जोर दिला.

1837 च्या जुलैच्या मध्यात डार्विनने त्याची "B" नोटबुक ट्रान्सम्युटेशन ऑफ स्पीसीजवर सुरू केली आणि पृष्ठ 36 वर त्याच्या पहिल्या उत्क्रांतीच्या झाडावर "मला वाटते" असे लिहिले.

मार्चच्या सुरुवातीस, डार्विन या कामाच्या जवळ जाण्यासाठी लंडनला गेला, आणि चार्ल्स बॅबेज सारख्या वैज्ञानिक आणि तज्ञांच्या लायलच्या सामाजिक वर्तुळात सामील झाला, ज्यांनी देवाला कायद्यांचा प्रोग्रामर म्हणून वर्णन केले. डार्विन त्याचा मुक्त विचार करणारा भाऊ इरास्मस, या व्हिग वर्तुळाचा एक भाग आणि लेखक हॅरिएट मार्टिन्यूचा जवळचा मित्र, सोबत राहिला, ज्याने अधिक लोकसंख्या आणि अधिक दारिद्र्य निर्माण करण्यापासून कल्याण रोखण्यासाठी विवादास्पद व्हिग पुअर कायद्याच्या सुधारणांना आधार देणाऱ्या माल्थुशियनवादाचा प्रचार केला. युनिटेरियन या नात्याने, तिने ग्रँट आणि जिओफ्रॉय यांच्या प्रभावाखालील तरुण सर्जन यांनी प्रोत्साहन दिलेल्या प्रजातींच्या परिवर्तनाच्या मूलगामी परिणामांचे स्वागत केले. सामाजिक व्यवस्थेचे रक्षण करणाऱ्या अँग्लिकन लोकांसाठी ट्रान्सम्युटेशन हा अनादर होता, 89 परंतु प्रतिष्ठित शास्त्रज्ञांनी या विषयावर खुलेपणाने चर्चा केली आणि जॉन हर्शेलच्या पत्रात नवीन प्रजातींच्या उत्पत्तीचे नैसर्गिक कारण शोधण्याचा एक मार्ग म्हणून लायलच्या दृष्टिकोनाचे कौतुक करण्यात आले.

गोल्डने डार्विनला भेटले आणि त्याला सांगितले की वेगवेगळ्या बेटांवरून आलेले गॅलापागोस मॉकिंगबर्ड्स वेगळ्या प्रजाती आहेत, फक्त जाती नाहीत आणि डार्विनने ज्याला "वेन" मानले होते ते फिंच गटात होते. डार्विनने फिंचांना बेटानुसार लेबल लावले नव्हते, परंतु फिट्झरॉयसह जहाजावरील इतरांच्या नोट्सवरून त्याने बेटांवर प्रजातींचे वाटप केले. दोन रिया वेगळ्या प्रजाती होत्या आणि 14 मार्च रोजी

डार्विनने घोषित केले की त्यांचे वितरण दक्षिणेकडे कसे बदलले.

मार्च १८३७ च्या मध्यापर्यंत, इंग्लंडला परतल्यानंतर जेमतेम सहा महिन्यांनी, डार्विन आपल्या रेड नोटबुकमध्ये रियास आणि नामशेष झालेल्या सजीव प्रजातींच्या भौगोलिक वितरणाचे स्पष्टीकरण देण्यासाठी "एक प्रजाती दुसऱ्यामध्ये बदलते" या शक्यतेचा अंदाज लावत होता. जसे की विचित्र विलुप्त सस्तन प्राणी मॅक्रेचेनिया, जो लामा नातेवाईक, राक्षस ग्वानाको सारखा दिसतो. जुलैच्या मध्यभागी, त्याने त्याच्या "B" नोटबुकमध्ये आयुष्यमान आणि पिढ्यांवरील भिन्नता याविषयीचे त्यांचे विचार रेकॉर्ड केले - गॅलापागोस कासव, मॉकिंगबर्ड्स आणि रियासमध्ये त्यांनी पाहिलेल्या भिन्नतेचे स्पष्टीकरण. त्याने ब्रँचिंग डिसेंट, आणि नंतर एकाच उत्क्रांतीच्या झाडाची वंशावळ शाखा रेखाटली, ज्यामध्ये "एक प्राणी दुसऱ्यापेक्षा उंच असल्याचे बोलणे मूर्खपणाचे आहे", ज्यामुळे लॅमार्कच्या स्वतंत्र वंशाच्या उच्च स्वरूपाकडे प्रगती करण्याची कल्पना नाकारली.

जास्त काम, आजारपण आणि लग्न

परिवर्तनाचा हा गहन अभ्यास करत असताना, डार्विन अधिक कामात अडकला. तरीही आपल्या जर्नलचे पुनर्लेखन करत असताना, त्याने त्याच्या संग्रहावरील तज्ञांचे अहवाल संपादित आणि प्रकाशित करण्याचे काम हाती घेतले आणि हेन्सलोच्या मदतीने HMS बीगलच्या व्होएजच्या या बहु-खंड प्राणीशास्त्राला प्रायोजित करण्यासाठी £1,000 चे ट्रेझरी अनुदान मिळाले, ही रक्कम सुमारे £115,000 च्या समतुल्य आहे. 2021 मध्ये. त्यांनी भूगर्भशास्त्रावरील नियोजित पुस्तकांचा समावेश करण्यासाठी निधी वाढवला आणि प्रकाशकासोबत अवास्तव तारखांना सहमती दर्शविली. व्हिक्टोरियन युग सुरू झाल्यामुळे, डार्विनने आपले जर्नल लिहिणे सुरू केले आणि ऑगस्ट 1837 मध्ये प्रिंटरचे पुरावे दुरुस्त करण्यास सुरुवात केली.

डार्विनने दडपणाखाली काम केल्यामुळे त्याची प्रकृती बिघडली. 20 सप्टेंबर रोजी त्याला "हृदयाची अस्वस्थ धडधड" झाली, म्हणून त्याच्या डॉक्टरांनी त्याला "सर्व काम बंद करा" आणि काही आठवडे देशात राहण्यास सांगितले. श्रुसबरीला भेट दिल्यानंतर तो मेर हॉल, स्टॅफोर्डशायर येथे त्याच्या वेजवूड नातेवाईकांमध्ये सामील झाला, परंतु त्याला विश्रांती देण्यासाठी ते त्याच्या प्रवासाच्या कथांसाठी खूप उत्सुक असल्याचे आढळले. त्याची मोहक, हुशार आणि सुसंस्कृत चुलत बहीण एम्मा वेजवुड, डार्विनपेक्षा नऊ महिन्यांनी मोठी, त्याच्या अवैध मावशीचे पालनपोषण करत होती. त्याचे काका जोशिया यांनी जमिनीच्या एका क्षेत्राकडे लक्ष वेधले जेथे चिकणमातीखाली सिंडर्स गायब झाले होते आणि असे सुचवले की हे गांडुळांचे कार्य असावे, माती निर्मितीतील त्यांच्या भूमिकेवर "नवीन आणि महत्त्वाचा सिद्धांत" प्रेरणा देणारा, जो डार्विनने भूवैज्ञानिक सोसायटीमध्ये मांडला. 1 नोव्हेंबर 1837. त्याचे जर्नल फेब्रुवारी 1838 च्या अखेरीस छापले गेले आणि प्रकाशनासाठी तयार झाले, जसे कथनाचा पहिला खंड होता, परंतु फिट्झरॉय अजूनही स्वतःचा खंड पूर्ण करण्यासाठी कठोर परिश्रम करत होते.

डार्विनने आपली चुलत बहीण एम्मा वेजवुडशी लग्न करण्याचा निर्णय घेतला.

विल्यम व्हेवेलने डार्विनला जिओलॉजिकल सोसायटीच्या सेक्रेटरी म्हणून काम करण्यास भाग पाडले. सुरुवातीला काम नाकारल्यानंतर, त्यांनी मार्च 1838 मध्ये हे पद स्वीकारले. बीगल रिपोर्ट्स लिहिणे आणि संपादित करणे या गोष्टींचा अभ्यास करूनही, डार्विनने परिवर्तनामध्ये उल्लेखनीय प्रगती केली, प्रत्येक संधीचा लाभ घेत तज्ञ निसर्गशास्त्रज्ञ आणि अपारंपरिकरित्या, शेतकरी आणि कबुतराच्या आवडी यांसारख्या निवडक प्रजननाचा व्यावहारिक अनुभव असलेल्या लोकांना प्रश्न विचारला. कालांतराने, त्याच्या संशोधनाने त्याचे नातेवाईक आणि मुले, कौटुंबिक बटलर, शेजारी, वसाहती आणि माजी जहाजमित्र यांच्याकडून माहिती घेतली. त्याने सुरुवातीपासूनच त्याच्या अनुमानांमध्ये मानवजातीचा समावेश केला आणि 28 मार्च 1838 रोजी प्राणीसंग्रहालयात ऑरंगुटान पाहिल्यानंतर त्याच्या बालसमान वर्तनाची नोंद झाली.

ताण वाढला, जूनपर्यंत तो पोटाचा त्रास, डोकेदुखी आणि हृदयाच्या लक्षणांसह अनेक दिवस झोपेत होता. आयुष्यभर, त्याला पोटदुखी, उलट्या, तीव्र फोड, धडधडणे, थरथरणे आणि इतर लक्षणे, विशेषतः तणावाच्या काळात, जसे की मीटिंग्जमध्ये जाणे किंवा सामाजिक भेटी घेणे यासारख्या घटनांनी तो वारंवार अक्षम झाला होता. डार्विनच्या आजाराचे कारण अज्ञात राहिले, आणि उपचाराच्या प्रयत्नांना केवळ तात्पुरते यश मिळाले.

23 जून रोजी, त्याने ब्रेक घेतला आणि स्कॉटलंडमध्ये "भूविज्ञान" गेला. त्यांनी ग्लेन रॉयला गौरवशाली हवामानात तीन उंचीवर डोंगराच्या कडेला कापलेले समांतर "रस्ते" पाहण्यासाठी भेट दिली. त्यांनी नंतर त्यांचे मत प्रकाशित केले की हे सागरी समुद्रकिनारे आहेत, परंतु नंतर हे मान्य करावे लागले की ते प्रॉग्लेशियल सरोवराचे किनारे आहेत.

पूर्णपणे बरा होऊन तो जुलैमध्ये श्रुसबरी येथे परतला. प्राण्यांच्या प्रजननाबद्दलच्या रोजच्या नोट्स लिहून ठेवत, त्याने लग्न, करिअर आणि भविष्याविषयीचे विचार दोन कागदाच्या स्क्रॅपवर काढले, एक स्तंभ "लग्न करा" आणि "लग्न करू नका". "लग्न" अंतर्गत फायद्यांमध्ये "पुस्तकांसाठी कमी पैसे" आणि "वेळेचे भयंकर नुकसान" यासारख्या मुद्द्यांच्या विरूद्ध "वृद्धापकाळात सतत सोबती आणि मित्र ... तरीही कुत्र्यापेक्षा चांगले" यांचा समावेश होतो. लग्नाच्या बाजूने निर्णय घेतल्याने, त्याने आपल्या वडिलांशी चर्चा केली, त्यानंतर 29 जुलै रोजी चुलत बहीण एम्माला भेटायला गेला. तो प्रस्ताव मांडू शकला नाही, परंतु त्याच्या वडिलांच्या सल्ल्याविरुद्ध त्याने

संक्रमणाविषयीच्या आपल्या कल्पनांचा उल्लेख केला.

माल्थस आणि नैसर्गिक निवड

लंडनमध्ये संशोधन सुरू ठेवत, डार्विनच्या विस्तृत वाचनात आता माल्थसच्या लोकसंख्येच्या तत्त्वावरील निबंधाच्या सहाव्या आवृत्तीचा समावेश आहे. 28 सप्टेंबर 1838 रोजी त्यांनी असे प्रतिपादन नोंदवले की मानवी "लोकसंख्या, अनचेक केल्यावर, दर पंचवीस वर्षांनी दुप्पट होत जाते, किंवा भौमितिक गुणोत्तराने वाढते", एक भौमितिक प्रगती ज्यामुळे लोकसंख्या लवकरच अन्न पुरवठ्यापेक्षा जास्त होते ज्याला माल्थुशियन म्हणून ओळखले जाते. आपत्ती डार्विनने याची तुलना ऑगस्टिन डी कँडोलच्या वनस्पतींच्या "प्रजातींच्या लढाई" आणि वन्यजीवांमधील अस्तित्वाच्या संघर्षाशी करण्यासाठी चांगली तयारी केली होती, ज्याने प्रजातींची संख्या अंदाजे स्थिर कशी ठेवली हे स्पष्ट केले. प्रजाती नेहमी उपलब्ध संसाधनांच्या पलीकडे प्रजनन करतात म्हणून, अनुकूल भिन्नता जीवांना जिवंत राहण्यास आणि त्यांच्या संततीपर्यंत भिन्नता हस्तांतरित करण्यास अधिक चांगले बनवतात, तर प्रतिकूल भिन्नता नष्ट होतील. त्यांनी लिहिले की " या सर्व वेजिंगचे अंतिम कारण म्हणजे, योग्य रचना क्रमवारी लावणे आणि ते बदलांशी जुळवून घेणे आवश्यक आहे", जेणेकरुन कोणीही म्हणू शकेल की प्रत्येक प्रकारच्या रुपांतरित रचनेमध्ये एक लाख वेजेस सारखी शक्ती आहे. निसर्गाच्या अर्थव्यवस्थेतील अंतरांमध्ये किंवा त्याऐवजी कमकुवत लोकांना बाहेर टाकून अंतर निर्माण करणे." याचा परिणाम नवीन प्रजातींच्या निर्मितीमध्ये होईल. जसे त्यांनी नंतर त्यांच्या आत्मचरित्रात लिहिले

ऑक्टोबर 1838 मध्ये, म्हणजे, मी माझी पद्धतशीर चौकशी सुरू केल्यानंतर पंधरा महिन्यांनंतर, मी लोकसंख्येवर माल्थसच्या मनोरंजनासाठी वाचले आणि सर्वत्र अस्तित्वाच्या संघर्षाची प्रशंसा करण्यास मी तयार झालो, ज्याच्या सवयींचे दीर्घकाळ निरीक्षण केले. प्राणी आणि वनस्पती, मला एकाच वेळी असे वाटले की या परिस्थितीत अनुकूल बदल जतन केले जातील आणि प्रतिकूल ते नष्ट केले जातील. याचा परिणाम नवीन प्रजातींच्या निर्मितीमध्ये होईल. येथे, शेवटी, मला एक सिद्धांत मिळाला होता ज्याद्वारे कार्य करावे.

डिसेंबरच्या मध्यापर्यंत, डार्विनने निवडक प्रजननातील सर्वोत्तम साठा निवडणारे शेतकरी आणि माल्थुशियन निसर्ग यांच्यात साम्य दिसले जेणेकरुन "नव्याने घेतलेल्या संरचनेचा प्रत्येक भाग पूर्णपणे व्यावहारिक आणि परिपूर्ण असेल" 108 या तुलनाचा विचार करून " माझ्या सिद्धांताचा एक सुंदर भाग". 109 नंतर त्यांनी त्यांच्या सिद्धांताला नैसर्गिक निवड म्हटले, ज्याला त्यांनी निवडक प्रजननाची "कृत्रिम निवड" असे संबोधले त्याच्याशी साधर्म्य आहे.

11 नोव्हेंबर रोजी, तो मेरला परत आला आणि एम्माला पुन्हा एकदा त्याच्या कल्पना सांगून प्रपोज केला. तिने स्वीकारले, नंतर प्रेमळ पत्रांच्या देवाणघेवाणीत तिने त्यांच्यातील मतभेद सामायिक करण्याच्या त्याच्या मोकळेपणाला कसे महत्त्व दिले हे दाखवून दिले, तसेच तिच्या दृढ एकतावादी विश्वास आणि चिंता व्यक्त केली की त्याच्या प्रामाणिक शंका त्यांना नंतरच्या आयुष्यात वेगळे करू शकतात. तो लंडनमध्ये घरोघरी शिकार करत असताना, आजारपणाचा त्रास सुरूच होता आणि एम्माने त्याला थोडा विश्रांती घेण्याचा आग्रह करत लिहिले, जवळजवळ भविष्यसूचकपणे टिप्पणी केली होती "म्हणून माझ्या प्रिय चार्लीला मी तुझी काळजी घेईपर्यंत आजारी पडू नकोस." त्याला गोवर स्ट्रीटमध्ये "मॅकॉ कॉटेज" (त्याच्या भडक आतील भागांमुळे) असे नाव सापडले, त्यानंतर त्यांनी ख्रिसमसमध्ये त्याचे "संग्रहालय" हलवले. 24 जानेवारी 1839 रोजी, डार्विन रॉयल सोसायटी (FRS) च्या फेलो म्हणून निवडले गेले.

29 जानेवारी रोजी, डार्विन आणि एम्मा वेजवूडचे लग्न मेर येथे युनिटेरियन लोकांसाठी आयोजित केलेल्या अँग्लिकन समारंभात झाले, त्यानंतर त्यांनी लगेचच लंडन आणि त्यांच्या नवीन घरासाठी ट्रेन पकडली.

डार्विनच्या सिद्धांताचा विकास

डार्विनकडे आता त्याच्या नैसर्गिक निवडीच्या सिद्धांताची चौकट होती "ज्याद्वारे कार्य करावे", त्याचा "मुख्य छंद" म्हणून. त्याच्या संशोधनामध्ये वनस्पती आणि प्राण्यांचे विस्तृत प्रायोगिक निवडक प्रजनन, प्रजाती निश्चित नसल्याचा पुरावा शोधणे आणि त्याच्या सिद्धांताला परिष्कृत आणि पुष्टीकरण करण्यासाठी अनेक तपशीलवार कल्पनांचा समावेश आहे. 15 पंधरा वर्षे हे काम भूगर्भशास्त्रावरील लेखन आणि बीगल संग्रह, विशेषतः बार्नॅकल्सवर तज्ञांचे अहवाल प्रकाशित करण्याच्या त्यांच्या मुख्य व्यवसायाच्या पार्श्वभूमीवर होते.

फिट्झरॉयची प्रदीर्घ विलंबित कथा मे १८३९ मध्ये प्रकाशित झाली. डार्विनच्या जर्नल अँड रिमार्क्सला तिसरा खंड म्हणून चांगला प्रतिसाद मिळाला आणि १५ ऑगस्टला ते स्वतःच प्रकाशित झाले. 1842 च्या सुरुवातीस, डार्विनने चार्ल्स लायल यांना आपल्या कल्पनांबद्दल लिहिले, ज्याने नमूद केले की त्याचा सहयोगी "प्रजातीच्या प्रत्येक पिकाची सुरुवात पाहण्यास नकार देतो".

डार्विनचे पुस्तक द स्ट्रक्चर अँड डिस्ट्रिब्युशन ऑफ कोरल रीफ्स हे त्याच्या प्रवाळ निर्मितीच्या सिद्धांतावर मे १८४२ मध्ये प्रकाशित झाले आणि त्यानंतर त्यांनी नैसर्गिक निवडीच्या सिद्धांताचे पहिले "पेन्सिल स्केच" लिहिले. लंडनच्या दबावापासून वाचण्यासाठी, हे कुटुंब सप्टेंबरमध्ये केंटमधील ग्रामीण डाउन हाऊसमध्ये गेले. 11 जानेवारी 1844 रोजी, डार्विनने आपल्या सिद्धांताचा उल्लेख वनस्पतिशास्त्रज्ञ जोसेफ डाल्टन हूकर यांच्याकडे केला आणि मधुर विनोदाने लिहिले "हे खुनाची कबुली देण्यासारखे आहे". हूकरने उत्तर दिले "माझ्या मते वेगवेगळ्या ठिकाणांवर निर्मितीची मालिका आणि प्रजातींमध्ये हळूहळू बदल होत असावेत. हे बदल घडले असावेत असे तुम्हाला वाटते हे ऐकून मला आनंद होईल, कारण सध्याच्या कल्पित मतांनी माझे समाधान होत नाही. विषयावर."

जुलैपर्यंत, डार्विनने त्याचे "स्केच" 230 पानांच्या "निबंध" मध्ये विस्तारित केले होते, जर त्यांचा अकाली मृत्यू झाला तर त्याचा संशोधन परिणामांसह विस्तार केला जाईल. नोव्हेंबरमध्ये, अज्ञातपणे प्रकाशित सनसनाटी बेस्ट-सेलर वेस्टिजेस ऑफ द नॅचरल हिस्ट्री ऑफ क्रिएशनने परिवर्तनामध्ये व्यापक रस आणला. डार्विनने त्याच्या हौशी भूविज्ञान आणि प्राणीशास्त्राचा तिरस्कार केला, परंतु स्वतःच्या युक्तिवादांचे काळजीपूर्वक पुनरावलोकन केले. वादाचा उद्रेक झाला आणि शास्त्रज्ञांनी तिरस्कारपूर्ण डिसमिस करूनही त्याची चांगली विक्री होत राहिली.

डार्विनने 1846 मध्ये त्यांचे तिसरे भूगर्भशास्त्रीय पुस्तक पूर्ण केले. आता त्याने ग्रँटसोबतच्या त्याच्या विद्यार्थीदशेपासूनच सागरी अपृष्ठवंशी प्राण्यांबद्दल आकर्षण आणि कौशल्य पुन्हा मिळवले, त्याने समुद्रप्रवासात गोळा केलेल्या बार्नॅकल्सचे विच्छेदन आणि वर्गीकरण करून, सुंदर रचनांचे निरीक्षण करण्याचा आनंद घेतला आणि तुलना करण्याचा विचार केला. संलग्न संरचनांसह. 1847 मध्ये, हूकरने "निबंध" वाचले आणि डार्विनला आवश्यक असलेला शांत गंभीर अभिप्राय देणाऱ्या नोट्स पाठवल्या, परंतु त्यांनी स्वतः ला वचनबद्ध केले नाही आणि डार्विनच्या निर्मितीच्या सतत कृतीला विरोध केला.

आपल्या दीर्घकालीन आजारी आरोग्यामध्ये सुधारणा करण्याच्या प्रयत्नात, डार्विन 1849 मध्ये डॉ. जेम्स गली यांच्या माल्व्हर्न स्पामध्ये गेला आणि त्याला हायड्रोथेरपीचा काही फायदा झाल्याचे पाहून आश्चर्य वाटले. त्यानंतर, 1851 मध्ये, त्यांची मौल्यवान मुलगी ॲनी आजारी पडली, ज्यामुळे त्यांचा आजार आनुवंशिक असू शकतो अशी भीती पुन्हा जागृत झाली आणि अनेक संकटांच्या मालिकेनंतर तिचा मृत्यू झाला.

बार्नॅकल्सवर (सिरिपीडिया) आठ वर्षांच्या कामात, डार्विनच्या सिद्धांताने त्याला "समरूपता" शोधण्यात मदत केली, हे दर्शविते की किंचित बदललेले शरीराचे अवयव नवीन परिस्थिती पूर्ण करण्यासाठी भिन्न कार्ये करतात आणि काही वंशांमध्ये त्याला हर्माफ्रोडाइट्सवर लहान नर परजीवी आढळले, एक मध्यवर्ती अवस्था दर्शविते. भिन्न लिंगांच्या उत्क्रांतीमध्ये. 1853 मध्ये, त्याला रॉयल सोसायटीचे रॉयल मेडल मिळाले आणि यामुळे त्यांची जीवशास्त्रज्ञ म्हणून ख्याती निर्माण झाली. 1854 मध्ये तो लंडनच्या लिनियन सोसायटीचा फेलो बनला आणि त्याच्या लायब्ररीत पोस्टल प्रवेश मिळवला. त्यांनी त्यांच्या प्रजातींच्या सिद्धांताचे एक मोठे पुनर्मूल्यांकन सुरू केले आणि नोव्हेंबरमध्ये लक्षात आले की वंशजांच्या स्वभावातील भिन्नता त्यांना "निसर्गाच्या अर्थव्यवस्थेतील वैविध्यपूर्ण ठिकाणी" स्वीकारून स्पष्ट केले जाऊ शकते.

डार्विनच्या सिद्धांताचे प्रकाशन

1855 मध्ये डार्विनचे वय 46 वर्षे होते, त्यानंतर त्याच्या नैसर्गिक निवडीच्या सिद्धांताच्या प्रकाशनाच्या दिशेने काम केले. त्याने या पोर्ट्रेटबद्दल जोसेफ हुकर यांना लिहिले, "माझ्या छायाचित्राप्रमाणेच माझ्याकडे खरोखर वाईट अभिव्यक्ती असल्यास, माझा एकच मित्र कसा असू शकतो हे आश्चर्यकारक आहे."

1856 च्या सुरूवातीस, डार्विन समुद्रात प्रजाती पसरवण्यासाठी अंडी आणि बिया समुद्राच्या पाण्यात टिकून राहू शकतात का याचा शोध घेत होते. हूकरने प्रजाती निश्चित केल्याच्या पारंपारिक दृष्टिकोनावर शंका व्यक्त केली, परंतु त्यांचा तरुण मित्र थॉमस हेन्री हक्सली अजूनही प्रजातींच्या परिवर्तनाच्या विरोधात होता. डार्विनच्या अनुमानांमुळे त्यांची व्याप्ती लक्षात न घेता लायलला कुतूहल वाटले. आल्फ्रेड रसेल वॉलेस यांचा "ऑन द लॉ ज्याने रेग्युलेट द इंट्रोडक्शन ऑफ न्यू स्पीसीज" हा पेपर वाचला, तेव्हा त्याला डार्विनच्या विचारांशी साम्य दिसले आणि त्याला अग्रक्रम प्रस्थापित करण्यासाठी प्रकाशित करण्याचा आग्रह केला.

डार्विनला धोका नसला तरी 14 मे 1856 रोजी त्याने एक छोटा पेपर लिहायला सुरुवात केली. कठिण प्रश्नांची उत्तरे शोधत राहिल्याने त्याला वारंवार वेठीस धरले गेले आणि त्याने आपल्या योजनांचा विस्तार "नॅचरल सिलेक्शन" नावाच्या "प्रजातीवरील मोठ्या पुस्तकात" केला, ज्यात त्याच्या "मानवांवर नोट" समाविष्ट होते. त्याने आपले संशोधन चालू ठेवले, बोर्निओमध्ये कार्यरत असलेल्या वॉलेससह जगभरातील निसर्गवाद्यांकडून माहिती आणि नमुने मिळवले.

1857 च्या मध्यात त्याने एक विभाग शीर्षक जोडले; "रेस ऑफ मॅनवर सिद्धांत लागू केला", परंतु या विषयावर मजकूर जोडला नाही. 5 सप्टेंबर 1857 रोजी, डार्विनने अमेरिकन वनस्पतिशास्त्रज्ञ आसा ग्रे यांना त्यांच्या कल्पनांची तपशीलवार रूपरेषा पाठवली, ज्यात नैसर्गिक निवडीचा एक अमूर्त समावेश होता, ज्यामध्ये मानवी उत्पत्ती आणि लैंगिक निवड वगळण्यात आली होती. डिसेंबरमध्ये डार्विनला वॉलेसकडून एक पत्र मिळाले की हे पुस्तक मानवी उत्पत्तीचे परीक्षण करेल का. वॉलेसच्या सिद्धांताला प्रोत्साहन देताना आणि "मी तुमच्यापेक्षा खूप पुढे जातो" असे जोडून "पूर्वग्रहांनी वेढलेला" तो विषय टाळतो असे त्याने प्रतिसाद दिले.

18 जून 1858 रोजी डार्विनचे पुस्तक अंशतः लिहिले गेले होते, जेव्हा त्याला वॉलेसकडून नैसर्गिक निवडीचे वर्णन करणारा एक पेपर मिळाला होता. त्याला "फॉरेस्टल" केले गेले होते याचा धक्का बसला, डार्विनने त्या दिवशी वॉलेसच्या विनंतीनुसार ते लायलला पाठवले, आणि वॉलेसने प्रकाशनाची मागणी केली नसली तरी, डार्विनने सुचवले की तो वॉलेसने निवडलेल्या कोणत्याही जर्नलला तो पाठवेल. . गावातील मुले लाल रंगाच्या तापाने मरत असल्याने त्याचे कुटुंब संकटात सापडले होते आणि त्याने आपल्या मित्रांच्या हातात सर्व गोष्टी सोपवल्या. काही चर्चेनंतर, वॉलेसचा समावेश करण्याचा कोणताही विश्वासार्ह मार्ग नसताना, लायल आणि हूकर यांनी 1 जुलै रोजी ऑन द टेंडन्सी ऑफ

स्पीसीज टू व्हरायटीजच्या लिनेन सोसायटीमध्ये संयुक्त सादरीकरण करण्याचा निर्णय घेतला; आणि निवडीच्या नैसर्गिक साधनांद्वारे वाण आणि प्रजातींच्या कायमस्वरूपी. 28 जूनच्या संध्याकाळी, डार्विनच्या बाळाचा मुलगा जवळजवळ एक आठवड्याच्या गंभीर आजारानंतर स्कार्लेट तापाने मरण पावला, आणि तो उपस्थित राहण्यास खूप अस्वस्थ झाला.

सिद्धांताच्या या घोषणेकडे तत्काळ लक्ष वेधले गेले नाही; लिनेन सोसायटीच्या अध्यक्षांनी मे १८५९ मध्ये टिप्पणी केली की हे वर्ष कोणत्याही क्रांतिकारक शोधांनी चिन्हांकित केलेले नाही. 138 डार्विनला नंतर आठवण्याइतपत फक्त एकच समीक्षा पुरेशी ठरली; डब्लिनचे प्रोफेसर सॅम्युअल हॉटन यांनी दावा केला की "त्यामध्ये जे काही नवीन होते ते सर्व खोटे होते आणि जे खरे होते ते जुने होते". डार्विनने आपल्या "मोठ्या पुस्तकाचा" गोषवारा तयार करण्यासाठी तेरा महिने धडपड केली, प्रकृती अस्वास्थ्याने त्रस्त पण त्याच्या वैज्ञानिक मित्रांकडून त्याला सतत प्रोत्साहन मिळत होते. लायलने जॉन मरेने ते प्रकाशित करण्याची व्यवस्था केली.

ऑन ओरिजिन ऑफ स्पीसीज अनपेक्षितपणे लोकप्रिय ठरले, 22 नोव्हेंबर 1859 रोजी पुस्तक विक्रेत्यांकडे विक्रीसाठी गेले तेव्हा 1,250 प्रतींचा संपूर्ण स्टॉक ओव्हरसबस्क्राइब झाला. पुस्तकात, डार्विनने तपशीलवार निरीक्षणे, अनुमान आणि अपेक्षित आक्षेपांचा विचार यांचा "एक दीर्घ युक्तिवाद" मांडला. सामान्य वंशासाठी केस बनवताना, त्याने मानव आणि इतर सस्तन प्राण्यांमधील समरूपतेचे पुरावे समाविष्ट केले. लैंगिक निवडीची रूपरेषा सांगून, त्याने सूचित केले की ते मानवी वंशांमधील फरक स्पष्ट करू शकते. त्याने स्पष्टपणे टाळले. मानवी उत्पत्तीची चर्चा, परंतु वाक्यासह त्याच्या कार्याचे महत्त्व सूचित केले; "मनुष्याच्या उत्पत्तीवर आणि त्याच्या इतिहासावर प्रकाश टाकला जाईल." त्याचा सिद्धांत फक्त प्रस्तावनेत सांगितला आहे.

प्रत्येक प्रजातीचे जितके जास्त लोक जन्माला येतात त्यापेक्षा जास्त लोक जगू शकतात; आणि परिणामी, अस्तित्वासाठी वारंवार पुनरावृत्ती होणारा संघर्ष आहे, हे खालीलप्रमाणे आहे की कोणतेही अस्तित्व, जर ते स्वतःसाठी फायद्याचे असले तरी, जीवनाच्या जटिल आणि कधीकधी भिन्न परिस्थितीत, जगण्याची अधिक चांगली संधी असेल, आणि अशा प्रकारे नैसर्गिकरित्या निवडले जाईल. वारसाहक्काच्या भक्कम तत्त्वानुसार, कोणतीही निवडलेली विविधता त्याच्या नवीन आणि सुधारित स्वरूपाचा प्रसार करू शकते.

पुस्तकाच्या शेवटी त्यांनी असा निष्कर्ष काढला की:

जीवनाच्या या दृष्टिकोनात भव्यता आहे, त्याच्या अनेक शक्तींसह, मूळतः काही रूपांमध्ये किंवा एकामध्ये श्वास घेतला गेला आहे; आणि तो, हा ग्रह गुरुत्वाकर्षणाच्या निश्चित नियमानुसार सायकल चालवत असताना, अगदी साध्या सुरुवातीपासून सर्वात सुंदर आणि सर्वात आश्चर्यकारक अशी अंतहीन रूपे विकसित झाली आहेत, आणि होत आहेत.

पुस्तकाच्या पहिल्या पाच आवृत्त्यांमध्ये शेवटचा शब्द "उत्क्रांत" चा एकमेव प्रकार होता. त्या वेळी "उत्क्रांतीवाद" इतर संकल्पनांशी संबंधित होता, सर्वात सामान्यतः भ्रूण विकासाशी. डार्विनने प्रथम उत्क्रांती हा शब्द 1871 मध्ये द डिसेंट ऑफ मॅनमध्ये वापरला होता, जो 1872 मध्ये द ओरिजिन ऑफ स्पीसीजच्या 6व्या आवृत्तीत जोडला होता.

प्रकाशनास प्रतिसाद

नॅचरल हिस्ट्री ऑफ क्रिएशनच्या लोकप्रिय आणि कमी वैज्ञानिक वेस्टिजेसला अभिवादन करण्यापेक्षा कमी विवादांसह या पुस्तकाने आंतरराष्ट्रीय स्तरावर उत्सुकता निर्माण केली. जरी डार्विनच्या आजाराने त्याला सार्वजनिक वादविवादांपासून दूर ठेवले असले तरी, त्याने वैज्ञानिक प्रतिसादाची उत्सुकतेने छाननी केली, प्रेस कटिंग्ज, पुनरावलोकने, लेख, व्यंगचित्रे आणि व्यंगचित्रे यावर भाष्य केले आणि जगभरातील सहकाऱ्यांशी त्यावर पत्रव्यवहार केला. या पुस्तकात मानवी उत्पत्तीविषयी स्पष्टपणे चर्चा केली नाही, IV परंतु मानवाच्या प्राण्यांच्या वंशाविषयी अनेक सूचनांचा समावेश केला आहे ज्यावरून अनुमान काढता येईल.

पहिल्या पुनरावलोकनात विचारले, "जर माकड माणूस बनला असेल तर - माणूस काय होऊ शकत नाही?" हे सामान्य वाचकांसाठी खूप धोकादायक आहे म्हणून धर्मशास्त्रज्ञांवर सोडले पाहिजे असे म्हटले आहे. सुरुवातीच्या अनुकूल प्रतिसादांमध्ये, हक्सलीच्या पुनरावलोकनांनी रिचर्ड ओवेनला बदलून टाकले, हक्सले या वैज्ञानिक आस्थापनाचे नेते उलथून टाकण्याचा प्रयत्न करत होते.

एप्रिलमध्ये, ओवेनच्या पुनरावलोकनाने डार्विनच्या मित्रांवर हल्ला केला आणि डार्विनला राग आणून त्याच्या कल्पना नाकारल्या, परंतु ओवेन आणि इतरांनी अलौकिकरित्या मार्गदर्शित उत्क्रांतीच्या कल्पनांना प्रोत्साहन देण्यास सुरुवात केली. पॅट्रिक मॅथ्यू यांनी त्यांच्या 1831 च्या पुस्तकाकडे लक्ष वेधले ज्यात एक संक्षिप्त परिशिष्ट आहे ज्यात नैसर्गिक निवडीची संकल्पना सुचविणारी नवीन प्रजाती आहे, परंतु त्यांनी ही कल्पना विकसित केली नव्हती.

चर्च ऑफ इंग्लंडचा प्रतिसाद संमिश्र होता. डार्विनचे जुने कॅंब्रिज शिक्षक सेडग्विक आणि हेन्स्लो यांनी या कल्पना नाकारल्या, परंतु उदारमतवादी पाळकांनी नैसर्गिक निवडीची व्याख्या देवाच्या रचनेचे एक साधन म्हणून केली, पाद्री चार्ल्स किंग्सले याला "देवतेची संकल्पना तितकीच उदात्त" म्हणून पाहत होते. 1860 मध्ये, सात उदारमतवादी अँग्लिकन धर्मशास्त्रज्ञांच्या निबंध आणि पुनरावलोकनांच्या प्रकाशनाने डार्विनकडून लिपिकांचे लक्ष वळवले. उच्च टीकेसह त्याच्या कल्पनांवर चर्चच्या अधिकाऱ्यांनी पाखंडी म्हणून हल्ला केला. त्यामध्ये, बॅडेन पॉवेलने असा युक्तिवाद केला की चमत्कारांनी देवाचे नियम मोडले, म्हणून त्यांच्यावरील विश्वास हा नास्तिक होता आणि "मिस्टर डार्विनच्या उत्कृष्ट आकारमानाचे समर्थन निसर्गाच्या स्वयं-विकसित शक्तींच्या महान तत्त्वाचे" कौतुक केले.

आसा ग्रे यांनी डार्विनशी टेलिओलॉजीवर चर्चा केली, ज्याने आस्तिक उत्क्रांतीवर ग्रेचे पॅम्प्लेट आयात आणि वितरित केले, नैसर्गिक निवड नैसर्गिक धर्मशास्त्राशी विसंगत नाही. ब्रिटिश असोसिएशन फॉर द अॅडव्हान्समेंट ऑफ सायन्सच्या बैठकीत 1860 च्या ऑक्सफर्ड उत्क्रांती वादावर सर्वात प्रसिद्ध संघर्ष झाला, जिथे ऑक्सफर्डचे बिशप सॅम्युअल विल्बरफोर्स यांनी प्रजातींच्या परिवर्तनास विरोध नसला तरी, डार्विनच्या स्पष्टीकरणाविरुद्ध आणि वानरांपासून मानवी वंशाच्या विरोधात युक्तिवाद केला. . जोसेफ हूकर यांनी डार्विन आणि थॉमस हक्सलीच्या पौराणिक प्रतिवादासाठी जोरदार युक्तिवाद केला, की त्याच्या भेटवस्तूंचा गैरवापर करणाऱ्या माणसाने धर्मावर विज्ञानाच्या विजयाचे प्रतीक म्हणून येण्यापेक्षा तो वानरापासून वंशज असावा.

डार्विनचे जवळचे मित्र ग्रे, हूकर, हक्सले आणि लायल यांनी अजूनही विविध आरक्षणे व्यक्त केली परंतु इतर अनेकांनी, विशेषतः तरुण निसर्गवाद्यांप्रमाणेच भक्कम पाठिंबा दिला. ग्रे आणि लायल यांनी विश्वासासह समेट घडवून आणण्याचा प्रयत्न केला, तर हक्सले यांनी धर्म आणि विज्ञान यांच्यातील ध्रुवीकरणाचे चित्रण केले. नवीन पिढीच्या व्यावसायिक शास्त्रज्ञांच्या बाजूने ओवेनच्या अधिपत्याखाली पाद्री आणि खानदानी शौकीनांचे वर्चस्व उलथून टाकण्याचे उद्दिष्ट ठेवून त्यांनी शिक्षणातील पाळकांच्या अधिकाराविरुद्ध कठोरपणे प्रचार केला. मेंदूच्या शरीरशास्त्राने मानवाला वानरांपासून वेगळे जैविक क्रम असल्याचे सिद्ध केले हा ओवेनचा दावा खोटा असल्याचे हक्सलेने किंग्सलेने "ग्रेट हिप्पोकॅम्पस प्रश्न" म्हणून विडंबन केलेल्या दीर्घकाळ चाललेल्या वादात खोटे असल्याचे दाखवले आणि ओवेनला बदनाम केले.

डार्विनवाद ही उत्क्रांतीवादी कल्पनांची विस्तृत श्रेणी समाविष्ट करणारी चळवळ बनली. 1863 मध्ये लायलच्या जिओलॉजिकल एव्हिडन्सेस ऑफ द अॅन्टिक्विटी ऑफ मॅनने प्रागैतिहासिक इतिहास लोकप्रिय केला, जरी त्याच्या उत्क्रांतीबद्दलच्या सावधगिरीने डार्विनला निराश केले. काही आठवड्यांनंतर मानवाच्या निसर्गातील स्थानाबाबत हक्सलीच्या पुराव्याने असे दिसून आले की शारीरिकदृष्ट्या, मानव वानर आहेत, त्यानंतर हेन्री वॉल्टर बेट्सच्या द नॅचरलिस्ट ऑन द रिव्हर अॅमेझॉनने नैसर्गिक निवडीचे प्रायोगिक पुरावे दिले. लॉबिंगमुळे डार्विन ब्रिटनचा सर्वोच्च वैज्ञानिक सन्मान, रॉयल सोसायटीचे कोपली पदक, 3 नोव्हेंबर 1864 रोजी प्रदान करण्यात आला. त्या दिवशी, हक्सले यांनी "विज्ञान, शुद्ध आणि मुक्त, धार्मिक कट्टरतांपासून मुक्त" या प्रभावशाली "एक्स क्लब" ची पहिली बैठक घेतली. दशकाच्या अखेरीस बहुतेक शास्त्रज्ञांनी उत्क्रांती झाल्याचे मान्य केले, परंतु डार्विनच्या मताचे समर्थन केवळ अल्पसंख्याकांनी केले की मुख्य यंत्रणा नैसर्गिक निवड होती.

द ओरिजिन ऑफ स्पीसीजचे अनेक भाषांमध्ये भाषांतर करण्यात आले, हा एक प्रमुख वैज्ञानिक मजकूर बनला जो हक्सलीच्या व्याख्यानांना उपस्थित असलेल्या "कामगार पुरुष" समवेत जीवनाच्या सर्व स्तरांचे वैचारिक लक्ष वेधून घेत होता. डार्विनचा सिद्धांत त्यावेळच्या विविध हालचालींसह प्रतिध्वनित झाला V आणि लोकप्रिय संस्कृतीचा एक महत्त्वाचा भाग बनला. VI व्यंगचित्रकारांनी प्राण्यांच्या वंशांचं विडंबन करून माणसांना प्राण्यांच्या वैशिष्ट्यांसह दाखविण्याच्या जुन्या परंपरेत विडंबन केलं आणि ब्रिटनमध्ये या ड्रोल प्रतिमांनी डार्विनचा सिद्धांत लोकप्रिय केला. धोकादायक मार्गाने. 1862 मध्ये आजारी असताना डार्विनने दाढी वाढवण्यास सुरुवात केली आणि 1866 मध्ये जेव्हा तो पुन्हा सार्वजनिकपणे दिसला तेव्हा माकडाच्या रूपात त्याच्या व्यंगचित्रांमुळे डार्विनवादासह उत्क्रांतीवादाचे सर्व प्रकार ओळखण्यास मदत झाली.

आयुष्याच्या शेवटच्या बावीस वर्षात वारंवार आजारपण सोसूनही डार्विनचे कार्य चालूच होते. त्याच्या सिद्धांताचा अमूर्त म्हणून ऑन द ओरिजिन ऑफ स्पीसीज प्रकाशित केल्यावर, त्यांनी प्रयोग, संशोधन आणि त्यांचे "मोठे पुस्तक" लिहिण्याचा प्रयत्न केला. समाजाची उत्क्रांती आणि मानसिक क्षमता, तसेच वन्यजीवांमधील सजावटीचे सौंदर्य स्पष्ट करणे आणि नाविन्यपूर्ण वनस्पती अभ्यासामध्ये विविधता आणणे यासह पूर्वीच्या प्राण्यांपासून मानवी वंशाचा समावेश केला.

1861 मध्ये कीटकांच्या परागणाबद्दलच्या चौकशीमुळे वन्य ऑर्किडचा नवीन अभ्यास झाला, ज्यामध्ये प्रत्येक प्रजातीमध्ये विशिष्ट पतंगांना आकर्षित करण्यासाठी आणि क्रॉस फर्टिलायझेशन सुनिश्चित करण्यासाठी त्यांच्या फुलांचे रुपांतर दाखवण्यात आले. 1862 मध्ये ऑर्किड्सच्या फर्टिलायझेशनने जटिल पर्यावरणीय संबंधांचे स्पष्टीकरण देण्यासाठी नैसर्गिक निवडीच्या सामर्थ्याचे पहिले तपशीलवार प्रात्यक्षिक दिले आणि चाचणी करण्यायोग्य भविष्यवाणी केली. त्याची तब्येत ढासळत असताना, तो आपल्या आजारी पलंगावर एका खोलीत लेटला, ज्याने गिर्यारोहण करणाऱ्या वनस्पतींच्या हालचाली शोधून काढल्या. अभ्यागतांची प्रशंसा करणाऱ्यांमध्ये अर्न्स्ट हेकेल यांचा समावेश होता, जो डार्विनवादाचा आवेशी समर्थक लॅमर्कवाद आणि गोएथेच्या आदर्शवादाचा समावेश होता. वॉलेस अधिकाधिक अध्यात्मवादाकडे वळले तरी ते समर्थन करत राहिले.

डार्विनचे पुस्तक द व्हेरिएशन ऑफ अॅनिमल्स अँड प्लांट्स अंडर डोमेस्टीकेशन (1868) हा त्याच्या नियोजित "मोठ्या पुस्तकाचा" पहिला भाग होता आणि त्यात आनुवंशिकतेचे स्पष्टीकरण देण्याचा प्रयत्न करणाऱ्या पॅन्जेनेसिसच्या अयशस्वी गृहितकाचा समावेश होता. आकाराला न जुमानता ते सुरुवातीला वेगाने विकले गेले आणि अनेक भाषांमध्ये अनुवादित झाले. त्यांनी दुसरा भाग नैसर्गिक निवडीवर लिहिला, परंतु तो त्यांच्या हयातीत अप्रकाशित राहिला.

लायलने मानवी प्रागैतिहासिक इतिहास आधीच लोकप्रिय केला होता, आणि हक्सलीने दाखवून दिले होते की शारीरिकदृष्ट्या मानव हे वानर आहेत. 1871 मध्ये प्रकाशित झालेल्या द डिसेंट ऑफ मॅन, आणि लिंग संबंधात निवड यासह, डार्विनने असंख्य स्त्रोतांकडून पुरावे दिले की मनुष्य प्राणी आहेत, शारीरिक आणि मानसिक गुणधर्मांची सातत्य दर्शवितात आणि मोराच्या पिसारासारख्या अव्यवहार्य प्राण्यांच्या वैशिष्ट्यांचे स्पष्टीकरण देण्यासाठी लैंगिक निवड सादर केली. तसेच मानवी संस्कृतीची उत्क्रांती, लिंगांमधील फरक आणि शारीरिक आणि सांस्कृतिक वांशिक वर्गीकरण, मानव सर्व एक प्रजाती आहेत यावर भर देताना.

1882 साठी पंचाचे पंचांग, डार्विनच्या मृत्यूच्या काही काळापूर्वी प्रकाशित झाले, त्याला मॅन इज बट अ वर्म या शीर्षकासह अराजकतेपासून व्हिक्टोरियन गृहस्थापर्यंतच्या उत्क्रांती दरम्यान चित्रित केले आहे.

प्रतिमा वापरून त्यांचे संशोधन 1872 च्या त्यांच्या द एक्स्प्रेशन ऑफ द इमोशन्स इन मॅन अँड ॲनिमल्स या पुस्तकात विस्तारित करण्यात आले, हे छापील छायाचित्रे दाखविणारे पहिले पुस्तक आहे, ज्यात मानवी मानसशास्त्राची उत्क्रांती आणि प्राण्यांच्या वागणुकीतील सातत्य यावर चर्चा करण्यात आली होती. दोन्ही पुस्तके खूप लोकप्रिय ठरली, आणि डार्विन त्याच्या मतांना मिळालेल्या सर्वसाधारण संमतीने प्रभावित झाले आणि त्यांनी टिप्पणी केली की "प्रत्येकजण धक्का न लावता याबद्दल बोलत आहे." त्याचा निष्कर्ष असा होता की "त्याच्या सर्व उदात्त गुणांसह माणूस, सहानुभूतीसह जी सर्वात अधोगतीबद्दल वाटते, परोपकारीतेसह जी केवळ इतर पुरुषांसाठीच नाही तर सर्वात नम्र जिवंत प्राण्यापर्यंत पोहोचते, त्याच्या देवासारखी बुद्धी जी सूर्यमालेच्या हालचाली आणि घटनेत घुसली आहे - या सर्व उच्च शक्तींसह- मनुष्य अजूनही त्याच्या नीच उत्पत्तीचा अमिट शिक्का त्याच्या शारीरिक चौकटीत धारण करतो."

त्याच्या उत्क्रांती-संबंधित प्रयोग आणि तपासांमुळे कीटकभक्षी वनस्पती, भाजीपाला साम्राज्यातील क्रॉस आणि सेल्फ फर्टिलायझेशनचे परिणाम, एकाच प्रजातीच्या वनस्पतींवर फुलांचे वेगवेगळे रूप आणि वनस्पतींमध्ये हालचालींची शक्ती या विषयांवर पुस्तके आली. त्यांनी माहिती संकलित करणे आणि जगभरातील वैज्ञानिक वार्ताहरांकडून विचारांची देवाणघेवाण करणे सुरू ठेवले, ज्यामध्ये मेरी ट्रीट यांचा समावेश होता, ज्यांना त्यांनी तिच्या वैज्ञानिक कार्यात चिकाटी ठेवण्यासाठी प्रोत्साहित केले. वनस्पतींमध्ये मांसाहाराचे महत्त्व ओळखणारे ते पहिले व्यक्ती होते. ग्रँट ॲलन आणि एचजी वेल्स यांच्यासह विविध लेखकांनी त्यांचे वनस्पतिशास्त्रीय कार्य IX व्याख्या आणि लोकप्रिय केले आणि 19व्या शतकाच्या उत्तरार्धात आणि 20व्या शतकाच्या सुरुवातीला वनस्पती विज्ञानामध्ये परिवर्तन करण्यास मदत केली. त्याच्या शेवटच्या पुस्तकात ते द फॉर्मेशन ऑफ व्हेजिटेबल मोल्ड थ्रू द ॲक्शन ऑफ वर्म्समध्ये परतले.

मृत्यू आणि अंत्यसंस्कार

1882 मध्ये त्याला "एंजाइना पेक्टोरिस" असे निदान झाले ज्याचा अर्थ कोरोनरी थ्रोम्बोसिस आणि हृदयाचा आजार होता. त्याच्या मृत्यूच्या वेळी, डॉक्टरांनी "अँजाइनल अटॅक", आणि "हृदय-निकामी" चे निदान केले, तेव्हापासून चार्ल्स डार्विनच्या प्रकृतीच्या दीर्घकालीन समस्यांबद्दलच्या कारणांबद्दल अनुमान काढले जात आहे.

19 एप्रिल 1882 रोजी डाउन हाऊस येथे त्यांचे निधन झाले. त्यांचे शेवटचे शब्द त्यांच्या कुटुंबियांना होते, एम्मा म्हणाले "मला मृत्यूची भीती वाटत नाही-लक्षात ठेवा की तू माझ्यासाठी किती चांगली पत्नी आहेस-माझ्या सर्व मुलांना ते किती चांगले लक्षात ठेवण्यास सांगा. माझ्याकडे गेले आहेत". ती विश्रांती घेत असताना, त्याने हेन्रिएटा आणि फ्रान्सिस यांना वारंवार सांगितले की "आजारी असताना तुमची देखभाल करणे जवळजवळ योग्य आहे".

त्याला डाऊन येथील सेंट मेरी चर्चयार्डमध्ये दफन केले जाण्याची अपेक्षा होती, परंतु डार्विनच्या सहकाऱ्यांच्या विनंतीवरून, सार्वजनिक आणि संसदीय याचिकांनंतर, विल्यम स्पॉटिसवूड (रॉयल सोसायटीचे अध्यक्ष) यांनी डार्विनला वेस्टमिन्स्टर ॲबे येथे दफन करून सन्मानित करण्याची व्यवस्था केली. जॉन हर्शल आणि आयझॅक न्यूटन. बुधवार 26 एप्रिल रोजी झालेल्या अंत्यसंस्कारात कुटुंब, मित्र, शास्त्रज्ञ, तत्वज्ञ आणि मान्यवरांसह हजारो लोक उपस्थित होते.

वारसा

काळ्या पार्श्वभूमीच्या आधी काळ्या पोशाखात ज्येष्ठ डार्विनचे तीन-चतुर्थांश पोर्ट्रेट. त्याचा चेहरा आणि सहा इंच पांढरी दाढी कडेने नाटकीयपणे उजळलेली आहे. त्याचे डोळे त्याच्या भुवया छायांकित आहेत आणि थेट आणि विचारपूर्वक दर्शकाकडे पाहतात.

1881 मध्ये, डार्विन एक प्रख्यात व्यक्तिमत्व होते, तरीही त्यांनी उत्क्रांतीवादी विचारांमध्ये केलेल्या योगदानावर काम केले ज्याचा विज्ञानाच्या अनेक क्षेत्रांवर प्रचंड प्रभाव पडला. जॉन कॉलियरने काढलेले त्यांचे पोर्ट्रेट लिनियन सोसायटी ऑफ लंडनसाठी नियुक्त करण्यात आले होते.

आल्फ्रेड रसेल वॉलेसने म्हटल्याप्रमाणे, डार्विनने "आमच्या काळातील कोणत्याही माणसापेक्षा - किंवा कदाचित कोणत्याही वेळी" मानवी विचारांमध्ये "एक चतुर्थांश शतकात मोठी क्रांती घडवून आणली होती", "आम्हाला जीवनाच्या जगाची एक नवीन संकल्पना दिली होती, आणि एक सिद्धांत जो स्वतःच संशोधनाचे एक शक्तिशाली साधन आहे; सर्व स्वतंत्र वर्गांनी एकत्रित केलेल्या वस्तुस्थितींना एका सुसंगत संपूर्णत कसे एकत्र करावे हे दाखवून दिले आहे आणि त्यामुळे निसर्गाच्या संपूर्ण अभ्यासात क्रांती घडवून आणली आहे."

बहुतेक शास्त्रज्ञांना आता उत्क्रांती ही सुधारणांसह वंशाची खात्री पटली होती, जरी डार्विनशी काहींनी सहमती दर्शवली की नैसर्गिक निवड "सुधारणेचे मुख्य परंतु एकमेव साधन नाही". "डार्विनवादाच्या ग्रहण" दरम्यान शास्त्रज्ञांनी पर्यायी यंत्रणा शोधल्या. त्यानंतर रोनाल्ड फिशरने नैसर्गिक निवडीच्या अनुवांशिक सिद्धांतामध्ये मेंडेलियन आनुवंशिकता समाविष्ट केली, ज्यामुळे लोकसंख्या आनुवंशिकता आणि आधुनिक उत्क्रांती संश्लेषण होते, जे विकसित होत आहे. वैज्ञानिक शोधांनी डार्विनच्या महत्त्वाच्या अंतर्दृष्टीची पुष्टी केली आहे आणि प्रमाणित केली आहे.

धार्मिक दृश्ये

डार्विनची कौटुंबिक परंपरा गैर-अनुरूपतावादी एकतावादी होती, तर त्याचे वडील आणि आजोबा स्वतंत्र विचार करणारे होते आणि त्यांचा बाप्तिस्मा आणि बोर्डिंग स्कूल हे चर्च ऑफ इंग्लंड होते. अँग्लिकन पाळक बनण्यासाठी केंब्रिजला जाताना त्यांनी "बायबलमधील प्रत्येक शब्दाच्या कठोर आणि शाब्दिक सत्याबद्दल किमान शंका घेतली नाही". त्यांनी जॉन हर्शलचे विज्ञान शिकले जे विल्यम पॅलेच्या नैसर्गिक धर्मशास्त्राप्रमाणेच, चमत्कारांऐवजी निसर्गाच्या नियमांमध्ये स्पष्टीकरण शोधत होते आणि रचनेचा पुरावा म्हणून प्रजातींचे अनुकूलन पाहत होते. एचएमएस बीगलच्या बोर्डवर, डार्विन अगदी ऑर्थोडॉक्स होता आणि बायबलला नैतिकतेचा अधिकार म्हणून उद्धृत करेल. वितरणाचे स्पष्टीकरण देण्यासाठी त्यांनी "सृष्टीची केंद्रे" शोधली, आणि असे सुचवले की ऑस्ट्रेलिया आणि इंग्लंडमध्ये आढळणारे समान मृग हे दैवी हाताचे पुरावे आहेत.

मानवी समाज

सामाजिक आणि राजकीय विषयांवरील डार्विनचे विचार त्याचा काळ आणि सामाजिक स्थान प्रतिबिंबित करतात. तो व्हिग सुधारकांच्या कुटुंबात वाढला ज्यांनी, त्याचे काका जोशिया वेजवुड यांच्याप्रमाणे, निवडणूक सुधारणा आणि गुलामांच्या सुटकेला पाठिंबा दिला. इंग्रज कारखान्यातील कामगार किंवा नोकरांच्या कामाच्या परिस्थितीत कोणतीही अडचण नसताना डार्विनने गुलामगिरीला उत्कटतेने विरोध केला होता.

1826 मध्ये मुक्त झालेल्या गुलाम जॉन एडमनस्टोनकडून टॅक्सीडर्मीचे धडे घेतल्याने, ज्याला डार्विनने "एक अतिशय आनंददायी आणि बुद्धिमान माणूस" म्हणून दीर्घकाळ आठवले, कृष्णवर्णीय लोक समान भावना सामायिक करतात आणि इतर वंशातील लोकांप्रमाणेच बुद्धिमान असू शकतात यावर त्यांचा विश्वास दृढ झाला. त्याने बीगलच्या प्रवासात भेटलेल्या स्थानिक लोकांबद्दलही अशीच वृत्ती बाळगली. 1820 च्या दशकात ब्रिटनमध्ये ही वृत्ती असामान्य नव्हती, कारण त्यामुळे अमेरिकन लोकांना धक्का बसला. ब्रिटीश समाजाने शतकाच्या मध्यात वांशिक भेद अधिक स्पष्टपणे मांडण्यास सुरुवात केली, परंतु डार्विन गुलामगिरीच्या विरोधात, "मानवांच्या तथाकथित जातींना भिन्न प्रजाती म्हणून श्रेणीबद्ध करण्याविरुद्ध" आणि स्थानिक लोकांशी गैरवर्तन करण्याच्या विरोधात ठाम राहिले.

एचएमएस बीगलच्या दुसऱ्या प्रवासादरम्यान जेमी बटन सारख्या याघन (फ्यूजियन्स) यांच्याशी डार्विनच्या संवादाचा त्यांच्या स्थानिक लोकांच्या दृष्टिकोनावर खोलवर परिणाम झाला. टिएरा डेल फुएगो येथे आल्यावर त्याने "फ्यूजियन सैवेज" चे रंगीत वर्णन केले. याघन लोकांना अधिक तपशीलवार ओळखता आल्याने हा दृष्टिकोन बदलला. यघनांचा अभ्यास करून, डार्विनने असा निष्कर्ष काढला की विविध मानवी गटांच्या अनेक मूलभूत भावना समान होत्या आणि मानसिक क्षमता अंदाजे युरोपियन लोकांसारख्याच होत्या. यघन संस्कृतीत स्वारस्य असताना डार्विन 1850 च्या दशकापर्यंत त्यांच्या सखोल पर्यावरणीय ज्ञानाची आणि विस्तृत विश्वविज्ञानाची प्रशंसा करण्यात अयशस्वी ठरला, जेव्हा त्याने 32,000 शब्दांचा तपशील असलेल्या याघनच्या शब्दकोशाची तपासणी केली. त्यांनी पाहिले की युरोपियन वसाहतवादामुळे अनेकदा मूळ संस्कृती नष्ट होईल आणि "नैसर्गिक इतिहासाशी साधर्म्य असलेल्या सभ्यतेच्या उत्क्रांतीच्या इतिहासात वसाहतवाद समाकलित होईल".

त्यांना असे वाटले की स्त्रियांवरील पुरुषांचे श्रेष्ठत्व हे लैंगिक निवडीचे परिणाम आहे, हे मत अँटोइनेट ब्राउन ब्लॅकवेल यांनी त्यांच्या 1875 च्या द सेक्सेस थ्रूउट नेचर या पुस्तकात विवादित केले आहे.

1865 मध्ये सादर करण्यात आलेल्या त्याच्या सावत्र चुलत भाऊ फ्रान्सिस गॅल्टनच्या युक्तिवादाने डार्विन उत्सुक झाला, की आनुवंशिकतेच्या सांख्यिकीय विश्लेषणाने असे दर्शवले की नैतिक आणि मानसिक मानवी गुणधर्म वारशाने मिळू शकतात आणि प्राण्यांच्या प्रजननाची तत्त्वे मानवांना लागू होऊ शकतात. द डिसेंट ऑफ मॅनमध्ये, डार्विनने असे नमूद केले आहे की दुर्बलांना जगण्यासाठी आणि कुटुंब ठेवण्यासाठी मदत केल्याने नैसर्गिक निवडीचे फायदे गमावले जाऊ शकतात, परंतु सावधगिरीने सावधगिरी बाळगली की अशी मदत रोखून ठेवल्याने सहानुभूतीची प्रवृत्ती धोक्यात येईल, "आपल्या स्वभावाचा सर्वात उदात्त भाग" आणि अशा घटकांना कारण शिक्षण अधिक महत्त्वाचे असू शकते. जेव्हा गॅल्टनने असे सुचवले की संशोधन प्रकाशित केल्याने "जे लोक नैसर्गिकरित्या प्रतिभावान आहेत" च्या "जाती" मध्ये आंतरविवाहास प्रोत्साहन देऊ शकतात, तेव्हा डार्विनने व्यावहारिक अडचणींचा अंदाज लावला आणि विचार केला की "एकमात्र व्यवहार्य आहे, तरीही मला यूटोपियन भीती वाटते, मानवजाती सुधारण्याच्या प्रक्रियेची योजना" , केवळ वारशाचे महत्त्व जाहीर करणे आणि निर्णय व्यक्तींवर सोडणे पसंत करणे. 229 फ्रान्सिस गॅल्टन यांनी 1883 मध्ये या क्षेत्राला "युजेनिक्स" असे नाव दिले.

उत्क्रांतीवादी सामाजिक चळवळी

थॉमस माल्थसने असा युक्तिवाद केला होता की लोकसंख्येच्या पलीकडे संसाधनांच्या पलीकडे वाढ ही देवाने मानवांना उत्पादनक्षमतेने कार्य करण्यासाठी आणि कुटुंब मिळविण्यात संयम दाखवण्यासाठी नियुक्त केले होते; 1830 मध्ये वर्कहाऊस आणि लेसेझ-फेअर इकॉनॉमिक्सचे समर्थन करण्यासाठी याचा वापर केला गेला. तेव्हा उत्क्रांतीमध्ये सामाजिक परिणाम असल्याचे पाहिले जात होते आणि हर्बर्ट स्पेन्सरच्या 1851 च्या लेमार्कियन उत्क्रांती सिद्धांतावर मानवी स्वातंत्र्य आणि व्यक्तिस्वातंत्र्याच्या कल्पनांवर आधारित सोशल स्टॅटिक्स या पुस्तकात.

1859 मध्ये ओरिजिन प्रकाशित झाल्यानंतर लगेचच, समीक्षकांनी त्यावेळच्या इंग्रजी औद्योगिक भांडवलशाहीला माल्थुशियन समर्थन म्हणून अस्तित्वासाठी केलेल्या संघर्षाच्या वर्णनाची खिल्ली उडवली. डार्विनवाद हा शब्द इतरांच्या उत्क्रांतीवादी कल्पनांसाठी वापरला गेला, ज्यात स्पेन्सरच्या "सर्वाइव्हल ऑफ द फिटेस्ट" या मुक्त-मार्केट प्रगती आणि अर्न्स्ट हेकेलच्या मानवी विकासाच्या बहुजनवादी कल्पनांचा समावेश आहे. लेखकांनी नैसर्गिक निवडीचा उपयोग विविध, अनेकदा विरोधाभासी, विचारधारा जसे की laissez-faire dog-eat-dog भांडवलशाही, वसाहतवाद आणि साम्राज्यवादासाठी केला. तथापि, डार्विनच्या निसर्गाच्या सर्वांगीण दृष्टिकोनात "एका अस्तित्वाचे दुसऱ्यावर अवलंबित्व" समाविष्ट होते; अशा प्रकारे शांततावादी, समाजवादी, उदारमतवादी समाजसुधारक आणि अराजकतावादी जसे की पीटर क्रोपॉटकिन यांनी प्रजातींमधील संघर्षावर सहकार्याच्या मूल्यावर भर दिला. डार्विनने स्वतःच आग्रह धरला की सामाजिक धोरण केवळ निसर्गातील संघर्ष आणि निवड या संकल्पनांनी निर्देशित केले जाऊ नये.

1880 नंतर, जैविक वारशाच्या कल्पनांवर एक युजेनिक्स चळवळ विकसित झाली आणि त्यांच्या कल्पनांच्या वैज्ञानिक औचित्यासाठी डार्विनवादाच्या काही संकल्पनांना आवाहन केले. ब्रिटनमध्ये, बहुतेकांनी ऐच्छिक सुधारणेबद्दल डार्विनचे सावध विचार सामायिक केले आणि "सकारात्मक युजेनिक्स" मध्ये चांगले गुण असलेल्यांना प्रोत्साहित करण्याचा प्रयत्न केला. "डार्विनवादाचे ग्रहण" दरम्यान, मेंडेलियन आनुवंशिकतेने युजेनिक्ससाठी एक वैज्ञानिक पाया प्रदान केला होता. "कमजोर" काढून टाकण्यासाठी नकारात्मक युजेनिक्स अमेरिका, कॅनडा आणि ऑस्ट्रेलियामध्ये लोकप्रिय होते आणि युनायटेड स्टेट्समधील युजेनिक्सने सक्तीचे नसबंदीचे कायदे आणले, त्यानंतर इतर अनेक देशांमध्ये. त्यानंतर, नाझी युजेनिक्सने या क्षेत्राची बदनामी केली.

"सोशल डार्विनवाद" हा शब्द 1890 च्या आसपास क्वचितच वापरला गेला, परंतु 1940 च्या दशकात रिचर्ड हॉफस्टॅडरने सुधारणा आणि समाजवादाला विरोध करणाऱ्या विल्यम ग्रॅहम समनर सारख्या लोकांच्या लेसेझ-फेअर कंझर्व्हेटिझमवर हल्ला करण्यासाठी वापरला तेव्हा तो अपमानजनक शब्द म्हणून लोकप्रिय झाला. तेव्हापासून, उत्क्रांतीचे नैतिक परिणाम असे त्यांना वाटत असलेल्या विरोधातील लोकांकडून त्याचा गैरवापराचा शब्द म्हणून वापर केला जात आहे.

कार्य करते

डार्विन हा विपुल लेखक होता. उत्क्रांतीबद्दलच्या त्यांच्या कार्यांचे प्रकाशन न करताही, द व्हॉएज ऑफ द बीगलचे लेखक म्हणून, एक भूवैज्ञानिक म्हणून ज्याने दक्षिण अमेरिकेवर विस्तृतपणे प्रकाशित केले होते आणि प्रवाळ प्रवाळांच्या निर्मितीचे कोडे सोडवले होते, आणि म्हणून त्यांची लक्षणीय प्रतिष्ठा होती. एक जीवशास्त्रज्ञ ज्याने बार्नॅकल्सवर निश्चित काम प्रकाशित केले होते. ऑन ओरिजिन ऑफ स्पीसीजने त्याच्या कामाच्या धारणांवर वर्चस्व गाजवले, द डिसेंट ऑफ मॅन आणि द एक्स्प्रेशन ऑफ द इमोशन्स इन मॅन अँड ॲनिमल्समध्ये लक्षणीय परिणाम झाला आणि वनस्पतींवरील पॉवर ऑफ मूव्हमेंट इन प्लँट्ससह त्यांची वनस्पतींवरील पुस्तके खूप महत्त्वाची नाविन्यपूर्ण अभ्यास होती. द फॉर्मेशन ऑफ व्हेजिटेबल मोल्ड थ्रू द ॲक्शन ऑफ वर्म्स हे त्यांचे अंतिम काम होते.

18
सत्येंद्र नाथ बोस

सत्येंद्र नाथ बोस

Top Scientists

Scan for Story Videos - www.itibook.com

सत्येंद्र नाथ बोस 1 जानेवारी 1894 - 4 फेब्रुवारी 1974) हे सैद्धांतिक भौतिकशास्त्रात विशेष असलेले भारतीय गणितज्ञ आणि भौतिकशास्त्रज्ञ होते. बोस सांख्यिकी आणि बोस कंडेन्सेटच्या सिद्धांताचा पाया विकसित करण्यासाठी 1920 च्या सुरुवातीच्या काळात क्वांटम मेकॅनिक्सवर केलेल्या कामासाठी ते प्रसिद्ध आहेत. रॉयल सोसायटीचे फेलो, त्यांना भारत सरकारकडून 1954 मध्ये भारताचा दुसरा सर्वोच्च नागरी पुरस्कार, पद्मविभूषण, प्रदान करण्यात आला. बोसच्या आकडेवारीचे पालन करणाऱ्या कणांच्या वर्गाला, बोसॉनचे नाव पॉल डिरॅकने बोसच्या नावावर ठेवले होते.

बहुविज्ञान, त्याला भौतिकशास्त्र, गणित, रसायनशास्त्र, जीवशास्त्र, खनिजशास्त्र, तत्वज्ञान, कला, साहित्य आणि संगीत यासह विविध क्षेत्रांमध्ये रुची होती. सार्वभौम भारतातील अनेक संशोधन आणि विकास समित्यांवर त्यांनी काम केले.

बोस यांचा जन्म कलकत्ता (आता कोलकाता) येथे झाला, बंगाली कायस्थ ११ कुटुंबातील सात मुलांपैकी ते सर्वात मोठे. त्याच्या पश्चात सहा बहिणी असलेला तो एकुलता एक मुलगा होता. बंगाल प्रेसिडेन्सीमधील नादिया जिल्ह्यातील बारा जागुलिया या गावात त्यांचे वडिलोपार्जित घर होते. त्यांचे शालेय शिक्षण वयाच्या पाचव्या वर्षी त्यांच्या घराजवळ सुरू झाले. जेव्हा त्यांचे कुटुंब गोबागन येथे गेले तेव्हा त्यांना न्यू इंडियन स्कूलमध्ये प्रवेश देण्यात आला. शाळेच्या शेवटच्या वर्षात त्यांचा हिंदू शाळेत प्रवेश झाला. त्यांनी 1909 मध्ये त्यांची प्रवेश परीक्षा (मॅट्रिक) उत्तीर्ण केली आणि गुणवत्तेच्या क्रमाने ते पाचव्या स्थानावर राहिले. त्यानंतर ते प्रेसिडेन्सी कॉलेज, कलकत्ता येथे इंटरमिजिएट सायन्स कोर्समध्ये दाखल झाले, जिथे त्यांच्या शिक्षकांमध्ये जगदीश चंद्र बोस, शारदा प्रसन्न दास आणि प्रफुल्ल चंद्र रे यांचा समावेश होता.

बोस यांनी प्रेसिडेन्सी कॉलेजमधून मिश्र गणित विषयात विज्ञान पदवी प्राप्त केली, 1913 मध्ये प्रथम आले. त्यानंतर ते सर आशुतोष मुखर्जी यांच्या नव्याने स्थापन झालेल्या विज्ञान महाविद्यालयात दाखल झाले जेथे ते पुन्हा 1915 मध्ये एमएससी मिश्र गणिताच्या परीक्षेत पहिले आले. कलकत्ता विद्यापीठाच्या इतिहासात नवा विक्रम, जो अजून पार करणे बाकी आहे.

एमएससी पूर्ण केल्यानंतर, बोस 1916 मध्ये कलकत्ता विद्यापीठाच्या सायन्स कॉलेजमध्ये रिसर्च स्कॉलर म्हणून रुजू झाले आणि त्यांनी सापेक्षतेच्या सिद्धांतावर अभ्यास सुरू केला. वैज्ञानिक प्रगतीच्या इतिहासातील हा एक रोमांचक काळ होता. क्वांटम सिद्धांत नुकताच क्षितिजावर दिसला होता आणि महत्त्वाचे परिणाम समोर येऊ लागले होते.

त्यांचे वडील सुरेंद्रनाथ बोस हे ईस्ट इंडियन रेल्वे कंपनीच्या अभियांत्रिकी विभागात काम करत होते. 1914 मध्ये, वयाच्या 20 व्या वर्षी, सत्येंद्र नाथ बोस यांनी उषाबती घोष यांच्याशी विवाह केला, ती कलकत्त्याच्या एका प्रख्यात वैद्याची 11 वर्षांची मुलगी होती. त्यांना नऊ मुले होती, त्यापैकी दोन लहानपणीच मरण पावली. 1974 मध्ये त्यांचा मृत्यू झाला तेव्हा त्यांनी पत्नी, दोन मुलगे आणि पाच मुली सोडल्या.

बहुभाषिक म्हणून, बोस बंगाली, इंग्रजी, फ्रेंच, जर्मन आणि संस्कृत यांसारख्या अनेक भाषांमध्ये तसेच लॉर्ड टेनिसन, रवींद्रनाथ टागोर आणि कालिदासाच्या काव्यात पारंगत होते. ते व्हायोलिन सारखे भारतीय वाद्य एस्राज वाजवू शकत होते. वर्किंग मेन्स इन्स्टिट्यूट म्हणून ओळखल्या जाणाऱ्या रात्रीच्या शाळा चालवण्यात त्यांचा सक्रिय सहभाग होता.

संशोधन करिअर

बोस यांनी कलकत्ता येथील हिंदू शाळेत शिक्षण घेतले आणि नंतर कलकत्ता येथील प्रेसिडेन्सी कॉलेजमध्ये शिक्षण घेतले, त्यांनी प्रत्येक संस्थेत सर्वाधिक गुण मिळवले, तर सहकारी विद्यार्थी आणि भावी खगोलभौतिकशास्त्रज्ञ मेघनाद साहा द्वितीय आले. जगदीश चंद्र बोस, प्रफुल्ल चंद्र रे आणि नमन शर्मा यांसारख्या शिक्षकांच्या संपर्कात ते आले ज्यांनी जीवनात उच्च ध्येय ठेवण्याची प्रेरणा दिली. 1916 ते 1921 पर्यंत ते कलकत्ता विद्यापीठाच्या राजाबाजार विज्ञान महाविद्यालयात भौतिकशास्त्र विभागात व्याख्याते होते. साहा यांच्यासोबत, बोस यांनी 1919 मध्ये आइन्स्टाईनच्या विशेष आणि सामान्य सापेक्षतेवरील मूळ कागदपत्रांच्या जर्मन आणि फ्रेंच अनुवादांवर आधारित इंग्रजीतील पहिले पुस्तक तयार केले. 1921 मध्ये, ते नुकत्याच स्थापन झालेल्या ढाका विद्यापीठाच्या भौतिकशास्त्र विभागाचे वाचक म्हणून रुजू झाले. सध्याचा बांगलादेश). एमएससी आणि बीएससी ऑनर्ससाठी प्रगत अभ्यासक्रम शिकवण्यासाठी बोस यांनी प्रयोगशाळांसह संपूर्ण नवीन विभाग स्थापन केले आणि थर्मोडायनामिक्स तसेच जेम्स क्लर्क मॅक्सवेलचा इलेक्ट्रोमॅग्नेटिझम सिद्धांत शिकवला.

सत्येंद्र नाथ बोस यांनी साहा यांच्यासमवेत 1918 पासून सैद्धांतिक भौतिकशास्त्र आणि शुद्ध गणितामध्ये अनेक पेपर्स सादर केले. 1924 मध्ये, ढाका विद्यापीठाच्या भौतिकशास्त्र विभागात वाचक (खुर्चीशिवाय प्राध्यापक) म्हणून काम करत असताना, बोस यांनी शास्त्रीय भौतिकशास्त्राचा कोणताही संदर्भ न घेता प्लँकच्या क्वांटम रेडिएशन कायद्याची व्युत्पन्न करणारा एक शोधनिबंध लिहिला आणि एकसारखे कण असलेल्या राज्यांची मोजणी करण्याचा अभिनव मार्ग वापरला. . हा पेपर क्वांटम स्टॅटिस्टिक्सचे महत्त्वाचे क्षेत्र तयार करण्यात महत्त्वपूर्ण होता. प्रकाशनासाठी लगेच स्वीकारले नसले तरी त्यांनी तो लेख थेट जर्मनीतील अल्बर्ट आइनस्टाईन यांना पाठवला. आइन्स्टाईनने पेपरचे महत्त्व ओळखून स्वतः जर्मन भाषेत त्याचे भाषांतर केले आणि बोस यांच्या वतीने प्रतिष्ठित झीट्स्क्रिफ्ट फर फिजिक यांना सादर केले. या ओळखीचा परिणाम म्हणून, बोस युरोपियन क्ष-किरण आणि क्रिस्टलोग्राफी प्रयोगशाळांमध्ये दोन वर्षे काम करू शकले, ज्या दरम्यान त्यांनी लुईस डी ब्रोगली, मेरी क्युरी आणि आईन्स्टाईन यांच्यासोबत काम केले.

बोस-आईन्स्टाईन आकडेवारी

ढाका विद्यापीठात किरणोत्सर्ग सिद्धांत आणि अतिनील आपत्ती या विषयावर व्याख्यान सादर करताना, बोस यांनी आपल्या विद्यार्थ्यांना हे दाखविण्याचा हेतू होता की समकालीन सिद्धांत अपुरा आहे, कारण त्याचा अंदाज प्रायोगिक निकालांनुसार नाही. या विसंगतीचे वर्णन करण्याच्या प्रक्रियेत, बोस यांनी प्रथमच अशी भूमिका घेतली की मॅक्सवेल-बोल्टझमन वितरण सूक्ष्म कणांसाठी खरे नाही, जेथे हायझेनबर्गच्या अनिश्चिततेच्या तत्वामुळे होणारे चढ-उतार महत्त्वपूर्ण असतील. अशा प्रकारे त्याने फेज स्पेसमध्ये कण शोधण्याच्या संभाव्यतेवर जोर दिला, प्रत्येक अवस्थेचा आकार h3 आहे आणि कणांची वेगळी स्थिती आणि गती टाकून दिली. बोस यांनी या व्याख्यानाचे "प्लॅंक्स लॉ अँड द हायपोथिसिस ऑफ लाइट क्वांटा" या छोट्या लेखात रुपांतर केले आणि ते अल्बर्ट आइन्स्टाईन यांना खालील पत्रासह पाठवले

आदरणीय महोदय, मी तुम्हाला सोबतचा लेख तुमच्या अभ्यासासाठी आणि मतासाठी पाठवण्याचा प्रयत्न केला आहे. तुम्हाला याबद्दल काय वाटते हे जाणून घेण्यासाठी मी उत्सुक आहे. तुम्हाला दिसेल की मी प्लॅंकच्या नियमातील 8p ?2/c3 गुणांक काढण्याचा प्रयत्न केला आहे, शास्त्रीय इलेक्ट्रोडायनामिक्सपासून स्वतंत्र आहे, फक्त हे गृहीत धरून की फेज-स्पेसमधील अंतिम प्राथमिक प्रदेशात h3 सामग्री आहे. मला पेपरचे भाषांतर करण्यासाठी पुरेसे जर्मन येत नाही. जर तुम्हाला असे वाटत असेल की पेपर प्रकाशनासाठी योग्य आहे, जर तुम्ही त्याचे प्रकाशन Zeitschrift für Physik मध्ये केले तर मी आभारी राहीन. तुमच्यासाठी पूर्ण अनोळखी असलो तरी मला अशी विनंती करण्यात अजिबात संकोच वाटत नाही. कारण आम्ही सर्व तुमचे शिष्य असूनही तुमच्या लेखनातून केवळ तुमच्या शिकवणुकीचा फायदा होत आहे. मला माहित नाही की तुम्हाला अजूनही आठवत आहे की कलकत्त्याहून कोणीतरी तुमची रिलेटिव्हिटीवरील पेपर्स इंग्रजीत भाषांतरित करण्यासाठी परवानगी मागितली होती. तुम्ही विनंती मान्य केली. त्यानंतर हे पुस्तक प्रकाशित झाले आहे. तुमच्या जनरलाइज्ड रिलेटिव्हिटीवरील पेपरचे भाषांतर

मीच केले होते.

आईन्स्टाईनने त्याच्याशी सहमती दर्शवली, बोस यांच्या "प्लॅंकचा कायदा आणि हायपोथिसिस ऑफ लाईट क्वांटा" या शोधनिबंधांचे जर्मन भाषेत भाषांतर केले आणि 1924 मध्ये बोसच्या नावाने झीट्स्क्रिफ्ट फर फिजिकमध्ये प्रकाशित केले.

बोसच्या व्याख्याने अचूक परिणाम घडवण्याचे कारण असे की फोटॉन एकमेकांपासून वेगळे करता येत नसल्यामुळे, समान ऊर्जा असलेल्या कोणत्याही दोन फोटॉनला दोन वेगळे ओळखण्यायोग्य फोटॉन मानता येत नाहीत. सादृश्यतेनुसार, जर पर्यायी विश्वात, नाणी फोटॉन आणि इतर बोसॉन सारखी वागली, तर दोन डोके निर्माण होण्याची संभाव्यता खरोखर एक तृतीयांश (शेपटी-हेड = हेड-टेल) असेल.

बोसच्या व्याख्येला आता बोस-आईन्स्टाईन सांख्यिकी म्हणतात. बोस यांनी मिळवलेल्या या निकालाने क्वांटम स्टॅटिस्टिक्सचा पाया घातला आणि विशेषतः आइन्स्टाईन आणि डिराक यांनी मान्य केल्याप्रमाणे कणांच्या अभेद्यतेच्या क्रांतिकारी नवीन तात्विक संकल्पनेचा पाया घातला. जेव्हा आइन्स्टाईन बोसला समोरासमोर भेटले तेव्हा त्यांनी त्यांना विचारले की त्यांनी नवीन प्रकारच्या आकडेवारीचा शोध लावला आहे याची त्यांना जाणीव आहे का, आणि त्यांनी अगदी प्रांजळपणे सांगितले की नाही, तो बोल्ट्झमनच्या आकडेवारीशी फारसा परिचित नव्हता आणि त्यांना कळले नाही. की तो वेगळ्या पद्धतीने आकडेमोड करत होता. जो कोणी विचारेल त्याच्याशी तो तितकाच प्रामाणिक होता.

आईनस्टाईनलाही बोसचे जाणे किती कट्टरपंथी होते हे आधी लक्षात आले नाही आणि बोस नंतरच्या पहिल्या पेपरमध्ये त्यांनी बोसप्रमाणेच मार्गदर्शन केले होते की नवीन पद्धतीने योग्य उत्तर दिले. पण आइन्स्टाईनच्या दुसऱ्या पेपरनंतर बोसच्या पद्धतीचा वापर करून ज्यामध्ये आइन्स्टाईनने बोस-आईनस्टाईन कंडेन्सेटचा अंदाज लावला (डावीकडे चित्रात), तो किती मूलगामी आहे हे त्याला जाणवू लागले आणि त्याने त्याची तुलना तरंग/कण द्वैताशी केली, असे म्हटले की काही कण वागत नाहीत. अगदी कणांसारखे. बोस यांनी त्यांचा लेख ब्रिटीश जर्नल फिलॉसॉफिकल मॅगझिनला आधीच सादर केला होता, ज्याने तो आइन्स्टाईनला पाठवण्यापूर्वीच तो नाकारला होता. तो का नाकारला गेला हे माहीत नाही.

आईन्स्टाईनने ही कल्पना स्वीकारली आणि ती अणूंपर्यंत वाढवली. यामुळे बोस-आईनस्टाईन कंडेन्सेट या नावाने ओळखल्या जाणाऱ्या घटनेच्या अस्तित्वाचा अंदाज आला, बोसॉनचा दाट संग्रह (जे बोसच्या नावावर पूर्णांक स्पिन असलेले कण आहेत), ज्याचे अस्तित्व 1995 मध्ये प्रयोगाद्वारे सिद्ध झाले.

ढाका

युरोपमधील त्यांच्या वास्तव्यानंतर, बोस 1926 मध्ये ढाका येथे परतले. त्यांच्याकडे डॉक्टरेट नव्हती, आणि त्यामुळे सामान्यतः, प्रचलित नियमांनुसार, त्यांनी अर्ज केलेल्या प्राध्यापक पदासाठी ते पात्र ठरणार नाहीत, परंतु आईनस्टाईनने त्यांची शिफारस केली. त्यानंतर त्यांना ढाका विद्यापीठातील भौतिकशास्त्र विभागाचे प्रमुख करण्यात आले. त्यांनी ढाका विद्यापीठात मार्गदर्शन आणि अध्यापन सुरू ठेवले.

एक्स-रे क्रिस्टलोग्राफी प्रयोगशाळेसाठी बोस यांनी स्वतः उपकरणे तयार केली. क्ष-किरण स्पेक्ट्रोस्कोपी, क्ष-किरण विवर्तन, पदार्थांचे चुंबकीय गुणधर्म, ऑप्टिकल स्पेक्ट्रोस्कोपी, वायरलेस आणि युनिफाइड फील्ड थिअरी या विषयातील संशोधनाचे केंद्र बनवण्यासाठी त्यांनी

प्रयोगशाळा आणि ग्रंथालये स्थापन केली. त्यांनी मेघनाद साहा यांच्याबरोबर वास्तविक वायूंसाठी राज्याचे समीकरणही प्रकाशित केले. १९४५ पर्यंत ते ढाका विद्यापीठात विज्ञान शाखेचे डीनही होते.

कलकत्ता

जेव्हा भारताची फाळणी जवळ आली (1947), ते कलकत्ता (आता कोलकाता म्हणून ओळखले जाते) येथे परतले आणि तेथे 1956 पर्यंत शिकवले. त्यांनी प्रत्येक विद्यार्थ्याला स्थानिक साहित्य आणि स्थानिक तंत्रज्ञांचा वापर करून स्वतःची उपकरणे तयार करण्याचा आग्रह धरला. निवृत्तीनंतर त्यांना प्रोफेसर एमेरिटस करण्यात आले. त्यानंतर ते शांतिनिकेतन येथील विश्वभारती विद्यापीठाचे कुलगुरू झाले. आण्विक भौतिकशास्त्रातील संशोधन सुरू ठेवण्यासाठी आणि सेंद्रिय रसायनशास्त्रातील पूर्वीची कामे पूर्ण करण्यासाठी ते कलकत्ता विद्यापीठात परतले. त्यानंतरच्या वर्षांत, त्यांनी बकरेश्वरच्या गरम पाण्याच्या झऱ्यांमध्ये हेलियम काढण्यासारख्या उपयोजित संशोधनात काम केले.

इतर फील्ड

भौतिकशास्त्राव्यतिरिक्त त्यांनी जैवतंत्रज्ञान आणि साहित्यात (बंगाली आणि इंग्रजी) काही संशोधन केले. त्यांनी रसायनशास्त्र, भूविज्ञान, प्राणीशास्त्र, मानववंशशास्त्र, अभियांत्रिकी आणि इतर शास्त्रांचा सखोल अभ्यास केला. बंगाली असल्याने, त्यांनी बंगाली भाषेला शिकवण्याची भाषा म्हणून प्रोत्साहन देण्यासाठी, त्यात वैज्ञानिक पेपर्सचे भाषांतर करण्यासाठी आणि प्रदेशाच्या विकासाला चालना देण्यासाठी महत्त्वपूर्ण वेळ दिला.

सन्मान

1937 मध्ये, रवींद्रनाथ टागोर यांनी त्यांचे विज्ञानावरील एकमेव पुस्तक, विश्व-परिचय, सत्येंद्र नाथ बोस यांना समर्पित केले. बोस यांना १९५४ मध्ये भारत सरकारने पद्मविभूषण या पदवीने सन्मानित केले होते. १९५९ मध्ये त्यांची राष्ट्रीय प्राध्यापक म्हणून नियुक्ती करण्यात आली होती, जो विद्वानांसाठी देशातील सर्वोच्च सन्मान आहे, हे पद त्यांनी १५ वर्षे भूषवले होते. 1986 मध्ये, SN बोस नॅशनल सेंटर फॉर बेसिक सायन्सेसची स्थापना भारत सरकारच्या संसदेच्या कायद्याद्वारे सॉल्ट लेक, कलकत्ता येथे करण्यात आली.

बोस नव्याने स्थापन झालेल्या वैज्ञानिक आणि औद्योगिक संशोधन परिषदेचे सल्लागार बनले. ते इंडियन फिजिकल सोसायटी आणि नॅशनल इन्स्टिट्यूट ऑफ सायन्सचे अध्यक्ष होते. इंडियन सायन्स काँग्रेसचे सरचिटणीस म्हणून त्यांची निवड झाली. ते भारतीय सांख्यिकी संस्थेचे उपाध्यक्ष आणि नंतर अध्यक्ष होते. 1958 मध्ये ते रॉयल सोसायटीचे फेलो बनले. त्यांना राज्यसभेचे सदस्य म्हणून नामांकन देण्यात आले.

नोबेल पुरस्कार नामांकन

एसएन बोस यांना के. बॅनर्जी (1956), डीएस कोठारी (1959), एसएन बागची (1962), आणि ए.के. दत्ता (1962) यांनी बोस-आइन्स्टाईन सांख्यिकी आणि युनिफाइड फील्ड थिअरीमधील योगदानासाठी भौतिकशास्त्रातील नोबेल पुरस्कारासाठी नामांकित केले होते. . उदाहरणार्थ, अलाहाबाद विद्यापीठाच्या भौतिकशास्त्र विभागाचे प्रमुख केदारेश्वर बॅनर्जी यांनी 12 जानेवारी 1956 च्या पत्रात नोबेल समितीला पुढीलप्रमाणे लिहिले: ". बोस सांख्यिकी या नावाने ओळखले जाणारे सांख्यिकी विकसित करून त्यांनी (बोस) भौतिकशास्त्रात उत्कृष्ट योगदान दिले. अलिकडच्या वर्षांत ही आकडेवारी मूलभूत कणांच्या वर्गीकरणात खूप महत्त्वाची असल्याचे आढळून आले आहे आणि आण्विक भौतिकशास्त्राच्या विकासात त्यांचे मोठे योगदान आहे.. 1953 ते आजपर्यंतच्या काळात त्यांनी आइन्स्टाईनच्या युनिटरी फील्ड थिअरी या विषयावर दूरगामी परिणामांचे अनेक अत्यंत मनोरंजक योगदान दिले आहे." बोस यांच्या कार्याचे मूल्यमापन नोबेल समितीच्या तज्ज्ञ ऑस्कर क्लेन यांनी केले, ज्यांनी त्यांचे कार्य नोबेल पारितोषिकासाठी पात्र असल्याचे पाहिले.

वारसा

बोसॉन, कण भौतिकशास्त्रातील प्राथमिक उपअणु कणांच्या वर्गाचे नाव डिरॅकने सत्येंद्र नाथ बोस यांच्या विज्ञानातील योगदानाच्या स्मरणार्थ ठेवले होते.

एसएन बोस यांच्या बोसॉन, बोस-आइन्स्टाईन सांख्यिकी आणि बोस-आइन्स्टाईन कंडेन्सेट या संकल्पनांशी संबंधित संशोधनासाठी सात नोबेल पारितोषिके देण्यात आली असली, तरी बोस यांना स्वतःला नोबेल पारितोषिक देण्यात आले नाही.

त्यांच्या द सायंटिफिक एज या पुस्तकात, भौतिकशास्त्रज्ञ जयंत नारळीकर यांनी निरीक्षण केले:

एसएन बोस यांचे कण सांख्यिकी (सी. 1922) वरील कार्य, ज्याने फोटॉनचे वर्तन स्पष्ट केले (संबंधित प्रकाशाचे कण) आणि क्वांटम सिद्धांताच्या नियमांचे पालन करणाऱ्या मायक्रोसिस्टम्सच्या सांख्यिकीवरील नवीन कल्पनांचे दरवाजे उघडले. 20 व्या शतकातील भारतीय विज्ञानातील शीर्ष दहा कामगिरी आणि नोबेल पारितोषिक वर्गात त्यांचा विचार केला जाऊ शकतो.

जेव्हा बोसला एकदा हा प्रश्न विचारण्यात आला तेव्हा त्यांनी सहज उत्तर दिले, "माझ्या पात्रतेची सर्व मान्यता मला मिळाली आहे" - कदाचित कारण तो ज्या विज्ञानाच्या क्षेत्रात होता, त्यामध्ये नोबेल नाही, तर एखाद्याचे नाव जिवंत राहील की नाही हे महत्त्वाचे आहे. येत्या काही दशकांमध्ये वैज्ञानिक चर्चा सुरू आहेत. राजशाही विद्यापीठाच्या मुख्य शैक्षणिक इमारतींपैकी एक, प्रथम क्रमांकाच्या विज्ञान

इमारतीला अलीकडेच त्यांचे नाव देण्यात आले आहे.

19

सुब्रह्मण्यन चंद्रशेखर

सुब्रह्मण्यन चंद्रशेखर

Top Scientists

Scan for Story Videos - www.itibook.com

सुब्रह्मण्यन चंद्रशेखर19 ऑक्टोबर 1910 - 21 ऑगस्ट 1995) एक भारतीय खगोलभौतिकशास्त्रज्ञ होते ज्यांनी त्यांचे व्यावसायिक जीवन युनायटेड स्टेट्समध्ये व्यतीत केले. त्यांनी 1983 चा भौतिकशास्त्राचा नोबेल पारितोषिक विल्यम ए. फॉलर यांच्यासोबत "...तार्‍यांची रचना आणि उत्क्रांतीच्या महत्त्वाच्या भौतिक प्रक्रियांचा सैद्धांतिक अभ्यास" साठी शेअर केला. तारकीय उत्क्रांतीच्या त्याच्या गणितीय उपचाराने नंतरच्या उत्क्रांतीच्या अवस्थेतील प्रचंड तार्‍यांच्या आणि कृष्णविवरांचे अनेक वर्तमान सैद्धांतिक मॉडेल्स प्राप्त झाले. चंद्रशेखर मर्यादा आणि चंद्र क्ष-किरण वेधशाळा त्यांच्या नावावर आहे.

चंद्रशेखर यांनी त्यांच्या हयातीत भौतिकशास्त्रातील विविध समस्यांवर काम केले, तारकीय संरचना, पांढरे बौने, तारकीय गतिशीलता, स्टोकेस्टिक प्रक्रिया, रेडिएटिव्ह ट्रान्सफर, हायड्रोजन आयनचा क्वांटम सिद्धांत, हायड्रोडायनामिक आणि हायड्रोमॅग्नेटिक स्थिरता, समकालीन समजून घेण्यात योगदान दिले. समतोल आणि समतोल, सामान्य सापेक्षता, कृष्णविवरांचा गणिती सिद्धांत आणि गुरुत्वीय लहरींच्या टक्कराचा सिद्धांत. केंब्रिज विद्यापीठात, त्यांनी पांढर्‍या बौने तार्‍यांच्या संरचनेचे स्पष्टीकरण देणारे एक सैद्धांतिक मॉडेल विकसित केले ज्यात इलेक्ट्रॉन्सच्या वेगासह वस्तुमानाचा सापेक्षतावादी फरक लक्षात घेतला गेला ज्यामध्ये त्यांचे क्षीण पदार्थ समाविष्ट होते. त्याने दाखवून दिले की पांढऱ्या बटूचे वस्तुमान सूर्याच्या - चंद्रशेखर मर्यादेपेक्षा १.४४ पट जास्त असू शकत नाही. चंद्रशेखर यांनी आकाशगंगेतील चढउतार गुरुत्वीय क्षेत्रांचे आकाशगंगेच्या केंद्राभोवती फिरणाऱ्या तार्‍यांवर होणारे परिणाम लक्षात घेऊन प्रथम जेन ऊर्ट आणि इतरांनी रेखाटलेल्या तारकीय गतिशीलतेचे मॉडेल सुधारित केले. या गुंतागुंतीच्या गतिमान समस्येच्या त्याच्या निराकरणामध्ये वीस आंशिक विभेदक समीकरणांचा संच समाविष्ट होता, ज्याला त्याने "डायनॅमिकल घर्षण" असे नाव दिले, ज्याचे दुहेरी परिणाम आहेत तार्‍यांचे पुंजके स्थिर होण्यास मदत होते. चंद्रशेखर यांनी हे विश्लेषण आंतरतारकीय माध्यमापर्यंत विस्तारित केले, ते दर्शविते की आकाशगंगेतील वायू आणि धूळ यांचे ढग अतिशय असमानपणे वितरीत केले जातात.

चंद्रशेखर यांनी प्रेसिडेन्सी कॉलेज, मद्रास (आताचे चेन्नई) आणि केंब्रिज विद्यापीठात शिक्षण घेतले. शिकागो विद्यापीठात दीर्घकाळ प्रोफेसर राहिलेल्या, त्यांनी यर्केस ऑब्झर्व्हेटरी येथे काही अभ्यास केला आणि 1952 ते 1971 पर्यंत द ॲस्ट्रोफिजिकल जर्नलचे संपादक म्हणून काम केले. 1937 ते 1995 मध्ये त्यांचा मृत्यू होईपर्यंत ते शिकागो येथे प्राध्यापक होते. वय 84, आणि मॉर्टन डी. हल सैद्धांतिक खगोल भौतिकशास्त्राचे प्रतिष्ठित सेवा प्राध्यापक होते.

चंद्रशेखर यांचा जन्म 19 ऑक्टोबर 1910 रोजी पंजाबमध्ये, ब्रिटिश राजवटीत (आता पाकिस्तानमध्ये) एका तामिळ ब्राह्मण कुटुंबात, सीता बालकृष्णन (1891-1931) आणि चंद्रशेखर सुब्रह्मण्य अय्यर (1885-1960) येथे झाला. चंद्रशेखरच्या जन्माच्या वेळी वायव्य रेल्वेचे उपमहालेखापरीक्षक म्हणून लाहोरमध्ये तैनात होते. त्यांना दोन मोठ्या बहिणी, राजलक्ष्मी आणि बालपार्वती, तीन लहान भाऊ, विश्वनाथन, बालकृष्णन आणि रामनाथन आणि चार लहान बहिणी, शारदा, विद्या, सावित्री आणि सुंदरी. त्यांचे मामा हे भारतीय भौतिकशास्त्रज्ञ आणि नोबेल पारितोषिक विजेते चंद्रशेखर व्यंकट रमण होते. त्यांची आई बौद्धिक शोधासाठी समर्पित होती, त्यांनी हेन्रिक इब्सेनच्या ए डॉल्स हाऊसचे तमिळमध्ये भाषांतर केले होते आणि लहान वयातच चंद्राचे बौद्धिक कुतूहल जागृत करण्याचे श्रेय त्यांना जाते. हे कुटुंब 1916 मध्ये लाहोरहून अलाहाबादला गेले आणि शेवटी 1918 मध्ये मद्रासमध्ये स्थायिक झाले.

चंद्रशेखर वयाच्या १२व्या वर्षापर्यंत घरीच शिकवत होते. 10 मिडल स्कूलमध्ये त्याच्या वडिलांनी त्याला गणित आणि भौतिकशास्त्र शिकवले आणि त्याच्या आईने त्याला तमिळ शिकवले. नंतर १९२२-२५ दरम्यान त्यांनी हिंदू हायस्कूल, ट्रिपलिकेन, मद्रास येथे शिक्षण घेतले. त्यानंतर, त्यांनी प्रेसिडेन्सी कॉलेज, मद्रास (मद्रास विद्यापीठाशी संलग्न) मध्ये 1925 ते 1930 पर्यंत शिक्षण घेतले, अरनॉल्ड सॉमरफेल्ड

यांच्या व्याख्यानाने प्रेरित होऊन 1929 मध्ये "द कॉम्प्टन स्कॅटरिंग अँड द न्यू स्टॅटिस्टिक्स" हा पहिला शोधनिबंध लिहिला. त्यांनी जून 1930 मध्ये भौतिकशास्त्रात बीएस्सी (मानद) पदवी प्राप्त केली. जुलै 1930 मध्ये, चंद्रशेखर यांना कॅंब्रिज विद्यापीठात पदवी शिक्षण घेण्यासाठी भारत सरकारची शिष्यवृत्ती देण्यात आली, जिथे त्यांना ट्रिनिटी कॉलेजमध्ये प्रवेश मिळाला. RH Fowler द्वारे ज्यांच्याशी त्याने आपला पहिला पेपर संवाद साधला. त्यांच्या इंग्लंडच्या प्रवासादरम्यान, चंद्रशेखर यांनी त्यांचा वेळ पांढऱ्या बौने ताऱ्यातील इलेक्ट्रॉन वायूच्या क्षीणतेच्या सांख्यिकीय यांत्रिकींवर काम करण्यात घालवला, फॉलरच्या मागील कार्यात सापेक्षतावादी सुधारणा (खाली लेगसी पहा).

कॅंब्रिज विद्यापीठात

कॅंब्रिजमधील त्यांच्या पहिल्या वर्षात, फॉलरचे संशोधन विद्यार्थी म्हणून, चंद्रशेखर यांनी त्यांचा वेळ सरासरी अपारदर्शकतेची गणना करण्यात आणि त्यांचे परिणाम क्षीण ताऱ्याच्या मर्यादित वस्तुमानासाठी सुधारित मॉडेल तयार करण्यासाठी खर्च केले. रॉयल अॅस्ट्रॉनॉमिकल सोसायटीच्या बैठकींमध्ये, तो ईए मिल्नेला भेटला. मॅक्स बॉर्नच्या निमंत्रणावरून त्यांनी 1931 चा उन्हाळा, पदव्युत्तर शिक्षणाचे दुसरे वर्ष, गॉटिंगेन येथील बॉर्नच्या संस्थेत, अपारदर्शकता, अणु शोषण गुणांक आणि मॉडेल स्टेलर फोटोस्फीअर्सवर काम केले. पीएएम डिरॅकच्या सल्ल्यानुसार, त्याने कोपनहेगनमधील सैद्धांतिक भौतिकशास्त्र संस्थेत पदवी शिक्षणाचे अंतिम वर्ष घालवले, जिथे तो नील्स बोहरला भेटला.

1933 च्या उन्हाळ्यात, क्षीण ताऱ्यांवरील त्यांच्या कार्यासाठी कांस्य पदक मिळाल्यानंतर, चंद्रशेखर यांना कॅंब्रिज येथे त्यांची पीएचडी पदवी प्रदान करण्यात आली आणि त्यांच्या चार शोधनिबंधांपैकी एक शोधनिबंध स्वयं-गुरुत्वाकर्षण पॉलीट्रॉपवर फिरला. 9 ऑक्टोबर रोजी, ट्रिनिटी कॉलेजमध्ये 1933-1937 या कालावधीसाठी प्राइज फेलोशिपसाठी त्यांची निवड झाली, 16 वर्षांपूर्वी श्रीनिवास रामानुजन यांच्यानंतर ट्रिनिटी फेलोशिप मिळवणारे ते दुसरे भारतीय ठरले. तो फेलोशिप मिळवण्यात अयशस्वी ठरला होता म्हणून त्याने ऑक्सफर्डमध्ये त्या शरद ऋतूतील मिल्नेच्या खाली अभ्यास करण्याची व्यवस्था आधीच केली होती, अगदी तिथे फ्लॅट भाड्याने घेण्याच्या मर्यादेपर्यंत गेला होता.

याच काळात चंद्रशेखर यांची ब्रिटिश भौतिकशास्त्रज्ञ सर आर्थर एडिंग्टन यांच्याशी ओळख झाली. 1935 मध्ये लंडनमधील रॉयल अॅस्ट्रॉनॉमिकल सोसायटीमध्ये झालेल्या एका कुप्रसिद्ध चकमकीत एडिंग्टनने चंद्रशेखर मर्यादा संकल्पनेची सार्वजनिकपणे खिल्ली उडवली. जरी एडिंग्टन नंतर संगणकांद्वारे चुकीचे सिद्ध केले गेले आणि 1972 मध्ये ब्लॅक होलची पहिली सकारात्मक ओळख झाली, तरी या चकमकीमुळे चंद्रशेखरला यूकेबाहेर रोजगाराचा विचार करावा लागला. नंतरच्या आयुष्यात, अनेक प्रसंगी, चंद्रशेखर यांनी असे मत व्यक्त केले की एडिंग्टनचे वर्तन अंशतः वांशिकतेने प्रेरित होते.

करिअर आणि संशोधन

1935 मध्ये, चंद्रशेखर यांना हार्वर्ड वेधशाळेचे संचालक, हार्लो शेपली यांनी तीन महिन्यांच्या कालावधीसाठी सैद्धांतिक खगोल भौतिकशास्त्राचे अभ्यागत व्याख्याता म्हणून आमंत्रित केले होते. डिसेंबरमध्ये तो अमेरिकेला गेला होता. हार्वर्डच्या भेटीदरम्यान, चंद्रशेखरने शेपलीला खूप प्रभावित केले, परंतु त्यांनी हार्वर्ड संशोधन फेलोशिपची ऑफर नाकारली. त्याच वेळी, चंद्रशेखर, जेरार्ड कुइपर यांना भेटले, एक प्रख्यात डच खगोलभौतिकीय निरिक्षणशास्त्रज्ञ जे त्यावेळेस पांढऱ्या बौनेंवरील अग्रगण्य अधिकारी होते. कुइपरची नुकतीच शिकागो विद्यापीठामार्फत चालवल्या जाणाऱ्या विलियम्स बे, विस्कॉन्सिन येथील येर्केस वेधशाळेचे संचालक ओटो स्ट्रुव्ह आणि विद्यापीठाचे अध्यक्ष रॉबर्ट मेनार्ड हचिन्स यांनी नियुक्ती केली होती. चंद्रशेखर यांच्याविषयी माहिती असल्याने, स्ट्रूव्हने कुईपरसह खगोल भौतिकशास्त्रातील तीनपैकी एका पदासाठी त्यांचा विचार केला होता; दुसरे उद्घाटन बेंग्ट स्ट्रॉमग्रेन या डॅनिश सिद्धांतकाराने भरले होते. कुइपरच्या शिफारशीनंतर, स्ट्रुव्हने मार्च 1936 मध्ये चंद्रशेखर यांना येर्केस येथे आमंत्रित केले आणि त्यांना नोकरीची ऑफर दिली. चंद्रशेखरला उत्सुकता असली तरी त्यांनी सुरुवातीला ही ऑफर नाकारली आणि इंग्लंडला निघून गेले; समुद्रप्रवासादरम्यान हचिन्सने चंद्रशेखर यांना रेडिओग्राम पाठवल्यानंतर, त्यांनी शेवटी ते स्वीकारले आणि डिसेंबर 1936 मध्ये सैद्धांतिक खगोल भौतिकशास्त्राचे सहाय्यक प्राध्यापक म्हणून येर्केस येथे परतले. हचिन्सने अशा प्रसंगी हस्तक्षेप केला जेथे स्ट्रुव्हने आयोजित केलेला अभ्यासक्रम शिकवण्यावर चंद्राचा सहभाग होता, डीन हेन्री गेलने वांशिक पूर्वग्रहावर आधारित व्हेटो केला होता; हचिन्स म्हणाले "श्री चंद्रशेखर यांना सर्व प्रकारे शिकवा".

चंद्रशेखर आपल्या संपूर्ण कारकिर्दीत शिकागो विद्यापीठात राहिले. 1941 मध्ये त्यांना सहयोगी प्राध्यापक आणि दोन वर्षांनी 33 व्या वर्षी पूर्ण प्राध्यापक म्हणून पदोन्नती मिळाली. 1946 मध्ये, प्रिन्स्टन युनिव्हर्सिटीने चंद्रशेखरला हेन्री नॉरिस रसेलने शिकागोच्या पगारापेक्षा दुप्पट पगाराची ऑफर दिली तेव्हा, हचिन्सने प्रिन्स्टनच्या पगाराशी जुळणारे पगार वाढवले आणि चंद्रशेखरला शिकागोमध्ये राहण्यासाठी राजी केले. 1952 मध्ये, एनरिको फर्मीच्या आमंत्रणावरून ते मॉर्टन डी. हलचे सैद्धांतिक खगोल भौतिकशास्त्र आणि एनरिको फर्मी संस्थेचे विशिष्ट सेवा प्राध्यापक झाले. 1953 मध्ये त्यांनी आणि त्यांची पत्नी ललिता चंद्रशेखर यांनी अमेरिकन नागरिकत्व घेतले.

विद्यापीठात 1966 मध्ये NASA द्वारे खगोल भौतिकशास्त्र आणि अंतराळ संशोधन प्रयोगशाळा (LASR) बांधल्यानंतर, चंद्रशेखर यांनी दुसऱ्या मजल्यावरील चार कोपऱ्यांपैकी एक कार्यालय व्यापले. (इतर कोपऱ्यात जॉन ए. सिम्पसन, पीटर मेयर आणि यूजीन एन. पार्कर होते.) 1960 च्या दशकाच्या उत्तरार्धात आणि नंतर 5550 डॉर्चेस्टर बिल्डिंगमध्ये उंच अपार्टमेंट कॉम्प्लेक्स बांधल्यानंतर चंद्रशेखर 4800

लेक शोर ड्राइव्ह येथे राहत होते.

दुसरे महायुद्ध

दुसऱ्या महायुद्धादरम्यान, चंद्रशेखर यांनी मेरीलँडमधील ॲबरडीन प्रोव्हिंग ग्राउंड येथील बॅलिस्टिक संशोधन प्रयोगशाळेत काम केले. तेथे असताना, त्याने बॅलिस्टिक्सच्या समस्यांवर काम केले, परिणामी 1943 च्या विमानातील शॉक वेव्हजच्या क्षय, 105 मिमी शेलच्या स्फोटासाठी इष्टतम उंची, तीन शॉक वेव्हजच्या अस्तित्वाच्या परिस्थितीवर, १५ असे अहवाल आले. प्रक्षेपणापासून परावर्तित झालेल्या सुधारित वारंवारतेच्या लहरींमध्ये हस्तक्षेप करून तयार केलेल्या बीट वेव्हसमधून प्रक्षेपणास्त्राच्या वेगाचे निर्धारण १६ आणि स्फोट लहरींचे सामान्य प्रतिबिंब. चंद्रशेखर यांच्या हायड्रोडायनॅमिक्समधील कौशल्यामुळे रॉबर्ट ओपेनहायमरने त्यांना लॉस अलामोस येथील मॅनहॅटन प्रकल्पात सामील होण्यासाठी आमंत्रित केले, परंतु त्यांच्या सुरक्षा मंजुरीच्या प्रक्रियेत विलंब झाल्यामुळे त्यांना प्रकल्पात योगदान देण्यास प्रतिबंध झाला. त्यांनी कॅल्युट्रॉन प्रकल्पाला भेट दिल्याची अफवा पसरली आहे.

पद्धतशीरपणाचे तत्वज्ञान

त्यांनी लिहिले की त्यांचे वैज्ञानिक संशोधन विज्ञानातील विविध विषयांच्या प्रगतीत त्यांच्या क्षमतेनुसार भाग घेण्याच्या इच्छेने प्रेरित होते आणि त्यांच्या कार्याचा मुख्य हेतू पद्धतशीरीकरण हा होता. "वैज्ञानिक मूलतः एक विशिष्ट डोमेन, एक विशिष्ट पैलू किंवा विशिष्ट तपशील निवडण्याचा प्रयत्न करतो आणि ते सामान्य योजनेत त्याचे योग्य स्थान घेते की नाही हे पाहणे ज्याचे स्वरूप आणि सुसंगतता आहे; आणि नसल्यास, पुढे शोधणे. अशी माहिती जी त्याला असे करण्यास मदत करेल".

चंद्रशेखर यांनी भौतिकशास्त्र आणि खगोल भौतिकशास्त्राच्या अनेक क्षेत्रांमध्ये प्रभुत्व मिळवण्याची एक अनोखी शैली विकसित केली; परिणामी, त्याचे कार्य जीवन वेगवेगळ्या कालावधीत विभागले जाऊ शकते. तो एका विशिष्ट क्षेत्राचा संपूर्ण अभ्यास करायचा, त्यात अनेक शोधनिबंध प्रकाशित करायचा आणि नंतर त्या क्षेत्रातील प्रमुख संकल्पनांचा सारांश देणारे पुस्तक लिहायचे. त्यानंतर तो पुढच्या दशकासाठी दुसऱ्या क्षेत्रात जाईल आणि पॅटर्नची पुनरावृत्ती करेल. अशाप्रकारे त्यांनी 1929 ते 1939 या काळात पांढऱ्या बौनेच्या सिद्धांतासह तारकीय संरचनेचा अभ्यास केला आणि त्यानंतर 1939 ते 1943 या काळात तारकीय गतिशीलता, ब्राउनियन गतीच्या सिद्धांतावर लक्ष केंद्रित केले. पुढे, त्यांनी रेडिएटिव्ह ट्रान्सफरच्या सिद्धांतावर लक्ष केंद्रित केले. 1943 ते 1950 पर्यंत हायड्रोजनच्या नकारात्मक आयनचे. त्यानंतर 1950 ते 1961 पर्यंत अशांतता आणि हायड्रोडायनामिक आणि हायड्रोमॅग्नेटिक स्थिरता यावर सतत काम केले गेले. 1960 च्या दशकात त्यांनी समतोल आणि लंबवर्तुळाकार आकृती आणि सामान्य लंबवर्तुळाच्या स्थिरतेचा अभ्यास केला. . 1971 ते 1983 या कालावधीत त्यांनी कृष्णविवरांच्या गणिती सिद्धांताचा अभ्यास केला आणि शेवटी 80 च्या दशकाच्या उत्तरार्धात त्यांनी गुरुत्वीय लहरींच्या टक्कर होण्याच्या सिद्धांतावर काम केले.

विद्यार्थ्यांसोबत काम करा

चंद्रा यांनी त्यांच्या विद्यार्थ्यांसोबत जवळून काम केले आणि ५० वर्षांच्या कालावधीत (सुमारे १९३० ते १९८० पर्यंत) त्यांच्या सह-लेखक सहकार्यांचे सरासरी वय ३० इतकेच राहिले होते याचा अभिमान व्यक्त केला. त्यांनी विद्यार्थ्यांना संबोधित करण्याचा आग्रह धरला. पीएचडीची पदवी मिळेपर्यंत त्यांना "प्रा. चंद्रशेखर" म्हणून संबोधले गेले, त्यानंतर त्यांना (इतर सहकाऱ्यांप्रमाणे) त्यांना "चंद्र" म्हणून संबोधण्यास प्रोत्साहित केले गेले. चंद्रशेखर 1940 च्या दशकात येर्केस ऑब्झर्व्हेटरीमध्ये काम करत असताना, ते शिकागो विद्यापीठात अभ्यासक्रम शिकवण्यासाठी प्रत्येक शनिवार व रविवार पर्यंत 150 मैल (240 किमी) चालवत असत. कोर्स घेतलेल्या दोन विद्यार्थ्यांपैकी, त्सुंग-दाओ ली आणि चेन-निंग यांग यांनी स्वतःसाठी एक मिळवण्याआधीच नोबेल पारितोषिक जिंकले. त्यांच्या व्याख्यानांदरम्यान वर्गातील परस्परसंवादाबद्दल, प्रख्यात खगोलभौतिकशास्त्रज्ञ कार्ल सेगन यांनी प्रत्यक्ष अनुभवातून सांगितले की, अप्रस्तुत विद्यार्थ्यांचे "फालतू प्रश्न" "सारांश अंमलबजावणीच्या पद्धतीने हाताळले गेले", तर गुणवत्तेचे प्रश्न "गंभीरपणे लक्ष दिले गेले आणि प्रतिसाद दिला गेला".

इतर उपक्रम

1952 ते 1971 पर्यंत चंद्रशेखर द ॲस्ट्रोफिजिकल जर्नलचे संपादक होते. यूजीन पार्करने 1957 मध्ये सौर वाऱ्याच्या शोधावर एक पेपर सादर केला तेव्हा दोन प्रख्यात समीक्षकांनी पेपर नाकारला. तथापि, चंद्राला संपादक म्हणून पार्करच्या कामात गणितातील त्रुटी आढळल्या नाहीत, म्हणून त्यांनी पुढे जाऊन 1958 मध्ये पेपर प्रकाशित केला.

1990 ते 1995 या वर्षांमध्ये, चंद्रशेखर यांनी सर आयझॅक न्यूटनच्या फिलॉसॉफिया नॅचरलिस प्रिन्सिपिया मॅथेमॅटिकातील तपशीलवार भूमितीय युक्तिवाद स्पष्ट करण्यासाठी समर्पित प्रकल्पावर काम केले आणि सामान्य कॅल्क्युलसची भाषा आणि पद्धती वापरल्या. या प्रयत्नाचा परिणाम न्यूटन प्रिन्सिपिया फॉर द कॉमन रीडर या पुस्तकात झाला, जो १९९५ मध्ये प्रकाशित झाला. चंद्रशेखर हे आंतरराष्ट्रीय विज्ञान अकादमीचे मानद सदस्य होते.

वैयक्तिक जीवन

चंद्रशेखर हे सीव्ही रमण यांचे पुतणे होते, ज्यांना 1930 मध्ये भौतिकशास्त्रासाठी नोबेल पारितोषिक मिळाले होते.

चंद्रशेखर यांनी सप्टेंबर 1936 मध्ये ललिता दोराईस्वामी यांच्याशी विवाह केला. प्रेसिडेन्सी कॉलेजमध्ये एक सहकारी विद्यार्थी म्हणून त्यांची भेट झाली. 1953 मध्ये तो यूएसचा नैसर्गिक नागरिक बनला. अनेकांनी त्याला प्रेमळ, सकारात्मक, उदार, नम्र, सावध आणि वादविवादासाठी खुले मानले, तर काहींनी गैर-वैज्ञानिक गोष्टींबद्दल खाजगी, धमकावणारे, अधीर आणि हट्टी मानले, आणि ज्यांनी त्याच्या कामाची खिल्ली उडवली त्यांना माफ करणे.

चंद्रशेखर यांचे १९९५ मध्ये शिकागो विद्यापीठाच्या रुग्णालयात हृदयविकाराच्या झटक्याने निधन झाले, ते १९७५ मध्ये आधीच्या हृदयविकाराच्या झटक्याने वाचले. त्यांच्या पश्चात त्यांची पत्नी 2 सप्टेंबर 2013 रोजी वयाच्या 102 व्या वर्षी मरण पावली. ती साहित्य आणि पाश्चात्य शास्त्रीय संगीताची गंभीर विद्यार्थिनी होती.

एकदा गीतेबद्दलच्या चर्चेत सहभागी होताना चंद्रशेखर म्हणाले, "माझ्या टिप्पण्यांची सुरुवात मला वैयक्तिक विधानासह करायची आहे जेणेकरून माझ्या नंतरच्या टिप्पण्यांचा गैरसमज होणार नाही. मी स्वतःला नास्तिक समजतो". त्याच्या इतर चर्चेतही याची पुष्टी अनेकदा झाली होती. 6 ऑक्टोबर 1987 रोजी शिकागो विद्यापीठात केविन क्रिसियुनास यांच्या मुलाखतीत, चंद्रशेखर यांनी टिप्पणी केली: "नक्कीच, त्याला (ओटो स्ट्रुव्ह) माहित होते की मी नास्तिक आहे, आणि त्याने हा विषय माझ्यासमोर कधीच आणला नाही". चंद्रशेखर हे शाकाहारी होते.

पुरस्कार, सन्मान आणि वारसा

चंद्रशेखर यांना 1983 मध्ये ताऱ्यांची रचना आणि उत्क्रांतीसाठी महत्त्वपूर्ण भौतिक प्रक्रियांवरील अभ्यासासाठी भौतिकशास्त्रातील नोबेल पारितोषिक देण्यात आले. चंद्रशेखर यांनी हा सन्मान स्वीकारला, परंतु केवळ त्यांच्या सुरुवातीच्या कामाचा उल्लेख केल्याने ते त्यांच्या आयुष्यभराच्या कर्तृत्वाची बदनामी म्हणून नाराज झाले. त्याने ती विल्यम ए. फॉलरशी शेअर केली.

इतर पुरस्कार

1944 मध्ये रॉयल सोसायटी (FRS) चे फेलो म्हणून निवडून आले

हेन्री नॉरिस रसेल लेक्चरशिप (1949)

ब्रुस मेडल (1952) 29

रॉयल ॲस्ट्रॉनॉमिकल सोसायटीचे सुवर्णपदक (1953)

अमेरिकन ॲकॅडमी ऑफ आर्ट्स ॲंड सायन्सेसचा रमफोर्ड पुरस्कार (1957)

नॅशनल मेडल ऑफ सायन्स, यूएसए (1966)

पद्मविभूषण (1968)

नॅशनल एकेडमी ऑफ सायन्सेसचे हेन्री ड्रेपर मेडल (1971)

मारियन स्मोलुचोस्की पदक (1973)

रॉयल सोसायटीचे कोपली पदक (1984)

गॉर्डन जे. लाइंग पुरस्कार (1989)

अमेरिकन ॲकॅडमी ऑफ अचिव्हमेंटचा गोल्डन प्लेट अवॉर्ड (1990)

वारसा

चंद्रशेखर यांचे सर्वात उल्लेखनीय कार्य म्हणजे खगोल भौतिक चंद्रशेखर मर्यादा. ही मर्यादा पांढऱ्या बटू ताऱ्याचे कमाल वस्तुमान, ~1.44 सौर वस्तुमान किंवा समतुल्य, ताऱ्याला न्यूट्रॉन तारा किंवा कृष्णविवर (सुपरनोव्हानंतर) कोसळण्यासाठी ओलांडणे आवश्यक असलेले किमान वस्तुमान देते. 1930 मध्ये चंद्रशेखर यांनी त्यांच्या पदवी शिक्षणासाठी भारतातून केंब्रिज, इंग्लंड या पहिल्या प्रवासादरम्यान ही मर्यादा प्रथम मोजली होती. 1979 मध्ये नासाने आपल्या चार "ग्रेट ऑब्झर्व्हेटरी" पैकी तिसऱ्याचे नाव चंद्रशेखर यांच्या नावावर ठेवले. यानंतर नामकरण स्पर्धा झाली ज्यामध्ये पन्नास राज्ये आणि एकसष्ट देशांमधून 6,000 प्रवेशिका आल्या. चंद्र क्ष-किरण वेधशाळा 23 जुलै 1999 रोजी स्पेस शटल कोलंबियाद्वारे प्रक्षेपित आणि तैनात करण्यात आली होती. चंद्रशेखर क्रमांक, मॅग्नेटोहायड्रोडायनॅमिक्सचा एक महत्त्वाचा आकारहीन क्रमांक, त्याच्या नावावर आहे. 1958 चंद्र या लघुग्रहाचे नावही चंद्रशेखर यांच्या नावावर आहे. हिमालयन चंद्र टेलिस्कोप हे त्यांच्या नावावर आहे. रॉयल सोसायटी ऑफ लंडनच्या फेलोजच्या बायोग्राफिकल मेमोयर्समध्ये, आरजे टेलर यांनी लिहिले: "चंद्रशेखर हे शास्त्रीय उपयोजित गणितज्ञ होते ज्यांचे संशोधन प्रामुख्याने खगोलशास्त्रात लागू केले गेले आणि ज्यांच्यासारखे कदाचित पुन्हा कधीही दिसणार नाही."

चंद्रशेखर यांनी ४५ पीएचडी विद्यार्थ्यांचे पर्यवेक्षण केले. त्यांच्या मृत्यूनंतर, त्यांच्या विधवा ललिता चंद्रशेखर यांनी त्यांच्या नोबेल पारितोषिकाची रक्कम शिकागो विद्यापीठाला सुब्रह्मण्यन चंद्रशेखर मेमोरियल फेलोशिपच्या स्थापनेसाठी भेट म्हणून दिली. प्रथम वर्ष 2000 मध्ये प्रदान करण्यात आलेली, ही फेलोशिप भौतिकशास्त्र विभाग किंवा खगोलशास्त्र आणि खगोल भौतिकशास्त्र विभागाच्या पीएचडी कार्यक्रमांमध्ये पदवीधर शाळेत उत्कृष्ठ अर्जदारास दरवर्षी दिली जाते . एस. चंद्रशेखर प्राइज ऑफ प्लाझ्मा फिजिक्स हा पुरस्कार

असोसिएशन ऑफ एशिया पॅसिफिक फिजिकल सोसायटीज (AAPS) द्वारे उत्कृष्ट प्लाझ्मा भौतिकशास्त्रज्ञांना दिला जातो, जो 2014 मध्ये सुरू झाला होता.

चंद्रा ॲस्ट्रोफिजिक्स इन्स्टिट्यूट (CAI) हा एमआयटी शास्त्रज्ञ आणि चंद्रा क्ष-किरण वेधशाळेद्वारे प्रायोजित केलेल्या खगोलभौतिकीमध्ये स्वारस्य असलेल्या हायस्कूल विद्यार्थ्यांसाठी ऑफर केलेला कार्यक्रम आहे. द डेमन-हॉन्टेड वर्ल्ड या पुस्तकात कार्ल सेगन यांनी त्यांची प्रशंसा केली: "मला सुब्रह्मण्यन चंद्रशेखर यांच्याकडून खरी गणिती अभिजातता काय आहे हे कळले." 19 ऑक्टोबर 2017 रोजी, Google ने चंद्रशेखर यांचा 107 वा वाढदिवस आणि चंद्रशेखर मर्यादा यांचा गौरव करणारे 28 देशांमध्ये Google डूडल दाखवले.

2010 मध्ये, चंद्राच्या 100 व्या वाढदिवसानिमित्त, शिकागो विद्यापीठाने चंद्रशेखर शतकोत्तर सिम्पोजियम 2010 नावाचे एक परिसंवाद आयोजित केले ज्यात रॉजर पेनरोज, किप थॉर्न, फ्रीमन डायसन, जयंत व्ही. नार्लीकर, सनहिदवा, रास यांसारख्या आघाडीच्या खगोलभौतिकशास्त्रज्ञांनी भाग घेतला. आणि क्लिफर्ड विल. त्याची संशोधन चर्चा 2011 मध्ये फ्लुइड फ्लोज टू ब्लॅक होल्स: एस चंद्रशेखर यांना त्यांच्या जन्मशताब्दीनिमित्त एक श्रद्धांजली नावाच्या पुस्तकाच्या रूपात प्रकाशित करण्यात आली होती.

पुस्तके

चंद्रशेखर, एस. (1958) 1939 . तारकीय संरचनेच्या अभ्यासाचा परिचय. न्यूयॉर्क: डोव्हर. ISBN 978-0-486-60413-8.

चंद्रशेखर, एस. (2005) 1942 . स्टेलर डायनॅमिक्सची तत्वे. न्यूयॉर्क: डोव्हर. ISBN 978-0-486-44273-0.

चंद्रशेखर, एस. (1960) 1950 . रेडिएटिव्ह ट्रान्सफर. न्यूयॉर्क: डोव्हर. ISBN 978-0-486-60590-6.

चंद्रशेखर, एस. (1975) 1960 . प्लाझ्मा भौतिकशास्त्र. शिकागो: शिकागो विद्यापीठ प्रेस. ISBN 978-0-226-10084-5.

चंद्रशेखर, एस. (1981) 1961 . हायड्रोडायनामिक आणि हायड्रोमॅग्नेटिक स्थिरता. न्यूयॉर्क: डोव्हर. ISBN 978-0-486-64071-6.

चंद्रशेखर, एस. (1987) 1969 . इक्विलिब्रियमचे लंबवर्तुळ आकृती. न्यूयॉर्क: डोव्हर. ISBN 978-0-486-65258-0.

चंद्रशेखर, एस. (1998) 1983 . ब्लॅक होल्सचा गणिती सिद्धांत. न्यूयॉर्क: ऑक्सफर्ड युनिव्हर्सिटी प्रेस. ISBN 978-0-19-850370-5.

चंद्रशेखर, एस. (1983) 1983 . एडिंग्टन: त्याच्या काळातील सर्वात प्रतिष्ठित खगोलभौतिकशास्त्रज्ञ. कॅंब्रिज युनिव्हर्सिटी प्रेस. ISBN 9780521257466.

चंद्रशेखर, एस. (1990) 1987 . सत्य आणि सौंदर्य. विज्ञानातील सौंदर्यशास्त्र आणि प्रेरणा. शिकागो: शिकागो विद्यापीठ प्रेस. ISBN 978-0-226-10087-6.

चंद्रशेखर, एस. (1995). सामान्य वाचकांसाठी न्यूटनचे तत्त्व. ऑक्सफर्ड: क्लेरेंडन प्रेस. ISBN 978-0-19-851744-3.

स्पीगेल, EA (2011) 1954 . द थिअरी ऑफ टर्ब्युलेन्स : सुब्रह्मण्यन चंद्रशेखर यांचे 1954 व्याख्यान. नेदरलँड: स्प्रिंगर. ISBN 978-94-007-0117-5.

नोट्स

चंद्रशेखर, एस. (1939). "द डायनॅमिक्स ऑफ स्टेलर सिस्टम्स. I-VIII". ॲस्ट्रोफिजिकल जर्नल. ९० (१): १–१५४. बिबकोड:1939ApJ....90....1C. doi:10.1086/144094. ISSN 0004-637X.

चंद्रशेखर, एस. (1943). "भौतिकशास्त्र आणि खगोलशास्त्रातील स्टोकास्टिक समस्या". आधुनिक भौतिकशास्त्राची पुनरावलोकने. १५ (१): १–८९. बिबकोड:1943RvMP...15...1C. doi:10.1103/RevModPhys.15.1. ISSN 0034-6861.

चंद्रशेखर, एस. (1993). शास्त्रीय सामान्य सापेक्षता. रॉयल सोसायटी.

चंद्रशेखर, एस. (१९७९). द रोल ऑफ जनरल रिलेटिव्हिटी: रिट्रोस्पेक्ट आणि प्रॉस्पेक्ट. प्रोक. IAU बैठक. 45

चंद्रशेखर, एस. (1943). तारकीय गतिशीलता मध्ये नवीन पद्धती. न्यूयॉर्क अकादमी ऑफ सायन्सेस.

चंद्रशेखर, एस. (1954). "रेले स्कॅटरिंगवर सूर्यप्रकाशातील आकाशाचे प्रदीपन आणि ध्रुवीकरण". अमेरिकन फिलॉसॉफिकल सोसायटीचे व्यवहार. अमेरिकन फिलॉसॉफिकल सोसायटी. ४४ (६): ६४३–७२८. doi:10.2307/1005777. JSTOR 1005777.

चंद्रशेखर, एस. (1983). "तारे, त्यांची उत्क्रांती आणि त्यांची स्थिरता, नोबेल व्याख्यान". आधुनिक भौतिकशास्त्राची पुनरावलोकने. स्टॉकहोम: नोबेल फाउंडेशन. ५६ (२): १३७–१४७. doi:10.1103/RevModPhys.56.137.

चंद्रशेखर, एस. (1981). मानवी ज्ञानाची नवीन क्षितिजे: युनेस्को येथे दिलेल्या सार्वजनिक भाषणांची मालिका. युनेस्को प्रेस.

चंद्रशेखर, एस. (1975). "शेक्सपियर, न्यूटन आणि बीथोव्हेन: किंवा, सर्जनशीलतेचे नमुने". वर्तमान विज्ञान. शिकागो विद्यापीठ. ७० (९): ८१०–८२२. JSTOR 24099932.

चंद्रशेखर, एस. (जुलै 1973). "PAM डिराक यांच्या सत्तरव्या वाढदिवसानिमित्त". समकालीन भौतिकशास्त्र. १४ (४): ३८९–३९४. बिबकोड:1973ConPh..14..389C. doi:10.1080/00107517308210761. ISSN 0010-7514.

चंद्रशेखर, एस. (1947). हेवूड, रॉबर्ट बी. (सं.). मनाची कामे: वैज्ञानिक. शिकागो: शिकागो विद्यापीठ प्रेस. पृ. 159-179. OCLC ७५२६८२७४४.

चंद्रशेखर, एस. (1995). रामानुजनच्या दिवाळेवरील आठवणी आणि शोध. रॉयल सोसायटी. ASIN B001B12NJ8.

चंद्रशेखर, एस. (1990). सापेक्षतेच्या सामान्य सिद्धांताची भौतिक सामग्री कशी एक्सप्लोर करू शकते. अमेरिकन मॅथेमॅटिकल सोसायटी. ASIN B001B10QTM.

जर्नल्स

चंद्रशेखर यांनी त्यांच्या हयातीत सुमारे 380 शोधनिबंध प्रकाशित केले . त्यांनी 1928 मध्ये त्यांचा पहिला पेपर लिहिला जेव्हा ते अजूनही कॉम्प्टन इफेक्ट बद्दल पदवीधर विद्यार्थी होते आणि शेवटचा पेपर जो त्यांच्या मृत्यूच्या दोन महिने आधी प्रकाशनासाठी स्वीकारला गेला होता तो 1995 मध्ये होता जो ताऱ्यांच्या रेडियल नसलेल्या दोलनाबद्दल होता. युनिव्हर्सिटी ऑफ शिकागो प्रेसने चंद्रशेखर यांचे निवडक शोधनिबंध सात खंडांमध्ये प्रकाशित केले.

चंद्रशेखर, एस. (1989). निवडलेले पेपर्स, खंड 1, तारकीय रचना आणि तारकीय वातावरण. शिकागो: शिकागो विद्यापीठ प्रेस. ISBN 9780226100890.

चंद्रशेखर, एस. (1989). निवडक कागदपत्रे, खंड 2, रेडिएटिव्ह ट्रान्सफर आणि हायड्रोजनचे ऋण आयन. शिकागो: शिकागो विद्यापीठ प्रेस. ISBN 9780226100920.

चंद्रशेखर, एस. (1989). भौतिकशास्त्र आणि खगोलशास्त्रातील निवडक पेपर्स, व्हॉल 3, स्टॉकॅस्टिक, सांख्यिकीय आणि हायड्रोमॅग्नेटिक समस्या. शिकागो: शिकागो विद्यापीठ प्रेस. ISBN 9780226100944.

चंद्रशेखर, एस. (1989). निवडक पेपर्स, व्हॉल 4, प्लाझ्मा फिजिक्स, हायड्रोडायनामिक आणि हायड्रोमॅग्नेटिक स्थिरता आणि टेन्सर-व्हायरल प्रमेयचे अनुप्रयोग. शिकागो: शिकागो विद्यापीठ प्रेस. ISBN 9780226100975.

चंद्रशेखर, एस. (1990). निवडक पेपर्स, व्हॉल 5, रिलेटिव्हिस्टिक ॲस्ट्रोफिजिक्स. शिकागो: शिकागो विद्यापीठ प्रेस. ISBN 9780226100982.

चंद्रशेखर, एस. (1991). सिलेक्टेड पेपर्स, व्हॉल 6, द मॅथेमॅटिकल थिअरी ऑफ ब्लॅक होल्स आणि कोलायडिंग प्लेन वेव्ह्स. शिकागो: शिकागो विद्यापीठ प्रेस. ISBN 9780226101019.

चंद्रशेखर, एस. (1997). सिलेक्टेड पेपर्स, व्हॉल 7, द नॉन-रेडियल ऑसिलेशन्स ऑफ स्टार इन जनरल रिलेटिव्हिटी आणि इतर लेखन. शिकागो: शिकागो विद्यापीठ प्रेस. ISBN 9780226101040.

20

मारी क्यूरी

मारी क्यूरी

Top Scientists

Scan for Story Videos - www.itibook.com

मेरी सालोमिया स्कोलोडोस्का–क्युरी,; जन्म नोव्हेंबर 1867 - 4 जुलै 1934) एक पोलिश आणि नैसर्गिक-फ्रेंच भौतिकशास्त्रज्ञ आणि रसायनशास्त्रज्ञ होते ज्यांनी किरणोत्सर्गीतेवर अग्रगण्य संशोधन केले. . नोबेल पारितोषिक जिंकणारी ती पहिली महिला, दोनदा नोबेल पारितोषिक जिंकणारी पहिली व्यक्ती आणि एकमेव महिला आणि दोन वैज्ञानिक क्षेत्रात नोबेल पारितोषिक जिंकणारी एकमेव व्यक्ती होती.

तिचे पती, पियरे क्युरी, त्यांच्या पहिल्या नोबेल पारितोषिकाचे सह-विजेते होते, त्यांनी नोबेल पारितोषिक जिंकणारे पहिले विवाहित जोडपे बनवले आणि पाच नोबेल पारितोषिकांचा क्यूरी कुटुंबाचा वारसा सुरू केला. 1906 मध्ये पॅरिस विद्यापीठात प्रोफेसर झालेल्या त्या पहिल्या महिला होत्या.

तिचा जन्म वॉर्सा येथे झाला होता, जे त्यावेळचे पोलंडचे राज्य होते, जे रशियन साम्राज्याचा भाग होते. तिने वॉरसॉच्या गुप्त फ्लाइंग युनिव्हर्सिटीमध्ये शिक्षण घेतले आणि वॉरसॉमध्ये तिचे व्यावहारिक वैज्ञानिक प्रशिक्षण सुरू केले. 1891 मध्ये, वयाच्या 24 व्या वर्षी, ती तिची मोठी बहीण ब्रॉनिसलावा हिच्या मागे पॅरिसमध्ये शिकण्यासाठी गेली, जिथे तिने उच्च पदव्या मिळवल्या आणि त्यानंतरचे वैज्ञानिक कार्य केले. 1895 मध्ये तिने फ्रेंच भौतिकशास्त्रज्ञ पियरे क्युरी यांच्याशी लग्न केले आणि तिने "रेडिओॲक्टिव्हिटी" सिद्धांत विकसित करण्याच्या त्यांच्या अग्रगण्य कार्यासाठी 1903 चे भौतिकशास्त्रातील नोबेल पारितोषिक त्यांच्यासोबत आणि भौतिकशास्त्रज्ञ हेन्री बेकरेल यांच्यासोबत सामायिक केले. 1906 मध्ये पॅरिसच्या रस्त्यावरील अपघातात पियरे क्युरीचा मृत्यू झाला. मेरीने किरणोत्सर्गी समस्थानिकांचे पृथक्करण करण्यासाठी शोधलेल्या तंत्रांचा वापर करून पोलोनियम आणि रेडियम या घटकांच्या शोधासाठी रसायनशास्त्रातील 1911 चे नोबेल पारितोषिक मिळाले.

तिच्या मार्गदर्शनाखाली, किरणोत्सर्गी समस्थानिकांच्या वापराद्वारे निओप्लाझमच्या उपचारांसाठी जगातील पहिले अभ्यास आयोजित केले गेले. 1920 मध्ये तिने पॅरिसमध्ये क्युरी इन्स्टिट्यूटची स्थापना केली आणि 1932 मध्ये वॉरसॉमध्ये क्युरी इन्स्टिट्यूटची स्थापना केली; दोन्ही वैद्यकीय संशोधनाची प्रमुख केंद्रे आहेत. पहिल्या महायुद्धादरम्यान तिने फील्ड हॉस्पिटल्सना एक्स-रे सेवा देण्यासाठी मोबाईल रेडिओग्राफी युनिट्स विकसित केली.

एक फ्रेंच नागरिक असताना, मेरी स्कोलोडोस्का क्यूरी, ज्यांनी दोन्ही आडनावे वापरली, तिने पोलिश ओळखीची जाणीव कधीही गमावली नाही. तिने आपल्या मुलींना पोलिश भाषा शिकवली आणि त्यांना पोलंडला भेट दिली. तिने पोलोनियम शोधलेल्या पहिल्या रासायनिक घटकाला तिच्या मूळ देशाचे नाव दिले.

मॅरी क्युरी 1934 मध्ये, वयाच्या 66 व्या वर्षी, फ्रान्समधील पासी (हौते-सावोई) येथील सॅनसेलेमोझ सेनेटोरियममध्ये, तिच्या वैज्ञानिक संशोधनादरम्यान आणि जागतिक काळात फील्ड हॉस्पिटलमध्ये तिच्या रेडिओलॉजिकल कामाच्या दरम्यान रेडिएशनच्या संपर्कात आल्याने ऍप्लास्टिक ॲनिमियामुळे मरण पावली. पहिले युद्ध. तिच्या नोबेल पारितोषिकांव्यतिरिक्त, तिला इतर अनेक सन्मान आणि श्रद्धांजली मिळाली आहेत; 1995 मध्ये पॅरिसच्या पँथिऑनमध्ये तिच्या स्वतःच्या गुणवत्तेवर दफन करण्यात आलेली ती पहिली महिला ठरली, आणि पोलंडने 2011 हे रसायनशास्त्राच्या आंतरराष्ट्रीय वर्षात मेरी क्युरीचे वर्ष घोषित केले. ती असंख्य चरित्रात्मक कामांचा विषय आहे, जिथे तिला मॅडम क्युरी म्हणून देखील ओळखले जाते.

मारिया स्कोलोडोस्का यांचा जन्म वॉर्सा, रशियन साम्राज्यातील काँग्रेस पोलंडमध्ये, 7 नोव्हेंबर 1867 रोजी झाला, ती सुप्रसिद्ध शिक्षक ब्रोनिस्लावा, नी बोगुस्का आणि व्लाडिस्लाव स्कोलोडोस्की यांची पाचवी आणि सर्वात लहान मूल होती. मारिया (टोपणनाव मॅनिया) ची मोठी भावंडं झोफिया (जन्म १८६२, टोपणनाव झोसिया), जोझेफ पीएल (जन्म १८६३, टोपणनाव जोझिओ), ब्रोनिस्लावा (जन्म १८६५, ब्रोनिया टोपणनाव) आणि हेलेना (१८६६ हे टोपणनाव) हे होते.

पितृ आणि मातृत्व या दोन्ही बाजूंनी, पोलंडचे स्वातंत्र्य पुनर्संचयित करण्याच्या उद्देशाने (सर्वात अलीकडील 1863-65 चा जानेवारी उठाव होता) पोलिश राष्ट्रीय उठावामध्ये देशभक्तीपूर्ण सहभागामुळे कुटुंबाने त्यांची मालमत्ता आणि संपत्ती गमावली होती. यामुळे मारिया आणि तिच्या मोठ्या भावंडांसह नंतरच्या पिढीला जीवनात पुढे जाण्यासाठी कठीण संघर्ष करावा लागला. मारियाचे आजोबा, जोझेफ स्कोलोडोव्स्की, बोलेस्लॉ प्रुस यांनी उपस्थित असलेल्या लुब्लिन प्राथमिक शाळेचे मुख्याध्यापक होते, जे पोलिश साहित्यातील अग्रगण्य व्यक्तिमत्व बनले.

व्लाडिस्लाव स्क्लोडोव्स्कीने गणित आणि भौतिकशास्त्र शिकवले, मारिया ज्या विषयांचा पाठपुरावा करणार होती आणि मुलांसाठी दोन वॉर्सा व्यायामशाळा (माध्यमिक शाळा) चे संचालक देखील होते. रशियन अधिकाऱ्यांनी पोलिश शाळांमधून प्रयोगशाळेच्या सूचना काढून टाकल्यानंतर, त्यांनी बरीच प्रयोगशाळा उपकरणे घरी आणली आणि आपल्या मुलांना त्याचा वापर करण्यास सांगितले. अखेरीस त्याला त्याच्या रशियन पर्यवेक्षकांनी प्रो-पोलिश भावनांबद्दल काढून टाकले आणि कमी पगाराची पदे घेण्यास भाग पाडले; वाईट गुंतवणुकीमुळे कुटुंबाचे पैसेही गमावले आणि शेवटी मुलांना घरात ठेवून त्यांच्या उत्पन्नाला पूरक ठरले. मारियाची आई ब्रॉनिसलावा हिने मुलींसाठी एक प्रतिष्ठित वॉर्सा बोर्डिंग स्कूल चालवले; मारियाच्या जन्मानंतर तिने पदाचा राजीनामा दिला. मारिया दहा वर्षांची असताना मे १८७८ मध्ये तिचा क्षयरोगाने मृत्यू झाला. तीन वर्षांहूनही कमी वेळापूर्वी, मारियाची सर्वात जुनी बहीण, झोफिया, टायफसमुळे मरण पावली होती. मारियाचे वडील नास्तिक होते, तिची आई धर्मनिष्ठ कॅथोलिक होती. मारियाच्या आई आणि बहिणीच्या मृत्यूमुळे तिने कॅथलिक धर्म सोडला आणि अज्ञेयवादी बनले.

जेव्हा ती दहा वर्षांची होती, तेव्हा मारिया जे. सिकोर्स्काच्या बोर्डिंग स्कूलमध्ये जाऊ लागली; पुढे, तिने मुलींच्या व्यायामशाळेत प्रवेश घेतला, जिथून तिने 12 जून 1883 रोजी सुवर्णपदक मिळवले. संकुचित झाल्यानंतर, शक्यतो नैराश्यामुळे, तिने पुढचे वर्ष ग्रामीण

भागात तिच्या वडिलांच्या नातेवाईकांसोबत घालवले आणि पुढचे वर्ष वॉर्सा येथे तिच्या वडिलांसोबत, जिथे तिने काही शिकवणी घेतली. उच्च शिक्षणाच्या नियमित संस्थेत नावनोंदणी होऊ शकली नाही कारण ती एक महिला होती, ती आणि तिची बहीण ब्रॉनिसलावा गुप्त फ्लाइंग युनिव्हर्सिटी (कधीकधी फ्लोटिंग युनिव्हर्सिटी म्हणून भाषांतरित), उच्च शिक्षणाची एक पोलिश देशभक्ती संस्था ज्याने महिला विद्यार्थ्यांना प्रवेश दिला.

मारियाने तिची बहीण ब्रोनिस्लावासोबत एक करार केला होता की ती ब्रॉनिसलावाच्या पॅरिसमधील वैद्यकीय अभ्यासादरम्यान तिला आर्थिक सहाय्य देईल, दोन वर्षांनंतर अशाच मदतीच्या बदल्यात. या संदर्भात, मारियाने प्रथम वॉर्सा येथे गृहशिक्षक म्हणून, नंतर दोन वर्षांसाठी स्झ्झुकीमध्ये एक जमीनदार कुटुंब, झोराव्स्की, जे तिच्या वडिलांचे नातेवाईक होते, गव्हर्नेस म्हणून काम केले. नंतरच्या कुटुंबासाठी काम करत असताना, ती त्यांच्या मुलाच्या प्रेमात पडली, काझीमीर्झ झोराव्स्की, जो भविष्यातील प्रख्यात गणितज्ञ होता. त्याच्या आई-वडिलांनी त्याच्या निराधार नातेवाईकाशी लग्न करण्याची कल्पना नाकारली आणि काझिमीर्झ त्यांना विरोध करू शकले नाहीत. मारियाचे झोराव्स्कीसोबतचे नाते तुटणे हे दोघांसाठी दुःखद होते. त्यांनी लवकरच डॉक्टरेट मिळवली आणि गणितज्ञ म्हणून शैक्षणिक कारकीर्द सुरू केली, क्राको विद्यापीठाचे प्राध्यापक आणि रेक्टर बनले. तरीही, एक म्हातारा माणूस आणि वॉर्सा पॉलिटेक्निकमध्ये गणिताचा प्राध्यापक म्हणून, तो मारिया स्कोलोडोस्का यांच्या पुतळ्यासमोर विचारपूर्वक बसायचा, जो तिने 1932 मध्ये स्थापन केलेल्या रेडियम संस्थेच्या आधी 1935 मध्ये उभारण्यात आला होता.

1890 च्या सुरूवातीस, ब्रोनिस्लावा-ज्याने काही महिन्यांपूर्वी काझीमीर्झ डलुस्की, एक पोलिश चिकित्सक आणि सामाजिक आणि राजकीय कार्यकर्ता यांच्याशी विवाह केला होता-ने मारियाला पॅरिसमध्ये सामील होण्यासाठी आमंत्रित केले. मारियाने नकार दिला कारण तिला विद्यापीठाची शिकवणी परवडत नव्हती; आवश्यक निधी गोळा करण्यासाठी तिला दीड वर्षाचा कालावधी लागेल. तिला तिच्या वडिलांनी मदत केली, जे पुन्हा अधिक फायदेशीर स्थान मिळवू शकले. त्या सर्व काळात तिने स्वतःला शिक्षण देणे, पुस्तके वाचणे, पत्रांची देवाणघेवाण करणे आणि स्वतः शिकवणे चालू ठेवले. 1889 च्या सुरुवातीस ती वॉर्सा येथे तिच्या वडिलांकडे घरी परतली. तिने गव्हर्नेस म्हणून काम चालू ठेवले आणि 1891 च्या उत्तरार्धापर्यंत तिथेच राहिली. 22 तिने फ्लाइंग युनिव्हर्सिटीमध्ये शिकवले, अभ्यास केला आणि वॉरसॉच्या ओल्ड टाऊनजवळील क्राकोव्स्की प्रझेडमीस्की येथील म्युझियम ऑफ इंडस्ट्री अँण्ड अॅग्रीकल्चर येथे रासायनिक प्रयोगशाळेत तिचे व्यावहारिक वैज्ञानिक प्रशिक्षण (1890-91) सुरू केले. ही प्रयोगशाळा तिचा चुलत भाऊ जोझेफ बोगुस्की चालवत होती, जो सेंट पीटर्सबर्ग येथे रशियन रसायनशास्त्रज्ञ दिमित्री मेंडेलीव्हचा सहाय्यक होता.

पॅरिसमधील जीवन

1891 च्या उत्तरार्धात तिने पोलंड सोडले फ्रान्सला. पॅरिसमध्ये, मारिया (किंवा मेरी, जसे की ती फ्रान्समध्ये ओळखली जाईल) लॅटिन क्वार्टरमध्ये विद्यापीठाच्या जवळ एक गॅरेट भाड्याने घेण्यापूर्वी आणि भौतिकशास्त्राच्या अभ्यासासाठी पुढे जाण्यापूर्वी तिला तिच्या बहीण आणि मेव्हण्यासोबत थोडक्यात आश्रय मिळाला, पॅरिस विद्यापीठात रसायनशास्त्र आणि गणित, जिथे तिने १८९१ च्या उत्तरार्धात प्रवेश घेतला. तिने तिच्या तुटपुंज्या साधनांवर उदरनिर्वाह केला, तिच्याकडे असलेले सर्व कपडे घालून थंड हिवाळ्यात स्वतःला उबदार ठेवत. तिने तिच्या अभ्यासावर इतके लक्ष केंद्रित केले की ती कधी-कधी जेवायला विसरायची. स्कोलोडोस्का दिवसभरात अभ्यास करत आणि संध्याकाळी शिकवत असे, तिला कमी पैसे मिळायचे. 1893 मध्ये, तिला भौतिकशास्त्राची पदवी देण्यात आली आणि गॅब्रिएल लिप्पमनच्या औद्योगिक प्रयोगशाळेत काम करण्यास सुरुवात केली. दरम्यान, तिने पॅरिस विद्यापीठात अभ्यास सुरू ठेवला आणि फेलोशिपच्या मदतीने ती १८९४ मध्ये दुसरी पदवी मिळवू शकली.

स्कोलोडोस्का यांनी पॅरिसमध्ये तिच्या वैज्ञानिक कारकिर्दीची सुरुवात विविध स्टील्सच्या चुंबकीय गुणधर्मांच्या तपासणीसह केली होती, जी सोसायटी फॉर द एन्कोरेजमेंट ऑफ नॅशनल इंडस्ट्रीद्वारे नियुक्त केली गेली होती. त्याच वर्षी, पियरे क्युरीने तिच्या आयुष्यात प्रवेश केलाः नैसर्गिक विज्ञानातील त्यांच्या परस्पर स्वारस्याने त्यांना एकत्र आणले. पियरे क्युरी हे द सिटी ऑफ पॅरिस इंडस्ट्रियल फिजिक्स अँड केमिस्ट्री हायर एज्युकेशनल इन्स्टिट्यूट (ESPCI पॅरिस) येथे प्रशिक्षक होते. त्यांची ओळख पोलिश भौतिकशास्त्रज्ञ जोझेफ वायरुस्झ-कोवाल्स्की यांनी केली होती, ज्यांना समजले होते की ती एका मोठ्या प्रयोगशाळेची जागा शोधत आहे, ज्यामध्ये पियरे प्रवेश करू शकतील असे वायरुझ-कोवाल्स्की यांना वाटले होते. क्युरीकडे मोठी प्रयोगशाळा नसली तरी, स्कोलोडोस्कासाठी तिला काही जागा शोधण्यात यश आले जेथे ती काम सुरू करू शकली.

विज्ञानाबद्दलची त्यांची परस्पर आवड त्यांना अधिकाधिक जवळ घेऊन आली आणि त्यांच्यात एकमेकांबद्दल भावना निर्माण होऊ लागल्या. अखेरीस, पियरेने लग्नाचा प्रस्ताव ठेवला, परंतु सुरुवातीला स्कोलोडोस्काने ती स्वीकारली नाही कारण ती अजूनही तिच्या मूळ देशात परत जाण्याचा विचार करत होती. तथापि, क्युरीने घोषित केले की तो तिच्यासोबत पोलंडला जाण्यास तयार आहे, जरी त्याचा अर्थ फ्रेंच शिकवण्यापर्यंत कमी केला जात असला तरीही. दरम्यान, 1894 च्या उन्हाळ्याच्या सुट्टीसाठी, स्कोलोडोस्का वॉर्सा येथे परतली, जिथे तिने तिच्या कुटुंबाला भेट दिली. ती पोलंडमधील तिच्या निवडलेल्या क्षेत्रात काम करण्यास सक्षम असेल या भ्रमात ती अजूनही काम करत होती, परंतु शैक्षणिक क्षेत्रातील लैंगिकतेमुळे तिला क्राको विद्यापीठात जागा नाकारण्यात आली. पियरेच्या पत्राने तिला पीएच.डी.साठी पॅरिसला

परत येण्यास पटवून दिले. स्कोलोडोस्काच्या आग्रहावरून, क्युरीने चुंबकत्वावरील संशोधन लिहून मार्च १८९५ मध्ये स्वतःची डॉक्टरेट प्राप्त केली; त्यांना शाळेत प्राध्यापक म्हणूनही बढती मिळाली. स्कोलोडोव्स्काला "पियरेचा सर्वात मोठा शोध" असे समकालीन उपहासाने संबोधले जाईल.

26 जुलै 1895 रोजी, त्यांनी स्कॉक्स येथे लग्न केले; 29 दोघांनाही धार्मिक सेवा नको होती. क्युरीचा गडद निळा पोशाख, वधूच्या गाउनऐवजी परिधान केला गेला होता, तिला प्रयोगशाळेच्या पोशाख म्हणून अनेक वर्षे सेवा दिली जाईल. त्यांनी दोन मनोरंजन सामायिक केले: लांब सायकल ट्रिप आणि परदेशातील प्रवास, ज्यामुळे ते आणखी जवळ आले. पियरेमध्ये, मेरीला एक नवीन प्रेम, एक भागीदार आणि एक वैज्ञानिक सहयोगी सापडला ज्यावर ती अवलंबून राहू शकते.

नवीन घटक

1895 मध्ये, विल्हेल्म रौंटगेन यांनी क्ष-किरणांचे अस्तित्व शोधून काढले, तरीही त्यांच्या निर्मितीमागील यंत्रणा अद्याप समजू शकलेली नाही. 1896 मध्ये, हेन्री बेकरेलने शोधून काढले की युरेनियम क्षार त्यांच्या भेदक शक्तीमध्ये क्ष-किरणांसारखे किरण उत्सर्जित करतात. त्यांनी दाखवून दिले की हे किरणोत्सर्ग, फॉस्फोरेसेन्सच्या विपरीत, ऊर्जेच्या बाह्य स्त्रोतावर अवलंबून नसून ते युरेनियममधूनच उत्स्फूर्तपणे उद्भवलेले दिसते. या दोन महत्त्वाच्या शोधांमुळे प्रभावित होऊन, क्युरी यांनी प्रबंधासाठी संशोधनाचे संभाव्य क्षेत्र म्हणून युरेनियम किरणांकडे पाहण्याचा निर्णय घेतला.

तिने नमुने तपासण्यासाठी एक अभिनव तंत्र वापरले. पंधरा वर्षांपूर्वी, तिच्या पतीने आणि त्याच्या भावाने इलेक्ट्रोमीटरची आवृत्ती विकसित केली होती, इलेक्ट्रिक चार्ज मोजण्यासाठी एक संवेदनशील यंत्र. तिच्या पतीच्या इलेक्ट्रोमीटरचा वापर करून, तिने शोधून काढले की युरेनियमच्या किरणांमुळे नमुन्याभोवतीची हवा वीज चालवते. या तंत्राचा वापर करून, तिचा पहिला परिणाम असा होता की युरेनियम संयुगांची क्रिया केवळ युरेनियमच्या विद्यमान प्रमाणावर अवलंबून असते. तिने गृहीत धरले की किरणोत्सर्ग हा काही रेणूंच्या परस्परसंवादाचा परिणाम नसून तो अणूतूनच आला पाहिजे. हे गृहितक अणू अविभाज्य होते या गृहीतकाला खोटे ठरवण्यासाठी एक महत्त्वाची पायरी होती.

1897 मध्ये, तिची मुलगी इरेनचा जन्म झाला. तिच्या कुटुंबाला हातभार लावण्यासाठी, क्युरीने इकोले नॉर्मले सुपरिएर येथे शिकवण्यास सुरुवात केली. क्युरीजकडे समर्पित प्रयोगशाळा नव्हती; त्यांचे बहुतेक संशोधन ईएसपीसीआयच्या शेजारी रूपांतरित शेडमध्ये केले गेले. शेड, पूर्वी वैद्यकीय शाळा विच्छेदन कक्ष, खराब हवेशीर आणि जलरोधक देखील नव्हते. रेडिएशन एक्सपोजर अटेंडंटचे किरणोत्सर्गी पदार्थांसह असुरक्षित कार्य चालू ठेवण्यावर त्यांच्या हानिकारक प्रभावांबद्दल त्यांना माहिती नव्हती. ईएसपीसीआयने तिचे संशोधन प्रायोजित केले नाही, परंतु तिला मेटलर्जिकल आणि खाण कंपन्यांकडून आणि विविध संस्था आणि सरकारांकडून अनुदान मिळेल.

क्युरीच्या पद्धतशीर अभ्यासात दोन युरेनियम खनिजे, पिचब्लेंडे आणि टॉर्बरनाइट (ज्याला चॅकोलाइट असेही म्हणतात) समाविष्ट होते. 32 तिच्या इलेक्ट्रोमीटरने दर्शविले की पिचब्लेंडे हे युरेनियमपेक्षा चारपट सक्रिय होते आणि चॅकोलाइट दुप्पट सक्रिय होते. तिने असा निष्कर्ष काढला की, जर युरेनियमच्या प्रमाणाशी संबंधित तिचे पूर्वीचे परिणाम योग्य असतील, तर या दोन खनिजांमध्ये युरेनियमपेक्षा कितीतरी जास्त सक्रिय असलेल्या अन्य पदार्थाची कमी प्रमाणात असणे आवश्यक आहे. तिने किरणोत्सर्ग उत्सर्जित करणाऱ्या अतिरिक्त पदार्थांचा पद्धतशीर शोध सुरू केला आणि १८९८ पर्यंत थोरियम हे मूलद्रव्यही किरणोत्सर्गी असल्याचे तिने शोधून काढले. पियरे क्युरीला तिच्या कामाबद्दल उत्सुकता वाढत होती. 1898 च्या मध्यापर्यंत तो त्यात इतका गुंतला होता की त्याने स्फटिकांवर आपले काम सोडून तिच्यात सामील होण्याचा निर्णय घेतला.

संशोधन कल्पना रीड लिहितात तिची स्वतःची होती; कोणीही तिला ते तयार करण्यास मदत केली नाही, आणि जरी तिने ते तिच्या पतीकडे त्याच्या मतासाठी नेले तरीही तिने स्पष्टपणे त्यावर तिचे मालकी स्थापित केले. कोणतीही संदिग्धता नसण्याची कोणतीही शक्यता नसल्याची खात्री करण्यासाठी तिने नंतर तिच्या पतीच्या चरित्रात दोनदा तथ्य नोंदवले. अशी शक्यता आहे की तिच्या कारकिर्दीच्या या सुरुवातीच्या टप्प्यावरच तिला हे समजले असेल की... अनेक शास्त्रज्ञांना विश्वास ठेवणे कठीण जाईल की एक स्त्री ज्या मूळ कामात गुंतलेली होती त्यात ती सक्षम असू शकते.

तिचे शोध त्वरित प्रकाशित करणे आणि त्यामुळे तिचे प्राधान्य निश्चित करणे किती महत्त्वाचे आहे याची तिला जाणीव होती. बेकरेलने, दोन वर्षांपूर्वी, त्याचा शोध लावल्याच्या दुसऱ्याच दिवशी अकादमी डेस सायन्सेसला सादर केला नसता, तर किरणोत्सर्गीतेच्या शोधाचे श्रेय (आणि नोबेल पारितोषिकही) त्याऐवजी सिल्व्हानस थॉम्पसनला गेले असते. क्युरीने प्रकाशनाचे तेच वेगवान माध्यम निवडले. तिच्या कामाची थोडक्यात आणि साधी माहिती देणारा तिचा पेपर 12 एप्रिल 1898 रोजी तिच्या माजी प्राध्यापक गॅब्रिएल लिप्पमन यांनी अकादमीमध्ये सादर केला होता. असे असले तरी, थॉम्पसनला जसा बेकरेलने पराभूत केला होता, त्याचप्रमाणे थोरियम युरेनियमप्रमाणेच किरण सोडते हा तिचा शोध सांगण्याच्या शर्यतीत क्युरीला हरवले होते; दोन महिन्यांपूर्वी, गेर्हार्ड कार्ल श्मिट यांनी बर्लिनमध्ये स्वतःचा शोध प्रकाशित केला होता.

त्या वेळी, भौतिकशास्त्राच्या जगात इतर कोणाच्याही लक्षात आले नाही की क्युरीने तिच्या पेपरच्या एका वाक्यात पिचब्लेंडे आणि चॅकोलाइटची क्रिया युरेनियमपेक्षा किती मोठी आहे याचे वर्णन केले आहे: "वस्तुस्थिती अतिशय उल्लेखनीय आहे आणि यामुळे विश्वास आहे की या खनिजांमध्ये युरेनियमपेक्षा जास्त सक्रिय घटक असू शकतात." "या गृहीतकाची शक्य तितक्या लवकर पडताळणी करण्याची उत्कट इच्छा" तिला कशी वाटली हे तिला नंतर आठवेल. त्यांना त्या वेळी हे समजले नाही की ते जे शोधत होते ते इतक्या लहान प्रमाणात उपस्थित होते की त्यांना अखेरीस टन धातूवर प्रक्रिया करावी लागेल.

जुलै १८९८ मध्ये, क्युरी आणि तिच्या पतीने तिच्या मूळ पोलंडच्या सन्मानार्थ "पोलोनियम" नावाच्या घटकाच्या अस्तित्वाची घोषणा करणारा एक संयुक्त पेपर प्रकाशित केला, जो आणखी वीस वर्षे तीन साम्राज्यांमध्ये (रशियन, ऑस्ट्रियन आणि प्रशिया) विभाजित राहील. 26 डिसेंबर 1898 रोजी, क्युरींनी दुसऱ्या घटकाच्या अस्तित्वाची घोषणा केली, ज्याला त्यांनी "रेडियम" असे नाव दिले, "किरण" या लॅटिन शब्दापासून. त्यांच्या संशोधनादरम्यान, त्यांनी "रेडिओएक्टिव्हिटी" हा शब्दही तयार केला.

त्यांचे शोध कोणत्याही शंकापलीकडे सिद्ध करण्यासाठी, क्युरींनी पोलोनियम आणि रेडियम शुद्ध स्वरूपात वेगळे करण्याचा प्रयत्न केला. पिचब्लेंडे हे एक जटिल खनिज आहे; त्यातील घटकांचे रासायनिक पृथक्करण हे एक कठीण काम होते. पोलोनियमचा शोध तुलनेने सोपा होता; रासायनिकदृष्ट्या ते बिस्मथ या घटकासारखे दिसते आणि पोलोनियम हा धातूचा एकमेव बिस्मथसारखा पदार्थ होता. रेडियम मात्र अधिक मायावी होता; हे बेरियमशी रासायनिकदृष्ट्या जवळून संबंधित आहे आणि पिचब्लेंडेमध्ये दोन्ही घटक असतात. 1898 पर्यंत क्युरींनी रेडियमचे अंश मिळवले होते, परंतु प्रशंसनीय प्रमाण, बेरियमसह दूषित नसलेले, अजूनही आवाक्याबाहेर होते. क्युरींनी विभेदक क्रिस्टलायझेशनद्वारे रेडियम मीठ वेगळे करण्याचे कठीण काम हाती घेतले. एक टन पिचब्लेंडेपासून, 1902 मध्ये एक ग्रॅम रेडियम क्लोराईडचा एक दशांश भाग वेगळा करण्यात आला. 1910 मध्ये तिने शुद्ध रेडियम धातू वेगळे केले. पोलोनियम वेगळे करण्यात तिला कधीही यश आले नाही, ज्याचे अर्धे आयुष्य केवळ 138 दिवस आहे.

1898 आणि 1902 दरम्यान, क्युरीजने संयुक्तपणे किंवा स्वतंत्रपणे, एकूण 32 वैज्ञानिक शोधनिबंध प्रकाशित केले, ज्यात असे जाहीर करण्यात आले की, रेडियमच्या संपर्कात आल्यावर, रोगग्रस्त, ट्यूमर तयार करणाऱ्या पेशी निरोगी पेशींपेक्षा अधिक वेगाने नष्ट होतात.

1900 मध्ये, क्युरी इकोले नॉर्मले सुपेरीअर येथे पहिल्या महिला फॅकल्टी सदस्य बनल्या आणि त्यांचे पती पॅरिस विद्यापीठाच्या फॅकल्टीमध्ये सामील झाले.1902 मध्ये तिने तिच्या वडिलांच्या मृत्यूच्या निमित्ताने पोलंडला भेट दिली.

जून 1903 मध्ये, गॅब्रिएल लिप्पमन यांच्या देखरेखीखाली, क्युरी यांना पॅरिस विद्यापीठातून डॉक्टरेट प्रदान करण्यात आली. त्या महिन्यात या जोडप्याला रेडिओएक्टिव्हिटीवर भाषण देण्यासाठी लंडनमधील रॉयल इन्स्टिट्यूटमध्ये आमंत्रित करण्यात आले; एक स्त्री असल्याने तिला बोलण्यापासून रोखण्यात आले आणि पियरे क्युरी यांना एकट्याने बोलण्याची परवानगी देण्यात आली. दरम्यान, रेडियमवर आधारित नवीन उद्योग विकसित होऊ लागला. क्युरीजने त्यांच्या शोधाचे पेटंट घेतले नाही आणि या वाढत्या फायदेशीर व्यवसायाचा त्यांना फारसा फायदा झाला नाही.

नोबेल पुरस्कार

डिसेंबर 1903 मध्ये रॉयल स्वीडिश ॲकॅडमी ऑफ सायन्सेसने पियरे क्युरी, मेरी क्युरी आणि हेन्री बेकरेल यांना भौतिकशास्त्रातील नोबेल पारितोषिक प्रदान केले, "प्राध्यापक हेन्री बेकरेल यांनी शोधलेल्या रेडिएशन घटनांवरील त्यांच्या संयुक्त संशोधनाद्वारे त्यांनी दिलेल्या विलक्षण सेवांसाठी." सुरुवातीला समितीचा केवळ पियरे क्युरी आणि हेन्री बेकरेल यांचा सन्मान करण्याचा हेतू होता, परंतु समितीचे सदस्य आणि महिला शास्त्रज्ञांचे वकील, स्वीडिश गणितज्ञ मॅग्नस गोस्टा मिटाग-लेफलर यांनी पियरे यांना परिस्थितीबद्दल सावध केले आणि त्यांच्या तक्रारीनंतर मेरीचे नाव पुढे आले. नामांकनात जोडले गेले. मेरी क्युरी नोबेल पारितोषिक मिळविणारी पहिली महिला होती.

क्युरी आणि तिच्या पतीने वैयक्तिकरित्या बक्षीस घेण्यासाठी स्टॉकहोमला जाण्यास नकार दिला; ते त्यांच्या कामात खूप व्यस्त होते आणि सार्वजनिक समारंभांना नापसंत करणारे पियरे क्युरी अधिकाधिक आजारी वाटत होते. नोबेल पारितोषिक विजेत्यांना व्याख्यान देणे आवश्यक असल्याने, क्युरींनी शेवटी 1905 मध्ये सहल केली. पुरस्काराच्या रकमेमुळे क्युरींना त्यांचा पहिला प्रयोगशाळा सहाय्यक नेमता आला. नोबेल पारितोषिक मिळाल्यानंतर, आणि जिनेव्हा विद्यापीठाच्या ऑफरमुळे, ज्याने पियरे क्युरी यांना पद देऊ केले, पॅरिस विद्यापीठाने त्यांना प्राध्यापकपद आणि भौतिकशास्त्राचे अध्यक्षपद दिले, जरी क्युरींकडे अद्याप योग्य प्रयोगशाळा नव्हती. पियरे क्युरीच्या तक्रारीनंतर, पॅरिस विद्यापीठाने नम्रता स्वीकारली आणि नवीन प्रयोगशाळा सुसज्ज करण्यास सहमती दर्शविली, परंतु ती 1906 पर्यंत तयार होणार नाही.

डिसेंबर 1904 मध्ये, क्युरी यांनी त्यांच्या दुसऱ्या मुलीला जन्म दिला, तिने आपल्या मुलींना तिची मातृभाषा शिकवण्यासाठी पोलिश गव्हर्नेसना नियुक्त केले आणि पोलंडला भेटी देण्यासाठी पाठवले किंवा नेले.

19 एप्रिल 1906 रोजी पियरे क्युरी यांचा रस्ता अपघातात मृत्यू झाला. मुसळधार पावसात रुई डौफिन ओलांडून चालत असताना, त्याला घोड्याने ओढलेल्या वाहनाने धडक दिली आणि त्याच्या चाकाखाली पडून त्याची कवटी फ्रॅक्चर झाली आणि त्याचा तात्काळ मृत्यू झाला. क्युरी तिच्या पतीच्या मृत्यूमुळे उद्ध्वस्त झाली होती. 13 मे 1906 रोजी पॅरिस विद्यापीठाच्या भौतिकशास्त्र विभागाने तिच्या

दिवंगत पतीसाठी तयार केलेली खुर्ची कायम ठेवण्याचा आणि मेरीला देऊ करण्याचा निर्णय घेतला. तिचे पती पियरे यांना श्रद्धांजली म्हणून जागतिक दर्जाची प्रयोगशाळा निर्माण करण्याच्या आशेने तिने ते स्वीकारले. पॅरिस विद्यापीठात प्राध्यापक झालेल्या त्या पहिल्या महिला होत्या.

नवीन प्रयोगशाळा तयार करण्याचा क्युरीचा प्रयत्न पॅरिस विद्यापीठात मात्र संपला नाही. तिच्या नंतरच्या वर्षांत, तिने रेडियम इन्स्टिट्यूट (इन्स्टिट्युट डू रेडियम, आता क्युरी इन्स्टिट्यूट, इन्स्टिट्यूट क्युरी), पाश्चर इन्स्टिट्यूट आणि पॅरिस विद्यापीठाने तिच्यासाठी तयार केलेली रेडिओएक्टिव्हिटी प्रयोगशाळा आहे. रेडियम इन्स्टिट्यूटच्या निर्मितीसाठी पुढाकार 1909 मध्ये पाश्चर इन्स्टिट्यूटचे संचालक पियरे पॉल एमिल रॉक्स यांच्याकडून आला होता, जे पॅरिस विद्यापीठाने क्युरीला योग्य प्रयोगशाळा देत नसल्याबद्दल निराश झाले होते आणि तिला पाश्चर संस्थेत जाण्याची सूचना केली होती. तेव्हाच, क्युरी सोडून जाण्याच्या धमक्याने, पॅरिस विद्यापीठाने माघार घेतली आणि अखेरीस क्युरी पॅव्हेलियन पॅरिस विद्यापीठ आणि पाश्चर इन्स्टिट्यूटचा संयुक्त उपक्रम बनला.

1910 मध्ये क्युरी रेडियम वेगळे करण्यात यशस्वी झाले; तिने किरणोत्सर्गी उत्सर्जनासाठी आंतरराष्ट्रीय मानक देखील परिभाषित केले ज्याला शेवटी तिचे आणि पियरे: क्युरीचे नाव देण्यात आले. तरीसुद्धा, 1911 मध्ये फ्रेंच अकादमी ऑफ सायन्सेस तिला अकादमीच्या सदस्यत्वासाठी निवडण्यात एक किंवा दोन मतांनी, अयशस्वी ठरली. त्याऐवजी इडॉअर्ड ब्रॅनली निवडून आले, एक शोधक जिने गुग्लिएल्मो मार्कोनी यांना वायरलेस टेलीग्राफ विकसित करण्यास मदत केली होती. अर्ध्या शतकांनंतर, 1962 मध्ये, क्युरीची डॉक्टरेट विद्यार्थिनी, मार्गुरिट पेरे, अकादमीच्या सदस्यत्वासाठी निवडलेली पहिली महिला बनली.

फ्रान्ससाठी काम करणारे शास्त्रज्ञ म्हणून क्युरीची ख्याती असूनही, लोकांचा दृष्टीकोन झेनोफोबियाकडे झुकत होता-ज्यामुळे ड्रेफस प्रकरण घडले होते-ज्यामुळे क्युरी ज्यू होता या खोट्या अंदाजाला चालना मिळाली. फ्रेंच अकादमी ऑफ सायन्सेसच्या निवडणुकीदरम्यान, उजव्या विचारसरणीच्या प्रेसने तिला परदेशी आणि नास्तिक म्हणून बदनाम केले होते. तिच्या मुलीने नंतर क्युरीला फ्रेंच सन्मानासाठी नामांकन मिळाले तेव्हा तिला एक अयोग्य परदेशी म्हणून चित्रित करण्याच्या फ्रेंच प्रेसच्या दांभिकतेवर टिप्पणी केली, परंतु जेव्हा तिला नोबेल पारितोषिकांसारखे परदेशी सन्मान मिळाले तेव्हा तिला फ्रेंच नायिका म्हणून चित्रित केले.

1911 मध्ये असे उघड झाले की क्युरी भौतिकशास्त्रज्ञ पॉल लॅन्गेविन, पियरे क्युरीचा माजी विद्यार्थी, एक विवाहित पुरुष जो त्याच्या पत्नीपासून दुरावलेला होता, त्याच्याशी वर्षभराच्या प्रेमसंबंधात गुंतलेला होता. याचा परिणाम प्रेस स्कॅंडलमध्ये झाला ज्याचा तिच्या शैक्षणिक विरोधकांनी शोषण केला. क्युरी (तेव्हा तिच्या 40 च्या दशकाच्या मध्यात) लॅन्गेव्हिनपेक्षा पाच वर्षांनी मोठी होती आणि टॅब्लॉइड्समध्ये तिला परदेशी ज्यू घराचा नाश करणारे म्हणून चुकीचे चित्रित करण्यात आले होते. जेव्हा हा घोटाळा उघडकीस आला तेव्हा ती बेल्जियममधील एका परिषदेत गेली होती; परतताना, तिला तिच्या घरासमोर एक संतप्त जमाव दिसला आणि तिला तिच्या मैत्रिणी कॅमिल मार्बोच्या घरी तिच्या मुलींसह आश्रय घ्यावा लागला.

नोबेल पारितोषिक

तिच्या कार्यासाठी आंतरराष्ट्रीय मान्यता नवीन उंचीवर पोहोचली होती आणि रॉयल स्वीडिश अॅकॅडमी ऑफ सायन्सेसने, लॅन्गेविन घोटाळ्यामुळे झालेल्या विरोधावर मात करून, 1911 च्या रसायनशास्त्रातील नोबेल पारितोषिकाने तिचा दुसऱ्यांदा गौरव केला. हा पुरस्कार "रेडियम आणि पोलोनियम या मूलद्रव्यांचा शोध, रेडियम वेगळे करून आणि या उल्लेखनीय घटकाच्या निसर्ग आणि संयुगेचा अभ्यास करून रसायनशास्त्राच्या प्रगतीसाठी केलेल्या सेवांचा गौरव म्हणून" 55 नकारात्मकतेमुळे. लॅन्गेविनसोबतच्या तिच्या प्रेमसंबंधामुळे प्रसिद्धी, नोबेल समितीच्या अध्यक्षा, स्वंते अर्हेनिअस यांनी, तिच्या शंकास्पद नैतिक स्थितीचा हवाला देऊन रसायनशास्त्रातील नोबेल पारितोषिकाच्या अधिकृत समारंभात तिची उपस्थिती रोखण्याचा प्रयत्न केला. क्युरीने उत्तर दिले की ती या समारंभाला उपस्थित राहणार आहे, कारण "तिच्या पोलोनियम आणि रेडियमच्या शोधाबद्दल तिला पारितोषिक देण्यात आले आहे" आणि "तिच्या वैज्ञानिक कार्याचा आणि तिच्या खाजगी जीवनातील तथ्य यांचा कोणताही संबंध नाही".

दोन नोबेल पारितोषिके जिंकणारी किंवा सामायिक करणारी ती पहिली व्यक्ती होती आणि प्रत्येकी दोन क्षेत्रात नोबेल पारितोषिक विजेते म्हणून लिनस पॉलिंग यांच्यासोबत एकटीच राहिली. कादंबरीकार हेन्रिक सिएनकिविझ यांच्या नेतृत्वाखाली प्रसिद्ध पोलिश शिष्यांच्या शिष्टमंडळाने तिला पोलंडला परत जाण्यासाठी आणि तिच्या मूळ देशात संशोधन सुरू ठेवण्यास प्रोत्साहित केले. क्युरीच्या दुसऱ्या नोबेल पारितोषिकामुळे तिला 1914 मध्ये तयार झालेल्या रेडियम संस्थेला मदत करण्यासाठी फ्रेंच सरकारचे मन वळवता आले, जिथे रसायनशास्त्र, भौतिकशास्त्र आणि वैद्यकशास्त्रात संशोधन केले जात होते. 1911 चे नोबेल पारितोषिक स्वीकारल्यानंतर एका महिन्यानंतर, तिला नैराश्य आणि मूत्रपिंडाच्या आजाराने रुग्णालयात दाखल करण्यात आले. बहुतेक 1912 मध्ये, तिने सार्वजनिक जीवन टाळले परंतु तिची मैत्रीण आणि सहकारी भौतिकशास्त्रज्ञ, हेर्था आयर्टन यांच्यासोबत इंग्लंडमध्ये वेळ घालवला. सुमारे 14 महिन्यांच्या विश्रांतीनंतर ती डिसेंबरमध्येच तिच्या प्रयोगशाळेत परतली.

1912 मध्ये वॉर्सा सायंटिफिक सोसायटीने तिला वॉर्सा येथील नवीन प्रयोगशाळेच्या संचालकपदाची ऑफर दिली परंतु तिने नकार दिला, ऑगस्ट 1914 मध्ये पूर्ण होणाऱ्या रेडियम इन्स्टिट्यूटवर आणि रु पियरे-क्युरी नावाच्या नवीन रस्त्यावर लक्ष केंद्रित केले. 1914 मध्ये

स्थापन झालेल्या पॅरिस विद्यापीठाच्या रेडियम इन्स्टिट्यूटमध्ये क्युरी प्रयोगशाळेच्या संचालकपदी तिची नियुक्ती झाली. तिने 1913 मध्ये पोलंडला भेट दिली आणि वॉर्सा येथे त्यांचे स्वागत झाले परंतु रशियन अधिकाऱ्यांनी या भेटीकडे दुर्लक्ष केले. येणाऱ्या युद्धामुळे संस्थेच्या विकासात व्यत्यय आला, कारण बहुतेक संशोधकांना फ्रेंच सैन्यात भरती करण्यात आले आणि 1919 मध्ये संस्थेने आपले कार्य पूर्णपणे पुन्हा सुरू केले.

पहिले महायुद्ध

पहिल्या महायुद्धादरम्यान, क्युरीने ओळखले की जखमी सैनिकांवर शक्य तितक्या लवकर शस्त्रक्रिया केल्यास त्यांना सर्वोत्तम सेवा दिली जाते. 58 तिला रणांगणातील शल्यचिकित्सकांना मदत करण्यासाठी आघाडीच्या रेषांजवळ फील्ड रेडिओलॉजिकल केंद्रांची गरज भासली, 57 ज्यामध्ये प्रत्यक्षात हातपाय वाचवता येतात तेव्हा विच्छेदन टाळता येते. रेडिओलॉजी, शरीरशास्त्र आणि ऑटोमोटिव्ह मेकॅनिक्सच्या द्रुत अभ्यासानंतर तिने एक्स-रे उपकरणे, वाहने, सहाय्यक जनरेटर आणि मोबाइल रेडिओग्राफी युनिट विकसित केले, जे पेटाइट्स क्युरीज ("लिटल क्यूरीज") म्हणून प्रसिद्ध झाले. ती रेड क्रॉस रेडिओलॉजी सेवेची संचालक बनली आणि फ्रान्सचे पहिले लष्करी रेडिओलॉजी केंद्र सुरू केले, जे 1914 च्या उत्तरार्धात कार्यरत होते. लष्करी डॉक्टर आणि तिची 17 वर्षांची मुलगी इरेन यांच्या सहाय्याने, क्युरीने युद्धाच्या पहिल्या वर्षी फील्ड हॉस्पिटलमध्ये 20 मोबाइल रेडिओलॉजिकल वाहने आणि आणखी 200 रेडिओलॉजिकल युनिट्स बसवण्याचे निर्देश दिले. नंतर, तिने इतर महिलांना सहाय्यक म्हणून प्रशिक्षण देण्यास सुरुवात केली.

1915 मध्ये, क्यूरीने "रेडियम उत्सर्जन" असलेल्या पोकळ सुया तयार केल्या, जो रेडियमने दिलेला रंगहीन, किरणोत्सर्गी वायू, नंतर रेडॉन म्हणून ओळखला गेला, संक्रमित ऊतींचे निर्जंतुकीकरण करण्यासाठी वापरला गेला. तिने स्वतःच्या एक-ग्राम पुरवठ्यातून रेडियम पुरवले. असा अंदाज आहे की दहा लाखांहून अधिक जखमी सैनिकांवर तिच्या एक्स-रे युनिट्सद्वारे उपचार करण्यात आले. या कामात व्यस्त असल्याने तिने त्या काळात फार कमी वैज्ञानिक संशोधन केले. फ्रेंच युद्धाच्या प्रयत्नात तिचे सर्व मानवतावादी योगदान असूनही, क्युरी यांना फ्रेंच सरकारकडून कधीही त्याची औपचारिक मान्यता मिळाली नाही.

तसेच, युद्ध सुरू झाल्यानंतर लगेच, तिने तिचे सुवर्ण नोबेल पारितोषिक पदके युद्ध प्रयत्नांसाठी दान करण्याचा प्रयत्न केला परंतु फ्रेंच नॅशनल बँकेने ते स्वीकारण्यास नकार दिला. तिने नोबेल पारितोषिकाची रक्कम वापरून युद्ध रोखे खरेदी केले. ती म्हणाली:

माझ्याकडे असलेले थोडे सोने मी सोडून देणार आहे. मी यात वैज्ञानिक पदकांची भर घालेन, जी माझ्यासाठी निरुपयोगी आहेत. आणखी काही आहे: निव्वळ आळशीपणाने मी माझ्या दुसऱ्या नोबेल पारितोषिकाचे पैसे स्वीडिश मुकुटात स्टॉकहोममध्ये राहू दिले होते. आमच्याकडे जे आहे त्याचा हा मुख्य भाग आहे. मला ते इथे परत आणायचे आहे आणि ते युद्ध कर्जामध्ये गुंतवायचे आहे. राज्याला त्याची गरज आहे. फक्त, मला कोणताही भ्रम नाही: हे पैसे कदाचित गमावले जातील.

युद्धानंतरची वर्षे

1920 मध्ये, रेडियमच्या शोधाच्या 25 व्या वर्धापन दिनानिमित्त, फ्रेंच सरकारने तिच्यासाठी स्टायपेंडची स्थापना केली; त्याचे पूर्वीचे प्राप्तकर्ता लुई पाश्चर (1822-95) होते. 1921 मध्ये, तिने रेडियमवरील संशोधनासाठी निधी उभारण्यासाठी युनायटेड स्टेट्सचा दौरा केला तेव्हा तिचे विजयी स्वागत करण्यात आले. श्रीमती विल्यम ब्राउन मेलोनीने, क्युरीची मुलाखत घेतल्यानंतर, एक मेरी क्युरी रेडियम फंड तयार केला आणि रेडियम खरेदी करण्यासाठी पैसे उभे केले, तिच्या प्रवासाची प्रसिद्धी केली.

1921 मध्ये, अमेरिकेचे अध्यक्ष वॉरन जी. हार्डिंग यांनी तिला व्हाईट हाऊसमध्ये युनायटेड स्टेट्समध्ये संकलित केलेले 1 ग्रॅम रेडियम सादर करण्यासाठी स्वागत केले आणि प्रथम महिलेने एक व्यावसायिक यश मिळविणारे उदाहरण म्हणून तिचे कौतुक केले जे एक सहाय्यक पत्नी देखील होती. बैठकीपूर्वी, परदेशात तिची वाढती कीर्ती ओळखून, आणि सार्वजनिक ठिकाणी परिधान करण्यासाठी तिच्याकडे फ्रेंच अधिकृत भेद नसल्यामुळे खजील झाल्यामुळे, फ्रेंच सरकारने तिला लीजन ऑफ ऑनर पुरस्कार देऊ केला, परंतु तिने नकार दिला.1922 मध्ये ती फ्रेंच अकादमी ऑफ मेडिसिनची फेलो बनली. तिने इतर देशांमध्येही प्रवास केला, सार्वजनिकपणे दिसली आणि बेल्जियम, ब्राझील, स्पेन आणि चेकोस्लोव्हाकिया येथे व्याख्याने दिली.

क्युरी यांच्या नेतृत्वाखाली संस्थेने आणखी चार नोबेल पारितोषिक विजेते तयार केले, ज्यात तिची मुलगी इरेन जोलिओट-क्युरी आणि तिचा जावई फ्रेडरिक जोलिओट-क्युरी यांचा समावेश आहे. कालांतराने ती जगातील चार प्रमुख किरणोत्सर्गी-संशोधन प्रयोगशाळांपैकी एक बनली, इतर अर्नेस्ट रदरफोर्डसह कॅव्हेंडिश प्रयोगशाळा आहेत; इन्स्टिट्यूट फॉर रेडियम रिसर्च, व्हिएन्ना, स्टीफन मेयरसह; आणि कैसर विल्हेल्म इन्स्टिट्यूट फॉर केमिस्ट्री, ओटो हॅन आणि लिसे मेइटनरसह.

ऑगस्ट 1922 मध्ये मेरी क्युरी लीग ऑफ नेशन्सच्या बौद्धिक सहकार्यावरील नवनिर्मित आंतरराष्ट्रीय समितीच्या सदस्या बनल्या.1934 पर्यंत त्या समितीवर बसल्या आणि अल्बर्ट आइनस्टाईन, हेन्ड्रिक लॉरेंट्झ आणि हेन्री बर्गसन यांसारख्या प्रमुख संशोधकांसोबत लीग ऑफ नेशन्सच्या वैज्ञानिक समन्वयामध्ये योगदान दिले. 1923 मध्ये तिने आपल्या दिवंगत पतीचे पियरे क्युरी नावाचे चरित्र लिहिले. 1925 मध्ये वॉरसॉच्या रेडियम संस्थेच्या पायाभरणी समारंभात सहभागी होण्यासाठी तिने पोलंडला भेट दिली. 1929 मध्ये तिचा दुसरा अमेरिकन दौरा वॉर्सा रेडियम इन्स्टिट्यूटला रेडियमने सुसज्ज करण्यात यशस्वी झाला; 1932 मध्ये तिची बहीण

ब्रॉनिसलावा हिच्या संचालकासह संस्था उघडली. तिच्या वैज्ञानिक श्रमांपासूनचे हे विचलित, आणि परिचारक प्रसिद्धीमुळे तिला खूप अस्वस्थता आली परंतु तिच्या कामासाठी संसाधने उपलब्ध झाली. 1930 मध्ये तिची आंतरराष्ट्रीय अणु वजन समितीवर निवड झाली, ज्यावर तिने मृत्यूपर्यंत काम केले. 1931 मध्ये, क्युरी यांना एडिनबर्ग विद्यापीठाच्या थेरप्युटिक्ससाठी कॅमेरॉन पुरस्काराने सन्मानित करण्यात आले.

मृत्यू

1934 च्या सुरुवातीला क्युरी यांनी शेवटच्या वेळी पोलंडला भेट दिली. काही महिन्यांनंतर, 4 जुलै 1934 रोजी, तिचे वयाच्या 66 व्या वर्षी पासी, हाउते-सावोई येथील सॅनसेलेमोझ सेनेटोरियममध्ये निधन झाले, तिला अप्लास्टिक ॲनिमियामुळे किरणोत्सर्गाच्या दीर्घकालीन संपर्कामुळे तिच्या अस्थिमज्जेला हानी पोहोचली होती असे मानले जाते.

ionizing किरणोत्सर्गाचे हानिकारक प्रभाव तिच्या कामाच्या वेळी ज्ञात नव्हते, जे नंतर विकसित केलेल्या सुरक्षा उपायांशिवाय केले गेले होते. 75 तिने खिशात किरणोत्सर्गी समस्थानिक असलेल्या टेस्ट ट्यूब्स ठेवल्या होत्या, आणि तिने त्या तिच्या डेस्क ड्रॉवरमध्ये ठेवल्या होत्या, अंधारात पदार्थांनी सोडलेल्या अंधुक प्रकाशावर टिप्पणी केली होती. युद्धादरम्यान फील्ड हॉस्पिटलमध्ये रेडिओलॉजिस्ट म्हणून काम करत असताना क्युरीला असुरक्षित उपकरणांमधून क्ष-किरणांच्या संपर्कात आले होते. खरं तर, 1995 मध्ये जेव्हा क्युरीचा मृतदेह बाहेर काढण्यात आला तेव्हा फ्रेंच ऑफिस डी प्रोटेक्शन कॉन्ट्रे लेस रेयोनेमेंट्स आयोनिसंट्स (ओआरपीआय) ने निष्कर्ष काढला की ती जिवंत असताना रेडियमच्या प्राणघातक पातळीच्या संपर्कात आली नसती. त्यांनी निदर्शनास आणून दिले की रेडियमचे सेवन केले तरच धोका निर्माण होतो, आणि असा अंदाज लावला की पहिल्या महायुद्धात तिने रेडियोग्राफीचा वापर केल्यामुळे तिचा आजार होण्याची शक्यता जास्त होती.

तिचे पती पियरे यांच्या समवेत स्केओक्स येथील स्मशानभूमीत अंत्यसंस्कार करण्यात आले. साठ वर्षांनंतर, 1995 मध्ये, त्यांच्या कर्तृत्वाच्या सन्मानार्थ, दोघांचे अवशेष पॅरिस पँथिऑनमध्ये हस्तांतरित केले गेले. किरणोत्सर्गीतेमुळे त्यांचे अवशेष शिशाच्या अस्तरात बंद होते. पँथिओनमध्ये अंत्यसंस्कार करणारी ती दुसरी महिला बनली (सोफी बर्थेलॉट नंतर) आणि तिच्या स्वतःच्या गुणवत्तेनुसार पॅन्थिऑनमध्ये अंत्यसंस्काराने सन्मानित होणारी ती पहिली महिला ठरली.

त्यांच्या किरणोत्सर्गी दूषिततेच्या पातळीमुळे, 1890 च्या दशकातील तिचे पेपर हाताळण्यासाठी खूप धोकादायक मानले जातात. 82 तिची कूकबुक्स देखील अत्यंत किरणोत्सर्गी आहेत. तिची कागदपत्रे लीड-लाइन असलेल्या बॉक्समध्ये ठेवली जातात आणि ज्यांना त्यांचा सल्ला घ्यायचा आहे त्यांनी संरक्षणात्मक कपडे घालावेत. तिच्या शेवटच्या वर्षी तिने रेडिओएक्टिव्हिटी या पुस्तकावर काम केले, जे 1935 मध्ये मरणोत्तर प्रकाशित झाले.

वारसा

क्युरीजच्या कार्याच्या भौतिक आणि सामाजिक पैलूंनी विसाव्या आणि एकविसाव्या शतकातील जगाला आकार देण्यास हातभार लावला. कॉर्नेल विद्यापीठाचे प्राध्यापक एल. पियर्स विल्यम्स निरीक्षण करतात क्युरीजच्या कार्याचा परिणाम हा युगप्रवर्तक होता. रेडियमची रेडिओॲक्टिव्हिटी इतकी प्रचंड होती की त्याकडे दुर्लक्ष करता येत नाही. हे उर्जेच्या संवर्धनाच्या तत्त्वाचा विरोधाभास असल्याचे दिसते आणि म्हणून भौतिकशास्त्राच्या पायावर पुनर्विचार करण्यास भाग पाडले. प्रायोगिक स्तरावर रेडियमच्या शोधाने अर्नेस्ट रदरफोर्ड सारख्या पुरुषांना किरणोत्सर्गीतेचे स्त्रोत प्रदान केले ज्याद्वारे ते अणूच्या संरचनेची तपासणी करू शकले. अल्फा रेडिएशनसह रदरफोर्डच्या प्रयोगांच्या परिणामी, अणू अणू प्रथम पोस्ट्युलेट केले गेले. वैद्यकशास्त्रात, रेडियमची किरणोत्सर्गीता कर्करोगावर यशस्वीरित्या हल्ला करू शकेल असे एक साधन असल्याचे दिसून आले.

जर क्युरीच्या कार्याने भौतिकशास्त्र आणि रसायनशास्त्रातील प्रस्थापित कल्पनांना उलथून टाकण्यास मदत केली असेल, तर त्याचा सामाजिक क्षेत्रातही तितकाच गहन परिणाम झाला आहे. तिची वैज्ञानिक कामगिरी साध्य करण्यासाठी, तिला तिच्या मूळ आणि दत्तक देशात असलेल्या अडथळ्यांवर मात करावी लागली, कारण ती एक स्त्री होती. तिच्या जीवनाचा आणि कारकिर्दीचा हा पैलू फ्रँकोइस गिरौडच्या मेरी क्युरी: ए लाइफमध्ये ठळकपणे मांडण्यात आला आहे, ज्यात स्त्रीवादी अग्रदूत म्हणून क्यूरीच्या भूमिकेवर जोर देण्यात आला आहे.

ती तिच्या प्रामाणिकपणा आणि मध्यम जीवनशैलीसाठी प्रसिद्ध होती. 25 84 1893 मध्ये एक छोटी शिष्यवृत्ती मिळाल्याने, तिने 1897 मध्ये ती परत केली, जसे की तिने तिचा ठेवा मिळवण्यास सुरुवात केली. 14 33 तिने तिच्या पहिल्या नोबेल पारितोषिकाची बरीच रक्कम मित्र, कुटुंब, विद्यार्थी आणि संशोधन सहकारी यांना दिली. 17 एका असामान्य निर्णयात, क्युरीने जाणूनबुजून रेडियम-आयसोलेशन प्रक्रियेचे पेटंट घेण्यापासून परावृत्त केले जेणेकरून वैज्ञानिक समुदाय विना अडथळा संशोधन करू शकेल. 85 डी आर्थिक भेटवस्तू आणि पुरस्कार तिला न देता तिच्याशी संलग्न असलेल्या वैज्ञानिक संस्थांना देण्यात यावेत असा तिचा आग्रह होता. 84 तिने आणि तिच्या पतीने अनेकदा पुरस्कार आणि पदके नाकारली. 25 अल्बर्ट आइनस्टाईन यांनी कथितपणे टिप्पणी केली की ती कदाचित एकमेव अशी व्यक्ती होती जिला प्रसिद्धी भ्रष्ट करता येत नाही. 17

सन्मान आणि श्रद्धांजली

2011 मध्ये पियरे आणि मेरी क्युरी, पॅन्थिओन, पॅरिसची कबर

"मारिया स्कोलोडोस्का-क्यूरी", CERN म्युझियम, स्वित्झर्लंड, 2015 चा अर्धाकृती

सर्वात प्रसिद्ध शास्त्रज्ञांपैकी एक म्हणून, मेरी क्युरी वैज्ञानिक जगतात एक आयकॉन बनली आहे आणि पॉप संस्कृतीच्या क्षेत्रातही तिला जगभरातून श्रद्धांजली मिळाली आहे.

1995 मध्ये, पँथिऑन, पॅरिसमध्ये तिच्या स्वतःच्या गुणवत्तेवर दफन करण्यात आलेली ती पहिली महिला बनली.

न्यू सायंटिस्टने केलेल्या 2009 च्या सर्वेक्षणात तिला "विज्ञानातील सर्वात प्रेरणादायी महिला" म्हणून निवडण्यात आले. क्युरी यांना सर्व मतांपैकी 25.1 टक्के मते मिळाली, जे दुसऱ्या क्रमांकावरील रोझलिंड फ्रँकलिन (14.2 टक्के) च्या जवळपास दुप्पट आहेत.

मेरी क्युरी नोबेल पारितोषिक जिंकणारी पहिली महिला, दोन नोबेल पारितोषिक जिंकणारी पहिली व्यक्ती, दोन क्षेत्रात जिंकणारी एकमेव महिला आणि अनेक विज्ञानांमध्ये जिंकणारी एकमेव व्यक्ती होती. तिला मिळालेल्या पुरस्कारांमध्ये हे समाविष्ट आहे.

डेव्ही मेडल (1903, पियरेसह)

मॅट्युची पदक (1904, पियरेसह)

ऍक्टोनियन पुरस्कार (1907)

इलियट क्रेसन मेडल (1909)

रसायनशास्त्रातील नोबेल पारितोषिक (1911)

अमेरिकन फिलॉसॉफिकल सोसायटीचे फ्रँकलिन पदक (1921)

तिला जगभरातील विद्यापीठांमधून अनेक मानद पदव्या मिळाल्या. पोलंडमध्ये, तिला Lwów पॉलिटेक्निक (1912), पॉझ्नान युनिव्हर्सिटी (1922), Kraków's Jagiellonian University (1924), and the Warsaw Polytechnic (1926) कडून मानद डॉक्टरेट प्राप्त झाली. 1920 मध्ये ती रॉयल डॅनिश अकादमी ऑफ सायन्सेस अँड लेटर्सची पहिली महिला सदस्य बनली. 1921 मध्ये, यूएस मध्ये, तिला Iota Sigma Pi महिला वैज्ञानिक सोसायटीचे सदस्यत्व देण्यात आले. 1924 मध्ये, ती पोलिश केमिकल सोसायटीची मानद सदस्य बनली. मेरी क्युरी यांचे पती आणि त्यांचे सहकारी गुस्ताव बेमॉन्ट यांच्या रेडियम आणि पोलोनियमच्या शोधासह १८९८ साली प्रकाशित झालेल्या प्रकाशनाला २०१५ मध्ये अमेरिकन केमिकल सोसायटीच्या रसायनशास्त्राच्या इतिहास विभागाकडून केमिकल ब्रेकथ्रू पुरस्काराने सन्मानित करण्यात आले.

21

आयझॅक न्युटन

आयझॅक न्युटन

Top Scientists

Scan for Story Videos - www.itibook.com

सर आयझॅक न्यूटन पीआरएस (25 डिसेंबर 1642 - 20 मार्च 1726/27 a) एक इंग्रजी गणितज्ञ, भौतिकशास्त्रज्ञ, खगोलशास्त्रज्ञ, किमयाशास्त्रज्ञ, धर्मशास्त्रज्ञ आणि लेखक होते (त्याच्या काळात "नैसर्गिक तत्वज्ञानी" म्हणून वर्णन केले गेले), एक म्हणून व्यापकपणे

ओळखले जाते. सर्व काळातील महान गणितज्ञ आणि भौतिकशास्त्रज्ञ आणि सर्वात प्रभावशाली शास्त्रज्ञांपैकी. प्रबोधन म्हणून ओळखल्या जाणार्‍या तात्विक क्रांतीतील ते प्रमुख व्यक्तिमत्त्व होते. 1687 मध्ये प्रथम प्रकाशित झालेल्या त्यांच्या Philosophiæ Naturalis Principia Mathematica (Mathematical Principles of Natural Philosophy) या पुस्तकाने शास्त्रीय यांत्रिकी प्रस्थापित केली. न्यूटनने ऑप्टिक्समध्येही महत्त्वपूर्ण योगदान दिले आणि जर्मन गणितज्ञ गॉटफ्रीड विल्हेल्म लीबनिझ यांना अनंत कॅल्क्युलस विकसित करण्यासाठी श्रेय दिले.

प्रिन्सिपियामध्ये, न्यूटनने गती आणि सार्वभौमिक गुरुत्वाकर्षणाचे नियम तयार केले ज्यामुळे सापेक्षतेच्या सिद्धांताद्वारे प्रबळ वैज्ञानिक दृष्टिकोन तयार झाला. न्यूटनने गुरुत्वाकर्षणाचे गणितीय वर्णन वापरून केप्लरचे ग्रहांच्या गतीचे नियम, भरती-ओहोटी, धूमकेतूंचे प्रक्षेपण, विषुववृत्त आणि इतर घटना यांचा शोध लावला आणि सूर्यमालेच्या सूर्यकेंद्रीपणाबद्दल शंका दूर केली. त्याने दाखवून दिले की पृथ्वीवरील वस्तू आणि खगोलीय पिंडांच्या हालचाली समान तत्वांद्वारे मोजल्या जाऊ शकतात. न्यूटनच्या अनुमानाची पृथ्वी हा एक चकचकीत गोलाकार आहे हे नंतर Maupertuis, La Condamine आणि इतरांच्या भौगोलिक मापनांद्वारे पुष्टी केली गेली, बहुतेक युरोपियन शास्त्रज्ञांना पूर्वीच्या प्रणालींपेक्षा न्यूटोनियन यांत्रिकी श्रेष्ठतेची खात्री पटली.

न्यूटनने पहिली व्यावहारिक परावर्तित दुर्बीण तयार केली आणि प्रिझम पांढरा प्रकाश दृश्यमान स्पेक्ट्रमच्या रंगांमध्ये विभक्त करतो या निरीक्षणावर आधारित रंगाचा एक अत्याधुनिक सिद्धांत विकसित केला. प्रकाशावरील त्यांचे कार्य 1704 मध्ये प्रकाशित झालेल्या त्यांच्या अत्यंत प्रभावशाली पुस्तक ऑप्टिक्समध्ये संकलित केले गेले. त्यांनी थंड होण्याचा अनुभवजन्य नियम देखील तयार केला, ध्वनीच्या गतीची पहिली सैद्धांतिक गणना केली आणि न्यूटोनियन द्रवपदार्थाची कल्पना मांडली. कॅल्क्युलसवरील त्याच्या कार्याव्यतिरिक्त, गणितज्ञ म्हणून न्यूटनने पॉवर सीरीजच्या अभ्यासात योगदान दिले, द्विपद प्रमेय पूर्णांक नसलेल्या घातांकांमध्ये सामान्यीकृत केले, फंक्शनच्या मुळांचा अंदाज घेण्यासाठी एक पद्धत विकसित केली आणि बहुतेक घन समतल वक्र वर्गीकृत केले.

न्यूटन हे ट्रिनिटी कॉलेजचे फेलो आणि केंब्रिज विद्यापीठातील गणिताचे दुसरे लुकेशियन प्राध्यापक होते. तो एक धर्मनिष्ठ पण अपारंपरिक ख्रिश्चन होता ज्याने खाजगीरित्या ट्रिनिटीची शिकवण नाकारली. त्याने चर्च ऑफ इंग्लंडमध्ये पवित्र आदेश घेण्यास नकार दिला, त्याकाळच्या केंब्रिज फॅकल्टीच्या बहुतेक सदस्यांप्रमाणे. गणितीय विज्ञानावरील त्याच्या कामाच्या पलीकडे, न्यूटनने आपला बराचसा वेळ किमया आणि बायबलसंबंधी कालगणनेच्या अभ्यासासाठी समर्पित केला, परंतु त्या क्षेत्रातील त्याचे बहुतेक कार्य त्याच्या मृत्यूनंतर बराच काळ अप्रकाशित राहिले. राजकीय आणि वैयक्तिकरित्या व्हिग पक्षाशी जोडलेले, न्यूटनने 1689-1690 आणि 1701-1702 मध्ये केंब्रिज विद्यापीठाचे संसद सदस्य म्हणून दोन संक्षिप्त कार्ये केली. 1705 मध्ये क्वीन ऍनीने त्यांना नाइट घोषित केले आणि रॉयल मिंटचे वॉर्डन (1696-1699) आणि मास्टर (1699-1727) तसेच रॉयल सोसायटीचे अध्यक्ष (1703) म्हणून काम करत, आयुष्यातील शेवटची तीन दशके लंडनमध्ये घालवली. -1727).

आयझॅक न्यूटनचा जन्म ख्रिसमसच्या दिवशी, 25 डिसेंबर 1642 (NS 4 जानेवारी 1643 a), "मध्यरात्रीनंतर एक किंवा दोन तासांनी" वूलस्टोर्प मनोर येथे झाला (त्यावेळी इंग्लंडमध्ये वापरल्या जाणाऱ्या ज्युलियन कॅलेंडरनुसार), लिंकनशायरच्या काउंटीमधील वूल्स्टोर्प-बाय-कोलस्टरवर्थ या गावात. आयझॅक न्यूटन नावाच्या त्याच्या वडिलांचा तीन महिन्यांपूर्वी मृत्यू झाला होता. अकाली जन्मलेला, न्यूटन लहान मूल होता; त्याची आई हन्ना आयस्कॉफने सांगितले की तो एका क्वार्ट मगच्या आत बसू शकला असता. जेव्हा न्यूटन तीन वर्षांचा होता, तेव्हा त्याच्या आईने पुनर्विवाह केला आणि तिच्या नवीन पती रेव्हरंड बर्नाबास स्मिथसोबत राहायला गेली आणि आपल्या मुलाला त्याच्या आजी, मार्गेरी आयस्कॉफ (née Blythe) यांच्याकडे ठेवून गेली. न्यूटनने त्याच्या सावत्र वडिलांना नापसंत केले आणि त्याच्याशी लग्न करण्यासाठी त्याच्या आईशी काही वैर बाळगले, जसे की 19 वर्षांच्या वयापर्यंत केलेल्या पापांच्या यादीतील या नोंदीतून स्पष्ट झाले आहे: "माझ्या वडिलांना आणि आईला स्मिथला त्यांना आणि त्यांच्यावरील घर जाळण्याची धमकी देणे." न्यूटनच्या आईला तिच्या दुसऱ्या लग्नापासून तीन मुले (मेरी, बेंजामिन आणि हन्ना) झाली.

वयाच्या सुमारे बाराव्या वर्षापासून ते सतरा वर्षांचे होईपर्यंत, न्यूटनचे शिक्षण द किंग्स स्कूल, ग्रँथम येथे झाले, ज्याने लॅटिन आणि प्राचीन ग्रीक शिकवले आणि कदाचित गणिताचा महत्त्वपूर्ण पाया दिला. त्याला शाळेतून काढून टाकण्यात आले आणि ऑक्टोबर 1659 पर्यंत वूल्स्टोर्प-बाय-कोलस्टरवर्थ येथे परत आले. त्याच्या आईने, दुसऱ्यांदा विधवा झालेल्या, त्याला शेतकरी बनवण्याचा प्रयत्न केला, एक व्यवसाय ज्याचा त्याला तिरस्कार होता. द किंग्ज स्कूलमधील मास्टर हेन्री स्टोक्सने त्याच्या आईला त्याला परत शाळेत पाठवायला लावले. शाळेच्या आवारातील दादागिरीचा बदला घेण्याच्या इच्छेने अंशतः प्रेरित होऊन, तो अव्वल दर्जाचा विद्यार्थी बनला, मुख्यतः सनडायल आणि पवनचक्क्यांची मॉडेल्स बनवून स्वतःला वेगळे केले.

जून 1661 मध्ये, त्यांचे काका रेव्ह विल्यम आयस्कॉफ यांच्या शिफारशीवरून त्यांना केंब्रिजच्या ट्रिनिटी कॉलेजमध्ये प्रवेश देण्यात आला, ज्यांनी तेथे शिक्षण घेतले होते. 1664 मध्ये त्याला शिष्यवृत्ती मिळेपर्यंत - सेवकाची कर्तव्ये पार पाडून - सब्सिझर म्हणून त्याने सुरुवात केली, जोपर्यंत तो एमए मिळवू शकत नाही तोपर्यंत त्याला आणखी चार वर्षे हमी दिली होती. 25 त्यावेळेस कॉलेजची शिकवण ॲरिस्टॉटलच्या शिकवणीवर आधारित होती, ज्यांना न्यूटनने डेकार्टेस सारख्या आधुनिक तत्त्ववेत्यांना आणि गॅलिलिओ आणि

थॉमस स्ट्रीटसारख्या खगोलशास्त्रज्ञांना पूरक केले, ज्यांच्याद्वारे त्याला केप्लरच्या कार्याबद्दल माहिती मिळाली. यांत्रिक तत्वज्ञानाबद्दल "Quaestiones" ची मालिका त्याला सापडली. 1665 मध्ये, त्याने सामान्यीकृत द्विपद प्रमेय शोधून काढला आणि एक गणितीय सिद्धांत विकसित करण्यास सुरुवात केली जी नंतर कॅल्क्युलस बनली. ऑगस्ट 1665 मध्ये न्यूटनने बी.ए.ची पदवी प्राप्त केल्यानंतर लगेचच, ग्रेट प्लेगपासून सावधगिरी म्हणून विद्यापीठ तात्पुरते बंद करण्यात आले. कैंब्रिजचा विद्यार्थी म्हणून तो वेगळा नसला तरी, २६ न्यूटनच्या वूलस्टोर्प येथील त्याच्या घरी त्यानंतरच्या दोन वर्षांच्या खाजगी अभ्यासात कॅल्क्युलस, प्रकाशशास्त्र आणि गुरुत्वाकर्षणाच्या नियमांवरील सिद्धांतांचा विकास दिसून आला.

एप्रिल १६६७ मध्ये, ते कैंब्रिजला परतले आणि ऑक्टोबरमध्ये ट्रिनिटीचे फेलो म्हणून निवडले गेले. फेलोना नियुक्त पुजारी बनणे आवश्यक होते, जरी हे पुनर्संचयित वर्षांमध्ये लागू केले गेले नाही आणि चर्च ऑफ इंग्लंडच्या अनुरूपतेचे प्रतिपादन पुरेसे होते. तथापि, 1675 पर्यंत हा मुद्दा टाळता आला नाही आणि तोपर्यंत त्याचे अपारंपरिक विचार आडवे आले. तरीसुद्धा, चार्ल्स II च्या विशेष परवानगीने न्यूटनने ते टाळले.

त्याच्या अभ्यासाने लुकेशियन प्रोफेसर आयझॅक बॅरो यांना प्रभावित केले होते, जे स्वतःची धार्मिक आणि प्रशासकीय क्षमता विकसित करण्यासाठी अधिक उत्सुक होते (दोन वर्षांनंतर ते ट्रिनिटीचे मास्टर बनले); 1669 मध्ये न्यूटनने एमए मिळविल्यानंतर केवळ एक वर्षानंतर त्याच्या गादीवर आला. 1672 मध्ये त्यांची रॉयल सोसायटी (FRS) चे फेलो म्हणून निवड झाली.

कॅल्क्युलस

न्यूटनचे कार्य "अभ्यास केलेल्या गणिताच्या प्रत्येक शाखेला स्पष्टपणे पुढे नेण्यासाठी" असे म्हटले जाते. 31 ऑक्टोबर 1666 च्या पांडुलिपीत दिसणाऱ्या या विषयावरील त्याचे काम, सहसा फ्लक्शन्स् किंवा कॅल्क्युलस असे संबोधले जाते, ते आता न्यूटनच्या गणिती पेपरमध्ये प्रकाशित झाले आहे. आयझॅक बॅरोने जॉन कॉलिन्स यांना जून 1669 मध्ये पाठवलेले डी ॲनालिसी per aequationes numero terminorum infinitas, बॅरो यांनी कॉलिन्सला पाठवलेल्या पत्रात "या गोष्टींमध्ये एक विलक्षण प्रतिभा आणि प्राविण्य" म्हणून ओळखले होते.

न्यूटन नंतर कॅल्क्युलसच्या विकासात (लाइबनिझ-न्यूटन कॅल्क्युलस विवाद) प्राधान्य देण्यावरून लाइबनिझसोबत वादात अडकला. बऱ्याच आधुनिक इतिहासकारांचा असा विश्वास आहे की न्यूटन आणि लीबनिझ यांनी स्वतंत्रपणे कॅल्क्युलस विकसित केले, जरी गणिती नोटेशन खूप भिन्न आहेत. कधीकधी असे सूचित केले जाते की न्यूटनने 1693 पर्यंत याबद्दल जवळजवळ काहीही प्रकाशित केले नाही, आणि 1704 पर्यंत पूर्ण लेखाजोखा दिला नाही, तर लाइबनिझने 1684 मध्ये त्याच्या पद्धतींचा संपूर्ण लेखाजोखा प्रकाशित करण्यास सुरुवात केली. लिबनिझचे नोटेशन आणि "डिफरेंशियल मेथड", आजकाल तितकेच ओळखले जाते. अधिक सोयीस्कर नोटेशन्स, खंडातील युरोपियन गणितज्ञांनी स्वीकारले होते आणि 1820 नंतर किंवा नंतर ब्रिटिश गणितज्ञांनी देखील स्वीकारले होते.

त्याचे कार्य भौमितिक स्वरूपात कॅल्क्युलसचा मोठ्या प्रमाणावर वापर करते ज्याच्या आधारावर कमी होत जाणाऱ्या कमी प्रमाणांच्या गुणोत्तरांच्या मर्यादित मूल्यांवर आधारित आहे: प्रिन्सिपियामध्येच, न्यूटनने "पहिल्या आणि शेवटच्या गुणोत्तरांची पद्धत" या नावाने याचे प्रात्यक्षिक दिले आणि त्याचे कारण स्पष्ट केले. त्याचे प्रदर्शन या स्वरुपात मांडले, असेही भाष्य केले की "याद्वारे तीच गोष्ट अविभाज्य पध्दतीने केली जाते."

यामुळे, प्रिन्सिपियाला आधुनिक काळात "अनंत कॅल्क्युलसचा सिद्धांत आणि अनुप्रयोगासह दाट पुस्तक" असे संबोधले गेले आहे आणि न्यूटनच्या काळात "जवळजवळ सर्व या कॅल्क्युलसचे आहे." त्याचा वापर 1684 च्या जिरममधील त्याच्या डी मोटू कॉर्पोरममध्ये "असीमितपणे लहान असलेल्या एक किंवा अधिक ऑर्डर" समाविष्ट असलेल्या पद्धती आणि "1684 पूर्वीच्या दोन दशकांदरम्यान" मोशनवरील त्यांच्या पेपरमध्ये उपस्थित आहे.

न्यूटनने त्याचे कॅल्क्युलस प्रकाशित करण्यास टाळाटाळ केली कारण त्याला वादाची आणि टीकेची भीती होती. ते स्विस गणितज्ञ निकोलस फॅटिओ डी ड्युलियर यांच्या जवळचे होते. 1691 मध्ये, ड्युलियरने न्यूटनच्या प्रिन्सिपियाची नवीन आवृत्ती लिहिण्यास सुरुवात केली आणि लीबनिझशी पत्रव्यवहार केला. 1693 मध्ये, ड्युलियर आणि न्यूटन यांच्यातील संबंध बिघडले आणि पुस्तक पूर्ण झाले नाही.

1699 पासून, रॉयल सोसायटीच्या इतर सदस्यांनी कोण? लीबनिझवर साहित्यिक चोरीचा आरोप केला. 1711 मध्ये जेव्हा रॉयल सोसायटीने एका अभ्यासात असे घोषित केले की न्यूटन हाच खरा शोधकर्ता होता आणि लीबनिझला फसवणूक असे लेबल लावले तेव्हा हा वाद पूर्ण ताकदीने सुरू झाला; नंतर असे आढळून आले की न्यूटनने लाइबनिझवर अभ्यासाचे निष्कर्ष काढले. अशाप्रकारे कटु वाद सुरू झाला ज्याने 1716 मध्ये न्यूटन आणि लीबनिझच्या मृत्यूपर्यंत दोघांचेही आयुष्य विस्कळीत केले.

न्यूटनला सामान्यतः सामान्यीकृत द्विपद प्रमेयाचे श्रेय दिले जाते, जे कोणत्याही घातांकासाठी वैध असते. त्याने न्यूटनची ओळख, न्यूटनची पद्धत, वर्गीकृत क्यूबिक समतल वक्र (दोन व्हेरिएबल्समध्ये तीन अंशाचे बहुपद) शोधून काढले, मर्यादित फरकांच्या सिद्धांतामध्ये महत्त्वपूर्ण योगदान दिले आणि डायओफँटिनचे निराकरण करण्यासाठी अपूर्णांक निर्देशांक वापरणारे आणि समन्वय भूमिती वापरणारे ते पहिले होते. समीकरणे त्याने लॉगरिदमद्वारे हार्मोनिक मालिकेतील आंशिक बेरीज अंदाजे काढली (युलरच्या समीकरण सूत्राचा

पूर्ववर्ती) आणि आत्मविश्वासाने पॉवर सिरीज वापरणारे आणि पॉवर सीरिज परत करणारे ते पहिले होते. न्यूटनचे अनंत मालिकेवरील काम सायमन स्टीविनच्या दशांशांवरून प्रेरित होते.

जेव्हा न्यूटनने एमए प्राप्त केले आणि 1667 मध्ये "कॉलेज ऑफ द होली अँड अविभाजित ट्रिनिटी" चे फेलो बनले, तेव्हा त्यांनी वचनबद्ध केले की "मी एकतर माझ्या अभ्यासाचा विषय म्हणून धर्मशास्त्र सेट करीन आणि वेळ मिळेल तेव्हा पवित्र आदेश घेईन. हे कायदे ७ वर्षे येतील, नाहीतर मी कॉलेजमधून राजीनामा देईन." या क्षणापर्यंत त्याने धर्माबद्दल फारसा विचार केला नव्हता आणि चर्च ऑफ इंग्लंडचा आधार असलेल्या एकोणतीस कलमांवर त्याने दोनदा करार केला होता. शिकवण तत्वप्रणाली.

बॅरोच्या शिफारशीवरून 1669 मध्ये त्यांची गणिताचे लुकेशियन प्राध्यापक म्हणून नियुक्ती झाली. त्या काळात, केंब्रिज किंवा ऑक्सफर्ड येथील महाविद्यालयाच्या कोणत्याही फेलोने पवित्र आदेश घेणे आणि नियुक्त अँग्लिकन धर्मगुरू बनणे आवश्यक होते. तथापि, लुकेशियन प्रोफेसरशिपच्या अटींनुसार धारकाने चर्चमध्ये सक्रिय नसणे आवश्यक होते - शक्यतो, वेझल शब्द विज्ञानासाठी अधिक वेळ मिळावा म्हणून. न्यूटनने असा युक्तिवाद केला की यामुळे त्याला ऑर्डिनेशनच्या आवश्यकतेतून सूट मिळावी आणि चार्ल्स II, ज्याची परवानगी आवश्यक होती, त्यांनी हा युक्तिवाद मान्य केला. त्यामुळे न्यूटनचे धार्मिक विचार आणि अँग्लिकन ऑर्थोडॉक्सी यांच्यातील संघर्ष टळला.

ऑप्टिक्स

१६६६ मध्ये, न्यूटनने असे निरीक्षण केले की प्रिझममधून किमान विचलनाच्या स्थितीत बाहेर पडणाऱ्या रंगांचा वर्णपट आयताकृती असतो, जरी प्रिझममध्ये प्रवेश करणारा प्रकाशकिरण वर्तुळाकार असतो, म्हणजे प्रिझम वेगवेगळ्या कोनांनी वेगवेगळ्या रंगांचे अपवर्तन करते. यामुळे तो असा निष्कर्ष काढला की रंग हा प्रकाशाचा अंतर्निहित गुणधर्म आहे - तोपर्यंत तो वादाचा मुद्दा होता.

1670 ते 1672 पर्यंत, न्यूटनने ऑप्टिक्सवर व्याख्यान दिले. या कालावधीत त्याने प्रकाशाच्या अपवर्तनाची तपासणी केली, हे दाखवून दिले की प्रिझमद्वारे निर्माण होणारी बहुरंगी प्रतिमा, ज्याला त्याने स्पेक्ट्रम असे नाव दिले होते, ते लेन्स आणि दुसऱ्या प्रिझमद्वारे पांढर्या प्रकाशात पुनर्संचयित केले जाऊ शकते. मॉडर्न स्कॉलरशिपने हे उघड केले आहे की न्यूटनचे पांढऱ्या प्रकाशाचे विश्लेषण आणि पुनर्संश्लेषण हे कॉर्पस्क्युलर किमयाचे ऋण आहे.

त्याने हे दाखवून दिले की रंगीत प्रकाश रंगीत किरण वेगळे करून आणि विविध वस्तूंवर चमकून त्याचे गुणधर्म बदलत नाही आणि परावर्तित, विखुरलेले किंवा प्रसारित केले तरीही प्रकाश समान रंगात राहतो. अशाप्रकारे, त्याने असे निरीक्षण केले की रंग हा रंग स्वतःच रंग निर्माण करणाऱ्या वस्तूंऐवजी आधीच रंगीत प्रकाशाशी संवाद साधणाऱ्या वस्तूंचा परिणाम आहे. हा न्यूटनचा रंग सिद्धांत म्हणून ओळखला जातो.

या कामातून, त्यांनी असा निष्कर्ष काढला की कोणत्याही अपवर्तित दुर्बिणीच्या लेन्सला प्रकाशाचा रंगांमध्ये विखुरल्याने (क्रोमॅटिक विकृती) त्रास होतो. संकल्पनेचा पुरावा म्हणून, त्या समस्येपासून दूर जाण्याच्या उद्देशाने त्यांनी लेन्सऐवजी परावर्तित आरशांचा वापर करून दुर्बिणी तयार केली. डिझाइन तयार करणे, प्रथम ज्ञात फंक्शनल रिफ्लेक्टिंग टेलिस्कोप, आज न्यूटोनियन टेलिस्कोप म्हणून ओळखले जाते, योग्य मिरर सामग्री आणि आकार देण्याच्या तंत्राची समस्या सोडवणे समाविष्ट होते. न्यूटनने त्याच्या दुर्बिणीच्या ऑप्टिक्सच्या गुणवत्तेचा न्याय करण्यासाठी न्यूटनच्या अंगठ्या वापरून अत्यंत परावर्तित स्पेक्युलम धातूच्या सानुकूल रचनामधून स्वतःचे आरसे तयार केले. 1668 च्या उत्तरार्धात, तो ही पहिली परावर्तित दुर्बीण तयार करू शकला. ते सुमारे आठ इंच लांब होते आणि ते एक स्पष्ट आणि मोठे प्रतिमा देते. 1671 मध्ये, रॉयल सोसायटीने त्याच्या परावर्तित दुर्बिणीचे प्रात्यक्षिक मागवले. त्यांच्या स्वारस्याने त्याला त्याच्या नोट्स, ऑफ कलर्स, प्रकाशित करण्यास प्रोत्साहित केले, ज्याचा त्यांनी नंतर ऑप्टिक्स या कामात विस्तार केला. जेव्हा रॉबर्ट हूकने न्यूटनच्या काही कल्पनांवर टीका केली तेव्हा न्यूटन इतका नाराज झाला की त्याने सार्वजनिक चर्चेतून माघार घेतली. 1679-80 मध्ये न्यूटन आणि हूक यांच्यात संक्षिप्त देवाणघेवाण झाली, जेव्हा रॉयल सोसायटीच्या पत्रव्यवहाराचे व्यवस्थापन करण्यासाठी नियुक्त करण्यात आलेल्या हूकने न्यूटनकडून रॉयल सोसायटीच्या व्यवहारांमध्ये योगदान देण्याच्या उद्देशाने एक पत्रव्यवहार उघडला, ज्याचा परिणाम न्यूटनला कार्य करण्यास उत्तेजित करण्यावर होता. त्रिज्या वेक्टरच्या चौरसाच्या व्यस्त प्रमाणात असलेल्या केंद्राभिमुख बलामुळे ग्रहांच्या कक्षांचे लंबवर्तुळ स्वरूप प्राप्त होते याचा पुरावा. परंतु हूकच्या मृत्यूपर्यंत हे दोघे सामान्यतः खराब स्थितीत राहिले.

न्यूटनने असा युक्तिवाद केला की प्रकाश हा कण किंवा कणांचा बनलेला असतो, जो घनतेच्या माध्यमात प्रवेग केल्याने अपवर्तित होतो. बारीक फिल्म्स (Opticks Bk.II) द्वारे परावर्तन आणि प्रसाराची पुनरावृत्ती करण्याच्या पद्धतीचे स्पष्टीकरण देण्यासाठी त्यांनी ध्वनीसारख्या लहरींवर प्रयत्न केले, परंतु तरीही त्यांनी 'फिट' हा सिद्धांत कायम ठेवला ज्यामुळे कॉर्पसल्स परावर्तित किंवा प्रसारित होतात . तथापि, नंतरच्या भौतिकशास्त्रज्ञांनी हस्तक्षेप पॅटर्न आणि विवर्तनाच्या सामान्य घटनेसाठी प्रकाशाच्या पूर्णपणे तरंगरूप स्पष्टीकरणास अनुकूलता दर्शविली. आजचे क्वांटम मेकॅनिक्स, फोटॉन आणि वेव्ह-पार्टिकल ड्युएलिटीची कल्पना न्यूटनच्या प्रकाशाच्या समजुतीशी किरकोळ साम्य आहे.

1675 च्या प्रकाशाच्या त्याच्या गृहीतकात, न्यूटनने कणांमधील शक्ती प्रसारित करण्यासाठी इथरचे अस्तित्व मांडले. केंब्रिज प्लॅटोनिस्ट तत्वज्ञानी हेन्री मोरे यांच्याशी झालेल्या संपर्कामुळे त्यांची किमयाशास्त्रातील आवड पुन्हा निर्माण झाली. कणांमधील आकर्षण

आणि तिरस्करणाच्या हर्मेटिक कल्पनांवर आधारित त्याने इथरची जागा गुप्त शक्तींनी घेतली. जॉन मेनार्ड केन्स, ज्यांनी किमयाशास्त्रावरील न्यूटनचे अनेक लेखन आत्मसात केले, त्यांनी सांगितले की "न्यूटन हे तर्कशास्त्रातील पहिले नव्हते: ते जादूगारांपैकी शेवटचे होते." किमयाशास्त्रातील न्यूटनचा रस त्याच्या योगदानापासून वेगळा करता येणार नाही. विज्ञान. हे अशा वेळी होते जेव्हा किमया आणि विज्ञान यांच्यात स्पष्ट फरक नव्हता. जर त्याने अंतरावर, व्हॅक्यूम ओलांडून क्रियेच्या गूढ कल्पनेवर विसंबून राहिले नसते तर त्याने गुरुत्वाकर्षणाचा सिद्धांत विकसित केला नसता.

1704 मध्ये, न्यूटनने ऑप्टिक्स प्रकाशित केले, ज्यामध्ये त्यांनी प्रकाशाचा कॉर्पस्कुलर सिद्धांत स्पष्ट केला. त्याने प्रकाश हा अत्यंत सूक्ष्म कणांचा बनलेला मानला, की सामान्य पदार्थ स्थूल कॉर्पसल्सपासून बनलेला होता आणि असा अंदाज लावला की एका प्रकारच्या रसायनिक ट्रान्सम्युटेशनद्वारे "स्थूल शरीरे आणि प्रकाश एकमेकांमध्ये परिवर्तनीय नसतात, ... आणि शरीरांना जास्त प्राप्त होत नाही. प्रकाशाच्या कणांमधली त्यांची क्रिया काय त्यांच्या रचनामध्ये प्रवेश करते?" न्यूटनने काचेच्या ग्लोबचा वापर करून घर्षण इलेक्ट्रोस्टॅटिक जनरेटरचे आदिम स्वरूप देखील तयार केले.

त्याच्या Opticks या पुस्तकात, न्यूटनने प्रथम प्रिझमचा वापर करून बीम विस्तारक म्हणून आकृती दाखवली आणि बहु-प्रिझम ॲरेचा वापर केला. न्यूटनच्या चर्चेनंतर सुमारे 278 वर्षांनंतर, मल्टिपल-प्रिझम बीम विस्तारक अरुंद-रेखा-रुंदीच्या ट्युनेबल लेसरच्या विकासासाठी केंद्रस्थानी बनले. तसेच, या प्रिझमॅटिक बीम विस्तारकांच्या वापरामुळे मल्टीपल-प्रिझम डिस्पर्शन थिअरी तयार झाली.

न्यूटन नंतर, बरेच सुधारित केले गेले. रंग हे प्रकाशाच्या तरंगलांबीचे दृश्यमान प्रकटीकरण आहे हे दाखवण्यासाठी यंग आणि फ्रेस्नेल यांनी न्यूटनचा कण सिद्धांत ह्युजेन्सच्या लहरी सिद्धांताच्या बाजूने टाकून दिला. रंगाची धारणा आणि गणित करता येण्याजोग्या ऑप्टिक्समधील फरक विज्ञानालाही हळूहळू जाणवू लागला. जर्मन कवी आणि शास्त्रज्ञ, गोएथे, न्यूटोनियन पाया हलवू शकले नाहीत, परंतु "न्यूटनच्या चिलखतीमध्ये एक छिद्र गोएथेने शोधले, ... रंगाशिवाय अपवर्तन अशक्य आहे या सिद्धांताशी न्यूटनने स्वतः ला वचनबद्ध केले होते. त्यामुळे त्याला वाटले की वस्तू - दुर्बिणीचे चष्मे कायमचे अपूर्ण राहिले पाहिजेत, वर्णविषय आणि अपवर्तन विसंगत असणे आवश्यक आहे. हे अनुमान डॉलंडने चुकीचे असल्याचे सिद्ध केले आहे."

1679 मध्ये, केप्लरच्या ग्रहांच्या गतीच्या नियमांच्या संदर्भात गुरुत्वाकर्षण आणि ग्रहांच्या कक्षेवरील त्याचा परिणाम लक्षात घेऊन न्यूटनने खगोलीय यांत्रिकीवरील त्याच्या कामावर परत आले. यानंतर 1679-80 मध्ये रॉयल सोसायटीच्या पत्रव्यवहाराचे व्यवस्थापन करण्यासाठी नियुक्त केलेल्या हुक यांच्याशी पत्रांची थोडक्यात देवाणघेवाण करून उत्तेजित केले आणि ज्यांनी न्यूटनकडून रॉयल सोसायटीच्या व्यवहारांमध्ये योगदान देण्याच्या उद्देशाने पत्रव्यवहार उघडला. 1680-1681 च्या हिवाळ्यात धूमकेतू दिसल्याने न्यूटनच्या खगोलशास्त्रीय बाबींमध्ये पुन्हा जागृत होणाऱ्या स्वारस्याला आणखी उत्तेजन मिळाले, ज्यावर त्याने जॉन फ्लॅमस्टीडशी पत्रव्यवहार केला. हूकसोबतच्या देवाणघेवाणीनंतर, न्यूटनने एक पुरावा तयार केला की ग्रहांच्या कक्षेचे लंबवर्तुळ स्वरूप त्रिज्या वेक्टरच्या वर्गाच्या व्यस्त प्रमाणात असलेल्या केंद्राभिमुख बलामुळे होते. न्यूटनने त्याचे परिणाम एडमंड हॅली आणि रॉयल सोसायटीला डी मोटू कॉर्पोरम इन gyrum मध्ये कळवले, सुमारे नऊ शीट्सवर लिहिलेली एक पत्रिका आहे जी डिसेंबर 1684 मध्ये रॉयल सोसायटीच्या रजिस्टर बुकमध्ये कॉपी करण्यात आली होती. या पत्रिकेत न्यूक्लियसचा समावेश होता जो न्यूटनने विकसित केला आणि प्रिन्सिपिया तयार केला.

प्रिन्सिपिया 5 जुलै 1687 रोजी एडमंड हॅलीच्या प्रोत्साहनाने आणि आर्थिक मदतीसह प्रकाशित झाले. या कामात न्यूटनने गतीचे तीन वैश्विक नियम सांगितले. एकत्रितपणे, हे कायदे कोणत्याही वस्तू, त्यावर कार्य करणारी शक्ती आणि परिणामी गती यांच्यातील संबंधांचे वर्णन करतात, शास्त्रीय यांत्रिकीचा पाया घालतात. त्यांनी औद्योगिक क्रांतीदरम्यान अनेक प्रगतीमध्ये योगदान दिले जे लवकरच नंतर आले आणि 200 वर्षांहून अधिक काळ सुधारले गेले नाही. यातील अनेक प्रगती आधुनिक जगात सापेक्षतावादी नसलेल्या तंत्रज्ञानाचा आधार आहेत. गुरुत्वाकर्षण म्हणून ओळखल्या जाणाऱ्या प्रभावासाठी त्यांनी लॅटिन शब्द ग्रॅविटास (वजन) वापरला आणि सार्वत्रिक गुरुत्वाकर्षणाचा नियम परिभाषित केला.

याच कामात, न्यूटनने 'प्रथम आणि शेवटचे गुणोत्तर' वापरून भौमितीय विश्लेषणाची कॅल्क्युलससारखी पद्धत सादर केली, हवेतील ध्वनीच्या गतीचे पहिले विश्लेषणात्मक निर्धार (बॉयलच्या नियमावर आधारित) दिले, पृथ्वीच्या गोलाकार आकृतीच्या अव्यक्ततेचा अंदाज लावला, पृथ्वीच्या ओबलेटपणावर चंद्राच्या गुरुत्वाकर्षण आकर्षणाच्या परिणामी विषुववृत्तांच्या अग्रक्रमासाठी जबाबदार आहे, चंद्राच्या गतीतील अनियमिततेचा गुरुत्वाकर्षण अभ्यास सुरू केला आहे, धूमकेतूंच्या कक्षा निश्चित करण्यासाठी एक सिद्धांत प्रदान केला आहे आणि बरेच काही.

न्यूटनने सूर्यमालेबद्दलचे त्याचे सूर्यकेंद्री दृश्य स्पष्ट केले - काहीसे आधुनिक पद्धतीने विकसित केले कारण 1680 च्या मध्यात त्याने सौर मंडळाच्या गुरुत्वाकर्षणाच्या केंद्रापासून "सूर्याचे विचलन" ओळखले होते. न्यूटनसाठी, हे सूर्याचे केंद्र किंवा इतर कोणत्याही शरीराचे केंद्र नव्हते ज्याला विश्रांतीच्या वेळी मानले जाऊ शकते, परंतु "पृथ्वी, सूर्य आणि सर्व ग्रहांच्या गुरुत्वाकर्षणाचे सामान्य केंद्र मानले जाते. जग", आणि हे गुरुत्वाकर्षण केंद्र "एकतर विश्रांतीवर आहे किंवा उजव्या ओळीत एकसमान पुढे सरकते" (न्यूटनने "विश्रांतीमध्ये" पर्याय स्वीकारला की केंद्र, ते कुठेही असले तरी, विश्रांतीवर होते).

न्यूटनच्या अदृश्य शक्तीमुळे मोठ्या अंतरावर कार्य करण्यास सक्षम असल्यामुळे विज्ञानात "गूढ एजन्सी" आणल्याबद्दल त्यांच्यावर टीका झाली. नंतर, प्रिन्सिपिया (1713) च्या दुसऱ्या आवृत्तीत, न्यूटनने समारोप जनरल स्कॉलियममध्ये अशा प्रकारच्या टीकांना ठामपणे नकार दिला, असे लिहिले की घटना गुरुत्वाकर्षणाचे आकर्षण दर्शवते हे पुरेसे आहे, जसे त्यांनी केले; परंतु त्यांनी आतापर्यंत त्याचे कारण सूचित केले नाही, आणि घटनांद्वारे निहित नसलेल्या गोष्टींचे गृहितक तयार करणे अनावश्यक आणि अयोग्य दोन्ही होते. (येथे न्यूटनने त्याचा प्रसिद्ध अभिव्यक्ती "पोथीसेस नॉन-फिंगो" वापरला).

प्रिन्सिपियासह, न्यूटनला आंतरराष्ट्रीय स्तरावर मान्यता मिळाली. स्विस वंशाचे गणितज्ञ निकोलस फॅटिओ डी ड्युलियर यांच्यासह त्यांनी अनेक प्रशंसकांचे वर्तुळ मिळवले.

1710 मध्ये, न्यूटनला घन वक्रांच्या 78 पैकी 72 प्रजाती सापडल्या आणि त्यांचे चार प्रकारांमध्ये वर्गीकरण केले. 77 1717 मध्ये, आणि कदाचित न्यूटनच्या मदतीने, जेम्स स्टर्लिंगने हे सिद्ध केले की प्रत्येक घन या चार प्रकारांपैकी एक आहे. न्यूटनने असाही दावा केला की चार प्रकार त्यांच्यापैकी एकाकडून विमान प्रक्षेपणाद्वारे मिळू शकतात आणि हे त्याच्या मृत्यूनंतर चार वर्षांनी 1731 मध्ये सिद्ध झाले.

नंतरचे आयुष्य

1690 च्या दशकात, न्यूटनने बायबलच्या शाब्दिक आणि प्रतीकात्मक अर्थाशी संबंधित अनेक धार्मिक पत्रिका लिहिल्या. न्यूटनने जॉन लॉक यांना पाठवलेले एक हस्तलिखित, ज्यामध्ये त्यांनी जॉन जोहानाईन कॉमा - आणि नवीन कराराच्या मूळ हस्तलिखितांवरील निष्ठा यावर विवाद केला होता, तो 1785 पर्यंत अप्रकाशित राहिला.

न्यूटन 1689 आणि 1701 मध्ये केंब्रिज युनिव्हर्सिटीसाठी इंग्लंडच्या संसदेचे सदस्य देखील होते, परंतु काही खात्यांनुसार चेंबरमध्ये कोल्ड ड्राफ्टबद्दल तक्रार करणे आणि खिडकी बंद करण्याची विनंती करणे ही त्यांची एकमात्र टिप्पणी होती. तथापि, केंब्रिज डायरीत अब्राहम डे ला प्राईम यांनी घरामध्ये पछाडलेले असल्याचा दावा करून स्थानिकांना घाबरवणाऱ्या विद्यार्थ्यांना फटकारल्याबद्दल त्यांची नोंद होती.

1696 मध्ये न्यूटन रॉयल मिंटचे वॉर्डन पद स्वीकारण्यासाठी लंडनला गेले, हे पद त्यांना हॅलिफॅक्सचे पहिले अर्ल, तत्कालीन राजकोषाचे कुलपती चार्ल्स मॉन्टॅगू यांच्या संरक्षणामुळे मिळाले होते. त्याने टॉवरचे गव्हर्नर लॉर्ड लुकास यांच्या पायाची बोटे तुडवून इंग्लंडच्या महान रीकॉइनिंगची जबाबदारी स्वीकारली आणि एडमंड हॅलीसाठी तात्पुरत्या चेस्टर शाखेच्या उप नियंत्रकाची नोकरी मिळविली. 1699 मध्ये थॉमस नीलच्या मृत्यूनंतर न्यूटन कदाचित सर्वात प्रसिद्ध मास्टर ऑफ द मिंट बनले, हे पद न्यूटनने त्याच्या आयुष्यातील शेवटची 30 वर्षे सांभाळले होते. या नियोजित भेटी sinecures म्हणून होत्या, पण न्यूटनने त्या गांभीर्याने घेतल्या. 1701 मध्ये तो आपल्या केंब्रिजच्या कर्तव्यातून निवृत्त झाला आणि चलन सुधारण्यासाठी आणि क्लिपर आणि बनावट लोकांना शिक्षा करण्यासाठी त्याने आपला अधिकार वापरला.

वॉर्डन म्हणून आणि नंतर रॉयल मिंटचे मास्टर म्हणून, न्यूटनने असा अंदाज लावला की 1696 च्या ग्रेट रिकॉइनेज दरम्यान घेतलेल्या 20 टक्के नाण्या बनावट होत्या. बनावट करणे हा उच्च देशद्रोह होता, ज्या अपराध्याला फाशी, काढले आणि चौथाईने शिक्षा होते. असे असूनही, अगदी ठळक गुन्हेगारांनाही दोषी ठरवणे अत्यंत अवघड असू शकते, परंतु न्यूटनने हे काम बरोबरीचे सिद्ध केले.

बार आणि टॅव्हर्नची सवय म्हणून वेश धारण करून, त्याने बरेच पुरावे स्वतः गोळा केले. खटला चालवण्यामध्ये आणलेल्या सर्व अडथळ्यांसाठी आणि सरकारच्या शाखांना वेगळे करण्यासाठी, इंग्रजी कायद्यात अजूनही प्राचीन आणि भयंकर अधिकाराच्या प्रथा होत्या. न्यूटनने स्वतः सर्व होम काउंटीमध्ये शांततेचा न्याय केला होता. न्यूटनच्या फिलॉसॉफी नॅचरलिस प्रिन्सिपिया मॅथेमॅटिकाच्या वैयक्तिक पहिल्या आवृत्तीत या प्रकरणाशी संबंधित एक मसुदा पत्र समाविष्ट आहे, ज्यात त्याने त्या वेळी सुधारणा केली असावी. त्यानंतर त्याने जून 1698 ते ख्रिसमस 1699 दरम्यान साक्षीदार, माहिती देणारे आणि संशयितांची 100 हून अधिक उलटतपासणी घेतली. न्यूटनने कॉइनरवर यशस्वीपणे खटला चालवला.

न्यूटन यांना 1703 मध्ये रॉयल सोसायटीचे अध्यक्ष आणि फ्रेंच अकादमी डेस सायन्सेसचे सहयोगी बनवले गेले. रॉयल सोसायटीमध्ये आपल्या पदावर असताना, न्यूटनने आपल्या अभ्यासात वापरलेल्या फ्लॅमस्टीडचे हिस्टोरिया कोलेस्टिस ब्रिटानिका अकाली प्रकाशित करून जॉन फ्लॅमस्टीड या खगोलशास्त्रज्ञ रॉयलचा शत्रू बनला.

एप्रिल 1705 मध्ये, केंब्रिजच्या ट्रिनिटी कॉलेजला शाही भेटीदरम्यान राणी ॲनने न्यूटनला नाइट केले. न्यूटनच्या वैज्ञानिक कार्याला किंवा सेवांना मास्टर ऑफ द मिंट म्हणून मान्यता मिळण्याऐवजी मे १७०५ मध्ये झालेल्या संसदीय निवडणुकीशी संबंधित राजकीय विचारांमुळे नाइटहूडची प्रेरणा मिळण्याची शक्यता आहे. न्यूटन हे फ्रान्सिस बेकननंतर नाइट मिळालेले दुसरे शास्त्रज्ञ होते.

न्यूटनने 21 सप्टेंबर 1717 रोजी महामहिमांच्या खजिन्याच्या लॉर्ड्स कमिशनरना लिहिलेल्या अहवालाच्या परिणामी, सोन्याची नाणी आणि चांदीची नाणी यांच्यातील द्विधातू संबंध 22 डिसेंबर 1717 रोजी शाही घोषणेद्वारे बदलले गेले, सोन्याच्या गिनींची देवाणघेवाण करण्यास बंदी घातली गेली. 21 चांदीचे शिलिंग. यामुळे अनवधानाने चांदीचा तुटवडा निर्माण झाला कारण चांदीची नाणी आयातीसाठी पैसे देण्यासाठी वापरली जात होती, तर निर्यातीसाठी सोन्यामध्ये पैसे दिले जात होते, प्रभावीपणे ब्रिटनला चांदीच्या मानकावरून पहिल्या सोन्याच्या मानकापर्यंत नेले. हे करण्याचा त्याचा हेतू होता की नाही हा वादाचा मुद्दा आहे. असा युक्तिवाद केला गेला आहे की न्यूटनने

मिंटमधील त्याच्या कामाची कल्पना त्याच्या किमयाशास्त्रीय कार्याची निरंतरता म्हणून केली होती.

न्यूटनची साउथ सी कंपनीमध्ये गुंतवणूक करण्यात आली होती आणि सुमारे 1720 मध्ये ती कोसळली तेव्हा त्याला सुमारे £20,000 (2020 95 मध्ये £4.4 दशलक्ष) गमवावे लागले.

आयुष्याच्या अखेरीस, न्यूटनने त्याची भाची आणि तिच्या पतीसह विंचेस्टरजवळील क्रॅनबरी पार्क येथे आपल्या मृत्यूपर्यंत वास्तव्य केले. त्यांची सावत्र भाची, कॅथरीन बार्टन, 98 लंडनमधील जर्मीन स्ट्रीटवरील त्यांच्या घरी सामाजिक कार्यात त्यांची परिचारिका म्हणून काम करत होती; तो तिचा "अत्यंत प्रेमळ काका" होता, ती चेचकातून बरी होत असताना त्यांनी तिला लिहिलेल्या पत्रानुसार.

मृत्यू

20 मार्च 1727 रोजी न्यूटनचा लंडनमध्ये झोपेत मृत्यू झाला (OS 20 मार्च 1726; NS 31 मार्च 1727). a त्याला एक विधीपूर्वक अंत्यसंस्कार देण्यात आले, ज्यात श्रेष्ठ, शास्त्रज्ञ आणि तत्वज्ञ उपस्थित होते आणि राजांमध्ये वेस्टमिन्स्टर ॲबे येथे दफन करण्यात आले. आणि राण्या. मठात दफन केलेले ते पहिले शास्त्रज्ञ देखील आहेत. व्होल्टेअर त्याच्या अंत्यसंस्काराला उपस्थित असावा. एक पदवीधर, त्याने त्याच्या शेवटच्या वर्षांत आपली बरीच इस्टेट नातेवाइकांना दिली होती, आणि तो मृत्यूमुखी पडला होता. त्याचे कागदपत्र जॉन कंडुइट आणि कॅथरीन बार्टन यांच्याकडे गेले.

त्याच्या मृत्यूनंतर, न्यूटनच्या केसांची तपासणी करण्यात आली आणि त्यात पारा असल्याचे आढळून आले, बहुधा त्याच्या किमयाविषयक प्रयत्नांमुळे. पारा विषबाधा न्यूटनच्या जीवनाच्या उत्तरार्धात विक्षिप्तपणा स्पष्ट करू शकते.

व्यक्तिमत्व आणि वैयक्तिक संबंध

जरी असा दावा केला गेला की तो एकदाच गुंतला होता, b न्यूटनने कधीही लग्न केले नाही. न्यूटनच्या अंत्यसंस्काराच्या वेळी लंडनमध्ये असलेले फ्रेंच लेखक आणि तत्त्वज्ञानी व्होल्टेअर म्हणाले की, "तो कधीही कोणत्याही उत्कटतेच्या अधीन नव्हता, मानवजातीच्या सामान्य दुर्बलतेच्या अधीन नव्हता, किंवा स्त्रियांशी कोणताही व्यापार नव्हता - ही परिस्थिती होती. त्याच्या शेवटच्या क्षणी त्याला उपस्थित राहिलेल्या डॉक्टर आणि सर्जनने मला आश्वासन दिले". तो कुमारी अवस्थेत मरण पावला या आताच्या व्यापक समजुतीवर गणितज्ञ चार्ल्स हटन, अर्थशास्त्रज्ञ जॉन मेनार्ड केन्स, आणि भौतिकशास्त्रज्ञ कार्ल सगन यांच्यासारख्या वैविध्यपूर्ण लेखकांनी भाष्य केले आहे.

न्यूटनची स्विस गणितज्ञ निकोलस फॅटिओ डी ड्युलियर यांच्याशी घनिष्ठ मैत्री होती, ज्यांना तो 1689 च्या सुमारास लंडनमध्ये भेटला होता —त्यांचा काही पत्रव्यवहार टिकून राहिला आहे. त्यांचा संबंध 1693 मध्ये अचानक आणि अस्पष्टपणे संपुष्टात आला आणि त्याच वेळी न्यूटनला चिंताग्रस्त ब्रेकडाउनचा सामना करावा लागला, ज्यामध्ये त्याचे मित्र सॅम्युअल पेपिस आणि जॉन लॉक यांना जंगली आरोपात्मक पत्रे पाठवणे समाविष्ट होते. नंतरच्या त्याच्या नोंदीमध्ये लॉकने "मला महिलांसोबत जोडण्याचा प्रयत्न केला" असा आरोप समाविष्ट होता.

न्यूटन त्याच्या कर्तृत्वाबद्दल तुलनेने नम्र होता, फेब्रुवारी 1676 मध्ये रॉबर्ट हूक यांना लिहिलेल्या पत्रात लिहिले, "जर मी पुढे पाहिले असेल तर ते राक्षसांच्या खांद्यावर उभे राहून आहे." दोन लेखकांना वाटते की हे वाक्य एका वेळी लिहिलेले आहे. जेव्हा न्यूटन आणि हूक ऑप्टिकल शोधांवर वादात होते, तेव्हा हूकवर तिरकस हल्ला होता (ज्याला लहान आणि कुबड्या होत्या) ऐवजी-किंवा त्याव्यतिरिक्त-नम्रतेचे विधान होते. दुसरीकडे, सतराव्या शतकातील कवी जॉर्ज हर्बर्ट (केंब्रिज विद्यापीठाचे माजी वक्ते आणि ट्रिनिटी कॉलेजचे सहकारी) यांनी आपल्या जॅकुला प्रुडेंटम (१६५१) मध्ये प्रसिद्ध केलेल्या राक्षसांच्या खांद्यावर उभे राहण्याविषयी सर्वत्र प्रसिद्ध म्हण आहे. त्याचा मुख्य मुद्दा होता की "राक्षसाच्या खांद्यावरचा बटू दोन पेक्षा जास्त दूर पाहतो", आणि म्हणून त्याचा परिणाम साधर्म्य म्हणून हूकला 'बटू' म्हणून न ठेवता न्यूटनला स्वतःला स्थान देईल.

नंतरच्या आठवणीत, न्यूटनने लिहिले, "मला माहित नाही की मी जगासमोर काय दिसू शकतो, परंतु स्वतः ला असे वाटते की मी फक्त समुद्राच्या किनाऱ्यावर खेळणाऱ्या मुलासारखा होतो आणि आता स्वतःला वळवतो आणि नंतर एक नितळ शोधतो. गारगोटी किंवा सामान्य पेक्षा एक सुंदर कवच, जेव्हा सत्याचा महासागर माझ्यासमोर सर्व न सापडलेला होता."

2015 मध्ये, भौतिकशास्त्रातील नोबेल पारितोषिक विजेते स्टीव्हन वेनबर्ग यांनी न्यूटनला "एक ओंगळ विरोधी" आणि "शत्रू म्हणून एक वाईट माणूस" असे संबोधले. रॉबर्ट हूक आणि गॉटफ्राइड विल्हेल्म लीबनिझ यांच्याबद्दल न्यूटनचा दृष्टिकोन त्यांनी विशेषतः लक्षात घेतला.

या आणि इतर लक्षणांवरून आणि त्याच्या एकाग्रतेच्या प्रगल्भ शक्तीवरून असे सुचवण्यात आले आहे की न्यूटनला एक प्रकारचा उच्च-कार्यक्षम ऑटिझम होता, ज्याला एस्पर्जर सिंड्रोम म्हणतात.

धर्मशास्त्र

एंग्लिकन कुटुंबात जन्माला आला असला तरी, त्याच्या तीसव्या वर्षी न्यूटनचा ख्रिश्चन विश्वास होता की, जर ते सार्वजनिक केले गेले असते, तर मुख्य प्रवाहातील ख्रिश्चन धर्माद्वारे त्याला ऑर्थोडॉक्स मानले गेले नसते, एका इतिहासकाराने त्याला विधर्मी असे लेबल केले.

1672 पर्यंत, त्याने आपल्या ब्रह्मज्ञानविषयक संशोधनांची नोंद नोटबुकमध्ये करणे सुरू केले होते जे त्याने कोणालाही दाखवले नाही आणि ज्याची नुकतीच केव्हा? तपासणी केली गेली. ते चर्चच्या सुरुवातीच्या लिखाणांचे विस्तृत ज्ञान प्रदर्शित करतात आणि ते दाखवतात

की एथेनासियस आणि एरियस यांच्यातील संघर्षात ज्याने पंथाची व्याख्या केली होती, त्याने एरियसची बाजू घेतली, तो हरला होता, ज्याने ट्रिनिटीचा परंपरागत दृष्टिकोन नाकारला होता. न्यूटनने "ख्रिस्ताला देव आणि मनुष्य यांच्यातील एक दैवी मध्यस्थ म्हणून ओळखले, जो त्याला निर्माण करणाऱ्या पित्याच्या अधीनस्थ होता." त्याला विशेषतः भविष्यवाणी करण्यात रस होता, परंतु त्याच्यासाठी "महान धर्मत्याग हा त्रिमूर्तीवाद होता."

न्यूटनने दोन फेलोशिप्सपैकी एक मिळविण्याचा अयशस्वी प्रयत्न केला ज्याने धारकास ऑर्डिनेशन आवश्यकतांमधून सूट दिली. 1675 मध्ये शेवटच्या क्षणी त्याला सरकारकडून एक डिस्पेंशन मिळाले ज्याने त्याला आणि लुकेशियन चेअरच्या भविष्यातील सर्व धारकांना माफ केले.

न्यूटनच्या दृष्टीने, ख्रिस्ताची देव म्हणून उपासना करणे हे मूर्तिपूजा होते, त्याच्यासाठी मूलभूत पाप होते. 1999 मध्ये, इतिहासकार स्टीफन डी. स्नोबेलेन यांनी लिहिले, "आयझॅक न्यूटन हा धर्मद्रोही होता. परंतु ... त्याने कधीही त्याच्या खाजगी विश्वासाची सार्वजनिक घोषणा केली नाही - ज्याला ऑर्थोडॉक्स अत्यंत कट्टरपंथी मानत असत. त्याने आपला विश्वास इतका चांगला लपविला की विद्वानांना अजूनही त्याच्या वैयक्तिक समजुतींचा उलगडा करत आहे." स्नोबलेनने निष्कर्ष काढला की न्यूटन किमान एक सोसिनियन सहानुभूतीदार होता (त्याच्या मालकीची होती आणि त्याने किमान आठ सोसिनियन पुस्तके पूर्णपणे वाचली होती), शक्यतो एक एरियन आणि जवळजवळ नक्कीच एक त्रैक्यविरोधी.

न्यूटन हा अर्ध-एरियन होता या मताला आता समर्थन कमी झाले आहे कारण विद्वानांनी न्यूटनच्या धर्मशास्त्रीय कागदपत्रांची तपासणी केली आहे आणि आता बहुतेक विद्वान न्यूटनला विरोधी एकेश्वरवादी म्हणून ओळखतात.

जरी गती आणि वैश्विक गुरुत्वाकर्षणाचे नियम हे न्यूटनचे सर्वोत्कृष्ट शोध बनले असले तरी, त्यांनी त्यांचा वापर करून ब्रह्मांडाला केवळ एक यंत्र म्हणून, एखाद्या महान घड्याळाप्रमाणे पाहण्याविरुद्ध इशारा दिला. तो म्हणाला, "म्हणून मग गुरुत्वाकर्षण ग्रहांना गती देऊ शकते, परंतु दैवी शक्तीशिवाय ते त्यांना कधीही सूर्याप्रमाणे परिभ्रमण गतीमध्ये ठेवू शकत नाही".

त्याच्या वैज्ञानिक कीर्तीबरोबरच, न्यूटनचा बायबलचा आणि सुरुवातीच्या चर्च फादरचा अभ्यासही उल्लेखनीय होता. न्यूटनने शाब्दिक समालोचनावर काम लिहिले, विशेष म्हणजे शास्त्राच्या दोन उल्लेखनीय भ्रष्टाचारांचे ऐतिहासिक खाते आणि डॅनियलच्या भविष्यवाण्यांवर निरीक्षणे, आणि सेंट जॉनचे अपोकॅलिप्स. त्याने 3 एप्रिल, AD 33 रोजी येशू ख्रिस्ताच्या वधस्तंभावर खिळले, जे एका पारंपारिकपणे स्वीकारलेल्या तारखेशी सहमत आहे.

त्यांचा तर्कशुद्ध जगावर विश्वास होता, परंतु त्यांनी लीबनिझ आणि बारुच स्पिनोझा यांच्यातील हायलोझोइझम नाकारला. क्रमबद्ध आणि गतिमानपणे सूचित केलेले विश्व समजले जाऊ शकते आणि सक्रिय कारणाने समजले पाहिजे. त्याच्या पत्रव्यवहारात, न्यूटनने असा दावा केला की प्रिन्सिपिया लिहिताना "देवतेच्या श्रद्धेसाठी पुरुषांचा विचार करून कार्य करू शकतील अशा तत्त्वांवर माझी नजर होती". त्याने जगाच्या प्रणालीमध्ये डिझाइनचा पुरावा पाहिला: "ग्रहांच्या प्रणालीमध्ये अशा आश्चर्यकारक एकरूपतेला निवडीच्या प्रभावाची परवानगी दिली पाहिजे". परंतु न्यूटनने आग्रह धरला की अस्थिरतेच्या मंद वाढीमुळे अखेरीस व्यवस्थेत सुधारणा करण्यासाठी दैवी हस्तक्षेप आवश्यक असेल. यासाठी, लीबनिझने त्याला दिवा लावला: "सर्वशक्तिमान देव वेळोवेळी त्याचे घड्याळ बंद करू इच्छितोः अन्यथा ते हलणे बंद होईल. असे दिसते की त्याच्याकडे शाश्वत गती बनवण्यासाठी पुरेशी दूरदृष्टी नव्हती."

त्याचा अनुयायी सॅम्युअल क्लार्क याने प्रसिद्ध पत्रव्यवहारात न्यूटनच्या भूमिकेचे जोरदारपणे समर्थन केले. एका शतकानंतर, पियरे-सायमन लॅप्लेस यांच्या कार्य सेलेस्टियल मेकॅनिक्समध्ये ग्रहाच्या परिभ्रमणांना नियतकालिक दैवी हस्तक्षेपाची आवश्यकता का नाही याचे नैसर्गिक स्पष्टीकरण होते. मेकॅनिक सेलेस्टेमध्ये निर्मात्याच्या अनुपस्थितीबद्दल त्याच्यावर टीका करणाऱ्या फ्रेंच शास्त्रज्ञाने नेपोलियनला दिलेले प्रसिद्ध उत्तर लक्षात घेता लॅप्लेसचे यांत्रिक विश्वदृष्टी आणि न्यूटनचे दृश्य यांच्यातील तफावत सर्वात तीव्र आहेः "महाशय, j'ai pu me passer de cette. hypothèse" ("सर, मला या गृहीतकाची गरज नव्हती").

न्यूटनने ट्रिनिटीच्या सिद्धांतावर विवाद केला की नाही यावर विद्वानांनी दीर्घकाळ चर्चा केली. त्यांचे पहिले चरित्रकार, डेव्हिड ब्रूस्टर, ज्याने त्यांची हस्तलिखिते संकलित केली, न्यूटनने ट्रिनिटीचे समर्थन करण्यासाठी वापरल्या जाणाऱ्या काही परिच्छेदांच्या सत्यतेवर प्रश्नचिन्ह उपस्थित केले, परंतु ट्रिनिटीच्या सिद्धांताला कधीही नकार दिला. विसाव्या शतकात, न्यूटनने लिहिलेल्या आणि जॉन मेनार्ड केनेस (इतरांसह) विकत घेतलेल्या एन्क्रिप्टेड हस्तलिखितांचा उलगडा करण्यात आला आणि हे ज्ञात झाले की न्यूटनने त्रिनिरतावाद नाकारला होता.

धार्मिक विचार

न्यूटन आणि रॉबर्ट बॉयल यांचा यांत्रिक तत्वज्ञानाकडे पाहण्याचा दृष्टीकोन तर्कवादी पॅम्फ्लिटर्सनी पंथिस्ट आणि उत्साही लोकांसाठी एक व्यवहार्य पर्याय म्हणून प्रचारित केला होता आणि सनातनी धर्मोपदेशक तसेच अक्षांश सारख्या असंतुष्ट प्रचारकांनी संकोचपणे स्वीकारला होता. विज्ञानाची स्पष्टता आणि साधेपणा हा अंधश्रद्धेचा उत्साह आणि निरीश्वरवादाचा धोका या दोन्हीच्या भावनिक आणि आधिभौतिक श्रेष्ठत्वांचा सामना करण्याचा एक मार्ग म्हणून पाहिला जात असे, आणि त्याच वेळी, इंग्रजी देववाद्यांच्या दुसऱ्या लाटेने

न्यूटनच्या शोधांचा वापर ही शक्यता दर्शविण्यासाठी केला. "नैसर्गिक धर्म" चे.

प्रबोधनपूर्व "जादुई विचार" आणि ख्रिश्चन धर्मातील गूढ घटकांवर केलेले हल्ले, बॉयलच्या विश्वाच्या यांत्रिक संकल्पनेने त्यांचा पाया दिला. न्यूटनने बॉयलच्या कल्पनांना त्यांची पूर्णता गणितीय पुराव्यांद्वारे दिली आणि कदाचित अधिक महत्त्वाचे म्हणजे त्यांना लोकप्रिय करण्यात ते खूप यशस्वी झाले.

मनोगत

त्याने 1704 मध्ये लिहिलेल्या हस्तलिखितात (कधीही प्रकाशित करण्याचा हेतू नाही), त्याने 2060 च्या तारखेचा उल्लेख केला आहे, परंतु दिवसांच्या समाप्तीची तारीख म्हणून ती दिलेली नाही. हे एक भविष्यवाणी म्हणून चुकीचे नोंदवले गेले आहे. संदर्भात तारीख वाचली असता उतारा स्पष्ट होतो. त्यामुळे ख्रिस्ती धर्माची बदनामी होईल या भीतीने तो शेवटच्या दिवसांसाठी तारीख ठरवण्याच्या विरोधात होता.

तर मग वेळ वेळा आणि अर्धा वेळ sic म्हणजे 42 महिने किंवा 1260 दिवस किंवा तीन वर्षे आणि दीड, आदिम वर्षाच्या कॅलेंडर sic मध्ये केल्याप्रमाणे बारा महिने ते वर्ष आणि 30 दिवस ते एक महिना असे मोजले जाते. . आणि अल्पायुषी प्राण्यांचे दिवस दीर्घकाळ राज्यांच्या वर्षांसाठी ठेवले जात आहेत 1260 दिवसांचा कालावधी, जर तीन राजांच्या AC 800 च्या पूर्ण विजयापासून तारीख असेल तर 2060 संपेल. ते नंतर संपेल, परंतु मी पाहतो त्याचा लवकर अंत होण्याचे कारण नाही.

शेवटचा काळ केव्हा येईल हे सांगण्यासाठी मी हे नमूद करत नाही, तर अंताच्या वेळेचे वारंवार भाकीत करणाऱ्या काल्पनिक लोकांच्या अविवेकी अनुमानांना आळा घालण्यासाठी आणि असे केल्याने पवित्र भविष्यवाण्या जितक्या वेळा बदनाम होतात. त्यांचे अंदाज चुकतात. ख्रिस्त रात्री चोर म्हणून येतो, आणि देवाने स्वतःच्या छातीत कोणत्या काळ आणि ऋतू ठेवल्या आहेत हे जाणून घेणे आपल्यासाठी नाही.

किमया

"पूअर सुपरमॅन" (1951) मधील मॉर्टन ओपरलीच्या व्यक्तिरेखेमध्ये, सट्टा कथा लेखक फ्रिट्झ लीबर न्यूटनबद्दल म्हणतात, "प्रत्येकजण न्यूटनला महान शास्त्रज्ञ म्हणून ओळखतो. फार कमी जणांना आठवत असेल की त्याने आपले अर्धे आयुष्य किमयामध्ये गुरफटण्यात घालवले, तत्वज्ञानी दगड शोधण्यात. तो समुद्रकिनारी खडा होता जो त्याला खरोखर शोधायचा होता."

न्यूटनच्या पेपर्समधील अंदाजे दहा दशलक्ष शब्दांपैकी सुमारे एक दशलक्ष शब्द रसायनशास्त्राशी संबंधित आहेत. किमयावरील न्यूटनचे अनेक लेखन हे त्याच्या स्वतःच्या भाष्यांसह इतर हस्तलिखितांच्या प्रती आहेत. अल्केमिकल ग्रंथांमध्ये कलाविषयक ज्ञानाचे तात्विक अनुमानासह मिश्रण केले जाते, बहुतेक वेळा क्राफ्ट गुपितांचे संरक्षण करण्यासाठी शब्दप्ले, रूपककथा आणि प्रतिमांच्या स्तरांमागे लपलेले असते. न्यूटनच्या पेपर्समध्ये समाविष्ट असलेल्या काही सामग्रीला चर्चने विधर्मी मानले असते.

१८८८ मध्ये, न्यूटनच्या पेपर्सचे कॅटलॉग करण्यात सोळा वर्षे घालवल्यानंतर, केंब्रिज युनिव्हर्सिटीने कमी संख्या ठेवली आणि बाकीचे अर्ल ऑफ पोर्ट्समाउथला परत केले. 1936 मध्ये, एका वंशजाने सोथेबीज येथे कागदपत्रे विक्रीसाठी देऊ केली .संग्रह तोडला गेला आणि एकूण £9,000 मध्ये विकला गेला. जॉन मेनार्ड केन्स हे सुमारे तीन डझन बोलीदारांपैकी एक होते ज्यांनी लिलावात संकलनाचा काही भाग मिळवला. केन्सने 1946 मध्ये केंब्रिज विद्यापीठाला आपला संग्रह देण्यापूर्वी न्यूटनच्या किमयावरील कागदपत्रांचा अंदाजे अर्धा संग्रह पुन्हा एकत्र केला.

न्यूटनच्या विज्ञानातील मूलभूत योगदानांमध्ये गुरुत्वाकर्षणाचे प्रमाण निश्चित करणे, पांढरा प्रकाश हा प्रत्यक्षात अपरिवर्तनीय वर्णक्रमीय रंगांचे मिश्रण आहे हा शोध आणि कॅल्क्युलसची रचना यांचा समावेश आहे. तरीही न्यूटनची आणखी एक, अधिक गूढ बाजू आहे जी अपूर्णपणे ज्ञात आहे, क्रियाकलापांचे क्षेत्र ज्याने त्याच्या आयुष्यातील तीस वर्षे व्यापली होती, जरी त्याने ती त्याच्या समकालीन लोकांपासून आणि सहकाऱ्यांपासून लपवून ठेवली. आम्ही किमयाशास्त्राच्या शिस्तीत न्यूटनच्या सहभागाचा उल्लेख करतो, किंवा सतराव्या शतकातील इंग्लंडमध्ये त्याला "किमिस्ट्री" असे संबोधले जात असे.

चार्ल्स कौलस्टन गिलिस्पी यांनी वाद घातला की न्यूटनने कधी अल्केमीचा सराव केला होता, असे म्हटले आहे की "त्याचे रसायनशास्त्र बॉयलच्या कॉर्पस्कुलर तत्वज्ञानाच्या आत्म्यात होते."

जून 2020 मध्ये, जॉन बॅप्टिस्ट व्हॅन हेल्मोंटच्या प्लेगवरील पुस्तकावरील न्यूटनच्या नोट्सच्या दोन अप्रकाशित पानांचा, डी पेस्टे, बोनहॅम्सद्वारे ऑनलाइन लिलाव करण्यात आला. लंडनच्या 1665-1666 च्या संसर्गापासून स्वतःचे संरक्षण करताना त्याने केंब्रिजमध्ये केलेल्या या पुस्तकाचे न्यूटनचे विश्लेषण, बोनहॅम्सच्या म्हणण्यानुसार त्याने प्लेगबद्दल केलेले सर्वात महत्त्वपूर्ण लिखित विधान आहे. जोपर्यंत थेरपीचा संबंध आहे, न्यूटन लिहितो की "सर्वोत्तम एक टॉड आहे जो पायांनी तीन दिवस चिमणीत अडकवला होता, ज्याने शेवटी पृथ्वीवर विविध कीटकांसह, पिवळ्या मेणाच्या ताटात उलटी केली आणि थोड्याच वेळात मरण पावल्यानंतर. पावडर टॉडचे मलमूत्र आणि सीरम एकत्र करून लोझेंज बनवले आणि प्रभावित भागात घातल्याने संसर्ग दूर झाला आणि विष बाहेर काढले".

वारसा

गणितज्ञ जोसेफ-लुई लॅग्रेंज म्हणाले की न्यूटन हा आतापर्यंतचा सर्वात महान प्रतिभाशाली होता, आणि एकदा जोडले की न्यूटन देखील "सर्वात भाग्यवान होता, कारण आपल्याला जगात एकापेक्षा जास्त वेळा स्थापित करण्याची व्यवस्था सापडत नाही." इंग्रजी कवी.

अलेक्झांडर पोपने प्रसिद्ध एपिटाफ लिहिले:

निसर्ग आणि निसर्गाचे नियम रात्री लपले.

देव म्हणाला, न्यूटन होऊ दे! आणि सर्व हलके होते.

येथे आयझॅक न्यूटन, नाइट दफन केले गेले आहे, ज्याने जवळजवळ दैवी मनाच्या बळावर आणि गणिताची तत्वे विचित्रपणे स्वतःची होती, ग्रहांचे मार्ग आणि आकृत्या, धूमकेतूंचे मार्ग, समुद्राच्या भरती, प्रकाशाच्या किरणांमधील असमानता यांचा शोध घेतला. , आणि, अशा प्रकारे तयार केलेल्या रंगांच्या गुणधर्मांची इतर कोणत्याही विद्वानाने यापूर्वी कल्पना केली नाही. परिश्रमशील, विवेकी आणि विश्वासू, निसर्ग, पुरातनता आणि पवित्र शास्त्राच्या त्याच्या प्रदर्शनात, त्याने आपल्या तत्वज्ञानाद्वारे पराक्रमी आणि चांगल्या देवाचे वैभव सिद्ध केले आणि त्याच्या शिष्टाचारात गॉस्पेलची साधेपणा व्यक्त केली. मानवजातीचा असा आणि इतका मोठा अलंकार अस्तित्वात आहे याचा मानवांना आनंद होतो! त्यांचा जन्म 25 डिसेंबर 1642 रोजी झाला आणि 20 मार्च 1726 रोजी मृत्यू झाला.

2005 मध्ये ब्रिटनच्या रॉयल सोसायटीच्या सदस्यांच्या सर्वेक्षणात (पूर्वीचे न्यूटन होते) विज्ञानाच्या इतिहासावर कोणाचा जास्त प्रभाव पडला, न्यूटन किंवा अल्बर्ट आइनस्टाइन, सदस्यांनी न्यूटनचे एकूण योगदान अधिक असल्याचे मानले. 156 1999 मध्ये, आजच्या 100 आघाडीच्या भौतिकशास्त्रज्ञांच्या जनमत सर्वेक्षणाने आइन्स्टाईन यांना "आतापर्यंतचे सर्वात मोठे भौतिकशास्त्रज्ञ" म्हणून मत दिले आणि न्यूटन उपविजेते ठरले, तर PhysicsWeb या साइटद्वारे रँक-अँड-फाइल भौतिकशास्त्रज्ञांच्या समांतर सर्वेक्षणात न्यूटनला सर्वोच्च स्थान मिळाले. १५७ आईनस्टाईनने त्याच्या अभ्यासाच्या भिंतीवर मायकेल फॅरेडे आणि जेम्स क्लर्क मॅक्सवेल यांच्या चित्रांसोबत न्यूटनचे चित्र ठेवले होते.

त्याच्या सन्मानार्थ SI व्युत्पन्न शक्तीच्या युनिटला न्यूटन असे नाव देण्यात आले आहे.

वूल्स्टोर्प मनोर हे त्याचे जन्मस्थान असल्याने आणि "जिथे त्याने गुरुत्वाकर्षणाचा शोध लावला आणि प्रकाशाच्या अपवर्तनासंबंधी त्याचे सिद्धांत विकसित केले" म्हणून ऐतिहासिक इंग्लंडने सूचीबद्ध केलेली ग्रेड I इमारत आहे.

1816 मध्ये, न्यूटनचा एक दात लंडनमध्ये £730 160 (US$3,633) मध्ये विकला गेला ज्याने तो अंगठीत ठेवला होता. गिनीज वर्ल्ड रेकॉर्ड 2002 ने त्याला सर्वात मौल्यवान दात म्हणून वर्गीकृत केले, ज्याची किंमत 2001 च्या उत्तरार्धात अंदाजे £25,000 (US$35,700) असेल. ती कोणी विकत घेतली आणि सध्या कोणाकडे आहे याचा खुलासा झालेला नाही.

सफरचंद घटना

झाडावरून सफरचंद पडताना पाहून त्याला गुरुत्वाकर्षणाचा सिद्धांत मांडण्याची प्रेरणा मिळाल्याची कथा न्यूटनने स्वतः अनेकदा सांगितली. न्यूटनची भाची कॅथरीन बार्टन हिने व्हॉल्टेअरशी संबंधित केल्यामुळे ही कथा लोकप्रिय झाली असे मानले जाते. त्यानंतर व्होल्टेअरने आपल्या निबंध ऑन एपिक पोएट्री (1727) मध्ये लिहिले, "सर आयझॅक न्यूटन आपल्या बागेत फिरत असताना, झाडावरून सफरचंद पडताना पाहून त्याच्या गुरुत्वाकर्षण प्रणालीचा पहिला विचार आला."

जरी असे म्हटले जाते की सफरचंद कथा ही एक मिथक आहे आणि तो कोणत्याही क्षणी त्याच्या गुरुत्वाकर्षणाच्या सिद्धांतावर पोहोचला नाही, न्यूटनच्या ओळखीचे (जसे की विल्यम स्टुकेले, ज्यांचे हस्तलिखित खाते 1752 मध्ये उपलब्ध झाले आहे. रॉयल सोसायटी) खरं तर या घटनेची पुष्टी करते, जरी सफरचंदने न्यूटनच्या डोक्याला मारले हे अपॉक्रिफल आवृत्ती नाही. स्टुकले यांनी 15 एप्रिल 1726 रोजी केन्सिंग्टन येथे न्यूटनसोबतचे संभाषण सर आयझॅक न्यूटनच्या जीवनातील त्यांच्या आठवणींमध्ये नोंदवले.

आम्ही बागेत गेलो, आणि काही सफरचंदांच्या सावलीत प्यायलो, फक्त तो आणि मी. इतर प्रवचनांदरम्यान, त्याने मला सांगितले, तो अगदी त्याच परिस्थितीत होता, जसे पूर्वी त्याच्या मनात गुरुत्वाकर्षणाची कल्पना आली होती. "ते सफरचंद नेहमी जमिनीवर लंबवत का उतरले पाहिजे," त्याने स्वतः ला विचार केला: एक सफरचंद पडल्यामुळे तो एक चिंतनशील मूडमध्ये बसला होता: "ते बाजूला किंवा वर का जाऊ नये? परंतु सतत पृथ्वीच्या केंद्राकडे? निश्चितपणे, कारण असे आहे की पृथ्वी ते रेखाटते. पदार्थामध्ये रेखाचित्र शक्ती असली पाहिजे. आणि पृथ्वीच्या बाबतीत रेखाचित्र शक्तीची बेरीज पृथ्वीच्या मध्यभागी असली पाहिजे, कोणत्याही बाजूला नाही पृथ्वीचे. म्हणून हे सफरचंद लंबवत किंवा मध्यभागी पडते. जर पदार्थ अशा प्रकारे पदार्थ काढतो; ते त्याच्या प्रमाणाच्या प्रमाणात असले पाहिजे. म्हणून सफरचंद पृथ्वीला आकर्षित करते, तसेच पृथ्वी सफरचंद काढते."

रॉयल मिंटमधील न्यूटनचे सहाय्यक आणि न्यूटनच्या भाचीचे पती जॉन कंड्युट यांनीही न्यूटनच्या जीवनाविषयी लिहिले तेव्हा या घटनेचे वर्णन केले.

1666 मध्ये तो पुन्हा केंब्रिजहून लिंकनशायरमध्ये आपल्या आईकडे निवृत्त झाला. जेव्हा तो बागेत विचारपूर्वक फिरत होता तेव्हा त्याच्या मनात असे आले की गुरुत्वाकर्षणाची शक्ती (ज्याने सफरचंद झाडापासून जमिनीवर आणले) पृथ्वीपासून काही अंतरापर्यंत मर्यादित नाही, परंतु ही शक्ती पूर्वीपेक्षा कितीतरी जास्त वाढली पाहिजे. सहसा विचार केला. चंद्राने स्वतःला सांगितले तितके उंच का नाही आणि तसे असल्यास, याचा तिच्या गतीवर परिणाम झाला पाहिजे आणि कदाचित तिला तिच्या कक्षेत टिकवून ठेवा, त्यानंतर त्या गृहितकाचा परिणाम काय होईल याची गणना करण्यात तो पडला.

सफरचंदाच्या झाडाखाली न्यूटनचे लाकडी खोदकाम

1660 च्या उत्तरार्धात पार्थिव गुरुत्वाकर्षणाचा विस्तार, व्यस्त-चौरस प्रमाणात, चंद्रापर्यंत होतो, या कल्पनेने न्यूटन झगडत होता हे त्याच्या नोटबुक्सवरून ज्ञात आहे; तथापि, पूर्ण सिद्धान्त विकसित करण्यासाठी त्याला दोन दशके लागली. प्रश्न गुरुत्वाकर्षण अस्तित्वात आहे की नाही हा नाही, तर तो पृथ्वीपासून इतका लांब पसरला आहे की चंद्राला त्याच्या कक्षेत धरून ठेवणारी शक्ती देखील असू शकते का. न्यूटनने दाखवून दिले की जर अंतराच्या व्यस्त वर्गाप्रमाणे बल कमी झाले, तर चंद्राच्या परिभ्रमण कालावधीची गणना करता येईल आणि चांगला करार मिळू शकेल. त्याच बल इतर कक्षीय हालचालींसाठी कारणीभूत असल्याचा अंदाज त्यांनी लावला आणि म्हणूनच त्याला "सार्वत्रिक गुरुत्वाकर्षण" असे नाव दिले.

न्यूटनने वर्णन केलेल्या "सफरचंदाचे झाड" असल्याचा दावा विविध झाडे करतात. किंग्ज स्कूल, ग्रँथमचा दावा आहे की हे झाड शाळेने विकत घेतले होते, काही वर्षांनंतर ते उपटून मुख्याध्यापकांच्या बागेत नेले होते. (आता) नॅशनल ट्रस्टच्या मालकीच्या वूलस्टोर्प मॅनोरचे कर्मचारी यावर विवाद करतात आणि दावा करतात की त्यांच्या बागेत असलेले एक झाड न्यूटनने वर्णन केलेले आहे. मूळ झाडाचा एक वंशज १७३ ट्रिनिटी कॉलेज, केंब्रिजच्या मुख्य गेटच्या बाहेर, न्यूटन ज्या खोलीत शिकत होता त्या खोलीच्या खाली वाढताना दिसतो. केंटमधील ब्रॉग्डेल येथील राष्ट्रीय फळ संग्रह त्यांच्या झाडापासून कलमे पुरवू शकतो, जे केंटच्या फ्लॉवरसारखे दिसते, एक खडबडीत मांसयुक्त स्वयंपाक प्रकार.

स्मरणार्थ

न्यूटनचे स्मारक (१७३१) वेस्टमिन्स्टर ॲबेमध्ये, गायन स्थळाच्या प्रवेशद्वाराच्या उत्तरेला, त्याच्या थडग्याजवळ, गायनगृहाच्या पडद्यासमोर दिसू शकते. हे शिल्पकार मायकेल रिस्ब्रॅक (1694-1770) यांनी वास्तुविशारद विल्यम केंट यांच्या डिझाइनसह पांढऱ्या आणि राखाडी संगमरवरी साकारले होते. या स्मारकात न्यूटनची आकृती सारकोफॅगसच्या शीर्षस्थानी विराजमान आहे, त्याची उजवी कोपर त्याच्या अनेक महान पुस्तकांवर विसावली आहे आणि डाव्या हाताने गणिती रचना असलेल्या स्क्रोलकडे निर्देश केला आहे. त्याच्या वर एक पिरॅमिड आणि एक खगोलीय ग्लोब आहे जो राशिचक्र आणि 1680 च्या धूमकेतूचा मार्ग दर्शवितो. एक रिलीफ पॅनेल पुट्टीला टेलिस्कोप आणि प्रिझम सारख्या उपकरणांचा वापर करून दाखवते. बेसवरील लॅटिन शिलालेख असे भाषांतरित करतो.

ज्याने जवळजवळ दैवी मनाच्या बळावर आणि गणिताची तत्त्वे विचित्रपणे स्वतःची होती, ग्रहांचे मार्ग आणि आकृत्या, धूमकेतूंचे मार्ग, समुद्राच्या भरती, प्रकाशाच्या किरणांमधील असमानता यांचा शोध घेतला. , आणि, अशा प्रकारे तयार केलेल्या रंगांच्या गुणधर्मांची इतर कोणत्याही विद्वानाने यापूर्वी कल्पना केली नाही. परिश्रमशील, विवेकी आणि विश्वासू, निसर्ग, पुरातनता आणि पवित्र शास्त्राच्या त्याच्या प्रदर्शनात, त्याने आपल्या तत्वज्ञानाद्वारे पराक्रमी आणि चांगल्या देवाचे वैभव सिद्ध केले आणि त्याच्या शिष्टाचारात गॉस्पेलची साधेपणा व्यक्त केली. मानवजातीचा असा आणि इतका मोठा अलंकार अस्तित्वात आहे याचा मानवांना आनंद होतो! त्यांचा जन्म 25 डिसेंबर 1642 रोजी झाला आणि 20 मार्च 1726/7 रोजी मृत्यू झाला.

1978 पासून 1988 पर्यंत, हॅरी एक्लेस्टोनने डिझाइन केलेली न्यूटनची प्रतिमा बँक ऑफ इंग्लंडने जारी केलेल्या सीरीज डी £1 बँक नोट्सवर दिसली (बँक ऑफ इंग्लंडने जारी केलेल्या शेवटच्या £1 नोटा). नोट्सच्या उलट्या बाजूस न्यूटनला पुस्तक धारण केलेले आणि दुर्बिणी, प्रिझम आणि सूर्यमालेचा नकाशा सोबत दाखवले होते.

ऑक्सफर्ड युनिव्हर्सिटी म्युझियम ऑफ नॅचरल हिस्ट्री येथे आयझॅक न्यूटनचा पुतळा, त्याच्या पायाजवळ सफरचंद पाहत आहे. विल्यम ब्लेक नंतर, 1995 मध्ये एडुआर्डो पाओलोझी यांनी तयार केलेला आणि ब्लेकच्या नक्षीने प्रेरित न्यूटनचा मोठा ब्राँझचा पुतळा लंडनमधील ब्रिटिश लायब्ररीच्या पिझ्झावर वर्चस्व गाजवतो. १८५८ मध्ये ग्रँथमच्या मध्यभागी न्यूटनचा कांस्य पुतळा उभारण्यात आला जिथे तो शाळेत गेला होता, ग्रँथम गिल्डहॉलसमोर ठळकपणे उभा होता.

वूलस्टोर्प बाय कोलस्टरवर्थ येथील अजूनही जिवंत असलेले फार्महाऊस हे त्याचे जन्मस्थान असल्याने आणि "जिथे त्याने गुरुत्वाकर्षणाचा शोध लावला आणि प्रकाशाच्या अपवर्तनाशी संबंधित सिद्धांत विकसित केले" म्हणून ऐतिहासिक इंग्लंडने सूचीबद्ध केलेली ग्रेड I इमारत आहे.

प्रबोधन

प्रबोधनवादी तत्त्ववेत्त्यांनी वैज्ञानिक पूर्ववर्तींचा एक छोटासा इतिहास निवडला - मुख्यतः गॅलिलिओ, बॉयल आणि न्यूटन - आजच्या प्रत्येक भौतिक आणि सामाजिक क्षेत्रात निसर्ग आणि नैसर्गिक कायद्याच्या एकल संकल्पनेच्या त्यांच्या अनुप्रयोगांचे मार्गदर्शक आणि हमीदार म्हणून. या संदर्भात, इतिहासाचे धडे आणि त्यावर बांधलेल्या सामाजिक संरचनांचा त्याग केला जाऊ शकतो.

न्यूटनचे प्रिन्सिपियाचे प्रकाशन हा वैज्ञानिक क्रांतीचा एक टर्निंग पॉइंट होता आणि प्रबोधनाची सुरुवात झाली असे प्रबोधनाच्या युरोपियन तत्त्वज्ञांनी आणि ज्ञानाच्या इतिहासकारांनी मानले आहे. ही न्यूटनची विश्वाची संकल्पना नैसर्गिक आणि तर्कशुद्धपणे समजण्यायोग्य नियमांवर आधारित होती जी प्रबोधन विचारधारेच्या बीजांपैकी एक बनली. लॉक आणि व्होल्टेअर यांनी नैसर्गिक कायद्याच्या संकल्पना आंतरिक अधिकारांचे समर्थन करणाऱ्या राजकीय प्रणालींवर लागू केल्या; फिजिओक्रॅट्स आणि ॲडम स्मिथ यांनी

मानसशास्त्राच्या नैसर्गिक संकल्पना आणि स्वार्थ आर्थिक प्रणालींवर लागू केला; आणि समाजशास्त्रज्ञांनी प्रगतीच्या नैसर्गिक मॉडेलमध्ये इतिहास बसवण्याचा प्रयत्न केल्याबद्दल वर्तमान समाजव्यवस्थेवर टीका केली. मोनबोड्डो आणि सॅम्युअल क्लार्क यांनी न्यूटनच्या कार्यातील घटकांचा प्रतिकार केला, परंतु अखेरीस त्यांच्या निसर्गाच्या मजबूत धार्मिक विचारांशी सुसंगतपणे तर्कसंगत केले.

22

सीएनआर राव

सीएनआर राव

Top Scientists

Scan for Story Videos - www.itibook.com

चिंतामणी नागेसा रामचंद्र राव (जन्म 30 जून 1934), हे एक भारतीय रसायनशास्त्रज्ञ आहेत ज्यांनी प्रामुख्याने ठोस- राज्य आणि संरचनात्मक रसायनशास्त्र. त्यांनी जगभरातील 84 विद्यापीठांमधून मानद डॉक्टरेट मिळवली आहे आणि सुमारे 1,774 संशोधन प्रकाशने आणि 54 पुस्तके लिहिली आहेत. नोबेल पारितोषिक वगळता त्यांच्या क्षेत्रातील सर्व संभाव्य पुरस्कार जिंकणारा शास्त्रज्ञ म्हणून त्यांचे वर्णन केले जाते.

एक लहान मूल, राव यांनी वयाच्या सतराव्या वर्षी म्हैसूर विद्यापीठातून बीएससी आणि वयाच्या एकोणीसव्या वर्षी बनारस हिंदू विद्यापीठातून एमएससी पूर्ण केले. त्यांनी वयाच्या चोविसाव्या वर्षी पर्ड्यू विद्यापीठातून पीएचडी मिळवली. 1959 मध्ये इंडियन इन्स्टिट्यूट ऑफ सायन्समध्ये दाखल झाले तेव्हा ते सर्वात तरुण व्याख्याते होते. इंडियन इन्स्टिट्यूट ऑफ टेक्नॉलॉजी कानपूरमध्ये बदली झाल्यानंतर, ते IISc मध्ये परत आले, अखेरीस 1984 ते 1994 पर्यंत त्याचे संचालक बनले. ते 1985 ते 1989 आणि 2005 ते 2014 या काळात भारताच्या पंतप्रधानांच्या वैज्ञानिक सल्लागार परिषदेचे अध्यक्ष होते. त्यांनी स्थापना केली आणि जवाहरलाल नेहरू सेंटर फॉर ॲडव्हान्स्ड सायंटिफिक रिसर्च आणि इंटरनॅशनल सेंटर फॉर मटेरियल सायन्समध्ये काम करते.

राव यांना मार्लो मेडल, सायन्स अँड टेक्नॉलॉजीसाठी शांती स्वरूप भटनागर पारितोषिक, ह्युजेस मेडल, इंडिया सायन्स अवॉर्ड, डॅन डेव्हिड प्राइज, रॉयल मेडल, वॉन हिप्पल अवॉर्ड आणि ईएनआय अवॉर्ड यासह सर्वात महत्त्वाचे वैज्ञानिक पुरस्कार आणि सन्मान मिळाले. त्यांना भारत सरकारकडून पद्मश्री आणि पद्मविभूषणही मिळाले आहेत. 16 नोव्हेंबर 2013 रोजी, भारत सरकारने त्यांची निवड भारतरत्न या भारतातील सर्वोच्च नागरी पुरस्कारासाठी केली, ज्यामुळे ते पुरस्कार प्राप्त करणारे सीव्ही रमण आणि एपीजे अब्दुल कलाम नंतर तिसरे शास्त्रज्ञ बनले. 4 फेब्रुवारी 2014 रोजी त्यांना राष्ट्रपती भवनात राष्ट्रपती प्रणव मुखर्जी यांच्या हस्ते हा पुरस्कार प्रदान करण्यात आला.

सीएनआर राव यांचा जन्म कन्नड देशस्थ मध्व ब्राह्मण कुटुंबात बंगलोर येथे हनुमंत नागेसा राव आणि नागम्मा नागेसा राव यांच्या पोटी झाला. त्याचे वडील शाळांचे निरीक्षक होते. तो एकुलता एक मुलगा होता आणि त्याच्या शिकलेल्या पालकांनी शैक्षणिक वातावरण तयार केले होते. त्यांना लहान वयातच त्यांच्या आईकडून हिंदू साहित्य आणि वडिलांकडून इंग्रजीचे उत्तम ज्ञान झाले होते. तो प्राथमिक शाळेत शिकला नाही पण त्याच्या आईने घरी शिकवले होते, जे अंकगणित आणि हिंदू साहित्यात विशेषतः कुशल होते. 1940 मध्ये वयाच्या सहाव्या वर्षी त्यांनी माध्यमिक शाळेत प्रवेश घेतला. तो त्याच्या वर्गात सर्वात लहान असला तरी तो त्याच्या वर्गमित्रांना गणित आणि इंग्रजी शिकवत असे. १९४४ मध्ये त्यांनी निम्न माध्यमिक परीक्षा (इयत्ता सातवी) प्रथम श्रेणीत उत्तीर्ण केली. ते दहा वर्षांचे होते आणि त्यांच्या वडिलांनी त्यांना चार आणे (पंचवीस पैसे) बक्षीस दिले. त्यांनी बसवनगुडी येथील आचार्य पातशाळा हायस्कूलमध्ये शिक्षण घेतले, ज्यामुळे त्यांच्या रसायनशास्त्रातील रसावर कायमचा प्रभाव पडला. त्याच्या वडिलांनी त्याला त्याच्या मातृभाषेला प्रोत्साहन देण्यासाठी कन्नड-माध्यमाच्या अभ्यासक्रमात प्रवेश दिला, परंतु घरी सर्व संभाषणासाठी इंग्रजीचा वापर केला. 1947 मध्ये त्यांनी माध्यमिक शाळा सोडल्याचे प्रमाणपत्र प्रथम श्रेणीत पूर्ण केले. त्यांनी सेंट्रल कॉलेज, बंगळुरू येथे बीएससीचे शिक्षण घेतले. येथे त्यांनी इंग्रजीमध्ये संभाषण कौशल्य विकसित केले आणि संस्कृत देखील शिकले.

त्यांनी म्हैसूर विद्यापीठातून १९५१ मध्ये प्रथम श्रेणीत आणि वयाच्या अवघ्या सतराव्या वर्षी पदवी प्राप्त केली. त्यांनी सुरुवातीला इंडियन इन्स्टिट्यूट ऑफ सायन्स (IISc) मध्ये रासायनिक अभियांत्रिकीमध्ये पदविका किंवा पदव्युत्तर पदवी मिळविण्याचा विचार केला, परंतु एका शिक्षकाने त्यांना बनारस हिंदू विद्यापीठात जाण्यास प्रवृत्त केले. त्याने दोन वर्षांनंतर BHU मधून रसायनशास्त्रात पदव्युत्तर पदवी प्राप्त केली. 1953 मध्ये त्यांना इंडियन इन्स्टिट्यूट ऑफ टेक्नॉलॉजी खडगपूरमध्ये पीएचडीसाठी शिष्यवृत्ती देण्यात आली. पण एमआयटी, पेन स्टेट, कोलंबिया आणि पर्ड्यू या चार परदेशी विद्यापीठांनीही त्याला आर्थिक मदत देऊ केली. त्याने पर्ड्यूची निवड केली. त्यांचा पहिला शोधनिबंध 1954 मध्ये आग्रा युनिव्हर्सिटी जर्नल ऑफ रिसर्चमध्ये प्रकाशित झाला. त्यांनी 1958 मध्ये पीएचडी पूर्ण केली, फक्त दोन वर्षे आणि नऊ महिन्यांनंतर, वयाच्या चोवीसव्या वर्षी.

करिअर

पदवीचे शिक्षण पूर्ण केल्यानंतर राव 1959 मध्ये बंगलोरला परत आले आणि व्याख्यानासाठी, IISc मध्ये सामील झाले आणि स्वतंत्र संशोधन कार्यक्रम सुरू केला. त्यावेळची सुविधा एवढी तुटपुंजी होती की त्यांनी त्याचे वर्णन करताना म्हटले, "तुम्हाला स्ट्रिंग आणि सीलिंग मेण मिळेल आणि तेच आहे." 1963 मध्ये त्यांनी इंडियन इन्स्टिट्यूट ऑफ टेक्नॉलॉजी येथे रसायनशास्त्र विभागात कायमस्वरूपी पद स्वीकारले. कानपूर. 1964 मध्ये ते इंडियन अकॅडमी ऑफ सायन्सेसचे फेलो म्हणून निवडले गेले. ते 1976 मध्ये IISc मध्ये परत आले आणि एक ठोस अवस्था आणि संरचनात्मक रसायनशास्त्र एकक स्थापन केले. आणि 1984 ते 1994 पर्यंत IISc चे संचालक बनले. राव यांनी त्यांच्या कारकिर्दीच्या विविध टप्प्यांवर पर्ड्यू विद्यापीठ, ऑक्सफर्ड विद्यापीठ, केंब्रिज विद्यापीठ आणि कॅलिफोर्निया विद्यापीठ, सांता बार्बरा येथे व्हिजिटिंग प्रोफेसर म्हणून नियुक्त्या केल्या आहेत. 1983-1984 दरम्यान ते केंब्रिज विद्यापीठात जवाहरलाल नेहरू प्राध्यापक आणि किंग्ज कॉलेज, केंब्रिज येथे प्रोफेसर फेलो होते.

राव हे 1989 मध्ये स्थापन केलेल्या जवाहरलाल नेहरू सेंटर फॉर ॲडव्हान्स्ड सायंटिफिक रिसर्च, बंगलोरचे लिनस पॉलिंग रिसर्च प्रोफेसर आणि मानद अध्यक्ष या पदांवर राष्ट्रीय संशोधन प्राध्यापक म्हणून कार्यरत आहेत. त्यांनी 1985 ते 1989 आणि 2005 ते 2014 या काळात

भारतीय पंतप्रधानांच्या वैज्ञानिक सल्लागार परिषदेचे अध्यक्ष म्हणून काम केले होते. ते 2010 मध्ये स्थापन केलेल्या इंटरनॅशनल सेंटर फॉर मटेरियल सायन्स (ICMS) चे संचालक देखील आहेत आणि सायन्स इनिशिएटिव्ह ग्रुपच्या बोर्डावर काम करतात.

वैज्ञानिक योगदान

राव हे जगातील आघाडीचे सॉलिड स्टेट आणि मटेरियल केमिस्ट आहेत. त्यांनी पाच दशकांहून अधिक काळ या क्षेत्राच्या विकासात योगदान दिले आहे. ट्रान्झिशन मेटल ऑक्साईड्सवरील त्यांच्या कार्यामुळे कादंबरीतील घटना आणि सामग्रीचे गुणधर्म आणि या पदार्थांचे संरचनात्मक रसायन यांच्यातील संबंधांची मूलभूत समज प्राप्त झाली आहे.

राव हे La2CuO4 सारख्या द्विमितीय ऑक्साईड पदार्थांचे संश्लेषण करणारे सर्वात पहिले होते. कपरेटचे संश्लेषण करणारे ते पहिले होते, 1987 मध्ये पहिले द्रव नायट्रोजन-तापमान सुपरकंडक्टर होते. 1990 च्या मध्यात वाय जंक्शन कार्बन नॅनोट्यूबचे संश्लेषण करणारे ते पहिले होते. त्याच्या कार्यामुळे रचनात्मकरित्या नियंत्रित मेटल-इन्सुलेटर संक्रमणांचा पद्धतशीर अभ्यास झाला आहे. अशा अभ्यासांचा प्रचंड चुंबक प्रतिरोध आणि उच्च तापमान सुपरकंडक्टिव्हिटी यासारख्या ऍप्लिकेशन फील्डवर खोल प्रभाव पडला आहे. ऑक्साईड सेमीकंडक्टरमध्ये असामान्य वचन असते. हायब्रीड मटेरिअल्सवरील त्यांच्या कामाव्यतिरिक्त त्यांनी गेल्या दोन दशकांमध्ये नॅनोमटेरियलमध्ये प्रचंड योगदान दिले आहे.

त्यांनी 1750 हून अधिक शोधनिबंधांचे सह-लेखन केले आहे आणि 54 हून अधिक पुस्तकांचे सह-लेखक किंवा संपादन केले आहे.

पुरस्कार आणि ओळख

शैक्षणिक संस्थांच्या फेलोशिप आणि सदस्यत्व

इंडियन अकादमी ऑफ सायन्सेसचे फेलो (एफएएससी, 1965)

भारतीय राष्ट्रीय विज्ञान अकादमीचे फेलो (FNA, 1974)

फेलो ऑफ द रॉयल सोसायटी (FRS, 1982)

द वर्ल्ड अ‍ॅकॅडमी ऑफ सायन्सेसचे संस्थापक फेलो (FTWAS, 1983)

रॉयल सोसायटी ऑफ केमिस्ट्रीचे मानद फेलो (Hon. FRSC, 1989)

अकादमी युरोपियाचे परदेशी सदस्य (MAE, 1997)

इन्स्टिट्यूट ऑफ फिजिक्सचे मानद फेलो (Hon.FInstP, 2007)

नॅशनल अ‍ॅकॅडमी ऑफ सायन्सेस, अमेरिकन अ‍ॅकॅडमी ऑफ आर्ट्स अँड सायन्सेस, रॉयल सोसायटी ऑफ कॅनडा, फ्रेंच अकादमी, जपानी अकादमी, सर्बियन अकादमी ऑफ सायन्सेस अँड आर्ट्स आणि पोलिश अकादमी ऑफ सायन्सेस, चेकोस्लोव्हाक अकादमी ऑफ सायन्सेस यासह जगातील अनेक वैज्ञानिक संघटनांचे सदस्य , सर्बियन अकादमी ऑफ सायन्सेस, स्लोव्हेनियन अकादमी ऑफ सायन्सेस, ब्राझिलियन अकादमी ऑफ सायन्सेस, स्पॅनिश रॉयल अकादमी ऑफ सायन्सेस, नॅशनल एकेडमी ऑफ सायन्सेस ऑफ कोरिया, आफ्रिकन एकेडमी ऑफ सायन्सेस, आणि अमेरिकन फिलॉसॉफिकल सोसायटी. 32 ते पॉन्टिफिकल अकादमीचे सदस्य देखील आहेत.

मानद डॉक्टरेट

बोर्डो, कॅन, कोलोरॅडो, खार्तूम, लिव्हरपूल, नॉर्थवेस्टर्न, नोवोसिबिर्स्क, ऑक्सफर्ड, पड्र्यू, स्टेलेनबॉश, युनिव्हर्सिटी जोसेफ फोरियर, वेल्स, व्रोक्लॉ, नोट्रे डेम, अप्सला, अलीगढ मुस्लिम युनिव्हर्सिटी, अण्णा, एपी, बनारस, बंगाल इंजिनियरिंग यासह अनेक विद्यापीठांमधून , बंगलोर, बर्दवान, बुंदेलखंड, दिल्ली, हैदराबाद, इग्नू, IIT बॉम्बे, खरगपूर, दिल्ली, पाटणा, JNTU, कल्याणी, कर्नाटक, कोलकाता, कुवेंपू, लखनौ, मंगलोर, मणिपूर, म्हैसूर, उस्मानिया, पंजाब, रुरकी, सिक्कीम मणिपाल, SRM , तुमकूर, श्री व्यंकटेश्वरा, विद्यासागर, एमिटी युनिव्हर्सिटी, गुडगाव, विश्वेश्वरय्या टेक्नॉलॉजिकल युनिव्हर्सिटी आणि आसाम रॉयल ग्लोबल युनिव्हर्सिटी, गुवाहाटी 2022.

प्रमुख वैज्ञानिक पुरस्कार

1967: इंग्लंडच्या फॅराडे सोसायटीने मार्लो मेडल

1968: रसायनशास्त्रातील विज्ञान आणि तंत्रज्ञानासाठी शांती स्वरूप भटनागर पुरस्कार

2000: रॉयल सोसायटी ऑफ केमिस्ट्री, लंडनचे शताब्दी पदक

2000: रॉयल सोसायटीद्वारे ह्यूजेस पदक

2004: भारत विज्ञान पुरस्कार

2005: तेल अवीव विद्यापीठाचा डॅन डेव्हिड पुरस्कार जॉर्ज व्हाईटसाइड्स आणि रॉबर्ट लँगर यांच्यासोबत सामायिक केला.

2008: द वर्ल्ड अ‍ॅकॅडमी ऑफ सायन्सेस (TWAS) द्वारे अब्दुस सलाम पदक

2009: रॉयल सोसायटीचे रॉयल मेडल 35

2010: जर्मन केमिकल सोसायटीतर्फे ऑगस्ट-विल्हेल्म-व्हॉन-हॉफमन पदक

2017: मटेरियल रिसर्च सोसायटीचा वॉन हिपेल पुरस्कार

2021: नूतनीकरणक्षम ऊर्जा स्रोत आणि ऊर्जा संचयनातील संशोधनासाठी आंतरराष्ट्रीय ENI पुरस्कार 2020, ज्याला एनर्जी फ्रंटियर पुरस्कार देखील म्हणतात

वैज्ञानिक पुरस्कार

1961: म्हैसूर विद्यापीठातून डीएससी.

1973: येदानपल्ली पदक आणि पारितोषिक

1975: भारतीय विद्यापीठ अनुदान आयोगाचा भौतिक विज्ञानातील सीव्ही रमण पुरस्कार

1980: भारतीय राष्ट्रीय विज्ञान अकादमीचे एसएन बोस पदक

1981: रॉयल सोसायटी ऑफ केमिस्ट्री (लंडन) पदक

1981: जागतिक सांस्कृतिक परिषदेचे संस्थापक सदस्य

1989: चेकोस्लोव्हाक अकादमी ऑफ सायन्सेसचे हेवरोव्स्की सुवर्ण पदक

1990: भारतीय राष्ट्रीय विज्ञान अकादमीचे मेघनाथ साहा पदक

1996: युनेस्कोचे आईन्स्टाईन सुवर्णपदक

2004: कलकत्ता विद्यापीठातून डॉक्टर ऑफ सायन्स.

2004: इंटरनॅशनल युनियन ऑफ मटेरियल रिसर्चचा सोमिया पुरस्कार.

2008: निहोन केइझाई शिम्बुन, इंक., जपान द्वारे विज्ञान, तंत्रज्ञान आणि नवोपक्रमासाठी निक्केई आशिया पुरस्कार.

2008: अजयन विनूसह इनोव्हेशनसाठी ख्वारिझमी आंतरराष्ट्रीय पुरस्कार 2008

2011: साहित्य संशोधनासाठी अर्नेस्टो इली ट्रायस्टे विज्ञान पुरस्कार

2013: चायनीज अकादमी ऑफ सायन्सेस कडून आंतरराष्ट्रीय वैज्ञानिक सहकार्यासाठी 2012 पुरस्कार

2013: चिनी अकादमी ऑफ सायन्सेसचे मानद परदेशी सदस्य म्हणून निवडून आले

2013: IIT पाटणा कडून प्रतिष्ठित शैक्षणिक पुरस्कार

2018: इंडियन असोसिएशन ऑफ नॅनोसायन्स अँड नॅनोटेक्नॉलॉजी कडून प्लॅटिनम पदक

2019: युनायटेड अरब अमिरातीच्या सेंटर फॉर ॲडव्हान्स्ड मटेरियल कडून साहित्य संशोधनासाठी पहिला शेख सौद आंतरराष्ट्रीय पुरस्कार 55

बांगलादेश अकादमी ऑफ सायन्सेसचे परदेशी सहकारी

भारतीय सरकारी सन्मान

1974 मध्ये पद्मश्री

1985 मध्ये पद्मविभूषण

2000 मध्ये कर्नाटक राज्य सरकारद्वारे कर्नाटक रत्न

2014 मध्ये भारतरत्न

परदेशी सन्मान

2002 मध्ये ब्राझीलच्या राष्ट्राध्यक्षांकडून नॅशनल ऑर्डर ऑफ सायंटिफिक मेरिटचा ग्रेट क्रॉस

2005 मध्ये शेवेलियर दे ला लेजियन डी'होनूर (नाइट ऑफ द लीजन ऑफ ऑनर, फ्रान्स)

2009 मध्ये रशियाच्या राष्ट्राध्यक्षांनी दिलेला मैत्रीचा आदेश

2015 मध्ये जपानचा ऑर्डर ऑफ द रायझिंग सन (गोल्ड अँड सिल्व्हर स्टार).

वारसा

राव यांनी आपल्या पत्नीसह डॅन डेव्हिड पुरस्काराच्या रकमेचा वापर करून CNR राव एज्युकेशन फाउंडेशनची स्थापना केली. हे फाउंडेशन जवाहरलाल नेहरू सेंटर फॉर ॲडव्हान्स्ड सायंटिफिक रिसर्चमध्ये आधारित आहे आणि प्री-युनिव्हर्सिटी आणि हायस्कूल विज्ञान शिक्षकांना सर्वोत्कृष्ट विज्ञान शिक्षक पुरस्कार प्रदान करते.

राव यांनी इंटरनॅशनल सेंटर फॉर मटेरियल सायन्स (ICMS) ची स्थापना केली जी 2010 पासून प्रगत सामग्रीमध्ये CNR राव पारितोषिक व्याख्यान देते.

वर्ल्ड ॲकॅडमी ऑफ सायन्सेसने 2006 पासून कमी विकसित देशांतील शास्त्रज्ञांसाठी TWAS-CNR राव पुरस्कार वैज्ञानिक संशोधनाची स्थापना केली.

षणमुघा कला, विज्ञान, तंत्रज्ञान आणि संशोधन अकादमीने 2014 मध्ये रसायनशास्त्र आणि भौतिक विज्ञानासाठी SASTRA-CNR राव पुरस्कार तयार केला आहे.

वैयक्तिक जीवन

राव यांचे इंदुमती राव यांच्याशी १९६० मध्ये लग्न झाले. त्यांना संजय आणि सुचित्रा ही दोन मुले आहेत. संजय बेंगळुरूच्या आसपासच्या शाळांमध्ये विज्ञान लोकप्रिय करणारा म्हणून काम करतो. सुचित्राचा विवाह कृष्णा एन. गणेश, पुणे, महाराष्ट्र येथील इंडियन इन्स्टिट्यूट ऑफ सायन्स एज्युकेशन अँड रिसर्च (IISER) चे संचालक यांच्याशी झाला आहे. राव टेक्नोफोबिक आहेत आणि ते कधीही स्वतःहून ईमेल तपासत नाहीत. त्याने असेही सांगितले की तो मोबाईल फोन फक्त आपल्या पत्नीशी बोलण्यासाठी वापरतो.

वाद

1987 मध्ये, राव आणि त्यांच्या टीमने चार शोधनिबंधांची मालिका प्रकाशित केली, त्यापैकी तीन भारतीय विज्ञान अकादमी ऑफ सायन्सेस (केमिकल सायन्स), प्रमना आणि करंट सायन्सच्या कार्यवाहीमध्ये होते, हे सर्व भारतीय विज्ञान अकादमीने प्रकाशित केले होते. सोसायटी फॉर सायंटिफिक व्हॅल्यूजला एक अहवाल सादर करण्यात आला की तीन पेपर्समध्ये पावतीच्या तारखांचा उल्लेख नव्हता, ज्यांचा सामान्यपणे त्या जर्नल्समध्ये स्पष्टपणे उल्लेख केला गेला होता. चौकशी केल्यावर असे आढळून आले की, कागदी हस्तलिखिते प्रत्यक्षात प्रकाशित झाल्याच्या तारखेनंतर प्राप्त झाली आहेत, ती बॅकडेट असल्याचे दर्शवितात. सोसायटीने "प्राधान्य हक्कासाठी चुकीच्या माध्यमांचा वापर" म्हणून प्रकरण घोषित केले.

राव यांच्यावर साहित्यिक चोरीचे आरोप आहेत. बंगळुरू येथील इंडियन इन्स्टिट्यूट ऑफ सायन्समध्ये राव आणि सलुरु बाबा कृपानिधी, त्यांच्या विद्यार्थ्यांसह बसंत चित्रा आणि एलएस पंचकर्ला यांनी 2011 मध्ये प्रगत साहित्य जर्नलमध्ये "कमी झालेल्या ग्राफीन ऑक्साईड आणि ग्राफीन नॅनोरिबन्सवर आधारित इन्फ्रारेड फोटोडिटेक्टर्स" हा शोधनिबंध प्रकाशित केला. प्रकाशनानंतर जर्नल संपादकांना 2010 मध्ये अप्लाइड फिजिक्स लेटर्समध्ये प्रकाशित झालेल्या पेपरमधून प्रस्तावना आणि पद्धतीमध्ये शब्दशः कॉपी केलेली वाक्ये आढळली. नेचरच्या अहवालानुसार, बसंत चित्रा, आयआयएससीचे पीएचडी विद्यार्थी, ज्याने मजकूर लिहिला. त्याच जर्नलमध्ये नंतर लेखकांनी माफी मागितली. राव म्हणाले की त्यांनी हस्तलिखित वाचले होते आणि ते त्यांच्या बाजूने दुर्लक्ष होते कारण त्यांनी मुख्यत्वे निकाल आणि चर्चेवर लक्ष केंद्रित केले होते.

राहुल सिद्धार्थन (इन्स्टिट्यूट ऑफ मॅथेमॅटिकल सायन्सेस, चेन्नई), वायबी श्रीनिवास (वुड सायन्स अँड टेक्नॉलॉजी इन्स्टिट्यूट), आणि डीपी सेनगुप्ता (आयआयएससीचे माजी प्राध्यापक) यांसारख्या शास्त्रज्ञांनी सहमती दर्शवली की चोरीच्या भागाचा निष्कर्षांवर काहीही परिणाम होत नाही, तरीही सिद्धार्थनने मत व्यक्त केले की राव आणि कृपानिधी यांनी दिलेल्या प्रतिक्रिया ओव्हरबोर्ड होत्या. राव आणि कृपानिधी यांनी चितारा यांना जाहीरपणे दोष दिला आणि साहित्यिक चोरी नाही म्हणून प्रकाशन नाकारले. राव यांनी टिप्पणी केली होती, "याला खरोखरच साहित्यिक चोरी समजले जाऊ नये, परंतु मजकूरातील काही वाक्यांची नक्कल करण्याचे उदाहरण आहे." कृपानिधी यांनी त्यांच्या नकळत लिहिलेले असल्याने त्यात त्यांची कोणतीही भूमिका नाही असे प्रतिपादन करून त्यांनी कृपानिधी यांच्यावरही दोषारोप केला. त्या प्रकाशनात ते ज्येष्ठ शास्त्रज्ञ आणि संबंधित लेखक होते या वस्तुस्थितीमुळे त्यांचे दावे समर्थनीय नव्हते.

राव यांच्या सह-लेखक लेखांमध्ये साहित्यिक चोरीच्या घटनांचे अधिक आरोप नोंदवले गेले आहेत. 80 एस. व्यंकटप्रसाद भट आणि कृपानिधी यांच्यासोबत लिहिलेले, राव यांच्या 2010 मध्ये अप्लाइड फिजिक्स एक्स्प्रेस 81 मधील नॅनोकणांच्या सौर पेशींवर होणाऱ्या परिणामाविषयीच्या पेपरमध्ये मॅथ्यू आणि इतरांच्या कागदाशी मिळताजुळता मजकूर आहे. 2008 मध्ये अप्लाइड फिजिक्स लेटर्स मधून, ज्याचा उल्लेखही केला नाही. राव यांनी 2011 च्या घटनेचा संदर्भ देत असे म्हटले होते की " जर मी माझ्या संपूर्ण आयुष्यात एखादी कल्पना किंवा परिणाम (मग) चोरला असेल तर (तर) मला फाशी द्या." परंतु राव यांच्या लेखात सारखाच अभ्यास आहे आणि डुप्लिकेट आहे. मॅथ्यू एट अल ची आकडेवारी. 2011 मध्ये जर्नल ऑफ ल्युमिनेसेन्स मधील लेख, चित्रा, निधी लाल आणि कृपानिधी यांच्यासोबत लिहिलेला, मध्ये अप्रमाणित ओळी आहेत ज्या इत्स्कोस एट अल यांच्या लेखांमधून कॉपी केल्या गेल्या आहेत. नॅनोटेक्नॉलॉजीमध्ये (जून 2009 अंक) आणि हेलिओटिस एट अल. प्रगत सामग्रीमध्ये (जानेवारी 2006 अंक). नॅनोटेक्नॉलॉजीमधील आणखी एक लेख, चितारा आणि कृपानिधी यांच्यासोबत देखील लिहिलेला आहे, हुआंग एट अल यांच्या १९९५ च्या लेखातील सहा ओळींचा वापर केला आहे. अप्लाइड फिजिक्स लेटर्समध्ये.

विवाद असूनही राव यांना भारत सरकारने भारतरत्न प्रदान केला होता आणि ते जवाहरलाल नेहरू सेंटर फॉर ॲडव्हान्स्ड सायंटिफिक रिसर्च (JNCASR) येथे प्राध्यापक म्हणून सक्रिय होते. डिसेंबर 2013 मध्ये, भाऊ आणि बहीण तनया ठाकूर, कायद्याची विद्यार्थिनी, आणि आदित्य ठाकूर, बारावीचा विद्यार्थी, यांनी राव यांच्या भारतरत्नला आव्हान देण्यासाठी अलाहाबाद उच्च न्यायालय, लखनौ खंडपीठात जनहित याचिका दाखल केली. त्यांनी असे प्रतिपादन केले की "साहित्यचिकरणाची सिद्ध प्रकरणे असलेल्या शास्त्रज्ञाला सर्वोच्च नागरी पुरस्कार प्रदान केला जाणार नाही." परंतु न्यायालयाने त्यांना "प्रसिद्धीसाठी याचिका दाखल करणे" म्हणून नाकारले. हा पुरस्कार रद्द करण्याची आणखी एक याचिका होती. 2015, परंतु केंद्रीय माहिती आयोगाने याचिका फेटाळली.

17 नोव्हेंबर 2013 रोजी, त्यांच्या भारतरत्नच्या घोषणेनंतर एका पत्रकार परिषदेत, त्यांनी भारतीय राजकारण्यांना "मूर्ख" म्हटले ज्यामुळे राष्ट्रीय संताप निर्माण झाला. तो म्हणाला, "आम्ही जे काही केले तरीही या मूर्खांनी राजकारणी आम्हाला इतके कमी का दिले.

सरकारने आम्हाला दिलेल्या पैशासाठी आम्ही शास्त्रज्ञांनी बरेच काही केले आहे." त्यांच्या बचावात राव. विज्ञानातील संशोधन निधीसाठी राजकारणी ज्या गुंतवणुकीकडे दुर्लक्ष करतात त्याबद्दल त्यांनी फक्त "मूर्खपणा" बोलल्याचा आग्रह धरला.

23

फ्रान्सिस क्रिक

फ्रान्सिस क्रिक

Top Scientists

Scan for Story Videos - www.itibook.com

फ्रान्सिस हॅरी कॉम्प्टन क्रिक ओएम एफआरएस जून 1916 - 28 जुलै 2004) हे इंग्लिश आण्विक जीवशास्त्रज्ञ, जैवभौतिकशास्त्रज्ञ आणि न्यूरोसायंटिस्ट होते. त्यांनी, जेम्स वॉटसन आणि रोझलिंड फ्रँकलिन यांनी डीएनए रेणूच्या हेलिकल स्ट्रक्चरचा उलगडा करण्यात महत्त्वपूर्ण भूमिका बजावली. 1953 मध्ये निसर्गातील क्रिक आणि वॉटसनच्या पेपरने डीएनएची रचना आणि कार्ये समजून घेण्यासाठी पाया घातला. मॉरिस विल्किन्स यांच्यासमवेत, त्यांना "न्यूक्लिक ॲसिडच्या आण्विक रचना आणि सजीव सामग्रीमधील माहिती हस्तांतरणासाठी त्याचे महत्त्व यासंबंधीच्या शोधांसाठी" 1962 चे शरीरविज्ञान किंवा वैद्यकशास्त्रातील नोबेल पारितोषिक देण्यात आले.

क्रिक हे एक महत्त्वाचे सैद्धांतिक आण्विक जीवशास्त्रज्ञ होते आणि त्यांनी डीएनएची हेलिकल रचना उघड करण्यासंबंधी संशोधनात महत्त्वपूर्ण भूमिका बजावली. न्यूक्लिक ॲसिड (DNA किंवा RNA) मधून प्रथिनांमध्ये एकदा माहिती हस्तांतरित केली की ती परत न्यूक्लिक ॲसिडमध्ये जाऊ शकत नाही या कल्पनेचा सारांश देण्यासाठी "सेंट्रल डॉग्मा" या शब्दाच्या वापरासाठी तो मोठ्या प्रमाणावर ओळखला जातो. दुसऱ्या शब्दांत, न्यूक्लिक ॲसिडपासून प्रथिनांपर्यंत माहितीच्या प्रवाहाची अंतिम पायरी अपरिवर्तनीय आहे.

त्याच्या उर्वरित कारकिर्दीत, त्यांनी ला जोला, कॅलिफोर्निया येथील साल्क इन्स्टिट्यूट फॉर बायोलॉजिकल स्टडीज येथे जेडब्ल्यू किकेफर विशिष्ट संशोधन प्राध्यापक पदावर काम केले. त्यांचे नंतरचे संशोधन सैद्धांतिक न्यूरोबायोलॉजीवर केंद्रित होते आणि मानवी चेतनेचा वैज्ञानिक अभ्यास पुढे नेण्याचा प्रयत्न केला. मृत्यूपर्यंत ते या पदावर राहिले; "तो त्याच्या मृत्यूशय्येवर एक हस्तलिखित संपादित करत होता, कडू शेवटपर्यंत एक शास्त्रज्ञ" ख्रिस्तॉफ कोचच्या म्हणण्यानुसार.

क्रिक हा हॅरी क्रिक (1887-1948) आणि ॲनी एलिझाबेथ क्रिक (née Wilkins; 1879-1955) यांचा पहिला मुलगा होता. त्याचा जन्म 8 जून 1916 रोजी झाला आणि तो वेस्टन फेवेल येथे वाढला, नॉर्थॅम्प्टन या इंग्रजी शहराजवळील एका लहान गावात, ज्यामध्ये क्रिकचे वडील आणि काका कुटुंबाचा बूट आणि बूट कारखाना चालवत होते. त्याचे आजोबा, वॉल्टर ड्रॉब्रिज क्रिक (1857-1903), एक हौशी निसर्गवादी, यांनी चार्ल्स डार्विनशी पत्रव्यवहार करून स्थानिक फोरामिनिफेरा (शेल असलेले एकल-सेल प्रोटिस्ट) चे सर्वेक्षण लिहिले, आणि दोन गॅस्ट्रोपॉड्स (गोगलगाय किंवा स्लग) असे नाव दिले.

लहान वयातच, फ्रान्सिसला विज्ञानाकडे आकर्षित झाले होते आणि ते पुस्तकांमधून त्याबद्दल काय शिकू शकतात. लहानपणी त्याला त्याच्या पालकांनी चर्चमध्ये नेले. परंतु वयाच्या 12 व्या वर्षी, त्याने सांगितले की त्याला यापुढे जायचे नाही, कारण त्याने धार्मिक श्रद्धेपेक्षा उत्तरे शोधण्यासाठी वैज्ञानिक शोधाला प्राधान्य दिले.

वॉल्टर क्रिक, त्याचे काका, ॲबिंग्टन अव्हेन्यूच्या दक्षिणेकडील एका लहानशा घरात राहत होते; त्याच्या छोट्या बागेच्या तळाशी एक शेड होती जिथे त्याने क्रिकला काच उडवायला, रासायनिक प्रयोग करायला आणि फोटोग्राफिक प्रिंट्स बनवायला शिकवले. तो आठ किंवा नऊ वर्षांचा असताना त्याने बिलिंग रोडवरील नॉर्थम्प्टन ग्रामर स्कूलच्या सर्वात कनिष्ठ फॉर्ममध्ये बदली केली. हे त्याच्या घरापासून सुमारे 1.25 मैल (2 किमी) अंतरावर होते जेणेकरून तो पार्क अव्हेन्यू साउथ आणि एबिंग्टन पार्क क्रेसेंटने तेथे आणि मागे फिरू शकत होता, परंतु तो अधिक वेळा बसने किंवा नंतर सायकलने जात असे. उच्च प्रकारातील शिक्षण समाधानकारक होते, परंतु उत्तेजक नव्हते. वयाच्या 14 व्या वर्षानंतर, त्याचे शिक्षण लंडनमधील मिल हिल स्कूलमध्ये (शिष्यवृत्तीवर) झाले, जिथे त्याने त्याचा जिवलग मित्र जॉन शिल्स्टनसोबत गणित, भौतिकशास्त्र आणि रसायनशास्त्राचा अभ्यास केला. त्यांनी मिल हिल स्कूलच्या स्थापना दिनी, शुक्रवार, 7 जुलै 1933 रोजी रसायनशास्त्रासाठीचे वॉल्टर नॉक्स पारितोषिक सामायिक केले. त्यांनी घोषित केले की त्यांचे यश मिल हिल येथे विद्यार्थी असताना मिळालेल्या शिक्षणाच्या गुणवत्तेवर आधारित आहे.

क्रिकने युनिव्हर्सिटी कॉलेज लंडन (यूसीएल) येथे शिक्षण घेतले, लंडन विद्यापीठाचे एक घटक महाविद्यालय ११ आणि १९३७ मध्ये लंडन विद्यापीठाने दिलेली विज्ञान पदवी प्राप्त केली. क्रिक यांनी यूसीएलमध्ये पीएचडी करण्यास सुरुवात केली, परंतु महायुद्धामुळे त्यात व्यत्यय आला. II. नंतर ते पीएचडीचे विद्यार्थी आणि केंब्रिजच्या गॉनविले आणि कॅयस कॉलेजचे मानद फेलो बनले आणि मुख्यत्वे केंब्रिजमधील कॅव्हेंडिश लॅबोरेटरी आणि मेडिकल रिसर्च कौन्सिल (MRC) प्रयोगशाळेत मोलेक्युलर बायोलॉजीमध्ये काम केले. ते चर्चिल कॉलेज, केंब्रिज आणि युनिव्हर्सिटी कॉलेज, लंडनचे मानद फेलो देखील होते.

क्रिकने युनिव्हर्सिटी कॉलेज लंडन येथील भौतिकशास्त्रज्ञ एडवर्ड नेव्हिल दा कोस्टा अँड्रेड यांच्या प्रयोगशाळेत उच्च तापमानात पाण्याची स्निग्धता मोजण्यासाठी पीएचडी संशोधन प्रकल्प सुरू केला (ज्याचे त्यांनी नंतर वर्णन केले "कल्पनीय सर्वात निस्तेज समस्या" १३). दुसरे महायुद्ध (विशेषतः, ब्रिटनच्या लढाईत एक घटना जेव्हा प्रयोगशाळेच्या छतावरून बॉम्ब पडला आणि त्याचे प्रायोगिक उपकरण नष्ट झाले), ५ क्रिकला भौतिकशास्त्रातील संभाव्य कारकीर्दीपासून दूर करण्यात आले. पीएचडीचा विद्यार्थी म्हणून त्याच्या दुसऱ्या वर्षात, तथापि, त्याला केरी फॉस्टर संशोधन पुरस्काराने सन्मानित करण्यात आले, हा एक मोठा सन्मान आहे. त्यांनी ब्रुकलिन कॉलेजिएट आणि पॉलिटेक्निक इन्स्टिट्यूटमध्ये पोस्टडॉक्टरल काम केले.

दुसऱ्या महायुद्धादरम्यान, त्यांनी ॲडमिरल्टी रिसर्च लॅबोरेटरीसाठी काम केले, ज्यामधून डेव्हिड बेट्स, रॉबर्ट बॉयड, जॉर्ज डेकॉन, जॉन गन, हॅरी मॅसी आणि नेव्हिल मॉट यांच्यासह अनेक उल्लेखनीय शास्त्रज्ञ उदयास आले; त्यांनी चुंबकीय आणि ध्वनिक खाणींच्या रचनेवर काम केले आणि जर्मन माइनस्वीपर्सच्या विरोधात प्रभावी असलेल्या नवीन खाणीच्या डिझाइनमध्ये त्यांनी महत्वपूर्ण भूमिका बजावली.

द्वितीय विश्वयुद्धानंतरचे जीवन आणि कार्य

1947 मध्ये, वयाच्या 31 व्या वर्षी, क्रिकने जीवशास्त्राचा अभ्यास करण्यास सुरुवात केली आणि जीवशास्त्र संशोधनात भौतिक शास्त्रज्ञांच्या महत्वपूर्ण स्थलांतराचा भाग बनले. हे स्थलांतर सर जॉन रँडल सारख्या भौतिकशास्त्रज्ञांच्या नव्याने जिंकलेल्या प्रभावामुळे शक्य झाले, ज्यांनी रडारसारख्या शोधांसह युद्ध जिंकण्यास मदत केली होती. क्रिकला भौतिकशास्त्रातील "सुरेख आणि खोल साधेपणा" पासून "नैसर्गिक निवड अब्जावधी वर्षांमध्ये विकसित झालेल्या विस्तृत रासायनिक यंत्रणेशी" जुळवून घ्याव्या लागल्या. त्यांनी या संक्रमणाचे वर्णन केले, "जवळजवळ जणू एखाद्याला पुन्हा जन्म घ्यावा लागेल". क्रिकच्या म्हणण्यानुसार, भौतिकशास्त्र शिकण्याच्या अनुभवाने त्याला काहीतरी महत्त्वाचे शिकवले होते-अभिमान-आणि खात्री होती की भौतिकशास्त्र आधीच यशस्वी असल्याने, जीवशास्त्रासारख्या इतर शास्त्रांमध्येही मोठी प्रगती शक्य आहे. क्रिकला असे वाटले की या वृत्तीने त्याला सामान्य जीवशास्त्रज्ञांपेक्षा अधिक धाडसी होण्यास प्रोत्साहन दिले जे भौतिकशास्त्राच्या मागील यशांबद्दल नव्हे तर जीवशास्त्रातील कठीण समस्यांबद्दल चिंतित होते उद्धरण आवश्यक .

दोन वर्षांच्या चांगल्या भागासाठी, क्रिकने केंब्रिजच्या स्ट्रेंजवेज रिसर्च लॅबोरेटरीमध्ये सायटोप्लाझमच्या भौतिक गुणधर्मांवर काम केले, ऑनर ब्रिजेट फेल यांच्या नेतृत्वाखाली, मेडिकल रिसर्च कौन्सिलच्या शिष्यवृत्तीसह, तो कॅव्हेंडिश लॅबोरेटरीमध्ये मॅक्स पेरुट्झ आणि जॉन केंड्र्यूमध्ये सामील होईपर्यंत. केंब्रिज येथील कॅव्हेंडिश प्रयोगशाळा सर लॉरेन्स ब्रॅग यांच्या सामान्य मार्गदर्शनाखाली होती, ज्यांना वयाच्या 25 व्या वर्षी 1915 मध्ये नोबेल पारितोषिक मिळाले होते. डीएनएच्या शोधापर्यंत अग्रगण्य अमेरिकन रसायनशास्त्रज्ञ लिनस पॉलिंग यांना हरवण्याच्या प्रयत्नात ब्रॅगचा प्रभाव होता. रचना (प्रथिनांची अल्फा हेलिक्स रचना निश्चित करण्यात पॉलिंगच्या यशामुळे पोस्टवर पोसल्यानंतर). त्याच वेळी ब्रॅगची कॅव्हेंडिश प्रयोगशाळा देखील किंग्ज कॉलेज लंडनशी प्रभावीपणे स्पर्धा करत होती, ज्याचा बायोफिजिक्स विभाग रँडलच्या मार्गदर्शनाखाली होता. (रँडलने किंग्ज कॉलेजमध्ये काम करण्यासाठी क्रिकचा अर्ज नाकारला होता.) किंग्स कॉलेजचे फ्रान्सिस क्रिक आणि मॉरिस विल्किन्स हे वैयक्तिक मित्र होते, ज्याने क्रिक आणि जेम्स वॉटसन यांच्यातील घनिष्ठ मैत्रीइतकाच नंतरच्या वैज्ञानिक घटनांवरही प्रभाव टाकला. क्रिक आणि विल्किन्स यांची पहिली भेट किंग्ज कॉलेजमध्ये झाली उद्धरण आवश्यक आणि नाही, दोन लेखकांनी चुकीने नोंदवल्याप्रमाणे, द्वितीय विश्वयुद्धादरम्यान ॲडमिरल्टी येथे.

वैयक्तिक जीवन

क्रिकने दोनदा लग्न केले, तीन मुलांचे वडील आणि सहा नातवंडांचे आजोबा होते; त्याचा भाऊ अँथनी (जन्म 1918 मध्ये) त्याच्या आधी 1966 मध्ये झाला.

28 जुलै 2004 2 रोजी सकाळी कॅलिफोर्निया विद्यापीठ, सॅन दिएगो (यूसीएसडी) ला जोला येथील थॉर्नटन हॉस्पिटलमध्ये क्रिक यांचे कोलन कर्करोगाने निधन झाले; त्याच्यावर अंत्यसंस्कार करण्यात आले आणि त्याची राख प्रशांत महासागरात विखुरली गेली. 27 सप्टेंबर 2004 रोजी सॅन डिएगो, कॅलिफोर्नियाजवळील साल्क इन्स्टिट्यूट, ला जोला येथे सार्वजनिक स्मारक आयोजित करण्यात आले होते; जेम्स वॉटसन, सिडनी ब्रेनर, ॲलेक्स रिच, सेमूर बेन्झर, ॲरॉन क्लग, क्रिस्टोफ कोच, पॅट चर्चलँड, विलानूर रामचंद्रन, टोमासो पोगियो, लेस्ली ऑर्गेल, टेरी सेजनोव्स्की, त्याचा मुलगा मायकेल क्रिक आणि त्याची धाकटी मुलगी जॅकलिन निकोल्स यांचा अतिथी वक्ता यांचा समावेश होता. 19 3 ऑगस्ट 2004 रोजी कुटुंब आणि सहकाऱ्यांसाठी एक खाजगी स्मारक आयोजित करण्यात आले होते.

संशोधन

क्रिक यांना जीवशास्त्राच्या दोन मूलभूत निराकरण न झालेल्या समस्यांमध्ये रस होता: रेणू निर्जीव ते सजीवात कसे संक्रमण करतात आणि मेंदू जागरूक मन कसे बनवतात. त्याच्या पार्श्वभूमीमुळे तो पहिल्या विषयावर आणि बायोफिजिक्स या विषयावरील संशोधनासाठी अधिक पात्र ठरल्याचे त्याच्या लक्षात आले. क्रिकचे भौतिकशास्त्रातून जीवशास्त्रात संक्रमण झाले तेव्हाच त्याच्यावर लिनस पॉलिंग आणि एर्विन श्रोडिंगर या दोघांचा प्रभाव होता. हे सिद्धांतानुसार स्पष्ट होते की जैविक रेणूंमधील सहसंयोजक बंध पेशींमध्ये अनुवांशिक माहिती ठेवण्यासाठी आवश्यक संरचनात्मक स्थिरता प्रदान करू शकतात. नेमका कोणता रेणू अनुवांशिक रेणू आहे हे शोधण्यासाठी केवळ प्रायोगिक जीवशास्त्राचा एक व्यायाम म्हणून राहिला होता.क्रिकच्या मते, नैसर्गिक निवडीद्वारे चार्ल्स डार्विनचा उत्क्रांतीचा सिद्धांत, ग्रेगर मेंडेलचे अनुवांशिकता आणि जनुकशास्त्राच्या आण्विक आधाराचे ज्ञान, एकत्रित केल्यावर जीवनाचे रहस्य उघड झाले. टेस्ट ट्यूबमध्ये जीवन लवकरच निर्माण होईल, असा आशावादी दृष्टिकोन क्रिकचा होता. तथापि, काही लोकांना (जसे की सहकारी संशोधक आणि सहकारी एस्थर लेडरबर्ग) असे वाटले की क्रिक अवाजवी आशावादी आहे

हे स्पष्ट होते की काही मॅक्रोमोलेक्यूल जसे की प्रथिने हे अनुवांशिक रेणू असण्याची शक्यता होती. तथापि, हे सर्वज्ञात होते की प्रथिने संरचनात्मक आणि कार्यात्मक मॅक्रोमोलेक्यूल्स आहेत, त्यापैकी काही पेशींच्या एन्झाइमॅटिक प्रतिक्रिया करतात. 1940 च्या दशकात, उमेदवार अनुवांशिक रेणू म्हणून गुणसूत्रांचे इतर प्रमुख घटक, डीएनए, दुसर्या मॅक्रोमोलेक्युलकडे निर्देश करणारे काही पुरावे आढळले. 1944 च्या एव्हरी-मॅकलिओड-मॅककार्टी प्रयोगात, ओसवाल्ड एव्हरी आणि त्यांच्या सहयोगींनी दाखवून दिले की जीवाणूंमध्ये विशिष्ट डीएनए रेणू प्रदान करून अनुवांशिक फेनोटाइपिक फरक होऊ शकतो.

तथापि, इतर पुराव्यांचा असा अर्थ लावला गेला की डीएनए संरचनात्मकदृष्ट्या रसहीन आणि वरवर पाहता अधिक मनोरंजक प्रोटीन रेणूंसाठी फक्त एक आण्विक मचान आहे. केंब्रिज विद्यापीठात मॅक्स पेरुट्झच्या प्रकल्पात सामील होण्यासाठी क्रिक योग्य ठिकाणी, योग्य मानसिकतेत, योग्य वेळी (1949) होता आणि त्याने प्रथिनांच्या एक्स-रे क्रिस्टलोग्राफीवर काम करण्यास सुरुवात केली. 28 क्ष-किरण क्रिस्टलोग्राफीने सैद्धांतिकदृष्ट्या प्रथिने आणि डीएनए सारख्या मोठ्या रेणूंची आण्विक रचना प्रकट करण्याची संधी दिली, परंतु अशा मोठ्या रेणूंना क्ष-किरण क्रिस्टलोग्राफी लागू होण्यापासून रोखत असताना गंभीर तांत्रिक समस्या होत्या.

1949-1950

क्रिकने स्वतःला एक्स-रे क्रिस्टलोग्राफीचा गणिती सिद्धांत शिकवला. क्रिकच्या क्ष-किरणांच्या विवर्तनाच्या अभ्यासाच्या काळात, केंब्रिज प्रयोगशाळेतील संशोधक प्रथिनांमध्ये (अल्फा हेलिक्स) अमिनो आम्ल साखळींचे सर्वात स्थिर हेलिकल स्वरूप निश्चित करण्याचा प्रयत्न करत होते. लिनस पॉलिंग हे अल्फा हेलिक्सचे 3.6 प्रति हेलिक्स टर्न रेशो ओळखणारे पहिले होते. अल्फा हेलिक्सचे योग्य आण्विक मॉडेल बनवण्याच्या अयशस्वी प्रयत्नांमध्ये त्याच्या सहकर्मचाऱ्यांनी केलेल्या त्रुटींचे क्रिक साक्षीदार होते; हे महत्त्वाचे धडे निघाले जे भविष्यात डीएनएच्या पेचदार संरचनेवर लागू केले जाऊ शकतात. उदाहरणार्थ, प्रथिनांमधील पेप्टाइड बाँड्स आणि डीएनएमधील न्यूक्लियोटाइड्सची रचना या दोन्हीशी संबंधित असलेल्या आण्विक संरचनांना दुहेरी बंध प्रदान करणाऱ्या संरचनात्मक कडकपणाचे महत्त्व त्यांनी शिकले.

1951-1953: DNA संरचना

1951 आणि 1952 मध्ये, विल्यम कोचरन आणि व्लादिमीर वॅंड यांच्यासमवेत, क्रिक यांनी हेलिकल रेणूद्वारे क्ष-किरण विवर्तनाचा गणितीय सिद्धांत विकसित करण्यात मदत केली. हा सैद्धांतिक परिणाम प्रथिनांच्या क्ष-किरण डेटाशी चांगला जुळला ज्यामध्ये अल्फा हेलिक्स कॉन्फॉर्मेशनमध्ये एमिनो ॲसिडचे अनुक्रम असतात. हेलिकल डिफ्रॅक्शन सिद्धांत देखील डीएनएची रचना समजून घेण्यासाठी उपयुक्त ठरला.

1951 च्या उत्तरार्धात, क्रिकने जेम्स वॉटसनसोबत केंब्रिज विद्यापीठ, इंग्लंडमधील कॅव्हेंडिश प्रयोगशाळेत काम करण्यास सुरुवात केली. "फोटो 51" (रोझलिंड फ्रँकलिन आणि किंग्ज कॉलेज लंडनचा तिचा पदवीधर विद्यार्थी रेमंड गॉस्लिंग यांचे एक्स-रे डिफ्रॅक्शन परिणाम, गॉसलिंग आणि फ्रँकलिनचे सहकारी विल्किन्स यांनी त्यांना दिलेले) वापरून, वॉटसन आणि क्रिक यांनी मिळून डीएनएच्या पेचदार रचनेचे मॉडेल विकसित केले. , जे त्यांनी 1953 मध्ये प्रकाशित केले. या आणि त्यानंतरच्या कामासाठी त्यांना 1962 मध्ये विल्किन्स यांच्यासोबत संयुक्तपणे फिजिओलॉजी किंवा मेडिसिनमधील नोबेल पारितोषिक देण्यात आले.

जेव्हा वॉटसन केंब्रिजला आला तेव्हा क्रिक हा ३५ वर्षांचा पदवीधर विद्यार्थी होता (WWII दरम्यान त्याच्या कामामुळे) आणि वॉटसन फक्त २३ वर्षांचा होता, पण त्याने आधीच पीएचडी मिळवली होती. अनुवांशिक माहिती आण्विक स्वरूपात कशी संग्रहित केली जाऊ शकते हे शिकण्याच्या मूलभूत समस्येमध्ये त्यांनी स्वारस्य व्यक्त केले. वॉटसन आणि क्रिक यांनी डीएनए आणि त्याच्या संरचनेच्या चांगल्या आण्विक मॉडेलचा अंदाज लावणे शक्य आहे या कल्पनेबद्दल अविरतपणे चर्चा केली. विल्किन्स, फ्रँकलिन आणि गॉसलिंग यांनी मिळवलेल्या एक्स-रे डिफ्रॅक्शन इमेजमधून प्रायोगिकरित्या मिळवलेल्या माहितीचा एक महत्त्वाचा भाग आला. नोव्हेंबर 1951 मध्ये, विल्किन्स केंब्रिजला आले आणि त्यांनी वॉटसन आणि क्रिक यांच्याशी त्यांचा डेटा शेअर केला. अलेक्झांडर स्टोक्स (हेलिकल डिफ्रॅक्शन थिअरीमधील आणखी एक तज्ज्ञ) आणि विल्किन्स (दोघेही किंग्ज कॉलेजमधील) या निष्कर्षावर पोहोचले होते की डीएनएसाठी

एक्स-रे डिफ्रॅक्शन डेटाने रेणूची हेलिकल रचना असल्याचे सूचित केले होते-परंतु फ्रँकलिनने या निष्कर्षावर जोरदार विरोध केला. विल्किन्ससोबतच्या त्यांच्या चर्चेमुळे आणि फ्रँकलिनने डीएनएवरील तिच्या कामाबद्दल दिलेल्या भाषणात उपस्थित राहून वॉटसनने काय शिकले याने उत्तेजित होऊन, क्रिक आणि वॉटसन यांनी डीएनएचे चुकीचे पहिले मॉडेल तयार केले आणि दाखवले. डीएनए संरचनेचे मॉडेल तयार करण्याची त्यांची घाई काही अंशी ते लिनस पॉलिंगशी स्पर्धा करत असल्याच्या ज्ञानाने प्रेरित होते. अल्फा हेलिक्सचा शोध लावण्यात पॉलिंगला अलीकडेच मिळालेले यश पाहता, त्यांना भीती वाटली की डीएनएची रचना निश्चित करणारा पॉलिंग देखील पहिला असावा.

मे 1952 मध्ये ठरल्याप्रमाणे पॉलिंगला ब्रिटनला जाणे शक्य झाले असते तर काय घडले असते याबद्दल अनेकांचा अंदाज आहे. तसे, त्याच्या राजकीय हालचालींमुळे युनायटेड स्टेट्स सरकारने त्याच्या प्रवासावर निर्बंध आणले आणि नंतर तोपर्यंत तो यूकेला गेला नाही, त्या वेळी तो इंग्लंडमधील कोणत्याही डीएनए संशोधकांना भेटला नाही. कोणत्याही परिस्थितीत तो त्या वेळी प्रथिनांमध्ये व्यस्त होता, डीएनए नाही. वॉटसन आणि क्रिक अधिकृतपणे डीएनएवर काम करत नव्हते. क्रिक त्यांचा पीएचडीचा प्रबंध लिहीत होते; वॉटसनकडे क्ष-किरण विवर्तन प्रयोगांसाठी मायोग्लोबिनचे क्रिस्टल्स मिळविण्याचा प्रयत्न करण्यासारखे इतर काम देखील होते. 1952 मध्ये, वॉटसनने तंबाखूच्या मोझॅक विषाणूवर एक्स-रे डिफ्रॅक्शन केले आणि त्याला हेलिकल रचना असल्याचे दर्शवणारे परिणाम आढळले. एकदा अयशस्वी झाल्यानंतर, वॉटसन आणि क्रिक आता पुन्हा प्रयत्न करण्यास काहीसे नाखूष झाले आणि काही काळासाठी त्यांना डीएनएचे आण्विक मॉडेल शोधण्यासाठी आणखी प्रयत्न करण्यास मनाई करण्यात आली.

DNA च्या फॉस्फेट बॅकबोनवर जोर देणारा आकृती. वॉटसन आणि क्रिक यांनी प्रथम हेलिकेसच्या मध्यभागी फॉस्फेट्ससह हेलिकल मॉडेल बनवले.

वॉटसन आणि क्रिकच्या मॉडेल बिल्डिंगच्या प्रयत्नात रोझलिंड फ्रँकलिनची मूलभूत रसायनशास्त्राची समज होती, ज्याने सूचित केले की डीएनएच्या न्यूक्लियोटाइड साखळ्यांच्या हायड्रोफिलिक फॉस्फेट-युक्त पाठीचा कणा अशा स्थितीत असावा जेणेकरून पाण्याच्या रेणूंशी संवाद साधता येईल. रेणू तर हायड्रोफोबिक बेस कोरमध्ये पॅक केले पाहिजेत. फ्रँकलिनने वॉटसन आणि क्रिक यांच्याशी हे रासायनिक ज्ञान सामायिक केले जेव्हा तिने त्यांच्या लक्षात आणून दिले की त्यांचे पहिले मॉडेल (1951 पासून, आत फॉस्फेट्ससह) स्पष्टपणे चुकीचे होते.

क्रिकने विल्किन्स आणि फ्रँकलिन यांना सहकार्य करण्यात आणि डीएनएचे आण्विक मॉडेल शोधण्याच्या दिशेने काम करण्यात अयशस्वी होण्यामागे जे पाहिले त्याचे वर्णन त्यांनी आणि वॉटसनने शेवटी असे करण्याचा दुसरा प्रयत्न केला याचे प्रमुख कारण आहे. त्यांनी विल्यम लॉरेन्स ब्रॅग आणि विल्किन्स या दोघांकडून तसे करण्याची परवानगी मागितली आणि मिळाली. डीएनएचे त्यांचे मॉडेल तयार करण्यासाठी, वॉटसन आणि क्रिक यांनी फ्रँकलिनच्या अप्रकाशित क्ष-किरण विवर्तन प्रतिमांमधून माहितीचा वापर केला (मीटिंगमध्ये दर्शविल्या गेलेल्या आणि विल्किन्सने मुक्तपणे सामायिक केल्या), ज्यामध्ये फ्रँकलिनच्या निकालांचा/एक्स-रे प्रतिमांच्या छायाचित्रांचा समावेश होता. 1952 च्या उत्तरार्धात सर जॉन रँडल यांच्या किंग्ज कॉलेज प्रयोगशाळेच्या लिखित प्रगती अहवालात समाविष्ट आहे.

वॉटसन आणि क्रिक यांना तिच्या माहितीशिवाय किंवा परवानगीशिवाय फ्रँकलिनच्या निकालांमध्ये प्रवेश मिळायला हवा होता की नाही हा वादाचा मुद्दा आहे आणि तिला तिच्या एक्स-रे डिफ्रॅक्शन डेटाच्या तपशीलवार विश्लेषणाचे निकाल औपचारिकपणे प्रकाशित करण्याची संधी मिळण्यापूर्वी प्रगती अहवाल. तथापि, वॉटसन आणि क्रिक यांना तिच्या ठाम प्रतिपादनात दोष आढळला की, त्यांच्या माहितीनुसार, एक पेचदार रचना हा DNA साठी एकमेव संभाव्य आकार नाही - त्यामुळे त्यांची कोंडी झाली. या समस्येचे स्पष्टीकरण करण्याच्या प्रयत्नात, मॅक्स फर्डिनांड पेरुट्झ यांनी नंतर प्रगती अहवालात काय होते ते प्रकाशित केले, आणि असे सुचवले की 1951 च्या उत्तरार्धात फ्रँकलिनने स्वतः तिच्या भाषणात (वॉटसन उपस्थित होते) असे काहीही सांगितले नव्हते. पुढे, पेरुट्झ यांनी स्पष्ट केले की हा अहवाल वैद्यकीय संशोधन परिषद (एमआरसी) समितीला होता जो "परिषदेसाठी काम करणाऱ्या लोकांच्या विविध गटांमध्ये संपर्क स्थापित करण्यासाठी" तयार करण्यात आला होता. रँडल आणि पेरुट्झच्या प्रयोगशाळांना MRC द्वारे निधी दिला गेला.

वॉटसन आणि क्रिक यांनी केलेल्या मॉडेल-बिल्डिंगसाठी प्रगती अहवालातील फ्रँकलिनचे अप्रकाशित परिणाम प्रत्यक्षात किती महत्त्वाचे होते हे देखील स्पष्ट नाही. 1930 मध्ये डीएनएच्या पहिल्या क्रूड एक्स-रे डिफ्रॅक्शन इमेजेस गोळा केल्यानंतर, विल्यम अॅस्टबरी यांनी डीएनएमध्ये 3.4 अँग्स्ट्रोम (0.34 नॅनोमीटर) अंतरावर असलेल्या न्यूक्लियोटाइड्सच्या स्टॅकबद्दल बोलले होते. अॅस्टबरीच्या पूर्वीच्या क्ष-किरण विवर्तन कार्याचा दाखला हा फ्रँकलिनच्या डीएनएवरील पहिल्या पेपरमधील केवळ आठ संदर्भांपैकी एक होता. अॅस्टबरीच्या प्रकाशित डीएनए परिणामांचे विश्लेषण आणि विल्किन्स आणि फ्रँकलिन यांनी एकत्रित केलेल्या चांगल्या एक्स-रे विवर्तन प्रतिमांनी डीएनएचे हेलिकल स्वरूप उघड केले. डीएनए हेलिक्सच्या एका वळणात (प्रति वळण 10; हेलिक्सचे पूर्ण वळण हे कॉम्पॅक्ट ए फॉर्ममध्ये 27 अँग्स्ट्रोम 2.7 एनएम , अँग्स्ट्रोम 3.4 एनएम आहे. ओले बी फॉर्म). विल्किन्सने क्रिक आणि वॉटसन यांच्याशी डीएनएच्या बी फॉर्मबद्दल ही माहिती सामायिक केली. डीएनए डबल हेलिक्स मॉडेल प्रकाशित होईपर्यंत क्रिकने फ्रँकलिनच्या बी फॉर्मच्या एक्स-रे प्रतिमा (फोटो 51) पाहिल्या नाहीत.

वॉटसन आणि क्रिक यांनी त्यांचे डीएनएचे मॉडेल प्रकाशित करताना उद्धृत केलेल्या काही संदर्भांपैकी एक प्रकाशित लेखाचा होता ज्यामध्ये स्वेन फुरबर्गच्या डीएनए मॉडेलचा अंतर्भाव होता. अशा प्रकारे, वॉटसन आणि क्रिक मॉडेल हे प्रस्तावित केलेले पहिले "बेस इन"

मॉडेल नव्हते. फुरबर्गच्या निकालांनी बेसच्या संदर्भात डीएनए शुगरचे योग्य अभिमुखता देखील प्रदान केले होते. त्यांच्या मॉडेल बिल्डिंग दरम्यान, क्रिक आणि वॉटसन यांना कळले की दोन न्यूक्लियोटाइड चेन बॅकबोनचे समांतर अभिमुखता दुहेरी हेलिक्सच्या मध्यभागी असलेल्या बेस जोड्यांना दिशा देण्यासाठी सर्वोत्तम कार्य करते. 1952 च्या उत्तरार्धाच्या फ्रँकलिनच्या प्रगती अहवालात क्रिकच्या प्रवेशामुळेच क्रिकला असा विश्वास निर्माण झाला की डीएनए समांतर साखळ्यांसह दुहेरी हेलिक्स आहे, परंतु तर्क आणि माहितीच्या स्त्रोतांच्या इतर साखळ्याही होत्या ज्यामुळे हे निष्कर्ष निघाले.

बर्कबेक कॉलेजसाठी किंग्ज कॉलेज सोडल्याचा परिणाम म्हणून, फ्रँकलिनला जॉन रँडलने डीएनएवरील तिचे काम सोडण्यास सांगितले. जेव्हा विल्किन्स आणि वॉटसन आणि क्रिकच्या पर्यवेक्षकांना हे स्पष्ट झाले की फ्रँकलिन नवीन नोकरीवर जात आहे आणि लिनस पॉलिंग डीएनएच्या संरचनेवर काम करत आहे, तेव्हा ते फ्रँकलिनचा डेटा वॉटसन आणि क्रिक यांच्याशी शेअर करण्यास तयार झाले, या आशेने. पॉलिंग सक्षम होण्यापूर्वी त्यांना डीएनएचे चांगले मॉडेल सापडले. डीएनएसाठी फ्रँकलिनचा एक्स-रे डिफ्रॅक्शन डेटा आणि डीएनएच्या संरचनात्मक वैशिष्ट्यांचे तिचे पद्धतशीर विश्लेषण वॉटसन आणि क्रिक यांना योग्य आण्विक मॉडेलकडे मार्गदर्शन करण्यासाठी उपयुक्त ठरले. वॉटसन आणि क्रिक यांच्यासाठी महत्त्वाची समस्या, जी किंग्ज कॉलेजच्या डेटाद्वारे सोडविली जाऊ शकत नव्हती, न्यूक्लियोटाइड बेस डीएनए डबल हेलिक्सच्या गाभ्यामध्ये कसे जोडले जातात याचा अंदाज लावणे.

डीएनएच्या काही प्रमुख संरचनात्मक वैशिष्ट्यांचे आरेखनात्मक प्रतिनिधित्व. ग्वानिनःसायटोसिन आणि अॅडेनाइनःथायमिन बेस जोड्यांची समान रचना सचित्र आहे. बेस जोड्या हायड्रोजन बाँडने एकत्र ठेवल्या जातात. फॉस्फेट पाठीचा कणा विरोधी समांतर आहेत.

डीएनएची योग्य रचना शोधण्याची आणखी एक गुरुकिल्ली म्हणजे तथाकथित चार्जाफ गुणोत्तर, डीएनएच्या न्यूक्लियोटाइड सबयुनिट्सचे प्रायोगिकरित्या निर्धारित केलेले गुणोत्तरः ग्वानिनचे प्रमाण सायटोसिनच्या बरोबरीचे असते आणि अॅडेनिनचे प्रमाण थायमिनच्या बरोबरीचे असते. 1952 मध्ये एर्विन चारगॅफने इंग्लंडला दिलेल्या भेटीमुळे वॉटसन आणि क्रिक यांच्यासाठी या महत्त्वाच्या वस्तुस्थितीचे स्पष्टीकरण बळकट झाले. की A:T आणि C:G जोड्या संरचनात्मकदृष्ट्या समान आहेत. विशेषतः, प्रत्येक बेस जोडीची लांबी समान आहे. चारगॅफने वॉटसनच्या निदर्शनास आणून दिले होते की, सेलच्या जलीय, खारट वातावरणात, पायरीमिडीन (सी आणि टी) बेसचे प्रमुख टॅटोमर्स इमिनो आणि एनॉल फॉर्म्सऐवजी सायटोसिन आणि थायमिनचे अमाईन आणि केटो कॉन्फिगरेशन असतील. जे क्रिक आणि वॉटसनने गृहीत धरले होते. त्यांनी जेरी डोनोह्यू यांचा सल्ला घेतला ज्यांनी न्यूक्लियोटाइड तळांच्या बहुधा संरचनांची पुष्टी केली. 46 बेस जोड्या हायड्रोजन बॉन्ड्सद्वारे एकत्र ठेवल्या जातात, समान गैर- सहसंयोजक परस्परसंवाद जे प्रोटीन ए-हेलिक्स स्थिर करतात. हायड्रोजन बंधांच्या स्थितीसाठी योग्य संरचना आवश्यक होत्या. या अंतर्दृष्टीमुळे वॉटसनला A:T आणि C:G जोड्यांचे खरे जैविक संबंध काढता आले. हायड्रोजन बंध A:T आणि C:G जोड्यांचा शोध लागल्यानंतर, वॉटसन आणि क्रिक यांनी लवकरच डीएनएचे समांतर विरोधी, दुहेरी हेलिकल मॉडेल तयार केले, ज्यामध्ये हेलिक्सच्या केंद्रस्थानी असलेले हायड्रोजन बंध "अनझिप" करण्याचा मार्ग प्रदान करतात. सुलभ प्रतिकृतीसाठी दोन पूरक स्ट्रँडः अनुवांशिक रेणूच्या संभाव्य मॉडेलसाठी शेवटची मुख्य आवश्यकता. दुहेरी हेलिकल डीएनए मॉडेलच्या शोधात क्रिकचे योगदान जितके महत्त्वाचे होते, तितकेच त्यांनी नमूद केले की वॉटसनसोबत सहयोग करण्याची संधी मिळाल्याशिवाय, त्याला स्वतःच ही रचना सापडली नसती.

क्रिकने न्यूक्लियोटाइड बेस पेअरिंगवर काही प्रयोग करण्याचा तात्पुरता प्रयत्न केला, परंतु तो प्रायोगिक जीवशास्त्रज्ञापेक्षा एक सैद्धांतिक जीवशास्त्रज्ञ होता. 1952 च्या सुरुवातीस बेस पेअरिंग नियमांचा आणखी एक जवळचा शोध लागला. क्रिकने बेसमधील परस्परसंवादाबद्दल विचार करायला सुरुवात केली होती. त्यांनी जॉन ग्रिफिथला रासायनिक तत्त्वे आणि क्वांटम मेकॅनिक्समधून डीएनए बेसमधील आकर्षक परस्परसंवादाची गणना करण्याचा प्रयत्न करण्यास सांगितले. A:T आणि G:C या आकर्षक जोड्या होत्या असा ग्रिफिथचा सर्वोत्तम अंदाज होता. त्यावेळी, क्रिकला चारगॅफच्या नियमांची माहिती नव्हती आणि त्याने ग्रिफिथची मोजणी फारच कमी केली, जरी त्याने त्याला पूरक प्रतिकृतीबद्दल विचार करायला सुरुवात केली. योग्य बेस-पेअरिंग नियम (AT, GC) ओळखणे वॉटसनने न्यूक्लियोटाइड बेसच्या कार्डबोर्ड कट-आउट मॉडेल्ससह "खेळणे" साध्य केले, ज्या पद्धतीने लिनस पॉलिंगने काही वर्षांपूर्वी प्रोटीन अल्फा हेलिक्स शोधले होते. डीएनए दुहेरी हेलिक्स संरचनेचा वॉटसन आणि क्रिकचा शोध हे त्यांचे ध्येय साध्य करण्यासाठी सिद्धांत, मॉडेलिंग आणि प्रायोगिक परिणाम (जरी बहुतेक इतरांनी केले असले तरी) एकत्रित करण्याच्या त्यांच्या इच्छेमुळे शक्य झाले.

वॉटसन आणि क्रिक यांनी प्रस्तावित केलेली डीएनए दुहेरी हेलिक्स रचना डीएनए (ए, सी, टी, जी) आणि आरएनए (ए, सी, यू, जी) मध्ये वारंवार आढळणाऱ्या चार तळांमधील "वॉटसन-क्रिक" बंधांवर आधारित होती. तथापि, नंतरच्या संशोधनात असे दिसून आले की ट्रिपल-स्ट्रँडेड, क्वाड्रपल-स्ट्रँडेड आणि इतर अधिक जटिल डीएनए आण्विक संरचनांना हूग्स्टीन बेस पेअरिंग आवश्यक आहे. सिंथेटिक जीवशास्त्राच्या संपूर्ण क्षेत्राची सुरुवात एरिक टी. कूल सारख्या संशोधकांच्या कार्याने झाली, ज्यामध्ये सिंथेटिक डीएनएमध्ये ए, सी, टी आणि जी व्यतिरिक्त इतर बेस वापरले जातात. सिंथेटिक डीएनए व्यतिरिक्त सिंथेटिक कोडन, सिंथेटिक एंडोन्युक्लीसेस, सिंथेटिक प्रथिने आणि सिंथेटिक झिंक फिंगर तयार करण्याचे प्रयत्न आहेत. सिंथेटिक डीएनए वापरून, 43 कोडन असण्याऐवजी, जर n नवीन बेस असतील तर तेथे n3 कोडन असू शकतात. कोडॉन्सचा 3 पेक्षा जास्त पायापर्यंत विस्तार करता येईल का हे शोधण्यासाठी सध्या संशोधन केले जात आहे.

हे नवीन कोडन नवीन अमीनो ॲसिडसाठी कोड करू शकतात. हे सिंथेटिक रेणू केवळ औषधातच नव्हे तर नवीन सामग्रीच्या निर्मितीमध्येही वापरले जाऊ शकतात.

28 फेब्रुवारी 1953 रोजी हा शोध लागला; पहिला वॉटसन/क्रिक पेपर 25 एप्रिल 1953 रोजी नेचरमध्ये प्रकाशित झाला. सर लॉरेन्स ब्रॅग, कॅव्हेंडिश प्रयोगशाळेचे संचालक, जेथे वॉटसन आणि क्रिक यांनी काम केले, त्यांनी गुरुवारी 14 मे 1953 रोजी लंडनमधील गाय हॉस्पिटल मेडिकल स्कूलमध्ये एक भाषण दिले ज्याचा परिणाम झाला. शुक्रवार 15 मे 1953 रोजी लंडनच्या न्यूज क्रॉनिकलमध्ये रिची कॅल्डरचा लेख, "व्हाय यू आर यू. नियरर सिक्रेट ऑफ लाईफ." ही बातमी दुसऱ्या दिवशी न्यूयॉर्क टाइम्सच्या वाचकांपर्यंत पोहोचली; व्हिक्टर के. मॅकेल्हेनी यांनी "वॉटसन आणि डीएनए: एक वैज्ञानिक क्रांती बनवणे" या त्यांच्या चरित्रावर संशोधन करताना, लंडनमधून लिहिलेल्या आणि 16 मे 1953 रोजी "जीवन युनिटचे स्वरूप" या शीर्षकासह सहा परिच्छेदाच्या न्यूयॉर्क टाइम्स लेखाची क्लिपिंग सापडली. सेलमध्ये स्कॅन केले आहे. लेख सुरुवातीच्या आवृत्तीत चालला आणि नंतर अधिक महत्त्वाच्या समजल्या जाणाऱ्या बातम्यांसाठी जागा बनवण्यासाठी तो खेचला गेला. (त्यानंतर न्यूयॉर्क टाइम्सने १२ जून १९५३ रोजी एक मोठा लेख छापला). युनिव्हर्सिटीच्या अंडरग्रेजुएट वृत्तपत्र वर्सिटीने शनिवारी 30 मे 1953 रोजी या शोधाबद्दल स्वतःचा एक छोटा लेखही प्रकाशित केला. ब्रॅगने 8 एप्रिल 1953 रोजी बेल्जियममधील प्रथिनेंवरील सोल्वे परिषदेत शोधाची मूळ घोषणा ब्रिटीश प्रेसने नोंदवली नाही.

19 मार्च 1953 रोजी एका ब्रिटीश बोर्डिंग स्कूलमध्ये आपल्या मुलाला लिहिलेल्या सात पानांच्या, हस्तलिखित पत्रात 49 क्रिकने "माय डियर मायकेल, जिम वॉटसन आणि मी कदाचित सर्वात महत्त्वाचा शोध लावला आहे" या अक्षराने सुरुवात करून त्याच्या शोधाचे स्पष्टीकरण दिले. 49 ५० हे पत्र 10 एप्रिल 2013 रोजी क्रिस्टीज न्यू यॉर्क येथे लिलावासाठी $1 ते $2 दशलक्षच्या अंदाजासह ठेवण्यात आले होते, अखेरीस $6,059,750 मध्ये विकले गेले, लिलावात पत्रासाठी दिलेली सर्वात मोठी रक्कम.

सिडनी ब्रेनर, जॅक ड्युनिट्झ, डोरोथी हॉजकिन, लेस्ली ऑर्गेल आणि बेरिल एम. ओघ्टन हे एप्रिल 1953 मध्ये क्रिक आणि वॉटसन यांनी तयार केलेल्या डीएनएच्या संरचनेचे मॉडेल पाहणारे काही लोक होते; त्यावेळी ते ऑक्सफर्ड विद्यापीठाच्या रसायनशास्त्र विभागात कार्यरत होते. नवीन डीएनए मॉडेलने सर्व प्रभावित झाले, विशेषतः ब्रेनर ज्यांनी नंतर केंब्रिज येथील क्रिकसोबत कॅव्हेंडिश प्रयोगशाळेत आणि आण्विक जीवशास्त्राच्या नवीन प्रयोगशाळेत काम केले. दिवंगत डॉ. बेरिल ओघ्टन, नंतर रिमर यांच्या मते, जेव्हा डोरोथी हॉजकिनने त्यांना घोषित केले की ते डीएनएच्या संरचनेचे मॉडेल पाहण्यासाठी केंब्रिजला जात आहेत तेव्हा ते सर्वजण दोन कारमध्ये एकत्र प्रवास करत होते. ऑर्गेलने नंतर क्रिकसोबत साल्क इन्स्टिट्यूट फॉर बायोलॉजिकल स्टडीजमध्येही काम केले.

क्रिक आणि वॉटसन डीएनए मॉडेल 1953 मध्ये बांधले गेले, 1973 मध्ये त्याच्या मूळ तुकड्यांमधून मोठ्या प्रमाणात पुनर्बांधणी करण्यात आली आणि लंडनमधील राष्ट्रीय विज्ञान संग्रहालयाला दान करण्यात आली.

क्रिकच्या मृत्यूनंतर लगेचच, डीएनएच्या हेलिक्स रचनेची कल्पना आल्यावर त्याच्यावर एलएसडीचा वापर केल्याबद्दल आरोप झाले आहेत. जरी त्याने जवळजवळ निश्चितपणे एलएसडीचा वापर केला असला तरी, त्याने 1953 च्या सुरुवातीला असे केले असण्याची शक्यता नाही.

आण्विक जीवशास्त्र

1954 मध्ये, वयाच्या 37 व्या वर्षी, क्रिकने त्यांचा पीएचडी प्रबंध पूर्ण केला: "एक्स-रे डिफ्रॅक्शन: पॉलीपेप्टाइड्स आणि प्रथिने" आणि पदवी प्राप्त केली. त्यानंतर क्रिकने ब्रुकलिन पॉलिटेक्निक इन्स्टिट्यूटमध्ये डेव्हिड हार्करच्या प्रयोगशाळेत काम केले, जिथे त्यांनी प्रथिनांसाठी एक्स-रे डिफ्रॅक्शन डेटाचे विश्लेषण, प्रामुख्याने रिबोन्यूक्लीज आणि प्रथिने संश्लेषणाच्या यंत्रणेवर काम करत आपले कौशल्य विकसित करणे सुरू ठेवले. डेव्हिड हार्कर, अमेरिकन एक्स-रे क्रिस्टलोग्राफर, पॅरिसजवळील गिफ-सूर-यवेट येथील सेंटर फॉर मॉलिक्युलर जेनेटिक्सचे क्रिस्टलोग्राफर व्हिटोरियो लुझाटी यांनी "क्रिस्टलोग्राफीचे जॉन वेन" म्हणून वर्णन केले होते, ज्यांनी रोझलिंड फ्रँकलिनसोबत काम केले होते.

डीएनएच्या दुहेरी हेलिक्स मॉडेलचा शोध लागल्यानंतर, क्रिकची आवड त्वरीत संरचनेच्या जैविक परिणामांकडे वळली. 1953 मध्ये, वॉटसन आणि क्रिक यांनी नेचरमध्ये आणखी एक लेख प्रकाशित केला ज्यामध्ये असे म्हटले आहे: "त्यामुळे असे दिसते की बेसचा अचूक क्रम हा अनुवांशिक माहितीचा कोड आहे".

कोलेजन ट्रिपल हेलिक्स.

1956 मध्ये, क्रिक आणि वॉटसन यांनी लहान विषाणूंच्या संरचनेचा अंदाज लावला. त्यांनी सुचवले की टोमॅटो बुशी स्टंट व्हायरससारख्या गोलाकार विषाणूंमध्ये आयकोसेड्रल सममिती असते आणि ते 60 समान उपयुनिट्सपासून बनवले जातात.

न्यू यॉर्कमध्ये अल्पावधीत राहिल्यानंतर, क्रिक केंब्रिजला परतले जेथे त्यांनी 1976 पर्यंत काम केले, त्या वेळी ते कॅलिफोर्नियाला गेले. क्रिक अनेक क्ष-किरण विवर्तन सहयोगात गुंतले होते जसे की कोलेजेनच्या संरचनेवर अलेक्झांडर रिच सोबतचा एक. तथापि, क्रिक प्रथिनांच्या क्ष-किरण विवर्तन पॅटर्नच्या स्पष्टीकरणातील त्याच्या निपुणतेशी संबंधित सतत कामापासून त्वरीत दूर जात होता.

जॉर्ज गॅमो यांनी पेशींच्या केंद्रकातील अनुवांशिक स्टोरेज रेणू आणि साइटोप्लाझम (आरएनए टाई क्लब) मधील प्रथिनांचे संश्लेषण म्हणून डीएनए दरम्यान मध्यस्थ म्हणून आरएनएच्या भूमिकेत स्वारस्य असलेल्या शास्त्रज्ञांच्या गटाची स्थापना केली. क्रिकला हे स्पष्ट होते की एक कोड असणे आवश्यक आहे ज्याद्वारे न्यूक्लियोटाइड्सचा एक छोटासा क्रम नवीन संश्लेषित प्रोटीनमध्ये विशिष्ट अमीनो ॲसिड निर्दिष्ट करेल. 1956 मध्ये, क्रिकने गॅमोच्या आरएनए गटातील शास्त्रज्ञांच्या लहान गटासाठी अनुवांशिक कोडिंग समस्येबद्दल एक अनौपचारिक पेपर लिहिला. या लेखात, क्रिकने प्रथिने संश्लेषित करण्यासाठी वापरल्या जाणार्‍या सुमारे 20 अमीनो ॲसिडचा एक सामान्य संच आहे या कल्पनेला समर्थन देणाऱ्या पुराव्याचे पुनरावलोकन केले. क्रिकने प्रस्तावित केले की लहान "ॲडॉप्टर रेणू" चा एक संच आहे जो हायड्रोजनला न्यूक्लिक ॲसिडच्या लहान अनुक्रमांशी जोडेल आणि एमिनो ॲसिडपैकी एकाशी देखील जोडेल. त्याने अनेक सैद्धांतिक शक्यतांचाही शोध लावला ज्याद्वारे लहान न्यूक्लिक ॲसिड सीक्वेन्स 20 एमिनो ॲसिडसाठी कोड करू शकतात.

टीआरएनए रेणूचे आण्विक मॉडेल उद्धरण आवश्यक क्रिकने भाकीत केले की असे अडॅप्टर रेणू कोडॉन आणि अमीनो ॲसिडमधील दुवे म्हणून अस्तित्वात असू शकतात.

1950 च्या मध्यापासून ते उत्तरार्धात क्रिक प्रथिनांचे संश्लेषण कसे होते याचे रहस्य शोधण्यात बौद्धिकदृष्ट्या गुंतले होते. 1958 पर्यंत, क्रिकची विचारसरणी परिपक्व झाली होती आणि प्रथिने संश्लेषण प्रक्रियेची सर्व प्रमुख वैशिष्ट्ये ते व्यवस्थितपणे सूचीबद्ध करू शकतात.

डीएनए रेणूंच्या क्रमाने संग्रहित अनुवांशिक माहिती

एक "मेसेंजर" RNA रेणू साइटोप्लाझममध्ये एक प्रोटीन बनवण्याच्या सूचना घेऊन जातो

आरएनए मेसेंजर रेणूंमधील न्यूक्लियोटाइड्सचे लहान अनुक्रम विशिष्ट अमीनो ॲसिडशी जुळण्यासाठी अडॅप्टर रेणू ("त्यांच्यात न्यूक्लियोटाइड असू शकतात")

रिबोन्यूक्लिक-प्रोटीन कॉम्प्लेक्स जे मेसेंजर आरएनएनुसार अमीनो ॲसिडचे असेंब्ली प्रथिनांमध्ये उत्प्रेरित करतात

अडॅप्टर रेणू अखेरीस टीआरएनए असल्याचे दाखवले गेले आणि उत्प्रेरक "रिबोन्यूक्लिक-प्रोटीन कॉम्प्लेक्स" रिबोसोम म्हणून ओळखले जाऊ लागले. एक महत्त्वाची पायरी नंतर लक्षात आली (1960 मध्ये) की मेसेंजर RNA हे ribosomal RNA सारखे नाही. तथापि, यापैकी कोणीही अनुवांशिक कोडच्या नेमक्या स्वरूपाच्या मूलभूत सैद्धांतिक प्रश्नाचे उत्तर दिले नाही. क्रिकने त्याच्या 1958 च्या लेखात, इतरांप्रमाणेच, न्यूक्लियोटाइड्सचे तिप्पट एमिनो ॲसिडसाठी कोड असू शकते असा अंदाज लावला. असा कोड "डिजनरेट" असू शकतो, ज्यामध्ये चार न्यूक्लियोटाइड सबयुनिट्सचे $4\times4\times4=64$ संभाव्य तिहेरी असू शकतात, जेव्हा तेथे फक्त 20 अमीनो ॲसिड असतात. काही अमीनो ॲसिडमध्ये एकाधिक ट्रिपलेट कोड असू शकतात. क्रिकने इतर कोड्सचाही शोध लावला ज्यामध्ये, विविध कारणांसाठी, फक्त काही त्रिगुणांचा वापर केला गेला, "जादुईपणे" फक्त 20 आवश्यक संयोजने तयार केली. 60 प्रायोगिक परिणाम आवश्यक होते; केवळ सिद्धांत कोडचे स्वरूप ठरवू शकत नाही. क्रिकने "सेंट्रल डॉग्मा" हा शब्द देखील एका कल्पनेचा सारांश देण्यासाठी वापरला ज्याचा अर्थ असा आहे की मॅक्रोमोलेक्यूल्समधील अनुवांशिक माहितीचा प्रवाह मूलतः एकमार्गी असेल:

डीएनए? आरएनए? प्रथिने

काही समीक्षकांना असे वाटले की "डॉग्मा" हा शब्द वापरून, क्रिक असे सूचित करत होते की हा एक नियम आहे ज्यावर प्रश्नचिन्ह उपस्थित केले जाऊ शकत नाही, परंतु त्याचा अर्थ एवढाच होता की ही एक सक्तीची कल्पना आहे ज्याचे समर्थन करण्यासाठी कोणतेही ठोस पुरावे नाहीत. डीएनए जनुकांना प्रथिनांशी जोडणाऱ्या जैविक प्रक्रियांबद्दलच्या त्याच्या विचारात, क्रिकने अंतर्भूत सामग्री, आवश्यक ऊर्जा आणि माहिती प्रवाह यांच्यातील फरक स्पष्ट केला. क्रिकने या तिसऱ्या घटकावर (माहिती) लक्ष केंद्रित केले आणि ते आण्विक जीवशास्त्र म्हणून ओळखले जाणारे आयोजन तत्त्व बनले. क्रिक यावेळेस अत्यंत प्रभावशाली सैद्धांतिक आण्विक जीवशास्त्रज्ञ बनले होते.

अनुवांशिक कोड हा एक अधःपतन झालेला ट्रिपलेट कोड आहे याचा पुरावा शेवटी अनुवांशिक प्रयोगांमधून आला, ज्यापैकी काही क्रिकने केले. कोडचे तपशील मुख्यतः मार्शल निरेनबर्ग आणि इतरांनी केलेल्या कामातून आले आहेत ज्यांनी कृत्रिम आरएनए रेणूंचे संश्लेषण केले आणि ते इन विट्रो प्रोटीन संश्लेषणासाठी टेम्पलेट म्हणून वापरले. निरेनबर्गने प्रथम 1961 च्या परिषदेत मॉस्कोमधील छोट्या प्रेक्षकांसमोर त्याचे निकाल जाहीर केले. क्रिकची प्रतिक्रिया निरेनबर्गला त्यांचे भाषण मोठ्या प्रेक्षकांपर्यंत पोहोचवण्यासाठी आमंत्रित करणे ही होती.

वाद

फ्रँकलिन आणि विल्किन्स यांनी संकलित केलेल्या डीएनए एक्स-रे डिफ्रॅक्शन डेटाच्या वॉटसन आणि क्रिकच्या वापरामुळे एक चिरंतन वाद निर्माण झाला आहे. फ्रँकलिनचा काही अप्रकाशित डेटा वॉटसन आणि क्रिक यांनी डीएनएच्या दुहेरी हेलिक्स मॉडेलच्या निर्मितीमध्ये तिच्या माहितीशिवाय किंवा संमतीशिवाय वापरला होता या वस्तुस्थितीवरून उद्भवली आहे. चार डीएनए संशोधकांपैकी फक्त फ्रँकलिनकडे रसायनशास्त्राची पदवी होती; विल्किन्स आणि क्रिक यांची भौतिकशास्त्रात, वॉटसनची जीवशास्त्रात पार्श्वभूमी होती.

दुहेरी हेलिक्स रचना प्रकाशित करण्यापूर्वी, वॉटसन आणि क्रिक यांचा फ्रँकलिनशी फारसा थेट संवाद नव्हता. तथापि, ते तिच्या कामाबद्दल जागरूक होते, तिला स्वतःला समजले त्यापेक्षा जास्त जागरूक होते. वॉटसन नोव्हेंबर 1951 मध्ये दिलेल्या व्याख्यानात उपस्थित होते, जेथे फ्रँकलिनने रेणूचे दोन प्रकार, A आणि प्रकार B सादर केले आणि रेणूच्या बाह्य भागावरील फॉस्फेट युनिट्सच्या

स्थितीबद्दल चर्चा केली. तिने रेणूच्या इतर भागांच्या अनुषंगाने रेणूमध्ये किती पाण्याचे प्रमाण शोधले आहे, रेणूच्या स्थिरतेच्या दृष्टीने महत्त्वपूर्ण महत्त्व असलेला डेटा देखील निर्दिष्ट केला. ही तथ्ये शोधणारी आणि तयार करणारी ती पहिली होती, ज्याने रेणूचे मॉडेल तयार करण्याच्या नंतरच्या सर्व प्रयत्नांचा आधार बनवला. याआधी, लिनस पॉलिंग आणि वॉटसन आणि क्रिक या दोघांनीही आतल्या साखळ्या आणि पायथ्या बाहेर दिशेला असणारे चुकीचे मॉडेल तयार केले होते. डीएनए स्फटिकांसाठी अंतराळ गटाची तिची ओळख क्रिक यांना दिसून आली की दोन डीएनए स्ट्रँड समांतर आहेत.

जानेवारी 1953 मध्ये, वॉटसनला विल्किन्सने बी-डीएनए (फोटोग्राफ 51 म्हणतात), चे एक्स-रे छायाचित्र दाखवले. विल्किन्स यांना रोझलिंड फ्रँकलिनचा पीएचडी विद्यार्थी रेमंड गोस्लिंग याने ५१ क्रमांकाचे छायाचित्र दिले होते. डायरेक्टर जॉन रँडल यांनी फ्रँकलिनची डीएनए डिफ्रॅक्शन कार्य आणि गॉस्लिंगच्या प्रबंधाचे मार्गदर्शन या दोन्ही गोष्टी हाती घेण्यासाठी नियुक्त करण्यापूर्वी विल्किन्स आणि गॉसलिंग यांनी मेडिकल रिसर्च कौन्सिलच्या (MRC) बायोफिजिक्स युनिटमध्ये एकत्र काम केले होते. असे दिसते की रँडलने फ्रँकलिनच्या नियुक्तीबद्दल त्यांच्याशी प्रभावीपणे संवाद साधला नाही, ज्यामुळे विल्किन्स आणि फ्रँकलिन यांच्यातील गोंधळ आणि घर्षण निर्माण झाले.

फेब्रुवारी 1953 च्या मध्यभागी, क्रिकचे प्रबंध सल्लागार, मॅक्स पेरुत्झ यांनी क्रिक यांना डिसेंबर 1952 मध्ये किंग्सच्या भेटीसाठी वैद्यकीय संशोधन परिषदेच्या बायोफिजिक्स समितीने लिहिलेल्या अहवालाची एक प्रत दिली, ज्यामध्ये फ्रँकलिनच्या काही क्रिस्टलोग्राफिक गणनांचा समावेश होता.

क्रिक आणि वॉटसनसोबत छायाचित्र आणि इतर माहिती सामायिक केली गेली होती हे फ्रँकलिनला माहीत नव्हते. तिने तीन मसुदा हस्तलिखितांची मालिका लिहिली, त्यापैकी दोनमध्ये दुहेरी हेलिकल डीएनए बॅकबोनचा समावेश होता. क्रिक आणि वॉटसन यांनी त्यांचे मॉडेल पूर्ण करण्याच्या एक दिवस अगोदर, 6 मार्च 1953 रोजी तिची दोन A फॉर्म हस्तलिखिते कोपनहेगनमधील Acta Crystallographica येथे पोहोचली.

गॉस्लिंग आणि फ्रँकलिन यांनी गोळा केलेल्या क्ष-किरण विवर्तन प्रतिमांनी डीएनएच्या पेचदार स्वरूपाचा सर्वोत्तम पुरावा दिला. फ्रँकलिनचे प्रायोगिक कार्य अशा प्रकारे वॉटसन आणि क्रिकच्या शोधात महत्त्वपूर्ण ठरले. तिच्या प्रायोगिक परिणामांनी डीएनए क्रिस्टल्सच्या पाण्याच्या सामग्रीचा अंदाज दिला आणि हे परिणाम रेणूच्या बाहेरील तीन शुगर-फॉस्फेट बॅकबोन्सशी सर्वात सुसंगत होते. फ्रँकलिनच्या एक्स-रे छायाचित्रातून असे दिसून आले की पाठीचा कणा बाहेरील बाजूस असावा. जरी तिने सुरुवातीला जोरदारपणे आग्रह केला की तिच्या डेटाने डीएनएची हेलिकल रचना आहे असा निष्कर्ष काढण्यास भाग पाडले नाही, तरीही तिने 1953 मध्ये सादर केलेल्या मसुद्यांमध्ये तिने दुहेरी हेलिकल डीएनए पाठीचा कणा असल्याचा युक्तिवाद केला. डीएनए क्रिस्टल्ससाठी स्पेस ग्रुपची तिची ओळख क्रिकला स्पष्ट झाली की डीएनए स्ट्रँड समांतरविरोधी आहेत, ज्यामुळे वॉटसन आणि क्रिक यांना दोन समांतर पॉलीन्यूक्लियोटाइड स्ट्रँडसह डीएनए मॉडेल शोधण्याचा निर्णय घेण्यात मदत झाली.

सारांश, वॉटसन आणि क्रिक यांच्याकडे फ्रँकलिनच्या अप्रकाशित डेटाचे तीन स्रोत होते: 1) तिचा 1951 चा परिसंवाद, वॉटसन उपस्थित होते,) विल्किन्स यांच्याशी चर्चा, ज्यांनी फ्रँकलिनसोबत त्याच प्रयोगशाळेत काम केले होते, 3) संशोधन प्रगती मेडिकल रिसर्च कौन्सिल-समर्थित प्रयोगशाळांच्या समन्वयाला चालना देण्याचा हेतू असलेला अहवाल. वॉटसन, क्रिक, विल्किन्स आणि फ्रँकलिन या सर्वांनी MRC प्रयोगशाळांमध्ये काम केले.

क्रिक आणि वॉटसन यांना वाटले की त्यांना विल्किन्ससोबत सहयोग केल्याने फायदा झाला. त्यांनी त्याला प्रथम DNA च्या दुहेरी हेलिक्स संरचनेचे वर्णन केलेल्या लेखावर सह-लेखकत्व देऊ केले. विल्किन्सने ऑफर नाकारली, ही वस्तुस्थिती आहे ज्यामुळे किंग्ज कॉलेजमध्ये प्रायोगिक कामाची पोचपावती अंतिम प्रकाशित झालेल्या पेपरमध्ये होती. वॉटसन आणि क्रिकच्या दुहेरी हेलिक्स लेखावर किंग्ज कॉलेजमधील कोणत्याही डीएनए संशोधक सह-लेखक बनवण्याऐवजी, हेलिक्स पेपरसह किंग्स कॉलेजमधून दोन अतिरिक्त पेपर प्रकाशित करणे हाच उपाय होता. ब्रेंडा मॅडॉक्स सुचविते की वॉटसन आणि क्रिकच्या मॉडेल बिल्डिंग आणि सैद्धांतिक विश्लेषणातील तिच्या प्रायोगिक परिणामांच्या महत्त्वामुळे, फ्रँकलिनचे नाव निसर्गातील मूळ वॉटसन आणि क्रिक पेपरवर असायला हवे होते. फ्रँकलिन आणि गॉसलिंग यांनी विल्किन्स, स्टोक्स आणि विल्सन यांनी त्यांचा स्वतःचा संयुक्त 'दुसरा' पेपर त्याच वेळी नेचरला सादर केला (म्हणजे डीएनएवरील 'तिसरा' पेपर).

वॉटसनने द डबल हेलिक्समधील फ्रँकलिनचे चित्रण नकारात्मक होते आणि ती विल्किन्सची सहाय्यक होती आणि तिच्या स्वतःच्या डीएनए डेटाचा अर्थ लावू शकली नाही असा देखावा दिला.

फ्रँकलिनने संकलित केलेल्या क्ष-किरणांच्या विवर्तन प्रतिमांनी डीएनएच्या हेलिकल स्वरूपाचा सर्वोत्तम पुरावा दिला. क्रिक आणि वॉटसनच्या योग्य मॉडेलच्या विकासासाठी फ्रँकलिनचे प्रायोगिक कार्य महत्त्वपूर्ण ठरले, परंतु त्या वेळी तिला स्वतःला ते जाणवले नाही. जेव्हा तिने किंग्ज कॉलेज सोडले तेव्हा संचालक सर जॉन रँडल यांनी सर्व डीएनए कार्य केवळ किंग्जचेच असल्याचा आग्रह धरला आणि फ्रँकलिनला त्याबद्दल विचारही न करण्याचा आदेश दिला. फ्रँकलिनने नंतर बर्कबेक कॉलेजमधील जे.डी. बर्नालच्या लॅबमध्ये तंबाखूच्या

मोज़ेक विषाणूच्या सहाय्याने हेलिकल कन्स्ट्रक्शनच्या कल्पनांचा विस्तार करून उत्कृष्ट काम केले.

वॉटसनसह - द डबल हेलिक्समध्ये - क्रिकचे वर्णन अनेकदा अतिशय बोलके असे केले जाते - नम्रतेचा अभाव दर्शवितात. त्याच्या वैज्ञानिक सिद्धीसह त्याच्या व्यक्तिमत्त्वाने क्रिकला इतरांच्या प्रतिक्रिया उत्तेजित करण्याच्या अनेक संधी निर्माण केल्या, वैज्ञानिक जगाच्या आत आणि बाहेर, जे त्याच्या बौद्धिक आणि व्यावसायिक जीवनाचे केंद्र होते. 85 क्रिक वेगाने आणि त्याऐवजी मोठ्याने बोलले, आणि एक संसर्गजन्य आणि पुनरावृत्ती करणारे हसणे आणि विनोदाची जिवंत भावना होती. सॉल्क इन्स्टिट्यूटमधील एका सहकाऱ्याने त्याचे वर्णन "खट्याळ हास्यासह विचारमंथन करणारे बौद्धिक शक्तीगृह असे केले. ... फ्रान्सिस कधीच क्षुद्र उत्साही, केवळ भेदक नव्हते. त्यांनी तर्कशास्त्रातील सूक्ष्म दोष शोधले. हुशार शास्त्रज्ञांनी भरलेल्या खोलीत, फ्रान्सिस सतत पुनरुत्थान करत होते. हेवीवेट चॅम्प म्हणून त्याचे स्थान."

युजेनिक्स

क्रिक अधूनमधून युजेनिक्सवर आपले मत व्यक्त करत असे, सहसा खाजगी पत्रांमध्ये. उदाहरणार्थ, क्रिकने सकारात्मक युजेनिक्सच्या एका प्रकाराची वकिली केली ज्यामध्ये श्रीमंत पालकांना अधिक मुले होण्यासाठी प्रोत्साहन दिले जाईल. 87 त्यांनी एकदा टिपणी केली होती, "दीर्घकाळात, समाजाला पुढच्या पिढीच्या चारित्र्याबद्दल चिंता वाटणे अपरिहार्य आहे ... सध्या हा असा विषय नाही की ज्याला आपण सहजपणे हाताळू शकतो कारण लोकांच्या अनेक धार्मिक श्रद्धा आहेत आणि जोपर्यंत आपण स्वतःबद्दल अधिक एकसमान दृष्टिकोन ठेवत नाही तोपर्यंत मला वाटते की युजेनिक्सच्या मार्गाने काहीही करण्याचा प्रयत्न करणे आणि करणे धोक्याचे आहे ... पुढील 100 किंवा 200 वर्षांमध्ये, समाज या दृष्टिकोनाकडे आला नाही तर मला आश्चर्य वाटेल. की त्यांना पुढची पिढी काही प्रमाणात सुधारण्यासाठी प्रयत्न करावे लागतील.

धर्माबद्दलची मते

क्रिकने स्वतःला मानवतावादी म्हणून संबोधले, ज्याची व्याख्या त्यांनी "अलौकिक अधिकाराचा वापर न करता मानवी नैतिक आणि बौद्धिक संसाधनांच्या संदर्भात मानवी समस्यांना सामोरे जावे आणि करणे आवश्यक आहे" असा विश्वास म्हणून परिभाषित केला. त्यांनी जाहीरपणे मानवतेसाठी धर्माला मार्गदर्शक शक्ती म्हणून बदलण्यासाठी मानवतावादाची मागणी केली, असे लिहिले.

मानवी संदिग्धता क्वचितच नवीन आहे. या हळुहळू फिरणाऱ्या ग्रहावर, विशाल विश्वाच्या एका अस्पष्ट कोपऱ्यात आपण स्वतःची कोणतीही इच्छा नसताना शोधतो. आमची शंकास्पद बुद्धिमत्ता आम्हाला आमच्या भरपूर प्रमाणात गायीसारख्या सामग्रीमध्ये राहू देणार नाही. आपण इथे का आलो आहोत हे जाणून घेण्याची आपल्याला सखोल गरज आहे. जग कशापासून बनले आहे? अधिक महत्त्वाचे, आपण कशापासून बनलेले आहोत? भूतकाळात धर्माने या प्रश्नांची उत्तरे दिली होती, अनेकदा सविस्तरपणे. आता आपल्याला माहित आहे की जवळजवळ ही सर्व उत्तरे मूर्खपणाची असण्याची शक्यता आहे, मनुष्याच्या अज्ञानातून आणि स्वतः ची फसवणूक करण्याच्या त्याच्या प्रचंड क्षमतेमुळे ... जगातील धर्मांच्या साध्या दंतकथा मुलांना सांगितल्याप्रमाणे वाटू लागल्या आहेत. प्रतिकात्मकदृष्ट्या समजले तरी ते सहसा विकृत असतात, जर ते अप्रिय नसले तरी... मानवतावादी, मग, एका रहस्यमय, रोमांचक आणि बौद्धिकदृष्ट्या विस्तारणाऱ्या जगात राहतात, ज्याची एकदा झलक पाहिल्यावर, धर्मांची जुनी जगे बनावट-आरामदायक आणि शिळी वाटू लागतात.

क्रिक यांनी त्यांच्या ऑफ मॉलिक्युल्स अँड मेन या पुस्तकात विज्ञान आणि धर्म यांच्यातील संबंधांविषयी त्यांचे मत व्यक्त केले. संगणकाला आत्मा असण्यासाठी प्रोग्रामिंग करणे शक्य होईल असे सुचविल्यानंतर, त्याने आश्चर्यचकित केले: जैविक उत्क्रांतीदरम्यान प्रथम जीवाला आत्मा कोणत्या टप्प्यावर होता? कोणत्या क्षणी बाळाला आत्मा मिळतो? क्रिकने त्याचे मत मांडले की शरीरात प्रवेश करू शकणारा आणि नंतर मृत्यूनंतर टिकून राहणाऱ्या अभौतिक आत्म्याची कल्पना ही एक काल्पनिक कल्पना आहे. क्रिकसाठी, मन हे शारीरिक मेंदूच्या क्रियाकलापांचे उत्पादन आहे आणि मेंदू लाखो वर्षांपासून नैसर्गिक मार्गाने विकसित झाला आहे. त्याला असे वाटले की नैसर्गिक निवडीद्वारे उत्क्रांतीवाद शाळांमध्ये शिकवला जाणे महत्त्वाचे आहे आणि इंग्रजी शाळांमध्ये अनिवार्य धार्मिक सूचना आहेत हे खेदजनक आहे. त्याने असेही मानले की एक नवीन वैज्ञानिक जागतिक दृष्टिकोन वेगाने स्थापित होत आहे आणि असे भाकीत केले की एकदा मेंदूचे तपशीलवार कार्य प्रकट झाले की, मानव आणि जगाच्या स्वभावाविषयी चुकीच्या ख्रिश्चन संकल्पना यापुढे टिकणार नाहीत; "आत्मा" च्या पारंपारिक संकल्पना मनाच्या भौतिक आधाराच्या नवीन समजाने बदलल्या जातील. तो संघटित धर्माबद्दल साशंक होता, त्याने स्वतःला "नास्तिकतेकडे तीव्र कल" असलेला संशयवादी आणि अज्ञेयवादी असे संबोधले.

1960 मध्ये, क्रिकने चर्चिल कॉलेज, केंब्रिज येथे मानद फेलोशिप स्वीकारली, एक कारण म्हणजे नवीन कॉलेजमध्ये चॅपल नव्हते. काही काळानंतर चॅपल स्थापन करण्यासाठी मोठी देणगी देण्यात आली आणि कॉलेज कौन्सिलने ती स्वीकारण्याचा निर्णय घेतला. क्रिकने निषेध म्हणून आपल्या फेलोशिपचा राजीनामा दिला.

ऑक्टोबर 1969 मध्ये, क्रिकने नेचर या जर्नलच्या 100 व्या वर्षाच्या उत्सवात भाग घेतला ज्यामध्ये त्यांनी आण्विक जीवशास्त्रासाठी पुढील 30 वर्षे काय असतील याबद्दल काही अंदाज बांधण्याचा प्रयत्न केला. त्याचे अनुमान नंतर नेचरमध्ये प्रकाशित झाले. लेखाच्या शेवटी, क्रिकने इतर ग्रहांवरील जीवसृष्टीच्या शोधाचा थोडक्यात उल्लेख केला, परंतु 2000 सालापर्यंत पृथ्वीबाहेरील जीवसृष्टी सापडेल अशी

त्यांना फारशी आशा नव्हती. संशोधनासाठी संभाव्य नवीन दिशा म्हणून त्यांनी काय वर्णन केले, याविषयी त्यांनी चर्चा केली. "बायोकेमिकल ब्रह्मज्ञान" म्हणतात. क्रिकने लिहिले की "इतके लोक प्रार्थना करतात की त्यांना त्यातून काही समाधान मिळत नाही यावर विश्वास ठेवणे कठीण जाते".

क्रिकने सुचवले की मेंदूतील रासायनिक बदल शोधणे शक्य आहे जे प्रार्थनेच्या कृतीचे आण्विक सहसंबंध होते. जेव्हा लोक प्रार्थना करतात तेव्हा काही न्यूरोट्रांसमीटर किंवा न्यूरोहॉर्मोनच्या पातळीमध्ये शोधण्यायोग्य बदल होऊ शकतो असा त्यांचा अंदाज होता. तो डोपामाइनसारख्या पदार्थांची कल्पना करत असावा जे विशिष्ट परिस्थितीत मेंदूद्वारे सोडले जातात आणि फायद्याच्या संवेदना निर्माण करतात. एखाद्या दिवशी "बायोकेमिकल थिओलॉजी" चे एक नवीन विज्ञान असू शकते अशी क्रिकची सूचना पर्यायी नावाने साकार झालेली दिसते: आता न्यूरोथियोलॉजीचे नवीन क्षेत्र आहे. आण्विक जीवशास्त्र संशोधनातून सैद्धांतिक न्यूरोसायन्समध्ये संक्रमण केल्यामुळे विज्ञान आणि धर्म यांच्यातील संबंधांबद्दल क्रिकचा दृष्टिकोन त्यांच्या कार्यात भूमिका बजावत राहिला.

क्रिक यांनी 1998 मध्ये विचारले "आणि जर काही बायबल स्पष्टपणे चुकीचे असेल तर त्यातील बाकीचे कोणतेही आपोआप का स्वीकारले जावे? ... आणि एक एक काढून टाकून विश्वातील आपले खरे स्थान शोधण्यापेक्षा महत्त्वाचे काय असेल? पूर्वीच्या समजुतींचे हे दुर्दैवी अवशेष?"

निर्मितीवाद

क्रिक हे तरुण पृथ्वी सृष्टीवादाचे कठोर टीकाकार होते. 1987 च्या युनायटेड स्टेट्स सुप्रीम कोर्टाच्या खटल्यात एडवर्ड्स विरुद्ध अॅग्युलार्ड, क्रिक इतर नोबेल पारितोषिक विजेत्यांच्या गटात सामील झाले ज्यांनी असा सल्ला दिला होता की, "'सृष्टी-विज्ञान'ला सार्वजनिक-शालेय विज्ञान वर्गात स्थान नाही." क्रिक देखील एक होते. ब्रिटिश राष्ट्रीय सुट्टी म्हणून डार्विन दिवसाची स्थापना करण्याचे वकिल.

दिग्दर्शित पॅनस्पर्मिया

1960 च्या दरम्यान, क्रिक अनुवांशिक कोडच्या उत्पत्तीशी संबंधित होते. 1966 मध्ये, क्रिकने लेस्ली ऑर्गेलची जागा घेतली जिथे ऑर्गेल जीवनाच्या उत्पत्तीबद्दल बोलणार होते. क्रिकने संभाव्य टप्प्यांबद्दल अनुमान काढले ज्याद्वारे काही अमिनो आम्ल प्रकारांसह एक साधा कोड विद्यमान जीवांद्वारे वापरल्या जाणाऱ्या अधिक जटिल कोडमध्ये विकसित झाला असावा. त्या वेळी, प्रथिने हे एकमेव प्रकारचे एन्झाइम मानले जात होते आणि राइबोझाइम्स अद्याप ओळखले गेले नव्हते. अनेक आण्विक जीवशास्त्रज्ञ प्रथिन प्रतिकृती प्रणालीच्या उत्पत्तीच्या समस्येमुळे हैराण झाले होते जे सध्या पृथ्वीवर वास्तव्य करणाऱ्या जीवांइतकेच जटिल आहे. 1970 च्या दशकाच्या सुरुवातीस, क्रिक आणि ऑर्गेल यांनी या शक्यतेचा अंदाज लावला की रेणूंपासून जिवंत प्रणालींची निर्मिती ही विश्वातील एक अत्यंत दुर्मिळ घटना असू शकते, परंतु एकदा ती विकसित झाली की ती अंतराळ प्रवास तंत्रज्ञानाचा वापर करून बुद्धिमान जीवसृष्टीद्वारे पसरली जाऊ शकते, एक प्रक्रिया ज्याला ते "निर्देशित पॅनस्पर्मिया" म्हणतात. एका पूर्वलक्षी लेखात, १०५ क्रिक आणि ऑर्गेल यांनी नमूद केले की ते पृथ्वीवरील अॅबायोजेनेसिसच्या शक्यतांबद्दल अवास्तव निराशावादी होते जेव्हा त्यांनी असे गृहीत धरले होते की काही प्रकारची स्वयं-प्रतिकृती प्रथिने प्रणाली ही जीवनाची आण्विक उत्पत्ती आहे.

1976 मध्ये, क्रिकने सिडनी ब्रेनर, आरोन क्लग आणि जॉर्ज पिसेनिक यांच्यासमवेत एका पेपरमध्ये प्रथिने संश्लेषणाच्या उत्पत्तीविषयी संबोधित केले. या पेपरमध्ये, त्यांनी असा अंदाज लावला आहे की न्यूक्लियोटाइड अनुक्रमांवरील कोड निर्बंधांमुळे राइबोसोमची गरज न पडता प्रथिने संश्लेषण होऊ शकते. तथापि, याला mRNA आणि tRNA मधील पाच बेस बंधनकारक असणे आवश्यक आहे ज्यामध्ये अँटी-कोडॉनच्या फ्लिपसह ट्रिपलेट कोडिंग तयार होते, जरी ते पाच-बेस भौतिक परस्परसंवाद आहे. थॉमस एच. ज्यूक्स यांनी निदर्शनास आणून दिले की या भाषांतर यंत्रणेसाठी आवश्यक असलेल्या mRNA अनुक्रमावरील कोड मर्यादा अजूनही संरक्षित आहेत.

न्यूरोसायन्स आणि इतर स्वारस्ये

fMRI प्रयोगाचे परिणाम ज्यामध्ये लोकांनी व्हिज्युअल उत्तेजनाविषयी जाणीवपूर्वक निर्णय घेतला. मेंदूच्या रंगाचा नारंगी रंगाचा लहान भाग निर्णय घेण्याच्या प्रक्रियेशी संबंधित क्रियाकलापांचे नमुने दर्शवितो. क्रिक यांनी मानवी मेंदूच्या कार्याची तपासणी करण्यासाठी नवीन पद्धती शोधण्याच्या महत्त्वावर भर दिला.

केंब्रिजमधील क्रिकचा काळ हा त्याच्या दीर्घ वैज्ञानिक कारकिर्दीचा शिखर होता, परंतु 30 वर्षांनंतर त्याने 1977 मध्ये केंब्रिज सोडले, गॉनव्हिल आणि कॅयसची मास्टरशिप ऑफर केली (आणि नकार दिल्याने). जेम्स वॉटसन यांनी 2003 मध्ये डीएनएच्या संरचनेच्या शोधाच्या 50 व्या वर्धापन दिनानिमित्त केंब्रिज परिषदेत दावा केला.

गेल्या शतकातील केंब्रिज विद्यापीठाने १९५८ मध्ये जेनेटिक्सचे प्राध्यापक होण्यासाठी अर्ज केला तेव्हा त्यांना नाकारणे हे केंब्रिज विद्यापीठातील सर्वात निरुत्साही कृत्यांपैकी एक होते हे आता खूप गुप्त ठेवले गेले आहे. युक्तिवाद, ज्यामुळे त्यांनी फ्रान्सिसला नकार दिला. ते खरोखरच म्हणत होते, आम्हाला सीमेवर ढकलून देऊ नका.

2002 मध्ये केंब्रिज युनिव्हर्सिटी प्रेसने प्रकाशित केलेल्या सोराया दे चाडारेव्हियनच्या डिझाईन फॉर लाइफः मॉलेक्युलर बायोलॉजी आफ्टर वर्ल्ड वॉर 2002 मध्ये उघडपणे "खूप चांगले ठेवलेले गुप्त" आधीच नोंदवले गेले आहे. केंब्रिजमधील आण्विक जीवशास्त्रातील त्यांचे मोठे योगदान द हिस्ट्री ऑफ द हिस्ट्रीमध्ये नोंदवले गेले आहे. केंब्रिज विद्यापीठः खंड 4 (1870 ते 1990), जो 1992 मध्ये CUP ने प्रकाशित केला होता.

केंब्रिज विद्यापीठाच्या अनुवांशिक विभागाच्या अधिकृत वेबसाइटनुसार, प्राध्यापकपदाचे मतदार एकमत होऊ शकले नाहीत, त्यामुळे विद्यापीठाचे तत्कालीन कुलगुरू लॉर्ड एड्रियन यांनी हस्तक्षेप केला. लॉर्ड एड्रियनने सर्वप्रथम एक तडजोड उमेदवार, गुइडो पोंटेकोर्व्हो यांना प्राध्यापकपदाची ऑफर दिली, ज्याने नकार दिला आणि नंतर क्रिकला ऑफर केल्याचे सांगितले जाते, ज्यानेही नकार दिला.

1976 मध्ये, क्रिकने ला जोला, कॅलिफोर्निया येथील साल्क इन्स्टिट्यूट फॉर बायोलॉजिकल स्टडीजमध्ये एक सब्बॅटिकल वर्ष घेतले. क्रिक 1960 पासून संस्थेचे अनिवासी सहकारी होते. क्रिकने लिहिले, "मला दक्षिण कॅलिफोर्नियामध्ये घरी वाटले." सब्बॅटिकलनंतर, क्रिकने सॉल्क इन्स्टिट्यूटमध्ये काम सुरू ठेवण्यासाठी केंब्रिज सोडले. ते कॅलिफोर्निया विद्यापीठ, सॅन दिएगो येथे सहायक प्राध्यापक देखील होते. त्यांनी स्वतःला न्यूरोएनाटॉमी शिकवली आणि न्यूरोसायन्स संशोधनाच्या इतर अनेक क्षेत्रांचा अभ्यास केला. त्याला आण्विक जीवशास्त्रापासून दूर होण्यास बरीच वर्षे लागली कारण पर्यायी स्प्लिसिंगचा शोध आणि प्रतिबंधात्मक एन्झाइम्सचा शोध यासह रोमांचक शोध होत राहिले, ज्यामुळे अनुवांशिक अभियांत्रिकी शक्य झाली. अखेरीस, 1980 च्या दशकात, क्रिक आपले संपूर्ण लक्ष त्याच्या इतर स्वारस्य, चेतनेकडे समर्पित करू शकले. त्यांचे आत्मचरित्रात्मक पुस्तक, What Mad Pursuit: A Personal View of Scientific Discovery, मध्ये त्यांनी आण्विक जीवशास्त्र का सोडले आणि न्यूरोसायन्सकडे का स्विच केले याचे वर्णन आहे.

क्रिक यांना आशा आहे की ते चेतनेशी संबंधित विविध उपशाखांमधील तज्ञांमधील रचनात्मक परस्परसंवादांना प्रोत्साहन देऊन न्यूरोसायन्समध्ये प्रगती करण्यास मदत करतील. त्याने पॅट्रिशिया चर्चलँड सारख्या न्यूरोफिलॉसॉफरशी देखील सहकार्य केले. 1983 मध्ये, न्यूरल नेटवर्क्सच्या कॉम्प्युटर मॉडेल्सच्या त्यांच्या अभ्यासाच्या परिणामी, क्रिक आणि मिचिसन यांनी प्रस्तावित केले की आरईएम झोप आणि स्वप्न पाहण्याचे कार्य सस्तन प्राणी सेरेब्रल कॉर्टेक्समधील पेशींच्या नेटवर्कमधील परस्परसंवादाच्या विशिष्ट पद्धती काढून टाकणे आहे; त्यांनी या काल्पनिक प्रक्रियेला 'रिव्हर्स लर्निंग' किंवा 'अनलर्निंग' म्हटले. त्याच्या कारकिर्दीच्या शेवटच्या टप्प्यात, क्रिकने क्रिस्टॉफ कोच सोबत एक सहयोग स्थापित केला ज्यामुळे 1990 ते 2005 या कालावधीत चेतनेवरील लेखांची मालिका प्रकाशित झाली. क्रिकने चेतनेच्या सैद्धांतिक तपासणीवर लक्ष केंद्रित करण्याचा धोरणात्मक निर्णय घेतला. दृश्य पाहिल्यानंतर काही शंभर मिलिसेकंदांच्या आत मेंदू दृश्य जागरूकता कशी निर्माण करतो. क्रिक आणि कोच यांनी प्रस्तावित केले की चेतना खूप गूढ वाटते कारण त्यात अत्यंत अल्पकालीन स्मृती प्रक्रियांचा समावेश आहे ज्या अद्याप समजल्या नाहीत. क्रिकने न्यूरोबायोलॉजी एक परिपक्व अवस्थेपर्यंत कसे पोहोचले याचे वर्णन करणारे एक पुस्तक देखील प्रकाशित केले जेणेकरून चेतना हा आण्विक, सेल्युलर आणि वर्तणुकीच्या स्तरांवर अभ्यास करण्यासाठी एकत्रित प्रयत्नांचा विषय होऊ शकेल. क्रिकच्या पुस्तक द अस्टॉनिशिंग हायपोथिसिसने असा युक्तिवाद केला की मेंदू जाणीवपूर्वक अनुभव कसे निर्माण करतात याचा वैज्ञानिक अभ्यास सुरू करण्यासाठी न्यूरोसायन्समध्ये आता आवश्यक साधने आहेत . मेंदूच्या रचना आणि कार्याच्या तपशीलांवर आधारित नसलेल्या मानसिक कार्याच्या संगणकीय मॉडेल्सच्या मूल्याबद्दल क्रिक साशंक होते.

क्रिकला जाणीव होती की चेतनेवरील संशोधन हे कठीण काम आहे, कारण त्यांनी एप्रिल 1996 मध्ये मार्टिनस यकास यांना लिहिले.

मला वाटत नाही की या शतकाच्या अखेरीस आपण चेतना पूर्णपणे समजून घेऊ शकू, परंतु तोपर्यंत आपल्याला उत्तराची झलक मिळणे शक्य आहे. हे सर्व आण्विक जीवशास्त्राप्रमाणे, एखाद्या महत्वाच्या शक्तीशिवाय, आपल्या ठिकाणी पडेल की नाही, किंवा आपल्याला मूलगामी सूत्रीकरणाची आवश्यकता आहे का, हे फक्त काळच सांगेल. तुम्हाला शुभेच्छा, फ्रान्सिस. PS तसे, मला नाइट मिळालेले नाही.

पुरस्कार आणि सन्मान

केंब्रिजमधील कॅयस कॉलेजच्या डायनिंग हॉलमध्ये स्टेन्ड काचेची खिडकी, फ्रान्सिस क्रिकच्या स्मरणार्थ आणि बी-डीएनएच्या दुहेरी हेलिकल संरचनेचे प्रतिनिधित्व करते.

1962 च्या फिजियोलॉजी किंवा मेडिसिनसाठीच्या नोबेल पारितोषिकाच्या तिसऱ्या वाटा व्यतिरिक्त, त्यांना रॉयल सोसायटीचे रॉयल आणि कोपली पदके (1972 आणि 1975) आणि ऑर्डर ऑफ मेरिट (27 नोव्हेंबर 1991 रोजी) यासह अनेक पुरस्कार आणि सन्मान मिळाले.); त्यांनी 1963 मध्ये CBE ची ऑफर नाकारली, परंतु अनेकदा चुकून 'सर फ्रान्सिस क्रिक' आणि प्रसंगी 'लॉर्ड क्रिक' म्हणूनही संबोधले गेले. ते 1964 मध्ये EMBO सदस्य म्हणून निवडून आले.

जॉन केंड्र्यू आणि मॅक्स पेरुत्झ आणि क्रिक, वॉटसन आणि विल्किन्स यांना नोबेल पारितोषिकांचा पुरस्कार बीबीसी टीव्ही कार्यक्रम दॅट वॉज द वीक दॅट वॉज द वीक या नोबेल पारितोषिकांसह 'द आल्फ्रेड नोबेल पीस' या नावाने संबोधल्या गेलेल्या एका छोट्या स्केचमध्ये विडंबन करण्यात आला होता. पूल'.

ते अमेरिकन अकादमी ऑफ आर्ट्स अँड सायन्सेस (1962), युनायटेड स्टेट्स नॅशनल एकेडमी ऑफ सायन्सेस (1969), आणि अमेरिकन फिलॉसॉफिकल सोसायटी (1972) चे निवडून आलेले सदस्य होते.

फ्रान्सिस क्रिक पदक आणि व्याख्यान

फ्रान्सिस क्रिक मेडल अँड लेक्चर ची स्थापना 2003 मध्ये त्यांचे माजी सहकारी, सिडनी ब्रेनर, 2002 चे फिजियोलॉजी आणि मेडिसिन मधील नोबेल पारितोषिकाचे संयुक्त विजेते यांच्या देणगीनंतर करण्यात आली. हे व्याख्यान दरवर्षी जैविक विज्ञानाच्या कोणत्याही क्षेत्रात दिले जाते, ज्यात फ्रान्सिस क्रिक यांनी स्वतः काम केले त्या क्षेत्रांना प्राधान्य दिले जाते. महत्त्वाची गोष्ट म्हणजे, लेक्चरशिप तरुण शास्त्रज्ञांसाठी आहे, आदर्शतः 40 वर्षाखालील, किंवा ज्यांची कारकीर्द या वयाशी संबंधित आहे. 2019 पर्यंत, क्रिक व्याख्याने ज्युली अहिंजर, डारियो अलेसी, इवान बर्नी, सायमन बोल्टन, जेसन चिन, सायमन फिशर, मॅथ्यू हर्लेस, गिलियन मॅकवीन, डंकन ओडोम, गेरेंट रीस, सारा टेचमन, एम. मदन बाबू आणि डब्ल्यू डॅनियल बाबू यांनी दिली आहेत. .

फ्रान्सिस क्रिक संस्था

फ्रान्सिस क्रिक इन्स्टिट्यूट हे उत्तर लंडन, युनायटेड किंगडम येथे £660 दशलक्ष बायोमेडिकल संशोधन केंद्र आहे. 120 फ्रान्सिस क्रिक इन्स्टिट्यूट ही कॅन्सर रिसर्च यूके, इम्पीरियल कॉलेज लंडन, किंग्स कॉलेज लंडन, मेडिकल रिसर्च कौन्सिल, युनिव्हर्सिटी कॉलेज लंडन (UCL) आणि वेलकम ट्रस्ट यांच्यातील भागीदारी आहे. 121 2016 मध्ये पूर्ण झाले, हे युरोपमधील बायोमेडिकल संशोधन आणि नवोपक्रमाचे सर्वात मोठे केंद्र आहे. 120

फ्रान्सिस क्रिक ग्रॅज्युएट लेक्चर्स

युनिव्हर्सिटी ऑफ केंब्रिज ग्रॅज्युएट स्कूल ऑफ बायोलॉजिकल, मेडिकल अँड व्हेटर्नरी सायन्सेस फ्रान्सिस क्रिक ग्रॅज्युएट लेक्चर्स आयोजित करते. पहिली दोन व्याख्याने जॉन गर्डन आणि टिम हंट यांची होती.

24

जेम्स ड्यूई वॉटसन

जेम्स ड्यूई वॉटसन

Top Scientists

Scan for Story Videos - www.itibook.com

जेम्स ड्यूई वॉटसन (जन्म 6 एप्रिल 1928) हा एक अमेरिकन आण्विक जीवशास्त्रज्ञ, अनुवंशशास्त्रज्ञ आणि प्राणीशास्त्रज्ञ आहे. 1953 मध्ये, त्यांनी डीएनए रेणूच्या दुहेरी हेलिक्स रचना प्रस्तावित करणारा शैक्षणिक पेपर फ्रान्सिस क्रिक यांच्यासोबत सह-लेखन केला. वॉटसन, क्रिक आणि मॉरिस विल्किन्स यांना "न्यूक्लिक ॲसिड्सची आण्विक रचना आणि सजीव सामग्रीमधील माहिती हस्तांतरणासाठी त्याचे

महत्त्व यासंबंधीच्या शोधांसाठी" 1962 चा फिजियोलॉजी किंवा मेडिसिनमधील नोबेल पारितोषिक देण्यात आले. त्यानंतरच्या वर्षांमध्ये, हे ओळखले गेले आहे की वॉटसन आणि त्याच्या सहकाऱ्यांनी दुहेरी हेलिक्स संरचनेच्या शोधात तिच्या योगदानाबद्दल सहकारी रोझलिंड फ्रँकलिनला योग्यरित्या श्रेय दिले नाही.

वॉटसनने शिकागो विद्यापीठ (बीएस, 1947) आणि इंडियाना विद्यापीठ (पीएचडी, 1950) येथे पदवी मिळविली. कोपनहेगन विद्यापीठात हर्मन काल्कर आणि ओले माले यांच्यासोबत पोस्ट-डॉक्टरेट वर्षानंतर, वॉटसनने इंग्लंडमधील केंब्रिज विद्यापीठाच्या कॅव्हेंडिश प्रयोगशाळेत काम केले, जिथे तो प्रथम त्याचे भावी सहकारी फ्रान्सिस क्रिक यांना भेटला. 1956 ते 1976 पर्यंत, वॉटसन हार्वर्ड युनिव्हर्सिटीच्या जीवशास्त्र विभागाच्या फॅकल्टीवर होते, आण्विक जीवशास्त्रातील संशोधनाला प्रोत्साहन देत होते.

1968 पासून वॉटसनने कोल्ड स्प्रिंग हार्बर लॅबोरेटरी (CSHL) चे संचालक म्हणून काम केले आणि त्याचा निधी आणि संशोधनाचा स्तर मोठ्या प्रमाणात वाढवला. CSHL मध्ये, त्यांनी कर्करोगाच्या अभ्यासावर त्यांचा भर वळवला आणि ते आण्विक जीवशास्त्रातील जागतिक पातळीवरील संशोधन केंद्र बनवले. 1994 मध्ये, त्यांनी अध्यक्ष म्हणून सुरुवात केली आणि 10 वर्षे सेवा केली. त्यानंतर त्यांची कुलपती म्हणून नियुक्ती करण्यात आली, बुद्धीमत्ता आणि वंश यांच्यात अनुवांशिक संबंध असल्याचा दावा करून त्यांनी 2007 मध्ये राजीनामा देईपर्यंत सेवा दिली. 2019 मध्ये, वॉटसनने वंश आणि अनुवांशिकतेबद्दलच्या या मतांचा पुनरुच्चार केलेल्या माहितीपटाच्या प्रसारणानंतर, CSHL ने त्याच्या मानद पदव्या रद्द केल्या आणि त्याच्याशी असलेले सर्व संबंध तोडले.

वॉटसनने अनेक विज्ञान पुस्तके लिहिली आहेत, ज्यात पाठ्यपुस्तक मॉलिक्युलर बायोलॉजी ऑफ द जीन (1965) आणि त्याचे बेस्टसेलिंग पुस्तक द डबल हेलिक्स (1968) यांचा समावेश आहे. 1988 ते 1992 दरम्यान, वॉटसन नॅशनल इन्स्टिट्यूट ऑफ हेल्थशी निगडीत होता, ज्याने मानवी जीनोम प्रकल्पाची स्थापना करण्यात मदत केली, ज्याने 2003 मध्ये मानवी जीनोम मॅपिंगचे कार्य पूर्ण केले.

जेम्स डी. वॉटसनचा जन्म 6 एप्रिल 1928 रोजी शिकागो येथे झाला, जीन (née मिशेल) आणि जेम्स डी. वॉटसन यांचा एकुलता एक मुलगा म्हणून, एक व्यापारी, जे बहुतेक वसाहती इंग्लिश स्थलांतरितांचे अमेरिकेत आले होते. त्याच्या आईचे वडील, लॉचलिन मिशेल, एक शिंपी, ग्लासगो, स्कॉटलंड येथील होते आणि तिची आई, लिझी ग्लेसन, आयर्लंडमधील काउंटी टिपरेरी येथील पालकांचे मूल होते. वाढवलेला कॅथोलिक, त्याने नंतर स्वतःचे वर्णन "कॅथोलिक धर्मातून सुटलेले" असे केले. वॉटसन म्हणाला, "माझ्या बाबतीत घडलेली सर्वात भाग्यवान गोष्ट म्हणजे माझ्या वडिलांचा देवावर विश्वास नव्हता."

वॉटसन शिकागोच्या दक्षिण बाजूला मोठा झाला आणि होरेस मान ग्रामर स्कूल आणि साउथ शोर हायस्कूलसह सार्वजनिक शाळांमध्ये शिक्षण घेतले. त्याला पक्षी निरीक्षणाची आवड होती, एक छंद त्याच्या वडिलांसोबत सामायिक केला होता, म्हणून त्याने पक्षीविज्ञानात प्रमुख होण्याचा विचार केला. वॉटसन क्विझ किड्स या लोकप्रिय रेडिओ कार्यक्रमात दिसला ज्याने तेजस्वी तरुणांना प्रश्नांची उत्तरे देण्यास आव्हान दिले. विद्यापीठाचे अध्यक्ष रॉबर्ट हचिन्स यांच्या उदारमतवादी धोरणाबद्दल धन्यवाद, त्यांनी शिकागो विद्यापीठात प्रवेश घेतला, जिथे त्यांना वयाच्या १५ व्या वर्षी शिकवणी शिष्यवृत्ती देण्यात आली. त्याच्या प्राध्यापकांमध्ये लुई लिओन थरस्टोन हे होते ज्यांच्याकडून वॉटसनला घटक विश्लेषणाविषयी माहिती मिळाली, ज्याचा तो नंतर वंशावरील त्याच्या वादग्रस्त विचारांवर संदर्भ देईल.

एर्विन श्रोडिंगरचे पुस्तक वाचल्यानंतर, जीवन काय आहे? 1946 मध्ये, वॉटसनने आपली व्यावसायिक महत्त्वाकांक्षा पक्षीविज्ञानाच्या अभ्यासापासून आनुवंशिकीकडे बदलली. वॉटसनने 1947 मध्ये शिकागो विद्यापीठातून प्राणीशास्त्रात बीएस पदवी मिळविली. त्याच्या आत्मचरित्रात, अव्हॉइड बोअरिंग पीपल, वॉटसनने शिकागो विद्यापीठाचे वर्णन एक "आदर्श शैक्षणिक संस्था" असे केले आहे जिथे त्याच्याकडे गंभीर विचार करण्याची क्षमता आणि त्याच्या सत्याच्या शोधात अडथळा आणणाऱ्या मूर्खांना सहन न करण्याची नैतिक सक्ती आहे. नंतरच्या अनुभवांचे वर्णन. १९४७ मध्ये वॉटसनने शिकागो विद्यापीठ सोडून इंडियाना विद्यापीठात पदवीधर विद्यार्थी बनले, १९४६चे नोबेल पारितोषिक विजेते हर्मन जोसेफ मुलर यांच्या ब्लूमिंग्टन येथील उपस्थितीने आकर्षित झाले, ज्यांनी १९२२, १९२९ आणि १९३० च्या दशकात महत्त्वपूर्ण शोधनिबंध प्रकाशित केले होते. आनुवंशिकता रेणूचे सर्व मूलभूत गुणधर्म जे श्रोडिंगरने त्याच्या 1944 पुस्तकात मांडले होते. 1950 मध्ये इंडियाना विद्यापीठातून त्यांनी पीएचडी पदवी प्राप्त केली; साल्वाडोर लुरिया हे त्यांचे डॉक्टरेट सल्लागार होते.

करिअर आणि संशोधन

मूलतः, वॉटसनला साल्वाडोर लुरियाच्या कार्याद्वारे आण्विक जीवशास्त्रात आकर्षित केले गेले. लुरियाने अखेरीस अनुवांशिक उत्परिवर्तनांच्या स्वरूपाशी संबंधित असलेल्या लुरिया-डेलब्रुक प्रयोगावरील त्यांच्या कार्यासाठी 1969 चे शरीरविज्ञान किंवा वैद्यकशास्त्रातील नोबेल पारितोषिक सामायिक केले. तो संशोधकांच्या वितरीत गटाचा भाग होता जे बॅक्टेरियाला संक्रमित करणाऱ्या व्हायरसचा वापर करत होते, ज्याला बॅक्टेरियोफेज म्हणतात. ते आणि मॅक्स डेलब्रुक हे या नवीन "फेज ग्रुप" चे नेते होते, जी ड्रोसोफिला सारख्या प्रायोगिक प्रणालींमधून सूक्ष्मजीव आनुवंशिकतेकडे अनुवंशशास्त्रज्ञांची एक महत्वाची चळवळ होती. 1948 च्या सुरुवातीस, वॉटसनने इंडियाना विद्यापीठातील लुरियाच्या प्रयोगशाळेत पीएचडी संशोधन सुरू केले. 25 त्या वसंत ऋतूमध्ये, तो डेलब्रुकला प्रथम लुरियाच्या अपार्टमेंटमध्ये भेटला आणि पुन्हा त्या उन्हाळ्यात वॉटसनच्या कोल्ड स्प्रिंग हार्बर प्रयोगशाळेच्या (सीएसएचएल) पहिल्या प्रवासादरम्यान.

फेज ग्रुप हे बौद्धिक माध्यम होते जिथे वॉटसन कार्यरत शास्त्रज्ञ बनला. महत्त्वाचे म्हणजे, फेज ग्रुपच्या सदस्यांना असे जाणवले की ते जनुकाचे भौतिक स्वरूप शोधण्याच्या मार्गावर आहेत. 1949 मध्ये, वॉटसनने फेलिक्स हॉरोविट्झसोबत एक कोर्स केला ज्यामध्ये त्या काळातील पारंपारिक दृष्टिकोनाचा समावेश होता: की जीन्स प्रथिने होती आणि स्वतःची प्रतिकृती तयार करण्यास सक्षम होती. 28 क्रोमोसोमचा इतर प्रमुख आण्विक घटक, डीएनए, मोठ्या प्रमाणावर "मूर्ख टेट्रान्यूक्लियोटाइड" मानला जात असे, प्रथिनांना आधार देण्यासाठी केवळ संरचनात्मक भूमिका बजावते. या सुरुवातीच्या काळातही, वॉटसन, फेज ग्रुपच्या प्रभावाखाली, Avery-MacLeod-McCarty प्रयोगाची माहिती होती, ज्याने DNA हा अनुवांशिक रेणू असल्याचे सुचवले होते. वॉटसनच्या संशोधन प्रकल्पात जिवाणू विषाणू निष्क्रिय करण्यासाठी क्ष-किरणांचा वापर करणे समाविष्ट होते.

त्यानंतर वॉटसन सप्टेंबर 1950 मध्ये कोपनहेगन विद्यापीठात पोस्टडॉक्टरल संशोधनासाठी गेला आणि प्रथम बायोकेमिस्ट हर्मन काल्कर यांच्या प्रयोगशाळेत गेला. काल्कर यांना न्यूक्लिक ॲसिडच्या एन्झाईमॅटिक संश्लेषणात रस होता आणि त्यांना प्रायोगिक प्रणाली म्हणून फेजेस वापरायचे होते. वॉटसनला डीएनएच्या संरचनेचा शोध घ्यायचा होता आणि त्याची आवड कालकर यांच्याशी जुळत नव्हती. वर्षभर काल्करसोबत काम केल्यानंतर, वॉटसनने आपला उरलेला वेळ कोपनहेगनमध्ये मायक्रोबियल फिजिओलॉजिस्ट ओले माले यांच्यासोबत प्रयोग करण्यात घालवला, जो फेज ग्रुपचा सदस्य होता.

मागील उन्हाळ्याच्या कोल्ड स्प्रिंग हार्बर फेज कॉन्फरन्समध्ये वॉटसनला ज्या प्रयोगांबद्दल माहिती मिळाली होती, त्यात किरणोत्सर्गी फॉस्फेटचा ट्रेसर म्हणून वापर करणे समाविष्ट होते ज्यामुळे विषाणूजन्य संसर्गाच्या वेळी फेज कणांचे कोणते आण्विक घटक लक्ष्यित जीवाणूंना संक्रमित करतात. प्रथिने किंवा डीएनए ही अनुवांशिक सामग्री आहे की नाही हे निर्धारित करण्याचा हेतू होता, परंतु मॅक्स डेलब्रुक यांच्याशी सल्लामसलत केल्यावर, त्यांनी निर्धारित केले की त्यांचे परिणाम अनिर्णित आहेत आणि नवीन लेबल केलेले रेणू डीएनए म्हणून ओळखू शकत नाहीत. 33 वॉटसनने कालकर यांच्याशी कधीही रचनात्मक संवाद साधला नाही, परंतु कॅल्करसोबत तो इटलीतील एका बैठकीत गेला, जेथे वॉटसनने मॉरिस विल्किन्स यांना डीएनएच्या एक्स-रे डिफ्रॅक्शन डेटाबद्दल बोलताना पाहिले. वॉटसनला आता खात्री होती की डीएनएमध्ये एक निश्चित आण्विक रचना आहे जी स्पष्ट केली जाऊ शकते.

1951 मध्ये, कॅलिफोर्नियातील रसायनशास्त्रज्ञ लिनस पॉलिंग यांनी त्यांचे एमिनो ॲसिड अल्फा हेलिक्सचे मॉडेल प्रकाशित केले, ज्याचा परिणाम क्ष-किरण क्रिस्टलोग्राफी आणि आण्विक मॉडेल बिल्डिंगमध्ये पॉलिंगच्या प्रयत्नांमुळे झाला. इंडियाना युनिव्हर्सिटी, स्टेटन्स सीरम इन्स्टिट्यूट (डेनमार्क), सीएसएचएल आणि कॅलिफोर्निया इन्स्टिट्यूट ऑफ टेक्नॉलॉजी येथे केलेल्या फेज आणि इतर प्रायोगिक संशोधन 35 मधून काही परिणाम प्राप्त केल्यानंतर, वॉटसनला आता एक्स-रे डिफ्रॅक्शन प्रयोग करण्यास शिकण्याची इच्छा होती. तो डीएनएची रचना ठरवण्यासाठी काम करू शकतो. त्या उन्हाळ्यात, लुरिया जॉन केंद्रूला भेटले, 36 आणि त्यांनी इंग्लंडमध्ये वॉटसनसाठी नवीन पोस्टडॉक्टरल संशोधन प्रकल्पाची व्यवस्था केली. 1951 मध्ये वॉटसनने नेपल्समधील स्टॅझिओन प्राणीशास्त्र 'अँटोन डोहर्न' ला भेट दिली.

दुहेरी हेलिक्स ओळखणे

मार्च 1953 च्या मध्यात, वॉटसन आणि क्रिक यांनी डीएनएच्या दुहेरी हेलिक्स रचनेचा निष्कर्ष काढला. किंग्स कॉलेज लंडन येथे संकलित केलेला प्रायोगिक डेटा हा त्यांच्या शोधासाठी महत्त्वपूर्ण होता - मुख्यत्वे रोझलिंड फ्रँकलिन यांनी ज्यासाठी त्यांनी योग्य विशेषता प्रदान केली नाही. सर लॉरेन्स ब्रॅग, कॅव्हेंडिश प्रयोगशाळेचे संचालक (जिथे वॉटसन आणि क्रिक यांनी काम केले होते) यांनी 8 एप्रिल 1953 रोजी बेल्जियममधील प्रथिनांच्या सोल्वे परिषदेत शोधाची मूळ घोषणा केली; ते प्रेसद्वारे नोंदवले गेले नाही. वॉटसन आणि क्रिक यांनी 25 एप्रिल 1953 रोजी प्रकाशित झालेल्या नेचर या वैज्ञानिक जर्नलमध्ये "मॉलेक्युलर स्ट्रक्चर ऑफ न्यूक्लिक ॲसिड्स: अ स्ट्रक्चर फॉर डीऑक्सीरिबोज न्यूक्लिक ॲसिड" नावाचा पेपर सादर केला. ब्रॅग यांनी गुरुवारी, 14 मे, 1953 रोजी लंडनमधील गायच्या हॉस्पिटल मेडिकल स्कूलमध्ये एक भाषण दिले, ज्याचा परिणाम 15 मे 1953 रोजी लंडन वृत्तपत्र न्यूज क्रॉनिकलमध्ये रिची कॅल्डरचा लेख होता, "व्हाय यू आर यू. जवळचे रहस्य. जीवन".

सिडनी ब्रेनर, जॅक ड्युनिट्झ, डोरोथी हॉजकिन, लेस्ली ऑर्गेल आणि बेरिल एम. ओघ्टन हे एप्रिल 1953 मध्ये क्रिक आणि वॉटसन यांनी तयार केलेल्या डीएनएच्या संरचनेचे मॉडेल पाहणारे काही लोक होते; त्यावेळी ते ऑक्सफर्ड विद्यापीठाच्या रसायनशास्त्र विभागात कार्यरत होते. सर्वजण नवीन डीएनए मॉडेलने प्रभावित झाले, विशेषत: ब्रेनर, ज्यांनी नंतर केंब्रिज येथील क्रिकसोबत कॅव्हेंडिश प्रयोगशाळेत आणि आण्विक जीवशास्त्राच्या नवीन प्रयोगशाळेत काम केले. दिवंगत बेरील ओघ्टन, नंतर रिमर यांच्या मते, जेव्हा डोरोथी हॉजकिनने त्यांना घोषित केले की ते डीएनएच्या संरचनेचे मॉडेल पाहण्यासाठी केंब्रिजला जात आहेत तेव्हा ते सर्वजण दोन कारमध्ये एकत्र प्रवास करत होते.

केंब्रिज विद्यापीठाचे विद्यार्थी वृत्तपत्र विद्यापीठाने शनिवारी, 30 मे, 1953 रोजी शोधावर स्वतःचा छोटा लेखही काढला. वॉटसनने त्यानंतर जून 1953 च्या सुरुवातीला 18 व्या कोल्ड स्प्रिंग हार्बर सिम्पोजियम ऑन व्हायरसमध्ये डीएनएच्या दुहेरी-हेलिकल रचनेवर एक पेपर सादर केला. वॉटसन आणि क्रिक पेपर इन नेचरच्या प्रकाशनानंतर सहा आठवडे. मीटिंगमधील अनेकांनी अद्याप या शोधाबद्दल ऐकले नव्हते. 1953 कोल्ड स्प्रिंग हार्बर सिम्पोजियम ही अनेकांसाठी डीएनए डबल हेलिक्सचे मॉडेल पाहण्याची पहिली संधी होती.

न्यूयॉर्क शहरातील अमेरिकन म्युझियम ऑफ नॅचरल हिस्ट्री येथील स्मारकावर वॉटसनचे कर्तृत्व प्रदर्शित केले आहे. कारण स्मारक केवळ अमेरिकन विजेते यांचे स्मरण करते, फ्रान्सिस क्रिक आणि मॉरिस विल्किन्स (ज्यांनी शरीरशास्त्र किंवा वैद्यकशास्त्रातील 1962 नोबेल पारितोषिक सामायिक केले) वगळले गेले आहेत.

वॉटसन, क्रिक आणि विल्किन्स यांना 1962 मध्ये न्यूक्लिक ॲसिडच्या संरचनेवरील संशोधनासाठी फिजियोलॉजी किंवा मेडिसिनमधील नोबेल पारितोषिक देण्यात आले. रोझलिंड फ्रँकलिन 1958 मध्ये मरण पावले होते आणि त्यामुळे ते नामांकनासाठी अपात्र होते.

डीएनएच्या दुहेरी हेलिक्स संरचनेचे प्रकाशन हे विज्ञानातील महत्त्वपूर्ण वळण म्हणून वर्णन केले गेले आहे; जीवनाची समज मूलभूतपणे बदलली आणि जीवशास्त्राचे आधुनिक युग सुरू झाले.

रोझलिंड फ्रँकलिन आणि तिचा विद्यार्थी रेमंड गोसलिंग यांनी गोळा केलेल्या डीएनए एक्स-रे डिफ्रॅक्शन डेटाचा वॉटसन आणि क्रिकचा वापर अनधिकृत होता. फ्रँकलिनच्या डीएनएच्या उच्च-गुणवत्तेच्या एक्स-रे डिफ्रॅक्शन पॅटर्नला दुसऱ्या प्रयोगशाळेत त्याच विषयावर काम करणाऱ्या शास्त्रज्ञाच्या परवानगीशिवाय अप्रकाशित माहिती घेण्यात आली. वॉटसन आणि क्रिक यांनी फ्रँकलिनचा काही अप्रकाशित डेटा-तिच्या संमतीशिवाय-त्यांच्या DNA च्या दुहेरी हेलिक्स मॉडेलच्या निर्मितीमध्ये वापरला. फ्रँकलिनच्या निकालांनी डीएनए क्रिस्टल्सच्या पाण्याच्या सामग्रीचा अंदाज दिला आणि हे परिणाम रेणूच्या बाहेरील दोन शुगर-फॉस्फेट बॅकबोन्सशी सुसंगत होते. फ्रँकलिनने क्रिक आणि वॉटसनला सांगितले की पाठीचा कणा बाहेरील बाजूस असावा; त्याआधी, लिनस पॉलिंग आणि वॉटसन आणि क्रिक यांचे आतील साखळ्या आणि तळ बाहेरच्या दिशेला असणारे चुकीचे मॉडेल होते. डीएनए स्फटिकांसाठी अंतराळ गटाची तिची ओळख क्रिक यांना दिसून आली की दोन डीएनए स्ट्रँड समांतर आहेत.

गॉस्लिंग आणि फ्रँकलिन यांनी गोळा केलेल्या क्ष-किरण विवर्तन प्रतिमांनी डीएनएच्या पेचदार स्वरूपाचा सर्वोत्तम पुरावा दिला. वॉटसन आणि क्रिक यांच्याकडे फ्रँकलिनच्या अप्रकाशित डेटाचे तीन स्रोत होतेः

एक संशोधन प्रगती अहवाल जो वैद्यकीय संशोधन परिषद समर्थित प्रयोगशाळांच्या समन्वयाला प्रोत्साहन देण्यासाठी होता. वॉटसन, क्रिक, विल्किन्स आणि फ्रँकलिन या सर्वांनी MRC प्रयोगशाळांमध्ये काम केले.

अलिकडच्या वर्षांत, वॉटसनने फ्रँकलिनच्या "मिसॉगाइनिस्टिक ट्रीटमेंट" आणि डीएनएवर तिच्या कामाचे योग्य श्रेय देण्यास अपयशी ठरल्याबद्दल लोकप्रिय आणि वैज्ञानिक प्रेसमध्ये वाद निर्माण केला आहे. द डबल हेलिक्समध्ये, वॉटसनने नंतर कबूल केले की "रोझीने, अर्थातच, आम्हाला तिचा डेटा थेट दिला नाही. त्या बाबतीत, किंग्जमधील कोणालाही ते आमच्या हातात आहेत हे समजले नाही." एका समीक्षकाच्या मते, वॉटसनने द डबल हेलिक्समधील फ्रँकलिनचे चित्रण नकारात्मक होते, ज्यामुळे ती विल्किन्सची सहाय्यक होती आणि तिच्या स्वतःच्या डीएनए डेटाचा अर्थ लावू शकली नाही. फ्रँकलिनने क्रिक आणि वॉटसनला हेलिक्स पाठीचा कणा बाहेर असायला हवा असे सांगितल्यामुळे वॉटसनचा आरोप अक्षम्य होता. निसर्गातील 2003 च्या तुकड्यातूनः

वॉटसनच्या पुस्तकातील "रोझी" नाकारणाऱ्या इतर टिप्पण्यांनी 1960 च्या उत्तरार्धात उदयोन्मुख महिला चळवळीचे लक्ष वेधून घेतले. "स्पष्टपणे रोझीला जावे लागेल किंवा तिच्या जागी ठेवावे लागेल ... दुर्दैवाने मॉरिसला रोझीला बूट देण्याचा कोणताही सभ्य मार्ग दिसत नव्हता". आणि, "नक्कीच वाईट मार्गात जाण्याचा एक वाईट मार्ग आहे ... नोव्हेंबरच्या रात्री एका महिलेने ज्या विषयासाठी आपण प्रशिक्षित नाही त्या विषयावर मत व्यक्त करण्यापासून दूर राहण्यास सांगितले होते."

फ्रँकलिन ते वॉटसन पर्यंतच्या पत्रव्यवहाराचा आढावा, CSHL मधील अभिलेखागारात, असे दिसून आले की दोन्ही शास्त्रज्ञांनी नंतर रचनात्मक वैज्ञानिक पत्रव्यवहाराची देवाणघेवाण केली. फ्रँकलिनने वॉटसनशी तिच्या तंबाखू मोझॅक व्हायरस आरएनए संशोधनावर सल्लामसलत केली. फ्रँकलिनची पत्रे सामान्य आणि अविस्मरणीय संबोधनाने तयार केली गेली होती, ज्याची सुरुवात "प्रिय जिम" ने होते आणि "शुभेच्छा, युवर्स, रोझलिंड" ने समाप्त होते. प्रत्येक शास्त्रज्ञाने डीएनएच्या संरचनेच्या शोधासाठी त्यांचे स्वतःचे अद्वितीय योगदान स्वतंत्र लेखांमध्ये प्रकाशित केले आणि सर्व योगदानकर्त्यांनी त्यांचे निष्कर्ष निसर्गाच्या समान खंडात प्रकाशित केले. हे क्लासिक आण्विक जीवशास्त्र पेपर्स म्हणून ओळखले जातात.

हार्वर्ड विद्यापीठ

1956 मध्ये वॉटसनने हार्वर्ड विद्यापीठात जीवशास्त्र विभागात पद स्वीकारले. हार्वर्डमधील त्यांचे कार्य आरएनए आणि अनुवांशिक माहितीच्या हस्तांतरणात त्याची भूमिका यावर केंद्रित होते.

वॉटसनने शाळेसाठी शास्त्रीय जीवशास्त्र ते आण्विक जीवशास्त्राकडे लक्ष केंद्रित केले आणि असे नमूद केले की पारिस्थितिकी, विकासात्मक जीवशास्त्र, वर्गीकरण, शरीरविज्ञान इ. यांसारख्या विषयांमध्ये स्तब्धता आली होती आणि आण्विक जीवशास्त्र आणि जैवरसायनशास्त्राच्या अंतर्निहित शाखांनी त्यांचे स्पष्टीकरण केल्यावरच त्यांची प्रगती होऊ शकते. अधोरेखित, विद्यार्थ्यांच्या अभ्यासाला परावृत्त करण्यापर्यंत.

1968 मध्ये कोल्ड स्प्रिंग हार्बर प्रयोगशाळेचे संचालकपद स्वीकारले तरीही वॉटसन 1976 पर्यंत हार्वर्ड विद्याशाखेचे सदस्य राहिले.

हार्वर्डमधील त्यांच्या कार्यकाळात, वॉटसनने व्हिएतनाम युद्धाच्या विरोधात आंदोलनात भाग घेतला, जीवशास्त्रज्ञ आणि बायोकेमिस्टच्या गटाचे नेतृत्व करत "व्हिएतनाममधून यूएस सैन्याने त्वरित माघार घ्यावी" असे आवाहन केले. 1975 मध्ये, हिरोशिमावरील बॉम्बस्फोटाच्या तिसाव्या वर्धापनदिनानिमित्त, वॉटसन हे 2000 हून अधिक शास्त्रज्ञ आणि अभियंत्यांपैकी एक होते ज्यांनी राष्ट्राध्यक्ष गेराल्ड फोर्ड यांच्याकडे अणुप्रसाराच्या विरोधात बोलले आणि असा युक्तिवाद केला की किरणोत्सर्गी कचऱ्याची सुरक्षित विल्हेवाट लावण्यासाठी कोणतीही सिद्ध पद्धत नाही. प्लुटोनियमच्या दहशतवादी चोरीच्या शक्यतेमुळे अणु प्रकल्पांना सुरक्षेचा धोका होता.

हार्वर्डमध्ये असताना वॉटसनच्या वैज्ञानिक योगदानाबद्दलची मते काहीशी मिश्र आहेत. हार्वर्डमधील दोन दशकांतील त्यांची सर्वात उल्लेखनीय कामगिरी ही त्या काळात त्यांनी शोधलेल्या कोणत्याही गोष्टीपेक्षा विज्ञानाविषयी लिहिलेली असू शकते. वॉटसनचे पहिले पाठ्यपुस्तक, द मॉलिक्युलर बायोलॉजी ऑफ द जीन, पाठ्यपुस्तकांसाठी एक नवीन मानक स्थापित केले, विशेषतः संकल्पना हेडच्या वापराद्वारे- संक्षिप्त घोषणात्मक उपशीर्षके. त्यांचे पुढील पाठ्यपुस्तक हे सेलचे आण्विक जीवशास्त्र होते, ज्यामध्ये त्यांनी वैज्ञानिक-लेखकांच्या गटाच्या कार्याचे समन्वय साधले. त्यांचे तिसरे पाठ्यपुस्तक हे रीकॉम्बीनंट डीएनए होते, ज्यात अनुवांशिक अभियांत्रिकीने जीव कसे कार्य करतात याबद्दल बरीच नवीन माहिती आणली आहे याचे वर्णन केले आहे. पाठ्यपुस्तके अजूनही छपाईत आहेत.

डबल हेलिक्स प्रकाशित करत आहे

1968 मध्ये, वॉटसनने द डबल हेलिक्स लिहिले, बोर्ड ऑफ द मॉडर्न लायब्ररीने त्यांच्या 100 सर्वोत्कृष्ट नॉनफिक्शन पुस्तकांच्या यादीत सातव्या क्रमांकावर सूचीबद्ध केले. 58 पुस्तकात डीएनएच्या संरचनेच्या शोधाची कथा, तसेच त्यांच्या कार्याभोवती असणारे व्यक्तिमत्त्व, संघर्ष आणि वाद यांचा तपशील आहे आणि त्यावेळेस त्याच्या अनेक खाजगी भावनिक ठसा यांचा समावेश आहे. वॉटसनचे मूळ शीर्षक "ऑनेस्ट जिम" असे होते. पुस्तकाच्या प्रकाशनावरून वाद निर्माण झाला होता. वॉटसनचे पुस्तक मुळात हार्वर्ड युनिव्हर्सिटी प्रेसने प्रकाशित करायचे होते, परंतु फ्रान्सिस क्रिक आणि मॉरिस विल्किन्स यांनी आक्षेप घेतला. वॉटसनच्या गृह विद्यापीठाने हा प्रकल्प सोडला आणि पुस्तक व्यावसायिकरित्या प्रकाशित झाले.अॅनी सायरेला तिच्या पुस्तकासाठी दिलेल्या मुलाखतीत, रोझलिंड फ्रँकलिन आणि डीएनए (1975 मध्ये प्रकाशित झाले आणि 2000 मध्ये पुन्हा जारी केले गेले), फ्रान्सिस क्रिक म्हणाले की त्यांनी वॉटसनच्या पुस्तकाला "निंदनीय मूर्खपणाचे तिरस्करणीय पॅक" मानले आहे.

कोल्ड स्प्रिंग हार्बर प्रयोगशाळा

1968 मध्ये, वॉटसन कोल्ड स्प्रिंग हार्बर प्रयोगशाळेचे (CSHL) संचालक झाले. 1970 आणि 1972 च्या दरम्यान, वॉटसनच्या दोन मुलांचा जन्म झाला आणि 1974 पर्यंत, तरुण कुटुंबाने कोल्ड स्प्रिंग हार्बरला त्यांचे कायमचे निवासस्थान बनवले. वॉटसनने सुमारे 35 वर्षे प्रयोगशाळेचे संचालक आणि अध्यक्ष म्हणून काम केले आणि नंतर त्यांनी कुलपती आणि नंतर कुलपती एमेरिटसची भूमिका स्वीकारली.

संचालक, अध्यक्ष आणि कुलपती या भूमिकेत, वॉटसनने CSHL चे सध्याचे ध्येय स्पष्ट करण्यासाठी नेतृत्व केले, "कर्करोग, न्यूरोलॉजिकल रोग आणि इतर कारणांचे निदान आणि उपचार करण्याची समज आणि क्षमता विकसित करण्यासाठी आण्विक जीवशास्त्र आणि अनुवांशिकतेचा शोध घेण्याचे समर्पण. मानवी दुःखाचे." CSHL ने वॉटसनच्या मार्गदर्शनाखाली आपले संशोधन आणि विज्ञान शैक्षणिक कार्यक्रम या दोन्हींचा मोठ्या प्रमाणात विस्तार केला. "एका छोट्या सुविधेला जगातील महान शिक्षण आणि संशोधन संस्थांमध्ये रूपांतरित करण्याचे श्रेय दिले जाते. मानवी कर्करोगाच्या कारणाचा अभ्यास करण्यासाठी एक कार्यक्रम सुरू करून, त्यांच्या मार्गदर्शनाखाली शास्त्रज्ञांनी कर्करोगाचा अनुवांशिक आधार समजून घेण्यात मोठे योगदान दिले आहे." तेथे वॉटसनच्या कर्तृत्वाच्या पूर्वलक्षी सारांशात, प्रयोगशाळेचे अध्यक्ष ब्रूस स्टिलमन म्हणाले, "जिम वॉटसनने संशोधनाचे वातावरण तयार केले जे विज्ञानाच्या जगात अतुलनीय आहे."

2007 मध्ये, वॉटसन म्हणाला, "मी डाव्या विचारसरणीच्या विरोधात झालो कारण त्यांना आनुवंशिकता आवडत नाही, कारण आनुवंशिकतेचा अर्थ असा आहे की जीवनात कधीकधी आपण अपयशी होतो कारण आपल्याकडे वाईट जीन्स असतात. त्यांना जीवनातील सर्व अपयश वाईट व्यवस्थेमुळे हवे असते. "

मानवी जीनोम प्रकल्प

1990 मध्ये, वॉटसनची नॅशनल इन्स्टिट्यूट ऑफ हेल्थ येथे ह्युमन जीनोम प्रकल्पाचे प्रमुख म्हणून नियुक्ती करण्यात आली, हे पद त्यांनी 10 एप्रिल 1992 पर्यंत भूषवले. एनआयएचचे नवीन संचालक बर्नाडाइन हीली यांच्याशी झालेल्या मतभेदानंतर वॉटसनने जीनोम प्रकल्प सोडला. वॉटसनचा हिलीच्या जीन सीक्वेन्सवर पेटंट मिळविण्याच्या प्रयत्नांना आणि "निसर्गाचे नियम" च्या कोणत्याही मालकीचा विरोध होता. जीनोम प्रकल्पातून पायउतार होण्यापूर्वी दोन वर्षांपूर्वी, त्यांनी या दीर्घ आणि चालू असलेल्या वादावर स्वतःचे मत मांडले होते, ज्याला त्यांनी संशोधनात अतार्किक अडथळा म्हणून पाहिले होते; ते म्हणाले, "जगातील राष्ट्रांनी हे पाहिले पाहिजे की मानवी जीनोम जगातील लोकांचा आहे, त्याच्या राष्ट्रांच्या विरूद्ध." एनआयएच मेंदू-विशिष्ट cDNAs वर पेटंटसाठी अर्ज करणार असल्याची घोषणा 1992 च्या काही आठवड्यांतच त्यांनी सोडली. (यूएस सुप्रीम कोर्टाने यूएसमध्ये जनुकांच्या पेटंटेबिलिटीचा मुद्दा सोडवला आहे; असोसिएशन फॉर मॉलिक्युलर पॅथॉलॉजी वि. यूएस पेटंट आणि ट्रेडमार्क ऑफिस पहा.)

1994 मध्ये, वॉटसन CSHL चे अध्यक्ष झाले. फ्रान्सिस कॉलिन्स यांनी मानवी जीनोम प्रकल्पाचे संचालक म्हणून जबाबदारी स्वीकारली.

1997 मध्ये द संडे टेलीग्राफमध्ये वॉटसनचे म्हणणे उद्धृत केले होते: "जर तुम्हाला लैंगिकता ठरवणारे जनुक सापडले आणि स्त्रीने ठरवले की तिला समलैंगिक मूल नको आहे, तर तिला द्या." जीवशास्त्रज्ञ रिचर्ड डॉकिन्स यांनी लिहिले. द संडे टेलिग्राफच्या लेखाद्वारे वॉटसनची स्थिती चुकीची मांडण्यात आली असल्याचा दावा इंडिपेंडंटला पत्र, आणि वॉटसन गर्भपाताच्या इतर कोणत्याही कारणाप्रमाणेच विषमलिंगी मूल असण्याची शक्यता देखील तितक्याच प्रमाणात विचारात घेईल, वॉटसन परवानगी देण्याच्या बाजूने आहे यावर जोर देण्यासाठी निवड.

लठ्ठपणाच्या मुद्द्यावर, वॉटसनने 2000 मध्ये उद्धृत केले होते: "जेव्हाही तुम्ही जाड लोकांची मुलाखत घेता तेव्हा तुम्हाला वाईट वाटते, कारण तुम्हाला माहित आहे की तुम्ही त्यांना कामावर घेणार नाही."

वॉटसनने सार्वजनिक व्याख्याने आणि मुलाखतींमध्ये अनुवांशिक तपासणी आणि अनुवांशिक अभियांत्रिकीचे वारंवार समर्थन केले आहे, असा युक्तिवाद केला की मूर्खपणा हा एक आजार आहे आणि "खरोखर मूर्ख" 10% लोक बरे झाले पाहिजेत. त्यांनी असेही सुचवले आहे की सौंदर्य अनुवांशिकरित्या अभियंता केले जाऊ शकते, 2003 मध्ये म्हणाले, "लोक म्हणतात की आपण सर्व मुलींना सुंदर बनवल्यास ते भयंकर होईल. मला वाटते ते खूप चांगले होईल."

2007 मध्ये, जेम्स वॉटसन हा त्याचा संपूर्ण अनुक्रमित जीनोम ऑनलाइन प्रकाशित करणारा दुसरा व्यक्ती बनला, त्याला लाइफ सायन्सेस कॉर्पोरेशनने 31 मे 2007 रोजी ह्युमनमधील शास्त्रज्ञांच्या सहकार्याने सादर केले. जीनोम सिक्वेन्सिंग सेंटर, बेलर कॉलेज ऑफ मेडिसिन. वॉटसनचे म्हणणे उद्धृत केले गेले की, "वैयक्तिकीकृत औषधांच्या युगाच्या विकासास प्रोत्साहन देण्यासाठी मी माझा जीनोम क्रम ऑनलाइन ठेवत आहे, ज्यामध्ये आमच्या जीनोममधील माहितीचा उपयोग रोग ओळखण्यासाठी आणि प्रतिबंध करण्यासाठी आणि वैयक्तिक वैद्यकीय उपचार तयार करण्यासाठी केला जाऊ शकतो".

नंतरचे आयुष्य

2014 मध्ये, वॉटसनने द लॅन्सेटमध्ये एक शोधनिबंध प्रकाशित केला ज्यामध्ये असे सुचवले आहे की जैविक ऑक्सिडंट्सची मधुमेह, स्मृतिभ्रंश, हृदयविकार आणि कर्करोग यासारख्या आजारांमध्ये विचार करण्यापेक्षा वेगळी भूमिका असू शकते. उदाहरणार्थ, टाइप 2 मधुमेह हा सहसा शरीरातील ऑक्सिडेशनमुळे होतो असे मानले जाते ज्यामुळे जळजळ होते आणि स्वादुपिंडाच्या पेशी नष्ट होतात. वॉटसनला असे वाटते की त्या जळजळाचे मूळ वेगळे आहे: "जैविक ऑक्सिडंटची कमतरता, जास्त नाही", आणि याबद्दल तपशीलवार चर्चा करतो. एक टीकात्मक प्रतिसाद असा होता की ही कल्पना नवीन किंवा योग्यतेची नव्हती आणि द लॅन्सेटने वॉटसनचा पेपर केवळ त्याच्या नावामुळे प्रकाशित केला होता. इतर शास्त्रज्ञांनी त्याच्या गृहीतकाला पाठिंबा व्यक्त केला आहे आणि ऑक्सिडंट्सच्या कमतरतेमुळे कर्करोग आणि त्याची प्रगती का होऊ शकते हे देखील विस्तारित केले जाऊ शकते असे प्रस्तावित केले आहे.

2014 मध्ये, वॉटसनने केलेल्या वादग्रस्त विधानांमुळे त्याला "अव्यक्ती" बनवल्याची तक्रार केल्यानंतर पैसे उभारण्यासाठी त्याचे नोबेल पारितोषिक पदक विकले. विक्रीतून जमा झालेल्या निधीचा काही भाग वैज्ञानिक संशोधनाला मदत करण्यासाठी गेला. डिसेंबर 2014 मध्ये क्रिस्टीज येथे लिलावात हे पदक US$4.1 दशलक्षमध्ये विकले गेले. वॉटसनने लाँग आयलंडमधील संवर्धन कार्यासाठी आणि ट्रिनिटी कॉलेज, डब्लिन येथे संशोधनासाठी निधी देण्याचे काम केले. पदकाचा लिलाव करणारा तो पहिला जिवंत नोबेल प्राप्तकर्ता होता. हे पदक नंतर खरेदीदार अलीशेर उस्मानोव यांनी वॉटसनला परत केले.

उल्लेखनीय माजी विद्यार्थी

वॉटसनचे अनेक माजी डॉक्टरेट विद्यार्थी नंतर त्यांच्या स्वत: च्या अधिकारात प्रसिद्ध झाले, त्यात मारियो कॅपेची, बॉब हॉर्विट्झ, पीटर बी. मूर आणि जोन स्टीट्झ यांचा समावेश आहे. असंख्य पीएचडी विद्यार्थ्यांव्यतिरिक्त, वॉटसनने पोस्टडॉक्टरल विद्यार्थ्यांचे आणि इतर इंटर्नचेही पर्यवेक्षण केले ज्यात इवान बर्नी, रोनाल्ड डब्ल्यू. डेव्हिस, फिलिप ऍलन शार्प (पोस्टडॉक), जॉन टूझ (पोस्टडॉक) आणि रिचर्ड जे. रॉबर्ट्स (पोस्टडॉक)).

इतर संलग्नता

वॉटसन हे चांग यी वांग यांनी स्थापन केलेल्या युनायटेड बायोमेडिकल, इंक. च्या संचालक मंडळाचे माजी सदस्य आहेत. ते सहा वर्षे या पदावर राहिले आणि 1999 मध्ये बोर्डातून निवृत्त झाले.

जानेवारी 2007 मध्ये, वॉटसनने चंपालिमॉड फाउंडेशनचे अध्यक्ष लिओनोर बेलेझा यांना फाउंडेशनच्या वैज्ञानिक परिषदेचे, एक सल्लागार संस्थेचे प्रमुख बनण्याचे आमंत्रण स्वीकारले.

मार्च 2017 मध्ये, वॉटसनला चियरलँड इन्व्हेस्टमेंट ग्रुपचे प्रमुख सल्लागार म्हणून नियुक्त करण्यात आले, ही एक चिनी गुंतवणूक कंपनी आहे ज्याने त्याच्या सहलीचे प्रायोजकत्व केले. उद्धरण आवश्यक

वॉटसन हे ॲलन इन्स्टिट्यूट फॉर ब्रेन सायन्सचे संस्था सल्लागार देखील आहेत.

जेम्स वॉटसन (फेब्रुवारी 2003)

कंटाळवाणे लोक टाळा

वॉटसनचे क्रेग व्हेंटर यांच्याशी EST तुकड्यांच्या वापराबाबत मतभेद आहेत, तर व्हेंटर एनआयएचमध्ये काम करत होते. व्हेंटरने सेलेरा जीनोमिक्स शोधून काढले आणि वॉटसनशी त्याचे भांडण चालू ठेवले. वॉटसनने वेंटरला "हिटलर" असे संबोधित केले होते.

त्याच्या संस्मरणात, अव्हॉइड बोरिंग पीपल: लेसन फ्रॉम ए लाइफ इन सायन्स, वॉटसनने त्याच्या शैक्षणिक सहकाऱ्यांचे वर्णन "डायनासॉर", "डेडबीट्स", "फॉसिल्स", "हॅस-बीन्स", "मिडिओकर" आणि "व्हॅपिड" असे केले आहे. हार्वर्ड मॅगझिनमधील स्टीव्ह शॅपिन यांनी नोंदवले की वॉटसनने शास्त्रज्ञाच्या कारकिर्दीत वेगवेगळ्या वेळी आवश्यक कौशल्ये सांगणारे एक असंभाव्य "बुक ऑफ मॅनर्स" लिहिले होते; त्याने लिहिले की वॉटसन विद्यापीठात आक्रमकपणे स्वतःच्या ध्येयांचा पाठपुरावा करण्यासाठी ओळखला जात असे. ईओ विल्सनने एकदा वॉटसनचे वर्णन "मी भेटलेला सर्वात अप्रिय माणूस" असे केले होते, परंतु नंतरच्या एका टीव्ही मुलाखतीत ते म्हणाले की त्यांनी त्यांना मित्र मानले आणि हार्वर्डमधील त्यांचा शत्रुत्व "जुना इतिहास" (जेव्हा त्यांनी आपापल्या क्षेत्रातील निधीसाठी स्पर्धा केली होती)).

संस्मरण अव्हॉड बोरिंग पीपलच्या उपसंहारात, वॉटसन वैकल्पिकरित्या हार्वर्ड विद्यापीठाचे माजी अध्यक्ष लॉरेन्स समर्सवर हल्ला करतात आणि त्यांचा बचाव करतात, ज्यांनी 2006 मध्ये स्त्रिया आणि विज्ञानाबद्दल केलेल्या टिप्पणीमुळे पद सोडले होते. 96 वॉटसनने उपसंहारामध्ये असेही म्हटले आहे की, "विज्ञानातील स्त्री-पुरुषांच्या प्रतिनिधित्वातील असमतोल समजून घेण्यास प्रामाणिकपणे स्वारस्य असलेल्या कोणालाही, पालनपोषण हे स्पष्ट पुरावे असूनही, निसर्ग किती प्रमाणात असू शकतो याचा विचार करण्यासाठी किमान तयार असले पाहिजे. "

शर्यतीवर टिप्पण्या

2000 मधील एका परिषदेत, वॉटसनने त्वचेचा रंग आणि सेक्स ड्राइव्ह यांच्यातील दुवा सुचविला, असे गृहित धरून की गडद-त्वचेच्या लोकांमध्ये कामवासना जास्त असते. त्यांच्या व्याख्यानाने असा युक्तिवाद केला की मेलेनिनचे अर्क - जे त्वचेला रंग देते - विषयांची लैंगिक इच्छा वाढवते. "म्हणूनच तुम्हाला लॅटिन प्रेमी आहेत", ते म्हणाले, व्याख्यानाला उपस्थित असलेल्या लोकांच्या मते. "तुम्ही इंग्लिश प्रेमीबद्दल कधीच ऐकले नाही. फक्त एक इंग्लिश पेशंट." त्याने असेही म्हटले आहे की वांशिक आणि वांशिक गटांशी संबंधित स्टिरियोटाइपचा अनुवांशिक आधार आहे: ज्यू बुद्धिमान आहेत, चिनी बुद्धिमान आहेत परंतु निवडीमुळे सर्जनशील नाहीत. अनुरूपतेसाठी. कृष्णवर्णीय आणि गोरे यांच्यातील बुद्धिमत्तेच्या फरकांबाबत, वॉटसनने असे ठामपणे सांगितले आहे की "आमची सर्व सामाजिक धोरणे या वस्तुस्थितीवर आधारित आहेत की त्यांची (काळे) बुद्धिमत्ता आपल्या (गोरे) सारखीच आहे - तर सर्व चाचणी असे म्हणतात की खरोखर नाही... काळ्या कर्मचाऱ्यांशी व्यवहार करण्यासाठी हे खरे नाही असे वाटते."

वॉटसनने वारंवार असे प्रतिपादन केले आहे की कृष्णवर्णीय आणि गोरे यांच्यातील सरासरी बुद्ध्यांकातील फरक आनुवंशिकतेमुळे आहे. ऑक्टोबर 2007 च्या सुरुवातीला, कोल्ड स्प्रिंग हार्बर प्रयोगशाळेत (CSHL) शार्लोट हंट-ग्रुबे यांनी त्यांची मुलाखत घेतली. आफ्रिकन लोक पाश्चात्यांपेक्षा कमी हुशार आहेत या मतावर त्यांनी चर्चा केली. वॉटसनने सांगितले की त्याचा हेतू वंशवादाचा नव्हे तर विज्ञानाचा प्रचार करण्याचा होता, परंतु यूकेच्या काही ठिकाणांनी त्याचे प्रदर्शन रद्द केले, आणि त्याने उर्वरित दौरा रद्द केला. नेचरमधील संपादकीयात म्हटले आहे की त्यांची टिप्पणी "पलीकडच्या पलीकडे" होती परंतु त्यांनी अशी इच्छा व्यक्त केली की हा दौरा रद्द केला गेला नसता जेणेकरून वॉटसनला त्याच्या टीकाकारांना वैयक्तिकरित्या सामोरे जावे लागले असते आणि या विषयावरील वैज्ञानिक चर्चेला प्रोत्साहन दिले जाते. वादामुळे, कोल्ड स्प्रिंग हार्बर प्रयोगशाळेतील विश्वस्त मंडळाने वॉटसनच्या प्रशासकीय जबाबदाऱ्या निलंबित केल्या. वॉटसनने माफी मागितली, त्यानंतर वयाच्या ७९ व्या वर्षी CSHL मधून सेवानिवृत्त झाले ज्याला प्रयोगशाळेने "जवळपास 40 वर्षांची विशिष्ट सेवा" असे म्हटले. वॉटसनने त्याच्या निवृत्तीचे श्रेय त्याच्या वयाला आणि परिस्थितीला दिले ज्याची त्याने कधीही अपेक्षा किंवा इच्छा केली नसेल.

2008 मध्ये, वॉटसनची CSHL चे कुलपती म्हणून नियुक्ती करण्यात आली. त्या वर्षी बीबीसीच्या एका डॉक्युमेंटरीमध्ये, वॉटसनने सांगितले की तो स्वतःला वर्णद्वेषी म्हणून पाहत नाही. 2009 पर्यंत, त्यांनी प्रयोगशाळेत प्रकल्पाच्या कामासाठी सल्ला आणि मार्गदर्शन करणे सुरू ठेवले.

जानेवारी 2019 मध्ये, मागील वर्षी बनवलेल्या टेलिव्हिजन डॉक्युमेंटरीच्या प्रसारणानंतर ज्यामध्ये त्याने वंश आणि आनुवंशिकीबद्दलच्या आपल्या मतांची पुनरावृत्ती केली होती, CSHL ने वॉटसनला दिलेली मानद पदवी रद्द केली आणि त्याच्याशी असलेले सर्व संबंध तोडले. ऑक्टोबर 2018 मध्ये कार अपघात झाल्यापासून आजारी असल्याने वॉटसनने या घडामोडींना प्रतिसाद दिला नाही. आतापर्यंत?

वैयक्तिक जीवन

वॉटसन हा नास्तिक आहे. 2003 मध्ये, मानवतावादी घोषणापत्रावर स्वाक्षरी केलेल्या 22 नोबेल पुरस्कार विजेत्यांपैकी तो एक होता.

लग्न आणि कुटुंब

वॉटसनने 1968 मध्ये एलिझाबेथ लुईसशी लग्न केले. त्यांना रुफस रॉबर्ट वॉटसन (जन्म 1970) आणि डंकन जेम्स वॉटसन (जन्म 1972) ही दोन मुले आहेत. वॉटसन कधी कधी स्किझोफ्रेनिया असलेल्या त्याच्या मुला रुफसबद्दल बोलतो, तो मानसिक आजार समजून घेण्यास आणि उपचारामध्ये प्रगती करण्यास प्रोत्साहित करण्याचा प्रयत्न करतो आणि अनुवांशिकतेमध्ये त्याचे योगदान कसे आहे हे ठरवितो.

25

स्टीफन हॉकिंग

स्टीफन हॉकिंग

Top Scientists

Scan for Story Videos - www.itibook.com

स्टीफन विल्यम हॉकिंग जानेवारी 1942 - 14 मार्च 2018) हे एक इंग्रजी सैद्धांतिक भौतिकशास्त्रज्ञ, विश्वशास्त्रज्ञ आणि लेखक होते, जे त्यांच्या मृत्यूच्या वेळी केंब्रिज विद्यापीठातील सैद्धांतिक विश्वविज्ञान केंद्रात संशोधन संचालक होते. 1979 ते 2009 दरम्यान, ते केंब्रिज

विद्यापीठात गणिताचे लुकेशियन प्राध्यापक होते.

हॉकिंग यांचा जन्म ऑक्सफर्डमध्ये डॉक्टरांच्या कुटुंबात झाला. ऑक्टोबर 1959 मध्ये, वयाच्या 17 व्या वर्षी, त्यांनी युनिव्हर्सिटी कॉलेज, ऑक्सफर्ड येथे त्यांचे विद्यापीठीय शिक्षण सुरू केले, जिथे त्यांनी भौतिकशास्त्रात प्रथम श्रेणी बीए पदवी प्राप्त केली. ऑक्टोबर 1962 मध्ये, त्यांनी ट्रिनिटी हॉल, केंब्रिज येथे पदवीच्या कामाला सुरुवात केली, जिथे मार्च 1966 मध्ये, त्यांनी सामान्य सापेक्षता आणि विश्वविज्ञान या विषयात प्रायोगिक गणित आणि सैद्धांतिक भौतिकशास्त्रात पीएचडी पदवी प्राप्त केली. 1963 मध्ये, हॉकिंग यांना मोटार न्यूरोन रोग (अमियोट्रॉफिक लॅटरल स्क्लेरोसिस - एएलएस, थोडक्यात) लवकर-सुरुवात संथ-प्रगती स्वरूपाचे निदान झाले ज्यामुळे हळूहळू, अनेक दशकांमध्ये, त्यांना अर्धांगवायू झाला. त्याचे भाषण गमावल्यानंतर, त्याने सुरुवातीला हँडहेल्ड स्विचच्या वापराद्वारे आणि शेवटी गालाचा एक स्नायू वापरून भाषण-उत्पादक उपकरणाद्वारे संवाद साधला.

हॉकिंगच्या वैज्ञानिक कार्यांमध्ये सामान्य सापेक्षतेच्या चौकटीत गुरुत्वाकर्षण एकलता प्रमेयांवर रॉजर पेनरोज यांच्या सहकार्याने आणि कृष्णविवरांनी किरणोत्सर्ग उत्सर्जित केल्याचा सैद्धांतिक अंदाज, ज्याला अनेकदा हॉकिंग रेडिएशन म्हणतात. सुरुवातीला हॉकिंग रेडिएशन वादग्रस्त होते. 1970 च्या दशकाच्या उत्तरार्धात आणि पुढील संशोधनाच्या प्रकाशनानंतर, हा शोध सैद्धांतिक भौतिकशास्त्रातील एक मोठी प्रगती म्हणून व्यापकपणे स्वीकारला गेला. कॉस्मॉलॉजीचा सिद्धांत मांडणारे हॉकिंग हे पहिले होते जे सापेक्षता आणि क्वांटम मेकॅनिक्सच्या सामान्य सिद्धांताने स्पष्ट केले होते. क्वांटम मेकॅनिक्सच्या अनेक-जगातील व्याख्यांचे ते जोरदार समर्थक होते.

हॉकिंग यांनी लोकप्रिय विज्ञानाच्या अनेक कार्यांसह व्यावसायिक यश मिळवले ज्यामध्ये त्यांनी सर्वसाधारणपणे त्यांचे सिद्धांत आणि विश्वविज्ञान यावर चर्चा केली. त्यांचे ए ब्रीफ हिस्ट्री ऑफ टाइम हे पुस्तक संडे टाइम्सच्या बेस्टसेलर यादीत 237 आठवडे रेकॉर्डब्रेक झाले. हॉकिंग हे रॉयल सोसायटीचे फेलो होते, पॉन्टिफिकल अकादमी ऑफ सायन्सेसचे आजीवन सदस्य होते आणि युनायटेड स्टेट्समधील सर्वोच्च नागरी पुरस्कार, प्रेसिडेंशियल मेडल ऑफ फ्रीडमचे प्राप्तकर्ता होते. 2002 मध्ये, बीबीसीच्या 100 ग्रेटेस्ट ब्रिटनच्या सर्वेक्षणात हॉकिंगला 25 वा क्रमांक मिळाला होता. 50 वर्षांहून अधिक काळ मोटर न्यूरॉन आजाराने जगल्यानंतर 14 मार्च 2018 रोजी वयाच्या 76 व्या वर्षी त्यांचे निधन झाले.

हॉकिंग यांचा जन्म 8 जानेवारी 1942 24 25 रोजी ऑक्सफर्ड येथे फ्रँक आणि इसोबेल आयलीन हॉकिंग (née वॉकर) यांच्या घरी झाला. हॉकिंगच्या आईचा जन्म ग्लासगो, स्कॉटलंड येथील डॉक्टरांच्या कुटुंबात झाला. यॉर्कशायर येथील त्यांचे श्रीमंत पणजोबा यांनी शेतजमीन विकत घेण्याचा अतिविस्तार केला आणि नंतर 20 व्या शतकाच्या सुरुवातीच्या काळात मोठ्या कृषी मंदीमध्ये दिवाळखोरी झाली. त्यांच्या आजी-आजोबांनी त्यांच्या घरात शाळा उघडून कुटुंबाला आर्थिक उध्वस्त होण्यापासून वाचवले. त्यांच्या कुटुंबाच्या आर्थिक अडचणी असूनही, दोन्ही पालकांनी ऑक्सफर्ड विद्यापीठात शिक्षण घेतले, जेथे फ्रँकने वैद्यकशास्त्र आणि इसोबेल यांनी तत्त्वज्ञान, राजकारण आणि अर्थशास्त्र वाचले. इसोबेल यांनी वैद्यकीय संशोधन संस्थेचे सचिव म्हणून काम केले आणि फ्रँक हे वैद्यकीय संशोधक होते. हॉकिंग यांना फिलिपा आणि मेरी या दोन लहान बहिणी आणि एक दत्तक भाऊ एडवर्ड फ्रँक डेव्हिड (1955-2003) होत्या.

1950 मध्ये, जेव्हा हॉकिंगचे वडील नॅशनल इन्स्टिट्यूट फॉर मेडिकल रिसर्च येथे परजीवीविज्ञान विभागाचे प्रमुख बनले, तेव्हा हे कुटुंब सेंट अल्बन्स, हर्टफोर्डशायर येथे गेले. सेंट अल्बन्समध्ये, कुटुंब अत्यंत हुशार आणि काहीसे विक्षिप्त मानले जात असे बहुतेक वेळा प्रत्येक व्यक्ती शांतपणे पुस्तक वाचताना जेवण घालवत असे. ते एका मोठ्या, गोंधळलेल्या आणि खराब देखभाल केलेल्या घरात काटकसरीचे जीवन जगत होते आणि एका रूपांतरित लंडन टॅक्सीकॅबमध्ये प्रवास करत होते. हॉकिंगच्या वडिलांच्या आफ्रिकेत काम करताना वारंवार गैरहजेरी असताना, उर्वरित कुटुंबाने चार महिने मॅलोर्कामध्ये त्याच्या आईची मैत्रिण बेरिल आणि तिचे पती, कवी रॉबर्ट ग्रेव्हज यांना भेटायला घालवले.

प्राथमिक आणि माध्यमिक शाळा वर्षे

हॉकिंग यांचे शालेय शिक्षण लंडनमधील हायगेट येथील बायरन हाऊस स्कूलमध्ये सुरू झाले. नंतर त्यांनी शाळेत असताना वाचन शिकण्यास अपयशी ठरल्याबद्दल "प्रगतीशील पद्धती" ला दोष दिला. सेंट अल्बन्समध्ये, आठ वर्षांच्या हॉकिंगने सेंट अल्बन्स हायस्कूल फॉर गर्ल्समध्ये काही महिने शिक्षण घेतले. त्या वेळी, लहान मुले एका घरात उपस्थित राहू शकत होती.

हॉकिंग दोन स्वतंत्र (म्हणजे फी भरणाऱ्या) शाळांमध्ये, पहिली रॅडलेट स्कूल आणि सप्टेंबर 1952 पासून, सेंट अल्बन्स स्कूल, वर्षभर लवकर अकरावीत उत्तीर्ण झाल्यानंतर कुटुंबाने शिक्षणावर उच्च मूल्य ठेवले. हॉकिंगच्या वडिलांची इच्छा होती की आपल्या मुलाने सुप्रसिद्ध वेस्टमिन्स्टर शाळेत जावे, परंतु 13 वर्षीय हॉकिंग शिष्यवृत्ती परीक्षेच्या दिवशी आजारी होते. शिष्यवृत्तीच्या आर्थिक मदतीशिवाय त्यांच्या कुटुंबाला शाळेची फी परवडत नव्हती, म्हणून हॉकिंग सेंट अल्बन्स येथेच राहिले. याचा सकारात्मक परिणाम असा झाला की हॉकिंग मित्रांच्या एका गटाच्या जवळ राहिले ज्यांच्यासोबत बोर्ड गेम्स, फटाके तयार करणे, मॉडेल विमाने आणि नौका तयार करणे, 45 आणि ख्रिश्चन धर्म आणि अतिसंवेदनशील समज याबद्दल दीर्घ चर्चा केली. ४६ 1958 पासून, गणिताचे शिक्षक डिक्रान ताहता यांच्या मदतीने, त्यांनी घड्याळाचे भाग, एक जुना टेलिफोन स्विचबोर्ड आणि इतर पुनर्नवीनीकरण केलेल्या घटकांपासून एक संगणक तयार केला.

शाळेत "आइन्स्टाईन" म्हणून ओळखले जात असले तरी, हॉकिंग सुरुवातीला शैक्षणिकदृष्ट्या यशस्वी झाले नाहीत. कालांतराने, त्यांनी वैज्ञानिक विषयांबद्दल लक्षणीय योग्यता दाखवण्यास सुरुवात केली आणि ताहता यांच्या प्रेरणेने त्यांनी विद्यापीठात गणित वाचण्याचा निर्णय घेतला. हॉकिंगच्या वडिलांनी त्यांना वैद्यकशास्त्राचा अभ्यास करण्याचा सल्ला दिला, कारण गणिताच्या पदवीधरांसाठी कमी नोकऱ्या आहेत. त्याच्या मुलाने ऑक्सफर्डच्या युनिव्हर्सिटी कॉलेजमध्ये, त्याच्या स्वतःच्या अल्मा मॅटर या कॉलेजमध्ये शिक्षण घेण्याचीही त्याची इच्छा होती. त्यावेळी तेथे गणित वाचणे शक्य नसल्याने हॉकिंग यांनी भौतिकशास्त्र आणि रसायनशास्त्राचा अभ्यास करण्याचा निर्णय घेतला. मुख्याध्यापकांनी पुढील वर्षापर्यंत थांबण्याचा सल्ला देऊनही, मार्च 1959 मध्ये परीक्षा दिल्यानंतर हॉकिंग यांना शिष्यवृत्ती देण्यात आली.

पदवीपूर्व वर्षे

ऑक्टोबर 1959 मध्ये वयाच्या 17 व्या वर्षी हॉकिंग यांनी युनिव्हर्सिटी कॉलेज, ऑक्सफर्ड 25 येथे विद्यापीठीय शिक्षण सुरू केले. पहिले अठरा महिने, तो कंटाळला होता आणि एकाकी होता - त्याला शैक्षणिक कार्य "हास्यास्पदरीत्या सोपे" वाटले. त्याचे भौतिकशास्त्राचे शिक्षक, रॉबर्ट बर्मन, नंतर म्हणाले, "काहीतरी केले जाऊ शकते हे जाणून घेणे त्याच्यासाठी फक्त आवश्यक होते, आणि इतर लोकांनी ते कसे केले हे न पाहता तो ते करू शकतो." त्याच्या दुसऱ्या काळात एक बदल घडला आणि तिसरे वर्ष, जेव्हा बर्मनच्या मते, हॉकिंगने "मुलांपैकी एक होण्यासाठी" अधिक प्रयत्न केले. तो एक लोकप्रिय, चैतन्यशील आणि विनोदी कॉलेज-सदस्य म्हणून विकसित झाला, त्याला शास्त्रीय संगीत आणि विज्ञान कथांमध्ये रस होता. कॉलेज बोट-क्लब, युनिव्हर्सिटी कॉलेज बोट क्लबमध्ये सामील होण्याच्या त्याच्या निर्णयामुळे परिवर्तनाचा एक भाग झाला, जिथे त्याने रोइंग-कर्मचा सहभाग घेतला. रोइंग-कोचने त्यावेळेस नमूद केले की हॉकिंगने एक धाडसी प्रतिमा जोपासली, आपल्या क्रूला धोकादायक मार्गावर चालवले ज्यामुळे बोटी खराब झाल्या. हॉकिंग यांनी ऑक्सफर्डमध्ये त्यांच्या तीन वर्षांमध्ये सुमारे 1,000 तास अभ्यास केल्याचा अंदाज आहे. या अप्रभावी अभ्यासाच्या सवयींमुळे त्याच्या अंतिम फेरीत बसणे एक आव्हान बनले आणि त्याने वास्तविक ज्ञान आवश्यक नसून केवळ सैद्धांतिक भौतिकशास्त्राच्या प्रश्नांची उत्तरे देण्याचे ठरवले. केंब्रिज विद्यापीठातील कॉस्मॉलॉजीमधील नियोजित पदवीधर अभ्यासासाठी प्रथम श्रेणीची पदवी स्वीकारण्याची अट होती. चिंताग्रस्त, तो परीक्षेच्या आदल्या रात्री खराब झोपला, आणि निकाल प्रथम आणि द्वितीय श्रेणीतील सन्मानांच्या सीमारेषेवर होता, ज्यामुळे ऑक्सफर्डच्या परीक्षकांसह व्हिवा (तोंडी परीक्षा) आवश्यक होती.

हॉकिंगला एक आळशी आणि कठीण विद्यार्थी म्हणून पाहिले जात होते याची चिंता होती. म्हणून, व्हिवा येथे त्याच्या योजनांचे वर्णन करण्यासाठी विचारले असता, तो म्हणाला, "जर तुम्ही मला प्रथम पुरस्कार दिलात, तर मी केंब्रिजला जाईन. जर मला द्वितीय क्रमांक मिळाला, तर मी ऑक्सफर्डमध्येच राहीन, म्हणून मला अपेक्षा आहे की तुम्ही मला प्रथम क्रमांक द्याल." त्याला त्याच्या विश्वासापेक्षा जास्त आदर दिला गेला; बर्मन यांनी टिप्पणी केल्याप्रमाणे, परीक्षक "इतके हुशार होते की ते स्वतः पेक्षा जास्त हुशार कोणाशी बोलत आहेत". भौतिकशास्त्रात प्रथम श्रेणीची बी.ए.ची पदवी प्राप्त केल्यानंतर आणि मित्रासोबत इराणची सहल पूर्ण केल्यानंतर, त्यांनी ऑक्टोबर 1962 मध्ये ट्रिनिटी हॉल, केंब्रिज येथे पदवीचे काम सुरू केले.

पदव्युत्तर वर्षे

डॉक्टरेटचे विद्यार्थी म्हणून हॉकिंग यांचे पहिले वर्ष कठीण होते. प्रख्यात खगोलशास्त्रज्ञ फ्रेड हॉयल ऐवजी आधुनिक विश्वविज्ञानाच्या संस्थापकांपैकी एक असलेल्या डेनिस विल्यम स्कियामा यांना पर्यवेक्षक म्हणून नियुक्त केल्याचे पाहून सुरुवातीला तो निराश झाला आणि त्याला गणिताचे प्रशिक्षण कामासाठी अपुरे वाटले. सामान्य सापेक्षता आणि विश्वविज्ञान मध्ये. मोटार न्यूरॉन रोगाचे निदान झाल्यानंतर, हॉकिंग नैराश्यात गेले - जरी त्यांच्या डॉक्टरांनी त्यांना अभ्यास सुरू ठेवण्याचा सल्ला दिला, तरीही त्यांना वाटले की त्यात काही अर्थ नाही. त्याचा आजार डॉक्टरांच्या अंदाजापेक्षा हळूहळू वाढला. जरी हॉकिंग यांना असमर्थित चालणे कठीण होते, आणि त्यांचे भाषण जवळजवळ अगम्य होते, तरीही त्यांना फक्त दोन वर्षे जगण्याचे प्रारंभिक निदान निराधार सिद्ध झाले. सियामाच्या प्रोत्साहनाने ते आपल्या कामावर परतले. हॉकिंग यांनी जून 1964 मध्ये एका व्याख्यानात फ्रेड हॉयल आणि त्यांचा विद्यार्थी जयंत नारळीकर यांच्या कार्याला सार्वजनिकरित्या आव्हान दिले तेव्हा त्यांनी तेजस्वीपणा आणि उदात्तपणाची प्रतिष्ठा निर्माण करण्यास सुरुवात केली.

जेव्हा हॉकिंग यांनी त्यांचा डॉक्टरेट अभ्यास सुरू केला तेव्हा विश्वाच्या निर्मितीच्या प्रचलित सिद्धांतांबद्दल भौतिकशास्त्र समुदायात बरीच चर्चा झाली: बिग बँग आणि स्टेडी स्टेट थिअरी. रॉजर पेनरोजच्या कृष्णविवरांच्या मध्यभागी असलेल्या स्पेसटाइम सिंग्युलॅरिटीच्या प्रमेयाने प्रेरित होऊन, हॉकिंगने संपूर्ण विश्वासाठी समान विचारसरणी लागू केली; आणि, 1965 दरम्यान, त्यांनी या विषयावर आपला प्रबंध लिहिला.हॉकिंगचा प्रबंध 1966 मध्ये मंजूर झाला. इतरही सकारात्मक घडामोडी होत्या: हॉकिंगला केंब्रिज येथील गॉनव्हिल आणि कॅयस कॉलेजमध्ये संशोधन फेलोशिप मिळाली; त्यांनी मार्च 1966 मध्ये उपयोजित गणित आणि सैद्धांतिक भौतिकशास्त्र, सामान्य सापेक्षता आणि विश्वविज्ञान या विषयात पीएचडी पदवी प्राप्त केली; आणि त्यांचे "सिंग्युलरिटीज अँड द जॉमेट्री ऑफ स्पेस-टाइम" या निबंधाने त्या वर्षीचे प्रतिष्ठित ॲडम्स पारितोषिक जिंकण्यासाठी पेनरोजच्या एकाला सर्वोच्च सन्मान दिला.

करिअर

त्यांच्या कामात आणि पेनरोजच्या सहकार्याने, हॉकिंग यांनी त्यांच्या डॉक्टरेट प्रबंधात प्रथम शोधलेल्या सिंग्युलॅरिटी प्रमेय संकल्पनांचा विस्तार केला. यात केवळ एकवचनांचे अस्तित्वच नाही तर विश्वाची सुरुवात कदाचित एकवचन म्हणून झाली असावी असा सिद्धांत देखील समाविष्ट आहे. त्यांचा संयुक्त निबंध 1968 ग्रॅव्हिटी रिसर्च फाउंडेशन स्पर्धेत उपविजेता ठरला. 1970 मध्ये, त्यांनी एक पुरावा प्रकाशित केला की जर विश्व सापेक्षतेच्या सामान्य सिद्धांताचे पालन करत असेल आणि अलेक्झांडर फ्रीडमनने विकसित केलेल्या भौतिक विश्वविज्ञानाच्या कोणत्याही मॉडेलमध्ये बसत असेल तर ते एकवचन म्हणून सुरू झाले असावे. 1969 मध्ये, हॉकिंग यांनी Caius येथे राहण्यासाठी विज्ञानातील फरकासाठी खास तयार केलेली फेलोशिप स्वीकारली.

1970 मध्ये, हॉकिंग यांनी ब्लॅक होल डायनॅमिक्सचा दुसरा नियम म्हणून ओळखला जाणारा असा विचार मांडला की ब्लॅक होलचे घटना क्षितिज कधीही लहान होऊ शकत नाही. जेम्स एम. बार्डीन आणि ब्रँडन कार्टर यांच्यासोबत, त्यांनी थर्मोडायनामिक्सशी साधर्म्य दाखवून ब्लॅक होल मेकॅनिक्सचे चार नियम मांडले. हॉकिंगच्या चिडून, जॉन व्हीलरचे पदवीधर विद्यार्थी जेकब बेकनस्टाईन यांनी थर्मोडायनामिक संकल्पना अक्षरशः लागू करण्यासाठी पुढे-आणि शेवटी बरोबर-असले.

1970 च्या दशकाच्या सुरुवातीस, हॉकिंगच्या कार्टर, वर्नर इस्रायल आणि डेव्हिड सी. रॉबिन्सन यांच्यासोबत केलेल्या कामाने व्हीलरच्या केस नसलेल्या प्रमेयाचे जोरदार समर्थन केले, ज्यामध्ये असे म्हटले आहे की कृष्णविवर ज्या मूळ सामग्रीपासून तयार केले गेले आहे ते महत्त्वाचे नाही, त्याचे पूर्णपणे वर्णन केले जाऊ शकते. वस्तुमान, इलेक्ट्रिकल चार्ज आणि रोटेशनचे गुणधर्म. त्यांच्या "ब्लॅक होल्स" नावाच्या निबंधाला जानेवारी 1971 मध्ये ग्रॅव्हिटी रिसर्च फाउंडेशन पुरस्कार मिळाला. हॉकिंग यांचे पहिले पुस्तक, द लार्ज स्केल स्ट्रक्चर ऑफ स्पेस-टाइम, जॉर्ज एलिस यांनी लिहिलेले, 1973 मध्ये प्रकाशित झाले.

1973 पासून, हॉकिंग क्वांटम गुरुत्वाकर्षण आणि क्वांटम मेकॅनिक्सच्या अभ्यासाकडे वळले. मॉस्कोच्या भेटीमुळे आणि याकोव्ह बोरिसोविच झेलडोविच आणि अलेक्सी स्टारोबिंस्की यांच्याशी झालेल्या चर्चेमुळे या क्षेत्रातील त्यांच्या कार्याला चालना मिळाली, ज्यांच्या कार्याने अनिश्चिततेच्या तत्त्वानुसार कृष्णविवरांचे कण उत्सर्जित केल्याचे दिसून आले. हॉकिंगच्या चिडचिड करण्यासाठी, त्याच्या बऱ्याच तपासलेल्या गणनेतून असे निष्कर्ष निघाले जे त्याच्या दुसऱ्या कायद्याच्या विरोधात होते, ज्याने दावा केला होता की कृष्णविवर कधीही लहान होऊ शकत नाहीत, आणि त्यांच्या एन्ट्रॉपीबद्दल बेकनस्टाईनच्या तर्काचे समर्थन केले.

हॉकिंगने 1974 पासून सादर केलेले त्याचे परिणाम, कृष्णविवरे विकिरण उत्सर्जित करतात, ज्याला आज हॉकिंग रेडिएशन म्हणून ओळखले जाते, जे त्यांची ऊर्जा संपुष्टात येईपर्यंत आणि बाष्पीभवन होईपर्यंत चालू राहू शकते असे दिसून आले. सुरुवातीला हॉकिंग रेडिएशन वादग्रस्त होते. 1970 च्या दशकाच्या उत्तरार्धात आणि पुढील संशोधनाच्या प्रकाशनानंतर, हा शोध सैद्धांतिक भौतिकशास्त्रातील एक महत्त्वपूर्ण यश म्हणून व्यापकपणे स्वीकारला गेला. हॉकिंग रेडिएशनच्या घोषणेच्या काही आठवड्यांनंतर, 1974 मध्ये हॉकिंग रॉयल सोसायटी (FRS) चे फेलो म्हणून निवडले गेले. त्यावेळी, तो फेलो बनलेल्या सर्वात तरुण शास्त्रज्ञांपैकी एक होता.

हॉकिंग यांची 1974 मध्ये कॅलिफोर्निया इन्स्टिट्यूट ऑफ टेक्नॉलॉजी (कॅलटेक) येथे शर्मन फेअरचाइल्ड डिस्टिंग्विश्ड व्हिजिटिंग प्रोफेसरशिपवर नियुक्ती करण्यात आली. त्यांनी किप थॉर्न, या विद्याशाखेतील मित्रासोबत काम केले आणि त्यांना वैज्ञानिक दाव्यात गुंतवून घेतले. क्ष-किरण स्त्रोत सिग्नस एक्स-1 हे ब्लॅक होल होते. ब्लॅक होल अस्तित्वात नसल्याच्या प्रस्तावाच्या विरोधात ही दाम एक "विमा पॉलिसी" होती. हॉकिंग यांनी कबूल केले की 1990 मध्ये तो हरला होता, ही पैज त्याने थॉर्न आणि इतरांसोबत लावलेली पहिली पैज होती. हॉकिंग यांनी कॅलटेकशी संबंध कायम ठेवले होते, या पहिल्या भेटीपासून ते दरवर्षी एक महिना तेथे घालवत होते.

1975-1990

हॉकिंग 1975 मध्ये केंब्रिजमध्ये गुरुत्वीय भौतिकशास्त्रातील वाचक म्हणून अधिक शैक्षणिकदृष्ट्या वरिष्ठ पदावर परतले. 1970 च्या दशकाच्या मध्यापासून ते कृष्णविवरांबद्दलच्या वाढत्या लोकांच्या आस्थेचा आणि त्यांचा अभ्यास करणाऱ्या भौतिकशास्त्रज्ञांचा काळ होता. हॉकिंग यांची प्रिंट आणि टेलिव्हिजनसाठी नियमितपणे मुलाखत घेण्यात आली. त्यांना त्यांच्या कामाची वाढती शैक्षणिक मान्यता देखील मिळाली. 1975 मध्ये, त्यांना एडिंग्टन मेडल आणि पायस इलेव्हन गोल्ड मेडल आणि 1976 मध्ये डॅनी हेनेमन प्राइज, मॅक्सवेल मेडल आणि प्राईझ आणि ह्यूजेस मेडल या दोन्ही पुरस्कारांनी सन्मानित करण्यात आले. 1977 मध्ये गुरुत्वाकर्षण भौतिकशास्त्रात प्राध्यापक म्हणून त्यांची नियुक्ती करण्यात आली. पुढील वर्षी त्यांना ऑक्सफर्ड विद्यापीठाकडून अल्बर्ट आइनस्टाईन पदक आणि मानद डॉक्टरेट प्राप्त झाली.

1979 मध्ये, हॉकिंग यांची केंब्रिज विद्यापीठात गणिताचे लुकेशियन प्राध्यापक म्हणून निवड झाली. या भूमिकेतील त्यांच्या उद्घाटन व्याख्यानाचे शीर्षक होते: "सैद्धांतिक भौतिकशास्त्राचा शेवट दृष्टीक्षेपात आहे का?" आणि भौतिकशास्त्रज्ञ अभ्यास करत असलेल्या अनेक समस्या सोडवण्यासाठी N=8 सुपरग्रॅव्हिटी हा अग्रगण्य सिद्धांत म्हणून प्रस्तावित केला. त्यांची पदोन्नती आरोग्याच्या संकटाशी जुळून आली ज्यामुळे त्यांनी अनिच्छेने, घरी काही नर्सिंग सेवा स्वीकारल्या. त्याच वेळी, तो भौतिकशास्त्राकडे पाहण्याच्या दृष्टीकोनात बदल घडवून आणत होता, गणितीय पुराव्यांचा आग्रह धरण्याऐवजी अधिक अंतर्ज्ञानी आणि सट्टा बनत होता. "मी कठोर होण्यापेक्षा योग्य आहे", त्याने किप थॉर्नला सांगितले. 1981 मध्ये, त्यांनी असे प्रस्तावित केले की जेव्हा कृष्णविवराचे बाष्पीभवन होते तेव्हा ब्लॅक होलमधील

माहिती अपरिवर्तनीयपणे गमावली जाते. या माहितीचा विरोधाभास क्वांटम मेकॅनिक्सच्या मूलभूत तत्त्वाचे उल्लंघन करतो आणि लिओनार्ड सस्किंड आणि गेरार्ड 'टी हूफ्ट यांच्यासोबत "ब्लॅक होल वॉर" यासह अनेक वर्षांच्या वादविवादाला कारणीभूत ठरतो.

कॉस्मॉलॉजिकल इन्फ्लेशन - एक सिद्धांत ज्याने असा प्रस्ताव दिला की बिग बँगनंतर, ब्रह्मांडाचा विस्तार कमी होण्याआधी आश्चर्यकारकपणे वेगाने झाला - ॲलन गुथ यांनी प्रस्तावित केला होता आणि आंद्रेई लिंडे यांनी विकसित केला होता. ऑक्टोबर 1981 मध्ये मॉस्को येथे झालेल्या परिषदेनंतर, हॉकिंग आणि गॅरी गिबन्स यांनी 1982 च्या उन्हाळ्यात केंब्रिज विद्यापीठात "द व्हेरी अर्ली युनिव्हर्स" या विषयावर तीन आठवड्यांची नफिल्ड कार्यशाळा आयोजित केली होती, ही कार्यशाळा प्रामुख्याने चलनवाढ सिद्धांतावर केंद्रित होती. हॉकिंग यांनी विश्वाच्या उत्पत्तीबद्दल क्वांटम-सिद्धांत संशोधनाची एक नवीन ओळ सुरू केली. 1981 मध्ये व्हॅटिकन कॉन्फरन्समध्ये, त्यांनी असे काम सादर केले की विश्वाला कोणतीही सीमा - किंवा सुरुवात किंवा शेवट - असू शकत नाही.

त्यानंतर हॉकिंग यांनी जिम हार्टल यांच्या सहकार्याने संशोधन विकसित केले, आणि 1983 मध्ये त्यांनी हार्टल-हॉकिंग राज्य म्हणून ओळखले जाणारे एक मॉडेल प्रकाशित केले. प्लँक युगापूर्वी, विश्वाला अवकाश-काळात कोणतीही सीमा नव्हती; बिग बँगपूर्वी, वेळ अस्तित्वात नव्हती आणि विश्वाच्या सुरुवातीची संकल्पना अर्थहीन आहे. शास्त्रीय बिग बँग मॉडेल्सची सुरुवातीची अविवाहितता उत्तर ध्रुवासारख्या प्रदेशाने बदलली गेली. कोणीही उत्तर ध्रुवाच्या उत्तरेकडे प्रवास करू शकत नाही, परंतु तेथे कोणतीही सीमा नाही - हा फक्त एक बिंदू आहे जिथे सर्व उत्तरेकडील रेषा एकत्र येतात आणि समाप्त होतात. सुरुवातीला, सीमा नसलेल्या प्रस्तावाने एका बंद विश्वाची भविष्यवाणी केली होती, ज्याचा देवाच्या अस्तित्वावर परिणाम होता. हॉकिंग यांनी स्पष्ट केल्याप्रमाणे, "जर विश्वाला सीमा नसून ते स्वयंपूर्ण आहे... तर विश्वाची सुरुवात कशी झाली हे निवडण्याचे स्वातंत्र्य देवाला मिळाले नसते."

हॉकिंग यांनी एका निर्मात्याचे अस्तित्व नाकारले नाही, त्यांनी ए ब्रीफ हिस्ट्री ऑफ टाइममध्ये विचारले की "एकीभूत सिद्धांत इतका आकर्षक आहे की तो स्वतःचे अस्तित्व निर्माण करतो?", असेही नमूद केले की "जर आपल्याला एक संपूर्ण सिद्धांत सापडला तर तो होईल. मानवी कारणाचा अंतिम विजय व्हा - तेव्हा आपण देवाचे मन जाणून घेतले पाहिजे"; त्याच्या सुरुवातीच्या कार्यात, हॉकिंगने देवाबद्दल एका रूपकात्मक अर्थाने सांगितले. त्याच पुस्तकात त्यांनी सुचवले की विश्वाची उत्पत्ती स्पष्ट करण्यासाठी देवाचे अस्तित्व आवश्यक नाही. नंतर नील तुरोक यांच्याशी झालेल्या चर्चेमुळे देवाचे अस्तित्व खुल्या विश्वाशी सुसंगत असल्याची जाणीव झाली.

वेळेच्या बाणांच्या क्षेत्रामध्ये हॉकिंगच्या पुढील कार्यामुळे 1985 मध्ये एक पेपर प्रकाशित झाला ज्यामध्ये असा सिद्धांत मांडण्यात आला होता की जर नो-बाऊंड्री प्रस्ताव योग्य असेल, तर जेव्हा विश्वाचा विस्तार थांबला आणि कालांतराने तो कोसळला, तेव्हा वेळ मागे धावेल. डॉन पेजचा एक पेपर आणि रेमंड लाफ्लेमच्या स्वतंत्र गणनेमुळे हॉकिंग यांनी ही संकल्पना मागे घेतली. सन्मान प्रदान केले जात राहिले: 1981 मध्ये त्यांना अमेरिकन फ्रँकलिन पदक प्रदान करण्यात आले, आणि 1982 मध्ये नवीन वर्ष सन्मानाने कमांडर ऑफ द ऑर्डर ऑफ द ब्रिटिश एम्पायर (CBE) म्हणून नियुक्त केले. या पुरस्कारांमुळे हॉकिंगच्या आर्थिक स्थितीत फारसा बदल झाला नाही आणि त्यांच्या मुलांच्या शिक्षणासाठी आणि घरखर्चासाठी वित्तपुरवठा करण्याच्या गरजेमुळे प्रेरित होऊन त्यांनी 1982 मध्ये विश्वविषयी एक लोकप्रिय पुस्तक लिहिण्याचा निर्णय घेतला जो सर्वसामान्यांना उपलब्ध होईल. शैक्षणिक प्रेससह प्रकाशित करण्याऐवजी, त्यांनी बँटम बुक्स या मास-मार्केट प्रकाशकासोबत करार केला आणि त्याच्या पुस्तकासाठी मोठी आगाऊ रक्कम प्राप्त केली. अ ब्रीफ हिस्ट्री ऑफ टाइम नावाचा पुस्तकाचा पहिला मसुदा 1984 मध्ये पूर्ण झाला.

हॉकिंगने आपल्या भाषण-निर्मिती यंत्राद्वारे तयार केलेल्या पहिल्या संदेशांपैकी एक म्हणजे त्याच्या सहाय्यकाने त्याला वेळेचा संक्षिप्त इतिहास लिहिण्यास मदत करण्याची विनंती केली. बँटम येथील त्यांचे संपादक पीटर गुझार्डी यांनी त्यांना त्यांच्या कल्पना गैर-तांत्रिक भाषेत स्पष्टपणे समजावून सांगण्यास भाग पाडले, ही प्रक्रिया वाढत्या चिडलेल्या हॉकिंगकडून अनेक पुनरावृत्ती आवश्यक होती. हे पुस्तक एप्रिल 1988 मध्ये यूएसमध्ये आणि जूनमध्ये यूकेमध्ये प्रकाशित झाले आणि ते एक विलक्षण यश सिद्ध झाले, दोन्ही देशांतील बेस्ट-सेलर सूचीच्या शीर्षस्थानी पटकन पोहोचले आणि महिने तेथेच राहिले. या पुस्तकाचे अनेक भाषांमध्ये भाषांतर करण्यात आले, आणि 2009 पर्यंत, अंदाजे 9 दशलक्ष प्रती विकल्या गेल्या.

प्रसारमाध्यमांचे लक्ष तीव्र होते, आणि न्यूजवीक मासिकाचे मुखपृष्ठ आणि टेलिव्हिजन स्पेशल या दोघांनी त्यांचे वर्णन "मास्टर ऑफ द युनिव्हर्स" असे केले. यशामुळे लक्षणीय आर्थिक बक्षिसे तर मिळालीच, पण सेलिब्रिटी दर्जाची आव्हानेही होती. हॉकिंग यांनी त्यांच्या कामाचा प्रचार करण्यासाठी मोठ्या प्रमाणावर प्रवास केला आणि छोट्या छोट्या तासांमध्ये पार्टी आणि नृत्याचा आनंद लुटला. आमंत्रणे नाकारण्यात अडचण आल्याने आणि अभ्यागतांनी त्याला कामासाठी आणि त्याच्या विद्यार्थ्यांसाठी मर्यादित वेळ दिला. काही सहकारी हॉकिंग यांना मिळालेल्या लक्षाबद्दल नाराज होते, त्यांना असे वाटले की हे त्यांच्या अपंगत्वामुळे आहे.

त्याला आणखी पाच मानद पदव्या, रॉयल ॲस्ट्रॉनॉमिकल सोसायटीचे सुवर्णपदक (1985), पॉल डिराक पदक (1987) आणि पेनरोजसोबत संयुक्तपणे प्रतिष्ठित वुल्फ पुरस्कारासह पुढील शैक्षणिक मान्यता मिळाली. (1988). 1989 च्या बर्थडे ऑनर्समध्ये त्यांना कम्पेनियन ऑफ ऑनर (CH) म्हणून नियुक्त करण्यात आले. 1990 च्या उत्तरार्धात यूकेच्या विज्ञान निधी धोरणाला आक्षेप घेत त्यांनी नाइटहूड नाकारला होता.

1990-2000

हॉकिंग यांनी भौतिकशास्त्रात त्यांचे कार्य केले: 1993 मध्ये त्यांनी गॅरी गिबन्ससह युक्लिडियन क्वांटम गुरुत्वाकर्षणावरील पुस्तक सह-संपादित केले आणि ब्लॅक होल आणि बिग बँगवरील त्यांच्या स्वतः च्या लेखांची एक संग्रहित आवृत्ती प्रकाशित केली. 1994 मध्ये, केंब्रिजच्या न्यूटन इन्स्टिट्यूटमध्ये, हॉकिंग आणि पेनरोज यांनी सहा व्याख्यानांची मालिका दिली जी 1996 मध्ये "द नेचर ऑफ स्पेस अँड टाइम" म्हणून प्रकाशित झाली. 1997 मध्ये, त्याने कॅलटेकचे किप थॉर्न आणि जॉन प्रेस्किल यांच्यासोबत बनवलेले 1991 सार्वजनिक वैज्ञानिक दाम स्वीकारले. हॉकिंग यांनी पैज लावली होती की पेनरोसचा "वैश्विक सेन्सॉरशिप अनुमान" चा प्रस्ताव - क्षितिजाच्या आत कोणतीही "नग्न अविवाहितता" असू शकत नाही - योग्य आहे.

त्याची सवलत अकाली असू शकते हे शोधून काढल्यानंतर, एक नवीन आणि अधिक परिष्कृत शर्त तयार केली गेली. याने असे नमूद केले आहे की अशी एकलता अतिरिक्त अटींशिवाय घडेल. त्याच वर्षी, थॉर्न, हॉकिंग आणि प्रिस्किल यांनी आणखी एक पैज लावली, यावेळी ब्लॅक होल माहिती विरोधाभास बद्दल. थॉर्न आणि हॉकिंग यांनी असा युक्तिवाद केला की सामान्य सापेक्षतेमुळे कृष्णविवरांचे किरणोत्सर्ग होणे आणि माहिती गमावणे अशक्य झाले असल्याने, हॉकिंग रेडिएशनद्वारे वाहून घेतलेली वस्तुमान-ऊर्जा आणि माहिती "नवीन" असणे आवश्यक आहे आणि कृष्णविवर घटना क्षितिजाच्या आतून नाही. हे सूक्ष्म कार्यक्षमतेच्या क्वांटम मेकॅनिक्सच्या विरोधाभासी असल्याने, क्वांटम मेकॅनिक्स सिद्धांत पुन्हा लिहिणे आवश्यक आहे. प्रीस्किलने उलट युक्तिवाद केला, कारण क्वांटम मेकॅनिक्स असे सुचविते की ब्लॅक होलद्वारे उत्सर्जित केलेली माहिती पूर्वीच्या काळात पडलेल्या माहितीशी संबंधित आहे, सामान्य सापेक्षतेने दिलेली कृष्णविवरांची संकल्पना काही प्रकारे सुधारली पाहिजे.

हॉकिंग यांनी विज्ञानाला व्यापक प्रेक्षकांपर्यंत आणण्यासह त्यांचे सार्वजनिक व्यक्तिचित्रही राखले. एरॉल मॉरिस दिग्दर्शित आणि स्टीव्हन स्पीलबर्ग निर्मित, ए ब्रीफ हिस्ट्री ऑफ टाइम ची चित्रपट आवृत्ती 1992 मध्ये प्रदर्शित झाली. हॉकिंग यांना हा चित्रपट चरित्रात्मक ऐवजी वैज्ञानिक बनवायचा होता, परंतु अन्यथा त्यांचे मन वळवण्यात आले. हा चित्रपट गंभीर यश मिळवूनही मोठ्या प्रमाणावर प्रदर्शित झाला नाही. ब्लॅक होल्स अँड बेबी युनिव्हर्स अँड अदर एसेझ नावाचा निबंध, मुलाखती आणि चर्चेचा लोकप्रिय-स्तरीय संग्रह 1993 मध्ये प्रकाशित झाला, आणि 1997 मध्ये सहा भागांची टेलिव्हिजन मालिका स्टीफन हॉकिंग्ज युनिव्हर्स आणि एक साथीदार पुस्तक प्रकाशित झाले. हॉकिंगने आग्रह धरल्याप्रमाणे , यावेळी संपूर्ण लक्ष विज्ञानावर होते.

2000-2018

हॉकिंगने लोकप्रिय प्रेक्षकांसाठी आपले लेखन सुरू ठेवले, 2001 मध्ये द युनिव्हर्स इन अ नटशेल प्रकाशित केले, आणि ए ब्रीफर हिस्ट्री ऑफ टाइम, जे त्यांनी 2005 मध्ये लिओनार्ड म्लोडिनोसोबत लिहिलेल्या कामांना अद्ययावत करण्याच्या उद्देशाने त्यांचे पूर्वीचे कार्य अद्ययावत केले. व्यापक प्रेक्षक, आणि गॉड ने पूर्णांक तयार केला, जो 2006 मध्ये प्रकट झाला. CERN मधील थॉमस हर्टोग आणि जिम हार्टल यांच्यासमवेत, 2006 पासून हॉकिंगने टॉप-डाउन कॉस्मॉलॉजीचा सिद्धांत विकसित केला, जो म्हणतो की विश्वाची एक अद्वितीय प्रारंभिक अवस्था नसून अनेक भिन्न आहेत आणि म्हणूनच असा सिद्धांत तयार करणे अयोग्य आहे की एका विशिष्ट प्रारंभिक अवस्थेवरून विश्वाच्या वर्तमान कॉन्फिगरेशनचा अंदाज लावतो. टॉप-डाउन कॉस्मॉलॉजी असे मानते की वर्तमान अनेक संभाव्य इतिहासांच्या सुपरपोझिशनमधून भूतकाळ "निवडतो". असे केल्याने, सिद्धांत फाइन-ट्यूनिंग प्रश्नाचे संभाव्य निराकरण सूचित करतो.

हॉकिंगने चिली, इस्टर आयलंड, दक्षिण आफ्रिका, स्पेन (2008 मध्ये फोन्सेका पारितोषिक मिळवण्यासाठी), कॅनडा, आणि युनायटेड स्टेट्सच्या अनेक सहलींसह मोठ्या प्रमाणावर प्रवास करणे सुरू ठेवले. त्यांच्या अपंगत्वाशी संबंधित व्यावहारिक कारणांमुळे, हॉकिंगने खाजगी जेटने अधिकाधिक प्रवास केला आणि 2011 पर्यंत हा त्यांचा आंतरराष्ट्रीय प्रवासाचा एकमेव मार्ग बनला.

मार्च 2015 मध्ये ऑक्सफर्डमधील वेस्टन लायब्ररी, ऑक्सफर्डच्या उद्घाटनप्रसंगी ऑक्सफर्ड विद्यापीठाचे ग्रंथपाल रिचर्ड ओव्हेन्डेन (डावीकडे) आणि निसर्गशास्त्रज्ञ डेव्हिड ॲटनबरो (उजवीकडे) यांच्यासमवेत हॉकिंग. समारंभात ओव्हेन्डेन यांनी हॉकिंग आणि ॲटनबरो यांना बोडले पदक प्रदान केले.

2003 पर्यंत, भौतिकशास्त्रज्ञांमध्ये एकमत वाढत होते की हॉकिंग ब्लॅक होलमधील माहिती गमावण्याबाबत चुकीचे होते. डब्लिनमधील 2004 च्या व्याख्यानात, त्याने 1997 ची प्रीस्किलसोबतची पैज मान्य केली, परंतु ब्लॅक होलमध्ये एकापेक्षा जास्त टोपोलॉजी असण्याची शक्यता असलेल्या माहितीच्या विरोधाभास समस्येचे स्वतःचे, काहीसे वादग्रस्त निराकरणाचे वर्णन केले. 2005 मध्ये त्यांनी या विषयावर प्रकाशित केलेल्या पेपरमध्ये, त्यांनी असा युक्तिवाद केला की माहिती विरोधाभास विश्वाच्या सर्व पर्यायी इतिहासांचे परीक्षण करून स्पष्ट केले आहे, ज्यामध्ये ब्लॅक होल असलेल्या माहितीचे नुकसान अशा नुकसान न झालेल्यांद्वारे रद्द केले गेले आहे. जानेवारी 2014 मध्ये, त्यांनी ब्लॅक होलमधील माहितीच्या कथित हानीला त्यांची "सर्वात मोठी चूक" म्हटले.

दुसऱ्या दीर्घकाळ चाललेल्या वैज्ञानिक वादाचा भाग म्हणून, हॉकिंग यांनी जोरदार युक्तिवाद केला होता आणि हिग्ज बोसॉन कधीही सापडणार नाही अशी पैज लावली होती. 1964 मध्ये पीटर हिग्जने हिग्ज फील्ड थिअरीचा भाग म्हणून हा कण अस्तित्वात ठेवण्याचा प्रस्ताव दिला होता. हॉकिंग आणि हिग्ज यांनी 2002 मध्ये आणि पुन्हा 2008 मध्ये या विषयावर जोरदार आणि सार्वजनिक वादविवाद केला, हिग्जने

हॉकिंगच्या कार्यावर टीका केली आणि तक्रार केली की हॉकिंग "सेलिब्रेटी" आहेत. स्थितीमुळे त्याला त्वरित विश्वासार्हता मिळते जी इतरांकडे नसते." लार्ज हॅड्रॉन कोलायडरच्या बांधकामानंतर CERN येथे जुलै 2012 मध्ये कण शोधला गेला. हॉकिंगने पटकन कबूल केले की आपण आपली पैज गमावली आहे आणि म्हणाले की हिग्जने भौतिकशास्त्राचे नोबेल पारितोषिक जिंकले पाहिजे, जे त्याने 2013 मध्ये केले होते.

2007 मध्ये, हॉकिंग आणि त्यांची मुलगी ल्युसी यांनी जॉर्ज्स सीक्रेट की टू द युनिव्हर्स प्रकाशित केले, हे मुलांचे पुस्तक सैद्धांतिक भौतिकशास्त्र सुलभ पद्धतीने समजावून सांगण्यासाठी डिझाइन केलेले आणि हॉकिंग कुटुंबातील पात्रांसारखीच पात्रे आहेत. या पुस्तकाचे 2009, 2011, 2014 आणि 2016 मध्ये सिक्वेल आले.

2002 मध्ये, यूके-व्यापी मतदानानंतर, बीबीसीने हॉकिंग यांचा 100 ग्रेटेस्ट ब्रिटनच्या यादीत समावेश केला. त्यांना रॉयल सोसायटी (2006) कडून कोपली मेडल, प्रेसिडेंशियल मेडल ऑफ फ्रीडम, जो अमेरिकेचा सर्वोच्च नागरी सन्मान (2009), आणि रशियन स्पेशल फंडामेंटल फिजिक्स प्राइज (2013) प्रदान करण्यात आला.

सॅन साल्वाडोरमधील स्टीफन डब्ल्यू. हॉकिंग सायन्स म्युझियम, एल साल्वाडोर, केंब्रिजमधील स्टीफन हॉकिंग बिल्डिंग, आणि कॅनडातील पेरिमीटर इन्स्टिट्यूटमधील स्टीफन हॉकिंग सेंटर यासह अनेक इमारतींना त्यांचे नाव देण्यात आले आहे. योग्यरित्या, हॉकिंगचा काळाशी संबंध लक्षात घेता, त्यांनी सप्टेंबर 2008 मध्ये कॉर्पस क्रिस्टी कॉलेज, केंब्रिज येथे यांत्रिक "क्रोनोफेज" (किंवा टाइम-ईटिंग) कॉर्पस घड्याळाचे अनावरण केले.

त्यांच्या कारकिर्दीत हॉकिंग यांनी 39 यशस्वी पीएचडी विद्यार्थ्यांचे पर्यवेक्षण केले. एका डॉक्टरेट विद्यार्थ्याने पीएचडी यशस्वीरित्या पूर्ण केली नाही. अधिक चांगल्या स्रोताची आवश्यकता केंब्रिज विद्यापीठाच्या धोरणानुसार, हॉकिंग 2009 मध्ये गणिताचे लुकेशियन प्राध्यापक म्हणून निवृत्त झाले. मूलभूत वैज्ञानिक संशोधनासाठी सार्वजनिक निधीत कपात केल्याच्या निषेधार्थ युनायटेड किंगडम सोडण्याची सूचना असूनही, हॉकिंग यांनी केंब्रिज विद्यापीठाच्या उपयोजित गणित आणि सैद्धांतिक भौतिकशास्त्र विभागामध्ये संशोधन संचालक म्हणून काम केले.

28 जून 2009 रोजी, भूतकाळात प्रवास करणे प्रभावीपणे अशक्य आहे या त्यांच्या 1992 च्या अनुमानाची जीभ-इन-चीक चाचणी म्हणून, हॉकिंग यांनी सर्वांसाठी खुली पार्टी आयोजित केली, हॉर्स डी'ओव्हेस आणि आइस्ड शॅम्पेनने पूर्ण केली, परंतु त्यानंतरच पार्टीची प्रसिद्धी केली. ते संपले जेणेकरुन फक्त वेळ-प्रवाश्यांना उपस्थित राहणे कळेल; अपेक्षेप्रमाणे, कोणीही पक्षाला दाखवले नाही.

20 जुलै 2015 रोजी, हॉकिंगने ब्रेकथ्रू इनिशिएटिव्हस लाँच करण्यात मदत केली, जो बाह्य जीवनाचा शोध घेण्याचा प्रयत्न आहे. हॉकिंग यांनी स्टीफन हॉकिंग: एक्सपिडिशन न्यू अर्थ, अंतराळ वसाहतीवरील माहितीपट, टुमॉरोज वर्ल्डचा 2017 भाग म्हणून तयार केला.

ऑगस्ट 2015 मध्ये, हॉकिंग म्हणाले की जेव्हा एखादी गोष्ट कृष्णविवरात प्रवेश करते तेव्हा सर्व माहिती नष्ट होत नाही आणि त्यांच्या सिद्धांतानुसार ब्लॅक होलमधून माहिती पुनर्प्राप्त करण्याची शक्यता असू शकते. 215 जुलै 2017 मध्ये, हॉकिंग यांना इंपिरियल कॉलेज लंडनकडून मानद डॉक्टरेट प्रदान करण्यात आली.

हॉकिंगचा अंतिम पेपर - शाश्वत महागाईतून सहज बाहेर पडणे? - 27 एप्रिल 2018 रोजी जर्नल ऑफ हाय एनर्जी फिजिक्समध्ये मरणोत्तर प्रकाशित झाले.

वैयक्तिक जीवन

1962 मध्ये एका पार्टीत हॉकिंग त्यांची भावी पत्नी जेन वाइल्ड हिला भेटले. पुढच्याच वर्षी हॉकिंगला मोटर न्यूरोन आजाराचे निदान झाले. ऑक्टोबर 1964 मध्ये, हॉकिंगचे कमी होणारे आयुर्मान आणि शारीरिक मर्यादांमुळे पुढे येणाऱ्या संभाव्य आव्हानांची जाणीव करून या जोडप्याने लग्न केले. हॉकिंग यांनी नंतर सांगितले की प्रतिबद्धतेने त्यांना "जगण्यासाठी काहीतरी" दिले. दोघांचे लग्न 14 जुलै 1965 रोजी सेंट अल्बन्स या त्यांच्या गावी झाले होते.

हे जोडपे केंब्रिजमध्ये राहत होते, हॉकिंगच्या उपयोजित गणित आणि सैद्धांतिक भौतिकशास्त्र विभागाच्या (डीएएमटीपी) चालण्याच्या अंतरावर. लग्नाच्या पहिल्या वर्षांमध्ये, जेन आठवड्यात लंडनमध्ये राहत होती कारण तिने वेस्टफिल्ड कॉलेजमध्ये पदवी पूर्ण केली होती. परिषदा आणि भौतिकशास्त्र-संबंधित भेटींसाठी ते अनेक वेळा युनायटेड स्टेट्सला गेले. जेनने मध्ययुगीन स्पॅनिश कवितेत (1981 मध्ये पूर्ण) वेस्टफिल्ड कॉलेजमधून पीएचडी प्रोग्राम सुरू केला. या जोडप्याला तीन मुले होती: रॉबर्ट, जन्म मे 1967,लुसी, जन्म नोव्हेंबर 1970, आणि टिमोथी, एप्रिल 1979 मध्ये जन्मला.

हॉकिंग यांनी क्वचितच त्यांच्या आजारपणाची आणि शारीरिक आव्हानांची चर्चा केली, त्याच्या अपंगत्वाचा अर्थ असा होतो की घर आणि कुटुंबाच्या जबाबदाऱ्या त्याच्या पत्नीच्या अधिकाधिक दबलेल्या खांद्यावर अवलंबून होत्या, ज्यामुळे त्याला भौतिकशास्त्राबद्दल विचार करण्यासाठी अधिक वेळ मिळत होता. 1974 मध्ये कॅलिफोर्नियाच्या पासाडेना येथील कॅलिफोर्निया इन्स्टिट्यूट ऑफ टेक्नॉलॉजीमध्ये वर्षभराच्या पदावर नियुक्ती झाल्यावर, जेनने पदवीधर किंवा पोस्ट-डॉक्टरल विद्यार्थी त्यांच्यासोबत राहतात आणि त्यांच्या काळजीमध्ये मदत करण्याचा प्रस्ताव दिला. हॉकिंग यांनी स्वीकारले आणि बर्नार्ड कार यांनी ही भूमिका पार पाडणाऱ्या अनेक विद्यार्थ्यांपैकी पहिले विद्यार्थी म्हणून त्यांच्यासोबत प्रवास केला. पासाडेनामध्ये कुटुंबाने एक आनंदी आणि उत्तेजक वर्ष घालवले.

दिव्यांग

हॉकिंग यांना मोटर न्यूरोन रोग (MND; याला अमायोट्रॉफिक लॅटरल स्क्लेरोसिस (ALS) किंवा Lou Gehrig's disease म्हणून ओळखले जाते), हा एक घातक न्यूरोडीजेनेरेटिव्ह रोग आहे जो मेंदू आणि पाठीच्या कण्यातील मोटर न्यूरॉन्सवर परिणाम करतो, हा एक दुर्मिळ प्रारंभिक, संथ-प्रगती स्वरूपाचा होता. ज्याने त्याला हळूहळू अनेक दशकांपासून पक्षाघात केला.

हॉकिंग यांना ऑक्सफर्डमधील त्यांच्या शेवटच्या वर्षात वाढत्या अनाड़ीपणाचा अनुभव आला होता, ज्यामध्ये काही पायऱ्यांवरून पडणे आणि रोइंग करताना अडचणींचा समावेश होता. समस्या अधिकच वाढल्या आणि त्याचे बोलणे थोडे मंद झाले. ख्रिसमससाठी तो घरी परतला तेव्हा त्याच्या कुटुंबीयांना हे बदल लक्षात आले आणि वैद्यकीय तपासणी सुरू झाली. 1963 मध्ये हॉकिंग 21 वर्षांचे असताना MND चे निदान झाले. त्यावेळी डॉक्टरांनी त्यांना दोन वर्षांचे आयुर्मान दिले होते.

1960 च्या उत्तरार्धात, हॉकिंगची शारीरिक क्षमता कमी झाली: त्यांनी क्रॅचचा वापर करण्यास सुरुवात केली आणि यापुढे ते नियमितपणे व्याख्याने देऊ शकले नाहीत. त्याने हळूहळू लिहिण्याची क्षमता गमावल्यामुळे, त्याने भूमितीच्या दृष्टीने समीकरणे पाहण्यासह नुकसानभरपाईच्या दृश्य पद्धती विकसित केल्या. भौतिकशास्त्रज्ञ वर्नर इस्रायलने नंतर मोझार्टने आपल्या डोक्यात संपूर्ण सिम्फनी तयार केलेल्या कामगिरीशी तुलना केली. हॉकिंग हे अत्यंत स्वतंत्र होते आणि त्यांच्या अपंगांसाठी मदत स्वीकारण्यास किंवा सवलती देण्यास तयार नव्हते. त्याला "वैज्ञानिक प्रथम, लोकप्रिय विज्ञान लेखक दुसरे, आणि सर्व बाबतीत महत्त्वाचे म्हणजे, पुढील व्यक्ती सारख्याच इच्छा, इच्छा, स्वप्ने आणि महत्वाकांक्षा असलेला सामान्य माणूस" म्हणून ओळखले जाणे पसंत केले. त्यांचे पत्नी, जेन हॉकिंग यांनी नंतर नमूद केले: "काही लोक याला दृढनिश्चय म्हणतील, काही जिद्द. मी याला कधी ना कधी असे म्हटले आहे." 1960, पण शेवटी त्याच्या व्हीलचेअर ड्रायव्हिंगच्या जंगलीपणासाठी कुप्रसिद्ध झाला. हॉकिंग हे एक लोकप्रिय आणि विनोदी सहकारी होते, परंतु त्यांचे आजारपण, तसेच लज्जास्पदपणाची त्यांची प्रतिष्ठा यामुळे त्यांना काही लोकांपासून दूर केले गेले.

जेव्हा हॉकिंगने पहिल्यांदा व्हीलचेअर वापरण्यास सुरुवात केली तेव्हा ते मानक मोटर चालवलेले मॉडेल वापरत होते. या खुर्च्यांचे पहिले जिवंत उदाहरण बीईसी मोबिलिटीने बनवले होते आणि क्रिस्टीजने नोव्हेंबर 2018 मध्ये £296,750 मध्ये विकले होते. हॉकिंग यांनी 1990 च्या दशकाच्या सुरुवातीपर्यंत या प्रकारची खुर्ची वापरणे सुरूच ठेवले होते, त्या वेळी व्हीलचेअर चालविण्यासाठी त्यांचे हात वापरण्याची क्षमता बिघडली. हॉकिंगने त्यावेळपासून विविध खुर्च्या वापरल्या, ज्यात 2007 पासून ड्रॅगन मोबिलिटी ड्रॅगन एलिव्हेटिंग पॉवरचेअरचा समावेश होता, एप्रिल 2008 मध्ये नासाच्या 50 व्या वर्धापन दिनानिमित्त हॉकिंगच्या फोटोमध्ये दर्शविल्याप्रमाणे; 2014 पासून एक परमोबिलिटी C350; आणि नंतर 2016 पासून परमोबिल

हॉकिंग यांचे भाषण खराब झाले आणि 1970 च्या उत्तरार्धात ते फक्त त्यांचे कुटुंब आणि जवळचे मित्र समजू शकले. इतरांशी संवाद साधण्यासाठी, त्याला चांगले ओळखणारा कोणीतरी त्याच्या भाषणाचा सुगम भाषणात अर्थ लावतो. त्याच्या कामाच्या ठिकाणी जाण्यासाठी आवश्यक असलेल्या रॅम्पचे पैसे कोण देणार यावरून विद्यापीठाशी झालेल्या वादामुळे हॉकिंग आणि त्यांच्या पत्नीने केंब्रिजमधील अपंगांसाठी सुधारित प्रवेश आणि समर्थन यासाठी मोहीम चालवली, येथे अनुकूल विद्यार्थी निवास विद्यापीठ. सर्वसाधारणपणे, अपंगत्व अधिकार चॅम्पियन म्हणून हॉकिंगच्या भूमिकेबद्दल द्विधा भावना होत्या: इतरांना मदत करण्याची इच्छा असताना, त्यांनी स्वतःला त्यांच्या आजारापासून आणि आव्हानांपासून दूर ठेवण्याचा प्रयत्न केला. या क्षेत्रातील त्याच्या व्यस्ततेच्या अभावामुळे काही टीका झाली.

1985 च्या मध्यात फ्रान्स आणि स्वित्झर्लंडच्या सीमेवर असलेल्या CERN च्या भेटीदरम्यान, हॉकिंग यांना न्यूमोनिया झाला, जो त्यांच्या स्थितीत जीवघेणा होता; तो इतका आजारी होता की जेनला विचारण्यात आले की लाईफ सपोर्ट बंद करावा का. तिने नकार दिला, परंतु त्याचा परिणाम म्हणजे श्वासनलिका शस्त्रक्रिया, ज्यासाठी चोवीस तास नर्सिंग केअर आणि त्याच्या बोलण्यातून राहिलेल्या गोष्टी काढून टाकणे आवश्यक होते. नॅशनल हेल्थ सर्व्हिस नर्सिंग होमसाठी पैसे देण्यास तयार होती, परंतु जेनने ठरवले होते की तो घरीच राहणार आहे. काळजीचा खर्च अमेरिकन फाऊंडेशनने दिला होता. नर्सेसना तीन शिफ्ट्ससाठी नियुक्त केले होते जे त्याला आवश्यक ते चोवीस तास सपोर्ट प्रदान करतात. नोकरी करणाऱ्यांपैकी एक इलेन मेसन होती, जी हॉकिंगची दुसरी पत्नी बनणार होती.

त्यांच्या संवादासाठी, हॉकिंगने सुरुवातीला स्पेलिंग कार्डवर अक्षरे निवडण्यासाठी भुवया उंचावल्या, परंतु १९८६ मध्ये त्यांना वर्ड्स प्लसचे सीईओ वॉल्टर वोल्टोझ यांच्याकडून "इक्वलायझर" नावाचा संगणक प्रोग्राम प्राप्त झाला, ज्याने पूर्वीची आवृत्ती विकसित केली होती. त्याच्या सासूला मदत करण्यासाठी सॉफ्टवेअर, ज्यांना देखील ALS होते आणि तिने बोलण्याची आणि लिहिण्याची क्षमता गमावली होती. त्यांनी आयुष्यभर वापरलेल्या पद्धतीत, हॉकिंग आता स्कॅन केलेल्या सुमारे 2,500-3,000 बँकेतून वाक्ये, शब्द किंवा अक्षरे निवडण्यासाठी फक्त एक स्विच दाबू शकतात. प्रोग्राम मूळतः डेस्कटॉप संगणकावर चालविला गेला होता. इलेन मेसनचे पती, डेव्हिड, एक संगणक अभियंता, यांनी एका लहान संगणकाचे रुपांतर केले आणि ते त्याच्या व्हीलचेअरला जोडले.

आपल्या भाषणाचा अर्थ लावण्यासाठी कोणाचा तरी वापर करण्याच्या गरजेतून मुक्त होऊन, हॉकिंग यांनी टिप्पणी केली की "मी माझा आवाज गमावण्यापूर्वीपेक्षा आता अधिक चांगल्या प्रकारे संवाद साधू शकतो." त्याने वापरलेल्या आवाजात अमेरिकन उच्चार होता आणि तो आता तयार केला जात नाही. इतर आवाजांची नंतरची उपलब्धता असूनही, हॉकिंगने हा मूळ आवाज कायम ठेवला, असे सांगून की त्यांनी

त्याला प्राधान्य दिले आणि ते ओळखले. मूलतः, हॉकिंगने हात वापरून एक स्विच सक्रिय केला आणि प्रति मिनिट 15 शब्द तयार करू शकले. व्याख्याने आगाऊ तयार केली गेली होती आणि भाषण सिंथेसायझरकडे पाठवल्या जाणाऱ्या छोट्या विभागात पाठवली गेली होती.

हॉकिंगने हळूहळू आपल्या हाताचा वापर गमावला आणि 2005 मध्ये त्याने आपल्या गालाच्या स्नायूंच्या हालचालींसह आपले संप्रेषण साधन नियंत्रित करण्यास सुरुवात केली, दर मिनिटाला सुमारे एक शब्द या गतीने. या घसरणीमुळे त्याचा लॉक-इन सिंड्रोम विकसित होण्याचा धोका होता, म्हणून हॉकिंगने इंटेलच्या संशोधकांसोबत अशा प्रणालींवर सहयोग केले जे त्याच्या मेंदूचे नमुने किंवा चेहर्यावरील हावभाव स्विच ॲक्टिव्हेशनमध्ये अनुवादित करू शकतात. नियोजित प्रमाणे कामगिरी न करणाऱ्या अनेक प्रोटोटाइपनंतर, ते लंडन-आधारित स्टार्टअप स्विफ्टकीने बनवलेल्या अनुकूली शब्द प्रेडिक्टरवर स्थिरावले, ज्याने त्याच्या मूळ तंत्रज्ञानासारखी प्रणाली वापरली. हॉकिंग यांना नवीन प्रणालीशी जुळवून घेण्यास अधिक सोपा वेळ मिळाला होता, जो हॉकिंगच्या कागदपत्रे आणि इतर लिखित सामग्रीच्या मोठ्या प्रमाणात इनपुट केल्यानंतर विकसित झाला होता आणि इतर स्मार्टफोन कीबोर्ड प्रमाणेच भविष्यसूचक सॉफ्टवेअर वापरते.

2009 पर्यंत, तो यापुढे त्याची व्हीलचेअर स्वतंत्रपणे चालवू शकला नाही, परंतु ज्या लोकांनी त्याचे नवीन टायपिंग मेकॅनिक तयार केले तेच लोक त्याच्या हनुवटीने केलेल्या हालचालींचा वापर करून खुर्ची चालविण्याच्या पद्धतीवर काम करत होते. हे अवघड ठरले, कारण हॉकिंग आपली मान हलवू शकत नव्हते, आणि चाचण्यांवरून असे दिसून आले की ते खुर्ची चालवू शकत असताना, हालचाल तुरळक आणि उतावीळ होती. त्यांच्या आयुष्याच्या अखेरीस, हॉकिंग यांना श्वासोच्छवासाचा त्रास वाढला, ज्यामुळे त्यांना अनेकदा व्हेंटिलेटरचा वापर करावा लागला आणि त्यांना नियमितपणे रुग्णालयात दाखल केले गेले.

अपंगत्व पोहोचणे

1990 च्या दशकापासून, हॉकिंग यांनी अपंग लोकांसाठी, व्याख्यान देणे आणि निधी उभारणीच्या कार्यात सहभागी होण्यासाठी रोल मॉडेलचे आवरण स्वीकारले. शतकाच्या शेवटी, त्याने आणि इतर अकरा मानवतावाद्यांनी अपंगत्वावरील थर्ड मिलेनियमच्या चार्टरवर स्वाक्षरी केली, ज्याने सरकारांना अपंगत्व रोखण्यासाठी आणि अपंग लोकांच्या हक्कांचे संरक्षण करण्याचे आवाहन केले. 1999 मध्ये, हॉकिंग यांना अमेरिकन फिजिकल सोसायटीचा ज्युलियस एडगर लिलियनफेल्ड पुरस्कार प्रदान करण्यात आला.

ऑगस्ट 2012 मध्ये, हॉकिंग यांनी लंडनमध्ये 2012 उन्हाळी पॅरालिम्पिकच्या उद्घाटन समारंभाच्या "एनलाइटनमेंट" सेगमेंटचे वर्णन केले. 2013 मध्ये, हॉकिंग हा बायोग्राफिकल डॉक्युमेंटरी चित्रपट, ज्यामध्ये हॉकिंग स्वतःच चित्रित आहेत, प्रदर्शित झाला. सप्टेंबर 2013 मध्ये, त्यांनी दुर्धर आजारासाठी सहाय्यक आत्महत्येच्या कायदेशीरपणासाठी समर्थन व्यक्त केले. ऑगस्ट 2014 मध्ये, ALS/MND जागरूकता आणि संशोधनासाठी योगदान वाढवण्यासाठी हॉकिंगने आइस बकेट चॅलेंज स्वीकारले. 2013 मध्ये त्याला न्यूमोनिया झाल्यामुळे त्याच्यावर बर्फ न टाकण्याचा सल्ला देण्यात आला होता, परंतु त्याच्या मुलांनी स्वेच्छेने त्याच्या वतीने आव्हान स्वीकारले.

अंतराळात सहलीचे बेत आखाल.

2006 च्या उत्तरार्धात, हॉकिंग यांनी बीबीसीच्या एका मुलाखतीत उघड केले की त्यांची सर्वात मोठी अपूर्ण इच्छा अंतराळात प्रवास करणे होती; हे ऐकून रिचर्ड ब्रॅन्सनने व्हर्जिन गॅलेक्टिकसह अंतराळात विनामूल्य उड्डाणाची ऑफर दिली, जी हॉकिंगने लगेच स्वीकारली. वैयक्तिक महत्त्वाकांक्षेव्यतिरिक्त, ते स्पेसफ्लाइटमध्ये लोकांची आवड वाढवण्याच्या आणि अपंग लोकांची क्षमता दर्शविण्याच्या इच्छेने प्रेरित होते. 26 एप्रिल 2007 रोजी, हॉकिंग यांनी वजनहीनतेचा अनुभव घेण्यासाठी फ्लोरिडाच्या किनाऱ्याजवळ झिरो-जी कॉर्पद्वारे संचालित विशेष-सुधारित बोईंग 727-200 जेटवर उड्डाण केले. युक्तीवादामुळे त्याला अवाजवी अस्वस्थता येईल ही भीती निराधार ठरली आणि उड्डाण आठ पॅराबॉलिक आर्क्सपर्यंत वाढवण्यात आले. अंतराळ उड्डाणात सामील असलेल्या जी-फोर्सचा तो सामना करू शकतो की नाही हे पाहण्याची यशस्वी चाचणी म्हणून त्याचे वर्णन करण्यात आले. त्या वेळी, हॉकिंगच्या अंतराळ प्रवासाची तारीख 2009 ची आहे, परंतु त्यांच्या मृत्यूपूर्वी अंतराळात व्यावसायिक उड्डाणे सुरू झाली नाहीत.

मृत्यू

14 मार्च 2018 रोजी वयाच्या 76 व्या वर्षी केंब्रिज येथील त्यांच्या घरी हॉकिंग यांचे निधन झाले. त्याच्या कुटुंबाने सांगितले की तो "शांततेने मरण पावला". विज्ञान, करमणूक, राजकारण आणि इतर क्षेत्रातील व्यक्तिमत्त्वांनी त्यांची प्रशंसा केली. गॉनव्हिल आणि कैयस कॉलेजचा ध्वज अर्ध्यावर फडकवला गेला आणि शोक पत्रकावर विद्यार्थी आणि अभ्यागतांनी स्वाक्षरी केली. प्योंगचांग, दक्षिण कोरिया येथे 2018 पॅरालिम्पिक हिवाळी खेळांच्या समारोप समारंभात IPC अध्यक्ष अँड्र्यू पार्सन्स यांच्या समारोपीय भाषणात हॉकिंग यांना श्रद्धांजली वाहण्यात आली.

त्यांचे खाजगी अंत्यसंस्कार 31 मार्च 2018 रोजी, ग्रेट सेंट मेरी चर्च, केंब्रिज येथे झाले. अंत्यसंस्कारातील पाहुण्यांमध्ये द थिअरी ऑफ एव्हरीथिंग अभिनेता एडी रेडमायन आणि फेलिसिटी जोन्स, क्वीन गिटार वादक आणि खगोलभौतिकशास्त्रज्ञ ब्रायन मे आणि मॉडेल लिली कोल यांचा समावेश होता. याव्यतिरिक्त, हॉकिंगमध्ये स्टीफन हॉकिंगची भूमिका करणारा अभिनेता बेनेडिक्ट कंबरबॅच, अंतराळवीर टिम पीक, खगोलशास्त्रज्ञ रॉयल मार्टिन रीस आणि भौतिकशास्त्रज्ञ किप थॉर्न यांनी सेवेत वाचन दिले. हॉकिंग हे नास्तिक असले तरी पारंपारिक ॲंग्लिकन सेवेसह अंत्यसंस्कार पार पडले. अंत्यसंस्कारानंतर, 15 जून 2018 रोजी वेस्टमिन्स्टर ॲबे येथे थँक्सगिव्हिंग सेवा आयोजित

करण्यात आली होती, त्यानंतर सर आयझॅक न्यूटन आणि चार्ल्स डार्विन यांच्या थडग्यांमध्ये ॲबेच्या नेव्हमध्ये त्यांची राख दफन करण्यात आली होती.

त्याच्या स्मारकाच्या दगडावर "Here lies what was mortal of Stephen Hawking 1942-2018" असे शब्द कोरलेले आहेत आणि त्याचे सर्वात प्रसिद्ध समीकरण आहे. त्यांनी त्यांच्या मृत्यूच्या किमान पंधरा वर्षांपूर्वी, बेकनस्टाईन-हॉकिंग एंट्रॉपी समीकरण हे त्यांचे प्रतिक आहे असे निर्देश दिले होते. टीप 1 जून 2018 मध्ये, हॉकिंगचे शब्द, ग्रीक संगीतकार वँगेलिस यांनी संगीतबद्ध केल्याची घोषणा करण्यात आली. , 1A 0620-00 या सर्वात जवळच्या ब्लॅक होलपर्यंत पोहोचण्याच्या उद्देशाने स्पेनमधील युरोपियन स्पेस एजन्सी सॅटेलाइट डिशमधून अवकाशात पाठवले जाईल.

दोन न्यूट्रॉन ताऱ्यांच्या टक्करामुळे गुरुत्वाकर्षण लहरी शोधण्याविषयी हॉकिंगची अंतिम प्रसारण मुलाखत ऑक्टोबर 2017 मध्ये झाली. जगासमोर त्यांचे अंतिम शब्द एप्रिल 2018 मध्ये, स्मिथसोनियन टीव्ही चॅनेलच्या माहितीपटाच्या रूपात, पृथ्वी सोडणे: ऑर हाऊ टू कॉलोनाइझ अ प्लॅनेटच्या स्वरूपात प्रकट झाले. विश्वाच्या उत्पत्तीबद्दल, शाश्वत चलनातून बाहेर पडणे या शीर्षकाचा त्यांचा एक अंतिम संशोधन अभ्यास मे 2018 मध्ये जर्नल ऑफ हाय एनर्जी फिजिक्समध्ये प्रकाशित झाला. 338 नंतर, ऑक्टोबर 2018 मध्ये, ब्लॅक होल एन्ट्रॉपी आणि सॉफ्ट हेअर, या शीर्षकाचा त्यांचा आणखी एक अंतिम संशोधन अभ्यास प्रकाशित झाला आणि "वस्तू ब्लॅक होलमध्ये गायब झाल्यानंतर त्यांच्याकडे असलेल्या माहितीचे काय होते याचे रहस्य" हाताळले. तसेच ऑक्टोबर 2018 मध्ये, हॉकिंग यांचे शेवटचे पुस्तक, ब्रीफ आन्सर्स टू द बिग क्वेश्चन्स, हे लोकप्रिय विज्ञान पुस्तक जे मानवजातीला भेडसावणाऱ्या सर्वात महत्त्वाच्या प्रश्नांवर त्यांची अंतिम प्रतिक्रिया सादर करते, प्रकाशित झाले.

8 नोव्हेंबर 2018 रोजी, स्टीफन हॉकिंग यांच्या 22 वैयक्तिक मालमत्तेचा लिलाव झाला, ज्यात त्यांचा डॉक्टरेट प्रबंध ("प्रॉपर्टीज ऑफ एक्सपांडिंग युनिव्हर्सेस", पीएचडी थीसिस, केंब्रिज युनिव्हर्सिटी, 1965) आणि व्हीलचेअरचा समावेश होता, आणि सुमारे £1.8 मिलियन मिळाले. व्हीलचेअरच्या लिलाव विक्रीतून मिळालेली रक्कम दोन धर्मादाय संस्था, मोटार न्यूरोन डिसीज असोसिएशन आणि स्टीफन हॉकिंग फाउंडेशनला गेली; हॉकिंगच्या इतर वस्तूंमधून मिळालेली रक्कम त्यांच्या इस्टेटमध्ये गेली.

मार्च 2019 मध्ये, रॉयल मिंटने हॉकिंग यांच्या सन्मानार्थ 50 पेन्सचे स्मारक जारी केल्याची घोषणा करण्यात आली. त्याच महिन्यात, हॉकिंगची परिचारिका, पॅट्रिशिया डौडी, यांना "त्यांच्या काळजी आणि आर्थिक गैरवर्तनात अपयश" म्हणून कामावरून काढून टाकण्यात आले.

मे 2021 मध्ये घोषित करण्यात आले होते की HMRC, संस्कृती, मीडिया आणि क्रीडा विभाग, केंब्रिज विद्यापीठ ग्रंथालय, विज्ञान संग्रहालय समूह आणि हॉकिंग इस्टेट यांच्यातील स्वीकृती करारामध्ये हॉकिंगच्या वैज्ञानिक आणि इतर कागदपत्रांची सुमारे 10,000 पृष्ठे पाहिली जातील. केंब्रिजमध्येच राहतील, तर त्याच्या व्हीलचेअर्स, स्पीच सिंथेसायझर आणि त्याच्या पूर्वीच्या केंब्रिज कार्यालयातील वैयक्तिक स्मरणपत्रांसह वस्तू सायन्स म्युझियममध्ये ठेवल्या जातील. फेब्रुवारी 2022 मध्ये "स्टीफन हॉकिंग ॲट वर्क" डिस्प्ले सायन्स म्युझियम, लंडन येथे दोन वर्षांच्या देशव्यापी दौऱ्याची सुरुवात म्हणून उघडण्यात आला.

तत्वज्ञान अनावश्यक आहे

2011 मध्ये Google च्या Zeitgeist परिषदेत, स्टीफन हॉकिंग म्हणाले की "तत्वज्ञान मृत आहे". त्यांचा असा विश्वास होता की तत्त्ववेत्त्यांनी "विज्ञानातील आधुनिक घडामोडींचे पालन केले नाही" आणि शास्त्रज्ञ "आपल्या ज्ञानाच्या शोधात शोधाच्या मशालचे वाहक बनले आहेत". ते म्हणाले की तात्विक समस्यांना विज्ञानाद्वारे उत्तर दिले जाऊ शकते, विशेषतः नवीन वैज्ञानिक सिद्धांत जे "आपल्याला विश्वाच्या नवीन आणि अतिशय भिन्न चित्राकडे घेऊन जातात आणि त्यात आपले स्थान".

मानवतेचे भविष्य

2006 मध्ये, हॉकिंग यांनी इंटरनेटवर एक खुला प्रश्न विचारला: "राजकीय, सामाजिक आणि पर्यावरणीयदृष्ट्या अराजक असलेल्या जगात, मानवजाती आणखी 100 वर्षे कशी टिकेल?", नंतर स्पष्टीकरण: "मला उत्तर माहित नाही. म्हणूनच मी हा प्रश्न विचारला, लोकांना त्याबद्दल विचार करायला लावण्यासाठी आणि आता आपल्यासमोर असलेल्या धोक्यांची जाणीव होण्यासाठी."

हॉकिंग यांनी चिंता व्यक्त केली की पृथ्वीवरील जीवसृष्टीला अचानक आण्विक युद्ध, अनुवांशिकरित्या तयार केलेले विषाणू, ग्लोबल वॉर्मिंग किंवा इतर धोक्यांमुळे धोका आहे ज्यांचा मानवाने अद्याप विचार केला नाही. हॉकिंग म्हणाले: "मी हे जवळजवळ अपरिहार्य मानतो की एकतर आण्विक संघर्ष किंवा पर्यावरणीय आपत्ती पुढील 1,000 वर्षांत कधीतरी पृथ्वीला अपंग करेल", आणि "लघुग्रहांची टक्कर" हा ग्रहासाठी सर्वात मोठा धोका असल्याचे मानले जाते. मानवजातीला आपत्तीपूर्वी अतिरिक्त ग्रहांची वसाहत करणे शक्य झाले असेल तर अशा ग्रहव्यापी आपत्तीमुळे मानव नष्ट होण्याची गरज नाही. हॉकिंग यांनी अंतराळ उड्डाण आणि अवकाशातील वसाहत मानवतेच्या भविष्यासाठी आवश्यक असल्याचे पाहिले.

हॉकिंग यांनी सांगितले की, विश्वाची विशालता पाहता, एलियन्स असण्याची शक्यता आहे, परंतु त्यांच्याशी संपर्क टाळला पाहिजे. त्याने चेतावणी दिली की एलियन संसाधनांसाठी पृथ्वीची लूट करू शकतात. 2010 मध्ये ते म्हणाले, "जर एलियन्स आम्हाला भेट देत असतील,

तर त्याचा परिणाम कोलंबस अमेरिकेत आल्यावर होईल, जे मूळ अमेरिकन लोकांसाठी चांगले ठरले नाही."

हॉकिंग यांनी चेतावणी दिली की सुपर इंटेलिजेंट आर्टिफिशियल इंटेलिजन्स मानवतेच्या भवितव्याला चालना देण्यासाठी निर्णायक ठरू शकते, असे सांगून की "संभाव्य फायदे खूप मोठे आहेत... AI तयार करण्यात यश ही मानवी इतिहासातील सर्वात मोठी घटना असेल. ती शेवटची देखील असू शकते, जोपर्यंत आपण हे शिकत नाही तोपर्यंत. जोखीम टाळा." तथापि, त्यांनी असा युक्तिवाद केला की आपण रोबोट्सपेक्षा आर्थिक विषमता वाढवणाऱ्या भांडवलशाहीबद्दल अधिक घाबरले पाहिजे.

हॉकिंग यांना भविष्यात "अतिमानव" च्या शर्यतीच्या उदयाबद्दल चिंता होती जी त्यांच्या स्वतःच्या उत्क्रांतीची रचना करण्यास सक्षम असेल आणि तसेच, त्यांनी असा युक्तिवाद केला की आजच्या जगात संगणक व्हायरस हे जीवनाचे एक नवीन स्वरूप मानले जावे, असे सांगून " कदाचित हे मानवी स्वभावाबद्दल काहीतरी सांगते, की आपण आतापर्यंत निर्माण केलेले जीवनाचे एकमेव स्वरूप पूर्णपणे विनाशकारी आहे. आपल्या स्वतःच्या प्रतिमेनुसार जीवन निर्माण करण्याबद्दल बोला."

धर्म आणि नास्तिकता

हॉकिंग नास्तिक होते. द गार्डियनमध्ये प्रकाशित झालेल्या एका मुलाखतीत, हॉकिंग यांनी "मेंदू हा एक संगणक आहे जो त्याचे घटक अयशस्वी झाल्यावर काम करणे थांबवतो" आणि नंतरच्या जीवनाची संकल्पना "अंधारापासून घाबरलेल्या लोकांसाठी एक परीकथा" म्हणून मानली. 2011 मध्ये, डिस्कव्हरी चॅनेलवरील अमेरिकन टेलिव्हिजन मालिका क्युरिऑसिटीच्या पहिल्या भागाचे वर्णन करताना, हॉकिंग यांनी घोषित केले.

आम्हाला काय हवे आहे यावर विश्वास ठेवण्यास आम्ही प्रत्येकजण स्वतंत्र आहोत आणि माझे मत आहे की सर्वात सोपा स्पष्टीकरण म्हणजे देव नाही. कोणीही विश्व निर्माण केले नाही आणि कोणीही आपले भाग्य निर्देशित करत नाही. हे मला एका गहन साक्षात्काराकडे घेऊन जाते. कदाचित स्वर्ग नाही आणि नंतरचे जीवन नाही. विश्वाच्या भव्य रचनेचे कौतुक करण्यासाठी आपल्याकडे हे एक जीवन आहे आणि त्यासाठी मी अत्यंत कृतज्ञ आहे.

ऑक्सफर्ड विद्यापीठाच्या मानवतावादी गटाचे सदस्य असताना हॉकिंग यांचा नास्तिकता आणि मुक्त विचारसरणीशी संबंध असल्याचा पुरावा त्यांच्या विद्यापीठाच्या वर्षांपासून होता. नंतर ते 2017 च्या मानवतावादी यूके परिषदेत मुख्य वक्ते म्हणून हजर राहणार होते. एल मुंडोला दिलेल्या मुलाखतीत तो म्हणाला.

विज्ञान समजून घेण्याआधी देवाने विश्व निर्माण केले असे मानणे स्वाभाविक आहे. पण आता विज्ञान अधिक खात्रीलायक स्पष्टीकरण देते. 'आपण भगवंताचे मन जाणू' असे माझे म्हणणे आहे, देवाला जे कळेल ते सर्व आपल्याला माहीत असते, जर देव असता, जो नसतो. मी नास्तिक आहे. याव्यतिरिक्त, हॉकिंग म्हणाले, तुम्हाला आवडत असल्यास, तुम्ही विज्ञानाच्या नियमांना 'देव' म्हणू शकता, परंतु तो वैयक्तिक देव नसावा ज्याला तुम्ही भेटून प्रश्न विचाराल.

राजकारण

हॉकिंग हे मजूर पक्षाचे दीर्घकाळ समर्थक होते. त्यांनी 2000 डेमोक्रॅटिक राष्ट्रपती पदाचे उमेदवार अल गोर यांच्यासाठी श्रद्धांजली नोंदवली, 2003 च्या इराकवरील आक्रमणाला "युद्ध गुन्हा" म्हटले, आण्विक निःशस्त्रीकरणासाठी प्रचार केला, आणि स्टेम सेल संशोधनाला पाठिंबा दिला , सार्वत्रिक आरोग्य सेवा, आणि हवामान बदल रोखण्यासाठी कृती. ऑगस्ट 2014 मध्ये, हॉकिंग त्या 200 सार्वजनिक व्यक्तींपैकी एक होते ज्यांनी द गार्डियनला लिहिलेल्या पत्रावर स्वाक्षरी केली होती ज्यांनी आशा व्यक्त केली होती की स्कॉटलंड त्या विषयावरील सप्टेंबरच्या सार्वमतामध्ये युनायटेड किंगडमचा भाग राहण्यासाठी मतदान करेल. हॉकिंगचा असा विश्वास होता की युनायटेड किंग्डमने युरोपियन युनियन (ब्रेक्झिट) मधून युनायटेड किंग्डमच्या माघारामुळे विज्ञानातील यूकेच्या योगदानाला हानी पोहोचेल कारण आधुनिक संशोधनाला आंतरराष्ट्रीय सहकार्याची आवश्यकता आहे आणि युरोपमधील लोकांची मुक्त संचार कल्पनांच्या प्रसाराला प्रोत्साहन देते. हॉकिंग थेरेसा मे यांना म्हणाले, "मी दररोज कठीण गणिती प्रश्नांना सामोरे जातो, परंतु कृपया मला ब्रेक्झिटसाठी मदत करण्यास सांगू नका." ब्रेक्झिटमुळे हॉकिंग निराश झाले आणि त्यांनी मत्सर आणि अलगाववाद विरुद्ध चेतावणी दिली.

हॉकिंग हे आरोग्य सेवेबद्दल खूप चिंतित होते, आणि त्यांनी कायम ठेवले की यूके नॅशनल हेल्थ सर्व्हिसशिवाय, ते त्यांच्या 70 च्या दशकात जगू शकले नसते. हॉकिंग यांना विशेषतः खाजगीकरणाची भीती वाटत होती. त्यांनी सांगितले की, "प्रणालीतून जितका अधिक नफा काढला जाईल, तितकी खाजगी मक्तेदारी वाढेल आणि अधिक महाग आरोग्य सेवा होईल. NHS चे व्यावसायिक हितसंबंध जपले गेले पाहिजे आणि ज्यांना त्याचे खाजगीकरण करायचे आहे त्यांच्यापासून संरक्षण केले पाहिजे." हॉकिंग यांनी दोष दिला. एनएचएसला निधी कमी करणे, खाजगीकरण करून कमकुवत करणे, पगार रोखून कर्मचाऱ्यांचे मनोबल कमी करणे आणि सामाजिक काळजी कमी करणे यासाठी पुराणमतवादी. हॉकिंग यांनी जेरेमी हंटवर चेरी पिकिंगचा पुरावा ठेवल्याचा आरोप केला ज्याने हॉकिंगने नीच विज्ञान राखले. हॉकिंग यांनी असेही म्हटले आहे की, "NHS निधी आणि डॉक्टर आणि परिचारिकांची संख्या अपुरी असल्याचे जबरदस्त पुरावे आहेत, आणि ते आणखी वाईट होत चालले आहे." जून २०१७ मध्ये, हॉकिंग यांनी 2017 च्या यूकेच्या सार्वत्रिक निवडणुकीत लेबर पार्टीचे समर्थन केले. कंझर्व्हेटिव्हसनी NHS ला प्रस्तावित कपात. परंतु कामगार नेते जेरेमी कॉर्बिन यांच्यावरही त्यांनी टीका केली होती, त्यांच्या नेतृत्वाखाली

पक्ष सार्वत्रिक निवडणूक जिंकू शकेल की नाही याबद्दल साशंकता व्यक्त केली.

हॉकिंग यांना भीती वाटत होती की डोनाल्ड ट्रम्प यांच्या ग्लोबल वार्मिंगच्या धोरणांमुळे ग्रह धोक्यात येऊ शकतो आणि ग्लोबल वॉर्मिंग अपरिवर्तनीय होऊ शकते. ते म्हणाले, "हवामानातील बदल हा आपल्यासमोरील एक मोठा धोका आहे आणि आपण आत्ताच कृती केली तर ते आपण रोखू शकतो. हवामान बदलाचे पुरावे नाकारून आणि पॅरिस करारातून बाहेर पडल्यास, डोनाल्ड ट्रम्प पर्यावरणाचे टाळता येण्याजोगे नुकसान करतील. आपला सुंदर ग्रह, आपल्यासाठी आणि आपल्या मुलांसाठी नैसर्गिक जगाला धोक्यात आणत आहे." हॉकिंग पुढे म्हणाले की यामुळे पृथ्वी "शुक्र सारखी होऊ शकते, त्याचे तापमान दोनशे पन्नास अंश आहे आणि सल्फ्यूरिक ऍसिडचा पाऊस पडतो".

हॉकिंग हे सार्वत्रिक मूलभूत उत्पन्नाचे समर्थक देखील होते. 386 त्यांनी इस्रायली-पॅलेस्टिनी संघर्षावर इस्रायली सरकारच्या भूमिकेवर टीका केली होती, असे नमूद केले की त्यांच्या धोरणामुळे "आपत्ती होण्याची शक्यता आहे."

हॉकिंग यांनी सामान्य सापेक्षतेच्या क्षेत्रात मोठे योगदान दिले आहे. हे भौतिकशास्त्र आणि खगोलशास्त्राशी संबंधित काय आहे याच्या सखोल आकलनातून आणि विशेषतः पूर्णपणे नवीन गणिती तंत्रांवर प्रभुत्व मिळवण्यापासून प्राप्त होते. पेनरोजच्या अग्रगण्य कार्यानंतर, अंशतः एकट्याने आणि अंशतः पेनरोजच्या सहकार्याने, सर्व वास्तववादी वैश्विक मॉडेल्समध्ये एकलता असणे आवश्यक आहे असा मूलभूत परिणाम स्थापित करणारी क्रमिक मजबूत प्रमेयांची मालिका त्यांनी स्थापन केली. तत्सम तंत्रांचा वापर करून, हॉकिंग यांनी कृष्णविवरांचे नियमन करणाऱ्या कायद्यांवरील मूलभूत प्रमेये सिद्ध केली आहेतः गुळगुळीत घटना क्षितिजासह आइन्स्टाईनच्या समीकरणांचे स्थिर समाधान अक्षीय सममितीय असणे आवश्यक आहे; आणि कृष्णविवरांच्या उत्क्रांती आणि परस्परसंवादामध्ये, घटना क्षितिजाचे एकूण पृष्ठभागाचे क्षेत्रफळ वाढले पाहिजे. जी. एलिस यांच्या सहकार्याने, हॉकिंग हे "स्पेस-टाइम इन द लार्ज" या प्रभावी आणि मूळ ग्रंथाचे लेखक आहेत.

उद्धृत पुढे म्हणतो, "हॉकिंगचे इतर महत्त्वाचे कार्य कॉस्मॉलॉजिकल निरीक्षणांच्या व्याख्या आणि गुरुत्वीय लहरी शोधकांच्या रचनेशी संबंधित आहे."

हॉकिंग हे अमेरिकन अ‍ॅकॅडमी ऑफ आर्ट्स अँड सायन्सेस (1984), अमेरिकन फिलॉसॉफिकल सोसायटी (1984), आणि युनायटेड स्टेट्स नॅशनल एकेडमी ऑफ सायन्सेस (1992) चे सदस्य देखील होते.

हॉकिंग यांना 2015 चा बीबीव्हीए फाउंडेशन फ्रंटियर्स ऑफ नॉलेज अवॉर्ड इन बेसिक सायन्सेस प्राप्त झाला जो विएचेस्लाव मुखनोव यांच्याशी शेअर केला गेला कारण ब्रह्मांडाच्या सुरुवातीच्या काळात क्वांटम चढउतारांमुळे आकाशगंगा तयार झाल्या होत्या. 2016 च्या प्राइड ऑफ ब्रिटन पुरस्कारांमध्ये, हॉकिंग यांना "विज्ञान आणि ब्रिटिश संस्कृतीतील योगदानाबद्दल" जीवनगौरव पुरस्कार मिळाला. पंतप्रधान थेरेसा मे यांच्याकडून पुरस्कार मिळाल्यानंतर हॉकिंग यांनी विनोदीपणे विनंती केली की त्यांनी ब्रेक्झिटसाठी त्यांची मदत घेऊ नये.

विज्ञान संप्रेषणासाठी पदक

हॉकिंग हे स्टारमस फेस्टिव्हलच्या सल्लागार मंडळाचे सदस्य होते आणि विज्ञान संप्रेषणाची मान्यता आणि प्रचार करण्यात त्यांची प्रमुख भूमिका होती. स्टीफन हॉकिंग मेडल फॉर सायन्स कम्युनिकेशन हा 2016 मध्ये सुरू करण्यात आलेला वार्षिक पुरस्कार आहे ज्यायोगे कला समुदायातील सदस्यांना विज्ञानाबद्दल जागरूकता निर्माण करण्यात मदत करणाऱ्या योगदानाबद्दल सन्मानित करण्यात आले आहे. प्राप्तकर्त्यांना अलेक्सी लिओनोव्हचे हॉकिंगचे पोर्ट्रेट असलेले एक पदक प्राप्त होते आणि दुसरी बाजू लिओनोव्हची स्वतः प्रथम स्पेसवॉक करत असलेल्या "रेड स्पेशल" च्या प्रतिमेसह, राणी संगीतकार आणि खगोलभौतिकशास्त्रज्ञ ब्रायन मे (संगीतासह) च्या गिटारच्या प्रतिमेचे प्रतिनिधित्व करते. स्टारमस फेस्टिव्हलचा आणखी एक प्रमुख घटक आहे).

2016 मधील स्टारमस III महोत्सव स्टीफन हॉकिंग यांना श्रद्धांजली होती आणि "बियॉन्ड द होरायझन" हे सर्व स्टारमस III व्याख्यानांचे पुस्तक देखील त्यांना समर्पित करण्यात आले होते. महोत्सवात प्रदान करण्यात आलेल्या पदकांचे पहिले प्राप्तकर्ते स्वतः हॉकिंग यांनी निवडले होते. ते संगीतकार हंस झिमर, भौतिकशास्त्रज्ञ जिम अल-खलिली आणि विज्ञान माहितीपट पार्टिकल फीव्हर होते.

लोकप्रिय पुस्तके

वेळेचा संक्षिप्त इतिहास (1988)

ब्लॅक होल्स आणि बेबी युनिव्हर्स आणि इतर निबंध (1993)

द युनिव्हर्स इन अ नटशेल (2001)

ऑन द शोल्डर्स ऑफ जायंट्स (2002)

गॉड क्रिएट द इंटीजर्सः द मॅथेमॅटिकल ब्रेकथ्रू जे चेंज्ड हिस्ट्री (2005)

द ड्रीम्स दॅट स्टफ इज मेडः द मोस्ट स्टाऊंडिंग पेपर्स ऑफ क्वांटम फिजिक्स अँड हाऊ दे शूक द सायंटिफिक वर्ल्ड (२०११)

माझा संक्षिप्त इतिहास (2013)

मोठ्या प्रश्नांची संक्षिप्त उत्तरे (2018)

सहलेखक

द नेचर ऑफ स्पेस अँड टाइम (रॉजर पेनरोजसह) (1996)

द लार्ज, द स्मॉल अँड द ह्युमन माइंड (रॉजर पेनरोज, अब्नेर शिमोनी आणि नॅन्सी कार्टराईटसह) (1997)

द फ्यूचर ऑफ स्पेसटाइम (किप थॉर्न, इगोर नोविकोव्ह, टिमोथी फेरीस आणि ॲलन लाइटमन, रिचर्ड एच. प्राइस द्वारे परिचय) (2002)

ए ब्रीफर हिस्ट्री ऑफ टाइम (लिओनार्ड म्लोडिनोसह) (2005)

द ग्रँड डिझाईन (लिओनार्ड म्लोडिनोसह) (2010)

अग्रलेख

ब्लॅक होल्स अँड टाइम वॉर्प्सः आइन्स्टाईनचा अपमानजनक वारसा (किप थॉर्न, आणि फ्रेडरिक सेट्झची ओळख) (1994)

स्टार ट्रेकचे भौतिकशास्त्र (लॉरेन्स क्रॉस) (1995)

मुलांच्या काल्पनिक कथा

जॉर्जची सीक्रेट की टू द युनिव्हर्स (2007)

जॉर्ज कॉस्मिक ट्रेझर हंट (2009)

जॉर्ज आणि बिग बँग (2011)

जॉर्ज आणि अनब्रेकेबल कोड (2014)

जॉर्ज आणि ब्लू मून (2016)

चित्रपट आणि मालिका

वेळेचा संक्षिप्त इतिहास (1992)

स्टीफन हॉकिंग्स युनिव्हर्स (1997)

हॉकिंग - बेनेडिक्ट कंबरबॅच अभिनीत बीबीसी टेलिव्हिजन चित्रपट (2004).

होरायझनः द हॉकिंग पॅराडॉक्स (2005)

मास्टर्स ऑफ सायन्स फिक्शन (2007)

स्टीफन हॉकिंग अँड द थिअरी ऑफ एव्हरीथिंग (2007)

स्टीफन हॉकिंगः मास्टर ऑफ द युनिव्हर्स (2008)

स्टीफन हॉकिंग (२०१०) सह विश्वात प्रवेश करा

स्टीफन हॉकिंगसह ब्रेव्ह न्यू वर्ल्ड (2011)

स्टीफन हॉकिंग्स ग्रँड डिझाईन (2012)

बिग बँग थिअरी (2012, 2014-2015, 2017)

स्टीफन हॉकिंगः माझा संक्षिप्त इतिहास (2013)

द थिअरी ऑफ एव्हरीथिंग – एडी रेडमायन अभिनीत फीचर फिल्म (2014)

स्टीफन हॉकिंग द्वारा जीनियस (2016)

26

होमी जे. भाभा

होमी जे. भाभा

Top Scientists

Scan for Story Videos - www.itibook.com

होमी जहांगीर भाभा, एफआरएस (३० ऑक्टोबर १९०९ - २४ जानेवारी १९६६) हे टाटा इन्स्टिट्यूट ऑफ फंडामेंटल रिसर्च (TIFR) मधील भारतीय अणुभौतिकशास्त्रज्ञ, संस्थापक संचालक आणि भौतिकशास्त्राचे प्राध्यापक होते. "भारतीय आण्विक कार्यक्रमाचे जनक" म्हणून ओळखले जाते, भाभा हे अणुऊर्जा आस्थापना, ट्रॉम्बे (AEET) चे संस्थापक संचालक देखील होते ज्याला त्यांच्या सन्मानार्थ भाभा अणु संशोधन केंद्र असे नाव देण्यात आले आहे. TIFR आणि AEET हे भारतीय अण्वस्त्रांच्या विकासाचे कोनशिला होते ज्यांचे संचालक म्हणून भाभा यांनी देखरेख केली होती.

होमी भाभा यांना ॲडम्स पुरस्कार (1942) आणि पद्मभूषण (1954) ने सन्मानित करण्यात आले. 1951 आणि 1953-1956 मध्ये भौतिकशास्त्राच्या नोबेल पारितोषिकासाठीही त्यांची नामांकन करण्यात आली होती.

प्रारंभिक जीवन आणि शिक्षण

होमी जहांगीर भाभा यांचा जन्म एका प्रमुख श्रीमंत पारशी कुटुंबात झाला होता, ज्याद्वारे ते व्यापारी दिनशॉ मानेकजी पेटिट यांच्याशी संबंधित होते. त्यांचा जन्म 30 ऑक्टोबर 1909 रोजी झाला. त्यांचे वडील जहांगीर होर्मुसजी भाभा हे एक प्रसिद्ध पारशी वकील आणि त्यांची आई मेहेरन होती. त्यांनी बॉम्बे कॅथेड्रल आणि जॉन कॉनन स्कूलमध्ये त्यांचे प्रारंभिक शिक्षण घेतले आणि ऑनर्ससह वरिष्ठ केंब्रिज परीक्षा उत्तीर्ण झाल्यानंतर वयाच्या 15 व्या वर्षी एल्फिन्स्टन कॉलेजमध्ये प्रवेश केला.

त्यानंतर केंब्रिज विद्यापीठाच्या कॅयस कॉलेजमध्ये प्रवेश करण्यापूर्वी त्यांनी 1927 मध्ये रॉयल इन्स्टिट्यूट ऑफ सायन्समध्ये शिक्षण घेतले. हे त्यांचे वडील आणि त्यांचे काका दोराबजी यांच्या आग्रहामुळे होते, ज्यांनी भाभा यांना केंब्रिजमधून यांत्रिक अभियांत्रिकीची पदवी मिळवून भारतात परत जाण्याची योजना आखली, जिथे ते जमशेदपूरमधील टाटा स्टील किंवा टाटा स्टील मिल्समध्ये धातूशास्त्रज्ञ म्हणून सामील होतील.

पुढील अभ्यास

भाभा यांच्या वडिलांना त्यांच्या मुलाची अडचण समजली, आणि त्यांनी त्यांच्या पत्नीसह गणिताच्या अभ्यासासाठी वित्तपुरवठा करण्यास सहमती दर्शविली बशर्ते की त्यांनी त्यांच्या यांत्रिक विज्ञान ट्रिपोस परीक्षेत प्रथम श्रेणी मिळवली. भाभा जून 1930 मध्ये ट्रायपोस परीक्षेत बसले आणि प्रथम श्रेणी सन्मानाने उत्तीर्ण झाले. दरम्यान, सैद्धांतिक भौतिकशास्त्रातील पीएचडी पदवीच्या दिशेने काम करत असताना त्यांनी कॅव्हेंडिश प्रयोगशाळेत काम केले. त्या वेळी, प्रयोगशाळा अनेक वैज्ञानिक प्रगतीचे केंद्र होते. जेम्स चॅडविक यांनी न्यूट्रॉनचा शोध लावला होता, जॉन कॉकक्रॉफ्ट आणि अर्नेस्ट वॉल्टन यांनी उच्च-ऊर्जा प्रोटॉनसह लिथियम ट्रान्सम्युट केले होते आणि पॅट्रिक ब्लॅकेट आणि ज्युसेप ऑचियालिनी यांनी गॅमा रेडिएशनद्वारे इलेक्ट्रॉन जोड्या आणि शॉवरचे उत्पादन प्रदर्शित करण्यासाठी क्लाउड चेंबर्सचा वापर केला होता. 1931-1932 शैक्षणिक वर्षात भाभा यांना अभियांत्रिकीमधील सॅलोमन्स स्टुडंटशिप देण्यात आली. 1932 मध्ये, त्याने त्याच्या गणिताच्या ट्रायपोसमध्ये प्रथम श्रेणी प्राप्त केली आणि त्याला गणितातील राऊस बॉल प्रवासी विद्यार्थीत्व देण्यात आले. या काळात, अणुभौतिकी सर्वात मोठ्या मनांना आकर्षित करत होती आणि सैद्धांतिक भौतिकशास्त्राच्या तुलनेत ते सर्वात लक्षणीय उदयोन्मुख क्षेत्रांपैकी एक होते, सैद्धांतिक भौतिकशास्त्राच्या विरोधाने या क्षेत्रावर हल्ला केला कारण ते प्रयोगांद्वारे नैसर्गिक घटना सिद्ध करण्याऐवजी सिद्धांतांकडे उदार होते. कणांवर प्रयोग करणे ज्याने प्रचंड प्रमाणात रेडिएशन देखील सोडले, ही भाभा यांची आजीवन आवड होती आणि त्यांच्या अग्रगण्य संशोधन आणि प्रयोगांनी भारतीय भौतिकशास्त्रज्ञांना मोठे गौरव मिळवून दिले ज्यांनी विशेषतः त्यांचे क्षेत्र आण्विक भौतिकशास्त्राकडे वळवले, जे सर्वात उल्लेखनीय आहे. पियारा सिंग गिल.

आण्विक भौतिकशास्त्रात काम करा

जानेवारी 1933 मध्ये, भाभा यांनी त्यांचा पहिला वैज्ञानिक शोधनिबंध "कॉस्मिक रेडिएशनचे शोषण" प्रकाशित केल्यानंतर अणुभौतिकशास्त्रात डॉक्टरेट मिळवली. पेपरमध्ये, भाभा यांनी कॉस्मिक किरणांमधील शोषण वैशिष्ट्ये आणि इलेक्ट्रॉन शॉवर उत्पादनाचे स्पष्टीकरण दिले. पेपरने त्याला 1934 मध्ये आयझॅक न्यूटन स्टुडंटशिप जिंकण्यास मदत केली, जी त्याने पुढील तीन वर्षे घेतली. पुढच्या वर्षी, त्यांनी राल्फ एच. फॉलरच्या हाताखाली सैद्धांतिक भौतिकशास्त्रात डॉक्टरेट अभ्यास पूर्ण केला. त्याच्या विद्यार्थीत्वाच्या काळात, त्याने केंब्रिजमध्ये आणि कोपनहेगनमध्ये नील्स बोहरसोबत काम करण्याचा आपला वेळ विभागला. 1935 मध्ये, भाभा यांनी प्रोसिडिंग्ज ऑफ द रॉयल सोसायटी, सीरीज ए मध्ये एक पेपर प्रकाशित केला, ज्यामध्ये त्यांनी इलेक्ट्रॉन-पॉझिट्रॉन स्कॅटरिंगचा क्रॉस सेक्शन निर्धारित करण्यासाठी पहिली गणना केली. इलेक्ट्रॉन-पॉझिट्रॉन स्कॅटरिंगला नंतर भाभा स्कॅटरिंग असे नाव देण्यात आले, त्यांच्या क्षेत्रातील योगदानाच्या सन्मानार्थ.

1936 मध्ये, वॉल्टर हेटलरसह, त्यांनी "द पॅसेज ऑफ फास्ट इलेक्ट्रॉन्स अँड द थिअरी ऑफ कॉस्मिक शॉवर्स" प्रोसिडिंग्ज ऑफ रॉयल सोसायटी, सीरीज ए मध्ये सह-लेखन केले, ज्यामध्ये त्यांनी त्यांच्या सिद्धांताचा वापर कसा केला याचे वर्णन केले. बाह्य अवकाशातील प्राथमिक वैश्विक किरण वरच्या वातावरणाशी संवाद साधून जमिनीच्या पातळीवर निरीक्षण केलेले कण तयार करतात. भाभा आणि हेटलर यांनी नंतर वेगवेगळ्या इलेक्ट्रॉन इनिशिएशन एनर्जीसाठी वेगवेगळ्या उंचीवर कॅस्केड प्रक्रियेत इलेक्ट्रॉनच्या संख्येचा संख्यात्मक अंदाज लावला. ब्रुनो रॉसी आणि पियरे व्हिक्टर ऑगर यांनी काही वर्षांपूर्वी केलेल्या कॉस्मिक किरणांच्या सरींच्या प्रायोगिक निरीक्षणांशी ही गणना

सहमत होती. भाभा यांनी नंतर असा निष्कर्ष काढला की अशा कणांच्या गुणधर्मांच्या निरीक्षणामुळे अल्बर्ट आइनस्टाईनच्या सापेक्षता सिद्धांताची सरळ प्रायोगिक पडताळणी होईल. 1937 मध्ये, भाभा यांना 1851 च्या प्रदर्शनाचे वरिष्ठ विद्यार्थीत्व बहाल करण्यात आले, ज्यामुळे त्यांना 1939 मध्ये दुसरे महायुद्ध सुरू होईपर्यंत केंब्रिजमध्ये त्यांचे कार्य चालू ठेवण्यास मदत झाली.

भारतात परत या

सप्टेंबर 1939 मध्ये दुसरे महायुद्ध सुरू झाले तेव्हा भाभा थोड्या सुट्टीसाठी भारतात होते आणि त्यांनी सध्या इंग्लंडला न परतण्याचा निर्णय घेतला. त्यांनी भारतीय विज्ञान संस्थेच्या भौतिकशास्त्र विभागात वाचक म्हणून काम करण्याची ऑफर स्वीकारली, त्यानंतर ते प्रसिद्ध भौतिकशास्त्रज्ञ सीव्ही रमण यांच्या नेतृत्वाखाली होते. त्यांना सर दोराब टाटा ट्रस्टकडून विशेष संशोधन अनुदान मिळाले, जे त्यांनी संस्थेत कॉस्मिक रे संशोधन युनिट स्थापन करण्यासाठी वापरले. भाभा यांनी त्यांच्यासोबत काम करण्यासाठी हरीश-चंद्र यांच्यासह काही विद्यार्थ्यांना निवडले. नंतर, 20 मार्च 1941 रोजी, ते रॉयल सोसायटीचे फेलो म्हणून निवडले गेले. जेआरडी टाटा यांच्या मदतीने मुंबईत टाटा इन्स्टिट्यूट ऑफ फंडामेंटल रिसर्चच्या स्थापनेत त्यांनी महत्त्वाची भूमिका बजावली.

करिअर

ब्रिटनमध्ये आण्विक भौतिकशास्त्रातील कारकिर्दीची सुरुवात करून, भाभा सप्टेंबर 1939 मध्ये दुसरे महायुद्ध सुरू होण्यापूर्वी वार्षिक सुट्टीसाठी भारतात परतले होते. युद्धामुळे त्यांना भारतात राहण्यास प्रवृत्त केले आणि त्यांनी भारतीय विज्ञान संस्थेत भौतिकशास्त्रातील वाचक पद स्वीकारले. नोबेल पारितोषिक विजेते सीव्ही रमण यांच्या नेतृत्वाखाली बेंगळुरूमध्ये. यावेळी, भाभा यांनी महत्त्वाकांक्षी अणु कार्यक्रम सुरू करण्यासाठी काँग्रेस पक्षाच्या वरिष्ठ नेत्यांना, विशेषत: जवाहरलाल नेहरू, ज्यांनी नंतर भारताचे पहिले पंतप्रधान म्हणून काम केले, यांना पटवून देण्यात महत्त्वाची भूमिका बजावली. या दृष्टीचा एक भाग म्हणून, भाभा यांनी संस्थेत कॉस्मिक रे रिसर्च युनिटची स्थापना केली, बिंदू कणांच्या हालचालीच्या सिद्धांतावर काम करण्यास सुरुवात केली, तसेच 1944 मध्ये स्वतंत्रपणे अण्वस्त्रांवर संशोधन केले.1945 मध्ये, त्यांनी बॉम्बेमध्ये टाटा इन्स्टिट्यूट ऑफ फंडामेंटल रिसर्च आणि 1948 मध्ये अणुऊर्जा आयोगाची स्थापना केली, तिचे पहिले अध्यक्ष म्हणून काम केले. 1948 मध्ये, नेहरूंनी भाभा यांची अणु कार्यक्रम संचालक म्हणून नियुक्ती केली आणि त्यानंतर लगेचच अण्वस्त्रे विकसित करण्याचे काम भाभा यांना दिले. 1950 च्या दशकात, भाभा यांनी IAEA परिषदांमध्ये भारताचे प्रतिनिधित्व केले आणि 1955 मध्ये स्वित्झर्लंडमधील जिनिव्हा येथे अणुऊर्जेच्या शांततापूर्ण वापरावरील संयुक्त राष्ट्र परिषदेचे अध्यक्ष म्हणून काम केले. या काळात त्यांनी अण्वस्त्रांच्या विकासासाठी त्यांची लॉबिंग तीव्र केली. भारत-चीन युद्धानंतर लगेचच भाभा यांनी आक्रमकपणे आणि जाहीरपणे अण्वस्त्रांची मागणी करण्यास सुरुवात केली.

इलेक्ट्रॉनद्वारे पॉझिट्रॉन विखुरण्याच्या संभाव्यतेसाठी योग्य अभिव्यक्ती प्राप्त केल्यानंतर भाभाला आंतरराष्ट्रीय महत्त्व प्राप्त झाले, ही प्रक्रिया आता भाभा स्कॅटरिंग म्हणून ओळखली जाते. कॉम्प्टन स्कॅटरिंग, आर-प्रोसेस आणि शिवाय आण्विक भौतिकशास्त्रातील प्रगती यावरील कामाचा त्यांच्या प्रमुख योगदानात समावेश आहे. 1954 मध्ये भारत सरकारने त्यांना पद्मभूषण पुरस्काराने सन्मानित केले होते.[9] नंतर त्यांनी भारतीय मंत्रिमंडळाच्या वैज्ञानिक सल्लागार समितीचे सदस्य म्हणून काम केले आणि विक्रम साराभाई यांना अंतराळ संशोधनासाठी भारतीय राष्ट्रीय समिती स्थापन करण्यासाठी महत्त्वपूर्ण भूमिका दिली. जानेवारी 1966 मध्ये, आंतरराष्ट्रीय अणुऊर्जा एजन्सीच्या वैज्ञानिक सल्लागार समितीच्या बैठकीला उपस्थित राहण्यासाठी ऑस्ट्रियातील व्हिएन्ना येथे जात असताना मॉन्ट ब्लँकजवळ विमान अपघातात भाभा यांचा मृत्यू झाला.[8]

भारतातील अणुऊर्जा

जेव्हा होमी जहांगीर भाभा भारतीय विज्ञान संस्थेत कार्यरत होते, तेव्हा भारतात अशी कोणतीही संस्था नव्हती ज्यात अणुभौतिकी, वैश्विक किरण, उच्च ऊर्जा भौतिकशास्त्र आणि भौतिकशास्त्रातील ज्ञानाच्या इतर सीमांवरील मूळ कामासाठी आवश्यक सुविधा उपलब्ध होत्या. यामुळे त्यांना मार्च 1944 मध्ये सर दोराबजी टाटा ट्रस्टकडे 'मूलभूत भौतिकशास्त्रातील संशोधनाची जोमदार शाळा' स्थापन करण्यासाठी प्रस्ताव पाठविण्यास प्रवृत्त केले. त्याच्या प्रस्तावात त्यांनी लिहिले:

सैद्धांतिक आणि प्रायोगिक अशा दोन्ही प्रकारच्या भौतिकशास्त्राच्या मूलभूत समस्यांवर संशोधनाची मोठी शाळा सध्या भारतात नाही. तथापि, संपूर्ण भारतात विखुरलेले सक्षम कामगार आहेत जे योग्य दिशानिर्देशाने एकाच ठिकाणी एकत्र आणल्यास ते जेवढे चांगले काम करतील तेवढे करत नाहीत. मूलभूत भौतिकशास्त्रातील संशोधनाची एक जोमदार शाळा असणे भारताच्या हिताचे आहे, कारण अशी शाळा केवळ भौतिकशास्त्राच्या कमी प्रगत शाखांमध्येच नव्हे तर उद्योगात तत्काळ व्यावहारिक अनुप्रयोगाच्या समस्यांमध्येही संशोधनाचे नेतृत्व करते. आज भारतात केलेले बरेच उपयोजित संशोधन निराशाजनक किंवा अत्यंत निकृष्ट दर्जाचे असल्यास ते पूर्णपणे उत्कृष्ट संशोधन कर्मचाऱ्यांच्या पुरेशा संख्येच्या अनुपस्थितीमुळे आहे जे चांगल्या संशोधनाचा दर्जा ठरवू शकतील आणि सल्लागार क्षमतेत दिशादर्शक मंडळांवर कार्य करतील. ... शिवाय, अणुऊर्जेचा उर्जा उत्पादनासाठी आजपासून काही दशकांत यशस्वीपणे वापर केला जाईल, तेव्हा भारताला आपल्या तज्ज्ञांसाठी परदेशात जावे लागणार नाही, परंतु ते तयार असतील. मला वाटत नाही की इतर देशांतील वैज्ञानिक विकासाची ओळख असलेला कोणीही मी प्रस्तावित केलेल्या अशा शाळेची भारतात गरज नाकारेल. ज्या विषयांवर संशोधन

आणि प्रगत अध्यापन केले जाईल ते सैद्धांतिक भौतिकशास्त्र असेल, विशेषत: मूलभूत समस्यांवर आणि वैश्विक किरण आणि आण्विक भौतिकशास्त्राच्या विशेष संदर्भात आणि वैश्विक किरणांवर प्रायोगिक संशोधन. वैश्विक किरणांपासून परमाणु भौतिकशास्त्र वेगळे करणे शक्य किंवा इष्ट नाही कारण दोन्ही सैद्धांतिकदृष्ट्या जवळून जोडलेले आहेत.

सर दोराबजी जमशेटजी, टाटा ट्रस्टच्या विश्वस्तांनी एप्रिल 1944 मध्ये संस्था सुरू करण्यासाठी भाभा यांचा प्रस्ताव आणि आर्थिक जबाबदारी स्वीकारण्याचा निर्णय घेतला. बॉम्बे सरकारने प्रस्तावित संस्थेचे संयुक्त संस्थापक बनण्यास स्वारस्य दाखविल्यामुळे बॉम्बे हे ठिकाण निवडण्यात आले. टाटा इन्स्टिट्यूट ऑफ फंडामेंटल रिसर्च नावाच्या संस्थेचे उद्घाटन 1945 मध्ये अस्तित्वात असलेल्या इमारतीतील 540 चौरस मीटर भाड्याने घेतलेल्या जागेत करण्यात आले. 1948 मध्ये संस्था रॉयल यॉट क्लबच्या जुन्या इमारतींमध्ये हलविण्यात आली.

जेव्हा भाभा यांच्या लक्षात आले की अणुऊर्जा कार्यक्रमासाठी तंत्रज्ञानाचा विकास यापुढे टीआयएफआरमध्ये करता येणार नाही, तेव्हा त्यांनी सरकारला या उद्देशासाठी पूर्णपणे समर्पित नवीन प्रयोगशाळा बांधण्याचा प्रस्ताव दिला. यासाठी ट्रॉम्बे येथे 1200 एकर जमीन मुंबई सरकारकडून संपादित करण्यात आली. अशा प्रकारे अणुऊर्जा प्रतिष्ठान ट्रॉम्बे (AEET) 1954 मध्ये कार्य करू लागले. त्याच वर्षी अणुऊर्जा विभाग (DAE) ची स्थापना करण्यात आली. त्यांनी आंतरराष्ट्रीय अणुऊर्जा मंचांमध्ये भारताचे प्रतिनिधित्व केले आणि १९५५ मध्ये स्वित्झर्लंडमधील जिनिव्हा येथे अणुऊर्जेच्या शांततापूर्ण वापरावरील संयुक्त राष्ट्र परिषदेचे अध्यक्ष म्हणून ते १९५८ मध्ये अमेरिकन ॲकॅडमी ऑफ आर्ट्स अँड सायन्सेसचे परदेशी मानद सदस्य म्हणून निवडले गेले.

अणुऊर्जा कार्यक्रम

भाभा यांना भारतीय अणुशक्तीचे जनक मानले जाते. शिवाय, युरेनियमच्या तुटपुंज्या साठ्यांऐवजी देशाच्या थोरियम साठ्यातून वीज मिळवण्यावर लक्ष केंद्रित करण्याचे धोरण तयार करण्याचे श्रेय त्यांना जाते. ही थोरियम केंद्रित रणनीती जगातील इतर सर्व देशांच्या अगदी विरुद्ध होती. हे धोरणात्मक उद्दिष्ट साध्य करण्यासाठी भाभा यांनी सुचवलेला दृष्टिकोन भारताचा तीन टप्प्यातील अणुऊर्जा कार्यक्रम बनला.

भाभा यांनी खालीलप्रमाणे तीन-टप्प्यांचा दृष्टिकोन मांडला:

भारतात थोरियमचा एकूण साठा 500,000 टन पेक्षा जास्त आहे जो सहज काढता येतो, तर युरेनियमचा ज्ञात साठा याच्या दहाव्या भागापेक्षा कमी आहे. त्यामुळे भारतातील दीर्घ पल्ल्याच्या अणुऊर्जा कार्यक्रमाचे उद्दिष्ट युरेनियमऐवजी थोरियमवर शक्य तितक्या लवकर अणुऊर्जा निर्मितीचा आधार असणे आवश्यक आहे... नैसर्गिक युरेनियमवर आधारित अणुऊर्जा केंद्रांची पहिली पिढी केवळ सुरू करण्यासाठी वापरली जाऊ शकते. अणुऊर्जा कार्यक्रम... पहिल्या पिढीच्या पॉवर स्टेशन्सद्वारे उत्पादित प्लूटोनियम विद्युत उर्जा निर्माण करण्यासाठी आणि थोरियमचे U-233 मध्ये रूपांतरित करण्यासाठी डिझाइन केलेल्या पॉवर स्टेशन्सच्या दुसऱ्या पिढीमध्ये वापरला जाऊ शकतो, किंवा कमी झालेल्या युरेनियमचे प्रजनन वाढीसह अधिक प्लुटोनियममध्ये केले जाऊ शकते... उर्जा केंद्रांच्या दुसऱ्या पिढीला तिसऱ्या पिढीच्या ब्रीडर पॉवर स्टेशनसाठी मध्यवर्ती पायरी म्हणून ओळखले जाऊ शकते जे सर्व ऊर्जा उत्पादन करताना जळते त्यापेक्षा जास्त U-238 उत्पादन करेल.

मृत्यू

24 जानेवारी 1966 रोजी मॉन्ट ब्लँकजवळ एअर इंडियाचे फ्लाइट क्रॅश झाले तेव्हा भाभा यांचा मृत्यू झाला. जिनिव्हा विमानतळ आणि पायलट यांच्यात पर्वताजवळील विमानाच्या स्थितीबद्दल गैरसमज हे अपघाताचे अधिकृत कारण आहे.

हत्येचे दावे

हवाई अपघातासाठी अनेक संभाव्य सिद्धांत मांडले गेले आहेत, ज्यात भारताच्या आण्विक कार्यक्रमाला अर्धांगवायू करण्यासाठी सेंट्रल इंटेलिजन्स एजन्सी (सीआयए) गुंतल्याचा दावा केला आहे. 2012 मध्ये अपघातस्थळाजवळ कॅलेंडर आणि वैयक्तिक पत्र असलेली भारतीय राजनयिक बॅग सापडली.

ग्रेगरी डग्लस या पत्रकाराने चार वर्षे सीआयएचे माजी संचालक रॉबर्ट क्रोली यांच्याशी दूरध्वनी संभाषण केले, त्यांनी कावळ्याशी संभाषण नावाचे पुस्तक प्रकाशित केले. डग्लसचा असा दावा आहे की भारताचा अणुकार्यक्रम ठप्प करण्याच्या उद्देशाने 1966 मध्ये होमी भाभा, तसेच भारतीय पंतप्रधान लाल बहादूर शास्त्री यांच्या हत्येसाठी CIA जबाबदार होती, असे क्रोलीने तेरा दिवसांच्या अंतराने सूचित केले होते. क्रॉलीने सांगितले की विमानाच्या मालवाहू विभागात बॉम्बचा मध्य हवेत स्फोट झाला, ज्याने आल्प्समधील व्यावसायिक बोईंग 707 विमान खाली आणले आणि ते म्हणाले, "आम्ही ते व्हिएन्ना वर उडवून देऊ शकलो असतो परंतु आम्ही ठरवले की उंच पर्वत जास्त चांगले आहेत. बिट आणि तुकडे खाली येण्यासाठी".

वारसा

त्यांच्या मृत्यूनंतर, त्यांच्या सन्मानार्थ मुंबई येथील अणुऊर्जा प्रतिष्ठानचे भाभा अणु संशोधन केंद्र असे नामकरण करण्यात आले. एक सक्षम शास्त्रज्ञ आणि प्रशासक असण्यासोबतच, भाभा हे एक चित्रकार आणि शास्त्रीय संगीत आणि ऑपेरा उत्साही, हौशी वनस्पतिशास्त्रज्ञ

असण्यासोबतच होते. भाभा यांनी इलेक्ट्रॉनिक्स, अंतराळ विज्ञान, रेडिओ खगोलशास्त्र आणि सूक्ष्मजीवशास्त्रातील संशोधनालाही प्रोत्साहन दिले.

भारतातील उटी येथील प्रसिद्ध रेडिओ टेलिस्कोप हा त्यांचा पुढाकार होता आणि तो 1970 मध्ये प्रत्यक्षात आला. होमी भाभा फेलोशिप कौन्सिल 1967 पासून होमी भाभा फेलोशिप देत आहे. त्यांच्या नावावरील इतर प्रसिद्ध संस्था म्हणजे होमी भाभा नॅशनल इन्स्टिटट्यूट, एक भारतीय मानली जाते. विद्यापीठ आणि होमी भाभा विज्ञान शिक्षण केंद्र, मुंबई, भारत.

भाभा यांच्या मृत्यूच्या वेळी, मेहरांगीरसह त्यांची मालमत्ता, मलबार हिल येथील विस्तीर्ण वसाहती बंगला जिथे त्यांनी त्यांचे बहुतेक आयुष्य व्यतीत केले, त्यांचे भाऊ जमशेद भाभा यांना वारसा मिळाला. कला आणि संस्कृतीचा उत्साही संरक्षक जमशेद यांनी बंगला आणि त्यातील सामग्री नॅशनल सेंटर फॉर परफॉर्मिंग आर्ट्सला दिली, ज्याने केंद्राच्या देखभाल आणि विकासासाठी निधी उभारण्यासाठी 2014 मध्ये 372 कोटी रुपयांना मालमत्तेचा लिलाव केला. होमी भाभा यांचे स्मारक म्हणून जतन करण्यासाठी काही प्रयत्न करूनही, गोदरेज कुटुंबातील मालक स्मिता-कृष्णा गोदरेज यांनी जून 2016 मध्ये हा बंगला पाडला होता.

www.ingramcontent.com/pod-product-compliance
Lightning Source LLC
LaVergne TN
LVHW082031051026
849532LV00011B/3327